ENGLISH - TAMIL
DICTIONARY

ஆங்கில - தமிழ்
அகராதி

ENGLISH - TAMIL
DICTIONARY

ஆங்கில - தமிழ்
அகராதி

P. PERCIVAL

ASIAN EDUCATIONAL SERVICES
NEW DELHI ★ CHENNAI ★ 2006

ASIAN EDUCATIONAL SERVICES

* 31, HAUZ KHAS VILLAGE, NEW DELHI - 110 016
  Tel. : +91-11- 26560187, 26568594 Fax : 011-26855499, 26494946
  email : asian_jj@vsnl.com

* 19, (NEW NO. 40), BALAJI NAGAR FIRST STREET,
  ROYAPETTAH, CHENNAI - 600 014
  Tel. : +91- 44 - 28133040 / 28131391 Fax : 044 - 28131391
  email : asianeds@md3.vsnl.net.in

* Exclusive distributors for East India :
  ASIAN EDUCATIONAL BOOKS DISTRIBUTORS
  19/30/1, 1-B, K. B. SARANI (MALL ROAD),
  1ST FLOOR, DUM DUM, KOLKATA - 700 080
  Tel : +91-9831184121 / 9831642440

www.asianeds.com

Printed and Hand-bound in India

AES First Reprint : New Delhi, 1993
AES Fourth Reprint : New Delhi, 2006
ISBN : 81-206-0817-8

Published by Gautam Jetley
for ASIAN EDUCATIONAL SERVICES
31, Hauz Khas Village, New Delhi - 110 016.
Processed by AES Publications Pvt. Ltd., New Delhi-110016
Printed at Chaudhary Offset Process, Delhi - 110 051

DICTIONARY

ABBREVIATIONS EXPLAINED

art. **article :** ***s.*** **substantive:** ***a.*** **adjective :** ***pr.*** **pronoun :**
v.t. **verb transitive :** ***v.i.*** **verb intransitive :** ***p.a.*** **participial adjective :** ***p.n.*** **participial noun**
ad. **adverb :** ***prep.*** **preposition :** ***con.*** **conjunction :** ***int.*** **interjection :** ***L.*** **Latin.**

ABA

A, *art.* ஒரு, ஓர்.
Aback′, *ad.* பின்தாக்காய், பின்சரிவாய், பின்வீடாய்.
Ab′acus, *s.* கோலிச்சட்டம்.
Abaft′, *ad.* பின்னணியத்தில், அபரத்தில்.
Aban′don, *v.t.* விட்டுவிடு, கைவிடு, விலக்கு.
Aban′doned, *p.a.* விடப்பட்ட; as wicked, கெட்ட;—fellow, கெட்டவன்;—woman, வசவி, துஷ்டை.
Abase′, *v.t.* தாழ்த்து, கீழ்ப்படுத்து, அடிப்படுத்து.
Abase′ment, *s.* இழிவு, தாழ்வடைதல், தாழ்த்தல்.
bash′, *v.t.* கலக்கு, கூசப்பண்ணு, சங்கோசப்படுத்து.
Abate′, *v.t.* குறை, தணி, ஆற்று, இளக்கு.
Abate′, *v.i.* குறை, தணி, ஆறு, இளகு.
Abate′ment, *s.* குறைவு, இளக்கம், தணிவு, ஆற்றல், கழிவு.
Ab′ba, *s.* அப்பன், பிதா.
Ab′bess, *s.* கன்னிமடத்தலைவி.
b′bey, *s.* சந்நியாசிமடம், ஆச்சிரமம்.
Ab′bot, *s.* மடத்தலைவன், மடாதிபதி.
Abbre′viate, *v.t.* சுருக்கு, குறுக்கு.
Abbre′via′tion, *s.* சுருக்கம், பொழிப்பு, தொகுப்பு, குறுக்கம்.
Ab′dicate, *v.t.* விட்டுவிடு, நீக்கு, அதிகாரங்கைவிடு.
Abdo′men, *s.* அகடு, உதரம், அடிவயிறு, கீழ்வயிறு.
Abdom′inal, *a.* அடிவயிற்றுக்குரிய.
Abduc′tion, *a.* பிரித்தெடுக்கை; of a female, ஸ்திரீசோரம்.
Abed′, *ad.* படுக்கையில், சயனத்தில்.
Aberra′tion, *s.* தவறு, வழு, தப்பு; of mind, மயக்கம், மாறாட்டம்; in *astr.*, நிலையறித்தோன்றல்.

Abet′, *v.t.* ஏவு, தூண்டு, மூட்டு, உதவு.
Abey′ance, *s.* முடியாதிருக்கை, நிறைவேறுமை; the matter is still in abeyance; காரியம் இன்னும் தீரவில்லை.
Abhor′, *v.t.* வெறு, அருவரு, அரோசி.
Abhor′rence, *s.* வெறுப்பு, அருவருப்பு, அரோசிப்பு, பயிர்ப்பு.
Abhor′rent, *a.* வெறுப்பான, ஒவ்வாத.
Abide′, *v.t.* தாங்கு, சகி, பொறு, வரவு பார்த்திரு.
Abide′, *v.t.* தங்கு; by a thing, விடாது பிடி; by one's word, சொற்கா, சொற்சோர்வுபடாதிரு.
Abil′ity, *s.* சாமர்த்தியம், சக்தி, திறமை, இயல்பு, நிபுணத்துவம்.
Ab′ini′tio, (L.) அடியோடே, ஆதிதொடங்கி.
Ab′ject, *a.* ஈன, நீச, தாழ்வான, எளிய, அநாத.
Abjure′, *v.t.* சபதமிட்டுத்தள்ளு, கொண்டகொள்கையை மறு.
Ab′kari, *s.* சாராயமும் அதன்வரியும்.
Ab′lative, *a.* (case) ஆல், ஒடு, இல் என்னுமுருபுகள்.
A′ble, *a.* வல்லமையுள்ள, திறமையுள்ள, சாமர்த்தியமுள்ள, நைபுண்யமுள்ள; bodied man, பலதேகி, பலசாலி; to be able, இயல; he is able to read, அவன் வாசிப்பான்.
Ablu′tion, *s.* முழுக்கு, ஸ்நாநம், நீராட்டு.
Abnega′tion, *s.* மறுப்பு, தள்ளுபடி; as self-denial, ஆசைமறுத்தல்.
Abnor′mal, *a.* விபரீத, குரூப, முறை பிறழ்வான.
Aboard′, *ad.* தோணியில், கப்பல்மேல்
Abode′, *s.* வீடு, வாசல், உறைவிடம்.
Abol′ish, *v.t.* தள்ளு, சிதை, அழி, நீக்கு; to be abolished, எடுபட்டுப்போக, தள்ளுண்ண.

Aboli'tion, *s.* தள்ளுகை, நீக்குகை, அழிப்பு, குலைப்பு.

Abom'inable, *a.* அருவருப்பான, அரோசிப்பான, குற்சிதமான.

Abom'inate, *v. t.* அருவரு, வெறு, பகை.

Abomina'tion, *s.* அருவருப்பு, அரோசிப்பு, வெறுப்பு.

Aborig'ines, *s.* பூர்வக்குடிகள், சுவய குடிகள்.

Abor'tion, *s.* கருவழிவு, கர்ப்பச்சிதைவு, அகாலபிரசவம்; in a beast, கனைகுட்டி, கனைகன்று; to cause, கருவழிக்க; to suffer, கர்ப்பமழிய.

Abor'tive, *v.* தவறான, சித்திபாகாத, பலியாத; the scheme proved abortive, தொடுத்த உபாயம் பலிக்கவில்லை.

Abound', *v. i.* செழி, மிகு, திரளாயிரு, மலி, வளப்படு, பெருகு; the country abounds in mineral wealth, அத்தேசம் தாதுப்பொருள்வளமுள்ளது.

About', *prep.-ad.* குறித்து, பற்றி, தொட்டு, சூழ, கிட்ட, ஏறக்குறைய; about ten years old, ஏறக்குறையப் பத்து வயசு; he will speak about it to-morrow, அதைக்குறித்து நாளைக்குப்பேசுவார்; what is he about, என்னசெய்கிறான்; have you any small coin about you, உன்னிடத்தில் சில்லறை இருக்கிறதா; he wanders about the village, அவன் ஊர் உலாவித்திரிகிறான்; he goes about begging, அவன் இரந்து திரிகிறான்; he is about to set out, அவன் புறப்பட இருக்கிறான்.

Above', *a. prep.-ad.* மேல் உபர, அதிகம்; as heaven, உன்னதம்; it flies above the trees, அது மரங்களுக்கு மேலே பறக்கிறது; it is above a measure, அது ஒரு படிக்கு அதிகம்; the master is above his pupil, மாணாக்கனிலும் உவாத்தி பெரியவன்; it is above my comprehension, அது என் புத்திக்கு எட்டாது.

Abreast', *ad.* சரிவர, இணையாய், எதிராய்; two men rode abreast, இருவர் இணைச்சவாரி போனார்கள்.

Abridge', *v. t.* சுருக்கு, குறுக்கு, அடக்கு, தொகு; he abridged me of my right, என்னுரிமையைக் கெடுத்தான்.

Abridg'ment, *s.* சுருக்கம், பொழிப்பு, சஞ்சேபம், சங்கிரகம், அடக்கம்.

Abroad', *ad.* வெளியே, தூரமாக, பிரதேசத்தில்; the report is abroad, சத்தம் பிறந்தது.

Ab'rogate, *v. t.* அழி, மாற்று, நீக்கு, விலக்கு, சிதை.

Abrupt', *a.* சடிதியான, திடுகூறான; answer, சடிதிவிடை, புணராவிடை, கடுவிடை; as manner, குறுக்கடியான போக்கு; as steep, craggy, செங்குத்தான, நிறுதிட்டமான.

Abrupt'y, *ad.* சடிதியாய், திடீரென, திடுகூறாய், வெட்டென.

Ab'scess, *s.* ஓடுக்கட்டி, சிலந்தி, விப்புருதி, விப்புருதிக்கட்டி.

Abscind', *v. t.* சேதி, அறு, நறுக்கு, தள்ளு.

Abscis'sion, *s.* (ab-sizh'un) வெட்டுகை, சேதிப்பு.

Abscond', *v. i.* ஒளித்துக்கொள், ஒளித்தோடு.

Ab'sence, *s.* இன்மை, கூடவிராமை; of mind, பராக்கு; in my absence, நான் இல்லாத வேளையில்.

Ab'sent, *a* இல்லாத, வராத, பராக்கான.

Absent', *v. t.* (one's self) வராமல்விடு, விலகு, இல்லாமற்போ.

Absentee', *s.* வராதவன், பிரவாசி.

Ab'solute, *a.* தனித்த, ஏகமுற்றான, கேவல, நிராதீன; lie, சுத்தப்பொய், படுபொய்; monarch, ஏகாதிபதி, சுயாதிபதி; solitude, தன்னந்தனிமை.

Ab'solutely, *ad.* சுத்தமாய், தீர, அற, பரிச்சேதமாய்.

Ab'solu'tion, *s.* மன்னிப்பு, விடுதலை, பாவநிவிர்த்தி, பாவவிமோசனம்.

Absolve', *v. t.* மன்னி, பொறுத்துவிடு, விடுதலையாக்கு.

Absorb', *v. t.* குடி, விழுங்கு, உறிஞ்சு, சோஷி; heat, சூடுண், உஷ்ணத்தைக் கிரகி; to be absorbed in mind, மனமழுந்த.

Absorp'tion, *s.* விழுங்குகை, உறிஞ்சுகை, சோஷணம், ஐக்கியம்.

Abstain', *v. i.* (from) விலக்கு, தவிர், விடு, ஒறு.

Abste'mious, *a.* ஒறுப்பான, அடக்கமான, மட்டாய்ச் செலவழிக்கிற.

Ab'stinence, *s.* ஒறுப்பு, விலக்கு, துறவு, தன்னடக்கம், உபவாசம், விரதம்.

Ab'stract, *s.* சுருக்கம், அடக்கம், பொழிப்பு, குறிப்பு; of accounts, கோஷ்பாரா, in the abstract, காரியத்தளவில்.

Ab'stract, *a.* வியுக்த, குண; idea, கருத்துப்பொருள்; term, குணபதம், பண்புச்சொல்; noun, குணப்பெயர், பண்புப்பெயர்.

Abstract', *v. t.* பிரித்தெடு, பகிர், சுருக்கு, தொகு, மனதிற்பிரி.

Abstrac'tion, *s.* பெயர்வு, பிரிவு; a hermit's, யோகம், சமாதி.
Abstruse', *a.* கருகலான, ஆழ்ந்த, மறைபொருளான.
Absurd', *a.* பைத்தியமான, யுக்திக்கு விரோதமான, பொருளற்ற; story, பொருந்தாக்கதை, கட்டுகதை; idea, தகாநினைவு, ஒவ்வாக்கருத்து.
Absurd'ity, *s.* பைத்தியம், யுக்திக்கு விரோதம், நியாயவிரோதம், பரிகாசநியாயம்.
Abun'dance, *s.* திரள், மிகுதி, பூரணம், வளம்.
Abun'dant, *a.* திரளான, மிகுந்த, பூரணமான; to be, செழிக்க, மிக.
Abuse', *s.* கெடுதி, பழி, நிந்தனை, தூஷணை, ஓடியம், மாறுபாடு, உதாசினம்; as bad language, வசை, பழிப்பு.
Abuse', *v. t.* கெடு, பழுதாக்கு, பழி, நிந்தி, வை, திட்டு.
Abu'sive, *a.* இகழ்ச்சியான, நிந்தனையான; language, பழிமொழி, வசைச்சொல்.
Abut', *v. i.* சார், எல்லையிலிரு.
Abyss', *s.* பாதாளம், குழி, ஆழி.
Aca'cia, *s.* வேலமரம்.
Academ'ical, *a.* கல்லூரிக்குரிய, கல்விக்குரிய.
Acad'emy, *s.* கல்லூரி, கல்விச்சாலை.
Accede', *v. i.* இணங்கு, ஒத்துக்கொள், சம்மதி.
Accel'erate, *v. t.* விரைவி, தீவிரமாக்கு, துரிதப்படுத்து.
Accel'erated, *p. a.* உற்கிரம.
Ac'cent, *s.* அசையூன்றல், உச்சரிப்பினூன்றல், சுரம்; mark of, உச்சாரண சின்னம், சுரசின்னம்.
Accent', *v. t.* அசையினூன்று, எடுத்துச்சரி.
Accentua'tion, *s.* உச்சாரண சின்னமிடுகை.
Accept', *v. t.* ஏற்றுக்கொள், அங்கீகரி, ஒப்புக்கொள்.
Accept'able, *a.* அங்கீகரிக்கத்தக்க, இஷ்டமான, உவப்பான.
Accep'tance, *s.* ஏற்கை, அங்கீகரிப்பு, மஞ்சூர்.
Accepta'tion, *s.* ஏற்கை; of a word, சொற்பொருள், அர்த்தம்.
Access', *s.* சேர்பு, பிரவேசம்.
Ac'cessary, *s.* உடந்தையாளி, துணையாளி.
Acces'sible, *a.* சேரத்தக்க, அணையத்தக்க.
Acces'sion, *s.* சேர்மானம், சேர்பு, வரத்து.
Ac'cessory, *s.* உடந்தையானது; an உடந்தைக்காரன், பங்காளி.
Acces'sory, *a.* உடந்தையான, கைகலக்கிற.

Ac'cidence, *s.* சொல்லிலக்கணம், சொல்லியல்.
Ac'cident, *s.* உபகுணம், அசகசகுணம், இடையூறு, விக்கினம், தற்செயல், கண்டம், தத்து.
Accident'al, *a.* உபகுண, தற்செயலான, இடையூறுள; death, அகாலமரணம், அகாலமிருத்து.
Acclama'tion, *s.* ஆரவாரம், ஆர்ப்பரிப்பு.
Accli'mate, *v. t.* தேசசுவாத்தியத்தை இணங்கப்பண்ணு.
Acclimatisa'tion, *s.* ஊரிணக்கம்.
Acclimatise', *v. t.* அன்னியதேசத்திற் சஞ்சரித்துப்பழகு-க்கு.
Accliv'ity, *s.* ஏற்றம், மலையேற்றம், சாரல்.
Accom'modate, *v. t.* உபசரணைபண்ணு வசதிபண்ணு, இடங்கொடு; to accommodate one's self to the times, காலாகாலத்திற்குத் தக்கதாய் நடக்க.
Accommoda'tion, *s.* வசதி, உபசாரம், விடுதி.
Accom'paniment, *s.* அடை, சேர்மானம், அணை; in music, தாளம், துணைக்கருவி, ஒத்து.
Accom'pany, *v. t.* கூடப்போ, துணைபோ, கூடவா, சேர்; a friend, a little way, சிநேகிதனை வழிவிடு, வழியனுப்பு.
Accom'plice, *s.* உடந்தைக்காரன், உடன் குற்றவாளி.
Accom'plish, *v. t.* செய்துமுடி, நிறைவேற்று, காரியப்படுத்து, காரியஞ்சாதி.
Accom'plished, *p. a.* முடிந்த, தீர்ந்த, சிறந்த, நாகரிக.
Accom'plishment, *s.* காரியசித்தி, நிறைவேற்றம்; of person, நாகரிகம், சிறப்பு; of mind, சாதுரியம், தேற்றம்.
Accord', *s.* இசைவு, இணக்கம், ஒருமனம், உடன்பாடு; of his own accord, தானாக, தன் மனப்படி.
Accord', *v. t.* இணக்கு, கொடு.
Accord', *v. i.* ஒத்துவா, இசை, இணங்கு.
Accord'ance, *s.* இசைவு, இணக்கம் உடன்பாடு.
Accord'ing-to, *prep.* படி, ஏற்க, தக; one's word, சொற்படி; one's mind இஷ்டப்பிரகாரம், மனம்போல.
Accord'ingly, *ad.* அப்படி, அதின்படி அதுபோல், அவ்வண்ணம்.
Accost', *v. t.* சந்தித்துப்பேசு, சம்பாஷி.
Accoucheur' (*ac-cu-sheur'*), Fr. *s.* மருத்துவன், பிரசவிகன்.
Account', *s.* கணக்கு, தொகை, விவரம் சரித்திரம், உத்தரவாதம், மதிப்பு, இசைவு,

to call to an, கணக்குக் கேட்க; to render an, கணக்குக்கொடுக்க; on account of, நிமித்தம்; prepared a second time, தவிபங்கணக்கு.
Account', *v. t.* எண்ணு, கணக்கிடு, நன்குமதி.
Account', *v. i.* (used with for) ஏது சொல்லு, நியாயம் எடுத்துக்காட்டு.
Account'able, *a.* கணக்குக்கொடுக்கவேண்டிய, உத்தரவாதமுள்ள, பொறுப்பான.
Account'ant, *s.* கணக்கன், நிசிந்தா; a principal native accountant, சம்பிரதி; village accountant, கரணம், கர்ணம்; office of a village accountant, கர்ணீகம்.
Accou'tre, *v. t.* போர்க்கோலமணி, கோலந்தரி.
Accou'trement, *s.* போர்க்கோலம், போரணி.
Accred'ited, *p. a.* ஏற்றுபசரிக்கப்பட்ட.
Accre'tion, *s.* விர்த்தி, வளர்ச்சி.
Accrue', *v. i.* உண்டா, சேர், விளை, தோன்று; as profit, காண், பலி
Accu'mulate, *v. t.* கூட்டு, திரட்டு, குவி, wealth, திரவியந்தேடு, தனார்ஜனஞ்செய்.
Accu'mulate, *v. i.* திரள், கூடு, சேர்; as debt, கடனேறு; வளர்.
Accu'mula'tion, *s.* கூட்டம், திரள்; of earth or sand, எக்கல்; of wealth, தினசம்பத்து.
Ac'curacy, *s.* திட்டம், சரி, திருத்தம், நிதானம்.
Ac'curate, *a.* திட்டமான, நிதான, திருத்தமான, யதார்த்தமான, சுமுத்திரையான.
Ac'curs'ed, *p. a.* சபிக்கப்பட்ட, கொடிய, கேடான.
Accusa'tion, *s.* குற்றச்சொல், குற்றஞ்சாட்டு.
Accu'sative, *a.* (case) ஐவேற்றுமை, இரண்டாம்வேற்றுமை.
Accuse', *v. t.* குற்றஞ்சொல், பழியிடு, குற்றஞ்சாட்டு, குற்றம்பாரி.
Accus'tom, *v. t.* பழக்கு, பயிற்று.
Accus'tom, *v. i.* பழகு, பயிலு.
Ace, *s.* ஒன்று, ஆட்டக்கடுதாசியில் ஒற்றைப்புள்ளி.
Acer'bity, *s.* உறைப்பு, உக்கிரம், புளிப்பு. of temper, வெடுவெடுப்பு, கடுகடுப்பு.
Ache (ak), *s.* நோ, வலி, கொதி, குத்து.
Ache, *v. i.* நோ, வலி, இடி.
Achieve', *v. t.* செய்துமுடி, நிறைவேற்று, சித்தியாக்கு, அடை.
Achieve'ment, *s.* அருஞ்செய்கை, ஆண்டொழில்.
Achroma'tic, *a.* அவர்ண, வர்ணமில்லாத, நிறத்தைக்கெடுக்கிற.
Ac'id, *s.* புளிப்பு, பெண்சரக்கு, திராவகம்; carbonic, கரிப்புளிப்பு; sulphuric, கந்தகப்புளிப்பு.
Ac'id, *a.* புளிப்பான.
Acid'ity, *s.* புளி, புளிப்பு.
Acid'ulate, *v. t.* புளிப்பேற்று.
Acknowl'edge (ak-nol'edge), *v. t.* ஒத்துக்கொள், அறிக்கையிடு.
Ac'me, *s.* உச்சி, நுனி, கடுமை.
A'corn, *s.* ஒரு மரத்தின் வித்து.
Acous'tics, *s.* சத்தசாஸ்திரம், நாதசாஸ்திரம்.
Acquaint', *v. t.* அறிவு, வழக்கம்பண்ணு, தெரியக்காட்டு.
Acquaint'ance, *s.* அறிமுகம், அறிமுகமானவன்.
Acquiesce', *v. i.* சம்மதி, இசை, உடன்படு.
Acquies'cence, *s.* அநுமதி, சம்மதி.
Acquire', *v. t.* சம்பாதி, தேடிக்கொள், உழை; acquired property, தனார்ஜிதம்.
Acquisi'tion, *s.* சம்பத்து, ஆதாயம், பேறு தேட்டம்.
Acquit', *v. t.* குற்றமில்லையென்று தீர், விடுதலையாக்கு; to acquit one's self of a promise, சொன்னசொற்படி செய்ய; to acquit one's self well, நன்றாய்ச்சாதிக்க
Acquit'tance, *s.* விடுதலை, பாரிகத்து, செலவுச்சீட்டு.
A'cre, *s.* ஓர் நிலவளவை.
Ac'rid, *a.* கார்ப்பான, உறைப்பான.
Acrimo'nious, *a.* காரமான, உறைப்பான, word, கடுஞ்சொல்.
Ac'rimony, *s.* காரம், உறைப்பு, கடுமை.
Across', *prep. ad.* குறுக்கே.
Acros'tic, *s.* சித்திரகவியிலொன்று.
Act, *s.* செய்கை, கிரியை, கருமம், வினை; of government, சட்டம்; of a play, நாடகத்தின் அங்கம்; in the act, கைமெய்யாய்.
Act, *v. t.* நடப்பி, செய், நடத்து, இயற்று.
Act, *v. i.* நட, பலி, சேஷ்டி; on the stage, ஆடு; up to, நிறைவேற்று; for another, ஒருவனுக்குப் பிரதியாய்க் காரியம் நடப்பி, ஒருவனுக்காகக் காரியம் நடத்து, பிரதிநிதியாகு.
Act'ing, *p. a.* பதிலான, appointment, பதிலுத்தியோகம்.
Ac'tion, *s.* செய்கை, சேட்டனம், சேட்டை கர்மம், யுத்தம், வழக்கு.
Ac'tionable, *a.* வழக்குக்கேதுவான.
Ac'tive, *a.* கர்ம, கிரியா, முயற்சியுள்ள

சாக்கிரதையுள்ள, கர்மிஷ்ட; voice, செய்வினை.

Activ'ity, *s.* முயற்சி, சாக்கிரதை.

Ac'tor, *s.* (*Fem.* Actress) செய்வோன், கூத்தன்.

Ac'tual, *a.* சத்திய, நிசமான, உள்ள, அயன்; assessment, அயன்பேரீஜ்; collection, அயன்ஜமா; sin, கர்மபாவம்.

Ac'tually, *ad.* உள்ளபடி, நிசமாய், மெய்யாய்.

Ac'tuary, *s.* டாப்பெழுதுவோன்.

Ac'tuate, *v. t.* நடத்து, ஏவு.

Ac'tuated, *p.a.* நடத்தப்பட்ட, ஏவப்பட்ட.

Acu'men, *s.* கூர்மை, யூகம், யுத்தி.

Acute', *a.* கூர்மையான, முனையுள்ள; disease, தீவிரநோய்.

Ad'age, *s.* பழமொழி, மூதுரை.

Ad'amant, *s.* வச்சிரம், வயிரக்கல்.

Adapt', *v. t.* இசைவாக்கு, சரிப்படுத்து, பொருந்தப்பண்ணு.

Add, *v. t.* கூட்டு, சேர், தொகையாக்கு, ஏற்று.

Adden'dum, *s.* அநுபந்தம், சேர்க்கப்பட்டது.

Ad'der, *s.* விரியன்பாம்பு.

Addict', *v. t.* பழகு, பயில், சார்.

Addi'tion, *s.* கூட்டல், சங்கலிதம், சங்கலனம், அதிகம்.

Addi'tional, *a.* மேலதிகமான, கூடிய.

Ad'dle, *a.* பதனழிந்த, பழுதான, ஊசிய; egg, கூழ்முட்டை.

Address', *s.* பிரசங்கம், சாதுரியம், நாகரீகம், சாமர்தியம், வக்கணை, மேல்விலாசம்.

Address', *v. t.* சொல்லு, பிரசங்கி, வக்கணையெழுது, மேல்விலாசமிடு; to address a letter, கடிதமெழுதியனுப்பு.

Adduce', *v. t.* கொண்டுவா, எடுத்துக்காட்டு.

Adept', *s.* சமர்த்தன், பயின்றவன், நிபுணன்.

Ad'equate, *a.* போந்த, போதிய, தகுதியான, சமமான.

Adhere', *v. t.* பற்று, ஒட்டு, சேர்.

Adher'ent, *s.* சேர்ந்தவன், அநுசாரி.

Adhe'sion, *s.* ஒட்டுகை, பற்றுகை, பிசுபிசுப்பு.

Adhe'sive, *a.* ஒட்டுகிற, பிசுபிசுப்பான; plaster, சேர்வை.

Adieu', *int.* விடை, அனுப்பு, சலாம்.

Adja'cent, *a.* அருகான, அயலான, அடுத்த.

Ad'jective, *s.* பண்புச்சொல், பெயருரிச்சொல்; pronoun, பண்புபிரதிப்பெயர்.

Adjoin'ing, *p. a.* அடுத்த, அயலான, அருகான

Adjourn', *v. t.* நிறுத்து, தவணைபோடு,

Adjourn'ment, *s.* நிறுத்திவைத்தல், தவணைகுறித்தல்.

Adjudge', *v. t.* தீர், நியாயந்தீர்

Adju'dicate, *v. t.* தீர்ப்புச்சொல்லு, விசாரித்துத்தீர்.

Ad'junct, *s.* அடை, துணை, உபசர்க்கம்; in *gram.* அடைமொழி, அடைசொல்.

Adjura'tion, *s.* ஆணையிடுகை.

Adjure', *v. t.* ஆணையிடு, ஆணையிட்டுக்கேள், ஆணையிட்டுச்சொல்; a demon, அழை.

Adjust', *v. t.* சரிக்கட்டு, திருத்து, திட்டம்பண்ணு; accounts, கணக்குப் பூட்டு, கணக்குத்திருத்து.

Adjust'ment, *s.* சரிக்கட்டுகை, இணக்குகை, திருத்துகை.

Ad'jutant, *s.* கீழ்த்தளகர்த்தன்.

Ad li'bitum, (L.) இஷ்டப்படி.

Admeas'urement, *s.* அளவிடுகை, அளவு, திட்டம்.

Admin'ister, *v. t.* நடப்பி, செலுத்து, தா; correction, தண்டி, சிட்சைசெய், சிட்சி; relief, உதவிசெய், உதவு; oath, பிரமாணஞ்செய்வி; medicine, மருந்துகொடு, justice, நீதிசெலுத்து.

Administra'tion, *s.* நடப்பிப்பு, காரியவிசாரணை, அரசாட்சி; power of, மரணசாதனம் நிறைவேற்று, மதிகாரபத்திரம்.

Administra'tor, *s.* (*fem.* Administra'trix) பராமரிப்புக்காரன், விசாரணைக்காரன், பாத்திரன்.

Ad'mirable, *a.* வியப்பான. விந்தையான, மதிக்கத்தக்க, மெச்சத்தக்க.

Ad'miral, *s.* போர்க்கப்பற்கூட்டத்தலைவன்.

Ad'miralty, *s.* போர்க்கப்பற்றளகர்த்தத்துவம்.

Admira'tion, *s.* அதிசயம், இதாதிசயம், ஆச்சரியம், வியப்பு.

Admire', *v. t.* விய, மெச்சு.

Admis'sible, *a.* ஏற்கத்தக்க, சேரத்தக்க, ஒத்துக்கொள்ளத்தக்க, யோக்கிய.

Admis'sion, *s.* ஏற்கை, ஒத்துக்கொள்ளல், வரவுத்தரவு.

Admit', *v. t.* ஏற்றுக்கொள், ஒத்துக்கொள், இடங்கொடு.

Admit'tance, *s.* ஏற்கை, மஞ்சூர்.

Admix'ture, *s.* கலவை, சேர்வை, கூட்டு.

Admon'ish, *v. t.* புத்திசொல்லு, எச்சரி, கண்டி.

Admoni'tion, *s.* எச்சரிப்பு, கண்டிப்பு, உறுதிச்சொல்.

Ado', *s.* வீண்தொல்லை, அலைச்சல், வீணாட்டம்.

Adoles'cence, *s.* யௌவனம், இளம்பருவம், இளமை.
Adopt', *v. t.* எடுத்துக்கொள், உரித்தாக்கு; a child, சுவீகரி.
Adopt'ed, *p. a.* ஏற்ற, எடுத்த; son, சுவீகாரபுத்திரன்; daughter, சுவீகாரபுத்திரி
Adop'tion, *s.* ஏற்பு, புத்திரசுவீகாரம், தத்தம்; of a name, நாமதாரணை
Ador'able, *a.* வணங்கத்தக்க, துதிக்கத்தக்க.
Adora'tion, *s.* வணக்கம், நமஸ்காரம்.
Adore', *v. t.* நமஸ்கரி, வணங்கு, தொழு.
Adorn', *v. t.* அலங்கரி, சிறப்பி, சிங்காரி, மினுக்கு.
Adrift', *ad.* மிதந்து, நிலையறத்தள்ளுண்டு, திக்கற்று.
Adroit', *a.* சாதுரிய, சூக்ஷ்மமான, கெட்டியான.
Adula'tion, *s.* முகமன், முகஸ்துதி, இச்சகம்.
Ad'ula'tory, *a.* முகஸ்துதியான, இச்சக.
Adult', *s.* விரகறிந்தவன், விரகன், குமரன்,
Adult', *a.* வளர்ந்த, பருவமான.
Adul'terate, *v. t.* கலந்துகெடு, சமுதாக்கு.
Adul'tery, *s.* விபசாரம், சோரத்தனம், தூர்த்தம்; a son born in குண்டகன்.
Adum'brate, *v. t.* நிழலிடு, மங்கலாய்விம்பி.
Advance', *s.* கதிர்ப்பு, உபர்ச்சி, முன்பணம், அச்சாரம், முபாதலா, டேவணி; money given in advance to cultivators to be received again when the crop is reaped, வாரக்கம்.
Advance', *v. t.* முன்கொடு, அதிகப்படுத்து, தேற்று; money advanced, அச்சாரம்.
Advance', *v. i.* முந்து, தேறு, உயர்.
Advan'tage, *s.* லாபம், நயம், பிரயோசனம், பலன், உப்யோகம்.
Advant'age, *v. t.* உதவு, பயனடைவி.
Advanta'geous, *a.* பிரயோசனமான, வாய்ப்பான, நயமான.
Ad'vent, *s.* வருகை, தோற்றம்.
Adventi'tious, *a.* தற்செயலான, இடையிட்ட, ஆகந்துக.
Advent'ure, *s.* துணிவு, முயற்சியான செய்கை.
Advent'ure, *v. t.* துணிந்துசெய், துணிந்துகொடு, செய்துபார்.
Advent'ure, *v. i.* துணிந்துபோ.
Advent'urous, *a.* துணிகரமான, ஓர்மமுள்ள, வீரமுள்ள.
Ad'verb, *s.* வினையுரிச்சொல்.
Ad'versary, *s.* எதிரி, எதிராளி, பகைவன், சத்துரு, மாற்றான், விபட்சன்.
Ad'verse, *a.* எதிரான, விரோதமான, பகையான, ஆபத்தான; circumstances, இடையூறு, இக்கட்டு; time விபரீதகாலம், ஆபத்துக்காலம்.
Ad'versity, *s.* இடுக்கண், சிறுமை, வறுமை, துன்பம், விபத்து, ஆபத்து.
Advert', *v. i.* (*to*) குறிப்பாய்ச்சொல்லு, குறி, சுட்டு.
Advertise', *v. t.* அறிவி, பிரசித்தம்பண்ணு, கூறு.
Adver'tisement, *s.* பிரசித்தபத்திரம், விளம்பரம், அறிக்கை, இஸ்தியார்நாமா.
Advice', *s.* புத்தி, ஆலோசனை, உசா, புத்திமதி; legal, விவகாரயுக்தி, as intelligence, செய்தி, சமாசாரம், சங்கதி.
Advis'able, *a.* நயமுள்ள, புத்தியான, பிரயோசனமுள்ள.
Advise', *v. t.* புத்திசொல்லு, யோசனைசொல்லு, அறிவி, உபதேசி, உணர்த்து.
Advis'edly, *ad.* யோசனையாய், புத்தியாய், நினைப்பாய்.
Advis'er, *s.* புத்திசொல்வோன், யோசனைசொல்வோன்; political, மந்திரி; spiritual, குரு, தேசிகன்.
Ad'vocate, *s.* நியாயவாதி, பரிந்துபேசுகிறவன், நியாயதுரந்தரன்.
Ad'vocate, *v. t.* பரிந்துபேசு, நியாயஞ்சொல்லு.
Adz, / **Adze,** } *s.* வாய்ச்சி.
Æ'gis, *s.* பரிசை, கேடகம், ஆதரவு.
Aë'rial, *a.* பரமாணுவான, ஆகாய.
A'ëriform, *a.* வாயுமய, வாயுரூப.
A'ërolite, *s.* ஆகாயக்கல்.
A'ërol'ogy, *s.* வாயுவிலக்கணம், வாயு சாத்திரம்.
A'ëronaut, *s.* ஆகாயகமனன்.
A'ërom'eter, *s.* வாயு அளவையந்திரம்.
Aero'plane, *s.* ஆகாயக்கப்பல்.
Æsthet'ics, *s.* ரசஞ்ஞானம்.
Afar', *ad.* தூரமாய், தூர, எட்ட, அகல.
Affabil'ity, *s.* தாராளம், இன்சொல், உபசாரம்.
Af'fable, *a.* தாராளமான, உபசாரமான, நல்லொழுக்கமான.
Affair', *s.* காரியம், அலுவல், சங்கதி, பாபத்து, கமாமிசு.
Affect', *v. t.* தாக்கு, தாவு; to act on, இயக்கு; to aim at, நோக்கம்வை, நாடிச்செய்; greatness, எடுப்பாய்நட; the mind, மனதிற்டடு, தை; affected by ove or desire, காமாதுர.

Affecta'tion, *s.* மாயம், பேடிசம், போலி, பாவனை, குலுக்கு, பிலுக்கு.

Affect'ed, *p. a.* பரிதாபமான, மாயமான, எடுப்பான; speech, சித்திரப்பேச்சு.

Affect'ing, *p. a.* மனமுருகத்தக்க, மனதிற்படத்தக்க; scene, பரிதபிக்கத்தக்க காட்சி; story, பரிதாபமானகதை, உள்ளமுருகத்தக்க கதை.

Affec'tion, *s.* பட்சம், நேசம், நட்பு, அன்பு, கரிசனம், பிரியம், உணர்ச்சி; as disease, நோய், ரோகம்; external, புறவுணர்ச்சி; internal, அகவுணர்ச்சி; parental, புத்திரநேசம், filial, தாய்தந்தையர்மேற் பற்று; rheumatic, வாதப்பிடிப்பு.

Affec'tionate, *a.* அன்பான, நேசமான.

Affec'tionately, *ad.* அன்பாய், நேசமாய், பட்சமாய்.

Affi'ance, *s.* சம்பந்தம், நம்பிக்கை, சார்பு.

Affida'vit, *s.* சத்தியம், சத்தியபத்திரம்.

Affili'ation, *s.* சுவீகாரம், ஏற்கை, சேர்ப்பு.

Affin'ity, *s.* உறவு, இனம், உடன்பாடு, சம்பந்தம், முறை, பாத்தியம்.

Affirm', *v. t.* உறுதிசொல்லு, உறுதிப்படுத்து, பிரமாணிக்கமாய்ச் சொல்லு, அங்வயி.

Affirma'tion, *s.* அங்வயம், உடன்பாடு, உறுதிமொழி.

Affirm'ative, *s.* அங்வயி.

Affirm'ative, *a.* உறுதிப்பாடான, உடன்பாடான, அங்வய, சோதித.

Af'fix, *s.* அடை, விகுதி, அசைநிலை, வேற்றுமையுருபு, உபசர்க்கம்.

Affix', *v. t.* இடு, சேர், ஒட்டு, பூட்டு.

Affla'tus, *s.* காற்றுவீச்சு, ஊதுகை; divine, ஞானவியதிட்டிப்பு.

Afflict', *v. t.* வருத்தப்படுத்து, துன்பப்படுத்து, வாதி.

Afflic'tion, *s.* துன்பம், வருத்தம், கிலேசம், இடுக்கண், துயரம், நிர்ப்பந்தம், துக்கம்.

Af'fluence, *s.* செல்வம், ஐசுவரியம், சம்பத்து.

Af'fluent, *a.* செல்வமான, பொருள்வளமுள்ள.

Afford', *v. i.* தா, கொடு, ஈ.

Afford', *v. t.* இயலு; I can afford to give you ten rupees, பத்து ரூபாய் கொடுக்கமாட்டுவேன்.

Affray', *s.* சண்டை, சருவுகை.

Affright', *v. t.* பயப்படுத்து, அச்சுறுத்து, திகைக்கப்பண்ணு.

Affront', *s.* நிந்தனை, அபசாரம், அவமானம், பழிப்பு.

Affront', *v. t.* அவமானப்படுத்து, நிந்தி, கோபம்மூட்டு.

Affu'sion, *s.* மேலேவார்த்தல், தெளிப்பு.

Afloat', *ad.* அலைந்து, நீந்தி, மிதந்து; as unfixed, விட்டு, நிலையற்று.

Afoot', *ad.* கால்நடையாய்; a design is afoot, ஒரு காரியம் ஆகிறதாயிருக்கிறது.

Afore', *ad.* முன், முன்னம்.

Afore'hand, *ad.* முன்னமே, முந்த.

Afore'said, *a.* முன்சொல்லிய, மேற்சொல்லிய.

Afraid', *a.* பயமான, அச்சமான, கெடியான.

Afresh', *ad.* புதிதாய், நவமாய், மறுபடியும்

Af'ter, *prep.* பின்பு, பிறகு, தொடர்ந்து, பிரகாரம்; after all, கடைசியில், முற்றமுடிவில்; he takes after his father, அவன் தகப்பன் சாயலாயிருக்கிறான்; he requires good looking after, அவனை நம்பிக் கண்சாடையாயிருக்கலாகாது.

Af'ter, *ad.* பிற்பாடு, பின்பு.

Af'ter-birth, *s.* நஞ்சுக்கொடி, நச்சுக்கொடி, இளங்கொடி.

Af'ter-crop, *s.* இரண்டாம்போகம்.

Af'ter-life, *s.* முதிர்வயசு.

Af'ter-most, *a.* ஆகப்பிந்தின, கடைசியான.

Af'ter-noon, *s.* பின்னேரம், பிற்பகல், அபராணம்.

Af'ter-pains, *s.* ஈன்ற நோக்காடு.

Af'ter-thought, *s.* பின்னெண்ணம், பின்னினைவு, பின்புத்தி.

Af'terwards, *ad.* பின்பு, பிற்பாடு.

Again', *ad.* மறுபடியும், மேலும், மீளவும், இன்னும், திரும்பவும்; and again, அடிக்கடி; as much again, இரண்டத்தனை, பின்னுமத்தனை.

Against', *prep.* எதிரிடையாய், விரோதமாய், மாறுபாடாய்; எதிரே; provision against a famine, பஞ்சகாலத்திற்குத் தாளும் தானியம்; the wind, காற்று முகத்தில், காற்றுக் கெதிர்முகமாய்.

Agape', *ad.* ஆவலோடங்காத்து, அதிசயித்தங்காத்து.

Ag'ate, *s.* ஓர் வகை ரத்தினம்.

Age', *s.* வாழ்நாள், வயசு, பிராயம், ஆயுள்காலம், காலவறுதி; of the world, கற்பம், யுகம்; early, இளவயசு; old, விர்த்தாப்பியம்; golden உத்தமயுகம்; he is of age, அவன் பிராயமடைந்திருக்கிறான்; he is under age, அவன் விரகறியாதவன்.

A'ged, *p. a.* வயதுசென்ற, முதிர்ந்த, வயோதிக; an aged tree, நாட்பட்டமரம், முதுமரம், கிழமரம்.

A'gency, *s.* கர்த்தத்துவம், காரியவிசாரணை.

A'gent, *s.* காரியகாரன், காரியகர்த்தன், பிரதிகாரன், செய்பவன், கர்த்தா, வக்கீல்.

Agglom'erate, *v. t.* திரட்டு.
Agglu'tinate, *v. t.* பசையிட்டிசை, பற்றவை.
Ag'grandize, *v. t.* கனிசப்படுத்து, இடம்பாடாக்கு, மேன்மைப்படுத்து.
Ag'gravate, *v. t.* பாரமாக்கு, அதிகக்கேடாக்கு; aggravated guilt, பாரமான குற்றம்; punishment, படுதண்டம்; sorrow, கடுந்துயர்.
Ag'gregate, *s.* ஏகச்சகடு, மொத்தம், கூட்டம், தொகுதி.
Ag'gregate, *v. t.* கூட்டு, சேர், திரட்டு.
Aggres'sion, *s.* சண்டை யெழுப்புகை, சண்டை தொடுத்தல்.
Aggres'sive, *a.* சண்டை யெழுப்புகிற.
Aggres'sor, *s.* சண்டை தொடுப்போன், நீதிகடக்கிறவன்.
Aggrieve', *v. t.* மனநோகச்செய், துக்கப்படுத்து; aggrieved person, மனநொந்தவன், இடருற்றோன்.
Aghast', *a.* ஏக்கமான, திகைப்புள்ள, பிரமித்த; to stand, திகைத்துநிற்க.
Ag'ile, *a.* விரைவான, எழுச்சியான, துரிதமான, வேகமுள்ள.
Agil'ity, *s.* துரிதம், விரைவு, கதி.
Ag'itate, *v. t.* கலக்கு, ஆட்டு, அசை, குலுக்கு, தூண்டு, தளம்பப்பண்ணு, கிளப்பு; to be agitated, தளம்ப.
Ag'itated, *p. a.* கலங்கின, குழம்பின.
Agita'tion, *s.* கலக்கம், சலனம், அசைவு; of mind, கலக்கடி, சித்தசலனம்; political, ஊர்க்கலகம்; of body, நடுக்கம், பதட்டம்; as discussion, வாதானுவாதம்.
Ago', *ad.* or *a.* முன்; long ago, வெகு நாளுக்குமுன்.
Agog', *ad.* ஆவலோடு, ஆசைபூண்டு.
A-go'ing, *ad.* நடையில்; to set agoing, நடத்த.
Ag'onize, *v. t.* வேதனைசெய்.
Ag'onize, *v. i.* வேதனைப்படு, வாதைப்படு.
Ag'ony, *s.* உபாத்தி, கஷ்டி பாதனை, தீவிர வேதனை.
Agree', *v. i* ஒத்துக்கொள், இணங்கு, ஒருமனப்படு, மனம்பொருந்து, உடன்படு, the price agreed, தீர்ந்தவிலை.
Agree'able, *a.* உவப்பான, இதமான, இஷ்டமான, ஏற்ற, தக்க; discourse, மதுர்வசனம், இன்சொல்; person, குணவான்; taste, நாவிற்கிதம், சுவை, மதுரம்; smell, சுகந்தம், நறுமணம்; manners, ஆசாரிகம்.
Agree'ably, *ad.* உவப்பாய், ஒத்தபடி, ஏற்றபடி, தக்கதாய்.
Agree'ment, *s.* பொருத்தம், இணக்கம், உடன்படிக்கை, ஒப்பந்தம், ஒப்பு, கரார், ராசி; a written agreement, உடன்படிகைப்பத்திரம், கபூலேத்து, கரார் நாமா முச்சலிக்கா, முச்சலிக்கை.
Ag'riculture, *s.* வேளாண்மை, பயிர்செய்கை, கிருஷி.
Agricul'turist, *s.* உழவன், வேளாளன் கிருஷிகன்.
Aground', *ad.* களத்தில், நிலத்தில், பொருபபாய்; to run aground, கப்பலைத்தட்டவைக்க.
A'gue, *s.* குளிர், குளிர்காய்ச்சல், குலைப்பன்
Ah', *int.* ஆ, ஐயோ.
Aha', *int.* ஆ ஆ.
Ahead', *ad.* முந்தி, முன்னே; to go ahead, முந்த, கடக்க.
Ahoy', *int.* சம்பாஞேட்டி, தோணியோட்டிகளின் கூவிளி, அகோ.
Aid, *s.* துணை, உதவி, சகாயம், ஒத்தாசை.
Aid, *v. t.* துணைசெய், சகாயம்பண்ணு.
Aide-de-camp (ād'-de-kong), *s.* படைத்தலைவனுக்குத் துணைவன்.
Ail, *v. t.* நோவாயிருக்கச்செய், சௌக்கிய வீனப்படுத்து; what ails you, உனக்கு என்னநோ.
Ail'ment, *s.* ஏலாமை, நோ, சௌக்கிய வீனம்.
Aim, *s.* இலக்கு, நோக்கம், குறிப்பி, கருத்து to take aim, இலக்குப்பார்க்க.
Aim, *v. t.* குறிப்புவைத்தடி.
Aim, *v. i.* இலக்குப்பார், கருத்துக்கொள், நோக்கு, குறி.
Aim'less, *v.* இலக்கற்ற, மனக்குறிப்பில்லாத.
Air, *s.* காற்று, அனிலம், வாயு, இராகம் கோலம், முகக்குறி, கிமிர்ச்சி; atmospheric, ஆகாயம்; as publicity, பகிரங்கம்.
Air, *v. t.* உலர வை, காற்றுப்பட வை.
Air'built, *a.* கற்பித, மனோரதிபமான.
Air'gun, *s.* வாயுவடைத்துச் சுடுந்துப்பாக்கி.
Air'ing, *p. n.* காற்றுப்பட உலாவுகை, உலா சவாரி.
Air'pump, *s.* வாயுச்சாம்பி, வாயுவாங்கி
Air'tight, *a.* வாயு செல்லவிடமில்லாத.
Air'y, *a.* காற்றுள்ள, காற்றுப்போன்ற, மையையான, காற்றுப்பிடிக்கும், உல்லாச notion, வீண்கினைவு.
Ai'sle (īl), *s.* ஆலயத்தின் நடுவெல்லா பாகம்.

Ajar', *ad.* ஒருச்சரிவாய், ஒருக்கணித்து.
Akin', *a.* ஒப்பான, இனமான.
Al'abaster, *s.* வெண்கல்.
Alack', *int.* ஐயோ, அச்சோ.
Alac'rity, *s.* உற்சாகம், ஊக்கம், முயற்சி.
Al-a-mode', *ad.* வழக்கப்படி.
Alarm', *s.* அச்சக்குறிப்பு, அச்சம், கெடி, ஏக்கம், வெருட்சி, கூக்குரல்.
Alarm', *v. t.* பயப்படுத்து, குரலையிடு; to be alarmed, திகைக்க, ஏங்க, திடுக்கிட.
Alarm'ing, *a.* அஞ்சத்தக்க; a dangerous, படுமோசமான; disease கொடிய வியாதி; news, பயங்கரமான செய்தி.
Alarm'ist, *s.* அச்சக்குறிகாட்டி, பயப்படுத்துவோன்.
Alar'um (Alarm), *s.* கடிகாரத்திலொரு யந்திரம்.
Alas', *int.* ஐயோ, அப்பா, ஓகோ, அச்சோ.
Al'batros, *s.* கின்னரப்புள்.
Albe'it, *ad.* ஆயினும், அப்படியிருந்தும்.
Al'bum, *s.* வெள்ளேடு, குறிப்புப்புஸ்தகம்.
Albu'men, *s.* முட்டையின் வெண்கரு.
Al'bur'num, *s.* மரவெள்ளை.
Al'chemy, *s.* இரசவாதம், இரசவித்தை, வைப்பு.
Al'cohol, *s.* சாராயத்தின்சாரம், மஸ்து, மதுசாரம்.
Al'cove (al'kōv, or al-kōv'), *s.* தனியறை, நிழற்சார்பு.
Al'derman, *s.* நகராதிகாரி.
Ale, *s.* ஒருவிதப் பானம்.
Ale'house, *s.* மதுக்கடை.
Alem'bic, *s.* பன்னீர் முதலிய வடிக்குங் கருவி.
Alert', *a.* உற்சாகமான, சுறுசுறுப்பான, சாவதானமான; to be on the alert, ஜாக்கிரதையாயிருக்க.
Al'gĕbra, *s.* அட்சரகணிதம், பீஜகணிதம்.
Algebra'ic, *a.* பீஜகணிதத்திற்குரிய; expression or formula, பீஜசூத்திரம், பீஜரூபம், பீஜவாக்கியம், பீஜபாஷை.
A'lias, *ad.* மற்றபடி, மறுநாமம்.
Al'ibi, *s.* வேறிடத்திலிருந்ததாக ஒருவன் சொல்லும் நியாயம்.
Al'ien, *s.* அன்னியன், பிறன்.
Al'ien, *a.* அன்னியமான, வேறான.
Al'ienable, *a.* பராதீனப்படக்கூடிய.
Al'ienate, *v. t.* பராதீனப்படுத்து, பகையாக்கிக்கொள், நட்புப்பிரி.
Aliena'tion, *s.* மனமுறிவு, நட்புப்பிரி; of property, பரா்தீனம்; of mind, மனவெறுப்ப பைத்தியம்.
Alight' (alīt'), *v. i.* இறங்கு, படி, அடை.
Alike', *a.* ஒப்பான, சமானமான.
Alike', *ad.* ஒப்பாய், சரிவர, ஒருபடி.
Al'iment, *s.* ஆகாரம், சாப்பாடு.
Aliment'ary, *a.* ஆகாரத்திற்குரிய; canal இரைக்குடல், இரைக்குடர்.
Al'imony, *s.* கைவிட்ட மனைவிக்குக் கொடுக்கும்படி.
Al'iquant, *a.* சமப்பிரிவல்லாத.
Al'iquot, *a.* சமப்பிரிவான, இணைப்பிரிவான.
Alive', *a.* உயிருள்ள, சீவனுள்ள; as sensitive, உணர்ச்சியுள்ள; as energetic, ஊக்கமான, முயற்சியுள்ள.
Al'kali, *s.* காரம், மரவுப்பு, மாற்று, ஆண்சரக்கு, சருச்சி.
Al'koran, *s.* see Koran.
All, *a.* எல்லா, சகல, சர்வ, சமஸ்த, தரேசபந்து; in all, ஆக; all through, முழுதும், ஊடுருவ, எங்கும்; on all fours, நாற்காற்பாய்ச்சலாய்; all over, எங்கும்; not at all, இல்லையில்லை; all the better, பின்னும்வாசி; all at once, ஒருமிக்க.
Allay', *v. t.* தணி, ஆற்று, சாந்திபண்ணு, குறை; to be allayed as dust, புழுதியடங்க.
Allega'tion, *s.* உறுதிச்சொல், நியாயம், கட்டுரை, குற்றஞ்சாட்டுதல்.
Allege', *v. t.* சொல், உறுதிச்சொல், நியாயஞ்சொல்.
Alle'giance, *s.* ராஜாவுக்கமைவு, துரைத்தனத்துக்கமையும் கடமை, ராஜபக்தி.
Allegor'ical, *a.* ஒட்டுவமையான.
Al'legorize, *v.* ஒட்டியுவமி.
Al'legory, *s.* ஒட்டலங்காரம், ஒட்டுவமை.
Alle'viate, *v. t.* ஆற்று, தணி, சகாயம்பண்ணு, லகுவாக்கு.
Allevia'tion, *s.* தணிவு, இளக்கம், சாந்தம், உபசாந்தம்.
Al'ley, *s.* ஒழுங்கை, ஒடுக்கமானவழி.
All-hail', *int.* வாழி, வாழ்க, சலாம்.
Alli'ance, *s.* சம்பந்தம், உறவு, உடன்படிக்கை.
Al'ligator, *s.* முதலை, வன்மீன்.
Allitera'tion, *s.* மோனை.
Allo'dium, *s.* சுவாதீனநிலம்.
Allot', *v. t.* பங்கிடு, பங்குகுறி, பகிர்.
Allot'ment, *s.* பங்கு, பங்கிடுகை, பகுதி, சுதந்தரம்.
Allow', *v. t.* இடங்கொடு, ஒத்துக்கொள், கொடு.

Allow'ance, s. குறித்தபங்கு, உத்தரவு, சம்மதம்; extra, படி, ஏறுபடி, அதிகப்படி; as remission, கழிவு, தள்ளு; to make allowance for one, கண்டிப்பாய்ப் பாராமல்விட; to be on short allowance, பற்றுப்படிவாங்க.
Alloy', s. கலப்பு, உலோகக்கலவை, களிம்பு.
Alloy', v. t. கலப்பாற்கெடு.
All'spice, s. வெள்ளைமிளகு.
All-suffi'cient, a. சர்வசம்பூரண.
Allude', v. i. குறி, குறித்துச்சொல், சுட்டிப்பேசு.
Allure', v. t. உருசிகாட்டு, நயங்காட்டு, மயக்கு, ஆசைபுதங்காட்டு.
Allu'sion, a. சாடை, சுட்டு, குறிப்பு.
Allu'vial, a. நீராலுண்டான, தரைக்குரிய, அடைமண்தரையான.
Allu'vium, s. அடைமண்தரை.
Ally', s. சம்பந்தன்.
Ally', v. t. உறவுகூட்டு, சம்பந்தப்படுத்து.
Al'manac, s. பஞ்சாங்கம்.
Almight'y (almit'y), a. சருவவல்லமையுள்ள, சருவவல்லமை.
A'lmond (ā mund), s. வாதுமை.
Al'moner, s. பிச்சைகொடுப்போன்.
Al'monry, s. அறச்சாலை, தர்மசாலை.
Al'most, ad. கிட்டத்தட்ட, கொஞ்சங்குறைய.
Alms (āms), s. பிச்சை, கொடை, தானம்.
Al'oes, s. தாழை, கைதை, கரியபோளம்.
Aloft', ad. மேலே, உயர, உயரத்தில்.
Alone', ad. தனித்து, தனியே, மாத்திரம், ஏகாந்தமாய், வேறாக; let it alone, அதை விட்டுவிடு.
Along', ad. நெடுக, நீளத்துக்கு, நேரே; come along, கூடவா, வா, நடந்துவா; all along the way, வழிமுடிய.
Along'side, ad. கப்பலருகாய், உருவின்பக்கமாய்.
Aloof', ad. விலக, எட்ட, தூர.
Aloud', ad. உரக்க, உரத்து, உரத்தசத்தமாய்.
Alpac'a, s. ஒருவிதவெள்ளாடு, அவ்வாட்டுரோமப்புடவை.
Al'pha, s. கிரேக்கபாஷையின் முதலெழுத்து, ஆதி.
Al'phabet, s. நெடுங்கணக்கு, வர்ணமாலை, அக்ஷரவரி.
Alphabet'ical, a. அகராதியான, அக்ஷரவரிசையான.
Alread'y, ad. இதற்குமுன்னே, இப்பொழுதே.
Al'so, ad. உம், கூட, அன்றியும்.
Al'tar, s. பீடம், பலிபீடம், வேதிகை, பீடிகை.
Al'tar-piece, s. பீடத்தின்மேற்சித்திரம்.
Al'ter, v. t. மாற்று, வேறாக்கு, திரி.
Al'ter, v. i. மாறு, திரி, வேறாகு.
Al'terable, a. மாற்றத்தக்க, மாறத்தக்க.
Altera'tion, s. வேற்றுமை, விகாரம், திரிபு.
Al'terative, s. உடற்குணமாற்றுமருந்து.
Alterca'tion, s. வாக்குவாதம், தருக்கம்.
Alter'nate, a. ஒன்றுவிட்டொன்றான, மாறிமாறிவரும்.
Alter'native, s. பின்னொன்று வேறுவழி விபாடை.
Although' (al-tho'), con. உம், ஆனாலும்; although it rained he came, மழைபெய்தும் வந்தான்; although it may rain he will come, மழைபெய்தாலும் வருவான்.
Al'titude, s. உயரம், உச்சம், உற்சேதனம்.
Altogeth'er, ad. ஒருமிக்க, முழுதும், முற்றும், ஆக.
Al'um, s. சீனக்காரம், படிகாரம்.
Alum'nus, s. வித்தியாசாலையிற் கற்றுத்தெளிந்த மாணாக்கன்.
Al'ways, ad. எப்பொழுதும், என்றும், நித்தமும்.
Am, v. i. see Be.
Amain', ad. வலிமையாக, பலாத்காரமாக, விரைவாக.
Amal'gam, s. இரசபூரம்.
Amalgama'tion, s. கலப்பு, சேர்ப்பு, கூட்டு.
Amanuen'sis, s. இலேககன், சொல்லக்கேட்டெழுதுவோன்.
Am'aranth, s. வாடாமல்லிகை.
Amass', v. t. திரட்டு, குவி, சேர், கூட்டு, to amass wealth, திரவியஞ் சம்பாதிக்க.
Amateur', s. வித்தியாதுரன்.
Am'atory, a. நேசமுள்ள, மோகமான.
Amaze', v. t. ஆச்சரியப்படுத்து, பிரமிக்கப்பண்ணு, மலைக்கப்பண்ணு; to be amazed, திகைக்க, ஏமாற.
Amaze'ment, s. ஆச்சரியம், பிரமிப்பு, திகைப்பு, அச்சாதிசயம்.
Amaz'ingly, ad. பிரமிக்கத் தக்கதாய், மலைக்கத்தக்கதாய்.
Am'azon, s. ஆண்மாரி, சண்டைக்காரி.
Am'bas'sador, s. தூதன், சமரதி.
Am'ber, s. அப்பர், கிமிலை, ஒக்கோலை; of a golden colour, பொன்னம்பர்.
Am'bergris, s. மீனம்பர்.
Ambidex'ter, s. இருகையும் வல்ல

வன்; as double dealer, மாறுபாடுசெய்வோன்.
Am'bient, *a.* சூழ்ந்த, சூழ்ந்திருக்கிற.
Ambi'guity, *s.* ஈரடிப்பயன், உபயார்த்தம், சிலேடை, சந்தேகார்த்தம்.
Ambig'uous, *a.* ஈரடிப்பயனுள்ள, உபயார்த்த, சமுசயமுள்ள, கருகலான.
Ambi'tion, *s.* அதிகாரப்பிரியம், பெரிய சிந்தை, அபிருசி, பேராசை.
Ambi'tious, *a.* அதிகாரப்பிரிய, பேராசையுள்ள.
Am'ble, *s* குதிரையின் மந்தநடை, வல்கிதம்.
Am'ble, *v. i.* கெச்சைமிதிமிதித்துப்போ.
Ambro'sia, *s.* அமிர்தம், அமுதம்.
Am'bry, *s.* அறச்சாலை, தர்மசாலை, பண்டாகாரம்.
Ambulance, *s.* நோயாளிவண்டி.
Ambula'tion, *s.* உலா, சாரி, நடை.
Ambuscade', *s.* பதிவிருக்குமிடம், பதிவிடை, ஒளிப்படை, பதிபடை.
Am'bush, *s.* ஒளிப்பிடம், பதிவிடை, பதுக்கம்.
Ameen', *s.* பரிபாலகன், நீதிதீர்ப்போன், அமீனா.
Ameer', *s.* பிரபு, அமீர்.
Amel'iorate, *v. t.* திருத்து, சீர்ப்படுத்து, குணப்படுத்து.
Ameliora'tion, *s.* திருத்தம், தெளிவு, தேற்றம், சகாயம்.
A'men, *ad.* அப்படியாகக்கடவது, ஆமென், சத்தியம், அஸ்து.
Ame'nable, *a.* ஒருவன்மேற்பொறுப்பான, வகைசொல்லவேண்டிய.
Amend', *v. t.* திருத்து, குணப்படுத்து, சீர்ப்படுத்து.
Amend', *v. i.* திருந்து, குணப்படு, சீர்ப்படு.
Amend'ment, *s.* திருத்தம், தணிவு, சகாயம், சீர்ப்படுகை.
Amends', *s.* கைம்மாறு, பதில், ஈடு, to make amends, தக்கபடி யுத்தரிக்க.
Amen'ity, *s.* இரம்மியம்தருந்தன்மை.
Amerce', *v. t.* அபராதம்போடு, அபராதங்குறி.
Amerce'ment, *s.* அபராதம், குற்றம், தண்டம்.
Amer'ican, *s.* அமெரிக்காதேசத்தான்.
Am'ethyst, *s.* செவ்வந்திக்கல், சுகசிந்திக்கல்.
Amiabil'ity, *s.* நேசிக்கப்படுந்தகைமை.
A'miable, *a.* நேசிக்கப்படத்தக்க, மனதுக்கினிய.
Am'icable, *a.* நேசமான, இணக்கமான, சமாதானமுள்ள.
Amid', Amidst', } *prep.* இடையில், நடுவில், உள்ளே, மத்தியில்.
Am'ildar, *s.* அமில்தார்.
Amiss', *ad.* தப்பாய், தவறாய், பிழையாய், வகைமோசமாய்; do not take it amiss, அதைப்பற்றிக் குறை நினைக்கவேண்டாம்.
Am'ity, *s.* சமாதானம், நேசம், தோழமை, ஐக்கியம்.
Ammo'nia, *s.* நவச்சாரம்.
Ammuni'tion, *s.* யுத்ததளவாடங்கள், குண்டு மருந்து முதலிய யுத்த உபகரணங்கள்.
Am'nesty, *s.* பொறுதி, மன்னிப்பு.
Among', Amongst', } *prep.* இல், இடையில், உள்.
Am'orist, *s.* நண்பன், நேசன்.
Am'orous, *a.* காமமுள்ள, மோகத்துக்குரிய; gestures, காமக்குறிப்பு; actions, or sport, காமலீலை, மோகாபிநயம்; words, சரசமொழி, மதுரமொழி.
Amount', *s.* ஆகத்தொகை, மொத்தம்.
Amount', *v. i.* தொகையாகு, காண, கூடு; as result in, காரியப்படு.
Amour', *s.* காந்தருவமணம், களவியல், மோகநடை.
Amphib'ious, *a.* நிலம் நீரிவையிரண்டிலும் வாழுந்தன்மையுள்ள; partaking of two natures, இருவிதசுபாவமுள்ள.
Amphithe'atre, *s.* நடனசாலை.
Am'ple, *a.* நிறைவான, தாராளமான, விதாரமான.
Am'plify, *v. t.* விஸ்தரி, விவரித்துச்சொல், அதிகப்படுத்து.
Am'plitude, *s.* பரப்பு, விஸ்தாரம், விசாலம்; in astronomy, அக்கிரமம்; of the sun, சூரியாக்கிரம்.
Am'putate, *v. t.* அங்கசேதனஞ்செய்; an arm, கைதறி, கைவாங்கு.
Amputa'tion, *s.* அங்கசேதனம்.
Am'ulet, *s.* காப்பு, இரட்சாபந்தனம்.
Amuse', *v. t.* பராக்குக்காட்டு, சந்தோஷப்படுத்து; with promises, ஆசைவார்த்தை சொல்லு.
Amuse'ment, *s.* கொண்டாட்டம், பொழுதுபோக்கு, விநோதம்.
Amus'ing, *p. a.* விநோத, பொழுதுபோக்கான.
An, *art.* ஒரு, ஓர்.
An'ach'ronism, *s.* காலகணிதவழு.
An'agram, *s.* எழுத்துமாற்று, சிலேடைப்பிரபந்தம்.

Analep'tic, *a.* சொஸ்தந்தரத்தக்க, பலந்தரத்தக்க.
Analog'ical *a.* துல்லிய, சமான; reasoning, துல்லியானுமானம்.
Anal'ogous, *a.* போன்ற, ஒப்பான், உவமையான, துல்லிய; terms, துல்லிய உறுப்பு.
Anal'ogy, *s.* ஒத்ததன்மை, ஒப்பு, போலி, துல்லியம், சமானியதர்மம், உபமிதி.
Anal'ysis, *s.* கூறுபாடு, பகுப்பு, விபாகம்; as a syllabus, அட்டவணை, பொருளடக்கம்; in grammar, பதச்சேதம், பதமுடிப்பு; in logic, அந்வயம்.
Analyt'ical, *a.* பகுப்பான, கூறுகூறன.
An'alyze, *v. t.* கூறுபடுத்து, பகு, விபாகி.
An'archy, *s.* அரசின்மை, அநாயகம், ஊர்க்கலகம், தாறுமாறு.
Anath'ema, *s.* சாபம், சபிப்பு, புறம்பாக்கல்.
Anath'ematize, *v. t.* சபித்துத்தள்ளு.
Anat'omist, *s.* வியூகனன், அங்காதிபாதசாஸ்திரி.
Anat'omy, *s.* அங்காதிபாதசாஸ்திரம்; of a part, வியூகனம்.
An'cestor, *s.* முன்னோன், பூர்வபுருஷன்.
An'cestry, *s.* குலம், வமிசம், கோத்திரம், முன்னடியார்.
An'chor, *s.* நங்கூரம்; wooden, காவி.
An'chorage, *s.* நங்கூரம்போடுமிடம், நங்கூரத்தீர்வை.
An'chorite (fem. an'cho-ress), *s.* இருஷி, சந்நியாசி.
An'cient, *a.* பழமையான, புராதன, பூர்வ.
An'cillary, *a.* உப, துணையான.
And, *con.* உம், கூட, மேலும்.
An'ecdote, *s.* கதை, நூதனகதை, உபகதை.
Anent', *prep.* குறித்து, பற்றி, எதிர்.
Anew', *ad.* திரும்பவும், புதிதாய், நவமாய்.
An'gel, *s.* தூதன், தேவதூதன்.
Angel'ic, **Angel'ical**, *a.* தேவதூதருக்குரிய, தேவதூதருக்கடுத்த, திவ்விய.
An'ger, *s.* கோபம், சினம், முனிவு.
An'gle, *s.* கோணம், மூலைதூண்டில்; of commutation, சீக்கிர கேந்திரம்; right, நேர்கோணம், மட்டக்கோணம்; acute, கூர்க்கோணம்; obtuse, மொட்டைக் கோணம்; of mouth, கடைவாய்.
An'gle, *v. i.* தூண்டில்போடு.
An'gler, *s.* தூண்டிற்காரன்.
An'glicism, *s.* அங்கிலேயபாஷைநடை.
An'glicise, *v. t.* அங்கிலேயபாஷையில் திருப்பு.
An'grily, *ad.* கோபமாய், கண்டிப்பாய்.
An'gry, *a.* கோபமுள்ள, சினமான, முனிவுள்ள.
An'guish, *s.* கவலை, ஆகுலம், வியாகுலம், வேதனை, யாதனை; to be in, வேதனைப்பட, யாதனைப்பட, வருந்த.
An'gular, *a.* கோணமான.
Anhela'tion, *s.* இளைப்பு, சிற்றிளைப்பு
An'icut, *s.* அணைக்கட்டு.
Anil'ity, *s.* விருத்தத்தன்மை, கிழத்தன்மை.
Animadver'sion, *s.* கண்டிப்பு, கடிந்துகொள்ளுகை.
Animadvert', *v. i.* கண்டி, கடிந்துகொள், குறைசொல்.
An'imal, *s.* சீவன், உயிர், பிராணி, செந்து, சீவி
An'imal, *a.* மிருக, சரப்பொருட்குரிய; spirits, உற்சாகம், ஊக்கம்; creation ஜீவவர்க்கம், ஜீவஜாதி; pleasures, சிற்றின்பம்; frame, உடல், சரீரம்; functions, உடற்குணம், கரணம்; heat, ஜீவாக்கினி; instinct, ஜீவவியற்கையறிவு.
Animal'cule, *s.* கிருமி, சிற்றுயிர், க்ஷுத்திரஜீவி.
An'imate, *v. t.* உயிர்ப்பி, தைரியப்படுத்து, ஏவு, உற்சாகப்படுத்து, தூண்டு.
An'imate, *a.* ஜீவனுள்ள; beings, ஜீவபிராணி, சரப்பொருள்; nature, சங்கமம், ஜீவகோடி, ஜீவஜாதி, and inanimate சராசரம்.
An'imated, *p. a.* உணர்ச்சியான, திடனுள்ள, உயிருள்ள.
Anima'tion, *s.* உணர்ச்சி, திடன், உயிர்ப்பு, உற்சாகம்; suspended, உயிரடக்கம், பிரஜ்ஞைதப்பியிருத்தல், மூச்சடக்கம்.
Animos'ity, *s.* பகை, பகைமை.
An'ise (seed), *s.* சோம்பு, நட்சத்திர சீரகம்.
An'kle, *s.* முளி, கரடு, காற்பரடு, கணுக்கால், குற்பம்.
An'klet, *s.* சதங்கை.
An'na, *s.* அணா.
An'nalist, *s.* சரித்திரக்காரன்.
An'nals, *s.* காலக்கிரமமான சரித்திரம்.
An'nats, *s.* குருவருஷாந்தரவருமானம்.
Anneal', *v. t.* காய்ச்சிப்பதப்படுத்து.
Annex', *v. t.* இறுதியிற்சேர், ஒட்டு, கூட்டு.
Annexa'tion, *s.* கூட்டுகை, சேர்க்கை
Annicut, *s.* அணைக்கட்டு.
Anni'hilate, *v. t.* அழி, ஒழி, நிர்மூலமாக்கு; to be annihilated, ஒழிய, தொலைய.
Annihila'tion, *s.* அழிவு, ஒழிவு, சர்வநாசம் நிர்மூலம்.
Anniver'sary, *s.* வருஷோற்சவம், வருஷத்திருநாள்.

Anniver'sary, *a.* வருஷோற்சவத்திற்குரிய, வருஷத்திற்கொருமுறைவரும்.
An'no Dom'ini, (*Lat. s.*), கிறிஸ்தாப்தம்.
An'no mundi, (*Lat. s.*), உலகாப்தம்.
An'notate, *v. t.* உரைபண்ணு, வியாக்கியான மெழுது.
Annota'tion, *s.* உரை, விஸ்தரிப்பு, வியாக்கியானம்.
An'notator, *s.* உரைகாரன், வியாக்கியானி.
Announce', *v. t.* அறிவி, பிரசித்தப்படுத்து, கூறு.
Announce'ment, *s.* பிரசித்தம், கூறல்.
Annoy', *v. t.* இடைஞ்சற்பண்ணு, அலட்டு, அலைக்கழி.
Annoy'ance, *s.* துன்பம், கிலேசம்.
An'nual, *a.* வருஷாந்தர.
An'nual, *s.* வருஷந்தோறும்வருவது, ஓராட்டைப்பயிர், வருஷந்தோறும் பிரசுரமாகும் புஸ்தகம்.
An'nually, *ad.* வருஷந்தோறும்.
Annu'itant, *s.* வருஷாந்தர வரவு பெறுவோன்.
Annu'ity, *s.* வருஷாந்தரவரவு.
Annul', *v. t.* மாற்று, ஒழியச்செய், தள்ளு.
An'nular, *a.* வட்டவடிவான, விருத்தமான, ஆழிரூப; eclipse, கங்கண கிரகணம், வலயக்கிரகணம்.
Annun'ciate, *v. t.* கூறு, பிரசித்தம்பண்ணு.
Annun'cia'tion, *s.* கூறுகை, அறிவிப்பு, பிரசித்தம்.
An'odyne, *s.* நோவாற்றத்தக்க ஔஷதம்.
Ano'emia, *s.* உதிரக்குறைவு.
Anoint', *v. t.* எண்ணெய்பூசு, அபிஷேகம் பண்ணு, எண்ணெய்க்காப்பிடு.
Anoint'ment, *s.* அபிஷேகம்.
Anom'alous, *a.* நிஷ்கிரம, நெறிவழுவான, ஒழுங்குத்தவறான.
Anomalis'tic, *a.* விபரீத; equation, மந்தபலம், மந்தச்சா; month, சாமண்டலமாதம்; year, மந்தஆண்டு.
Anom'aly, *s.* விபரீதம், இல்லாதநூதனம்; sun's, இரவிகேந்திரம்; moon's, மதிகேந்திரம்; argument of, மந்தகேந்திரம்; mean, மத்தியமந்தம்.
Anon', *ad.* உடனே; ever and anon, இடைக்கிடை.
Anon'ymous, *a.* பெயரில்லாத, கையொப்பமற்ற, அநாமக.
Anoth'er, *a.* வேறொரு, பின்னொரு, மற்றொரு; one with another, ஒரொட்டுக்கு; one from another, ஒன்றுக்கொன்று.
An'swer, *s.* உத்தரம், மறுமொழி, விடை.
An'swer, *v. t.* மறுமொழிசொல், எதிருரை, உதவு.
An'swer, *v. i.* ஒத்திரு, உதவு, கைகூடு, சித்தியா.
An'swerable, *a.* உத்தரஞ் சொல்லத்தக்க; as amenable, உத்தரவாதம் பண்ணவேண்டிய.
Ant, *s.* எறும்பு, பிபீலிகை; red, முயிறு; small-red, சிற்றெறும்பு; white, செல், சிதல், கறையான்.
Antag'onism, *s.* எதிர், பகை, விரோதம்.
Antag'onist, *s.* எதிரி, பகைவன், விபட்சன்.
Antarc'tic, *a.* தென், தெற்கேயுள்ள, தெட்சண; circle, தென்சக்கரம்.
An'te (*Lat. prep.*), எதிர், முன், முன்னுன.
Antecede', *v. i.* முந்து, முந்திப்போ.
An'teced'ent, *s.* (in grammar) முன்மொழி; of a conditional preposition, ஏது.
An'teced'ent, *a.* முன்போன, முன்வந்த, முந்தின, பூர்வ.
An'techamber, *s.* முன்சாலை, உபசாலை, தலைவாசல்.
An'tedate, *s.* முந்தின தேதி.
An'tedate, *v. t.* தகுந்த காலத்திற்குமுன் தேதி குறி.
Antedilu'vian, *a.* சலப்பிரளயத்திற்கு முன்னுள்ள.
An'telope, *s.* மான், கறுப்புமான்.
Antemerid'ian, *a.* முன்னேர.
Antemet'ic, *s.* வாந்தியைத் தடுக்கு மௌஷதம்.
Antemun'dane, *a.* உலகத்தோற்றத்துக்கு முன்னுன.
Anten'nae, *s. pl.* சில பூச்சிகளின் தும்பி, நத்தைமுதலியவற்றின் கொம்பு.
An'tepast, *s.* பின்வரும் நன்மையை முன்னனுபவிக்கை.
Antepenult', *s.* மொழியீற்றயற்கயலசை.
Ante'rior, *a.* முன்னுன, முந்தின, பூர்வ.
An'teroom, *s.* நடையறை.
An'them, *s.* ஞானசங்கீதம், ஞானகீர்த்தனம்.
An'ther, *s.* அல்லிமுகை, பூந்தாது, முகிழ்.
Ant'hill, *s.* எறும்புவளை, எறும்புப்புற்று; to form an, புற்றெடுக்க.
Anthol'ogy, *s.* புட்பவிலக்கணம், இலக்கியசங்கிரகம், கலம்பகம்.
An'thony's-fire, *s.* கொள்ளிக்கரைப்பன்.
An'thracite, *s.* கற்கரி, விளைகரி, நிலக்கரி.
Anthropoph'agi, *s. pl.* நரமாமிசபட்சணிகள்.
Anthropoph'agy, *s.* நரமாமிசபட்சணம்.

An'ti, (*Gr. prep.*) விரோதமான, எதிரான.

An'tic, *s.* சேஷ்டைக்காரன், கோமாளி, சல்லித்தனம், பகடித்தனம்.

An'tic, *a.* சேஷ்டையான.

An'tichrist, *s.* கிறிஸ்துவின் விரோதி.

Antic'ipate, *v. t.* முன்னினை, முன்னறி, முந்திக்கொள்.

Anti'cipa'tion, *s.* முந்திக்கொள்ளுகை, முன்னுணர்வு.

Anticli'max, *s.* வரவர இழிவுறப்பேசுகை, படிப்படியாய்த் தாழ்த்திச்சொல்லல்.

An'tidote, *s.* மாற்றுமருந்து, விஷத்தைத் திருப்புமருந்து.

An'timony, *s.* கிமிலீ, அஞ்சனக்கல், நீலாஞ்சனம், கிரிவாணம்.

Antino'mian, *s.* நியாயப்பிரமாணவிரோதி.

Antip'athy, *s.* பகை, மனவெறுப்பு, அரோசனம், ஒவ்வாமை.

Antip'odes, *s.* பூச்சக்கரத்தின் மறுபுறத்தார், உள்ளங்காலுக் கெதிர்ப்பக்கத்தில் நிற்போர்.

Antiqua'rian, *s.* புராதனகலைஞன், பழைய பொருளை யாராய்வோன்.

An'tiquated, *p. a.* புராதன, பழைய, வழங்காதொழிந்த; usage, பழையவழக்கம்.

Antique', *a.* பூர்வ, பழமையான; as odd, கோணியான.

Antiq'uity, *s.* பூர்வகாலம், பழமை; as the ancients, பூர்வத்தார், முன்னோர்.

Antisep'tic, *s.* மாமிசமழுகாமற் பரிகரிக்கு மருந்து.

Antith'esis, *s.* எதிர்மறை, விரோதமொழி, முரண்மொழி, எதிர்மொழி.

Antithet'ical, *a.* எதிரான, விரோத.

An'titype, *s.* முன்னடையாளம், முற்குறிப்பொருள்.

Ant'ler, *s.* கலைவக்கொம்பு, மான்கொம்பு.

A'nus, *s.* குதம், அபானம்.

An'vil, *s.* அடைகல், பட்டடை, அடைகுறடு.

Anxi'ety, *s.* கவலை, கலக்கம், சஞ்சலம், ஆவல், ஆத்திரம்.

Anx'ious, *a.* கவலையுள்ள, ஆவலுள்ள, சிந்தனையுள்ள; person, விசாரமுள்ளவன்; to be anxious, ஆவலிக்க.

An'y (en'y), *a.* யாதொரு, யாதேனும்; man, யாவனொருவன்; at any price, என்ன விலைக்காவது; any more, இனி, இன்னும்; any wise, எப்படியாகிலும்; anywhere, எங்காவது; is he any the richer for it, அதனால் அவனுக்கு எவ்வளவும் செல்வம் வந்ததா; take any one, ஏதாயினும் ஒன்றை யெடுத்துக் கொள்.

A'orist, *s.* காலங்குறியாதவினை.

Aor'ta, *s.* இரத்தமூலாதாரம், கண்டனை.

Apa'ce, *ad.* சீக்கிரமாய், விரைவாய், துரிதமாய்; to fly, விரைந்துபரக்க; to rain, நன்றாயடித்துப்பெய்ய; to walk, எட்டி நடக்க, விரைந்துநடக்க.

Apart', *ad.* நீக்கலாய், பிரிவாய், தனியே, புறம்பாய்; to set apart, குறிக்க, நியமிக்க, பிரித்தேற்படுத்த.

Apart'ment, *s.* வீட்டினறை; inner, உள்ளறை, உட்கட்டு; outer, வெளிக்கட்டு.

Apathet'ic, *a.* உணர்ச்சியில்லாத, உற்சாகமில்லாத.

Ap'athy, *s.* சோம்பு, தாமசம், உணர்ச்சியின்மை, விராகம்.

Ape, *s.* குரங்கின்பேதம், வாலில்லாக்குரங்கு.

Ape, *v. t.* சரசங்காட்டு, போலிகாட்டு, கோரணிகாட்டு.

Ape'rient, *a.* விரேசனத்துக்கடுத்த, விரேசனமான.

Ap'erture, *s.* துவாரம், கண், வாய், வழி.

A'pex, *s.* உச்சி, தலை, தலைப்பு, முனை, கூர்.

Aphaer'esis, *s.* தலைக்குறை.

Aphe'lion, *s.* துங்கம், மந்தோச்சம்.

Aph'orism, *s.* பழமொழி, சூத்திரம்.

A'piary, *s.* தேனீக்கூடு.

Apiece', *ad.* ஒவ்வொன்றுக்கு, அவரவர் பங்குக்கு, தலைக்கு.

A'pishness, *s.* குரங்குச்சேஷ்டை.

Apoc'alypse, *s.* வெளிப்படுத்தலின் விசேஷம்.

Ap'ocope, *s.* கடைக்குறை.

Apoc'rypha, *s.* தள்ளுபடியாகமம்.

Apoc'ryphal, *a.* சங்கமேற்காத, சமுசயமுள்ள, கட்டுக்கதையான.

Ap'ogee, *s.* துங்கம், மந்தோச்சம்

Apol'ogize, *v. i.* மன்னிப்புக்கேள், நியாயஞ்சொல்.

Ap'ologue *s.* (ap'o-log), உவமை, நீதிமொழி, கதை.

Apol'ogy, *s.* மன்னிப்புக்கேட்கை, நியாயம்.

Ap'ophthegm (Ap'o-them), *s.* பழமொழி, நீதிமொழி.

Apoplec'tic, *a.* சன்னிமூடிய, சன்னிகண்ட

Ap'oplexy, *s.* சன்னி, அங்கவிகிர்தி.

Apos'tasy, *s.* சமயநிலைத்தவறு, பாஷண்டம், மதப்பிரஷ்டம்.

Apos'tate, *s.* பதிதன், பாஷண்டன்.

A'poste'riori, (reasoning) காரியானுமானம்

Apos'tle (a-pos'-sl), *s.* அனுப்பப்பட்டவன், அப்போஸ்தலன்.

Apos'trophe, *s.* இறந்தாரை யிருப்பவராக்கிப்பேசல், எழுத்தெச்சக்குறி.

Apoth'ecary, *s.* ஔஷதம் விற்போன்.

Apothe'osis, *s.* ஆவாகனம், பிரதிஷ்டை, அபிஷேகம்.

Appal', *v. t.* ஏங்கப்பண்ணு, பயமுறுத்து.

Appara'tus, *s.* கருவி, உபகரணம், தளவாடம்.

Appar'el, *s.* உடை, ஆடை, வஸ்திரம்.

Appar'el, *v. t.* உடு, அணி.

Appar'ency, *s.* தோற்றம்.

Appar'ent, *a.* வெளியான, தெளிவான, திர்ஷ்டாந்தமான, பிரத்தியக்ஷமான, ஆபாச, வெளிவேஷமான.

Appar'ently, *ad.* வெளியாய், தோற்றத்தின்படி, காண்கிறபடி, வெளிவேஷமாய்.

Appari'tion, *s.* தோற்றம், ஆவேசம், தரிசனை.

Appeal', *s.* முறைப்பாடு, அபயம், மறுவிசாரணைசெய்யக் கேட்டல்.

Appeal' *v. i.* முறைப்படு, நடுக்கேள், அபயமிடு, மறுவிசாரணைக்கேள்; to arms, போர்க்கறைகூவு; to reason, யோசிக்கக்கேள்; to evidence, சாக்ஷி விசாரிக்கக்கேள்.

[Ap]pear', *v. i.* தோன்று, காணப்படு, காண்.

[Ap]pear'ance, *s.* தோற்றம், காட்சி, தரிசனம்; as mien, கோலம், சாயல்; of rain, மழைக்குணம், மந்தாரம்.

Appease', *v. t.* ஆற்று, சாந்தப்படுத்து, தணி, to be appeased, ஆற, குளிர, தணிய, அமைய.

Appel'lant, *s.* அபயமிடுவோன், மறுவிசாரணை கேட்போன்.

Appella'tion, } **Appel'lative**, } *s.* பெயர், இடையிட்ட பெயர், ஜாதிப்பெயர்.

Append', *v. t.* கூட்டு, சேர், தொடு; to be appended, கூட, சேர.

Appen'dage, *s.* அனுபந்தம், உபாங்கம், உடன்சேர்பொருள், பிரத்தியங்கம்.

Appendi'citis, *s.* ஆசனத்தண்டைநோய்.

Appen'dix, *s.* அனுபந்தம், சேர்ப்பு, ஒழிபியல்.

Appertain', *v. i.* அடு, உரித்தாகு, உடைத்தாகு, சேர்.

Ap'petite, *s.* பசி, போசனப்பிரியம், தகா, அவா, தீபனம்.

Applaud', *v. t.* புகழ், பாராட்டு, மெச்சு.

Applause', *s.* புகழ்ச்சி, வியப்பு, கொய்யோக்கூறுகை.

Ap'ple, *s.* தப்புவாப்பழம்; of the eye, கண்மணி, கருவிழி; wood apple, விளாம்பழம்; custard apple, அணிநுணு; rose apple, சம்புநாவல்; thorn apple, இலந்தை.

Appli'ance, *s.* கருவி, உபகரணம்.

Ap'plicable, *a.* பொருந்திய, தகுதியான, இசைவான.

Ap'plicably, *ad.* பொருத்தமாய்.

Ap'plicant, *s.* கேள்விக்காரன், கேட்பவன், மனுக்கேட்போன், விண்ணப்பக்காரன்.

Applica'tion, *s.* கேட்டல், விண்ணப்பம், மனு, முயற்சி, அர்த்தம்; of a word, சொற்பிரயோகம்; of the mind to study, வித்தியாப்பியாசம்; as a plaster, சேர்வை, பற்று, பூச்சு.

Apply', *v. t.* இடு, வழங்கு, கையாளு, பிரயோகி, பொருத்து; to apply the mind to books, வித்தியாப்பியாசம் பண்ண.

Apply', *v. i.* பொருந்து, பிரார்த்தி.

Appoint', *v. t.* நியமி, குறி, ஏற்படுத்து, கற்பி.

Appoint'ment, *s.* நியமிப்பு, கட்டளை, பொருத்தம்.

Appor'tion, *v. t.* ஈ, கூறுபடுத்து, பகிர்.

Ap'posite, *a.* தகுந்த, ஏற்ற.

Apposi'tion, *s.* சேர்மானம், இசைவு; in grammar, இருபெயரொட்டு, இருபெயரொட்டுப் பண்புத்தொகை.

Appraise', *v. t.* விலைமதி, விலைகுறி.

Appraise'ment, *s.* விலைமதிப்பு, அடங்கல்.

Apprais'er, *s.* விலைமதிப்புக்காரன்.

Appreca'tion, *s.* கருத்தான விண்ணப்பம்.

Appre'ciable, *a.* மதிக்கக்கூடிய, அளவிடக்கூடிய.

Appre'ciate, *v. t.* கணி, எண்ணு, மதி.

Apprecia'tion, *s.* எண்ணம், கணிப்பு, மதிப்பு.

Apprehend', *v. t.* பிடி, கிரகி, கௌவு, பற்றிக்கொள், அஞ்சு, ஐயுறு.

Apprehen'sion, *s.* பற்று, பிடி, எண்ணம், கிரகிப்பு, அறிவு, கவலை, அச்சம், சந்தேகம்.

Apprehen'sive, *a.* விரைவில் கிரகிக்கிற, ஐயமுள்ள, அச்சமுள்ள.

Appren'tice, *s.* தொழில்பயில வுடன்பட்டவன்.

Appren'tice, *v. t.* தொழில்பயில வை.

Appren'ticeship, *s.* தொழில்பயிலு நிலை, தொழில்பயிலுங்காலம்.

Apprize', *v. t.* அறிவி, பிரசித்தம்பண்ணு.

[Ap]proach', *s.* அணுகுகை, கிட்டுகை, சேருகை

Approach', *v. t.* கிட்டு, அணுகு, சேர், அடை.
Approach', *v. i.* சமீபி, கிட்டு.
Approach'able, *a.* அணுகக்கூடிய, கிட்டத் தக்க, அடையத்தக்க.
Approba'tion, *s.* சம்மதி, பிரியம், உவப்பு, மெச்சுகை அங்கிகாரம்.
Appro'priate, *v. t.* உரித்தாக்கு, நியமி; to one's self, தனதாக்கு, கவர்.
Appro'priate, *a.* ஏற்ற, தக்க, கூடிய, அடுத்த, உரிய; terms, பரிபாஷை குழூஉக்குறி; to be appropriate, இசைய, ஏற்க, இணங்க, பொருந்த.
Approv'able, *a.* மெச்சத்தக்க, அங்கீகரிக் கப்படத்தக்க.
Approv'al, *s.* சம்மதம், பிரியம், இணக்கம், அங்கிகாரம், அனுமதி, உடன்பாடு, கபூல்.
Approve', *v. t.* அங்கிகரி, புகழ், மெச்சு.
Approv'ed, *p. a.* மெச்சப்பட்ட, ஒப்புக் கொண்ட; discourse, உவப்பான பிர சங்கம், மதுரமானபேச்சு; medicine, கை கண்டமருந்து; word, ஏற்றசொல், ஆட் சிப்பட்ட சொல்; style, உத்தமவசன நடை, ஏற்றநடை.
Approx'imate. *a.* அடுத்த, சமீபித்த, கிட்டிய.
Approxima'tion, *s.* சமீபித்தல், சார்பு, கிட்டுமானம்.
Appur'tenance, *s.* சேர்ந்தது, அடுத்தது, உடையது, அனுபந்தம்.
A'pril, *s.* பங்குனி-சித்திரை.
A'priori (L.) (reasoning), காரணாநு மானம்.
A'pron (a'-prun), *s.* முன்றுங்கி, தூசிதாங்கி.
Ap'ropos (ap'ro-po), *ad.* சமயத்திற் கிசைய, காரியத்துக்குத்தக்கபடி.
Apt, *a.* தக்க, தகுந்த, ஏற்ற, சாமர்த்திய முள்ள.
Ap'titude, *s.* இசைவு, இணக்கம், தகுதி, கெட்டித்தனம்.
Apt'ly, *ad.* ஏற்க, தகுதியாய், இசைய, இணங்க.
Apt'ness, *s.* ஏற்கும் தன்மை, தகைமை, தகுதி, சாமர்த்தியம், உரிமை.
Ap'tote, *s.* உபபதம்.
Aqua'rium, *s.* மீன் முதலியவை இருக்கத் தக்க ஓர் நீர்க்குடம், மச்சக்காக்ஷிச் சாலை.
Aqua'rius, *s.* கும்பவிராசி.
Aquat'ic, *a.* நீரில்வாழும், நீரிற்சஞ்சரிக்கிற; creatures, நீர்வாழ்வன, ஜலசரம்.
Aq'ueduct, *s.* சாலகம், வாய்க்கால், சல தாரை, கலங்கல், கலிங்கல்; subsidiary, கைவாய்க்கால், கண்மடல்.

A'queous, *a.* நீரான, நீர்த்தன்மையான, நீராலான.
Aq'uiline, *a.* கழுகுபோன்ற, வளைந்த; one with an aquiline nose, காக்காய் மூக்கன்.
A'rable, *a.* பயிர்செய்கைக்கான, பண்படத் தக்க; land, விளைநிலம், வயற்காணி.
Ar'biter, *s.* நடுவன், தர்மகர்த்தன், மத்தியஸ் தன்; supreme, முதல்வன், இறைவன்.
Arbit'rament, *s.* பஞ்சாயத்தீர்ப்பு, தீர்மா னம், சித்தம், சுவாதீனம்.
Ar'bitrarily, *ad.* சித்தமாய், சுவாதீனமாய், சுயேச்சையாய்.
Ar'bitrary, *a.* தன்னிஷ்டமான, கொடுங் கோன்மையான, சுயேச்சையான.
Arbitra'tion, *s.* நடுநிலை, மத்தியஸ்தம், பஞ் சாயம்.
Ar'bitrator, *s.* மத்தியஸ்தன், நடுவன், தர்ம கர்த்தன்.
Ar'bour, *s.* கொடிபடர்ந்த பந்தர்.
Arc, *s.* வல்பம், பிறைவடிவு; of a circle, பரிதிபாகம், விருத்தபாகம்.
A'rcade, *s.* வில்வளைவுமண்டபம், நடைச் சாலை.
Arca'num, *s.* இரகசியம், அந்தரங்கம்.
Arch, *s.* வில்வளைவு, விருத்தபாகம்.
Arch, *a.* பிரதான, முதன்மையான, சூதான, சம்பிரதாயமுள்ள; an arch rouge, திருடனென் றுடம்பெடுத்தவன்.
Archan'gel, *s.* அதிதூதன், பிரதானதூதன்.
Archbish'op, *s.* பிரதான அத்தியக்ஷகுரு, சிரேஷ்ட கண்காணி.
Archdea'con, *s.* உபாத்தியக்ஷகுரு.
Arch'duke, *s.* மஹாராஜபிரபு.
Arch'ed, *a.* வில்வளைவான, பிறைவடிவான.
Arch'er, *s.* விற்காரன், வில்வித்தையில் வல் லவன், வில்லாளன்.
Arch'ery, *s.* அத்திரபரீட்சை, வில்லாச் சிரமம், வில்லாண்மை, தனுவித்தை.
Ar'chetype (ar'ke-type), *s.* முன்மாதிரி.
Ar'chiepis'copal, *a.* பிரதானஅத்தியக்ஷருக் குரிய.
Ar'chipel'ago (ar'ke-pel'a-go), *s.* பல தீவுகளுள்ள கடல்.
Ar'chitect (ar'ke-tect), *s.* சிற்பன், சிற்ப சாரி, சிற்பி.
Ar'chitecture (ar'ke-tec-ture), *s.* சிற் பம், சிற்பவேலை, சிற்பநூல்.
Ar'chives (ar'kivz), *s.* புராதனசாதனங் கள். பூர்வசாதனங்கள் வைக்குஞ்சாலை.
Arc'tic, *a.* வட, வடக்கிலுள்ள, உத்தர; circle, உத்தரதுருவவிருத்தம்.

Arctu'rus, *s.* சுவாதி.
Ar'dent, *a.* வெப்பமான, அனலான, உக்கிரமான; உற்சாகமுள்ள.
Ar'dour, *s.* வேகம், உற்சாகம், வைராக்கியம், ஆசக்தி.
Ar'duous, *a.* செயற்கரிய, பிரயாசமான.
A'rea, *s.* பரப்பு, பரவை.
Are'ca, *s.* கமுகு.
Are'na, *s.* அரங்கு, அரங்கம், களரி, யுத்தகளம்.
Ar'gent, *a.* வெண்மையான, பளபளப்பான, வெள்ளிமயமான.
Ar'gue, *v. t.* நியாயஞ்சொல்லி ரூபி, திர்ஷ்டாந்தப்படுத்து.
Ar'gue, *v. i.* நியாயஞ்சொல்லு, நியாயங்காட்டு, தர்க்கி, நியாயி.
Ar'gument, *s.* நியாயம், பக்ஷம், விதர்க்கம், பிரசங்க முதலியவற்றினடக்கம், விவகாரம்; fallacious, ஆபாசநியாயம், பக்ஷாபாசம்.
Argumenta'tion, *s.* விவாதம், தர்க்கம், நியாயம்.
Argument'ative, *a.* நியாயமுள்ள, நியாயமெடுத்துக்காட்டுகிற; discourse, தர்க்கப்பிரபந்தம்.
Argu'te, *a.* கூர்மையான, யுக்தியுள்ள.
Ar'id, *a.* வெப்பமான, வறட்சியான; land, பாலைநிலம், வறுநிலம்.
A'ries, *s.* மேடம், மேடராசி.
Aright' (a-rit'), *ad.* திட்டமாக, சரியாக, செவ்வையாக.
Arise', *v. i.* எழு, எழும்பு, தோன்று, உதி; from the dead, உயிர்த்தெழும்பு.
Aristoc'racy, *s.* பிரபுக்களினரசாட்சி, பிரபுக்கள், குலமக்கள்.
Ar'istocrat, *s.* பிரபுக்களரசாட்சிப் பிரியன்.
Arith'metic, *s.* கணக்கு, கணிதம், பாடீகணிதம், அங்ககணிதம்.
Arithmet'ical, *a.* பாடீகணிதத்திற் குரிய; proportion, அந்தரானுபாதம்; progression, அத்தரமாலிகை; ratio, அந்தரவிகிதம்.
Arithmeti'cian, *s.* கணக்கன், கணிதன்.
Ark, *s.* பேழை.
Arm, *s.* வாகு, புயம், கை, கரம்; as power, பலம்; as branch of a tree, மரக்கொம்பு; of the sea, கடற்கழி; to take in the arms, கொடுங்கையிலெடுக்க.
Arm, *v. t.* ஆயுதந்தரி, காவல்செய்; the militia, ஆயுதந்தரிப்பி.
Arm, *v. i.* படைபெடு, ஆயுததாரியாகு.
Arma'da, } *s.* போர்க்கப்பற்கூட்டம்.
Ar'mament,
Armadil'lo, *s.* அழுங்கு.
Ar'mament, *s.* யுத்தசன்னத்ததளம்.
Ar'mature, *s.* உடல்காக்குமாயுதம், க்ஷேமப்படைக்கலம்.
Arm-chair, *s.* கைத்தாங்கி நாற்காலி.
Arm'ed, *p. a.* ஆயுதந்தரித்த, காவல்பெற்ற.
Arm'hole, } *s.* அக்கிள், கக்கம், கைக்குழி.
Arm'pit,
Armil'lary, *a.* காப்புப்போன்ற.
Armip'otent, *a.* ஆயுத வலிமையுள்ள, போர்வல்ல.
Armistic, *s.* போர்நிறுத்திவைத்தல்.
Arm'let, *s.* சிறுகை, காப்பு.
Armorer, *s.* ஆயுதஞ்செய்கிறவன், ஆயுதம் விற்போன்.
Armo'rial, *a.* குலவிருதுக்கடுத்த, பட்டத்திற்குரிய.
Ar'mory, *s.* ஆயுதசாலை, படைவீடு.
Ar'mour, *s.* யுத்தாயுதங்கள், பரிசை முதலிய மெய்காக்கும் கருவிகள்; for the body, கவசம், வாரணம்; for the hand, கைக்கவசம், கைக்கட்டி, அத்தகோசம்.
Arms, *s.* அத்திரசத்திரங்கள், படைக்கலங்கள், யுத்தாயுதங்கள்; coat of, மெய்காக்கும் விருதுக்கஞ்சுகம்.
Ar'my, *s.* படை, சேனை, இராணுவம், தண்டு; main body of an, மூலபலம், மூலப்படை; in rank and file, அணி, அணிவகுப்பு.
Aro'ma, *s.* பரிமளம், சுகந்தம்.
Aromat'ic, *a.* பரிமளமான, சுகந்த; powder, கந்தப்பொடி, சுண்ணம்; bark, சுகந்தப்பட்டை; roots, கந்தமூலம்.
Aromat'ics, *s.* வாசனைப்பண்டங்கள், சுகந்த திரவியங்கள்.
Aro'matize, *v. t.* வாசனையூட்டு, மணமேற்று.
Around', *ad.* சூழ்ந்து, வளைய, சுற்றிலும்.
Around', *prep.* சுற்றி, சூழ சுற்றிலும்.
Arouse', *v. t.* எழுப்பு, ஏவு, தூண்டு.
Ar'rack, *s.* சாராயம்.
Arraign', *v. t.* குற்றம்பாரி, குற்றஞ்சாட்டித்து, குற்றவிசாரணைக்குக் கொண்டுவா.
Arrange', *v. t.* அடுக்கு, வரிசைப்படுத்து, ஒழுங்காக்கு, கிரமப்படுத்து.
Arrange'ment, *s.* அடுக்கு, ஒழுங்கு, திட்டம், கிரமம்.
Ar'rant, *a.* கொடிய, கெட்ட, துர்க்கீர்த்தியுள்ள; knave, திர்ந்தகள்ளன், படுக்காளி.
Ar'ras, *s.* ஒருவகைச்சித்திரவாடை.
Array', *s.* அணி, பந்தி, படைவகுப்பு, கோலம்.

Array', *v. t.* அணிவகு, சிறப்பி, கோலம் பண்ணு; to array an army, படை வகுக்க.

Arrear', *s.* குற்றப்பணம், நிலுவை, பாக்கி; to settle arrears, நிலுவை தீர்க்க, தீர்ப் புக்கட்ட.

Arrear'age, *s.* பழநிலுவை, பாக்கி.

Arrest', *v. t.* நிறுத்து, பிடி, பறி; to arrest attention, புலனைக்கவர; to arrest a judgment, தீர்ப்பைநிறுத்த.

Arriv'al, *s.* வந்துசேருகை, வருகை, போய்ச் சேருகை.

Arrive', *v. i.* அடை, போய்ச்சேர், வந்து சேர், சென்றுசேர்; at a port, துறை யடை, துறைசேர்; at home, வீடுசேர், வீடெய்து; at a conclusion, தீர்ப்புக் காண், சித்தாந்தப்படுத்து, முடிவுகாண்; at certainty, தேறு.

Ar'rogance, *s.* அகந்தை, கர்வம், இறு மாப்பு, நிமிர்ச்சி, அகம்பிரமம்.

Ar'rogant, *a.* அகந்தையுள்ள, நிமிர்ச்சியான, எடுப்பான.

Ar'rogate, *v. t.* அகம்பிரமம்பண்ணு, பெரு மையாகக்கொள்.

Ar'row, *s.* அம்பு, அத்திரம், பாணம்.

Ar'row-root, *s.* குவாக்கிழங்கு.

Ar'senal, *s.* யுத்தாயுதசாலை, ரஸ்துசாலை, படைவீடு.

Ar'senic, *s.* பாஷாணம்; yellow sulphuret of, அரிதாரம், பொன்னரிதாரம்; red sulphuret of, குதிரைப்பற் பாஷா ணம்; in flakes, தகட்டரிதாரம்; white, பாஷாணக்கட்டு; white oxyd, or oxide of, வெள்ளைப்பாஷாணம்.

Ar'son, *s.* வீடுசுடுங்குற்றம்.

Art, *s.* தொழில், சாதனை, கலை, வித்தை; as cunning, தந்திரம், உபாயம்; work of, நிர்மிதவஸ்து, செயற்கைப்பொருள்; manual, கைவினை, கைத்தொழில், சித்திர வேலை; fine arts, நாகரீகவித்தை, விந்தை யானவித்தை.

Ar'tery, *s.* நரம்பு, நாடி, இரத்ததாது.

Art'ful, *a.* தந்திரமுள்ள, தந்திரமான, கபட; contrivance, சூழ்ச்ச உபாயம், தந்திர உபாயம்.

Art'fully, *ad.* தந்திரமாய், உபாயமாய், சூட் சமாய்.

Art'fulness, *s.* சூது, தந்திரம், கபடம்.

Arthri'tis, *s.* சந்துவாதம்.

Ar'ticle, *s.* உரு, உருப்படி, பொருள், பண்டம்; as a clause, பிரிவு, பா த்து, in *gram.*, சார்புரி, சாரிபை, as stipulation, உடன்படிக்கை; articles of faith, விசுவாசப்பிரமாணம்; of sale, விலைப்பொருள், விலைப்பண்டம்; of merchandise, வியாபாரச்சரக்கு.

Ar'ticle, *v. t.* உடன்படிக்கைக்குள்ளாக்கு.

Artic'ulate, *v. t.* உச்சரி, ஒலி.

Artic'ulate, *a.* தெளிவான, தெளியவொ லித்த, பொருத்துள்ள; sound, எழுத்துள்ள வோசை.

Articula'tion, *s.* தெளியொலி, பொருத்து, கணு.

Ar'tifice, *s.* உபாயம், சூது, தந்திரம்.

Artif'icer, *s.* கம்மாளன், சிற்பன், கம்மியன்; skilful, நிபுணன்.

Artifi'cial, *a.* விசித்திர, ஒப்பான, செயற்கை யான, போலியான, நிர்மித; salt, வைப் புப்பு; flower, சித்திரப்பூ; production, செயற்கைப்பொருள்

Artil'lery, *s.* பீரங்கியணி, பீரங்கிப்பட்ட ளம்.

Art'isan, *s.* கம்மாளன், சிற்பன், சித்திரக் காரன்.

Art'ist, *s.* சித்திரக்காரன், நாகரிகவித்தியா நிபுணன்.

Art'less, *a.* உபாயமற்ற, விரகில்லாத, கபடில்லாத; manners, சுபாவநடை; person, நிஷ்கபடி.

As, *ad.* போல, படி, பொழுது, உதாரண மாக; to act as a fool, மூடனைப்போல நடக்க; they did as he commanded, அவர் கற்பித்தபடி செய்தார்கள்; as I was standing there, நான் அங்கே நிற்கையில்; as it rains I will not go, மழைபெய்கிறதினால் போகேன்; as far as the river side, ஆற்றங்கரைமட்டும்; as long as you live, உனதாயுள்பரி யந்தம்; as much as is left, மீந்த தெல்லாம்; as soon as he had spoken, அவன் பேசினவுடனே; as yet, இது வரையில்; it looks as if it would rain, மழைவரும்போலத் தோன்றுகிறது; busy as he is, he will find time to see you, அவர் அலுவலாயிருந்தும் உம் மைக் கண்டு பேசாமல் விடார்; as to that matter, you had better remain silent, அதுவிஷயத்தைப்பற்றி நீர் பேசாதிருப்பது உத்தமம்; to him who braves death, the sea is but as high as the knee, சாகத்துணிந்த வனுக்குச் சமுத்திரம் முழங்கால்; as for him, அவனேவென்றால்.

As, *con.* படி, பிரகாரம், அளவு.

As, *rel.* அ, உம்.
Asafœt'ida, *s.* பெருங்காயம், இங்கு, சானம்.
Asbes'tos, *s.* கல்நார்.
Ascend', *v. t.* ஏற, இவர், ஊர்.
Ascend', *v. i.* எழு, உயர், ஏறு.
Ascen'dant, *s.* உன்னதம், முதன்மை; in *astrol.*, உதயராசி, உதயலக்கினம்.
Ascen'dency, *s.* மேம்பாடு, தலைமை, முதன்மை.
Ascen'ding, *p. a.* ஏறுகிற, உயர்; node, இராகு, தமம்; series, ஏறுநிரை, ஆரோகணமாலிகை.
Ascen'sion, *s.* ஆரோகணம், ஏற்றம், எழுச்சி, ஆரூடம்; in *astr.* உதயம்.
Ascen'sion-day, *s.* ஆரோகணதினம், கிறிஸ்து பரத்துக்கேறின திருநாள்.
Ascen'sional, *s.* எழுச்சிக்குரிய; difference, சரகாண்டம், சரம்; sine of ascensional difference, சரசா.
Ascent', *s.* உயரம், ஏற்றம், மேடு, உதயம்; as acclivity, ஏற்றம், சார்பு.
Ascertain', *v. t.* அளவிடு, ஆராய்ந்தறி, நிச்சயி, நிதானி.
Ascertain'able, *a.* நிதானிக்கக்கூடிய.
Ascertain'ment, *s.* நிச்சயம், அளவை, நிதானிப்பு.
Ascet'ic, *s.* தவசி, துறவி, வனவாசி.
Ascet'ic, *a.* வனவாச, துறவிக்கடுத்த; life, துறவறம், துறவுநிலை.
Ascet'icism, *s.* சந்நியாசம், துறவறம்.
Ascribe', *v. t.* சாட்டு, சுமத்து, ஏற்றிச்சொல், ஆரோபி; a fault, தோஷாரோபணஞ்செய்.
Ascrip'tion, *s.* ஏற்றுகை, சாட்டுகை.
Ash, *s.* அசோகமரம்.
Asham'ed, *a.* வெட்கமுள்ள, நாணமுள்ள, கூசிய.
Ash'coloured, *p. a.* சாம்பல்நிறமான, புகர்நிறமான.
Ash'es, *s.* சாம்பல், சாம்பர்.
Ashore', *ad.* கரைக்கு, கரையே, கரையில்.
Ash-Wednes'day, *s.* நீறுபூசு புதன்கிழமை.
Ash'y, *a.* சாம்பனிற, சாம்பல்போன்ற.
Asiat'ic, *a.* ஆசியாக்கண்டத்துக்குரிய.
Aside', *ad.* விலகி, பக்கத்தில், புறத்தில்.
As'inine, *a.* கழுதைக்குரிய, கழுதைக்குணமுள்ள.
Ask, *v. t.* கேள், விசாரி, வினவு, பிரார்த்தி; as invite, வரவழை, வரக்கேள்.
Askance', Askant', } *ad.* கடைக்கண்பார்வையாய், டொட்சமாய்.
Askew', *ad.* கடைக்கணிப்பாய், சிறக்கணித்து.
Aslant', *ad.* ஒரு சார்பாய், ஒரு சரிவாய்.
Asleep', *ad.* நித்திரையாய், திமிராய்; to fall, நித்திரையாக.
Aslope', *ad.* ஒரு சரிவாய்.
Asp, *s.* விரியன்.
Aspar'agus, *s.* தண்ணீர்விட்டான்.
As'pect, *s.* காட்சி, தோற்றம், தரிசனம், பார்வை, நிலை; gloomy, மப்பு, மந்தாரம்; rainy, மழைக்குணம்; of a planet, கிரகநோக்கு, கிரகநிலை.
Asp, As'pen, } *s.* ஒருவகை மரசு.
As'perate, *v. t.* கரடு முரடாக்கு, சர்ச்சரையாக்கு.
Asper'ity, *s.* உக்கிரம், கடுமை, உறைப்பு, சர்ச்சரை; of leaves, சுணை, கருக்கு; of temper, வெடுவெடுப்பு, சுடுகுணம், வெட்டெனவு.
Asperse', *v. i.* அலர்தூற்று, வடுப்பேசு, ஏசு.
Asper'sion, *s.* அவதூறு, பழிச்சொல், அபவாதம்.
Asphalt', *s.* நிலக்கீல்.
As'pir'ant, *s.* நாடுகிறவன், உயர்நிலைப்பிரியன்.
As'pirate, *s.* வல்லிசைக்குறி, ஊன்றி, யுச்சரிக்குமெழுத்து.
As'pirate, *v. t.* வலுவாயுச்சரி.
Aspira'tion, *s.* ஊன்றி யுச்சரிக்கை; of mind, அவா, காதல், நாட்டம், தகா.
Aspire', *v. i.* நாடு அவாவு, தாவு.
Asquint, *ad.* கடைக்கண் பார்வையாய், மாறுகண்ணாய், வாக்குக்கண்ணேக்கமாய்.
Ass, *s.* கழுதை, கர்த்தபம்; male, குண்டுக்கழுதை; female, கோளிகைக்கழுதை, பெட்டைக்கழுதை; young, கழுதைக்குட்டி.
Assail', *v. t.* தாக்கு, மேல்விழு, சருவு.
Assail'ant, *s.* அடிக்கிறவன், சருவுகிறவன், எதிரேறுவோன்.
Assas'sins, *s.* சதிகாரன், பதிவிருந்துகொல்லி, குளிர்ந்துகொல்லி.
Assas'sinate, *v. t.* சதிசெய்து கொல்லு, சதிக்கொலைசெய்.
Assas'sina'tion, *s.* சதிக்கொலை.
Assault', *s.* தாக்கு, எதிர்ப்பு, சருவுகை.
Assault', *v. t.* தாக்கு, எதிர், விழுந்தடி, சருவு.
Assault'er, *s.* தாக்குவோன், விழுந்தடிப்போன்.

Assay', *s.* சோதனை, பரீக்ஷை; as effort, attempt, பிரயத்தனம், முயற்சி; of metals, உரை, மாற்றுப்பரீக்ஷை.
Assay', *v. t.* பரீக்ஷி, சோதி.
Assay', *v. i.* பிரயாசப்படு.
Assay'er, *s.* உரைகாரன், மாற்றறிவோன்.
Assem'blage, *s.* கூட்டம், திரள், திரட்சி.
Assem'ble, *v. t.* கூட்டு, சேர்.
Assem'ble, *v. i.* கூடு, சேர், திரள.
Assem'bly, *s.* சங்கம், சபை, சனத்திரள், அம்பலம்; of state, ராஜசபை, ஆஸ்தானம்; room, சபாமண்டபம், அரங்கு.
Assent', *s.* சம்மதம், அபிமதம், இணக்கம், உடன்பாடு.
Assent', *v. i.* ஒத்துக்கொள், உடன்படு, சம்மதி.
Assert', *v. t.* உறுதிசொல், துணிந்துசொல், வற்புறுத்திச்சொல்.
Asser'tion, *s.* சொல், வாக்கு, உறுதிச்சொல்.
Asser'tor, *s.* உறுதிசொல்வோன், நியாயதரந்தரன்.
Assess', *v. t.* இறைமதி; damages, அழிவுமதி.
Assess'ment, *s.* இறை, வரி, இறைமதிப்பு, பேரீஜ்; on buildings, தலைக்கட்டுவரி; actual or standard, அயன்பேரீஜ்.
Asses'sor, *s.* மத்தியஸ்தன் யோசனைத்துணைவன்.
As'sets, *s.* இறந்தவன்பட்ட கடனிறுக்கப் போதுமான பொருள்; real, கடன் இறுக்கப் போதுமான பூஸ்திதி; personal, கடன் இறுக்கப்போதுமான பணமுதலியன.
Assev'er, *v. t.* வற்புறுத்திச்சொல், நிச்சயித்துச்சொல்.
Assevera'tion, *s.* கட்டுரை, உறுதிச்சொல்.
Assidu'ity, *s.* முயற்சி, சாக்கிரதை.
Assid'uous, *a.* முயற்சியுள்ள, ஊக்கமான.
Assign' (as-sin'), *v. t.* நியமி, குறி, பகிர், ஒப்படை, சாட்டு.
Assigna'tion, *s.* ஒப்படை, சாட்டு, குறிப்பு.
Assignee', *s.* காரியகாரன், ஒப்படையேற்போன், ஒப்படைகொள்வோன்.
Assign'er, *s.* ஒப்படைசெய்வோன், ஒப்படைகாரன்.
Assign'ment, *s.* குறிப்பு, சாட்டு, நியமம், ஒப்படை, ஒப்படைப்பத்திரம்.
Assim'ilate, *v. t.* ஒப்பாக்கு, சமானி, நிகராக்கு.
Assim'ila'tion, *s.* ஒப்பு, சமானம்; of food, பரிணமம், விபாகம்.
Assim'ilative, *a.* ஒப்பாக்குந் திறமுள்ள, சமானப்படுத்தும்.
Assist', *v. t.* உதவசெய், உபகரி, துணைநில்.
Assist'ance, *s.* உதவி, துணை, சகாயம், உபயோகம், உபரால்.
Assist'ant, *s.* துணைவன், சகாயன், உதவிக்காரன், உபயோகி.
Assize', *s.* நியாயசங்கம், கிரய நிபந்தனை, அளவு.
Assize, *v. t.* வகையறு, கிரயத்திட்டம் பண்ணு.
Asso'ciate, *s.* கூட்டாளி, தோழன்.
Asso'ciate, *v. t.* கூட்டு, சேர்.
Asso'ciate, *v. i.* கூடு, கொண்டாட்டம் பண்ணு, சேர், இணங்கு.
Asso'cia'tion, *s.* கூட்டம், சங்கம், ஒன்றிப்பு, தொடர்பு, சம்யோகம், தோழமை, இணக்கம்; of ideas, புணர்ப்பு.
Assort', *v. t.* அடுக்கடுக்காய்வை, வகு, வகைப்படுத்து, தரம்பிரித்துவை.
Assort'ment, *s.* வகை, விதம், தரம், தரவழி.
Assuage', *v. t.* தணி, ஆற்று, சாந்தப்படுத்து.
Assuage'ment, *s.* தணிப்பு, சாந்தப்படுத்தல், ஆற்றுகை.
Assua'sive, *a.* ஆற்றும், தணிக்கும், சாந்தப்படுத்தும்.
Ass'uetude, *s.* பழக்கம், வழக்கம், அப்பியாசம்.
Assume', *v. t.* எடு, சம்பாவி, கற்பி, துணி; to assume airs, கோப்புக்காட்ட, கோலங்காட்ட.
Assum'ing, *p. a.* எடுப்பான, நிமிர்ச்சியான, தன்மேப்பான; he is too assuming, அவன் மெத்த அகங்காரி.
Assump'tion, *s.* எடுப்பு, கையேற்பு, சங்கற்பம், கொள்கை, துணிவு; in logic, சுயம்பிதகையாயிக உத்தரசாதனம்.
Assump'tive, *a.* எடுக்கப்படும், கொள்ளப்படும்.
Assur'ance, *s.* நிச்சயம், உறுதி, துணிவு; as impudence, அஞ்சாமை.
Assure, *v. t.* உறுதிசொல், நிச்சயி; assure yourself, நிசமென்றுநம்பு.
Assur'edly, *ad.* ஐயமின்றி, நிச்சயமாய்.
As'terisk, *s.* நட்சத்திரக்குறி.
As'terism, *s.* நட்சத்திரகணம்.
Astern', *ad.* பின்னணியத்தில், அபரத்தில்; to drop astern, தோணிபிந்த.
As'teroid, *s.* சிறுகிரகம்.
Asthenic, *a.* பலவீன, பலக்ஷய.
Asthenol'ogy, *s.* பலக்ஷயவாகடம்.
Asth'ma (*ast'ma*), *s.* ஈளை, மந்தகாசரோகம், சுவாசகாசம்.

Asthmat'ic, *a.* ஈளையுள்ள.
Aston'ish, *v. t.* திகைப்பி, பிரமிப்பி, அதிசயிப்பி.
Aston'ishment, *s.* ஆச்சரியம், பிரமிப்பு, சமற்காரம்.
Aston'ishing, *p. a.* ஆச்சரியமான, பிரமிப்பிக்கிற.
Astound', *v. t.* திகைப்பி, பிரமிப்பி, கலக்கு.
As'tral, *a.* நட்சத்திர, நட்சத்திரத்துக்கடுத்த; lamp, ஒருவிதக் கண்ணாடிவிளக்கு.
Astray', *ad.* வழிதப்பி, வழிமாறி, தப்பி; to go astray, வழிதப்பிப்போக; to lead astray, தப்புவழியாய் அழைத்துப்போக.
Astrict', *v. t.* பந்தி, இறுக்கு, இறுகக்கட்டு.
Astric'tive, *a.* இறுக்கும், பந்திக்கும்.
Astride', *ad.* கால்விரிய இடந்து.
Astringe', *v. t.* கட்டு, இறுக்கு.
Astrin'gency, *s.* கயர்ப்பு, துவர்ப்பு.
Astrin'gent, *s.* கயர்மருந்து, துவர்மருந்து.
Astrin'gent, *a.* கயர்ப்புள்ள, துவர்ப்பான; to be, துவர்க்க.
Astrol'oger, *s.* சோதிடன். ஜோசியன், கணிதன்.
Astrol'ogy, *s.* சோதிசாஸ்திரம், சோதிடம்.
Astron'omer, *s.* சோதிடன், வானசாஸ்திரி, கணிதன்.
Astronom'ical, *a.* ககோளசாஸ்திர.
Astron'omy, *s.* வானசாஸ்திரம், எண்ணல், ககோளசாஸ்திரம்.
Astute', *a.* கூரிய, தீக்ஷண, விவேக, நுண்ணிய.
Asun'der, *ad.* அர, விட்டு, பிரிந்து; to cut asunder, அறவெட்ட; to fall asunder, அறுந்துவிழ, தெறிக்க.
Asy'lum, *s.* புகலிடம், சரணம், தஞ்சம், அடைக்கல ஸ்தானம்.
At, *prep.* இல், இடத்தில், அண்டை, ஆக, அடியில், கு; at most, உத்தமபட்சம், மிஞ்சினால்; at least, அதமபட்சம், ஆவது; to be at an end, ஒழிய; at sight, கண்டமாத்திரத்தில், at large, கட்டாயமின்றி; at once, ஒருமிக்க; at his bidding, அவர் கட்டளைப்படி; the dog barks at him, நாய் அவனைப் பார்த்துக குலைக்கிறது; the cow ran at him, பசு அவனைப் பாய்ந்தது; to be at leisure, வேலையொழிந்திருக்க; at one o'clock, ஒருமணிக்கு; at last, கடைசியில்; the work is at a stand, வேலை நிறுத்தப்பட்டது; the country is at peace, ஊரிற் கலகமில்லை; I am at a loss what to do, என்னசெய்வேனோ தெரியாது; he is good at engraving, அவன் சித்திரத்தில் கைதேர்ந்தவன்; he deserves well at our hands, அவனை நாம் ஆதரிக்கத்தகும்.
A'theism, *s.* நாஸ்திகம், உலகாயிதம், நிரீச்சுரவாதம், சூனியவாதம்.
A'theist, *s.* நாஸ்திகன், நிரீச்சுரவாதி, சூனியவாதி.
Atheist'ic, *a.* நாஸ்திகவாத.
Ath'ene'um, *s.* சாதாரண வித்யாபிவிர்த்திஸ்தானம், புஸ்தகசாலை.
Athirst', *ad.* தாகமாய், தவிப்பாய்.
Ath'lete, *s.* மல்லன், மறகட்டுவோன்.
Athlet'ic, *a.* சத்துவமுள்ள, மல்லயுத்தத்திற்குரிய.
Athwart', *ad.* குறுக்கே, தப்பாய்.
Athwart', *prep.* ஊடே, குறுக்கே, உருவ.
Atilt', *ad.* சிலம்பத்தன்மையாய், ஒரு சரிவாய்.
At'las, *s.* தேசப்படப்புஸ்தகம்.
At'mosphere, *s.* வாயு, அனிலம்.
Atmospher'ic, *a.* வாயுவிற்குரிய.
At'om, *s.* அணுநுட்பம், பரமாணு, சூக்குமம்.
At'omism, *s.* அணுச்சாஸ்திரம்.
At'omist, *s.* அணுக்கியானி.
Atone', *v.* பிராயச்சித்தம்பண்ணு, ஈடுசெலுத்து, இணக்கு.
Atone'ment, *s.* பிராயச்சித்தம், பாபநிவிர்த்தி.
Atop', *ad.* மேலே, தலைப்பில், உச்சத்தில்.
Atro'cious, *a.* கடிய, கொடிய; deed, கொடிய செய்கை; sinner, கொடும்பாவி, படுபாவி; wickedness, படுபாவம், கடூரிமை.
Atroc'ity, *s.* கடுமை, கொடுமை.
At'rophy, *s.* கயம், கயரோகம்.
Attach', *v. t.* அடு, அணை, பற்று, ஒட்டு, சேர்; as arrest by authority, ஜப்திபண்ணு, மறியற்படுத்து.
Attach'ment, *s.* அன்பு, ஆசை, சேர்மானம், சாபு, பற்று; warrant of, ஜப்திசெய்யும் அதிகாரபத்திரம்.
Attack', *s.* மேல்விழுதல், எதிர்ப்பு, தாக்கு, சருவுகை.
Attack', *v. t.* தாக்கு, மேல்விழு, நெருக்கு, சாடு.
Attain', *v. t.* அடை, பெறு, சேர்; puberty, ஆட்படு, விரகரி, பக்குவப்படு, புத்தியறி.
Attain, *v. i.* (to) அடை, சேர்.
Attain'able, *a.* அடையத்தக்க, பெறத்தக்க.
Attain'der, *s.* உரிமைநீக்குந்தீர்ப்பு.

Attain'ment, *s.* பேறு, சமர்த்து, சித்தி, கல்வித்திறம்; a man of great attainments, சதுரன்.
Attaint', *v. t.* கறைப்படுத்து, குற்றப்படுத்து, பாழாக்கு.
Attem'per, *v. t.* பதப்படுத்து, மிருதுவாக்கு, பெலன்குறை, தணி.
Attempt', *s.* முயற்சி, துணிவு, எத்தனம்; he made an attempt on her chastity, அவளைக் கற்பழிக்கப்பார்த்தான்.
Attempt', *v. t.* துணி, பிரயத்தனி, முயல்; to attempt upon one's life, ஒருவன் பிராணனுக்குச் சதிபண்ண.
Attend', *v. t.* கூடப்போ, குற்றேவல்செய், சொற்கேள்; to attend as a doctor, வைத்தியம்பார்க்க.
Attend', *v. i.* அவதானி, செவிகொடு, சேர்ந்திரு; upon, ஏவல்செய்.
Attend'ance, *s.* கூடப்போகை, பணிவிடை, பரிசனம், உதவி, போனவர்கள் தொகை.
Attend'ant, *s.* கையாள், ஏவற்காரன், பரிசாரி.
Attend'ant, *a.* அணையான, உபயோக, சேர்ந்த, கூடவருகிற.
Atten'tion, *s.* கருத்து, அவதானம், சிந்தனை; as an act of civility, உபசாரம்; fixed, உற்றசிந்தனை.
Atten'tive, *a.* கருத்துள்ள, நினைப்புள்ள.
Atten'uate, *v. t.* நொய்தாக்கு, நுண்ணிதாக்கு.
Atten'uate, *a.* மெலிந்த, நொய்ய.
Attenua'tion, *s.* நொய்தாக்கல், மென்மையாக்குகை.
Attest', *s.* சாட்சி.
Attest', *v. t.* சாட்சிசொல், சாட்சிக் கையொப்பமிடு.
Attesta'tion, *s.* சாட்சி, உறுதிச்சொல்.
Attest'or, *s.* சாட்சிக்காரன், உறுதிசொல்வோன்.
At'tic, *s.* உபரிமாடம்.
At'tic, *a.* அலங்கிருத, சிறந்த, விசித்திரமான.
Attire, *s.* அணி, வஸ்திரபூஷணம், உடை.
Attire, *v. t.* அணி, அலங்கரி, உடு, உடுத்து.
At'titude, *s.* கோலம், நிலை, அங்கஸ்திதி, அபிநயம்.
Attor'ney, *s.* நியாயதுரந்தரன், பிரதிகாரகன்; a power of, அதிகாரபத்திரம், முக்தியார்நாமா.
Attract', *v. t.* இழு, ஈர், வாங்கு, வலி, கருஷி.
Attrac'tion, *s.* இழுப்பு, கவர்ச்சி ஆகருஷணம், கருஷணம்; capillary, தர்துககருஷணம்; chemical, பௌதிக கருஷணம்; electrical, ஆம்பரிய கருஷணம்; magnetic, காந்தகருஷணம்; of cohesion, பிண்டீகரகருஷணம்; of gravitation, கருமகருஷணம்; personal, சௌந்தரியம்.
Attrac'tive, *a.* கருஷண, இழுக்கத்தக்க, பிரியப்படுத்துகிற, மனோகரமான; speech, மதுரவசனம், மாதுரியம், நயச்சொல்.
Attrib'utable, *a.* சாட்டப்படத்தக்க.
At'tribute, *s.* பண்பு, குணம், இலட்சணம், பயனிலை.
Attrib'ute, *v. t.* ஏதுக்குறி, சாட்டு, சுமத்து, செலுத்து.
Attribu'tion, *s.* ஏற்றுகை, சாட்டுகை.
Attrib'utive, *s.* பயனிலை.
Attri'tion, *s.* உரைப்பு, தேய்ப்பு two sticks for kindling fire by, தீக்கடைகோல்.
Attune', *v. t.* இசை திருத்து, சுதிகூட்டு, கானமூட்டு.
Au'burn, *a.* கருஞ்சிவப்பான.
Auc'tion, *s.* ஏலம், கூறிவிற்கை.
Auc'tioneer', *s.* ஏலம் நடத்துவோன்.
Auda'cious, *a.* துணிவுள்ள, கர்வமுள்ள.
Audac'ity, *s.* செருக்கு, துணிவு, அகங்காரம், இடும்பு.
Au'dible, *a.* கேட்கத்தக்க, தெளிவான; voice, கேட்கத்தக்ககுரல், உரத்தசத்தம்.
Au'dience, *s.* சபை, அரங்கம், செவிகொடுத்தல், கேட்போர்.
Au'dience-chamber, *s.* கொலுமண்டபம், சபாமண்டபம், ஆஸ்தானமண்டபம்.
Au'dit, *s.* கணக்குப் பரிசோதனை, கணக்குமுடிப்பு.
Au'dit, *v. t.* கணக்குப் பரிசோதி.
Au'ditor, *s.* கணக்குச் சோதிக்கிறவன்; கேட்போன்.
Au'ditory, *s.* பிரசங்கம் கேட்போர், கேட்கிறவர்கள், பிரசங்கசாலை.
Au'ditory, *a.* கேள்விக்கடுத்த, சிரவண; nerve, சிரவணநரம்பு.
Au'ger, *s.* துறப்பணம், தமருசி; turned by a wheel, வீசுதமர்.
Aught, *s.* ஏதாவது, யாதொன்று; for aught I know, எனக்குத் தெரிந்தமட்டும்.
Aug'ment, *s.* விர்த்தி, வளர்ச்சி; in *gram.* தோன்றல்விகாரம்.
Augment', *v. t.* அதிகப்படுத்து, அதிகமாக்கு, கூட்டு, விர்த்தியாக்கு.
Augmentation, *s.* அதிகமாதல், கதிப்பு, தொடர்ச்சி; of letters, தோன்றல்.

Augment'ative, *a.* விர்த்தியாக்குகிற, பெருக்குகிற, அதிகப்படுத்தும்.

Au'gur, *s.* சகுனசாஸ்திரி, சகுனி, நிமித்திகன், நிமித்தம்பார்ப்போன்.

Au'gur, *v. t.* முன்னறிவி.

Au'gur, *v. i.* உத்தேசி, சகுனஞ்சொல், நிமித்தம்பார்.

Au'gury, *s.* சகுனம், முற்குறி, நிமித்தசாஸ்திரம், சகுனசாஸ்திரம்.

Au'gust, *s.* ஆடி–ஆவணி.

August', *a.* மாட்சிமையுள்ள, மகத்துவ; display, மகத்தான காட்சி; personage, மகாத்துமா.

August'ness, *s.* சிறப்பு, மகிமை, மகத்துவம்.

Aunt, *s.* சிறியதாய், பெரியதாய், அத்தை, தாய்தந்தையர் சகோதரி.

Aure'lia, *s.* கூட்டுப்புழு, புழுக்கூடு.

Au'ricle, *s.* செவி, காது, சிரவம்; of the heart, இரத்தாசயப்பை.

Auric'ular, *a.* செவிக்கடுத்த; அந்தரங்க; confession, பாவ சங்கீர்த்தனம், பாவ வறிக்கை

Aurif'erous, *a.* பொன்விளையும்.

Aur'ist, *s.* செவிரோகவைத்தியன்.

Auro'ra, *s.* அருணோதயம், வைகறை, விடியல்.

Auro'ra Borea'lis, *s.* உத்தர சக்கரத்து விண்ணொளி.

Aus'pice, *s.* நிமித்தம், சகுனம், பட்சிசாஸ்திரம்.

Aus'pices, *s.* (*pl.*) பரிபாலனம், தாபரிப்பு, ஆதரவு.

Auspi'cious, *a.* மங்கல, சுப, சோபன, அநுகூல; day, சுபதினம்; event, சுபகாரியம்; hour, முகூர்த்தம்; language, மங்கலச்சொல், சுபவசனம்.

Auspi'ciousness, *s.* சுபம், சோபனம், மங்களம், சௌபாக்கியம்.

Auste're, *a.* கடின, கண்டிதமுள்ள, வெட்டெனவான; countenance, கடுகடுத்த முகம்; manners, வெடுவெடுப்பு, கடுமை; look, கருடப்பார்வை.

Austere'ness, } *s.* கடுமை, கண்டிதம்,
Auster'ity, } வெட்டெனவு; religious, துறவறம், தவம், தவசு.

Aus'tral, *a.* தட்சண, தென்றிசைக்குரிய.

Authen'tic, *a.* நிச, நிச்சய, சத்திய, உள்ள, மெய்யான.

Authen'ticate, *v. t.* உறுதிப்படுத்து, நிசப்படுத்து.

Authentic'ity, *s.* உண்மை, நிச்சயம், மெய்மை

Au'thor, *s* உண்டாக்கினவன், கர்த்தா, செய்தவன்; of a book, ஆசிரியன், நூலாசிரியன், கிரந்தகர்த்தா, ஆக்கியோன்; of a commentary, உரையாசிரியன், உரைகாரன், வியாக்கியானி.

Au'thoress, *s.* கிரந்தகர்த்தினி.

Author'itative, *a.* உத்தண்ட அதிகாரமுடைய; airs, எடுப்பு, நிமிர்ச்சி.

Author'ity, *s.* அதிகாரம், பிரமாணம், உத்தரவு, மேற்கோள், ஆட்சி.

Au'thorize, *v. t.* அதிகாரங்கொடு, உத்தரவுகொடு.

Au'thorized, *p. a.* அதிகாரம்பெற்ற, நியதியான, சமுத்திரையான; measure, சமுத்திரையானபடி.

Autobiog'raphy, *s.* தற்சரித்திரம்.

Autoc'racy, *s.* சுயாதிபத்தியம், தன்னரசாட்சி.

Au'tocrat, *s.* ஏகாதிபதி, சுயாதிபதி.

Au'tograph, } *s.* சுயலிகிதம், மூலப்பிரதி.
Autog'raphy, }

Autom'aton, *s.* தானேியங்குமெந்திரம், தற்சலனி.

Au'topsy, *s.* தன்கண்ணுற் காணல், தற்பார்வை, கண்கண்ட சாட்சி.

Au'tumn, *s.* (au'tum) கனிக்காலம், இலையுதிர்காலம்.

Autum'nal, *a.* இலையுதிர்பருவத்திற்குரிய.

Auxil'iary, *s.* துணை, உதவி, ஒத்தாசை, சகாயம்.

Auxil'iary, *a.* உப, உதவியான; verb, துணைவினை, உபவினை; troops, துணைப்படை; society, உபசங்கம்.

Avail', *v. t.* பிரயோசனம்பண்ணு, உதவு; what avails it, அதனாற் பயன் என்ன; avail yourself of it, அதை உனக்குப் பயன் படுத்திக்கொள்.

Avail', *v. i.* உபயோகப்படு, பிரயோசனப்படு, கூடு, ஆகு, உதவு.

Avail'able, *a.* காரியத்துக்குத்தக்க, கூடிய, பிரயோசனகரமான.

Avails', *s.* (*pl.*) பிரயோசனங்கள், இலாபங்கள், ஊதியங்கள்.

Av'alanche, *s.* மலைவீழ்மிமம், பனிக்கட்டி.

Avarice, *s.* அர்த்தாபேக்ஷை, பொருளாசை, சிக்கெனவு, அதிலோபம்.

Avari'cious, *a.* அவாவுள்ள, பணத்தவாவுள்ள; person, சிக்கெனவுகாரன், பொருளாசைக்காரன், லுத்தன், லோபி.

Avari'ciousness, *s.* பொருளாசை, லோபகுணம்.

Avast', *int.* நிறுத்து, விடு, பொறு.
Avatar', *s.* அவதாரம்.
Avaunt', *int.* அகல், அப்புறம், தூரப்போ.
Avenge', *v. t.* பழிவாங்கு, பகைசாதி, சிக்ஷி.
Aveng'er, *s.* பழிவாங்கி, சலஞ்சாதிப்போன்.
Av'enue, *s.* வாசல், வாயில், வழி; of trees, இருபுறமும் மரம் நிரைத்தவீதி.
Aver', *v. t.* நிச்சயித்துரை, உறுதிசொல், கட்டுரை.
Av'erage, *s.* ஏகச்சகடு, சராசரி, நடுத்தரம், சராசரிவிகிதம்.
Av'erage, *v. t.* மத்திபவிகிதமாக்கு.
Av'erage, *a.* சராசரியான, மத்தியவிகித; price, சராசரிவிலை.
Averse', *a.* வெறுப்பான, பிரீதியற்ற.
Averse'ness, Aver'sion, } *s.* அரோசிகம், வெறுப்பு, உவப்பின்மை.
Avert', *v. t.* தடு, நீக்கு, மாற்று, தவிர், திருப்பு.
A'viary, *s.* குருவிக்கூடு, பட்சிகளைவைத்து வளர்க்கும் வீடு, பஞ்சரம், குரம்பை.
Avid'ity, *s.* அவா, ஆவல், தகா, பேராசை.
Avoca'tion, *s.* அலுவல், காரியம், தொழில், வேலை.
Avoid', *v. t.* விலக்கு, நீக்கு, ஒழி.
Avoid', *v. i.* நீங்கு, விலகு; to avoid by stool, வயிறுகழிய, மலவிசர்ச்சனமாக.
Avoid'able, *a.* விலக்கத்தக்க, விடத்தக்க.
Avoid'ance, *s.* ஒழிவு, தவிர்தல், தவிர்ப்பு.
Avoirdupois', *s.* பதினாறு ஒன்ஸ் இருத்தல் நிறையளவை.
Avouch', *v. t.* உறுதியாய்ச்சொல், திட்டமாய்ச்சொல், ஆதரித்துரை.
Avow', *v. t.* அறிக்கையிடு, உறுதியாய்ச்சொல்.
Avow'al, *s.* அறிக்கை, உறுதிச்சொல்.
Avow'edly, *ad.* பிரசித்தமாய், வெளிப்படையாய், பகிரங்கமாய்.
Avul'sion, *s.* கிழிப்பு, கிழிவு, பீறல்.
Await', *v. t.* காத்திரு, பார்த்திரு, பதிவிரு.
Awake, Awa'ken, } *v. t.* அருட்டு, எழுப்பு, தூண்டு; to awaken attention, நினைப்பூட்ட.
Awake', *v. i.* நித்திரைதெளி, எழுந்திரு, விழி.
Awake', *a.* சாக்கிரதையான, விழிப்பான.
Award', *s.* தீர்ப்பு, தீர்மானம், நீதித்தீர்ப்பு.
Award', *v. t.* தீர், தீர்மானி.
Award'er, *s.* தீர்க்கிறவன், நடுவன், தர்மகர்த்தன்.
Aware', *a.* சாவதானமுள்ள, எச்சரிப்புள்ள, அறிந்த; to be aware of, அறிந்திருக்க, தெரிந்திருக்க.
Away', *ad.* எட்ட, நீங்க, விலகி, தூர, வெளியே; away with you, போ; to go away, அகல, போய்த்தொலைய.
Awe, *s.* அச்சம், ஏக்கம், பயம், விம்மிதம்.
Awe, *v. t.* அச்சுறுத்து, பயப்படுத்து.
Aw'ful, *a.* அஞ்சத்தக்க, பயங்கரமான, விம்மித, கெடிக்கத்தக்க.
Aw'fulness, *s.* அச்சம், பயம், திகில், கெடி.
Awhile', *ad.* கொஞ்சநேரம், சற்றுநேரம், சிலகாலம்.
Awk'ward, *a.* அந்தக்கேடான, கொச்சைத்தனமான, திருத்தமில்லாத, அவலட்சண temper, குணக்கேடு.
Awk'wardness, *s.* அந்தக்கேடு, அவலக்ஷணம், சீர்ப்பிழை, மூடத்துவம்.
Awl, *s.* செருப்பூசி, சருமானூசி.
Awn, *s.* தானியத்தின்கூர், தானியத்தின் முனை; of rice, நெல்வால்.
Awn'ing, *s.* கூடாரம், மேற்கட்டி, விதானம்.
Awry' (a-ri'), *ad.* ஒருசரிவாய், வாக்குக்கண்பார்வையாய்.
Axe, *s.* கோடரி, மழு, குடாரம்.
Ax'il, *s.* கமக்கட்டு, கக்கம், அக்கிள், கைக்குழி.
Ax'iom, *s.* நியாயாதாரம், சுயப்பிரமாணம், தத்துவம், பிரதமசத்தியம், மூலசூத்திரம்.
Axi's, *s.* கோளத்தின்மையம், உருவாணி, நாராசம், மேரு; ascending, உன்மேரு, descending, அதமேரு.
Ax'le, Ax'le-tree, } *s.* அச்சு, அச்சுமரம், இருசு, இரும்புக்கம்பி.
Ay, Aye, } *ad.* ஆம், ஆமாம்.
A'yah, *s.* தாதி, செவிலித்தாய், கைத்தாய்.
Az'imuth, *s.* (verticle circle) பேதுமமண்டலம், அக்கிரகோடி.
Az'ote, *s.* உப்புவாயு, தர்க்கியகரம், நச்சவாயு.
A'zure, *a.* நீல, நீலவர்ண.
Az'ymous, *a.* புளியாத, புளிப்பில்லாத.

B.

Baa, *s.* ஆட்டமூஞ்சத்தம்.
Ba'al, *s.* சூரியவிக்கிரகம்.
Bab'ble, *s.* அலப்பு, பசபசப்பு, பிதற்றல்.
Bab'ble, *v. t.* அலப்பு, கதைசொல்லு, பிதற்று; to babble secrets, அந்தரங்கத்தை வெளியிட.
Bab'ble, *v. i.* மழலைபேசு, அலப்பு, உளறு சத்து.

Bab'bler, *s.* அலப்பன், அலப்புவாயன், கதைகாரன், பிதற்றுவோன்.
Babe, Ba'by, *s.* குழந்தை, பாலன், சவலே.
Ba'bel, *s.* தாறுமாறு, குழப்பம்.
Bab'ery, *s.* விளையாட்டுடைமை.
Bab'ish, *a.* குழந்தைமையான, சவலேப்புத்தியுள்ள.
Bab'oo, *s.* துரை, பிரபு.
Baboon', *s.* பெருங்குரங்கு, வானரம்.
Bac'chanal, *s.* குடிகாரன், வெறியன், களியன்.
Bacchana'lian, *a.* குடிவெறிக்குரிய; dancing, வெறியாடல், களியாட்டு.
Bac'chanals, *s.* களியாட்டுக்கூட்டம்.
Bach'elor, *a.* விவாகஞ்செய்யாதவன், பிரமசாரி; of arts, ஆரம்பவித்தியாபட்டம் பெற்றோன்.
Bach'elorship, *s.* பிரம்சரியம்.
Back, *s.* முதுகு, பின்புறம், புறம், பிருட்டம்; of the hand, புறங்கை; to lean against, சாய்மானம், முதுகுதாங்கி; to turn the back, புறங்காட்ட, கைவிட; to fall on one's back, மல்லாக்கவிழ.
Back, *v. t.* முதுகிலேறு, ஆதரி, துணைசெய், பின்னுக்குத்தள்ளு; to back a horse, குதிரையேற, குதிரையைப் பின்னுக்குத் தள்ள.
Back, *v. i.* பின்வாங்கு, பின்னிடு; to back out of an engagement, வாக்குப்படி செய்யாமல் நழுவ.
Back, *ad.* பின், திரும்ப; to give, பின்னிட்டுப்போக; to draw, பின்வாங்க.
Back'bite, *v. t.* புறங்கூறு, புறணிபேசு.
Back'biting, *s.* பழிதூற்றல், நிபச்சொல்.
Back'bone, *s.* முதுகெலும்பு, முள்ளந்தண்டு, கசேருபம்.
Back'-clewline, *s.* தாமான், தாமான்கயிறு.
Back'door, *s.* பின்கதவு, புறக்கதவு, புழைக்கடைக்கதவு.
Back'friend, *s.* உட்சத்துரு, உள்ளாடு, சத்துரு, கள்ளச்சினேகன்.
Backgam'mon, *s.* வட்டாடல், பாச்சிகை.
Back'ground, *s.* புழைக்கடை, ஒதுக்கு, மறைவிடம்.
Back'side, *s.* பின்புறம், பின்பக்கம், சகனம்.
Back'slide, *v. i.* திரும்பு, ஒழுக்கந்தவறு, பின்வாங்கு.
Back'stays, *s.* துனிப்பாய்மரக் கயிறுகள்.
Back'ward, *a.* கருத்தில்லாத, மந்த, சோம்பான; person, பதுங்கி, சோம்பன்.
Back'wardness, *s.* கூச்சம், மந்தகுணம், தாமதம்.
Back'wards, *ad.* பின்னும், பின்னேக்காய்.
Back'yard, *s.* வீட்டின் பின்புறம்.
Ba'con, (Ba'kn), *s.* பன்றியிறைச்சி வற்றல்.
Bad, *a.* ஆகாத, இளப்பமான, கெட்ட, பழுதான; coin, செல்லாக்காசு; sign, துர்ச்சகுணம், கெடுகுறி; symptom, அசாத்தியகுணம்.
Badge, *s.* அடையாளம், குறி, முத்திரை, சாசனம், விருது.
Bad'ger, *s.* ஒரு மிருகம், தகசு.
Bad'ly, *ad.* கேடாய், பழுதாய்.
Bad'ness, *s.* பழுது, கேடு, பொல்லாங்கு, தீமை, ஈனம்.
Baf'fle, *v. i.* தடு, தவிர், விலக்கு, வீணாக்கு.
Baf'fler, *s.* தந்திரி, தடைசெய்வோன்.
Bag, *s.* பை, சாக்கு, கோணி, சோளிகை, உமல்.
Bag, *v. t.* பையிலேபோடு.
Bag'atelle, *s.* அற்பகாரியம்; ஓர் விளையாட்டு.
Bag'gage, *s.* பயணச்சாமான், கெட்ட ஸ்திரீ.
Bagn'io, (bān'yo), ஸ்நானவீடு, வேசிவீடு.
Bag'pipe, *s.* ஒருவித ஊதுகுழல், ஒத்து.
Bail, *s.* உத்தரவாதம், பிணை, ஜாமீன்; personal, நபர்ஜாமீன், ஆட்பிணை.
Bail, *v. t.* பிணைநின்று விடுவி.
Bail'bond, *s.* ஜாமீன்பத்திரம்.
Bail'ee, *s.* பிணையேற்பேன், ஜாமீன் ஏற்போன்.
Bail'iff, *s.* கட்டளைக்காரன், முத்திரைபெற்ற சேவகன்.
Bail'ment, *s.* நம்பிச் சாமானெட்டடைத்தல்.
Bail'or, *s.* உடைமை ஒப்பித்தவன், பிணைகொடுப்பவன்.
Bairn, *s.* பிள்ளை.
Bait, *s.* இரை, உணவு, வசியம், மயக்கு, வழியுணவு.
Bait, *v. t.* இரைபோடு, இரைகுத்து, தொல்லைப்படுத்து, வழியிற்பசியாற்று.
Baize, *s.* பருக்கன், கம்பளம்.
Bake, *v. t.* சுடு, பொரி, வறட்டு; pots, bricks, tiles, &c., சூளையிற்சுடு.
Bake, *v. i.* சுடு, காய், வறள்.
Bak'er, *s.* ரொட்டிக்காரன், அப்பக்காரன்.
Bakehouse, *s.* அப்பஞ்சுடுகிறவீடு, அப்பக்கடை.
Bak'ery, *s.* அபூபசாலை, ரொட்டிசுடுமிடம்.
Bal'ance, *s.* சமம், நிதானம், நிலுவை, பாக்கி; in hand, இருப்பு, கையிருப்பு; as a pair of scales, தராசு, துலாப்படி; of the mind, மன ஒப்புரவு, மன நிதானம்; of trade, சமவியாபாரம்.

Bal'ance, *v. t.* சமப்படுத்து, தூக்கிப்பார்; to balance accounts, கணக்குப்பூட்ட.
Bal'ance, *v. i.* சமமா, தளம்பு.
Bal'ance-pan, *s.* தராசுத்தட்டு.
Bal'cony, *s.* மெத்தைவீட்டு முகப்பு, அளிந்தம், சாளரச்சாய்ப்பு.
Bald, *a.* மொட்டையான, மூண்டித.
Bal'derdash, *s.* பிதற்று, அலப்பு.
Bald-head, *s.* மொட்டைத்தலை, மொட்டந்தலை, வெண்டலை.
Bald'ness, *s.* மொட்டை, முண்டிதம்.
Bald'pate, *s.* See Bald-head.
Bale, *s.* கட்டு, மூட்டை, சிப்பம்.
Bale, *v. t.* சிப்பமாக்கு, கட்டு; as lave out water, இறைத்துவிடு.
Baleful, *a.* கெடுதியான, நாசத்திற்கேதுவான, பாழாக்குகிற; influence, கெடுக்குந்தன்மை, நாசகுணம்.
Balk, *s.* உழவுசாலினிடைப்பிட்டி, உத்திரம், இடையூறு.
Balk, *v. t.* இரண்டகஞ்செய், நம்பிக்கைத்துரோகஞ்செய், ஏமாற்று, தவிர்; he was balked in his attempt, அவன் எண்ணத்திற் கிடையூறு நேர்ந்தது.
Ball, *s.* உண்டை, பந்து, குண்டு, நாட்டியம், விருந்து; of the hand, உள்ளங்கை; of the foot, உள்ளங்கால், பாதமூலம்; of the eye, அட்சகோளம்.
Bal'lad, *s.* ஒருவிதப்பாட்டு.
Bal'last, *s.* அடிப்பாரம், ஞாலம், ஞானம்.
Bal'last, *v. t.* அடிப்பாரமிடு, ஞாலமேற்று.
Balloon', *s.* வாயுக்கூண்டு, ஆகாயவிமானம்.
Bal'lot, *s.* சீட்டு, திருவுளச் சீட்டு.
Bal'lot, *v. i.* சீட்டுப்போட்டுத்தெரி.
Ball'room, *s.* நடனசாலை, அரங்கம், விருந்துச்சாலை.
Balm, *s.* பரிமளதைலம், ஔஷதம்; an odoriferous plant, கஞ்சாங்கோரை.
Balm'y, *a.* வாசனையுள்ள, ஆற்றுந்தன்மையுள்ள.
Bal'sam, *s.* தைலம், மரப்பிசின், ஜலேபம்.
Bal'uster, *s.* சிறுதூண், குறுந்தறி.
Bal'ustrade, *s.* சிறுதூண்பந்தி, அளிநிரை.
Bamboo', *s.* மூங்கில், கழை.
Bamboo'zle, *v. t.* ஏய், மோசஞ்செய்.
Ban, *s.* சாபம், அபராதம்; as public notice, பிரசித்தம்.
Band, *s.* கட்டு, பிணி, சக்கரப்புறக்கட்டிரும்பு; as union of connexion, சம்பந்தம்; as a company of persons, கூட்டம்.
Ban'dage, *s.* கட்டு, பந்தம்; of a wound, காயக்கட்டு, கவணம்.
Bandan'a, *s.* பட்டுச்சதுக்கம், பட்டுக்குட்டை.
Band'box, *s.* ஒருவகைப்பெட்டி.
Band'icoot, *s.* பெருச்சாளி, மூஷிகம்.
Ban'dit, (*pl.* bandit'ti,) *s.* பிரமாணங்கடந்தவன், கொள்ளைக்காரன்.
Ban'dy, *s.* கிட்டி, பந்தடிக்குங்கருவி, பண்டி.
Ban'dy, *v. t.* பந்தடி, உந்து.
Ban'dy, *a.* கோணலான.
Ban'dy-leg, *s.* கோணற்கால், கப்புக்கால்.
Bane, *s.* நஞ்சு, விஷம், நாசம்.
Baneful, *a.* நஞ்சுத்தன்மையுள்ள, அழிவுக்கேதுவான; practice, நாசமுறுஞ்செயல்.
Bang, *s.* இடி, தாக்கு, குத்து; as an intoxicating drug, வெறிதருமருந்து.
Bang, *v. t.* அடி, இடி, மோது, தாக்கு.
Ban'gles, *s.* காப்பு, கடகம், சதங்கை.
Ban'gy, *s.* காத்தடி, காத்தண்டு.
Ban'ian, *s.* ஆல், ஆலமரம்.
Ban'ish, *v. t.* துரத்து, அகற்று, புறத்தேசத்திற்ககற்று.
Ban'ishment, *s.* சுதேசத்தினின் றகற்றுகை; as exile, புறத்தேசவாசம்.
Bank, *s.* கரை, சேது, அணை, களம், திட்டு, நாணயசாலை.
Bank, *v. t.* அணைபோடு, கரைகட்டு; to bank out the sea, கடலுக்கணைபோட.
Bank'er, *s.* நாணயசாலைக்காரன், சாவகாரி.
Bank'ing, *s.* நாணயவர்த்தகம்.
Bank'rupt, *s.* கடனிறுக்க வகையில்லாதவன்.
Bank'ruptcy, *s.* கடனிறுக்க திருவாகமின்மை.
Ban'ner, *s.* துகிற்கொடி, விருதுக்கொடி, பதாகை.
Ban'quet, *s.* விருந்து, உண்டாட்டு.
Bans, / Banns, } *s.* விவாகவறிக்கை, ஓலைகூறுதல்.
Ban'ter, *s.* சரசம், பரிகாசம், எள்ளனம், பகடி, சரசலீலை.
Ban'ter, *v. t.* கோட்டிசெய், சரசம்பண்ணு, கோட்டாலைபண்ணு.
Bant'ling, *s.* குழந்தை, சிறுபிள்ளை.
Bap'tism, *s.* ஞானஸ்நானம், நீராட்டு, மஞ்சனம்.
Baptis'mal, *a.* ஞானஸ்நானத்துக்குரிய; service, ஞானஸ்நான முறைமை; sponsors, ஞானத் தாய்தந்தையர்.
Bap'tist, *s.* ஸ்நானிகன்.
Bap'tistry, *s.* ஞானஸ்நானத்தொட்டி.
Baptize', *v. t.* ஞானஸ்நானங்கொடு.
Bar, *s.* சலாகை, குற்றி, குறுந்தறி; as a sandbank, களம், திடர்; a tribunal

நியாயஸ்தலம்; of a door, தாழ்ப்பாள், தாழ்; of sand, ஆற்றுமுகத்திடர், களம்; as a place where criminals are tried, குற்றவிசாரணை ஸ்தானம்; in law, தடுப்பு, மறியல்.

Bar, *v. t.* தாழிடு, அடை, தடு.

Barb, *s.* சுணை, பல்லு, கரு, கொடுக்கு; of a hook, arrow, பல், கரு, தூண்டிற்கொடுக்கு, கொடுக்கு.

Barb, *v. t.* கரு வை, சுணை வை.

Barba'rian, *s.* மிலேச்சன், துஷ்டன் கண்டகன், துர்ஜனன், புல்லன்.

Barbar'ic, *a.* மிலேச்ச, பரதேச.

Bar'barism, மிலேச்சத்தனம், மூடத்தனம், கொச்சை.

Barbar'ity, *s.* கொடுமை, நிஷ்டூரம்.

Bar'barize, *v. t.* சீரழி, பாழ்படச்செய், கொச்சையாக்கு.

Bar'barous, *a.* துஷ்ட, கொடிய, கொச்சை, புல்லத்தனமான; language, கொச்சைப் பேச்சு, அசப்பியம்.

Bar'ber, *s.* அம்பட்டன், நாவிதன், ஆசிதையன்.

Bar'bican, *s.* புறக்கோட்டை, கொத்தளம்.

Bard, *s.* கவிவாணன், கவிராயன், கவிஞன், புலவன்.

Bare, *a.* நிருவாண, வெறு, தனித்த; as mere, கேவல; to make bare, உரிந்து கொள்ள.

Bare'bone, *s.* வெற்றெலும்பன்.

Bare'faced, *p. a.* வெட்கங்கெட்ட, ரோஷமற்ற, நாணமில்லாத; lie, படுபொய், புளுகு, தீர்ந்தபொய்.

Bare'foot, *ad.* வெறுங்காலாய், பாதரக்ஷையின்றி.

Bare'headed, *a.* வெறுந்தலையான, தலைமூடாத.

Bare'ly, *ad.* நிருவாணமாய், வெறுமையாய், மாத்திரம்.

Bare'ness, *s.* இன்மை, வெறுமை, நிர்வாணம், பாழ், சூனியம்.

Bar'gain, *s.* ஒப்பந்தம், உடன்படிக்கை, வியாபாரம், கொள்பொருள், விலைப்பொருள்; conditional, ஈரொட்டு; final, தீர்ந்தவிலை.

Bar'gain, *v. i.* உடன்படிக்கைபண்ணு, விலைபேசு.

Barge, *s.* சலங்கு, படகு, நீர்விளையாட்டுச் சலங்கு.

Bark, *s.* மரப்பட்டை, மரவுரி, நாய்குலைத்தல்; garment of, மரவுரியாடை.

Bark, Barque, } *s.* ஒருவிதக் கப்பல்.

Bark, *v. t.* உரி, பட்டைவெட்டு.

Bark, *v. i.* குரை, குலை, குழறு.

Bar'ley, *s.* வாற்கோதுமை, யவை.

Barm, *s.* புளித்த சாராயத்தினுரை, புளிப்பேற்று மண்டி.

Barn, *s.* களஞ்சியம், பண்டசாலை, பண்டாரம்.

Bar'nacle, *s.* மரக்கலங்களிலொட்டுஞ் சிறுசிப்பி, குதிரை மூக்கிடு குறடு.

Barom'eter, *s.* வாயுமானி, அனிலபாரகி.

Bar'on, (Fem. Bar'oness), *s.* ஒருவிதப் பட்டத்தையுடைய கனவான்.

Bar'onet, *s.* பாரன்பட்டத்திற்கு அடுத்தபட்டதாரி.

Bar'ony, *s.* பாரன்பட்டத்திற்குரிய பிரயோசனம்.

Bar'rack, *s.* போர்ச்சேவகர் வாசம், யுத்தவீரருறைவிடம்.

Bar'rel, *s.* பீப்பா, குழல், குழாய்.

Bar'ren, *a.* பாழான, பயன்படாத, மலடான; ground, ஊஷரபூமி, பாழ்நிலம், as unmeaning, dull, கருத்தில்லாத, சாரமற்ற, பயனற்ற; cow, வறட்பசு, வற்சை; tree, காயாமரம், அவகேசி; wilderness, பாலைவனம், சுரம், வறுங்கான்; woman, மலடி, வந்தி, மைமை.

Bar'renness, *s.* மலடு, பாழ், பயன்படாமை, சாரமின்மை.

Barricade', *s.* அடைப்பு, தடை, வழியடைப்பு.

Barricade', *v. t.* தடு, வழியடை.

Bar'rier, *s.* அரண், தடை, எல்லைக்குறி.

Bar'rister, *s.* நியாயவாதி, வக்கீல்.

Bar'row, *s.* கைவண்டி, தள்ளிச் செலுத்தும் வண்டி.

Bar'ter, *s.* பண்டமாற்று, வியாபாரம், செட்டு, பரிவர்த்தனம்.

Bar'ter, *v. t.* பண்டமாற்றுப்பண்ணு.

Basalt', *s.* மேகவர்ணக் கல்.

Base, *s.* அடி, அஸ்திவாரம்; as ingredient, தாரகி; in *geom.* மூர்த்தம்; of a pillar, அடிஸ்தம்பம்.

Base, *a.* கீழான, இழிவான, ஈன, நீச, கள்ள; coin, கள்ளநாணயம்; metal, சாமானிய லோகம்; the base, கீழ்மக்கள், இழிமக்கள்; note, கள்ளவுண்டி.

Baseborn, *a.* வம்பிற்பிறந்த, இழிகுலத்திற் பிறந்த.

Base'less, *s.* ஆதரவற்ற, அடியற்ற, பொறுப்பில்லாத.

Base'ment, *s.* வீட்டினடித்தளம்.

Base'ness, *s.* இழிவு, ஈனம், கீழ்மை, நீசம்.

Bash'ful, *a.* கூச்சமுள்ள, நாணமுள்ள, கோழைததனமுள்ள.

Bas'il, *s.* ஓமம்; white, கஞ்சாங்கோரை; sweet, கரந்தை; holy, துளசி; of an instrument, ஆயுதமுனைச்சாய்ப்பு.

Bas'ilisk, *s.* பறவைநாகம், குக்குடசர்ப்பம்; a kind of cannon, ஒருவிதப் பீரங்கி.

Ba'sin, *s.* கிண்ணம், கலசம், கப்பல்செய்யுந் துறை, குளம்.

Ba'sis, *s.* அஸ்திவாரம், ஆதரவு, நிலை, மூலம்.

Bask, *v. i.* குளிர்காய், வெயிலிற்கிட.

Bas'ket, *s.* கூடை, பெட்டி.

Bass, (Bās,) *s.* மந்தரம், மந்தரவிசை, கம்பீரசத்தம்.

Bassoon, *s.* நாயகசுரம், நாயகசின்னம்.

Bassrelief', *s.* கிளம்பினவேலை.

Bass'viol, *s.* மந்தயாழ், மந்தநாதயாழ்.

Bas'tard, *s.* சோரப்பிள்ளை, வேசிமகன்.

Bas'tard, *a.* வம்பான, வம்பிற்பிறந்த; gem, கரைப்போக்குக்கல், வைப்புப்பொடி.

Bas'tardize, *v. t.* வேசிப்பிள்ளையென்று ரூபி.

Bas'tardy, *s* வம்புப்பிறப்பு.

Baste, *v. t.* வார், தடியாலடி, இழையோடு, சூட்டிறைச்சியில் வெண்ணெய்வார்.

Bas'tile, *s.* பிரான்சுதேசத்தில் இருந்த காவல் வீடு.

Bastina'de, **Bastina'do**, } *s.* உள்ளங்காலை யடித்துத் தண்டிக்கை.

Bas'tion, *s.* அகப்பா, பரிகம், கொத்தளம்.

Bat, *s.* வௌவால், வாவல், துரிஞ்சில்; as a club, கிட்டி, பந்தடிக்குஞ் சாட்டை.

Batch, *s.* ஒருமுறைசுட்ட ரொட்டி, ஒரு கூட்டம்.

Bate, *v. t.* குறை, கழி, தள்ளு.

Bath, *s.* ஸ்நாநம், ஸ்நாநத்தொட்டி, ஓரளவு.

Bathe, *v. t.* குளிப்பி, குளிப்பாட்டு, நீராட்டு.

Bathe, *v. i.* குளி, நீராடு, முழுகு, ஸ்நானம் பண்ணு.

Bat'ing, *prep.* ஒழிய, தவிர.

Batoon', *s.* கோல், அதிகாரக்கோல், கட்டியக்கோல்.

Bat'ta, *s.* படிப்பணம், விடுதிச்செலவு.

Battal'ia, *s.* படைப்பௌஞ்சு.

Battal'ion, *s.* பட்டாளம், படைவகுப்பு, வாகினி.

Bat'ten, *s.* சட்டம்.

Bat'ten, *v. t.* கொழுக்கப்பண்ணு, புஷ்டியாக்கு, செழிப்பி.

Bat'ter, *v. t.* இடி, தாக்கு, தகர்த்துவிழுத்து.

Bat'tery, *s.* மின்சாரக்கருவி.

Bat'tering-ram, *s.* ஆட்டுக்கடாத்தலையெந்திரம்.

Bat'tery, *s.* இடித்தல், பீரங்கிநிரை.

Bat'tle, *s.* சண்டை, போர், யுத்தம்; field of, யுத்தகளம்; to join, போர்கலக்க; noise of, ஆர்ப்பு, ஆரவாரம்.

Bat'tle, *v. i.* சண்டைபண்ணு, போர்செய்.

Bat'tle-array, *s.* படைப்பௌஞ்சு.

Bat'tle-axe, மழு, பரசு.

Bat'tle-door, *s.* பந்தடிக்குஞ்சாட்டை.

Bat'tlement, *s.* அலங்கம், உப்பரிகையினளிந்தம், கிராதி.

Baw'ble, *s.* போலி, சிற்றலங்காரப்பொருள்.

Bawd, *s.* சங்கம்வாங்கி, female, சங்கமுதிவிறலி.

Bawd'ry, *s.* அசப்பியம், உதாசினம், தூர்த்தத்தனம்.

Bawd'y, *a.* தூர்த்தத்தனமான, அசுத்த.

Bawd'y-house, *s.* வேசிவீடு.

Bawl, *v. i.* கூவு, கூக்குரலிடு, உளறு.

Bawl'ing, *s.* குரவை, கூக்குரல், கூப்பிடு.

Bay, *s.* கருஞ்சிவப்பு, ஊதாநிறம்; as an opening of the sea, குடாக்கடல், to keep one at, காத்திருக்கவைக்க, கிட்டிவரவொட்டாதிருக்க.

Bay, *a.* கருஞ்சிவப்பான.

Bay, *v. i.* குரை, குலை.

Bay'onet, *s.* சனியன், துப்பாக்கியிலிடுங் கத்தலை.

Bazaar', *s.* கடை, சந்தை, ஆவணம்.

Badell'ium, (del'yum), *s.* குக்குலு, குங்கிலியம்.

Be, *v. i.* இரு; be off, ஓற்று, விலகு, ஓடு, அகல்.

Beach, *s.* கடற்கரை, கடலோரம், சமுத்திர தீரம்.

Bea'con, (be'kn), *s.* தீரா, மோசங்காட்டுங் குறி.

Bead, *s.* மணி, மணிபோலத்திரண்டது; a string of beads, மாலை; a rosary of beads, ஜபமாலை.

Bea'dle, *s.* சேவகன், தலையாரி, அதிகாரி, தலைவன்.

Bea'gle, *s.* வேட்டைநாய்.

Beak, *s.* பறவைமூக்கு, உதடு, அலகு; of a ship, மரக்கலத்தின் முகம்.

Beak'-iron, *s.* உலையாணிக்கோல், சுட்டுக்கோல்.

Beam, *s.* உத்திரம், தூலம், தராசுக்கோல், துலாக்கோல்; as a ray of light, கதிர், கிரணம்; as the pole of a carriage,

ஏர்க்கால்; as part of a weaver's loom, தறிமரம்.

Beam, *v. i.* ஒளிகாலு, கதிருமிழ்.

Beam'y, *a.* கிரணமுள்ள, கிரணம்வீசும், பிரகாசமுள்ள.

Bean, *s.* அவரை, அவரைப்பொது; pod, அவரைப்பொட்டு.

Bear, *s.* கரடி; as a constellation, சித்திரசிகண்டி.

Bear, *v. t.* எடு, கொண்டுபோ, சும; as support, தாங்கு, ஏந்து; as suffer or endure, சகி, உத்தரி; as produce, பயன்கொடு; as bring forth, பெறு; as keep in mind, சிந்தையில்வை; witness, சாக்ஷிகொடு; one's self, ஒழுகு; to bear arms, ஆயுதந்தரிக்க; to bear out, முடிவுபரியந்தமாதரிக்க; to be born, உடம்படுக்க; to bear weight, சுமைதாங்க, பாரம்பொறுக்க.

Bear, *v. i.* பொறுமையாயிரு; towards, எதிரா, நேர்படு; down, சாய்; he bears up under adversity, அவனுக்குத் தரித்திரம் லக்ஷியமல்ல.

Beard, *s.* மீசை, தாடி; of corn, கூர், வால்; of rice, நெல்வால்; of an arrow, கரு; of a comet, வால்; of an insect, தும்பி; to take by the beard, தாடியைப் பிடிக்க, நிந்திக்க.

Beard, *v. t.* தாடியைப் பிடி, நிந்தி, முகத்திற்குமுன்னெதிர்.

Beard'ed, *a.* தாடியுள்ள, சுணையுள்ள.

Beard'less, *a.* தாடியில்லாத, வாலிப.

Bear'er, *s.* சுமைகாரன், காக்காரன்.

Bear'ing, *s.* கோலம், நிலை, திக்கு, திசை, நோக்கம்.

Bear'ish, *a.* கரடிபோன்ற, கரடிக்குணமுள்ள.

Beast, *s.* நாற்கால்மிருகம், விலங்கு, மிருகத்தனமுள்ள.

Beas'tie, *s.* துருத்தியிற் றண்ணீர் கொண்டுபோவோன்.

Beast'liness, *s.* மிருகத்தனம், கிரியைக்கேடு.

Beat, *s.* அடி, இடி, அறை, கொட்டு, துடி, தாக்கு.

Beat, *v. t.* அடி, கொட்டு, மோது, குத்து, துவை; off, அடித்துத்துரத்து; down, தாக்கு, குறை; the bush, காடுகலே; time in music, dancing, ஒத்து, தாளம் போடு; away, பறக்கடி; in argument, நியாயஞ்சொல்லிவெல்.

Beat, *v. i.* அடி, இடி, துடி, மோது, எறி; as waves, wind, அடி, எறி, மோது; as the heart, இடி, துடி.

Beatif'ic, *a.* பேரின்பமுள்ள.

Beatifica'tion, *s.* மோட்சப்பேறு, மோட்சாநந்தமடைகை.

Beat'itude, *s.* பதவி, பேரின்பம், மோட்சாநந்தம்.

Beau, (bo), *s.* கோப்புக்காரன், பிலுக்கன், டம்பாசாரி.

Beau-ide'al, *s.* மனரம்மியவுரு.

Beau'teous, *a.* அழகான, சௌந்தரிய, அதிரூப.

Beau'tiful, *a.* அழகிய, அலங்கார, சிறந்த, சுந்தர.

Beau'tifully, *ad.* அழகாய், சிறப்பாய், அலங்காரமாய்.

Beau'tify, *v. t.* அலங்கரி, சிறப்பி, ஜோடி, சிங்காரி.

Beau'ty, *s.* அழகு, சௌந்தரியம், சிங்காரம், எழில்.

Bea'ver, *s.* நீர்நாய், எகினம்.

Becalm', *v. t.* சாந்தமாக்கு, அடக்கு.

Because', *con.* படியால், ஆகையால், நிமித்தம்.

Beck, *s.* சைகை, சைக்கினை, பயில், குறிப்பு.

Beck, *v. t.* சைகைகாட்டு, பயில்காட்டு, குறிப்புக்காட்டு.

Beck'on, *s.* சைகை, பயில், குறிப்பு.

Beck'on, *v. i.-t.* சைகைகாட்டு, குறிப்புக்காட்டு; with the head, சிரக்கம்பம் பண்ணு; with the hand, கரக்கம்பஞ்செய்.

Becloud', *v. i.* மறை, மந்தாரமாக்கு, அம்மச்செய்.

Become', *v. t.* பொருந்துவி, ஏதுவி, தகுந்தாக்கு.

Become', *v. i.* ஆ, ஆகு, சம்பவி; dim, மங்கு, மழுங்கு; loose, நுகை, நெகிழ், அவிழ்; mouldy, பூஞ்சுபிடி, பூரணங்கட்டு; stationary, நிலைப்படு.

Becom'ing, *p. a.* ஏற்ற, ஆகிய, தகுந்த.

Becom'ingly, *ad.* ஏற்குமாறு, ஏற்க.

Becrip'ple, *v. t.* முடமாக்கு, நொண்டியாக்கு.

Bed, *s.* படுக்கை, கட்டில், சயனம், மஞ்சம், பாத்தி, படை, தளம்; to go to bed, படுக்கப்போக; of a river, ஆற்றுத்தரை; head of a, தலைமாடு; foot of a, கால்மாடு.

Bed, *v. t.* படுக்கையிடு, பாத்தியிற் பயிரிடு, படைபடையாய் வை.

Bedab'ble, *v. t.* நனை, தெளி, தூவு.

Bedag'gle, *v. t.* சேறுபுரட்டு.

Bedaub', *v. t.* அழுக்காக்கு, தடவு.

Bedaz'zle, *v. t.* கண்கூசப்பண்ணு, கண்ணொளி மங்கப்பண்ணு.
Bed'ding, *s.* படுக்கை, பாய், மெத்தை முதலியன.
Bedeck', *v. t.* அலங்கரி, சிங்காரி.
Bede'w, *v. t.* பனிபோல் நனையச்செய்.
Bedim', *v. t.* இருளச்செய், மங்குவி, மழுக்கு.
Bedi'zen, *v. t.* அலங்கரி.
Bed'lam, *s.* உன்மத்தர் வைத்தியசாலை, பித்தர்வாசம்.
Bed'lamite, *s.* உன்மத்தன், பித்தன்.
Bedrench, *v. t.* தோய், முற்றும் நனை.
Bed'ridden, *a.* கிடைதலையான, படுக்கைக்குப் பாரமான.
Bed'room, *s.* பள்ளியறை.
Bed'stead, *s.* கட்டில், மஞ்சம்.
Beduck', *v. t.* நீரிலமிழ்த்து.
Bedwarf', *v. t.* சிறுப்பி, குறுக்கு, குள்ளமாக்கு.
Bee, *s.* தேனீ, வண்டு, மதுகரம்.
Bee'bee, *s.* தலைவி, பெருமாட்டி.
Beef, *s.* மாட்டிறைச்சி, கோமாமிசம்.
Bee'hive, *s.* தேன்கூடு, இறால்.
Beer, *s.* ஒருவகைப் பானம்.
Beet, *s.* ஒருவகைக் கிழங்கு.
Bee'tle, *s.* வண்டு, வல்லீட்டுக்குற்றி, பெருங்கொட்டாப்புளி.
Beeves, *s. pl.* மாடுகள், எருதுகள்.
Befall, *v. t.* சம்பவி, நேரிடு, நேர்.
Befit'ting, *p. a.* தக்க, ஏற்ற, தகுதியான.
Before', *prep.* முன், முன்பு, சமுகத்தில்.
Before', *ad.* முந்தி, அப்போதே, முன்னே.
Before'hand, *ad.* முந்த, முன்னமே, முன்னுற.
Befriend', *v. t.* உபகரி, தயவுசெய், ஆதரி.
Beg, *v. t.* இர, இரந்துகேள், பிச்சைகேள், வேண்டு.
Beget', *v. t.* செனிப்பி, பெறு, பிறப்பி.
Beg'gar, *s.* இரப்போன், யாசகன், பிச்சைக்காரன்.
Beg'gar, *v. t.* தரித்திரமுறச்செய், வறுமையாக்கு.
Beg'garly, *a.* எளிமையான.
Beg'gary, *s.* இழிவு, எளிமை, வறுமை, தரித்திரம்.
Begin', *v. t.* தொடங்கு, ஆரம்பி, எடு.
Begin', *v. i.* தொடங்கு, துவங்கு, தோன்று.
Begin'ning, *s.* ஆரம்பம், தொடக்கம், ஆதி, முதல்; as an origin or source, மூலம்; from beginning to end, ஆதிதொடங்கி யந்தமீறாக, ஆதியோடந்தமாய்.
Begird', *v. t.* கச்சுக்கட்டு, சூழ், வளை.
Begone', *int.* போ, விலகு, அகல்.
Begrime', *v. t.* அழுக்காக்கு, கறைப்படுத்து.
Begrudge', *v. t.* பொறாமைப்படு, அழுக்காறடை.
Beguile', *v. t.* மடிப்புப்பண்ணு, வஞ்சி, ஏமாற்று; time, பொழுதுபோக்கு.
Be'gum, *s.* மகமதிய பெருமாட்டி.
Behalf', *s.* பக்கம், நயம், நிமித்தம், ஆதரவு; in behalf of, பொருட்டு, நிமித்தம், சார்பாய்.
Behave', *v. i.* நட, செய், ஒழுகு.
Behav'iour, *s.* நடக்கை, ஒழுக்கம், ஆசாரம.
Behead', *v. t.* சிரச்சேதம்பண்ணு, தலைவெட்டு.
Behest', *s.* கட்டளை, பிரமாணம்.
Behind', *prep.* பிறகே, பின், பிற்புறத்தில்; the back, புறத்தில், இல்லாத இடத்தில்.
Behind', *ad.* பிந்தி, பின்னே.
Behind'hand, *ad.* நிலுவையாய், இளைத்தகையாய், பிந்தி.
Behold', *v. t.* காண், தரிசி, பார், நோக்கு.
Behold'en, *p. a.* பாத்தியப்பட்ட, கடமைக்குட்பட்ட.
Behoof', *s.* பிரயோஜனம், பலன்.
Behoove', } *v. t.* தகு, தகுதியாயிரு, நீதியாயிரு, ஆவசியகமா.
Behove', }
Be'ing, *v. n.* இருத்தல், இருப்பு; *s.* உள்ளது; sentient, பிராணி சரீரி; Supreme, கடவுள்.
Bela'bour, *v. t.* அடி, குத்து, மொத்து.
Belat'ed, *a.* பகற்பொழுது கழிந்த.
Belay', *v. t.* அடை, தடு, முற்றுகைசெய், பூட்டு, கட்டு.
Belch, } *s.* ஏப்பம், தேக்கெறிதல்.
Belch'ing, }
Belch, *v. i.* ஏப்பமிடு, தேக்கெறி, கக்கு.
Bel'dam, *s.* கிழவி, கம்பலைகாரி.
Belea'guer, *v. t.* வளை, முற்றுகைசெய், அடைகோட்டைபோடு.
Bel'fry, *s.* மணிக்கோபுரம், மணிநிலை.
Belie', *v. t.* பொய்யெனக்காட்டு, போலிகாட்டு, கோட்சொல்லு.
Belief', *s.* விசுவாசம், கோட்பாடு, நம்பிக்கை, பக்தி, உறுதி.
Believe', *v. t.* விசுவாசி, நம்பு.
Believe', *v. i.* நினை.
Belie'ver, *s.* விசுவாசி, பக்தன்.
Bell, *s.* மணி, சதங்கை, சலங்கை.
Bell-clap'per, *s.* மணிநாக்கு.
Belle, *s.* உல்லாச யௌவனஸ்திரீ, சுந்தரி, சுரூபி, ரூபவதி.

Belles-let'tres (bellet'ter, or Anglicized, bell-let'ters), *s.* நாகரிகவித்தை.
Bell'founder, *s.* கன்னன்.
Bellig'erent, *a.* யுத்தம்பண்ணுகிற, போர் செய்கிற.
Bell'metal, *s.* வெண்கலம்.
Bel'low, *s.* உக்காரம், தொனு.
Bel'low, *v. i.* தொனுப்போடு, உக்காரம் போடு, அழு, குமுறு.
Bel'lows, *s.* உலைத்துருத்தி, ஊதுந்துருத்தி.
Bell-wether, *v. i.* மணிகட்டிய ஆடு, தலையாடு.
Bel'ly, *s.* வயிறு, உதரம்.
Belong', *v. i.* உரித்தாகு, உடையதாகு, சார்.
Belov'ed, *p. a.* பிரியமான, அன்பான, இதமான.
Below', *prep.* அடியில், கீழ்.
Below, *ad.* பிந்தி, கீழே.
Belt', *s.* அரைக்கச்சு, அரைஞாண், பட்டிகை; a woman's belt, மேகலை.
Belt, *v. t.* பட்டிகையிடு.
Beman'gle, *v. t.* துண்டி, கொத்து, பீறு.
Bemoan', *v. t.* புலம்பு, பரிதபி, பிரலபி.
Bench, *s.* ஆசனம், தீர்க்காசனம், பீடம், நியாயாசனம், நியாயாசனத்தில் வீற்றிருப்போர்.
Bend, *s.* கோணல், மடக்கு, வளைவு, முடக்கு.
Bend, *v. t.* வளை, மடக்கு, கோட்டு, சாய்; the river bends its course southward, ஆறு தென்திசையாய் வளைந்தோடுகிறது; he is bent upon mischief, அவன் தீமைசெய்ய நினைத்திருக்கிறான்.
Bend, *v. i.* வளை, மடங்கு, குனி, சாய், சவளு.
Beneath', *prep.* அடியில், கீழ்.
Beneath', *ad.* கீழே, தாழ, பணிய.
Benedic'tion, *s.* ஆசீர்வாதம், வாழ்த்து, பல்லாண்டு.
Benefac'tion, *s.* உபகாரம், நற்செய்கை.
Benefac'tor, *s.* உபகாரி, தர்மசாலி, ஈகையாளன், உதாரி.
Ben'efice, *s.* கோவில் வருமானம், கோவில் மானியம்.
Benef'icence, *s.* உபகாரச் செய்கை, நற்செய்கை.
Benef'icent, *a.* நன்மைசெய்கிற, ஈகையுள்ள.
Benefi'cial, *a.* உபயோகமான, பிரயோஜன.
Benefi'ciary, *s.* உபகாரம் பெற்றவன்.
Ben'efit, *s.* உபகாரம், நன்மை, பேறு, பிரயோஜனம்.

Ben'efit, *v. t.* உபகரி, நன்மைசெய், உதவு, பிரயோஜனப்படுத்து.
Benev'olence, *s.* அருள், தயை, தர்ம குணம், பரோபகாரம்.
Benev'olent, *a.* கிருபையுள்ள, கருணையான தர்மக்கருத்துள்ள.
Benight', *v. t.* இருளிலகப்படுத்து.
Benight'ed, *p. a.* இருளடைந்த, இரவிலகப்பட்ட.
Benign', } *a.* காருணிய, சுப, கடாட்சமுள்ள, சகாய.
Benig'nant, }
Benig'nity, *s.* அருள் கடாட்சம், அனுக்கிரகம்.
Ben'ison, *s.* ஆசீர்வாதம்.
Ben'jamin, *s.* சாம்பிராணி.
Bent, *s.* மடக்கு, வளைவு, கோணல், கூன்; as tendency, inclination, மனச்சார்பு.
Bent, *a.* கூனிய, வளைந்த, arm கொடுங்கை; in or over, கவிந்த.
Benumb', *v. t.* திமிரேறப்பண்ணு, விறைக்கச்செய்.
Benzoin', *s.* சாம்பிராணி.
Bequeath', *v. t.* மரணசாதனத்தில் தானங்குறி, மரணசாதனமெழுதிக்கொடு.
Bequest', *s.* மரணசாதனத்திற் குறித்த தானம்.
Bereave', *v. t.* இழக்கப்பண்ணு, அடகரி, கவர், பறி.
Bereave'ment, *s.* இழவு, இழப்பு, பறி.
Ber'ry, *s.* சிறுகாய், சிறுபழம்.
Berth, *s.* நங்கூரஸ்தானம், கப்பற்பள்ளியறை; as an office, உத்தியோகம்.
Ber'yl, *s.* சமுத்திரவர்ணக்கல், கோமேதகம்.
Bescrawl', *v. t.* கிறுக்கு, கீறு.
Beseech', *v. i.* இரந்துகேள், வேண்டுதல் செய்.
Beseem', *v. t.* தகுதியாக்கு, ஏற்றதாக்கு; it does not beseem him, அது அவருக்கு யோக்கியமல்ல.
Beseem'ing, *p. a.* தகுதியான, அழகான.
Beset', *v. t.* சுற்று, சூழ், வளை; as press on all sides, நெருக்கு; as embarrass, கலக்கு; as waylay, சதிசெய்யப் பதிவிரு.
Beset'ting, *p. a.* சூழவரும், சுற்றிவரும் சாரும்; sin, தொடரும்பாவம்.
Beshrew', *v. t*, சபி, சாபமிடு, திட்டு.
Beside', } *prep.* அருகே, பக்கத்தில், தவிர, ஒழிய; to be beside one's self, மதிமயங்க, மாறாட்டமாயிருக்க.
Besides', }

Beside', Besides', } *ad.* அல்லாமலும், இன்னமும், மேலும், மீளவும்.
Besmear', *v. t.* தடவு, பூச, மெழுகு, துவட்டு.
Besmut', *v. t.* அழுக்காக்கு, கரிபுரட்டு, கறைப்படுத்து.
Be'som, *s.* துடைப்பம், விளக்குமாறு, வாருகோல்.
Besot'ted, *p. a.* மதிமருண்ட, மயக்கங் கொண்ட, வெறியான.
Bespan'gle, *v. t.* மினுக்கானவைகளா லலங்கரி.
Bespat'ter, *v. t.* தெறிக்கச்செய், தெளி, அவதூறுசொல்லு.
Bespeak', *v. t.* முன்பேசு, முன்குறி.
Besprin'kle, *v. t.* தெளி, தூவு.
Best, *a.* உத்தம, உசித.
Bestead', *v. t.* பலன்படுத்து, as accommodate, வேண்டியவைகளைக் கொடுத்துப சரி.
Best'ial, *a.* மிருகத்தனமான.
Bestir', *v. t.* அருட்டு, உற்சாகப்படுத்து.
Bestow', *v. t.* ஈ, அருள், கொடு, அடுக்கு.
Bestride', *v. t.* அவடுபாய்ச்சு, எட்டிக்கட; a horse, குதிரையேறு.
Bestud', *v. t.* குமிழ்களாலலங்கரி, குமிழ்பதி.
Bet', *s.* ஒட்டம், பந்தயம்.
Bet', *v. t.* பந்தயங்கட்டு, ஒட்டம்வை, பந்தயம்பிடி.
Betake, *v. t.* எடு, அடு, அண்டிக்கொள்.
Be'tel, *s.* வெற்றிலை, தாம்பூலம்.
Be'telnut, *s.* பாக்கு.
Bethink', *v. t.* நினைவுகூர்; I bethought myself of it, அது என் நினைவில் வந்தது.
Betide', *v.* சம்பவி, நேரிடு, நிகழ்; that some evil has betided him is certain, அவனுக்கு ஏதோ இடையூறு நேர்ந்தது நிசம்.
Betime', Betimes', } *ad.* நேரத்தோடே, பொழுதோடே.
Beto'ken (beto'kn), *v. t.* கோலங்காட்டு, குறிகாட்டு.
Betray', *v. t.* இரண்டகம்பண்ணு, சர்ப்பனை செய்.
Betroth', *v. t.* விவாகமெழுது, விவாகப் பொருத்தம்பண்ணு.
Bet'ter, *v. t.* நலப்படுத்து, சீராக்கு, திருத்து, குணப்படுத்து.
Bet'ter, *a.* அதிகநலமான; what shall I be the better for it? அதனால் எனக்குப் பயன் உண்டாகுமா? he is better off, அவன் சீர் முன்னிலும் நயந்திருக்கிறது.
Between', Betwixt', } *prep.* இடையில், உள்ளே, ஊடே; I was in a strait betwixt two, இரண்டில் எதைச் செய்வதென்று அறியாமல் சங்கடப்பட்டேன்; they parted the paternal property between them, அவர்கள் இருவரும் பிதாவின் சொத்தைப் பங்கிட்டுக்கொண்டார்கள்.
Bev'el, *s.* வளைவு, வில்லச்சு.
Bev'el, *v. t.* வளை.
Bev'erage, *s.* பானம், பானியம், குடிப்பன.
Bev'y, *s.* பறவைக்கூட்டம், பெண்கள்கூட்டம்.
Bewail', *v. i.* அழு, அலறு, புலம்பு, பரிதபி.
Bewail'ing, *s.* ஒப்பாரி, புலம்பல்.
Beware', *v. i.* எச்சரிக்கையாயிரு, சாவதானமாயிரு.
Bewil'der, *v. t.* கலக்கு, திகைப்பி, மயக்கு; to be bewildered, தடுமாற, திகைக்க, பிரமிக்க.
Bewitch', *v. t.* மயக்கு, மருட்டு, குனியஞ்செய்.
Bewitch'ing, *p. a.* மயக்குகிற, மருட்டுகிற.
Bewitch'ment, *s.* குனியம், மயக்கு, மருட்டு.
Bewray', *v. t.* சர்ப்பனைசெய், சதிசெய், காட்டிக்கொடு, வெளிப்படுத்து.
Beyond', *prep.* அப்பால், அப்புறம், எட்டாக்கையில்; to go beyond a limit, அதிக்கிரமிக்க; beyond measure, அளவிற்குமிஞ்ச; one's depth, எட்டாத ஆழத்தில், தனக்குமிஞ்சமாழத்தில்; comprehension, மனத்திற்கெட்டாத, அகோசரமான; reach, எட்டாத, கைகடந்த.
Beyond', *ad.* எட்ட, அப்புறம்; in regions beyond, தூரதேசங்களில்.
Be'zoar, *s.* ரோசனை, கோரோசனை.
Bi'as, *s.* ஒருதலைச்சார்பு, ஓரவாரம், பக்ஷபாதம்.
Bi'as, *v. t.* சாய், சரி, பக்ஷபாதமாக்கு.
Bib, *s.* மாராடை, அழுக்குத்தாங்கும் மாராடை.
Bib, *v. t.* குடி.
Bib'ber, *s.* குடியன், வெறியன்.
Bi'ble, *s.* வேதபுஸ்தகம், வேதம், திருவாக்கு.
Bib'lical, *a.* வேதத்திற்குரிய.
Bibliog'rapher, *s.* புஸ்தகவிவரண நிபுணன்.
Bibliog'rapher, *s.* புஸ்தகவிவரணம், புஸ்தகக்கியானம்.
Bib'liomancy, *s* எட்டிற் கயிறுசார்த்திக் குறிபார்த்தல்.

Biblioma'nia, *s.* பெறுதற்கரிய நூல்களைச் சேகரிக்கும் அபிலாசம்.
Bibliop'olist, *s.* புஸ்தகவியாபாரி.
Biche'mare, *s.* தழுவாவட்டை.
Bick'er, *v. i.* கலகமிடு, சண்டைதொடு; as a flame, கம்மி; as a water, தளம்பு.
Bick'ering, *s.* கலகம், சண்டை.
Bi'corn, **Bicor'nous**, } *a.* இருகொம்புள்ள.
Bid, *v. t.* ஏவு, கட்டளையிடு, கற்பி, அழை, விலைகேள்; to bid defiance, அறைகூவு; to bid farewell, வழிவிட்டனுப்ப; to bid fair, அனுகூலமாய்த்தோன்ற; to bid adieu, வழிவிட்டனுப்ப.
Bid'ding, *s.* விலைகேட்டல், அழைப்பு, கட்டளை.
Bide, *v. i.* வாசம்பண்ணு, தங்கு.
Bident'al, *a.* இருபல்லுள்ள.
Bien'nial, *a.* ஈராட்டையான, இரண்டுவருஷத்திற் கொருமுறை சம்பவிக்கிற.
Bier, *v.* பாடை, தூம்பா, ஆசந்தி.
Biest'ings, *s.* கடம்புப்பால், சீம்ப்பால், ஈன்றவணிமைப்பால்.
Bi'fold, *a.* இரட்டையான, இருமடங்கான.
Bi'form, *a.* இருவடிவுள்ள.
Bifur'cated, *p. a.* கவருள்ள, கவைகொண்ட.
Bifurca'tion, *s.* கவர், கவர்ப்பு.
Big, *a.* பருமனான, பெரிய, பருத்த, ஸ்தூலித்த; as pregnant, கருக்கொண்ட, சூற்கொண்ட; as inflated with pride, எடுப்பான, வீம்பான, கருவமுள்ள.
Big'amist, *s.* இருமனையாளன், இருதாரகமனன்.
Big'amy, *s.* இருமனையாட்சி, இருதாரகமனம்.
Bight, *s.* வளைவு, குடா; as coil of a rope, வடச்சுருள், கயிற்றுக்குழைச்சு.
Big'ot, *s.* குருட்டுப்பத்தன், வீண்பத்தன்.
Big'oted, *a.* வீண்பக்தியுள்ள, மூடபக்தியுள்ள.
Big'otry, *s.* பிடிவாதம், குருட்டுப்பத்தி, வீண்பக்தி.
Bile' *s.* பித்தம், பித்து.
Bilge, *s.* கப்பலினடியகலம், கலப்புடைப்பு.
Bilge, *v. i.* வீங்கிவெடி, விம்மிப்பிரி.
Bilge'water, *s.* கப்பலிலூறுந்தண்ணீர்.
Bil'ings-gate, **Billings-gate**, } *s.* அசப்பியம், கொச்சை.
Bil'ious, *a.* பித்தமான, பித்தங்கொண்ட; temperament, பித்தகுணம்; disease, பித்தரோகம்.
Bilk', *v. t.* ஏய், தட்டிவிடு, மோசப்படுத்து.
Bill, *s.* சீட்டு, உண்டி, அலகு, மந்தணவிஷயபத்திரம்; of sale, விக்கிரயபத்திரம்; of a slave, முறிப்பட்டயம், முறிச்சாதனம்; of entry, பதிவுபத்திரம்; of exchange, உண்டி; of lading, வார்நாமா; of mortality, சாக்கணக்கு; of indictment, குற்றவிவரபத்திரம்; for hedging, கைக்கத்தி; as account, கணக்குச்சீட்டு, கைக்கணக்கு.
Bill, *v. i.* அலகோடலகிடு, முத்திக்கொடு.
Bil'let, *s.* சீட்டு, விடுதிச்சீட்டு, குற்றி.
Bil'letdoux (Bil'le-du), *s.* கைக்கிளைக் கடிதம்.
Bill'hook, *s.* துரோட்டி.
Bill'iards, *s.* ஓர் சூதாட்டம்.
Bil'lion, *s.* நூறுயிரகோடி, லக்ஷகோடி, கருவம்.
Bil'low, *s.* அலை, திரை, தரங்கம்.
Bil'lowy, *a.* அலைக்கிளர்ச்சியுள்ள, அலைமோதும்.
Bin, *s.* பத்தாயம்.
Bi'nary, *a.* துவிதீய, இரட்டையான.
Bind, *v. t.* பிணி, பந்தி, தளை, உறுதிப்படுத்து, one's self by a curse, சபதஞ்சொல்லு, வஞ்சினமுரை; to bind with spell, மந்திரத்தாற்கட்டு.
Bind'ing, *v. n.* கட்டு, பந்தம்.
Bin'nacle, *s.* திசையறி கருவிக்கூடு, காந்தப்பெட்டி.
Binoc'ular, *a.* இருகண்ணுள்ள, இருவிழிகளாலும் பார்க்கும்.
Bino'mial, *v.* உபயாங்க; quantity, துவிராசி, இரட்டையிராசி; theorem, துவிராசிவிதி.
Biog'raphy, *s.* ஒருவனுடைய சரித்திரம்.
Bip'artite, *a.* இருபாகமுள்ள, சோடான, சதையான.
Biped, *s.* துவிபாதஜந்து, இருகாலி, இருகாற்பிராணி.
Bipet'alous, *a.* ஈரிதழுள்ள.
Biquadrat'ic, *a.* வர்க்கசதுர; equation, வர்க்கசதுர சமீகரணம்.
Birch, *s.* பூர்ச்சம், ஒருவித மரம், மிலாறு.
Bird, *s.* குருவி, பறவை, பட்சி, புள்; of paradise, எருத்துவாற்குருவி.
Bird'cage, *s.* குருவிக்கூடு, பஞ்சரம்.
Bird'catcher, *s.* குறவன், குருவிவேட்டைக்காரன்.
Bird'lime, *s.* குருவிபிடிக்கப் பூசும் பிசின்.
Bird's'eye, *a.* மேலிருந்து காணும்.

Birth, *s.* பிறப்பு, பிறவி, ஜனனம், தோற்றம், உற்பவம்; by birth, விந்துவழியாய்; untimely, அழிகரு, கர்ப்பசேதம்.
Birth'day, *s.* பிறந்தநாள், ஜன்மதினம்.
Birth'place, *s.* ஜன்மபூமி, பிறந்தஇடம்.
Birth'right, *s.* பிறப்புச் சுதந்தரம், ஜன்ம சுதந்தரம்.
Bis'cuit (bis'kit), *s.* ஒருவகைக் கோது மைப்பம்.
Bisect', *v. t.* இருகூறாக்கு, பாதிசெய், அர்த்தி.
Bisec'tion, *s.* இருகூறாக்கல், பாதியாக்குகை.
Bish'op, *s.* அத்திபக்ஷகுரு, கண்காணி.
Bish'opric, *s.* அத்திபக்ஷகுரு விசாரணை ஸ்தானம்.
Bis'millah, *s.* கடவுணாமத்தில்.
Bis'muth, *s.* கிமினி, அம்பரை; black, காகபிமினி.
Bi'son, காட்டா, ஆமா.
Bissex'tile, *s.* நாளதிகரிக்கும் நாலாம் வருஷம்.
Bit, *s.* கண்டம், துண்டு, கடியிரும்பு, கடிவாளம்.
Bit, *v. t.* கடிவாளமிடு.
Bitch, *s.* பெண்ணாய், மூடிவல்.
Bite, *s.* கடி, கடிகாயம்; as a sharper, எத்தன், தட்டுக்காரன், மடிப்புச் செய்வோன்; as a mouthful, ஒரு கவ்வு.
Bite, *v. t.* கடி, கவ்வு, தீண்டு; as reproach, இகழ், நிந்தி; biting cold, கடுங்குளிர்.
Bit'ter, *a.* கசப்பான, கைப்பான; as grievous, துக்கமான; as cruel, கொடிய.
Bit'tern, *s.* ஒருவகை நாரை.
Bit'terness, *s.* கசப்பு, கைப்பு, உறைப்பு, கார்ப்பு; of sarcasm, கடுஞ்சொற்காரம்.
Bitu'men, *s.* சிலாசத்து, நிலக்கீல்.
Bitu'minous, *a.* சிலாசத்துள்ள, நிலக்கீலுள்ள.
Bi'valve, *a.* இருமூடலான, சிப்பிக்குரிய.
Biv'ouac (biv'wak), *s.* படைக்காவல், பாசறைக்காவல், இராக்காவல்.
Biv'ouac, *v. i.* இராக்காவல் கா.
Blab, } **Blab'ber**, } *s.* அலப்பன், வெளிவாயன், கோட்சொல்லி.
Blab, *v. i.* அலப்பு, வெளியிடு.
Black, *s.* கரி, கருமை. கறுப்பு, இருட்டு, அஞ்சனம்; of the eye, கருவிழி; as a negro, கரியன், கிகிரோவன்.
Black, *a.* கறுப்பான, கரிய, இருட்டான, துக்கமான; art, பேய்வித்தை, பில்லிசூனியவித்தை, மந்திரவித்தை; deed, கொடியபாதகம், மாபாதகம்.
Black'amoor, *s.* கரியன், கிகிரோவன்.
Black'board, *s.* அஞ்சனப்பலகை, கருமை பூசிய பலகை.
Black'en, *v. t.* கருக்கு, கறுப்பி, பழிதூற்று.
Black'en, *v. i.* கருகு, கறு, இருளு.
Black'gua'rd, *s.* போக்கிரி, கீழ்மகன், அசப்பியன்.
Black'ish, *a.* சற்றுக்கருமையான.
Black'jack, *s.* தோற்கிண்ணம்.
Black'lead, *s.* காரீயம், வங்கம்.
Black'leg, *s.* திருடன், சூதாடி.
Black'mail, *s.* திருடர்கூலி, திருடர்படி.
Black'mouthed, *a.* அசப்பியம்பேசுகிற.
Black'smith, *s.* கருமான், கொல்லன்.
Blad'der, *s.* சலாசயம், சலப்பை, ஊற்றும் பெட்டி, கொப்புளம்.
Blade, *s.* வாய்தாரை, ஆயுதவலகு, இலை, தளிர்.
Blade'bone, *s.* தோட்பட்டை, தோட் பலகை.
Blain, *s.* கொப்புளம், பரு.
Blam'able, *a.* குற்றமான, குற்றஞ்சொல்லத் தக்க.
Blame, *s.* குற்றஞ்சாட்டு, குற்றம், பழி, தவறு.
Blame, *v. t.* குற்றஞ்சாட்டு, குறைசொல்லு.
Blame, *v. i.* குற்றஞ்சாட்டுக் காளாயிரு.
Blame'less, *a.* தவறில்லாத, பிழையில்லாத, குற்றமற்ற.
Blame'worthy, *a.* குற்றத்திற்கு ஆளான, குற்றஞ்சாரத்தக்க.
Blanch, *v. t.* சலவைபண்ணு, வெளு, வெண்மையாக்கு, உபாயமாய் விலக்கு, கடத்து, நழுவவிடு.
Bland, *a.* சுசீல, சாந்த, பதவிய.
Blandil'oquence, *s.* இச்சகவசனம், முகமன்பேச்சு.
Blan'dish, *v. t.* பிரீதிபண்ணு, இதம்பேசு, கொண்டாடு.
Blan'dishment, இச்சகம், இன்சொல், இதவசனம்.
Blank, *s* வெளி, வெள்ளை, வெறுமை, சூனியம்.
Blank, *a.* எழுதாத, வெறு, வெறிதான, வெள்ளை, book, எழுதாத புத்தகம் அலேகம்; leaf, வெள்ளேடு; space, வெற்றிடம். cartridge, சத்தவெடி.
Blank'et, *s.* கம்பலம், கம்பளம், வெள்ளைக் கம்பளி.
Blaspheme', *v. t.* தேவதூஷணம்பண்ணு, நிந்தி, பழி, தூஷி.
Blas'phemy, *s.* தேவதூஷணம், தேவநிந்தை, நிந்தை.

Blast, *s.* ஊதுதல், சீறல், வீசல், அழிவு, அதிர்ச்சி, வெடி, சூறை, பெருவாரிநோய்; as a blight, தழுதணை, நரா.

Blast, *v. t.* கெடு, தீய், ஊறுபடுத்து; to blast one's design, ஒருவன் யோசனைக்கு இசைகேடு செய்ய; blasting wind, அழிக்காற்று, நச்சுக்காற்று, தீக்காற்று.

Blast'ed, *p. a.* கெட்ட, பட்ட, தீய்ந்த, ஊறுபட்ட; fruits, உதிர்காய், பொய்ப்பிஞ்சு; grain, புன்கதிர்.

Blaze', *s.* கொழுந்து, சுவாலை, ஒளி, பிரசித்தம்.

Blaze, *v. t.* பிரசித்தம்பண்ணு.

Blaze, *v. i.* எரி, சுவாலி, சுடர்விட்டெரி.

Bla'zon, *v. t.* பிரசித்தம்பண்ணு, பிரபலமாக்கு.

Bla'zonry, *s.* குலவிருதுக்குறி, விவரமுணர்த்து நூல்.

Bleach, *v. t.* சலவைபண்ணு, விளக்கு, வெளு.

Bleach'ery, *s.* வண்ணான்துறை.

Bleak, *a.* வெளியான, காற்றுக்கிடமான, குளிரான.

Bleakness, *s.* குளிர், வெளி.

Blear, *a.* பீளைக்கண்ணான, கண்புகைச்சலான.

Blear'eyed, *a.* பீளைக்கண்ணுள்ள.

Bleat, *s.* ஆட்டுமொழி.

Bleet, *v. i.* கதறு, அழு.

Bleed, *v. t.* இரத்தங்குத்திவாங்கு, இரத்தமெடு.

Bleed, *v. i.* இரத்தம்வடி, உதிரம்பொசி, இரத்தங்கொப்புளி.

Blem'ish, *s.* ஈனம், கசடு, களங்கம், குற்றம், பழுது, தோஷம், பாபதோஷம், இழுக்கு.

Blem'ish, *v. t.* கெடு, பழுதாக்கு, கறைப்படுத்து.

Blend, *v. t.* கல, கூட்டு, சேர்.

Blend, *v. i.* கல, கூடு, சேர், செறி, தோய்.

Bless, *v. t.* ஆசீர்வதி, வாழ்வடையச்செய், தோத்திரி, துதி.

Bless'ed, *p. a.* ஆசீர்வதிக்கப்பட்ட, புகழத்தக்க, தேவ அருள்பெற்ற.

Bless'ing, *s.* ஆசீர்வாதம், வரம், அருள்.

Blight, *s.* அழிவு, ஊறு, சடைவு; of grain, குருக்குத்தி; of fruits, சொத்தை, நரா.

Blight, *v. t.* அழி, கெடு, ஊறுபடுத்து; with the eye or tongue, கண்ணூறுபடுத்து, நாவூறுபடுத்து, நாவாறுகூடு.

Blind, *s.* மறைப்பு, மறைவு, தந்திரம், கபடவேஷம்; for the eyes, ஒளிவிலக்கி, கட்படாம்.

Blind, *a.* குருடான, பேதைமையான; he is blind of one eye, அவனுக்கு ஒரு கண் பார்வையில்லை.

Blind'fold, *v. t.* கண்பொத்து, கண்கட்டு, கண்மூடச்செய்.

Blind'fold, *a.* கண்ணுக்கு மறைதிரையிட்ட.

Blind-man's-buff, *s.* கண்கட்டு விளையாட்டு.

Blind'ness, *s.* கண்தெரியாமை, குருடு, அறிவீனம்.

Blind'side, *s.* தவறு, வழு, குற்றம்.

Blink, *s.* கடைக்கண், கடாட்சம்.

Blink, *v. i.* கண்ணிமை, கண்சிமிட்டு.

Blin'kers, *s.* குதிரைக்கடைக்கண் மறைக்குந்தோல்.

Blink'ard, *s.* சிமிட்டுக்கண்ணன்.

Bliss, *s.* பேரின்பம், மோட்சானந்தம், முத்தி; sea of, சுகவாரி, சுகோததி.

Bliss'ful, *a.* ஆனந்தக்களிப்புள்ள.

Blis'ter, *s.* கொப்புளம், கொப்புளப்பற்று, காரச்சீலை, அக்கினிச்சேர்வை; to rise in blisters, கொப்புளிக்க.

Blis'ter, *v. i.* கொப்புளி, கொப்புளமெழும்பு.

Blis'ter, *v. t.* கொப்புளமெழும்பக் காரம்வை; blistering heat, எரிபந்தம் or, எரிவந்தம்.

Blister-plaster, *s.* அக்கினிச்சேர்வை.

Blithe, *a.* களிப்பான, மகிழ்ச்சியான.

Blithe'some, *a.* களிப்பான, சந்தோஷமான.

Bloat, *v. t.* ஊதப்பண்ணு, வீங்கப்பண்ணு.

Bloat'ed, *a.* ஊதின, வீங்கின.

Block, *s.* கட்டை, கப்பி, குற்றி, மூடன்; to come to the block, சிரச்சேதமபண்ணப்பட.

Block, *v. t.* தடு, அடை.

Blockade', *s.* அரணவளைப்பு, முற்றுகை, வழியடைப்பு.

Blockade', *v. t.* வழியடை; blockaded port, அடைதுறை.

Block'head, *s.* மடையன், மூடன், மட்டி.

Blood, *s.* இரத்தம், உதிரம், இனம், வமிசம்; to murder one in cold blood, கோபம் மூட்டப்படாமல் ஒருவனைக் கொல்ல.

Blood-guilt'iness, *s.* இரத்தப்பழி, உயிர்க்கொலை.

Blood'hound, *s.* இரத்தவாசனை எளிதில் அறியும் நாய், வேட்டைநாய்.

Blood'letting, *p. n.* இரத்தங்குத்தி வாங்குகை.

Blood'red, *a.* இரத்தவர்ண, உதிரம்போற சிவந்த.

Blood'shed, *s.* இரத்தஞ்சிந்துகை, கொலை.
Blood'shot, *a.* இரத்தம் நிறைந்த, இரத்தஞ் சுரந்த, சிவந்த.
Blood'stone, *a.* உதிரக்கல்.
Blood'sucker, *s.* அட்டை, கொடியன்.
Blood'thirsty, *a.* இரத்தப்பிரியமுள்ள.
Blood'vessel, *s.* உதிரநரம்பு, இரத்தநரம்பு.
Blood'y, *a.* இரத்தக்கறையுள்ள, கொடிய.
Blood'y-flux, *s.* ரத்தக்கழிச்சல், ரத்தபேதி.
Blood'y-minded, *a.* இரத்தப்பிரியமுள்ள, குரூரகுணமுள்ள.
Bloom, *s.* புஷ்பம், மலர்ச்சி, யௌவனம், முகக்களை.
Bloom, *v. i.* அலர், மலர்; as the countenance, முகமலர், களைகொள்ளு.
Bloom'ing, *p. a.* பூக்கிற, மலர்கிற, களையுள்ள.
Blos'som, *s.* அலர், பூ, மலர்.
Blos'som, *v. i.* அலர், பூ, புஷ்பி, மலர், செழி.
Blot, *s.* கறை, மறு, மாசு, களங்கம், கீறு, துடைப்பு.
Blot, *v. t.* கறைப்படுத்து, மாசுபடுத்து, மறுப்படுத்து; out, கிறுக்கித்தள்ளு, துடைத்துத் தள்ளு; out a nation, நிர்மூலப்படுத்து; blotting paper, மையொற்றுங்கடிதம், மசிவாங்கி.
Blotch, *s.* சிலந்தி, சினப்பு, பரு.
Blotch, *v. t.* கறுக்கப்பண்ணு, கறைப்படுத்து.
Blote, *v. t.* புகையிலுலர்த்து.
Blow, *s.* அடி, அறை, இடி, தாக்கு, கெடுதி; with the fist, கைக்குத்து; on the head, குட்டு, முட்டு; the egg of a fly, ஈப்பி; as calamity, வியாகுலம், ஆகுலம், துயரம், விபத்து.
Blow, *v. t.* ஊது, வீசு, அடி; to blow up, வெடிமருந்துவைத்துப்பெயர்க்க; to blow the nose, சளியைச்சிந்த, மூக்குச்சிந்த; the house was blown down by wind, வீடு காற்றடித்து விழுந்துபோயிற்று.
Blow, *v. i.* அலர், மலர், விரி, காற்றுவீசு; as pant, இளை, தொய்; to blow over, அடித்தோய், தீர், தெளி.
Blow'pipe, *s.* ஊதுகுழல், உலைக்குழல்; compound, கூட்டுலைக்குழல்.
Blowze, *s.* பொருமினமுகமுள்ளவன்.
Blub'ber, *s.* நீர்க்குமிழி, திமிங்கிலக் கொழுப்பு.
Blub'ber, *v. i.* விம்மியழு.
Blub'berlip, *s.* தடித்தவுதடு.
Blud'geon, *s.* தண்டம், தண்டு.
Blue, *s.* வெண்ணீலம், நீலம்.
Blue, *v. t.* நீலந்தீர், நீலந்தோய்.
Blue'bottle, *s.* ஒருவகைப்பூ, ஒருவித வண்டு.
Blue'eyed, *a.* புகைக்கண், நீலவிழியுள்ள.
Blue'vitriol, *s.* துரிசு, துருசி.
Bluff, *a.* துணிவுள்ள, செங்குத்தான; rock, உச்சமலை, எடுப்பானமலை.
Bluish, *a.* நீலம்பற்றிய, இளநீலவர்ண.
Blun'der, *s.* தப்பிதம், தவறு, பிசகு, பிழை, வழு.
Blun'der, *v. i.* தவறு, பிழை, பிசகு, தப்பு.
Blun'derbuss, *s.* பெருந்துப்பாக்கி.
Blun'derer, *s.* அசட்டைக்காரன், பிழைசெய்வோன்.
Blunt, *v. t.* மழுக்கு, கூர்மைகெடு; to be blunted, மழுங்க.
Blunt, *a.* கூழையான, மழுக்கமான, மொட்டை, கொச்சையான.
Blunt'ly, *ad.* குறுக்கடியாய், மொட்டையாய், கொச்சைத்தனமாய்.
Blur, *s.* களங்கம், கறை, மறு.
Blur, *v. t.* கறைப்படுத்து, மறுப்படுத்து.
Blush, *s.* சிவப்பு, நாணச்சிவப்பு; to put one to the blush, வெட்கப்படுத்த.
Blush, *v. i.* சிவ, நாணு.
Blus'ter, *s.* அதட்டு, வெருட்டு, பகட்டம்.
Blus'ter, *v. i.* அதட்டு, இரை, வெருட்டு, பகடம்பண்ணு; roar as a storm, கொந்தளி.
Bo'a, *s.* மலைப்பாம்பு.
Boar, *s.* ஆண்பன்றி; wild, காட்டுப்பன்றி.
Board, *s.* பலகை, பீடம், சங்கம், உணவு, கப்பலின்மேற்றட்டு; to go on board a ship, கப்பலேறிப்போக; the thing was done above board, காரியம் பகிரங்கமாய்ச் செய்யப்பட்டது.
Board, *v. t.* பலகைபரவு; to board a ship, பலாத்காரமாயேறிக் கப்பலைப் பிடிக்க; to board one, விடுதிகொடுக்க, பணச்சோறிட.
Board, *v. i.* விடுதியாயிரு.
Board'er, *s.* விடுதிக்காரன்.
Board'ing-house, *s.* விடுதிவீடு.
Board'ing-school, *s.* தர்மப்பள்ளி.
Board'wages, *s.* படி, படிக்கட்டளை, படிச்சம்பளம்.
Boar'ish, *a.* பன்றித்தன்மையான, மிருககுண, குரூர.
Boar'spear, *s.* பன்றிவேட்டை ஈட்டி.
Boast, *s.* வீம்புப்பேச்சு, தற்புகழ்ச்சி, வாய்ச்சளுக்கு.

Boast, *v. i.* பெருமைபாராட்டு, வீம்புபேசு.
Boast'er, *s.* இறுதுக்காரன், வீம்பன்.
Boast'ful, *a.* வீம்புபேசும்.
Boast'ing, *s.* வீம்புபேசல், மேன்மை பாராட்டல்.
Boat, *s.* ஓடம், தோணி, படகு, சலங்கு.
Boat'man, *s.* ஓடக்காரன், தோணிக்காரன், படகுக்காரன்.
Boatswain (bo'sn), *s.* மரக்கல வுபகரண விசாரணைக்காரன்.
Bob, *v.* குலுங்கு, ஆடு, எய்.
Bob'bin, *s.* நூல்சுற்றுந்தடி, தார்.
Bob'tail, *s.* குறுவால், கூழைவால்.
Bode, *v. t.* குறிகாட்டு, சகுனஞ்சொல்லு.
Bod'ice, *s.* மார்க்கச்சு, கச்சு, ரவிக்கை.
Bod'iless, *a.* அசரீர, அரூப.
Bod'ily, *a.* சரீரத்துக்கடுத்த; as real, actual, உள்ள, வாஸ்தவமான.
Bod'ily, *ad.* சரீரசம்பந்தமாய், முழுமேனியாய், கட்டோடே.
Bod'kin, *s.* ஊசி, கதிர், நாராசம்.
Bod'y, *s.* உடம்பு, சரீரம், உடல், திரவியம், பதார்த்தம், பொருள், சங்கம்; dead, பிணம், சவம்; celestial, பராங்கம், வானஜோதி; terrestrial, தராங்கம், பூதசரீரம்; the gross, material, ஸ்தூலகாயம்; spiritual and invisible, சூக்ஷ்மதேகம்; as code, system, சாஸ்திரம், நூல்; of a tree, அடிமரம்; of water, நீர்ப்பரப்பு, நீர்த்திரள்; fitted for endless suffering, யாதனாசரீரம்; fitted for endless bliss, பரமாத்மசரீரம்; as strength, பலம், சக்தி; wine of a good body, காரமான திராட்சரசம்; a body of troops, சேனை வகுப்பு; in a body, எல்லாரும், ஏகமாய்; of a thing, முண்டம்; of divinity, வைதிகநூற்சுருக்கம்.
Bod'y, *v. t.* உருப்படுத்து, உருவாக்கு.
Bod'y-guard, *s.* மெய்காப்பாளர், கஞ்சுகர்.
Bog, *s.* சகதி, சதுப்பு, சதுப்புநிலம்.
Bog'gle, **Bo'gle**, *s.* வெருட்டி, ஊமாண்டி, காற்று, பூதம், காளி.
Bog'gle, *v. i.* தடக்கு, திக்கு.
Bog'gy, *a.* சதுப்பான, சேறுள்ள.
Boil, *s.* கட்டி, பரு, திரட்சி.
Boil, *v. t.* கொதிப்பி, அவி.
Boil, *v. i.* அவி, வே, பொங்கு, கொதி; the water boils away, தண்ணீர் சுண்டிப்போகிறது; to boil over, பொங்கிவழிய; boiling point, கொதிநிலயம்.
Boil'er, *s.* கொதிப்பிப்போன், கொப்பரை.
Bois'terous, *a.* உரத்த, கொந்தளிப்பான, கம்பலையான; sea, கொந்தளிக்குங்கடல், உரத்தகடல்; wind, உரத்தகாற்று, கடுங்காற்று, பிரசண்டமாருதம்; woman, வாய்சாலை, வாய்மதமுள்ளவள், வாய்மிஞ்சினவள்.
Bold, *a.* ஆண்மையுள்ள, துணிவான, திரமுள்ள.
Bold'faced, *a.* வெட்கங்கெட்ட.
Bold'hearted, *a.* நெஞ்சோர்மமுள்ள, திரமுள்ள, அஞ்சாத.
Bold'ness, *s.* ஆண்மை, துணிவு, திடன், தைரியம், சாகசம்.
Bole, *s.* காவிமண்.
Boll, *s.* பூப்பொகுட்டு, பூவினுள்முகிழ்.
Bolshewik, *s.* சமப்படுத்தும் அரசாட்சிக்காரன்
Bol'ster, *s.* தலையணை, தலிமம்.
Bolt, *s.* அச்சாணி, தாழ், தாழ்ப்பாள், பூட்டின்னா; the prisoner's bolts, விலங்கு.
Bolt, *v. t.* தாழடை, தாழ்ப்பாளிடு, தாழ்பூட்டு.
Bolt, *v. i.* சடிதியிலோடித்தப்பு.
Bo'lus, *s.* உருண்டை, திரளை, குளிகை, மாத்திரை.
Bomb, *s.* சட்டிப் பீரங்கிக்குண்டு, வெடிகுண்டு.
Bombard', *v. t.* சட்டிப்பீரங்கியிற் குண்டுபிரயோகித்தடி.
Bombardier', *s.* சட்டிப் பீரங்கிச்சேவகன்.
Bombard'ment, *s.* சட்டிப் பீரங்கியாற் சுடல்.
Bombasin', *s.* மெல்லிய ஆட்டுரோமப் புடவை, மெல்லிய நார்ப்புடவை.
Bom'bast, *s.* சொற்பகட்டு, வீம்புச்சொல், பகடச்சொல்.
Bombas'tic, *a.* சொற்பகட்டான, வீம்பான.
Bo'na-fide, *ad.* உள்ளபடி, மனசறிய, நெஞ்சறிய, நம்பிக்கையாய்.
Bond, *s.* கச்சு, கட்டு, பந்தம், பந்தனம், பொருத்தம், உடன்பாடு, சம்பந்தம்; written, முறி, சாதனம், பத்திரம்; debt bond, கடன்முறி; forged, சிருஷ்டணையானபத்திரம், கள்ளப்பத்திரம், of recognizance, ஜாமீன்பத்திரம், பிணைப்பத்திரம்; as captivity, அடிமைத்தனம்.
Bond, *a.* அடிமைப்பட்ட, சிறைப்பட்ட.
Bond'age, *s.* சிறைத்தனம், அடிமை, தொழும்பு, சிறையிருப்பு.
Bond'maid, *s.* அடிமைப்பெண், தாசி, முறிச்சி, வெள்ளாட்டி.
Bond'man, *s.* அடிமைப்பட்டவன், தாசன், முறியன்.

Bonds, *s. (pl.)* காவல், சிறையிருப்பு; as chains, சங்கிலி, தளை, விலங்கு; as stocks, விலங்கு, தொழு; for the hands, கைக் குட்டை (திசை.).
Bond'servant, *s.* அடிமை, சிறை.
Bond'service, *s.* அடிமைத்தனம், அடிமைத் தொழில், தொழும்பு.
Bonds'man, *s.* உத்தரவாதி, பிணை, அடிமை.
Bond'woman, *s.* தொழுத்தை, அடிமைப் பெண்.
Bone, *s.* எலும்பு, என்பு, அஸ்தி; of a fish, மீன்முள்.
Bone'set, *v. t.* முறிந்த எலும்பைப் பொருத்து.
Bone'setter, *s.* சுளுக்கெடுக்கிறவன், முறிந்த எலும்பு பொருத்துவோன்.
Bon'fire, *s.* தீபாவளி, களியாட்டுத்தீபம்.
Bon'mot (bong-mō'), *s.* ரசவாக்கியம், குத் திரவிடை.
Bon'net, *s.* குல்லா, பெண்பிள்ளைத் தொப்பி, சிரபூஷணம்.
Bon'ny, *a.* சுந்தரமான, களிப்பான, புஷ்டி யான.
Bo'nus, *s.* வெகுமதி, லாபம், உபகாரம், ஊதியம்.
Bo'ny, *a.* எலும்புள்ள, முள்மிகுந்த.
Boo'by, *s.* மந்தன், சுமடன், மடையன், ஓர் பறவை.
Book, *s.* புஸ்தகம், ஏடு, நூல்.
Book, *v. t.* புஸ்தகத்திற் பதிவுசெய்.
Book'binder, *s.* புஸ்தகங்கட்டுவோன்.
Book'case, *s* புஸ்தகபீடம்.
Book'keeping, *s.* கணக்குப்பதிப்பு, கணக் கெழுதிவைக்குமுறை.
Book'learning, *s.* ஏட்டுக்கல்வி.
Book'making, *s.* நூலெழுதல், நூலியற்றல்.
Book'man, *s.* வித்தியாப்பியாசி.
Book'seller, *s.* புஸ்தகவியாபாரி.
Book'shop, *s.* புஸ்தகசாலை, புஸ்தகக்கடை.
Book'worm, *s.* இராமபாணப்புழு, வாசிக் கப் பிரியமுள்ளவன்.
Boom, *s.* கப்பலினடிப்பாய்க்கொம்பு.
Boon, *s.* ஈகை, கொடை, பேறு, வரம்.
Boor, *s.* ஆசாரமற்றவன், நாட்டான்.
Boor'ish, *a.* நாட்டுத்தன்மையுள்ள.
Boot, *s.* லாபம், பிசுக்கு, கொசிறு, பாதக்குப் பாயம், நெடும்பாதரக்ஷை.
Boot, *v. t.* லாபம்வருவி, பிரயோஜனப் படுத்து.
Booth, *s.* குடிசை, இதணம், பந்தர்.
Boot'less, *a.* பயனற்ற, விபல, பிரயோசன மில்லாத, கைம்மாறில்லாத.
Boot-tree, } *s.* நெடும்பாதரக்ஷையச்சு.
Boot-last,
Boot'y, *s.* கொள்ளையுடைமை, அபகரித்த பொருள்.
Bo'rax, *s.* வெண்காரம், வெங்காரம், வெலி காரம்.
Bor'der, *s.* தீரம், அருகு, ஓரம், எல்லை, கரை, விளிம்பு.
Bor'der, *v. t.* ஓரங்கட்டு.
Bor'der, *v. i.* (used with on) சமீபி, அரு கிலிரு, போலு.
Bor'derer, *s.* ஊரெல்லைக்காரன்.
Bore, *s.* தமர், துவாரம், தொளை, துறப்ப ணம், அலைமேலலை, பேரலை, கல்லோலம்.
Bore, *v. t.* தொளை, தமரிடு, உருவு; as insects, அரி, ஊது, தொளை.
Bo'real, *a.* வட, வடதிசைக்குரிய.
Bo'reas, *s.* வாடை, வடகாற்று, வடந்தை.
Bor'ough (bŭr'o), *s.* அதிகாரம்பெற்றநகரம்.
Bor'row, *v. t.* கேட்டுவாங்கு, கடன்வாங்கு, இரவல்வாங்கு, எடு.
Bos'ky, *a.* காடுபடர்ந்த, காடடர்ந்த.
Bo'som (boo'sum), *s.* நெஞ்சு, மார்பு; as the heart, நெஞ்சம், மனம்; as a secret receptacle, காப்பம்; a bosom friend, பிராண சிநேகன்.
Boss, *s.* குமிழ், குமிழி, முகிழ்.
Bos'sy, *a.* குமிழுள்ள, குமிழ்பதித்த.
Botan'ic, *a.* தாபரசாஸ்திரத்துக்கடுத்த.
Bot'anist, *s.* தாபரசாஸ்திரி.
Bot'any, *s.* தாபரசாஸ்திரம்.
Botch, *s.* அண்டை, ஒட்டு, பரு.
Botch, *v. t.* அண்டைவை, பொத்து, பழு தாக்கு, சரவைபாய்ச்செய்.
Botch'y, *a.* சரவையான, அண்டைவைத்த.
Both, *a.* இரண்டு, உபயமும்; on both sides, இருப்பக்கத்திலும்; both parties, இருகட்சியாரும், உபயவாதிகளும்.
Both, *con.* அன்றியும், அல்லாமலும்; he can both read and write, அவன் வாசிக்கவு மெழுதவுமாட்டுவான்.
Both'er, *v. t.* அலட்டு, அலட்டுப்பண்ணு, சங்கடப்படுத்து.
Bots, *s. (pl.)* குதிரை வயிற்றிற்கிருமி.
Bot'tle, *s.* புட்டி, சித்தை, பரணி, துருத்தி.
Bot'tle, *v. t.* குப்பியில்விட்டடை, புட்டி யில்விட்டடை.
Bot'tom, *s.* அடி, கீழ், ஸ்தாவரம், மூலம்; as a ship, மரக்கலம், உரு; to be at the bottom of any thing, ஒன்றின் காரணமாயிருக்க; the bottom of a liquor, மண்டி, கூலம்.

Bot'tom, *v. t.* அடியிடு, அஸ்திவாரம்போடு; a chair, இழை, பின்னு.
Bot'tomless, *a.* அடியற்ற, ஆதாரமில்லாத, பொறுப்பற்ற.
Bough, *s.* கொம்பு, கிளை, சினை, கொப்பு.
Bought, *s.* முறுக்கு, முடிச்சு, கயிற்றுச் சுருள்; as the part of a sling that holds the stone, கவண்கற்றூங்கி.
Bounce, *s.* அடி, இடி, குத்து, முழக்கம், படாரெனல்.
Bounce, *v. i.* விழு, பாய், குதி, வீம்புபேசு.
Boun'cer, *s.* வீம்பன், புளுகன்.
Bound, *s.* எல்லை, முடிவு, பாய்த்து, பாய்ச்சல், துள்ளு.
Bound, *v. t.* எல்லைகட்டு, முடிவுகட்டு.
Bound, *v. i.* அதை, குதி, பாய்.
Bound'ary, *s.* எல்லை, ஓரம், அத்து, சரகத்து; dispute, எல்லைவியாச்சியம், எல்லைத்தகாரார்; mark, எல்லைக்கல், எல்லைக்குறி; of a principal town, குண்டுசாலை.
Bound'en, *v.* கடமைப்பட்ட, பாத்தியப்பட்ட; duty, செய்யப் பாத்தியப்பட்ட கடமை, பாரம்.
Bound'less, *a.* அளவிறந்த, எல்லையற்ற, மட்டற்ற.
Boun'teous, } *a.* உதாரகுணமுள்ள.
Boun'tiful, }
Bounty, *s.* உதாரத்துவம், உதாரகுணம்; as premium, நன்கொடை, வெகுமதி.
Bouquet' (bu-kā'), *s.* பூஞ்செண்டு.
Bourn, *s.* அந்தம், முடிவு, எல்லை, மட்டு.
Bout, *s.* ஆட்டம், தரம், நடை, முறை.
Bow, *s.* வணக்கம், பணிதல்.
Bow, *v. t.* கவி, வளை.
Bow, *v. i.* வணங்கு, பணி, ஒடுங்கு.
Bow (bō), *s.* வில், வில்வடிவம், யாழ்வில், கோணம்.
Bow'bent, *a.* விற்போல்வளைந்த.
Bow'els, *s.* குடர், குடல், அந்திரம்; as compassion, இரக்கம்.
Bow'er, *s.* கிளைகளாற்பின்னிய பந்தர், பூங்காவனம், நிழற்சார்பு, பன்னசாலை.
Bowl, *s.* கோலி, குண்டு, உருண்டை, கிண்ணம், தகழி, பாத்திரம், அகல்; beggar's, கப்பரை.
Bowl, *v. t.* உருட்டு, திரட்டு.
Bowl, *v. i.* கோலிவிளையாடு.
Bow'leg, *s.* கோணற்கால்.
Bowl'der-stones, *s.* கடற்கரையில் திரண்டு பருத்த கற்கள்.
Bowl'ing-green, *s.* பந்தாடுஞ்சமநிலம்.
Bow'man, *s.* வில்லாளன், வில்லி.

Bow'sprit, *s.* அணியக்கட்டை, அணியப்பாய்மரம், அணியம், ஏரா, ஏராக்கட்டை.
Bow'shot, *s.* அப்புபாயுந்தூரம், அம்பெட்டுந்தூரம்.
Bow'string, *s.* வின்ஞாண், ஞாண்.
Box, *s.* பெட்டகம், பெட்டி, சிமிழ், குத்து, கைக்குத்து; on the head, குட்டு; as a tree, புன்னைமரம்; as a set in a playhouse, நடனசாலையிலாசனம்.
Box, *v. t.* குத்து, குட்டு, அறை, முட்டு, பெட்டிக்குள் வை.
Box, *v. i.* குத்து, அறை.
Box'er, *s.* கைக்குத்துக்காரன், மல்லன், மல்வல்லன், மல்வீரன்.
Box'ing, *s.* குத்து, கைக்குத்து, மல், மல்யுத்தம், முட்டியுத்தம்.
Box'ing-cuff, *s.* கைக்கவசம்.
Box'ing-match, *s.* கைக்குத்துச் சண்டை, முட்டியுத்தம்.
Boy, *s.* ஆண்பிள்ளை, இளைஞன், சிறுவன், பையன், பாலகன்.
Boycott, *v. t.* ஜாதிப்பிரஷ்டப்படுத்து.
Boy'hood, *s.* பிள்ளைப்பிராயம், பாலப்பருவம், பிள்ளைமை.
Boy'ish, *a.* பிள்ளைத்தனமான, சிறுவனுக்கடுத்த.
Boy'ism, *s.* விடலைத்தன்மை, பிள்ளைத்தன்மை.
Boy's' play, *s.* பிள்ளைவிளையாட்டு.
Brace, *s.* பலம், வலி, பந்தம், கட்டு, சோடு, உதைகால்; of a drum, மத்தளவார், முரசவார்.
Brace, *v. t.* இழுத்துக்கட்டு, இறுக்கு, பிணை.
Brace'let, *s.* அத்தகடகம், காப்பு, கங்கணம்.
Bra'cer, *s.* கட்டு, பந்தனம்; as medicine, பலந்தருமருந்து.
Brach'ial, *a.* புயத்திற்குரிய.
Brack'et, *s.* பலகைதாங்கி, அடைப்புக்குறி. உபவாக்கியபிந்து.
Brack'ish, *a.* உவரான, சவரான; water, உவர்நீர்; ground, சவர்நிலம், உவர்நிலம், கழிநிலம்; to taste brackish, உவர்க்க, உப்புக்கரிக்க.
Brag', *v. i.* பகடம்பண்ணு, வீம்புபேசு.
Brag, *s.* பகடம், வீம்பு, வீம்புப்பேச்சு.
Braggado'cio, *s.* வீம்பன், பகடக்காரன்.
Brag'gardism, *s.* வீம்புப்பேச்சு, பெருமை பாராட்டல்.
Brag'gart, } *s.* டம்பக்காரன், வீம்டன்.
Brag'ger, }
Brah'man, *s.* பிராமணன், பார்ப்பான.

Braid, *s.* பின்னல்வேலை, பின்னற்கயிறு.
Braid, *v. t.* இழை, பின்னு, முடை.
Brain, *s.* அமுதம், மூளை, புத்தி, உணர்வு.
Brain'less, *a.* புத்தியீன, மதிகெட்ட.
Brain'pan, *s.* கபாலம், மண்டை, தலையோடு.
Brain'sick, *a.* பித்தங்கொண்ட, புத்திமயங்கின.
Brake, *s.* சிறுகாடு, தூறு, நீர்வேம்பு; as a snaffle for horses, கவினம், கடிவாளம்.
Bram'ble, *s.* முட்செடி, முள்ளி, முண்டகம்.
Bran, *s.* தவிடு.
Branch, *s.* கொம்பு, கோடு, கிளை, சாகை.
Branch, *v. i.* கவர்விடு, கிளை, படர்.
Brand, *s.* கொள்ளி, சூட்டுக்கோல், சுட்டகுறி, மறு, வசை.
Brand, *v. t.* குறிசுடு, நிந்தனைசெய், branding iron, சூட்டுக்கோல்.
Brand'ish, *v. t.* சுழற்று, ஆட்டு, சிரமம்பண்ணு, வீசு.
Bran'dy, *s.* ஓர்வித மதுபானம்.
Bras'ier, *s.* கன்னான், கஞ்சகாரன்.
Brass, *s.* பித்தளை, உரோசமின்மை, நாணமின்மை.
Brat, *s.* சீர்கெட்ட பிள்ளை, குணங்கெட்ட சிறுவன்.
Brava'do, *s.* அதட்டு, வீம்பு.
Brave, *a.* ஆண்மையான, வீரமான, தைரிய; man, நெஞ்சன், மறநெஞ்சன், மறவன்.
Brave, *v. t.* வீரமாய், விரோதி, துணிந்தெதிர்.
Bra'very, *s.* ஆண்மை, வீரம், விக்கிரமம், சௌரியம், கட்டாண்மை.
Bra'vo, *s.* துஷ்டன், as an assassin, கொலைப்பாதகன்.
Bra'vo, *inter.* சபாசு, கெட்டி, பளா, பளபளா, ஓகோ.
Brawl, *s.* சண்டை, கலகம், குழப்பம், அமளி.
Brawl, *v. i.* கலகஞ்செய், வாதாடு, கூவு.
Brawl'er, *s.* வாதாடி, கலகப்பிரியன்.
Brawl'ing, *s.* கலகம், சண்டை.
Brawn, *s.* ஆண்பன்றியிறைச்சி, தசைப்புஷ்டியான இடம்.
Brawn'iness, *s.* நரம்புவிசை, பலம்.
Brawn'y, *a.* தசைப்பிடியுள்ள, பலத்த, வலிய.
Bray, *s.* கழுதைக்கத்து, கனைப்பு.
Bray, *v. t.* இடி, உரலிற்குத்து.
Bray, *v. i.* கத்து, கனை, கதறு.
Braze, *v. t.* பித்தளையிட்டுப் பற்றுவை, பொடிவைத்து விளக்கு.
Braz'en, *a.* பித்தளையிற்செய்த, இலச்சையற்ற, நாணமற்ற.
Braz'en-faced, *p. a.* வெட்கங்கெட்ட.
Braz'ier, *s.* see Brasier.
Breach, *s.* அறவு, இடிவு, உடைவு, தகர்வு; of promise, வாக்குத்தவறு; of law, கட்டளைமீறல்; of peace, கலகம்; of friendship, சினேகபங்கம், சினேகபேதம்; of trust, விசுவாசபங்கம், விசுவாசகாதகம், நம்பிக்கைத் துரோகம்; as dissension, quarrel, பிணக்கு, பின்னம், பேதம்.
Bread, *s.* அப்பம், ரொட்டி, ஆகாரம்; as support, maintenance, ஜீவனம், உஜ்ஜீவனம்.
Bread'fruit, *s.* ஈரப்பலாக்காய்.
Breadth, *s.* அகலம், பரப்பு, விசாலம், விரிவு.
Break, *s.* இடிவு, உடைவு, நெரிவு, தகர்வு; as interruption, தடை; of day, வைகறை, விடியற்காலம்.
Break, *v. t.* முறி, உடை, நசி, கடி; as crush, நசுக்கு; down, இடித்து விழுத்து; a promise, மொழிதிறம்பு, வாக்குமீறு; as infringe a law, கட்டளைமீறு; as tame, அடக்கு, இயக்கு, பழக்கு, வசக்கு; sleep, நித்திரைகலை; silence, பேசத்தொடங்கு; banks, கட்டுடை; friendship, நட்புக்குலை; to break one's fast, காலைப்போஜனஞ்செய்ய; to break open a letter, பிரிக்க, உடைக்க; to break wind, வாயுபறிய.
Break, *v. i.* உடை, ஒடி, தெறி, முறி; the weather breaks up, மப்பு வெளிவாங்குகிறது; to break as waves, உடைய; to break loose as a horse, கட்டறுத்துப்போக; off, விட்டுநீங்க; up, கலைய; out as an epidemic, உண்டாக, காண; out as pimples, உடம்பிற்குருப்புறப்பட.
Break'ers, *s.* (*pl.*) உடைதிரை, கரைதில் மோதுமலை.
Break'fast, *s.* காலைப்போஜனம்.
Break'fast, *v. i.* காலைப்பசியாறு.
Break'water, *s.* அலைதாங்கி, செய்கரை.
Breast, *s.* நெஞ்சு, மார்பு, முலை; as the heart, மனம், இருதயம், மர்மம்.
Breast'bone, *s.* மார்பெலும்பு.
Breast'deep, *a.* மார்பளவிற்கு ஆழ்ந்த.
Breast'high, *a.* மார்பளவுயர்ந்த.
Breast'pin, *s.* மார்பூசி.
Breast'plate, *s.* மார்க்கவசம், மார்பணி.
Breast'work, *s.* மார்பளவுயர்ந்த சுவர்.
Breath, *s.* மூச்சு, ஆவி, சுவாசம், உயிர்ப்பு; as a pause or respite, ஆற்றி, ஆசுவாசை; of wind, உலாவுங்காற்று.

Breathe, *v. t.* புகட்டு.
Breathe, *v. i.* சுவாசமிடு, மூச்சுவிடு, சுவாசி.
Breath'ing, *v. n.* சுவாசித்தல், மூச்சுவிடுதல்; the short breathing of a dying person, மேற்சுவாசம், குறுமூச்சு.
Breath'less, *a.* மூச்சற்ற, பிராணனற்ற.
Breech, *s.* அடி, அடிப்புறம், பிடங்கு.
Breech'es, *s.* (*pl.*) அரைச்சல்லடம்.
Breed, *s.* இனம், சாதி, வார்க்கம், குலம்.
Breed, *v. t.* சனிப்பி, பாலி, பழக்கு; to breed mischief, சதிநினைக்க, சர்ப்பனை தொடுக்க.
Breed, *v. i.* சூற்கொண்டிரு; to breed as worms, சனிக்க, கிருமிபிடிக்க, பூச்சிபிடிக்க.
Breed'er, *s.* பெற்றதாய், ஈன்றாள்.
Breed'ing, *v. n.* வளர்ப்பு, சிக்ஷை விநயம், ஒழுக்கம்; a man of, ஆசாரபுருஷன், பண்புடையான்.
Breeze, *s.* இளங்காற்று, காற்றிளவல்.
Breeze, *v. i.* இளங்காற்று வீசு.
Breth'ren, *s.* (*pl.*) சகோதரர், சபையார், கூட்டத்தார்.
Brev'et, *s.* ராணுவ வுத்தியோகஸ்தரின் விசேஷநிலை.
Brev'iary, *s.* அடக்கம், சுருக்கம், பிரார்த்தனைசங்கிரகம், குறிப்பிடம்.
Brev'ity, *s.* அடக்கம், சுருக்கம், சங்கிரகம், விகலம்.
Brew, *s.* கஷாயம், கலப்பு, கோடா.
Brew, *v. t.* நுரைப்பானம் வடி, பூரி; to brew mischief, தீங்குநினைக்க.
Brew, *v. i.* எத்தனமாகு, ஆயத்தமாகு, எழு.
Brew'ery, *s.* இரசம்வடிக்கும் வீடு.
Bribe', *s.* கைக்கூலி, பரிதானம், லஞ்சம்.
Bribe, *v. t.* பரிதானமிடு, லஞ்சங்கொடு.
Brib'er, *s.* பரிதானங்கொடுப்போன்.
Brib'ery, *s.* கைக்கூலி, பரிதானம், லஞ்சங்கொடுக்கை.
Brick, *s.* செங்கல், தளவரிசைக்கல், பாக்கல்.
Brick, *v. t.* செங்கற்பதி, செங்கற்பரவு, தளவரிசைபோடு.
Brick'bat, *s.* செங்கற்கட்டி.
Brick'clay, செங்கல்லறுக்குங் களிமண்.
Brick'dust, *s.* செங்கற்றூள், செங்கற்பொடி.
Brick'kiln (brik'kil), *s.* செங்கற்சூளை, காளவாய்.
Brick'layer, *s.* கற்சிற்பன், கொல்லத்துக்காரன்.
Brick'maker, *s.* செங்கற்சுடுவோன்.
Brick-mould, *s.* செங்கல்லச்சு, செங்கற்கட்டளை.
Brick'work, *s.* செங்கல்வேலை, செங்கற்கட்டடம்.
Bri'dal, *s.* கலியாணம், விவாகம், விவாகசடங்கு.
Bri'dal, *a.* விவாகத்துக்கடுத்த, மணவாட்டிக்கடுத்த.
Bride, *s.* மணவாட்டி, மணவாளி, மணமகள், புதுமணத்தலைவி.
Bride'bed, *s.* மணமஞ்சம்.
Bride'cake, *s.* மணப்பூரிகை.
Bride'chamber, *s.* மணவறை, மணமண்டபம், மணச்சாலை.
Bride'groom, *s.* மணவாளன், மாப்பிள்ளை, மணமகன்.
Bride'maid, *s.* தோழி, பாங்கி, சகி.
Bride'man, *s.* தோழன், சகன், சேடன்.
Bride'well, *s.* காவற்சாலை, சேகண்டிமால்.
Bridge, *s.* பாலம், வாராவதி; of a musical instrument, யாழ்க்குதிரை; of boats, படவுப்பாலம்; of the nose, தண்டு, மூக்கந்தண்டு, (commonly) மூக்காந்தண்டு.
Bridge, *v. t.* வாராவதிகட்டு, பாலங்கட்டு.
Bri'dle, *s.* கடிவாளம், கலினம்.
Bri'dle, *v. t.* கடிவாளம்பூட்டு, கடிவாளம்மாட்டு, அடக்கு.
Brid'ler, *s.* கடிவாளமிடுவோன், அடக்குவோன்.
Brief, *s.* சங்கிரகம், வியாச்சியக்குறிப்பு.
Brief, *a.* குறிப்பான, சுருக்கமான, பொழிப்பான; as time, அற்ப.
Brief'ness, *s.* அடக்கம், சுருக்கம், பொழிப்பு, குறுக்கம்.
Bri'er, *s.* நெருஞ்சில், முட்பூண்டு, முட்செடி.
Bri'ery, *a.* முண்ணிறைந்த.
Brig, *s.* இருபாய்மரக்கப்பல்.
Brigade', *s.* ஒருபடைவகுப்பு.
Brigadier', *s.* உபதளகர்த்தன்.
Brig'and, *s.* கொள்ளைக்காரன்.
Brig'andage, *s.* கொள்ளை, சூறை.
Brig'andine, *s.* போர்க்கவசம்.
Bright, *a.* துலக்கமான, பிரகாசமான, பிரபையுள்ள; face, அலர்முகம், சோபிதமுகம்.
Bright'en, *v. t.* துலக்கு, மினுக்கு.
Bright'en, *v. i.* விளங்கு, ஒளிர்.
Bright'ness, *s.* ஜோதி, சோபை, களை, காந்தி, பிரகாசம், ஒளி.
Brilliancy, *s.* ஜோதி, காந்தி, பிரகாசம், துலக்கம், சோபை, மின், ஒளி.
Brill'iant, *s.* பட்டந்தீர்ந்த வச்சிரம்.
Brill'iant, *a.* துலக்கமான, பளபளப்பான, ஜோதியுள்ள, பிரகாசமான, காந்தியுள்ள.

Brim, *s.* ஓரம், கரை, விளிம்பு.
Brim'ful, *a.* கரைமட்டமாய் நிறைந்த, நிரம்பிய.
Brim'mer, *s.* நிறைகிண்ணம், நிறைந்த பாத்திரம்.
Brim'stone, *s.* கந்தகம்.
Brin'ded, Brin'dled, } *p. a.* வரியுள்ள, புள்ளியுள்ள.
Brine, *s.* உப்புநீர், உவர்நீர், உப்புச்சலம்.
Bring, *v. t.* கொண்டுவா, அழைத்துவா; to bring about, ஏற்படுத்த, உண்டாகும்படி செய்ய; down, தாழ்த்த; forth, பிரசவிக்க, பெற; forward as an example, எடுத்துக்காட்ட; out, காட்டிக்கொடுக்க, வெளியிட; an action, வழக்குத்தொடர; to naught, அவமாக்க; over, வசப்படுத்த; in or under, அடக்க; up, வளர்க்க, பயிற்ற; to remembrance, நினைப்பூட்ட, ஞாபகப்படுத்த.
Brin'ish, *a.* உவரான, உப்பின்சுவையுள்ள.
Brink, *s.* அருகு, ஓரம், திரம், கரை, விளிம்பு.
Brin'y, *a.* உப்பின்சுவையுள்ள, உவர்நீர்த்தன்மையுள்ள.
Brisk, *a.* ஜாக்கிரதையுள்ள, துரித, சுறுக்கான, a brisk gale of wind, நல்லகாற்று.
Brisk'et, *s.* மிருகத்தின்மார்பு, தேங்காய்முத்தை.
Brisk'ness, *s.* உற்சாகம், சுறுக்கு, துரிதம், துள்ளாட்டம்.
Bris'tle (bris'sl), *s.* பன்றிமயிர்.
Bris'tle, *v. t.* சிலுப்பு, நெறி, இவிர்.
Bris'tle, *v. i.* சிலுப்பிக்கொள், குதுகலி.
Brit'ish, *a.* பிரித்தானிய தேசத்திற்குரிய, பிரித்தானிய.
Brit'on, *s.* பிரித்தானியன்.
Brit'tle, *a.* ஒடியத்தக்க, நொய்தான, முறியத்தக்க.
Brit'tleness, *s.* நொய்மை.
Broach, *s.* ஊசி, செருப்பூசி.
Broach, *v. t.* துளை, திற; secrets, திறந்துசொல்லு, வெளியிடு.
Broad, *a.* அகலமான, விசால, விஸ்தீரணமான, பரும்படியான, daylight, பட்டப்பகல், வெளிச்சம்; awake, நித்திரைதெளிந்த; accent, தீர்க்கவோசை.
Broad'cloth, *s.* சகலாத்து.
Broad'en, *v. i.* அகல், விசாலி, விஸ்தரி.
Broad'side, *s.* கப்பற்பக்கத்திலுள்ள பீரங்கிகள், ஒருமிக்க வெடிதீர்த்தல்.
Broad'sword, *s.* பட்டாக்கத்தி.
Broad'wise, *ad.* அகலப்பக்கமாய்.

Brocade', *s.* சித்திரப்பட்டாடை.
Bro'cage, *s.* தரவு, தரவன்றொழில்.
Broc'coli, *s.* ஒருவிதக் கீரை.
Brogue, *s.* கொச்சைப்பேச்சு, கொச்சையுச்சாரணம்.
Broi'der, *v. t.* சித்திரந்தைத்துச் சிங்காரி.
Broi'dery, *s.* அலங்காரத்தையல், சித்திரத்தையல்.
Broil, *s.* கலகம், சண்டை, பேதம்.
Broil, *v. t.* சுடு, வேகவை.
Broil, *v. i.* சுடு, வே, வெதும்பு.
Broken-heart'ed, *a.* சஞ்சலமுள்ள, மனநொந்த, உள்ளுடைந்த.
Broken-wind'ed, *a.* இளைத்த, தொய்ந்துபோன.
Bro'ker, *s.* தரவன், தரவுகாரன்.
Bro'kerage, *s.* தரவு, தரவுகூலி.
Bro'kery, *s.* தரவு, தரவுதொழில்.
Bronze, *s.* வெண்கலம்.
Bronze, *v. t.* வெண்கலம்போலாக்கு, வெண்கலவர்ணமாக்கு.
Brooch, *s.* மார்பூசி, மார்ச்சட்டைப்பூட்டு.
Brood, *s.* ஒரேவைப்புக்குஞ்சு, சந்ததி.
Brood, *v.* படி, வதி, செட்டைக்குள்ளணை, அடைகா, பரிபவி; over, நினைத்து நினைத்துத் துக்கி, சிந்தி.
Brood'y, *a.* அடைகாக்கும், அவயங்காக்கும்.
Brook, *s.* அருவி, சிற்றாறு.
Brook, *v. t.* சகி, தாங்கு, பொறு.
Broom, *s.* துடைப்பம், விளக்குமாறு, வாருகோல்.
Broom'staff, Broom'stick, } *s.* துடைப்பக்கற்றை, விளக்குமாற்றுக்கற்றை.
Broth, *s.* ஆணம், சாறு, குழம்பு.
Broth'el, *s.* வேசிவீடு.
Broth'eller, *s.* வேசிக்கள்வன்.
Broth'er, *s.* சகோதரன், சோதரன், சகிதன், அநுஜன், கூட்டாளி; elder, தமையன்; younger, தம்பி; full, உடன்பிறந்தான்.
Broth'er-hood, *s.* சகோதரத்துவம்.
Broth'er-in-law, *s.* மைத்துனன்.
Broth'erly, *a.* சகோதரன் தன்மையான, சகோதர வுரிமையான.
Brow, *s.* புருவம், நெற்றி; of a hill, மலைச்சிகரத்தின்பக்கம்; to knit the, நெற்றியை நெறிக்க.
Brow'beat, *v. t.* அதட்டு, உறுக்கு.
Brow'bound, *a.* மகுடந்தரித்த, முடிசூடிய.
Brow'less, *a.* வெட்கங்கெட்ட, நாணமற்ற.
Brown, *s.* ஊதாநிறம், கபிலம்.
Brown, *a.* ஊதாநிறமான, கபில.

Brown'study, *s.* கவலை, அதிக சிந்தனை கொண்டிருக்கை.
Browse, *s.* இளந்தளிர்.
Browse, *v. t.* தழைமேய், தழைகறி.
Bruise, *s.* நசிவு, நொசிவு, கசைவு, நெரிவு.
Bruise, *v. t.* உரைஞ்சு, நசுக்கு, நருக்கு.
Bruit, *s.* சத்தம், கீர்த்தி, பிரஸ்தாபம்.
Bruit, *v. t.* பிரசித்தப்படுத்து, பிரஸ்தாபஞ் செய்.
Brunette', *s.* கபிலவதனி.
Brunt, *s.* தாக்கம், தாக்கு, பாரம், மோதுகை; of the battle, சண்டைமுனை, மண்டமர்.
Brush, *s.* குச்ச, தூரிகை, துடைப்பம், தாக்கு, இடி, அடி, தூற்றுக்காடு.
Brush, *v. t.* சீ, துடை, பெருக்கு, சீவு, கோது.
Brush, *v. i.* சீத்துக்கொண்டுபோ, கடுகெனப் போ.
Brush'wood, *s.* பரவற்காடு, சிறுதூறு; a field cultivated amongst, பரவற் காட்டுப்புன்செய்.
Brush'y, *a.* துடைப்பம்போன்ற, சுருள்மயிருள்ள.
Bru'tal, *a.* மிருகத்தனமான, துஷ்ட, கொடிய, இரக்கமற்ற.
Brutal'ity, *s.* மிருகத்தன்மை, வேடத்தனம்.
Bru'talize, *v. t.* மிருகத்தனமாக்கு.
Brute, *s.* விலங்கு, மிருகம், அறிவிலி.
Brute, *a.* அறிவில்லாத, மிருக, துஷ்ட.
Bru'tish, *a.* மிருகத்தனமான, அறிவில்லாத, இரக்கமற்ற.
Bub'ble, *s.* குமிழி, நீர்க்குமிழி, புற்புதம்.
Bub'ble, *v. i.* குமிழிகொள்ளு, சலசலவென்றோடு.
Bub'bler, *s.* வஞ்சகன், எத்தன்.
Bu'bo, *s.* அரையாப்பு, திரட்சி, நெறி.
Buck, *s.* ஆண்முயல், கலைமான்.
Buck, *v. t.* சாரமிட்டு, வெள்ளாவியிலிவை.
Buck'et, *s.* ஏற்றச்சால், இறைசால்.
Buc'kle, *s.* கச்சுப்பூட்டு, வார்ப்பூட்டு, shoe-buckle, பாதரட்சையின் வார்.
Buc'kle, *v. t.* பூட்டு, மாட்டு, கொளுவு, தொடு.
Buck'ler, *s.* கேடகம், பரிசை.
Buck'ram, *s.* பசையிட்டுக்காய்ந்த புடைவை.
Bud, *s.* அரும்பு, தளிர், பூமொட்டு, முகை, கண்ணி.
Bud, *v. i.* அரும்பு, தளிர், தழை, துளிர், முளை.
Bud'dle, *s.* உலோகமரிக்குந்தொட்டி.
Budge, *v. i.* அசை, பெயர், செல்
Bud'get, *s.* பை, சாசனக்கட்டு; அரசிறைக் கணக்கு.
Buff, *s.* பதஞ்செய்த எருமைத்தோல்.
Buf'falo, *s.* எருமை, மேதி; male, எருமைக் கடா; wild, காட்டெருமை, குழுமேதி; young, எருமைக்கன்று.
Buf'fet, *s.* குட்டு, குத்து.
Buf'fet, *v. t.* குட்டு, குத்து.
Buffoon', *s.* திருவன், பரியாசப்பட்டன், விகடகவி.
Buffoon'ery, *s.* கேலி, சன்னை, கோட்டாலை.
Bug, *s.* மூட்டுப்பூச்சி.
Bug'bear, *s.* வெருளி, ஆள்மருட்டி, வேமாண்டி.
Bug'gy, *s.* ஓர்வகை வண்டி.
Bugle, *s.* இரணகாளம், நாயழைக்குங்குழல், வேட்டைக்காளம்.
Build, (bild) *v. t.* கட்டு, கட்டியெழுப்பு, சமை; to build castles in the air, மனோராச்சியம்பண்ண, மனோரதியம்பண்ண.
Build'er, *s.* கற்சிற்பன், சிற்பாசாரி.
Build'ing, *s.* கட்டு, கட்டடம், மாளிகை.
Bulb, *s.* திரண்டமூலம்; stem of a, காம்பு, சரம்.
Bul'bous, *a.* திரட்சியான.
Bulge, *v. t.* தடி, பரு, வீங்கு.
Bulk, *s.* காத்திரம், தடிப்பு, பருமை, மொத்தம்.
Bulk'head, *s.* கப்பலறைகளினடைப்பு.
Bul'ky, *a.* பருத்த, தடித்த, மொத்தமான.
Bull, *s.* இடபம், எருது, நாம்பன், காளை, இடபவிராசி.
Bull'baiting, *s.* எருதும் நாயும் போர்செய்ய விடுதல்.
Bull'dog, *s.* ஒருவகை நாய்.
Bul'let, *s.* குண்டு.
Bul'letin, *s.* ராஜ அறிக்கைப்பத்திரம்.
Bull'finch, *s.* ஒருவகைக் குருவி.
Bull'ion, *s.* பொற்கட்டி, வெளிக்கட்டி.
Bul'lock, *s.* எருது.
Bul'ly, *s.* அதட்டி, அதட்டுக்காரன், வாயாடி.
Bul'ly, *v. t.* அதட்டு, உரப்பு, சிலமி.
Bul'rush, *s.* கொறுக்கை, நாணல்.
Bul'wark, *s.* அரண், கொத்தளம், அலங்கம்.
Bum'boat, *s.* கப்பலுக் குணவுப்பொருளேற்றிப்போகும் படவு.
Bump, *s.* அதைப்பு, படைப்பு, பிதுக்கம், வீக்கம், குத்து.
Bump, *v. t.* அடி, இடி, குத்து.
Bum'per, *s.* நிறைகிண்ணம்.
Bump'kin, *s.* நாட்டாள்.
Bun, *s.* ஓர் சிற்றுண்டி.

Bunch, *s.* கொத்து, குலை, முடிச்சு, கூன்; of grapes, திராட்சக்குலை; on a bullock, எருதுத்திமில், முரிப்பு, இமில்.

Bunch, *v. i.* பிதுங்கு, புடை, தடி.

Bun'dle, *s.* சுமை, கட்டு, பொட்டணம், சிப்பம்.

Bun'dle, *v. t.* கட்டாக்கு, கட்டு.

Bung, *s.* பீப்பாத்துளையடைக்கு முளை, பீப்பாத்துவாரத்திலிடுங் கட்டை.

Bung, *v. t.* பீப்பாத்துளையடை.

Bun'galow, *s.* கூரைவீடு, குடிசை, பங்களா.

Bung'hole, *a.* பீப்பாத்துவாரம்.

Bun'gle, *s.* சரவைவேலை, பருமபடிவேலை.

Bun'gle, *v. t.* சரவையாகச்செய்.

Bung'ler, *s.* சரவைவேலைசெய்வோன்.

Bung'lingly, *ad.* சரவையாய், அலங்கோலமாய்.

Buoy, *s.* மிதப்பு.

Buoy, *v. t.* மிதத்து, மிதக்கப்பண்ணு, தாங்கு, ஏந்து.

Buoy'ancy, *s.* மிதக்குந்தன்மை, மனவெழுச்சி.

Buoy'ant, *a.* மிதக்கத்தக்க, நொய்தான, மனவெழுச்சியான.

Bur, *s.* முட்புறக்கோது, முள்ளோடு.

Bur'den, *s.* சுமை, பாரம், மூட்டை; as the return of a theme at the end of each verse, முத்திரைப்பல்லவி, அனுபதம்.

Bur'den, *v. t.* ஏற்று, சுமத்து.

Bur'densome, *a.* பாரமான, சுமத்தற்கரிய, கஷ்டகரமான.

Bu'reau (bu'ro), *s.* விகிதபீட அடுக்குப்பெட்டி, எழுத்துப்பீடமுள்ள அலுமாரி.

Bur'gess, *s.* நகரத்தான், நகரப்பிரதிநிதி.

Burgh, *s.* see Borough.

Burg'lar, *s.* கன்னக்காரன்.

Burg'lary, *s.* கன்னமிடுகை, மதிலிடித்துத்திருடல்.

Bur'gomaster, *s.* நகரப்பிரதானி, நகராதிகாரி.

Bur'ial, *s.* அடக்கம், புதைப்பு, பிரேதக்ஷேமம், பிரேதகர்மம்.

Bur'ial-ground, *s.* சவச்சாலை, மயானஸ்தானம், இடுகாடு.

Burlesque (bur-lesk'), *s.* பரிகாசம், பரியாசம், பகிடி.

Bur'ly, *a.* பீனமான, பாரித்த, வீம்புள்ள.

Burn, *s.* சூடு, சுட்டபுண், சூட்டுப்புண்.

Burn, *v. t.* சுடு, எரி, கருக்கு, தகி; as consume, நீறாக்கு; as calcine, நீற்று, பஸ்மீகரி; as singe, பொசுக்கு; incense, தூபங்காட்டு.

Burn, *v. i.* சுவாலி, அழல், பிரகாசி; as to be inflamed with passion, இந்திரியநுகர்ச்சியால் மனோவிகாரமுள்ள; to burn out, எரிந்தவிந்துபோக; as glow, கனலு; as smart with pungent matter, உறை, எரி; as lamp, எரி; as a sore, அழற்று, எரிவந்தமெடு, கொதி; as fever, காய்; up, பற்றியெரி; with envy, அழலு; with lust, விரகதாபங்கொள், காமத்தீமூண்டெரி; with rage, கோபாக்கினிமூண்டெரி.

Burn'ing-glass, *s.* சூரியகாந்திக்கண்ணாடி.

Bur'nish, *s.* துலக்கம், மினுக்கம், மெருகு.

Bur'nish, *v. t.* துலக்கு, மினுக்கு, மெருகிடு.

Bur'nish, *v. i.* துலங்கு, மினுங்கு.

Bur'nisher', *s.* துலங்கச்செய்வோன், மினுக்குங்கருவி.

Burr, *s.* காதின்சோணை, கீழ்க்காது.

Bur'row, *s.* அளை, பொந்து, வளை.

Bur'row, *v. t.* அளையகழு, வளைகோலு.

Bur'sar, *s.* பொக்கசக்காரன், சம்பிரதி.

Bur'sary, *s.* திரவியசாலை, பொக்கசவீடு.

Burse, *s.* வர்த்தகர்கூடும் பொதுச்சாலை.

Burst, *s.* தெறிப்பு, வெடிப்பு, பெயர்வு.

Burst, *v. t.* அறு, உடை, பிள; open, பிளபெயர்.

Burst, *v. i.* உடை, வெடி, தெறு, அறு; as seeds, வெடி; as a boil, உடை, தகர்.

Bur'then, *s.* see Burden.

Bur'y, *v. t.* புதை, தாழ், அடக்கம்பண்ணு, சேமி, பதி; buried treasure, புதையல்.

Bush, *s.* செடி, தூறு, பற்றை, சடை; as the tail of a fox, நரிவால்.

Bush'el, *s.* அளக்கும் பறை.

Bush'y, *a.* சடையான, சடைத்த, பறட்டையான.

Bus'ily (biz'ily), *ad.* முயற்சியாய், சுறுசுறுப்பாய், பூராயமாய்.

Bus'iness (biz'nes), *s.* வேலை, தொழில், உத்தியோகம், கருமம், கிருத்தியம், கமாமிசு; as concern, obligation, காரியம், கடமை.

Busk, *s.* மார்பிற்கட்டும்வில், ரவிக்கைமுன்.

Bus'kin, *s.* தொடுதோல்.

Buss, *s.* முத்தம்.

Bust, *s.* சிரசுமுத விடைபரியந்தம் சித்திரித்த படம்.

Bus'tle (bus'sl), *s.* குடுகுடுப்பு, பரபரப்பு, துருதுருப்பு. இரைச்சல், சந்தடி.

Bus'y (biz'y), *a.* அலுவலுள்ள, முயற்சியான; a busy day, அதிக அலுவல்செய்யும் நாள்.

Bus'y-body, *s.* பிறர் காரியத்திலே தலையிடு கிறவன், வீணன்.
But, *s.* எல்லை, நுனி.
But, *con.* ஆனாலும், ஓ; I called but he did not come, நான் கூப்பிட்டும் அவன் வரவில்லை; I must stay, but, he may go, நான் நிற்கவேண்டும், அவனோ போக லாம்; I would have gone to office but for the rain, மழை பெய்யாதிருந் தால் நான் உத்தியோகசாலைக்குப் போயிருப் பேன்; I cannot but go, நான் போகா திருக்கக்கூடாது.
But, *prep.* தவிர, ஒழிய; take any but this, இதைத்தவிர மற்றதையும் எடுத் துக்கொள்.
Butch'er, *s.* இறைச்சிக்காரன், ஆடுமாடடிப் போன்.
Butch'er, *v. t.* வதை, ஆடுமாடடி, கொல்லு
Butch'ery, *s.* ஆடுமாடடிக்குந் தொழில். மிருகக்கொலை, ஆடுமாடடிக்குந் தொட்டி
But'-end, *s.* அடி, பருத்தமுனை; of a musket, அடித்துப்பாக்கி, துப்பாக்கிக் குந்தா, தும்பாக்கிப்பிடங்கு.
But'ler, *s.* வீட்டின் முதல்வேலைக்காரன்.
Butt, *s.* அடி, இலக்கு, பீப்பா, முட்டு.
Butt, *v.* இடி, முட்டு, பாய்.
But'ter, *s.* வெண்ணெய்.
But'terfly, *s.* வண்ணாத்திப்பூச்சி.
But'termilk, *s.* மோர்.
But'tery, *s.* தின்பண்டவறை, அன்ன கொஷ்டகம்.
But'tock, *s.* குண்டி, சகனம், கடிப்பிர தேசம்.
But'ton (but'n), *s.* குமிழ், தெறி.
But'ton, *v. t.* தெறிபூட்டு, மாட்டு.
But'ton-hole, *s.* தெறிபூட்டுந்துவாரம்.
But'tress, *s.* ஆதரவு, உதைகால், உதை சுவர், அணைசுவர், சுவரொட்டி.
Bux'om, *a.* களிப்பான.
Buy (by), *v. t.* கொள், விலைக்குவாங்கு; as bribe, கைக்கூலிகட்டு; buying and selling, விற்பனகொள்வன.
Buzz, *v. i.* இரை, கிணுகிணு.
Buz'zard, *s.* மூடன்.
By, *prep.* ஆல், இல், கொண்டு, வழியாய், அருகில்; the tank will be dried up by the end of the year, வருஷமுடியுமுன் ஏரி நீர் வற்றிப்போம்; day by day, நாளுக்குநாள், அன்றன்று; by day, பகற் காலத்தில்; he is by himself, அவன் தனித்திருக்கிறான்; he works by lamp light, அவன் விளக்குவெளிச்சத்தில் வேலை செய்கிறான்; one by one, ஒவ்வொன்றாய் ஒவ்வொருவராய்; I have no money by me, என் மடியிற் பணமில்லை; sit by me, என்னருகேயிரு; by all means, எவ்விதத் திலும்; by degrees, படிப்படியாய், வர வர; by turns, மாறிமாறி; by the way, by the bye, இடையிலே, ஒருகாரியம், ஒரு கேள்வி.
By, *ad.* அண்டையில், அருகே, பக்கத்தில், சமீபமாய்; hard by, கிட்ட.
By'and by, *ad.* பிறகு, பிற்பாடு, கொஞ்சக் காலஞ்சென்று.
By'-end, *s.* கள்ளநோக்கம், தன்னயம்
By'-law, *s.* துணைச்சட்டம், உபநிபந்தனை, சகாயவிதி.
By'gone, *a.* கழிந்த, சென்ற.
By'-lane, *s.* சிறுவழி, உபபாதை, சிற்றடிப் பாடு.
By'stander, *s.* கிட்டநிற்கிறவன், அருகான்.
By'-way, *s.* மறைவழி.
By'word, *s.* பழமொழி, பழிமொழி.

C

Cab, *s.* ஒருவகை வண்டி.
Cabal', *s.* யூதர்பரம்பரை.
Cab'bage, *s.* ஒருவகைக் கீரை.
Cab'bage, *v. t.* திருடு, கிமிண்டு, அபகரி.
Cab'in, *s.* சிற்றறை, கப்பலினுள்ளறை, குடி சை, கூடாரம்.
Cab'inet, *s.* மந்திராலயம், மந்திரியர்சபை, அரும்பொருள் வைக்குமிடம், நகைப் பெட்டி.
Ca'ble, *s.* அமார், கம்பாகம், தாமான், சம்பான்.
Cac'kle, *s.* கொக்கரிப்பு, கத்து, பிதற்று.
Cac'kle, *v. i.* கொக்கரி, கத்து, பிதற்று.
Cacoph'ony, *s.* அவசத்தம், கனைத்தவோசை, அபசுரம்.
Cad, *s.* அற்பன், நீசன்.
Cadav'erous, *s.* வெளிறின, வாட்டமுக மான, பிரேதமுகம்போன்ற.
Cadence, *s.* இசைவீழ்வு, படுத்தலோசை, சந்தம், அவரோகணவோசை.
Cadet', *s.* யுத்தாப்பியாச வாலிபன்.
Cadre, *s.* குறிப்பித்த அடங்கல்.
Cage, *s.* கூடு, பஞ்சரம், கரப்பு.
Cage, *v. t.* கூட்டிலடை, கூட்டில்விடு.
Cai'tiff, *s.* நீசன், சண்டாளன், கள்ளன், க்ஷுத்திரன்.
Cajole', *v. t.* நயங்கூபேசு, முகமன்பேசு, மருட்டு.

Cajol'er, *s.* இசசதன், வாக்குவசிகரன், மருட்டி.
Cajol'ery, *s.* ஆசைவார்த்தை, நயச்சொல், முகமன் வார்த்தை.
Cake, *s.* பணிகாரம், பூரிகை, கச்சாயம், பிண்டம், கட்டி.
Cake, *v. i.* கட்டியாயுறை, இறுகிப்பாளமாகு.
Cal'abash, *s.* சுரை, சுரைக்குடுகு, கமண்டலம்.
Calam'itous, *a.* ஆபத்தான வியாகுலமான; event, துக்கசம்பவம், இடையூறு.
Calam'ity, *s.* இடுக்கண், ஆபத்து, துக்கம், உபத்திரவம்.
Cal'amus, *s.* வசம்பு, சபினம், சபீனம்.
Calash', *s.* ஒருவித வண்டி, தலைச்சீரா.
Calca'reous, *a.* நீறான, நீறுள்ள, நீற்றுத்தன்மையான.
Cal'cendony, *s.* see Chalcedony.
Cal'cinate, } **Cal'cine**, } *v. t.* புடமேற்று, எரியிடு, எரி, நீற்று, பஸ்பமாக்கு.
Cal'culable, *a.* கணக்கிடத்தக்க.
Cal'culate, *v.* எண்ணு, கணக்கிடு, கணி, கருது.
Calcula'tion, *s.* அளவிடை, கணக்கு, கணிதம், மதிப்பு.
Cal'culator, *s.* கணிதன், கணக்கிடுவோன், கணக்கன்.
Cal'culus, *s.* கல்லடைப்பு, கணிதம்.
Cal'dron, *s.* கொப்பரை, கடாரம்.
Calefac'tion, *s.* காய்ச்சுகை, சுடுகை.
Cal'efy, *v. i.* சூடேறு, காய்.
Cal'endar, *s.* பஞ்சாங்கம், அட்டவணை.
Cal'endar, *v. t.* அட்டவணையிற்சேர்.
Cal'ends, *s. (pl.)* மாசாரம்பம்.
Cal'enture, *s.* பித்தசுரம்.
Calf (cäf), *s.* கன்று, பசுக்கன்று, கெண்டைக்காற்றசை; cow calf, கடாரிக்கன்று; sucking calf, ஊட்டுக்கன்று; grown calf, முதுகன்று; young calf, இளங்கன்று; weaned calf, பால்மறந்தகன்று.
Cal'ibre, *s.* விட்டம், குறுக்களவு, உட்டுளை, சமர்த்து.
Cal'ico, *s.* பருத்திநூற்புடவை.
Cal'id, *a.* சூடான, அனலான, அதியுஷ்ண.
Calid'ity, *s.* உஷ்ணம், வெப்பம், சூடு, காங்கை.
Caliga'tion, *s.* இருட்டு, இருள், அந்தகாரம், மந்தாரம்.
Calig'raphy, *s.* சிறந்தவெழுத்து.
Ca'liph, *s.* மகமதுவின் பின்பட்டத்திற்கு வந்த அரசர் பொதுப்பெயர்.
Ca'lix, *s.* முகிழ், see **Calyx**.
Calk, *v. t.* கலப்பற்றடி.
Calk'er, *s.* கலப்பற்றடிப்போன்.
Call, *s.* கூப்பிடு, கூவுகை, அழைப்பு, ஏவல், கண்டுபேசப்போதல், போய்க்காண்கை, உத்தியோகம், தொழில்; as a divine vocation, ஈச்சுராக்கினை; I have many calls upon my purse, என்பணத்திற்குச் செலவழியனேகம்; to give one a call, போய்க் கண்டுபேச.
Call, *v. t.* கூப்பிடு, குறி, அழை, as convoke, சபைகூட்டு; as name, பெயரிடு; to call over names, பெயர்கூப்பிட; to call by name, பெயர்சொல்லி அழைக்க; to call forth, உற்சாகப்படுத்த; to call to mind, நினைத்துப்பார்க்க; to call out, சண்டைக்கழைக்க; to call to account, விசாரணைக்கழைக்க; to call to witness, சாட்சிக்கழைக்க; to call back, தள்ள, விலக்க.
Call, *v. i.* போய்க்காண்; to call for, கேட்க; to call out, கூவ, கூவியழைக்க; to call upon, பிரார்த்திக்க.
Call'ing, *v. n.* அழைப்பு, நாமகரணம், அலுவல், உத்தியோகம், தொழில், ஜீவனோபாயம், விர்த்தி.
Callos'ity, *s.* கடினம், காய்ப்பு, உரப்பு.
Cal'lous, *a.* உரத்த, காய்ப்பான, கடினமான, சுவரணைகெட்ட, மரத்த, as hard-hearted, கன்னெஞ்சுள்ள; as insensible, நிர்த்தயையான, உணர்வற்ற; as shameless, லச்சைகெட்ட.
Cal'lousness, *s.* உரம், கடினம், காய், காய்ப்பு, விறைப்பு.
Cal'low, *a.* இறகுமுளையாத.
Calm (ca'm), *s.* சாந்தம், அமைவு, அமைச்சல், ஒடுக்கம்.
Calm, *v. t.* சாந்திபண்ணு, அமர்த்து, ஆற்று.
Calm, *a.* காற்றொடுக்கமான, அமரிக்கையான, சாந்தமான; countenance, பிரசன்னமுகம்.
Calm'ly, *ad* அமைதியாய், சாந்தமாய்.
Calm'ness, *s.* அமைதி, அமைவு, சாந்தம், சமாதானம்.
Cal'omel, *s.* இரசபஸ்பம்.
Calor'ic, *s.* காந்தி; specific, விசேடதாபம்.
Calorif'ic, *a.* சூடாக்குகிற, அனலான, தாபகர.
Cal'trop, *s.* நெருஞ்சி, அடியோட்டி, கப்பணம்.
Calum'niate, *v. t.* அவதூறுபேசு, தூற்று, கோட்சொல்லு.

Calum'niator, *s.* அவதூறு சொல்வோன், கோட்சொல்லி.
Calum'nious, *a.* அவதூறான, குண்டணியான.
Cal'umny, *s.* அவதூறு, கோள், பழிச்சொல், பின்புறணி, நிபச்சொல்.
Calve, *v. t.* கன்றீனு, ஈனு, கன்றுபோடு.
Cal'vity, *s.* வெண்தலை.
Calx, *s.* நீறு, பஸ்பம், சிந்தூரம்.
Ca'lyx, *s.* முகிழ், மொக்குள், புறவிதழ், புல்லி, கலசம்.
Cam'bric, *s.* மெல்லிழைப்புடைவை.
Cam'el, *s.* ஒட்டகம், ஒட்டை.
Camel'opard, *s.* ஒட்டைச்சிவிங்கி.
Cam'eralu'cida, *s.* பிரடைக்கூடம்.
Cam'era obscu'ra, *s.* திமிரகூடம், திமிர கூடயந்திரம்.
Cam'let, *s.* கம்பளி, ஒட்டைரோமப் புடைவை.
Cam'omile, *s.* சாமந்தி, சாமந்திப்புஷ்பம்.
Camouflage, *s.* மாயவுரு, பழைமையைப் புதுமைபோலுளாத்தல்.
Camp, *s.* கூடாரம், பாசறை, பாடி, பாடிவீடு.
Camp, *v. i.* கூடாரமடித்திரு, கூடாரவாசஞ் செய்.
Campaign' (cam-pān'), *s.* சமபூமி, வெளி, பாசறையிருப்புக்காலம்.
Cam'phor, *s.* கருப்பூரம், பாலுகம்.
Cam'phorate, Cam'phorated, } *a.* கருப்பூரங்கலந்த.
Can, *s.* போகணி, பானபாத்திரம், குவளை.
Can, *aux. v.* கூடும், ஏலும், ஆம், ஒண்ணும்; he can read, அவன் வாசிப்பான்; I will protect you as long as I can, என்னால் ஆமளவும் உன்னைக் காப்பாற்றுவேன்.
Canal', *s.* கால்வாய், பெருவாய்க்கால், வெட்டாறு.
Canard', *s.* புளுகு.
Can'cel, *v. t.* அழி, கிறுக்கு, கீறு, நீக்கு, ரத்துசெய்.
Can'cer, *s.* விப்புருதி, பிளவை, கற்கடக விராசி; in the face, கன்னவிப்புருதி; open and round, தருவடிப்புண்.
Can'cerate, *v. i.* பிளவையாகு.
Can'cerous, *a.* பிளவைத்தன்மையான.
Candela'brum, *s.* விளக்குத்தண்டு.
Can'did, *a.* சுத்த, வெள்ளை, கபடமற்ற, கரவில்லாத, தாராள; mind, சுத்தமனம்.
Can'didate, *s.* தேடுகிறவன், நாடுகிறவன், பக்குவி.
Can'didly, *ad.* மனந்திறந்து, சுசீலமாய், கரவின்றி.
Can'didness, *s.* தாராளம், கபடின்மை, சுத்தம்.
Can'dle, *s.* மெழுகுதிரி.
Can'dle-light, *s.* மெழுகுத்திரியினொளி, விளக்கு வெளிச்சம்.
Can'dle-stick, *s.* விளக்குத்தண்டு, தீபக்கால்; with branches, கிளைவிளக்கு.
Can'dour, *s.* கபடமின்மை, மனச்சுத்தம், வெள்ளை.
Can'dy, *s.* இனிப்புப்பண்டம்.
Can'dy, *v. t.* கனிகளுக்கு இனிப்பிடு.
Can'dy, *v. i.* கட்டியாகு, கற்கண்டுவிளை.
Cane, *s.* பிரம்பு, மூங்கில், கரும்பு, கைக்கோல்.
Cane, *v. t.* பிரம்பாலடி.
Canine', *a.* நாய்த்தனமான; appetite, கடும்பசி, தீரப்பசி; madness, வெறிநாய் கடிச்துண்டாகும் பைத்தியம்.
Can'ister, *s.* தகரப்பெட்டி, சிமிழ், பரணி.
Cank'er, *s.* வாயவியல், வாய்ப்புண், பிளவை; as a worm that destroys fruits, சொத்தை, பழச்துட்புழு.
Cank'er, *v. i.* கெடு, கறைப்படு, சிதை, பழுதுறு.
Cank'erous, *a.* அழிபுண்ணுன.
Cank'er-worm, *s.* மயிர்க்குட்டி, எரிபுழு.
Can'nibal, *s.* நரமாமிசபக்ஷிணி.
Can'nibalism, *s.* நரமாமிசபக்ஷணம்.
Can'non, *s.* பீரங்கி.
Cannonade', *s.* பீரங்கிச்சண்டை, பீரங்கிப் போர்.
Cannonade', *v. t.* பீரங்கியாற்சுட்டுத்தகர்.
Can'non-ball, *s.* பீரங்கிக்குண்டு.
Cannonier', *s.* பீரங்கிக்காரன்.
Cannonier', *v. t.* பீரங்கிக்குண்டு பிரயோகி.
Can'non-proof, *a.* பீரங்கிக்குண்டேருத.
Can'non-shot, *s.* பீரங்கிக்குண்டு, பீரங்கிக் குண்டு பாயுந்தூரம்.
Can'not, *aux. v.* கூடாது.
Canoe', *s.* சிற்றோடம், வள்ளம்.
Can'on, *s.* பிரமாணம், கட்டளை, விதி, சூத்திரம், திட்டம், திருச்சபைச்சட்டம், வேதமூலம்; as a dignitary in a cathedral, அர்த்தியட்சராலயத்தின் குருக்களிலொருவர்.
Canon'ical, *a.* பிரமாணத்திற்கேற்ற, வேதத்திற்கிசைவான.
Canon'icals, *s.* (*pl.*) குருப்பட்டத்திற்குரிய ஆடைகள்.
Can'onize, *v. t.* மகாத்துமாவாக்கு.
Can'opy, *s.* மேற்கட்டி, விதானம்.
Can'opy, *v. t.* விதானமிடு, மேற்கட்டியிடு.

Cano'rous, *a.* இன்னிசையான, கானீய.
Cant, *s.* கள்ளஞானப்பேச்சு, பரிபாஷை, கொச்சை, வழுச்சொல்.
Cant, *v. t.* தள்ளு, உந்து.
Cant, *v. i.* கள்ளஞானம் பேசு, பரிபாஷை பேசு.
Canteen', *s.* பெரிய போகணி, கெண்டி, கமண்டலம்.
Can'ter, *s.* பாய்ச்சல், குதிரைப்பாய்ச்சல், இரேசிதம்.
Can'ter, *v. i.* பாய், தாவு, வாவு.
Canthar'ides, *s.* (*pl.*) கொப்புளவண்டு, எரிவண்டு.
Can'ticle, *s.* பாட்டு, ஞானகீதம்.
Can'ticles, *s.*(*pl.*) கிறிஸ்துவேதத்திறேரங்கம்.
Cant'ingly, *ad.* கொச்சையாய்.
Can'to, *s.* செய்யுட்பாகுபாடு, காண்டம்.
Can'ton, *s.* மாகாணம்.
Can'tonment, *s.* படையிருப்புஸ்தானம், இராணுவஸ்தலம்.
Can'vass, *s.* இரட்டுப்புடைவை, கப்பற் பாய், கித்தான்.
Can'vass, *s.* வேண்டுகை, விசாரணை, ஆராய்வு.
Can'vass, *v. t.* ஆராய், சோதி, விவகரி.
Can'vass, *v. i.* (used with for,) சம்மதஞ் சொல்லக்கேள்.
Ca'ny, *a.* பிரம்புள்ள, பிரம்புநிறைந்த.
Caoutchouc (koo'chook), *s.* மார்ச்சனி,
Cap, *s.* தொப்பி, கிம்புரி; of the knee, முழங்காற்சில்.
Cap, *v. t.* குல்லாத்தரி, பூண்போடு, சுரை போடு.
Capabil'ity, *s.* கெட்டித்தனம், திராணி, தகுதி, வல்லமை.
Ca'pable, *a.* சாமர்த்தியமான, திராணியுள்ள, தகுந்த.
Capa'cious, *a.* விசாலமான, விஸ்தீரண, இடங்கொண்ட.
Capacitate, *v. t.* சாமர்த்தியப்படுத்து.
Capac'ity, *s.* பரிமாணம், அளவு, திராணி, வல்லமை, தொழில், நிலை.
Cap-a-pie', *ad.* கேசாதிபாதாந்தம்.
Capar'ison, *s.* யானைகுதிரைகளைச் சோடிக் குஞ் சித்திர ஆடை.
Capar'ison, *v. t.* குதிரைச்சேணத்திற் சித் திரக்கம்பளி விரி.
Cape, *s.* கழுத்துப்பட்டை, தேசமுனை, கோடி, கோவளம்.
Ca'per, *s.* துள்ளு, குதிப்பு.
Ca'per, *v. i.* பாய், குதி, களியாட்டுப் பண்ணு.
Cap'illary, *a.* மயிர்போன்ற, சிறுதுவ முள்ள, தந்துக; tube, தந்துகக்குழல்; vessel, தந்துநி.
Cap'ital, *s.* தாய்நகர், தலைப்பட்டணம், தலைமைபானது, போதிகை, கைம்முதல், முதற்பணம், பெரிய அட்சரம், சிரேஷ்டம்.
Cap'ital, *a.* தலைமைபான முக்கிய, விசேஷ; city, தலைப்பட்டணம், ராஜதானி; letter, பெரியவெழுத்து; .crime, பிராண தண்டனைக்குரியகுற்றம், கொலை.
Cap'italist, *s.* முதலுடையவன், திரவிய வான், செல்வன்.
Cap'itally, *ad.* முக்கியமாய், திரமாய், கெட் டியாய்.
Capita'tion, *s.* தலைவிகிதம், தலைவரி.
Cap'itol, *s.* ராஜரிகமண்டபம், மகாநாடு கூடுஞ்சாலை.
Capit'ulate, *v. t.* ஒப்புவி, ஒப்படை பண்ணு.
Capitula'tion, *s.* ஒப்படை, கோட்டை யொப்படை.
Ca'pon, *s.* நலமடித்த சேவல்.
Caprice', *s.* எண்ணம், வீணெண்ணம், எழுந் தமானம், மனோஸௌல்யம்.
Capri'cious, *a.* எழுந்தமானமான, அடிக் கொரு நினைவுள்ள.
Cap'ricorn, } *s.* மகரராசி, மகரம்.
Capricor'nus, }
Capsize', *v. i.* கவிழ், குடைக்கொள்.
Cap'stan, *s.* பாரம்சாம்பி, நங்கூரம்வாங்கி.
Cap'sular, *a.* குழாயான, வித்துறைபோன்ற.
Cap'sule, *s.* வித்தின்சவ்வு, வித்துறை.
Cap'tain, *s.* தலைவன், படைத்தலைவன், அதி பன், மாலுமி.
Cap'taincy, *s.* படைத்தலைமையுத்தியோகம்.
Cap'tainship', *s.* தளகர்த்தத்துவம்.
Cap'tion, *s.* அகப்படுத்துகை.
Cap'tious, *a.* குதர்க்கமான, குற்றம்பிடிக்கிற.
Cap'tivate, *v. t.* மயக்கு, வசிகரி, சிறைபிடி, கவர்.
Cap'tivating, *p. a.* மயக்குகிற, வசப்படுத தும்.
Captiva'tion, *s.* சிறைபிடித்தல், சிறைப் பாடு, வசியம்.
Cap'tive, *s.* சிறை, அடிமை, றொழும்பன்.
Cap'tive, *a.* சிறைப்பட்ட.
Captiv'ity, *s.* சிறையிருப்பு, அடிமைத்தனம், சிறைப்பாடு.
Cap'tor, *s.* சிறைபிடித்தவன்.
Cap'ture, *s.* சிறைபிடிப்பு, கொள்ளைப்பொ ருள்.
Cap'ture, *v. t.* பிடி, சிறைப்படுத்து.

Car, *s.* இரதம், தேர்.
Car'at, *s.* ஒரு நிறை, மாற்று.
Caravan', *s.* பிரயாணிகள், யாத்திரிகர்.
Caravan'sary, *s.* பிரயாணிகள் தங்குஞ் சத்திரம், சாகை.
Car'bine, *s.* கைத்துப்பாக்கி.
Car'bon, *s.* சுத்தக்கரி, இருந்தை.
Car'bonate, *s.* சுண்ணம், கரித்திராவகங் கூடியது.
Carbon'ic, *a.* இருந்தைக்குரிய; acid, இருந்தாமிலம்.
Car'buncle, *s.* எரிவந்தமான பரு, மாணிக்கம்.
Car'canet, *s.* மணிக்கோவை.
Car'cass, *s.* பிணம், பிரேதம்.
Carcoon', *s.* இறலிக்கூடு.
Card, *s.* சீட்டு, சூதாடுஞ் சீட்டு.
Card, *v. t.* எஃகு, சூர், பன்னு.
Car'damom, *s.* ஏலம்.
Car'dinal, *s.* பாப்புவுக்கு இரண்டாவது குரு வகுப்பில் ஒருவர்.
Car'dinal, *a.* தலைமையான, சிரேஷ்ட, பிரதான; points, நாற்றிசை.
Care, *s.* எச்சரிக்கை, ஜாக்கிரதை, கவலை, விசாரம், பொருப்பு, வசம், அவதானம்; an object of, பேணப்படுவது; to take care of, பத்திரமாய்ப் பார்க்க, பரிபாலிக்க; gnawing cares, விசாரம், மனத்தை வருத்துங் கவலை.
Care, *v. i.* எண்ணு, கவனி, கவலையாயிரு, விசாரப்படு.
Careen', *v. t.* மரக்கலத்தை யொருச்சாய்.
Career', *s.* ஓட்டம், நடை, உயிரோடு வாழுங்காலம், போக்கு, ஒழுக்கம், கதி.
Career', *v. i.* விரைந்துசெல், வேகமாயோடு.
Care'ful, *a.* எண்ணமுள்ள, விசாரமான, கருத்துள்ள; as cautious, எச்சரிக்கையுள்ள, சாவதானமுள்ள; as watchful, ஜாக்கிரதையுள்ள.
Care'fully, *ad.* பத்திரமாய், கருத்தாய், விழிப்பாய்.
Care'fulness, *s.* எண்ணம், விசாரம், சாவதானம், கவலை, ஜாக்கிரதை.
Care'less, *a.* அசட்டையான, நிர்விசார, எண்ணாத, அஜாக்கிரதையான.
Care'lessly, *ad.* அசட்டையாய், அஜாக்கிரதையாய், கவலையின்றி.
Care'lessness, *s.* அசட்டை, அயர்வு, எண்ணாமை.
Caress', *s.* சீராட்டு, தழுவுகை, குதுகலம்.
Caress', *v. t.* பரிவுபண்ணு, சீராட்டு, அணை, தழுவு.
Ca'ret, *s.* இடையெச்சக்குறி.
Car'go, *s.* ஏற்றுமதி, கேள்வு, கப்பற்சரக்கு.
Caricature', *s.* நிந்திதமானசித்திரம், பரிகாசபாவனை.
Caricature', *v. t.* பரிகாசமான படம் எழுது.
Ca'rious, *a.* சூத்தையான, ஊழ்த்த.
Car'man, *s.* சாரதி, ரதசாரதி.
Car'minative, *a.* வாயுவைத்தணிக்கத்தக்க.
Car'minative, *s.* வாயுநிவிர்த்திமருந்து.
Car'mine, *s.* தாமிரவர்ணம், கருஞ் சிவப்பு.
Car'nage, *s.* கொலை, சங்காரம், மறம்.
Car'nal, *a.* மாமிசத்துக்கடுத்த, லௌகிக, சிற்றின்ப.
Car'nalist, *s.* காமி, தூர்த்தன், விடன்.
Carnal'ity, *s.* காமவிகாரம், சிற்றின்பம், பிரபஞ்சவாஞ்சை.
Car'nal-minded, *a.* லௌகிகசிந்தையுள்ள.
Carna'tion, *s.* தசைவர்ணம், ஒருஜாதிப்பூ.
Car'nify, *v. i.* தசைபிடி, கொழு.
Car'nival, *s.* ஓர் பண்டிகை.
Carniv'orous, *a.* மாமிசபட்சண, சாட்குண.
Car'ol, *s.* பாட்டு, ஞானகீதம்.
Car'ol, *v. i.* பாடு.
Carouse', *v. i.* குடி, களியாட்டுக்கொள்.
Carp, *s.* கயல்மீன், கெண்டைமீன்.
Carp, *v. i.* தர்க்கி, குறைசொல்.
Car'penter, *s.* தச்சன், தபதி, மரத்தச்சன்.
Car'pentry, *s.* தச்சுவேலை.
Carp'er, *s.* குதர்க்கி, வாதாடி.
Carp'et, *s.* கம்பளம், சமுக்காளம்; to be on the carpet, சபையில் ஆலோசிக்கப்பட.
Car'pet, *v. t.* சமுக்காளம்விரி, சமுக்காளமிடு.
Carp'ingly, *ad.* குதர்க்கமாய்.
Car'riage (car'rij), *s.* கா, சுமை, வாகனம், பண்டி, ஒழுக்கம், சுமைகூலி.
Car'rier, *s.* சுமைகாரன், கூலிக்குச்சாமான் கொண்டுபோகிறவன்; carrier pigeon, திருபம்வகிக்கும் புறா.
Car'rion, *s.* அழுகுபிணம்.
Car'rion, *a.* அழுகுபிணத்திற்குரிய, பிணந்தின்னும்.
Car'rot, *s.* ஒருவித வெண்சிவப்புக்கிழங்கு.
Car'ry, *v. t.* கொண்டுபோ, தாங்கு, எடு, நடப்பி; to carry a cause, வெலிக்க, சாதிக்க; away off, அபகரிக்க, வாரிக்கொண்டுபோக; on, நடத்திக்கொண்டுவர; out, நிர்வகிக்க; arms, ஆயுதபாணியாக.
Car'ry, *v. i.* நட, ஒழுகு; to carry one's self, நடக்க, ஒழுக.
Cart, *s.* வண்டி, பண்டி, சகடம்.

Cart, *v. t.* வண்டியிலேற்று, வண்டியிலேற்றிக் கொண்டுபோ.
Cart'age, *s.* வண்டியிலேற்றிக்கொண்டுபோதல், வண்டிச்சத்தம், வண்டிக்கூலி.
Cart'er, *s.* வண்டிக்காரன்.
Cart'ful, *s.* ஒருவண்டியி லேறத்தக்க பாரம்.
Car'tilage, *s.* முருந்து, குருகு, குருத்தெலும்பு, குருத்து.
Cart'load, *s.* வண்டிப்பாரம்.
Cartouch, *s.* வெடிமருந்துப்பெட்டி.
Car'tridge, *s.* தோட்டா, ஒரு வெடிமருந்துச் சுருள்.
Cart'rope, *s.* பண்டிக்கயிறு.
Cart'rut, *s.* பண்டிக்காற்சுவடு, சகடக்காற் சுவடு.
Cart'wheel, *s.* வண்டிச்சக்கரம், உருளை.
Cart'wright, *s.* வண்டிசெய்வோன்.
Car'uncle, *s.* தசைத்திரளை, புடைப்பு.
Carve, *v. t.* வெட்டு, சித்திரங்கொத்து, வெட்டிப்பகிர்.
Carv'er, *s.* கொத்துவேலைக்காரன், சித்திரக்காரன்.
Cascade', *s.* மலைவீழாறு.
Case, *s.* பெட்டி, உறை, காரியம், நிலைமை, வேற்றுமை, வியாச்சியம், வழக்கு, சங்கதி. as state of the body, சரீரஸ்திதி; in either case, இருவிதத்திலும்.
Case, *v. t.* உறையிலிடு, கூட்டிலடை.
Case'-harden, *v. i.* புறணிவைரமாகு.
Case'-ment, *s.* சிறுசாளரம்.
Case'worm, *s.* கூட்டுப்புழு.
Cash, *s.* காசு, ரொக்கம்.
Cashier', *s.* பொக்கசக்காரன், சராப்பு.
Cashier', *v. t.* உத்தியோகத்தினின்றுதள்ளு.
Cash'keeper, *s.* கணக்கன்.
Cask, *s.* பத்தல், பேழை, பீப்பா.
Cask'et, *s.* சிமிழ், பணிச்செப்பு.
Casque, *s.* தலைச்சீரா.
Cas'sia, *s* இலவங்கம்.
Cas'sock, *s.* குருவஸ்திரம்.
Cast, *s.* எறி, வீச்சு, நோக்கு, சாயல், வடிவம், ஆகிருதி, சாடை; of mind, மனவியல்பு.
Cast, *v. t.* எறி, வீசு, தள்ளு, தெளி, தூவு, வார்ப்பு வேலைசெய்; up, கணக்கிடு; to cast its horns as an antelope, கழற்ற, உதிர்க்க; a benign look, கடாட்சிக்க, anchor, நங்கூரம்போட; to cast forth branches, roots, விட, ஊன்ற; to cast lots, சீட்டுப்போட; to cast one's nativity, சாதகமெழுத; to cast forth beams, கதிர்வீச; to cast one's self on for protection, அடைக்கலம்புக, சரண்புக; he is cast down, அவன் தளர்ந்துபோனான்; he casts his teeth, அவனுக்குப் பல் விழுகிறது.
Cas'tanets, *s.* (*pl.*) வசந்தன் கம்பு.
Cast'away, *s* தள்ளப்பட்டது, கைவிடப்பட்டவன்.
Caste, *s.* ஜாதி, வருணம், குலம்.
Cast'er, *s.* எறிவோன், கணக்கன்.
Cas'tigate, *v. t.* அடி, சிட்சைபண்ணு.
Castiga'tion, *s.* அடி, தண்டனை.
Cast'ing-net, *s.* எறிவலை.
Cast'ing vote, *s.* மத்தியஸ்தன் சீட்டு.
Cast'iron, *s.* சீனச்சட்டி.
Cas'tle (cas'sl), *s.* கோட்டை, அரண்
Cast'ling, *s.* அழிகரு, சிதைகரு.
Cas'tor-oil, *s.* ஆமணக்கெண்ணெய்.
Cas'trate, *v. t.* நலமடி, விதைவாங்கு, விரையடி.
Cas'ual, *a.* தற்செயலான, இடையூறான.
Cas'ualty, *s.* இடைச்சம்பவம், இடையூறு, சாவு.
Cas'uist, *s.* சந்தேகங்களைத் தீர்க்கிறவன்.
Casuis'tical, *a.* மனச்சாட்சிசம்பந்தமான, சந்தேகததிற்குரிய.
Cas'uistry, *s.* சந்தேகநிவாரணநூல்.
Cat, *s.* பூனை, பூசை, இற்புலி; wild, வெருகு.
Cat'acomb, *s.* பிரேதவறை, கல்லறை, கோரி.
Cat'alepsy, *s.* மூடுசன்னி.
Cat'alogue, *s.* அட்டவணை, பெயரீடாப்பு, பெயரேடு, ஜாபிதா.
Cat'alogue, *v. t.* அட்டவணையெழுது, டாப் பெழுது.
Catamaran', *s.* கட்டுமரம், மிதவை, புணை.
Catame'nia, *s.* சூதகம், மாதவிடை.
Cat'amountain, *s.* காட்டுப்பூனை, மலை வெருகு.
Cat'aplasm, *s.* உபநாயம், பொட்டணம்.
Cat'aract, *s.* அருவி, அருவிவீழ்வு, மலைவீழாறு; in the eye, காசம்; to spread as a cataract in the eye, பூப்படர.
Catarrh, *s.* ஜலதோஷம், தடிமன்.
Catas'trophe, *s.* இடையூறு, விக்கினம்; of a drama, முடிவு; as misfortune, ஆபத்து.
Catch, *s.* பிடி, கொளுவி, பற்று, பிடிப்பது, கிரகித்தல், as a prize, advantage, நயம்.
Catch, *v. t.* பிடி, பற்று, கவர், கொளுவு, ஒட்டு, தொற்று; to catch fire, நெருப்புப் பற்ற; to catch cold, சளிபிடிக்க; catch at, பிடிக்க வகைபார்க்க; to
!
க்கொள்ள.

Catch, *v. i.* தொத்து, ஒட்டு, பற்று, catching disease, தொத்துவியாதி.
Catch'penny, *s.* பகட்டுவேலை, பணம் பறிக்கச்செய்த வேலை.
Catch'word, *s* விட்டசொன்மீமிசை.
Catechet'ical, *a.* வினாவிடைக்குரிய.
Cat'echise, *v t.* கேளவிகேள், உபதேசி.
Cat'echism, *s* வினாவிடை, சல்லாபம், பிரஸ்னோத்தரம்.
Cat'echist, *s.* உபதேசி, சல்லாபன்.
Catechu'men, *s.* பாலசிஷன், மாணாக்கன்.
Categor'ical, *a.* சுயம்பித, திட்டமான; syllogism, *s.* சுயம்பிதநையாயிதம்.
Cat'egory, *s.* பகுதி, வகை, இனவகை.
Ca'ter, *v. t.* போஜனபதார்த்தஞ் சேகரி.
Cat'erpillar, *s.* மயிர்க்குட்டி, எரிபுழு, கம்பளிப்பூச்சி.
Cat'erwaul, *v. i.* பூனைசினந்தழுதல்.
Catgut, *s.* நரம்புக்கயிறு, வீணைநரம்பு.
Cathar'tic, *s.* விரேசனம், பேதிமருந்து.
Cathe'dral, *s.* குருபீடம், அர்த்தியட்சர் தேவாலயம்.
Cathe'ter, *s.* கிருடி, சிராவணி, சிறுநீரிறக்குங்குழல்.
Cath'olic, *a.* பொது, சமுதித, சாதாரண, சர்வசாமானிய.
Cathol'icon, *s.* பொதுமருந்து, சாதாரண ஔஷதம்.
Cat'o'nine'tails', *s.* ஒன்பது வாக்கசை.
Cat's'eye, *s.* வைடூரியம், பூனைக்கண்கல்.
Cat'tle, *s.* ஆடுமாடுமுதலிய மிருகங்கள்; kept to manure fields, கிடைமாடு.
Cau'dle, *s.* திராட்சரசம்கலந்த பானம்.
Caul, *s.* குடலைமூடிய சவ்வு, தலைமயிர்தாங்கும் வலை, சுட்டி.
Caul'iflower, *s.* ஒருவிதக் கீரை.
Caus'al, *a.* காரண, காரணசம்பந்த.
Causal'ity, *s.* காரணத்துவம், காரணவுரிமை.
Causa'tion, *s.* காரணத்துவம்.
Cause, *s.* காரணம், முகாந்தரம், மூலம், நிமித்தம், விவகாரம், வியாச்சியம்; without a cause, அகஸ்மாத்தாய்; instrumental, நிமித்தகாரணம்; efficient or active, காரகவேது: primary, ஆதிகாரணம், காரணகாரணம்; cause and effect, காரணகாரியம்; one's own cause, சுயபட்சம்; of action, வியாச்சிய மூலம்.
Cause, *v. t.* உண்டாக்கு, காரியப்படுத்து, ஆக்கு, பண்ணு.
Cause'less, *a.* காரணமில்லாத, நியாயமற்ற, நிர்நிமித்த.

Cause'lessly, *ad.* அகாரணசம்பவமாய்.
Cause'way, *s.* வரம்பு, செய்கரை, அணி, சேது, குரம்பு.
Caus'tic, *s.* காயக்காரம், காளிக்காரம்.
Caus'tic, *a.* காரமான, சுடுசொல்லான.
Cau'ter, *s.* சூட்டுக்கோல்.
Cau'terize, *v. i.* சுடு, தீ.
Cau'tion, *s.* எச்சரிக்கை, சாவதானம், புத்தி.
Cau'tionary, *a.* எச்சரிக்கையான, காவலான.
Cau'tious, *a.* பத்திரமான, புத்தியான, விழிப்பான.
Cavalcade', *s.* குதிரைமேற்பவனி, சாரி.
Cavalier, *s.* இராவுத்தன், குதிரைவீரன், மாவலன்.
Cavalier'ly, *ad.* வீரமாய்.
Cav'alry, *s.* குதிரைவீரர், சேவகர், குதிரைப் படைஞர், ராவுத்தர்.
Cave, *s.* குகை, கெபி, பாழி, முழைஞ்சு.
Ca'veat, *s.* நிறுத்திவைக்கை.
Cav'ern, *s.* கெபி, பாழி, நிலவறை.
Cav'il, *s.* இடக்குப்பேச்சு, வாதாட்டம்.
Cav'il, *v. i.* குதர்க்கம்பண்ணு, இடக்காய்ப் பேசு, தடுத்துப்பேசு.
Cav'iller, *s.* குதர்க்கி, புரட்டன், எடாகோடம்பேசுவோன்.
Cav'ity, *s.* கிடங்கு, குழி, பதிவு, அறை.
Caw, *s.* காகாவெனல்.
Caw, *v. i.* காகங்கரை.
Caw'ny, *s.* காணி.
Ca'zee, *s.* மகமதிய நீதியதிபன்.
Cease, *v. i.* ஒழி, விடு, தவிர், ஓய்; to cease as rain, மழைவாங்க, மழைவிட, மழையோய.
Cease'less, *a.* இடைவிடாத, ஒழியாத, ஓயாத.
Ce'dar, *s.* தேவதாரு, எரஸ்மரம்.
Cede, *v. t.* ஒப்புக்கொடு, ஒப்புவி.
Ceil'ing, *s.* மச்சு, பாவுபலகை, மச்சுப் பலகை.
Cel'ebrate, *v. t.* கொண்டாடு, ஆசரி, பாராட்டு.
Cel'ebrated, *p. a.* கீர்த்தியான, பெயரான.
Celebra'tion, *s.* கொண்டாட்டம், பாராட்டு.
Celeb'rity, *s.* பிரபலம், கீர்த்தி, பெயர், புகழ்ச்சி.
Celer'ity, *s.* சீக்கிரம், சுறுக்கு, விரைவு, கதி, துரிதம்.
Celes'tial, *a.* பரம, திரு, திவ்விய, வான ஜோதிகளுக்குரிய; globe. பகோளம், ககோளம்.
Cel'ibacy, *s.* விரத்தம், பிரமசரியம், நிருமணத்துவம்.

Cell, *s.* நிலவறை, கெபி, கண்ணறை, சிற்றறை, சிறைச்சாலை; of a sage or religious person, ஆசிரமம்.
Cel'lar, *s.* நிலவறை, கீழறை.
Cel'lular, *a.* அறையறையான.
Cem'ent, *s.* பற்று, ஒட்டு, பசை, சேர்வை, கசை.
Cement', *v. t.* இசை, பொருத்து, ஒட்டு, பற்றுவி, பசைபோட்டொட்டு.
Cem'etery, *s.* சவச்சாலை, மயானஸ்தலம், சமாதி.
Cen'otaph, *s.* ஞாபகக்குறியான கோரி.
Cense, *v. i.* தூபமிடு.
Cen'ser, *s.* தூபகலசம், தூபமுட்டி.
Cen'sor, *s.* பிரசித்தபத்திரிகை முதலியவை களைச் சோதிக்கிறவன்.
Censo'rious, *a.* குற்றம்பிடிக்கிற குணமுள்ள.
Cen'surable, *a.* குறைசொல்லப்படத்தக்க.
Cen'sure, *s.* குற்றம்பிடித்தல், குற்றத்தீர்ப்பு, வாக்குக்கண்டனை.
Cen'sure, *v. t.* குறைசொல்லு, கண்டி, கடி.
Cen'sus, *a.* குடிக்கணக்கு, குடிமதிப்பு.
Cent, *s.* நூறு, சதம், ஒரு நாணயம்; five percent, நூற்றுக்கு ஐந்து விழுக்காடு.
Cent'age, *s.* நூற்றுக்கணக்கு விகிதம்.
Cen'taur, *s.* நரபரி, பரிமுகன், கற்கி.
Centena'rian, *s.* நூறுவயசுள்ளவன், சதஞ்சீவி.
Cen'tenary, *s.* நூறு, சதம்.
Centen'nial, *a.* நூறாண்டுள்ள.
Centes'imal, *a.* நூறும், நூறுவதான.
Cen'tigrade, *a.* சதசமபத.
Cen'tipede, *s.* தேள், சதபதம், தெறுக்கால்.
Cen'to, *s.* இலக்கிய சங்கிரகம், கண்டகாவியம்.
Cen'tral, *a.* நடுவான, மத்தியிலுள்ள, மத்திய, உள்ளான.
Central'ity, *s.* நடுத்தன்மை, மத்தியத்துவம்.
Cen'tre, *s.* நடு, மையம், மத்தி, மத்தியம்; of gravity, கரிமமத்தியம்; of a circle, விருத்தமத்தியம்.
Cen'tre, *v. t.* மத்தியில்வை.
Cen'tre, *v. i.* மத்தியிலிரு, மத்தியிற்சேர்.
Cen'tre-bit, *s.* துறப்பணம்.
Cen'trical, *a.* நடுவான, மத்திய.
Centrif'ugal, *a.* மத்திக்கு விலகுகிற, மத்தியாதீத.
Centrip'etal, *a.* மத்தியைநாடுகிற, மத்தியாபிகர.
Cen'tuple. *a.* நூறத்தனை.
Cen'tuple, **Centu'plicate**, } *v. t.* நூறுமடங்காக்கு.
Centu'riator, **Cen'turist**, } *s.* நூறுநூறாண்டாகக் காலம் வகுத்து இதிகாசம் எழுதுவோன்.
Centu'rion, *s.* நூற்றுவர்க்கதிபதி.
Cen'tury, *s.* நூறுவருடம், நூறாண்டு, சதாப்தம், வர்ச்சதம்.
Cephal'ic, *s.* மண்டைவியாதிக்கு மருந்து.
Cephal'ic, *a.* சிரசுக்கடுத்த, கபால.
Cerate, *s.* சேர்வை, மெழுகுச்சேர்வை.
Cer'ebral, *a.* மூளைக்குரிய.
Cer'ebrum, *s.* மூளை, அமுதம்.
Cere'cloth, *s.* சேர்வைச்சீலை.
Ceremo'nial, *a.* சடங்குக்கடுத்த, கிரியாங்க, கிரியாசார, impurity, ஆசுசம், ஆசௌசம், தீட்டு; law, கிரியைமுறை.
Ceremo'nious, *a.* புறக்கிரியையுள்ள, உபசாரமான.
Cer'emony, *s.* கிரியை, சடங்கு, கர்மம, ஆசாரம், டம்பம்.
Ce'reous, *a.* மெழுகுள்ள, மெழுகொத்த.
Cer'tain, *a.* நிச, நியதியான, உறுதியான; to be certain, நிசப்பட, தெளிய, தேற.
Cer'tainly, *ad.* நிச்சயமாய், ஐயமற.
Cer'tainty, *s.* நிசம், உறுதி, திடம், நிர்ணயம், கரார், சித்தாந்தம்.
Certif'icate, *s.* நிச்சயபத்திரிகை, யோக்யதாபத்திரம்.
Cer'tify, *v. t.* எழுத்தில் நிச்சயப்படுத்து.
Cer'titude, *s.* நிச்சயம், நிசம், உறுதி, திடம்.
Ceru'lean, *a.* நீல, வானநீல, ஆகாயவர்ண.
Ceru'men, *s.* குறும்பி, காதழுக்கு, காது மலம்.
Cer'vical, *a.* கழுத்திற்குரிய.
Cesa'rean, *a.* வயிற்றைக்கீறிப் பிள்ளைபிறப்பிக்கும்.
Cess, *s.* வரி, இறை.
Cessa'tion, *s.* ஒழிவு, ஓய்வு, விடுதலை, விட்டாற்றி; of hostilities, போரொழிவு; of rain, விடுமழை.
Ces'sion, *s.* ஒப்புவிப்பு, இடங்கொடுக்கை.
Ceta'ceous, *a.* திமிங்கிலத்திற்குரிய.
Chafe, *s.* எரிவு, கோபம், மூர்க்கம்.
Chafe, *v. t.* தேய், உரிஞ்சு, கோபமூட்டு.
Chafe, *v. i.* உரிஞ்சு, மனங்கொதி, மனமெரி.
Chaff, *s.* பதர், சாவி, பதடி.
Chaf'fer, *v. i.* விலைபேசு, பண்டமாற்று.
Chaf'finch, *s.* ஒருவிதக் குருவி.
Chaf-ing-dish, *s.* கணப்புச்சட்டி, தீச்சட்டி, கும்பிடுசட்டி.
Chagrin' (sha-grin), *s.* எரிச்சல், எரிவு, கிலேசம், விசனம், மனநோ.

Chagrin′, *v. t.* எரிச்சலுண்டாக்கு, விசனமூட்டு.
Chain, *s.* சங்கிலி, தொடர், தளை, நிரை, சரடு; of ideas, கருத்துத்தொடர்; of mountains, மலைத்தொடர்.
Chain, *v. t.* சங்கிலியாற்கட்டு, புணை, தொடு, சிறைப்படுத்து.
Chair, *s.* நாற்காலி, ஆசனம், பீடம்.
Chair′man, *s.* அக்கிராசனன், சங்கத்தலைவன்.
Chaise (sh′az), *s.* குதிரைவண்டில்.
Chal′cedony (kal′sedoni), *s.* வைரமணி.
Chalcog′raphy, *s.* வெண்கலத்திற் சித்திரிக்கும் வித்தை.
Chal′dron, *s.* கடாரம், கொப்பரை, ஓரளவு.
Chal′ice, *s.* பாத்திரம், கிண்ணம், கலசம்.
Chalk, *s.* வெள்ளைசுண்ணம்பு, தாதுபலம்
Chalk, *v. t.* தாதுபலமிட்டுத்தேய், தாதுபலத்தாற் குறிப்பிடு.
Chalk′y, *a.* தாதுபலமுள்ள, தாதுபலம் போன்ற.
Chal′lenge, *s.* போருக்கழைப்பு, கேட்டல், அழைப்பு; of cattle, உக்காரம், முக்காரம், தொனு; of cocks, கூவுகை; of an elephant, முழக்கம், பிளிறு; of a horse, அனுமானிதம்; of a lion, கர்ச்சிதம்; as exception taken, ஆட்சேபம், தோஷஞ்சொல்லல்.
Chal′lenge, *v. t.* அழை, போருக்கழை, அறைகூவு, போர்க்கறைகூவு, குற்றஞ்சொல்.
Chalyb′eate, *a.* இரும்பூறிய.
Cham′ber, *s.* மாடம், மண்டபம், அறை, கூடம்; inner chamber, அந்தப்புரம்; a hollow cavity, அறை, குழி; of a gun, துப்பாக்கியினடிக்குழல்; audience chamber, கொலுமண்டபம்.
Cham′ber, *v. i.* வாசம்பண்ணு, தங்கு, வசி, தூர்த்தத்தனமாய்நட.
Cham′berlain, *s.* பராபத்தியன்.
Cham′bermaid, *s.* குற்றேவற்பெண், சயனசாலை விசாரணைப்பெண்.
Chameleon, *s.* ஓந்தி, ஓதி, ஓணான், பச்சோந்தி.
Cha′mois (sha′-moi′), *s.* மலையாடு.
Champ, *v. t.* கடி, சப்பு, பட்சி.
Champăgne′ (shămpān′), *s.* ஒருவகைத்திராட்சரசம்.
Cham′paign, *s.* வெளி, சமபூமி, மைதானம்.
Cham′pion, *s.* வீரன், ரணவீரன்.
Chance, *s.* தெய்வகதி, தற்செயல், இடையூறு, அதிஷ்டம், சமயம்; unfortunate, ஆபத்து, விபத்து; a game of, சூதாட்டம்; by chance, தற்செயலாய், அகஸ்மாத்.
Chance, *v. i.* சம்பவி, ஆகு, நேரிடு.
Chance, *a.* தற்செயலான.
Chan′cel, *s.* நற்கருணை கொடுக்குமிடம்.
Chan′cellor, *s.* ஆலோசனைத்தலைவன்.
Chan′cery, *s* மகாநியாயஸ்தலம்.
Chan′cre (shank′er), *s.* கிரந்திப்புண்.
Chandelier′, *s.* கிளைவிளக்கு.
Chand′ler, *s.* மெழுகுத்திரிவிற்போன்.
Change, *s.* வேறுபாடு, மாறுதல், திரிபு, விகாரம், பெயர்வு; as a place where merchants meet, வர்த்தகர் ஸ்தானம்; as reformation, நிவர்த்தனம்; as small money, சில்லறை; of clothes, மாற்றுவஸ்திரம்; of weather, காலவேற்றுமை; of the moon, அமாவாசியை; of state, திதிவிகாரம், நிலைமாற்று; chemical, ரசாயனவிகாரம்.
Change, *v. t.* மாற்று, திரி, பேதி, வேறுபடுத்து; sides, கட்சிமாறு, நிலைமாறு.
Change, *v. i.* மாறு, விகாரமுறு, வேறுபடு; for the better, சீர்ப்படு, திருந்து, தேறு; for the worse, கெடு, பழுதுறு, சீரழி; hands, கைம்மாறு; in shape, உருமாறு, கோலமாறு.
Change′able, *a.* நிலையாத, பேதலிக்கத்தக்க, மாறுந்தன்மையுள்ள.
Change′ling, *s.* மாற்றுப்பிள்ளை, பேதை, சபலசித்தன்.
Chan′nel, *s.* as வாய்க்கால், நீர்க்கால், கடற்கால், கால்வாய், ஜலசங்கடம், வழி, நாலா; as the bed of a river, நதிகர்ப்பம்; as furrow of a pillar, ஸ்தம்பரேகை; water flowing through a, நடைநீர்.
Chan′nel, *v. t.* வாய்க்கால்வெட்டு, தவாளி.
Chant, *s.* பாட்டு, கானம், கீதம்.
Chant, *v.* பாடு, கீதம்பாடு.
Chant′er, *s.* பாடுவோன், பாடகன், பாண்மகன்.
Chant′icleer, *s.* சேவல்.
Chant′ress, *s.* பாடுவோள், பாடகி, பாண்மகள்.
Cha′os, *s.* கலப்பு, சமட்டிரூபம், சங்கரம், ஒழுங்கின்மை.
Chaot′ic, *a.* கலப்பான, ஒழுங்கின்மையான, சமட்டிரூப.
Chap, *s.* கமர், பிளப்பு, சந்து, நீக்கல், ஆள்.
Chap, *v. i.* பிள, வெடி, திற.
Chapat′i, *s.* . சாப்பாடு, சிற்றுண்டி.
Chap′el, *s.* சிறுகோவில், ஜெபாலயம்.
Chap′fallen, *a.* வாட்டரவான, முகக்கோட்டரவான.

Chap'iter, *s.* தூணின் தலைப்பு, குடம், போதிகை.

Chap'lain, *s.* குரு, குரவன், புரோகிதன்.

Chap'laincy, Chap'laincy, *s.* குருத்தொழில்.

Chap'let, *s.* சிரசில் அணியும் மாலை, ஜபமாலை.

Chap'man, *s.* விலைகாரன், வியாபாரி.

Chap'ter, *s.* அத்தியாயம், அதிகாரம், படலம், குரவர்சங்கம்.

Chap'ter, *v. t.* வரிவாங்கு, திருத்து.

Char, *s.* தினவேலை, தினசரி.

Char, *v. i.* கரிசுடு.

Char, *v. t.* தினவேலைசெய்.

Char'acter, *s.* அடையாளம், அச்சு, லக்ஷணம், குணம், சீலம், நடை, கீர்த்தி; as letter, அக்ஷரம்; natural, பிரகிருதி, சுபாவம்; as hand-writing, கையெழுத்து; as personage in a drama, பூமிகை; as dignity, கௌரவம்.

Char'acter, *v. t.* எழுது.

Characteris'tic, *a.* அடையாளமான, சுயத்தன்மையுள்ள, பண்பை விளக்கிய.

Char'acterize, *v. t.* குறி, குணங்குறியெடுத்துக்காட்டு, விசேஷி.

Char'coal, *s.* கரி, மரக்கரி.

Charge, *s.* கட்டளை, பொறுப்பு, விசாரணை, குற்றச்சாட்டு, அபவாதம்; as exhortation, உபதேசம்; as onset, சண்டைக்குப்பாய்தல்; of a gun, ஒருதரமிடும் மருந்துமுதலியன; as duty, கடமை, கடப்பாடு; as expenses, செலவு, விலை; to lay to one's charge, ஒருவன்மேற் குற்றஞ்சுமத்த.

Charge, *v. t.* பொறுப்பி, சுமத்து, கட்டளையிடு, நெருக்கு, பாய், விலைகேள்; to charge the enemy, சத்துருவின்மேல் விழ; to charge debit in an account, பற்றுக்கணக்குப்பதிய.

Charge, *v. i.* வந்துவிழு, நெருக்கு, தாக்கு.

Charge'able, *a.* உத்தரவாதம் பண்ணவேண்டிய, குற்றஞ் சாட்டப்படத்தக்க, பதிபத்தக்க.

Char'ger, *s.* தாலம், போர்க்குதிரை, படைக்குதிரை.

Char'rily, *ad.* சாவதானமாய், விழிப்பாய், மட்டாய்.

Char'iot, *s.* இரதம், தேர், நாலுசக்கரப் பண்டி.

Charioteer', *s.* இரதசாரதி, தேர்ப்பாகன், இரதவாகன், அதிரதன்.

Charioteer'ing, *s.* இரதபரீட்சை.

Char'itable, *s.* அன்புள்ள, தர்மகுண, தர்மசிந்தையுள்ள; institution, தர்மஸ்தாபனம், தர்மசாலை, தர்மஏற்பாடு; society, தர்மசபை, தர்மசங்கம்.

Char'itableness, *s.* தயையுடைமை, அன்புடைமை, உதாரகுணம்.

Char'ity, *s.* அன்பு, நேசம், பட்சம், தர்மகுணம், பிச்சை.

Char'latan (shar'latan), *s.* மூடவைத்தியன்.

Charles's-Wain, *s.* சப்தரிஷிகள், உத்தரமண்டலத்திற்றோன்றும் சப்த நட்சத்திரங்கள்.

Charm, *s.* மருள், மயக்கம், வசியம், இரட்சாபந்தனம், காப்பு; as words of mystic power, மந்திரம்; as beauty, சௌந்தரியம், காந்தி.

Charm, *v. t* மயக்கு, மருட்டு, வசிகரி, கவர்.

Charm, *v. i.* சுதியொத்துச் சப்தி.

Charm'er, *s.* மயக்குகிறவன், வசிகரன், மாந்திரிகன்.

Charm'ing, *p. a.* மனத்தைக் கவரத்தக்க, இன்பமான, இனிமையான.

Char'nel-house, *s.* எலும்பிடும் அறை.

Chart, *s.* மாலுமிபடம்.

Char'ter, *s.* சாதனம், நிபந்தனம், பட்டயம்.

Char'ter, *v. t.* சாதனமெழுதித் திடப்படுத்து கேள்விற்குப்பிடி.

Char'ter-party, *s.* கப்பலினேற்றுமதிச்சீட்டு.

Char'y, *a.* பத்திரமான, சாவதானமுள்ள.

Chase, *s.* வேட்டை, வேட்டைக்காடு, தொடர்ச்சி; to give chase, தொடர.

Chase', *v. t.* ஓட்டு, அகற்று, தொடர்.

Chas'er, *s.* வேட்டைக்காரன், தொடர்வோன்.

Chasm (kazm), *s.* பிளப்பு, பிளவு, வெடிப்பு, நீக்கம்.

Chaste, *a* சுத்த, தூய, கற்புள்ள; language, சுத்தபாஷை, செம்மொழி; husband, பத்தினிவிரதன்; wife, பதிவிரதை, கற்புடைமனைவி.

Chas'ten (chas'n), *v. t.* தண்டி, சிட்சி, திருத்து, ஒடுக்கு.

Chas'tise, *v. t.* சிட்சைசெய், தண்டனையாற் திருத்து; one who has been chastised, வினீதன்.

Chas'tisement, *s.* தண்டனை, சிட்சை.

Chas'tity, *s.* புனிதம், தூய்மை, கற்பு, கற்புடைமை.

Chat, *s.* கதை, அலப்பு.

Chat, *v. i* கதைபேசு, வீணிற்பேசு, அலப்பு.

Chat'tels, *s.* வீட்டுச்சாமான், தட்டுமுட்டு, தளபாடம்; real, அசையாத்தட்டுமுட்டு.

Chat'ter, *v. i.* அலப்பு, கத்து, கேசெறி.
Chat'ter box, *s.* அலப்பி.
Chat'tering, *p. n.* அலப்பு, வீணலப்பு.
Chat'ty, *a.* அலப்புகிற, கதைக்கிற.
Chaw, *v. t.* மெல்லு, குதப்பு.
Cheap, *a.* மலிவான, நயமான, சுளுவான.
Cheap'en, *v. t.* விலைகுறை, மலியப்பண்ணு
Cheap'ness, *s.* மலிவு, நயம், சகாயம்.
Cheat, *s.* எத்தன், கபடன், முழுப்பாய் சுருட்டி, வஞ்சகன், பட்டித்தனம்.
Cheat, *v. t.* வஞ்சி, எய், எத்து, ஏமாற்று.
Cheat'ing, *p. n.* எய்ப்பு, வஞ்சனை.
Check, *s.* தடக்கு, தடை, இடையூறு.
Check, *v. t.* தடு, அடக்கு.
Check'er, *v. t.* வெவ்வேறு வர்ணங்கொடு பேதாபேதமாக்கு.
Check'er-work, *s.* பலவர்ணவேலை.
Check'mate, *s.* சதுரங்கத்தில் அடைத்தல்.
Cheek, *s.* கதுப்பு, கவுள், கன்னம், கொடிறு.
Cheek'bone, *s.* கன்னத்தெலும்பு.
Cheek'tooth, *s.* கடைவாய்ப்பல்.
Cheer, *s.* தைரியம், திடன், மகிழ்ச்சி, களிபாட்டு, குதுகலிப்பு.
Cheer, *v. t.* தேற்று, ஆற்று, சந்தோஷிப்பி.
Cheer, *v. i.* தேறு, திடன்கொள், சந்தோஷி.
Cheer'er, *s.* மகிழ்விப்போன், தேற்றுவோன்.
Cheer'ful, *a.* மனக்களிப்பான, பூரிப்பான, மகிழ்ச்சியான; countenance, செழித்த முகம், மலர்ந்தமுகம்.
Cheer'fulness, *s.* சந்தோஷம், களிப்பு, மகிழ்ச்சி, சிமாளம்.
Cheer'ily, *ad.* களிப்பாய், உல்லாசமாய், மகிழ்ச்சியாய்.
Cheer'less, *a.* உற்சாகமற்ற, மனச்சடைவான, துக்கமான.
Cheer'y, *a.* மகிழ்ச்சியான, களிப்பான, ரம்மியமுள்ள.
Cheese', *s.* பாலடைகட்டி.
Cheese'monger, *s.* பாலடைகட்டிவிற்போன்.
Chem'ical, *a.* பௌதிக, ரசாயன; ray, பௌதிககிரணம்; union, பௌதிகசந்தி.
Chemise' (she-mise'), *s.* மகளிருள்ளங்கி.
Chem'ist, *s.* ரசாயனசாஸ்திரி.
Chem'istry, *s.* பௌதிகவாதம், ரசாயனம்.
Cheq'uer, *v. t.* see Checker.
Cher'ish, *v. t.* வளர், சீராட்டு, பரிபாலி, போஷி.
Cher'ry, *s.* ஒருவகைப் பழம்.
Cher'ub, *s.* (*pl.* cher'ubim), கெரூபி தூதன்.
Cheru'bic, } *a.* கெருபிக்குரிய.
Cheru'bical, }

Chess, *s.* சதுரங்கம்.
Chess'board, *s.* சதுரங்கமனை.
Chess'man, *s.* சதுரங்கப்பிரதிமை.
Chest, *s.* மார்புக்கூடு, பெட்டகம்.
Chest'nut (ches'nut), *s.* கஷ்கொட்டை.
Chevalier' (shev-a-lēr'), *s.* குதிரைவீரன்.
Chew, *v. t.* அரை, தின், சப்பு, மெல், அசைபோடு.
Chew'ing, *p. n.* மெல்லல்.
Chicane' (shi-cane'), *s.* தந்திரநியாயம், சூது.
Chica'nery (shi-ca-ner-y), *s.* குத்திரநியாயம், தந்திரஉபாயம், அகடவிகடம்.
Chick, } *s.* கோழிக்குஞ்சு.
Chick'en, }
Chick'en-hearted, *a.* இளநெஞ்சுள்ள.
Chick'en-pox, *s.* நீர்கொள்ளுவான், கொப்புளிப்பான்.
Chide', *v. t.* குற்றஞ்சார்த்து, கண்டி, கடி.
Chide, *v. i.* கூச்சலிடு, சண்டைபிடி.
Chief, *s.* சிரேஷ்டன், தலைவன், பிரதானி, அதிபதி.
Chief, *a.* உத்தம, தலைமையான, முக்கிய.
Chief'ly, *ad.* முக்கியமாய், விசேஷமாய்.
Chief'tain, *s.* தலைமைக்காரன்.
Chil'blain, *s.* குளிராலுண்டாகும் வீக்கம்.
Child, *s.* (*pl.* chil'dren), மகவு, பிள்ளை, குழந்தை, குழவி, சவலை; to be with child, கர்ப்பந்தரித்திருக்க.
Child'bearing, *s.* பிள்ளைப்பேறு, பிரசவம்.
Child'bed, *s.* வயாவருத்தம்.
Child'birth, *s.* பிள்ளைப்பேறு; pains of, அம்பாயம்; to suffer the pains of, அம்பாயப்பட.
Child'hood, *s.* பிள்ளைப்பிராயம், சிறுபிராயம்.
Child'ish, *a.* பிள்ளைத்தன்மையான, பால.
Child'less, *a.* பிள்ளையில்லாத.
Child'like, *a.* பிள்ளைத்தனமான, குழந்தையடைவான.
Chil'iad, *s.* ஆயிரம், சஹஸ்திரம்.
Chiliahe'dron, *s.* சஹஸ்திரபுஜம்.
Chil'iarch, *s.* ஆயிரவர்க்கபதி.
Chil'iarchy, *s.* ஆயிரவர்கூட்டம்.
Chil'iast, *s* கிறிஸ்து ஆயிரவருஷம் அரசாள்வாரென நம்புவோன்.
Chill, *s.* குளிர், குளிர்ச்சி, கூதிர்.
Chill, *v. t.* விறைக்கச்செய்.
Chill, *a.* குளிரான, சீதள.
Chil'ly, *s.* மிளகாய்.
Chil'ly, *a.* குளிர்மையான, விறைப்பான.
Chill'ness, *s.* குளிர்மை, சீதளம், கூதிர்.

Chime, *s.* இசை, ஓசைகளினிசைவு.
Chime, *v. t.* சதிசுதியொத்திசை.
Chim'er, *s.* சதிசுதியொப்ப மணியடிப்போன்.
Chime'ra, *s.* மனோராச்சியம், வீணெண்ணம்.
Chimer'ical, *a.* மாயாபாவனையான.
Chim'ney, *s.* புகைவாயில், தூமவாசி.
Chin, *s.* மோவாய், முகக்கட்டை.
Chi'na, }
Chi'naware, } *s.* பீங்கான்.
Chin'cough (chin'cof), *s.* குக்கல், கக்குவான்.
Chine, *s.* முதுகெலும்பு, முள்ளெலும்பு.
Chinese', *s.* சீனபாஷை, சீனர்.
Chink, *s.* கமர், வெடிப்பு, கிணுகிணுக்குஞ் சத்தம்.
Chink, *v. t. & i.* கிலுக்கு, கிலுங்கு, கலகல, கிண்ணிடு, வெடி.
Chink'y, *a.* வெடிப்பான, பிளப்பான.
Chintz, *s.* அச்சுவர்ணப்புடைவை.
Chip, *s.* சிம்பு, மரச்சக்கை, சிராய், கலவோடு, செதிள், சல்லி.
Chip, *v. t.* துண்டி, தறி, சீவு, செதுக்கு.
Chip'-axe, *s.* கோடரி.
Chip'ping, *s.* தறி, துண்டு.
Chirog'rapher, *s.* எழுதுகிறவன், இலேககன்.
Chirog'raphist, *s.* கைபார்த்துக் குறிசொல்வோன்.
Chirog'raphy, *s.* லிகிதம், எழுத்துவித்தை.
Chirol'ogy, *s.* கைப்பயில்.
Chi'romancy, *s.* கைக்குறிநூல், சாமுத்திரிகை.
Chirp, *v. i.* கீச்சிடு.
Chirp'ing, *p. n.* பறவைக்குரல், கலகலம்.
Chis'el, *s.* உளி, தறிகை, turner's கடைச்சுளுளி; stone-cutter's கல்லுளி.
Chis'el, *v. t.* உளியிடு, உளியால்வெட்டு.
Chit, *s.* முளை, அங்குரம், குருத்து; as a child, சிசு, பாலன்; as a freckle, தேமல், வடு; as a note, சீட்டு.
Chit, *v. i.* முளை, அங்குரி.
Chit'chat, *s.* அலப்பு, பேச்சு, கத்து.
Chiv'alrous, *a.* வீரமுள்ள, பராக்கிரம.
Chiv'alry, *s.* வீரம், பரிவல்லபம், பரிவல்லோர்த்தமம்.
Choc'olate, *s.* ஒருவித பானீயம்.
Choice, *s.* தெரிவு, இஷ்டம், பிரியம், பிரீதி; take your choice, உனக்குப் பிரியமானவைகளை எடுத்துக்கொள், உனக்கு ஏற்றபடி செய்.
Choice, *a.* அரிதான, உசிதமான, சிரேஷ்ட

Choir (kwīr), *s.* பாடுவோர்கூட்டம், பாடுவோர்ஸ்தானம், பாடகர்.
Choke, *v. t.* விக்கப்பண்ணு, அடைக்கப்பண்ணு, தடு.
Chokeydar, *s.* காவற்காரன்.
Chol'er, *s.* கோபம், பித்தம், அதிகாயம்.
Chol'era-mor'bus, *s.* வாந்திபேதி, விஷபேதி, கசப்பு.
Chol'eric, *a.* பித்தங்கொண்ட, கோபகுணமுள்ள.
Choose, *v. t.* தெரி, தெரிந்தெடு, ஆய்.
Choose, *v. i.* விரும்பு, இஷ்டப்படு.
Chop, *s.* துண்டம், துணிக்கை, கண்டம்.
Chop, *v. t.* தறி, துண்டி, வெட்டு, கத்தரி.
Chops, *s.* (*pl.*) மூஞ்சி, மிருகத்தின்வாய்தாடை.
Cho'ral, *a.* பாடகருக்குரிய.
Chord, *s.* வீணைநரம்பு, தனுநாண், ஒத்திசை; of an arc, ஞாண்.
Cho'rion, *s.* கருப்பை, கருப்பகோளகை.
Chor'ister, *s.* பாடுவோன்.
Cho'rus, *s.* முத்திரைப்பல்லவி, சங்கீதக்காரர்.
Choses in action, வியாச்சிய சம்பந்தப்பொருள்.
Choul'try, *s.* சத்திரம், சாவடி.
Chouse, *v. t.* ஏமாற்றிப் பணம்திருடு.
Chrism, *s.* பரிசுத்தமாக்கப்பட்ட தைலம்.
Christ, *s.* அபிஷேகம்பெற்ற ரக்ஷக கர்த்தா.
Chris'ten (kris'sn), *v. t.* ஸ்நானீகரி, ஸ்நானப்பெயரிடு.
Chris'tendom, *s.* கிறிஸ்து சமயாசாரதேசங்கள், கிறிஸ்துசமயிகள்.
Chris'tening, *s.* ஞானஸ்நானச்சடங்கு.
Chris'tian, *s.* கிறிஸ்தியன், கிறிஸ்துமார்க்கத்தான்.
Chris'tian, *a.* கிறிஸ்திய, கிறிஸ்துசமய.
Chris'tian'ity, *s.* கிறிஸ்துமார்க்கம், கிறிஸ்துசமயம்.
Chris'tianize, *v. t.* கிறிஸ்துசமயத்திற்குள்ளாக்கு.
Chris'tianly, *ad.* கிறிஸ்துசமயமுறைப்படி.
Chris'tian name, *s.* ஞானஸ்நானப்பெயர்.
Christ'mas, *s.* கிறிஸ்து பிறந்த பண்டிகை, கிறிஸ்து ஜனனத்திருநாள்.
Chromat'ics, *s.* வர்ணசாஸ்திரம்.
Chromat'ic, *a.* வர்ணத்துக்குரிய; in music கிராமிக.
Chron'ic, *a.* நாட்பட்ட, பழைய, தீர்க்க; disease, தீர்க்கரோகம்; fever, பழஞ்சுரம்.
Chron'icle, *s.* இதிகாசம், காலக்கிரம சரிதம்.

Chron'icle, *v. t.* காலக்கிரமப்படி சரித்திரத்திற் குறிப்பி.
Chron'icler, *s.* காலக்கிரம இதிகாசன், புராணிகன்.
Chronog'raphy, *s.* செல்காலக்கணக்கு விவரம்.
Chronol'oger, } *s.* காலகணிதன்.
Chronol'ogist,
Chronolog'ical, *a.* காலநிருபண.
Chronol'ogy, *s.* காலநிருபணம், காலகணிதம்.
Chronom'eter, *s.* கடிகாரம், காலமானி.
Chrys'alis, *s.* துவியவதாரப்புழு, கூட்டுப்புழு.
Chrys'olite, *s.* அக்கினிக்கல்.
Chrysop'rasus, *s.* வைடூரியம்.
Chub'by, *a.* குட்டையான, கூழையான, குள்ள.
Chub'faced, *a.* திரண்டமுகமுள்ள, பரந்தமுகமுள்ள.
Chuck, *s.* கத்து, கொக்கரிப்பு.
Chuck, *v. t.* எறி, வீசு, தட்டு.
Chuck, *v. i.* கொக்கொக்கென், கொக்கரி, கத்து.
Chuc'kle, *v. i.* கொக்கரி, கிளுகிளு.
Chuff, *s.* ஆசாரமில்லாதவன், விநயம் அறியாதவன்.
Chum, *s.* கூட்டாளி.
Chump, *s.* மரக்கட்டை, குற்றி.
Chunam', *s.* சுண்ணாம்பு, நீறு.
Church, *s.* தேவாலயம், கோயில், திருச்சபை.
Church'living, *s.* கோவில்மானியம்.
Church'warden, *s.* கோயில் விசாரணைக்காரன்.
Church'yard, *s.* கோவிற் பிராகாரம், மயானஸ்தானம், பிரேதவனம்.
Churl, *s.* வெடுக்கன், குரும்பன், நாட்டான், லோபி.
Churl'ish, *a.* வெடுவெடுப்புள்ள, பிடிவாதமுள்ள.
Churl'ishness, *s.* வெடுவெடுப்பு, கடுகடுப்பு, துடிப்பு.
Churn', *s.* தயிர்கடை, தாழி, மந்தனி.
Churn', *v. t.* கடை, தயிர்கடை.
Churn'staff, *s.* மத்து, மூழி, மூழை, கலம்.
Chyle, *s.* அன்னரசம், அன்னசாரம்.
Chy'lous, *a.* அன்னரசமுள்ள.
Chyme, *s.* அன்னப்பாகு.
Chym'ify, *v. n.* சீரணி, சமி.
Chym'istry, *s.* ரசவாதம். See Chemistry.

Cic'atrice, *s.* தழும்பு, வடு.
Cic'atricle, *s.* அங்குரம், முளை; of an egg கரு; of a seed, வித்தின்மூக்கு.
Cic'atrix, *s.* தழும்பு, வடு.
Cic'atrize, *v. i.* காய், கருகு, ஆறு.
Ci'der, *s.* தப்புவாபழரசபானம்.
Cigar', *s.* சுருட்டு, புகையிலைச்சுருட்டு.
Cim'eter, *s.* உடைவாள், see Scimitar.
Cinchona, *s.* சுரமருந்து விளையும்மரம்.
Cinc'ture, *s.* அரைக்கச்சு, அரைக்கட்டு, மேகலை.
Cin'der, *s.* தழல், தணல், காந்தல்.
Cine'reous, *a.* சாம்பல்போன்ற.
Cin'gle, *s.* இடைக்கச்சு, தாக்குவார்.
Ci'on, *s.* ஒட்டு, பதி, ஒட்டுங்கிளை.
Cin'nabar, *s.* பவளமனோசிலை.
Cin'namon, *s.* கறுவாப்பட்டை.
Ci'pher, *s.* பூச்சியம், சுழி, சுன்னம், குறிப்பெழுத்து, கூடலிபி.
Ci'pher, *v. i.* கணக்கறி, கணக்குப்பழகு.
Cir'car, *s.* துரைத்தனம், மாகாணம், மேல்விசாரணைக்காரன்.
Cir'cinate, *v. t.* வட்டமாக்கு, சூழ், வளை.
Cir'cle, *s.* வட்டம், சக்கரம், விருத்தம், கோணம், எல்லை, எல்லைமானம், சுற்று; the area of a, பலம்.
Cir'cle, *v. t.* சுற்று, மண்டலி.
Cir'clet, *s.* சிறுவட்டம்.
Cir'cuit, *s.* சுற்று, எல்லைமானம், சுற்று விசாரணை, சக்கரம்.
Circu'itous, *a.* சுற்றான, வளைவான, நெளிவுள்ள.
Cir'cular, *s.* சுற்றுவிளம்பரம், சுற்றும் பிரசித்தம்.
Cir'cular, *a.* சக்கரமான; form, சக்கரவடிவம்; letter, சுற்றுநிருபம்.
Cir'culate, *v. t.* பிரசித்தப்படுத்து, சுற்றிலும் அறிவி.
Cir'culate, *v. i.* சுற்று, பரம்பு; circulating decimal, பரிவர்த்த தசபின்னம்.
Circula'tion, *a.* பரிவர்த்தனம், சுற்று, வழக்கம்.
Circumam'bient, *a.* சுற்றான, பூமியைச் சூழ்ந்த.
Circumam'bulate, *v. i.* சுற்றியுலாவு, சுற்றிவா.
Cir'cumcise, *v. t.* விருத்திசேதனம்பண்ணு, சுத்திகரி.
Circumci'sion, *s.* விருத்தசேதனம், கன்னத்து.
Circum'ference, *s.* விருத்தம், சுற்றளவு; of the earth, பூபரிதி.

Cir'cumflex, s. எழுத்துக்குறிப்பு, நேமி.
Circum'fluence, s. சூழ்ந்துபெருகல்.
Circumfuse', v. i. சுற்றிவார், சூழப்பாய்.
Circumgyra'tion, s, சுழற்சி, சுற்று.
Circumja'cent, a. சுற்றிலுமுள்ள, சூழ்ந்த.
Circumlocu'tion, s. சுற்றுச் சுழற்சியான பேச்சு.
Circumloc'utory, a. சுற்றுச்சுழற்சியான, மீக்கூறுன.
Circumnav'igate, v. t. பூமியைச்சுற்றி மரக்கலமோட்டு.
Cir'cumscribe, v. t. எல்லைப்படுத்து, கட்டுப்படுத்து, அடக்கு.
Circumscrip'tion, s. எல்லைமானம், எல்லைக்கட்டு.
Cir'cumspect, a. விழிப்பான, எச்சரிக்கையான, சாவதானமுள்ள.
Circumspec'tion, s. எச்சரிக்கை, சாவதானம், விழிப்பு.
Circumspec'tive, a. விழிப்புள்ள, ஜாக்கிரதையுள்ள.
Cir'cumstance, s. அனுவிஷயம், அயற்சார்ப்பு, காரியம், சங்கதி, செய்தி, விருத்தாந்தம்; as condition, state, நிலை, ஸ்திதி; he related all the circumstances, சகலவிர்த்தாந்தங்களையும் சொன்னான், according to the circumstances, காரியத்தின் தன்மைப்படி.
Circumstan'tial, a. சேர்ந்த, அடுத்த, நுட்பமான, விசேஷ, புடைசார்ந்த, evidence, அயர்சார்புச்சாட்சி.
Circumstan'tiate, v. t. விசேஷ ஸ்திதியில் வை, வழுவற விவரி.
Circumvent', v. t. வலை, சூழ், வஞ்சி, ஏமாற்று.
Circumven'tion, s. கபடம், சூது, மடிப்பு, கள்ளம், மோசம்.
Cir'cus, s. விநோதசாலை, வையாளிவீதி.
Cis'tern, s. நீர்நிலை, நீர்த்தொட்டி, தரவு.
Cit'adel, s. அரண், கோட்டை, உட்கோட்டை.
Cita'tion, s. அழைப்பு, குறிப்பு, உதாரணம்.
Cite, v. t. அழை, உதாரணங்காட்டு.
Cith'ern, s. நரப்புக்கருவி விசேஷம்.
Cit'izen, s. நகரவாசன், பட்டணத்தான்.
Cit'izenship, s. பட்டணவாச உரிமை, தேசசுதந்தரம்.
Cit'ron, s. கொடிமாதளை.
Cit'tern, s. see Cithern.
Cit'y, s. பட்டணம், நகரி, புரம், புரி, ஷஹர்.
Civ'et, s. சவாது, புனுகு, நாவிச்சட்டம்.
Civ'ic, a. நகரத்திற்குரிய, பட்டண விசேஷமான.
Civ'il, a. ஊருக்குரிய, தேசாசார, திருத்தமான, நாகரிக; death, அரசனுல் தேசத்தினின் றகற்றப்படல்.
Civ'il-court, s. ஒரு நியாயஸ்தலம்.
Civil'ian, s. தேசாதிகாரி, நியாயபாரகன்.
Civil'ity, s. உபசாரம், மரியாதை, நாகரிகம், ஒழுக்கம்.
Civiliza-tion, s. நற்பாங்கு, சீர்திருத்தம், நாகரிகம்.
Civ'ilize, v. t. நல்லொழுக்கம்பயிற்று, சீர்திருத்து, நாகரிகமாக்கு.
Claim, s. கேள்வி, உரிமை, தாவா; to learning, வித்தியாபிமானம்; to lay claim to, தாவாசெய்ய.
Claim, v. t. கேள், உரிமைசார்ந்துகேள், தாவாசெய்; one claiming an interest பாத்தியத்தை கொண்டாடுகிறவன்.
Claim'ant, s. உரிமைக்காரன்.
Clam, v. i. ஈரமாகு, ஒட்டிப்பிடி.
Clam'ber, v. i. ஏறு, தவழ்ந்தேறு.
Clam'my, a. பிசுபிசுப்பான, பசையான.
Clam'orous, a. கூக்குரலான, கலகமுள்ள.
Clam'our, s. கூக்குரல், கம்பலை, இரைச்சல், பூசல்.
Clamp, s. பற்று, பற்றிரும்பு, அள்ளு.
Clamp, v. t. அள்ளுக்கட்டு, பற்றுவைத்துப் பலப்படுத்து.
Clan, s. இனம், கோத்திரம், கூட்டம்.
Clandes'tine, a. இரகசியமான, ஒளிப்பான, கள்ள, ஈரவான.
Clang, s. கஞ்சக் கருவிகளி ஞோசை, கணகணப்பு.
Clap, s. வெடி, முழக்கம், கொட்டு.
Clap, v. t. அடி, கொட்டு; to clap the wings, சிறகடிக்க; to clap the hands, கைகொட்ட.
Clap, v. t. அடிபடு.
Clap'knife, s. மடக்குக்கத்தி.
Clap'per, s. மணிநா.
Clar'ify, v. t. தேற்று, தெளியப்பண்ணு.
Clar'ify, v. i. தெளி.
Clar'ion, s. உச்சவிசைக்காளம்.
Clar'ionette, s. நாகசுரம், நாகசின்னம்.
Clash, v. i. தட்டு, தாக்கு, மோது, எதிரிடு
Clasp, s. மாட்டுகை, கொளுவி, கொக்கி, மொட்டி.
Clasp, v. t. பூட்டு, கொளுவு, தழுவு, பிடி.
Clasp'er, s. கொளுவி; of betel, parasite, &c. அல்லி; of gourds, அல்லி; of a vine, கொடிக்கூந்தல்.

Clasp'knife, s. மடிப்புக்கத்தி, மடக்குப் பிடிக்கத்தி.
Class, s. கூட்டம், வகுப்பு, தரம், இனம், பகுதி.
Class, v. t. வகு, வகுப்புவரையறைசெய், தரம்பிரி.
Clas'sical, a. செய்யுட்போக்கான, இலக்கிய, சிறந்த; as refined, சமஸ்கிருத; relating to ancient books, பூர்வ கால கிரந்தத்திற்குரிய; of the first rank, பிரதமவர்க்கமான, முதன்மையான; usage, செய்யுள் வழக்கு; terms, செய்யுட்சொல்.
Clas'sics, s. சிறந்தவிலக்கியம், கல்விநூல்.
Classifica'tion, s. வகுப்பு, தரம்.
Clas'sify, v. t. வகு, வகைவகையாக்கு, தரம்பிரி.
Clat'ter, s. கடகடப்பு, கலகலப்பு, கலீர் கலீரெனல்.
Clat'ter, v. t. கடகடக்கப்பண்ணு.
Clat'ter, v. i. கடகட, கலகல, கடமுடெனப்பேசு.
Clat'tering, p. n. கலுக்குப்பிலுக்கு.
Clause, s. வசனத்தின்பகுதி, பலமொழித் தொடர், குளகவசனம்.
Clav'ated, a. தண்டுபோன்ற, கைக்கோலுருவான.
Clav'icle, s. புஜாஉவெலும்பு, சவடியெலும்பு, காறையென்பு.
Claw, s. நகம், கால், பாதம், கொடுக்கு.
Claw, v. t. பிராண்டு, பறுண்டு, நகத்தாற் கிழி.
Clay, s. களிமண்.
Clay, v. t. களிமண்போடு, களிமண்ணால் மெழுகு, மண்தீற்று.
Clay'cold, a. களிமண்போற்குளிர்ந்த, உயிரில்லாத.
Clay'ground, s. களிமண்தரை.
Clay'pit, s. களிமண்ணகழுங் குழி.
Clay'marl, s. வெண்களிமண்.
Clean, v. t. சுத்தம்பண்ணு, சுத்திகரி, துடை, அழுக்ககற்று, மினுக்கு, வெளு, தீட்டு.
Clean, a. தூய, சுத்த, துப்புரவான.
Clean, ad. சுத்தமாய், துப்புரவாய், கட்டோடே, முழுதும்.
Clean'liness, s. சுத்தம், சுசி, பவித்திரம்.
Clean'ly, a. சுத்த, பவித்திர, துப்புரவான.
Clean'ness, s. சுத்தம், சுத்தி, துப்புரவு, திட்டம், திருத்தம்.
Cleanse, v. t. சுத்திகரி, பவித்திரமாக்கு.
Clear, v. t. தெளிவி, விளக்கு, களங்கமறு, நீக்கு, தீர்; to clear a jungle, காடுவெட்ட; one's debts, கடன் அடைக்க; one's self from a crime, தன்மேற் குற்றம் இல்லையென்று மெய்ப்பிக்க; off, away, தொலை, ஒதுக்கு, ஒழிவி, களை; to be cleared up, as a doubt, சந்தேகந் தெளிய, ஐயந்தீர.
Clear, v. i. தெளி, வெளிவாங்கு, மப்புநீங்கு; away, கழி, ஒதுங்கு, தீர், நீங்கு.
Clear, a. துலக்கமான, தெளிவான, சுத்த, குற்றமற்ற, உருவொளியான; serene as the sky, மப்பில்லாத, வெளுப்பான free from obstructions to the eye துலாம்பரமான, பரிஷ்காரமாய்த் தோன்றுகிற; a clear conscience, சுத்தமனம், gain, கையேறினலாபம்; meaning, செம்பொருள்; water, தெண்ணீர், சுத்தஜலம்; voice, தெளிந்தகுரல்; a clear complexion, முகக்களை; clear of expenses, செலவுநீக்கி; he is quite clear about it, அவனுக்கு அதைப்பற்றிச் சந்தேகம் சிறிதும் இல்லை.
Clear, ad. தெளிவாய், தெளிய, சுத்தமாய்.
Clear'ance, s. உத்தரவுச்சீட்டு, ஆயர்தீர்ந்த சீட்டு, நீக்கல்.
Clear'ly, ad. தெளிவாய், திர்க்கமாய், பரிஷ்காரமாய்.
Clear'ness, s. தெளிவு, மயக்கமின்மை, சுத்தம்.
Clear'sightedness, s. கண்கூர்மை.
Cleav'age, s. பிளப்பு, பிளக்கும் விதம்.
Cleave, v. t. பிள, கிழி, கீறு.
Cleave, v. i. அணை, பற்று, சார், ஒட்டிக்கொள்; as part, open, crack, பிள, வெடி.
Cleav'er, s. பிளக்கிறவன், பிளக்குங்கருவி; as a chopping knife, மாமிசம் வெட்டும் கத்தி, கடாவெட்டி.
Cleft, s. பிளப்பு, பிளவு, வெடிப்பு, சந்து, கீறு; of rock, கல்வளை, மலைப்பிளப்பு.
Clem'ency, s. சாது, கருணை, சாந்தம்.
Clem'ent, a. சாதுவான, சாந்த, கிருபையுள்ள.
Cler'gy, s. குருக்கள்மார், வைதிகர், போதகர்.
Cler'gyman, s. குரு, தீக்ஷிதன்.
Cler'ical, a. குருவுக்குரிய; error, கரலிகித வழு.
Clerk, s. எழுத்துக்காரியஸ்தன், கணக்கன், குமாஸ்தா; as a clergyman, குரு.
Clev'er, a. கெட்டியான, சமர்த்துள்ள, சாதுரிய.
Clev'erly, ad. கெட்டியாய், சமர்த்தாய்.

Clev'erness, s. சாமர்த்தியம், சமர்த்து, கெட்டித்தனம், நைபுண்யம்.
Clew, s. நூற்பந்து; as a guide, வழி காட்டும் நூல், சூட்சுமம்; to get a clew to, அடிபிடிக்க, சூட்சுமம் அறிய.
Clew'line, s. தாமான்.
Click, v. i. கடகட, கலகல.
Cli'ent, s. சார்ந்தவன்; as one who employs a lawyer, வைக்கீல் வைத்திருக்கும் கட்சிக்காரன்.
Cliff, s. செங்குத்து, செங்குத்தானமலை.
Clif'fy, a. செங்குத்தான, பாறைநிறைந்த.
Cli'mate, s. தேசத்தின் காற்று நீர் இவைகளுக்குரிய விசேஷம், தேசத்தின் வெப்பம் குளிர்ச்சியின் விசேஷம், தேசசுவாத்தியம், ஊர்ச்சுகம்; cold, குளிர்ந்தபூமி, சீதளபூமி; hot, உஷ்ணபூமி; healthy, சௌக்கியபூமி.
Cli'max, s. ஏற்றம், ஏற்றவணி.
Climb (clim), v. t. ஏறு, தாவியேறு.
Climb'er, s. ஏறுவோன், கொழுகொம்பிற் படர்கொடி.
Clime, s. தேசோஷ்ண சீதவிசேஷம்.
Clinch, s. சிலேஷை, நங்கூரவளையத்திற் கொளுவுங் குழைச்சு.
Clinch, v. t. பிடி, பலப்பி, சடை, அடித்திறுக்கு; to clinch a nail, ஆணிமுனையை அடித்து மடிக்க.
Clinch'er, s. நாத்தாங்கி, அள்ளு, பற்றிரும்பு.
Cling, v. i. ஒட்டிக்கொள், சேர்த்துக்கொள், தழுவு.
Clin'ic, s. வியாதியாற் கிடைப்பட்டவன், நோயும் பாயுமாய்க் கிடப்பவன்.
Clink, s. கலகலெனுமொலி.
Clink, v. t. கலகலெனவொலி, கிலுங்கு.
Clip, v. t. கத்தரி, நறுக்கு, குறை, சுருக்கு; to clip words, விழுங்கிப்பேச.
Clip'per, s. கத்தரிக்கிறவன், விரைந்தோடும் கப்பல்.
Cloak, s. குப்பாயம், நெட்டங்கி, வேஷம், சாக்கு.
Clock, v. t. மூடு, மறை, சாலம்பண்ணு.
Clock, s. கடிகாரம்.
Clock'maker, s. கடிகாரயாந்திரிகன்.
Clock'setter, s. கடிகாரந்திருத்துவோன்.
Clock'work, s. கடிகாரவேலை.
Clod, s. மண்ணுங்கட்டி, கற்றை.
Clod, v. t. மண்ணுங்கட்டியாலெறி.
Clod, v. i. கட்டியாகு, கட்டு, திரளு.
Clod'dy, a. மண்ணுங்கட்டிமயமான.
Clod'hopper, s. மண்ணன், மடன்.
Clod'pate, s. மூடன்.
Clod'poll, s. மூடன், பேதை, மடையன்.
Clog, s. தடை, தடக்கு, மிதிதடி.
Clog, v. t. தடு, திணி, அடை.
Clog'gy, a. தடுக்கிற, பசையுள்ள.
Clois'ter, s. சன்னியாசிமடம்.
Clois'ter, v. t. சன்னியாசிமடத்திலிடு.
Clois'tress, s. ஏகாந்தி, பைமை, கவுந்தி.
Cloke, s. see Cloak.
Close, s. கொல்லை, முற்றம், முடிவு, சமாப்தி.
Close, v. t. அடை, சார்த்து, மூடு, முடி மடி, சுருக்கு; accounts, கணக்குத்தீர், கணக்கறுதிசெய்; an umbrella, சுருக்கு.
Close, v. i. பொருந்து, சேர், முடி; with, இணங்கு, உடன்படு; to close with the enemy, சத்துருவுடன் போர்கலக்க.
Close, a. இறுக்கமான, அடக்கமான, செறிவான, மறைவான, நெருங்கிய; a close prisoner, அருஞ்சிறை யிருப்போன்.
Close, ad. நெருக்கமாய், அண்ட.
Close'fisted, a. பிசுனத்தனமுள்ள, லோப, சிக்கெனவுள்ள.
Close'ly, ad. இறுக்கமாய், அடக்கமாய், செறிவாய், கருத்தாய்.
Close'ness, s. இறுக்கம், அழுத்தம், அடர்பு, நெருக்கம்.
Close'stool, s. மலஜலபாத்திரம்.
Clos'et (klŏz'ĕt), s. உள்ளறை, தனியறை.
Clos'et, v. t. உள்ளறையில் வைத்துப் பூட்டு, மறை, ஒளி.
Clo'sure, s. அடைப்பு, முடிபுரை.
Clot, s. கட்டி, உறைந்தது.
Clot, v. i. உறை, இறுகு, திரளு, கட்டியாகு.
Cloth, s. சீலை, வஸ்திரம், புடைவை, சவளி.
Clothe, v. t. உடுத்து, உடு, தரி.
Clothes (kloze), s. (pl.) வஸ்திரங்கள், உடைகள், ஆடைகள்; and jewels, ஆடையாபரணம், வஸ்திரபூஷணம்.
Cloth'ier, s. புடைவை விற்போன்.
Cloth'ing, s. உடுப்பு, வஸ்திரம், புடைவை.
Cloth'worker, s. புடைவை நெய்வோன்.
Clot'ter, v. i. உறை, கட்டியாகு.
Clot'ty, a. கட்டிய, உறைந்த, திரண்ட.
Cloud, s. மேகம், முகில், மிகுதி; to be under a cloud, இக்கட்டுப்பட; cloud of dust, புழுதிப்படலம்; of smoke, புகைப்படலம்; fleecy, கொத்துவானம்; red, செவ்வானம், செக்கர்வானம்.
Cloud, v. t. மேகம்மூடு, இருளு, இருட்டு.
Cloud'capt, a. முகில்படிந்த, கார்மொய்த்த.
Cloud'iness, s. மங்குல், மப்பு, இருட்டு, மந்தாரம்.

Cloud'less, *a.* முகிலில்லாத, தெளிந்த, வெளுத்த.
Cloud'y, *a.* மங்குலான, மந்தாரமான, இருண்ட.
Clout, *s.* துணி, துண்டுச்சீலை, சாணை.
Clout, *v. t.* அண்டைபோடு, ஒட்டுப்போடு, பொத்து.
Clout'erly, *a.* பருமட்டான, சரவையான.
Clove, *s.* கிராம்பு, இலவங்கப்பூ, தேறு, பல்லு.
Clo'ven, *p. a.* பிளந்த.
Clo'ven-footed, *a.* கவையடியுள்ள, கவர்க் குளம்புள்ள.
Clov'er, *s.* ஒருவகைப்புல்.
Clown, *s.* பாங்கறியாதவன், நாட்டாள், மண்ணையன், குப்பைக்காட்டான்.
Clown'ery, *s.* பாங்கறியாமை, பேதைமை.
Clown'ish, *a.* மண்ணைத்தனமான.
Clown'ishness, *s.* நாட்டுப்பாங்கு, திருத்த மின்மை.
Cloy, *v. t.* தெவிட்டுவி, தேக்கிடச்செய்.
Club, *s.* தண்டம், தண்டு, கூட்டம்.
Club, *v. t.* செலவைக்கூட்டி மொத்தமாக்கு; as to beat with a club, தண்டால் அடிக்க.
Club, *v. i.* பலர் ஒன்றுய்க்கூடல், பலர் கூடிச் செலவு பொறுத்தல்.
Club'fight, *s.* தண்டயுத்தம், தண்டடி.
Club'footed, *a.* காலூனமான, கால் குறண் டின.
Club'law, *s.* தடியடிவன்மை.
Club'room, *s.* சபைகூடு மண்டபம்.
Cluck, *v. i.* கோழி கத்தல்.
Clue, *s.* see Clew.
Clump, *s.* கட்டை, குற்றி, திரட்சி, சோலை.
Clum'sy, *a.* பருமட்டான, கைப்பழக்கமில் லாத, கைபடியாத.
Clus'ter, *s.* குலை, கொத்து, திரள், கூட்டம்; of flowers, பூங்கொத்து.
Clus'ter, *v. i.* குலைகட்டு, கூடு, திரள்.
Clutch, *s.* பிடி, பிடிப்பு.
Clutch, *v. t.* பிடி, சிக்கெனப்பிடி.
Clutch'es, *s. (pl.)* நகங்கள், வளைந்தநகங்கள்.
Clut'ter, *s.* இரைச்சல், ஆரவாரம்.
Clut'ter, *v. i.* சந்தடிபண்ணு, இரை.
Clys'ter, *a.* புகட்டுமருந்து.
Coach, *s.* இரதம், நாலுசக்கரவண்டி, பரீ க்ஷைக்குப் படிப்பிக்கு மாசிரியன்.
Coach, *v. i.* இரதசாரிபோ, வண்டிச்சவாரி செய், *v. t.* பரீக்ஷைக்குப் படிப்பி.
Coach'box, *s.* சாரதிபீடம், இரதசாரதி யாசனம்.
Coach'hire, *s.* வண்டிக்கூலி.
Coach'maker, *s.* வண்டிசெய்வோன்.
Coach'man, *s.* இரதசாரதி, தேர்ப்பாகன்.
Coach'manship, *s.* இரதபரீட்சை, சாரத் தியம்.
Coac'tion, *s.* பலாத்காரம், பலவந்தம், கட் டாயம்.
Coac'tive, *a.* பலாத்காரமான, கட்டாய மான.
Coad'jutant, *a.* துணையான, உதவியான.
Coadju'tor, *s.* உபயோகி, துணையாளி, கூட் டாளி.
Coadju'trix, *s.* உதவிக்காரி, சங்காத்தி.
Coadvent'urer, *s.* கூடத்துணிவோன், கூடப் பந்தயம் வைப்போன்.
Coa'gent, *s.* சகாயன், உபயோகி, துணைவன்.
Coag'ulate, *v. t.* உறைவி, திரட்சி.
Coag'ulate, *v. i.* உறை, திரள்.
Coag'ula'tion, *s.* உறைதல், திரளல், திரட்சி.
Coag'ulative, *s.* உறையத்தக்க, திரளத்தக்க.
Coag'ulum, *s.* உறை, பிறை, இரத்தக்கட்டி.
Coal, *s.* நிலக்கரி, விளைகரி, கற்கரி.
Coal, *v. t.* கரிசுடு.
Coal'black, *a.* கன்னங்கரிய, கன்னங்கரே லென்ற.
Coal'ery, *s.* நிலக்கரி விளைநிலம்.
Coalesce', *v. i.* கல, கூடு, ஒன்று, பொருந்து.
Coales'cence, *s.* பொருந்தல், கலப்பு, ஒற் றுமை, இசைவு, ஒன்றல், சந்தானகரணம்.
Coali'tion, *s.* கூட்டு, சேர்மானம், ஒன்றிப்பு, ஒருமிப்பு.
Coal'mine, *s.* நிலக்கரிக்கனி.
Coal'miner, *s.* நிலக்கரியகழ்ந்தெடுப்போன்.
Coal'pit, *s.* நிலக்கரிக்குழி, நிலக்கரியகழ்கனி.
Coarse, *a.* பருமையான, பருக்கனான, கொச் சைத்தனமான; as vulgar, இழிவான, நாட்டுத்தன்மையான; as vile, நீச; cloth, உரப்பான புடைவை, பருக்கன் புடைவை; hair, பருமயிர், முரட்டுரோமம், உரத்த மயிர்; man, முரடன், தடியன்; paper, முரட்டுக்கடிதாசி, கரட்டுக்கடிதாசி; voice, கனத்தகுரல், வெடித்தகுரல்; work, சரவை வேலை, பருக்கன்வேலை.
Coarse'ness, *s.* சரவை, பருக்கன், அந்தக் கேடு.
Coast, *s.* கடலோரம் கடற்கரை, எல்லை, எல்லைமானம், திசை.
Coast, *v. i.* கரைகண்டோடு, கரையடுத்தோடு.
Coast'er, *s.* கரைத்தோணி, கரைசார்ந்தோடு மரக்கலம்.
Coasting-trade, *s.* சுதேசத்துறைகளிற் செய் யும் வியாபாரம்.

Coat, *s.* மேலங்கி, ஆடை, உரோமம், போர்ச்சட்டை, அங்கரக்ஷணி; as scum, concretion, ஏடு; of paint, ஒரு பூச்சுவர்ணம்; as the hair of a beast, மிருகரோமம்; of arms, குலவிருது சித்திரித்த மெய்க்காவற் கஞ்சுகம்.

Coat, *v. t.* பூசு, மெழுகு, மூடு.

Coat'ing, *s.* பூச்சு, அங்கிக்கேற்றபுடைவை.

Coax, *v. t.* இச்சகம்பேசியேய்.

Coax'er, *s.* இச்சகன்.

Coax'ing, *p. n.* இச்சகம்பேசல்.

Cob, *s.* தலை, வட்டவடிவம், சிலம்பி; as a sea fowl, கடற்பட்சி; as an entire horse, விரையெடாத குதிரை; as a small compact horse, சரீரம் இறுகிச்சிறுத்த குதிரை; as a coin, ஒரு நாணயம்.

Cob'ble, *v. t.* புனை, இளப்பமாய்த் தை, பாதரட்சையைப் பழுதாய்த் தை.

Cob'bler, *s.* பழைய பாதரட்சை தைக்கிறவன், சக்கிலி.

Cob'ra-de-capella, *s.* நாகப்பாம்பு.

Cob-web, *s.* சிலம்பிவலை, சிலம்பிநூல்.

Cob-web, *a.* மெல்லிய, நொய்ய.

Coc'cyx, *s.* முதுகெலும்பினடிப்பாகம்.

Coch'ineal, *s.* இந்திரகோபம், தம்பலப்பூச்சி.

Coch'lea, *s.* கம்பு, உட்காதில் ஒருபகுதி.

Cock, *s.* சேவல், பீப்பாநீரை வெளிவிடத்திருப்பும் கருவி, துப்பாக்கியின் குதிரை; of a balance, தராசூசி, தராசின் மத்தி; of a dial, ஊசி, கதிர், கடிகாரவூசி; as a heap of dried straw, உலர்ந்த புற்குவியல்.

Cock, *v. t.* நிமிர்த்து, நிறுத்து, குவி; to cock a gun, துப்பாக்கிக் குதிரையை யிழுத்துவிட.

Cockade', *s.* தொப்பிச்சோடினை, குல்லாச்செண்டு.

Cockad'ed, *a.* குல்லாச்செண்டுள்ள.

Cockatoo', *s.* வெள்ளைக்கிளி, சீனக்கிளி.

Cock'atrice, *s.* ஓர் விரியன், புடையன்.

Cock'boat, *s.* சிறுவள்ளம்.

Cock'brained, *a.* சிந்தனையற்ற, எண்ணுத.

Cock'crowing, *s.* கோழிகூவல், விடியற்காலம், வைகறை.

Cock'er, *v. i.* சீராட்டு, இலாலனைசெய்.

Cock'erel, *s.* விடலைச்சேவல், விடைச்சேவல்.

Cock'fight, *s.* சேவற்போர்.

Cock'le, *s.* ஊமச்சி, கொக்குமட்டி, களை.

Cock'loft, *s.* மேலறை.

Cock'master, *s.* சண்டைக்குவிடச் சேவல் வளர்ப்போன்.

Cock'match, *s.* பந்தயச் சேவற்போர்.

Cock'ney, *s.* லௌகீகந்தெரியாத நகரத்தான்.

Cock'pit, *s.* சேவல் கடடுங் களரி.

Cock'roach, *s.* கக்கலாத்து, கரப்பான்பூச்சி.

Cocks'comb', *s.* சேவற்சூடு, சேவற்கொண்டை, செங்கீரை.

Cock'shut, *s.* மாலை, அந்தி, அஸ்தமனகாலம்.

Cock'swain (kok'sn), *s.* சிறுவள்ளத்தின் மாலுமி.

Co'coa, *n.* தெங்கு, தென்னமரம்.

Co'coa-nut, *s.* தேங்காய்.

Cocoon, *s.* புழுக்கூடு, புழுக்குரம்பை, இறவிப்பை.

Cod, *s.* ஓடு, உமி, விதையுறை, அண்டம், ஒருவகைமீன்.

Code, *s.* கட்டளைச்சட்டம், தருமநூல்.

Cod'ger, *s.* நாட்டிகன்.

Cod'icil, *s.* மரணசாதனத்திற் சேர்த்த குறிப்பு.

Cod'le, *v. t.* புழுக்கு, பாதிவேக அவி.

Coeffi'ciency, *s.* கூடி நடத்துந் திறம்.

Coeffi'cient, *s.* துணைக்காரணம், குணிதம், வர்ணம்; assumed, இஷ்டவர்ணம்.

Coeffi'cient, *a.* உதவிசெய்கிற, ஒத்து நிர்வகிக்கும்.

Coe'qual, *a.* ஒரு சரியான.

Coequal'ity, *s.* சரிசமானம்.

Coerce', *v. t.* கட்டாயம்பண்ணு, பலாத்காரம்பண்ணு.

Coer'cion, *s.* கட்டுமுகனை, பலவந்தம், பலாத்காரம்.

Coer'cive, *a.* பலாத்காரமான, அடக்கத்தக்க.

Coessen'tial, *a.* ஏகசுபாவமான, ஏகசத்துவமான.

Coeta'neous, *a.* ஏககாலத்திலுள்ள.

Coeter'nal, *a.* சமநித்திய, அநுசாஸ்வத.

Coeter'nity, *s.* ஒத்தநித்தியம், சமநித்தியத்துவம்.

Coe'val, *a.* ஒரேகாலத்திலுள்ள.

Coe'val, *s.* ஏககாலத்திலிருப்பவன்.

Coexist', *v. i.* ஏககாலத்திலிரு.

Coexist'ence, *s.* சம்பூதம், கூடவிருத்தல், சகஜம்.

Coexist'ent, *a.* ஏககாலத்திலுள்ள.

Coextend', *v. i.* ஒத்தகலு, சமமாய்நீடு.

Coexten'sive, *a.* சமவிஸ்தார.

Cof'fee, *s.* காப்பிக்கொட்டை, காப்பித்தண்ணீர்.

Cof'fee-house, *s.* காப்பிக்கஷாயக்கடை, விடுதிமடம்.

Cof'fer, *s.* பெட்டகம், பணப்பெட்டி.

Cof'fin, *s.* சவப்பெட்டி, பிரேதாகாரம்.
Cog, *s.* சக்கரத்தின்பல், சக்கரதந்தம்.
Cog, *v. t.* ஏய், வஞ்சி.
Co'gency, *s.* திறம், உறுதி, வலிமை.
Co'gent, *a.* உறுதியான, வலிமையான, ஸ்திரமான.
Cog'ger, *s.* இச்சகன், வஞ்சகன், கபடி.
Cog'itate, *v. t.* எண்ணு, கருது, யோசி.
Cogita'tion, *s.* எண்ணம், யோசனை, கருத்து, சிந்தனை, மனோகற்பனை, தியானம், விசாரம்.
Cog'itative, *a.* சிந்தனையுள்ள, எண்ணமுள்ள.
Cog'nate, *a.* ஒரேசாதியான, சம்பந்தமான, சகஜ.
Cogna'tion, *s.* இனம், சம்பந்தம், சகஜம்.
Cog'nizable, *a.* அறியத்தக்க, தொடரத்தக்க; by law, நியாயவிசாரணைக்கு உட்பட்ட.
Cog'nizance, *s.* நியாயவிசாரிப்பு, நியாயவிசாரணை யதிகாரம், அறிவு; to take, விசாரிக்க.
Cogno'men, *s.* பட்டப்பெயர், உபநாமம்.
Cognom'inal, *a.* உபநாமம், ஏகநாமம்.
Cog'wheel, *s.* பற்சக்கரம்.
Cohab'it, *v. i.* கூடிவாழ், குடித்தனமாயிரு, சஞ்சரி; to cohabit as the sexes, ஸ்திரீ புருஷ சம்யோகஞ்செய்ய.
Cohab'itant, *s.* சகவாசி, ஏகஸ்தலவாசி, சமுசாரி.
Cohabita'tion, *s.* சகவாசம், கூடவிருத்தல்.
Coheir' (coa'r), *s.* உரிமைப்பங்காளி, சமாம்ஸகன்.
Coheir'ess, *s.* சமாம்ஸகி.
Cohere', *v. i.* ஒட்டு, ஒன்று, பிடி, இசை.
Cohe'rence, *s.* ஒட்டு, சேர்மானம், பற்றுகை.
Cohe'rent, *a.* ஒட்டின, கூடின, சேர்ந்த, சம்பந்த.
Cohe'rently, *ad.* சம்பந்தமாய், ஒட்டிரிமையாய்.
Cohesibil'ity, *s* ஒன்றுக்கொன்று சேருந்தன்மை.
Cohe'sion, *s.* ஒட்டுகை, சம்பந்தம், இசைவு, பிண்டீகரம்.
Cohe'sive, *a.* பற்றத்தக்க, பிடிப்பான.
Co'hobate, *v. t.* வடித்ததை வடி.
Co'hort, *s.* ஒரு காலாட்படை வகுப்பு.
Coif, } *s.* ஒருவகைக் குல்லா.
Coif'fure, }
Coil, *s.* சுருள், சுருளை, சுருட்டு; as turmoil, சண்டைசச்சரவு.
Coil, *v.* சுற்று, சுருள், சுருட்டு.
Coin, *s.* நாணயம், ஆப்பு.
Coin, *v. t.* நாணயமடி, ஆக்கு, புதினமாயுண்டாக்கு, கற்பி; words, சொல், கற்பி; a fable, கதைகட்டு; a lie, இட்டேற்றஞ்சொல்லு.
Coin'age, *s.* கம்பட்டம், காசடிப்பு, தொடுத்தல்.
Coincide', *v. i.* சந்தி, இணங்கு, ஒத்திரு.
Coin'cidence, *s.* சந்திப்பு, இசைவு, உடனிகழ்ச்சி, சமபாதம்; of opinion, ஏகமதம்; unlucky, அமங்கல சமபாதம்.
Coin'cident, *a.* சந்திப்பான, பொருத்தமான, உடனிகழ்ச்சியான.
Coin'er, *s.* கம்பட்டக்காரன்.
Coir, *s.* கயிறு.
Coit, *s.* see Quoit.
Coi'tion, *s.* சையோகம், போகம், சங்கிரணம், மைதுனம், சுரதம்.
Coke, *s.* சுட்ட நிலக்கரி.
Col'ature, *s.* வடிகட்டல், சுத்திபண்ணல்.
Cold, *s.* குளிர், சீதம், ஜலதோஷம், இருமல்.
Cold, *a.* குளிரான, சீத, மந்த, பராமுகமான; discourse, ரசமற்ற பேச்சு; water, தண்ணீர், குளிர்நீர்; wind, குளிர்காற்று, ஊதற்காற்று; weather, குளிர்காலம், மழைகாலம்; in cold blood, இரக்கமின்றி, வன்னெஞ்சாய்.
Cold'blooded, *a.* இரக்கமற்ற, பூததயையற்ற.
Cold'hearted, *a.* மனப்பற்றில்லாத.
Cold'ly, *ad.* குளிராய், மந்தத்தனமாய், பராமுகமாய்.
Cold'ness, *s.* குளிர்மை, பராமுகம், மந்தம், வெறுப்பு.
Cole, *s.* கோவிக்கீரை.
Cole'wort, *s.* ஒருவகைக் கோவி.
Col'ic, *s.* வயிற்றுவலி, வாயு.
Collapse', *s.* குவிவு, சுருங்கல், ஒடுக்கம்.
Collapse', *v. i.* குவி, சுருங்கு, ஒடுங்கு.
Col'lar, *s.* கழுத்துப்பட்டிகை, கண்டவலயம், கண்டாஸ்தி; to slip the collar, விலகு, சிக்கறு.
Col'lar, *v. t.* சண்டையிற் கழுத்தைப்பிடி.
Col'larbone, *s.* சவடியெலும்பு.
Collate', *v. t.* ஒத்துப்பார், அடுக்கவைத்துப்பார்; to collate to a benefice, குரு சுதந்தரங் கொடுக்க.
Collat'eral, *a.* ஒரேபக்கத்திலுள்ள, சம்பந்த, சார்பான, இன, ஒரேகோத்திரத் தலைவனினின்று தோன்றிய, உடனிகழ்ச்சியான; evidence, சார்புச்சாட்சி; pressure, புடைத்தாக்கம்; circumstances, அயற்சார்புச்சங்கதி; relations, உற்ற உறவு,

ரத்த உறவு; security, மேலுறுதி, மேற்பிணை; writings, சார்புநூல், புடைநூல்.
Colla'tion, s. ஒத்துப்பார்க்கை, சிற்றுணவு.
Colla'tor, s. ஒத்துப்பார்க்கிறவன்.
Col'league, s. கூட்டாளி, அநுசக்ரயன், உபயோகி.
Colleague', v. t. கூட்டுத்தியோகஞ்செய்.
Col'lect, s. மன்ருட்டு, விண்ணப்பம்.
Collect', v. t. கூட்டு, சேர், திரட்டு; as infer, அனுமானி; to collect one's self, அறிவுதெளிய, தடுமாற்றம் நீங்க.
Collect', v. i. கூடு, திரள், குவி, சேர்; to collect, as dust, தூசிபிடிக்க, தூசடைய.
Collected', p. a. சேர்ந்த, தெளிந்த.
Collec'tion, s. இராசி, திரள், கூட்டம், திரட்டு, குவியல், தண்டல்; of water, ஜலராசி; charitable, மகமைப்பணம்.
Collect'ive, a. திரட்சியான, தொகுதியான, குவியலான, சமுதாய; noun, சமுதாயப்பெயர், பிண்டப்பெயர், திரட்பெயர்.
Collect'ively, ad. திரளாய், கூட்டமாய், ஒருமிக்க.
Collect'iveness, s. ஐக்கியஸ்திதி, திரட்சி, சேர்மானம்.
Collec'tor, s. சேர்க்கிறவன், தண்டற்காரன, கலெக்டர்; of customs, ஆயக்காரன், தீர்வைசேர்க்கு முத்தியோகஸ்தன்.
Collec'torate, s. தண்டலதிகாரம், கலெக்டர் அதிகாரஞ் செல்லும் எல்லே.
Collec'torship, s. கலெக்டர் உத்தியோகம்.
Col'lege, s. வித்தியாசாலே, வித்தியாலயம், வித்வசபை, கல்லூரி; for religious purposes, மடம், ஆசிரமம்.
Colle'gian, s. வித்தியாசாலே மாணுக்கன், வித்தியாபாரகன்.
Colle'giate, a. வித்தியாசாலேக்குரிய.
Col'let, s. மணிபதிக்கும் கூடு.
Coll'ier, s. நிலக்கரி தோண்டுகிறவன், நிலக்கரி வியாபாரி; as a coasting vessel, நிலக்கரி வியாபாரக்கப்பல்.
Coll'iery, s. நிலக்கரிக்குழி.
Col'liflower, s. ஒருவிதக் கோவி.
Col'liquant, a. உருகத்தக்க, உருக்கத்தக்க.
Col'liquate, v. i. உருகு, கரை, இளகு.
Colliq'uative, a. உருக்குகிற, கரைக்குந்தன்மையுள்ள.
Colli'sion, s. தாக்கு, தட்டு, மொத்து, முட்டு, மாறு, விரோதம்.
Col'locate, v. t. கூடவை, ஒன்ருக நிறுத்து, நிலேப்படுத்து.
Colloca'tion, s. நிலேப்படுத்துகை, ஸ்தாபிப்பு, கூட வைக்கப்படுதல்; of words, சொற்புணர்ச்சி, சொற்ருெடர்நிலே.
Collocution, s. பேச்சு, சம்பாஷணே.
Col'lop, s. வயிற்றுத்தொந்தி, தசைமடிப்பு.
Collo'quial, a. பேச்சுப்போக்கான, சம்பாஷணேக்குரிய, உலகவழக்கான.
Col'loquist, s. சம்வாதி, சல்லாபி, சம்பாஷணே செய்வோன்.
Col'loquy, s. சம்பாஷணே, சல்லாபம், சம்வாதம்.
Collude', v. i. கூடிச் சர்ப்பனே செய்.
Collu'sion, s. கூட்டுக்கள்ளயோசனே, பட்சபாதம்.
Collu'sive, a. கூடிச்சர்ப்பனே செய்யும்.
Col'ly, s. கரிப்பூச்சு.
Col'ly, v. t. கரிபுரட்டு, கரிபூசு.
Collyr'ium, s. அஞ்சனம்.
Co'lon, s. பொருட்சார்புக்குறி, பெருங்குடல், விசர்க்கம், மலரந்திரம்.
Col'onel (cur'nel), s. உபதளகர்த்தன.
Col'onelcy, Col'onelship, } s. உபதளகர்த்தத்துவம்.
Colo'nial, a. உப்வர்சாட்சிக்குரிய.
Col'onist, s. வந்தேறுகுடி.
Col'onization, s. குடியேற்றம், குடிநாட்டு.
Col'onize, v. t. குடியேற்று, குடிகொள்.
Colonnade', s. தூணிரை, தூணணி.
Col'ony, s. குடியேறினவர்கள், ஏற்றிடுகுடி, வந்தேறுகுடி, நூதனமாய்க் குடியேறின தேசம், நவீன வசதிஸ்தானம்.
Col'ophon, s. கிரந்தஞ்செய்த கால இடவிவரங்காட்டும் முடிவுரை.
Coloquin'tida, s. பேய்க்கொம்மட்டி.
Colos'sal, a. பிரமாண்டமான, பென்னம்பெரிய.
Colos'sus, s. பெரிய ரூபம்.
Col'our, s. நிறம், வர்ணம், சாயம், மை, சாயல்; as false show, சாட்டு, போலி; to set one out in his colours, ஒருவனே வர்ணிக்க.
Col'our, v. t. நிறங்கொடு, சாயங்காச்சு, வர்ணி; make plausible, பாரித்துச்சொல்லு, விசேஷித்துச்சொல்லு; palliate, தணித்துக்காட்டு.
Col'our, v. i. சிவ, முகம்வேறுபடு, முகம்வெளு.
Col'ouring, p. n. வர்ணம், வர்ணமிடுதல்.
Col'ourless, a. நிறமற்ற, அவர்ண.
Col'ours, s. (pl.) படைக்கொடிகள், அரசகொடிகள்.
Col'staff, s. see Cowlstaff.

Colt, *s.* குதிரைக்குட்டி, கழுதைக்குட்டி.
Colt'er, *s.* கொழு, காறு.
Colum'ba, *s.* கிலவேம்பு.
Col'umn (kol'um), *s.* தூண், கம்பம், பந்தி; as a file of troops, சேனை நிரை.
Colum'nar, *a.* தூணுள்ள, ஸ்தம்பவடிவான.
Colure', *s.* விசுவமண்டலம், அயனமண்டலம்; equinoctial, விசுவத்துருவமண்டலம்; solstical, அயனத்துருவமண்டலம்.
Coma, *s.* அதிசுழுத்தி.
Comb (com), *s.* சீப்பு, சேவற்சூடு, கூடு, அறை; as a honey, தேன்வதை.
Comb, *v. t.* சீவு, சீப்பிடு, வாரு, சிக்கெடு.
Com'bat, *s.* போர், சண்டை, யுத்தம்.
Com'bat, *v. t.* சண்டைசெய், போர்செய், எதிர்; to combat one's passions, தன்னையடக்க; to combat one in argument, விவாதிக்க.
Com'bat, *v. i.* பொரு, முட்டு, எதிர்.
Com'batant, *s.* போராளி, எதிரி, வீரன்.
Combi'nable, *a.* இணையத்தக்க, புணரத்தக்க, பொருந்தத்தக்க.
Combina'tion, *s.* கலப்பு, புணர்ச்சி, ஏகிபவம்; of letters, எழுத்துப் புணர்ச்சி; of words, சொற்புணர்ச்சி.
Combine', *v. t.* இசை, சேர், கலப்பி, பொருத்து.
Combine', *v. i.* கூடு, சேர், கல, புணர்.
Combin'ed, *p. a.* கலந்த, புணர்ந்த; effect, மிசிரகுணம்.
Combustibil'ity, *s.* தாகியத்துவம்.
Combus'tible, *s.* நெருப்புப் பற்றத்தக்க பொருள்.
Combus'tible, *a.* நெருப்புப் பற்றத்தக்க, தகநீய.
Combus'tion, *s.* தகனம், தகிப்பு, எரிவு, சுவாலிப்பு; as tumult, சந்தடி, துமுலம்.
Come, *v. i.* வா, சேர், ஆகு, சம்பவி; தோன்று; to come after, பின்தொடர; to come along, கூடவர; to come at, கிட்ட, கைக்கொள்ளத்தக்க, சமீபத்திற்சேர; to come away, வந்துவிட; to come back, திரும்ப, திரும்பிவர, பெயர்ந்துவர; to come between, இடையில்வர; to come by, அகப்பட, அடைய; to come down, இழிய, தாழ; to come forth, வெளிப்பட, வெளியேவர; to come forward in learning, தேற; to come in, வந்துசேர, உள்ளேவர; to come into trouble, இக்கட்டுப்பட; to come of, புறப்பட, பெயர, விடுதலைபெற்றுவர; to come on, வர, எட்டிவர, சருவ, தாவ; to come over, கட்சிமாறிவர; to come round, இணங்க, வளைய, சூழ; to come short of, குறைய, தவற; to come to, தொகையேற; to come to hand, கையேற; to come to one's self, புத்திதெளிய; to come to particulars, விரித்துச்சொல்ல; to come to pass, சம்பவிக்க; to come upon, எதிர்ப்பட, தாவ; in time to come, வருங்காலத்தில்.
Come'dian, *s.* கூத்தாடி, நாடகன்.
Com'edy, *s.* கூத்து, நாடகம், நடனம், பரதம்.
Come'liness, *s.* இணக்கம், நேர்த்தி, செம்மை, அழகு.
Come'ly, *a.* தகுந்த, ஏற்ற, அடுத்த, சிறந்த.
Com'er, *s.* வருவோன், விருந்தன்.
Com'et, *s.* வால்நட்சத்திரம், வால்மீன், தூமகேது, கேது.
Com'etary, *a.* வால்மீனுக்குரிய, வால்வெள்ளிக்குரிய.
Cometog'raphy, *s.* தூமகேது இல.
Com'fit, *s.* வற்றல், தித்திப்பிட்ட வற்றல.
Com'fort, *s.* ஆறுதல், தேற்றம், தேற்றரவு, சகாயம், சுகானுபவம்; the comforts of life, சுகானுபவங்கள்.
Com'fort, *v. t.* தேற்று, ஆற்று, ஆதரி, மனங்குளிரப்பண்ணு.
Com'fortable, *a.* ஆறுதலான, சவுக்கியமான.
Com'fortableness, *s.* சுகம், சௌக்கியஸ்திதி.
Com'forter, *s.* தேற்றரவாளன், தெளிவிக்கிறவன், ஆறுதல் செய்வோன்.
Com'fortless, *a.* ஆறுதலற்ற, சவுக்கியமற்ற.
Com'ic, } *a.* நாடக, கூத்துக்குரிய,
Com'ical, } சிமாள, பகிடியான, பரியாசமான; as uncouth, அவலட்சணமான.
Com'ing, *p. n.* வருகை, வரத்து, வரவு; and going, போக்குவரவு.
Com'ity, *s.* மரியாதை, ஒழுக்கம், விநயம்.
Com'ma, *s.* சொற்றொடர்ப் பிரிவுக்குறி, பதவிச்சேத சின்னம், வாக்கியவிச்சேத சின்னம்.
Command', *s.* கட்டளை, கற்பனை, ஏவல், விதி; I am at your command, உமது சொற்படி நடப்பேன்; he has the command of four languages, அவனுக்கு நாலுபாஷை தெரியும்; of hand, கைவழக்கம், கையோட்டம், கைத்திறம்; of wealth, தனமுடைமை; of temper, அடக்கம், அமைதி.

Command', *v. t.* கட்டளையிடு, ஆளு, கற்பி; to command an army, ராணுவம் நடத்த; one's passions, மனத்தை அடக்க; the fort commands the town, அந்நகரத்திற்குக் காவல்கோட்டை, or கோட்டையினின்று அந்நகரத்தைப் பிடிக்கலாம்.

Commandant', *s.* கோட்டைத் தலைவன், தளகர்த்தன், கில்லேதார்.

Command'er, *s.* அதிகாரி, தளகர்த்தன், மாலுமி.

Command'ingly, *ad.* அதிகாரத்துடன், அதிகாரரீதியாய்.

Command'ment, *s.* கட்டளை, கற்பனை; of God, ஈச்சுராக்கினை, தேவகற்பனை.

Commem'orable, *a.* நினைக்கத்தக்க.

Commem'orate, *v. t.* கொண்டாடு, ஆசரி, நினைப்பூட்டு.

Commemora'tion, *s.* கொண்டாட்டம், ஆசரிப்பு.

Commem'orative, *a.* ஞாபகத்தி விருத்தத் தக்க.

Commem'oratory, *a.* நினைவிற்பூட்டத்தக்க.

Commence', *v. t.* தொடங்கு, ஆரம்பி.

Commence'ment, *s.* தொடக்கம், முதல், ஆதி, ஆரம்பம், மூலம்.

Commend', *v. t.* பாராட்டு, மெச்சு, வியந்து சொல்லு, புகழ், ஒப்புவி.

Commend'able, *a.* மெச்சத்தக்க, புகழத் தக்க.

Commenda'tion, *s.* புகழ்மொழி, நயச் சொல், கீர்த்தி.

Commend'atory, *a.* வியப்பான, புகழ்ச்சி யான, புகழத்தக்க.

Commen'surable,
Commen'surate, } *a.* ஒரேயளவான, சரிமட்டமான, சம; his income is not commensurable with his expenses, அவன் வரவு செலவிற்குக் கட்டாது.

Commensura'tion, *s.* சமஅளவு, சமநிலை.

Com'ment,
Com'mentary, } *s.* உரை, வியாக்கியானம் வியார்த்தி, விரித்துரை.

Com'ment, *v. i.* உரையெழுது, வியாக்கியா னம்பண்ணு, கருத்துச்சொல்லு.

Com'mentator,
Com'menter, } *s.* உரைகாரன், உரை யாசிரியன், வியாக்கியானகர்த்தன்.

Com'merce, *s.* வர்த்தகம், வாணிகம், சை யோகம்.

Com'merce, *v. i.* வாணிகஞ்செய், வியாபா ரம்பண்ணு.

Commer'cial, *a* வர்த்தகத்திற்குரிய, வியா பார.

Commer'cially, *ad.* வர்த்தக சம்பந்தமாய், வியாபாரரீதியாய்.

Commigra'tion, *s.* பலர்கூடிப் பரதேசம் போதல், வலசைவாங்குகை.

Commina'tion, *s.* பயமுறுத்துகை, பழி கூறுகை.

Commin'gle, *v. t.* கல, கூட்டு.

Com'minute, *v. t.* பொடியாக்கு, சூரண மாக்கு, இடி.

Comminu'tion, *s.* தூளாக்கல், பொடியாக் கல்.

Commis'erable, *a.* பரிதபிக்கத்தக்க, அனு தபிக்கத்தக்க.

Commis'erate, *v. t.* இரங்கு, பரிதபி, உருகு.

Commisera'tion, *s.* இரக்கம், பரிதாபம், அனுதாபம்.

Commissa'riat, *s.* காரியகாரர் சபை, பிர திகாரகர்.

Com'missary, *s.* காரியகாரன், பிரதிகார கன், இரஸ்நதிகாரி.

Commis'sion, *s.* செய்கை, கட்டளை, சாத னம், தரவு, ஒப்படை, உத்தரவு.

Commis'sion, *v. t.* அதிகாரங்கொடு, அதி காரங் கொடுத்தனுப்பு.

Commis'sioner, *s.* காரியகாரன், விசார ணைக்காரன்.

Commit', *v. t.* ஒப்புவி, செய், காவலில் வை; as expose to hazard, கேட்டுக்கு உட்படுத்து; to commit to memory, ஞாபகப்படுத்த; to writing, எழுதி வைக்க; to custody, காவலில் ஒப்புவிக்க; one's self, பிடிகொடுக்க, பூண்டுகொள்ள; suicide, தற்கொலை புரிய, ஆத்மவதை செய்ய.

Commit'ment,
Commit'tal, } *s.* ஒப்படை, சிறைப் படுத்தல்.

Commit'tee, *s.* கருமகர்த்தர் சபை, கருமத் தலைவர், காரியவிசாரணைச் சபையார்.

Commix', *v. t.* கல, கூட்டு, சேர்.

Commix'ture, *s.* கலப்பு, கூட்டல்.

Commode', *s.* பூர்வஸ்திரிகள் தலைக்கோலம்.

Commo'dious, *a.* ஏற்ற, தக்க, வசதியான.

Commod'ity, *s.* பொருள், பண்டம், சரக்கு, சாமான்.

Com'modore, *s.* போர்க்கப்பற்கூட்டத் தலை வன்.

Com'mon, *s.* பொதுநிலம், பண்டாரத்தரை, சமுதாயநிலம்; as pasture ground,

மெய்ச்சற்றனை; right of, பூஸ்திதி யுற்பத்திப் பொதுஉரிமை; in common, பொதுவாய், சமமாய்.

Com'mon, *a.* பொது, சாதாரண, வழக்கமான, சாமானிய, பண்டார; denominator, பொதுவாரகம்; law, சர்வசாதாரண தர்மவிதி, தேசாசாரம்; consent, சர்வசம்மதம், சர்வஜென சம்மதம்; sense, இயற்கையறிவு; stock, பொது முதல், கணதிரவியம்; use, பெருவழக்கு; woman, பொதுமகள், பரத்தை; interest, பொதுநயம்.

Com'monalty, *s.* சாமானிய ஜனம்.

Com'moner, *s.* பொதுஜனங்களி லொருவன், ஜனப்பிரதிநிதிசபையி லொருவன், வித்தியாசாலையி னிரண்டாம் வகுப்பான்.

Com'monly, *ad.* பொதுவாய், வழக்கமாய், பெரும்பாலும், சாதாரணமாய்.

Com'mon-measure, *s.* அபவர்த்தம்; greatest, மகாபவர்த்தம்.

Com'mon-place, *s.* ஞாபகக்குறிப்பு.

Com'mon-place, *a.* வாடிக்கையான, பரும்படியான, சாமானிய.

Com'mon-place-book, *s.* ஞாபகக்குறிப்பு எழுதும் புஸ்தகம்.

Com'mons, *s.* (*pl.*) குடிஜனங்கள், பிரஜைகள்; as food eaten in common, பலர் கூடி உண்ணும் போஜனம்; house of, ஜனப்பிரதிநிதிகள் சபை.

Com'mon-weal, *s.* பொதுநயம், ஜன சமுதாய நன்மை.

Com'mon-wealth, *s.* சாதாரண ஜனங்கள், பிரஜாதிபத்தியம்.

Commo'tion, *s.* கலக்கம், குழப்பம், கொந்தளிப்பு, கலகம்.

Commo'tioner, *s.* கலகக்காரன், சந்தடிக்காரன்.

Commune', *v. i.* கலந்துபேசு, நற்கருணை வாங்கு.

Commu'nicable, *a.* அறிவிக்கத்தக்க, சொல்லத்தக்க.

Commu'nicant, *s.* நற்கருணை வாங்குவோன்.

Commu'nicate, *v. t.* அறிவி, பகிர்ந்துகொடு; to impart mutually, கலந்து பகிர்ந்துகொள்ள; secrets, அந்தரங்கஞ்சொல்லு; by signs, பயில்காட்டு, குறிப்பி.

Commu'nicate, *v. i.* சேர்ந்திரு, பயிலு.

Communica'tion, *s.* போக்குவரவு, சம்பந்தம், சம்பாஷணை, பிரஸ்நோத்தரம், வழி; as of disease, தொற்றுதல்.

Commu'nicative, *a.* அறிவிக்கத்தக்க, பிறருக்குத் தன் கருத்தை வெளியிடுகிற.

Commu'nicativeness, *s.* வெளியிடுந்தன்மை.

Commun'ion, *s.* ஐக்கியம், அன்னியோன்னியம், நற்கருணை.

Commu'nity, *s.* பொதுமை, சர்வஜனங்கள், ஒரதிகாரத்துக்குட்பட்ட ஜனங்கள்.

Commu'table, *a.* மாறத்தக்க, மாற்றத்தக்க.

Commuta'tion, *s.* மாறுகை, திரிபு, மாற்றுவரி.

Commu'tative, *a.* மாறத்தக்க.

Commute', *v. t.* மாற்று, பதிலாக மாற்று.

Commu'tual, *a.* அந்யோந்ய, பரஸ்பர.

Com'pact, *s.* உடன்படிக்கை, பொருத்தம்.

Compact', *v. t.* இறுக்கு, அழுத்தமாக்கு, சேர்.

Compact', *a.* இறுக்கமான, அழுத்தமான, உரப்பான, அடக்கமான, கடின.

Compact'ness, *s.* இறுக்கம், அழுத்தம், வைரம், உரம்.

Compan'ion, *s.* கூட்டாளி, தோழன், தோழி, மித்திரன், உடந்தைக்காரன்.

Compan'ionable, *a.* சிநேகஞ்செய்யத்தக்க, இணக்கமான, தோழமைகூடத்தக்க.

Compan'ionship, *s.* தோழமை, அந்யோந்யம்.

Com'pany, *s.* கூட்டம், சங்கம், படைவகுப்பு, தோழமை.

Com'parable, *a.* உவமிக்கத்தக்க.

Compar'ative, *a.* ஒப்பான, சமான, தரமான; degree, ஒப்பளவு; தரபாகம்; merit, தாரதம்மியம்.

Compar'atively, *ad.* ஒத்துப்பார்க்கில், ஒப்பீடாய்.

Compare', *v. t.* ஒத்துப்பார், ஒப்பிடு.

Compare', *v. i.* சமரசமாகு, ஒப்பாகு, நிகர்.

Compar'er, *s.* உவமிப்போன், ஒப்பிடுவோன்.

Compar'ison, *s.* ஒப்பு, நிகர், உவமிக்கை.

Compart', *v. t.* பகு, வகு.

Comparti'tion, *s.* பகுப்பு, வகுப்பு.

Compart'ment, *s.* அறை, பிரிவு, பகுதி, பாத்தி.

Compart'ner, *s.* பங்காளி, உடந்தைக்காரன்.

Com'pass, *s.* மட்டு, அளவு, புறவெல்லை; mariner's, திசையறிகருவி, சமுக்கா திசாசூசி; to draw into a narrow compass, சுருக்கத்தில் அடக்க.

Com'pass, *v. t.* வளை, சுற்று, சூழ், அடை, யோசி, நிறைவேற்று; to compass the death of a person, ஒருவன் பிராணனுக்குச் சதிநினைக்க.

Com'passes, s. (*pl.*) கவராசம்.
Compas'sion, s. இரக்கம், உருக்கம், பரிதாபம், அன்பு.
Compas'sionate, *a*. இரக்கமுள்ள, மனவுருக்கமான.
Compas'sionate, *v. t*. இரங்கு, பரிதபி, கணபார்.
Compas'sionately, *ad*. இரக்கமாய், உருக்கமாய், பரிதாபமாய்.
Compatibil'ity, s. தகுதி, ஏற்றதன்மை, இணக்கம்.
Compat'ible, *a*. தகுதியான, ஏற்ற, பொருந்திய.
Compa'triot, s. ஏகதேசி, ஏகதேசவாசி.
Compeer', s. ஒத்தவன், சமானன், சகிதன்.
Compeer', *v. t*. சரியாக்கு, சோடாக்கு, சோடுகட்டு.
Compel', *v. i*. பலாத்காரம்பண்ணு, கட்டாயம்பண்ணு.
Compel'ler, s. பலாத்கரிப்போன்.
Com'pend, s. அடக்கம், பொழிப்பு, சுருக்கம், குறிப்பு.
Compen'dious, *a*. சுருக்கமான, அடக்கமான.
Compen'diously, *ad*. சுருக்கமாய், பொழிப்பாய்.
Compen'dium, s. சுருக்கம், அடக்கம், பொழிப்பு.
Compen'sate, *v. t*. ஈடுசெலுத்து, உததரவாதஞ்செய், சரிக்கட்டு.
Compensa'tion, s. ஈடு, கைம்மாறு, கூலி, சம்பளம்.
Compen'satory, *a*. ஈடுசெய்யும், சரிக்கட்டும்.
Compete', *v. i*. வெல்லப்பார், தாயாதிபண்ணு.
Com'petence, } s. திராணி, சாமர்த்தியம்,
Com'petency, } போந்த ஆஸ்தி.
Com'petent, *a*. திராணியுள்ள, யோக்கியமான, ஏற்ற; as moderate, பரிமித, மட்டான.
Competi'tion, s. முந்திக்கொள்ள வகைதேடுகை, தாயாதி.
Compet'itor, s. எதிரி, போரி.
Compila'tion, s. திரட்டு, சேர்வை, சங்கிரகம், கலம்பகம்.
Compile', *v. t*. திரட்டு, சேர், கல, கோ.
Compla'cence, } s. பிரியம், சந்தோஷம்,
Compla'cency, } மரியாதை, சுசீலம்.
Compla'cent, *a*. உபசாரமான, மரியாதையுள்ள, பிரியமான.

Complain', *v. i*. குறைசொல்லு, முறையிடு, பிராதுபண்ணு, முறுமுறு, சிணுங்கு.
Complain'ant, s. வாதி, வழக்காளி, பிராதுக்காரன், பிரியாதி.
Complaint', s. குறை, புலம்பல், முறையீடு, முறைப்பாடு, பிரியாதி; as malady, வியாதி, ரோகம்.
Complaisance', s. உபசாரம், மரியாதை, உபசரணை.
Complaisant', *a*. தாக்ஷிணியமான, மரியாதையான.
Com'plement, s. அளவு, பூரணம்; of an arc, angle, &c., எச்சம், குறை, கோடி; of a segment, பீடம்.
Complete', *v. t*. முற்றுவி, பூரணமாக்கு, நிறைவேற்று; a square, வர்க்கபூர்த்தி செய்.
Complete', *a*. பூரணமான, நிறைவான, முடிவான.
Complete'ly, *ad*. பூர்த்தியாய், பூரணமாய், முழுதும்.
Complete'ness, s. சம்பூரணம், பூரணம், நிறைவு.
Comple'tion, s. நிறைவு, நிறைவேற்றம் சமாப்தி, முடிவு, தீர்ப்பு.
Com'plex, *a*. கலப்பான, சேர்வையான, சங்கர; idea, கலப்புக் கருத்துப்பொருள் fraction, சங்கரபின்னம்.
Complex'ion, s. முகநிறம், சீர்; as temperament, தேகசுபாவம்.
Complex'ity, } s. பலபொருட்கலப்பு,
Com'plexness, } பின்னல்.
Compli'able. *a*. இணக்கமான.
Compli'ance, s இணக்கம், சம்மதம், அமைவு, இசைவு.
Compli'ant, *a*. இணக்கமான, அமைதியான, பதிவான; as obliging, விநயமுள்ள.
Com'plicate, *v. t*. சிக்குப்பண்ணு, பின்னலாக்கு.
Com'plicated, *p. a*. சிக்கான, பின்னலான; disease, அதிரோகம், மிருபிணி.
Complica'tion, s. பின்னுகை, சிக்குப்படுத்தல்.
Compli'er, s. இணங்குவோன், சம்மதிப்போன்.
Com'pliment, s. நயச்சொல், உபசரணை, உபசாரம்.
Com'pliment, *v. t*. புகழ், உபசரி, முகமன்சொல்லு, வாழ்த்து, வெகுமதிகொடு.
Compliment'ary, *a*. உபசார, வாழ்த்தலான.

Com'plot, *s.* புனைசுருட்டு, புணர்ப்பு, சதி யோசனைக் கூட்டு.
Complot', *v. t.* புனைசுருட்டுப்பண்ணு, துரா லோசனைசெய்.
Complot'ment, *s.* புணர்ப்பு, புனைசுருட்டு, துராலோசனை.
Complot'ter, *s.* சர்ப்பனைகாரரிலொருவன்.
Comply', *v. i.* அமை, அடங்கு, இணங்கு, சம்மதி.
Compo'nent, *a.* அங்கமான, உறுப்பான, கலவையான; part, சினை, உறுப்பு, அவயவம், அமிசம்.
Comport', *v. i.* பொருந்து, இயல், தகு.
Comport'ment, *s.* நடக்கை, ஒழுக்கம்.
Compose', *v. t.* கூட்டு, அடக்கு, வாசகங் கட்டு, ஒழுங்குபண்ணு, ஆற்று; as settle a difference, சமாதானப் படுத்து; as make a book, கிரந்தம் எழுது; to compose a verse, கவிபாட, கவிகட்ட; as printers, அச்செழுத்தடுக்க.
Compo'sed, *p. a.* அமைந்த, சாந்தமான; mind, தெளிந்தமனம், கலக்கமற்ற மனம்.
Compo'ser, *s.* உண்டாக்குகிறவன், ஆக்கியோன்.
Compos'ite, *a.* இணைக்கப்பட்ட, சேர்வையான; number, பகுநிலையெண், உத்பவ சங்கியை, சினையெண்.
Composi'tion, *s.* கூட்டு, திரட்டு, கலப்பு, பொருத்தம், வாசகக்கட்டு; of proportion, சமாசம்; of forces, சங்கலனம்; literary, கிரந்தகரணம்; as a written work, கிரந்தம்.
Compos'itor, *s.* அச்செழுத்தடுக்குவோன்.
Com'pos-mentis, *s.* மனத்தெளிவு.
Com'post, *s.* எரு, உரம், பசளை.
Compo'sure, *s.* அமைவு, சாந்தம், அடக்கம்; of mind, மனவமைதி.
Com'pound, *s.* கலப்புத்திரவியம், தோட்டம், வளைவு.
Compound', *v. t.* கல, சேர், கூட்டு, ஒழுங்காக்கு, இணங்கு.
Com'pound, *a.* சங்கர, கலப்பான, தொடர்பான; interest, வட்டிக்குவட்டி; fraction, பின்னபின்னம்; quantity, பகுராசி, தொடரிராசி, motion, சலனபேதம்; word, சமாசம், தொடர்மொழி.
Compound'er, *s.* கலக்கிறவன், கலவை செய்பவன்.
Comprehend', *v. t.* கொள், பிடி, அடக்கு, அறி, பற்று, கௌவு, கிரகி.
Comprehen'sible, *a.* கொள்ளத்தக்க, கிரகிக்கத்தக்க, புலப்படத்தக்க.
Comprehen'sion, *s.* அடக்கம், கொள்ளுகை, அறிவு.
Comprehen'sive, *a.* அடக்கமான, கொள்ளுகிற, விரிவான, பலவிஷயந்தழுவிய, சமுதாய; term, பொருள்நிறைந்த சொல்; plan, விஸ்தீரணநோக்கம்; rule, பொதுவிதி.
Comprehen'sively, *ad.* அடக்கமாய், தொகுத்து.
Com'press, *s.* தலையணை, தளிமம், உபதானம்.
Compress', *v. t.* அமர்த்து, சுருக்கு, அடக்கு, அமுக்கு.
Compressibil'ity, *s.* அடங்குந்தன்மை, அமையுந்தன்மை.
Compres'sible, *a.* சங்கரணீய, அடங்கத்தக்க.
Compres'sion, *s.* அடக்கம், இறுக்கம், ஒடுக்கம்; of the lips, சம்வாரம்.
Compres'sure, *s.* அமர்த்துகை, இறுக்குகை, தாக்குகை.
Compri'sal, *s.* கொள்ளல், தழுவல்.
Comprise', *v. t.* அடக்கு, கொள்ளு, பிடி; to be comprised, அடங்க.
Com'promise, *s.* உபயகட்சியும் இணக்கத்திற்கு வரல்.
Com'promise, *v. t.* இணக்கு, ஒத்திணக்கு, ஒத்துச்சீராக்கு.
Compul'satory, *a.* பலாத்காரமான.
Compul'sion, *s.* பலவந்தம், பலாத்காரம், கட்டாயம்.
Compul'sive, *a.* பலவந்தமான, கட்டாயமான.
Compul'sively, *ad.* பலாத்காரமாய்.
Compul'sory, *a.* பலவந்தமான, கட்டாயமான; service, அமிஞ்சி.
Compunc'tion, *s.* மனவிசனம், மனஸ்தாபம், அனுதாபம்.
Compu'table, *a.* கணிக்கத்தக்க, எண்ணிடத்தக்க.
Computa'tion, *s.* எண், கணிதம், மதிப்பு, தொகை.
Compute', *v. t.* எண்ணு, கணி, மதி.
Compu'ter, *s.* கணக்கன், கணிதன், மதிப்பிடுவோன்.
Com'rade, *s.* கூட்டாளி, தோழன்.
Con, *v. t.* பாடம் அவதானி, ஞாபகத்தில் அழுத்து, ஞாபகத்தில் இருத்து.
Cona'tus, *s.* செய்கை, முயற்சி, சேஷ்டை.
Concat'enate, *v. t.* தொடு, கோ.
Concatena'tion, *s.* சங்கிலிக்கோவை

Con'cave, *a.* கவிவான, உட்கவிந்த.
Con'cave, *s.* குழாய், குழிவு, குகை.
Concav'ity, *s.* கவிகை, உட்கவிவு, அகவளைவு, உள்வளைவு.
Conca'vo-con'cave, *a.* அடிதலையிரண்டுமகங்கவிந்த.
Conca'vo-con'vex, *a.* ஒருபக்கம் அகமும் ஒருபங்கம் புறமும் கவிந்த.
Conceal', *v. t.* மறை, ஒளி, மூடு, கர, defects, குற்றம், ஒளி; one's self, ஒளித்துக்கொள்; to be concealed, மறைய, கரந்துறைய.
Conceal'able, *a.* மறைக்கக்கூடிய.
Conceal'ing, *s.* ஒளிப்பு, மறைப்பு.
Conceal'ment, *s.* மறைவு, ஒளிப்பு, மறைவிடம்.
Concede', *v. t.* ஒத்துக்கொள், இணங்கு, ஏற்றுக்கொள், ஒப்பி.
Conceit', *s.* வீணெண்ணம், மனோபாவனை, அகந்தை, சிந்தனை; as opinion, மதம்; as affectation of knowledge, வித்தியாபிமானம்.
Conceit'ed, *p. a.* அகந்தையுள்ள, வீணெண்ணங்கொண்ட.
Conceit'edness, *s.* மமதை, அகங்காரம்.
Conceiv'able, *a.* எண்ணத்தக்க, சிந்திக்கத்தக்க.
Conceive', *v. t.* கருத்தரி, உண்டாகு, கருது, எண்ணு.
Concent', *s.* ஒத்திசை, ஒவ்வுகை.
Concen'trate, *v. t.* மத்தியிற்சேர், மனத்தை ஒன்றிலே செலுத்து, மத்திகரி, செறி, திரட்டு.
Concentra'tion, *s.* மத்தியிற்சேர்கை, ஒன்ருய்க்கூடல், குவிவு.
Concen'tre, *v. t.* மத்தியிற்சேர்.
Concen'tre, *v. i.* ஒன்றுபடு, மையத்திற்பொருந்து.
Concen'tric, *a.* ஒரேமைய, அனுமத்திய; மத்தியாபிகர; circles, ஏகமத்திய சக்கரங்கள்.
Concep'tacle, *s.* கொள்கலம், பாத்திரம்; in botany, கோது, ஓடு, உமி, வித்துறை.
Concep'tion, *s.* கவனிப்பு, கருப்ப உற்பத்தி, மனோபாவனை, எண்ணம், கர்ப்பாதானம்.
Concern', *s.* பொறுப்பு, காரியம், அலுவல், கருமம், விசாரம், கரிசனை, உரிமை.
Concern', *v. t.* பாத்தியப்படுத்து, உரித்தாயிருக்கச்செய், அவாவு; it does not concern me, அது என் காரியமல்ல.
Concern'ed, *p.a.* கிர்சனையுள்ள, கவலையுள்ள, விசாரமுள்ள, உடந்தையான, பற்றுள்ள.
Concerning, *prep.* குறித்து, பற்றி, தொடு, சுட்டி.
Concern'ment, *s* காரியம், கவலை, கவலை.
Concert, *s.* பொருத்தம், இசைவு, வாத்தியம்; to act in concert with one, ஒருவனுடன் ஒப்பந்தமாய்க் காரியம் நடப்பிக்க.
Concert', *v. t.* இரகசியமா யாலோசி, யூகி.
Conces'sion, *s.* ஒப்பு, சம்மதம், பிழையையொத்துக்கொள்ளல்.
Conch, *s.* சங்கு, சுரிமுகம், நந்து; which turns to the right, வலம்புரி.
Conch'ite, *s.* சங்குக்கல்.
Conchoid'al, *a.* சங்குவடிவான.
Conchol'ogist, *s.* சங்குலக்ஷண வித்துவான்.
Conchol'ogy, *s.* சங்கியற்கைவிதி.
Concil'iate, *v. t.* இணக்கு, சம்மதமாக்கு, உறவாக்கு.
Concilia'tion, *s.* இணக்கம், சம்மதம், ஐக்கியம்.
Concil'iatory, *a.* இணக்கமான, சமாதான, இதமான; measures, சாமோபாயம்.
Concise', *a.* சுருக்கமான, அடக்கமான, பொழிப்பான. to become concise, சுருங்கு, குறுகு.
Concise'ness, *s.* சுருக்கம், அடக்கம், பொழிப்பு.
Conci'sion, *s.* வெட்டுகை, சீவுகை, சேதிப்பு.
Concita'tion, *s.* ஏவுதல், எழுப்பிவிடுகை, மூட்டுதல்.
Conclama'tion, *s.* ஆரவாரம், பேரொலி.
Con'clave, *s.* அந்தரங்கக்கூட்டம், பாப்புவை நியமிக்கும் குருசங்கம்.
Conclude', *v. t.* முடி, தீர், எண்ணு, உத்தேசி, அநுமிதிசெய்.
Conclu'sion, *s.* முடிவு, தீர்ப்பு, சாத்தியம், சித்தாந்தம், அநுமிதி.
Conclu'sive, *a.* முடிவான, தீர்ப்பான, தீர்க்கமான, நியாயமான; argument, தீர்ந்த நியாயம், பொருந்து நியாயம்.
Concoct', *v. t.* சமிப்பி, சீரணிப்பி, பக்குவம்பண்ணு.
Concoc'tion, *s.* பக்குவமாக்கல், சீரணிப்பு.
Concoc'tive, *a.* சீரணிக்கப்பண்ணத்தக்க, கனிவிக்கத்தக்க.
Concom'itance, } *s.* கூட்டு, உடனிகழ்ச்சி,
Concom'itancy, } ஒற்றுமை, சகசம்.
Concom'itant, *s.* கூட்டாளி, உடந்தைக்காரன்.

Concom'itant, *a.* கூடிய, சேர்ந்த, உடனிகழ்ச்சியான.
Con'cord, *s.* இசைவு, இணக்கம், சம்பந்தம்; to live in concord, ஒத்துவாழ, ஒத்திருக்க.
Concord'ance, *s.* ஒற்றுமை, ஒத்துவாக்கிய சங்கிரகம்.
Concord'ant, *s.* இசைந்தது, ஒத்தது.
Concord'ant, *a.* இணக்கமான, இசைவான, ஒற்றுமையான.
Concor'porate, *v. t.* ஒன்றுக்கு, திரட்டு, கூட்டு.
Concorpora'tion, *s.* திரட்சி, தொகுப்பு.
Con'course, *s.* கூட்டம், சங்கம், ஜனத்திரள்.
Con'crement, *s.* திரட்சி, பலவொன்றுன திரள்.
Concres'cence, *s.* அணுவணுவாய்ச்சேர்ந்து பெருகல்.
Con'crete, *a.* உறைந்த, கட்டியான, ஒற்றுமையான, பிண்டமான; term, பண்பிப்பதம், குணிப்பதம்.
Concre'tion, *s.* உறைகை, இறுக்கம், கட்டி, பிண்டம்.
Concre'tive, *a.* உறைவிக்கும், திரட்டுகிற, பிண்டமாக்கும், உரமாக்கும்.
Concu'binage, *s.* வைப்பு, கூட்டுறவு.
Con'cubine, *s.* வைப்பாட்டி, கூத்தி.
Concul'cate, *v. t.* மிதி, காலால்மிதி.
Concu'piscence, *s.* மோகம், இச்சை, காமம், விரகவாசை.
Concu'piscent, *a.* காமாதுர, விரகதாப.
Concur', *v. i.* ஒத்துவா, சம்மதி, பொருந்து.
Concur'rence, *s.* உடனிகழ்ச்சி, சந்திப்பு, ஒற்றுமை, சம்மதம்.
Concur'rent, *a.* உடனிகழும், சம்பந்த, இணக்கமான; testimony, ஒத்தசாக்ஷியம், பொருந்துஞ்சாக்ஷியம்.
Concur'rently, *ad.* ஒத்து, இசைவாய், இணக்கமாய், சமுசாரமாய்.
Concus'sion, *s.* தாக்கு, குலுக்கு, அதிர்ச்சி.
Condemn' (con-dem'), *v. t.* குற்றங்காணு, குற்றவாளியாக்கு, தண்டனையிடு; as pronounce unfit, தகாதென்று விலக்கு, தள்ளு, கழி; to condemn to death, பிராணதண்டனைக்குள்ளாக்க.
Condem'nable, *a.* தண்டனைக்குள்ளாகத்தக்க.
Condemna'tion, *s.* தண்டனைக்கினை, தண்டனை, தகாதென்னும் தீர்ப்பு.
Condem'natory, *a.* ஆக்கினைக்கேதுவான.
Condem'ner, *s.* ஆக்கினைத் தீர்ப்புச்செய்வோன், தள்ளுவோன்.

Condensa'tion, *s.* கனீகரணம், அடக்கம், இறுக்கம், செறிவு.
Condense', *v. t.* அடக்கு, சுருக்கு, ஒடுக்கு.
Condense', *v. i.* அடங்கு, சுருங்கு, ஒடுங்கு.
Conden'ser, *s.* கனீகரணி.
Conden'sity, *s.* அடக்கம், இறுக்கம்.
Condescend', *v. i.* தயவுசெய், கடாட்சி, தாழ்ந்தருள், சித்தமிரங்கு.
Condescend'ing, *a.* தயைகூரும், இரங்கும்.
Condescen'sion, *s.* தயை, தாக்ஷிணியம், தாழ்ந்தருளல்.
Condign' (con-din'), *a.* ஏற்ற, உரிய, தகுதியான.
Condig'nly, *ad.* தகுதியாய், ஏற்க.
Condign'ity, *s.* பாத்திரம், தகுதி, தகைமை.
Con'diment, *s.* தொடுசுவை, உடஸ்கரம்.
Condi'tion, *s.* தன்மை, நிலைமை, சீர், நிருவாகம், அந்தஸ்து, பிரதிக்கினை, பொருத்தனை, சங்கேதம், நிபந்தனை; ill, துர்க்கதி, கெடுநிலை; of the body, சரீரஸ்திதி.
Condi'tional, *a.* ஈரொட்டான, சங்கேத; syllogism, சங்கேதநையாயிகம்.
Condi'tionally, *ad.* ஈரொட்டாய், சங்கேதப்படி.
Cond'itioned, *a.* பொருந்தின, இணங்கின, நிலைமையுள்ள, குணம்பூண்ட.
Condole', *v. i.* பிறருடன் துக்கங்கொண்டாடு, பரிதபி, அநுதபி.
Condol'ence, *s.* பிறரோடு கொள்ளும் துக்கம், பரிதாபம், அநுதாபம்.
Condo'ler, *s.* அநுதாபப்படுவோன்.
Condona'tion, *s.* மன்னிப்பு.
Con'dor, *s.* பெருவலியான்.
Conduce', *v. i.* சார்பாகு, ஏதுவாகு, காரியப்படு.
Conduce'ment, *s.* சார்பு.
Condu'cive, *a.* காரணமான, ஏதுவான, சார்பான.
Condu'civeness, *s.* ஏது, சார்பு, ஏதுத்தன்மை.
Con'duct, *s.* நடக்கை, ஒழுக்கம், விசாரணை; of affairs, கருமநிர்வாகம்; good, நல்லொழுக்கம்; bad, தீயொழுக்கம்; as act of leading, நடத்துகை, as guard, convoy, துணை, காவல், வழித்துணை, மெய்க்காவல்.
Conduct', *v. t.* இயற்று, நடத்து, காரியப்படுத்து, கூட்டிப்போ, துணைபோ, வழிகாட்டு.
Conduc'tor, *s.* நாயகன், வழிகாட்டி, தலைவன், மின்வாங்கி; prime, பிரதமசாரணி.
Con'duit (kon'dit), *s.* நீரோடுங்குழல், வாய்க்கால், சாலகம்.

Cone, *s.* குவிந்தவடிவு, பொகுட்டு, மொக்குள்.
Confab'ulate, *v. i.* பேசு, சம்பாஷி.
Confabula'tion, *s.* பேச்சு, சம்பாஷணை.
Confec'tion, *s.* இனித்தபண்டம், அதிரசம், மிட்டாய்.
Confec'tioner, *s.* அதிரசம் விற்போன்.
Confec'tionery, *s.* அதிரசம், அதிரசக் கடை.
Confed'eracy, *s.* பொருத்தம், பந்துக்கட்டு, பந்துக்கட்டானவர்கள்.
Confed'erate, *s.* சம்பந்தப்பட்டவன், சம்பந்தராச்சியம்.
Confed'erate, *v. i.* பொருத்தம்பண்ணிக் கொள்.
Confed'erate, *a.* சம்பந்தப்பட்ட, உடன்படிக்கைக்குட்பட்ட.
Confedera'tion, *s.* பந்துக்கட்டு, உடன்படிக்கை, பந்துக்கட்டானவர்கள்.
Confer', *v. t.* கொடு, பேறளி, அருளு; to confer an appointment on one. ஒருவனுக்கு உத்தியோகங் கொடுக்க; to confer honours, வரிசைகொடுக்க.
Confer', *v. i.* பேசிக்கொள், சம்பாஷி, யோசி.
Con'ference, *s.* பேச்சு, ஆலோசனை, ஆலோசனைச்சங்கம்.
Confess', *v. t.* ஒத்துக்கொள், அறிக்கையிடு, அறிவி; as disclose the state of the conscience, பாவத்தை உணர்ந்து குருவின் செவியில் சொல்லு; as hear the confession of a penitent, பாவ அறிக்கை கேள்.
Confes'sedly, *ad.* ஒத்துக்கொள்ளத்தக்கதாய், சந்தேகமில்லாமல்.
Confes'sion, *s.* ஒத்துக்கொள்கை, அறிக்கை, பாவஅறிக்கை, விக்கியாபனம்.
Confes'sional, *s.* பாவஅறிக்கை கேட்கும் குருபீடம்.
Confes'sionary, *a.* பாவஅறிக்கைக்குரிய.
Confes'sor, *s.* பாவசங்கீர்த்தனம் பண்ணுகிறவன், பாவவிமோசனங் கூறுங் குரு.
Confidant', *s.* அந்தரங்கன், விசுவாசபாத்திரன், மித்திரன்; as a woman's female friend, சகி.
Confide', *v. t.* நம்பு, நம்பிக்கைகைகு ஒப்புவி, நம்பிக்கை வை.
Con'fidence, *s.* விசுவாசம், நம்பிக்கை, நிச்சயம், உறுதிப்பாடு, துணிவு; to admit a person to one's confidence, அந்தரங்க சிநேகனுக்க.
Con'fident, *s.* அந்தரங்கன், உள்ளான்.
Con'fident, *a.* நம்பிக்கையுள்ள, திட, நிச்சயமான, பிடிவாதமுள்ள.
Confiden'tial, *a.* நம்பிக்கையுள்ள, அந்தரங்கமான.
Config'urate, *v. i.* கிரகநோக்கு.
Configura'tion, *s.* கோலம், வடிவு, நோக்கு, பார்வை.
Config'ure, *v. t.* உருவாக்கு, வடிவமை.
Confin'able, *a.* கட்டக்கூடிய, அடங்கத்தக்க.
Con'fine, *s.* எல்லை, ஈறு, வரை.
Confine, *v. t.* எல்லைப்படுத்து, கட்டு, காவற்பண்ணு; நெருக்கு, அடை, அடக்கு.
Confin'ed, *a.* கட்டுண்ட, இடுக்கமான, ஒடுங்கிய; prospect, முடுகினகாட்சி, குறுகியகாட்சி; views, பாலயூகம், அற்பபுத்தி.
Confine'ment, *s.* கட்டுப்பாடு, காவல், நெருக்கம்; of the bowels, கற்குடல்; as childbed, பிரசவகாலம்.
Confirm', *v. t.* திடப்படுத்து, பலப்பி, உறுதிப்படுத்து, நிலைப்படுத்து, ஊர்ஜிதப்படுத்து.
Confirm'able, *a.* உறுதிப்படத்தக்க.
Confirma'tion, *s.* உறுதி, ஸ்திரம், மேற்சாட்சி, திடப்படுத்தல்.
Confirm'ative, *a.* உறுதிப்படுத்தும், ஊர்ஜிதமாக்குதற்குரிய.
Confirmed', *p. a.* உறுதிப்பட்ட.
Confis'cable, *a.* பறிமுதலாகத்தக்க.
Confis'cate, *v. t.* பறி, பறித்தெடு.
Confisca'tion, *s.* பறித்தெடுக்கை, அமுல்.
Con'fiscator, *s.* பறிமுதல்செய்வோன்.
Confix', *v. t.* ஊன்று, தை, நாட்டு.
Confix'ture, *s.* ஊன்றல், நாட்டல், திரப்படுத்தல்.
Confla'grant, *a.* எரியும், வேகிற.
Conflagra'tion, *s.* பெருநெருப்பு, பெருந்தீ, தகனம்; of the world, அக்கினிப்பிரளயம், ஊழித்தீ.
Confla'tion, *s.* இணைக்குழலூதல், ஒத்தூதல்.
Con'flict, *s.* மோதுகை, முட்டுகை, தாக்கு, சண்டை, அவஸ்தை, விரோதம்.
Conflict', *v. t.* முட்டு, மோது, பிரயாசப்படு.
Conflict'ing, *a.* ஒன்றுக்கொன்று விரோதமான; opinions, பொருந்தா வபிப்பிராயம்.
Con'fluence, *s.* ஆற்றுச்சந்தி, சங்கமம், திரள்.
Con'fluent, *a.* சந்திக்கிற, கலக்கிற.
Con'flux, *s.* ஆற்றுச்சந்தி, கூட்டம்.
Conform, *v. t.* ஒவ்வச்செய், இசைவி.

Conform', *v. i.* இசை, ஒத்திரு, இணங்கு.
Conform'ably, *ad.* ஒப்பாய், இசைவாய், ஒவ்வ.
Conforma'tion, *s.* இசைவு, இணக்கம், தன் சாயலாக்குகை.
Conform'er, *s.* இசைந்தொழுகுவோன்.
Conform'ist, *s.* இசைந்தொழுகுவோன், அங்கிலேய திருச்சபை முறையைக் கைக் கொள்வோன்.
Conform'ity, *s.* இசைவு, இணக்கம், ஒப்பு.
Confound', *v. t.* கலக்கு, ஏங்கப்பண்ணு, தாறுமாறுக்கு, திகைப்பி, தடுமாற்றமுண் டாக்கு.
Confound'ed, *p. a.* வெறுக்கப்படத்தக்க, கொடிய.
Confound'er, *s.* கலக்குவோன், மலைக்கச் செய்வோன், தாறுமாறுக்குவோன்.
Confront', *v. t.* எதிர்முகமாய் நில், எதிர் எதிரிற் கொண்டுவா, ஒத்துப்பார்.
Confuse', *v. t.* குழப்பு கலக்கு, மலைப்பி; to be confused, திகைக்க, மலைவுற.
Confus'edly, *ad.* குழப்பமாய், கலக்க மாய், தடுமாற்றமாய்.
Confu'sion, *s.* குழப்பம், கலக்கம், மலைவு; as want of clearness, மயக்கம்; as shame, இலச்சை; as destruction, நாசம்.
Confu'table, *a.* மறுக்கப்படத்தக்க, நிரா கரிக்கத்தக்க, ஆக்ஷேபிக்கப்படத்தக்க.
Confuta'tion, *s.* மறுப்பு, அழிப்பு, ஆக்ஷே பம், திக்காரம்.
Confute', *v. t.* மறு, நியாயமறுத்துரை, நிரா கரி, திக்கரி.
Con'futer, *s.* நிராகரிப்போன், ஆக்ஷேபிப் போன்.
Con'ge, *s.* வணக்கம், விடை, பயஞ்ஞப சாரவார்த்தை.
Congeal', *v. t.* இறுக்கு, உறைவி, கடின மாக்கு.
Congeal', *v. i.* உறை, கட்டியாகு, இறுகு.
Congeal'able, *a.* உறையத்தக்க, கட்டி யாகத்தக்க.
Congela'tion, *s.* உறைவு, இறுகுகை.
Con'gener, *s.* ஓரினப்பொருள், ஒருஜாதி வஸ்து.
Conge'nial, *a.* இனமான, உறவான, ஏக சுபாவமான.
Conge'ries, *s.* திரள், தொகை, பிண்டம்.
Congest', *v. t.* திரட்டு, கூட்டு, பிண்ட மாக்கு.
Conges'tion, *s.* உதிராதிகரணம், சஞ்சயம், திரட்சி.
Con'globate, *v. t.* திரட்டு, உண்டையாக்கு, கவளமாக்கு.
Congloba'tion, *s.* திரட்சி, உண்டை, கவ ளம்.
Conglob'ulate, *v. i.* உண்டையாகு, திரள், கவளமாகு.
Conglom'erate, *v. t.* திரட்டு, உண்டை யாக்கு.
Conglom'erate, *a.* திரட்சியான, திரண்ட, உண்டையான.
Conglomera'tion, *s.* திரட்டு, திரளை.
Conglu'tinate, *v. t.* பசையிட்டொட்டு.
Conglutina'tion, *s.* பசையிட்டொட்டல், பசையிட்டிசைத்தல்.
Congrat'ulate, *v. t.* சோபனஞ்சொல்லு, வாழ்த்து, மங்கலஞ்சொல்லு.
Congratula'tion, *s.* சோபனவார்த்தை, மங்கலச்சொல், வாழ்த்து, சோபனோப சாரம்.
Congrat'ulatory, *a.* சோபனஞ்சொல்லும், மங்கலங்கூறும், வாழ்த்தும்.
Con'gregate, *v. t.* கூட்டு, திரட்டு, சேர்.
Con'gregate, *v. i.* கூடிக்கொள், சேர்.
Congrega'tion, *s.* சனக்கூட்டம், சபை, சங்கம்.
Congrega'tional, *a.* சபைக்கடுத்த.
Con'gress, *s.* சபை, சங்கம், கூட்டம்.
Congres'sional, *a.* ஆலோசனைச்சங்கத்திற் குரிய.
Con'gruent, *a.* ஏற்ற, உரிய, ஒத்த இணங் கிய.
Congru'ity, *s.* இணக்கம், தகைமை, சம் மோதிதம்.
Con'gruous, *a.* ஏற்ற, தகுந்த, யோக்கிய.
Con'ical, *a.* குவிந்தவடிவான, மொக்குன் வடிவான.
Con'ics, *s.* கூச்சியகணிதம்.
Conic-section, *s.* சங்குச்சின்னம்.
Conjec'tor, *s.* உத்தேசிகன், நினைப்போன்.
Conjec'tural, *a.* உத்தேசமான, சந்தேக முள்ள.
Conjec'ture, *s.* எண்ணம், உத்தேசம்.
Conjec'ture *v. t.* எண்ணு, உத்தேசி, திட் டம்பார்.
Conjoin', *v. t.* இணக்கு, இசை, கூட்டு.
Conjoin', *v. i.* கூடு, சந்தி, இசை.
Conjoint', *a.* ஒன்றின, இணையான, இசைந்த.
Conjoint'ly, *ad.* ஒன்றாய், கூட்டமாய், ஒரு மிக்க.
Con'jugal, *a.* இல்லறமான, விவாகச் குரிய, life, சமுசாரவாழ்வு, இல்வாழ்

Con'jugate, *s.* குறுவிட்டம், குறுமேரு.

Con'jugate, *v. t.* வினைப் பாகுபடுசெய், ரூபகரணஞ்செய்.

Conjuga'tion, *s.* புணர்ப்பு, கிரியாமாலை, ரூபகரணம், வினைப்பிறழ்ச்சி, ஆக்யானம், ரூபாக்யானம்.

Conjunct', *a.* இணைந்த, சேர்ந்த, அடையான.

Conjunc'tion, *s.* இணைவு, கூட்டம், யோகம், புணரிடை; copulative, தழுவுபுணரிடை; disjunctive, தழாப்புணரிடை; planetary, சங்கமம்; auspicious, சுயோகம்; inauspicious, குயோகம், பாபகிரகம்.

Conjunc'tively, *ad.* இணைவாய், ஒற்றுமையாய்.

Conjunc'ture, *s.* சந்தி, சம்யோகம்; as a critical time proceeding from a union of circumstances, அவசரம், தரவாய் உற்றசமயம்.

Conjura'tion, *s.* ஆணை, மந்திரவித்தை, ஜாலவித்தை, குறி, மாந்திரிகம், கட்டு.

Conjure', *v. t.* ஆணைசெய், சபதஞ்சொல்.

Con'jure, *v. i.* மாந்திரிகம்பயில், இந்திரஜாலம்பண்ணு.

Conjure'ment, *s.* தம்பனம், கட்டு, ஆணையிட்டுக் கேட்டல்.

Con'jurer, *s.* கட்டுக்காரன், மாந்திரிகன், மாயாவி.

Connas'cence, *s.* உடன்பிறப்பு, இரட்டைப்பிறவி.

Con'nate, *a.* சகஜ, உடன்பிறந்த.

Connat'ural, *a.* ஏகசுபாவமுள்ள

Connect', *v. t.* இணை, சேர், பொருத்து.

Connec'tion, *s.* இணைவு, சம்பந்தம், கூட்டு, பற்று, சார்பு.

Connec'tive, *s.* புணரிடை.

Connec'tive, *a.* இசைக்கிற, சந்திசெய்கிற.

Connex', *v. t.* இணை, தொடு.

Connex'ion, *s.* ஐக்கியம், புணர்ச்சி, இனம், சுற்றம், பந்து.

Conniv'ance, *s.* கண்ஜாடை, கண்டுங்காணாமை, உபேக்ஷை.

Connive', *v. i.* கண்டு சாய்ப்பாய்விடு.

Conniv'ency, *s.* கண்ஜாடை, உபேக்ஷை.

Conniv'ent, *a.* கண்ஜாடையான, கண்டுங்காணார்போலிருக்கும்.

Conniv'er, *s.* கண்ஜாடையாயிருப்போன்.

Connote', *v. t.* குறிப்பி, குறிகாட்டு.

Connoisseur', *s.* வித்தையில் வல்லவன், குணகதியன்.

Connu'bial, *a.* விவாகநிலைக்குரிய, இல்வாழ்வுக்குரிய; love, அநுராகம்.

Con'quer, *v. t.* வெல், வெற்றிகொள், ஜயி, கெலி, அடக்கு.

Con'querable, *a.* வெல்லப்படத்தக்க, ஜயிக்கக்கூடிய.

Con'queror, *s.* வெற்றியாளன், வென்றோன், விஜயன்.

Con'quest, *s.* வெற்றி, ஜயம், விஜயம்.

Consanguin'ity, *s.* இரத்தஉறவு, இரத்தபாத்தியம், உதிரபாசம்.

Con'science, *s.* மனச்சாக்ஷி, ஜீவசாக்ஷி; remorse of, மனஸ்தாபம்.

Conscien'tious, *a.* மனநேர்மையுள்ள, மனச்சாக்ஷிக்கொத்த.

Con'scionable, *a.* மனநீதியுள்ள, நேர்மையான.

Con'scious, *a.* நெஞ்சறிந்த, மனமுணர்ந்த; I am conscious of it, அது எனக்குத் தெரியும், அதை என் நெஞ்சு அறியும்.

Con'sciousness, *a.* உணர்ச்சி, தன்னறிவு, சைதன்னியம்.

Con'script, *a.* எழுதப்பட்ட, பதிவுசெய்யப்பட்ட.

Conscrip'tion, *s.* பெயர் பதிவுசெய்தல்.

Con'secrate, *v. t.* பிரதிஷ்டைபண்ணு, நேர், நியமி, ஒப்புவி; an idol, &c., ஆவாகனம்பண்ணு, தாபி; a king, அபிஷேகம்பண்ணு, முடிசூட்டு; a priest, அபிஷேகம்பண்ணு.

Con'secrate, *a.* நிவேதிக்கப்பட்ட, நேர்ந்துவிடப்பட்ட.

Consecra'tion, *s.* பிரதிஷ்டை, அபிஷேகம், நேர்தல், சம்புரோக்ஷணம் நிவேதனம்.

Consecu'tion, *s.* தொடர்ச்சி, தொடர், தோரணை; in astronomy, சாந்திரமாதம்.

Consec'utive, *a.* தொடர்ச்சியான, அனுக்கிரமமான.

Consent', *s.* இசைவு, சம்மதம், உடன்பாடு, ராசி, அபிமதம்.

Consent' *v. i.* சம்மதி, உடன்படு, இணங்கு.

Consen'tient, *a.* ஒருமனப்படும், ஒவ்வும், மனம்பொருந்தும்.

Con'sequence, *s.* விளைவு, காரியம், பலன், பிரதானம், necessary, தப்பாமல்விளைவது; in proportion, அபரம்; in consequence of it, அதனால்.

Con'sequent, *s.* தொடர்வது, தொடர்; in logic, அநுமேயம், காரியம்.

Consequen'tial, *a.* காரியமாகிற, மேம்பாடான, இறுமாப்புள்ள.

Con'sequently, *ad.* ஆதலால், அப்படியிருப்பதால்.

Conser'vancy, *s.* பாதுகாப்பு, பாலனம்.
Conser'vant, *a.* பாதுகாக்கும்.
Conserva'tion, *s.* பரிபாலனம்.
Conser'vatory, *s.* காக்கத்தக்க இடம், இரசஷாஸ்தானம்.
Conser'vatory, *a.* பாதுகாக்கத்தக்க.
Con'serve, *s.* தித்திப்புப்பண்டம்.
Conserve', *v. t.* பரிபாலி, பாதுகா.
Conser'ver, *s.* பாதுகாப்போன், பரிபாலிப்போன், காவலன்.
Consid'er, *v. t.* நினை, எண்ணு, யோசி, உணர், சிந்தி, ஆராய்ந்தறி; as recompense, பிரதியுபகாரஞ்செய்.
Consid'erable, *a.* மதிக்கத்தக்க, அதிகமான; for a considerable time, வெகுநாளாய்.
Consid'erate, *a.* விவேகமுள்ள, கருத்தான, சாவதானமுள்ள; as not rigorous, காருணிய.
Consid'erately, *ad.* புத்தியாய், சாவதானமாய், சிந்தனையாய்.
Consid'erateness, *s.* யூகம், யோசனை, சாவதானம்.
Considera'tion, *s.* சாவதானம், ஆலோசனை, முகாந்தரம், விலை, கனம், கைம்மாறு, ஈடு; in consideration of his youth, அவனுடைய இளம்பருவத்தை எண்ணி.
Consign' (con-sin'), *v. t.* ஒப்புக்கொடு, நேர், கையளி.
Consigna'tion, *s.* ஒப்புவித்தல், ஒப்படைத்தல், ஈதல்.
Consignee', *s.* ஒப்படைகொள்வோன்.
Consign'er, } *s.* ஒப்படைப்போன், ஒப்படைசெய்வோன்.
Consign'or,
Consign'ment, *s.* ஒப்படை, ஒப்புவிப்பு, ஒப்படைத்தபொருள், ஒப்படைச்சீட்டு.
Consist', *v. i.* அடங்கு, அமைந்திரு, உண்டாயிரு, இணங்கு.
Consis'tency, *s.* தகுதி, சீர், இசைவு, பக்குவம், ஒப்புரவு, பதம்.
Consis'tent, *a.* ஸ்திரமான, இயைபுள்ள, தக்க, பொருந்திய, with truth, சத்தியத்திற்குப் பொருந்திய.
Consis'tently, *ad.* தகைமையாய், தக, ஒவ்வ, ஏற்க.
Consistory, *s.* திருச்சபையின் நியாயசபை.
Conso'ciate, *s.* கூட்டாளி, பங்காளி, தோழன், சகன்.
Conso'ciate, *v. t.* கூட்டு, சேர்.
Conso'ciate, *v. i.* கூடு, சேர்.
Consocia'tion, *s.* ஐக்கியம், ஐக்கியசங்கம், திருச்சபைப்பிரதானிகள் கூட்டம்.
Consol'able, *a.* மனமாறத்தக்க, தேறத்தக்க.
Consola'tion, *s.* ஆறுதல், தேற்றரவு, மனக்குளிர்ச்சி.
Consol'atory, *a.* மனங்குளிரத்தக்க, துக்கம் ஆறத்தக்க.
Console', *v. t.* ஆற்று, தேற்று, மனங்குளிரப்பண்ணு.
Consol'er, *s.* ஆற்றுவோன், தேற்றுவோன்.
Consol'idate, *v. t.* கட்டு உறையச்செய், திரட்டு, செறிவி.
Consol'idative, *a.* கட்டியாக்கத்தக்க, குணமாக்கும், சொஸ்தந்தரும்.
Con'sonance, *s.* இசை, ஒவ்வுகை, எதுகை, ஒத்திசை.
Con'sonant, *s.* உடல், ஒற்று, மெய், புள்ளி.
Con'sonant, *a.* இணக்கமான, இசைவான.
Con'sort, *s.* துணைவன், துணைவி, மனைவி, கணவன்.
Consort', *v. t.* கூட்டு, சேர்.
Consort', *v. i.* கூடு, சேர்.
Conspicu'ity, *s.* தெளிவு, விளக்கம், துலக்கம்.
Conspic'uous, *a.* விளக்கமான, பகிரங்கமான, மேன்மையுள்ள.
Conspir'acy, *s.* துராலோசனை, சதியோசனைக்கூட்டம், ராஜதுரோகம்.
Conspir'ant, *a.* துராலோசனைசெய்யும்.
Conspir'ator, *s.* சதியோசனைக்காரன், ராஜதுரோகி.
Conspire', *v. i.* துராலோசனைபண்ணு, சதியோசனைசெய்; as to agree together, to lead to one point, இயைய, ஒத்திருக்க.
Conspir'er, *s.* சர்ப்பனைசெய்வோன், சதிநினைப்போன்.
Con'stable, *s.* ஊர்க்காவற்காரன்.
Con'stancy, *s.* நிலைமை, ஊக்கம், மாறுமை; of married men, பத்தினிவிரதம்; of a married woman, பதிவிரதம்.
Con'stant, *a.* நிலையான, அசையாத, இடைவிடாத, மாறுத; quantity, மாறுவிராசி.
Con'stantly, *ad.* நாள்தோறும், விடாப்பூட்டாய், நிலையாய், உறுதியாய்.
Constel'late, *v. i.* கூடிப்பிரகாசி.
Constella'tion, *s.* இராசி, தாராகணம்.
Consterna'tion, *s.* ஏக்கம், திகில், தத்தளிப்பு, கலக்கடி, பிரமிப்பு.
Con'stipate, *v. t.* இறுக்கு, உறைவி, கட்டியாக்கு; as make costive, மலபந்தனஞ்செய், மலச்சிக்குண்டாக்கு.

Constipa'tion, s. கட்டு, மலச்சிக்கு, இறுக்கம், மலபந்தம், மலக்கட்டு.
Constit'uent, s. தெரிவிடுவோன், நியமிப்போன், கூறு, தாது, சாதனம்.
Constit'uent, a. மூல, சபாவ; part, அங்கம், கூறு, தாது, கலை.
Con'stitute, v. t. ஏற்படுத்து, உண்டாக்கு, நிலைப்படுத்து.
Con'stituter, s. ஏற்படுத்துவோன், உண்டாக்குவோன்.
Constitu'tion, s. ஏற்பாடு, நியமம், சரீரப்பிரகிருதி, யாக்கை, சட்டம், அரசியல்; as structure, நிர்மாணம்; healthy, சுகசரீரம்; of mind, மன இயற்கை.
Constitu'tional, a. இயல்பான, அரசாட்சிக்கேற்ற, பிரமாணத்திற்குரிய; disease, ஜன்மரோகம், ஜன்மவியாதி.
Constitu'tionalist, s. தேசசட்ட அபிமானி.
Constitutional'ity, s. தேசப்பிரமாணத்திற்குரிமை.
Con'stitutive, a. ஏற்படுத்துகிற, உண்டாக்குகிற.
Con'strain', v. t. அடக்கு, கட்டாயம் பண்ணு, நெருக்கியேவு.
Constrain'able, a. கட்டாயம் பண்ணப்படத்தக்க.
Constrain'er, s. கட்டாயப்படுத்துவோன்.
Constraint', s. அடக்கம், ஒடுக்கம், கட்டாயம், பலாத்காரம்; self-constraint, இச்சையடக்கம்.
Constrict', v. t. கட்டு, இறுக்கு, சுருக்கு.
Constric'tion, s. கட்டு, சுருக்கம், ஒடுக்கம்.
Constric'tor, s. விசிரம்பு.
Constrin'gent, a. சுருக்கும், இறுக்குகிற.
Construct', v. t. கட்டு, தொடு, உண்டாக்கு. ஏற்படுத்து.
Construc'tion, s. கட்டு, இசைப்பு, இணைப்பு; of words, சொற்றொடர்; as meaning, பயன், அர்த்தம், அபிப்பிராயம்.
Construc'tive, a. கட்டுப்பாடான, சொற்சந்திக்குரிய.
Construc'tively, ad. சொற்புணர்ச்சிக்குரிமையாய், சொற்றொடர்ச்சம்பந்தமாய்.
Con'strue, v. t. கருத்துரை, உரைசொல்லு.
Con'stuprate, v. t. கற்பழி, மானபங்கப்படுத்து.
Constupra'tion, s. கற்பழிப்பு.
Consubstan'tial, a. சமபாவமுள்ள, ஏகசுவாபிக.
Consubstantia'tion, s. ஏகைக்கிய வஸ்து, ஏகத்தன்மை, ஏகீபவம்.
Con'suetude, s. வழக்கம்.
Con'sul, s. பிரதிகாவலன், ஸ்தானுபதி.
Con'sular, a. ஸ்தானுபதிக்குரிய.
Con'sulate, s. ஸ்தானுபதித்துவம்.
Con'sulship, s. ஸ்தானுபத்தியம், ஸ்தானுபதி உத்தியோகஞ்செய்யுங்காலம்.
Consult', v. t. ஆலோசி, உசாவு, யோசனைகேள், கூடியோசி; as regard, எண்ணு, நினை; a diviner, கட்டுக்கேள், குறிகேள்.
Consulta'tion, s. ஆலோசனை, உசாவு, சூழ்ச்சி.
Consult'er, s. ஆலோசனை பண்ணுவோன், யோசனைகாரன்; with familiar spirits, பிதிர்தரிசி.
Consum'able, a. பக்ஷிக்கப்படத்தக்க, செலவாகத்தக்க.
Consume', v. t. அழி, நாசப்படுத்து, பக்ஷி, தின், செலவழி.
Consume', v. i. அழிந்துபோ, நாசமாகு.
Consum'er, s. அழிப்போன், செலவிடுவோன், பக்ஷிப்போன்.
Consum'mate, v. t. சித்தியாக்கு, நிறைவேற்று, முடி, முற்றுவி.
Consum'mate, a. தீர்க்கமான, தீர்ந்த, நிறைவான.
Consum'mately, ad. பூர்த்தியாய், முழுதும், சத்தமாய்.
Consumma'tion, s. நிறைவேற்றம், தீர்ப்பு, பூர்த்தி; of marriage, விவாகசித்தி.
Consump'tion, s. பக்ஷணை, செலவு, க்ஷயரோகம்; actual, சென்றசெலவு.
Consump'tive, a. மெலிவிக்கிற, க்ஷயரோகமுள்ள.
Contab'ulate, v. i. பலகைபரவு, மச்சுப்பரவு.
Con'tact, s. பரிசம், ஒட்டு, ஒன்றல், கூட்டம்; to come in contact, முட்ட, ஒட்ட, தொட, பரிசிக்க.
Conta'gion, s. தொற்று, ஒட்டு, பற்று, பரிசம், தொற்றுவியாதி.
Conta'gious, a. தொற்றுன, ஒட்டத்தக்க; disease, தொற்றுநோய், ஒட்டுரோகம்; fever, தொற்றுக்காய்ச்சல்.
Contain', v. t. கொள், அடக்கு, பிடி.
Con'tain, v. i. இச்சையடங்கு, அமை.
Contain'able, a. கொள்ளத்தக்க, அடங்கத்தக்க.
Contain'er, s. அடக்குவது, கொள்வது.
Contam'inate, v. t. கறைப்படுத்து, அசுசிப்படுத்து, அழுக்காக்கு.
Contamina'tion, s. தீட்டு, அசுசி, மாசு, கறை.

Contemn' (contem'), *v. t.* இகழ், நிந்தி, பழி.

Contem'ner, *s.* இகழ்வோன், விதூஷிகன்.

Contem'per, *v. t.* அமை, பதப்படுத்து, தணி.

Contem'perament, *s.* தணியுந்தன்மை, மத்திமசீருக்கு வரல்.

Contem'plate, *v. t.* தியானி, நினை, சிந்தி, ஆராய்.

Contempla'tion, *s.* தியானம், நினைப்பு, சிந்தனை, ஆராய்ச்சி; on the deity, பரமநிஷ்டை.

Contem'plative, *a.* தியானமுள்ள, சிந்தனையுள்ள, நினைவுள்ள.

Con'templator, *s.* தியானிப்போன், யோகி.

Contempora'neous, Contem'porary, } *a.* ஏககாலத்திலுள்ள.

Contem'porary, *s.* ஏககாலவாசி, தற்காலஜீவி.

Contempt', *s.* நிந்தனை, இகழ்ச்சி, அலக்ஷியம், அசட்டை, ஏளனம், உதாசினம்.

Contemp'tible, *a.* நிந்திக்கப்படத்தக்க, நீசத்துவமான.

Contemp'tuous, *a.* நிந்திக்கிற, தூஷிக்கிற.

Contemp'tuously, *ad.* இகழ்ச்சியாய், அவமதியாய்.

Contend', *v. i.* போராடு, சண்டைசெய், தர்க்கி, விவாதி.

Contend'er, *s.* வாதாடி, தருக்கிப்போன்.

Content', *s.* மனரம்மியம், பூரிப்பு, திர்ப்தி.

Content', *v. t.* மனரம்மியப்படுத்து, பிரியப்படுத்து.

Content', *a.* மனரம்மியமான, திர்ப்தியான, பூரிப்பான.

Content'ed, *p. a.* திர்ப்தியுள்ள, போதுமென்னும் மனமுள்ள; to be contented, திருப்தியடைய, மனம் ரமித்திருக்க.

Content'edly, *ad.* மனரம்மியமாய்.

Conten'tion, *s.* தர்க்கம், வாக்குவாதம், பிணக்கு, சண்டை, விபட்சம்.

Conten'tious, *a.* சண்டையுள்ள, வாக்குவாதமுள்ள.

Content'less, *a.* மனரம்மியமற்ற, ஆறுதலற்ற, திர்ப்தியற்ற.

Content'ment, *s.* மனரம்மியம், திருப்தி, பூரிப்பு, அமைதி.

Con'tents, *s.* (*pl.*) அடக்கம், அடங்கியவை, பொழிப்பு.

Couter'minous, *a.* ஒரேயெல்லையிலுள்ள.

Con'test, *s.* சண்டை, யுத்தம், தர்க்கம், விவாதம்.

Contest', *v. t.* சண்டைபிடி, எதிர்நியாயம் பேசு.

Contest'able, *a.* தர்க்கத்திற்கிடமான, விவாதத்திற்கிடமான, சண்டை விளைவிக்கும்.

Contesta'tion, *s.* சண்டையிடல், யுத்தம், தர்க்கம்.

Contest'less, *a.* சண்டையில்லாத, வழக்கற்ற.

Con'text, *s.* தொடர்வாக்கியம் அயலடை.

Context', *a.* பின்னப்பட்ட, அருகணைந்த, சம்பந்த.

Contex'ture, *s.* பின்னல்.

Contigu'ity, *s.* கிட்டுமானம், சமீபம், அருகு, அணடை.

Contig'uous, *a.* சமீப, அடுத்த.

Con'tinence, *s.* இச்சையடக்கம், நிறை, சுத்தம்.

Con'tinent, *s.* கண்டம், மகாதீவு, வருஷம், தேசம்.

Con'tinent, *a.* இச்சையடக்கமுள்ள.

Continent'al, *a.* கண்டத்திற்குறிய.

Con'tinently, *ad.* நெறியாய், கற்பாய், சுத்தமாய்.

Contin'gency, *s.* சந்தேகம், நிச்சயமில்லாமை, ராஜிகந்தெய்விகம்.

Contin'gent, *s.* பாகம், அம்சம், ராஜிகந்தெய்விகம்.

Contin'gent, *a.* அநிச்சயமான, தற்செயலான.

Contin'ual, *a.* இடைவிடாத, ஓயாத, நித.

Contin'ually, *ad.* நித்தியமும், நிலையாய் அடிக்கடி.

Contin'uance, *s.* இடைவிடாமை, நிலைமை.

Continua'tion, *s.* தொடர்ச்சி, ஒழியாமை.

Contin'ue, *v. t* நிலைப்படுத்து, தரிக்கச்செய்; a series, தொடு.

Contin'ue, *v. i.* நிலை, தங்கு, தரி.

Continu'ity, *s.* நீடிப்பு, ஒழியாமை, விடாமை, தொடர்ச்சி.

Contin'uous, *a.* தொடர்ச்சியான, நிலைமையான.

Contort', *v. t.* திரி, திருகு, முருக்கு.

Contor'tion, *s.* திரிப்பு, முறுக்குகை, வலிப்பு, நெளிதல்.

Contour', *s.* சாயல், ஆகிருதி, மாதிரி, சாங்கம்.

Con'tra, *Lat. prep.* எதிராய், மாறாய், விரோதமாய்.

Con'traband, *a.* கள்ளச்செட்டான, தடைபண்ணப்பட்ட; goods, கள்ளச்சரக்கு.

Con'traband, *s.* கள்ளவியாபாரம், கள்செட்டு.

Con'tract, *s.* உடன்படிக்கை பொருத்தம், குத்தகை, நியமம்.

Contract', *v. t.* சுருக்கு, குறை, குறுக்கு, குத்தகையாகப் பொருந்து; to contract a marriage, பெண்கொள், விவாகஞ் செய், a debt, கடன்படு; a bargain, உடன்படிக்கைபண்ணு; rust, கறைபிடி, களிம்பூறு.

Contract', *v. i.* சுருங்கு, குறை, ஒடுங்கு; as a flower, குவி, கூம்பு.

Contrac'tile, *a.* அஃகிய, சுருங்கத்தக்க, சங்கோச.

Contractil'ity, *s.* குஞ்சனத்துவம்.

Contrac'tion, *s.* குஞ்சனம், சங்கேபம், சுருக்கம், அடக்கம்; of a nerve, சுளுக்கு, வலிப்பு, வாங்கல்; by gout, rheumatism, &c., வாதமுடக்கம், வாதப்பிடிப்பு

Contrac'tor, *s.* பொருத்தக்காரன், ஒப்பந்தக்காரன்.

Contradict', *v. t.* மறு, எதிர்த்துப்பேசு, தடு, மாறுபடக்கூறு, ஆக்ஷேபி; one's self, பேச்சுத்தடுமாறு, மறுத்துரை.

Contradic'tion, *s.* எதிர்ப்பேச்சு, மறுப்பு, ஒவ்வாமை, ஆக்ஷேபம்.

Contradic'tory, *a.* விரோதமான, எதிரிடையான.

Contradistinct', *a.* வேற்றுமையான, எதிரான, மாறான.

Contradistinc'tion, *s.* வேற்றுமை, எதிர், மாறுபாடு.

Contradistin'guish, *v. t.* எதிரான லக்ஷணங்களைப் பொருத்திப் பிரத்தியேகப்படுத்து, வேறுபடுத்து.

Contra-indica'tion, *s.* எதிர்க்குறிப்பு.

Contra-nat'ural, *a.* இயற்கைக்கு விரோதமான.

Contra-posi'tion, *s.* எதிர்நிலை, எதிர்கொள்ள நிறுத்தல்.

Contrari'ety, *s.* எதிர், விரோதம், முரண்.

Con'trariwise, *ad.* எதிராய், மாறாய்.

Con'trary, *s.* எதிர், எதிரானது, எதிர்ப்பக்ஷம்.

Con'trary, *a.* எதிரிடையான, விரோதமான, முரணான; on the contrary, ஆனாலும், இதற்கு எதிராய்.

Contrast', *s.* விரோத உவமை, எதிருவமை.

Contrast', *v. t.* எதிர்வை, வேற்றுமை தோன்ற வை.

Contravene', *v. t.* எதிர், தடு, விரோதி.

Contraven'er, *s.* தடைசெய்வோன், எதிரிடுவோன், விரோதி.

Contraven'tion, *s.* எதிர்ப்பு, தடுப்பு, மறுப்பு.

Contraver'sion, *s.* எதிர்ப்பக்கத்திற்குப் பெயர்ச்சி.

Contrib'utary, *a.* ஏக அரசனுக் கிறை கொடுக்கும்.

Contrib'ute, *v. t.* கொடு, ஒத்தாசைசெய்.

Contrib'ute, *v. i.* உதவு, ஏதுவாகு, கொடுத்துதவு.

Contribu'tion, *s.* ஈகை, உதவி, உபகாரம், நன்கொடை; as share contributed, தத்தாம்சம்; as levy, வரி, கப்பம், இறை, பகுதி; of money, மகமை.

Contrib'utive, *a.* உதவும், சகாயப்படும்.

Contrib'utor, *s.* உதவிக்காரன், உபயோகி, கொடையாளன்.

Contrib'utory, *a.* உபயோகப்படும், அனுகூலமான.

Contrite, *a.* நைந்த, நொறுங்கின, துக்கமுள்ள, சந்தாப; mind, நைந்தமனம்.

Contri'tion, *s.* மனநோ, மனநைவு, மனஸ்தாபம், பச்சாத்தாபம், அனுதாபம்.

Contriv'ance, *s.* உபாயம், சூக்ஷமம், சூத்திரம்; as fiction, கட்டுக்கதை, கற்பனை.

Contrive', *v. t.* உபாயம்பண்ணு, சூழ்ச்சிபண்ணு, தொடு, இயற்று.

Contriv'er, *s.* மனோபாவிகன், மனோகற்பிதன், உபாயந்தொடுப்போன்.

Control', *s.* கணக்குப்புத்தகம், டாப்பு, ஆளுகை, அதிகாரம்.

Control', *v. t.* ஆளு, கட்டுப்படுத்து, அடக்கு.

Control'lable, *a.* கட்டுப்படக்கூடிய, அடங்கத்தக்க.

Control'ler, *s.* ஆளுகைசெய்வோன், விசாரணைக்காரன், கண்காணி.

Controver'sial, *a.* தர்க்கமான, விவாத.

Controver'sialist, *s.* தார்க்கிகன், தர்க்கம் பண்ணுவோன்.

Con'troversy, *s.* தர்க்கம், வாது, வாக்கு வாதம், விவாதம், வாதானுவாதம்.

Con'trovert, *v. t.* எதிர்பேசு புரட்டு, விவாதம்பண்ணு.

Controvert'ible, *a.* தர்க்கத்திற்கிடமான, ஆக்ஷேபத்திற்கிடமான.

Contuma'cious, *a.* முரணான, அடங்காத, அமையாத, வசையாத.

Con'tumacy, *s.* பிடிவாதம் அமையாமை, முரண்டு, அடம், அடாதது.

Contume'lious, *a.* இறுமாப்புள்ள, நிந்தையுள்ள, குறும்புள்ள.

Con'tumely, *s.* இறுமாப்பு, நிந்தை, நிந்தைப்பேச்சு, கர்வம்.

Contuse', *v. t.* நோப்படுத்து, தகர், காயப்படுத்து, நொதுக்கு.

Contu'sion, *s.* இடிப்பு, நசிப்பு, நொறுக்கு; in surgery, நசிவு.
Conun'drum, *s.* சித்திரப்பேச்சு, விடுகதை, சிலேடை, நொடி, கட்டுவாக்கியம்.
Convales'cence, *a.* சொஸ்தம், சுகம், உல்லாசம்.
Convales'cent, *a.* சொஸ்தமடைகிற, உல்லாச.
Conven'able, *a.* சபைகூட்டப்படத்தக்க, சங்கமிக்கத்தக்க.
Convene', *v.t.* சபைகூட்டு, சேர்.
Convene', *v.i.* கூடு, சேர், சங்கமி.
Conven'er, *s.* சபைகூட்டுவோன், சங்கத்திற் கழைப்போன்.
Conve'nience, } *s.* இசைவு, வசதி; அவகாசம்.
Conve'niency,
Conve'nient, *a.* ஒத்த, இசைவான, வசதியான, அவகாசமான; time or opportunity, ஏற்றசமயம், ஒத்தசமயம், சற்சமயம்; to be convenient, ஒத்துவர, சந்தர்ப்பப்பட.
Con'vent, *s.* முனிவர்வாசம், சன்னியாசிமடம், திருக்கூட்டம், ஆச்சிரமம்.
Conven'ticle, *s.* இரகசியசங்கம், சிற்சங்கம்.
Conven'ticler, *s.* சிற்சங்கத்திற்சேர்வோன், இரகசியக் கூட்டத்திற்கு அடுத்துப் போவோன்.
Conven'tion, *s.* சபைசேருகை, கூட்டம், உடன்பாடு, சங்கேதம்.
Conven'tional, *s.* வழக்கமான, பலரிசைந்து வழங்குகிற, குழூக்குறியான; terms, பரிபாஷை, சங்கேதம், குழூக்குறி.
Conven'tionary, *a.* உடன்படிக்கைப்படி செய்யும், உடன்படிக்கையைச் சார்ந்து செய்யும்.
Conven'tionist, *s.* உடன்படிக்கை செய்வோன்.
Convent'ual, *s.* சன்னியாசி, மடவாசி.
Convent'ual, *a.* முனிவர் வாசத்திற்குரிய.
Converge', *v.i.* மையத்தை நாடு, குவி, சமீபி; converging series, சமீபகமாவிகை.
Conver'gence, *s.* அனுசந்தி, குவிவு.
Conver'gent, *a.* மையத்தைநாடும், குவியும், மருவுகிற.
Con'versant, *a.* பழக்கமான, ஊடாட்டமான, பயிற்சியான; to be conversant, பயில, பழக, வழக்கப்பட.
Conversa'tion, *s.* சம்பாஷணை, சம்வாதம், சல்லாபம், ஆசாரம், வியவகாரம், பழக்கம்.
Conversa'tional, *a.* சம்பாஷணைக்குரிய, சம்பாஷிக்கத்தக்க.

Conver'sative, *a.* சம்பாஷணைக்கடுத்த.
Con'verse, *s.* சம்பாஷணை, ஒழுக்கம், வியவகாரம், மாற்றுத்தாட்டாந்தம்; as familiarity, கிரீடை, சையோகம்.
Converse', *v.i.* பேசு, சம்பாஷி, அளவளாவு, சகவாசம்பண்ணு.
Con'verse, *a.* எதிரான, மாறுன.
Converse'ly, *ad* எதிராய், மறுதலையாய்.
Conver'sion, *s.* மாறுதல், மறுகட்சிப்படுதல், நெறிப்படுதல், குணப்படுதல்.
Con'vert, *s.* தன் மதத்தை விட்டு அன்னிய மதத்திற் சேர்ந்தவன்.
Convert', *v.t.* மாற்று, குணப்படுத்து, சீர்ப்படுத்து; to convert to one's own use, அபகரிக்க, கவர.
Convert', *v.i.* திரும்பு, சீர்ப்படு.
Convertibil'ity, *s.* ஒன்று மற்றொன்ருக மாற்றப்படுந்தகைமை, பரிவர்த்தனயோக்கியம்.
Convert'ible, *a.* மாறக்கூடிய, பதிலாய் நிற்கக்கூடிய, பிரதிபாவியமான.
Con'vex, *a.* புறக்கவிவான, குவிவான, புறங்கவிந்த.
Con'vex, *s.* புறங்கவிந்தது.
Convexed', *a.* புறங்கவிந்த.
Convex'ity, *s.* புறக்கவிவு, குவிகை.
Con'vexly, *ad.* புறக்கவிவாய்.
Convex'o-con'cave, *a.* புறம் குவிந்து, அகம் கவிந்த.
Convey', *v.t.* கொண்டுபோ, செலுத்து, தா; to convey a meaning, பயன்தர, அர்த்தங்கொடுக்க; as transmit, அனுப்பு; as transfer, விக்கிரயசாதனமுதலிய எழுதிக்கொடு; to shore or to bliss, கரையேற்று, கரைசேர்.
Convey'ance, *s.* வாகனம், ஊர்தி, விக்கிரயசாதனம், முறி.
Convey'ancer, *s.* சொத்துவிக்கிரயசாதனம் எழுதிக்கொடுப்போன்.
Convey'ing, *p.n.* அடைமுறிடண்ணுகை.
Convey'er, *s.* கொண்டுபோவோன், வாகனம்.
Convicin'ity, *s.* அயல், சமீபம்.
Con'vict, *s.* சிறைப்பட்டவன், குற்றவாளி.
Convict', *v.t.* குற்றவாளியாகத் தீர்.
Convic'tion, *s.* குற்றவுணர்ச்சி, குற்றவாளியென்று காணல், மனநிதானம், எண்ணம்.
Convic'tive, *a.* குற்றமுணர்த்துந்திறமுள்ள.
Convic'tively, *ad.* குற்றமுணர்த்தும் வகையாய்.
Convince', *v.t.* உணர்த்து, அறிவுறுத்து, தெளிவி, குற்றத்தை யுணர்த்து.

Convince'ment, *s.* குற்றமுணர்த்துகை.
Convin'cer, *s.* குற்றமுணர்த்துவோன்.
Convin'cible, *a* குற்றமுணர்த்தத்தக்க.
Convin'cingly, *ad.* உள்ளத்திற் கண்டுணரத்தக்கதாய்.
Conviv'ial, *a.* விருந்துக்குரிய கொண்டாட்டமுள்ள.
Convivial'ity, *s.* கொண்டாட்டம், ஆடம்பரம், அட்டோலிக்கம்.
Con'vocate, *v.t.* வரவழை, சபைகூட்டு,
Convoca'tion, *s.* அழைப்பு, சபை, சமாஜம், சங்கங்கூடுதல்; of the clergy, திருச்சபைக் குருமார் சங்கம்.
Convoke', *v.t.* சங்கங்கூட்டு, அழை.
Con'voluted, *a.* சுருண்ட, திருகலான.
Convolu'tion, *s.* திரிபு, சுருட்டு சுருள், சுருட்சி.
Convolve', *v.t.* சுற்று, திரி, சுருட்டு; to be convolved, திரிய, சுருள.
Con'voy, *s.* மெய்க்காவலர், துணைஞர், பரிவாரம்.
Convoy', *v.t.* வழியிற் காவல்செய்துபோ, நடத்திப்போ, கொண்டுபோ.
Convulse', *v.t.* இசி, இழு, வலி, குலுக்கு; to be convulsed in the hands and feet, கைகால் குறண்ட, வெலவெலக்க.
Convul'sion, *s.* இசிவு, இழுப்பு, நரம்பு வாங்கல், சன்னி, வலிப்பு, குழப்பம்.
Convul'sive, *a.* இசிவுள்ள, வலிப்புள்ள, குறண்டும்; fits, வலி, இசிவுசன்னி.
Convul'sively, *ad.* வலிப்பாய், சன்னிக்குணமாய்.
Con'y, *s.* குழிமுயல், மூடன்.
Con'y-burrow, *s.* குழிமுயல், வளை.
Coo, *v.i.* கூவு, ஏங்கு.
Cook, *s.* சமையற்காரன், சுயம்பாகி, மடையன்.
Cook, *v.t.* சமை, பாகம்பண்ணு, அடு.
Cook'ery, *s.* சமையல்வேலை, மடைத்தொழில், மடைநூல், பாகசாஸ்திரம்.
Cook'maid, *s.* சமையற்காரி.
Cook'room, *s.* சமையல்வீடு, அடுக்களை, மடைப்பள்ளி, பாகசாலை.
Cool, *s.* குளிர்ச்சி, மிகசீதம், தணமை.
Cool, *a.* குளிர்ந்த, ஈரமான, பசுமையான, சாந்தமான, விராக.
Cool, *v t.* குளிரப்பண்ணு, ஆற்று.
Cool, *v.i.* ஆறு, குளிர், தணி.
Cool'er, *s.* அனலாற்றி, வெப்பாற்றி, வெதுப்படக்கி.
Cool'headed, *a.* ஆராய்வுள்ள, சாந்தமான, ண்ணவியான.

Cool'ish, *a.* சற்றுக் குளிர்ந்த, புல்லீரமான.
Cool'ly, *ad.* குளிராய், அமைவாய், பொறுமையாய், நட்பின்றி.
Cool'ness, *s.* குளிர்மை, ஈரம், நட்பில்லாமை.
Coo'ly, *s.* கூலி.
Coom, *s.* ஒட்டறை, புகையுறை; as matter working from boxes of wheels, நிணக்கறை.
Coop, *s.* பீப்பா, கூடு, பஞ்சரம், கோழிமுதலிய அடைக்கும் கரப்பு.
Coop, *v.t.* கரப்பிலடை கூட்டிலடை.
Coop'er, *s.* பீப்பா மரத்தொட்டிமுதலிய செய்யும் தச்சன், கூடுமுடைவோன்.
Coop'erage, *s.* பீப்பாத்தச்சவாடி, பீப்பாக்காரன் கூலி.
Co-op'erate, *v.i.* கூடிச்செய், கூட்டுத்தொழில்செய்.
Co-opera'tion, *s.* கூட்டுவேலை கூட்டுத்தொழில்.
Co-op'erative, *a.* கூட்டுத்தொழில் செய்யும்.
Co-op'erator, *s.* கூட்டுத்தொழில் செய்வோன், உபயோகி.
Co-or'dinate, *a.* ஒத்த, ஒப்பான, சமமான.
Co-or'dinately, *ad.* சரியாய், இணையாய், ஒப்பாய்.
Co-ordina'tion, *s.* சமநிலை, இணை, ஒப்பு.
Coot, *s.* கருநாரை.
Cop, *s.* சிகரம், உச்சி, குடுமி, சூடு, நூற்சுருள்.
Copar'cenary, *s.* உடன் சுதந்தரத்துவம்.
Copar'cener, *s.* சரிபங்காளி, உடன் சுதந்தரன்.
Copart'ner, *s.* கூட்டாளி, சம்பாகி, சகிதன்.
Copart'nership, *s.* உடன்கூட்டு, கூட்டுத்தொழில், உடன்பங்கு.
Cope, *s.* தலைமூடி, குறவரங்கி, வில்வளைவு.
Cope, *v.i.* எதிர், இகல்.
Coper'nican, *a.* கோபர்நிகஸ், சித்தாந்தத்திற்குரிய.
Cop'ier, } *s.* பார்த்தெழுதுவோன்.
Cop'yist,
Cop'ing, *s.* ஆரல்வேய்வு.
Co'pious, *a.* திரளான, நிறைவுள்ள, பூர்த்தியான; rain, அதிவிருஷ்டி; to be copious, மிக, கதிக்க, செழிக்க.
Co'piously, *ad.* மிகுதியாய், திரளாய், நிறைவாய்.
Co'piousness, *s.* பூரணம, சம்பூரணம், நிறைவு, தாராளம், பொழிவு; of a language, சொல்வளம் சொல்வண்மை.
Cop'ped, *a.* முடிபோலெழுந்த, சிபோன்ற.

Cop'per, *s.* செம்பு, தாம்பிரம், கடாரம், கொப்பரை; sul'phate of, or blue vitriol, துருசு; subacetate of, or verdigris, காளிதம், வங்காளப்பச்சை.
Cop'per, *a.* செம்புள்ள; coin, செப்பு நாணயம்; a copper coin of ten cash, துக்காணி; colour, செம்புநிறம், தாமிர வர்ணம்.
Cop'per, *v.t.* செப்புத்தகடு தை, செப்பேடிடு.
Cop'peras, *s.* அன்னபேதி, மயிற்றுத்தம், காளிதம்.
Cop'perish, *a.* செம்புள்ள, செம்புபோன்ற.
Cop'per-plate, *s.* செப்புத்தகடு, செப்புத்தகட்டச்சிற் பதிந்த வெழுத்து.
Cop'per-smith, *s.* கன்னான்.
Cop'per-work, *s.* செம்புவேலை செய்யும் பட்டடை.
Cop'pery, *a.* செம்புள்ள, தாமிரங்கலந்த,
Cop'pice, } *s.* சிறுதூறு, குறுங்காடு, உபவனம்.
Copse,
Copse, *v.t.* சிறுதூறு, பரிபாலி.
Cop'ula, *s.* விசேஷிய, விசேஷணங்களைப் புணர்த்தும் மொழி, புணர்மொழி.
Cop'ulate, *v.i.* அணை, கல, கூடு, புணர்.
Copula'tion, *s.* கலவி, ஆலிங்கனம், சையோகம், மைதுனம், புணர்ச்சி, சங்கமம்.
Cop'ulative, *a.* இசைகிற தழுவுகிற; conjunction, புணரிடைச்சொல்.
Cop'y, *s.* சவாது, பிரதிச்சீட்டு, போலி, உறுப்பு, அசல், பிரதிரூபம், பிரதி, ஸ்வஹஸ்த விகிதம்; rough copy, சரவையெழுத்து.
Cop'y, *v.t.* பார்த்தெழுது, பெயர்த்தெழுது, பின்பற்று.
Cop'y-book, *s.* உறுப்பெழுத்துப் புஸ்தகம்.
Cop'y-hold, *s.* நிலவுரிமை விசேஷம்.
Cop'y-right, *s.* புஸ்தகவுரிமை, கிரந்தசதந்தரம்.
Coquet', *v.t.* நேசங்காட்டி ஏய், மயக்கு.
Coquet'ry, *s.* மருட்டு, லீலை.
Coquette' (co-ket'), *s.* நேசங்காண்பித்து ஏய்ப்பவள், சரசக்காரி.
Coquet'tish, *a.* நேசங்காட்டி யேய்க்கிற.
Cor'acle, *s.* செம்படவர் ஓடம்.
Cor'al, *s.* முருகைக்கல், பவளக்கொடி, துப்பு, பவளம்.
Cor'al, *a.* பவள, பவளம்போன்ற, பவளத்திற்செய்த.
Cor'alline, *a.* முருகைக்கல்லான, பவளச் சேர்க்கையான, பவளம்போன்ற.
Cor'alline, *s.* கொக்கைக்கல்.
Cor'alloid, *a.* பவளமொத்த.
Cor'ban, *s.* காணிக்கை, தருமப்பெட்டி, மகமைப்பெட்டி.
Cor'bel, *s.* போதிகைக்கட்டை, சுவருத்திரம்.
Cord, *s.* கயிறு, தாம்பு, நாண், புரி, தாமணி.
Cord, *v.t.* கயிறிடு, கட்டு, பந்தி.
Cord'age, *s.* கப்பற்கயிறுகள், கப்பற்படை.
Cor'dial, *s.* சஞ்சீவகரணி, ஆற்றுமருந்து.
Cord'ate, *a.* ரத்தாசயம்போன்ற.
Cord'ed, *a.* கயிறுகட்டிய, பந்திக்கப்பட்ட.
Cor'dial, *a.* தாராளமான, நேசமுள்ள, ரம்மியமுள்ள; water, வாசனையூட்டிய தீம்பானீயம்; affection, உள்ளன்பு.
Cordial'ity, *s.* தாராளம், பரிவு, அன்பு.
Cor'dially, *ad.* நல்மனசாய்.
Cor'dite, *s.* புகைக்காத வெடிமருந்து.
Cord'maker, *s.* கயிறுமுறுக்குகிறவன், தாமணிக்காரன்.
Cord'wain, *s.* பதமிட்ட வெள்ளாட்டுத் தோல்.
Cord'wainer (cord'i·ner), *s.* சக்கிலி.
Core, *s.* அகம், அகவயிரம், குடல்.
Co-re'gent, *s.* சப் பிரதிநிதி.
Coria'ceous, *a.* பதஞ்செய்த தோலாலமைந்த, தோலொத்த.
Corian'der, *s.* கொத்தமல்லி, தனிகா.
Cori'val, *s.* எதிரி, போரி, எதிராளி.
Cork, *s.* குச்சு, அடைப்புக்குச்சு, செட்டி, கிடை, தக்கை.
Cork, *v.t.* குச்சிட்டடை.
Cork'screw, *s.* குச்சுடுக்கி, சங்குதிருகி.
Cork'y, *a.* கிடைச்சியுள்ள, கிடைச்சிப்பட்டையோடொத்த.
Cor'morant, *s.* நீர்க்காகம், காரண்டம், பெருணன்.
Corn, *s.* தானியம், அன்னம், சோளம்; as a hard excrescence on the skin, toe, &c., ஆணி காய்ப்பு; growing, விளைச்சல், பயிர்.
Corn, *v.t.* உப்பிடு.
Corn'bin, *s.* பத்தாயம், குதிர், குலுக்கை.
Corn'chandler, *s.* தானியச் சில்லறை வியாபாரி.
Corn'clad, *a.* விளைபயிருள்ள.
Cor'nea, *s.* சிருங்கை, கருவிழியின் மேற்றோல்.
Cornel'ian, *s.* ஒருவகைக்கல்.
Cor'neous, *v.* கொம்புள்ள, கோடுள்ள.
Cor'ner, *s.* மூலை, கோணம், கோடி, குடா; of the mouth, கடைவாய்; of the eye, கடாட்சம்; as a secret place, retreat, நிர்ஜனஸ்தானம்

Cor'net, *s.* காளம், எக்காளம், துவசதாரி.
Corn'-field, *s.* விளைநிலம், விளைபுலம்; a watcher in a, காவலாள்.
Corn'floor, *s.* களம்.
Cor'nice, *s.* கம்பிவேலை, சித்திரக்கம்பி, கபோதகம்.
Cor'nicle, *s.* சிறுகொம்பு.
Cornic'ulate, Cornig'erous, } *a.* கொம்புள்ள, கோடுள்ள.
Corn'less, *a.* தானியமில்லாத.
Corn'mill, *s.* திரிகை, எந்திரக்கல்.
Corn'stack, *s.* போர், சூடு.
Cornuco'pia, *s.* செல்வம் நிறைந்த கொம்பு.
Cornu'to, *s.* கற்பு தவறிய மனைவியின் கணவன்.
Corn'wain, *s.* தானியவண்டி.
Corn'y, *a.* கொம்புள்ள, தானியமுள்ள.
Cor'ollary, *s.* சாத்தியம், அருத்தாபத்தி யுரை.
Cor'onal, *s.* கிரீடம், மகுடம், மாலை.
Cor'onal, *a.* உச்சந்தலைக்குரிய.
Cor'onary, *a.* கிரீடத்திற்கடுத்த.
Corona'tion, *s.* மகுடாபிஷேகம், முடிசூட்டு, கிரீடதாரணம்.
Cor'oner, *s.* சடிதிமரண விசாரணைத்தலை வன், அபமிருத்து விசாரணைக்காரன்.
Cor'onet, *s.* பிரபுக்களுக்குரிய முடி.
Cor'poral, *s.* காலாட்சேனையின் கீழ்த்தலை வன்.
Cor'poral, *a.* சரீரத்துக்கடுத்த, சட; being, சடஜீவி, ஸ்தூலதேகி.
Corporal'ity, *s.* சடத்துவம், ஸ்தூலத்துவம்.
Cor'porally, *ad.* சரீரத்தோடு, தேகத்தில்.
Cor'porate, *a.* கூடிய, ஒன்றுபட்ட.
Corpora'tion, *s.* கூட்டம், நகரவிஷயங்களை விசாரிக்கும் அதிகாரசங்கம்.
Corpo'real, *a.* சடமுள்ள, தேகமுள்ள, ஸ்தூல.
Corpo'realist, *s.* சடவாதி, மாயாவாதி.
Corpo'really, *ad.* சடத்தன்மையாய்.
Corpore'ity, *s.* சரீரமுடைமை.
Corpo'reous, *a.* சடமுள்ள, சரீர.
Corps (cōr), *s.* அணி, படைவகுப்பு, யூகம்.
Corpse, *s.* சவம், பிணம், பிரேதம்.
Cor'pulence, Cor'pulency, } *s.* தூலிப்பு, கொழுப்பு, பருமை.
Cor'pulent, *a.* கொழுப்பான, தசைப்பற் றுள்ள, ஸ்தூல; man, காத்திரன், ஸ்தூல தேகி; to be corpulent, கொழுக்க, தசை பிடித்திருக்க.
Cor'puscle, *s.* அணு, நுண்பொருள்.
Corpus'cular, *a.* அணுவுக்குரிய; theory, அணுகற்பிதம்.
Corradia'tion, *s.* கிரணக்குவிவு.
Correct', *v.t.* சீர்திருத்து, பிழைதிருத்து, கண்டி.
Correct', *a.* திருத்தமான, சரியான, செம் மையான, யதார்த்தமான; person, செவ் வியன், நிதானி; pronunciation, சொற் றிருத்தம், உச்சாரணசுத்தி.
Correc'tion, *s.* திருத்தம், தண்டனை, சிட்சை; house of, காவற்சாலை.
Correc'tive, *s.* திருத்துவது, சிகைஷ.
Correc'tive, *a.* திருத்தத்தக்க, தண்டிக்கத் தக்க.
Correct'ly, *ad.* திருத்தமாய், செவ்வையாய்.
Correct'ness, *s.* திருத்தம், செம்மை, உண்மை, நிதானம்.
Correc'tor, *s.* திருத்துவோன், சீர்ப்படுத்து வோன், நேராக்குவோன்.
Correg'idor, *s.* ஸ்பானிய அதிகாரி.
Cor'relate, *v.i.* ஒன்றற்கொன்றினமாயிரு, கூட்டுறவாகு.
Cor'relate, *s.* எதிரி.
Correl'ative, *a.* இனமான, பரஸ்பரசம் பந்த, சம்பந்தமான, உரிய; duty, obligation, அன்யோன்ய கடமை; meaning or idea, புடைக்கருத்து, தொடர்பொருள்.
Correl'ative, *s.* இனம், சம்பந்தம், முறை, இணையுரிமை, எதிர்நிலை.
Correl'atively, *ad.* இனமாய், இசைய, இணையுரிமையாய்.
Correp'tion, *s.* கடிதல், வாக்குத்தண்டம், கண்டனை.
Correspond', *v.i.* ஒத்திரு, இசை, இண ங்கு, காகிதமெழுது, பொருந்து.
Correspon'dence, *s.* இசைவு, ஒருவருக் கொருவர் கடிதம் எழுதல்.
Correspon'dent, *s.* கடிதமெழுதுவோன்.
Cerrespon'dent, *a.* அடுத்த, ஒத்த, பொ ருந்திய.
Correspon'dently, *ad.* இசைய, ஒத்து.
Correspon'sive, *a.* பொருந்திய, ஏற்கும், தகும்.
Cor'ridor, *s.* சுற்றுச்சாலை, பிராகாரம்.
Cor'rigible, *a.* சீர்ப்படுத்தக்கூடிய, தண்ட னைக்குரிய.
Corri'val, *s.* எதிரி, இகல்வோன்.
Corri'val, *v.t.* இகலு, எதிர்.
Corri'valry, Corri'valship, } *s.* எதிர்மை, எதிரித்தனம், இகலாட்டம்.
Cor'rivate, *v.t.* பல ஆற்றுநீரை யோராற் றிவிடு.

Corriva'tion, s. ஜலசந்தி.
Corrob'oraid, s. சஞ்சீவினி.
Corrob'orant, a. பலப்படுத்தும்.
Corrob'orate, v.t. உறுதிப்படுத்து, நிலைப்படுத்து, வலியுறுத்து.
Corrobora'tion, s. உறுதி, திடநிச்சயம்.
Corrob'orative, a. பலப்படுத்தும், உரங்கொள்ளச்செய்யும், திடப்படுத்தும்.
Corrob'orative, s. பலமுண்டாக்கு மருந்து.
Corrode', v.t. அரி, தின், சிதை, கரை.
Corro'dent, s. காரம், அரிப்பது, கரைப்பது.
Corro'dent, a. சிதைக்கும், கரைக்கும், குறைக்கும்.
Corro'diate, v.t. அரி, தின், கரை.
Corro'dible, a. சிதைபத்தக்க, குறையத்தக்க, தேயத்தக்க.
Corrosibil'ity, s. சிதையுந் தன்மையுடைமை.
Corro'sion, s. சிதைப்பு அரிப்பு, கரைப்பு.
Corro'sive, s. காரம், காரமுள்ளது, கரிப்புள்ளது.
Corro'sive, a. காரமான அரிக்கிற; sublimate, சவ்வீரம்.
Corro'sively, ad. கார்ப்பாய்.
Corro'siveness, s. கார்ப்பு, கரிக்குந்தன்மை.
Cor'rugate, v.t. சுருக்கு, திரை, மடி, நெரி, பிடி; to become corrugated, சுருங்க, திரைய.
Corruga'tion, s. திரைவு, சுருக்கு.
Corrupt', v.t. அழி, பழுதாக்கு, சிதை, கெடு.
Corrupt', v.i. பழுதாகு, கெடு.
Corrupt', a. பாழான, கெட்ட, ஊசின, சிதைவான.
Corrupt'er, s. கெடுப்போன், அழிப்போன், பழுதாக்குவோன்.
Corruptibil'ity, s. பாழ்படுந்தன்மை, பாழ்ந்தனம்.
Corrup'tible, a. பழுதாகக்கூடிய, அழிவுள்ள.
Corrup'tion, s. பதங்கெடல், சிதைவு, பழுது, ஊசல்.
Corrup'tive, a. பழுதாக்கத்தக்க.
Corrupt'less, a. பழுதாகாத, பாழ்படாத.
Corrupt'ly, ad. பாழாய், கேடாய்.
Corrupt'ness, s. பழுதானதன்மை.
Corrup'tress, s. கெடுப்பவள், பாழாக்குபவள்.
Cor'sair, s. கள்ளக் கப்பற்காரன், கப்பற்சோரன்.
Corse, s. see Corpse.
Corse'let, s. மார்க்கவசம், அரணம்.
Cor'set, s. கச்சு, ரவிக்கை.
Cortage' (cor-tazh'), s. பரிசாரகர், பரிஜனர்.
Cor'tex, s. பட்டை, மரவுரி.
Cor'tical, a. பட்டைக்குரிய, புறணிக்குரிய.
Cor'ticated, a. பட்டைபோன்ற.
Corus'cant, a. பளீரிடும், பளபளப்பான.
Corus'cate, v i. இலங்கு, மினுங்கு, துலங்கு, ஒளிர், பளிச்சிடு, பளீர் பளீரென்.
Corusca'tion, s. இலக்கம், துலக்கம், ஒளி, எறிப்பு.
Corvette', s. யுத்தப்படவு.
Cor'vorant, s. see Cormorant.
Coryban'tic, a. பைத்தியங்கொண்டாடுகிற.
Coryphe'us, s. கூட்டத்தலைவன்.
Co'sine, s. கோடிச்சா, கோடிச்சியா.
Cosmet'ic, s. அலங்கிருதப்பூச்சு.
Cosmet'ic, a. அழகுறுவிக்கும்.
Cos'mical, a. உலகத்திற்குரிய.
Cosmog'onist, s. அண்டசாஸ்திரி, ஜகத்துற்பத்தி சாஸ்திரி.
Cosmog'ony, s. பிரபஞ்சத் தோற்றநூல், உலக சிருஷ்டி.
Cosmog'rapher, s. அண்டசாஸ்திரி.
Cosmograph'ical, s. அண்டசாஸ்திர.
Cosmog'raphy, s. அண்டகோசம், அண்டசாஸ்திரம்.
Cosmol'ogy, s. அண்டசாஸ்திரம், அண்டகோசம்.
Cosmoplas'tic. a. உலகத்தையுருவாக்கும்.
Cosmop'olite, Cosmopol'itan, s. சர்வதேசாபிமானி.
Cosmos, s. பிரபஞ்சம்.
Coss, s இரண்டுமைல் தூரம்.
Cos'set, s. கைத்தீன் கொடுத்து வளர்க்கு மாட்டுக்குட்டி, கையுறையுண்ணு மாட்டுக்குட்டி.
Cost, s. பொருப்பு, சென்றது, விலை, கிரயம்; of lawsuit, வழக்குச்செலவு; as loss, நஷ்டம்.
Cost, v. t. செலவுபிடி, செல்; the adventure cost him his life, அவன் துணிந்து செய்தது அவன் ஜீவனுக்கு நாசமாயிற்று.
Cos'tal, a. விலாவிற்குரிய.
Cos'tard, s. பெருந்தப்புவாப்பழம்.
Cos'tive, a. மலக்கட்டான, மலவறட்சியான.
Cos'tiveness, s. மலச்சிக்கு, மலக்கட்டு, மலபந்தம்.
Cost'less, a. செலவில்லாத, கிரயமற்ற, விலைமதிக்கக்கூடாத.
Cost'liness, s. மிகுசெலவு.

Cost'ly, *a.* அதிகவிலையுள்ள, விலையேறின, அருமையான, விலையுயர்ந்த.

Costume', *s.* கோலம், உடை, ஆடைதரிக்கும் மாதிரி.

Co-suf'ferer, *s.* கூடனுத்தரிப்போன்.

Cot, *s.* குடிசை, மஞ்சம், தொட்டில், சிற்றில்.

Co-tan'gent, *s.* கோடிசம்பாதம்.

Cote, *s.* குடிசை, ஆட்டுக்கிடை.

Cotem'porary, *s.* ஏககாலத்திலுள்ளவன்.

Cotem'porary, *s.* ஏககாலத்திலுள்ள, சககால.

Cot'erie, *s.* ஒரு கூட்டத்தார்.

Cotil'lon (co-tīl'yong), *s.* விரைந்தாடு நடனம்.

Cot'quean, *s.* பெண்சோலிக்குப்போவோன், பெண்பாடுபடுவோன்.

Cot'tage, *s.* குடிசை, குடில், சிற்றில்.

Cot'taged, *a.* குடிசையுள்ள.

Cot'tagely, *a.* குடிசைக்கேற்ற, குடிசைக்குத் தக்க.

Cot'tager, *s* குடிசைவாசி.

Cot'ter, } *s.* குடிசைவாசி.
Cot'tier, }

Cot'ton, *s.* பஞ்சி, பருத்தி.

Cot'ton, *a.* பருத்திநூல் நெசவான.

Cot'ton-gin, *s.* பஞ்சிகடையும் யந்திரம்.

Cot'tony, *a.* பஞ்சிநிறைந்த, பஞ்சிபோல் மிருதுவான.

Cotyle'don, *s.* பருப்பு.

Couch, *s.* சயனம், சார்மணை.

Couch, *v.t.* படுக்கச்செய், அடக்கு, ஒளித்துவை, கண்படலமுரி; as expressed in obscure terms, மறைபொருளாய்ச் சொல்லு.

Couch, *v.i.* பதுங்கிக்கிட, பதி, பணி, குனி.

Couch'ant, *a.* படுத்திருக்கும், பதுங்கும்.

Couch'ee (chush'ee), *s.* நித்திரைக்குப் போகுநேரம்.

Couch'er, *s* கண்படலமுரிப்போன்.

Couch'fellow, *s.* சகசயனி, கூட்டாளி.

Couch'ing, *p.n.* வணங்கல், குனிதல், பணிதல்.

Cou'gar, *s.* புள்ளிப்புலி.

Cough (cof), *s.* இருமல், குக்கல், உற்காசம்; of a beast, கம்மல்; hooping cough, கக்குவான், குக்கல்.

Cough (cof), *v.i.* இருமு

Could, *p.t.* of *can.*

Coul'ter (colter), *s.* கொழு, காறு.

Coun'cil, *s.* ஆலோசனை, யோசனை, சங்கம், ஆலோசனைச் சங்கத்தார்; of state, மந்திரிமார், மந்திராலோசனைச் சங்கத்தார்; chamber, ஆஸ்தான மண்டபம், மந்தர மண்டபம்.

Coun'cillor, *s.* மந்திராலோசனைச் சபையிலொருவர்.

Council'board, *s.* மந்திராலோசனைச் சபாபீடம்.

Coun'sel, *v.t.* யோசனைசொல்லு, எச்சரி, இடித்துரை.

Coun'sel, *s.* யோசனை, புத்தி, அபிப்பிராயம், நியாயவாதி; to take, உசாவ, ஆராய.

Coun'sellor, *s.* ஆலோசனைக்காரன், மந்திரி, புத்திசொல்வோன்.

Coun'sellorship, *s.* மந்திரித்துவம், அமைச்சு.

Count, *s.* எண்ணல், குலமகன்.

Count, *v.t.* எண்ணு, கணி, கருது, மதி, சுமத்து.

Count'able, *a.* எண்ணக்கூடிய, எண்ணத்தக்க.

Coun'tenance, *s.* முகம், முகரூபம், சாயல்; cheerful, குளிர்வதனம், மலர்ந்தமுகம்; fierce or savage, கடுமுகம், உக்கிரமுகம்; to put out of countenance, முகமுறியப்பேச, வெட்கப்படுத்த.

Coun'tenance, *v.t.* கடாட்சி, உபகரி, பரிபாலி, உற்சாகப்படுத்து, உதவு.

Coun'tenancer, *s.* உபகாரி, கடாக்ஷிப்போன்.

Count'er, *s.* எண்ணுகிறவன், வர்த்தகர்பீடம், மத்திமவோசை.

Count'er, *a.* எதிரிடையாய்.

Counter-act', *v.t.* எதிராகச்செய், தடு, பிரதிகரி.

Counter-ac'tion, *s.* எதிர்ப்பு, இடறு, தடை, பிரதிகாரம்.

Counter-attrac'tion, *s.* பிரதிகருஷணம்.

Counter-bal'ance, *s.* சமநிறை, ஒத்தநிறை.

Counter-bal'ance, *v.t.* சமநிறையாக்கு, சமநிலையாக்கு.

Coun'ter-bond, *s.* புணைமுறி, உத்தரவாதச்சீட்டு.

Coun'ter-buff, *s.* எதிர்த்தாக்கு.

Coun'ter-change, *s.* பண்டமாற்று.

Coun'ter-current, *s.* எதிர்நீரோட்டம், எதிர்ப்பாய்ச்சல்.

Coun'ter-charm, *s.* எதிரேற்று.

Coun'ter-check, *s.* தடை, எதிரீடு; as rebuke, அதட்டு.

Counter-ev'idence, *s.* சாட்சிக்கு எதிர்ச் சாட்சி.

Coun'terfeit, *s* [illegible] வேலை, கள்ளம், கி

Coun'terfeit, *a.* கள்ள, போலியான, வேஷ மான, மாமால; gem, காய்ச்சக்கல்; coin, கள்ளநாணயம்.

Coun'terfeit, *v.t.* கள்ளஞ்செய், பிரஷ்டணே செய்.

Coun'terfeiter, *s.* மாரீசன், கரவடன்.

Coun'terfeitness, *s.* கள்ளம்,

Counter-in'fluence, *v.t.* ஏவலைத் தடு.

Counter-law'suit, *s.* எதிர்வழக்கு, பிரதி வியாச்சியம்.

Counter-magic, *s.* எதிரேற்று.

Coun'ter-mand, *s.* எதிர்க்கட்டளை, மறுத் துரை.

Counter-mand', *v.t.* எதிர்க்கட்டளை பண் ணு, மாற்று.

Coun'ter-march, *s.* படைபெயர்ச்சி, படை திரும்பல்.

Counter-mark, *s.* எதிரடையாளம், பிற் குறி.

Coun'termine, *v.t.* குதைத்தடுக்க உபா யஞ்செய்.

Coun'terpane, *s.* துப்பட்டி.

Coun'terpart, *s.* பிரதி, ஒத்தபகுதி.

Coun'terplot, *s.* சதிக்குச்சதி, தந்திரத்திற்குத் தந்திரம்.

Coun'ter-point, *s.* துப்பட்டி; opposite point, எதிர்நிலை, எதிர்த்திக்கு, எதிர்நோக் கம்.

Coun'ter-poise, *s.* படிக்கல்.

Coun'ter-poise, *v.t.* ஒன்றுக்கொன்று சரி பாரமாக்கு, பிரதிசமீகரி.

Coun'ter-poison, *s.* மாற்றுமருந்து.

Counter-press'ure, *s.* எதிர்த்தாக்கம்.

Counter-project, *s.* உபாயத்திற்குபாயம்.

Coun'ter-proof, *s.* முறைமாறி யச்சிட்ட பரீட்சாபத்திரம்.

Coun'ter-sign (coun'ter-sin), *s.* மாட் டறைதல், மேற்கையொப்பம்.

Coun'ter-sign, *v.t.* உறுதிக் கையொப்பம் வை, மாட்டறை.

Coun'ter-signal, *s* எதிர்க்குறிப்பு.

Coun'ter-stroke, *s.* எதிர்த்தாக்கு.

Coun'ter-vail, *s.* சமநிறை, சமபலம்.

Coun'ter-view, *s.* எதிரிடை.

Count'ess, *s.* குலமகள்.

Count'ing-house, *s.* கணக்கர்சாலை.

Count'less, *a.* எண்ணிறந்த.

Coun'trified, *a.* நாட்டிக, அநாகரீக.

Coun'try, *s.* தேசம், நாடு, ஊர், சீமை, பூமி.

Coun'try, *a.* நாட்டு; parts, நாட்டுப்புறம்; style, நாட்டுப்பாங்கு, நாட்டொழுக்கம்; usages, நாட்டுவழக்கு, நாட்டுவழக்கம்.

Coun'try-man, *s.* நாட்டான், ஊரான், தேசத்தான்.

Coun'ty, *s.* ஊர்குடி, மாகாணம்.

Coup'le, *s.* இரண்டு, சோடு, துணை, இணை, உபயம்.

Coup'le, *v.t.* இணை, புணர், புனை, சேர், சோடுகட்டு, தொடு.

Coup'le, *v.i.* இணை, சேர், புணர்.

Coup'let, *s.* ஈரடிச்செய்யுள், குறட்பா.

Cour'age, *s.* வீரம், ஆண்மை, மனோற்சாகம், தைரியம்.

Coura'geous, *a.* வீரமுள்ள, ஆண்மையான, தைரியமுள்ள; language, அஞ்சாமொழி; man, திடபுருடன், தீரன், அஞ்சாநெஞ்சன்; mind, திடமனம், அஞ்சாநெஞ்சு.

Coura'geously, *ad.* தீரமாய், துணிவாய்.

Cou'rier, *s.* தூதன், அஞ்சற்காரன், பத்திர சாரணன்.

Course, *s.* ஓட்டம், போக்கு, ஒழுங்கு, முறைமை, போம்வழி, திசை; as race ground, பந்தயச்சாலை; of dishes, முறை முறையாயிடு முண்டிவகை; of heavenly bodies, கிரககதி, கிரகநடை; as of studies, அத்தியயனகிரமம்; of nature, பிரகிருதிரீதி; in the course of a week, ஒருவாரத்திற்குள்; of course, ஆனதுபற்றி, அவசியம், சந்தேகமின்றி.

Course, *v.t.* துரத்து, கலை.

Course, *v.i.* பாய், துள்ளித்திரி, ஓடு, உலாவு.

Cour'ser, *s.* பந்தயக்குதிரை, சரகாமி.

Cours'es, *s.* கப்பற்பாய்ப்பொது, மாதவிடாய், a woman in her, பூத்தவள்.

Court, *s.* முற்றம், பிராகாரம், அரண்மனை, நியாயஸ்தலம், ராஜபரிவாரம், உபசாரம்.

Court, *v.t.* உபசரி, மணம்வினவு, இச்சகம் பேசு; applause, புகழ்நாடு.

Court'day, *s.* நியாயசபை கூடுநாள்.

Cour'teous, *a.* ஆசார, உபசார, மரியாதை யான.

Cour'tesan, *s.* வேசி, பரத்தை, பொதுமகள்.

Cour'tesy, *s.* உபசாரம், ஆசாரம், மரி யாதை, நாகரீகம், விநயம், வணக்கம்; as a favour, அநுக்கிரகம்.

Courte'sy, *s.* ஸ்திரீ பிரஜைகள் செய்யு மரி யாதை.

Courte'sy, *v.i.* வந்தனைசெய், உபசரி.

Court'hand, *s.* நியாயசபையேறும் பத்தி ரங்களுக்கேற்ற கையெழுத்து.

Court'ier, *s.* அரசர்தோழன், பெரியோர் கடாட்சத்தை நாடுவோன்.

Court'liness, *s.* நாகரீகம், யோக்கியம், சீர்மை.

Court'ly, *a.* ராஜசபைக்குரிய, சாதுரியமுள்ள.
Courtmar'tial, *s.* ராணுவ நியாயசபை.
Court'ship, *s.* விவாகத்திற்காக ஒரு ஸ்திரீயை வேண்டல், நேசவழிபாடு.
Cous'in (cuz'n), *s.* தாயாதி, தாய்தந்தையர் சகோதரங்களின்மக, பந்து.
Cove, *s.* குடா, கோடி, ஒதுக்கிடம்.
Cove, *v. t.* கவி, வளை.
Cov'enant, *s.* உடன்படிக்கை, நிபந்தனை.
Cov'enant, *v.t.* உடன்படிக்கைபண்ணு; covenanted obligation, உடன்பட்ட கடமை.
Covenantee', *s.* உடன்படிக்கை கொள்வோன்.
Cov'enanter, *s.* உடன்படிக்கை செய்வோன்.
Cov'er, *s.* மூடி, ஓடு, கோது, ஒதுக்கிடம், மறைவு; of a book, அட்டை; of a carriage, கூடாரம்; as pretence, சாக்கு, போக்கு; for beasts, புதை, வளை, பதி.
Cov'er, *v.t.* மூடு, மறை, போர்மறி; as a horse, bull, &c., பொலி; the eyes, கண்புதை, கண்பொத்து.
Cov'ercle, *s.* சிறுமூடி.
Cov'ering, *s.* மூடி, மறைவு, மேற்கட்டி, போர்வை.
Cov'erlet, *s.* துப்பட்டி, போர்வைவஸ்திரம்.
Cov'ert, *s.* ஒதுக்கிடம், பதிவிடம், மறைவு, சிறுகாடு.
Cov'ert, *a.* ஒளிப்பான, அந்தரங்க, கபடமுள்ள.
Cov'ertly, *ad.* அந்தரங்கமாய், ஒளிப்பாய்.
Cov'ertness, *s.* இரகசியம், ஒளிப்பு, மறைவு.
Cov'erture, *s.* மனைவி கணவனுக்கு அதீனமாயிருக்குந்தன்மை, ஒதுக்கு, ஆதரவு.
Cov'et, *v.t.* இச்சி, பிறர்பொருளை விரும்பு, வெஃகு.
Cov'eting, *s.* இச்சை, ஆசை, அவா.
Cov'etous, *a.* அவாவுள்ள, பொருளாசையுள்ள.
Cov'etously, *ad.* இச்சையாய், அவாவுடன்.
Cov'etousness, *s.* பொருளாசை, திரவிய லோபம்.
Cov'ey, *s.* பறவைக்கூட்டம், கூட்டம், கோழியுங் குஞ்சுகளும்.
Cov'in, *s.* கள்ள உடன்படிக்கை.
Cov'inous, *a.* கபட, கள்ள.
Cow, *s.* பசு, மாடு, கோ.
Cow, *v.t.* கலக்கு, திகைக்கப்பண்ணு; to be cowed, மனந்தளர, கேர
Cow'ard, *s.* இளநெஞ்சன், ஏழைநெஞ்சன், அதைரியவான், பயங்காளி.
Cow'ard, *a.* கோழைத்தனமுள்ள.
Cow'ardice, Cow'ardliness, } *s.* இளநெஞ்சு, வீரமின்மை, அச்சம்.
Cow'ardlike, *a.* வீரமற்ற, பெண்தன்மையான.
Cow'ardly, *a.* வீரமில்லாத, தீரமில்லாத, அச்சமுள்ள.
Cow'ardly, *ad.* பெண்தன்மையாய், அதைரியமாய்.
Cow'dung, *s.* எரு, சாணி, சாணம், ஆப்பி, கோமயம்.
Cow'er, *v.i.* குனி, பணி.
Cow'herd, *s.* இடையன், கோபாலன், ஆயன்.
Cow'house, Cow'stable, Cow'stall, } *s.* தொட்டில், தொழு, பட்டி, ஆநிலை.
Cow'keeper, *s.* ஆயன், இடையன்.
Cowl, *s.* சன்னியாசியின்கோலம், நீர்த்தொட்டி, தண்ணீர்க்குடம், கவலை.
Cow'leech, *s.* கோவைத்தியன்.
Cow'lick, *s.* நெற்றிச்சுழிமயிர்.
Cowlike, *a.* பசுப்போன்ற.
Cowl'staff, *s.* காவடி, சாவுதடி, காத்தண்டு.
Co-work'er, *s.* உபயோகி, அநுகாரகன்.
Cow'pox, *s.* கோவைசூரி, கோமாரி.
Cow'ry, *s.* சோகி, அக்கு, பலகறை.
Cow'slip, *s.* ஒருவகைப்பூ.
Cox'comb (*cock's comb*), *s.* கோப்புக்காரன், பிலுக்கன், டம்பக்காரன், டம்பாசாரி.
Cox'combly, *a.* பிலுக்கான, வீம்பான, மதிகெட்ட.
Coxcom'ical, *a.* கோலாகல, வீம்பான.
Coy, *a.* கூச்சமுள்ள, நாணமுள்ள, வெருட்சியுள்ள.
Coy'ish, *a.* அற்பக்கூச்சமுள்ள, அற்பநாணமுள்ள.
Coy'ly, *ad.* கூச்சமாய், நாணமாய்.
Coy'ness, *s.* கூச்சம், வெருட்சி, சங்கோசம்.
Coz, *s.* தாய்தந்தையர் சகோதரங்களின்மக, பந்து.
Coz'en (cuz'n), *v.t.* ஏய், அபகரி, எத்து, தந்திரம்பண்ணு.
Coz'enage, *s.* ஏய்ப்பு, அபகரிப்பு.
Coz'ener, *s.* தந்திரி, எத்தன், மோசக்காரன்.
Co'zy, *a.* வசதியுள்ள, இஷ்டகாமிய, அவகாசமுள்ள.
Crab, *s.* நண்டு, கர்க்கடகராசி, புளித்தப்புவாக்கனி; a peevish person, வெடுக்கன்
Crab, *v.i.* கடுகடு.
Crab'bed, *p. a.* கடுகடுப்புள்ள, குறும்புத்தனமுள்ள; temper, வெட்டெனவு; to be crabbed, வெட்டெனப்பேச.

Crab'bedly, *ad.* வெடுவெடுப்பாய், வெட்டெனவாய்.
Crab'bedness, *s.* வெடுவெடுப்பு, வெட்டெனவு.
Crab'by, *a.* கஷ்டமான, தடுமாறுவிக்கும்.
Cra'ber, *s.* நீரெலி.
Crack, *s.* ஓட்டை, வெடிப்பு, பொள்ளல், நீக்கம்; of thumb and finger, நொடி.
Crack', *v.t.* பிள, உடை, வெடிக்கச்செய்; to crack a joke, களினம்பேச; to crack the brain, மூளையைக் கலக்க; to crack the finger joints, நெட்டிமுறிக்க, நெட்டிவாங்க.
Crack, *v.i.* வெடி, பிள, உடை, நெரி.
Crack'brained, *a.* மதிகெட்ட, புத்திமாருட்டமான.
Crack'er, *s.* பட்டாசு; a biscuit, ஒருவித அடை; a boaster, ஆரம்பசூரன்.
Crack'ing, *s.* நெறுநெறெனல்
Crack'le, *v.i.* படபட, நெறுநெறு, படாரென்.
Crack'nel, *s.* முறுகுபதமான, ஒரு விதப் பணிகாரம்.
Cra'dle, *s.* தொட்டில், பாலர்மஞ்சம்; as infancy, குழந்தைப்பருவம்; song, தாலாட்டு.
Cra'dle, *v.t.* தொட்டிலில்வை, தொட்டிலிவிட்டாட்டு.
Craft, *s.* தந்திரம், உபாயம், கபடம், தொழில், சிறுமரக்கலம்.
Craf'tily, *ad.* தந்திரமாய், கபடமாய்.
Craf'tiness, *s.* தந்திரம், கபடம்.
Crafts'man, *s.* கம்மியன், தொழில்செய்வோன், கைவினைஞன்.
Crafts'master, *s.* தொழிலிற் கைதேர்ந்தவன்.
Craf'ty, *a.* நெருடுள்ள, சூதான, கரவடமான.
Crag, *s.* செங்குத்தான கன்மலை.
Cra-ged, *p.a.* பாறையும் பதிவுமுள்ள.
Crag'gedness, *s.* பாறை.
Crag'gy, *a.* பாறைநிறைந்த.
Cram, *v.t.* திணி, அமுக்கு, துறு, அடை.
Cram'bo, *s.* ஒரு மொழிக்கு எதுகைமொழிகளைக் கூட்டும் விளையாட்டு.
Cramp, *s.* வலி, ஈர்ப்பு, அள்ளு, நாத்தாங்கி, தடை, சிக்கு; in the leg, &c., சரணவாதம், குறண்டல்வாதம்; to have cramp in the bowels, &c., கொளுவல், வலித்தல்.
Cramp, *v.t.* பிடி, இழு, கொளுவு.
Cramp, *a.* அரிய, கஷ்ட, நெருடான, சிக்கான, அலைக்கழிவான

Cramp'fish, *s.* விலாங்கு.
Cramp'iron, *s.* பற்றிரும்பு, அள்ளு.
Cran'berry, *s.* கொட்டணைக்காய்.
Cranch, see Craunch.
Crane, *s.* கொக்கு, பாரஞ்சாம்பி; as syphon, வளைகுழாய், நீர்வாங்குங் குழாய்.
Craniog'nomy, *s.* கபாலசாஸ்திரம், சிரசாமுத்திரிகம்.
Craniol'ogist, *s.* கபாலசாஸ்திரி.
Craniol'ogy, *s.* கபாலவித்தை, கபாலசாமுத்திரிகாலக்ஷணம்.
Craniom'eter, *s.* மண்டைபளக்குங்கருவி.
Cranios'copy, *s.* கபாலவித்தை.
Cra'nium, *s.* கபாலம், மண்டை, சிரம்.
Crank, *s.* சுழற்றி, எந்திரக் கைப்பிடி; in speech, கவுத்துவமான பேச்சு; of iron, அள்ளு.
Crank, *a.* நிமிர்ச்சியுள்ள; ship, குல்லாத் தோணி.
Crank'le, *v.i.* கோணங்கோணமாய் நெளி.
Cran'ny, *s.* வெடிப்பு, பிளப்பு, சந்துவாய்.
Cran'ny, *a.* சந்தோஷமுள்ள, புகழத்தக்க.
Crape, *s.* மெல்லிழைத் கறுப்புப்புடவை.
Crape, *v.i.* சுருட்டிமுடி.
Crap'ula, *s.* மதிமத்தம், மதுபான உவட்டு.
Crash, *s.* மடமடப்பு, நெறுநெறுப்பு.
Crash, *v.t.* பொடியாக்கு, நொறுக்கு, தகர்.
Crash, *v.i.* நெறுநெறு, மளமளென்று சத்தி.
Crash'ing, *p.n.* நெறுநெறுப்பு, மளமளப்பு.
Cra'sis, *s.* சுபாவம், சந்தியக்ஷரம்.
Crass, *a.* பரும்படியான, கொச்சையான.
Cras'siment, *s.* தடிப்பு, பருமை.
Cratch, *s.* பசுத்தொட்டில், முன்னணை.
Crate, *s.* பின்னற்கூடை, மட்கலம் வைக்குங் கொட்டுக்கூடை.
Cra'ter, *s.* எரிமலை அக்கினிகக்கும் வாய்; a constellation, ஒரு தாராகணம்.
Craunch, *v.i.* பல்லைநெரி.
Cravat', *s.* கழுத்துக்குட்டை.
Crave, *v.t.* கெஞ்சு, இர, மன்றாடு, வருடிக்கேள்.
Cra'ven, *s.* கீழ்மகன், இளநெஞ்சன், தோற்ற சேவல்.
Cra'ven, *v.t.* பயப்படுத்து, சுவர்ணகெடு.
Cra'ven, *a.* இளநெஞ்சுள்ள, அச்சமுள்ள.
Cra'ver, *s.* கெஞ்சுவோன், மன்றாடுவோன்.
Cra'ving, *p.n.* அவா, ஆவல், கெஞ்சுதல், இரத்தல், பேரவா.
Craw, *s.* பக்ஷியின் இரப்பை.
Craw'fish, *s.* ஒருவகை இறுன்மீன்.
Crawl, *s.* கண்டி.

Crawl, *v.i.* ஊர், நகர் அரக்கு, தவழ்; as to have the sensation of insects crawling about the body, நகர்வது போலப் பரிச உணர்ச்சி உண்டாக.
Crawl'er, *s.* நகர்வோன், ஊர்வது.
Cray'on, *s.* பலவர்ணலோகம், காரீயலேகினி.
Cray'on, *v.t.* பரும்படியாக ரேகி.
Craze, *v.t.* முறி, மதிமயக்கு, மயக்கு.
Cra'ziness, *s.* மாருட்டம், பித்தம், உன்மத்தம்.
Cra'zy, *a.* பைத்தியமான, உன்மத்த, தளர்ந்த.
Creak, *v.i* கிறீச்சென்றொலி.
Creak'ing, *s.* கிறிச்சென்ற சத்தம்.
Cream, *s.* ஏடு, ஆடை, பாலாடை, உத்தம பாகம், of a story, ரசபாகம், சாரம்.
Cream, *v.t.* ஏடெடு.
Cream, *v.i.* ஏடுபடர், ஆடைபடர்.
Cream'faced, *a.* முகம் வெளிறின, கோழைத்தனமுள்ள.
Cream'y, *a.* ஏடுபடர்ந்த.
Crease, *s.* திரைவு, சுருக்கு, கீறு.
Crease, *v.t.* சுருக்கு, திரை.
Create', *v.t.* சிருஷ்டி, உண்டாக்கு, ஆக்கு, படை, தோற்றுவி.
Crea'tion, *s.* சிருஷ்டி, படைப்பு, சிருஷ்டிப்பு.
Crea'tive, *a.* சிருஷ்டிக்கக்கூடிய, உண்டாக்கத்தக்க.
Crea'tor, *s.* சிருஷ்டிகர், சிருஷ்டிகர்த்தா, கடவுள்.
Crea'tural, *a.* சிருஷ்டிக்குரிய.
Crea'ture, *s.* சிருஷ்டி, ஜீவன், பிராணி, தோற்றம்; one who owes his rise and fortune to another, உபஜீவி, தூக்குணி.
Cre'brous, *a.* அடிக்கடியான.
Cre'dence, *s.* நம்பிக்கை, விசுவாசம், பிடி, உறுதி.
Creden'da, *s.* நம்பப்படுவன.
Cre'dent, *a.* நம்பிக்கையுள்ள, விசுவாசமுள்ள.
Creden'tial, *a.* உறுதியுள்ள, நம்பத்தக்க.
Creden'tials, *s.* (*pl.*) விசுவாசபத்திரம், கிஷ்கருடபத்திரம், நம்பிக்கைக் கேதுப்பொருள்.
Credibil'ity, *s.* நம்பப்படத்தக்க தன்மை.
Cred'ible, *a.* நம்பப்படத்தக்க, கிதானமுள்ள.
Cred'ibleness, *s.* நம்பத்தக்க தன்மை.
Cred'ibly, *ad.* நம்பத்தகுமாறு.
Cred'it, *s.* நம்பிக்கை, கண்ணியம், கௌரவம், நாணயம், கீர்த்தி, செல்வாக்கு, வரவு; **on credit**, கடனுக்கு, நாணயத்தின்பேரில்.
Cred'it, *v.t.* நம்பு, விசுவசி.
Cred'itable, *a.* நம்பப்படத்தக்க, படத்தக்க, புகழ்ச்சியான.
Cred'itableness, *s.* புகழுடைமை, புடைமை.
Cred'itably, *ad.* புகழ்ச்சிக்கு உரிமையாய், பெயருக்கு அனுகூலமாய்.
Cred'itor (*fem.* creditrix), கடன்கொடுத்தவன்.
Credu'lity, *s.* எளிதாய் நம்புந்தன்மை, பேதைமை.
Cred'ulous, *a.* எளிதில் நம்புகிற, பேதைமையான; person, கேள்விச்செவியன்,
Cred'ulously, *ad.* பேதைமையாய்.
Cred'ulousness, *s.* எளிதில் எதையும், நம்புந்தன்மை.
Creed', *s.* விசுவாசப்பிரமாணம், சமயக் கோட்பாடு.
Creek, *s.* வாய்க்கால், குடாக்கடல்.
Creek'y, *a.* வாய்க்கால், வளமுள்ள, வளையான.
Creep, *v.i.* அரக்கு, தவழ், ஊர், படர், பதுங்கு, நுழை.
Creep'er, *s.* படர்கொடி, ஊர்வது.
Creep'hole, *s.* நுழைவாயில், திட்டிவாயில்.
Creep'ingly, *ad.* ஊர்ந்தூர்ந்து.
Crema'tion, *s.* பிரேததகனம்; place of, சுடலை, சுடுகாடு, மயானம்.
Cre'mor, *s.* சாரம், ஏடு, அன்னசாரம்.
Cre'nated, *a.* வெட்டுள்ள, சந்துபட்ட.
Cre'ole, *s.* சங்கரஜாதி.
Crep'itate, *v.i.* பொடுபொடு, படபடென வெடி, சிலுசிலு.
Crepita'tion, *s.* பொடுபொடுப்பு, சிலுசிலுப்பு.
Crepus'cular, *a.* அந்திசந்தி யொளிக்குரிய.
Crepus'culine, *a.* இலங்கும்.
Cres'cent, *s.* இளம்பிறை, வளர்பிறை, இளம்பிறை வடிவுடையது.
Cres'cent, *a.* வளர்கிற கலையேறும், இளம்பிறைபோன்ற.
Cres'cive, *a.* விர்த்திக்கிற, வளருகிற.
Cress, *s.* ஒருவிதக்கீரை.
Cres'set, *s.* அபாயங்காட்டத் தம்பத்தின் மீதேற்றுந் தீபம், பந்தம்.
Crest, *s.* செண்டு, குடுமி, சூடு, சிகரம், பெருமிதம்.
Crest, *v.t.* சூட்டு, செண்டுவை.
Crest'ed, *a.* கொண்டையுள்ள, செண்டுள்ள.
Crest'fallen, *a.* தளர்ந்த, சுவர்ணகெட்ட.
Crest'lers, *a.* சூடில்லாத, கொண்டையில்லாத.
Creta'ceous, *a.* விளைசுண்ணாம்புள்ள.

Crev'ice, *s.* கமர், வெடிப்பு, பிளவு, நீக்கம்.
Crew, *s.* கூட்டம், கும்பு, கப்பல்வேலைக்காரர், கீழ்மக்கள்.
Crew, *p.t.* of Crow.
Crew'el, *s.* நூற்பந்து.
Crew'et, *s.* see Cruet.
Crib, *s.* தொட்டி, தொட்டில், குடிசை.
Crib, *v.t.* கூட்டிலடை, மறித்துவை.
Crib'bage, *s.* சீட்டுவிளையாட்டில் ஒருவகை.
Crib'ble, *s.* சல்லடை, அரிப்பெட்டி.
Crib'riform, *a.* சல்லடைபோன்ற, கண்ணறையுள்ள.
Crick, *s.* பிடிப்பு, வாங்கல்.
Crick'et, *s.* சிள்வண்டு, பந்தடித்தல்; as a footstool, பாதபீடம், பாதமணை.
Cri'er, *s.* கூறுவோன்.
Crime, *s.* குற்றம், பழி, தவறு.
Crime'ful, *a.* குற்றமுள்ள, தீங்கான, தீவினையுள்ள.
Crime'less, *a.* குற்றமற்ற, சுத்த.
Crim'inal, *s.* குற்றவாளி.
Crim'inal, *a.* குற்றமுள்ள, அபராதத்திற்கு ஏதுவான, துஷ்கிருத்திய.
Crim'inal-court, *s.* குற்றவிசாரணை நடத்தப்படும் நியாயஸ்தலம்.
Criminal'ity, *s.* பழி, குற்றமுடைமை, குற்றம்.
Crim'inally, *ad.* குற்றமாய், பழியாய், அபராதமாய்.
Crim'inate, *v.t.* பழிகூறு, குற்றஞ்சாட்டு.
Crimina'tion, *s.* குற்றச்சொல், குற்றச்சாட்டு.
Crim'inatory, *a.* குற்றஞ்சாட்டுகிற.
Crim'inous, *a.* துரோகமுள்ள, குற்றமுள்ள, பொல்லாத.
Crimp, *s.* கரிவிற்போர் தரகுக்காரன்.
Crimp, *v.t.* மயிர்சுருட்டு.
Crimp, *a.* எளிதில் ஒடியத்தக்க, நொய்தான.
Crim'ple, *v.i.* சுருங்கு.
Crim'son, *s.* கருஞ்சிவப்பு, தாமிரவர்ணம்.
Crim'son, *v.i.* சிவ, சிவப்பாகு.
Crim'son, *a.* சிவப்பான, சிவந்த, தாமிரவர்ண.
Cringe, *s.* பதுக்கம், கள்ள ஆசாரம்.
Cringe, *v.i.* கூசு, ஒதுங்கு, கெஞ்சு.
Cring'er, *s.* பதுங்கி, ஆசாரக்கள்ளன், முகமன்கூறி.
Cri'nite, *a.* உரோமம்போன்ற.
Crin'kle, *s.* திரைவு, மடிவு, சுருக்கு.
Crin'kle, *v.i.* திரை, சுருங்கு.
Cri'nose, *a.* உரோமமிக்க.
Crinos'ity, *s.* மயிர்ச்செறிவு.
Crip'ple, *s.* முடவன், நொண்டி, சப்பாணி, பங்கு.
Crip'ple, *v.t.* முடக்கு, முடமாக்கு.
Crip'pleness, *s.* முடம், முடத்தன்மை.
Cri'sis (*pl.* crises), *s.* இரண்டுக் குற்றநிலை, தறுவாய், அற்றம், கண்டம்.
Crisp, *v.t.* சுருட்டு, சுழி, பின்னு.
Crisp, *a.* சுருண்ட, லேசா யொடியத்தக்க, நொய்ய.
Crispa'tion, *s.* சுருட்டல், பின்னல்.
Crisp'ing-iron, } *s.* மயிர்சுருட்டி.
Cris'ping-pin, }
Crisp'ness, *s.* நொறுங்குந்தன்மை.
Cris'py, *a.* எளிதிலொடியத்தக்க, நொய்ய.
Crite'rion (*pl.* crite'ria), *s.* திட்டம், நிதானம், அளவை.
Crith'omancy, *s.* படைத்த பலியிற்றூவிய மாவிற் குறிசொல்லல்.
Crit'ic, *s.* நுட்பமாய்ப்பிழை பார்ப்போன் குணந்தெரிவோன்.
Crit'ical, *a.* திட்டமான, குறிப்பான, அதிநுட்பமான, தறுவாயான; day in a disease, கனத்தநாள், கண்டம்.
Crit'ically, *ad.* நுட்பமாய், திட்டமாய்.
Crit'icise, *v.t.* பிழைகாட்டு, குற்றம்பிடி, திருத்து.
Crit'iciser, *s.* பிழை காட்டுவோன், திருத்துவோன்.
Crit'icism, *s.* நுட்பமாய்ப் பிழைபார்த்தல், கண்டிப்பு.
Critique', *s.* பிழைகாட்டும் பத்திரம்.
Croak, *v.i.* கத்து, அழு, கேரு.
Croak, *s.* கத்தல், கேரல்.
Croak'er, *s.* கத்துவோன், முறுமுறுப்போன்.
Croak'ing, *s.* கத்துகை.
Crock, *s.* மட்பாத்திரம், மட்பாண்டம்.
Crock'ery, *s.* குயக்கலம், மட்பாண்டம்.
Croc'odile, *s.* முதலை, இடங்கர்.
Croc'odile, *a.* கள்ள, வஞ்சக, கரவடமுள்ள.
Croc'us, *s.* மஞ்சள்; in *Chemistry*, மஞ்சணிறச் சூரணம்.
Croft, *s.* வீடடுத்த சிறுகழனி.
Croisade', see Crusade.
Crone, *s.* கிழவி, கிழவாடு.
Cro'ny, *s.* தோழன், பாங்கன், முன்னுவில் அறிமுகமானவன்.
Crook, *s.* கூனல், ஆயக்கோல், குருத்தண்டம்; by hook or by crook, அபாயோபாயம், எவ்விதத்திலாகது.
Crook', *v.t.* வளை, சவட்டு, கோட்டு, திருப்பு.
Crook'back, *s.* கூன், கூனன்.
Crook'backed, *a.* கூன் முதகுள்ள.

Crook'ed, *a.* கூனலான, கோணலான; as wicked, தீய, கொடிய, முரடான.
Crook'edly, *ad.* கோணலாய், குணக்காய், நெளிவாய்.
Crook'edness, *s.* குணக்கு; of character, குறும்பு, முரட்டுத்தனம்.
Crook'kneed, *a.* முட்டிக்கால்.
Crook'shouldered, *a.* தோள்நெளிந்த.
Crop, *s.* விளைச்சல், பயிர், பக்ஷியின் இரைப்பை; withered, சாவி; of corn, போகம்; a second, மறுபோகம்; as the highest part of anything, சிகரம், தலைப்பு, நுனி.
Crop, *v.t.* கொய், நறுக்கு, தறி, வெட்டு.
Crop, *v.i.* விளை.
Crop'ear, *s.* மூளிக்காதன், மூளிக்காது மிருகம்.
Crop'eared, *a.* காதறுக்கப்பட்ட.
Crop'ful, *a.* வயிறுநிறைந்த, கும்பிநிறைந்த.
Crop'per, *s.* இரைப்பை பருத்த புறா.
Crop'sick, *a.* மீதூண் சோர்புள்ள.
Crop'sickness, *s.* மீதூண் சோர்பு.
Crore, *s.* கோடி.
Cro'sier, *s.* அத்தியட்ச குருவின் கோல்.
Cros'let, *s.* சிறுசிலுவை.
Cross, *s.* குறுக்கு, தடுப்பு, புள்ளடி, வருத்தம், சிலுவை, cross and pile, நாணயத்தினிருபக்கமும்.
Cross, *v.t.* எதிர், கட, தடு.
Cross, *a* குறுக்கான, முரண்டான; birth, பக்கோதயம்.
Cross'armed, *a.* கைகட்டின.
Cross'barred, *a.* குறுக்குத் தாழ்ப்பாளிடப்பட்ட.
Cross'bite, *v.t.* எத்து, மோசடிசெய்.
Cross'bow, *s.* வக்கிரதனு.
Cross'cut, *v.t.* குறுக்கே, வெட்டு, ஊடறு.
Cross'-exam'ine, *v.t.* குறுக்கு விசாரணை செய்.
Cross'grained, *p.a.* குறுக்குச்சிராயடுத்த, மாறுபாடான.
Cross'ing, *s.* சிலுவைக்குறியிடல், எதிரிடை, தடை, திண்டாட்டம்.
Cross'legged, *a.* அட்டணைக்கால் போட்டுக் கொண்டிருக்கிற.
Cross'ness, *s.* முரண்டு, குறும்பு, வெடுவெடுப்பு.
Cross'purpose, *s.* ஒருவகை விடுகதை.
Cross-ques'tion, *v.t.* குறுக்குக் கேள்விகேள்.
Cross'road, *s.* குறுக்குவழி.
Cross'row, *s.* நெடுங்கணக்கு.
Cross'way, *s.* குறுக்குவழி, உபபதம்.
Cross'wind, *s.* எதிர்காற்று.
Cross'wise, *ad.* குறுக்கிடாய்.
Crotch, *s.* கவர், கவை.
Crotch'et, *s.* வீணெண்ணம், கரத்திரேரெழுத்து.
Cro'ton, *s.* நேர்வாளம்.
Crouch, *v.i.* ஒடுங்கு, குனி, பணி, பதுங்கு, தாழ்.
Croup, *s.* ஈழை, தொய்வு, சகனம்.
Crow, *s.* காக்கை, காகம், காக்காய்.
Crow, *v.i.* கூவு, பெருமைபாராட்டு, வீம்பு பேசு.
Crow'bar, *s.* கடப்பாரை, இருப்புப்பாரை.
Crowd, *s.* ஜனநெருக்கம், திரட்சி, அடர்ச்சி, கும்பு, கூட்டம்.
Crowd, *v.t.* அமுக்கு, அடர், திரட்டு, நெருக்கு; to crowd all the sails, கப்பற்பாய்களனைத்தையும் ஏற்றி விரிக்க, in தறு, அடை, திணி.
Crowd, *v.i.* அடர், திரள், கூடு, நெருங்கு.
Crowd'ed, *p. a.* நெருங்கிய, நெருக்கமான, அடர்த்தியான.
Crow'keeper, *s.* வெருளி, பொம்மை.
Crown, *s.* அக்கிரம், சிகை, முடி, கிரீடம், மகுடம், இராஜரீகம், மாலை; of the head, உச்சி, உச்சந்தலை; as a silver coin, ஒரு வெள்ளி நாணயம்.
Crown, *v.t.* முடிசூட்டு, கிரீடந்தரி, முடி, நிறைவேற்று.
Crown'ed, *a.* முடிதரித்த, கிரீடந்தங்கிய, மாலைசூடிய; king, கிரீடாதிபதி, மகுடவர்த்தனன், முடிதாங்கும் மன்னன்.
Crown'er, *s.* முடிசூட்டுவோன்.
Crown'et, see Coronet.
Crown'ing, *s.* போதிகையின் சித்திரம், தவாளிப்பு கம்பியுந் திரளையும்.
Crows'foot (*pl.* crowsfeet,) *s.* கண்ணடித்திரைவு.
Cru'ciate, *v.t.* ஹிம்சைப்படுத்து, பிடி.
Cru'cial, *a.* குறுக்கான, ஊடறுக்கும்.
Crucia'tion, *s.* ஹிம்சை, அவஸ்தை.
Cru'cible, *s.* மட்குகை, மூசை.
Cru'cifier, *s.* சிலுவையி லறைவோன்.
Cru'cifix, *s.* கிறிஸ்து சிலுவையில் அறையுண்டதை விளக்கும் உருவம்.
Crucifix'ion, *s.* சிலுவையில் அறைதல்.
Cru'ciform, *a.* சிலுவைவடிவான.
Cru'cify, *v.t.* சிலுவையில் அறை, அடக்கு, தொலை.
Crude, *a.* பாகப்படாத, செய்பாகமில்லாத, ஒழுங்கற்ற; notions, பக்குவப் படாத கருத்து; material, தொழிற்படாத பொருள்; camphor, பச்சைக்கர்ப்பூரம்.

Crude'ly, *ad.* பக்குவமின்றி, தாறுமாறாய்.
Crude'ness, *s.* அபக்குவம்.
Cru'dity, *s.* அபக்குவம், ஒழுங்கினம்.
Cru'el, *a.* குரூர, கொடுமையான, நிஷ்டூரமான, இரக்கமில்லாத.
Cru'elly, *ad.* குரூரமாய், நிஷ்டூரமாய்.
Cru'elty, *s.* குரூரம், கடினம், கடுமை, நிஷ்டூரம், துஷ்டகுணம்.
Cru'et, *s.* குப்பி.
Cruise, *s.* கப்பல்யாத்திரை, சிறியபாத்திரம்; for plunder, சூறைக்கப்பல்; for protection, காவற்கப்பல்.
Cruise, *v.i.* கப்பல் யாத்திரைபண்ணு.
Cruis'er, *s.* காவற்கப்பல், காவலன்.
Crum, } சேடம், எச்சம், துணிக்கை,
Crumb, } பின்னம்.
Crumb, *v.t.* துணிக்கைசெய்.
Crumble, *v.i.* இடி, பொடி, அடி, கரை; to pieces, உதிர், பொடியாகு, தூளாகு, சின்னபின்னப்படு.
Crum'my, *a.* பொரிவுள்ள, நெரிவுள்ள, துண்டுதுண்டான.
Crump, *a.* வளைந்த, கோணிய, கூனை.
Crum'ple, *v.t.* சுருக்கு, திரை, திருகு.
Crum'ple, *v.i.* சுருங்கு, கசங்கு, திருகு, திரை.
Cru'or, *s.* உறையுதிரம், உதிரக்கட்டி.
Crup'per, *s.* குதிரைவால்வார், வாலாசம்.
Cru'ral, *a.* காலுக்குரிய.
Crusade', *s.* மதாபிமான யுத்தம், சிலுவைப் படையெழுச்சி.
Crusad'er, *s.* சிலுவை யுத்தவீரன்.
Cruse, *s.* குப்பி, கரகம், சிறுகலசம்.
Crush, *s.* நசிவு, நசிப்பு நெரிவு, நொறுக்கல்.
Crush, *v.t.* நொறுக்கு, நெரி, மசி, நசி, சிதை, அடக்கு.
Crust, *s.* கிட்டம், ஓடு, புறணி, அசறு, ஏடு.
Crust, *v.i.* அசறுபிடி, கிட்டமாக்கு.
Crusta'ceous, *a.* ஓடுள்ள.
Crusta'ted, *a.* ஓடுள்ள, வன்றோலுள்ள.
Crusta'tion, *s.* ஓடு, ஒட்டுப்பற்று.
Crus'tily, *ad.* வெடுவெடுப்பாய், கடுசொல்லாய்.
Crus'tiness, *s.* ஓடுடைமை, வெடுவெடுப்பு.
Crus'ty, *a.* ஓடுள்ள, வெடுவெடுப்பான.
Crutch, *s.* அக்கிள்தாங்கி நடக்குங்கோல், கக்கதண்டம்.
Crutch, *v.t.* கக்கதண்டங்கொடுத்து நடத்து, தாங்கி நடத்து.
Cry, *s.* கூக்குரல், அழுகை, புலம்பல், கதறல், பெருஞ்சத்தம்; of a dog, ஊளை; of an elephant, பிளிறல், of a lion, கர்ச்சிதம்.
Cry, *v.t.* கூறு, கூவு, பிரசித்தம்பண்ணு; to cry up, புகழ்; to cry down, இகழ், விலக்க.
Cry, *v.i.* அழு, அலறு, கதறு, ஓலமிடு, கூறு, வாய்ப்பொருமு; to cry out, உரத்துக் கூப்பிட; to cry unto, அபயமிட.
Cry'er, *s.* கூறுவோன், வல்லூறு.
Cry'ing, *p.a.* அழுகிற, கதறுகிற.
Crypt, *s.* கீழறை நிலவறை, பிரேதக்கல்லறை, பிரேதக்குழி.
Cryp'tic, *a.* மறைவான, அந்தரங்க.
Cryp'tically, *ad.* அந்தரங்கமாய், மறைவாய்.
Cryptog'amy, *s.* தோன்றாது காய்த்தல்.
Cryptog'rapher, *s.* யூகபாஷிகன்.
Cryptog'raphy, *s.* யூகபாஷை யெழுதல், யூகபாஷை.
Cryptol'ogy, யூகபாஷை, குழூக்குறி.
Crys'tal, *s.* பளிங்கு, படிகம், நாழிகைவட்டத்தின் மேற்கண்ணாடி, தர்ப்பணம், சூரியகாந்தம்.
Crys'tal, *a.* பளிங்குபோன்ற, தெளிந்த, துலக்கமான.
Crystal'line, *a.* பளிங்குபோன்ற, தெளிந்த, படிக; lens, இயவம்.
Crys'tallite, *s.* மேகவர்ணக்கல்.
Crystalliza'tion, *s.* படிகாகரணம், கட்டியாதல்.
Crys'tallize, *v.i.* கட்டு, பளிங்காகு.
Crystallog'raphy, *s.* படிகவாதம், வஸ்து விளைவு விதி.
Cub, *s.* கரடிக்குட்டி, குட்டி.
Cub, *v.i.* குட்டிபோடு.
Cuba'tion, *s.* அடைகாத்தல், அடைகிடைத்தல், படுத்தல்.
Cu'batory, *a.* அடைகிடக்கிற, கிடக்கிற, சாய்கிற, படுக்கிற.
Cu'bature, *s.* கனபலங்காணல், கனமறிதல்.
Cube, *s.* கனம், கனவடிவம்; root, கனமூலம்.
Cu'bic, } *a.* கன, கனவடிவமுள்ள
Cu'bical, }
Cu'bically, *ad.* கனவடிவாய்.
Cu'bicalness, *s.* கனவடிவுடைமை.
Cubic'ular, *a.* அறைக்குரிய.
Cubic'ulary, *a.* படுக்கப் பக்குவமான.
Cu'biform, *a.* கனவடிவமான.
Cu'bit, *s.* முழம், முழக்கோல்.
Cu'bital, *a.* முழநீளமுள்ள, முழநீண்ட.
Cu'bited, *a.* முழஅளவுகொண்ட.
Cu'boid, } *a.* கனவடிவொத்த.
Cuboid'al, }

Cuck'ing-stool, *s.* ஆண்மாரிகளைத் தண்டித்த யந்திரம்.
Cuck'old, *s.* கற்புதவறின ஸ்திரீயின் புருஷன்.
Cuck'old, *v.t.* பரதாரந்தீண்டு.
Cuck'oldum, *s.* சோரவியாபாரம், சோர ஸ்திரீ நாயகன்றன்மை.
Cuc'koo, *s.* குக்குறுவான், குக்கிற்பட்சி.
Cu'cullate, } *a.* கூடாரமுள்ள.
Cu'cullated, }
Cu'cumber, *s.* கக்கரி, வெள்ளரிக்காய்.
Cud, *s.* அதக்கல், மீட்குமிழை, அசை; to chew the cud, அசைபோட, சீர்தூக்கிப் பார்க்க.
Cud'dle, *v.i.* ஒளி, மறை.
Cud'dy, *s.* ஒருவிதமீன், கப்பலறை.
Cud'gel, *s.* குறும்பொல், வளைதடி, கணையம், எழு.
Cud'gel, *v.t.* வளைதடியாலடி.
Cud'geller, *s.* பொல்லடிகாரன், தண்டடிகாரன்.
Cud'gel-proof, *a.* குறும்பொல்லுக்கு இளைக்காத.
Cue, *s.* மயிர்த்தொங்கல், மயிர்ப்பின்னல், வால், சைகை, பந்துருட்டுந்தடி.
Cuer'po, *s.* சரீரம், தேகம்.
Cuff, *s.* முன்கைக்கவசம், அடி, தாக்கு, இடி, கைக்குத்து.
Cuff, *v.t.* குட்டு, அடி, எற்று.
Cui'rass, *s.* மார்க்கவசம்.
Cuirassier', *s.* மார்க்கவசந்தரித்த ரணவீரன்.
Cuish, *s.* தொடைக்கவசம்.
Cu'linary, *a.* சமயலுக்கடுத்த, பாகசாலைக்கடுத்த; salt, உற்பிதம், லவணம்.
Cull, *v.t.* தெரி, பொறுக்கு, ஆய்.
Cul'lender, *s.* அரிப்பெட்டி, சல்லடை.
Cull'ion, *s.* சண்டாளன், நீசன், கீழ்மகன்.
Cul'lis, *s.* மாமிசரசம்.
Cul'ly, *s.* ஏழை, பேதை.
Cul'ly, *v.t.* எய், ஏமாற்று, மடிப்புச்செய்.
Culm, *s.* காம்பு, கால், தாள், ஒருவகை நிலக்கரி.
Culmif'erous, *a.* தாள்விடும்.
Cul'minate, *v.i.* உச்சத்தில் வா, உச்சத்திற்கு வா.
Culmin'ation, *s.* உச்சசங்கிரமம், உச்சம்.
Culpabil'ity, *s.* குற்றம், தப்பிதம்.
Cul'pable, *a.* குற்றப்படத்தக்க, தப்பிதமான, தவறுள்ள.
Cul'pableness, *s.* குற்றமுடைமை, தவறு, வழு.
Cul'pably, *ad.* குற்றமாய், தவருய், வழுவாய்.

Cul'patory, *a.* குற்றம்பாரிக்கிற.
Cul'prit, *s.* குற்றவாளி, தப்பிதக்காரன்.
Cul'ter, *s.* see Coulter.
Cul'tivable, *a.* பண்படத்தக்க, பயிரிடத்தக்க
Cul'tivate, *v.t.* பண்படுத்து, சீர்ப்படுத்து, செய்கைபண்ணு, கிருஷிபண்ணு, பழக்கு; to cultivate learning, பயில, கலைபயில; to cultivate one's friendship, ஒருவனேடு நட்புச்செய்துகொண்டுவர; to cultivate the mind, மனேவிர்த்திசெய்ய.
Cultiva'tion, *s.* உழவுத்தொழில் ஏராண்மை, கிருஷி, விருத்திபண்ணுகை, சாகுபடி; as produc by tillage, பயிர்ப்பலன், விளைச்சல்; of edible roots, கிழ்போகம்; of paddy fields, பண்ணை; to promote, பயிரேற்ற; mental, அறிவுப்பயிற்சி மனேவிர்த்தி.
Cul'tivator, *s.* கிருஷிகன், உழவன்;—'s share, குடிவாரம்.
Cul'ture, *s.* வேளாண்மை பழக்கம், தேர்ச்சி.
Cul'ture, *v.t.* கிருஷிபண்ணு, பயிர்த்தொழில்செய், பண்படுத்து; the mind, மனேவிர்த்திசெய்.
Cul'ver, *s.* புரு, கபோதம்.
Cul'ver-house, *s.* புருவீடு, புருக்கூடு.
Cul'verin, *s.* பீரங்கி.
Cul'vert, *s.* பாலம், வாரதி.
Cum'bent, *a.* படுக்கிற.
Cum'ber, *s.* மனக்கிலேசம், தொந்தரை, தடை, பாரம்.
Cum'ber, *v.t.* தடு, பாரப்படுத்து.
Cum'bersome, *a.* சோலியான, தொந்தரையான, பாரமுள்ள.
Cum'bersomeness, *s.* இடைஞ்சல், பாரமுடைமை, தொல்லை.
Cum'bly, *s.* கம்பளி.
Cum'brance, *s.* சோலி, சங்கடம், தொந்தரை, தடை, இடைஞ்சல், பாரம்.
Cum'brous, *a.* சுமையான, பாரமான, தொல்லையான.
Cum'brously, *ad.* சுமையாய், பளுவாய், தடையாய்.
Cum'in, *s.* சீரகம்.
Cu'mula'te, *v.t.* குவி, கூட்டு, சேர்.
Cumula'tion, *s.* குவிப்பு, குவியல், திரட்சி.
Cu'mulative, *a.* ஒன்ருகத்திரளும், குட்பலாகத்தக்க.
Cuncta'tion, *s.* தாமசம், தடை.
Cuncta'tor, *s.* தாமதிப்போன்.
Cu'niform, *a.* ஆப்புவடிவான.
Cun'ning, *s.* கபடம், தந்திரம், நெருநீச்சி, சாமர்த்தியம்.

Cun'ning, *a.* சூதான, தந்திரமான, உபாயமான.
Cun'ningly, *ad.* உபாயமாய், தந்திரமாய், சூதாய்.
Cun'ning-man, *s.* குறிசொல்வோன், நிமித்திகன்.
Cun'ningness, *s.* உபாயம், கபடம், தந்திரம்.
Cup, *s.* கிண்ணம், கெண்டி, பாத்திரம், பூவரும்பு, சுகானுபவம்.
Cup, *v.t.* கொம்புவை.
Cup'bearer, *s.* பானபாலன்.
Cup'board, *s.* போஜனபாத்திரபீடம், போஜனபாத்திராகரம்.
Cu'pel, *s.* புடமிடுங்குப்பி.
Cupella'tion, *s.* புடமிடல், லோகசுத்தி.
Cu'pid, *s.* காமன், மன்மதன், மதனன்.
Cupid'ity, *s.* அவா, ஆசைப்பெருக்கம், பொருளாசை, ஆசைப்பாடு.
Cu'pola, *s.* வில்மச்சுமண்டபம்.
Cup'per, *s.* இரணவைத்தியன்.
Cup'ping-glass, *s.* இரத்தம் வாங்குங்கருவி.
Cu'preous, *a.* செம்புள்ள, செம்பியற்கையுள்ள.
Cur, *a.* கள்ளநாய், நீசன்.
Cu'rable, *a.* குணமாகத்தக்க, சொஸ்தமாகக்கூடிய, சாத்திய.
Cu'rableness, *s.* சொஸ்தமாகக் கூடுந்தன்மை.
Cu'racy, *s.* குருத்துவம், குருதக்கிணை.
Cu'rate, *s.* குரு, பிரதிகுரு.
Cu'rative, *a.* சொஸ்த சம்பந்தமான.
Cura'tor, *s.* கண்காணி, மேல்விசாரணைக்காரன்.
Curb, *s.* தடை, கடினச்சங்கிலி, கூவற்சுவர், அணை.
Curb, *v.t.* அடக்கு, அமர்த்து, தடு; to curb a well, கிணறுகட்ட.
Curb'ing, *s.* கட்டு, தடை.
Curd, *s.* தயிர், ததி.
Curd, *v.t.* உறையவை, தோய்.
Cur'dle, *v.t.* உறைவி, தடிப்பி, தோய்.
Cur'dle, *v.i.* உறை, தோய், தடி.
Cur'dy, *a.* உறைந்த, தயிரான, தடித்த.
Cure, *s.* சுகம், சொஸ்தம், குருத்தொழில், குருதக்கணை.
Cure, *v.t.* சுகமாக்கு, குணப்படுத்து, சொஸ்தமாக்கு.
Cure, *v.i.* சொஸ்தமாகு, சுகமாகு, குணப்படு.
Cure'less, *a.* சொஸ்தமற்ற, தீராத, சிகிச்சையற்ற.
Cu'rer, *s.* வைத்தியன்.
Cur'few, *s.* நெருப்பணைக்க அடிக்கு மணிச்சத்தம், சயனமணிச்சத்தம்.
Cur'ing, *s.* வைத்தியம், பரிகாரம்.
Curios'ity, *s.* நூதனப்பொருள், அபூர்வவஸ்து, விநோதம், அரும்பொருள்.
Curio'so, *s.* நூதனக்காரன்.
Cu'rious, *a.* கெட்டித்தனமான, நூதன, யூகித்தனமான, கோரணியான.
Cu'riously, *ad.* நூதனமாய், கோரணியாய்.
Cu'riousness, *s.* நூதனம், விநோதம், பூராயம்.
Curl, *s.* சுருட்டு, சுருள், சுழி, சுற்று.
Cur'lew, *s.* நீலக்கிரௌஞ்சம்.
Curl, *v.t.* சுருட்டு, சுழி.
Curl, *v.i.* சுருள், சுழி.
Cur'liness, *s.* சுருள், சுருட்சி, முறுக்கு.
Cur'ly, *s.* சுருண்ட, சுருளான; hair, சுருளுரோமம்.
Curmud'geon, *s.* பிசுனன், உலோபி, அர்த்தாதுரன்.
Curmud'geonly, *a.* உலோபமாய், பொருளாசைப் பெருக்கமாய்.
Cur'num, *s.* கணக்கப்பிள்ளை.
Cur'rant, *s.* ஒருவகைப்பழம்.
Cur'rency, *s.* வழங்கிவருகை, வழங்குநாணயம்.
Cur'rent, *s.* ஓட்டம், செல்லுகை, பொதுகிதானம்; as water, நீரெடுப்பு, நீரோட்டம், நீர்ப்பாய்ச்சல்.
Cur'rent, *a.* ஓடுகிற, செல்லுகிற, பாய்கிற, வழங்குகிற; year, நாளது வருஷம், money, வழங்குநாணயம்; price, காலவிலை.
Cur'rently, *ad.* நடப்படியாய், வழக்கமாய்.
Cur'rentness, *s.* வழக்கம், செல்லுகை.
Cur'ricle, *s.* இரண்டு குதிரை பூண்ட பண்டி, இருபரிச்சகடம்.
Cur'rier, *s.* தோல்பதமிடுவோன், தோற்சாயக்காரன்.
Cur'rish, *a.* துஷ்ட, வெடுவெடுப்பான.
Cur'rishness, *s.* வெடுவெடுப்பு நாய்க்குணம்.
Cur'ry, *s.* கறி.
Cur'ry, *v.t.* தோல்பதமிடு, குரப்பமிடு, குதிரைதேய்; to curry favour, இசகுசொல்லித் தயைநாட.
Cur'rycomb, *s.* குரப்பம்.
Cur'rying, *p.n.* குரப்பமிடல்.
Curse, *s.* சாபம், திட்டு, தீமொழி.
Curse, *v.t.* சாபமிடு, சபி, திட்டு.
Cur'sed, *p.a.* பழிப்படத்தக்க, சபிக்கப்பட்ட, வெறுக்கப்பட்ட.

Cur'sedly, *ad.* சாபத்திடாய், லச்சைகெட்டு.
Cur'sedness, *s.* சபிக்கப்படத்தக்க தன்மை, சாபத்தீடு.
Cur'ser, *s.* சபிப்போன், திட்டுவோன்.
Cur'ship, *s.* அற்பத்தன்மை, வெடுவெடுப்பு.
Cur'sing, *s.* சபிப்பு, சாபம், திட்டு.
Cur'sorily, *ad.* சரவையாய், பரும்படியாய்.
Cur'sory, *a.* சரவையான, பரும்படியான, சுருக்கமான.
Curst, *a.* வெடுவெடுப்பான, துஷ்ட, தீய.
Curst'ness, *s.* கடுகடுப்பு, வெடுவெடுப்பு, குறும்புத்தனம்.
Curt, *a.* சுருக்கமான, குறுகிய.
Curtail', *v.t.* குறுக்கு, குறை, சுருக்கு, பொழிப்பாக்கு; to curtail a horse, குதிரையின் வால் அறுக்க; to be curtailed; குறுக, குறைய, சுருங்க.
Curtail'er, *s.* சுருங்குவோன், பொழிப்பாக்குவோன்.
Curtail'ing, *p.n.* அடக்கம், சுருக்கம், பொழிப்பு.
Curtail'ment, *s.* அடக்கம், குறுக்கம், சுருக்கம்.
Cur'tain' (cur'tin), *s.* திரைச்சீலை, எழினி, படாம்.
Cur'tain, *v.t.* திரையிடு, திரைகட்டு.
Cur'tain-lecture, *s.* மனைவி கணவனைக்கடிதல்.
Cur'tal, *s.* கூழைநாய், கூழைக்குதிரை.
Cur'tal, *a.* குறுகிய, நறுக்கிய.
Cur'tly, *ad.* சுருங்க, குறுக.
Curt'sy, *s.* உபசாரம், ஸ்திரீகள் செய்யும் வணக்கம். See Courtesy.
Cu'rule, *a.* இரதத்திற்குரிய; chair, இரதபீடம், இரதத்தட்டு.
Curva'tion, *s.* வளைவு, வளைப்பு, வில்வளைவு.
Cur'vature, *s.* கோணல், நெளிவு, வளைவு, வக்கிரம்.
Curve, *s.* தவிப்பு, வளைவு, வில்வடிவு, வசிவு.
Curve, *a.* கவிந்த, வளைவான.
Curve, *v.t.* கவி, வளை.
Curvet', *s.* குதிரைபாயும் ஒருவிதப் பாய்ச்சல், துள்ளு.
Curvet, *v.i.* துள்ளு, தாவு, வாவு.
Curvilin'ear, *a.* வளைந்தவரையுள்ள.
Cur'vity, *s.* கோணல், வளைவு, கூன்.
Cu'sa, *s.* தருப்பை, குசை.
Cus'ba, *s.* சிறுநகரம், கஸ்பா.
Cus'cus, *s.* இலாமிச்சை.
Cush'ion, *s.* மெத்தை, சேணம், தழுவணை.
Cush'ioned, *a.* மெத்தையிட்ட.
Cush'ionet, *s.* சிறுமெத்தை, சிறுதழுவணை.
Cusp, *s.* பிறைக்கோடு.
Cus'pated, Cus'pidal, Cus'pidated, } *a.* கூருள்ள, கூர்முனையுள்ள.
Cus'pidate, *v.t.* கூராக்கு, முனையுடைத்தாக்கு.
Cus'tard, *s.* ஒருவகைப் பணிகாரம்.
Cus'tard-apple, *s.* அணிநுணா, சீத்தா.
Custo'dial, *a.* காவலுக்குரிய.
Cus'tody, *s.* காவல், சிறையிருக்கை, கைவசம், சேமம், கைப்பாடு; in my custody, என் வசத்தில்.
Cus'tom, *s.* வழக்கம், மாமூல், பழக்கம், அப்பியாசம், தீர்வை, ஆயம், காய்தா; according to custom, வழக்கப்படி; free of custom, தீர்வையில்லாமல்; national, தேசவழக்கம், தேசாசாரம், ஜாதியாசாரம்; collector of customs, தீர்வைவாங்கு மதிகாரி.
Cus'tom, *v. t.* பழகு, வழக்கப்படுத்து.
Cus'tomable, *a.* வழக்கமான, தீர்வை கொடுக்கவேண்டிய.
Cus'tomarily, *ad.* பழக்கமாய், வழக்கமாய்.
Cus'tomary, *s.* தேசவழக்கம், தேசாசாரநூல்.
Cus'tomary, *a.* வழக்கமான, வாடிக்கையான.
Custom'ed, *a.* வழக்கமான, சாதாரண.
Cus'tomer, *s.* வழக்கமா யொருகடையிற் சரக்கு வாங்குவோன், வாடிக்கைக்காரன்.
Cus'tom-house, *s.* ஆயத்துறை, ரேவு; inferior, சவுக்கை.
Cut, *s.* வெட்டு, வெட்டுவாய், தழும்பு, படம், கீற்று, குறுக்குவழி, சாயல், உரு.
Cut, *v.t.* வெட்டு, அரி, அறு, தறி, துண்டி, சேதி; to cut off, அறவெட்ட, களைய, கொய்ய; to cut away, வெட்டித்தள்ள; to cut down, தறித்துவிழுத்த; to cut short, சுருக்கத்தில் முடிக்க, குறுக்க, பேச்சைத்தடுக்க; to cut asunder, இரண்டாகத் துண்டிக்க; to cut to the heart, மனத்தை வருத்த, மனத்தை அறுக்க; to cut to the quick, தசையிற் பட வெட்ட, நெஞ்சை வருத்த; to cut a figure, கோலங்காட்ட, சளுக்குப்பண்ண; to cut out, ஆயத்தஞ்செய்ய, இசைவிக்க; to cut the throat, கழுத்தறுக்க; to cut one off from an estate, சொத்துரிமையினின்று விலக்க; cutting words, முன்னைப்போலத் தைக்கிற சொற்கள்.

Cut, *v.i.* வெட்டு, அறு, அறுபடு.
Cuta'neous, *a.* தோலுக்கடுத்த.
Cut'chery, *s.* கச்சேரி.
Cu'ticle, *s.* தோல், மேற்றோல், புறணி, மீத்தோல், மீந்தோல்.
Cutic'ular, *a.* தோலுக்குரிய.
Cut'lass, *s.* சமுதாடு, வாள்.
Cut'ler, *s.* வெட்டுக்கருவிசெய்வோன்.
Cut'lery, *s.* வெட்டுக்கருவிகள்.
Cut'let, *s.* சிறுதுண்டிறைச்சி.
Cut'purse, *s.* கள்வன், முடிச்சுமாறி.
Cut'ter, *s.* தறிகாரன், வெட்டுகிறவன்; ஒரு படகு; கத்திரிகை; முன்வாய்ப்பல்.
Cut'throat, *s.* கழுத்தறுப்போன், கொலைபாதகன், சதிக்கொலைஞன்.
Cut'ting, *p.n.* அரிவு, அறுப்பு, உறைப்பு, வெட்டு, சேதனம், துண்டு.
Cut'tle, *s.* கணவாய்மீன், அசப்பியன்.
Cut'water, *s.* ஏராப்பலகை.
Cut'wal, *s.* கொத்துவால்.
Cut'work, *s.* சித்திரத்தையல்வேலை.
Cy'cle, *s.* காலசக்கரம், வட்டம், காலபரிவிருத்தி.
Cy'cloid, *s.* சக்கரேவம்.
Cycloid'al, *a.* சக்கரேவ.
Cyclom'etry, சக்கரஅளவை.
Cyclopæ'dia, *s.* நாநாசாஸ்திரவகராதி, வித்தியாமண்டலம்.
Cyclope'an, Cyclop'ic, } *a.* விஸ்தார திகில்வருத்தும். அநாகரீக.
Cy'der, *s.* see Cider.
Cyg'net, *s.* அன்னக்குஞ்சு
Cyl'inder, *s.* தம்பம், திரண்டவடிவு, ஸ்தம்பாகிருதி.
Cylin'dric, Cylin'drical, } *a.* ஸ்தம்பவடிவுள்ள.
Cymar', *s.* உத்தரீயம், ஏகாசம்.
Cym'bal, *s.* கிங்கிணி, கைத்தாளம்.
Cyn'ic, *a.* கோபக்குணமுள்ள, தறுகுறும்பான, குறும்புத்தனமுள்ள,—*s.* கோபி.
Cyn'ical, *a.* எடுத்தடிமடக்கான.
Cy'pher, *s.* சுன், சுழி, சூனியம்.
Cy'press, *s.* புன்கமரம், மயானத்திற்குரிய மரம், துக்கவடையாளம்.
Cyst, *s.* ரோகநீருறை, பிணிநீர்ப்பை.
Cys'tic, *a.* பைக்குளடங்கிய.
Czar (zär), *s.* உருஷியசக்கரவர்த்தி.
Czar ish, *a.* உருஷியசக்கரவர்த்திக்குரிய
Czari'na, *s.* உருஷியசக்கரவர்த்தினி,

D.

Dab, *s.* ஒருவன்மேற்படுஞ்சேறு முதலியன
Dab, *s.* தெப்பல், சிறுபிண்டம்.
Dab, *v.t.* கறைப்படுத்து, கையாலடி.
Dab'ble, *v.t.* ஈரமாக்கு, நனை, தூவு, சிந்து.
Dab'ble, *v.i.* நீரில்விளையாடு, நனை, தோய், பலகாரியங்களிற் கையிடு, அந்நியர்கருமத்திலந்தரங்கத்திற் கையிடு.
Dab'bler, *s.* கடைமாணுக்கன், நீரில் விளையாடுகிறவன்.
Dab'ster, *s.* கெட்டிக்காரன், கைதேர்ந்தவன், நிபுணன்.
Dacoit', தீவர்த்திக்கள்ளன்.
Dac'tyl, *s.* நேர்நிரைநிரை.
Dac'tylist, *s.* லளிதகவி.
Dactylol'ogy, *s.* கரபாஷை.
Dad, Dad'dy, } *s.* தாதை, பிதா, அப்பன்.
Dæ'dal (de'dal), *a.* நாநாவித சாமர்த்தியமுள்ள.
Daff, *v.t.* see Doff, புடவைகளை.
Dag'ger, *s.* குத்துவாள், சுரிகை.
Dag'ger, *v.t.* குத்துவாளாற் குத்து.
Dag'gers-drawing, *s.* சண்டையிடச் சருவுகை.
Dag'gle, *v. t.* சேற்றிலிழு, அழுக்காக்கு.
Dag'gle-tail, Dag'tailed, } *a.* சேறுபுரண்ட, சேறுதெறித்த, சேற்றிலிழுப்புண்ட.
Dah'lia, *s.* ஒருவகைப்பூடு, ஒருவிதப்பூ.
Daily, *a.* அநுதின, தின, அன்றன்றுள்ள, நித, தினவிர்த்தியான; allowance, நித்தியப்படி, படி, தினக்கட்டளை; account தினக்கணக்கு, நிதக்கணக்கு; expense, தினச்செலவு, நாட்செலவு; pay, அற்றைக்கூலி, நாட்கூலி, தினக்கூலி; news, தினவர்த்தமானம்; rites, நிதகருமம்; strife, தினச்சண்டை.
Daily, *ad.* நாடோறும், பிரதிதினமும், தினமும்.
Dain'tily, *ad.* அதிருசியாய்.
Dain'tiness, *s.* உருசி, மதுரம், தித்திப்பு, மிருது.
Dain'ty, *s.* மதுரம், அதிரசவஸ்து, நுண்மை.
Dain'ty, *a.* அதிகருசியான, சுவையான, அழகிய, மிருதுவான.
Dairy, *s.* பாற்சாலை.
Dairy-maid, *s.* இடைச்சி, பாற்காரி.
Daisy, *s.* ஒருவிதப்பூடு, பூ.
Dale, *s.* பள்ளத்தரை, பள்ளம், பள்ளத்தாக்கு.

Dal'liance, *s.* தாமதம், அப்பியந்தம்; லலிதம், சரசம், லீலே.
Dal'lier, *s.* லலிதவிநோதி.
Dal'ly, *v.i.* தாமதி, சரசம்பண்ணு, லலிதஞ்செய், சருவு; fondly, சீராட்டு, கொஞ்சிவிளையாடு.
Dam, *s.* அணை, செய்கரை, தீரம், கட்டு, தாய்மிருகம்.
Dam, *v.t.* அணைகட்டு, சிறைசெய், தடு, மறி; to become dammed, தங்க, தடைப்பட.
Dam'age, *s.* அழிவு, கெடுதி, நஷ்டம், சேதம், பழுது, பாழ்.
Dam'age, *v.t.* அழி, கெடு, சேதப்படுத்து, நாசமாக்கு; damaged goods, கிடைச்சரக்கு, முடக்குச்சரக்கு, கட்டுக்கிடை.
Dam'ageable, *a.* பழுதாகத்தக்க, கெடத்தகக, பாழாகத்தக்க.
Dam'ages, *s.* (*pl.*) சேதத்தின் விலே, நஷ்டக்கிரயம்.
Dam'ascene, *s.* ஒருவகைப்பழம்.
Dam'ask, *s.* சித்திரப்பட்டாடை, இந்திரவர்ணச் சித்திரப்பட்டாடை.
Dam'ask, *v.t.* சித்திரத்தையல் தை.
Damaskeen', *v.t.* பொன்வெள்ளி கட்டு, பொற்கம்பி வெள்ளிக்கம்பி கட்டு.
Dam'askin, *s.* குறுவாள், கத்தி.
Dam'ask-rose, *s.* செங்கிலத்தாமரை.
Dame, *s.* தலைவி, நாய்ச்சியார், பெருமாட்டி, கோமாட்டி.
Damn (dām), *v.t.* சபி, கடி, இகழ், குற்றவாளியாகத் தீர்.
Dam'nable, *a.* அழிவுக்குரிய, சாபத்துக்குரிய.
Dam'nably, *ad.* அழிவுக்கிடமாய், ஆக்கினைக்குள்ளாய்.
Damna'tion, *s.* நரகாக்கினைத்தீர்ப்பு, தேவபழி.
Dam'natory, *a.* ஆக்கினைத்தீர்ப்புள்ள.
Dam'ned, *a.* வெறுக்கத்தக்க, அருவருக்கத்தக்க.
Dam'nify, *v.t.* சேதப்படுத்து, கஷ்டப்படுத்து, பாழாக்கு, பழுதுறுவி.
Damp, *s.* ஈரம், சீதம், தளர்ச்சி.
Damp, *v.t.* தோய், நனை, தளரச்செய், விறைப்பி.
Damp, *a.* ஈரமான தளர்ச்சியான; to become damp, ஈரி, இளகு, நனை, கசி.
Damp'ish, *a.* ஈரமான, கசிவான.
Damp'ishness, *s.* ஈரம்.
Damp'ly, *ad.* ஈரமாய், மனந்தளர்ந்து, மனமடிவாய்.
Damp'ness, *s.* ஈரம், கசிவு.
Damp'y, *a.* ஈரமான, மனந்தளர்ந்த.
Dam'sel, *s.* இளம்பெண், கன்னிகை, குமரி.
Dam'son (dām'z'n), *s.* see Damascene.
Dance, *s.* கூத்து நடனம், நாட்டியம், நாடகம்.
Dance, *v.t.* ஆட்டு, கூத்தாட்டு; to dance puppets, பொம்மையாட்ட; to dance snakes, பாம்பாட்ட, அரவமாட்ட; to dance attendance, நயங்கருதி யுபசரித் தொழுக, சுற்றுக்காலிட்டுக்கொண்டு திரிய.
Dance, *v.i.* நடி, நடனஞ்செய், ஆடு; about, குடி, துள்ளு, துள்ளாட்டமாய்த் திரி.
Dan'cer, *s.* கூத்தன், கூத்தாடி, அபிநயன், நாடகன்.
Dan'cing, *s.* நாட்டியம், நடனம், ஆட்டு, ஆட்டம், கூத்து; the art, நிருத்தம், பரதம், அபிநயம்; place, நாடகசாலை, நடனசாலை, அபிநயசாலை, கூத்துக்களரி; girl, நடனமாது, நிருத்தமாது, நாடகக்கணிகை; and singing, ஆடல்பாடல்.
Dan'cing-master, *s.* கூத்தாட்டி, நட்டுவன், பணிக்கன்.
Dan'cing-school, *s.* பரதவித்தியாசாலை, அபிநயவித்தியாசாலை.
Dandeli'on, *s.* ஒருவகைக்கீரை.
Dan'der, *v.i.* திரி, பிதற்று.
Dan'diprat, *s.* கர்வங்கொண்ட சிறியன்.
Dan'dle, *v.t.* கோதாட்டு, சீராட்டு, செல்வம்பண்ணு.
Dan'dler, *s.* சீராட்டுவோன்
Dan'druff, *s.* அசறு, பொடுகு.
Dan'dy, *s.* குசாற்காரன், பிலுக்கன், கோமாளி.
Dan'dyism, *s.* குசால், பிலுக்கு, சிங்காரம், வேடிக்கைப்பிரியம்.
Dane, *s.* தென்மார்க்கன்.
Dan'ish, *a.* தென்மார்க்கர்க்குரிய
Dan'ger, *s.* அபாயம், விக்கினம், ஆபத்து.
Dan'gerless, *a.* அபாயமற்ற, நிர்விக்கின.
Dan'gerous, *a.* அவதியான, மோசமான, ஆபத்தான; disease, position, அபாயஸ்திதி.
Dan'gerously, *ad.* அபாயத்திற்கிடமாய்.
Dan'gerousness, *s.* அபாயநிலே.
Dan'gle, *v.i.* தளர், தொங்கு.
Dan'gler, *s.* போக்கிரி, தூக்குணி, ஸ்திரீவிலாசப் பிரியன்.
Dank, *s.* ஈரம், கசிவு
Dank, *a.* ஈரமான.
Dank'ish, *a.* சிற்றீரமுள்ள.
Dap'per, *a.* முயற்சியுள்ள, சீக்கிரவுள்ள, உருவிற்சிறுத்து விரைவுள்ள.

Dap'perling, *s.* குறளன், வாமனன், குட்டையன்.
Dap'ple, *v.t.* பலவர்ணமிடு, புள்ளியிடு.
Dap'ple, *a.* பலவர்ண, புள்ளியுள்ள
Dare, *v.t.* அச்சுறுத்து, கோபமூட்டு, போர்க்கறைகூவு, வீரம்பேசு.
Dare, *v.i.* திடன்கொள், துணி, நிமிர்.
Dar'er, *s.* துணிந்துநிற்போன், போர்க்கறைகூவுவோன்.
Dar'ing, *p.a.* ஆண்மையுள்ள துணிவான, வீரமுள்ள, சாகசமுள்ள; mind, துணிந்த மனம், நெஞ்சுத்திரம்; person, ஆண்டகை, தீரநெஞ்சன்.
Dar'ing, *s.* துணிவு, திரம், சூரம், ஆண்மை.
Dar'ingly, *ad.* ஆண்மையாய், துணிவாய், வீரமாய்.
Dar'ingness, *s.* துணிவு, தைரியம்.
Dark, *s.* இருள், அந்தகாரம், மயக்கம், மலைவு; of the eye, கருவிழி, கருமணி.
Dark, *a.* இருளான, மலைவான, அந்தரங்கமான; colour, கருநிறம், கருமை.
Dark'en (därk'n), *v.t.* இருட்டாக்கு, மயக்குவி, மந்தாரமாக்கு.
Dark'en, *v.i.* இருள், கருகு, கறு, மயங்கு.
Dark'house, *s.* பித்தர்சாலை, உன்மத்தர் இருப்பிடம்.
Dark'ish, *a.* சற்றிருண்ட.
Dark'ly, *ad.* இருளாய், கருகலாய்.
Dark'ness, *s.* இருட்டு, அந்தகாரம், அறிவீனம்.
Dark'some, *a.* இருண்ட, மங்குளமான.
Dark'working, *a.* அந்தரங்கத்திலியற்றும்.
Dar'ling, *s.* அருமக, செல்வப்பிள்ளை, செல்வி.
Dar'ling, *a.* அருமையான, அரிய.
Darn, *v.t.* இழைபோடு, இழையிடு.
Darn'ing, *p.n.* இழைபோடல், இழையிடல்.
Darn'ing-needle, *s.* இழையூசி, இழைவாங்கி.
Daro'ga, *s.* தாரோகா, விசாரணைத்தலைவன், தலையாரி.
Dart, *s.* அத்திரம், எறிபடை, கைவிடுபடை.
Dart, *v.t.* எறி, பிரயோகி, பாய்ச்சு.
Dart, *v.i.* பற, பாய், அறை.
Dart'er, *s.* எறிபடை விடுவோன்.
Dash, *s.* அடி, தகர்ச்சி, முட்டு, கீறு, வீம்பு, டம்பம், ஓரடையாளம்.
Dash, *v.t.* அடி, தாக்கு, மோது, தகர், கிறுக்கு, அழி, மலைவி.
Dash'ing, *a.* அவதானமில்லாத, டம்பமான, தீவிர.

Das'tard, *s.* இளநெஞ்சன், ஆண்மையற்றவன், பெண்ணன்.
Das'tard, *a.* இளநெஞ்சுள்ள, ஆண்மையற்ற, அதைரிய.
Das'tard, *v.t.* அச்சுறுத்து, பயப்படுத்து.
Das'tardliness, *s.* அதைரியம், பெண்மை, இழிதகவு.
Das'tardize, *v.t.* பயப்படுத்து, அதைரியப்படுத்து.
Das'tardly, *ad.* அதைரியமாய், இழிதகவாய்.
Das'tardy, *s.* பயம், கோழை, ஏழைமை.
Da'ta, *s. pl.* see Datum.
Date, *s.* திதி, தேதி, பேரீச்சம்பழம், தாரீக்.
Date, *v.t.* தேதிகுறி, காலங்குறி.
Date'less, *a.* தேதிக்குறிப்பற்ற.
Dat'er, *s.* தேதிக்குறிப்பிடுவோன்.
Da'tive, *s.* (a case), கொடைப்பொருள் வேற்றுமை, நான்காம் வேற்றுமை.
Da'tum (*pl.* da'ta), *s.* சாதனம், தத்வானி.
Dat'ura, *s.* ஊமத்தை, ஊமத்தம்.
Daub, *s.* பூச்சு, மட்டிவர்ணப்பூச்சு.
Daub, *v.t.* அப்பு, பூசு, துவட்டு, மெழுகு, மட்டிவர்ணமிடு, முகமன்பேசு.
Daub'er, *s.* மட்டிச்சாயம் பூசுவோன், மெழுகுவோன், இச்சகன்.
Daub'ery, *s.* தந்திரம்.
Daub'ing, *s.* பூச்சு, சாந்து, வர்ணம்.
Daub'y, *a.* பசையான, ஒட்டுந்தன்மையுள்ள.
Daugh'ter, *s.* புத்திரி, மகள், புதல்வி.
Daugh'ter-in-law, *s.* மகன் மனைவி, மருமகள், மருகி.
Daugh'terliness, *s.* மகண்மை.
Daugh'terly, *a.* மகளடைவான, மகளுரிமையான, மகண்மையான.
Daunt, *v.t.* கலக்கு, பயமுறுத்து
Daunt'less, *a.* கலங்காத, தைரியமான, திடமான.
Daunt'lessness, *s.* தைரியம், வீரம், கலங்காமை.
Dau'phin, *s.* பிரான்சுதேசத்து ராஜபட்டத்துக்குரிய குமாரன்.
Dau'phiness, *s.* பிரான்சிய இளவரசன் தேவி.
Daw, *s.* ஒருவகைக் காக்காய்.
Daw'dle, *v.i.* வீண்பொழுதுபோக்கு.
Dawk, *s.* அஞ்சல்மாறிப் பயணமாதல்.
Dawn, *s.* அருணோதயம், விடியற்காலம், வைகறை, ஆரம்பம்; of wisdom, ஞானோதயம், ஞானோற்பத்தி.
Dawn, *v.i.* உதயமாகு, ஆரம்பி.

Dawn'ing, *s.* விடியல், உதயம், வைகறை, ஆரம்பம்

Day, *s.* தினம், நாள், பகல், சமயம், சண்டை: in the days of our fathers, நமது முன்னோர் காலத்தில்; he won the day, அன்று அவன் ஜயம் அடைந்தான்; day by day, பிரதிதினமும், தினந்தினம், அற்றைக்கற்றை; days of grace (in law), விவகார விசாரணைநிறுத்த இடம் பெற்ற காலம்; days of grace (in commerce), வாய்தா கடந்து உண்டிக்குப் பணம்கொடுக்க ஒத்துக்கொண்டகாலம்; a day of the week, கிழமை; a day of the month, தேதி; the next day, மற்றநாள்; from day to day, நாளுக்குநாள்; every other day, ஒன்றுவிட் டொருநாள்.

Day'bed, *s.* பகல்மஞ்சம்.

Day'book, *s.* குறிப்பேடு, தினக்கணக்குப் புத்தகம்.

Day'break, *s.* விடியற்காலம், புலரி, வைகறை.

Day'dream, *s.* வீணினைவு, நனவு.

Day'labour, *s.* தினக்கூலிவேலை.

Day'labourer, *s.* நாட்கூலிக்கு வேலைசெய்பவன்.

Day'light, *s.* பகலொளி, பகல்வெளிச்சம்

Days'man, *s.* மத்தியஸ்தன், நடுவன்.

Day'spring, *s.* அருணோதயம், அதிகாலை.

Day'star, *s.* விடிவெள்ளி, உதயதாரகை.

Day'time, *s.* பகல், பகற்காலம்.

Day'work, *s.* தினக்கூலிக் கணக்குவேலை.

Daze, *v.t.* கண்கூசப்பண்ணு, கண்ணும் பூச்சியாட்டு.

Daz'zle, *v.t.* கண்ணும்பூச்சியாட்டு, மின்னி மயக்கு, பொறித்தட்டு; to be dazzled, கண்கூச, கண்மின்ன.

Daz'zling, *p.a.* கண்கூசப்பண்ணும், பளிச்சிடும்.

Daz'zlingly, *ad.* பிரகாசமாய், சோதியாய்.

Dea'con (*fem.* dea'coness), *s.* உதவிக்குரு, பரிசாரகன்.

Dea'conry, } **Dea'conship**, } *s.* உபகுருவிர்த்தி.

Dead, *s.* இறந்தோர், மரித்தோர்.

Dead, *p. a.* உயிரற்ற, காலஞ்சென்ற, பதங்கெட்ட, பிரகாசமற்ற; one who is civilly dead, சஞ்சாரபிரேதம்; flesh. துர்மாம்சம், அழுகினதசை; language, வழங்காதொழிந்த பாஷை.

Dead'drunk, *a.* ஸ்மரணை தப்பும்படி வெறிக்கக் குடித்த.

Dead'en, *v.t.* உணர்ச்சிகெடு, திமிரேறப் பண்ணு, முயற்சியழி; to deaden the sound, அமலையை அவிக்க; to deaden the senses, புலனை மழுக்க.

Dead'hearted, *a.* மனஞ்சோர்ந்த.

Dead'heartedness, *s.* மனச்சோர்பு.

Dead'ish, *a.* அப்பிராணமய.

Dead'killing, *a.* சாகக்கொல்லும்.

Dead'lift, *s.* பாரமான நிறை, தீரா ஆபத்து.

Dead'light, *s.* கப்பலறைப் பலகணிவாய் நீரடைப்பு.

Dead'lihood, *s.* இறந்தோர் நிலை.

Dead'liness, *s.* நஞ்சுடைமை, பிராணநாசத்துவம்.

Dead'ly, *a.* ஜீவநாசமான, பிராணாபாயமான; wound, பிராணாபாயமான காயம்; enemy, பிராண சத்துரு.

Dead'ly, *ad.* பிராணாபாயமாய்.

Dead'ness, *s.* இயக்கமின்மை, ஊக்கமின்மை, சோர்வு, மந்தம், இரசமின்மை.

Dead'reckoning, *s.* உத்தேச இடக்குறிப்பு, மதிப்பு.

Dead'struck, *a.* ஏக்கமுற்ற, திகில்பிடித்த, கெடிகொண்ட, திகிலடிபட்ட.

Deaf, *a.* செவிடான, செவிப்புலனற்ற, காது கேளாத; noise, அதிர்க்கசத்தம், அமுங்கிய ஓசை; to become deaf, காதடைக்க, செவி மந்தமாக, செவிப்புலனொடுங்க.

Deaf'en, *v.t.* காதடைக்கப்பண்ணு, செவிடாக்கு.

Deaf'ness, *s.* செவிடு, செவிப்புலனின்மை.

Deal, *s.* பகுதி, பங்கு, பாகம், அளவு, தேவதாருப்பலகை; a great deal of trouble, வெகுவருத்தம், மிகுதொல்லை.

Deal, *v.t.* பகிர், நடத்து, போஜனம், பகிர்.

Deal, *v.i.* பகிர்ந்துகொடு, பரிமாறு, வியாபாரஞ்செய். /

Dealba'tion, *s.* சலவைபண்ணல், வெளுத்தல்.

Deal'er, *s.* வியாபாரி, வர்த்தகன்; a plain dealer, கபடற்றவன், சுத்தன்.

Deal'ing, *p.n.* நடத்தை, கொள்கை, பரிமாற்றம், வர்த்தகம்.

Deambula'tion, *s.* பவனிவரல், உலாப்போதல்.

Deam'bulatory, *a.* உலாப்போகும்.

Deam'bulatory, *s.* உலாச்சாலை.

Dean, *s.* அத்தியக்ஷ குருவுக்கடுத்த நிலைபெற்றவன், கல்விச்சாலைத் தலைவன்.

Dear, *a.* அருமையான, அரிய, ஒப்பான, குறைச்சலான.

Dear, *s.* காதலன், நண்பன், பிரியன், காதலி, பிரியை.

Dear'bought, *a.* உயர்ந்தவிலைக்கு வாங்கின, நஷ்டவிலைக்கு வாங்கின.
Dear'loved, *a.* பிராண நேசங்கொண்ட.
Dear'ly, *ad.* அருமையாய், ஒறுப்பாய், மிகு நேசமாய்.
Dear'ness, *s.* அருமை, உயர்ந்தவிலை.
Dearth, *s.* ஒறுப்பு, பஞ்சம், கருப்பு, வறட்சி, வறப்பு.
Death, *s.* மரணம், சா, இறப்பு, இழவு.
Death'bed, *s.* மரணப்படுக்கை, சாக்கிடை.
Death'boding, *a.* மரணக்குறி காட்டும்.
Death'darting, *a.* மரணம் வருத்தும்.
Death'doomed, *a.* மரணத் தீர்ப்புப்பெற்ற.
Death'ful, *a.* நாசகரமான.
Death'less, *a.* சாவாத, நித்திய.
Death'like, *a.* சாப்போன்ற, மரணம் போன்ற.
Death's'door, *s.* மரணவாசல், மரணங் கிட்டியிருத்தல்.
Death'shadowed, *a.* மரணநிழல் சூழ்ந்த.
Deaths'man, *s.* கொலையாளன்.
Death'token, *s.* மரணக்குறி, சாக்குறி.
Death'ward, *ad.* சாவிற் கெதிர்முகமாய்.
Death'watch, *s.* ஒரு சிறுபூச்சி, சாப்பூச்சி.
Deau'rate, *v.t.* பொற்பூச்சுப் பூசு.
Debar', *v.t.* தடு, தவிர், விலக்கு, நீக்கு.
Debark', *v.i.* கப்பலைவிட்டிறங்கு.
Debarka'tion, *s.* இறக்கம், இறங்குதல்.
Debase', *v.t.* தாழ்த்து, இழிவுபடுத்து; by mixture, கலந்துகெடு; the mind, மனத்தை இழிவுறச்செய்; to be debased, இழிய, இழிவுற, சீர்கெட.
Debase'ment, *s.* இழிவு, ஈனம், கேடு, தாழ்வு.
Debas'er, *s.* இழிவுபடுத்துவோன், சீரழிப்போன்.
Debat'able, *a.* விவாதத்திற்கிடமான.
Debate', *s.* தர்க்கம், வியாச்சியம், விவாதம்.
Debate', *v.i.* வாதாடு, தர்க்கி, வாக்குவாதம் பண்ணு.
Debate'ful *a.* கலகப்பிரியமுள்ள, வாதுபேசும்.
Debate'ment, *s.* வாது, தர்க்கம், விவாதம்.
Debat'er, *s.* வாதாடி, தர்க்கிப்போன்.
Debauch', *s.* துன்மார்க்கம், மிதமீறி உண்ணலும் குடித்தலும், வெறி.
Debauch, *v.t.* கிரியைகெடு, தீட்டுப்படுத்து; a woman, கற்பழி.
Debauch'edly, *ad.* அமார்க்கமாய், ஆராதூரியாய்.
Debauchee' (dĕb-o-shē̄), *s.* தூர்த்தன், வெறியன்.
Debauch'er, *s.* கற்பழிப்போன், அசுத்தமாக்குவோன், நெறிகெடுப்போன்.
Debauch'ery, *s.* கிரியைக்கேடு, தூர்த்தத்தனம், பேருண்பிரியம்.
Debauch'ment, *s.* கிரியைக்கேடு.
Deben'ture, *s.* இருணச்சீட்டு, கடன்சீட்டு.
Deb'ile, *a.* தளர்ந்த, மெலிந்த, சோர்ந்த.
Debil'itate, *v.t.* சோரப்பண்ணு, தளர்த்து, மெலிவி.
Debilita'tion, *s.* பலவீனப்படுத்தல், மெலிவுறல்.
Debil'ity, *s.* ஏலாமை, தளர்ச்சி, பலவீனம், பலட்சயம்.
Deb'it, *s.* கடன், இருணம்.
Deb'it, *v.t.* கடன்கணக்கிற் பதிவுசெய்.
Debonair', *a.* சுசீல, நாகரீக, ஆசாரமுள்ள.
Debonair'ly, *ad.* ஆசாரமாய், நாகரீகமாய்.
Debonair'ity, *s.* நாகரீகம், விநயம்.
Debonair'ness, *s.* ஆசாரம், நாகரீகம், மரியாதை.
Debt (dĕt), *s.* கடன், இருணம்; to run into, கடன்பட.
Debt'or, *s.* கடனாளி, கடன்காரன்.
Debut (dā-boo'), *s.* தொடக்கம், ஆரம்பம்.
Dec'achord, *s.* தசநரம்புக்கருவி.
Dec'adal, *a.* பத்துப்பத்தான, பப்பத்தான.
Dec'ade, *s.* பத்து, பத்துவருஷம்.
Deca'dence, *s.* சிதைவு, வீழ்வு.
Dec'agon, *s.* தசகோணம்.
Decahe'dron, *s.* தசபுஜமுள்ளது, தசபுஜை.
Decal'ogist, *s.* பத்துக்கற்பனை வியாக்கியானி.
Dec'alogue, *s.* பத்துக்கட்டளை, தசாக்ஞை.
Decamp', *v.i.* கலை, நீங்கு, புறப்படு, பாளயமெழும்பு, பெயர்.
Decamp'ment, *s.* பெயர்ச்சி, பெயர்வு, எழுச்சி, கலைவு.
Deca'nal, *a.* உபகுரு விர்த்திக்குரிய, உபகுரு கிரகத்திற்குரிய.
Decant', *v.t.* இறக்கு, தெளி, சாய்த்துவார்.
Decanta'tion, *s.* தெளித்தல், தெளிப்பு.
Decan'ter, *s.* ஒரு பளிங்குப்பாத்திரம்.
Decap'itate, *v.t.* சிரச்சேதம்பண்ணு, தலைகொய், சிரமறு.
Decapita'tion, *s.* சிரச்சேதம்.
Dec'a-stich, *s.* பத்தடிச்செய்யுள்.
Decay', *s.* அழிவு, சிதைவு, பழுது, தளர்வு, மெலிவு.
Decay', *v.i.* அழி, உட்கு, மக்கு, சிதை, பழுதாகு, ஊழ்.
Decay'ed, *p.a.* உட்கின, சிதைந்த.
Decay'edness, *s.* சிதைவு, பதக்கேடு, பழுது.

Decay'er, s. சிதைவுறுவிப்பது, பழுதுறு,விப்பது.
Decay'ing, p.n. சிதைவு, பழுதுறல், பதங்கெடல்.
Decease', s. இழவு, இரப்பு, சாவு, மரணம்.
Decease', v.i. இற, மரி, சா.
Deceit', s. அபகடம், கள்ளம், கரவடம், இரண்டகம், தோதகம், பட்டித்தனம், வஞ்சகம், சூது; deceit, வஞ்சனம், வஞ்சனை, சித்தவஞ்சனை.
Deceit'ful, a. ஏய்ப்புள்ள, கபடமான, வஞ்சக, சூதுள்ள; deceitful talk, கபடவசனம்.
Deceit'fully, ad. கபடமாய், வஞ்சகமாய், சூதாய்.
Deceit'fulness, s. கரவடம், கபடம், வஞ்சனை, சூது.
Deceit'less, a. நிஷ்கபட, வஞ்சகமற்ற.
Deceiv'able, a. ஏமாறத்தக்க, வஞ்சிக்கப்படத்தக்க.
Deceiv'ableness, s. ஏமாறுந்தன்மை.
Deceive', v.t. வஞ்சி, கபடஞ்செய், ஏமாற்று, எத்து.
Deceiv'er, s. எத்தன், கபடன், வஞ்சகன், சூதன், தோதகன்.
December, s. டிஸெம்பர், கார்த்திகை-மார்கழி.
Decem'fid, a. தசபாகமுள்ள.
Decem'pedal, a. பதின்சீருள்ள.
Decem'viri, s. பூர்வ ரோம சட்டநிருபண சபையார் பதின்மர்.
Decem'virate, s. பதின்மரரசாட்சி.
De'cency, s. ஒழுக்கம், மரியாதை, யோக்கியம், விநயம், இலச்சை.
Decen'nary, s. தசாப்தம், பத்துவருஷங்கொண்டகாலம்.
Decen'nial, a. பத்துவருஷத்துக் கொருமுறையான.
De'cent, a. ஒழுக்கமான, மரியாதையான, யோக்கியமான.
Decently, ad. சீராய், மரியாதையாய், யோக்கியமாய்.
De'centness, s. உபசாரம், ஒழுங்கு, மரியாதை, யோக்கியம், சீர்.
Deceptibil'ity, s. ஏமாறுந் தன்மை.
Decep'tible, a. ஏமாறத்தக்க.
Decep'tion, s. கபடம், அபகடம், வஞ்சகம், கள்ளம், சாலம், கிருத்திரமம்.
Decep'tious, a. வஞ்சகமுள்ள.
Decep'tive, a. கபடமுள்ள, வஞ்சிக்கத்தக்க, கள்ள, போலியான; cloud, மலட்மேப்பு; disease, கள்ளவியாதி, அசாத்தியரோகம்; work, கள்ளவேலை, C வேலை; mind, கள்ளமனம்.
Decern', v.t. நிதானி, யூகி, நடத்தீர்.
Decerpt', a. அறுத்த, பறித்த, வெட்டின, கொய்த.
Decerp'tion, s. கொயதல், பறித்தல், வெட்டல்.
Decerta'tion, s. வாக்குவாதம், போராட்டம், வாதாட்டம்.
Deces'sion, s. புறப்படுகை.
Decharm', v.t. பேயகற்று, மயக்கந்தெளிவி, மாற்றுமருந்திடு.
Decid'able, a. தீர்க்கக்கூடிய, அறத்தக்க.
Decide', v.t. அளவறு, தீர், தீர்மானி, நிதானி; to decide a cause, வழக்கறுக்க.
Decid'ed, p.a. தீர்ந்த, தீர்மானிக்கப்பட்ட, மயக்கமற்ற.
Decid'edly, ad. தீர்ப்பாய், தீர்மானமாய், முடிப்பாய்.
Decid'er, s. தீர்ப்போன், வழக்கறுப்போன்
Decid'uous, a. விழுகிற, நிலைமையில்லாத.
Decid'uousness, s. உதிருந்தன்மை.
Dec'imal, s. தசபின்னம், தசாம்சம்.
Dec'imal, a. பத்துக்கணக்கான, தச.
Dec'imate, v.t. பத்திலொன்று வாங்கு.
Decima'tion, s. பத்துக்கொன்று விகிதமேற்கை.
Dec'imo-sex'to, s. தாள்பதினாறாய்மடித்துக்கட்டிய புஸ்தகம்.
Decipher, v.t. உள்ளுறைதெரிவி, பொருள்சொல்லு, அவிழ், விடுவி.
Deci'pherer, s. யூகபாஷை வியாக்கியானி, தாற்பரியஞ் சொல்வோன்.
Decis'ion, s. உறுதி, தீர்ப்பு, திடசித்தம், தீர்வை, உறுதிப்பாடு, நிர்ணயம், தீர்மானம், நியமம், பைசல்.
Decisive, a. உறுதியான, தீர்ப்பான, முடிப்பான; language, திடமொழி, சங்கையற்றசொல், சொல்லுறுதி.
Deci'sively, ad. உறுதியாய், தீர்ப்பாய்; to say decisively, அறுத்துச்சொல்ல.
Deci'siveness, s. உறுதி, திடம், திட்டம்.
Deck, s. கப்பலின் மேற்றளம், தட்டு.
Deck, v.t. அலங்கரி, சோடி, சிங்காரி, அணி, புனை.
Deck'er, s. அலங்கரிப்போன், வண்ணமகன்.
Deck'ing, s. அலங்காரம், பூஷணம்.
Declaim', v.i. கூறு, பிரசங்கி.
Declaim'er, s. கூறுவோன், பிரசங்கி, வாசாலன்.
Declama'tion, s. பிரசங்கம், வியாக்கியனம்.

Declama'tor, *s.* பிரசங்கி, வியாக்கியானி.
Declam'atory, *a.* சாதுரிய, பிரசங்கவல்லமையுள்ள.
Declara'tion, *s.* கட்டுரை, உறுதிச்சொல், பிரதிக்கினே.
Declar'ative, *a.* உறுதிகூறுகிற, விவரணமான.
Declar'atory, *a.* கூறத்தக்க, உறுதியான.
Declare', *v.t.* அறிவி, கூறு, வசனி, உரை; to declare war, யுத்தஞ்செய்வதாகத் தெரிவிக்க; confidently, இடித்துரை, துணிந்துசொல்.
Declar'er, *s.* கூறுவோன், பிரசித்தஞ்செய்வோன்.
Declar'ing, *p.n.* அறிவித்தல், வெளியிடல், கூறல்.
Declen'sion, *s.* குறுக்கம், தளர்ச்சி, உருபுபுணர்த்து முறை, உபச்சயம், உருபுமாலே.
Declinable, *a.* வேற்றுமை யுருபேற்கத்தக்க.
Declina'tion, *s.* இறக்கம், சாய்வு, வளைவு, கிராந்தி, அபமம்; north, உத்தராயணம்; south, தட்சிணையனம்; greatest, பரமாபமம்; of moon, சந்திராபமம்; of sun, சூரியாபமம்; of a needle, காந்தவிமத்தி; line of, கிராந்திச்சா, அபமரேகை.
Dec'linator, *s.* சூரிய கடிகாரஞ் செய்தற்குபயோகமான ஒரு கருவி.
Decline', *s.* சரிவு, இறக்கம், குறைவு, தளர்ச்சி, சிதைவு, மெலிவு; of life, விர்த்தாப்பியம், தள்ளாத வயசு.
Decline', *v.t.* மறு, உருபுபுணர்த்து.
Decline', *v.i.* குறை, குறுகு, சரி, தாழ், மடங்கு, தளர், சாய்.
Declin'ing, *a.* மறுக்கும், சாயும், தளரும்; age, மூப்பு; தள்ளாமை, தளர்பருவம்.
Decliv'ity, *s.* சரிவு, இறக்கம், சாய்வு.
Decoct', *v. t.* அவி, காய்ச்சு, சமை, சீரணிப்பி.
Decoc'tible, *a.* அவியத்தக்க, சீரணிக்கத்தக்க.
Decoc'tion, *s.* குடிநீர், கஷாயம், பாசானம்.
Decoc'tive, *a.* அவியக்கூடிய, சமைக்கக்கூடிய.
Decol'late, *v.t.* சிரஞ்சேதி.
Decolla'tion, *s.* சிரச்சேதம்.
Decolora'tion, *s.* அவர்ணம்.
Decol'orize, *v.t.* அவருணி.
De'complex, *a.* கலப்பான, பலவகையான.
Decompos'able, *a.* பிரிக்கக்கூடிய, பகுக்கக்கூடிய.
Decompose', *v.t.* பகு, பிரி, விடகலி, பூதியக்கூறுக்கு, பூதசுத்திசெய்.
Decompos'ite, *a.* திரும்பக் கலக்கப்பட்ட.
Decomposi'tion, *s.* பூதியங்களை வெவ்வேருகப்பிரிக்கை, விபகலனம், பூதசுத்தி.
Decompound', *a.* மீண்டுங்கலந்த.
Decompound', *v.t.* திரும்பிக்கல.
Decompound'able, *a.* களைந்துபோகக்கூடிய.
Dec'orate, *v.t.* அலங்கரி, ஜோடி, சிங்காரி.
Decora'tion, *s.* அணி, அலங்கரிப்பு, சிங்காரம்.
Deco'rous, *a.* ஒழுக்கமான, மரியாதையான, விநய.
Deco'rously, *ad.* ஒழுக்கமாய், விநயமாய், மரியாதையாய்.
Decor'ticate, *v.t.* உமிதள்ளு, தோலுரி, பட்டையுரி.
Decortica'tion, *s.* தோலுரித்தல், பட்டையுரித்தல், உமிதள்ளல்.
Deco'rum, *s.* ஒழுக்கம், சுசீலம், மரியாதை, ஆசாரம், விநயம், ஜனுசாரம்.
Decoy', *s.* ஏய்ப்பு, மருட்டு; as an animal, பார்வை, பார்வைவிலங்கு, தீவகமிருகம்.
Decoy', *v.t.* இன்பங்காட்டு, வசப்படுத்து, ஏய், மருட்டு.
Decoy'duck, *s.* தன்னினத்தை வசிக்குந்தாரா, பார்வைத்தாரா.
Decrease', *s.* தளர்ச்சி, தாழ்வு, தேய்வு, குறைவு, கம்மி.
Decrease', *v.t.* சிறுகச்செய், குறை.
Decrease', *v.i.* சுருங்கு, சிறு, குறுகு, குன்று.
Decree', *s.* கட்டளை, தீர்ப்பு, தீர்மானம், நியமம்; of a state, &c., ராஜகட்டளை, கட்டளைச்சட்டம்.
Decree', *v.t.* கட்டளையிடு, தீர், தீர்மானம்பண்ணு, நிருபி, விதி.
Dec'rement, *s.* குறை, தேய்வு, தாழ்ச்சி.
Decrep'it, *a.* மெலிந்த, தளர்ச்சியான, விர்த்தாப்பிய; man, தள்ளாட்டமான கிழவன்.
Decrep'itate', *v.t.* வறு, வறட்டு, பொரி.
Decrepita'tion, *s.* வறுப்பு, பொரிப்பு, படபடென வெடித்தல்.
Decrep'itness, } **Decrep'itude**, } *s.* தளர்ச்சி, மெலிவு, தள்ளாட்டம், விர்த்தாப்பியம், சரை, மூப்பு.
Decres'cent, *a.* குறையும், தேயும், தணியும்.
Decre'tal, *s.* கட்டளை, தீர்மானம், கட்டளைச்சட்டம், உரோமத்திருச்சபையின் மகாவத்தியக்ஷர் நிருபித்த சட்ட சங்கிரகம்.
Decre'tal, *a.* தீர்ப்புக்குரிய.
Decre'tion, *s.* க்ஷீணம், குறைதல், குன்றல்.
Decre'tist, *s.* தீர்ப்புப்புஸ்தகம் வாசித்துத் தேர்ந்தவன், பிரமாண துரந்தரன்.

Dec'retory, *a.* தீர்ப்பான, முட்பமான.
Decri'al, *s.* குறைகூறல், அவமதி சொல்லல்.
Decri'er, *s.* தகாதெனச் சொல்வோன், தோஷஞ் சொல்வோன்.
Decrown', *v.t.* கிரீடமிழக்கப்பண்ணு.
Decrown'ing, *v.n.* கிரீடம் வாங்குதல்.
Decrusta'tion, *s.* தோலுரித்தல், ஓடு கழற்றல்.
Decry', *v.t.* குறைவாய்ப்பேசு, அவதூறு பேசு.
Decuba'tion, Decum'bence, Decum'bency, *s.* படுக்கை, சயனிக்கை.
Decum'bent, *a.* படுக்கிற, சாய்கிற, பணிகிற.
Decum'biture, *s.* கிடைப்பாடு.
Dec'uple, *a.* பதின்மடங்கான.
Decu'rion', *s.* பதின்மர்க்கதிகாரி.
Decur'rent, *a.* பள்ளத்திற்பெருகும்.
Decur'sion, *s.* அதோகதியாய்ப் பாய்தல்.
Decur'sive, *a.* கீழ்ப்பாய்கிற.
Dec'ury, *s.* பதின்மர்கூட்டம்.
Decus'sate, *v.t.* கூர்க்கோணமா யூடறுத்துச் செல்லு.
Decussa'tion, *s.* குறுக்கேபோதல்.
Deda'lian, *a.* சித்திரமான, விலக்ஷணமான, தொழிலமைந்த.
Dedenti'tion, *s.* பல்விழல்.
Ded'icate, *v.t.* நியமி, நேர், ஒப்புக்கொடு, பிரதிஷ்டை செய்.
Dedica'tion, *s.* நியமிப்பு, பிரதிஷ்டை, மனோதத்தம்.
Ded'icator, *s.* பிரதிஷ்டை செய்வோன்.
Dedi'tion, *s.* ஒப்புக்கொடுக்கை.
Deduce', *v.t.* அனுமி, நிதானி, வருவி, அறி.
Deduce'ment, *s.* அனுமிதி.
Dedu'cible, *a.* அனுமிக்கத்தக்க.
Deduct, *v.t.* கழி, குறை, தள்ளு, நீக்கு.
Deduc'tion, *s.* கழிவு, தள்ளுபடி, அனுமிதம்.
Deduc'tive, *a.* அனுமிக்கக்கூடிய நிதானித்தறியக்கூடிய.
Deduc'tively, *ad.* அனுமிதக்கிரமமாய்.
Deed, *s.* செய்கை, வினை, கருமம், சாதனம், பட்டயம், முறி; of release, எதிரிடைப் பட்டயம்.
Deed'less, *a.* கிரியையற்ற, ஆண்டொழிலற்ற.
Deem, *v.t.* நினை, எண்ணு, கருது, மதி.
Deep, *s.* ஆழம், கம்பீரம், பாதாளம்.
Deep, *a.* ஆழமான, ஆழிய, தாழ்வுள்ள, உபாயமுள்ள; sleep, அயர்ந்தநித்திரை; silence, நிசப்தம்; water, அகாதஜலம்; a deep sound, கம்பீரத்தொனி, கம்பீரநாதம்; deep research, உள்ளாராய்வு; deep darkness, கனவிருள், deep respiration, நெடுஞ்சுவாசம்; deep-drawing, நீராழம்வேண்டிய.
Deep, *ad.* ஆழ, ஆழமாய், தாழ.
Deep'en (deep'n), *v.t.* தாழ், ஆழ, தோண்டு, அதிகரிப்பி; to deepen a color, நிறப்பிக்க.
Deep'ly, *ad.* ஆழமாய், கருத்தாய், அதிகமாய்.
Deep'mouthed, *a.* கனத்துரத்த குரலுள்ள
Deep'musing, *a.* ஆழ்ந்த சிந்தனையுள்ள.
Deep'ness, *s.* ஆழம்.
Deep'read, *a.* நன்றாய்க் கல்விபயின்ற.
Deep'seated, *a.* நெகிழ்ச்சியின்றித் திட்பமாய்த்தங்கிய.
Deep'thinking, *a.* அழுந்த நினைக்கிற.
Deer, *s.* மான், பிணை, அரிணம்.
Deface', *v.t.* சிதை, அழி, துடை, சிறப்புக்கெடு.
Deface'ment, *s.* பழுது, துடைப்பு, அழிவு.
Defa'cer, *s.* அழிப்போன், பழுதாக்குவோன்.
Defal'cate, *v.t.* வெட்டித்தள்ளு, அறவெட்டு.
Defalca'tion, *s.* குறை, கழிவு, சேதம்.
Defama'tion, *s.* அவதூறு, பழிமொழி, அபவாதம், நிந்தை.
Defam'atory, *a.* புறங்கூற்றான, நிந்தையான.
Defame', *v.t.* இகழ், நிந்தி, அவதூறுசொல்லு.
Defa'mer, *s.* நிந்தகன்.
Defam'ing, *a.* நிந்திக்கின்ற.
Defat'igate, *v.t.* இளைப்புறுவி களைக்கச்செய்.
Defat'igable, *a.* இளைப்புறும்.
Default', *s.* குறை, தப்பறை, வழு, தவறு, வராமை.
Default'ed, *a.* குற்றம்குறையுள்ள.
Default'er, *s.* தவறினவன், தவணைபின்படி செய்யாதவன்.
Defea'sance, *s.* அழித்தல்.
Defeas'ible, *a.* அழியத்தக்க.
Defeat', *s.* தோல்வி, அபஜயம், சாய்வு, இறிவு, முறிவு.
Defeat', *v.t.* வெல்லு, தோற்கச்செய், கலை; to be defeated as an army, முனைகுலைய.
Def'ecate, *v.t.* வடி, தெளி.
Def'eca'tion, *s.* வடிகட்டல், தெளித்தல், சுத்திகரித்தல், மலநீக்கஞ் செய்தல்.

Defect', *s.* குறை, கறை, இழுக்கு, வசை, குற்றம், ஊனம், ஈனம், பழுது.
Defec'tion, *s.* குறைவு, பக்ஷத்தைவிட்டு நீங்கல்.
Defec'tive, *a.* ஊனமான, குறைவுள்ள; verb, காலமுதலிய அங்கங்குன்றும் வினை; defective articulation, அரைச்சொல்.
Defec'tively, *ad.* குறையாய், ஊனமாய்.
Defec'tuous, *a.* குறைமிக்க.
Defence', *s.* காவல், நியாயம்பேசல், உத்தரவாதம், பிரதிவாதம்; to be in a posture of, பகைவரை யெதிர்க்கத்தக்க நிலையில் நிற்க.
Defence'less, *a.* காவலற்ற, ஆதரவற்ற.
Defence'lessness, *s.* ஆதரவின்மை, காவலின்மை.
Defend', *v.t.* கா, ஆதரி, தாங்கு, நியாயஞ்சொல்லித் தப்புவி; to defend one's country, பகைவெல்ல.
Defend'able, *a.* ஆதரிக்கக்கூடிய, நியாயம்சொல்லித் தப்புவிக்கக்கூடிய.
Defend'ant, *s.* உத்தரவாதி, எதிரி, பிரதிவாதி.
Defend'er, *s.* தாங்குவோன், ஆதரிப்போன்.
Defen'sible, *a.* ஆதரிக்கக்கூடிய.
Defen'sive, *a.* காவலுள்ள, நியாயஞ் சொலத்தக்க, பிரதிவாத; war, பகைவரையெதிர்க்குஞ் சண்டை; armour, கவசம்; a defensive weapon, தடுபடை.
Defer', *v.t.* நிறுத்து, தாமதப்படுத்து, தடுத்துவை.
Def'erence, *s.* அமைதி, எண்ணிக்கை, மரியாதை, பணிவு.
Def'erent, *a.* கொண்டுபோகும்.
Def'erent, *s.* கொண்டுசெல்வது.
Defer'ment, *s.* தாமசம், பின்போடல்.
Defer'rer, *s.* தாமசஞ்செய்வோன்.
Defi'ance, *s.* துணிவு, வீரம்பேசல், எதிர்ப்பு, போர்க்கறைகூவல்.
Defi'atory, *a.* எதிரிடையான, போர்க்கறைகூவும்.
Defi'ciency, *s.* குறைவு, இழிவு, ஈனம், தாழ்ச்சி, ஊனம், கம்மி.
Defi'cient, *a.* குறைவான, இழிவான, தாழ்ச்சியான.
Def'icit, *s.* குறை, குறைச்சல், தாழ்ச்சி.
Defi'er, *s.* வீரம்பேசுவோன், போர்க்கறைகூவுவோன்.
Defile', *s.* ஒடுக்கவழி, சங்கடமானபாதை, கணவாய்.
Defile, *v.t.* அழுக்காக்கு, தீட்டாக்கு, கற்பழி; defiling a virgin, கன்னியாதூஷணம்.
Defile'ment, *s.* மலினம், அசுசி, தீட்டு, குற்றம்.
Defin'able, *a.* தீர்மானிக்கக்கூடிய, வியாக்கியானம் பண்ணக்கூடிய.
Define', *v.t.* இலக்கணஞ்சொல்லு, சொற்பொருள் விரி, எல்லைகுறி, வரையறு; defining of boundaries, எல்லைவரையறை.
Defin'er, *s.* எல்லைகுறிப்போன், இலக்கணம் சொல்வோன்.
Def'inite, *a.* திட்டமான, தீர்க்கமான, நிதான, வரையறையான; article, வரைவுச்சார்புரி.
Def'initely, *ad.* வரையறையாய், திட்டமாய்.
Defini'tion, *s.* அர்த்தம், வியாக்கியானம், இலக்கணம், விசேஷநிருபணம், வரையறுப்புவாக்கியம்.
Defin'itive, *a.* திட்டமான, தீர்ப்பான, உறுதியான.
Defin'itive, *s.* வரையறுப்பது.
Defin'itively, *ad.* வரையறையாய், நிதானமாய்.
Def'lagrate, *v.t.* நெருப்புவை, தகி, சுடு.
Deflagra'tion, *s.* சுவாலனம், தகனம்.
Deflect', *v.t.* சாய், திருப்பு, கோட்டு, வளை.
Deflec'tion, *s.* கோணல், நெளிவு, விலகுகை.
Deflora'tion, *s.* கற்பழித்தல், நலங்குலைத்தல்.
Deflour', *v.t.* சிறப்பழி, நலங்குலை, கற்பழி, தீண்டு.
Deflour'er, *s.* நலங்குலைப்போன், கற்பழிப்போன்.
Deflow', *v.i.* வடி, பாய்.
Deflux'ion, *s.* வடிதல்.
Defoeda'tion, *s.* அழுக்காக்கல்.
Deforce', *v.t.* பலாத்காரமாய்ப் பறி.
Deform', *v.t.* உருவழி, அந்தங்கெடு, அவலக்ஷணப்படுத்து.
Deforma'tion, *s.* உருவழித்தல், அந்தங்கெடுத்தல்.
Deformed', *a.* விருப, அவலக்ஷன, கோரமான.
Deform'edly, *ad.* அந்தக்கேடாய், விருபமாய்.
Deform'ity, *s.* அந்தக்கேடு, சீர்க்கேடு, அவலக்ஷணம், குருபம், அபருபம், விருபம், கோரம்.
Defraud', *v.t.* வஞ்சி, அபகரி, கவர், எத்து, சதிசெய்.
Defrauda'tion, *s.* அபகாரம், வஞ்சனையாய்க் கவர்தல்.

Defraud'er, *s.* அபகரிப்போன், வஞ்சித்துக் கவர்வோன்.
Defraud'ment, *s.* அபகாரம்.
Defray', *v.t.* செலவுசெய், செலவுக்குக் கொடு.
Defray'er, *s.* செலவுதாங்குவோன்.
Defray'ment, *s.* செலவு கொடுத்தல், செலவு இறுத்தல்.
Deft, *a.* நேர்த்தியான, பணிக்கான.
Deft'ly, *ad.* பவித்திரமாய், சிறப்பாய்.
Deft'ness, *s.* பவித்திரம், பணிக்கு, செய்நேர்த்தி.
Defunct', *a.* இறந்த, காலஞ்சென்ற, மரித்த.
Defunct', *s.* இறந்தவன், காலஞ்சென்றவன்.
Defunc'tion, *s.* சா, மரணம்.
Defy', *v.t.* வீரம்பேசு, போர்க்கறைகூவு, கோபமூட்டு.
Degen'eracy, *s.* கெடுகை, சிதைகை, சீரழிவு.
Degen'erate, *v.i.* சீர்கெடு, சீரழி, சிதை, இழி, கடையழி.
Degen'erate, *a.* சீர்கேடான, குணக்கேடுள்ள, இழிந்த.
Degenera'tion, *s.* சீர்கேடு, பழுதுறல், இழிதல்.
Degen'erous, *a.* சீரழிந்த, சீர்கெட்ட.
Degluti'tion, *s.* விழுங்குகை, துங்குகை.
Degrada'tion, *s.* ஈனம், தாழ்வு, கீழ்மை, பங்கம், கேடு, அதோகதி.
Degrade', *v.t.* இழிவுபடுத்து, தாழ்த்து, பங்கப்படுத்து; vice degrades the mind, துன்மார்க்கம் புத்தியைக்கெடுக்கும்.
Degrad'ingly, *ad.* இழிவாய், தாழ்வாய்.
Degree', *s.* படி, அளவு, பிரமாணம், மட்டு, திட்டம், பாகம், பாகை; as a mark of distinction conferred on students, பட்டம், வித்தியாபட்டம்; by degrees, படிப்படியாய், வரவர, சிறிதுசிறிதாய்.
Degusta'tion, *s.* உருசிபார்த்தல்.
Dehort', *v.t.* மறி, தடுத்துப் புத்திசொல்லு, சம்மதிக்காமற்பண்ணு.
Dehorta'tion, *s.* தடுத்தல், சொல்லித் தடுத்தல்.
Dehor'tatory, *a* புத்திசொல்லித் தடுத்தற்குரிய.
De'icide, *s.* தேவவதை.
De'ifica'tion, *s.* தெய்வமாக்குகை.
De'iform, *a.* தேவசாயலான, திருவுரு அமைந்த.
De'ify, *v.t.* தேவபிரதிபாவிபம் பண்ணு, தேவனுகப் பாவி, தேவீகரி.
Deign (dān), *v.i.* தயவாய்ப்பார், கடாக்ஷி, அனுக்கிரகி, அருளு.
De'ism, *s.* இயல்வாதம், ஏகேச்சுரவாதம், ஆஸ்திகம்.
Deis'tical, *a.* ஆஸ்திக.
De'ist, *s.* ஏகேச்சுரவாதி, ஆஸ்திகன்.
De'ity, *s.* தெய்விகம், தெய்வத்தன்மை, தெய்வம், தெய்வத்துவம், கடவுள், ஈச்சுரன்.
Deject', *v.t.* துக்கப்படுத்து, தைரியவீனப்படுத்து, திடனழி.
Dejec'tion, *s.* மனக்கலக்கம், சோர்வு, மனத்தளாவு, துக்கம்; of appetite, பசித்தீபனமில்லாமை.
Delapsed', *a.* விழுந்த, வீழ்ந்த.
Delate', *v.t.* கொண்டுபோ, செலுத்து, குற்றம்பாரி.
Delay', *s.* தாமதம், இழுக்கு, பின்போடுகை.
Delay', *v.t.* தாமதப்படுத்து, நிறுத்து, பொறுத்து நிற்கப்பண்ணு.
Del'eble, *a.* துடைத்துத் தள்ளக்கூடிய.
Delec'table, *a.* இன்பமுள்ள, இரஞ்சிதமுள்ள.
Delecta'tion, *s.* களிப்பு, மகிழ்ச்சி, இன்பம், ஆனந்தம்.
Del'egate, *s.* கருமத்துணைவன், பிரதிகாரியஸ்தன்.
Del'ega'tion, *s.* கருமத்துணைவனை யேற்படுத்துகை, பிரதிகாரியஸ்தர்.
Delete'rious, *a.* ஜீவனை வதைக்கத்தக்க, ஜீவநாசமுள்ள, விஷமுள்ள.
Dele'tion, *s.* துடைத்துத்தள்ளல்.
Delf, *s.* கனி, கல்விளைநிலம், ஒருவித மட்பாண்டம்.
Del'ibate, *v.t.* உருசிபார், ஆசமனி.
Delib'erate, *v.i.* யோசனைபண்ணு, தேர், நிதானி, உசா, நினைத்துப்பார், தூக்கு, பொறுத்துச்சிந்தி, சீர்தூக்கு.
Delib'erate, *a.* பொறுதியான, ஆராய்வான, கருத்தான, எச்சரிக்கையுள்ள.
Deliberately, *ad.* ஆராய்வாய், கருத்தாய்; a thing done deliberately will not miscarry, பதறுதகாரியம் சிதறுது.
Delib'erateness, *s.* நினைப்பு, கவனம், சிந்தனையுடைமை.
Delib'era'tion, *s.* ஆராய்ச்சி, ஆலோசனை, உசாவு, எண்ணம், தேர்ச்சி, விசாரணை.
Delib'erative, *a.* சீர்தூக்கிப் பார்க்கத்தக்க.
Del'icacy, *s.* உசிதம், உருசிகரம், அருமை, நுண்மை, மென்மை, நாகரீகம், விநயம், சசீலம்.
Del'icate, *a.* மென்மையான, தெளிந்த, சிறந்த, நொய்மையான, மிருதுவான, உத்கிருஷ்ட, விசேஷ, விநயமுள்ள, மிருதா

Del'icately, *ad.* மெல்லென, மிருதுவாய், விநயமாய்.
Deli'cious, *a.* சுவையுள்ள, சுரசமான, தித்திப்பான, இதமான.
Deli'ciousness, *s.* சுவையுடைமை, இதம், சுரசம்.
Del'iga'tion, *s.* கட்டுக்கட்டல்.
Delight', *s.* இன்பம், உவகை, பிரியம், மகிழ்ச்சி, இரஞ்சிதம், பிரியவஸ்து.
Delight', *v.t.* பிரியப்படுத்து, உவப்பி; *v.i.* உவ, நய; சந்தோஷி.
Delight'ful, *s.* இன்பமான, சந்தோஷிப்பிக்கிற, சோகரியமான, மனோரஞ்சித.
Delight'fulness, *s.* இன்பம், சோகரியம்.
Delight'some, *a.* இன்பமான, இதமான, சோகரியமான.
Delin'eate, *v.t.* இரேகி, பிரதிரூபம்வரை, சித்திரி, பொறி, வர்ணி.
Delinea'tion, *s.* இரேகை, ரூபம், சித்திரம், வர்ணனை.
Delin'quency, *s.* குற்றம், தவறு, தப்பிதம், பிழை.
Delin'quent, *s.* குற்றவாளி, பிழைகாரன், தவறுள்ளவன்.
Del'iquate, *v.i.* உருகு, கரை.
Del'iquesce' (deliques'), *v.i.* இளகு, உருகு, கரை.
Deliq'uium, *s.* காற்றிற்கரைந்து அற்றுப்போதல், சோர்பு, இழவு.
Delir'ious, *a.* மயக்கமான, பித்தகுணமான, உன்மத்தமான.
Delir'ium, *s.* பைத்தியம், நினைவுத்தடுமாற்றம், சித்தப்பிரமை, விகாரம்.
Delites'cence, *s.* ஒதுங்கியிருத்தல், மறைந்திருத்தல்.
Deliv'er, *v.t.* விட்டுவிடு, விடுதலையாக்கு, தப்புவி, மீள், ஒப்புக்கொடு.
Deliv'erance, *s.* இரக்ஷிப்பு, கடைத்தேற்றம், விடுதலை, மீட்சி, ஒப்புவிப்பு.
Deliv'erer, *s.* மீட்பர், இரக்ஷககர்த்தா, தற்காப்போன்.
Deliv'ery, *s.* ஒப்படை, மீட்பு, விடுதலை, பிரசவம், பேச்சு
Dell, *s.* குழி, குழாய், குகைவாய்.
Delph, *s.* see Delf.
Del'ta, *s.* கழிமுகத்தெதிர்நிலம்.
Del'toid, *a.* கழிமுகத்தெதிர்நிலவடிவான, முக்கோண.
Delude', *v.t.* மருட்டு, மயக்கு, எத்து, குற்றத்துக்குள்ளாக்கு.
Delud'er, *s.* மயக்குவோன், சூதன், ஏமாற்றி.
Del'uge, *s.* ஜலப்பிரளயம், பிரளயம், வெள்ளம், பிரவாகம்.
Deluge, *v.t.* வெள்ளம்மூடு, பிரளயம் மேற்கொள்.
Delu'sion, *s.* மாயம், மயக்கு, பொய்க்காட்சி, திரிபுக்காட்சி; to be under a delusion, அறிவழிய, உணர்வழிய.
Delu'sive, *a.* மயக்கத்தக்க, மருளான, ஏமாற்றத்தக்க.
Delu'sory, *a.* மருளுண்டாக்கத்தக்க.
Delve, *v.t.* அகழ், தோண்டு, கல்லு, கிண்டு.
Del'ver, *s.* அகழ்வோன், தோண்டுவோன்.
Dem'agogue, *s.* பிரஜைகள் பக்கமாய்ப் பேசுபவன், பிரஜாநாயகன்.
Demain', **Demesne** (de-mēn'), } *s.* சுவாதீன பூமி.
Demand', *s.* கேள்வி, அதிகாரத்துடன்கேட்டல், வினவுகை; as due, debt, கடன் செல்லவேண்டியது; in full of all demands, கடனெல்லாந் தீர்ந்ததென்று.
Demand', *v.t.* கேள், அதிகாரத்துடன் கேள்.
Demand'ant, *s.* கேட்பவன், வாதி.
Demarca'tion, *s.* எல்லை, எல்லைமானம், எல்லைக்குறிப்பு.
Demean', *v.t.* நடத்து; to demean one's self well, யோக்கியனாய் நடக்க.
Demean'our, *s.* நடத்தை, போக்கு, ஒழுக்கம்.
Demen'tate, *v.t.* பைத்தியமுண்டாக்கு, உன்மத்தனாக்கு.
Dementa'tion, *s.* பைத்தியமாக்குகை.
Dement'ed, *a.* பைத்தியம்பிடித்த, மருள்கொண்ட.
Demerge', *v.t.* முழுகு, அமிழ்.
Demer'it, *s.* அபாத்திரம், தகுதியீனம், பிழை, தவறு, அதர்மம்.
Demersed, *a.* அமிழ்ந்த, முழுகிய.
Demer'sion, *s.* அமிழ்தல், முழுகுகை.
Dem'i, *a.* அரை, பாதி, அர்த்தம்.
Dem'igod, *s.* தேவீகரிக்கப்பட்ட வீரன், நரதேவன், உபதேவதை.
Dem'ilance, *s.* குறுவல்லயம், குறுவேல்.
Demina'tured, *a.* மற்றொன்றினியற்கை கலந்துள்ள.
Dem'irep, *s.* கற்புறுதிபற்றவள்.
Demise', *s.* மரணம், மரணசாதனம்.
Demise', *v.t.* பராதீனப்பத்திர மெழுதிக்கொடு.
Demis'sion, *s.* தாழ்ச்சி, குன்றுதல்.
Democ'racy, *s.* குடியரசு, பிரஜாதிபத்தியம் குடிபாட்சி.

Dem'ocrat, *s.* பிரஜாதிபத்தியாபிமானி.
Democrat'ic, *a.* பிரஜாதிபத்தியத்திற்குரிய.
Demol'ish, *v.t.* தகர், இடி, அழி, சிதை, தூளியாக்கு.
Demoli'tion, *s.* கேடு, சிதைவு, தகர்ச்சி, நாசம், நிர்மூலம்.
De'mon (*fem.* de'moness), *s.* பிசாசு, பேய், கூளி, கழுகு, வேதாளம்.
Demo'niac, *s.* பிசாசுபிடித்தவன், பேய்பிடித்தவன், ஆவேசக்காரன்.
Demo'niac, Demoni'acal, *a.* பைசாச, பேயாட்டமான.
De'monism, *s.* பைசாசபக்தி.
Demonol'atry, *s.* பைசாசாராதனை.
Demonol'ogy, *s.* பேய்வித்தை.
Demon'omist, *s.* பிசாசுக்குக் கீழ்ப்பட்டவன்.
Demon'omy, *s.* பிசாசாதிக்கம்.
Demon'strable, *a.* அத்தாக்ஷிபண்ணக்கூடிய, சாதனப்படுத்தக்கூடிய.
Demon'strably, *ad.* கண்கூடாய்.
Demon'strate, *v.t.* ரூபிகரி, அத்தாக்ஷிப்படுத்து, மெய்ப்பி, நிச்சயப்படுத்து, சுட்டு.
Demonstra'tion, *s* சாக்ஷி, அத்தாக்ஷி, திர்ஷ்டாந்தம், ஒப்பனை, ரூபித்தல்.
Demon'strative, *a.* ரூபிகரிக்கிற, சுட்டுகிற; pronoun, சுட்டுப்பிரதிப்பெயர்.
Demoraliza'tion, *s.* நன்னெறிப் பிறழ்வு, ஒழுக்கச்சிதைவு.
Demor'alize, *v.t.* நன்னெறியழி, ஒழுக்கங்கெடு.
Demul'cent, *s.* மிருதுவாக்கு மருந்து.
Demu'r, *v.i.* தாமதி, நில், தடைப்படு, தரி.
Demur', *s.* சந்தேகம், சங்கை, தாமசம்.
Demure', *a.* கவலையுள்ள, சிந்தனையுள்ள, கூச்சமுள்ள.
Demur'rage, *s.* கப்பல், தங்கக் கப்பற் காரனுக்குக் கொடுக்கும் பணம்.
Demur'rer, *s.* சந்தேகன், இருமனமுடையோன்.
Den, *s.* குகை, கெபி, பாழி, அளை, வளை, முழைஞ்சு.
Dena'tionalize, *v.t.* தேசசுதந்தரம் விலக்கு.
Deni'al, *s.* மறுப்பு, தள்ளுகை, எதிர்மறை, அபவாதம், நிரசனம், வெறுப்பு; self-denial, தன்னைத்தான் வெறுத்தல், தன்னபமறுப்பு.
Den'igrate, *v.t.* கருமையாக்கு.
Den'izen, *s.* தேசசுதந்தர பாத்தியன், நகரத்தான்.
Den'izen, *v.t.* சுவாதீனனுக்கு.
Denom'inate, *v.t.* பெயரிடு, குறி, புகலு, சொல்லு.
Denomina'tion, *s.* குறிப்பு, பெயர், இனம், நாமதாரணம், வகுப்பு, வர்க்கம்.
Denom'inator, *s.* பெயரிடுவோன், ஆரகம்.
Denota'tion, *s.* குறிப்பு, குறிக்கை.
Denote', *v.t.* குறி, காட்டு, காண்பி.
Denounce', *v.t.* பயமுறுத்து, இடித்துரை, குற்றஞ்சார்த்து, தீர்ப்புச்சொல்லு.
Denounce'ment, *s.* இடித்துரை, உறுக்கு, அச்சுறுத்தல்.
De-no'vo, *ad.* புதிதாய், மறுபடி.
Dense, *a.* செறிவுள்ள, நெருக்கமுள்ள, அடர்த்தியான, தடித்த, கனத்த, வைரமான.
Dense'ness, Den'sity, *s.* செறிவு, நெருக்கம், வைரம், கனம், திண்மை.
Dent, *s.* கீறு, பதிவு, பல்.
Dent'al, *a.* பல்லுக்குரிய.
Dent'als, (*pl.*) தந்தாக்ஷரம்.
Dentic'ulated, *p.a.* பல்லுள்ள, கீறுள்ள.
Dent'ifrice, *s.* தாசனப்பொடி, பற்காவி.
Dent'ist, *s.* தந்தவைத்தியன்.
Denti'tion, *s.* பற்பாலிப்பு, பன்முளைத்தல்.
Denu'date, Denude', *v.t.* உடைகளை, திருவாணமாக்கு.
Denuda'tion, *s.* உடை உரிதல், திருவாணமாக்கல்.
Denun'ciate, *v.t.* பாசங்கூறு, உறுதிசொல்லு.
Denuncia'tion, *s.* சபிப்பு, இடித்துரை, பிரசித்தம், கூறுகை.
Deny', *v.t.* மறு, நிராகரி, கொடாமல் விடு, ஒழி.
Deobstruct', *v.t.* தடைவிலக்கு, தடைநீக்கு.
Deob'struent, *s.* இளக்குமருந்து, விரேசனம்.
De'odand, *s.* ஒருவன் உயிரழிவுக்குக் காரணமானது பற்றி அரசனைச் சேர்ந்து அவனால் தேவோபகாரமாக வைக்கப்பட்ட பொருள்.
Deop'pilate, *v.t.* தடையறுத்து வெளியாக்கு.
Depart', *v.i.* புறப்படு, விட்டுவிடு, அகலு, கட, போ, நீங்கு, இற; he departed this life, காலஞ்சென்றுபோனான்.
Depart'ment, *s.* பகுதி, கூறு, தொழில், உத்தியோகம்; as a province, பிரதேசம்.
Department'al, *a.* உத்தியோக வகுப்பிற்குரிய.
Depar'ture, *s.* புறப்பாடு, போக்கு, மரணம், வாழ, இரேகாந்தரம்.

Depau'perate, *v.t.* வறுமைப்படுத்து, தரித்திரமடைவி.
Depecula'tion, *s.* இராஜசொத்தைக் கொள்ளையடித்தல்.
Depend', *v.i.* சார், பொறு, தங்கு, தொங்கு, நம்பு, பற்று, பிடி; it depends on circumstances, சங்கதிகளுக்குத் தக்கபடி அது நடக்கும்; to depend upon one's promise, ஒருவன் சொன்ன வாக்கை நம்ப; the suit is still depending in court, அந்த வழக் கின்னுந் தீரவில்லை.
Depen'dant, *s.* சார்ந்தவன், பரதந்திரன், பராதீனன்.
Depen'dence, *s.* தொங்குந்தன்மை, சார்பு, தஞ்சம், வசம், சார்ந்தநாடு, தாக்கு.
Depen'dent, *a.* அமர்ந்த, கீழ்ப்பட்ட, சார்ந்த; equation, அன்னியாதீன, பரிணும சமீகரணம்.
Depen'ding, *p.a.* தொங்குகிற, தீராதிருக்கிற.
Deperdi'tion, *s.* இழவு, நஷ்டம், அழிவு, நாசம்.
Dephleg'mate, *v.t.* கோழையகற்று.
Depict', *v.t.* பிரத்தியக்ஷமா வெடுத்துக் காட்டு, விவரி, சித்திரி.
Depic'tion, *s.* விவரித்துக்காட்டுகை, சித்திரிக்கை.
Depic'ture, *v.t.* விவரித்துக்காட்டு, சித்திரி.
Depila'tion, *s.* உரோமகரணம், மயிர்பிடுங்கல்.
Deple'tion, *s.* குறைவாக்குகை, இரத்தம் வாங்குகை, குறைத்தல்.
Deplora'tion, *s.* சலித்தல், புலம்பல்.
Deplo'rable, *a.* புலம்பத்தக்க, துக்கப்பாடான, துயரபான, ஆபத்தான.
Deplore', *v.t.* சலி, புலம்பு, துக்கி, அழு பிரலாபி.
Deploy', *v.t.* விரிவாக்கு, பரவச்செய்.
Deplume', *v.t.* இறகுபிடுங்கு, இறகுகளை.
Depo'nent, *s.* சாக்ஷிசொல்வோன்.
Depop'ulate, *v.t.* குடியெழுப்பு, ஜனசங்காரம்பண்ணு, பிரஜாக்ஷயஞ்செய்.
Depopula'tion, *s.* ஜனக்குறைவு, ஜனநாசம், பிரஜாக்ஷயம்.
Deport', *s.* நடக்கை, நடை.
Deport', *v.t.* நடத்து, கொண்டுபோ, பரதேசத்துக்கனுப்பு.
Deporta'tion, *s.* கொண்டுபோதல், பரதேசம் போக்கல்.
Deport'ment, *s.* நடக்கை, பாவனை, போக்கு, நடை, ஒழுக்கம்.
Depose', *v.t.* தள்ளு, நீக்கு, தவிர், தாழ்த்து, ஆணையிட்டுச் சாக்ஷி சொல்லு; to be deposed, அரசிழக்க.
Depos'it, *s.* உபநிதி, வைப்பு, சேமிப்பு, இல்லடைக்கலம், கைபடைப்பொருள், ஒப்படைப் பொருள், புதையல், சந்தாமிதம், அமானத்து, அனுமத்து, as sediment, அடையல், மண்டி.
Depos'it, *v.t.* இடு, சேமி, அடைக்கலம் வை, அடக்கு, புதை.
Depos'itary, *s.* காவலாள்; விசாரிப்புக்காரன், உத்தரவாதி, ஒப்படைகொள்வோன்.
Deposi'tion, *s.* வைப்பு, வைக்கப்பட்டது, பெயர்ச்சி, விலக்கு, சாக்ஷியம்.
Depos'itory, *s.* களஞ்சியம், பண்டாரவீடு, வைப்பிடம், ஆதானம்.
Depot' (de-po'), *s.* களஞ்சியம், பண்டசாலை.
Deprave', *v.t.* கெடு, பழுதாக்கு, சீரழி, சீர்கெடு.
Deprav'ity, *s.* பாவத்தன்மை, பாழ், சீர்கேடு, துஷ்டத்தனம், மலினம்.
Dep'recate, *v.t.* தீமைமுதலிய வராதபடி வேண்டு.
Depre'ciate, *v.t.* விலைதணி, குறைத்துப் பார், அவமாய்ப்பேசு.
Deprecia'tion, *s.* விலைதணித்தல், மதிப்புக் குறை.
Dep'redate, *v.t.* பறி, திருடு, களவாடு, சூறையாடு.
Depreda'tion, *s.* களவு, கொள்ளை, அழிவு.
Dep'redator, *s.* திருடன், கள்வன், அபகாரி.
Depred'icate, *v.t.* கூறு, கொண்டாடு, ஆசரி.
Deprehend', *v.t.* பிடி, கிரகி, கண்டறி, வெளியாக்கு.
Depress', *v.t.* அமுக்கு; அழுத்து, பதி, தாழ்த்து, சோர்வுறச்செய்.
Depres'sion, *s.* அமுக்கம், பணிவு, பதிவு, சோர்வு.
Depressive, *a.* அழுத்தப்பார்க்கிற, சோர்வுறுத்தும்.
Dep'riment, *s.* அமுக்கல், நெருக்கி அழுத்தல்.
Depriva'tion, *s.* இழவு, நஷ்டம், தாழ்ச்சி, கழிவு.
Deprive', *v.t.* இல்லாமற்போகப்பண்ணு.
Depriv'er, *s.* பறித்துக்கொள்வோன்.
Depth, *s.* ஆழம், தாழ்வு, கம்பீரம்.
Dep'urate, *v.t.* சுத்திசெய், தெளி.
Depura'tion, *s.* சுத்திசெய்தல், தெளித்தல்.
Deputa'tion, *s.* தானபத்தியம், பிரதிகாரியத்துவம், பிரதிகாரியக்காரர்.

Depute', *v.t.* பிரதியாள் ஏற்படுத்து, தூதனுப்பு.
Dep'uty, *s.* பிரதியாள், பிரதிஸ்தன்.
Derac'inate, *v.t.* நிர்மூலப்படுத்து, வேரறப்பிடுங்கு.
Derange', *v.t.* தாறுமாறுக்கு, கலக்கு, குழப்பு.
Deran'ged, *p.a.* நிறைகுலைந்த, பைத்தியமான; to be deranged, தடுமாற.
Derange'ment, *s.* கிராமத்தாழ்வு, தாறுமாறு பைத்தியம்.
De'relict, *a.* கைவிடப்பட்ட, மனதாரவிட்ட.
Derelic'tion, *s.* தள்ளிவிடுகை.
Deride', *v.t.* இகழு, சரசங்காட்டு, கேலிபண்ணு, எள்ளம்பண்ணு, ஆகடியம்பண்ணு.
Derid'ingly, *ad.* பரிகாசமாய், கேலியாய், இகழ்ச்சியாய்.
Deri'sion, *s.* அவமதிச்சிரிப்பு, நகை, பரிகாசம், இகழ்வு, கேலி.
Deri'vable, *a.* பெறக்கூடிய, அடையக்கூடிய.
Deriva'tion, *s.* பிறப்பு, உற்பத்தி, உற்பவம், தோற்றம்; of a word, சத்தோற்பத்தி.
Deriv'ative, *a.* பகுதியிலே தோன்றிய, உற்பன்ன.
Deriv'ative, *s.* தற்பவம், பகுபதம்.
Derive, *v.t.* பெறு, வாங்கு, பிறப்பி, தோற்றுவி, வருவி.
Der'ogate, *v.i.* தாழ்த்து, குறை, ஈனப்படுத்து.
Deroga'tion, *s.* தாழ்வு, கண்ணியக்குறைச்சல்.
Derog'atory, *a.* தாழ்ச்சியான, கண்ணியமில்லாத, குறைச்சலான.
Der'vis, *s.* துருக்கிய சந்நியாசி.
Descant', *v.i.* சம்பாஷணைபண்ணு, பாடு.
Descend', *v.i.* இறங்கு, தாழ், பணி, இழி. பதி, உரித்தாகு; to descend to particulars, நுட்ப வரலாறுகளை எடுத்துச் சொல்ல.
Descend'ant, *s.* சந்ததியான், பின்சநததியான், வமிசத்தான்.
Descen'ding, *p.a.* இறக்கமுள்ள, இறங்குகிற, சாய்வான; node, கேது.
Descen'sion, *s.* இறக்கம், வீழ்ச்சி, தாழ்வு.
Descent', *s.* இறக்கம், கீழ்ச்சரிவு, அதோகதி, இழிதல், அவரோகணம், வமிசம்; an armed descent, படையெடுத்திறங்கல்; descent from a good family, இற்பிறப்பு, குடிப்பிறப்பு.

Describ'able, *a.* விவரிக்கத்தக்க, வியாக்கியானம் பண்ணத்தக்க.
Describe', *v.t.* சொல்லிக்காட்டு, விவரணமாய்ச்சொல்லு, தீட்டு.
Descri'er, *s.* தூரத்திற்காண்போன், ஆராய்வோன்.
Descrip'tion, *a.* விவரணம், விளக்கம், தன்மை, வகை.
Descrip'tive, *a.* குறிப்புள்ள, தெளிவிக்கிற, விவரணமான.
Descry', *v.t.* காண், பார், ஆராய், கண்டறி.
Des'ecrate, *v.t.* அசுத்தப்படுத்து, அசுசியாக்கு.
Desecra'tion, *s.* சுசிபங்கம், பரிசுத்தக்குலைவு.
Des'ert, *s.* பாழ்நிலம், பாலைவனம், குடியில்லாத பூமி.
Desert', *s.* பாத்திரம், தகுதி, யோக்கியம், உரிமை.
Desert', *v.t.* கைவிடு, கைநெகிழவிடு; deserted village, பாழ்நத்தம்.
Desert', *v.i.* தப்பிவிடு, இராணுவத்தைவிட்டோடி பொளி.
Desert'er, *s.* கைவிடுகிறவன், தப்பியோடுகிறவன், சேவகத்தை விட்டோடிப்போனவன்.
Desert'less, *a.* அபாத்திர, தகுதியற்ற.
Deserve', *v.t.* ஒன்றுக்குப் பாத்திரனுயிரு, தகுந்தவனுயிரு.
Deserv'edly, *ad.* நியாயமாய், பாத்திரமாய்;
Deserv'er, *s.* பாத்திரவான் தகுதிமான்.
Deserv'ing, *p.a.* யோக்கியமுள்ள, பாத்திரமான.
Deserv'ingly, *ad.* யோக்கியமாய், தகுதியாய்.
Desic'cate, *v.t.* உலர்த்து, காய்ச்சு; *v.i.* உலர்.
Desicca'tion, *s.* உலர்த்தல், காய்ச்சுதல், காய்தல்.
Desid'erate, *v.t.* தேவைப்படு, குறைவுபடு, வேண்டு, விரும்பு.
Desidera'tum (*pl.* desidera'ta), *s.* விரும்பப்பட்டது, தேவையானது, மனோரதியம்.
Design', *s.* எண்ணம், நோக்கம், அபிப்பிராயம், சித்தம், உபாயம்; as a drawing, படம், குறிப்பு.
Design', *v.t.* எண்ணு, கருது, உத்தேசி, சட்டம்வரை, குறிப்பெழுது; designing man, சர்ப்பனைசெய்வோன்.
Des'ignate *v.t.* குறி, நியமி, இடு. பெயரிடு.

Designa'tion, *s.* நியமம், தீர்மானம், குறிப்பு.
Design'edly, *ad.* வேண்டுமென்று, மனமறிய, நெஞ்சார.
Design'er, *s.* யூகிப்போன், கருதுவோன், சட்டங்கட்டுவோன்.
Design'ing, *p.a.* கபடமுள்ள, தந்திரமான,
Des'inence, *s.* முடிவு.
Des'inent, *a.* முடிகிற, அந்தமான, கீழ்ப்பட்ட.
Desir'able, *a.* விரும்பப்படத்தக்க, அருமையான.
Desirableness, *s.* மனோகரம், மனோக்கியம்.
Desire', *s.* ஆசை, இச்சை, மனோரதம், விருப்பம், வாஞ்சை, காதல், ஆசக்தி; as the object of desire, விரும்பிபொருள்; excessive, அபிலாசம்; desire of wealth அர்த்தாதுரம்; freedom from desires, நிராசை, நிராதரம்.
Desire', *v.t.* மனங்கொள், இச்சி, விரும்பு; any thing desired or agreeable, இஷ்டார்த்தம்.
Desir'ous, *a.* விருப்பமான, ஆவலான, காதலுள்ள; be not desirous of his dainties, அவனுடைய சுவையுள்ள பதார்த்தங்களை நீ இச்சியாதே.
Desist', *v.i.* ஒழி, விடு, நீங்கு, தவிர்; he desisted from his purpose, அவன் தன் அபிப்பிராயத்தை விட்டுவிட்டான்.
Desis'tance, *s.* நிறுத்தல், ஒய்வு, ஒழிவு.
Des'itive, *a.* முடிகிற, கடைசியான.
Desk, *s.* சாய்ந்த எழுத்துப்பீடம், சாய்ந்த பெட்டி.
Des'olate, *v.t.* கெடு, அழி, பாழாக்கு.
Des'olate, *a.* பாழான, அழிவுள்ள, அந்தரித்த, யாருமில்லாத, தனித்த, அநாத; village, பாழ்ங்கிராமம், பேசிராக்கு; to be desolate, கொத்தழிய.
Desola'tion, *s.* கேடு, பாழ், அழிவு, சங்காரம்.
Despair', *s.* நம்பிக்கையின்மை, ஆருமை, நிராசை, ஏங்கல், சஞ்சலம், துயர், திடனின்மை விஷாதம்.
Despair', *v.i.* நம்பிக்கையின்றித் துபரப்படு.
Despair'ingly, *ad.* நம்பிக்கையின்றி, ஏக்கமாய்.
Despatch', *s.* சீக்கிரம் சுறுசுறுப்பு, தீவிரம், விரைவு, ராஜபத்திரம்.
Despatch', *v.t.* அனுப்பு, கொல், விரைவிற் செய்துமுடி.
Despera'do, *s.* கடுங்கோபி, அஞ்சாத் துணிந்தநெஞ்சன்.
Des'perate, *a.* நம்பிக்கையற்ற, பயமில்லாத, எண்ணாத, தீர்ந்த; fool, நிர்மூடன்; wretch, பரமசண்டாளன்; desperate man, எண்ணாதவன்.
Des'perately, *ad.* அச்சமின்றி, மூர்க்கமாய்; the troops fought desperately, சைனியங்கள் உனக்கானது எனக்கென்று பொருதன.
Despera'tion, *s.* நம்பிக்கையின்மை, ஆறுதலின்மை.
Des'picable, *a.* இழிவான, ஈனமான, நீச.
Despis'able, *a.* இகழத்தக்க, நிந்தைக்கிடமான.
Despise', *v.t.* அசட்டைபண்ணு, நிந்தி, அலட்சியம்பண்ணு, எள்ளு.
Despite', *s.* வன்மம், தீர்ந்தபகை, அவமதிப்பு; he will rise to fame in despite of his enemies, சத்துருக்கள் என்ன செய்தாலும் அவன் கீர்த்திமானுவான்.
Despite', *v.t.* அலட்டு, வருத்து, மனநோகப்பண்ணு.
Despite'fully, *ad.* க்ஷாத்திரமாய், மிகுவிரோதமாய், நிந்தனையாய்.
Despite'fulness, *s.* பழிப்பு, வன்மம், பகை.
Despoil', *v.t.* பறி, கொள்ளையாடு, திருடு, அபகரி.
Despond', *v.i.* நம்பிக்கையற்றிரு, சோர், அலமரு, மனந்தளர்வுறு.
Despon'dency, *s.* ஏக்கம், சோர்வு, மனச்சஞ்சலம், மனத்திடனழிவு.
Despon'dent, *a.* நம்பிக்கையற்ற, அதைரிய, மனம்சோர்ந்த.
Despon'dingly, *ad.* ஏங்கி, அதைரியமாய்.
Des'pot, *s.* தன்னரசுக்காரன், கொடுங்கோலரசன்.
Despot'ic, *a.* கொடுங்கோன்மையுள்ள.
Des'potism, *s.* தன்னரசு, கொடுங்கோன்மை.
Despu'mate, *v.t.* & *i.* நுரைக்கு; நுரைபொங்கு.
Despuma'tion, *s.* நுரை, நொதி.
Dessert' (dez-zert'), *s.* பலகாரம்.
Destina'tion, *s.* நியமம், ஏற்பாடு, தீர்ப்பு, விதி, நியமஸ்தானம்.
Des'tine, *v.t.* நியமி, விதி, விபி, தீர், நியதிசெய்.
Des'tiny, *s.* விதி, நியமம், தேவதீர்ப்பு, அதிட்டிப்பு, தெய்வம்; who can turn the stream of destiny? விதிவசத்தை மாற்ற வல்லவரார்?
D' 'titute, *a.* ஆதரவற்ற, எளிமையுள்ள ...த, அந்தரித்த, இல்லாத; he

destitute of food and clothing, அவனுக்கு அன்னவஸ்திரத்திற்கு வழி இல்லே; he will regard the prayer of the destitute, அவர் அகதிகள் மனுவைக் கேட்பார்; a destitute person, தஞ்சமில்லாதவன்.

Destitu'tion, *s.* வறுமை, தரித்திரம், இன்மை.

Destroy', *v.t.* அழி, கெடு, சங்கரி, தொலே, நிக்கிரகி, மாய்.

Destroy'er, *s.* சங்காரன், நாசன், அழிப்போன்.

Destruc'tion, *s.* அழிவு, நஷ்டம், சேதம், நிர்மூலம், நாசம், சங்காரம், அதம், நிக்கிரகம்.

Destructibil'ity, *s.* அழிவுக்குரியதன்மை.

Destruc'tive, *a.* நாசப்படுத்துகிற, அழிக்கிற, கெடுக்கிற.

Destruc'tiveness, *s.* அழிக்குந்தன்மை, நாசம்.

Des'uetude, *s.* பழையன கழிதல், வழங்காதொழிதல்.

Des'ultoriness, *s.* தொடர்பின்மை, கிரமமின்மை.

Des'ultory, *a.* தொடர்ச்சியற்ற, சம்பந்தமில்லாத, தொடர்பின்றிச் சடிதியில் உண்டாகிற.

Desume', *v.t.* வாங்கு, கடன்வாங்கு.

Detach', *v.t.* பிரி, பெயர், நீக்கு, கலே, கழி.

Detach'ment, *s.* பிரிவு, பெயர்ச்சி, படைவகுப்பு.

Detail', *s.* விவரணம், விரிவு, வரலாறு.

Detail', *v.t.* விவரணமாய்ச்சொல்லு, பகுத்துச்சொல்லு.

Detail'er, *s.* விவரிப்போன், விரித்துரைப்போன்.

Detain', *v.t.* மறி, தடங்கப்பண்ணு, தடு, தாமதப்படுத்து, மறியல்செய்.

Detain'er, *s.* பிறர்பொருளேக் கொடாமல் வைத்திருப்பவன், பிறர்பொருளே எடுத்து வைத்துக்கொள்ளல்.

Detect', *v.t.* கண்டுபிடி, பிழைபிடி, கள்ளங் கண்டுபிடி.

Detec'ter, *s.* கள்ளங்கண்டுபிடிப்போன், தப்புப்பிடிப்போன்.

Detec'tion, *s.* பிடிப்பு, கள்ளங்கண்டு பிடிக்கை.

Deten'tion, *s.* மறியல், மறிப்பு, தடுப்பு, தாமதம்.

Deter', *v.t.* மறி, தடு, தடைபண்ணு.

Deterge', *v.t.* சுத்தஞ்செய், மாசகற்று.

Deter'gent, *a.* சுத்தமாக்குகிற, களிம்பறு கிற.

Dete'riorate, *v.t.* இழிவுபடுத்து, கெடு, பழுதாக்கு, சீர்கெடு.

Deteriora'tion, *s.* இழிவு, கேடு, பழுது, சீரழிவு.

Deter'ment, *s.* மறியல், தடை.

Deter'minate, *a.* தீர்மானமுள்ள, எல்லேயுள்ள, திட்டமான, நிச்சயிக்கப்பட்ட, தீர்ந்த.

Determina'tion, *s.* தீர்மானம், அறுதி, தீர்ப்பு, நியமம், சங்கற்பம், துணிவு, நிர்ணயம், நிச்சயம்.

Deter'mine, *v.t.* தீர்மானி, நிச்சயி, சூறி, சங்கற்பி, முடி.

Deter'mined, *p.a.* நிர்ணயித்த, சங்கற்பித்த, வரையறையான.

Deterra'tion, *s.* பூமியினின்றெடுத்தல், மண்ணினின்றெடுத்தல்.

Deter'sion, *s.* சுத்தமாக்கல், மாசறுத்தல்.

Detest', *v.t.* அரோசி, வெறு, அருவரு.

Detest'able, *a.* அரோசிகமான, அருவருப்பான, வெறுக்கப்படத்தக்க

Detesta'tion, *s.* அருவருப்பு, வெறுப்பு.

Dethrone', *v.t.* விலக்கு, பட்டம்வாங்கு, அரசழி; to be dethroned, அரசிழக்க.

Dethrone'ment, *s.* செங்கோலழிவு, அரசழிவு, பட்டம் விலக்கல்.

Detin'ue, *s.* மறியல் செய்யப்பட்ட பொருள், மறியல் செய்யப்பட்டவன்.

Det'onate, *v.i.* தொனி, வெடி, இடி.

Detona'tion, *s.* வெடி, இடி, தொனி, துவனிதம்.

Detort', *v.t.* புரட்டு, முறுக்கு, திரி, மாறுபாடுசெய்.

Detor'tion, *s.* முறுக்கு, திரிபு.

Detour', *s.* சுற்று, சுழற்சி, வட்டம்.

Detract', *v.t.* குறை, கெடு, அவதூறு பண்ணு, கோட்சொல்லு.

Detrac'tion, *s.* அவதூறுசெய்கை, புறங்கூறுகை, கோள், பழிமொழி, குணுபவாதம்.

Detrac'tive, *a.* அவதூறுன, குறஊயான, புறங்கூறும்.

Det'riment, *s.* நஷ்டம், கேடு, சேதம், பின்னம், அபலம்.

Detriment'al, *a.* கேடான, கெடுதியான, நஷ்டமான, பின்னமான.

Detrude', *v.t.* தள்ளிவிழுத்து, கீழேதள்ளு.

Detrunca'tion, *s.* துண்டித்தல், தறித்தல்.

Detru'sion, *s.* தள்ளிவிழுத்துகை; தாழத்தள்ளுகை.

Detur'pate, *v.t.* அசுசிப்படுத்து, தீட்டுப்படுத்து.

Deuce, *s.* இரண்டு, துவம்.
Deuse (dus), *s.* பிசாசு.
Deuterogamist, *s.* மறுமணஞ்செய்வோன்.
Deuterog'amy, *s.* மறுவிவாகம், புநர்விவாகம்.
Deuteron'omy, *s.* உபாகமம்.
Devapora'tion, *s.* ஆவி நீராகப் பரிணமித்தல்.
Devas'tate, *v.t.* பாழ்படுத்து, பாழாக்கு.
Devasta'tion, *s.* அழிவு, பாழ், நாசம்.
Devel'op, *v. t.* காட்டு, வெளிப்படுத்து, தோற்றுவி.
Devel'opment, *s.* உற்பத்தி, தோற்றம், வியட்டி.
De'viate, *v.i.* தப்பு, தவறு, வழுவு, விலகு, திறம்பு; from propriety, நடைபுரளு, நெறிதப்பு.
Devia'tion, *s.* தப்பு, தவறு, வழு, சரிவு, இழுக்கு.
Device', *s.* கற்பிதம், உபாயம், சித்திரம், சூழ்ச்சி.
Dev'il, *a.* பேய், பிசாசம், அலகை.
Dev'ilish, *a.* பேயாட்டமான, பேய்க்குணமான.
De'vious, *a.* சுற்றுச்சுழற்சியான, திரிபுள்ள.
Devise', *s.* மரணசாதனம்
Devise', *v.t.* கருத்தெடு, சட்டங்கட்டு, சூழ், தொடு; a will, மரணசாதனம் எழுதிக்கொடு.
Devis'or, *s.* மரணசாதன மெழுதிவைப்போன்
Devoca'tion, *s.* நெறிவிலகி யிட்டுப்போதல்.
Devoid', *a.* வெறுமையான, சூனிய, இல்லாத.
Devoir' (dev-war'), *s.* உபசாரம், மரியாதை.
Devolu'tion, *s.* இறக்கம், பெயர்ச்சி.
Devolve', *v.t.* சுமத்து, பொறுப்பி.
Devolve', *v.i.* இறங்கு, பொறு.
Devote', *v.t.* நேர், நியமி, பிரதிஷ்டைசெய்.
Devot'ed, *p.a.* நேர்ந்த, நியமிக்கப்பட்ட.
Devotee', *s.* திடபக்தியுள்ள தொண்டன், தொழும்பன், பக்தன், தபத்தி, தாசன்.
Devo'tion, *s.* தேவபக்தி, வணக்கம், உபாசனை; firm in devotion, திடபக்தியுள்ள.
Devo'tional, *a.* பக்திக்குரிய, வணக்கமுள்ள.
Devour', *v. t.* பக்ஷி, தகி, உண், விழுங்கு, துங்கு.
Devour'er, *s.* பக்ஷணி, பக்ஷிப்போன்.
Devout, *a.* பக்தியான, வணக்கமுள்ள.
Devout'ly, *ad.* பக்தியாய், வணக்கமாய்.
Dew, *s.* பனி, ஹிமம்.
Dew, *v. t. & i.* பனிப்பெய்; ஈரமாக்கு.
Dewan', *s.* மந்திரி, உக்கிராண விசாரணைக்காரன்.
Dew'drop, *s.* பனித்துளி, பனித்திவலை.
Dew'lap, *s.* அலைதாடி, ஆரம், அதள், கனகம்பளம்.
Dew'y, *a.* பனிக்குரிய பனிப்போன்ற, பனியில்நனைந்த.
Dex'ter, *a.* வலக்கைவழக்கமான, சமர்த்துள்ள, கெட்டியான, கைப்பழக்கமான.
Dex'terity, *s.* கைப்பழக்கம், கைத்திறம், சாமர்த்தியம், சாதுரியம்.
Dex'terous, *a.* கைப்பழக்கமுள்ள, சமர்த்துள்ள, சாதுரியமான.
Dex'tral, *a.* தக்ஷண, வலதுபக்கத்திற்குரிய.
Dextra'lity, *s.* வலப்பக்கத்திருக்கை.
Diabe'tes, *s.* சிலக்கழிச்சல், பிரமேஹம், நீரிழிவு.
Diabol'ical, *a.* பேயாட்டமான, கெட்ட, துஷ்ட.
Diab'olism, *s.* பேயாட்டம், பேய்பிடித்தல்.
Diacrit'ical, *a.* குறிப்பான.
Di'adem, *s.* முடி, கிரீடம், மகுடம், பட்டம்.
Di'ademed, *a.* கிரீடம்பூண்ட, முடிதரித்த.
Diagno'sis, *s.* ரோகவிஞ்ஞானம்.
Diagno'stic, *s.* நோய்களின் குணம், நோய்க்கூறுபாடு, குணபாடல்.
Diag'onal, *s.* கர்ணரேகை.
Diag'onal, *a.* கோணுந்தர.
Diag'onal, *s.* மூலைவிட்டம், கன்னம்.
Diag'onally, *ad.* கோணநோக்காய்.
Di'agram, *s.* வரிவடிவம், க்ஷேத்திரம், யந்திரம், சக்கரம்.
Di'al, *s.* சூரிய கடிகாரம்.
Di'alect, *s.* பாஷை, பாஷிதம், பாஷாபேதம்; foreign, அன்னியபாஷை, மிலேச்சபாஷை.
Dialect'ician, *s.* தார்க்கிகன்.
Dialec'tics, *s.* நியாயசாத்திரம், தர்க்கம்.
Dialist, *s.* சூரியகடிகாரம் செய்வோன்.
Di'alogue, *s.* சம்பாஷணை, சல்லாபம், சம்வாதம்.
Dialplate, *s.* மணிரேகைத்தகடு.
Diam'eter, *s.* குறுக்களவு, விட்டம், விட்கம்பம், மத்தியரேகை, மத்தியசூத்திரம், விர்த்தார்த்தரேகை; moon's apparent, சந்திரவிட்கம்பம்; sun's apparent, சூரிய விட்கம்பம்.
Diamet'rically, *ad.* விட்டமாய், நேராய்.
Di'amond (di'mond), *s.* வைரம், வைரரத்தினம், வச்சிரக்கல், வச்சிரமணி.
Diamond, *a.* வைரமணிபோலப் பட்டைதீர்ந்த.

Di'apor, s. சித்திரப்புடைவை.
Diaphane'ity, s. ஸ்வச்சம், உருவெளி.
Diaph'anous, a. ஒளியூடுசெலுத்தும், ஸ்வச்ச.
Diaphore'tic, s. வெயர்வை உண்டாக்கு மருந்து.
Di'aphragm, s. விதானம்.
Diarrhoe'a (di-ar-re'a), s. வயிற்றுப் போக்கு, அதிசாரம்.
Diary, s. தினவர்த்தமானம்.
Diastole, s. ஆதானம், நீட்டல்விகாரம்.
Dib'ble, s. கூர்ப்பாரை.
Dicac'ity, s. வாய்த்துடிப்பு, வாய்க்கொழுப்பு.
Dicer, s. சூதாடி.
Dice'box, s. கவறுருட்டுஞ் சிமிழ்.
Dic'tate, s. கட்டளை, கற்பிதம், நியமம், விதி.
Dic'tate, v.t. வாசகஞ்சொல்லு, கற்பி, குறி.
Dicta'tion, s. வாசகஞ்சொல்லுகை, கற்பித்தல்.
Dicta'tor, s. கட்டளையிடுவோன்.
Dictato'rial, a. சர்வாதிகாரமுள்ள.
Dictature, s. சர்வாதிகாரம்.
Dic'tion, s. வாசகப்போக்கு, பேச்சுவகை; cleverness of diction, கட்டுரைவன்மை.
Dic'tionary, s. அகராதி, சத்தசங்கிரகம், சத்தகோசம்.
Dic'tum, s. சொல், உறுதிமொழி.
Did, *p.t.* of do.
Didac'tic, a. அறிவூட்டத்தக்க, உபதேசிக்கத்தக்க, கற்பிக்கிற, தீக்ஷக.
Die (*pl.* dice), s. பாச்சிகை, வல்லு, கவறு, கம்பட்டமுளை.
Die, v.i. சா, இற, மரணி, மரி, மாளு, படு, வாடு, காலங்கூடு, பொன்று, மட்கு; to die in great numbers, உவிய.
Di'et, s. சாப்பாடு, உணவு, பத்தியம். ஆலோசனைச்சங்கம்; liquid, நீராகாரம், நீருணவு.
Di'et, v.t. உணவூட்டு, உணவுகொடு, உண்.
Di'etary, s. பத்தியமுறை.
Di'et-drink, s. கஷாயம், குடிநீர்.
Dif'fer, v.i. வித்தியாசப்படு, வேறுபடு, இரண்டுபடு, பேதி.
Dif'ference, s. வித்தியாசம், வேற்றுமை, பேதம், அந்தரம், வழக்கு.
Dif'ferent, a. பலவித, வேருன, வித்தியாச, பேத; a different creed or sect, மதாந்தரம்; of a different family, அன்யகோத்திர.
Differential Calculus, s. See under Calculus.

Dif'ficult, a. பிரயாசமான, அருமையான மறைவான; difficult to be understood, உணர்தற்கரிய; difficult to manage, படியாத, வழிக்குவராத; labour, கஷ்டபிரசவம்; a difficult way, அருநெறி.
Dif'ficultly, ad. பிரயாசமாய், சங்கடமாய்.
Dif'ficulty, s. அவலப்பாடு, கர்க்கசம், பிரயாசம், தொந்தரவு, கடினம், கஷ்டம், மலைவு, சங்கடம், சிக்கு, சல்லியம், கிலேசம்.
Diffide, v. t. சந்தேகி, சமுசயி.
Dif'fidence, s. கூச்சம், நாணம், சந்தேகம், கோழை, பயம்.
Dif'fident, a. கூச்சமுள்ள, அச்சமான, கோழையான, துணிவில்லாத.
Di'ffluence, Di'ffluency, } s. எங்கும் பெருகல்.
Di'fform, a. ஒத்தவடிவற்ற, கிரமஹீன, விகற்ப.
Difform'ity, s. ரூபவிகற்பம், அக்கிரமம்.
Diffuse', v.t. வீசு, சிந்து, சிதறு, பரப்பு, பரவு.
Diffuse', a. எங்கும் பரந்த, வியாபித்த; inflammation, வியாபகதாபிதம்.
Diffu'sion, s. செறிவு, பரவுகை, வியாபகம், விரிகை; of temperature, தாபவியாபகம்.
Diffu'sive, a. விரியத்தக்க, பரம்பத்தக்க.
Dig, v.t. கிண்டு, தோண்டு, அகழு, கல்லு; to dig a hole, குழிகெல்ல.
Digas'tric, a. இருவயிறுள்ள.
Di'gest, s. கட்டளைச்சட்டம், பிரமாணப் பொழிப்பு.
Digest', v.t. சமிப்பி, சீரணிப்பி, ஒழுங்கு படுத்து, சமி, சீரணி.
Diges'tion, s. சமிப்பு, சீரணம், செரிப்பு, முறைவகுப்பு; improved digestion, அக்கினிவிர்த்தி.
Diges'tive, a. சீரணிப்பிக்கிற.
Dig'ger, s. அகழ்வோன், ஒட்டன்.
Dight, v.t. அலங்கரி, அணி.
Dig'it, s. பங்கு, விரலிடை, அங்கம், அங்குலம்; in arithmetic, பத்திற்குக் குறைந்த இலக்கம்.
Dig'itated, a. விரற்கவைபோன்ற.
Digla'diate, v. i. சிலம்பமாடு, சண்டையிடு.
Dig'nify, v.t. மகிமைப்படுத்து, உயர்த்து, கண்ணியப்படுத்து.
Dig'nitary, s. குருப்பிரதானி.
Dig'nity, s. மேன்மை, கண்ணியம், மகத்துவம், கனம், கன்னதை, மாட்சிமை; of mien, பிரதாபம்; of sentiment, சம்மனம்.

Digress', *v.i.* வழிவிலகு, எடுத்தகாரியத்தை விட்டுவிலகு, மற்றொன்று விரி.
Digres'sion, *s.* விலகுகை, தப்புகை, தவறு, திறம்பல்.
Digres'sive, *a.* வழிவிலகும், எடுத்த கருமத்தை விட்டுவிலகும்.
Diju'dicate, *v.t.* தண்டனைத்தீர்ப்புச்செய்.
Dike, *s.* வாய்க்கால், கால்வாய், அணை, கரை, கட்டு, நீரோடை.
Dike, *v.t.* கரைகட்டு, அணைகட்டு.
Dilac'erate, *v.t.* கிழி, பீறு, பிரி.
Dilacera'tion, *s.* கிழிவு, பீற்றல், பிரிவு.
Dilap'idate, *v.t.* இடி, தகர், அழி.
Dilapida'tion, *s.* இடிவு, தகர்வு, பாழ்.
Dilata'tion, *s.* விரிவு, விசாலம்.
Dilate', *v.t.* விரி, விஸ்தரி, விவரமாய்ச் சொல்லு.
Dilate', *v.i.* விரி, அகலு, பரம்பு, விஸ்தரித்துப்பேசு.
Dila'tion, *s.* தாமசம், ஆலசியம்.
Dil'atory, *a.* தாமதமான, சோம்பான, ஆலசியமான.
Dilec'tion, *s.* நேசமுறல், பட்சம், மனநட்பு.
Dilem'ma, *s.* அக்கடி, முட்டுப்பாடு, தடுமாறுகை, சங்கரசங்கேதம், விகற்பம்.
Dilettan'te, *s.* கலைஞான விநோதன்.
Dil'igence, *s.* முயற்சி, ஜாக்கிரதை, சுறுசுறுப்பு உத்தியோகம்.
Dil'igent, *a.* முயற்சியுள்ள ஜாக்கிரதையான, கர்மிஷ்டன்.
Dil'igently, *ad.* ஜாக்கிரதையாய் கர்மிஷ்டமாய்.
Dill, *s.* உளுவா, வெந்தயம்.
Dilu'cid, *a.* தெளிந்த, துலக்கமான.
Dilucida'tion, *s.* தெளிவித்தல்.
Dil'uent, *s.* நீர்த்தன்மையாக்குவது, சத்துக் குறைப்பது, விலயனம்.
Dilute', *v.t.* நீர்க்கச்செய், நீரோளமாக்கு, கரை, பலங்குறை, தனுகரி.
Dilu'tion, *s.* தனுகரணம்.
Dilu'vial, **Dilu'vian**, } *a.* ஜலப்பிரளயத்துக்கடுத்த, ஜலப்பிரளயத்தாற் சம்பவித்த.
Dilu'viate, *v.t.* பிரவகி.
Dim, *v.t.* மழுக்கு, மங்கலாக்கு, மங்குலமாக்கு.
Dim, *a.* மங்கலான, கம்மலான, மங்குலமான, மந்த.
Dimen'sion, *s.* அளவு, பரிமாணம், வர்க்கம்.
Dimen'sity, *s.* விசாலம், பரிமாணம்.
Dimid'iate, *v.t.* இருபாதிசெய், படுபாதியாய்ப் பிரி.
Dimin'ish, *v.t.* குறை, சுருக்கு, ஒடுக்கு, தணி.
Dimin'ish, *v.i.* குறை, சுருங்கு, ஒடுங்கு, தணி.
Dimin'uent, *a.* குறைகிற.
Diminu'tion, *s.* குறைவு, சுருங்கல், ஒடுக்கம், தணிவு.
Dimin'utive, *s.* ஈசம், அற்பம்.
Dimin'utive, *a.* சுருக்கமான, சிறிய.
Dimis'sion, *s.* புறப்பட உத்தரவு, விடை.
Dimit', *v.t.* அனுப்பிவிடு, விடைகொடு.
Dim'ity, *s.* ஒருவகைப் பருத்திப்புடைவை.
Dim'ly, *ad.* மங்கலாய், மங்குலமாய்.
Dim'ness, *s.* மங்கல், புகைச்சல், மந்தம்.
Dim'ple, *s.* முகத்தில் இருக்கும் பள்ளம், குழி, பதிவு.
Dim'sighted, *a.* கண்ணொளி மங்கிய, பஞ்சடைந்த.
Dim'ple, *v.t.* குழி, பதி, பள்ளம்விழு.
Dim'pled, *p.a.* குழிந்த, பதிந்த.
Din, *s.* இரைச்சல், சத்தம், முழக்கம், ஆரவாரம்.
Din, *v.t.* இரை, காதடைக்கச்செய்.
Dine, *v.i.* உண், பிரதானபோஜனஞ்செய்.
Dinet'ical, *a.* சுழலும்.
Ding, *v.t.* விசையாய்த்தள்ளு, மோது.
Din'gy, *a.* அழுக்கான, கபிலமான, செங்கல் மங்கலான.
Din'ing-room, *s.* போஜனசாலை.
Din'ner, *s.* தீன், பிரதானபோஜனம், விருந்து.
Din'nertime, *s.* போஜனகாலம்.
Dint, *s.* அடி, தாக்கு, பலம், பலாத்காரம், தழும்பு.
Dint, *v.t.* குழியடி.
Dioc'esan, *s.* அத்தியக்ஷகுரு, கண்காணி.
Di'ocese, *s.* அத்தியக்ஷகுருவின் ஆட்சிஸ்தானம்.
Diophan'tine, *a.* (analysis), கரணகுதக.
Diop'tric, **Diop'trical**, } *a.* பார்வைக்குதவும், கண்பார்வைக்குரிய.
Diop'trics, *s.* சோதி விக்கிர விலக்கணம்.
Dip, *v.t.* தோய், முழுகப்பண்ணு, அமிழ்த்து.
Dip, *s.* சாய்வு, இறக்கம்.
Diph'thong, *s.* ஈருயிர்மயக்கம்.
Diplo'ma, *s.* நிஷ்கருஷபத்திரம், தத்துவபத்திரம், பத்தாயகம்.
Diplo'macy, *s.* ஸ்தானுபத்திய வியாபாரம், ஸ்தானுபதிகள்.
Diplomat'ics, *s.* பூர்வசாதன விளக்கநூல்.
Diplo'matist, *s.* ஸ்தானுபத்திய நிபுணன்.
Dire, *a.* பயங்கரமான, திகிலான.

Direct′, *v.t.* குறி, கட்டளையிடு, காண்பி, வழிகாட்டு, விலாசமிடு.
Direct′, *a.* நேரிய, தீர்க்கமான, கிரமமான, சரியான; power, சுபாவகாதிதம்; ratio, கிரமவிகிதம்.
Direc′tion, *s.* குறிப்பு, நோக்கம், நிதானம், மேல்விலாசம், கட்டளை, திக்கு.
Direct′ly, *ad.* நேரே, கையோடே, உடனே, வெளியாய்.
Direc′tor (*fem.* direc′tress), *s.* கற்பிப்போன், ஏவுவான், காரியதுரந்தரன், விசாரணைத்தலைவன், பணிக்கன், பாகன், பிரமாணம், பிரசாரணி.
Direc′tory, *s.* வழிகாட்டி, சூத்திரம், விதி, குடிவிலாசம், முகாமைக்காரியஸ்தர்.
Dire′ful, *a.* பயங்கரமான, சிலேசமுள்ள, சலிப்பான.
Diremp′tion, *s.* பிரிவு, விலக்கு.
Direp′tion, *s.* கொள்ளைகொள்ளல், சூறையாட்டம், அபகரித்தல்.
Dirge, *s.* துக்கப்பாட்டு, புலம்பற்பாட்டு, ஒப்பாரி.
Dirk, *s.* வேல், குத்துவாள், கட்டாரி, சுரிகை.
Dirt, *s.* மண், துகள், அழுக்கு, மலம், ஊத்தை, அசுத்தம், மலினம்.
Dirt, *v.t.* அழுக்காக்கு, சேறுபுரட்டு.
Dirt′ily, *ad.* அழுக்காய், ஈனமாய்.
Dir′ty, *a.* அழுக்குள்ள, கசுமலமான, நீசமான, இழிவான, ம்ப்பான; a dirty woman, கசுமாலி.
Disabil′ity, *s.* பலவீனம், தளர்ச்சி, உரிமைத்தத்துவமின்மை.
Disa′ble, *v.t.* பலங்கெடு, சத்துக்குறை, தளர்த்து.
Disabuse′, *v.t.* பிழைநீக்கு, மனக்களங்கந்தீர், சீர்ப்படுத்து.
Disaccom′modate, *v.t.* இடர்செய், இடைஞ்சற்படுத்து.
Disaccommoda′tion, *s.* இடர், இடுக்கண்.
Disacknowl′edge, *v.t.* மறு, இல்லையென்.
Disadvan′tage, *s.* சேதம், நஷ்டம், தாழ்ச்சி, பாடு.
Disaffec′tion, *s.* பேதம், பேதிப்பு, பிணக்கு, வெறுப்பு, விரக்தி.
Disaffirm′, *v.t.* மறு, தடுத்துரை, எதிர் பேசு, தள்ளு.
Disagree′, *v.i.* இரண்டுபடு, விரோதி, பிசகு, இணங்காதிரு.
Disagree′able, *a.* வெறுப்பான, உபேக்ஷையான, ஒவ்வாத, அரோசிகமான, இதமற்ற.
Disagree′ment, *s.* பேதகம், ஒவ்வாமை, பொருந்தாமை, இசையாமை, பிணக்கு.
Disallow′, *v.t.* தள்ளு, மறு, தடு.
Disallow′able, *a.* தள்ளுபடியான, ஒத்துக்கொள்ளக்கூடாத.
Disallowance, *s.* தடை, தடுப்பு, தள்ளுகை, மறுப்பு.
Disally′, *v.t.* உறவுபிரி, கூட்டுவிலக்கு.
Disan′imate, *v.t.* உயிர்போக்கு, உற்சாகமழி, அதைரியப்படுத்து.
Disannul′, *v.t.* மாற்று, அழி, சிதை, தள்ளு, திக்கரி.
Disappar′el, *v.t.* ஆடைகளை, சீர்குலை.
Disappear′, *v.i.* அதரிசனமாகு, மறை, படு, அஸ்தமி, ஒழி.
Disappear′ance, *s.* மறைவு, அதரிசனம்.
Disappoint′, *v.t.* நம்பிக்கைகெடு, ஏய்.
Disappoint′ment, *s.* நம்பிக்கைப்பங்கம், விசுவாசபங்கம், ஏமாறல், காரியத்தவறு, ஆசாபங்கம், விபலீகரணம், சங்கற்ப பங்கம், விஷாதம், பிரத்தியவாயம்.
Disapproba′tion, *s.* மனக்குறை, பிரியவீனம், பின்னிதம்.
Disappro′priate, *v.t.* சேர்ந்ததுவிலக்கு, நியதியழி.
Disapprov′al, *s.* மறுப்பு, நிராகரிப்பு.
Disapprove′, *v.t.* மறு, நிராகரி, திக்கரி.
Disarm′, *v.t.* நிராயுதனாக்கு, பலவீனப்படுத்து.
Disarm′ing, *v.i.* நிராயுதனாக்கு.
Disarrange′, *v.t.* நிலைகுலை, தாறுமாறாக்கு, குழப்பு.
Disarrangement, *s.* நிலைகுலைவு, தாறுமாறு, அலங்கோலம்.
Disarray′, *v.t.* கலையுரி, தட்டழியப்பண்ணு, இரி.
Disasso′ciate, *v.t.* கூட்டம்பிரி, தோழமைபிரி.
Disas′ter, *s.* இடையூறு, அபாயம், பீடை, இடைஞ்சல், கலி, ஆபத்து, பாடாவிதி.
Disas′trous, *a.* அவலமான, இடையூறான, கெடுதலான, துக்கமுள்ள.
Disas′trously, *ad.* அவலமாய், கெடுதியாய், ஆபத்தாய், துயரமாய்.
Disau′thorize, *v.t.* அதிகாரத்தை விலக்கு, அதிகாரத்தை வாங்கிப்போடு.
Disavow′, *v.t.* மறு, எதிர்பேசு.
Disavow′al, *s.* எதிர்பேச்சு, மறுப்பு, அல்லத்தட்டு.
Disband′, *v.t.* அணிகுலை, கூட்டங்குலை, பிரி, விலக்கு.
Disbark′, *v. i.* கப்பல்விட்டிறங்கு.
Disbelief′, *s.* நம்பிக்கையீனம், அவிசுவாசம், அவநம்பிக்கை

Disbelieve', *v.i.* நம்பாதிரு, சந்தேகி, ஐயுறு.
Disbeliev'er, *s.* அவிசுவாசி, சந்தேகன்.
Disblame, *v.t.* குற்றம்நீக்கு, நிர்த்தோஷியாக்கு.
Disbod'y, *v.t.* தேகத்தினின்றுவிலக்கு, அசரீரியாக்கு.
Disbow'el, *v.t.* குடலெடு, குடல்பிடுங்கு.
Disbur'den, *v.t.* இறக்கு, சுமையிறக்கு, பாரநீக்கு, இலகுவாக்கு.
Disburse', *v.t.* பணங்கொடு, செலவழி.
Disburse'ment, *s.* செலவு, செலவீடு; of advances, பட்டுவாடா, பட்வாடா.
Disc, *s.* விம்பம், பரிதி, சக்கரம், மண்டலம்; moon's disc, சசிதேகம்.
Discal'ce-ate, *v.t.* பாதரக்ஷைகழற்று.
Discan'dy, *v.t.* கரை, உருக்கு.
Discard', *v.t.* கழி, தள்ளு, விலக்கு, நீக்கு, துரத்து.
Discar'nate, *a.* மாமிசமற்ற.
Discase, *v.t.* உறை கழி, கோலங்களை.
Discern' (diz-zern'), *v.t.* காணு, தெரி, உணரு, யூகி, தேர்.
Discern'ing, *p.a.* அறிகிற, யூகிக்கிற, பகுத்தறிவுள்ள.
Discern'ment, *s.* காணல், அறிவு, தெளிவு, ஊகம், பகுத்தறிவு.
Discerp', *v.t.* கிழி, துணிக்கைசெய்.
Discerp'tion, *s.* துண்டித்தல், சின்னபின்னப்படுத்தல்.
Discharge', *s.* பாரமிறக்குகை, விடுதலை, வெடிதீர்தல், மீட்சி, இறுப்பு, வடிதல், கழிச்சல், சிராவம், நிர்ப்பூரம்.
Discharge', *v.t.* பறியவிடு, தீர், பிரயோகி, விடுதலையாக்கு, வெடிதீர், பாரமிறக்கு, செலுத்து, தள்ளு, நிறைவேற்று, கடன் கொடுத்துத்தீர், கடனடை.
Discide', } *v.t.* இரண்டாய் வெட்டு, பிரி.
Discind', }
Disci'ple, *s.* சீஷன், மாணாக்கன்.
Disciplina'rian, *s.* போதகன், சிக்ஷகன்.
Dis'cipline, *s.* எச்சரிக்கை, கண்டிதம், சிக்ஷிப்பு, படிவு, விநயம், சிக்ஷை, பழக்கம், ஒழுங்கு; military, யுத்தாப்பியாசம், யுத்தசிக்ஷை.
Discipline, *v.t.* சிக்ஷைபண்ணு, தண்டி, தெளிவி, தேற்று; disciplined, சிஷ்ட.
Disclaim', *v.t.* தள்ளு, மறு, உரிமைவிலக்கு.
Disclama'tion, *s.* மறுத்தல், தள்ளுதல், உரிமைவிலக்கு.
Disclose', *v.t.* காட்டு, புலப்படுத்து, பிரசங்கி, வெளிப்படுத்து.

Disclo'sure, *s.* பகிரங்கம், பிரசித்தம், பிரசங்கம்.
Discolora'tion, *s.* வர்ணவிகற்பம், மாசு, கறை.
Discol'our, *v.t.* நிற வேற்றுமைப்படுத்து, நிற மாற்று, கறைப்படுத்து.
Discom'fit, *v.t.* சிதறடி, உலை, கலை, சாய், இரி, முறியடி.
Discom'fiture, *s.* தோல்வி, தட்டழிவு, குலைவு, சாய்ப்பு.
Discom'fort, *s.* மனக்கலக்கம், துக்கம், சஞ்சலம், சித்தவேதனை, கிலேசம், சந்தாபம்.
Discom'fort, *v.t.* துன்புறுத்து, சஞ்சலப்படுத்து.
Discom'fortable, *a.* சஞ்சல, மனநோவுண்டாக்கும்.
Discommend', *v.t.* குற்றங்கூறு, குறைசொல்.
Discom'modate, *v.t.* தொல்லைக்குள்ளாகு, அசந்தர்ப்பமுண்டாக்கு.
Discommo'dious, *a.* தொல்லைவருத்தல்.
Discompose', *v.t.* கலை, குலை, குழப்பு.
Discompo'sure, *s.* குலைவு, கலைவு, மனக்கலக்கம், மனம்பதறுகை.
Discoucert', *v.t.* அலைக்கழி, குழப்பு, பதறச்செய், தடுமாறப்பண்ணு.
Discongru'ity, *s.* ஒவ்வாமை, இசையாமை, பொருந்தாமை.
Disconnect', *v.t.* பிரி, குலை, கழற்று.
Discon'solate, *a.* ஆறுக்கவலையுள்ள, தட்டழிந்த, துக்கமுள்ள, மனச்சடைவான.
Disconsola'tion, *s.* ஆறுதலின்மை, சஞ்சலம்.
Discontent', *s.* மனக்குறை, திர்ப்தியில்லாமை.
Discontent', *v.t.* மனக்குறைவருவி, அதிர்ப்தியாக்கு.
Discontented, *a.* a discontented mind, திர்ப்தியற்றமனம்.
Discontent'ment, *s.* நிரம்மியம், சஞ்சலம், மனக்குறை.
Discontin'uance, *s.* நிலைகுலைவு, ஒழிவு, ஒய்வு.
Discontin'ue, *v. t.* விடு, ஒழி, நிறுத்து, தவிர்.
Discontin'ue, *v. i.* ஒழி, ஒய, நில்.
Discontin'uous, *a.* அறந்த, தொடர்ச்சியற்ற.
Disconvenient, *a.* வசதியற்ற, இசைவற்ற
Dis'cord, *s.* ஒவ்வாமை, பிரிவு, பேதம், பிணக்கு, இசைக்கேடு; in music, அபசுரம், சுதிப்பிரிவு.

Discord'ance, *s.* ஒவ்வாமை, பேதம், இணக்கமின்மை.
Discor'dant, *a.* பேதமான, பின்னிதமுள்ள, ஒவ்வாத, இசைவில்லாத.
Dis'count, *s.* கழிவு, தள்ளுபடி.
Dis'count, *v.t.* கழி, தள்ளு, குறை.
Discoun'tenance, *v.t.* முகமுறி, முகமறு, வெட்கப்படுத்து.
Discour'age, *v.t.* தைரியவீனப்படுத்து, நிலைகுலை, முயற்சியழி.
Discour'agement, *s.* தைரிய வீனப்படுத்தல்.
Discourse', *s.* சம்பாஷணை, உரைவாசகம், பிரசங்கம், சம்வாதம்.
Discourse, *v.t.* பேசு, உணர்த்து, வியாயிகரி.
Discour'teous, *a.* அவமரியாதையான, அநுசாரமுள்ள, நாகரீகமற்ற.
Discour'tesy, *s.* அவமதி, அவமரியாதை, அபசாரம்.
Discov'er, *v.t.* வெளியாக்கு, காட்டு, கண்டுபிடி.
Discov'erable, *a.* கண்டுபிடிக்கக்கூடிய.
Discov'ery, *s.* காணுகை, புலப்படுகை, வெளிப்பாடு, காட்சிப்பொருள், தரியாப்து.
Discred'it, *s.* நம்பிக்கையின்மை, மதிப்பின்மை, நாணயமின்மை.
Discred'it, *v. t.* சந்தேகி, நம்பாதிரு, நிந்தைசெய்.
Discred'itable, *a.* நிந்தையான, மனத்தாழ்வான.
Discred'itable, *a.* நாணயக்குறைவான, நம்பக்கூடாத, இகழ்ச்சியான; discreditable conduct, or business, கர்மதோஷம்.
Discreet', *a.* கவனமுள்ள, ஆராய்வுள்ள, விவேகமுள்ள, புத்தியுள்ள.
Discreet'ly, *ad.* கவனமாய், யோசனையாய், நிதானமாய், எச்சரிக்கையாய்.
Dis'crepance, **Dis'crepancy**, } *s.* ஒவ்வாமை, பிரிவினை, பேதம்.
Dis'crepant, *a.* வேற்றுமையான, ஒவ்வாத; to be discrepant, இரண்டுபட.
Discre'tion, *s.* புத்தி, சூழ்ச்சி, சதுரம், விரகு, விவேகம், அறிவு, இஷ்டம், சுவேச்சை.
Discre'tional, *a.* யுத்தாயுத்தந் தெரிந்து செய்யும்படிவிட்ட.
Discre'tionary, *a.* புத்தியான, ஆராய்வுள்ள, தன்னிஷ்டமுள்ள.
Discre'tive, *a.* வேறுன, பேதமான.
Discrim'inate, *a.* பேதம்தோன்றும்.
Discrim'inate, *v.t.* தேர், பகுத்தறி, குறி.
Discrimina'tion, *s.* விவேகம், நுண்ணறிவு, தேர்ச்சி, மனக்கூர்மை, பகுத்தறிவு.
Discrim'inative, *a.* பேதம் குறிப்பிக்கும்.
Discruciating, *a.* துயரமான, துன்புறுத்தும்.
Discum'bency, *s.* சார்பு, சாய்வு.
Discul'pate, *v.t.* குற்றமில்லையென்றுதீர்.
Discur'sion, *s.* திரிவு, உலாவல்.
Discur'sive, *a.* அசைவுள்ள; நியாயமெடுத்துக் காட்டக்கூடிய, வெவ்வேறுன, விவரண.
Dis'cus, *s.* சந்திரசூரியவட்டம், பரிதிவட்டம், சக்கரம்.
Discuss', *v.t.* யோசி, ஆராய்ந்துசொல்லு, சீர்தூக்கு, தர்க்கித்தறி, பேசித்தெளி.
Discussion, *s.* பேசித்தெளிதல், விவகாரம், தர்க்கம், விசாரணை.
Disdain', *s.* அசட்டை, அவமதிப்பு, பழிப்பு, நிந்தனை.
Disdain', *v.t.* பழி, இகழ், நிந்தி.
Disdain'fully, *ad.* நிந்தனையாய், இகழ்ச்சியாய்.
Diseas'e, *s.* வியாதி, நோய், பிணி, ரோகம், நையல்; free from disease, அநாமய.
Diseas'edness, *s.* நோயுடைமை.
Disedge, *v.t.* கூர்மழுக்கு, சுணைகெடு.
Disembark', *v.t.* இறக்கு, பறி, கரைப்படுத்து.
Disembark', *v.i.* இறங்கு, கரையேறு, கரைப்படு.
Disemba'rrass, *v.t.* கலக்கம்நீக்கு, தடுமாற்றமகற்று.
Disembod'y, *v.t.* உடல்களை, களை.
Disembod'ied, *p.a.* உடலினின்றுபிரிந்த, உடல்விட்டுநீங்கிய, சித்துருபமான.
Disembogue', *v.i.* கழிமுகத்திற்பாய்.
Disembo'som, *v.t.* நெஞ்சில் உள்ளதை வெளியிடு.
Disembow'el, *v.t.* குடல்பிடுங்கு, குடலெடு.
Disembroil', *v.t.* சிக்கறு.
Disena'ble, *v.t.* தத்துவங்கெடு, பலகுயமாக்கு.
Disenchant', *v.t.* மயக்கந்தீர், ஜாலந்தவிர்.
Disencum'ber, *v.t.* கழற்று, தடைவிலக்கு, இடைஞ்சல் நீக்கு.
Disencum'brance, *s.* நீக்குகை, விலக்குகை, சிக்ககற்றல்.
Disengage', *v.t.* விடுதலையாக்கு, நீக்கிவிடு சிக்கறு, விலக்கு.

Disengage'ment, *s.* விடுதலை, ஒழிவு, காலி.
Disenno'ble, *v.t.* மகிமையீனப்படுத்து, மேம்பாடழி.
Disenroll', *v.t.* அட்டவணையினின்று பெயர் விலக்கு.
Disenslave', *v.t.* சிறைநீக்கு.
Disentan'gle, *v.t.* கழற்று, அவிழ், சிக்கெடு.
Disentan'glement, *s.* சிக்கறுத்தல், விடுதலை.
Disenthral', *v.t.* அடிமைத்தனத்தினின்று நீக்கு.
Disenthrone', *v.t.* பத்திராசனத்தினின்று தள்ளு.
Disent'itle, *v.t.* பட்டமகற்று, பட்டத்தை வாங்கு.
Disespouse', *v.t.* மணப்பொருத்தம் நீக்கு.
Disesteem,' *s.* அவமதிப்பு, அவமானம், புறக்கணிப்பு, அசட்டை, உபேக்ஷை.
Disesteem', *v.t.* அவமதி, புறக்கணி.
Disex'ercise, *v.t.* அப்பியாசந்தவிர்.
Disfa'vour, *s.* வெறுப்பு, பிரியவீனம், அபகாரம்.
Disfavour, *v.t.* முகமுறி, முகமறு, அந்தங்கெடு.
Disfi'gure, *v.t.* கோலங்கெடு, உருவழி, பின்னப்படுத்து; to become disfigured, சுரூபங்குலைய.
Disfran'chise, *v.t.* நிலையழி, உரிமையகற்று, பலனழி, தாழ்ச்சிபடண்ணு.
Disfran'chisement, *s.* உரிமையகற்றல், சுதந்தரம் விலக்கல்.
Disgar'nish, *v.t.* அணிகுலை, ஆபரணம் களை.
Disgorge', *v.t.* வாந்தி, உமிழ், கொப்புளி, கக்கு.
Disgrace', *s.* அபகீர்த்தி, அவமானம், இழிவு, வடு.
Disgrace', *v.t.* இழிவுபடுத்து, பங்கப்படுத்து, அவமதி, அவமானஞ்செய்; to be disgraced, முனைகெட்டுப்போக.
Disgrace'ful, *a.* நிந்தையான, மானத்தாழ்வான.
Disgra'cious, *a.* வெறுப்பான, கிருபையற்ற.
Dis'gregate, *v.t.* பிரி, கலை, சிதறு.
Disguise', *s.* வேஷம், போலி, பொய்க்கோலம்.
Disguise', *v.t.* மறை, கர, ஒளி, மாயம் பண்ணு.
Disguised, *a.* அன்னியரூப.
Disguis'er, *s.* வேஷதாரி, மாரீசன்.

Disgust', *s.* வெறுப்பு, அரோசிகம், உபேக்ஷை, அசங்கியம், கசப்பு.
Disgust', *v.t.* அரோசி, வெறு; to be disgusted with, கசக்க.
Disgus'ting, *p.a.* அரோசிகமான, வெறுப்புத்தரும்.
Dish', *s.* வட்டில், வள்ளம், தட்டு, பாத்திரம், உணவு; of a balance, கன்னம், கன்னத்தட்டு, தராசுத்தட்டு.
Dishabi'lle' (disabil'), *s.* பள்ளியறையில் உடுக்கும் உடை.
Dish'clout, *s.* கலந்துடைக்குமாடை.
Dishab'it, *v.t.* குடியெழுப்பு.
Disheart'en (dis-hart'n), *v.t.* தைரியவீனப்படுத்து, கலக்கு, உற்சாகம்கெடு; மனமடியச்செய்.
Disheir', *v.t.* வார்சுவிலக்கு, சுதந்தரத்தினின்று நீக்கு.
Disher'it, சுதந்தரந் தவிர்.
Dishev'el, *v.t.* குலை, கலை, விரி.
Dishon'est (dis-on'est), *a.* நாணயங்கெட்ட, வஞ்சனையுள்ள, யதார்த்தமற்ற.
Dishon'estly, *ad.* கபடமாய், நாணயங்கெட்டு, நெறிதவறி, புரளித்தனமாய்.
Dishon'esty, *s.* கபடம், சோரத்தனம் நாணயக்கேடு, நெறிவழு, புரளி.
Dishon'our, *s.* அவமானம், இழிவு, தாழ்ச்சி.
Dishon'our, *v.t.* அவமானப்படுத்து, தாழ்த்து.
Dishon'ourable, *a.* நாணயங்கெட்ட, அவமானமுள்ள, அசங்கையுள்ள.
Dish'water, *s.* கலங்கழுவுநீர்.
Disimprove', *v.t.* கெடு, சீரழி, பழுதாக்கு.
Disimprove'ment, *s.* இழிவுறல், சீர்கேடு.
Disincar'cerate, *v.t.* சிறைநீக்கு, சிறைவிடு.
Disinclina'tion, *s.* பிரியவீனம், உபேக்ஷை, விருப்பின்மை, பராமுகம்.
Disincline', *v.t.* வெறுப்புண்டாக்கு, மனப்பற்றழி.
Disincor'porate, *v.t.* நகரவிசாரணையதிகாரம்விலக்கு.
Disinfec'tion, *s.* தொற்றுவியாதி மாற்றல்.
Disingenu'ity, *s.* தந்திரம், அகடவிகடம்.
Disingen'uous, *a.* சுசீலமற்ற, கீழ்மையான, கரவுள்ள, கபடமுள்ள.
Disinhab'it, *v.t.* குடியெழுப்பு.
Disinher'it, *v.t.* உரிமை நீக்கு, சுதந்தரத்தினின்று விலக்கு.
Disinter, *v.t.* சவங்கிளப்பு.
Disinter'ment, *s.* க்ஷேமித்த பிரேதம் கிளப்பல்.
Disin'terest, *s.* நஷ்டம், லாபமுபேக்ஷை

Disin'terest, *v.t.* தன்னயம் மறு.
Disin'terested, *a.* பரோபகாரமுள்ள, தன்னயம் பாராட்டாத.
Disinure', *v.t.* சாதனேஅகற்று.
Disinvite', *v.t.* வரவழைத்து விலக்கு.
Disinvolve', *v.t.* திற, சிக்கறு.
Disjec'tion, *s.* கக்குதல்.
Disjoin', *v.t.* பிரி, சந்திபிரி.
Disjoint, *v.t.* இசைவுகெடு, சந்துசந்தாகத் துண்டி, பொருத்து விலக்கு.
Disjoint'ly, *ad.* வெவ்வேருய்.
Disjunct', *a.* பிரிந்த, இணைபிரிந்த.
Disjunc'tion, *s.* பிரிவு, இசைவுக்கேடு, பெயர்வு.
Disjunc'tive, *s.* தழாப்புணரிடைச்சொல்.
Disk, *s.* கிரகத்தோற்றம், மண்டலம்; moon's, சசிதேகம்; disk of the sun, அருக்கமண்டலம்.
Dislike', *s.* வெறுப்பு, உபேகை, விபக்ஷம், பிரியவீனம், அப்ரீதி; dislike to food, அன்னத்துவேஷம்.
Dislike', *v.t.* வெறு, உபேக்ஷி.
Dis'locate, *v.t.* கழற்று, பெயர்.
Disloca'tion, *s.* பெயர்வு, கழலல், சுளுக்கு.
Dislodge', *v.t.* இருப்பிடம்விட்டெழுப்பு, பெயர் கிளப்பு.
Disloy'al, *a.* ராஜதுரோகமான, ராஜபக்தியற்ற, பக்தியற்ற; a disloyal wife, விபசாரி.
Disloy'ally, *ad.* ராஜதுரோகமாய்.
Disloy'alty, *s.* ராஜதுரோகம், ராஜபக்தியின்மை, விபசாரம்.
Dis'mal, *a.* இருண்ட, அந்தகார, பயங்கரமான, சஞ்சலமுள்ள.
Dis'mally, *ad.* துக்கமாய், சஞ்சலமாய், பயங்கரமாய்.
Disman'tle, *v.t.* கழற்று, உடுப்புரி, அரணுக்குரியவைகளை நிர்மூலப்படுத்து.
Dismask', *v.t.* வேஷங்குலே, கபடவேஷம் நீக்கு.
Dismast', *v.t.* பாய்மரத்தை முறி.
Dismay', *s.* மனக்கலக்கம், தைரியவீனம், திகைப்பு, அச்சம்.
Dismay', *v.t.* கலக்கு, பயமுறுத்து.
Disme (dēm), *a.* பத்திலொருபாகமான, தசம.
Dismem'ber, *v.t.* கூறுபடுத்து, அங்கசேதனம்செய், பின்னப்படுத்து, சித்திரவதைசெய்.
Dismem'berment, *s.* அங்கபங்கம், கூறுபாடு.
Dismiss', *v.t.* தள்ளு, அனுப்பிவிடு, அகற்று, முடி.
Dismis'sal, Dismis'sion, } *s.* அனுப்புகை, விடை, தள்ளுகை.
Dismissive, *a.* விடைகொடுக்கிற.
Dismort'gage, *v.t.* குதுவைமீள்.
Dismount, *v.t.* இறக்கு, தள்ளு, இறங்கு.
Disna'tured, *a.* பூததயையில்லாத.
Disobe'dience, *s.* கீழ்ப்படியாமை, அமையாமை.
Disobe'dient, *a.* கீழ்ப்படியாத, வசையாத.
Disobey', *v.t.* கட்டளைமீறு, கேளாதிரு, அமையாதிரு.
Disoblige', *v.t.* மனக்குறை உண்டாக்கு, பிரியவீனப்படுத்து, பிரதிகூலஞ்செய்.
Disoblig'ing, *p.a.* தயையில்லாத, பரோபகாரமற்ற, குணங்கெட்ட.
Disoblig'ingly, *ad.* அபசாரமாய்.
Disorbed', *a.* மார்க்கம் விலகின.
Disor'der, *s.* கலக்கம், குழப்பம், ஒழுங்கின்மை, அக்கிரமம், அலங்கோலம், வியாதி; disorder of the stomach from indigestion, அன்னவிகாரம்.
Disor'der, *v.t.* கலக்கு, இசைகெடு, மாருட்டமாக்கு.
Disor'derly, *a.* தாறுமாருய், அநாயக, கிரமந்தப்பி.
Disorganiza'tion, *s.* சீர்குலைவு, உருக்குலைவு.
Disor'ganize, *v.t.* கலை, குலை, சீர்கெடு, தாறுமாருக்கு, உருக்குலை.
Disown', *v.t.* அல்லத்தட்டு, மறு, மறுதலி.
Dispair', *v.t.* சோடுபிரி, இணைபிரி.
Dispar'age, *v.t.* அவமானப்படுத்து, இகழ், சிறுப்பி, ஈடழி.
Dispar'agement, *s.* அவமதிப்பு, தாழ்ச்சி, பழிப்பு.
Dispa'ragingly, *ad.* சிறக்கணிப்பாய், தரக்குறைவாய்.
Dis'parate, *a.* வேறுன, சமானமில்லாத.
Dispar'ity, *s.* தாரதம்மியம், சமானமின்மை, ஏற்றத்தாழ்ச்சி.
Dispark', *v.t.* அடைப்புத்திற, சிறைநீக்கு.
Dispart', *v.t.* பிரி, அறு, தெறி.
Dispas'sion, *s.* விராகம், அபாசம்.
Dispas'sionate, *a.* இச்சையடக்கமான, சாதுவான, கோபகுணமில்லாத, பக்ஷபாதமில்லாத, நிரஞ்சன, சமசித்த.
Dispas'sioned, *a.* விராக, அபாச.
Dispatch', *s.* தீவிரம், விரைவு, பத்திரம், செய்தி.
Dispatch', *v.t.* சீக்கிரமாய்ச்செலுத்து, விரைவா யனுப்பு; to dispatch an envoy, தூதவிட.

Dispau'per, *v.i.* வறிஞருரிமைவிலக்கு.

Dispel', *v.t.* அகற்று, விலக்கு, கலை, விடு, துடை, போக்கடி; to dispel poison, விஷம்போக்கு; to dispel darkness, இருள் சிதைக்க; to dispel fear, பயம் போக்க.

Dispend', *v.t.* செலவிடு, செலவழி.

Dispen'sable, *a.* கொடுக்கக்கூடிய, விடக் கூடிய.

Dispen'sary, *s.* ஔஷதசாலை, தர்ம வைத் தியசாலை.

Dispensa'tion, *s.* கொடை, நேமகம், ஏற் பாடு, விதி.

Dispense', *v.t.* கொடு, பகிர்ந்துகொடு, விட்டுவிடு, தவிர்.

Dispen'ser, *s.* பகிர்ந்துகொடுப்போன், தயை செய்வோன்.

Dispeo'ple, *v.t.* குடியெழுப்பு.

Disperse', *v.t.* குலை, கலை, நீக்கு, சிதறு.

Disper'sion, *s.* சிதறல், கலைவு.

Disper'sive, *a.* சிதறுவிக்கத்தக்க.

Dispir'it, *v.t.* கலக்கு, மனநிலைகுலை, திடன் அழி; to be dispirited, மலங்க, மனந் தளர, முனைகுலைய, முனைகெட.

Dispir'itedness, *s.* சோர்வு, மனநிலைகுலைவு, மனத்தளர்ச்சி.

Displace', *v.t.* பெயர்த்துவை, தள்ளு, விலக்கு.

Displacency, *s.* அமரியாதை, அபசாரம், அசந்துஷ்டி.

Displant', *v.t.* குடியெடு, குடிநாசஞ்செய்.

Displat', *v.t.* முறுக்குக்குலை, சுருள்குலை.

Displeas'ant, *a.* அகித, அபிரீதியான, அபகார.

Display', *s.* காட்சி, பிரசன்னம், ஆடம்பரம், பிலுக்கு.

Display', *v.t.* காட்டு, பிரத்தியக்ஷமாக்கு, தெரிவி.

Displease', *v.t.* கோபமூட்டு, வெறுப்புண் டாக்கு.

Displeas'ure, *s.* அசந்தோஷம், மனக்குறை, தாங்கல், பிரியவீனம்.

Displode', *v.t.* வெடித்துச்சிதறு, வெடி.

Displo'sion, *s.* வெடி, இடி, அதிர்ச்சி.

Displume', *v.t.* இறகுகளை, இறகுபிடுங்கு.

Disport', *s.* விநோதம், கிரீடை, கேளி.

Disport', *v.i.* கிரீடைபண்ணு, விளையாடு, காலக்ஷேபஞ்செய்.

Dispos'al, *s.* ஒழுங்கு, செலுத்துகை, வசம், அதீனம்; I am at your disposal, உமது இஷ்டப்படி நடக்கக் காத்திருக்கிறேன்.

Dispose', *v.t.* ஒழுங்குபடுத்து, வை; *v.i.* of, செலவழி, விக்கிரயஞ்செய், விட்டுவிடு; one who is disposed to give, தானசீலன்.

Dispos'er, *s.* செலவிடுகிறவன், விற்பனைக் காரன், ஒழுங்காக்குவோன், காரியஸ்தன்.

Disposi'tion, *s.* வைத்தல், குணம், ஒழுங்கு, தன்மை, மனோவிர்த்தி.

Dispossess', *v.t.* அபகரி, ஆட்சியை விலக்கு, கவர்.

Disposses'sion, *s.* ஆட்சிவிலக்கு, அப கரிப்பு.

Dispraise', *s.* இகழ்ச்சி, இகழ், பழிப்பு, நிந் தனை, நிஸ்காரம்.

Dispraise', *v.t.* இகழ், பழி, நிந்தி, குறை சொல்லு.

Dispread', *v.t.* பரப்பு, அகற்று.

Disprize', *v.t.* சிறக்கணி, விலைகுறை, தாழ் மதி.

Disprof'it, *s.* அபலம், சேதம், நஷ்டம்.

Disproof', *s.* ஆக்ஷேபம், திக்காரம்.

Dispropor'tion, *s.* ஒவ்வாமை, பொருத்த மின்மை, பேதம், விச்சோடு.

Dispropor'tional, *a.* விச்சோடான, தரப் பொருத்தமற்ற.

Dispropor'tionate, *a.* பொருந்தாத, ஒவ்வாத.

Disprove', *v.t.* அல்லவென்றுரூபி, எதிர் நியாயஞ்சொல்லு, நிராகரி, கண்டி.

Dis'putable, *a.* தர்க்கத்திற்கு ஏதுவான, சமு சயமான.

Dis'putant, *s.* தர்க்கசாலி, வாக்குவாதி.

Disputa'tion, *s.* வாது, தர்க்கம், வாக்கு வாதம், சம்வாதம்.

Dispute', *s.* வியாச்சியம், விவகாரம், தர்க் கம், கலன், பிடிவாதம்; to be prolonged or to grow warm as a dispute, பேச்சுவளர.

Dispute', *v. t.* தர்க்கி, வாதாடு.

Disqualifica'tion, *s.* தகுதியின்மை, பக்கு வமின்மை, அபக்குவம்.

Disqual'ify, *v.t.* தகுதியழி, பக்குவங்கெடு, குறை, சத்துவாங்கு.

Disquiet, *v. t.* கலக்கு, தொந்தரவுபண்ணு; to be disquieted, அங்கலாய்க்க.

Disqui'et, *a.* அமைதியற்ற, அசர்ந்த, சலிப் புள்ள.

Disqui'etude, *s.* அமைவின்மை, கலக்கம், கலக்கடி, மனச்சஞ்சலம், கொந்தளிப்பு

Disquisi'tion, *s.* விசாரணை, ஆலோசனை.

Disregard', *s.* அசட்டை, அவமதிப்பு பரா முகம்; disregarded, அபூஜித.

Disregard', *v,t.* அவமதி, பராமுகஞ்செய், புறக்கணி.

Disrel'ish, *s.* ருசியின்மை, சுவையின்மை, வெறுப்பு.

Disrel'ish, *v.t.* வெறு, விருப்புருதிரு, அரோசிகமாக்கு.
Disrep'utable, *a.* அபகீர்த்தியுள்ள, அவமானமுள்ள, இழிவான.
Disrepute', *s.* அவமதி, துர்க்கீர்த்தி.
Disrespect', *s.* அவமதிப்பு, அசட்டை, அபசாரம், அமரியாதை, தாழ்ச்சி, ஏளனம், அவமானம்.
Disrespect'ful, *a.* அவமதியான, அபசாரமான, அசட்டையுள்ள.
Disrobe', *v.t.* உரி, களை, கழற்று.
Disrup'tion, *s.* உடைப்பு, பிளப்பு, கிழிவு.
Dissatisfac'tion, *s.* திருப்தியின்மை, அசந்துஷ்டி, மனக்குறை, நிரம்மியம்.
Dissatisfac'tory, *a.* அதிர்ப்திகரமான, நிரம்மிய.
Dissat'isfy, *v.t.* நிரம்மியப்படுத்து, வெறுப்புறுவி.
Disseat', *v.t.* ஆசனத்தினின்று விலக்கு.
Dissect', *v.t.* சத்திரம்பிரயோகி, வெட்டிப்பார், கண்டி, சந்து சந்தாய்த் துண்டி.
Dissec'tion, *s.* சத்திரப்பிரயோகம், அங்கசேதம், வியவச்சேதம்.
Dissec'tor, *s.* கூறுசெய்வோன். துண்டிப்போன்.
Dissem'blance, *s.* அசமானம், சமானமின்மை, அதுல்லியம்.
Dissem'ble, *v.t.* மாரீசம்பண்ணு, வேஷங்காட்டு.
Dissem'inate, *v.t.* விதை, தெளி, சிந்து, தூவு, பரப்பு.
Dissemina'tion, *s.* விதைப்பு, வித்திடல்.
Dissem'inator, *s.* வித்திடுவோன், விதைப்போன்.
Dissen'sion, *s.* பிரிவு, பிரிவினை, பேதம், கலகம்.
Dissent' *s.* சம்மதியாமை, இணங்காமை, மறுப்பு.
Dissent', *v.i.* சம்மதியாதிரு, இணங்காதிரு, இரண்டுபடு.
Dissent'er, *s.* மறுப்போன், இணங்காதவன், சாதாரண சமயவிரோதி.
Dissert', *v.i.* சம்பாஷி, தர்க்கி.
Disserta'tion, *s.* வியாக்கியானம், உபாக்கியானம், பிரசங்கம், பிரபந்தம்.
Disserve', *v.t.* அபகாரஞ்செய், ஊறுபடுத்து, பழுதுறுவி.
Disserv'ice, *s.* அபகாரம், நஷ்டம.
Disserv'iceable, *a.* அபகாரமான, சகாயமற்ற.
Disset'tle, *v.t.* உறுதியழி, நிலைகுலை.
Disset'tlement, *s.* உறுதியழித்தல், நிலையறுதி.

Dissev'er, *v.t.* பிரி, வெட்டு, முறி, விடுவி, குலை.
Dissev'ering, *p.a.* இரண்டுபடுத்தல், பிரிப்பு, பின்னம்.
Dissili'tion, *s.* உடைத்தல், அறுத்தல், பிளத்தல்.
Dissim'ilar, *a.* அசமானமுள்ள, பேதமான, ஒவ்வாத, வேற்றுமையான, வேருன.
Dissimilar'ity, *s.* அசமானம், ஒவ்வாமை, வேற்றுமை, வேறுபாடு.
Dissimil'itude, *s.* சமானமின்மை, ஒப்பின்மை.
Dissimula'tion, *s.* இரண்டகம், கள்ளக்கருத்து, பொய்க்கோலம், மாமாலம், பேடிசவித்தை.
Dis'sipate, *v.t.* கலை, நீக்கு, பரப்பு, தூற்று, சிதறு; to dissipate darkness, இருளைப்போக்கடிக்க.
Dissipa'tion, *s.* குலைவு, சிதறுகை.
Disso'ciable, *a.* இணங்காத, ஐக்கியமில்லாத, சம்பந்தமில்லாத.
Disso'ciate, *v.t.* பிரி, இனம்பிரி, சேர்க்கையை விலக்கு, சம்பந்தம் நீக்கு.
Dissocia'tion, *s.* இனம்பிரி, சேர்க்கை விலக்கு, சம்பந்தம் நீக்கு.
Dis'soluble, *a.* உருகத்தக்க, கரையத்தக்க, பிரியக்கூடிய.
Dissolubil'ity, *s.* உருகுந்தன்மை, கரையுந்தன்மை.
Dis'solute, *a.* துன்மார்க்கமான, தூர்த்தத்தனமுள்ள.
Dis'solutely, *ad.* தூர்த்தத்தனமாய், நெறிவழுவாய், கெட்டமார்க்கமாய்.
Dis'soluteness, *s.* தூர்த்தத்தனம், அபசாரம், கெட்டமார்க்கம்.
Dissolu'tion, *s.* குலைவு, அழிவு, மரணம்.
Dissolve' (diz-zolv'), *v.t.* கரை, உருக்கு, பிரி, விலக்கு, தவிர்.
Dissolve' (diz-zolv'), *v.i.* கரை, உருகு; his heart dissolved in pity, அவனுள்ளங் கசிந்துருகியது.
Dissolv'ent, *s.* உருக்கக்கூடியது, கரைக்கத்தக்கது.
Dis'sonance, *s.* சுரபேதம், இசையாவோசை, ஒவ்வாமை, வேறுபாடு.
Dis'sonant, *a.* இசையொவ்வாத, இணக்கமில்லாத.
Dissuade', *v.t.* நியாயஞ்சொல்லித்தடு, கலை, மறி.
Dissua'sion, *s.* சொல்லித்தடுத்தல், மறியக்கடை.

Dissua'sive, *a.* தடைபண்ணத்தக்க, மறிக்கத்தக்க.
Dissyllab'ic, *a.* ஈரசையுள்ள.
Dissyl'lable, *s.* ஈரசைச்சொல், ஈரலகுமொழி.
Dis'taff, *s.* கொட்டைநூற்குந் தடி, கதிர்.
Distain', *v.t.* மறுப்படுத்து, மாசுறுவி, கறைப்படுத்து.
Dis'tance, *s.* தூரம், தொலை, சேண்.
Dis'tance, *v.t.* தூரத்தில்வை, ஒட்டத்திற் பிந்தவிடு.
Dis'tant, *a.* தூரமான, தொலையான; as indifferent, உபேக்ஷையான, அலக்ஷியமான.
Dis'tantly, *ad.* எட்ட, தூரமாய் தொலைத்து, அகல.
Distaste', *s.* சுவையின்மை, விருப்பின்மை.
Distaste', *v.t.* வெறு, அரோசி, அருவரு.
Distaste'ful, *a.* சுவையற்ற, உவட்டிப்பான.
Distem'per, *s.* வியாதி, நோய், பிணி.
Distem'per, *v.t.* வியாதியுண்டாக்கு, நோய்வரப்பண்ணு; a distempered stomach, மந்தித்தவயிறு.
Distem'perate, *a.* மிதந்தப்பிய, பிணியுற்ற, நோய்த்த.
Distem'perature, *s.* குணக்கேடு, வெறி, மயக்கு, தாறுமாறு.
Distend', *v.t.* பருப்பி, வீங்கப்பண்ணு, நீட்டு.
Disten'sion, *s.* நீக்கல், நீக்கம், வீக்கம், அகலல்.
Dister', *v.t.* தேசாந்தரம்போக்கு, தேசம்விட்டகற்று.
Dister'minate, *a.* எல்லைகட்டி வேறுபடுத்திய.
Dis'tich (dis'tik), *s.* ஈரடிப்பா, குறட்பா.
Distil', *v.t.* இறக்கு, காய்ச்சிவடி, தெள்; distilled spirits, &c., திராவகம்.
Distilla'tion, *s.* வடிப்பு.
Distil'lery, *s.* மதுபானம் வடிக்குஞ்சாலை.
Distinct', *a.* தீர்க்கமுள்ள, திருத்தமான, வேறுவேறன, அலாயிதா.
Distinc'tion, *s.* குறி, பேதம், வித்தியாசம், கீர்த்தி, மேன்மை; a person of, பெருந்தகைமையோன்.
Distinc'tive, *a.* வேற்றுமைகாட்டுகிற, வரையறுக்கிற.
Distinc'tively, *ad.* வரையறையாய், வேறாய்.
Distinct'ly, *ad.* தீர்க்கமாய், தெளிவாய்.
Distinct'ness, *s.* வேற்றுமைதோன்றி நிற்குந்தன்மை, பேதமயக்கின்மை.
Distin'guish, *v.t.* பகுத்தறி, வகையறு, தெளி, விசேஷித்தறி, சிறப்படைவி.
Distin'guishable, *a.* பகுத்தறியத்தக்க, குறிக்கொள்ளத்தக்க.
Distin'guished, *p.a.* பெயர்பெற்ற, விசேஷித்த, சிறந்த.
Distin'guisher, *s.* பகுத்தறிவோன், நுண்ணறிவாளன்.
Distin'guishment, *s.* குறிப்பு, பகுத்தறிவு.
Distitle, *v.t.* பட்டம்வாங்குதல், பட்டம் நீக்கல்.
Distort', *v.t.* புரட்டு, திரி, திருகு, வளை.
Distor'tion, *s.* இசிப்பு, இழுப்பு, நெளிவு, திருக்கு, வழு, புரட்சி, கோணல், அபாசம், ஆபாசம்.
Distract', *v.t.* தடுமாறப்பண்ணு, கலக்கு, குழப்பு, விலக்கு, கலை.
Distract'ed, *p.a.* பைத்தியமான, மனச்சஞ்சலமான, வியாகுலமான.
Distrac'tion, *s.* மனக்கலக்கம், உன்மத்தம்.
Distrac'tive, *a.* தடுமாற்ற முண்டாக்குகிற.
Distrain', *v.t.* கடனுக்காகச் சொத்தெடு, பறி, ஜப்திசெய்.
Distraint', *s.* சொத்தெடுப்பு, பறிப்பு, ஜப்தி.
Distress', *s.* துயரம், வருத்தம், துன்பம், வெந்துயர், கிலேசம், இடர், பாடாவிதி, ஆகுலம்.
Distress', *v.t.* உலை, கலக்கு, இக்கட்டுப்பண்ணு; துன்பப்படுத்து.
Distress'ing, *p.a.* துன்புறுத்துகிற, இடுக்கண்செய்கிற, துயரமான.
Distrib'ute, *v.t.* பகிர்ந்துகொடு, பங்கிடு, விபாகி.
Distribu'tion, *s.* பங்கீடு, ஈந்திடுகை, விபாகம்; of temperature, தாபவிபாகம்.
Distrib'utive, *a.* பிரிக்கிற, விபாகித்துக் கொடுக்கிற.
Distrib'utively, *ad.* பங்குபங்காய், தனித்தனியாய், வெவ்வேறாய்.
Dis'trict, *s.* நாடு, ஊர், தேசம், மண்டலம், மாகாணம், துக்குடி.
Distrust', *s.* அவநம்பிக்கை, சமுசயம், சந்தேகம்.
Distrust, *v.t.* நம்பாதிரு, ஐயுறு.
Distrust'ful, *a.* நம்பிக்கையற்ற, சந்தேகமுள்ள.
Disturb', *v.t.* கலக்கு, அலட்டு, அலை, நிலைகுலை, கலை; disturbed in thought, சிந்தாகுல.
Distur'bance, *s.* கலக்கம், கலாதி, கலகம், குழப்பம், தண்டா, சல்லியம்.

Distu.ber, *s.* கலகக்காரன், குழப்பக் காரன்.
Disu'niform, *a.* ஒருமையற்ற, உருவேறு பாடான.
Disun'ion, *s.* பிரிவு, பிரிவினை, பொருந்தா மை, இசைவுக்கேடு, பின்னம், அசங்கதம்.
Disunite', *v.t.* கலை, பிரி, குலை.
Disu'nity, *s.* பிரிகிலை, ஒருமையின்மை.
Disus'age, *s.* வழங்காமை.
Disuse', *s.* வழங்காதொழிகை, வழக்கமின் மை, பழக்கநீங்கல்.
Disuse', *v.t.* வழங்காதொழி, வழக்கம் நிறுத்து.
Disval'ue, *v.t.* கிரயந்தணி, அவமதிசெய்.
Disvalua'tion, *s.* அவமதி, சிறக்கணிப்பு.
Disvouch', *v.t.* நம்பாதிரு, மறு, ருறுக்குச் சொல்.
Dita'tion, *s.* செழிப்பித்தல், நிறைவித்தல்.
Ditch, *s.* அகழ், அகழி, ஓடை, பள்ளம், சாக்கடை.
Ditch, *v.i.* அகழ், குழிபறி.
Ditch'er, *s.* குழிகல்லுவோன், ஒட்டன்.
Di'theism, *s.* துவைதவாதம்.
Di'theist, *s.* துவைதி.
Dit'to, *ad.* மேற்படி.
Dit'ty, *s.* ஒருவிதப்பாட்டு.
Diure'sis, *s.* ஜலக்கழிச்சல், அதிஜலம்.
Diuret'ic, *s.* ஜலபேதிமருந்து, ஜலவிரேச னம்.
Diur'nal, *a.* தின, தினந்தர, அன்றாடம்.
Divan', *s.* நீதிஸ்தலம், துருக்கியசபை, விநோதசாலை, நீதிஸ்தலத்தன்.
Divar'icate, *v.i.* கவர்விடு, கவைபடு, அகலு, பிளவுபடு.
Divarica'tion, *s.* கவர், கவை.
Dive, *v.i.* ஜலத்திலேதாழ், முக்குளி, சுழி யோடு, குளியோடு, மூழ்கு, கூர்ந்துபார்; diving bell, சுழிபுடகம்.
Div'er, *s.* குளிகாரன்.
Diverge' (di-verj), *v.i.* பிரி, கவர்விடு, விரி, விலகு, அகலு; diverging series, விகமமாவிகை.
Diver'gence, *s.* கவர்வு, விரிவு, பிரிவு, படர்வு.
Diver'gent, *a.* கவரான, விரிந்த, புறங் கவிந்த.
Di'vers, *a.* பல, அநேக.
Di'verse, *a.* பலவித, நானாவித, வேறுபா டான, வித்தியாசமான.
Diver'sify, *v.t.* பேதி, வேறுபடுத்து, விகற்பி; diversified, விசித்திர; having diversified aspects, விசித்திரரூப.
Diver'sion, *s.* விலகுகை, விநோதம், உல்லா சம், விளையாட்டு, பொழுதுபோக்கு.
Diver'sity, *s.* பேதாபேதம், நானாபேதம், விகற்பம், வேறுபாடு, வேற்றுமை.
Divert', *v.t.* திருப்பு, விலக்கு, பிரியப்படு த்து, விநோதி, பராக்குக்காட்டு.
Divert'ing, *p.a.* விநோதமான, உல்லாச மான.
Diver'tive, *a.* பராக்கான, மகிழ்விக்கும்.
Divest', *v.t.* உரி, கழற்று, களை, நீக்கு, பறி, அபகரி.
Divest'ure, *s.* துகிலுரிகை, ஆடைகளைதல், நீக்குதல்.
Divide', *v.t.* பிரி, பங்கிடு, பகு, கூறுசெய், ஈ, அரி, வகிர், வகு.
Divi'dend, *s.* பாச்சியம், பாகம்.
Divi'ders, *s.* கவராசம்.
Divina'tion, *s.* தெய்வங்கூறல், கட்டு, குறி, சகுனம், நிமித்தம்.
Divine', *s.* குரு, வேதசாஸ்திரி, தேசிகன்.
Divine', *v. t.* கட்டுச்சொல்லு, நிமித்தம்பார்.
Divine', *a.* தெய்வீக, திவ்ய, பரம, திரு, ஞான; divine praise, கடவுள் வாழ்த்து.
Divin'er, *s.* நிமித்திகன், கட்டாடி, கோ டங்கி.
Divin'ity, *s.* கடவுள், தெய்வம், தேவத் துவம், தைவிகம், வேதசாஸ்திரம்.
Divisibil'ity, *s.* பாச்சியத்துவம், பிரிக்கப் படுந்தன்மை.
Divis'ible, *a.* பகுக்கக்கூடிய, பிரிக்கக் கூடிய.
Divi'sion, *s.* பிரிவு, பங்கு, பங்கிடு, பாகம், துண்டு, பகுதி, வகுப்பு, பிரிவினை, பாச னம், பாககாரம், துக்குடி; divisions of a corn field, பாத்தி, தட்டு, சிறுசெய்.
Divi'sor, *s.* ஆரகம், பாசகம்.
Divorce', *s.* தள்ளுதல், விவாகசம்பந்த விலக்கு.
Divorce', *v.t.* விவாகவிமோசனம்பண்ணு.
Divorce'ment, *s.* விவாகவிமோசனம்.
Divulge' (di-vŭlj'), *v.t.* பிரசித்தம்பண்ணு, வெளிப்படுத்து.
Divul'sion, *s.* பிரிப்பு, பறித்தல், கிழித்தல்.
Divul'gate, *v.t.* பிரசித்தப்படுத்து.
Divul'ger, *s.* பிரசித்தஞ்செய்வோன்.
Di'zen, *v.t.* அலங்கரி, கோலம்புனை, சிங் காரி.
Diz'zard, *s.* மடையன், மூடன், மட்டி.
Diz'zy, *a.* நடுக்கமுள்ள, கிறுகிறுப்பான, சுழற்சியுள்ள.
Diz'ziness, *s.* கிறுகிறுப்பு, சுழற்சி, பிர மரம்.

Do, *v.t.* செய், ஆக்கு, பண்ணு, நிறைவேற்று, நடத்து ; do for, உதவும், போதும் ; I have done with him, அவனுக்கும் எனக்கும் இனிக் காரியம் இல்லை ; help me, do, எனக்கு உதவிசெய்யும், செய்யுமேன் ; I had much to do to pacify him, நான் அதிக பிரயாசப்பட்டு அவனை ஆற்றினேன் ; I have done with it, அதனால் எனக்கு ஆகவேண்டியது நிறைவேறிற்று ; better pay the money and have done with it, பணத்தைக் கொடு, அவ்வளவில் தொல்லை நீங்கும்.

Do, *v.i.* ஒழுகு, நட, சித்தி, வாய், ஆ, வளட்படு, ஆகு; how do you do? எப்படி இருக்கிறாய்?

Doat, see Dote.

Doc'ile, *a.* படியத்தக்க, பதவிய.

Docil'ity, *s.* கீழ்ப்படிவு, அமைதி, பதமை.

Dock, *s.* கப்பல் செப்பனிடுந்துறை, கூழைவால்.

Dock, *v.t.* குறுகவெட்டு, கூழையாக்கு.

Dock'et, *s.* காரியப்பொழிப்பு, குறிப்பு, டாப்பு.

Doc'tor, *s.* வைத்தியன், பண்டிதன், விற்பன்னன், சாஸ்திரி.

Doc'torate, *s.* வைத்தியப்பட்டம்.

Doc'torly, *a.* பண்டிதக்கோலமுள்ள.

Doc'trinal, உபதேசத்திற்குரிய.

Doc'trine, *s.* போதம், உபதேசம், கோட்பாடு, கொள்கை, மதம்.

Doc'ument, *s.* சாதனம், பத்திரம், லிகிதம், தஸ்தாவேஜு.

Document'al, *a.* சாதனத்திற்குறிய.

Document'ary, *a.* பத்திரங்களுக்குரிய.

Dock'yard, *s.* கப்பல் செய்யும் இடம், கப்பற்சாமான் வைக்கும் இடம்.

Dodec'agon, *s.* துவாதசபுசை.

Dodge, *v.t.* மடிப்புச்செய், உபாயமாய் விலக்கு.

Dodge, *v.i.* விலகு, போக்குச்சொல்லித் தப்பு, தந்திரம்பண்ணு.

Dod'ger, *s.* விலகுவோன், அவகடன், கள்ளன்.

Dod'gery, *s.* உபாயம், அவகடம்.

Doe, *s.* பெண்மான், பிணைமான்.

Do'er, *s.* செய்கிறவன், கர்த்தன்.

Doff, *v.t.* களை, வஸ்திரம் நீக்கு.

Dog, *s.* நாய், ஆண்நாய், முடுவல், நாய்ப்புலையன்.

Dog, *v.t.* நாய்போலத் தொடர்.

Dog'cheap, *a.* அதிகமலிவான.

Dog'day, *s.* சுவாதிதினம், கத்தரிநாள்.

Dog'fight, *s.* நாய்ச்சண்டை.

Dog'ged, *a.* கடுகடுப்புள்ள, கோபமுள்ள, அமையாத.

Dog'gerel, *s.* கேலிப்பாட்டு, வசைப்பாட்டு.

Dog'hearted, *a.* வன்னெஞ்சுள்ள, குரூரசித்தமுள்ள, க்ஷாத்திரமுள்ள.

Dog'hole, *s.* நாய்வளை, புன்குடிசை.

Dog'leech, *s.* நாய்வைத்தியன்.

Dog'ma, *s.* கோட்பாடு, நியமவிதி, மதம், சூத்திரம்.

Dog'mad, *a.* நாய்வெறிகொண்ட.

Dogmat'ical, *a.* பிடிவாதமுள்ள, கோட்பாட்டுக்கு உரிய.

Dog'matist, *s.* பிடிவாதி.

Dog'matism, *s.* பிடிவாதம், அடம், குரங்குப்பிடி.

Dog's'ear, *s.* புஸ்தகத்து ஒற்றையின்மடிந்த மூலை.

Dog'skin, *a.* நாயுரியிற்செய்த.

Dog'sleep, *s.* கள்ளநித்திரை.

Dog'star, *s.* ஜோதிநாள், சுவாதி.

Dog'trot, *s.* நாயோட்டம்.

Dog'teeth, *s.* வேட்டைப்பல், வக்கிரதந்தம்

Dog'weary, *a.* மிகத்தொய்ந்த.

Do'ings, *s.* (*pl.*) செய்கைகள், கிரியைகள் நடபடிகள்.

Dole, *s.* துக்கம், துயரம், சஞ்சலம்.

Dole, *v.t.* பங்கிடு, பரிமாறு.

Dole'ful, *a.* துக்கமுள்ள, சஞ்சலமுள்ள.

Dole'some, *a.* துக்கமுள்ள, துயரமுள்ள.

Doil, *s.* பாவை, பொம்மை, பிரதிமை.

Dol'lar, *s.* ஒரு நாணயம்.

Dolorif'erous, *a.* துயர்தரும்.

Do'lour, *s.* துக்கம், புலம்பல், பிரலாபம், வருத்தம், துன்பம்.

Dol'phin, *s.* ஒருவகைமீன், கடற்பன்றி.

Dolt, *s.* பேதை, மூடன், மடையன்; a very dolt, கசமடையன்.

Dolt'ish, *a.* மடமையான, மூட.

Dolt'ishness, *s.* மௌட்டியம், மூடத்துவம்

Domain', *s.* இராச்சியம், ஆளுகை, அரண்மனையைச்சூழ்ந்த கொல்லை.

Dome, *s.* வில்மச்சுமண்டபம், மாடம், கும்மட்டம்.

Domes'tic, *s.* வீட்டுவேலைக்காரன், வீட்டாள்.

Domes'tic, *a.* வீட்டுக்கு உரிய, குடும்பத்திற்கு உரிய, இல்வாழ்விற்கு உரிய, கிரக; domestic chaplain, கிரகாசாரியன் ; domestic dissension, கிரககலகம், கிரகசித்திரம்; domestic duties, கிரககாரியம், குலாசாரம்; domestic slave, கிரகதாசன்.

Domes'ticate, *v.t.* பழக்கு, பயிற்று, மனுஷருக்கு அமையச்செய்.
Dom'icile, *s.* வீடு, வாசஸ்தானம்.
Dom'iciled, *a.* இருப்பிடமுள்ள, வீடுள்ள.
Domici'liary, *a.* வீட்டுக்குரிய.
Dom'inant, *a.* ஆட்சியான, ஆளுகிற.
Domina'tion, *s.* ஆட்சி, ஆளுகை, ராஜரீகம், கொடுங்கோன்மை.
Dom'inate, *v.t.* ஆள், ஆளுகைசெய், மேற்கொள்.
Domineer', *v.i.* ஆளு, அதிகாரஞ்செலுத்து, கொடுங்கோல் செலுத்து.
Domin'ical, *a.* கர்த்தரின் நாளைக் காட்டுகிற.
Domin'ion, *s.* இராச்சியம், ராஜரீகம், அதிகாரம்.
Don, *v.t.* தரித்துக்கொள்.
Do'nary, *s.* நேர்த்திக்கடன்.
Dona'tion, *s.* ஈவு, ஈகை, நன்கொடை.
Don'ative, *s.* கொடை, ஈகை, இனும்.
Done, *p.p.* of Do; to be done, ஆக.
Donee', *s.* ஈகைபெற்றோன், நன்கொடைகொள்வோன்.
Don'jon, *s.* பலத்தகோபுரம், அரண் மேடை.
Don'key, *s.* கழுதை.
Do'nor, *s.* ஈகையாளன், தாதா, உதாரன்,
Doo'ly, *s.* இரட்டுத்துணிக் சிவிகை.
Doom, *s.* தீர்ப்பு, ஆக்கினைத்தீர்ப்பு, ஆக்கினை, க்ஷயம், நாசம், தண்டம்.
Doom, *v.t.* விதி, தண்டனைவிதி.
Dooms'day, *s.* தீர்ப்புநாள்.
Dooms'daybook, *s.* பூஸ்திதிக் கணக்குப்புஸ்தகம்.
Door, *s.* கதவு, வாயில், கபாடம்.
Door'case, *s.* வாசற்கால், கதவுநிலை.
Door'keeper, *s.* வாயிற்காவற்காரன், துவாரபாலகன், கடைகாப்பாளன்.
Door'post, *s.* கதவுநிலை.
Door'stead, *s.* நுழைவாயில்.
Doq'uet, see Docket.
Dor'mancy, *s.* செய்லின்மை, சேட்டையின்மை.
Dor'mant, *a.* தூங்குகிற, புதையலான, சுப்த; dormant or sleeping partner, மூலதிரவியத்திற்குப் பங்காளி; title, வழங்காத வக்கணை.
Dor'mitive, *s.* நித்திரை வருத்து மருந்து.
Dor'mitory, *s.* சயனமண்டபம், பள்ளியறை.
Dor'sal, *a.* முதுகிற்கு உரிய.
Dor'ture, *s.* பள்ளியறை.
Dose, *s.* ஒருதரங்கொடுக்கு மருந்து.
Dose, *v.t.* மருந்து அளவிட்டுக் கொடு
Dot, *s.* புள்ளி, பொட்டு, பொறி, குத்து, விந்து, அங்கம், கணம்.
Dot, *v.t.* புள்ளியிடு, புள்ளிப்போடு.
Do'tage, *s.* மதித்தளர்வு, புத்திமழுக்கம், அதிபிரியம்.
Do'tal, *a.* சீதனசம்பந்த.
Dota'tion, *s.* அதீனங்கட்டல்; ரொக்கதானஞ்செய்தல்.
Do'tard, *s.* மதிதளர்ந்தோன்.
Do'tardly, *ad.* மதிதளர்வாய், பலங்குன்றி.
Dote, *v.t.* மதிதளர், மதிமயங்கு, அதிகமாய் நேசி.
Dot'er, *s.* மதிதளர்ந்தவன், மதிமாருடி.
Dot'ingly, *ad.* மிகநேசமாய்.
Doub'le, *v.t.* இரட்டி, இரட்டு, இருமடங்காக்கு.
Doub'le, *a.* இரட்டையான, இருமடங்கான, உபய, இணையான.
Doub'le, *s.* இரட்டி, இருமடங்கு.
Doub'le-dealing, *s.* இரண்டகம், வஞ்சகம்.
Doub'le-eyed, *a.* வஞ்சகநோக்குள்ள.
Doub'le-faced, *a.* மாமால, நயவஞ்சனையுள்ள.
Doub'le-handed, *a.* இருகரமுள்ள.
Doub'le-hearted, *a.* கள்ளமனமுள்ள.
Doub'le-minded, *a.* இருமனமுள்ள, நிர்ணயமில்லாத.
Doub'let, *s.* உள்ளுடை, உட்சட்டை, சோடு, இணை.
Doub'le-tongued, *a.* இருநாக்குள்ள, வஞ்சனையுள்ள, அசத்தியவாதி.
Doubt (dŏut), *s.* சந்தேகம், சமுசயம், சங்கை, ஐயம், தடுமாற்றம், அநிர்ணயம்; case of doubt, சந்தேகபதம்; cause of doubt, சங்காஸ்பதம்.
Doubt', *v.t.* ஐயப்படு, சமுசயப்படு, சந்தேகி, ஐயுரு, தடுமாறு.
Doubt'ful, *a.* சந்தேகப்படத்தக்க, சமுசயமான.
Doubt'ingly, *ad.* ஐயமாய், சந்தேகமாய், சமுசயமாய்.
Doubt'less, *a.* சந்தேகமில்லாத, உறுதியான, நிஜ.
Douceur', *s.* பரிதானம், எய்ப்பு.
Dough (dō), *s.* பிசைந்தமா.
Dough'tiness, *s.* வீரம், தைரியம்.
Dough'ty (dŏu'ty), *a.* தைரியமான, வீரமுள்ள, மகத்துவமுள்ள.
Doughy, *a.* மாவொத்த, மிருதுவான, இறுகாத.
Douse, *v.t.* நீரிற் புதை, நீரில் விழு.

Dove, *s.* புறா, கபோதம்.
Dove'cot, *s.* புறாவீடு.
Dove'like, *a.* புறாப்போன்ற, புறாவடிவான.
Dove'tail, *v.t.* புறாவாற்சந்து, உடுக்கைக் கழுந்து.
Dove'tail, *s.* கழுந்து, பசம்பை, உடுக்கைக் கழுந்து.
Dow'ager, *s.* அரசன்கைமை, ராஜவிதவை.
Dow'dy, *a.* துப்புக்கெட்ட, அவலக்ஷண.
Dow'dy, *a.* துப்பற்றவள், சீலங்கெட்டவள்.
Dow'er, **Dow'ery**, **Dow'ry**, } *s.* சீதனம், ஸ்திரீதனம்.
Dow'ered, *a.* சீதனம் பெற்ற.
Dow'erless, *a.* சீதனமற்ற.
Down, *s.* மெல்லிறகு, தூவி; மைதானம், செழிப்பற்ற மேட்டுநிலம்.
Down, *ad.* கீழே, தாழ, பணிய.
Down, *v.t.* இறங்கு.
Down'cast, *a.* தலைகுனிவான, திடனழிந்த; look, அதோமுகம், அதோதிர்ஷ்டி.
Down'fall, *s.* வீழ்ச்சி, விழுகை, நாசம், அழிவு, பாழ்.
Down'hill, *s.* இறக்கம்.
Down'hill, *a.* இறக்கமான, சரிவான.
Down'lying, *s.* சயனவேளை, பள்ளிகொள்ளுநேரம்.
Down'right, *a.* தீர்மானமுள்ள, தீர்ந்த, நேரான; falsehood, வெறும்பொய், தீர்ந்த பொய்; wickedness, அதர்மமயம்.
Down'right, *ad.* செங்குத்தாய், முற்றாய், தெளிய.
Down'ward, *a.* கீழான, பணிவான, அதோ.
Down'wards, *ad.* கீழே.
Down'y, *a.* மெல்லிறகுபோன்ற, தூவிபோன்ற, தூவிநிறைந்த.
Dow'ry, *s.* see Dower, சீதனம்.
Doxolog'ical, *a.* மங்களகீத, தேவஸ்துதி, தேவகீர்த்தனைக்குரிய.
Doxol'ogy, *s.* தேவகீர்த்தனை, மங்களஸ்துதி.
Dox'y, *s.* வேசி, பரத்தை.
Doze, *v.i.* துயில், துஞ்சு, தூங்கு.
Doz'en (dŭz'n), *s.* பன்னிரண்டு, துவாதசம்.
Doz'en, *a.* பன்னிரண்டு, பன்னிரு.
Do'ziness, *s.* தூக்கம், மந்தம், சோம்பு.
Do'zy, *a.* தூக்கமான, மந்த, சோம்புள்ள.
Drab, *s.* கம்பளிப்புடைவை.
Drab, *a.* கபிலவர்ண, கம்பளிப்புடைவையொத்த.
Draff, *s.* கழுநீர், மண்டி, கசாளம்
Draf'fish, **Draf'fy**, } *a.* மண்டியான, அடைந்த.

Draft, *s.* see Draught, இழுப்பு, சித்திரலிபிகை, சட்டம், மரக்கலம், நீரிலே தாழும் ஆழம்.
Draft, *v.t.* சட்டங்கட்டு, குறிப்பெழுது.
Drag, *v.t.* இழு, ஈர், சாம்பு, வலி.
Drag, *s.* கரைவலை, வீச்சுவலை, ஆகர்ஷணயந்திரம், ரதம், இழுக்கப்படுவது.
Drag'gle, *v.t.* சேற்றில் இழு, தோய்த்திழு, அழுக்காக்கு..
Drag'man, *s.* வலையன்.
Drag'net, *s.* கரைவலை.
Drag'on, *s.* பறவைநாகம், சர்ப்பம்.
Drag'onet, *s.* சிறுபறவைநாகம், சிறுசர்ப்பம்.
Drag'on-fly, *s.* தும்பி.
Dragoon', *s.* போர்ச்சேவகன், போர்வீரன், மாவுத்தன்.
Dragoon', *v.t.* அடங்கும்படி, பலாத்கரி.
Drain, *s.* வாய்க்கால், கால்வாய், சாலசம், கழிகால், தூம்பு, சாக்கடை, நீர்த்தாழ்வு.
Drain, *v.t.* ஒழுக்கு, கழிவி, வடி, உலர்த்து; to drain a pond, குளத்தை வற்றடிக்க.
Drake, *s.* ஆண்தாரா, ஆண்வாத்து.
Dram, *s.* ஒரு நிறை, ஒரு கிண்ணம் நிறைந்த பானம்; as a draught of spirituous liqudrs, மதுபானம்.
Dra'ma, *s.* நாடகம்.
Dramat'ic, *a.* நாடக, நடனத்திற்குறிய.
Dram'atist, *s.* நாடகாசிரியன். நடன்.
Drank, *p.t.* of Drink.
Drape, *v.t.* உறையிடு, ஆடையாலலங்கரி.
Dra'per, *s.* புடைவைக்கடைக்காரன், சவளிவர்த்தகன், கச்சவடக்காரன்.
Dra'pery, *s.* சவளிவர்த்தகம், புடைவை.
Draught (draft), *s.* இழுப்பு, ஈர்ப்பு, சித்திரலிபிகை, அணிவகுப்பு, மரக்கலம், நீரிலே தாழும் ஆழம்.
Draught'house, *s.* குப்பை அறை.
Draughts, *s.* சொக்கட்டான்.
Draughts'man, *s.* குறிப்பெழுதுகிறவன், சித்திரலிகிதன்.
Draw, *v.t.* இழு, கருஷி, தூண்டிவிடு, வாங்கு, நீட்டு, சித்திரமெழுது; to draw the sword, கத்தியுருவ, யுத்தஞ்செய்ய, படையெடுக்க; to draw a line, கோடுகிழிக்க.
Draw'back, *s.* கழிவு, குறைவு.
Draw'bridge, *s.* இழுவைப்பாலம், பெயர்க்கத்தக்க பாலம்.
Drawee', *s.* உண்டிநாமதாரி.
Draw'er, *s.* பெட்டியறை, சித்திரமெழுதுவோன்.
Draw'yers, *s.* சல்லடம்.

Draw'ing, *s.* சித்திரப்படம், எழுந்து, இழுவை.
Draw'ing-room, *s.* கோலம்புனை மண்டபம், சித்திராலயம்.
Drawl, *s.* இழுத்துப்பேசல், சோம்பிச்சொல்லல்.
Drawl, *v.i.* சோம்பலாய்ப் பேசு.
Dray, *s.* சாமான்வண்டி.
Dray'horse, *s.* சாமான்வண்டிக்குதிரை.
Dread, *s.* அச்சம், பயம், திகில், dread of death, மரணக்கெடி.
Dread, *v.t.* அஞ்சு, பயப்படு, திகை.
Dread, *a.* பயங்கர, கலககடிதரும்.
Dread'ful, *a.* பயப்பாடுள்ள, பயங்கரமான.
Dread'fully, *ad.* பயங்கரமாய், எக்கமாய்.
Dread'less, *a.* அச்சமற்ற, அஞ்சாத, துணிவுள்ள, திரமுள்ள.
Dream, *s.* கனவு, சொப்பனம், மனோகற்பனை.
Dream, *v.t* கனவுகாண், சொப்பனம்காண்.
Dream'er, *s.* சொப்பனம்காண்போன், மனோராச்சியம்செய்வோன், புத்திவிலாசன்.
Dream'less, *s.* சொப்பனமற்ற.
Drear, *a.* இருண்ட, பயங்கரமான.
Drear'iness, *s.* மருள், துக்கம், சஞ்சலம்.
Drear'y, *a.* பயங்கரமான, துக்கப்பூடான, சஞ்சல, நிர்ஜன.
Dredge, *s.* சேறுகோலி, சேறுவாரி.
Dreg'gy, *a.* மண்டியுள்ள, கூலம்பிடித்த, கலங்கலான.
Dregs, *s.* (*pl.*) மண்டி, சக்கை, கூலம், வண்டல்; the dregs of society, கசாகூளம்.
Drench, *v.t.* தோய், நனை, ஈரமாக்கு.
Drench, *s.* பெருமிடறு, சாராயம்.
Dress, *s.* உடை, உடுக்கை, உடுப்பு, ஆடை அணி.
Dress, *v.t.* உடு, தரி, அணி, புனை, ஒழுங்குபடுத்து, பாகம்பண்ணு, பதப்படுத்து; to dress a wound, காயங்கட்ட, தவணங்கட்ட; dressing a wound, கவாளம்.
Dress'er, *s.* (Surgical) பிரதிசாரணன்.
Dress'ing, *p.n.* உடுப்பு, உடை, அணி பரிகரிப்பு, காயங்கட்டல், பண்படுத்தல்.
Dress-ing-room, *s.* கோலம்புனை அறை, அணிபூணறை.
Drew, *p.t.* of Draw.
Drib, *v.t.* நறுக்கு, அறுத்துப்போடு, குறை, சேதி.
Drib, *s,* துளி.
Drib'ble, *v.i.* துளி, துளிவிழு, தூறு.
Drib'let, *s.* சிறுபாகம், சில்லறை.
Drib'bling, *s.* துளிதுளியாய் விழல்.
Dri'er, *s.* உலர்த்துவது, வறட்டுவது.
Drift, *s.* அடையல், கொழியல், கும்பம், இராசி, நோக்கம், அன்வயம், போக்கு.
Drift, *v.i.* ஒதுக்கு, தெள்ளு, கொழி, அடை.
Drill, *s.* தமருசி, துறப்பணம், பொத்தனூசி; யுத்தாப்பியாசம், அப்பியாசம்.
Drill, *v.t.* துருவு, தொளை, பயிற்று, பழக்கு.
Drink, *s.* பானம், பானீயம், மது.
Drink, *v.t.* குடி, பருகு, பானம்பண்ணு, மது அருந்து; a drinking vessel, ஜலபாத்திரம்.
Drink'able, *a.* குடிக்கத்தக்க, பருகஉதவும்.
Drink'er, *s.* பருகுவோன், குடியன், கள்வெறியன்.
Drinking, *p.n.* தாகசாந்திசெய்தல், குடி, மது உண்ணல்.
Drink'money, *s.* மதுவாங்கும் பணம்.
Drip, *v.t.* ஒழுகவிடு.
Drip, *v.i.* வடி, ஒழுகு, துளி.
Drip, *s.* ஒழுக்கு, துளித்தல், வடிதல்.
Drip'ping, *p.n.* ஒழுக்கு, துளிப்பு, வடிகை.
Drive, *s.* சாரி, சவாரி, உலாத்து, உலா.
Drive, *v. t.* துரத்து, ஓட்டு, செலுத்து, கடாவு, அறை, கடத்து; to drive cattle, மாடுபெயர்க்க, மாடொதுக்க, மாடுசாய்க்க.
Driv'el (driv'l), *s.* உமிழ்நீர், வாய்நீர்; பேதை.
Driv'el, *v.i.* வாய்நீரொழுகு, கடைவாய்வழி.
Driv'eller, *s.* வாய்நீர்வடியன், பேதை, மூடன்.
Driv'er, *s.* பாகன், ஓட்டுகிறவன்.
Driv'ing, *p.n.* செலுத்துகை, வாகனம் செலுத்தல்.
Driz'zle, *v.i.* தூறு, துளி, சிலுசிலு.
Drizzle, *s.* தூறுமழை, துமி; drizzling clouds, மேல்மாசு.
Driz'zling, *p.n.* தூறல், துமித்தல்.
Driz'zly, *a.* தூறுகிற, துளிதுளியாய்ப் பெய்கிற.
Droll, *s.* அகசியக்காரன், கோமாளி.
Droll, *a.* அகசிய, நளினமுள்ள.
Droll, *v.i.* கோமாளித்தனம்பண்ணு, கோரணிகாட்டு, நளினம்பண்ணு.
Droll'ery, *s.* அகசியம், தமாஷ், நளினம், கோரணி.
Drom'edary, *s.* ஒற்றைத்திமிலொட்டை.
Drone, *s.* தேனீயின் ஆண்; சோம்பன், கிணுகிணென் றொலித்தல்.
Drone, *v.i.* சோம்பித்திரி, சோம்பு மந்தோசை யிடு.

Dron'ish, *a.* சோம்புத்தனமுள்ள, மந்த, தாமச.
Droop, *v.i.* உலர், வாடு, சோர், தளர், தலைதாழ்.
Droop'ing, *p.n.* சோர்வு, தளர்ச்சி, தூக்கம்.
Drop, *s.* துளி, திவலை, சொட்டு, ஒழுக்கு.
Drop, *v.t.* விழவிடு, விட்டுவிடு, ஒழுகவிடு.
Drop, *v.i.* துளி, ஒழுகு, விழு, சா.
Drop'sical, *a.* நீர்ப்பிடியுள்ள, அதைப்பான.
Drop'sy, *s.* வீக்கம், அதைப்பு, நீர்க்கோவை; of the abdomen, மகோதரம்.
Dross, *s.* களிம்பு, மலம், கழிவு, கன்மஷம், கிட்டம்.
Dros'sy, *a.* கன்மஷமய, களிம்புள்ள, ஒன்றுக்கு முதவாத, கறையுள்ள.
Drought, *s.* வறப்பு, கோடை, நாவறட்சி, அநாவிருஷ்டி.
Drought'y, *a.* அருங்கோடையான, வறட்சியான, அநாவிருஷ்டி, நாவறட்சியான.
Drove, *p.t.* of Drive.
Drove, *s.* கூட்டம், கிளை, இராசி, திரள்.
Dro'ver, *s.* ஆடுமாடு முதலியவைகளை ஒட்டுகிறவன்.
Drown, *v.t.* அமிழ்த்து, அமிழ்த்திக்கொல், பிரவகி.
Drowse, *v.i.* கண்ணுறங்கு, தூங்கு, துயில், துஞ்சு.
Drow'siness, *s.* தூக்கம், தூங்கல், மந்தம், சோம்பு.
Drow'sy, *a.* மந்த, சோம்புள்ள, நித்திரை மயக்கமுள்ள.
Drow'sy-headed, *a.* மந்த தூக்கமான, சோம்பான.
Drub, *s.* குத்து, மொத்து, அடி, இடி.
Drub, *v.t.* குத்து, இடி, மொத்து, அடி.
Drub'bing, *p.n.* குத்து, குத்தல், அடி.
Drudge, *s.* குற்றேவல்செய்வோன், தொழும்பன்.
Drudge, *v.i.* கடையாட்டமாடு, குற்றேவல் செய்.
Drud'gery, *s.* கடையாட்டம், குற்றேவல், நாய்படாப்பாடு, தொழும்பு.
Drud'gingly, *ad.* நாய்படாப்பாடுபட்டு, வருந்தித் தொழும்புசெய்து.
Drug, *s.* ஔஷதம், மருந்துச்சரக்கு.
Drug, *v.t.* மருந்துச்சரக்குச்சேர்.
Drug'gist, *s.* மருந்துச்சரக்கு வியாபாரி.
Dru'id, *s.* பூர்வ கெல்த்திய குரு.
Dru'idism, *s.* பூர்வ கெல்த்திய குரும்தம்.
Drum, *s.* ரணபேரிகை, முரசு, காதினுட்சவ்வு, சந்திப்போர் கூட்டம்.
Drum, *v.i.* பறையடி, முரசறை, பறையறைந்து தூரத்து.

Drum'stick, *s.* குணில், பறைத்தடி.
Drunk, *p.a.* வெறிமயக்கமான.
Drunk'ard, *s.* குடியன், களியன், வெறியன், சுராபானி.
Drunk'en, *a.* வெறிக்கக்குடித்த.
Drunk'enness, *s.* வெறி, குடிவெறி, வெறி மயக்கு, களியாட்டு.
Dry, *v.t.* காயவை, உலர்த்து, வாட்டு, சுவற்று.
Dry, *v.i.* காய், உலர்.
Dry, *a.* காய்ந்த, வறந்த, உலர்ந்த, தாகமான; land paying tax in money, தீர்வைப் புன்செய்; dry ground, கட்டாந்தரை.
Dry'ness, *s.* உலர்வு, வறட்சி.
Dry'nurse, *s.* கைத்தாய், வளர்த்ததாய், செவிலி.
Dry'shod, *a.* கால்நனையாமல்.
Du'al, *s.* துவிதம், உபயம்.
Dual'ity, *s.* இருமை, இரண்டு, துவிதம், பிரிவு.
Dub, *s.* அடி, இடி.
Dub, *v.t.* பட்டங்கட்டு, பதவிகொடு, தீவிர ஒலியிடு.
Dubi'ety, *s.* அநிச்சயம், சந்தேகம்.
Du'bious, *a.* இருமனமுள்ள, சந்தேகமான, நிச்சயமற்ற, தெளிவற்ற.
Du'bitable, *a.* சந்தேக, அசாத்திய, சமுசயமான.
Du'cal, *a.* பிரபுவிற்கு அடுத்த.
Du'cat, *s.* ஒரு நாணயம்.
Duch'ess, *s.* டியூக்பிரபு பத்தினி.
Duch'y, *s.* பிரபுவின் ஆட்சி.
Duck, *s.* பெண்தாரா, பெட்டைத்தாரா, பிரியை.
Duck, *v.t.* தோய், அமிழ்த்து.
Duck, *v.i.* தோய், ஒதுங்கு.
Duck'legged, *a.* குறுங்காலுள்ள.
Duck'ling, *s.* தாராக்குஞ்சு.
Duct, *s.* நீர்க்குழல், வாய்க்கால், இரத்த நாளம், சுரம், தாரை, புரை.
Duc'tile, *a* படியக்கூடிய, வசியக்கூடிய, இளகத்தக்க, அடித்து நீட்டத்தக்க.
Ductil'ity, *s.* அடித்து நீட்டக்கூடிய தன்மை, கம்பித்துவம், பதமை.
Dud'geon, *s.* குத்துவாள், சமுதாடு, தாங்கல், வன்மம்.
Due, *s.* கடன், வருமதி, செல்லுமதி.
Due, *a.* கடனான, கடமைப்பாடான, நேரான, உரிய, ஏற்ற, தகுந்த, யோக்கியமான.
Due, *ad.* நேராக, சரிநேராக; the vessel sailed due east, அம்மரக்கலம் நேர் கிழக்காய்ப் பாய்வலித்தோடிற்று.

Du'el, *s.* இருவர் போராட்டம், தனிப்போர்.
Du'ellist, *s.* போராடு மிருவரிலொருவன்.
Duel'lo, *s.* தொந்தயுத்த விதி.
Duen'na, *s.* வயதுசென்ற தலைவி.
Duet', *s.* இருவர்பாடும் இசைப்பாட்டு.
Duffadar', *s.* டபேதார்.
Dug, *s.* விலங்கின்மடி, செருத்தல்.
Dug, *p.t., p.p.* of Dig.
Duke' (fem. duchess) *s.* பிரபு, இறைமகன்.
Duke'dom, *s.* இறைமகன் ஆட்சி, ஒரு பிரபுப்பட்டம்.
Du'cet, *a.* இனிய, மதுரமான, ஒத்த, ஓசையுள்ள.
Dul'cify, *v.t.* மதுரமாக்கு, தித்திப்பேற்று, சுவைப்பி.
Dul'cimer, *s.* தம்புரு.
Dull, *a.* மந்தமுள்ள, அதீக்ஷண, மழுங்கலான, மங்கலான, தூக்கமான, உருசியில்லாத, துக்கம் விளங்கிய.
Dull, *v.t.* சுரணையழி, மழுக்கு, துக்கம், வருத்து, ஊக்கம் குன்றுவி, மாசுறுவி.
Dul'lard, *s.* மந்தன், தாமதகாரன், மடையன், மந்தமதி.
Dul'lard, *a.* மந்த, மூட, மடை.
Dull'brained, *a.* மந்தபுத்தியுள்ள, பேதைமையுள்ள, மாட்டுப்புத்தி.
Dull'head, *s.* மடையன், பேதை.
Dull'sighted, *a.* கண்கூர்மை குன்றிய.
Dul'ness, *s.* மந்தம், அசமந்தம், மழுங்கல்; dulness of hearing, காதுமந்தம்.
Du'ly, *ad.* தகுதியாய், ஏற்றவிதமாய், கடமைப்படி, கிரமமாய், ஏற்றசமயத்தில்.
Dumb, *a.* ஊமையான, மூகையான, பேச்சற்ற; to make dumb show, கைவரிசை காட்ட.
Dumb'ness, *s.* பேச்சுவரமின்மை, ஊமைத்தனம், மூகம்.
Dumb'found, *v.t.* நாவைக்கட்டு, தடுமாறுவி.
Dump, *s.* மனத்துயர், துக்கம்.
Dumpling, *s.* சுருட்டுப் பணிகாரம்.
Dun, *s.* விடாதகண்டன், அலட்டு.
Dun, *v.t.* அலட்டு, நெருக்கு, அறி.
Dun, *a.* மங்கலான, கருமை கலந்த, கபிலமான.
Dunce, *s.* மூடன், முருடன், மிலேச்சன்.
Dung, *s.* எரு, சாணி, பீ, மலம், கஷ்டம், எச்சம், இலத்தி.
Dun'geon, *s.* இருட்டறை, சிறைக்கிடங்கு.
Dun'geon, *v.t.* காராகிருகத்திற் சிறையிருத்து, இருளறையிற் சிறையிருத்து.
Dung'hill, *s.* எருக்கும்பி, எருக்களம், குப்பைமேடு.
Dung'yard, *s.* எருக்களம்.
Dun'ner, *s.* விடாதகண்டன், அலட்டிக் கேட்போன்.
Duodec'imo, *a.* ஒருதாள் பன்னிரண்டாய் மடிக்கப்பட்ட.
Duode'cuple, *a.* பன்னிரண்டு, பன்னிரண்டுள்ள.
Dupe, *s.* சுமடன், பேதை, மண்ணை.
Dupe, *v.t.* ஏய், ஏமாற்று.
Du'ple, *a.* இரட்டை, இரட்டி, இருமடங்கான.
Du'plicate, *s.* பிரதி, அநுப்பிரதி, நகல்.
Du'plicate, *a.* இருமடங்கான, உபய; ratio, வர்க்கவிகிதம்.
Duplic'ity, *s.* முன்னொன்று பின்னொன்று கூறுகை, இரண்டகம், புரளி, மடிப்பு, கபடம், இருமனம்.
Durabil'ity, *s.* அசையாநிலை, நிலைமையுடைமை.
Du'rable, *a.* உறுதியுள்ள, நிலைமையான.
Du'rance, *s.* தரிப்பு, சிறையிருப்பு.
Dura'tion, *s.* நிலையுள்ளதன்மை, காலநீட்சி.
Dur'bar, *s.* கொலுமண்டபம்.
Dure, *v.i.* தரி, நிலை, நீளநில்.
Du'resse, *s.* மறியல், சிறை.
Dur'gha, *s.* கோரி.
Du'ring, *prep.* தொடுத்து, வரையில், ஆக, மட்டும், பரியந்தம்; the rain fell in torrents during the festival, உற்சவம் தொடங்கி முடிகிறவரையில் மழை சோனாமாரியாகப் பெய்தது; he will come during the day, இன்று பகல் வருவான்.
Du'rity, *s.* கடினம், திண்மை, திடம், முரண்.
Durst, *p.t.* of Dare.
Dusk, *s.* மாலைமயக்கம், கருகுமாலை, மருண்மாலை.
Dus'kiness, *s.* கருகல், மங்கல், மந்தாரம், மங்குளம்.
Dus'ky, *a.* கருகலான, மங்கலான.
Dust, *s.* தூள், துகள், தூசி, புழுதி, நீறு, பொடி; of the feet, பாததூள்.
Dust, *v.t.* தூசிதுடை, அழுக்ககற்று.
Dust'er, *s.* வாருகோல், துடைப்பம், துவாலை.
Dust'man, *s.* குப்பைவாரி.
Dust'y, *a.* துகளடைந்த, தூசிபடிந்த.
Dutch, *s.* உலாந்தர், உலாந்தபாஷை.
Du'teous, *a.* கீழ்ப்படிவான, உபசாரகுணமுள்ள.
Du'tiful, *a.* கடமையுள்ள, மரியாதையுள்ள, அமைவான; dutiful to a parent, பிதர்பக்தி; dutiful to a husband, பதிவிரத

Du'ty, *s.* கடமை, நியமம், தர்மம், கர்த்தவ்யம், கிர்த்தியம், கர்மம், செய்கடன், கடன், கடப்பாடு, உரிமை, தீர்வை, ஆயம், உத்தியோகம், தொழில்; bounden, உடன்பட்டகடமை; engaged in active duties, கர்மநிஷ்டை; to do one's duty, கடன்செய்ய; perpetual duty, நித்தியகர்மம், யமம்; voluntary duty, நியமம்; appointed duty, நியோகம், பதம், ஸ்தானம்; peculiar duty, நிபந்தனம்; fulfilment of duty, கிர்தகிர்த்தியம்.

Duum'virate, *s.* இருவர் ஆளுகை.

Dwarf', *s.* குள்ளன், குட்டையன், வாமனன்.

Dwarf, *a.* குள்ள, சிற்றுருவமைந்த, வாமன.

Dwarf'ish, *a.* குட்டையான, குறளான.

Dwell, *v.i.* குடியிரு, வாசம்பண்ணு, தங்கு, வசி; upon, தாற்பரித்துரை.

Dwell'er, *s.* வசிப்போன், வாசி, வாசம்பண்ணுவோன்.

Dwell'ing, *s.* வாசம், இருப்பு, இருப்பிடம், நிலயம், உறைவிடம்.

Dwelling-house, *s.* வீடு, குடியிருக்கும்வீடு, வசிக்குமனை.

Dwin'dle, *v.t.* குறை, சிறுப்பி.

Dwin'dle, *v.i.* சிறு, மெலி, பொன்று.

Dye, *v.t.* சாயங்காய்ச்சு, சாயந்தோய், சாயந்தீர்.

Dy'er, *s.* சாயக்காரன், வர்ணக்காரன்.

Dy'ing, *a.* சாவிற்குரிய.

Dyke, see Dike.

Dynam'ics, *s.* சலனயாந்திரிகம்.

Dyn'asty, *s.* அரசாட்சி, ஒருகுலத்தரசர், ராஜவம்சம்.

Dys'entery, *s.* அதிசாரம், இரத்தக்கழிச்சல், வயிற்றுளைவு, வயிறுகொட்டல், வயிற்றுக்கடுப்பு.

Dys'pepsia, *s.* அசீரணம், அபாகம், குன்மம், அக்கினிமாந்தியம்.

Dys'ury, *s.* ஜலக்கடுப்பு நீர்ச்சுருக்கு.

E

Each, *a.* ஒவ்வொரு, அந்தந்த, தனித்தனியான; he gave a rupee to each, ஆளுக்கொரு ரூபாய் கொடுத்தான்; you must pay a rupee on each occasion, நீ முறைக்கு ஒரு ரூபாய் கொடுக்கவேண்டும்; the books are worth a rupee each, அந்தப் புஸ்தகங்கள் ஒவ்வொன்றெவ்வொரு ரூபாய் பெறும்; each aims to be the head, தலைக்குத்தலைநாயகம்.

Ea'ger, *a.* பேராசையுள்ள, அவாவுள்ள ஆவலுள்ள.

Ea'gerly, *a.* அவாவாய், ஆவலாய்.

Ea'gerness, *s.* அவா, ஆவல், பேராசை.

Ea'gle, *s.* கழுகு, கூளிப்பட்சி.

Ea'glet, *s.* கழுகுக்குஞ்சு.

Ea'gle-eyed, *a.* விழிகூர்ந்த, பார்வைநுணுக்கமுள்ள, பகுத்தறிவுள்ள.

Ea'gle-speed, *s.* கழுகுவேகம், மிகுவிரைவு.

Ea'gre, *s.* ஆற்றெதிர் ஏற்றம்.

Ean, see Yean.

Ear, *s.* காது, செவி, சுரோத்திரம், கேள்வி, கவனம், கதிர், பாளை.

Ear, *v.i.* கதிர்வீசு, கதிரீனு.

Ear, *v.t.* நிலம் பண்படுத்து, ஏருழு.

Ea'ring, *p.n.* ஏருழுதல், ஏரடித்தல்.

Earl, *s.* ஒரு பிரபுப்பட்டப்பெயர்.

Earl'dom, *s.* இறைமகனாட்சி.

Ear'less, *a.* செவியற்ற, செவிடான.

Ear'ly, *a. & ad.* அதிகால, காலமே, நேரத்தோடே; the early and latter rain, முன்மாரியும் பின்மாரியும்; he came early, நேரத்தோடே வந்தான்; early dawn, அதிகாலை.

Earn, *v.t.* உழை, தேடு, சம்பாதி.

Ear'nest, *s.* உண்மை, முதற்பலன், அச்சாரம்.

Ear'nest, *a.* ஊக்கமான, முயற்சியுள்ள, ஆவலுள்ள, அச்சாரமான; money, அச்சாரம்.

Ear'nestly, *ad.* ஊக்கமாய், ஜாக்கிரதையாய், முயற்சியாய்.

Ear'nestness, *s.* ஊக்கமுடைமை, முயற்சி, காதல், தவிப்பு, விருப்பம்.

Earn'ing, *s.* உழைப்பு, சேகரிப்பு, தேட்டம்.

Ear'ring, *s.* கடுக்கன், காதணி, குண்டலம்.

Ear'shot, *s.* காதுக்கெட்டுந்தூரம்.

Earth, *s.* பூமி, பூகோளம், பூலோகம், நிலம், மண், தரை, மண்ணுலகு.

Earth'born, *a.* மண்ணுலகிற்பிறந்த, தரையிலுற்பத்தியான, ஜகத்துற்பத்தியான.

Earth'bound, *a.* மண்ணுரங்கொண்ட.

Earth'bred, *a.* எளிய, நீச, ஈன.

Earth'en, *a.* மண்ணால் உண்டான, மண்ணாற்செய்த; pot தோண்டி.

Earth'liness, *s.* மண்ணியல்பு, மண்ணியற்கை, ஸ்தூலம்.

Earth'ling, *s.* பூமியான், உலகத்தான், அநித்தியன்.

Earth'ly, *a.* உலக, லௌகிக, சிற்றின்ப, அநித்திய.

Earth'ly-minded, *a.* லௌகிக சிந்தையுள்ள, சிற்றின்பப்பிரீதியுள்ள.

Earth'quake, *s.* பூமியதிர்ச்சி, பூகம்பம்.
Earth'worm, *s.* நிலப்புழு, பூநாகம், நாகப் பூச்சி.
Earth'y, *a.* மண்ணுன, மண்போன்ற.
Ear'wax, *s.* காதுக்குரும்பி.
Ear'wig, *s.* காதோதி, ஒருவகைப்பூச்சி.
Ear'witness, *s.* செவிச்சாக்ஷி.
Ease, *s.* ஆறுதல், இலகு, சுலபம், சுளு, சௌக்கியம், அநாயாசம்.
Ease, *v.t.* ஆற்று, இலகுவாக்கு, தணி.
Ea'sel (e'zl), *s.* சித்திரக்காரர் படம் வைக் குஞ் சட்டம், சித்திரப்பலகை.
Ease'less, *a.* அசௌக்கிய, ஆறுதலற்ற.
Ease'ment, *s.* ஆறுதல், சுகம், வசதி.
Ea'sily, *ad.* இலகுவாய், எளிதாய், சுகமாய்.
Ea'siness, *s.* லகு, சுகம், சகாயம், இணக்கம்.
East, *s.* கிழக்கு, கீழ்த்திசை, குணக்கு.
East'er, *s.* கிறிஸ்து உயிர்த்தெழுந்ததிருநாள்.
East'erling, *s.* கிழக்குத்தேசத்தான்.
East'erly, *a.* கிழக்கிலிருந்துவருகிற, கிழக்கி லிருக்கிற, கிழக்குநோக்கிய.
East'ern, *a.* கிழக்கினுள்ள, கீழ்த்திசையி லுள்ள.
East'ward, *ad.* கிழக்கே, கீழ்த்திசையாய்.
Easy, *a.* எளிதான, இலகுவான, சுளுவான, சுலபமான, இலேசான, சகசமான, சாந்த மான.
Eat', *v.t.* சாப்பிடு, தின், அருந்து, துய், புசி, உண், நுகர்.
Eat'able, *a.* ஸ்வாத்திய.
Eat'ables, *s.* உணவு, தின்பண்டம், நொறு வை, புசிகரணம்.
Ea'ting-house, *s.* அன்னசாலை, அன்னசத் திரம்.
Eaves, *s.* தாழ்வாரம், வீட்டிறப்பு.
Eaves'drop, *v.i.* ஒட்டுக்கேள்.
Eaves'dropper, *s.* ஒட்டுக்கேட்கிறவன்.
Ebb, *s.* நீர்வற்றம், குறை.
Ebb, *v.i.* வற்று, குறை, வடி, தாழ்.
Eb'bing, *s.* வற்றம், வற்று.
Eb'on, *a.* கருங்காலியிற்செய்த, இருண்ட, கரிய.
Eb'ony, *s.* கருங்காலி, கதிரம்.
Ebri'ety, வெறி, மதுமயக்கம், இலாகிரி.
Ebrios'ity, *s.* நிதவெறி.
Ebulli'tion, *s.* பொங்குதல், கொதி, கொதிப்பு.
Eccen'tric, *a.* மையத்துக்கு விலகிய, இதர மத்திய, ஒழுங்கற்ற; orbit, பிரதிமண்டலம்.
Eccen'tric, *s.* வேறுமைய விருத்தம், விபரீதம்.
Eccentric'ity, *s.* மையவிலக்கு, மத்திப்பே யர்வு, விபரீதம், லோகாசார விரோதம், உத் கிரமம்.

Ecclesias'tic, *s.* குரு, தேசிகன், பிரசங்கி.
Ecclesias'tical, *a.* திருச்சபைக்குரிய.
Ecclesias'tes, *s.* பிரசங்கியின் புஸ்தகம்.
Ech'inus, *s.* முட்பன்றி, கருக்குமட்டி.
Ech'o, *s.* எதிரொலி, மாறுெலி, பிரதிதொனி, அநுநாதம்.
Ech'o, *v.t.* எதிரொலிசெய், மாறுெலியிடு.
Eclat (eclâ), *s.* வியப்பொலி, சந்தோஷா ரம்பம், வேடிக்கை, அலங்காரம்.
Eclec'tic, *a.* தெரிந்தெடுக்கிற, உற்சரண.
Eclipse', *s.* கிரகணம், ஒளிமறைவு; the full duration of an, ஆதியந்த காலநாடி; solar, சூரியகிரகணம்; lunar, சந்திர கிர கணம்; to begin as an, கிரகணந்தீண்ட பற்ற, பிடிக்க; day of eclipse, கிரகபர் வம்; duration of eclipse, ஸ்திதி; moon's true longitude at the middle of an eclipse, சமசந்திரன், சமத்திங்கள்.
Eclipse, *v.t.* ஒளிமறை, இருட்டாக்கு.
Eclip'tic, *s.* கிராந்திமண்டலம், கிராந்திகட் சம், அயனவிருத்தம், அருக்கன்வீதி, அப விர்த்தம்.
Ec'logue, *s.* இடையர்பாடல்.
Econom'ical, *a.* மட்டாய்ச் செலவிடுகிற, இல்லோம்பலுக்கடுத்த.
Econom'ics, *s.* கிருகன்தமுறை.
Econ'omist, *s.* காரியபாகன், மட்டாய்ச் செலவிடுவோன், இல்லோம்புவோன்.
Econ'omize, *v.t.* இல்லோம்பு, மிதச்செல விடு.
Econ'omy, *s.* மட்டானசெலவு, வரையறை, ஒறுப்பானநடை, ஒழுங்கு, திட்டம், காரி யபாகம்; political, சோபசாரம், வின்னி யாசம், ராஜ்ய நிர்வாஹ வித்தை.
Ec'stasy, *s.* அவசம், பரவசம், விவசம், தன்வசமின்மை, மிகுகளிப்பு, விம்மித மயக்கு.
Ecstat'ic, *a.* அவசமான, பரவசமான, மிகு களிப்புள்ள.
Ec'type, *s.* பிரதி, நகல்.
Edac'ity, *s.* அதிதீபனம், மீதூணுசை, பே ருண்டியவா.
Ed'dy, *s.* நீரோட்டம், நீர்ச்சுழி, நீர்ச்சுழல்.
Eddy, *v.i.* சுழல், சுழி.
Ed'dy, *a.* சுழலும், சுழிக்கிற.
Edem'atose, *a.* வீக்கமுள்ள, அதைப்புள்ள, நீர்ப்பிடிப்புள்ள.
E'den, *s.* ஏதேன் தோட்டம், பரதீசு, நந்த வனம், ஆனந்தபூமி.
Edge, *s.* கூர், கூர்மை, கருக்கு, தாரை, முனை, விளிம்பு, ஓரம், திரம்; of cloth, புடைவைக்கரை.

Edge, *v.t.* கூராக்கு, தீட்டு, விளிம்புகட்டு, தூண்டு.
Edge'tool, *s.* கூராயுதம்.
Edge'wise, *a.* கூர்ப்பக்கமாய், கூர்முகமாய்.
Edg'ing, *s.* கெண்டை, சரிகைப்பின்னல், தொங்கல்.
Ed'ible, *a.* தினிக்கு உரிய, ஆகாரத்துக்கேற்ற, உருசிகரமான.
E'dict, *s.* கட்டளைச்சட்டம், பிரமாணம், ஆக்கினைபத்திரம்.
Edifica'tion, *s.* ஊன்றக்கட்டுகை, ஸ்திரப்பாடு, ஸ்தாபனம், படிப்பனை.
Ed'ifice, *s.* ஆலயம், வீடு, மாடம், மாளிகை, கோயில்.
Ed'ify, *v.t.* ஊன்றக்கட்டு, ஸ்திரப்படுத்து, போதி, தெளிவி.
Ed'it, *v.t.* நூல்செய்துசெலுத்து, அச்சிடுவி, பதிப்பி.
Edi'tion, *s.* புத்தகப்பதிப்பு, புத்தகப்பிரசித்தம், ஒருமுறையிற்பதித்தது.
Ed'itor, *s.* அச்சிடுவித்தோன்.
Edito'rial, *a.* பத்திராதிபதிக்குரிய, நூலதிகாரிக்குரிய.
Ed'ucate, *v.t.* கல்விபயிற்று, கற்பி, பழக்கு, வளர்.
Educa'tion, *s.* படிப்பு, வித்தை, அத்தியாபனம், சிக்ஷை, பழக்கம், விநயம்.
Educa'tional, *a.* வித்தியாவிஷயமான, கல்விக்குரிய.
Ed'ucator, *s.* கலைபயிற்றுவோன், உபாத்தி.
Educe', *v.t.* வருவி, தோற்றுவி, வெளிப்படுத்து.
Educ'tion, *s.* வெளியிடல், வெளிவருத்தல்.
Edul'corate, *v.t.* மதுரிப்பி, தித்திப்பி.
Eek, see Eke.
Eel *s.* மலங்கு, விலாங்கு.
Ef'fable, *a.* சொல்லக்கூடிய, புகலக்கூடிய.
Effa'ce, *v.t.* அழி, கிறுக்கு, துடை, சீ, குலை, தொலை.
Effect', *s.* காரியம், சித்தி, விளைவு, பலிப்பு, காரியசித்தி.
Effect', *v.t.* காரியப்படுத்து, நிறைவேற்று, உண்டாக்கு, சித்தியாக்கு, நடப்பி.
Effec'tive, *a.* இயற்றத்தக்க, உண்டாக்கத்தக்க, செயற்படுத்தத்தக்க.
Effects', *s.* (*pl.*) அசைவுள்ளசொத்து, தட்டுமுட்டு, தளபாடம், முஸ்தீது.
Effec'tual, *a.* காரியப்பாடான, பலனுள, பலிப்பிக்கத்தக்க, சித்தியாக்குகிற.
Effec'tually, *ad.* பலிப்பாய், காரியப்பாடாய், பலமாய், சீராய்.
Effec'tuate, *v.t.* சாதி, சித்தியாக்கு, நிறைவேற்று.
Effem'inacy, *s.* பெண்மை, பேதைமை, வீரமின்மை, நொய்மை, நாணம்.
Effem'inate, *a.* பெண்தன்மையுள்ள, கோழையான, நாணமுள்ள.
Effem'inate, *v.t.* பெண்மையுறுவி, திடச்சிதைவுசெய், மெலிவி.
Effervesce', *v.i.* கொதி, பொங்கு, நுரைத்தெழு.
Efferves'cence, *s.* பொங்குகை, கொதிப்பு, நுரைப்பு, பேனம்.
Efferves'cent, *a.* பொங்குகிற, நுரைத்தெழுகிற.
Effete', *a.* மலடான, கனிகொடாத, சிதைந்த.
Effica'cious, *a.* பலஞ்செய்பத்தக்க, தத்துவமுள்ள, காரியப்படுத்துகிற, நிறைவேற்றுகிற.
Effi'cacy, *s.* பலம், சாரம், நலம், காரியப்பாடு, தத்துவம், திராணி, சித்தி.
Effi'ciency, *s.* சித்தியாக்குகை, திராணி, வல்லமை.
Effi'cient, *a.* காரியப்படுத்துகிற, காரணமான, தோற்றச்செய்கிற, உண்டாக்குகிற.
Ef'figy, *s.* ஒப்பு, பாவனுருபம், பிரதிமை, பாவை.
Effiate', *v.t.* பூரி, வாயுபூரி.
Effia'tion, *s.* உப்பல், உப்புசம், பூரகம்.
Effiores'cence, *s.* புஷ்பகாலம், பூக்கும்பருவம், கொப்புளம், வெண்பொடி, உப்புப்பூத்தல்.
Ef'fluent, *a.* பாய்கிற, வழிகிற, வடிகிற.
Efflu'vium, *s.* (*pl.* effluvia) கந்தபரமாணு, பொருள்களிலிருந்து புறப்படும் பரமாணு.
Ef'flux, *s.* நீரோட்டம், பெருக்கு.
Efflux'ion, *s.* பெருக்கு, வழிந்தோடல்.
Efform, *v.t.* உருவமை, நிர்மாணி.
Efforma'tion, *s.* உருவமைப்பு, நிர்மாணம்.
Ef'fort, *s.* உற்சாகம், முயற்சி, ஊக்கம், எத்தனம், பிரயத்தனம், பிரயாசம்.
Effron'tery, *s.* வண்டத்தனம், நிந்தை, வெட்கமின்மை, குறும்பு, அவமானம்.
Effulge', *v.t.* ஒளிகால், சோபைவீசு, பிரகாசி.
Efful'gence, *s.* மிகுபிரபை, ஒளி, துலக்கம், ஜோதி.
Efful'gent, *a.* ஜோதிவீசுகிற, பிரபையுள்ள, சோபையுள்ள.
Effume', *v.t.* ஊது, சுவற்று.
Effuse', *v.t.* சொரி, இறை, பொழி, வார்.
Effu'sion, *s.* சொரிவு, ஊற்று, இறைப்பு, பொழிவு, வார்ப்பு.

Eft, s. பல்லி, கெவுளி.
Eft, *ad.* விரைவாய், மீண்டும், மீளவும்.
Egest', *v.t.* வீசு, தள்ளு.
Egg, s. முட்டை, அண்டம், சினை.
Egg, *v.t.* ஏவு, தூண்டு.
Eg'oist, s. பரசூனியவாதி.
Egotist'ical, *a.* மமதையுள்ள, அகங்கரிக்கும், தன்னைப்புகழும்.
Eg'otism, s. நானெனல், தற்புகழ்ச்சி, மமதை, அகங்காரம்.
Eg'otist, s. அகங்காரி, தற்புகழ்ச்சிக்காரன், தம்பிரியன், வீம்பன்.
Egre'gious, *a.* மேலான, அபூர்வமான, மகா கொடிய.
E'gress, s. போக்கு, புறப்பாடு.
Ei'der, s. குள்ளவாத்து விகற்பம்.
Eight, s. & *a.* எட்டு, அஷ்டம், அஷ்ட.
Eight'een, s. & *a.* பதினெட்டு, அஷ்டாதச.
Eight'eenth, *a.* பதினெட்டாம், அஷ்டாதச.
Eight'fold, *a.* எட்மடங்கான.
Eighth, *a.* எட்டாம், எட்டாவதான.
Eight'ieth, *a.* எண்பதாம்.
Eight'score, *a.* எண்ணிருபது.
Eight'y, s. & *a.* எண்பது.
Ei'ther, *a.* இரண்டிலொன்று, இரண்டிலெதுவும், ஏதாகிலும், எவனுகிலும்; either this or that, இதாயினும் அதாயினும்.
Ejac'ulate, *v.t.* எறி, வீசு, தள்ளு, எய், பிரார்த்தனைபண்ணு.
Ejacula'tion, s. வீச்சு, தள்ளு, எறி, சுருக்கமான விண்ணப்பம், மானதபூசை, மனோபூசை.
Eject' *v.t.* எறி, விடு, உமிழ், தள்ளு, நீக்கு, அகற்று, செலுத்து, கக்கு.
Ejec'tion, s. கக்கல், எறிதல், கழிவு, தள்ளல்.
Ejec'tment, s. ஆட்சிவிலக்கல், ஆட்சிவிலக்குப்பத்திரம்.
Ejula'tion, s. புலம்பல், அழுகை, பிரலாபம்.
Eke, *v.t.* அதிகப்படுத்து, பருப்பி, நிரப்பு.
Elab'orate, *a.* திர்க்கமான, பிரயாசத்துடன் செய்யப்பட்ட.
Elab'orate, *v.t.* பிரயாசப்பட்டுச்செய், மேனுமேனுஞ்செய்து திருத்து.
Elabora'tion, s. செய்து செய்து திருத்தல்.
Elance', *v.t.* வீசு, பிரயோகி, எறி.
Elapse', *v.i.* செல், கழி, போ, சறுக்கு, வழுவு.
Elas'tic, *a.* நெகிழ்ந்துநழத்தக்க, அதைக்கத்தக்க, திதிஸ்தாபக.
Elastic'ity, s. நெகிழ்ச்சி, திதிஸ்தாபகம்.

Elate', *v.t.* வீங்கப்பண்ணு, இறுமாப்புக்கொள்ளுவி; to be elated with prosperity, செல்வம்செருக்க.
Elate', *a.* சித்தியாற்சிந்தைபூரித்த, செம்மாப்புள்ள.
Ela'tion, s. இறுமாப்பு, மேட்டிமை, செருக்கு.
El'bow, s. முழங்கை, கூர்ப்பரம், வளைவு, கோணம், குடா.
El'bow, *v.t.* முழங்கையாலிடித்துத்தள்ளு, கோணங்கோணமாய்ப்புடை.
El'bow-chair, s. கைப்பிடிநாற்காலி.
El'der, *a.* மூத்த, முன்பிறந்த, வயதுமுன்னிட்ட, ஜேஷ்ட, sister, அக்காள்.
El'derly, *a.* வயதுமுந்தின, முதிர்ந்த.
El'ders, s. மூத்தோர், மூப்பர்.
El'dest, *a.* ஜேஷ்ட, மூப்பான.
Elect', *v.t.* தெரி, நயந்தெடு.
Elect, *a.* தெரிந்தெடுக்கப்பட்ட.
Elec'tion, s. தெரிவு, நியமிப்பு, நியமனம்.
Electionee'ring, *n.* பிரதிநிதிகளைத் தெரிவிடற்குப் பிரயோகிக்கு முபாயம்.
Elec'tor, s. தெரிவிடு முரிமையுடையோன்.
Elec'torate, s. தெரிந்தெடுப்பவர்க் கூட்டம்.
Elec'tre, s. அம்பர், நிமிளை, ஒக்கோலே.
Elec'tric, *a.* மின்தாதியற்குரிய, மின்தாதுள்ள.
Electric'ity, s. மின்தாதியல, மின்சாரம், ஆம்பரியம்.
Elec'tric-telegraph, s மின்தபால், தூரலிபி.
Elec'trify, *v.t.* மின்சாரமூட்டு, மின்தாதூட்டு, மின்தாதேற்று.
Elec'tro-chem'istry, s ஆம்பரிய பௌதிகம்.
Elec'trocute, s. மின்சாரத்தால கொல்வது.
Elec'tro-magnet'ic-tel'egraph, s. ஆம்பரிய காந்த தூரலிபி.
Elec'tro-mag'netism, s. ஆம்பரிய காந்தகம்.
Electrom'eter, s. மின்சாரமானி.
Elec'troscope, s. மின்சார தரிசனி.
Elec'tuary, s. பாகு, இலேகியம், அவலேகம்.
Eleemos'ynary, s. தர்மச்சோறு கொடுத்து ஆதரிக்கப்படுவோன், *a.* தருமத்துக்கென்று கொடுத்த.
El'egance, s. சிறப்பு, அழகு, வடிப்பம், சௌந்தரியம், அலங்காரம்; of speech, வாக்குவிசித்திரம், பேச்சலங்காரம்.
El'egant, *a.* அலங்காரமான, அழகான, சிறந்த, வடி.

Elegi'ac, *a.* ஒப்பாரிக்குரிய, துக்கப்பாட்டுக்குரிய.
El'egy, *s.* ஒப்பாரி, துக்கப்பாட்டு.
El'ement, *s.* பூதியம், பூதம், ஆதாரம், தாது, மூலவஸ்து, திரவியம், அம்சம், அவயவம்; the five elements, பஞ்சபூதம்; elements of science, தத்துவம், சூத்திரம், மூலபாடம்; water is the element of fishes, மச்சஜாதியின் ஜீவனம் தண்ணீர்; reduction to order of the five elements, பஞ்சீகரணம்; gross element மகாபூதம்; subtile element, தன்மாத்திரை.
Element'ary, *a.* பூதியத்திற்குரிய, மூலாதார, மூலபாடத்திற்கடுத்த; elementary books, பாலபோதம்.
El'ephant, *s.* யானை, ஆனை.
Elephanti'asis, *s.* ஓதம், வீக்கம், யானைக்கால்.
Elephan'tine, *a.* யானைக்குரிய.
El'evate, *v.t.* உயர்த்து, ஏற்று, உன்னதமாக்கு.
Eleva'tion, *s.* உயரம், உயர்ச்சி, உன்னதம், மேன்மை, மேடு.
Elev'en, (e-lev'n), *s.* & *a.* பதினொன்று, பதினொரு.
Elev'enth, *a.* பதினோராம்.
Elf, *s.* பில்லி, பேய், பைசாசம், கூளி.
Elf, *v.t.* மயிர்பின்னு, சடைபின்னு.
Elf'in, *a.* பிசாசத்திற்குரிய.
Elf'lock, *s.* சடைமுடி.
Elic'it, *v.t.* வெளியேயிழு, வெளிப்படுத்து.
Elicita'tion, *s.* வெளியிடுகை, வெளிவருத்தல்.
Elide', *v.t.* கெடு, தறி, தள்ளு, சிதை.
Eligibil'ity, *s.* தெரிந்து கொள்ளப்படுந்தகைமை, பக்குவம்.
El'igible, *a.* தெரிந்துகொள்ளப்படத்தக்க, தகுதியான.
Elim'inate, *v.t.* கழி, தள்ளு, விமோசனி.
Elimina'tion, *s.* நீக்குகை, விமோசனகரணம்; in algebra, மத்தியமகரணம்.
Eli'sion, *s.* கெடுதல், உலோபம்.
Eli'te, *s.* முதன்மையானவர்கள்.
Elixa'tion, *s.* கொதிப்பு, புழுக்குதல், வதல்.
Elix'ir, *s.* தைலம், திராவகநீர், வேதைமருந்து, ரசாயனம்.
Elk, *s.* மரை, கடம்பை, கடமை, காட்டுப்பசு.
Ell, *s.* ஓரளவுக்கோல்.
Ellipse', *s.* நெடுவட்டம், அண்டாகிருதி, அண்டாகாரம், அதிககலசின்னம், கட்சம்.

Ellip'sis (*pl.* ellipses), *s.* எச்சம்.
Ellip'tic, Ellip'tical, } *a.* எச்சமான, ஒழிபான, அணடவடிவமான.
Elm, *s.* வனவிருக்ஷ விசேஷம்.
Elocu'tion, *s.* உச்சாரணம், அக்ஷரசுத்தி, சாதுரியம், வாய்ச்சாலம்.
El'ocutive, *a.* சாதுரியவாக்குள்ள, வாய்ச்சாலமான.
Elogy, see Eulogy.
Eloigne' (e-loin), *v.t.* எட்டவிலக்கு, தூரப்படுத்து.
Elon'gate, *v.t.* நீட்டு, நீளச்செய்.
Elon'gate, *v.i.* நீடு, நீள், தூரப்படு.
Elonga'tion, *s.* நீட்டல், நீட்சி, தூரம்.
Elope', *v.i.* ஒளித்தோடிப்போ.
Elope'ment, *s.* ஒளித்தோடுகை.
E'lops, *s.* கடற்பாம்பு, நீர்நாகம்.
El'oquence, *s.* வாய்ச்சாலம், சொல்வன்மை, மதுரபாஷிதம், சொற்சாதுரியம், சப்தசாதுரியம், மதுரபாஷாணம்; the goddess of eloquence, வாக்குத்தேவி
El'oquent, *a.* வாய்ச்சாலமுள்ள, சொல்வல்லமையுள்ள, பேச்சுதிராணியுள்ள, சொல்லலங்காரமான; an eloquent man, வல்வாயன்.
E'loquently, *ad.* சாதுரியமாய், வாக்கலங்காரமாய், சொல்வன்மையாய்.
Else, *a.* வேறு, மற்ற; anything else, வேறு ஏதாயினும்; what else can he do, அவன் மற்றென்ன செய்வான்.
Else, *ad.* அல்லது, அல்லாவிட்டால், மற்றப்படி; you must assist me, else I will not go, நீர் எனக்கு உதவிசெய்யவேண்டும், இல்லாவிட்டாற் போகேன்.
Else'where, *ad.* மற்றெங்கேயாகுதல், வேறெங்கும்.
Elu'cidate, *v.t.* விளக்கு, தெளிவி, விவரணமாய்ச்சொல்லு.
Elucida'tion, *s.* விளக்கம், விவரணம், துலாம்பரம், தெளிவிப்பு.
Elucta'tion, *s.* வெடிப்பு, வெளிப்படல், புறப்படல்.
Elude', *v.t.* தந்திரமாய் விலகு, தவிர்; the arrow eluded the sight by reason of its swiftness, அதிவேகமாய்ச் சென்றதினல் அந்த அம்பு கண்ணுக்குத் தெரியவில்லை.
Elu'dible, *a.* தவிர்க்கத்தக்க, தப்பக்கூடிய.
Elu'sion, *s.* தவிர்ப்பு, கரவு, தந்திரோபாயம்.
Elu'sive, *a.* தந்திர, தந்திரமாய்த் தவிர்க்கும், உபாயமாய் விலக்கும்.

Elute', *v.t.* கழுவித்தள்ளு, சுத்திசெய்.
Elu'triate, *v.t.* வடி, தெளி, மாசகற்று.
Elys'ian, *a.* நந்தவனத்துக்கடுத்த, பேரின்ப முள்ள, ஆனந்தமான.
Elys'ium, *s.* நந்தவனம், சுவர்க்கம்.
Ema'ciate, *v.i.* மெலி, ஒடுங்கு, இளை, உலர்.
Ema'ciated, *p.a.* மெலிந்த, தொய்ந்த, நோய்த்த; to be emaciated, இரத்தஞ் சுண்ட.
Emacia'tion, *s.* சுஷ்கம், உலர்வு.
Emasc'ulate, *v.t.* மாசகற்று, சுத்திசெய்.
Em'anate, *v.i.* சுர, ஊறு, பாய், தோன்று.
Emana'tion, *s.* சுரத்தல், தோன்றுவது, பாய்ச்சல்.
Eman'cipate, *v.t.* விடுதலையாக்கு, கடைத் தேற்று.
Emancipa'tion, *s.* சிறைநீக்கல், சிறை விலக்கு; final emancipation, கடைத் தேற்றம், சதாகதி.
Eman'cipator, *s.* சிறைமீட்டோன், பந்த மறுப்போன்.
Emas'culate, *v.t.* நலமெடு, விதைவாங்கு, ஆண்மைகெடு.
Emascula'tion, *s.* நலமெடுத்தல், விதை யடித்தல், சத்தழித்தல், ஆண்மையழித்தல்.
Embale', *v.t.* மூட்டைகட்டு, சிப்பங்கட்டு, சிப்பஞ்செய்.
Embalm', (em-bám'), *v.t.* சுகந்தமிடு, தைலமூட்டிப் பதமழியாதிருக்கச்செய்.
Embank'ment, *s.* வரம்பு, கரை, அணை, கொத்தளம்.
Embar', *v.t.* அடை, அணைகட்டு, தடை கட்டு.
Embar'go, *v.t.* கலத்தைச் செல்லவொட் டாமறடு.
Embar'go, *s.* கப்பல் ஒட்டாதபடி மறிப்பு.
Embark, *v.t.* மரக்கலத்திலேற்று, கப்ப லேற்று; *v.i.* கப்பலேறு.
Embarka'tion, *s.* மரக்கலமேறிப் போதல், மரக்கலமேற்றல்.
Embar'rass, *v.t.* சிக்குப்படுத்து, கலக்கு, குழப்பு.
Embar'rassment, *s.* சிக்கு, கலக்கம், கோ ழை, முட்டுப்பாடு.
Embase', *v.t.* சீர்குலை, சீர்கெடு, கீழ்மைப் படுத்து, பங்கமழி.
Embas'sador, *s.* தூதன், ஸ்தானுபதி.
Em'bassage, Em'bassy, } *s.* தானுபத்தியம்.
Embat'tle, *v.t.* அணிவகு, படைவகு.
Embay', *v.t.* கடற்குடாவிலடை, கரையடைப் புச்செய்.
Embel'lish, *v.t.* அலங்கரி, அணி, வர்ணி, சிறப்பி.
Embel'lishment, *s.* அலங்கரிப்பு, சிங்கா ரிப்பு, சோடினை.
Em'bers, *s.* தழல், தணல்.
Embez'zle, *v.t.* கவர், களவுசெய், அபகரி.
Embez'zlement, *s.* களவாடல், கவர்தல்.
Emblaze', *v.t.* கண்பொறித் தட்ட அலங் கரி, மினுக்குற விளக்கு.
Embla'zon, *v.t.* விருதுக்குறி, சித்திரி, மினு க்குற அலங்கரி.
Em'blem, *s.* குறிப்பு, அடையாளம், பா வனை, சின்னம்.
Emblemat'ic, *a.* குறிப்பான, பாவனை யான, ஒப்பனையான.
Emblem'atist, *s.* ஒப்பனையுதி, குறிப்புநிபு ணன்.
Emblem'atize, *v.t.* ஒப்புறக்குறி, ஒப்புற விளக்கு.
Em'blements, *s.* பயிர்நில ஊதியம்.
Embod'y, *v.t.* கல, திரட்டு, கூட்டு, அடக்கு.
Embold'en, *v.t.* தைரியப்படுத்து, உற்சா கப்படுத்து.
Embo'som, *v.t.* மடியிலிடு, அடை, சூழ்ந்து கொள்.
Emboss', *v.t.* சித்திரி, உருவாக்கு.
Emboss'ment, *s.* புடைப்பு, புறத்துருவ மைப்பு.
Embot'tle, *v.t.* குப்பிக்குள்ளிடு, குப்பியில் விட்டடை.
Embow', *v.t.* வளை, விற்போற் கவி.
Embow'el, *v.t.* குடலெடு, புதை.
Embow'er, *v.t.* பன்னசாலையிலிருத்து, தங்கு, கட்டு.
Embrace', *s.* பற்று, அங்கீகாரம், சையோ கம், ஆலிங்கனம், தழுவுதல்.
Embrace', *v.t.* கட்டிக்கொள், அணை, தழுவு, அங்கீகரி, அடக்கு.
Embrace'ment, *s.* தழுவல், விடாப்பிடி, அடக்கிக்கொள்ளல், ஆலிங்கனம்.
Embra'sure, *s.* பீரங்கியேற்றும் வாய், கொ த்தளம்.
Em'brocate, *v.t.* ஒற்றிடு, ஒற்று, தேய்.
Embroca'tion, *s.* ஒற்றுகை, மத்தித்தல், தைலம்.
Embroi'der, *v.t.* சித்திரத் தையல்வேலை செய்.
Embroi'dery, *s.* சித்திரத்தையல்வேலை.
Embroil', *v.t.* குழப்பு, கலக்கு, சிக்குப் படுத்து.
Embroil'ment, *s.* குழப்பம், கலக்கட் கலக்கடி.

Embrue', see Imbrue.
Em'bryo, *s.* கரு, கர்ப்பம், இளஞ்சூல், முதிராப்பிண்டம், சினை, மூலம்; the formation of the embryo, கர்ப்போற்பத்தி.
Emend', *v.t.* திருத்து, பிழை களை.
Emenda'tion, *s.* திருத்தம், புதுப்பிப்பு.
Emen'datory, *a.* திருத்தும், குற்றங் களைய உதவும்.
Em'erald, *s.* மரகதமணி, பச்சைக்கல், காருடம்.
Emerge', *v.i.* கிளம்பு, ஏறு, தோன்று, உதி.
Emer'gence, } *s.* கிளர்ச்சி, உதயம், தோற்றம், ஆபத்து, தறுவாய, அவசரம்.
Emer'gency, }
Emer'gent, *a.* கிளம்புகிற, எழும்புகிற, அவசரமான, சடிதியான.
Em'erods, *s.* (*pl.*) மூலரோகம்.
Emer'sion, *s.* எழுச்சி, கிளம்புதல், உதயம்.
Em'ery, *s.* குருந்தக்கல்.
Emet'ic, *s.* வாந்திமருந்து, வாந்திதம்.
Emet'ic, *a.* வாந்திப்பிக்கும்.
Emeute', *s.* கலகம்.
Emica'tion, *s.* பொறிபறத்தல், இலங்குதல்.
Em'igrant, *s.* பரதேசப்பிரயாணி, அந்யதேசவாசி.
Em'igrant, *a.* வலசைபோகும், பரதேசம் போகிற, குடிவாங்கிப்போகும்.
Em'igrate, *v.i.* குடியெழும்பு, குடிபோ, பரதேசம்போ, வலசைபோ, குடிவாங்கிப்போ.
Em'inence, *s.* உன்னதம், உயர்ச்சி, நன்னலம், மேன்மை, கௌரவம், மேடு, உத்தானம், புடைப்பு.
Em'inent, *a.* உயர்ந்த, மேன்மையான, சிறந்த, உத்தமமுள்ள.
Em'inently, *ad.* உன்னதமாய், சிறப்பாய், மேன்மையாய்.
Em'issary, *s.* தூதன், ஒற்றன், சாரணன்.
Em'issary, *a.* வேவுபார்க்கும், உளவுபார்க்கிற.
Emis'sion, *s.* அனுப்புகை, வீசுகை, செலுத்துகை, கலிதம்.
Emit', *v.t.* விடு, எறி, உமிழ், சொரி.
Em'met, *s.* எறும்பு, பிபீலிகை.
Emmew', *v.t.* கூட்டிலடை, கரப்பிலடை.
Emolli'ent, *s.* இளக்குமருந்து.
Emmolli'tion, *s.* மிருதுவாக்கல், பதப்படுத்தல்.
Emol'ument, *s.* பலன், லாபம், பிரயோஜனம், வருமானம்.
Emolumen'tal', *a.* பலனளிக்கும், பயன்படும், பிரயோஜனப்படும்

Emo'tion, *s.* மனோசலனம், மனோசலம் மனோவிகாரம், விகாரம்.
Empale', *v.t.* கிராதியடை, கழுவேற்று.
Empale'ment, *s.* கிராதியடைப்பு, கழுவேற்றல்.
Empan'nel, *v.t.* see Impannet, மத்தியஸ்தனைத்தெரிந்தேற்படுத்து.
Empark', *v.t.* வேலியடை.
Em'peror, *s.* சக்ரவர்த்தி, சுயாதிபதி.
Em'phasis (*pl.* emphases), *s.* இசைநிறை, சொல்லில் ஊன்றல், சொல்லழுத்தம்.
Emphat'ic, } *a.* வாக்குப்பலமான, ஊன்றிச்சொல்லுகிற.
Emphat'ical, }
Emphyse'ma, *s.* அதைத்த கட்டி.
Em'pire, *s.* இராச்சியம், சுயாதிகாரம்.
Empir'ic, *s.* பட்டம்பெருத வைத்தியன், அப்பியாசவைத்தியன்.
Empi'ricism, *s.* அனுபவ வைத்தியம், நூற்பொருளறியா வைத்தியம், பாமரவைத்தியம், அனுபவஞானம்.
Emplas'ter, *v.t.* சேர்வையிடு, உபநாகம் போடு.
Employ', *s.* வேலை, உத்தியோகம், அலுவல்.
Employ', *v.t.* ஏவல்கொள், வேலைகொள், வேலையிடு, வேலையில் ஏற்படுத்து, வழங்கு, பிரயோகி.
Employ'er, *s.* வேலைகொள்பவன், வேலைகற்பிக்கிறவன்.
Employ'ment, *s.* வேலை, உத்தியோகம், தொழில்.
Empoi'son, *v.t.* நஞ்சிட்டுக்கொல், நஞ்சிடு.
Empo'rium, *s.* வியாபாரத்துறை, வியாபார நகரம், வாணிகஸ்தானம்.
Empov'erish, *v.t.* see Impoverish, தரித்திரமுறச்செய்.
Empow'er, *v.t.* அதிகாரங்கொடு, தத்துவங்கொடு.
Em'press, *s.* இறைவி, சக்கரவர்த்தினி.
Emp'tiness, *s.* இன்மை, வெறுமை, சூனியம்.
Emp'tiness, *s.* ஆகாசமயம், வெறுமை.
Emp'tion, *s.* கொள்ளல், கிரயத்திற்கு வாங்கல்.
Emp'ty, *v.t.* வெறுமையாக்கு, ஒழிவி.
Emp'ty, *a.* இன்மையான, வெறுமையான, வெறு, வெற்று, சூனிய; an empty show, மேற்பூச்சு.
Empye'ma, *s.* சீழ்க்கட்டி.
Empyr'eal, *a.* சுத்த அக்கினியில் உருவான, ஒளியில் உற்பத்தியான.
Empyre'an, or Empyr'ean, *s.* மோக்ஷ மண்டலம், ஜோதிமண்டலம்.

Empyreu'ma, *s.* தைலந்தீப்பற்றி மணத்தல்.

Empy'rical, *a.* நிலக்கரியைப்போலத் தீப்பற்றும் இயற்கையுள்ள.

Empyro'sis, *s.* தீக்காடு, பெருநெருப்பு.

Em'ulate, *v.t.* மேலிட வகைதேடு, வெல்லப்பார், விருதொட்டு.

Emula'tion, *s.* வெல்லுமுயற்சி, இகலாட்டம், விருதொட்டல்.

Em'ulative, *a.* வெல்லுமுயற்சியுள்ள, வெல்லக்கருதும்.

Em'ulator, *s.* வெல்லப்பார்ப்போன், அக்கிராதுரன்.

Emul'gent, *a.* கறந்தெடுக்கும், வற்றடிக்கிற.

Em'ulous, *a.* முந்திக்கொள்ள விரும்புகிற, எதிரித்தனமுள்ள.

Emul'sion, *s.* பாயசிகம், பாயசம், ஔஷதம்.

Emusca'tion, *s.* பாசிநீக்கல்.

Ena'ble, *v.t.* தகுதியாக்கு, இயல்வி, பலப்படுத்து, அதிகாரங்கொடு.

Enact', *v.t.* கட்டளையிடு, சட்டம் நிருபி, பிரமாணி, ஏற்படுத்து.

Enact'ment, *s.* சட்டநிருபணம், பிரமாணம் விதித்தல், சட்டங்கட்டல்.

Enact'or, *s.* கட்டளையிடுவோன், சட்டநிர்மாணிகன்.

Enam'bush, *v.t.* பதிவிரு, ஒளியிரு, பதிவிடையிரு.

Enam'el, *s.* இழைப்புக்கு உபயோகப்படுவது.

Enam'el, *v.t.* அழுத்து, பளிங்குபோலாக்கு.

Enamora'do, *s.* மிகுநண்பன், பிராண அன்பன்.

Enam'our, *v.t.* ஆசைமூட்டு, மய்க்கு, மோகிப்பி, மையலாக்கு.

Enate', *a.* உற்பத்தியாகும், ஜனிக்கும், முளைத்தெழும்.

Encage', *v.t.* கூட்டிலடை, பஞ்சரத்திலடை.

Encamp', *v.i.* கூடாரமடி, பாளயமிறங்கு, படையிறங்கு.

Encase', *v.t.* உறையிடு, கூட்டிலடை.

Encave', *v.t.* குகையிலொளி.

Enchafe', *v.t.* கோபமூட்டு, சினமூட்டு, எரிச்சலுண்டாக்கு.

Enchain', *v.t.* சங்கிலியாலே தளை கட்டு.

Enchant', *v.t.* மயக்கு, வசியப்படுத்து, மந்திரத்தால் வஜீகரி.

Enchant'er (fem. enchantress), *s.* மந்திரவாதி, மாந்திரிகன், பேய்வித்தைக்காரன்.

Enchant'ment, *s.* மாயம், வஜீகரம், மந்திரவித்தை, ஜாலம், ஸ்தம்பனவித்தை.

Enchase', *v.t.* அழுத்து, இழை, பதி, கொத்துவேலைசெய்.

Enchasing, *p.n.* கசிதம்.

Enchirid'ion, *s.* கையேடு, சிறுபுஸ்தகம்.

Encir'cle, *v.t.* வளை, சூழ், சுற்று.

Encir'cled, *p.a.* சூழப்பட்ட, வட்டமான.

Enclois'ter, *v.t.* சன்னியாசிமடத்திலிருத்து.

Enclose', *v.t.* உடை, உள்ளிடு, அடக்கஞ்செய்.

Enclo'sure', *s.* அடைப்பு, கொல்லை, வளைவு, அடக்கம், ஆதானம்.

Encof'fin, *v.t.* சவப்பெட்டியிலிடு.

Enco'miast, *s.* புகழுகிறவன், மங்கலபாடகன்.

Enco'mium, *s.* புகழ்ச்சி, வந்தனம், பாராட்டு, குணஸ்துதி.

Encom'pass, *v.t.* சூழ், வளை, சுற்று, அடை, கோலு.

Encom'passment, *s.* சூழல், சுற்றல், வளைதல், அடைத்தல்.

Encore' (ang-kōr'), *ad.* மறுபடியும்.

Encoun'ter, *s.* எதிர்ப்பு, தாக்கு, முட்டு, சண்டை, தர்க்கம்.

Encoun'ter, *v.t.* எதிர், முட்டு, நேரிடு.

Encoun'terer, *s.* எதிரிடுவோன், எதிரி, எதிர்ப்படுவோன்.

Encour'age, *v.t.* திடப்படுத்து, தேற்று, தூண்டு, ஏவு, உரஞ்சொல்லு, அபயங்கொடு.

Encour'agement, *s.* தேற்றம், திடப்படுத்துகை, ஆதரவு.

Encour'aging, *p.a.* தேற்றும், திடனளிக்கும், தைரியமுண்டாக்கும்.

Encroach', *v.t.* எல்லைக்குள்ளொற்றிச்செல், பிறர் உரிமையிற் பிரவேசி, ஒற்றிக்கொள்ளு, ஆக்கிரமி, முந்துறு.

Encroach'er, *s.* எல்லைக்கூட்டுவோன்; வரம்புகடப்போன்.

Encroach'ment, *s.* ஒற்றிக்கவர்தல், அபகரிப்பு.

Encum'ber, *v.t.* பாரஞ்சுமத்து, பாரமேற்று, தடு, இடைஞ்சற்படுத்து.

Encum'brance, *s.* பாரம், தொந்தரவு, தடை.

Encyclopæ'dia, *s.* வித்தியாமண்டலம், வித்தியாகரம்.

Encyclopæ'dist, *s.* வித்தியாமண்டல கிரந்தசகாயன்.

End, *s.* முடிவு, கடை, அந்தம், ஈறு, ஒழிவு, எல்லை, நுனி, முனை, அக்கிரம், கடைப்பிடி; as death, மரணம்; as consequence, பயன், பலம்; as an object, அர்த்தம், அபிப்பிராய, தாற்பரியம்; of the

months, சங்கிரமம், சங்கிராந்தி; the very end, ஏறுகடை.
End, *v.t.* முடி, ஒழி, தொலை, அழி.
Endam'age, *v.t.* பழுதுறுவி, நஷ்டப்படுத்து.
Endan'ger, *v.t.* சேதப்படுத்து, மோசத்துக் குட்படுத்து.
Endear', *v.t.* பிரியப்படுத்து, அருமையாக்கு.
Endear'ment, *s.* மிகுநண்பு, காதல்.
Endeav'our, *s.* முயற்சி, உற்சாகம், ஊக்கம், பிரயத்தனம்.
Endeav'our, *v.i.* முயலு, துணி, பிரயத்தனம் பண்ணு.
Endem'ic, *a.* ஒரு தேசத்திற்குமாத்திரமுரிய.
Enden'izen, *v.t.* சுவாதீனப்படுத்து, ஜன்ம சுதந்தர முண்டாக்கு.
End'less, *a.* முடிவில்லாத, சதாகாலமுள்ள, நிரந்தரமான, அநந்த.
End'long, *ad.* நெட்டாயமாய், ஒருவரியாய்.
Endorse', *v.t.* உண்டிமேற் பற்றுமதியெழுது, புறத்திற் குறிப்பெழுது.
Endorse'ment, *s.* புறக்குறிப்பெழுத்து, மேலெழுத்து, மாட்டரைதல்.
Endors'er, *s.* புறத்திற் குறிப்பெழுதுவோன்.
Endow', *v.t.* சீதனங்கொடு, தானங்கொடு, அதீனங்கட்டு; one endowed with all good qualities, குணசாகரன், குணாகரன்.
Endow'ment, *s.* பேறு, அதீனம், வரப்பிரசாதம்.
Endue', *v.t.* வரங்கொடு, தரி, சிறப்பி.
Endur'ance, *s.* நிலைபெறுகை, பொறுமை.
Endure', *v.t.* தாங்கு, சகி, ஆற்று, தாள்; to endure hunger, பசியாற்ற, பசிக்குச் சகிக்க.
Endure', *v.i.* நிலையில் தங்கு, நிலைகொள்.
Endur'er, *s.* தாங்குவோன், பட்டுத்தரிப்போன், பாடுதாங்குவோன்.
End'wise, *ad.* குத்தென, முனைதாக்க.
En'emy, *s.* சத்துரு, பகைஞன், எதிரி, மாற்றான்.
Energet'ic, *a.* ஊக்கமுள்ள, முயற்சியுள்ள, உறுதியுள்ள.
En'ergizer, *s.* முயல்வோன், உரூற்றுவோன்.
En'ergy, *s.* ஊக்கம், உற்சாகம், முயற்சி, ஆண்மை, உரம், சக்தி, உறுதி.
Ener'vate, *v.t.* பலவீனமாக்கு, தளர்த்து.
Enerva'tion, *s.* தளர்ச்சி, பலங்குன்றுவித்தல், ஆற்றலறுத்தல், வலியழித்தல்.
Enerve, *v.t.* பலக்ஷயப்படுத்து, பலங்குன்றுவி.
Enfee'ble', *v.t.* தளர்த்து, மெலியப்பண்ணு, பலன்குறை.
Enfeoff', *v.t.* ஆட்சியிலிருத்து, ஒப்புவி.
Enfilade', *s.* நேர்வழி.
Enforce', *v.t.* வற்புறுத்து, வலிபுறுத்து, பலவந்தஞ்செய், நெருக்கு, செலுத்து, நிறைவேற்று.
Enforce'ment, *s.* பலப்படுத்தல், ஊக்கமாய்ச் செலுத்தல், நிறைவேற்றுதல்.
Enfran'chise, *v.t.* விடுதலையாக்கு, தேசசுதந்தரங்கொடு, சுவாதீனப்படுத்து, சுதேசியாக்கு.
Enfran'chisement' *s.* சிறைமீட்பு, தேசஸ்வாதீன சுதந்தரப்பேறு.
Engage', *v.t.* உடன்படுத்து, ஏற்படுத்து.
Engage', *v.i.* ஏற்படு, உடன்படு, தொடங்கு, பொரு; one engaged in active duties, கர்மநிஷ்டன்.
Enga'gedly, *ad.* உடன்பாடாய், அலுவலாய்.
Engage'ment; *s.* உடன்பாடு, அலுவல், கவ்வை, தொழில், யுத்தம்.
Enga'ging, *p.a.* வசமாக்குகிற.
Enga'gingly, *ad.* வசீகரமாய், நயம்பெற, இதமாய்.
Engaol, *v.t.* சிறையிருத்து, சிறைப்படுத்து.
Engar'rison, *v.t.* படைஞரா லரப்பி, சேனை சூழ்வி.
Engen'der, *v.t.* ஜனிப்பி, பிரசவி, உண்டாக்கு.
Engild', *v.t.* துலக்கு, மினுக்கு, விளக்கு.
En'gine, *s.* யந்திரம், சூத்திரம், பொறி, விலாலம்.
Engineer', *s.* சிற்பவல்லவன், யந்திரவிதிதெரிந்தவன், என்ஜினீர்.
Engineer'ing, *s.* யந்திரவிதி, யந்திரத்தொழில்.
Engird', *v.t.* சூழ், சுற்று, வளை.
Eng'lish, *s.* அங்கிலேயதேசத்தார், அங்கிலேய பாஷை.
Eng'lish, *a.* அங்கிலேய.
Englut', *v.t.* விழுங்கு, தெவிட்டு, மிதமிஞ்சி யுண்.
Engorge'ment, *s.* அதிபூரிதம், விழுங்குகை.
Engrain', *v.t.* வர்ணம்கொடு.
Engrave', *v.t.* கொத்து, சித்திரம்வெட்டு, செதுக்கு.
Engrav'er, *s.* செதுக்குவேலைக்காரன், சித்திரவேலைசெய்வோன்.
Engrav'ing, *s.* சித்திரவேலை, கொத்துவேலை, சாதனம்.
Engross', *v.t.* பாரி, அடக்கு, பிடி, மொத்தமாய்க்கொள்ளு, பெரிதாயெழுது.
Engross'ment, *s.* பாரிப்பு, மொத்தமாய்க் கொள்ளல், பெரிதாயெழுதல்.

Engulf', *v.t.* கடற்குடாவிற்போடு, விழுங்கு, உள்வாங்கு.
Enhance', *v.t.* அதிகப்படுத்து, ஏற்று.
Enhance'ment, *s.* அதிகரிப்பு, விர்த்தி, வளர்ச்சி, நிறைவு.
Enig'ma, *s.* விடுகதை, நொடி, மறைசொல்.
Enigmat'ical, *a.* நொடிக்குரிய, கருகலான.
Enig'matist, *s.* விடுகதை சொல்வோன், நொடிசொல்வோன்.
Enjoin', *v.t.* விதி, கட்டளையிடு, கற்பி.
Enjoy', *v.t.* நன்மையனுபவி, சுகமனுபவி, கொண்டாடு.
Enjoy'er, *s.* சுகானுபோகி, கொண்டாடுவோன்.
Enjoy'ment, *s.* சுகானுபவம், சந்தோஷம், இன்பம்.
Enkin'dle, *v.t.* கொளுத்து, தீமூட்டு, தூண்டு, ஏவு.
Enlard', *v.t.* கொழுப்புத்தடவு, வெண்ணெய்பூசு.
Enla'rge, *v.t.* அதிகப்படுத்து, பரப்பு, விடுதலையாக்கு.
Enlarge', *v.i.* பரு, படர், விரி, விர்த்தி.
Enlarge'ment, *s.* பெருக்கம், பொலிவு, விர்த்தி, கதிப்பு, விஸ்தாரம், விடுதலை.
Enlar'ger, *s.* அதிகப்படுத்துவோன், பருப்பிப்போன், விடுதலைசெய்வோன்.
Enlight', *v.t.* ஒளியிடு, விளக்கு, பிரபையுண்டாக்கு.
Enlight'en (en-līt'n), *v.t.* வெளிச்சமாக்கு, விளக்கு, தெளிவி, தெருட்டு, தெரிவி, புலப்படுத்து.
Enlight'ener, *s.* விளக்குவோன், துலக்குவோன், அறிவுகொளுத்துவோன்.
Enlink', *v.t.* தொடு, கொளுவு, பிணை.
Enlist', *v.t.* பெயர்விலாசத்திற் சேர்.
Enlist, *v.i.* சேவகத்தில் உட்படு, சேவகமெழுது.
Enlist'ment, *s.* சேவகமெழுதல்.
Enli'ven(en-lī'v'n), *v.t.* உயிர்ப்பி, முயற்சிகொடு, உற்சாகப்படுத்து.
Enli'vener, *s.* பிழைப்பிப்போன், முயற்சிகொளுத்துவோன், உற்சாகப்படுத்துவோன்.
Enmesh, *v.t.* வலையிலகப்படுத்து, சிக்குப்படுத்து.
En'mity, *s.* பகை, விரோதம், வன்மம்.
Enno'ble, *v.t.* கண்ணியப்படுத்து, உயர்த்து, மேன்மைப்படுத்து.
Enno'blement, *s.* கண்ணியப்படுத்தல், மேன்மைப்படுத்தல், உயர்த்துதல்.
Enn'ui (ân'we'), *s.* ஏய்ப்பு, இளைப்பு, மந்தம்.

Enoda'tion, *s.* முடிச்சவிழ்த்தல்.
Enor'mity, *s.* அதிக்கிரமம், அதிகொடுமை, பாதகம்.
Enor'mous, *a.* அளவுக்கதிகமான, பிரமாணடமான, மகாகொடிய.
Enor'mously, *ad.* மட்டற, அளவுகடந்து.
Enough', *s.* நிறைவு, பூர்த்தி, திர்ப்தி.
Enough' (e-nŭf'), *a.* போதுமான, திர்ப்திகரமான.
Enough', *ad.* நிறைவாய், பூர்த்தியாய், போதுமானதாய்.
Enounce, *v.t.* வெளியிடு, கூறு, அறிவி, வசனி.
Enquire, *v.t.* see Inquire, விசாரி.
Enra'ge, *v.t.* மூர்க்கப்படுத்து, கோபமூட்டு.
Enrank', *v.t.* நிறையிடு, வரிசைப்படுத்து.
Enrapt', *a.* பரவசமடைந்த, களிப்புற்ற.
Enrav'ish, *v.t.* பரவசப்படுத்து, பரவசமாக்கு.
Enrap'ture, *v.t.* பரவசப்படுத்து, களிக்கச்செய்.
Enrich', *v.t.* செல்வமாக்கு, செழிப்பி, சிறப்பி.
Enrich'ment, *s.* செல்வமுறுவித்தல், செழிப்பித்தல், அலங்காரம்.
Enridge', *v.t.* அணைகட்டு, வரம்புகட்டு.
Enrobe', *v.t.* வஸ்திரந்தரி.
Enrol', *v.t.* அட்டவணையிற் சேர், டாப்பில் எழுது.
Enrol'ment, *s.* அட்டவணையிற் சேர்க்கை.
Enround, *v.t.* சுற்று, வளை.
Ensam'ple, *s.* முன்மாதிரி, ஒப்பு, திர்ஷ்டாந்தம்.
Ensanguined', *p.a.* உதிரக்கறையுள்ள, இரத்தத்தில் மூழ்கிய.
Ensched'ule, *v.t.* பட்டோலையில் எழுது, டாப்பிற் பதிவுசெய்.
Ensconce', *v.t.* கோட்டையாற் கா, மதிலாற் கா, அரணிப்பாக்கு.
Enshrine', *v.t.* சேகரம்பண்ணு, சேமம்பண்ணு.
Enshroud', *v.t.* வளை, சூழ், சுற்று.
En'sign, *s.* போர்க்கொடி, விருதுக்கொடி, துவசம், பட்ட முத்திரை, உத்தியோக முத்திரை.
En'sign-bearrer, *s.* துவஜதாரி, கொடிகாரன், கொடிபிடிப்போன்.
Enslave', *v.t.* சிறைபிடி, சிறைப்படுத்து.
Enslave'ment, *s.* சிறைப்படல், சிறையிருப்பு, தொழும்பு.
Ensnare', *v.t.* கொளுவு, கண்ணியிலகப்படுத்து.

Ensue′, *v.i.* தொடர், நட, சம்பவி, பின்வா.
Ensure′, *v.t.* நிஜப்படுத்து, மெய்ப்பி.
Ensweep′, *v.t.* விரைவிற் செல்.
Entab′lature, *s.* போதிகைப்பலகை.
Entail′, *v.t.* உரிமைவழியாகக் கொடு, தொடு, misery entailed on mankind, தொடுத்திடு மூழ்வினை.
Entail′, *s.* சுதந்தரச்சொத்து, சொத்துரிமை விதி.
Entame′, *v.t.* சாதுவாக்கு, கீழ்ப்படுத்து.
Entan′gle, *v.t.* மாட்டு, கொளுவு, அகப்படுத்து, சிக்குப்படுத்து; to be entangled, சிக்கிக்கொள்ள, மாட்டிக்கொள்ள.
En′ter, *v.t.* பாய்ச்சு, பிரவேசிக்கப்பண்ணு, பதி, பெயரெழுது.
En′ter, *v.i.* உட்படு, புகு, பிரவேசி.
Enteric, *s.* குடல்வியாதி.
En′teritis, *s.* குடல்வீக்கம்.
Enterpar′lance, *s.* சம்பாஷணை.
En′terprise, *s.* முயற்சி, ஊக்கம், துணிவு, தாளாண்மை, அருந்தொழில்.
Enterpris′ing, *a.* முயற்சியுள்ள, ஊக்கமான.
Entertain′, *v.t.* உபசரி, ஓம்பு, பராக்குப் பண்ணு, விநோதி, உறவாடு.
Entertain′ing, *p.a.* உபசரிக்கிற, விநோதமான.
Entertain′ment, *s.* உபசரணை, விருந்து, பொழுதுபோக்கு.
Enthrall′, *v.t.* see Inthrall.
Enthrill′, *v.t.* பாய்ச்சு, துளை, உருவு, ஊடுருவு.
Enthrone′, *v.t.* சிங்காதனத்திலேற்று, முடிசூட்டு.
Enthu′siasm, *s.* வைராக்கியம், அபிமானம், சமயோன்மத்தம், ஆவேசம், பரமோத்சாகம், அதியாசக்தி, மனோத்தாபம்.
Enthu′siast, *s.* வைராக்கியன், மதம்ருளன்.
Enthu′sias′tic, *a.* வைராக்கியமுள்ள, மதாபிமானமுள்ள.
Enthusias′tically, *ad.* வைராக்கியமாய், மதாபிமானமாய்.
Entice′, *v.t.* இழு, மருட்டு, வய், வசீகரி, மயக்கு, கொளுவு, ஆசைகாட்டி யனுசரி.
Entice′ment, *s.* ஆசாபாசம், மயக்கம், வசீகரம், இச்சகம்.
Enti′cing, *p.p.* ஆசைகாட்டி மயக்குதல்.
Enti′cingly, *ad.* வஞ்சனையாய், மருட்டாய்.
Entire′, *a.* பூரணமான, அகல, அகண்ட, முற்றுன, முழு.
Entire′ly, *ad.* முழுவதும், தீர, அற, ஆக.
Entire′ness, *s.* அகண்டம், முழுமை, சமஸ்தம், ஏகம், ஒருங்கு.
Entirety, *s.* ஒருங்கு, பூரணம், நிறைவு
Enti′tle, *v.t.* பட்டஞ்சூட்டு, உரித்தாக்கு, பெயரிடு.
En′tity, *s.* உண்மை, உள்ளது, யதார்த்தம்.
Entoil′, *v.t.* கண்ணியிலகப்படுத்து, அகப்படுத்து.
Entomb′ (en′-tôm′), *v.t.* பிரேத அறையில் வை.
Entomb′ment, *s.* சவக்ஷேமம், சேமிப்பு.
Entortila′tion, *s.* விருத்தவடிவாய்ச் சுற்றல்.
Entomol′ogy, *s.* சிற்றுயிரிலக்கணம்.
En′trails, *s* (*pl.*) குடல், குடர், அந்திரம்.
En′trance, *s.* வாயில், உட்பிரவேசம், துவாரம்.
Entrance′ *v.t.* களிக்கச்செய், பரவசப்படுத்து.
Entrap′, *v.t.* அகப்படுத்து, பிடி.
Entreat′, *v.t.* வேண்டிக்கொள், கெஞ்சிக்கேள், பரிந்துகேள்.
Entreat′y, *s.* பிரார்த்தனை, வேண்டல், இரப்பு.
En′trepot (âng′tre-pō), *s.* களஞ்சியம், மளிகை.
En′try, *s.* பிரவேசம், வாயில், எழுத்துப் பதிவு, நமூனு.
Entwist′, *v.i.* சுழலு, உழலு, முறுகு.
Entwine′, *v.i.* படர், சுற்று, பின்னு, தாவிப் படர்.
Enu′merate, *v.t.* எண்ணு, அலகிடு, விரித்துச்சொல்.
Enumera′tion, *s.* எண்ணல், அலகீடு.
Enun′ciate, *v.t.* உச்சரி, சொல்லு, அறிவி, கூறு.
Enuncia′tion, *s.* சொல்லல், கூறல், உச்சரிப்பு, செய்தி.
Enun′ciative, *a.* கூறுகிற, வெளியிடுகிற, உபதேசிக்கிற.
Envel′op, *v.t.* மூடு, சுருட்டு, உறையிடு.
En′velope (en′vel-ōp, âng′ve-lop), *s.* உறை, போர்வை, சுருட்டு.
Envel′opment, *s.* மூடல், உறையிடல், போர்வை, கலக்கம்.
Enven′om, *v.t.* நஞ்சிளுற்கெடு, நஞ்சிடு, கோபமூட்டு.
Enver′meil, *v.t.* சிவப்புச்சாயந்தீர்.
En′viable, *a.* எரிச்சல்மூட்டுகிற, விரும்பப் படத்தக்க, அழுக்காறுண்டாக்குகிற, ஆசிக்கத்தக்க.
En′vious, *a.* எரிச்சலுள்ள, பொறுமையான; to be envious, மனங்கோட.
En′viously, *ad.* பொறுமையாய், எரிச்சலாய்.

Envi'ron, *v.i.* வளை, சூழ், சுற்று.
Envi'rons, *s.* (*pl.*) உபநகரம், சுற்றுப்புறம், சுற்றுக்கிராமங்கள்.
En'voy, *s.* தூதன், பிரதிகாரகன், ஸ்தானாபதி.
En'voyship, *s.* ஸ்தானாபதிபத்தியம், பிரதிநிதித்துவம்.
En'vy, *s.* எரிச்சல், பொறாமை, அழுக்காறு, காய்மகாரம், ஆற்றாமை, வன்கண், தறுகண்.
En'vy, *v.t.* பொறாமைப்படு, தாங்கல் அடை.
Enwheel', *v.t.* சுற்றிக்கொள், சூழ், வளை.
Enwomb', *v.t.* சூற்கொள்ளுவி, புதை, மறை.
Enwrap', *v.t.* சுற்று, சுருட்டு, சுற்றிக்கட்டு, அகப்படுத்து.
Eo'lian, *a.* காற்றுக்குரிய; harp, விண்.
Eol'ic, *a.* வாயுசலனயந்திரத்திற்கடுத்த.
Eol'ipile, *s.* குழாய்த்தொடர்க்குண்டு.
Epaene'tic, *a.* புகழ்ச்சியான.
Ep'aulet, *s.* தோளணி, வாகுவலயம், கிம்புரி
Ephem'era, *s.* ஒருநாள் ஜீவிக்கிற ஜந்து.
Ephem'eral, *a.* அன்றுற்பவித்தன்றழிகிற, தின; fever, ஏகாகிதம்.
Ephem'eris, *s.* நாளாகமம், தினவர்த்தமானம்.
Ephial'tes, *s.* அமுக்கன்.
Eph'od, *s.* ஏகாசம், உடைவிசேடம்.
Ep'ic, *s.* வீரகாவியம்.
Ep'ic, *a.* வீரகாவிய; epic poetry, வீரகாவியம்.
Ep'icede, *s.* ஒப்பாரி.
Ep'icence, *a.* ஆண் பெண் இருபாற்குரிய.
Ep'icure, *s.* போஜனப்பிரியன், சிற்றின்பப்பிரியன்.
Epicure'an, *s.* லௌகீகவாதி, லோகாயதன்.
Epicure'anism, *s.* சிற்றின்பவாதம்.
Ep'icurize, *v.i.* சிற்றின்பப்போகத்தில் நாட்கழி.
Ep'icycle, *s.* பரிதி; the epicycle of a conjunction, சீக்கிரபரிதி.
Epidem'ic, *a.* பெருவாரியான, மாரகநோய்க்கடுத்த.
Epidem'ic, *s.* கொள்ளைரோகம், பெருவாரி.
Epiglot'tis, *s.* சுவாசக்குழல், வாயிற்கபாடம், கிருககபாடம்.
Ep'igram, *s.* கீர்த்தனம், மங்கலவிதி, சித்திரகவி.
Epigram'matist, *s.* சித்திரகவிஞன்.
Ep'ilepsy, *s.* காக்காய்வலி, கோரணி, அபஸ்மாரம்.
Ep'ilogue, *s.* முடிவுரை.
Epiph'any, *s.* கிறிஸ்து வெளிப்படுத்தப்பட்ட திருநாள்.
Epiphone'ma, *s.* வியப்புடைவாக்கியம்.
Epis'copacy, *s.* அத்தியக்ஷ குருவின் ஆட்சி, குரு பரிபாலனம்.
Epis'copal, *a.* அத்தியக்ஷ குருவின் ஆட்சியான, குரு பரிபாலன.
Episcopa'lian, *a.* குருவாட்சிக்குரிய.
Epis'copy, *s.* விசாரணை, மேல்விசாரணை.
Ep'isode, *s.* கிளைக்கதை, இடைக்கதை, உபாக்கியானம், உபகதை.
Episod'ic, *a.* கிளைக்கதையிலுள்ள, கிளைக்கதைக்குரிய.
Epis'tle (e-pîs'sl), காகிதம், சீட்டு, திருமுகம், நிருபம்.
Epis'tler, *s.* கடிதகிர்தன்.
Epis'tolary, *a.* சீட்டுப்போங்கான, திருமுகவழக்கான.
Ep'itaph, *s.* கல்வெட்டு, ஞாபகப்பட்டயம், சமாதிசாசனம்.
Epithala'mium, *s.* விவாகவாழ்த்து, மங்கலப்பாட்டு.
Epi'thet, *s.* பண்பைவிளக்குஞ்சொல், விசேஷணம்.
Epit'ome, *s.* அடக்கம், பொழிப்பு, சுருக்கம், சாரசங்கிரகம், சங்க்ஷேபம்.
Epit'omise, *v.t.* சுருக்கு, பொழிப்பாக்கு. சுருங்கச்சொல்லு.
Epit'omist, *s.* பொழிப்பெழுதுவோன், சுருக்க மெழுதுவோன், சங்க்ஷேபகரன்.
E'poch, *s.* காலசந்தி, காலாரம்பம், காலாவதி
Epopee', *s.* வீரகாவியம்.
Epula'tion, *s.* விருந்து, விழா.
Epulo'tic, *s.* ரணமாற்று மௌஷதம்.
Equabi'lity, *s.* சமம், ஒப்பு, ஏகீபாவம்.
E'quable, *a.* ஒப்பான, நேரோட்டமான, ஒத்த, மாறாத.
E'qual, *a.* ஒப்பான, நிகரான, சமானமுள்ள, சம, தரமான; an equal share, சமபாகம்.
E'qual, *s.* சரிவந்தவன், இணையானவன், எதிரி.
E'qual, *v.t.* நிகராக்கு, சமமாக்கு, நிகர், சமானமாகு.
Equal'ity, *s.* ஒப்பு, சமானம், சமம், சமத்துவம்; sign of, சமமறிகுறி.
E'qualize, *v.t.* சரியாக்கு, சமப்படுத்து, சமனுக்கு.
Equanim'ity, *s.* மனநிறை, சமாதானம், சாந்தம், சமசித்தத்துவம், சமம்.
Equa'tion, *s.* சமம், நிதானம், சமீகரணவாக்கியம்; right side of an, தக்ஷி

பாகம்; left side of an வாமபாகம்; member of an, அங்கம்; identical, அத்துவைதசமீகரணம்; simple, அமிசிர சமீகரணம்; quadratic, வர்க்க சமீகரணம்; cubic, கன சமீகரணம்; pure quadratic, சுத்த வர்க்க சமீகரணம்; affected quadratic, சங்கரவர்க்க சமீகரணம்; biquadratic, வர்க்க வர்க்க சமீகரணம்; higher than the quadratic, அதிவர்க்க சமீகரணம்; that contains two or more unknown quantities அநேகாக்ஷர சமீகரணம்.

Equa'tor, *s.* நிரக்ஷம், சமரேகை; celestial, நாடிமண்டலம், சமசக்கரம்.

Equato'rial, *a.* நிரக்ஷத்துக்கடுத்த, நாடிமண்டலத்துக்கடுத்த.

E'query, Equer'ry, } *s.* மாவலன், ராவுத்தன், குதிரைப்பந்திவிசாரணைக்காரன், அசுவபாலன்.

Eques'trian, *a.* குதிரைப்பரீக்ஷையுள்ள, துரகபரீக்ஷைக்கடுத்த.

Equian'gular, *a.* சமகோணமுள்ள.

Equibal'ance, *s.* சமநிறை, சரிபாரம்.

Equicrural, *a.* சமநீளப் பாதமுள்ள.

Equidis'tant, *a.* சரிதூரமான, ஒத்ததூரமுள்ள, ஏகதூரமான.

Equilat'eral, *a.* ஒத்தபக்கமுள்ள, சமபுசமுள்ள.

Equili'brate, *v.i.* எடையொத்திரு.

Equilib'rium, *s.* சமம், சமநிலை, சமநிறை, நேர்மை, துலாசாமியம், சமானகுருத்வம்; of temperature, தாபஸமஸ்திதி.

Equinoc'tial, *a.* விசுவமண்டலத்திற்குரிய; line, அயனரேகை; point, கோளசந்தி, விசுவம், கிராந்திபாதம்; points, அயனம்.

E'quinox, *s.* விசுவசங்கிராந்தி, சமராத்திரம்; vernal, அரிபதம்; autumnal, விசுபதம், ஜலவிசுவம்; the interval between the equinoxes, அயனகாலம்.

Equinu'merant, *a.* எண்ணொத்த, சமஎண்ணுள்ள.

Equip', *v. t.* கோலங்கட்டு, திட்டம்பண்ணு, அலங்கரி; to equip a horse, புரவிபண்ணுறுத்த.

E'quipage, *s.* கோலம், உடுப்பு, தளவாடம், முஸ்திப்பு, எத்தினம், பரிவாரம்.

Equip'ment, *s.* திட்டம், முஸ்திப்பு, எத்தினம், படைக்கோலம், போர்க்கோலம், படைபண்டாரம், சம்பாரம்.

E'quipoise, *s.* சரிநிலை சமம், சமநிறை, சமபாரம்.

Equipol'lence, *s.* துல்யபலத்துவம், சமபலத்துவம்.

Equipol'lent, *a.* சமபலமுள்ள.

Equipon'derant, *a.* சரிபாரமுள்ள, சமநிறையுள்ள.

Equipon'derate, *v.i.* சமநிறையாகு, சரிபாரமாகு.

Eq'uitable, *a.* நீதியான, தருமமான, நேரான, சமநிலையான.

Eq'uity, *s.* நடுநியாயம், தருமம், நீதிநிறை, நேர்மை, சமம், நிறை.

Equiv'alence, *s.* சமம், நேர், ஒப்பு, அடைமானம்.

Equiv'alent, *s.* சமபொருள், ஈடு, நிகர், சமபாகம்.

Equiv'alent, *a.* சம, பிரதி, சமபல.

Equiv'ocal, *a.* சிலேஷையான, உபயார்த்தமான, இரட்டிப்பான, சந்தேகமான.

Equiv'ocate, *v.i.* சிலேஷையாய்ப் பேசு, உபயார்த்தமாகச் சொல்லு.

Equivoca'tion, *s.* சிலேஷை, வாக்குசாலம், உபயார்த்தம்.

Equiv'ocator, *s.* உபயார்த்தமாகச் சொல்வோன், சிலேஷையாய்ப் பேசுவோன்.

E'ra, *s.* காலாரம்பம், அப்தம், காலாவதி.

Era'diate, *v.i.* கதிர்பாய், கிரணங்கக்கு, கதிருமிழ், எறி, சோபி.

Eradia'tion, *s.* கிரணங்கக்குதல், கதிருமிழ்தல்.

Erad'icate, *v.t.* வேரோடழி, நிர்மூலமாக்கு.

Eradica'tion, *s.* நிர்மூலம், நாசம்.

Erase', *v.t.* துடை, கிறுக்கு, கீறு, தேய்.

Era'sion, *s.* துடைப்பு, சேதிப்பு, தேய்வு, கிறுக்கு, அழிவு.

Era'sure, *s.* கிறுக்கு, துடைப்பு, அழிப்பு.

Ere, *ad.* முன், முன்னமே, முன்னம்; ere he could come, அவன் வரக்கூடியதற்கு முன்.

Erect, *v.t.* நிமிர்த்து, நிறுத்து, எழுப்பு, நாட்டு, உயர்த்து, ஸ்தாபி, ஏற்படுத்து.

Erect', *a.* நிமிர்ச்சியான, நிருதிட்டமான.

Erectness, *s.* நிருதிட்டம்.

Erec'tion, *s.* நிமிர்ச்சி, உயர்ச்சி, கட்டு, எடுப்பு, உற்கம், உற்கேபம்; ஊர்த்துவம்.

Ere-long', *ad.* விரைவில், காலமாகுமுன், நாட்படுமுன்.

Er'emite, *s.* சன்னியாசி, வனவாசி.

Ere-now', *ad.* இதற்குமுன்.

Ere-while', *ad.* சிறிதுகாலமுந்தி.

Er'go, *ad.* ஆனதுபற்றி, ஆதலால்.

Er'gotism, *s.* அர்த்தாபத்தி, அனுமான.

Erra'tum (*pl.* errata), *s.* எழுத்துப்பிழை, அச்சுப்பிழை.
Er'mine, *s.* ஒருமிருகம்.
Erode', *v.t.* தின், அரி, சிதை.
Err, *v.i.* தவறு, வழுவு, தப்பு, பிசகு, பிழை.
Er'rand, *s.* கவ்வை, காரியம், செய்தி, விசேஷம், சந்து; to go on an errand, சந்துபோக.
Er'rant, *a.* அலைந்துதிரிகிற, கெட்ட.
Er'rantry, *s.* திரிவு, அலைச்சல், உலைவு.
Errat'ic, *a.* அலைந்துதிரிகிற, ஒழுங்கற்ற, நிலையற்ற.
Erro'neous, *a.* பிழையான, தவறுள்ள, தப்பின; an erroneous conclusion, அபசித்தாந்தம்.
Er'ror, *s.* பிழை, குற்றம், தப்பிதம், தப்பு.
Erst, *ad.* முதல்முதல், முன்னே, இதுவரையில்.
Erst'while, *ad.* அதுவரையில், இதுவரையில், முன்னே.
Eruc'tate, *v.i.* ஏப்பமெடு.
Eructa'tion, *s.* ஏப்பம், உற்காரிப்பு.
Er'udite, *a.* படித்துத்தேர்ந்த, கல்வியுள்ள.
Erudi'tion, *s.* பாண்டித்தியம், அறிவு, கல்வி, ஞானம், போதம்.
Eru'ginous, *a.* செம்பியற்கையுள்ள.
Erup'tion, *s.* வெடிப்பு, கக்குகை, கரப்பன், சொறி, உற்பேதம்.
Eruptive, *a.* வெடிக்கிற, கக்குகிற, உற்பேதக, சொறியுள்ள.
Erysip'elas, *s.* அக்கி, கரப்பன், அக்கிப்படுவன்.
Escalade', *s.* கோட்டைமதிலேறி உள்விழுகை.
Escapade', *s.* கிரமமற்றகுதிரைநடை, அக்கிரமபரிகதி.
Escape', *s.* ஒளிப்பு, தப்பு.
Escape', *v.i.* விலகு, விலகியோடு, தப்பு.
Escap'ing, *p.p.* தப்புகை.
Escarp, *v.i.* சாய், சரி, இறங்கு, தாழ்.
Es'char, *s.* சுடுதழும்பு, சூட்டுவடு.
Escharot'ic, *s.* காரம்.
Eschatol'ogy, *s.* மறுமையைப்பற்றியநூல்.
Escheat', *s.* ஆட்சிதவறின இறையுறிமைக்காணி.
Escheat', *v.i.* ஆட்சிவிலகு.
Eschew', *v.t.* விலக்கு, தவிர்.
Es'cort, *s.* வழித்துணை, மெய்க்காவல்.
Escort, *v.t.* துணைபோ, கூடிப்போ, காவல்பேர.
Escritoire (ĕs'cri-twär'), *s.* எழுத்துபகரணப் பெட்டி.
Escula'pian, *a.* சிகிச்சாவித்தைக்குரிய.
Es'culent, *a.* போஜனத்துக்கான, புசிக்கத்தக்க.
Es'culent, *s.* உண்டிக்கான பொருள்.
Escut'cheon, *s.* சாசனம், வமிசமுத்திரைப்பட்டயம்.
Escut'cheoned, *a.* வமிசமுத்திரையுள்ள.
Esoph'agus, *s.* அன்னவாகி, அங்கி, அன்னகதி.
Esoter'ic, *a.* அந்தரங்க.
Es'otery, *s.* இரகசியம், அந்தரங்கம்.
Espal'ier, *s.* படர்மரப்பந்தர்.
Espec'ial, *a.* விசேஷ, முக்கிய, பிரதான.
Espec'ially, *ad.* விசேஷமாய், முக்கியமாய், பிரதானமாய்.
Espi'er, *s.* ஒற்றுப்பார்ப்போன், வேவுகாரன், உளவாளி.
Es'pionage, *s.* உசா, உளவு, வேவு.
Esplanade', *s.* அரங்கவாயில், கோட்டைமைதானம், முற்றவெளி.
Espous'al, *s.* விவாகநியமம், சாதித்தல்.
Espouse', *v.t.* விவாகஞ்செய்துகொள், மணம்புரி, அநுபாலி.
Esprit, *s.* அபிமானம்; esprit de corps, ஸ்வகணாபிமானம்.
Espy', *v.t.* காண், கண்டுபிடி, வேவுபார்.
Esquire', *s.* ஒருவக்கனை, ஸ்ரீமான்.
Es'say, *s.* பிரயத்தினம், பிரபந்தம், பரீக்ஷை, சோதனை.
Essay, *v.t.* முயற்சிசெய், சோதி.
Es'sayist, *s.* பிரபந்தகர்த்தா, வியாக்கியானி.
Es'sence, *s.* சத்து, சாரம், தத்துவம், இயல்பு, உண்மை, திராவகம், வாசனை.
Essence, *v.t.* பரிமளிப்பி, வாசனையூட்டு.
Essen'tial, *a.* ஆவசியகமான, பிரதான, சத்துவமான; property of a body, முக்கியதர்மம், தத்துவம்.
Essen'tial, *s.* மூலம், மூலாதாரம்.
Essen'tially, *ad.* முக்கியமாய், பிரதானமாய், விசேஷமாய்.
Estab'lish, *v.t.* ஸ்தாபி, ஏற்படுத்து, நிலைப்படுத்து, நிலைநிறுத்து; to establish one in life, திருத்த; to become established, திரநிலைபெற; established by rule, விதிவிகித.
Estab'lisher, *s.* ஸ்தாபிப்போன், நிரூபிப்போன், விதிஞன்.
Estab'lishment, *s.* ஸ்தாபனம், நியமிப்பு; of servants, ஆள்மாகாணம், சிப்பந்தி.
Estafette', *s.* இராணுவதூதன்.
Estate', *s.* ஸ்திதி, பூஸ்திதி, தன்மை.
Esteem', *s.* கண்ணியம், மதிப்பு.

Esteem, v.t. மதி, கனி, கண்ணியமாக நடத்து.
Es'timable, a. மதிக்கத்தக்க, தகுதியான, கண்ணியமான.
Es'timate, s. மதிப்பு, உத்தேசம், அளவிடை, ஆமிஷம்.
Es'timate, v.t. மதி, விலையிடு, அளவிடு, உத்தேசி, நிர்ணயி, பாணி.
Estima'tion, s. மதிப்பு, எண்ணம், கண்ணியம்.
Es'tival, a. வேனிற்காலத்திற்குரிய, கோடைகாலத்திற்குரிய.
Estiva'tion, s. கோடைமயக்கம்.
Estop', v.t. தடு, மறி, தவிர்.
Estovers, s. தர்மசுதந்தரம்.
Estrange', v.t. அன்னியோன்னிய விரோதம் பண்ணு, மித்திரபேதம்பண்ணு, விலக்கு, பராதீனப்படுத்து.
Estrange'ment, s. பராதீனம், மித்திரபேதம்.
Estray', v.i. திரி, வழிதப்பித்திரி, நெறிவிலகு.
Estray', s. போகடி, தப்பினவிலங்கு, தனியன்.
Es'tuary, s. குடா, கடற்கால், கழிமுகம்.
Estua'tion, s. கொதிப்பு, பொங்கல்.
Esu'rient, a. பசியுள்ள, அதிதீபனமுள்ள.
Et cæt'era, இன்னுமவ்வாறே, ஆதி, முதலிய.
Etch, v.t. பொன்முதலிய உலோகத்திற் சித்திரம் வரை.
Etch'ing, p.n. சித்திரம், ஒவியம்.
Eter'nal, a. நித்திய, சாசுவத, அனந்த, அனவரத, முடிவற்ற.
Eter'nally, ad. நித்தியமும், ஊழிகாலமளவும்.
Eter'nity, s. நித்தியம், அனவரதம், சதாகாலம், சந்ததம்.
Eter'nize, v.t. சதமாக்கு, நித்யமும் நீடிக்கச் செய்.
Ete'sian, a. காலாவதிக்குரிய.
E'ther, s. ஆகாயம், ஆகாயநுண்ணணு, சூக்ஷமச்செய்நீர், சூக்குமி.
Ethe'real, a. ஆகாயத்துக்கடுத்த, பரமாணுவுக்கடுத்த.
Eth'ical, a. தருமசாஸ்திரத்துக்கடுத்த, நீதிநெறிக்குரிய.
Eth'ics, s. தருமசாஸ்திரம், நீதிநூல்.
E'thiop, s. கரியன், நிகிரோவன், எதியோப்பிய தேசத்தான்.
Eth'nic, a. பொய்மதானுசாரமுள்ள.
Etiol'ogy, s. வியாதிகட்குக் காரணங் கூறுநூல்.
Etiquette' (ĕt'ĭ-kĕt'), s. சபைப்பழக்கம், சபைமுறை, சடங்காசாரம்.
Etui', s. சாவணக்கூடு, பை, புட்டில், கருவிப்பை.
Etymolog'ical, a. சொல்லிலக்கணத்திற்குரிய.
Etymol'ogist, a. சொல்லிலக்கணி.
Etymol'ogize, v.t. சொல்மூலங்காண.
Etymol'ogy, s. சொல்லிலக்கணம், சொல்லதிகாரம், சொல்லியல்.
Et'ymon, s. மூலபதம்.
Eu'charist, s. தேவநற்கருணை, சற்பிரசாதச் சடங்கு, தோத்திரஞ்செலுத்துகை.
Euchol'ogy, s. பிரார்த்தனைபத்ததி.
Eudiom'eter, s. வாயுசுத்தி நிர்ணயயந்திரம்.
Eu'logist, s. மங்கலபாடகன், புகழ்வோன்.
Eu'logize, v.t. துதி, புகழ், விய, பாராட்டு.
Eulo'gium, Eu'logy, } s. புகழ்ச்சி, கீர்த்தனம், சொன்மாலை, மங்கலவாழ்த்து.
Eu'nuch, s. ஆண்மையில்லாதவன், அண்ணகன், பேடன், சண்டன்.
Eu'nuchate, v.t. ஆண்மையகற்று, அண்ணகனுக்கு.
Eu'nuchism, s. ஆண்மையற்றிருக்குந்தன்மை.
Eu'pathy, s. நேர்மனம், சரியானமனம்.
Eu'phemism, s. இடக்கரடக்கல்.
Euphon'ic, a. இததொனியுள்ள, சந்தவின்பமுள்ள.
Eu'phony, s. இன்னோசை, சந்தவின்பம், சொல்லின்பம்.
Euri'pus, s. ஜலக்கிளர்ச்சியுள்ள சந்தி.
Europe'an, a. ஐரோப்பிய.
Europe'an, s. ஐரோப்பியன்.
Eu'rythmy, s. சிற்பாதிகளில் ஒத்தபிரமாணம்.
Eu'taxy, s. நிலைக்கிரமம், ஸ்திரவொழுங்கு.
Euthana'sia, s. சுகமரணம்.
Evac'uant, s. பேதிமருந்து, விரேசனமருந்து.
Evac'uate, v.t. கழி, ஒழிவி, போக்கு, விடு, நீக்கு.
Evacua'tion, s. கழிவு, ஒழிவு, விசர்க்கம், மலசுத்தி.
Evade', v.t. உபாயமாய் விலக்கு, கடத்து, தவிர்.
Evade', v.i. புரளு, தப்பு, நழுவு.
Evaga'tion, s. நெறிதப்பித்திரிதல், அலமரல், சுழற்சி.
Evanes'cence, s. ஒழிவு, மறைவு.

Evanes'cent, *a.* அகல்கிற, ஒழிந்துபோகிற, நிலையற்ற.
Evan'gel, *s.* சுவிசேஷம், நல்விசேஷம்.
Evangel'ical, *a.* சுவிசேஷத்துக்கடுத்த, நற்செய்தியான, தேவநூலுக்குரிய.
Evan'gelist, *s.* சுவிசேஷகன், சுவிசேஷபோதகன், கிறிஸ்துபுராணிகன்.
Evan'gelize, *v.t.* சுவிசேஷபோதத்திற் பயிற்று, சுவிசேஷ உபதேசம்பண்ணு.
Evap'orate, *v.t.* ஆவியாக்கு, சுவற்று.
Evap'orate, *v.i.* சுவறு, ஆவியாய்ப்பறி, வற்று, ஆவியாய் எழும்பு.
Evapora'tion, *s.* சுவறுதல், தூமசாற்கரணம், வாட்பீகரணம்.
Eva'sion, *s.* நழுவல், போக்கு, சாட்டு.
Eva'sive, *a.* நழுவுகிற, போக்குச் சொல்லுகிற, போக்கான.
Eve, E'ven (ē'v'n) } *s.* சாயங்காலம், மாலை, அந்தி, சாயரக்ஷை.
E'ven, *a.* ஒப்புரவான, சமமான, நேரான, இரட்டையான.
E'ven, *ad.* உம், கூட, முதலாய, தானும், ஆயினும்.
E'ven-handed, *a.* அபக்ஷபாத, நீதியுள்ள; even-handed justice, நிஷ்பக்ஷபாத நியாயம்.
E'vening, *a.* சாயங்காலம், சாயரக்ஷை, மாலை, அந்திப்பொழுது.
E'vening, *a.* அந்திப்பொழுதிலுள்ள, சாயரக்ஷை.
E'venness, *s.* ஒப்புரவு, சமத்துவம், நேர்மை, இரட்டை, சமம்.
Event', *s* வர்த்தமானம், விர்த்தாந்தம், நடந்தகாரியம், தீர்ப்பு, முடிவு.
E'ventide, *s.* மாலைப்பொழுது, அந்திப்பொழுது.
Eventilate, *v.t.* தூற்று, வீசு, பேசித்தெளி.
Eventila'tion, *s.* தூற்றல், வீசுதல், பேசித்தெளிதல்.
Event'ual, *a.* கடையான, காரியமான, தீர்ப்பான.
Event'ually, *ad.* கடைசியாய்.
Ev'er, *ad.* என்றைக்காயினும், எப்பொழுதும்; ever and anon, அப்போதப்போது; for ever, என்றைக்கும்; ever since I saw him, நான் அவனைக் கண்டதுமுதல்.
Ev'er-during, *a.* என்றும் நிற்கும், சத.
Ev'er-green, *s.* பசும்பயிர், வாடாச்செடி, பைந்தரு.
Ever-last'ing, *a.* என்றுமுள்ள, அநந்த, சதாகாலமுமுள்ள, நித்திய, முடிவற்ற, சாசுவத, அக்ஷய; everlasting happiness, சதாகதி.
Ev'er-living, *a.* நித்தியஜீவனுள்ள, சதாஜீவியமான, சாசுவதமான.
Ever-more', *ad.* தினமும், எப்பொழுதும், நித்தியமும்.
Eversion, *s.* கவிழ்த்தல், பாழ்த்தல், அழிப்பு.
Ev'ery, *pr.* ஒவ்வொரு, சகல, எல்லா, தோறும்; one, எவனும், ஒவ்வொருவனும், ஒவ்வொன்றும்; day, தினந்தினம், நாள்தோறும்; on every side, நான்குபுறத்திலும், எண்திசையிலும், எங்கும்; every now and then, அடிக்கடி.
Ev'ery-day, *a.* பிரதிதினமுமுள்ள, சாதாரண, வழக்கமான.
Ev'ery-where, *ad.* எங்கும், இடங்கள்தோறும், அங்கங்கே.
Evict', *v.t.* ஆட்சிவிலக்கு.
Evic'tion, *s.* ஆட்சிவிலக்கல்.
Ev'idence, *s.* சாக்ஷி, வாக்குமூலம், அத்தாக்ஷி, பிரமாணம், உதாரணம், திர்ஷ்டாந்தம், சாக்ஷிக்காரன்.
Evidence, *v.t.* ஒப்பி, ஒப்பனைபண்ணு, சாக்ஷிகாட்டு.
Ev'ident, *a.* பிரத்தியக்ஷமான, வெளியான, தெளிவான, சாக்ஷியான; that which is evident, விசதம்.
Ev'idently, *ad.* கண்கூடாய், பிரத்தியக்ஷமாய், தெளிவாய்.
E'vil, *s.* தீமை, துன்மார்க்கம், தோஷம்; as injuri, ஹிம்சை, அபாயம்; as misfortune, distress, துர்க்கதி, விபத்து, ஆபத்து; as maladi, வியாதி, நோய்.
E'vil, *a.* தீமையான, தீய, கெட்ட, தீங்கான, பொல்லாத.
E'vil-doer, *s.* பாபி, துன்மார்க்கன், தீயன்.
E'vil-eyed, *a.* வன்கண்ணுள்ள, கண்ணேறுள்ள, தீக்கண்ணுள்ள.
E'vil-minded, *a.* துஷ்டபுத்தியுள்ள, துர்ச்சிந்தையுள்ள.
E'vil-speaking, *s.* கோள், அபவாதம்.
Evil-worker, *s.* துஷ்கிருதன்.
Evince', *v.t.* எடுத்துக்காட்டு, அத்தாக்ஷிப்படுத்து, மெய்ப்பி, ரூபி.
Evin'cible, *a.* மெய்ப்பிக்கத்தக்க, நிரூபிக்கத்தக்க.
Evis'cerate, *v.t.* குடலெடு, குடல்வாங்கு, குடலிழு.
Ev'itable, *a.* தவிர்க்கக்கூடிய.
Evite', *v.t.* தவிர், விலக்கு.
Ev'itate, *v.t.* தவிர், விலக்கு, தப்பு.
Evoca'tion, *s.* அழைப்பு.

Evoke', *v.t.* அழை, விளி.
Evolu'tion, *s.* விரித்தல், வெளிப்படுத்தல், மூலகிரகணம்.
Evolve', *v.t.* தோற்றுவி, வெளிப்படுத்து, திற, விரி; that which is evolved from a previous source, விகாரம், தற்பிரகாசம்.
Evomi'tion, *s.* வாந்திசெய்தல்.
Evul'sion, *s.* பிடுங்கல், பியத்தல், பறித்தல்.
Ewe, (*fem.*) *s.* செம்மறி.
Ew'er, *s.* கரகம், கெண்டிகை, கமண்டலம்.
Exacerba'tion, *s.* கோபமூட்டுகை, பிரகோபம், அதிகரிப்பு.
Exact', *v.t.* நெருக்கிக்கேள், கட்டாயம் பண்ணு, பறி.
Exact', *a.* சரியான, திட்டமான, சட்டமான, சுமுத்திரையான, திருத்தமான, நேர்மையான.
Exact'er, **Exact'or**, } (*fem.* exactress), *s.* பறிகாரன், சூறையிடுவோன், கொள்ளைகொள்வோன்.
Exac'tion, *s.* பறிப்பு, அபகரிப்பு, நிஷ்டூரம்.
Exact'itude, *s.* நேர்மை, செம்மை.
Exact'ly, *ad.* சரியாய், திருத்தமாய், யதார்த்தமாய், உள்ளபடி.
Exag'gerate (egz-aj'er-āt), *v.t.* பாராட்டு, பாரி, பருப்பித்துச்சொல்லு.
Exaggera'tion, *s.* உண்மைக்குமிச்சம், பாரிப்பு, பாராட்டுகை, அதிசயவலங்காரம், கட்டுரை, அதிகவாக்கியோக்தி.
Exag'geratory, *a.* பாரித்துரைக்கும், பாராட்டும்.
Exag'itate, *v.t.* தூண்டிவிடு, கிளறிவிடு, ஆட்டு, மூட்டு.
Exalt', *v.t.* உயர்த்து, ஏற்று, பாராட்டு, மெச்சு, புகழ்; exalted reputation, எடுப்பான கீர்த்தி.
Exalta'tion, *s.* உயர்ச்சி, உயர்வு, மேன்மை, மாண்பு, மகிமை, பிரஸ்தாபம்.
Exalt'edness, *s.* மேன்மை, உன்னதம், உயர்வு, மகத்துவம், உத்துங்கம்.
Exa'men, *s.* விசாரணை, ஆராய்வு, சோதனை.
Exa'minate, *s.* பரீக்ஷிக்கப்பட்டவன்.
Examina'tion, *s.* சோதனை, ஆராய்வு, பரீக்ஷை, விசாரம், பரிசோதனை, விசாரணை, of money, நோட்டம்.
Exam'ine, *v.t.* சோதி, பரீக்ஷி, விசாரி, ஆராய்; to examine thoroughly, நிறுத்துளைத்துப்பார்க்க.
Exam'iner, *s.* சோதனைக்காரன், பரீக்ஷகன்.
Exam'ple, *s.* மாதிரி, முன்மாதிரி, திர்ஷ்டாந்தம், உதாரணம், நிதர்சனம்.
Exam'pler, *s.* மாதிரி, அச்சு, மேனா, சாயல்.
Exan'guious, *s.* see Exsanguious.
Exan'imate, *a.* உயிரற்ற, செத்த, உற்சாகமற்ற, திரமற்ற.
Exant'late, *v.t.* கருஷி, வற்றப்பண்ணு, இளை.
Exas'perate, *v.t.* கோபமூட்டு, எரிச்சலுண்டாக்கு.
Exaspera'tion, *s.* கோபம், உக்கிரம், அழல், எரிச்சல்.
Exau'thorize, *v.t.* அதிகாரம் நீக்கு.
Excanta'tion, *s.* எதிரேற்று.
Excar'nate, *v.t.* தசைகழி.
Ex'cavate, *v.t.* அகழு, சுரங்கமறு; அறைபோழ்.
Excava'tion, *s.* தோண்டல், குடைதல், சுரங்கம், குழி, கிழறை.
Exceed', *v.i.* & *v.t.* கடி, அதிகரி, தலைப்படு, மேற்படு, மிஞ்சு.
Exceed'ing, *p.a.* மிகுந்த, மேலான, நயந்த.
Exceed'ingly, *ad.* மிகவும், மிகுதியும்.
Excel', *v.t.* & *v.i.* அதிகரி, அதிகப்படு, மேற்படு, வெல்லு.
Ex'cellence, **Ex'cellency**, } *s.* மேன்மை, சிரேஷ்டம், உயர்ச்சி, மாட்சிமை, நன்னலம்
Ex'cellent, *a.* உத்தம, மேன்மையான, உசித, அரிய.
Except', *v.t.* ஒழி, தவிர், நீக்கு, கழி.
Except', *prep.* ஒழிய, தவிர, இன்றி, அன்றி, நீங்கலாக.
Except'ing, *prep.* தவிர, ஒழிய, இன்றி, அன்றி.
Excep'tion, *s.* கழிவு, விலக்கு, தவிர்வு.
Excep'tionable, *a.* தடைபடத்தக்க, தகாதென்று விலக்கப்படுவதற்கு ஏதுவான; his conduct is highly exceptionable, அவன் நடைசற்றுந் தகாது.
Excep'tious, *a.* வெடுவெடுப்பான, ஆக்ஷேபிக்கிற.
Excep'tive, *a.* தவிர்க்கிற, தவிர்ப்புள்ள.
Excess', *s.* அதிகம், மிகுதி, மிச்சம், கொள்ளை.
Exces'sive, *a.* அதிக, மிகுதியான, கதிப்பான; excessive rain, அதிவிர்ஷ்டி; excessive heat, குருதாபம்; excessive sourness, கடும்புளிப்பு; excessive interest, கடுவட்டி.
Exces'sively, *ad.* மிதமிஞ்சி, மிகுதியாய, மிச்சமாய்.
Exchange', *s.* பதில், கைம்மாறு, பண்டமாற்று, உண்டி, கடை, பரிவர்த்தனம்.

Exchange', *v.t.* பண்டமாற்று, பரிவர்த்தனஞ்செய், கைம்மாறு, கொடுத்துமாறு.
Excheq'uer (ĕx-chĕk'ĕr), *s.* அரசிறைப் பொக்கசசாலை.
Excise', *s.* தீர்வை, கடமை, ஆயம்.
Excise', *v.t.* தீர்வைவாங்கு, கப்பம்வாங்கு.
Excis'ion, *s.* சேதனம், அறவெட்டல், ஆச்சேதம்.
Excit'able, *a.* எழுப்பப்படத்தக்க, சுரணையுள்ள, உணர்ச்சியுள்ள.
Excita'tion, *s.* தூண்டுகை, எழுப்பிவிடுதல், ஏவல்.
Excite', *v.t.* எழுப்பு, கிளர்த்து, அருட்டு, தூண்டு, ஏவு.
Excite'ment, *s.* முயற்சி, ஊக்கம், மனவெழுச்சி, உருற்று, உத்தாபம், கிளர்ச்சி; no excitement will make one forget himself, தன்னையறியாத சன்னதமில்லை.
Excit'er, *s.* ஏவுவோன், தூண்டுவோன்.
Exclaim', *v.i.* கூவென், ஒலிடு, ஒலமிடு.
Exclama'tion, *s.* வியப்புச்சொல், உளத்தியவிடைச்சொல், ஒலம்.
Exclam'atory, *a.* வியப்புள்ள.
Exclude', *v.t.* விலக்கு, அகற்று, நீக்கு, தவிர், தள்ளு.
Exclu'sion, *s.* கழிவு, தள்ளுகை, விலக்குகை.
Exclu'sive, *a.* புறநீங்கலான, விலக்கான; he has a lack of rupees exclusive of landed property, அவன் பூஸ்திதி தவிர லட்சரூபாய் வைத்திருக்கிறான்.
Exclu'sively, *ad.* புறநீங்கலாய், தள்ளுபடியாய்; the household furniture is exclusively his, வீட்டுச்சாமான் முழுதும் அவன் ஒருவனுக்கே அதீனம்.
Excoct', *v.t.* கொதி, வே, அவி.
Excog'itate, *v.t.* நினைத்துண்டாக்கு, சிந்தித்தறி.
Excogita'tion, *s.* தியானித்துண்டாக்கல், யோசனை, சிந்தனை.
Excommu'nicate, *v.t.* திருச்சபையிலிருந்து தள்ளு, சபைக்குப்புறம்பாக்கு.
Excommunica'tion, *s.* திருச்சபைச் சம்பந்தத்தினின்று விலக்கப்படுதல்.
Exco'riate, *v.t.* உரி, தோலுரி, உரினு.
Excoria'tion, *s.* தோலுரித்தல்.
Ex'crement, *s.* மலம், கஷ்டம், நரகல்.
Excrement'al, *a.* கஷ்டமாய்க் கழியும், மல.
Excrementi'tious, *a.* மலமுள்ள.
Excres'cent, *a.* புடைக்கும்.
Excres'cence, *s.* புடைப்பு, தசைச்சுரப்பு, அதர்.
Excrete', *v.t.* மலங்கழி, கழி.
Excre'tion, *s.* கழிவு, மலம், உற்சர்க்கம்.
Ex'cretive, *a.* மலங்கழிக்கிற.
Excru'ciate, *v.t.* துன்புறுத்து, வதை, வருத்தப்படுத்து.
Excrucia'tion, *s.* உபாதி, வேதனை, வருத்துதல், வருத்தம்.
Excul'pate, *v.t.* குற்றம் இல்லையென்றுதீர்.
Exculpa'tion, *s.* குற்றவிலக்கு, குற்றநிவிர்த்தி.
Excul'patory, *a.* குற்றவிலக்குள்ள, குற்றமறுக்கிற.
Excur'sion, *s.* உலா, நடை, சாரி, பவனி.
Excur'sive, *a.* நடைகொள்ளும், பவனிபோகிற, சாரிபோகிற.
Excus'able, *a.* மன்னிப்புக்கிடமான, பொறுக்கத்தக்க.
Excuse', *s.* சாக்கு, போக்கு, சாட்டு, நியாயம்.
Excuse', *v.t.* பிழைபொறு, மன்னி.
Excuse'less, *a.* போக்கற்ற, மன்னிப்புக்கிடமற்ற.
Excus'sion, *s.* உதறுதல், பிடித்துக்கொள்ளல், பறிமுதல்.
Ex'ecrable, *a.* சாபத்திற்கு ஏதுவான, வெறுக்கப்படத்தக்க.
Ex'ecrate, *v.t.* திட்டு, சபி, வெறு.
Execra'tion, *s.* திட்டு, சாபம், வெறுப்பு.
Ex'ecute, *v.t.* நடப்பி, செய்துமுடி, இயற்று, கொலைநிறைவேற்று, நிறைவேற்று.
Ex'ecuter, *s.* செய்பவன், இயற்றுவோன், நிறைவேற்றுவோன், காரியகாரன்.
Execu'tion, *s.* நிறைவேற்றம், நடப்பிப்பு, கொலைநிறைவேற்றம்.
Execu'tioner, *s.* மரணக்கினைசெய்வோன், கொலைநிறைவேற்றுவோன்.
Exec'utive, *s.* ஆளுகைசெய்கிறவன், அதிகாரஞ் செலுத்துவோன்.
Exec'utor (*fem.* executrix), *s.* மரண சாதனகாரியகாரன்.
Exege'sis, *s.* வியாக்கியானம், அர்த்தவிற்பத்தி, அர்த்தவாதம்.
Exeget'ical, *a.* வியாக்கியானமான, விவரணமான.
Exem'plar, *s.* முன்மாதிரி, பிரதிமானம்.
Ex'emplary, *a.* முன்மாதிரியாகத்தக்க.
Exemplifica'tion, *s.* ஒப்பனை, திர்ஷ்டாந்தம், உதாரணம், பிரதி.
Exem'plify, *v.t.* உதாரணங் காட்டு, உதகரி, திர்ஷ்டாந்தங் காட்டு.
Exempt', *v.t.* ஒழியவிடு, கழி, நீக்கு, தவிர்.

Exempt', *a.* நீங்கலான; land exempt from the payment of revenue to Government, லாக்ஜாரி.
Exemp'tion, *s.* நீக்கம், நீக்கல்.
Exen-terate, *v.t.* குடலெடு. குடல்பிடுங்கு.
Ex'equies, *s.* (*pl.*) அந்தியகருமம், அபரக்கிரியை, பிரேதக்ஷேமச் சடங்கு, உத்தரகிரியை.
Ex'equial, *a.* பிரேதகிரியைக்குரிய.
Ex'ercise, *s.* உழைப்பு, பழக்கம், அப்பியாசம், சாதனே, பயிற்சி, அப்பியாசபாடம்; உத்தியோகம், வேலே; bodily, சரீரமுயற்சி; mental, மனமுயற்சி; military, ராணுவ பரீக்ஷை.
Ex'ercise, *v.t.* பழக்கு, உத்தியோகம்பயிற்று, அப்பியாசி, நடத்து.
Ex'erciser, *s.* பயில்வோன், அப்பியாசம் செய்வோன்.
Exercita'tion, *s.* பரீக்ஷை, அப்பியாசம், பழக்கம்.
Exert', *v.t.* முயற்சிபண்ணு, எத்தினம் பண்ணு, தொழிற்படுத்து, உளுற்று.
Exer'tion, *s.* முயற்சி, ஊக்கம், உழைப்பு, பிரயாசம்.
Exe'sion, *s.* அறஉண்ணல், அறத்தின்னல்.
Exestua'tion, அவிதல், கொதி.
Exfo'liate, *v.t.* உரி, செம்புசெம்பாய்க் கிளம்பு, செதிளுரி, உதிர்.
Exfolia'tion, *s.* செதிளுதிர்வு, தகடுதகடாயுரிதல்.
Exhala'tion, *s.* ஆவியாய்ப்போதல், இரேசகம்.
Exhale', *v.i.* சுவாசி, இரேசி, ஆவியாய்ப் போக்கு.
Exhaust', *v.t.* ஒழி, வற்றப்பண்ணு, செலவழி, இளைப்பி.
Exhaust'ed, *a.* சமைந்த, செலவழிந்த, தளர்ந்த, இளைத்த.
Exhaust'ible, *a.* வற்றத்தக்க, ஒழியத்தக்க.
Exhaust'ion, *s.* சமைவு, செலவழிவு, தளர்வு, இளைப்பு; of energy, முயற்சித்தாழ்வு.
Exhaust'less, *a.* வற்றாத, குன்றாத, அறாத.
Exhib'it, *v.t.* தெரியக்காட்டு, காண்பி, அரங்கேற்று.
Exhib'iter, *s.* அரங்கேற்றுவோன், தெரியக்காட்டுவோன்.
Exhibi'tion, *s.* காட்சி, விளக்கம், அரங்கேற்றம்.
Exhilara'tion, *s.* களிப்பு, மகிழ்ச்சி, சந்தோஷம், பூரிப்பு.
Exhil'arate, *v.t.* களிப்பி, சந்தோஷப்படுத்து, தேற்று.
Exhort', *v.t.* புத்திசொல்லு, போதி, எச்சரி, நன்மைசெய்யத்தூண்டு.
Exhorta'tion, *s.* புத்தி, போதனை, எச்சரிப்பு.
Exhort'er, *s.* எச்சரிப்போன், புத்திசொல்வோன்.
Exhuma'tion, *s.* புதைத்ததைக் கிளப்புகை.
Exic'cate, see Exsiccate.
Ex'igence, } **Ex'igency**, } *s.* ஆபத்து, அவசரம், தறுவாய், நெருக்கம், முட்டுப்பாடு.
Ex'igent, *a.* ஆபத்தான, அவசரமான, தேவையான, வில்லங்கமான.
Exig'uous, *a.* சிறிய, சின்ன.
Exigu'ity, *s.* சிறுமை.
Ex'ile, *s.* சுதேசத்தினின் றகற்றுகை, ஊர்நீக்கப்பட்டவன்.
Ex'ile, *v.t.* சுதேசத்தினின் றகற்றுகை, ஊர் நீக்கு.
Exile'ment, *s.* பரதேசம்போக்கல், ஊருக்குப் புறம் போக்கல்.
Exil'ity, *s.* சிறுமை, நொய்மை, அற்பம்.
Exili'tion, *s.* பாய்தல், தாவுதல், துள்ளல்.
Exinani'tion, *s.* வெறிதாக்கல், லோபமாக்கல், நஷ்டம்.
Exist', *v.t.* இரு, ஜீவி, நிலேத்திரு.
Exis'tence, *s.* உண்மை, இருப்பு, பாவிகம், உள்பொருள்.
Exis'tent, *a.* இருக்கிற, நிலேகொள்ளுகிற.
Existima'tion, *s.* எண்ணம், மதிப்பு.
Ex'it, *s.* புறப்பாடு, போக்கு, மரணம், புறப்படும்வழி.
Exi'tial, *a.* பிராணநாசமான, சாவிற்குரிய.
Ex'ode, *s.* நாடகமுடிவு.
Ex'odus, *s.* புறப்பாடு, யாத்திராகமம்.
Ex-offi'cio, *ad.* உத்தியோகப்படி, உத்தியோகத்தைப்பற்றி.
Exon'erate, *v.t.* பாரம்நீக்கு, பாரிக்கப்பட்ட குற்றத்தினின்று விலக்கு.
Exonera'tion, *s.* சுமையிறக்கல், பாரம் நீக்கல், குற்றநிவிர்த்தி.
Exor'bitance, } **Exor'bitancy**, } *s.* அளவுகடத்தல், மட்டுக்குமிஞ்சுகை, அதிக்கிரமம்.
Exor'bitant, *a.* நெறிவிலக்கான, மிகுதியான, அளவிற்குமிஞ்சின, கடுவிலேயுள்ள; price, கடுவிலே.
Exor'bitate, *v.i.* வழிவிலகு, நெறிதவறு.
Ex'orcise, *v.t.* உச்சாடனம்பண்ணு, பேயோட்டு.
Ex'orcism, *s.* மாந்திரிகம், உச்சாடனம்.
Ex'orcist, *s.* உச்சாடனம் பண்ணுகிறவன், பேயோட்டி.

Exor'dium, *s.* பாயிரம், முகவுரை.
Exoter'ic, *a.* புற, பகிரங்கமான, வெளியான.
Exot'ic, *s.* புறத்தேசப்பூண்டு.
Exot'ic, *a.* அன்னிய, புறத்தேசத்திலுள்ள.
Expand', *v.t.* விரி, அகலச்செய், பரப்பு.
Expand', *v.i.* பரவு; விரி, மலர்.
Expanse', *s.* விரிவு, பரப்பு, வானவிரிவு, பரவை.
Expan'sion, *s.* விரிவு, விகாசம், படர்ச்சி, பரப்பு, அகல்வு.
Expan'sive, *a.* பரப்பான, விரிவான.
Expar'te, *a.* ஒருதலையான, ஓரபக்ஷமான.
Expa'tiate, *v.i.* பாராட்டு, விஸ்தரித்துச் சொல்லு, விரித்துரை.
Expa'tiator, *s.* பாராட்டுவோன், விரித்துரைப்போன், விஸ்தரிப்போன்.
Expa'triate, *v.t.* சுதேசத்தைவிட்டகற்று.
Expatria'tion, *s.* புறத்தேசத்திற் ககற்றல்.
Expec't, *v.t.* எதிர்பார், நம்பு, காத்திரு.
Expec'tant, *a.* எதிர்பார்த்திருக்கும், வரவு பார்த்திருக்கிற.
Expec'tant, *s.* வரவுகாப்போன், எதிர்நோக்குவோன்.
Expecta'tion, *s.* காத்திருக்கை, எதிர்பார்க்கை, நம்பிக்கை, எண்ணம்.
Expec'torate, *v.t.* கக்கு, இருமியுமிழ்.
Expectora'tion, *s.* சளிகக்கல், சளி, சளிக் கட்டுக் கழிதல்.
Expe'dience, } Expe'diency, } *s.* தகுதி, சரிமுறை, வசதி, வழிவகை, ஏது.
Expe'dient, *s.* உபகரணம், சாதனம், உபாயம்.
Expe'dient, *a.* தகுதியான, நலமான, ஆவசியகமான.
Ex'pedite, *v.t.* தீவிரமாய் நடத்து, துரிதப்படுத்து, அனுப்பிவிடு.
Expedi'tion, *s.* சுறுக்கு, தீவிரம், சீக்கிரம், முயற்சி, படையெழுச்சி.
Expedi'tious, *a.* சீக்கிரமான, துரிதமான.
Ex'peditive, *a.* விரைந்துசெய்கிற.
Expel, *v.t.* துரத்து, ஓட்டு, நீக்கு, தள்ளிவிடு, அகற்று.
Expel'ler, *s.* துரத்துவோன், அகற்றுவோன், கலைப்போன்.
Expend', *v.t.* செலவிடு, செலவழி.
Expen'diture, *s.* செலவிடுகை, சென்றசெலவு.
Expense', *s.* செலவு, சென்றசெலவு.
Expen'sive, *a.* மிகுசெலவுள்ள, அதிகவிலையுள்ள.
Expen'siveness, *s.* செலவுமிகை, ஆராதரித்தனம்.
Expe'rience, *s.* அப்பியாசம், போகம், வேதனம், போதம், தரிசனம், அநுபவ அறிவு, அனுபவம், அனுபோகம், அனுபூதி; our experience of pleasure or pain, வாதனை, வாசனை; one's own experience, ஸ்வானுபவம்; universal experience, சர்வானுபூதி.
Expe'rience, *v.t.* பரிசோதி, அனுபவி, கண்டறி, பயிலு, காண்.
Expe'rienced, *p.a.* பழகின, படிந்த, அநுபவமுதிர்ந்த.
Exper'iment, *s.* சோதனை, பரீக்ஷை, பரீக்ஷணம்.
Experi'ment, *v.i.* பரீக்ஷி, சோதனைபண்ணு.
Experiment'al, *a.* பரீக்ஷையான, சோதனைக் கடுத்த, பயிற்சிக்குரிய, பரீக்ஷாமூல.
Experiment'alist, *s.* சோதனைக்காரன், பரீக்ஷித்தறிந்தவன்.
Experiment'ally, *ad.* பரீக்ஷித்து, சோதனையாய்.
Expert', *a.* பழகின, கைபடிந்த, கெட்டியான, சமர்த்தான.
Expert'ness, *s.* பயிற்சி, சூசனை, பழக்கம், சாதனை, சாதுரியம், நைபுண்யம்; expertness of hand, அஸ்தலாகவம்.
Ex'piable, *a.* நிவிர்த்தியாகத்தக்க, தீரத்தக்க, பரிகரிக்கத்தக்க.
Ex'piate, *v.t.* தீர், பிராயச்சித்தம்பண்ணு, பரிகரி.
Expia'tion, *s.* பிராயச்சித்தம், பாவநிவிர்த்தி, தீர்ப்பு, நிவாரணம், விமோசனம், சாந்தி.
Ex'piatory, *a.* நிவிர்த்தி செய்யக்கூடிய, பிராயச்சித்தஞ்செய்யத் திறமையுள்ள.
Ex'pilate, *v.t.* கொள்ளையிடு, பாழ்படுத்து.
Expila'tion, *s.* கொள்ளை. பாழ்க்கடித்தல்.
Expira'tion, *s.* சுவாசம்விடுகை, இரேசகம், முடிவு, அகதி, கழிவு.
Expire', *v.i.* சுவாசம்விடு, பிராணன்விடு, உயிர்விடு, முடி, தீர், கழி, ஒழி, சா.
Expi'red, *p.a.* சென்றுபோன, மரித்த, மாஜி.
Expisca'tion, *s.* மீன்பிடித்தல், நுழைந்தறிதல், கிண்டிக்கிண்டிக் கேட்டல்.
Explain, *v.t.* விளக்கு, தெரிவி, விரித்துரை, வியாக்கியானம்பண்ணு, விஸ்தரி.
Explain'able, *a.* விளக்கத்தக்க, விரித்துரைக்கத்தக்க.
Explan'ation, *s.* விளக்கம், விருத்தியுரை, வியாக்கியானம், விவரம்.
Explan'atory, *a.* விவரமான, வியாக்கிய

Exple'tion, *s.* நிறைவேற்றல், கடைத்தேற்றம்.
Ex'pletive, *s.* அசைநிலை, அசைநிறை
Ex'plicable, *a.* விளங்கப்பண்ணக்கூடிய, நியாயஞ்சொல்லி விளக்கத்தக்க.
Ex'plicate, *v.t.* வெளியிடு, விளக்கு, விரித்துக்காட்டு.
Explica'tion, *s.* விளக்கம், விரித்துரை, வியாக்கியானம்.
Explic'it, *a.* விளக்கமான, திட்டமான, தீர்க்க.
Explic'itly, *ad.* தெளிய, விளங்க, துலங்க.
Explode', *v.t.* விலக்கு, நிஸ்கரி.
Explode', *v.i.* வெடிதிர், படாரெனவெடி.
Exploit', *s.* அருந்தொழில், ஆண்டொழில், வீரச்செய்கை, விக்கிரமம், அதிசயச்செய்கை, ஆள்வினை, சரித்திரம்.
Explora'tion, *s.* ஆராய்வு, சோதனை, திறவு, உளவு.
Explore', *v.t.* ஆராய், பரிசோதி உளவுபார், ஆழம்பார்.
Explo'sion, *s.* வெடி, அதிர்ச்சி, அதிர்வெடி, வெடித்தல்.
Explo'sive, *a.* வெடிக்கிற, இடிக்கிற, அதிரும்.
Expolia'tion, see Exspoliation.
Expo'nent, *s.* நிர்க்கண்டம்.
Ex'port, *s.* ஏற்றுமதிச்சரக்கு.
Export', *v.t.* ஏற்றுமதிபண்ணு, ஏற்றியனுப்பு.
Exporta'tion, *s.* ஏற்றுமதிசெய்தல்.
Expose', *v.t.* படவை, காட்டிக்கொடு, பங்கப்படுத்து, குற்றத்தைப் பகிரங்கப்படுத்து, குற்றங்கொழி; to be exposed to rain, மழையிலடிபட.
Exposi'tion, *s.* விளக்கம், விரித்துரை, பிரசங்கம், வியாக்கியானம்.
Expos'itive, *a.* விளக்குகிற, தெளிவிக்கிற, விவரிக்கிற.
Expos'itor, *s.* உரையாசிரியன், வார்த்திகன்; வியாக்கியானநூல்.
Expos'tulate, *v.t.* நியாயமுத்தரி, நியாயஞ்சொல்லு, கண்டி.
Expostula'tion, *s.* நியாயமுத்தரிப்பு, கண்டிப்பு.
Expos'tulatory, *a.* நியாயமெடுத்துக்காட்டுகிற, கண்டிக்கிற.
Expo'sure, *s.* வெளியாக்கல், திறவு, பிரசித்தம், பங்கப்படுத்தல்.
Expound', *v.t.* வியாக்கியானம்பண்ணு.
Expound'er, *s.* வியாக்கியானி.
Ex'press, *s.* தூதன், தீவிரமாய்ச் செல்தூதன், அஞ்சற்காரன்.
Express', *v.t.* பிழி, உற, பிதுக்கு, விளக்கு, வெளியாக்கு, சொல்லு.
Express' *a.* திட்டமான, தீர்க்கமான, வெளிப்படையான, விசேஷித்த.
Express'ible, *a.* வெளியிடத்தக்க, விளக்கக்கூடிய, சொல்லத்தக்க.
Expres'sion, *s.* சொல் பேச்சு, வேஷம், தோற்றம்.
Expres'sive, *a.* தெளிவாய்க் காட்டுகிற, வெளிப்படையான.
Express'ly, *ad.* வெளிப்படையாய், தெளிவாய், பரிஷ்காரமாய்.
Ex'probrate, *v.t.* கடிந்துரை, கண்டி, நிந்தைசொல்லு.
Exprobra'tion, *s.* கடிதல், நிந்தனை.
Expro'priate, *v.t.* தனதல்லவென்று கைவிடு.
Expropria'tion, *s.* தனதல்லவென்று கைவிடல்.
Expugn' (ĕxpūn'), *v.t.* வெல்லு மேல்விழுந்து பிடி.
Expugna'tion, *s.* வெல்லல், மேல்விழுந்து ஜயித்தல்.
Expulse', *v.t.* துரத்து, ஓட்டு, தள்ளு.
Expul'sion, *s.* தள்ளுபடி, நீக்குகை, துரத்துகை.
Expunc'tion, *s.* துடைத்தல், தள்ளுகை.
Expunge', *v.t.* துடை, தள்ளு, பரிகரி.
Expur'gate, *v.t.* சுத்திபண்ணு, குற்றங்களை அழுக்ககற்று.
Expurga'tion, *s.* சுத்திகரிப்பு, கறைநீக்கல்.
Ex'quisite, *a.* விசித்திரமான, சூக்ஷமமான, தீவிரமிகுந்த, உன்னதமான.
Exsan'guious, *a.* உதிரமற்ற இரத்தமேற்ற.
Exscind, *v.t.* வெட்டு, நறுக்கு, வெட்டித்தள்ளு.
Exsic'cate, *v.t.* உலர்த்து, தீ, வாட்டு, வறு.
Exspolia'tion, *s.* கொள்ளையிடல், சூறை, நாசம்.
Exstim'ulate, *v.t.* தூண்டிவிடல், ஏவிவிடல்.
Exsuc'cous, *s.* சாரமற்ற, உலர்ந்த.
Exsuc'tion, *s.* சுவற்று, உறிஞ்சுகை, சோஷணம்.
Exsuda'tion, see Exudation.
Ex'tant, *a.* தோற்றுகிற, வழங்குகிற, ஒழியாத.
Ex'tasy, see Ecstasy.
Extem'poral, *a.* வாயில் வந்ததை மொழிந்த, நினையாது கூறிய.
Extempora'neous, } *a.* யோசியாமல், உடனேசெய்கிற, ஆசுவல்லபமுள்ள.
Extem'porary,
Extem'pore, *ad.* ஆயத்தமின்றி, யோசியாமல், தற்சமயத்தில்.

Extem'porize, *v.t.* எழுந்தபடி பேசு, நியான மின்றிப் பேசு.

Extend', *v.t.* விசாலமாக்கு, நீட்டு பரப்பு, விரி.

Extend', *v.i.* அகல், நீளு, பெருகு, படர், விரி, விசாலி.

Extensibil'ity, *s.* விசாலத்துவம்.

Exten'sion, *s.* விசாலம், விரிவு, பறவை, நீளம், பொருள்விரி.

Exten'sive, *a.* விசாலமான, இடமகன்ற.

Extent', *s.* விசாலம், பரப்பு, விஸ்தாரம், பரிமாணம்; to some extent, ஒருசார், ஒருபுடை, ஒருசிறை.

Exten'uate, *v.t.* மெல்லிதாக்கு, நொய்தாக்கு, தணித்துச்சொல்லு, குறை.

Extenua'tion, *s.* மெலிவு, நொய்மை, குற்றந்தணித்தல்.

Exten'uator, *s.* குறைப்போன், தணித்துச் சொல்வோன்.

Exte'rior, *s.* புறம், வெளித்தோற்றம், வெளி.

Exte'rior, *a.* புற, வெளியான.

Exter'minate, *v.t.* நிர்மூலமாக்கு, சிதை, நாசப்படுத்து.

Extermina'tion, *s.* பற்றறுத்தல், நிர்மூலம், நாசம், சங்காரம்.

Exter'nal, *a.* வெளியான, புறம்பான, பகிர், அன்னிய.

Exter'nally, *ad.* புறத்தில், வெளியாய்.

Extilla'tion, *s.* துளிதுளியாய் வீழ்தல்.

Extinct, *a.* அவிந்த, முடிந்த, ஒழிந்த இறந்த.

Extinc'tion, *s.* நிர்மூலம், இறுதல், இறுதி, நாசம், அறுதி, ஒழிவு; extinction of will, மனோலயம்.

Extin'guish, *v.t.* அவி, அணை, நூது, கெடு, அழி.

Extin'guishable, *a.* அவியக்கூடிய, அணையக்கூடிய, தணியக்கூடிய.

Extin'guisher, *s.* விளக்கவிக்குங் கருவி, நாசப்படுத்துவது.

Extin'guishment, *s.* அடக்கல், அழிவு, நாசம்.

Extir'pate, *v.t.* வேரோடழி, நிர்மூலப்படுத்து, அறு.

Extirpa'tion, *s.* வேரறுத்தல், நிர்மூலமாக்கல், பற்றறுத்தல்.

Extol', *v.t.* உயர்த்து, மேன்மைப்படுத்து, பாராட்டு, மெச்சு.

Extol'ler, *s.* புகழ்வோன், பாராட்டுவோன், கீர்த்தனஞ்செய்வோன்.

Extort', *v.t.* பறி, பலாத்கரித்தெடு, அபகரி.

Extor'tion, *s.* பறிப்பு, அபகரிப்பு, இடுவந்தி.

Extor'tioner, *s.* பறிகாரன், நிஷ்டூரன்.

Extor'tious, *a.* இடுவந்திசெய்யும், அபகரிக்கும், அநீத.

Ex'tra, *a.* மிச்சமான, அதிக, வரம்பு கடந்த.

Ex'tract, *s.* எடுக்கப்பட்டது சாரம், சங்கிரகம், தைலம், பிரதி, அவலேகம்.

Extract', *v.t.* எடு, பிரித்தெடு, பிடுங்கு, வாங்கு வடி; a root, மூலங்காண்.

Extrac'tion, *s.* எடுக்கை, குலம், பிறப்பு.

Extra-judi'cial, *a.* வியவகாரக்கிரமந் தப்பிய.

Extramis'sion, *s.* புறத்தனுப்பல், புறப்படுத்தல்.

Extra-mun'dane, *a.* பூமண்டலத்திற் கப்புறமான.

Extra'neous, *a.* பேதமான, அன்னிய.

Extraor'dinarily, *ad.* அபூர்வமாய், நூதனமாய், அசாதாரணமாய்.

Extraor'dinary, *a.* அபூர்வமான, வியப்பான, நூதன, அசாதாரண; extraordinary praise, அதிஸ்துதி; having extraordinary qualities, அதிகுண; extraordinary beauty, அதிரூபம்.

Extrareg'ular, *a.* விபரீத.

Extrav'agance, *s.* ஆராதூரித்தனம், வீண்செலவு, அழிப்பு, அழிம்பு, அதிக்கிரமம், உத்கிரமம்.

Extrav'agant, *a.* ஊதாரிக்குணமுள்ள, ஆராதூரியான; extravagant hope, அதிக ஆசை.

Extravaga'tion, *s.* மிசை, மிகுதி, அமிதம்.

Extraver'sion, *s.* எறிதல், வெளியே வீசல்.

Extreme', *s.* அந்தம், எல்லை, நுனி, பாதம், அவதி.

Extreme', *a.* அந்தமான, தீரமான, கடைசியான; extreme pain, வெந்துயர்.

Extreme'ly, *ad.* அற, மிகவும்.

Extrem'ity, *s.* அறுதி, கடை, ஆபத்து, கெடுதி, எறுகடை.

Ex'tricate, *v.t.* சிக்குநீக்கு, விடுதலையாக்கு, பிரி.

Extrica'tion, *s.* சிக்கறுத்தல், விடுதலையாக்கல்.

Extrin'sic, *a.* புறம்பான, வெளியான, அன்னிய.

Extrude' *v.t.* தள்ளு, கழி, அகற்று.

Extru'sion, *s.* தள்ளல், துரத்தல், விலக்கல்.

Exu'berance, *s.* செழிப்பு, கொழுப்பு, மதர்ப்பு, சம்பூரணம்.

Exu'berate, *v.i.* மதர், செழி, மதாளி.

Exuda'tion, *s.* வெயர்வை, பிலிற்றல், பொழிதல்.

Exude' *v.i.* வெயர், வடி.

Exult', *v.i.* எக்களி, பூரி, மகிழ், களி.
Exulta'tion, *s.* களிப்பு, மகிழ்ச்சி, ஆரவாரம், ஜயகர்வம்.
Ey'as, *s.* பருந்துக்குஞ்சு.
Ey'as, *a.* இறகுமுளையாத.
Eye, *s.* கண், விழி, நேத்திரம், அக்ஷி, நோக்கம், திர்ஷ்டி; of a needle, ஊசிக்காது; of a peacock's feather, மயிலிறகுக்கண்; guess by the eye, கண்திட்டம், கண்மட்டம்.
Eye, *v.t.* பார், உற்றுப்பார், நோக்கு; to eye with favour, கடாக்ஷிக்க.
Eye'ball, *s.* கண்விழி.
Eye'brow, *s.* நெற்றிப்புருவம், கட்புருவம்.
Eyed, *a.* கண்ணுள்ள, விழியுள்ள, நேத்திரமுள்ள.
Eye'drop, *s.* கண்ணீர்.
Eye'glance, *s.* கண்ணெறி, கண்ணோக்கு.
Eye'glass, *s.* கண்ணாடி, உபநேத்திரம், உபநயனம், சுலோசனம், முகுரம்.
Eye'lash, *s.* கண்மடலோரத்தின் உரோமம், கண்ணிமைமயிர்.
Eye'less, *a.* கண்ணில்லாத, விழியில்லாத.
Eye'let, *s.* ஒளியுட்செல்லுந்துவாரம், பாதரக்ஷைவார்புகுந் துவாரம்.
Eye'lid, *s.* கண்மடல், கண்ரெப்பை, கண்ணிதழ்.
Eye'salve, *s.* நேத்திரஅஞ்சனம், புறவஞ்சனம்.
Eye'service, *s.* பார்வைக்கு ஊழியம்.
Eye'shot, *s.* திர்ஷ்டி, பார்வை.
Eye'sight, *s.* கட்பார்வை, கண்ணோக்கம்.
Eye'sore, *s.* கண்ணுக்கு வெறுப்பானது, கண்ணராவி.
Eye'string, *s.* நேத்திரநரம்பு.
Eye'tooth, *s.* அக்ஷதந்தம்.
Eye'witness, *s.* சாக்ஷி, கண்டதைச்சொல்வோன், நேரிற் பார்த்தவன்.
Ey'ry, *s.* பருந்துமுதலிய பக்ஷிகளின் கூடு.

F

Fa'ble, *s.* கட்டுக்கதை, கட்டுவிசேஷம், பொய்க்கதை, கற்பிதம்.
Fa'bled, *p.a.* கட்டுக்கதைகளினுள்ள.
Fab'ric, *s.* கட்டு, கட்டுவேலை, கட்டடம், காருகம், நெசவுத்தன்மை, வஸ்திரவகை.
Fab'ricate, *v.t.* எடுத்துக்கட்டு, நிர்மாணி; கற்பி.
Fabrica'tion, *s.* வீடெடுப்பு, சிற்பம், வைப்புக்கட்டு, பொய்ச்சாதனம், பொய்க்கதை.
Fab'ricator, *s.* எடுத்துக்கட்டுவோன், நிர்மாணிகன்.
Fab'ulist, *s.* கதைகட்டுவோன், கட்டுக்கதை எழுதுவோன்.
Fab'ulous, *a.* கட்டுக்கதையான, கட்டான, கற்பித.
Façade, *s.* கட்டடமுற்புறம், கட்டடமுகம்.
Face, *s.* முகம், வதனம், சாயல், முன்புறம், மேற்புறம், சந்நிதானம், தைரியம், துணிவு; to set the face against, எதிர்க்க; to make face, நங்குகாட்ட; to stand face to face, முகமுகமாய் நிற்க; to fall on the face, முகங்குப்புறவிழ; to stand in the face of battle, முனைமுகத்தில் நிற்க; to turn away the face, பராமுகம்பண்ண.
Face, *v.t.* முகத்திற்குமுன் எதிர், எதிரிடு, மேற்புறத்தில் வேறுவஸ்திரம் வை; to face down, முகங்கடுத் தச்சுறுத்த; to face out, துணிந்தெதிர்நிற்க.
Face, *v.t.* எதிர்முகமாய்நில்; the buildings face to the east, அந்தக் கட்டடங்கள் கிழக்குமுகமாய் இருக்கின்றன.
Face'cloth, *s.* பிரேதமுகத்திடுமாடை.
Fac'et, *s.* சிற்றுபரிதலம்; சிறுமுகம்.
Facete', *a.* களிப்பான, நளின.
Facete'ness, *s.* நளினச்சொல்.
Face'tious, *a.* களிப்பான, பகிடியான, பரிகாசமான, சித்திர.
Fa'cial, *a.* முகத்திற்குரிய.
Fac'ile, *a.* இலேசான, எளிதான, சுலபமான.
Facil'itate, *a.* இலகுவாக்கு, எளிதாக்கு.
Facilita'tion, *s.* லகுவாக்கல்.
Facil'ity, *s.* இலகு, சுளு, சுலபம், உதவி, துணை.
Fa'cing, *s.* முகப்புத்துண்டு, முகப்பு.
Facin'orous, *a.* கேடுகெட்ட, மாபாதக.
Fac-sim'ile, *s.* பிரதி, நிகர், பிரதிரூபம், சவாது.
Fact, *s.* நடந்தகாரியம், உண்மை, யதார்த்தம், உள்ளது, செய்தி, வர்த்தமானம், கடபடி, கருமம், காரியம், தத்துவம்; in fact he did it, செய்தவன் அவன்.
Fac'tion, *s.* கலகம், கலகக்காரர், பந்துக்கட்டு, கக்ஷி.
Fac'tious, *a.* பந்துக்கட்டான, கலகமுள்ள.
Fac'tiousness, *s.* கலகம், குழப்பம், எதிரிடை, கக்ஷிவிரோதம்.
Facti'tious, *a.* நிர்மித, செயற்கையான.
Fac'tive, *a.* செய்திறமுள்ள
Fac'tor, *s.* வியாபாரத்துணைக்காரியஸ்தன், குணங்கம், அனுகாரகராசி.

Fac'tory, *s.* பிரதிவியாபாரத்தொழில் நடத்துஞ்சாலை, பலசாமான் விற்குஞ்சாலை, பல வஸ்துகள் உண்டாக்குஞ்சாலை.
Facto'tum, *s.* சமஸ்தகாரகன்.
Fac'ulty, *s.* கருவி, அந்தக்கரணம், மனோ சக்தி, வித்தியாதிபர், சமஸ்காரம்.
Fac'und, *a.* சாதுரியமுள்ள, வாசாலமான.
Fade, *v.t.* நிறங்கெடு, நிறமங்கு, வெதும்பு, சோர், வதங்கு, வாடு, கசங்கு.
Fad'y, *a.* வாட்டமுள்ள, நிறமங்கிய, தேய்கிற.
Fæ'ces, *s.* see Feces, மலம், கஷ்டம்.
Fag, *v.i.* தொய், இளை, தளர்.
Fag-end', *s.* உச்சிட்டம், கச்சின்கழிவு, கயிற்றின் முறுக்காத தலைப்பு.
Fag'ot, *s.* குச்சுக்கட்டு, விறகு, விறகுக்கட்டு.
Fag'ot, *v.t.* கட்டு, விறகுக்கட்டு.
Fail, *s.* தவறு, வழு, பிசகு.
Fail, *v.t.* கைவிடு, செய்யாதொழி.
Fail, *v.i.* பிழை, தழுவு, பிசகு, பொய், திறம்பு, தளர்.
Fail'ure, *s.* தப்பு, தவறு, பிசகு, வழு, இழுக்கு; as want of success, அபஜயம்; insolvency as of a firm, கடனிறுக்கச் சக்தியின்மை; of a vow, விரதந்தவறல்.
Fain, *a.* சந்தோஷமான.
Fain, *ad.* சந்தோஷமாய், பிரியமாய்.
Faint, *v.i.* சோர், தொய், தியங்கு, மூர்ச்சி, களை, மெய்ம்மற.
Faint, *a.* சோர்வான, ஆயாசமான, அயர்ந்த, தளர்ந்த, மங்கலான.
Faint-heart'ed, *a.* மனஞ்சலித்த, வீரங் குலைந்த.
Faint'ness, *s.* களை, இளைப்பு, மூர்ச்சை, சோகம், மங்கல்.
Fair, *s.* சந்தை, இடைச்சந்தை.
Fair, *a.* அழகுள்ள, சீரான, திருத்தமான, தெளிவான, வளமான, நய, அநுகூலமான, சுத்தமான; weather, வெக்காளம் மப்பு மந்தாரம் இல்லாத நாள்; words, இன்சொல், நயவசனம், இதவசனம்; to be in a fair way to succeed, அனுகூலம் அடைதற்கு வளமாயிருக்க; by fair means, தகுந்த உபாயங்களால்; wind, வளக்காற்று, நேர்காற்று.
Fair'ly, *ad.* அழகாய், வசதியாய், வெளியாய், நிஷ்கபடமாய், செப்பமாய், பூர்த்தியாய்.
Fair'ness, *s.* அழகு, சிறப்பு, நேர்மை, தெளிவு.
Fair'spoken, *a.* விநயமான, வாக்குபசாரமான.

Fair'y, *a.* கூளிக்குரிய.
Faith, *s.* விசுவாசம், பக்தி, சிரத்தை, நம்பிக்கை, கோட்பாடு, மதம், உண்மை, ஞானம்; in good faith, உண்மையாய்.
Faith'ful, *a.* நம்பிக்கையுள்ள, நேரான, உண்மையான, நம்பப்படத்தக்க; wife, கற்புடைய மனைவி, பதிவிரதை; word, தவறாத வார்த்தை, குன்றாத சத்தியம்; faithful to one's word, வாக்குவிசுவாசமுள்ள; faithful matrons, ஒருமை மகளிர்.
Faithfulness, *s.* விசுவாசம்.
Faith'less, *a.* விசுவாசமில்லாத, நேர்மையற்ற.
Fa'kir, *s.* மகமதிய சன்னியாசி, யாசகன்.
Fal'cated, *a.* பிறைபோல வளைந்த, கவிந்த.
Fal'chion, (fawl'shun), *s.* குத்துவாள், குறும்பட்டயம், கொடுவாள்.
Fal'con, *s.* இராஜாளி, வல்லூறு; ஒருவகைப் பீரங்கி.
Fal'coner, *s.* வல்லூறு வளர்ப்போன்.
Fal'conry, *s.* வேட்டைக்குப் பருந்து வளர்த்தல்.
Fall, *s.* வீழ்வு, வீழ்ச்சி, இறக்கம், உதிர்வு, தாழ்வு, கழிமுகம், இலையுதிர்காலம்; as death, கேடு, சா, நாசம்; as degradation, இழிவு, சீரழிவு; as declension, sinking, சிதைவு; as cascade, அருவி; the fall, ஆதாம் ஏவாள் பாவத்திற்கு உட்பட்டது.
Fall, *v.i.* விழு, பெய், உதிர், சொரி, சா; to fall back, பின்வாங்க; to fall foul, தாக்க, மோத, விழுந்தடிக்க; to fall out, சண்டையிட; to fall short of, பிரதிகூலமடைய, இல்லாமல் முட்டுப்பட; to fall sick, வியாதிகாண; to fall in with, வழியிற்காண; to fall under, உட்பட; to fall on, விழுந்தடிக்க; the roof fell in, கூரை விழுந்துபோயிற்று; to fall away as the body, தேகம் விழ.
Falla'cious, *a.* பொய்க்கோலமுள்ள, கள்ளநியாயமான, நம்பிக்கைத்துரோகமான; a fallacious opinion, மித்தியாமதி; fallacious argument, ஹேத்வாபாசம்.
Fal'lacy, *s.* பொய், பிழை, கள்ளம், போலி, ஆபாசம், பக்ஷாபாசம், பிராந்தி, பிரமை.
Fallibil'ity, *s.* தவறுடைமை, பொய்ம்மை.
Fal'lible, *a.* தவறுதற்கு ஏதுவான, பொய்க்கக்கூடிய.
Fal'ling-sickness, *s.* காக்காய்வலி, நடுக்கம்.
Fal'low, *a.* கரம்பான, தரிசான, செய்கையில்லாத, பாழான; land, தரிசு.

: மோகனவேஷம், கூனி, குறள்.

Fal'low, *v.t.* உழுதுவிடு.
Fal'lowness, *s.* கரம்பு, தரிசு.
False, *a.* பொய்யான, உண்மைக்குத் தப்பான, அபத்த, நெறிதவறின; dress, கள்ள வேஷம், பொய்வேஷம்; balance, கள்ளத் தராசு; hair, முடிமயிர்; imprisonment, அநியாயமாய்ச் சிறைவைத்தல்; friend, கள்ளச்சிநேகன்; leg, பொய்க்கால்; the husband and wife proved false to each other, கணவன் மனைவி இருவரும் ஒருவருக்கொருவர் விசுவாசகாதகரானார்கள்; false labour, வெண்ணோக்காடு.
False'faced, *a.* மாய்மால, கபட.
False'hearted, *a.* கள்ளமனமுள்ள, கபட, சதிநினைவுள்ள.
False'hood, *s.* பொய், கபடம், அபத்தம், அசத்தியம், இரண்டகம், கள்ளம்.
False'ly, *ad.* பொய்யாய், அபத்தமாய்.
False'ness, *s.* பொய்ம்மை, அசத்தியம்.
Falset'to, *s.* பொய்க்குரல், கள்ளக்குரல்.
Falsifica'tion, *s.* பொய்ப்பித்தல், பொய்த்தல், நாப்புரட்டு.
Fal'sifier, *s.* பொய்யன், புரட்டன்.
Fal'sify, *v.t.* பொய்க்கப்பண்ணு, உண்மையையழி, நாப்புரளு.
Fal'sity, *s.* பொய், பொய்ம்மை; பொய்ப்பு.
Fal'ter, *v.i.* திக்கிப்பேசு, நாக்குளறு, கொன்னையாய்ப்பேசு, தடக்கு, தடுமாறிப்பேசு, தள்ளாடு.
Fal'teringly, *ad.* நாத்தடக்கி, திக்கித்திக்கி, தள்ளாடி.
Fame, *s.* கீர்த்தி, பெயர், புகழ், புகழ்ச்சி, பெயரெடுப்பு, பிரஸ்தாபம், கியாதி.
Famed, *a.* பெயர்போன, கீர்த்திபெற்ற.
Fame'less, *a.* கீர்த்தியற்ற, புகழில்லாத.
Famil'iar, *s.* தோழன், உற்றசிநேகன், முகப்பழக்கமானவன்; கூளி, ஏவற்பேய்.
Famil'iar, *a.* உற்ற, லௌகிக, அறிமுகமான; friend, பழகின நண்பன்; a familiar friend, வங்கணக்காரன்.
Familiar'ity, *s.* அன்னியோன்னியம், சகவாசம், அறிமுகம், பழக்கம், பரிச்சயம், வங்கணம், அநாதரம்.
Famil'iarize, *v.t.* பழக்கு, பயிற்று, ஊடாடு.
Fami'liarly, *ad.* பழக்கமாய், ஊடாட்டமாய், அறிமுகமாய்.
Fam'ily, *s.* சமுசாரம், குடும்பம், கிளை, கிளைவழி, இனம்.
Fam'ine, *s.* பஞ்சம், வறப்பு, ஈதம், கருப்பு.
Fam'ish, *v.i.* பட்டினிகிட, பட்டினியால் வருந்து, பசியால்வருந்து.
Fam'ishment, *s.* பசி, பட்டினி.
Fa'mous, *a.* கீர்த்திபெற்ற, புகழுள்ள, விசித்திரமான; a famous man, விக்கியாதன்.
Fan, *s.* விசிறி, சிற்றாலவட்டம், முறம்.
Fan, *v.t.* விசுக்கு, விசிறு, வீசு, கொழி, புடை.
Fanat'ic, *s.* மதாபிமானி, சமயோன்மத்தன், மதவைராக்கியன், மித்தியாபக்தன், மருட்பேயன்.
Fanat'ic, *a.* மதாபிமான, சமயோன்மத்த.
Fanat'icism, *s.* வீஷ்மம், வீதராகம், மதாபிமானம், மதோன்மத்தம்.
Fan'ciful, *a.* வீணெண்ணமுள்ள, மனோரதியமான, கோரணியான.
Fan'cifully, *ad.* மனோரதியமாய், கோரணியாய்.
Fan'cy, *s.* எணணம், வாசனை, மனோராச்சியம், மனோலவுலியம், பாவனை, விருப்பம், மனோபாவம்; idle fancy, சங்கற்பம், மனோராச்சியம்.
Fan'cy, *v.t.* எண்ணு, சங்கற்பி, நினை, பாவி, விரும்பு.
Fan'cy-framed, *a.* மனோகற்பித.
Fan'cy-free, *a.* வீணினைவில்லாத.
Fan'cy-sick, *a.* மனமெலிவுற்ற.
Fane, *s.* தேவாலயம்.
Fan'fare, *s.* எக்காளவாத்தியாலங்காரம்.
Fanfaronade', *s.* பகடம், கொலுகொலுப்பு, வாய்ச்சளுக்கு.
Fang, *s.* வக்கிரதந்தம், பன்றிமுதலியவற்றின் கொம்பு, நகம்.
Fang, *v.t.* இருஞ்சு, கவ்வு.
Fanged, *a.* வக்கிரதந்தமுள்ள, உகிருள்ள.
Fan'gle, *s.* வீண்பிலுக்கு.
Fan'gled, *a.* வேடிக்கைப்பிரியமுள்ள.
Fang'less, *a.* வக்கிரதந்தமற்ற, தந்தமில்லாத, பல்லில்லாத.
Fantas'tic, *a.* வீண்தோற்றமான, இல்பொருட் காட்சியான.
Fan'tasy, *s.* வீணெண்ணம்.
Fan'tasy, *v.t.* விரும்பு, விருப்புறு.
Fan'tom, see Phantom.
Fa'quir, see Fakir.
Far, *a*; *ad.* தூரமான, எட்டாத, தொலையாய், மிகுதி, அதிதமாய்; as far as, மட்டும், வரையில்; the day is far spent, பகற்பொழுதுபோயிற்று; as far as I know, நான் அறிந்தமட்டும்; far better, மிகவும் மேல்; the far side of a horse, குதிரையின் வலப்பக்கம்.
Farce', *s.* நாடகம், பரிகாசக்கூத்து, பொய்வேஷம்.
Far'cical, *a.* பரிகாசமான.

Far'del, *s.* கட்டு, மூட்டை.
Fare, *s.* காவுகூலி, பயணக்கூலி, நடைக்கூலி, உணவு, உணு; good, நல்லுணவு; bad, கெட்டவுணவு.
Fare, *v.i.* போ, செல், பிரயாணம்போ, நாள் கழி, இரு, நாள்தள்ளு, உண், சம்பவி, நிகழ்; to fare well, வாழ; to fare ill, தாழ, தாழ்வுற, முட்டுப்பட.
Fare'well, *s.* சுபமொழி, வழிவிடல், வந்தனம்.
Fare'well, *a.* விடைபெறுதற்குரிய.
Far'fetched, *a.* வலிந்துகொண்ட, காரியத்திற்குத் தூரமான.
Fari'na, *s.* பூந்தாது, பூஞ்சுண்ணம், பராகம்.
Farina'ceous, *a.* மாவுள்ள, பூந்தாதுள்ள, சுண்ணமுள்ள, மாப்போன்ற.
Farm, *s.* புலம், காணி, நிலம், கம்பத்தம், இஜாரா.
Farm, *v.t.* குத்தகை கொடு, பண்படுத்து, பயிரிடு.
Farm'er, *s.* வேளாண்மைக்காரன், பயிர் செய்கிறவன், கிருஷிகன்; a village of farmers, வேளாண் கிராமம்.
Farming, *s.* பயிரிடல், வேளாண்மைத் தொழில்.
Far'ness, *s.* தூரம், சேய்மை.
Farra'go, *s.* கலப்பு, கலவை, பலதிரட்டு.
Far'rier, *s.* குதிரைவைத்தியன், இலாடங் கட்டுகிறவன்.
Far'riery, *s.* குதிரைவைத்தியம்.
Far'row, *v.i.* பன்றி குட்டிபோடுதல்.
Far'ther, *a.* அதிதூரமான, அப்புறத்தில் இருக்கிற.
Far'ther, *ad.* தூரமாய், அப்பால், மேலும்.
Far'thest, *a.* எருந்த, அப்பாலுக்கப்பாலுள்ள.
Far'thing, *s.* ஒரு காசு, ஓர் அங்கிலேய நாணயம்.
Far'thingale, *s.* பாவாடை வட்டம்.
Fas'cinate, *v.t.* மயக்கு, மருட்டு, மோகிப்பி, கண்மருட்டு, பரவசப்படுத்து, அவசப்படுத்து; a fascinating whore, முகமாய வேசி.
Fascina'tion, *s.* மயக்கம், மோகனம், மருள், மருட்டு, சித்தப்பிரமை.
Fascine', *s.* கொத்தளமெழுப்பல், அகழி தூர்த்தல் முதலியவற்றுக்கான மிலாற்றுக் கட்டு.
Fas'cicle, *s.* கட்டு, திரள்.
Fash'ion (fash'un), *s.* உரு, கோலம், பழக்கம், சுசீலம், உலகநடை, மாதிரி, விதம் பிரகாரம், வகை, வேஷம், நாகரிகம், பாங்குபாவனை, விநயம்; a lady of fashion, விநயகுலஸ்திரீ; as the fashion is, ஆசாரமாம்படி.
Fash'ion, *v.t.* உருவாக்கு, உருப்படுத்து, நிர்மாணி, இசைவி, பொருத்து.
Fash'ionable, *a.* வழக்கமான, சாதாரணமான, லௌகிக, நாகரிகமான, லோகசித்தமான.
Fash'ion-monger, *s.* நாகரீக விநோதச் சீராட்டன்.
Fast, *s.* உபவாசம், நோன்பு, விரதம், ஒரு சந்தி, இலங்கணம்.
Fast, *a.* சீக்கிரமான, துரிதமான, இறுக்கமான திடமான, நிலையுள்ள, அசையாத; fast and loose, நிலையில்லாத; sleep, அயர்ந்த நித்திரை; a fast color, கெட்டிச் சாயம்.
Fast, *v.i.* உபவசி, நோல், விரதமனுஷ்டி.
Fast, *ad.* சுறுக்காய், சீக்கிரமாய், இறுக்கமாய்; it rains fast, மழை உரத்துப்பெய்கிறது.
Fast'day, *s.* விரததினம், நோன்பிருக்குநாள், உபவாசதினம்.
Fast'en (fas's'n), *v.t.* அடை, கட்டு, பூட்டு, தை, சடாவு; to fasten the eyes upon a thing, கண்ணூன்றிப்பார்க்க.
Fas'tening, *s.* கொளுவி, பூட்டு, கட்டு.
Fast'handed, *a.* கையிறுக்கமுள்ள, சிக்கெனவுள்ள, பொருளாசையுள்ள.
Fastid'ious, *a.* உவட்டலான, வெறுப்பான.
Fastid'iousness, *s.* சொகுசு.
Fastig'iate, *a.* முகடுள்ள, உயரஉயரக் குவிவான.
Fast'ing, *s.* நோன்பு, விரதம் உபவாசம்.
Fast'ness, *s.* திரம், இறுக்கம், துருக்கம், கோட்டை.
Fas'tuous, *a.* சளுக்கான, அகந்தையான.
Fat, *s.* கொழுப்பு, நிணம், நெய், ஊனம்.
Fat, *a.* கொழுத்த, நிணத்த, பீன, ஸ்தூலித்த; to become, கொழுப்பேற, தடிக்க.
Fat, *v.t.* கொழுக்கப்பண்ணு, கொழு.
Fa'tal, *a.* தைவிகமான, மரணத்துக்கு ஏதுவான, பிராணுபாயமான.
Fa'talism, *s.* தைவிகத்துவம், தைவவசத்துவம், விதிவாதம்.
Fa'talist, *s.* விதிவாதி.
Fatal'ity, *s.* அழிவுக்குரிமை, சாவுக்குரிமை, ஆவசியகத்துவம், நியதி.
Fatally, *ad.* விதிமோசமாக.
Fat'brained, *a.* மட்டிப்புத்தியுள்ள.
Fate, *s.* தெய்வம், விதி, விதிவசம், நியதி, கடை, முடிவு, தெய்வகதி, மரணம்; good, சௌபாக்கியம்; ill, துர்ப்பாக்கியம்.

Fat'ed, *a.* விதிவசமான, லபித்த, விதிக்கப்பட்ட.
Fate'ful, *a.* தெய்விகவச.
Fa'ther, *s.* பிதா, அப்பன், தந்தை, தகப்பன், கோத்திரப்பிதா.
Fa'therhood, *s.* பிதாவுடைவு, தந்தைமை.
Fa'ther-in-law, *s.* மனைவியின் தந்தை.
Fa'therless, *a.* பிதாவிழந்த, அநாத.
Fa'therliness, *s.* பிதாவுரிமை, பிதாவடைவான உருக்கம்.
Fa'therly, *a.* பிதாவடைவான உருக்கமுள்ள, பிதாவொத்த.
Fa'therly, *ad.* பிதாவடைவாய், பிதாவுரிமையாய்.
Fath'om, *s.* பாகம், ஆழம், கூர்மை.
Fath'om, *v.t.* ஆள, ஆழம்பார், விழுதுவிட்டள, கருத்தைக் கூர்மையாய்க் கண்டறி.
Fath'omable, *a.* அளவிடத்தக்க, ஆழமறியக்கூடிய, விழுதுவிட்டளக்கத்தக்க.
Fath'omless, *a.* அகாதமான, அளக்கப்படக்கூடாத.
Fatid'ical, *a.* எதிர்காலஞானமுள்ள, முன்தெரிவிக்குந் திரமுள்ள.
Fat'igate', *v.t.* இளைப்புறுவி, களைக்கப்பண்ணு.
Fatiga'tion, *s.* இளைப்பு, களைப்பு, ஆயாசம்.
Fatigue' (fa-tēg'), *s.* களை, ஆயாசம், தொய்வு, இளைப்பு.
Fatigue', *v.t.* தொய்யப்பண்ணு, இளைக்கச்செய், தளர்வுறச்செய்.
Fat'ling, *s.* கொழுத்த கன்று, கொழுத்த ஜந்து.
Fat'ness, *s.* கொழுப்பு, நிணம், நெய்ப்பு.
Fat'ten, *v.t.* கொழுக்கவிடு, கொழுப்பி, செழிப்பி.
Fat'ten, *v.i.* கொழு, நிண, தூலி.
Fatty', *a.* நிணத்த, கொழுப்புள்ள, நெய்ப்புள்ள.
Fatu'ity, *s.* பிரமை, மயக்கம், மதிகேடு, பேதைமை.
Fat'uous, *a.* பேதைமையுள்ள, மதிகெட்ட,
Fat'witted, *a.* மந்த, தாமச, பேதைமையுள்ள.
Fau'cet, *s.* கலத்திடு தடைக்குழாய்.
Fault, *s.* குற்றம், மாசு, பிழை, தப்பு, தவறு, குறை, இழிவு, கசடு, வசை.
Fault'finder, *s.* குற்றங்காண்போன், குற்றம்பிடிப்போன்.
Fault'less, *a.* தோஷமில்லாத, பிழையில்லாத, சுத்த.
Fault'y, *a.* குற்றமுள்ள, குறையுள்ள, பழுதான.

Faun, *s.* வனதேவதை, காடுகோள், மோடி.
Faun'ist, *s.* வனஇயற்கை கற்போன்.
Favil'lous, *a.* சாம்பலுள்ள, சாம்பலொத்த.
Fa'vour, *s.* தயை, அருள், பிரசாதம், பிரீதி, ஆதரவு, சகாயம், வெகுமதி, கடாக்ஷம்.
Fa'vour, *v.t.* தயைகூர், அனுக்கிரகி, அருள்புரி, சகாயம்புரி, உபகரி, கடாக்ஷி, கடைக்கணி; the season when fortune favours, ஆங்காலம்; to be favoured by rain as vegetation, மழைமுகங்காண.
Fa'vourable, *a.* வசதியான, சுகமான, தயையான, நயப்பான
Favourite, *a.* பிரியமான.
Fa'vourite, *s.* நேசன், அன்பன், காதலன், நண்பன், பிரியை, பிரியமானபொருள்; a favourite god, இஷ்டதேவதை.
Fa'vouritism, *s.* தயைபுரிதல், வாரப்பாடு, பிடிமானம், பக்ஷம்.
Fawn', *s.* மான்கன்று; இச்சகமான நடக்கை.
Fawn', *v i.* கெஞ்சு, நேசங்காட்டு, ஈனு.
Fawn'er, *s.* கெஞ்சுவோன், நேசங்காட்டி, முகஸ்துதிகாரன்.
Fawn'ing, *p.a.* இச்சகம், முகஸ்துதி.
Fay, *s.* கூளி, குறட்பேய்.
Fe'alty, *s.* அரசனுக்கமைவு, ராஜபக்தி, தலைவர்க் குறுதியுடைமை.
Fear, *s.* பயம், அச்சம், ஏக்கம், கலக்கடி, திகைப்பு, வெதிர், வெருள்.
Fear, *v.t.* பயப்படு, அஞ்சு, அஞ்சலிசெய்.
Fear'ful, *a.* பயங்கரமான, அச்சமுள்ள, பயப்பாடுள்ள, பயமான.
Fear'fulness, *s.* அச்சம், பயப்பாடு, ஏக்கம்.
Fear'less, *a.* அச்சமற்ற, நிர்ப்பயமுள்ள, வீர.
Fea'sible, *a.* செய்யக்கூடிய, பண்படுத்தக்கூடிய.
Feast, *s.* விருந்து, தீம்பண்டம், திருவிழா, உற்சவம், பண்டிகை; a feast-day, விசேஷதினம்.
Feast, *v.t.* விருந்தூட்டு, விருந்துபண்ணு, to feast the eyes, கண்குளிரப்பார்க்க, நேத்திரோற்சவம் செய்ய.
Feast'er, *s.* விருந்தன், விருந்தோம்புவோன்.
Feast'ing, *s.* விருந்தோம்பல், விருந்து.
Feas'trite, *s.* விருந்துமுறை.
Feat, *s.* வீரச்செய்கை, பராக்கிரமம்.
Feat, *v.t.* உருப்படுத்து, நிர்மாணி.
Feath'er, *s.* இறகு, சிறகு, சிறை, இறக்கை, கலாபம், தூவி, தோகை, நெறிமயிர், இனம், கிளை.
Feath'er, *v.t.* இறகுபுனை, இறகணி, அலங்கரி.

Feathered, *a.* இறகுபுனைந்த, இறகுள்ள, மிருதுவான.
Feath'erless, *a.* இறகில்லா.
Feath'er-bed, *s.* இறகிட்ட மெத்தை, தூவிமெத்தை.
Feath'er-driver, *s.* இறகுசுத்திசெய்வோன்.
Feath'ery, *a.* இறகணிந்த, இறகுபோன்ற.
Feat'ure, *s.* சாயல், உறுப்பு, முகக்குறிப்பு, முகச்சாயல், முகநாடி.
Feat'ured, *a.* சாயலான, முகரூபுள்ள, வாகான.
Febrif'ic, *a.* சுரமுண்டாக்குகிற.
Feb'rifuge, *s.* சுரநீக்குமருந்து, சுரௌஷதம், சுரநாசம், சுரதாபதைலம்.
Feb'rile, or Fe'brile, *a.* சுரமுள்ள, காய்ச்சலுக்குரிய.
Feb'ruary, *s.* தை-மாசி.
Februa'tion, *s.* சுத்திசெய்தல்.
Fe'ces, *s.* (*pl.*) மலம், மண்டி, கூலம்.
Fec'ulence, *s.* சேறுள்ளதன்மை, கசாளம், மண்டி.
Fecul'ent, *a.* சேறுள்ள, மண்டியான.
Fec'und, *a.* செழிப்புள்ள, பலித.
Fecun'date, *v.t.* சந்தானவிர்த்தி உண்டாக்கு, சினைப்பி.
Fecun'dity, *s.* கனிகொடுக்குந்தன்மை, பவினத்துவம்.
Fed, *pl.* and *pp.* of Feed.
Fed'eral, *a.* உடன்படிக்கையுள்ள, சம்பந்தமான.
Federa'tion, *s.* சம்பந்தம், பந்துக்கட்டு, கட்டுப்பாடு.
Fed'ity, *s.* இழிவு, கீழ்மை, நீசம்.
Fee, *s.* கூலி, சம்பளம், தஸ்தூரி, கட்டணம்.
Fee, *v.t.* கட்டணங்கொடு, கூலிகொடு, மானியமாய்க் கொடு.
Fee'ble, *a.* நொய்ய, தளர்ச்சியான, நிர்ப்பலமான.
Fee'ble-minded, *a.* மனமெலிவுள்ள, தளர்மதியுள்ள.
Fee'bleness, *s.* பலட்சயம், பலவீனம்.
Feed, *v.i.* அருத்து, போஷி, ஊட்டு, தீற்று, வற்றவற்றச் சுரந்துகொடு; to feed one with hope, நம்பிக்கையூட்டு.
Feed, *v.i.* மேய், புசி.
Feed, *s.* உண்டி, உண்கை, ஊண்.
Feed'er, *s.* உண்போன், ஊணன்.
Feed'ing, *s.* மேய்ச்சல்.
Feel, *v.i.* உணர், பரிசி, அனுபவி, அறி, தடவு; feel this silk, இந்தப்பட்டைப் பிடித்துப்பார்.
Feel, *s.* ஸ்பரிச உணர்வு, ஸ்பரிசம்.
Feel'er, *s.* உணர்வோன், பரிசனி.
Feel'ing, *s.* பரிசவறிவு, மனக்கருத்து, உணர்ச்சி, சைதன்யம், ஸ்மரணை, அறிவு, சுணை, அனுபவம், இரக்கம், அனுதாபம், விகாரம்; change of feeling, சித்தவிகாரம்.
Feel'ingly, *ad.* சிந்தனையாய், சிந்தனையோடு, சிந்தாபூர்வமாய்.
Feet, *s. pl.* of Foot.
Feet'less, *a.* பாதமற்ற, அபாத.
Feign (fān), *v.t.* ஒப்பாசாரம்பண்ணு, கள்ளம்பண்ணு; intimacy, உறவாடு.
Feign'ed, *a.* போலியான, வேஷமான, நோக்குவித்தையான, கற்பிதமான, மித்தியமான.
Feign'edly, *ad.* கள்ளமாய், பொய்யாய், வேஷமாய்.
Feint, *s.* வெளிச்சாடை, பாசாங்கு, போலி.
Felic'itate, *v.t.* களிப்பி, ஆனந்தங்கொள்ளச்செய், சோபனஞ்சொல்லி வாழ்த்து.
Felic'itous, *a.* ஆனந்தமான, சுக, இன்ப.
Felic'ity, *s.* இன்பம், ஆனந்தம், செல்வம், செழிப்பு, சுகம்; heavenly felicity, வீடு, முத்தி.
Fe'line, *a.* பூனைக்குரிய.
Fell, *s.* தோல், சருமம்.
Fell, *v.t.* வெட்டு, வீழ்த்து.
Fell, *a.* குரூரமான, துஷ்ட, கொடிய.
Fell, *p.t.* of Fall.
Fell'er, *s.* தறித்து விழுத்துவோன்.
Fell'monger, *s.* தோல்வியாபாரி.
Fel'loe, Fel'ly, *s.* சக்கரவளையக்கட்டை, வட்டை.
Fel'low, *s.* ஜோடு, இணை, தோழன், கூட்டாளி, பயல்; of a college, வித்தியாசாலை அதிகாரசபையான்.
Fel'low, *v.t.* ஜோடுகட்டு, இணை, ஜோடுசேர்.
Fel'low-citizen, *s.* தன்னகரத்தான்.
Fellow-crea'ture, *s.* ஒத்த சிஷ்டிவர்க்கம்.
Fellow-feel'ing, *s.* பரநேசம், ஒத்துணர்வு.
Fellow-heir', *s.* உடன்சுதந்தரன்.
Fellow-labourer, *s.* கூட உழைப்போன்.
Fellow-mem'ber, *s.* உடனொத்த அவயவம்.
Fellow-pris'oner, *s.* கூடச்சிறையிருப்போன்.
Fellow-scho'lar, Fellow-stu'dent, *s.* சகபாடகன்.
Fellow-serv'ant, *s.* கூட வேலைசெய்வோன்.
Fel'lowship, *s.* உடந்தை, இணக்கம், சேர்மானம், ஐக்கியம்.
Fellow-sub'ject, *s.* தன்தேசத்துப் பிரஜை.
Fellow-trav'eller, *s.* சகபாட்டைசாரி, வழித்துணை.

Felodese', *s.* தற்கொல்லி, தற்கொலைபாதகன், ஆத்துமத்தியாகி.
Fel'on, *s.* குற்றவாளி, பாதகன்; நகச்சுற்று, உகிர்ச்சுற்று.
Fel'on, *a.* குரூர, கொடிய, வன்மமுள்ள, துரோகநினைவுள்ள.
Felo'nious, *a.* கொடிய, தீய, துரோகமுள்ள, சதியுள்ள.
Fel'ony, *s.* பாதகம், காதகம், துரோகம்.
Felt, *s.* தோல், தோற்பாய், சருமாசனம்.
Felt'maker, *s.* சருமாசனஞ் செய்வோன், தோற்பாய் செய்வோன்.
Fe'male, *s.* பெண், ஸ்திரீ; பெடை.
Fe'male, *a.* பெண்பாலுக்குரிய, பெண்களுக்கடுத்த; companion, தோழி.
Fe'male-screw, *s.* முறுக்காணிப்பில்லை.
Feme-cover, *s.* மங்கலை.
Feme-sole, *s.* அவிவாக ஸ்திரீ.
Feminal'ity, *s.* பெண்மை, பெண்டன்மை.
Fem'inine, *a.* பெண்மையான, பெண்களுக்கடுத்த; gender, பெண்பால், ஸ்திரீலிங்கம்; as soft, tender, மிருதுவான, கோமள.
Fem'oral, *a.* தொடைக்கடுத்த, தொடையிலுள்ள.
Fen, *s.* சகதி, சதுப்புநிலம், உளை, சேற்றுநிலம்.
Fence, *s.* காவல், வேலி, அடைப்பு, சிலம்பம்.
Fence, *v.t.* கா, வேலியடை, அரணாக்கு.
Fence, *v.i.* சிலம்பம்பண்ணு, சிலம்பமாடு.
Fen'cing, *s.* சிலம்பவித்தை.
Fen'cing-master, *s.* சிலம்பவித்துவான், வஸ்தாது.
Fen'cing-school, *s.* சிலம்பவித்தியாசாலை.
Fend, *v.t.* விலக்கு, தவிர்.
Fend'er, *s.* தீத்தாங்கி.
Fenera'tion, *s.* வட்டி, வட்டிக்குக்கொடுத்தல்.
Fenes-tral, *a.* பலகணிக்குரிய.
Fen'nel, *s.* சதகுப்பி.
Fen'ny, *a.* சகதியான, சதுப்பான, உளையான.
Fen'ugreek, *s.* வெந்தயம்.
Feoff, *v.t.* சுவாதீனப்படுத்து, சுதந்தரஞ்சூட்டு.
Feoffee', *s.* ஆட்சிகொண்டோன், மானியம்கொண்டோன்.
Fe'offment, *s.* மானியங்கொடுத்தல்.
Fera'cious, *a.* பழந்தரும்.
Ferac'ity, *s.* செழிப்பு, கனி கொடுக்குந்தன்மை.
Fe'ral, *a.* பிரேத, துக்க.
Fer'etory, *s.* பாடைவைக்குமிடம்.
Fe'rine, *a.* காட்டுத்தன்மையுள்ள, மிலேச்ச.
Ferine'ness, *s.* காட்டுத்தன்மை, மிலேச்சத்தனம், புலைத்தனம்.
Fer'ment, *s.* கொதி, வெக்காடு, அவியல், நொதி, புளித்தமாவின் உறை, பிரை.
Ferment', *v.t.* பொங்கப்பண்ணு, நொதிக்கப்பண்ணு, குழப்பு.
Ferment', *v.i.* பொங்கு, கொதி, நொதி, நுரைகொள், புளி.
Fermenta'tion, *s.* புளிப்பு, நொதி, அந்தச்சோபம்.
Fern, *s.* மலைநாட்டுப் பூண்டுவிசேஷம்.
Fern'y, *a.* மலைநாட்டுப் பூண்டுகளுள்ள.
Fero'cious, *a.* துஷ்ட, உக்கிரமான, கொடிய; a ferocious tiger, கடும்புலி.
Feroc'ity, *s.* மூர்க்கம், உக்கிரகோபம், துஷ்டத்தனம், வெடுவெடுப்பு, துட்டாட்டம்.
Fer'reous, *a.* இரும்பிற்குரிய, இரும்புபோன்ற, இரும்பிற்செய்த.
Fer'ret, *s.* கீரிவகையி லொன்று.
Fer'ret, *v.t.* கலை, ஒளிப்பிடத்தினின்றுதுரத்து.
Fer'riage, *s.* ஓடக்கூலி.
Ferru'ginous, *a.* இரும்புக்கலப்புள்ள, இரும்புக்கிட்டம் போன்ற.
Fer'rule, *s.* பூண், சுனை, கிம்புரி.
Fer'ry, *s.* துறை, இறக்கம், ஓடத்துறை.
Fer'ry-boat, *s.* ஓடம், துறைத்தோணி.
Fer'ry-man, *s.* ஆற்றுத்துறை ஓடக்காரன், துறைத் தோணிக்காரன்.
Fer'tile, *a.* செழிப்புள்ள, விளைவுள்ள, வளமான; a man of fertile genius, மிகுயூகி.
Fertil'ity, *s.* செழிப்பு, கொழுப்பு, வளம்.
Fer'tilize, *v.t.* செழிக்கப்பண்ணு, நிலத்தை வளமாக்கு.
Fer'vency, *s.* மிகுதாபம், மனோவேகம், அனல்.
Fer'vent, *a.* உஷ்ணமான, உக்கிரமான, விவேகமான, வைராக்கிய; piety, பத்தி வைராக்கியம்.
Fer'vently, *ad.* மிகுதாபமாய், மனோவேகமாய்.
Fer'vid, *a.* வெப்பமான, சூடான, வைராக்கிய.
Fer'vidness, *s.* மிகுதாபம், சூடு, வேகம், வைராக்கியம், விருப்பம்.
Fer'vour, *s.* அனல், வேகம், சூடு, விருப்பம்.
Fes'cennine, *s.* ஒருவித சிற்றின்பப்பாட்டு.
Fes'tal, *a.* விருந்துக்கடுத்த, மகிழ்ச்சியான, ஆடம்பரமான, கொண்டாட்டமான.

Fes'ter, *v.i.* சீக்கட்டு, கொதி.
Fes'tival, *s.* பண்டிகை, திருவிழா, உற்சவம்.
Fes'tival, *a.* விருந்துக்குரிய, மகிழ்ச்சியான.
Fes'tive, *a.* கொண்டாட்டமுள்ள, களியாட்டான, விழாவுக்குரிய.
Festiv'ity, *s.* கொண்டாட்டம், களியாட்டு, விழா.
Festoon, *s.* பூமாலை, தோரணம்.
Fes'tucine, *a.* வைக்கோற் பழுப்பான.
Festu'cous, *a.* வைக்கோலிற்செய்த.
Fetch, *s.* உபாயம், தந்திரம்.
Fetch, *v.t.* எடுத்துக்கொண்டுவா, கொண்டுவா, கொணர்; it will fetch ten rupees, அது பத்துரூபாய் விலைதாளும்; this will fetch us some money, இதனால் நமக்குப் பணஞ்சேரும்.
Fet'id, *a.* நாற்றமான, துர்க்கந்தமான.
Fe'tish, *s.* ஸ்வாமி யிருக்கும் வஸ்து.
Fet'lock, *s.* குதிரைக்காற் குழைச்சு மயிர்த்திரள்.
Fe'tor, *s.* முடை, துர்க்கந்தம்.
Fet'ter, *s.* காற்றளை, கால்விலங்கு.
Fet'ter, *v.t.* காற்றளையிடு, கால்விலங்கிடு, கட்டு, தொடு, பிணை.
Fet'terless, *a.* கட்டுப்படாத.
Fe'tus, *s.* கரு, கருப்பிண்டம், புருணம்.
Feud, *s.* குழப்பம், சண்டை, தீராப்பகை, குலப்பகை; மானியம், உம்பிளிக்கை; family feuds, குடும்பகலகம்.
Feu'dal, *a.* உம்பிளிக்கைக்கடுத்த.
Feu'dalism, *s.* உம்பிளிக்கைப்பிரமாணம்.
Feu'dary, *a.* உம்பிளிக்கையாளும்.
Feu'datary, Feu'datory, } *s.* உம்பிளிக்கைக்காரன்.
Fe'ver, *s.* சுரம், காய்ச்சல், வெப்புநோய்; burning, சுரக்காய்ச்சல், தாபசுரம்; malignant, தோஷக்காய்ச்சல், விஷசுரம்; intermittent, முறைக்காய்ச்சல்; விடுங்காய்ச்சல்; bilious, பித்தசுரம்.
Fe'verish, *a.* சுரக்குணமுள்ள; காய்ச்சற்குணமுள்ள, நிலையற்ற.
Fe'verishness, *s.* கொதி, வெப்பு, புத்தி நிலையின்மை, பதைப்பு.
Fe'very, *a.* சுரங்கண்ட.
Few, *a.* சில, கொஞ்ச, அற்ப, சொற்ப; a few people, சிலபெயர்; few men fear God, தேவனுக்குப் பயந்து நடப்பவர் அரியர்.
Few'ness, *s.* சின்மை.
Fi'ance, *v.t.* விவாகப்பொருத்தம்பண்ணு.
Fi'at, *s.* கட்டளை, விதி.
Fib, *s.* பொய், சித்திரவசனம், புரளி.
Fib, *v.i.* பொய்சொல்லு, அபத்தஞ்சொல்லு.
Fi'bre, *s.* சிம்பு, தும்பு, நார், நூல், இழை.
Fi'brous, *a.* சிம்பான, நாருள்ள, தும்புள்ள, சிலும்பலான.
Fic'kle, *a.* தளப்பமான, நிலையற்ற, சஞ்சலஇதய.
Fickle-minded, *a.* சலசித்த.
Fic'kleness, *s.* சஞ்சலபுத்தி, சாபலம், சாபலியம்.
Fick'ly, *ad.* மனவுறுதியின்றி, நிலையற்று.
Fic'tile, *a.* உருவான, உருப்பட்ட.
Fic'tion, *s.* கட்டுக்கதை, பொய்க்கதை.
Ficti'tious, *a.* வைப்புக்கட்டான, கட்டுக்கதையான, கற்பிதமான, கள்ளமான.
Fid'dle, *s.* கின்னரம், சாரங்கி, வீணை.
Fid'dle, *v.t.* வீணைவாசி, கின்னரம்வாசி.
Fid'dler, *s.* கின்னரன், யாழ்ப்பாடி, குமிழுவன்.
Fid'dle-fad'dle, *s.* வீணாட்டம்.
Fiddle'-stick, *s.* கின்னரவில், சாரிகை.
Fid'dle-string, *s.* தந்தி, நரம்பு.
Fidel'ity, *s.* பக்தி, உண்மை, நேர்மை, கற்பு.
Fidge, Fid'get, } *a.* பரபர, அடிக்கொருடிணங்கொள்.
Fid'get, *s.* துருதுருப்பு, பரபரப்பு, அடிக்கொரு குணங்கொள்ளுதல், நிலையின்மை, அமைதியின்மை.
Fid'gety, *a.* பதைப்புள்ள, பரபரப்புள்ள.
Fidu'cial, *a.* நம்பிக்கையான, உறுதியுள்ள, அசையாத, நிலையுள்ள, சந்தேகமற்ற.
Fidu'ciary, *s.* கையடைகாரன், நிக்ஷேபதாரி.
Fie, *int.* சீச்சீ, இகழ்ச்சிக்குறிப்பு.
Fief, *s.* மானியம், உம்பிளிக்கை.
Field, *s.* வெளி, விளைநிலம், வயல், புலம்; of battle, போர்க்களம், அடுகளம், ஆகவபூமி, வெங்களம், சமர்க்களம், பொருக்களம்; of view, கண்ணுக்கெட்டுந்தூரம்.
Field'bed, *s.* படைஞர் அமளி.
Field'ed, *a.* இரணகளத்திலுள்ள.
Field-marshal, *s.* படைத்தலைவன், தளபதி.
Field-mouse, *s.* வரப்பெலி.
Field'officer, *s.* இராணுவ அதிகாரி.
Field'piece, *s.* கைப்பீரங்கி, சிறுபீரங்கி.
Field'sports, *s.* வேட்டை.
Fiend, *s.* தீராப்பகைஞன், பிராணவிரோதி, துஷ்டதேவதை, பிசாசு, பேய்.
Fiend'ish, *a.* பேய்க்குணமுள்ள.
Fiend'like, *a.* பேய்க்கோலமான

Fierce, *a.* கொடுமையான, குரூரமான, உக்கிரமான, மூர்க்கமான, அகோர, வெய்ய; a fierce wind, கடுங்காற்று; fierce anger, வெஞ்சினம்.
Fierce'ly, *ad.* அகோரமாய், மூர்க்கமாய், தறுகுறும்பாய்.
Fierce'ness, *s.* கொடுமை, வெஞ்சினம், உக்கிரம், அகோரம், மூர்க்கம்.
Fi'ercy, *a.* கனலுள்ள, தீப்போன்ற, வெப்பமான, அனலான.
Fife, *s.* ஒருவிதக் குழல்.
Fif'er, *s.* குழலூதுவோன்.
Fif'teen, *s.* & *a.* பதினைந்து.
Fifth, *a.* ஐந்தாம், பஞ்ச.
Fif'ty, *s. a.* ஐம்பது, ஐம்பான்.
Fig, *s.* அத்தி, அத்திப்பழம்.
Fight (fīt), *s.* சண்டை, யுத்தம், போர், சமர்.
Fight, *v.t.* சண்டையிலெதிர், சமர்செய்.
Fight, *v.i.* சண்டைசெய், பொரு, போராடு, பிரயாசப்படு.
Fight'er, *s.* போராடுவோன், சண்டைக்காரன்.
Fight'ing, *p.a.* போராடுகிற, சண்டையிடும்.
Fig'ment, *s.* வைப்புக்கட்டு, பொய்க்கதை, கற்பிதம்.
Fig'urative, *a.* பிறிதொன்றை வெளிப்படுத்திய, உருவகமான, இலக்கணையான.
Fig'uratively, *ad.* லக்ஷணையாய், உவமையாய்.
Fig'ure, *s.* உருவம், வடிவம், ஆகிருதி, இலக்கம், உருவகம், உவமை, ஆகாரம்.
Fig'ure, *v.t.* உருவாக்கு, பாவி, பாவனைசெய், உருவகப்படுத்து.
Fila'ceous, *a.* நூலுள்ள, நூலாலாகிய.
Fil'ament, *s.* நூல், தும்பு, சிம்பு, இல்லி, கூந்தல்.
Filament'ous, *a.* மெல்லிழையொத்த.
Fil'bert, *s.* ஒரு கொட்டை.
Filch, *v.t.* சிறுகளவுசெய், சோரஞ்செய், பொதுக்கு, நிமிண்டு.
Filcher, *s.* திருடன், சிறுகள்ளன், சோரன், நிமிண்டி.
File, *s.* அரம், அணி, கோவை, பட்டோலை, இடாப்பு, கடிதம்மாட்டுங் கம்பி.
File, *v.t.* அராவு; எழுதிச்சேர்.
File, *v.i.* அணியாகச் செல்லு.
File'cutter, *s.* அரம்வெட்டி, அரம்செய்வோன்.
Fil'ial, *a.* பிள்ளைமையான, பிள்ளையடைவான, புத்திரீய; filial duty, புத்திரதர்மம்.
Filia'tion, *s.* பிதாபுத்திர சம்பந்தம்.
Fil'igree, *s.* சரிகையிழைப்பு.
Fil'ings, *s.* (*pl.*) அரபொடி.
Fill, *v.t.* நிரப்பு, நிறைவி, பூர்த்தியாக்கு.
Fill, *v.i.* நிரம்பு, நிறை, தேங்கு, தெவிட்டு.
Fill, *s.* பூர்த்தி, திருப்தி.
Fill'er, *s.* நிரப்புவோன், நிறைவிப்போன்.
Fil'let, *v.t.* கச்சுக்கட்டு, நாடாகட்டு.
Fil'let, *s.* கச்சு, நாடா, பிணிகை, தொடைத்தசை
Fill'ing, *s.* நிரப்பல், குறைநிறைவித்தல்.
Fil'lip, *v.t.* சுண்டு, விரல்நொடி.
Fil'lip, *s.* விரல்நொடிப்பு.
Fil'ly, *s.* பெண்குதிரைக்குட்டி.
Film, *s.* சவ்வு, படலம், மெல்லிய தோல்.
Film, *v.t.* சவ்வுமூடு, சவ்வுபடர்.
Fil'my, *a.* படலம்படலமான, சவ்வுபடர்ந்த.
Fil'ter, *s.* நீர்தெளிக்குங் கருவி.
Fil'ter, *v.t.* வடிகட்டு.
Filth, *s.* அழுக்கு, ஊத்தை, மலம், அசுத்தம், ஊழல், மலினம்.
Filth'iness, *s.* கசுமாலம், ஊத்தை, அழுக்கு.
Filth'y, *a.* அழுக்கான, ஊத்தையான, கசுமாலமான.
Fil'trate, *v.t.* அரி, வடி, வடிகட்டு.
Filtra'tion, *s.* அரித்தல், வடிகட்டல்.
Fin, *s.* மீன்சிறகு, மீன்செட்டை, செலு.
Fi'nal, *a.* கடையான, முடிவான, ஈறான, தீர்மானமான.
Fina'le, *s.* முடிவு, கடையங்கம்.
Fi'nally, *ad.* கடைசியாய், ஈறாய்.
Finance', *s.* அரசிறைமுதலான பணவருமானம், சுங்கம்.
Finan'cial, *a.* அரசிறைமுதலிய பணத்துக்குரிய.
Finan'cier, *s.* அரசிறைக்கணக்கன், சம்பிரதி.
Find, *v.t.* கண்டுபிடி, அடை, பெறு, தீர்மானி, கொடுத்துதவு; to find out, தேடிக் கண்டுபிடிக்க. ஆராய்ந்தறிய, காட்டிக்கொடுக்க; reward for finding a thing lost, கண்கூலி.
Find'fault, *s.* குறைசொல்வோன், குதர்க்கன், ஏடாகோடம் சொல்வோன்.
Find'ing, *s.* கண்டறிகை, தீர்ப்பு.
Fine, *s.* முடிவு, அறுதி, அபராதம், தண்டம், இடுதண்டம்; in fine, முடிவில், அறுதியில், தொகுத்துச்சொல்லில்.
Fine, *v.t.* அபராதம்போடு; புடம்போடு, சுத்திபண்ணு.
Fine, *a.* நுண்மையான, சூக்ஷ்மமான, மென்மையான, உத்கிருஷ்ட, சுத்த, அழகான, நாகரிகமான, நேர்த்தியான, சாமர்த்தியமான; woman, சுந்தரி, ரூபவதி; fine weather, சுதினம், வெக்காளிப்பு.

Fine'draw, *v.t.* இழையிடு, இழைபோடு.
Fine'fingered, *a.* கைந்நுணுக்கமுள்ள, கைத்திறமுள்ள.
Fine'less, *a.* முடிவற்ற, மட்டில்லாத.
Fine'ness, *s.* நுண்மை, சூக்ஷமம், மென்மை, நேர்த்தி, சுத்தம்.
Fin'er, *s.* புடமிடுவோன், அறவைப்போன்.
Fin'ery, *s.* குசால், கோப்பு, பிலுக்கு, வேடிக்கை, நாகரிகம், அலங்கார வஸ்திரபூஷணம், ஒய்யாரம்.
Fine'spoken, *a.* சொல்லலங்காரமுள்ள.
Fine'spun, *a.* நுணுக்கமாய்ச்செய்த.
Finesse', *s.* தந்திரம், உபாயம்.
Fin'footed, **Fin'tœd**, } *a.* சவ்வடியுள்ள, தோலடியுள்ள.
Fin'ger, *s.* கைவிரல், அங்குலி; fore, ஆட்காட்டிவிரல், சுட்டுவிரல், தர்ஜனி; middle, நடுவிரல், பேய்விரல், மத்தியமை; ring, ஞானவிரல், பௌத்திரி, அநாமிகை; little, சுண்டுவிரல், சின்னவிரல் கனிஷ்டை;—breadth, விரற்கடை, அங்குலம்.
Fin'ger, *v.t.* தடவு, தொடு, நெருடு, தணவு, திருடு, களவாடு.
Fin'ical, *a.* ஒய்யாரமான, ஒயிலான, வேடிக்கையான.
Fin'ing-pot, *s.* குகை.
Fin'is, *s.* முடிவு, சமாப்தம்.
Fin'ish, *s.* முடிவு, சம்பூரணம், நிறைவு.
Fin'ish, *v.t.* முடி, தீர், செய்துதீர், முற்றுவி, நிறைவேற்று.
Fi'nite, *a.* எல்லையுள்ள, தீர்ப்பான, அநித்திய; quantity, முற்றிராசி; verb, முற்றுவினை, வினைமுற்று; beings, அநித்திய ஜீவிகள்.
Fi'niteness, *s.* முடிவு, மட்டு.
Fin'less, *a.* சிறகற்ற, செலுவில்லாத, செட்டையற்ற.
Finned, *a.* சிறகுமுளைத்த.
Fin'ny, *a.* சிறகுள்ள, செலுவுள்ள.
Fip'ple, *s.* அடைப்புக்கூர்ச்சு.
Fir, *s.* தேவதாரு.
Fi're, *s.* நெருப்பு, அக்கினி, தீ, வெப்பம், வேகம், சக்தி; as a conflagration, பெருநெருப்பு, காடாக்கினி.
Fire, *v.t.* கொளுத்து, தீமூட்டு, வெடிசுடு, வெடிதீர்; to fire with zeal, ஊக்கமூட்ட; fired with anger, he discharged his arrows, கோபத் தீமூண் டம்பெய்தான்.
Fire'arms, *s.* துப்பாக்கிமுதலானவைகள்.
Fire'ball *s.* வெடிகுண்டு
Fire'brand, *s.* எரிகொள்ளி, நெருப்புக்கொள்ளி, கொள்ளிக்கட்டை, வீடு முதலானவைகளைச் சுட்டெரிப்போன், துஷ்டன்.
Fire'brush, *s.* அடுப்பங்கரைவிளக்குந்துடைப்பம்.
Fire'drake, *s.* அக்கினிசர்ப்பம், கொள்ளிவாய்ப்பேய்.
Fire'engine, *s.* தீ அவிக்குஞ் ஜலயந்திரம்.
Fire'fly, *s.* மின்மினி, கச்சோதம்.
Fire'lock, *s.* துப்பாக்கி.
Fire'man, *s.* நெருப்பவிப்போன்.
Fire'new, *a.* புத்தம்புதிய, செய்தகூடின்னுமாறாத, பிரவையான.
Fire'office, *s.* தீச்சேத முத்தரவாதம் செய்யும் சாலை.
Fire'pan, *s.* தீச்சட்டி.
Fire'proof, *a.* அக்கினிபயமில்லாத.
Fire'ship, *s.* தீக்கலம்.
Fire'shovel, *s.* தழல்வாரி.
Fire'wood, *s.* விறகு, இந்தனம், காட்டம்.
Fire'works, *s.* பாணம்.
Firk, *v.i.* அடி, சவுக்காலடி.
Firk'in, *s.* ஒரு முகத்தலளவு, படி.
Firm, *s.* வர்த்தகர் கூட்டம்.
Firm, *a.* நிலையான, திடமான, உறுதியான, ஸ்திரமான; firm resolve, கடைப்பிடி; firm footing, நிலைபேறு; to gain a firm footing, நிலைபெற; firm conviction, திடஞானம்; firm bodied, திடாங்க.
Firm, *v.t.* உறுதிசெய், உரப்பி.
Fir'mament, *s.* வானவெளி, ஆகாயம், ஆகாயவிரிவு.
Fir'man, *s.* ஆஞ்ஞாபத்திரிகை.
Firml'y, *ad.* உறுதியாய்.
Firm'ness, *s.* வீரியம், திடம், திடத்துவம், உறுதி, கடினம், கடுத்தம், நிலை, ஸ்திரம், உறுதிப்பாடு; of purpose, திடசித்தம், திடநிச்சயம், திடசங்கற்பம்.
First, *a.* முதல், ஆதியான, பிரதம, ஜேஷ்ட; term, முதலுறுப்பு.
First, *ad.* முந்த, முன்னடி, முதலில்.
First'born, *a.* முதற்பிறந்த, முதற்பேறுன, தலைச்சன்.
First'fruits, *s.* முதற்பாகம், முதற்கனி, முதற்பலன்.
First'ling, *s.* தலையீற்று, ஜேஷ்டமகவு.
First'rate, *a.* பிரதான, முதல்தரமான, உத்தம.
Fisc, *s.* பண்டாரம், பொக்கசம், சர்க்கார் திரவியசாலை.
Fis'cal, *s.* வருமானம், பொக்கசக்காரன், பிரதி.

Fis'cal, *a*. அரசிறை வரும்படிக்குரிய.
Fish, *s*. மீன், மச்சம், புலால்.
Fish, *v.i*. மீன்பிடி, குளித்தெடு, குளி; to fish out a secret, அந்தரங்கத்தை நுழைந்தறிய, பேச்சுப்பிடுங்க, கிண்டிக் கிண்டிக் கேட்க.
Fish'er, *s*. மீன்பிடிப்போன், நுளையன், செம்படவன், வலையன்.
Fish'erboat, *s*. மீன்பிடிக்கு மோடம்.
Fish'erman, *s*. மீன்பிடிகாரன், வலையன், செம்படவன், நுளையன், கடலன்.
Fish'ery, *s*. மீன்பிடி, மீன்பிடிதுறை, சலாபம்.
Fish'ful, *a*. மச்ச மபரிமிதமான.
Fish'hook, *s*. தூண்டில், வெளிசம், தூண்டில்முள்.
Fish'kettle, *s*. மீன்சமைக்குங்கொப்பரை.
Fish'monger, *s*. மீன்விற்போன்.
Fish'spear, *s*. தூண்டில், வெளிசம், வடிசம்.
Fish'woman, *s*. வலைச்சி, மச்சம்விற்பாள்.
Fis'sile, *a*. பிளவுபடத்தக்க.
Fis'sure, *s*. பிளப்பு, வெடிப்பு, விடர், கமர், விதாரணம்; longitudinal, ஆயுதவிதாரணம்; transverse, திரியவிதாரணம்.
Fis'sure, *v.t*. பிள, வெடிக்கச்செய்.
Fist, *s*. கரமுட்டி, கைப்பொத்து, கைமுட்டி, கடிகம்.
Fist, *v.t*. கைக்குத்துக்குத்து, கைபொத்திக் குத்து.
Fis'ticuffs, *s*. கைக்குத்துச்சண்டை, மல்யுத்தம்.
Fis'tula, *s*. இசைக்குழல்; புண்ணீ, புண்புரை.
Fis'tulate, *v.t*. புரைவை, குழாயாக்கு.
Fit, *s*. சன்னி, வலிப்பு, இசிப்பு, ஆவேசம், இடைநேரம்; by fits and starts, அடிக்கொருவிதமாய்.
Fit, *v.t*. அசை, இணக்கு, பொருத்து, சரிப்படுத்து, பக்குவமாக்கு; to fit out, பிரயாணத்திற்குரியவைகளைச்சேர்.
Fit, *v.i*. பொருந்து, இசை, ஏல், தகு.
Fit, *a*. தகுதியான, ஏற்ற, உரிய, பக்குவமான, செம்மையான, இணக்கமான, வாய்ப்பான, யுக்தமான; to be fit, ஆக; a thing fit to be done, ஆங்காரியம்.
Fitch'at, } *s*. மரநாய்.
Fitch'ew, }
Fitfulness, *s*. சஞ்சலம், சஞ்சலபுத்தி.
Fit'ness, *s*. தகுதி, பொருத்தம், திருத்தம்
Fit'ter, *s*. இசைவிப்போன், அணிதேடிக் கொடுப்போன்.
Fit'tingly, *ad*. தகுதியாய், தக, இசைவாய்.
Five, *a*. ஐந்து.
Five'fold, *a*. ஐந்துமடங்கு, ஐம்மடங்கு.
Fives, *s*. ஒரு சூதுவிளையாட்டு.
Fives (*or* **Vives**), *s*. குதிரைகளுக்கு வரும் ஒரு நோய்.
Fix, *v.t*. நாட்டு, ஸ்தாபி, நிறுத்து, நிறுவு, நிலைப்படுத்து, தீர்மானி.
Fix, *v.i*. இரு, தங்கு, பொறு.
Fixa'tion, *s*. நாட்டல், ஸ்தாபிதம், நிலை, உறுதி, உரம்.
Fix'ed, *p.a*. நிலைப்பட்ட, ஸ்திரமான, நியமமான, திட; having a fixed determination, திடநிச்சயம்.
Fix'ity, *s*. உறுப்பிசைவு, அங்கசங்கம்.
Fix'ture, *s*. நிலை, அசையாநிலை, தாவரம், ஆதாரம்.
Fix'ure, *s*. நிலை, ஸ்தானம், ஸ்திரம்.
Flab'by, *a*. இளக்கமான, பதமையான, நெகிழ்ந்த, தளர்ந்த.
Flac'cid, *a*. இளக்கமான, நுகைவான, தளர்ச்சியான, நெகிழ்ச்சியான.
Flaccid'ity, *s*. இளக்கம், பதமை, தளர்ச்சி, நெகிழ்ச்சி.
Flag, *s*. துகிற்கொடி, கேதனம், துவசம், விருது, வசம்பு.
Flag, *v.t*. கற்பாவு, கற்பதி, சளவரிசைக்கற்பதி.
Flag, *v.i*. தளர், வாடு, களை, தொய்.
Flagella'tion, *s*. அடி, கசையடி, தண்டனை.
Flag'eolet, *s*. ஆயக்குழல், வேய்ங்குழல், ஊதுகுழல.
Flag'gy, *a*. நொய்ய, தளர்ந்த, நுகைவான, நெகிழ்வான.
Flagi'tious, *a*. கொடுமையான, அக்கிரமமான, குறும்பான, பொல்லாத.
Flag'on, *s*. குண்டிகை, குடுக்கை, கூபி.
Fla'grancy, *s*. வெம்மை, கடுமை, கொடுமை, பாதகம்.
Fla'grant, *a*. கொடிய, தீர்ந்த; crime, பாரமானகுற்றம்; lie, சுத்தஅபத்தம்.
Fla'grate, *v.t*. சுடு, தீ, வெதுப்பு, எரி, தகி.
Flagra'tion, *s*. சுடல், தீர்த்தல், எரித்தல், தகனம்.
Flag'staff, *s*. கொடிமரம், கொடித்தம்பம்.
Flail, *s*. கதிரடிக்குங்கம்பு.
Flake, *s*. சிம்பு, தடல், படை, பொருக்கு செதிள்.
Flake, *v.i*. தகடுபெடு, செதிளாகு.
Fla'ky, *a*. படைபடையான.
Flam, *s*. பொய், சாபல்யம்.
Flam'beau (flăm'bō), *s*. தீவர்த்தி, தீப்பந்தம், சூள்.
Flame, *s*. சுவாலை, சுவாலனம், கொழுந்து ஒலி, சுடர், சிகை.

Flame'less, *a.* சுவாலையற்ற, சுடரில்லாத.

Flam'ing, *s.* சுவாலனம்.

Flam'ing, *p.a.* சுவாலிக்கிற, எரிகிற, பிரகாசமான.

Flammabil'ity, *s.* சுவாலையாகுந் தன்மை.

Flam'meous, *a.* சுவாலையுள்ள, சுவாலையொத்த.

Flame'colour, *s.* சுவாலைமயம்.

Flame'eyed, *a.* சுவாலையொத்த விழியுள்ள.

Flank, *s.* விலா, பக்கம், பாரிசம், பக்கத்தணி.

Flank, *v.t.* அயலணிக்குக் காவல்வை, ஒரு சாரணியாய் நின்று மோது.

Flan'nel, *s.* கம்பளம், கம்பளிப்புடைவை.

Flap, *s.* தொங்கல், இலம்பிகை.

Flap, *v.i.* & *t.* அடி, ஒசனி, அசை, ஆடு, சோர்.

Flap'eared, *a.* மடிந்தகன்ற காதுள்ள.

Flap'mouthed, *a.* தொங்குதடுள்ள, நால்வாயுள்ள.

Flare, *v.i.* அசை, சலி, பளீரென், சுடர்விட்டெரி.

Flash, *s.* பளபளப்பு, மின், பளிச்செனல், விவேகம்.

Flash, *v.i.* பளிச்சிடு, பளீரென், பொறிதட்டு.

Flash'y, *a.* சோபையான, குசாலான, சாரமற்ற, சுவையற்ற.

Flask, *s.* குறிஞ்சி, குப்பி, குண்டிகை.

Flas'ket, *s.* உண்கலம், தாலம்.

Flat, *s.* தட்டை, சமபூமி, களம், திடர்; இசையிறக்கக்குறி.

Flat, *a.* தட்டையான, சுவையற்ற, பதனழிந்த, சாரமில்லாத, கண்டிப்பான, தீர்ப்பான, தளமட்டமான, மந்தமான; denial, கண்டிப்பாய் மறுத்தல்; he fell flat on the ground, அவன் தரையிற்படுகிடையாய் விழுந்தான்; to lie flat, தண்டுபோற்கிடக்க.

Flat, *v.t.* & *i.* தட்டையாக்கு, தட்டையாகு, சுவையறு.

Flat'bottomed, *a.* தட்டையடியுள்ள.

Flat'ly, *ad.* தட்டையாய்; தீர்ப்பாய், கண்டிப்பாய்.

Flatness, *s.* தட்டைவடிவு; மந்தம், சுவையின்மை, சாரமின்மை.

Flat'nosed, *a.* தட்டைமூக்குள்ள, மூக்குச்சப்பளிந்த.

Flat'ten (flăt't'n), *v.t.* தட்டையாக்கு, சமனாக்கு, மந்தமாக்கு, சுவையழி, இசைபணி, திடனழி.

Flat'ter, *v.t.* புகழ், முகஸ்துதிபேசு, இங்கிதம்பேசு, தடுக்குத்தள்ளு, தேற்று; he was flattered with the prospect of success, சித்தியுண்டாமென்று கண்டுதேறினன்.

Flat'terer, *s.* இச்சகன், முகஸ்துதிகாரன்.

Flat'teringly, *ad.* இச்சகமாய், வாக்குபசாரமாய், முகஸ்துதியாய்.

Flat'tery, *s.* முகஸ்துதி, முகமன், நயவசனம், இச்சகம், இங்கிதம், வாக்குபசாரம்.

Flat'tish, *a.* தட்டையான, ஐமையான.

Flat'ulence, Flat'ulency, } *s.* வாயுப்பொருமல், உப்பசம்.

Flat'ulent, *a.* வாயுப்பொருமலுள்ள, வீம்பான.

Flatuos'ity, *s.* வாயுமிகை, வாயுத்தன்மை.

Fla'tus, *s.* வாயு, மூச்சு, சரம், உதரவாயு.

Flat'wise, *a.* தட்டைப்பக்கமாய்.

Flaunt, *v.t.* பிலுக்குப்பண்ணு, பிலுக்குககாட்டு.

Flaunt, *s.* பிலுக்கு, குலுக்கு.

Fla'vour, *s.* சுவை, உருசி, சாரம், இரசம், வாசனை.

Fla'vour, *v.t.* வாசனையூட்டு, சுவைப்பி.

Fla'voured, *a.* வாசனையூட்டிய, ருசிகரமாக்கப்பட்ட.

Flaw, *s.* வெடிப்பு, இல்லி, சதா, பழுது, குறை, தோஷம், மாசு.

Flaw, *v.t.* வெடிக்கச்செய்.

Flaw'less, *a.* பழுதற்ற, வெடிப்பற்ற

Flax, *s.* சணல், சணம்.

Flax'y, *a.* சணற்போன்ற, வெளிறிய.

Flay, *v.t.* தோலுரிய.

Flaz'en, *a.* சணநூலிற்செய்த, சணற்போன்ற, சிறந்த.

Flea, *s.* தெள், தெள்கு, மச்சிகை.

Flea'bite, *s.* தெட்கடித்த வடு.

Flea'bitten, *a.* தெட்கடித்த, எளிய.

Fleck, *v.t.* வடுப்படுத்து, ரேகையிடு.

Fledge, *a.* இரகுள்ள, பறக்கத்தக்க.

Fledge, *v.t.* சிறகுமுளைப்பி, சிறகுண்டாக்கு.

Fledg'ed, *a.* சிறகுமுளைத்த, சிறகுகொண்ட.

Flee, *v.i.* மோசத்தினின்றோடு, விரைவாயோடு, தப்பிக்கொள், சாய், புறமிடு.

Fleece, *s.* ஆட்டுரோமம், கம்பளிரோமம்.

Fleece, *v.t.* ஆட்டுரோமங்கத்தரி, அறக்கவர், அபகரி; he was fleeced of his money, அவன் தன பணமெல்லாம் பறிகொடுத்துவிட்டான்.

Fleeced, *a.* ரோமமுள்ள.

Flee'cer, *s.* சூறையிடுவோன், கவர்வோன்.

Flee'cy, *a.* ஆட்டுரோமமுள்ள, ஆட்டுரோமம்போன்ற, மிருதுவான.
Fleer, *s.* நகை, நிந்தை.
Fleer, *v.t.* பரிகாசம்பண்ணு, நிந்தி.
Fleer'er, *s.* பரிகாசஞ்செய்வோன், நிந்திப்போன்.
Fleet, *s.* கப்பற்கூட்டம்.
Fleet, *a.* விரைவான, சீக்கிரமான, தீவிரமான, சுறுக்கான.
Fleet, *v.i.* விரைந்துபற, அகல், பதிந்துபற.
Fleet'ing, *a.* விரைவாகச்செல்லும், நிலையற்ற.
Fleet'ness, *s.* தீவிரம், விரைவு, அதிகதி.
Fleet'fool, *s.* கால்விரைவு.
Flesh, *s.* மாமிசம், இறைச்சி, தசை, ஊன், புலால், தேகம், மானுஷியம், மனுஷஜாதி.
Flesh'brush, *s.* உடம்பு தேய்க்கும் மார்ச்சனி.
Flesh'colour, *s.* மாமிசவர்ணம்.
Flesh'diet, *s* மாமிசபோஜனம்.
Flesh'fly, *s.* மாமிசபக்ஷண ஈ.
Flesh'ly, *a.* தசைக்கடுத்த, மனுஷீக, லௌகீக, சிற்றின்பத்திற்குரிய.
Flesh'monger, *s.* மாமிசம் விற்போன்.
Flesh'pot, *s.* மாமிசபாண்டம்.
Flesh'y, *a.* கொழுத்த, தசைத்த, நெய்த்த.
Fletch, *v.t.* அம்பிற்கிறகுகட்டு.
Fletch'er, *s.* அம்பு வில் செய்வோன்.
Flew, *p.t.* of Fly.
Flexan'imous, *a.* மனநிலைபுரட்டும்.
Flexibil'ity, *s.* வளையுந்தன்மை, நமனீயத்வம்.
Flex'ible, *a.* வளையத்தக்க, வசையத்தக்க, துவளத்தக்க, நமனீய.
Flex'ile, *a.* எளிதில்வளையும், படியத்தக்க.
Flex'ion, *s.* வளைத்தல், வளைவு.
Flex'ure, *s.* வளைவு, கோண், கூனல், நெளிவு, பொருத்து.
Flick'er, *v.i.* சிறையடிக்கொள்ளு, சிறகடித்துப் புடை, ஆடு.
Fli'er, *s.* பறப்பது.
Flight, *s.* ஓட்டம், ஒளிப்பு, பறப்பு, பறவைக்கூட்டம்; of steps, படிக்கட்டு, சோபான சிரேணி; of an arrow, அம்போட்டம்; flight of imagination or fancy, மிக்க பிரதிபை, கற்பனாசக்தி.
Flight'shot, *s.* அம்புபறக்குந்தூரம்.
Flight'y, *a.* நிலையற்ற, துடிப்புள்ள, மதிமயக்கமான.
Flim'flam, *s.* எழுந்தேற்றம், தந்திரம்.
Flim'siness, *s.* நொய்மை, இழை அடர்த்தியின்மை.
Flim'sy, *a.* நொய்மையான, பலமற்ற, இளப்பமான.
Flinch, *v.i.* கூசு, தொய், தோல், நெளி, பின்வாங்கு.
Flinch'er, *s.* பின்னிடைவோன், கூசுவோன், பிசகுவோன்.
Fling, *s.* எறி, வீச்சு, நகைப்பு, சுடுசொற், குத்திரவாக்கு.
Fling, *v.t.* எறி, சுழற்று, வீசு, விழுத்த.
Flint, *s.* தீத்தட்டிக்கல், நெருப்புக்கல், சக்கிமுக்கிக்கல்.
Flint'hearted, *a.* கல்நெஞ்சுள்ள.
Flint'y, *a.* தீக்கற்போன்ற, வைரமுள்ள, இரக்கமில்லாத.
Flip'pancy, *s.* சாதுரியம், வாசாலம், குறும்பு.
Flip'pant, *a.* சாதுரியமான, மரியாதையற்ற.
Flip'pantly, *ad.* சாதுரியமாய், வாய்த்துடிப்பாய்.
Flirt, *s.* தெறிப்பு, தெளிப்பு, வீசுகை, துரிதக்காரி.
Flirt, *v.t.* தெளி, வீசு, உதறு.
Flirt, *v.i.* நகை.
Flirta'tion, *s.* கோப்புத்தனம், நகைபிரட்டம்.
Flit, *v.i.* பற, தீவிரமாய்ப்பற, நிலையற்றிரு, flitting clouds, கொடிமாசு.
Flitch, *s.* உப்பிட்ட பன்றிவிலா இறைச்சி.
Flit'tiness, *s.* நிலையின்மை, கனமின்மை.
Float, *s.* மிதவை, தெப்பம், புணை, கட்டுமரம்; as a buoy, மிதப்புக்குச்சு.
Float, *v.t.* மிதக்கப்பண்ணு, நீந்தச்செய்.
Float', *v.i.* மித, ஊளம்பு, நீந்து.
Float'y, *a.* மிதக்கிற, நொய்ய.
Flock, *s.* கூட்டம், திரள், இனம், கிளை, மந்தை; of birds, பக்ஷிஜாலம், புள்ளினம்.
Flock, *v.i.* கூடிக்கொள், திரள், கூட்டமாகு.
Flog, *v.t.* அடி, கசையாலடி.
Flog'ging, *s.* சவுக்கடி, கசையடி.
Flood (flŭd), *s.* ஜலப்பிரளயம், வெள்ளம், பிரவாகம், பெருக்கு, மிகுதி; as tide, நீர்ப்பெருக்கு; of tears, கண்ணீர்வெள்ளம்.
Flood, *v.i.* பிரவாகி, பெருகு.
Flood'gate, *s.* மடையடைக்குங் கதவு; floodgate of a tank, கடைப்போக்கு.
Flook, *s.* see Fluke.
Floor, *s.* தளம், தரை.
Floor, *v.t.* தளம்போடு, தளவரிசைப்படுத்து கற்பாவு.
Flo'ra, *a.* பூஞ்செடிவிவரணம், தாபரஜாலம்
Flo'ral, *a.* புஷ்பமுள்ள, புஷ்பந்தங்கிய.
Flo'ret, *s.* சிறுபுஷ்பம்.
Flo'riage, *s.* புஷ்பம், அலர், மலர்.

Flor'id, *a.* புஷ்பமுள்ள, அலங்காரவர்ண முள்ள, சிவந்த; style, அலங்காரவாக்கிய கட்டு, பளபளப்பு.
Florid'ity, *s.* செவ்வர்ணம், சிவப்பு.
Flor'in, *s.* ஒருவகை நாணயம்.
Flo'rist, *s.* பூந்தோட்டக்காரன், புஷ்ப சாஸ்திரி.
Flo'ta, *s.* போர்க்கப்பற்கூட்டம், ஸ்பானிய போர்க்கப்பற்கூட்டம்.
Flotil'la, *s.* சிறுமரக்கலக் கூட்டம்.
Flounce, *s.* சுருக்கு, தொங்கல், முன்றானை.
Flounce, *v.i.* குதிகொள், துடி, தத்தளி.
Floun'der, *v.i.* துடி, பாய், கெளி, தத்தளி.
Flour, *s.* மா, சுண்ணம், பிண்டி, இடி.
Flour'ish (flŭr'ish), *s.* சோபை, அலங்காரம்.
Flour'ish, *v.t.* அலங்கரி, செழிப்பி, கத்தி சுழற்று, வீசு.
Flour'ish, *v.i.* சுகியாய்வளர், செழி, வாழ்.
Flour'ishing, *a.* செழிக்கிற, வாழ்வுற்ற, தழைக்கிற, விர்த்திக்கிற.
Flow, *s.* பாய்ச்சல், ஓட்டம், செலவு, நிறைவு; of words, சொல்வளம்; of tears, கண்ணீர்ப்பெருக்கு.
Flow, *v.i.* ஊறு, சுர, தேங்கு, வடி, ஒழுகு, பாய்; as the tide, பெருக்கெடு; as to hang loose as the hair, வழிய; flowing, ஓட்டம், பெருக்கு.
Flow'er, *s.* பூ, புஷ்பம், அலர், மலர், விகசிதம், பூப்பு, யௌவனம், இருது.
Flow'er, *v.i.* மலர், புஷ்பி, அலர், விகசி.
Flow'eret, *s.* சிறுமலர்.
Flow'er-garden, *s.* புஷ்பவனம், மலர்க்கா, பூங்காவனம், பூந்தோட்டம்.
Flow'ering, *s.* பூக்கும்பருவம், மலரும் பருவம்.
Flow'erless, *a.* புஷ்பியாத, மலரில்லாத.
Flow'ery, *a.* பூவுள்ள, மிகச்சிறந்த, சித்திரமான.
Flown, *p.p.* of Fly.
Fluc'tuant, *a.* நிலைபற்ற, உறுதியற்ற.
Fluc'tuate, *v.i.* அலை, தளம்பு, உலை, தன்னம்பாறு.
Fluctua'tion, *s.* அலைவு, குழப்பம், தத்தளிப்பு, அந்தரஸ்திதி.
Flue, *s.* புகைசெல்லுங்குழாய், தூமத்துவாரம்.
Flu'ency, *s.* பாய்ச்சல், ஓட்டம், வாசாலம், சாதுரியம், வாக்குச்சாதுரியம்.
Flu'ent, *a.* ஓட்டமான, வாசாலமான.
Flu'id, *a.* நீர், ஜலம், சலிலம், இளகல், திரவம்.
Flu'id', *a.* நீர்த்தன்மையான; fluid substance, திரவவஸ்து.
Fluid'ity, *s.* நீர்த்தன்மை, ஜலத்தன்மை, ஸலிலத்துவம், திரவத்துவம், நெகிழ்வு.
Fluke, *s.* நங்கூரப்பல்.
Flume, *s.* யந்திரத்தை இயக்கும் நீர்க்கால்.
Flum'mery, *s.* பாகு, குழம்பு; இச்சகம்.
Flung, *p.t.* & *p.p.* of Fling.
Flu'or, *s.* திரவஸ்திதி, சலிலத்வம், தாது விசேஷம்.
Flur'ry, *v.t.* தூண்டு, ஏளப்பு, ஆட்டு பதைப்புறுவி.
Flur'ry, *s.* பதைபதைப்பு, பதறல்.
Flush, *v.i.* சடிதியிற்பெருகு, இரத்தஞ்சுர.
Flush, *a.* புஷ்டியான, செல்வப்பொழிவான, கருவமுள்ள.
Flush, *s.* பெருக்கு, முகக்களை, வளர்ச்சி, வனம்.
Flush'ing, *s.* முகமலர்ச்சி.
Flus'ter, *v.i.* தருதரு, பதைபதை.
Flute, *s.* வேய்ங்குழல், தவாளிப்பு, புல்லாங்குழல், வங்கியம்.
Flute, *v.i.* குழலூது, தவாளி.
Flut'ter, *s.* சிறகடிப்பு, துடிப்பு.
Flut'ter, *v.i.* பதை, துடி, படபட.
Flux, *s.* வயிற்றுக்கழிச்சல், பிராந்தி, பெருக்கு, அதிசாரம்.
Fluxibil'ity, *s.* பெருகுந்தன்மை.
Flux'ion, *s.* பாய்ச்சல், நீர்த்த பதார்த்தம், அணிமகணிதம்.
Fly, *s.* ஈ, கொசுகு, மசகம்
Fly, *v.i.* பற, பாய், ஓடு.
Fly'blow, *s.* ஈயெச்சம்.
Fly'boat, *s.* பறக்குஞ் சிற்றோடம்.
Fly'catcher, *s.* ஈப்பிடிப்போன், ஈப்பிடிக்குங் குருவி.
Flyfish, *v.t.* ஈயினைக்குத்தித் தூண்டில்போட்டு மீன்பிடி.
Fly'flap, *s.* ஈயோட்டி
Fly'wheel, *s.* யந்திரமியக்குஞ்சக்கரம்.
Foal, *s.* (குதிரை, கழுதை, ஒட்டை இவற்றின்) குட்டி.
Foal, *v.t.* குட்டிபோடு, ஈனு, மறிகாண்.
Foam, *s.* நுரை.
Foam, *v.i.* நுரை, கொதி, பொங்கு.
Foam'y, *a.* நுரைபடிந்த, நுரைத்த, நுரையுள்ள.
Fob', *s.* சிறுபை, அங்கிப்பை.
Fo'cal, *a.* கிரணமையத்திற்குரிய.
Fo'cus (*pl.* fo'ci), *s.* கிரணங்கூடிவிழு மையம்.
Fod'der, *s.* தீனி, ஆடுமாடுகளுக்கிடுபிரை குளகு, இலைபுலும் விலங்குணவு.

Foe', s. பகைவன், சத்துரு, எதிரி, குரோதி.
Foe'man, s. சமர்செய்யும் பகைஞன், மாற்றான்.
Foe'tus, s. see Futus.
Fog, s. மூடுபனி, தூமிகை, தூளிகை.
Foggy, a. மூடுபனியுள்ள.
Foh, int. நிந்தைக்குறி, இகழ்ச்சிக்குறி, சீ.
Foi'ble, s. தவறு, ஈனம், குறைவு.
Foil, s. முறிபடிப்பு, கெலிப்பு, சிலம்பக்கருவி.
Foil, v.t. தோற்கடி, முறியடி, தடு.
Foin, s. தள்ளு, தாக்கு, இடி.
Foist, v.t. கள்ளமாய்ச் சேர்.
Fold, s. மடிப்பு, திரைவு, சுருக்கு, ஆட்டுக்கிடை.
Fold, v.t. மடி, சுருக்கு, வளை, அடை.
Folia'ceous, a. தழையுள்ள, தழைசெறி, இலையுள்ள.
Fo'liage, s. இலைச்செறிவு, இலை, தழை.
Fo'liate, v.t. தகடடி, தகடாக்கு.
Fo'lio (or fol'ó), s. இரண்டாய் மடித்ததாள்.
Folk, }
Folks, } s. ஜனங்கள், மனிதர்.
Folk'mote, s. ஜனக்கூட்டம், கும்புக்கூட்டம்.
Fol'licle, s. வித்துறை, குதுவம்.
Fol'low, v.t. தொடர், பின்செல், பின்பற்று.
Fol'lower, s. அனுசாரி, அனுசரன்.
Fol'ly, s. அறிவீனம், மதிகேடு, பேதைமை, அஞ்ஞானம், பைத்தியம்.
Foment', v.t. வேதுகாட்டு, சூடுகாட்டு, ஒற்று, மூட்டிவிடு, தூண்டு.
Fomenta'tion, s. வேதுகாட்டுகை, ஒற்றடம், அனுலேபம்.
Fond', a. பிரியமான, பக்ஷமான, நேசமான, கரிசனமான.
Fon'dle, v.t. கொண்டாடு, சீராட்டு, இலாலனைசெய்.
Fond'ling, s. சீராட்டுப்பொருள்.
Fond'ness, s. லோலம், காதல், பிரீதி, பக்ஷம், பரிவு.
Font, s. ஞானஸ்நானத்தொட்டி; அச்சுவர்க்கம்.
Fon'tanel, s. ஊறற்புண்; உச்சிக்குழி.
Food, s. ஊட்டம், ஆகாரம், போஜனம், உணவு, இரை.
Fool, s. மூடன், மதிகேடன், பேதை, சுமடன், பைத்தியக்காரன், பேயன்; a great fool, கசமடையன்.
Fool'ery, s. புத்தியீனம், மதிகேடு, மௌட்டியம்.
Foolhardiness, s. கடாத்தன்மை.
Fool'hardy, a. தறுதலையான, முட்டாள்தனமான.
Fool'ish, a. பைத்தியமான, பேதைமையான, மதிகெட்ட; a foolish fellow, பேய்ப்பயல்.
Fool'ishness, s. பைத்தியம், மதிகேடு, பேதைமை.
Fools'cap, s. ஒருளவைக்காகிதம்.
Fool'trap, s. மூடரைப்பிடிக்குங் கண்ணி சுமடர் வலை.
Foot, s. பாதம், அடி, கால், தாள், சரணம்.
Foot, v.t. நடி, நட, பாதஞ்செய், உதை.
Foot'ball, s. காலாலெற்றி அடிக்கும் பந்து.
Foot'bath, s. பாததோயம்.
Foot'breadth, s. பாதஅகலம், அடியகலம்.
Foot'bridge, s. பாதசாரிகள், வாரதி, நடைவாரதி.
Foot'ed, a. காலுள்ள.
Foot'fall, s. சறுக்கடி, இடறு, தடுக்கு.
Foot'fight, s. காலாட்சண்டை.
Foot'guards, s. காலாட்காவலர், பதாதி வீரர்.
Foot'hold, s. அடியிடுமிடம்.
Foot'ing, s. நிலை, தாவரம், வேர், மூலம்.
Foot'licker, s. கால்நக்கி, இதஞ்சொல்வோன்.
Foot'man, s. காலாள், பதாதி, பாதசாரி, பதகன்.
Foot'pad, s. வழித்திருடன், வழிப்பறிப்போன்.
Foot'path, s. சிறுபாதை, அடிப்பாடு, கொடிவழி, ஒற்றடிப்பாதை.
Foot'post, s. நடைத்தூதன், கால்நடைத்தபால்.
Foot'soldier, s. காலாள், பதாதிராணுவத்தான்.
Foot'stalk, s. இலைத்தண்டு, காம்பு.
Foot'step, s. அடிச்சுவடு, கால்மிதி, பதாங்கம், தடம்.
Foot'stool, s. பாதபீடம், பாதாசனம், பாதபீடிகை, மிதிபலகை.
Fop, s. பிலுக்கன், கோப்புக்காரன்.
Fop'doodle, s. பேதை, பாமரன், மடையன்.
Fop'pery, s. கோப்பு, குசால், ஒயில், வீம்புத்தனம்; foppery dress, வஸ்திரவிலாசம்.
Fop'pish, a. கிருதான, குசாலான, டாம்பிகமான.
For, prep. ஆக, நிமித்தம், பொருட்டு, படிக்கு, பதில், கு; for want of food, போஜனமின்மையால்; for the sake of gain, லாபத்தின்பொருட்டு; for a long time, நெடுங்காலமாய்; the article is fair for

the price, இப்பொருள் கொடுத்தவிலை தாலும்; he will be for us, அவர் நமது பக்ஷத்தில் இருப்பார்; for all that, he persisted in his course, அப்படி எல்லாம் இருந்தும், அவன் கொண்டது கைவிடவில்லை; he showed himself for dead, பிரேதம்போலக்கிடந்தான்; for the most part, பெரும்பாலும்; the ship set sail for the Andamans, அக்கப்பல் அந்தமான் தீவிற்குப் பாய்விரித்தோடிற்று.

For, *con.* ஏனெனில்.

For'age, *s.* விலங்குணு, இரை, கவளம்.

For'age, *v.i.* இரைதேடித்திரி, கொள்ளை கொள்ளு, சூறையிடு.

For'aging, *s.* இரைதேடல், கொள்ளை, சூறை.

Foram'inous, *a.* துளைநிறைந்த, கண்ணறையுள்ள, துவாரமுள்ள.

For'as-much, *con.* படியால்.

Forbear', *v.t.* பொறு, சகி, உலோபி, தவிர், விட்டுவிடு.

Forbear'ance, *s.* பொறுமை, அடக்கம், சாந்தம்.

Forbid', *v.t.* விலக்கு, தடு, தவிர், மறி.

Forbid'den, *p.a.* விலக்கப்பட்ட, தவிர்க்கப்பட்ட.

Forbid'ding, *p.a.* மறியலான; தடுக்கிற, வெறுப்புள்ள.

Force, *s.* வல்லமை, பலாத்காரம், உறுதி, ஊக்கம், விசை, தாக்கம், உத்தானம், சேனை; of a word, சப்தசாரம்; by force, பலாத்காரமாய்.

Force, *v.t.* பலாத்காரம்பண்ணு, நெருக்கு, கட்டாயம்பண்ணு, முடுக்கு.

For'cedly, *ad.* பலாத்காரமாய், வில்லங்கமாய், கட்டாயமாய்.

Force'ful, *a.* பலாத்காரமான, வலிய, வேகமான.

Force'less, *a.* பலகூடிய, மெலிய, உரமற்ற, நொய்ய.

For'ceps, *s.* குறடு, கசைமுறுக்கி, முள்ளிடுக்கி, சாவணம்.

For'cible, *a.* பலனுள, தைக்கத்தக்க, தாக்கத்தக்க, சொல்வன்மையான.

For'cibly, *ad.* வலிமையாய், உரமாய், பலாத்காரமாய், வலுவாக.

Ford, *s.* இறக்கம், துறை, ஆற்றிறக்கம்.

Ford, *v.t.* ஆறுகட, தாண்டு.

Ford'able, *a.* கடக்கக்கூடிய, தாண்டக்கூடிய.

Fordo', *v.t.* அழி, நாசஞ்செய், இளைப்புறுவி.

Fore, *a.* முன், முதல்; arm, முன்னங்கை, பிரகோஷ்டம்.

Fore-admon'ish, *v.t.* முற்புத்திபுகட்டு, முற்போதனைசெய்.

Fore-arm', *v.t.* முற்பட ஆயுதம்தரி, சண்டைக்கெத்தினி.

Forebode', *v.t.* குறிகாட்டு, முன்னறிவி.

Forebod'ing, *s.* முன்னுணர்ச்சி, நிமித்தம், முற்குறி.

Fore'cast, *s.* முற்சூழ்ச்சி, வருங்காரியநோக்கு.

Forecast', *v.t.* முன்தியானி, பரசிந்தியஞ்செய்.

Fore'castle (fōr'cās-sl), *s.* கப்பலின்முன்னறை.

Foreclose', *v.t.* தடு, தவிர், விலக்கு.

Foredate', *v.t.* முன்னிட்டுத் தேதிகுறி.

Forefa'thers, *s.* (*pl.*) முற்பிதாக்கள், முன்னோர்.

Forefend', *v.t.* தடு, மறி, தவிர், கா.

Fore'finger, *s.* தர்ஜனி, சுட்டுவிரல், ஆட்காட்டிவிரல்.

Fore'foot, *s.* முன்கால், முன்னங்கால், முற்கால்.

Fore'front (fōr'frunt), *s.* முன்புறம், முன்னணி.

Forego', *v. t.* அனுபவியாமல் விடு, நீக்கு.

Forego'ing, *p.a.* முன்செல்லுகிற.

Fore'ground, *s.* முப்புறம், முற்றும்.

Fore'hand, *a.* சமயமுந்திய, காலமுன்.

Fore'head (fŏr'ed, or fŏr'hĕd), *s.* நெற்றி, நுதல், பாலம், லலாடம்.

For'eign (fŏr'in), *a.* அன்னிய, புறம்பான பராய; country, புறத்தேசம்.

For'eigner, *s.* அன்னியன்; புறத்தேசத்தான்.

Foreknow' (fōr-nō'), *v.t.* முன்னறி, முன்னுணர், முன்னுறக்காண்.

Foreknowl'edge, *s.* முன்னுணர்ச்சி, பூர்வஞானம்.

Fore'land, *s.* கோடி, தேசமுனை.

Forelay', *v.t.* பதிவிருத்து, தவிர், முன்னடிவை.

Fore'lock, *s.* முன்நெற்றிமயிர்.

Fore'man, *s.* தலைவன், காரியத்தலைவன், மேஸ்திரி, முதலாளி, முகாரி.

Fore'mast, *s.* முன்னணியத்துப் பாய்மரம்.

Foremen'tioned, *a.* முன்சொல்லிய, முற்கூறிய.

Fore'most, *a.* முந்தின, சிரேஷ்ட, முதல்.

Fore'mother, *s.* முற்ருய்.

Fore'noon, *s.* முன்னேரம், காலமே, முற்பகல், பூர்வான்னம்.

Foren'sic, *a.* நியாயஸ்தலத்துக்குரிய.

Foreordain', *v.t.* முன்விதி, முன்னியமி, முன்குறி

Fore-ordina'tion, *s.* முன்விதி, அக்கிரநிரூபிதம்.
Fore'rank, *s.* முன்னிரை, முன்னணி, தூசி.
Forerun', *v.i.* முன்னோடு, முன்போ, தூதுசெல்.
Fore-run'ner, *s.* தூதன், முன்னறிவிப்போன்.
Foresee', *v.t.* முன்காண், முன்னறி.
Foreshad'ow, *v.t.* முற்குறிப்பி.
Foreshow', *v.t.* முன்காட்டு, முன்னுறத்தெரிவி.
Fore'sight, *s.* தூரதிஷ்டி, முன்னுணர்ச்சி.
Fore'skin, *s.* அக்கிரசர்மம், நுனித்தோல்.
For'est, *s.* காடு, வனம், கான், கானம், கானகம்.
Fore-stall', *v.t.* முன்கையாடு, முன்னே தடு.
For'est-born, *a.* வனத்திற்றோன்றிய, வனஜ.
For'ester, *s.* வனசஞ்சாரி.
Fore'taste, *s.* முன்னுருசி, முன்னுணர்ச்சி.
Foretaste', *v.t.* முன்னுணர், முன்னறி, முன்னனுபவி.
Fore-tell', *v.t.* முன்னறிவி, முன்தெரிவி.
Foretell'er, *s.* முன்னறிவிப்போன், திரிக்கதரிசி.
Fore'thought, *s.* முன்னறிவு, முன்னெண்ணம்.
Foreto'ken, *v.t.* முற்குறிப்பி.
Foreto'ken, *s.* முற்குறி, முன்னடையாளம்.
Fore'tooth, *s.* முன்வாய்ப்பல், முற்பல்.
Fore'top, *s.* நெற்றி, முன்னந்தலைரோமம், தலையணி முற்பாகம்.
Forev'er, *ad.* என்றைக்கும், நித்தியமும், சதாகாலமும்.
Fore-warn', *v.t.* எச்சரி, பயமுறுத்து.
For'feit (fôr'fit), *s.* இழப்பு, நஷ்டம், அபராதம், தண்டம்.
For'feit, *v.t.* இழ, அபராதங்கொடு.
For'feiture (fôr'fit-yŭr), *s.* நஷ்டம், இழந்தது.
For'fex, *s.* கத்தரிக்கோல்.
Forge, *s.* உலை, உலைக்களம், கொல்லுலை.
Forge, *v.t.* உலோகங்களை காய்ச்சியடி, தொடு, கள்ளஞ்செய்.
For'ger, *s.* சிர்ஷ்டனைசெய்வோன், கள்ளப்பத்திர மெழுதுவோன்.
For'gery, *s.* கள்ளம், கள்ளச்சாதனமெழுதுகை, தொடுப்பு.
Forget', *v.t.* மற, அயர், பொச்சா.
Forget'ful, *a.* மறதியான, அயர்தியான; a forgetful person, மறதிக்காரன், தடுமாற்றக்காரன்.
Forget'fulness, *s.* மறதிக்குணம், பொச்சாப்பு, அயர்தி, மறப்பு, நினைவுகேடு.

Forgive', *v.t.* பிழைபொறு, குற்றம்பொறு, மன்னி.
Forgive'ness, *s.* மன்னிப்பு, பொறுதி, சகிப்பு.
Forgiv'er, *s.* பிழைபொறுப்போன், குற்றம் க்ஷமிப்போன்.
Forgot', *p.t.* and *p.p.* of Forget.
Forin'secal, *a.* அன்னிய, பராய, புறம்பான.
Fork, *s.* கவர்முட்கருவி, முள்.
Fork, *v t.* கவை, கிளை.
Fork'ed, *a.* கவர்விட்ட, கவையுள்ள.
Fork'y, *a.* கவைத்த, கிளையுள்ள.
Forlorn', *a.* அநாத, அந்தரித்த, ஆதரவற்ற, தனித்த.
Forlorn'ness, *s.* ஆதரவின்மை, நிராதாரம், தனிமை.
Form, *s.* உருவம், ஆகாரம், விக்கிரகம், வடிவம், ஆகிருதி, வகை, விதம், விதி, கிரமம், ஒழுங்கு, வேஷம், ஒப்பு, திரக்காசனம், சடங்கு; for form's sake, ஒப்புக்கு; of prayers, பிரார்த்தனைக்கிரமம்; a set form, மாதிரி; to do a thing for form's sake, கடன்கழிக்க.
Form, *v.t.* உருவாக்கு, படை, சிர்ஷ்டி, ஒழுங்குபடுத்து, ஏற்படுத்து, திரட்டு, சேர், கோ, தொடு; to form an estimate, மதிப்பிட; to form a plan, திட்டம்பண்ண; to form an opinion, தேற.
Form, *v.i.* உண்டா, தோன்று; to form as a tumour, கட்டித்திரள்; to form as butter, வெண்ணெய்திரள்.
For'mal, *a.* ஒழுங்கான, வழக்கமான, ஒப்பாசாரமான.
For'malist, *s.* கிரியானுசாரி.
Formal'ity, *s.* சடங்கொழுக்கம், வெளியாசாரம், ஒப்புரவு.
For'malize, *v.t.* மாதிரி காட்டு, கள்ளாசாரம் காட்டு.
For'mally, *ad.* முறைமைப்படி, ஒப்புக்கு.
Forma'tion, *s.* உற்பவம், சிர்ஷ்டி, திரளுகை.
For'mative, *a.* உரு அமைக்கிற, வடிவமைக்கும்.
For'mer, *a.* முந்தின, பூர்வ, சென்ற.
For'merly, *ad.* முன்னே, முற்காலத்தில், பூர்வத்தில்.
Formica'tion, *s.* ஸ்மசப்பு, ஊர்வதுபோன்ற பரிசவுணர்ச்சி.
For'midable, *a.* பயங்கரமான, அகோரமான.
For'mless, *a.* அரூபமான.
For'mula, **For'mulæ**, } *s.* சட்டம், விதி, நீதி, விதிவாய்பாடு.

For'mulary, *s.* விதிநூல், பத்ததி.
For'nicate, *v.t.* விபசரி, பரஸ்திரீ கமனம் பண்ணு.
Fornica'tion, *s.* விபசாரம்.
For'nicator (fem. fornicatress), *s.* விபசாரி, காமுகன், தூர்த்தன்.
For'ray, *v.t.* சூறையிடு, கொள்ளையாடு.
For'ray, *s.* சூறை, கொள்ளை.
Forsake', *v.t.* விட்டுவிடு, கைவிடு, கைநெகிழவிடு, விலக்கு.
Forsak'er, *s.* கைவிடுவோன், கைநெகிழவிடுவோன்.
Forsooth', *ad.* மெய்யாய், சத்தியமாய்.
Forswear', *v.t.* & *i.* இல்லையென்றாணையிடு, பொய்ச்சத்தியம்பண்ணு.
Fort, *s.* கோட்டை, அரண், துருக்கம்.
Fort'ed, *a.* அரணுள்ள, துர்க்கமுள்ள.
Forth, *ad.* முந்தி, முன்னே, புறம்பே, வெளியே; from that time forth, அக்காலமுதல்; to set forth on a journey, பிரயாணப்பட.
Forth'coming, *a.* வருகிறதற்கெத்தனமாயிருக்கிற, வருகிற.
Forthright', *ad.* நேரே, தடக்கின்றி.
Forthwith', *ad.* உடனே, தக்ஷணமே, தாமசமின்றி.
For'tieth, *a.* நாற்பதாம்.
Fortifica'tion, *s.* கோட்டை, அரண், அலங்கம்.
For'tify, *v.t.* அரணி, பலப்படுத்து, கா.
For'titude, *s.* தைரியம், உறுதிப்பாடு, துணிவு, நிறை, விக்கிரமம், வீரியம், வீரம், ஆண்மை, சாகசம், திட்பம்; great fortitude, திடவிக்கிரமம்.
Fort'night (fōrt'nit), *s.* பதினாலுநாள், இரண்டுகிழமை.
For'tress, *s.* கோட்டை, அரண்.
Fortu'itous, *a.* தற்செயலான, ஆகஸ்மிகமான, சடுதியான.
Fortu'ity, *s.* தற்செயல், ஆகஸ்மிகம்.
For'tunate, *a.* சுபமான, மங்கலமான, அதிர்ஷ்டமுள்ள, அனுகூலமான.
For'tune, *s.* அதிர்ஷ்டம், பாக்கியம், ஆஸ்தி, செல்வம்.
For'tuned, *a.* செல்வமுள்ள, அதிர்ஷ்டமுள்ள.
For'tune-hunter, *s.* தனமுள்ள பெண் கொள்ள நாடுவோன்.
For'tune-teller, *s.* குறிசொல்வோன்.
For'ty, *a.* நாற்பது, நாற்பான்.
... *s.* நியாயஸ்தலம், பஞ்சாயத்து

For'ward, *v.t.* அபிவிர்த்தியாக்கு, துரிதப்படுத்து, அனுப்பு; to forward a good design, நற்கருத்தைவளர்க்க.
For'ward, *a.* தொடர்ந்தேறும், எத்தனமுள்ள, துணிவுள்ள, பருவம் முந்தின.
For'ward, For'wards, } *ad.* முன்னே, முந்தி, ஏறி.
For'wardness, *s.* முயற்சி, முந்துகை, முதிர்ச்சி, துணிவு.
Fosse (fŏs), *s.* அகழ், அகழி.
Fos'sil, *s.* புதையல், தராசத்து, சிலாபவம், கிண்டியெடுக்கப்பட்டது.
Fossil, *a.* புதையலான, தராசததான, தரையிலகழ்ந்தெடுத்த.
Fos'ter, *v.t.* போஷி, வளர், ஆதரி, பரிபாலி.
Fos'terage, *s.* வளர்ப்புக்கூலி.
Fos'ter-brother, *s.* மஞ்சணீர்ச்சகோதரன்.
Fos'ter-child, *s.* மஞ்சணீர்ப்பிள்ளை.
Fos'ter father, *s.* வளர்த்த தகப்பன்.
Fos'ter-ling, *s.* வளர்ப்புப்பிள்ளை, மஞ்சணீர்ப்பிள்ளை.
Fos'ter-mother, *s.* வளர்த்த தாய்.
Fos'ter-son, *s.* சுவீகாரபுத்திரன்.
Fought, *p.t.* & *p.p.* of Fight.
Fouj'dar, *s.* இராணுவ அதிபதி, பௌஜ்தார்.
Foul, *v.t.* அழுக்காக்கு, நலக்கு, பிசக்கு.
Foul, *a.* அழுக்கான, கசுமால, அருவருப்பான; as stormy, காற்றுமழையுள்ள; as unfair, பித்தலாட்டமான; as coarse, அசப்பியமான, கொச்சைத்தனமான; play, துஷ்கர்மம், அக்கிரமம்.
Foul'faced, *a.* அவலக்ஷணமுகமுள்ள.
Foul'mouthed, *a.* தூஷணவார்த்தை பேசுகிற.
Foul'spoken, *a.* நிந்தையான, குறும்பான, கோட்சொல்லுகிற.
Fou'mart, *s.* மரநாய்.
Found, *v.t.* அடிப்போடு, நிலைப்படுத்து, ஸ்தாபி, உருக்கிவார்.
Found, *p.t.* & *p.p.* of Find.
Founda'tion, *s.* அஸ்திவாரம், ஆதாரம், நிலை, கடைகால்.
Foun'der, *s.* ஸ்தாபகன், வார்ப்பு வேலைக்காரன்.
Foun'der, *v.i.* தாழ், அமிழ்ந்து, சமுத்திரத்தில் முழுகு.
Foun'derous, *a.* சிதைகிற, கிலமான.
Foun'dery, *s.* வார்ப்பிடச்சாலை.
Found'ling, *s.* கண்டெடுக்கப்பட்ட பிள்ளை, காட்டுப்பிள்ளை.

Fount, } **Foun'tain,** } *s.* ஊற்றுக்கண், ஊற்று, ஜலாகரம், மூலம்.
Foun'tainhead, *s.* ஊற்றுக்கண், தலையூற்று.
Four, *a.* நாலு, நான்கு.
Four'fold, *a.* நான்குமடங்கான, நாலத்தனை.
Four'footed, *a.* சதுஷ்பாதமுள்ள, நாற்காலுள்ள.
Four'score, *a.* நாலிருபது, எண்பது.
Four'square, *a.* சதுரமான.
Four'teen, *a.* பதினாலு, பதினான்கு, சதுர்த்தச.
Fourth'ly, *ad.* நான்காவதாய்.
Four'teenth, *a.* பதினாலாம்.
Fourth, *a.* நாலாவதான.
Four'wheeled, *a.* நாற்சக்கர.
Fowl, *s.* பறவை, பக்ஷி, கோழி.
Fowl, *v.t.* குருவிவேட்டையாடு.
Fowl'er, *s.* குறவன், குருவிபிடிக்கிறவன், வேடுவன்.
Fowl'ing, *s.* குருவிவேட்டை, குருவிசுடல்.
Fowl'ing-piece, *s.* குருவிக்குழாய்த் துப்பாக்கி.
Fox, *s.* குழிநரி, குள்ளநரி; நெருடன்.
Fox, *v.t.* வஞ்சி, வெறியுண்டாக்கு, மதிகெடு.
Fox'ish, } **Fox'like,** } *a.* தந்திரமுள்ள, உபாயமுள்ள.
Fox'case, *s.* நரித்தோல், நரியுரி.
Fox'y, *a.* நரித்தன்மையுள்ள, நரிப்புத்தியுள்ள, நரிநிறமுள்ள.
Fox'hound, *s.* நரிவேட்டை நாய்.
Fox'hunter, *s.* நரிவேட்டைக்காரன்.
Fox'trap, *s.* நரிப்பொறி, நரிவலை.
Fract, *v.t.* உடை, நொறி, தகர், பின்னப்படுத்து.
Frac'tion, *s.* உடைவு, தகர்வு, அமிசம், பின்னம்; simple, தனிப்பின்னம்; compound, தொடர்பின்னம்; proper, தகுபின்னம்; improper, தகாபின்னம்; mixed, சங்கரபின்னம்; vulgar, சாதாரணபின்னம்; decimal, தசாம்சபின்னம்; complex, மிசிரபின்னம்.
Frac'tional, *a.* அமிசத்திற்கடுத்த.
Frac'tious, *a.* வெடுவெடுப்புள்ள, முரண்டான.
Frac'ture, *s.* வெடிப்பு, ஓட்டை, உடைவு, தகர்ச்சி.
Frag'ile, *a.* நொய்மையான.
Fragil'ity, *s.* நொய்மை, இலகுவாயுடையத்தக்க தன்மை.
Frag'ment, *s.* கண்டம், துண்டம், துண்டு, துணி, பங்கு.
Frag'mentary, *a.* துண்டு துண்டாய்ச் சேர்ந்த.
Fra'gor, *s.* இரைச்சல், வெடிசத்தம், படாரென்றொலித்தல்.
Fra'grance, } **Fra'grancy,** } *s.* பரிமளம், வாசனை, சுகந்தம், நறுமணம்.
Fra'grant, *a.* வாசனையான, சுகந்த, நற்சுகந்தமான.
Frail, *a.* தளர்ச்சியான, பலவீனமுள்ள, நொய்ய, மெலிவான.
Frail'ty, *s.* நொய்மை, மெலிவு, தளர்ச்சி.
Frame, *s.* கட்டுவேலை, சட்டம், யாக்கை, சரீரம், ஒழுங்கு; of the mind, மனஸ்திதி, மனநிலை.
Frame, *v.t.* கட்டு, சட்டங்கட்டு, தொடு, பொருத்து, உண்டாக்கு.
Frame'work, *s.* சட்டமிட்டவேலை.
Fran'chise, *s.* விடுதலை, விசேஷவுரிமை.
Francolin partridge, *s.* சகுந்திகை.
Fran'gible, *a.* உடையக்கூடிய, முறியத்தக்க.
Frank, *s.* ஒரு நாணயம்; தபாற்செலவின்றி அனுப்புங் கடிதம்.
Frank, *a.* கபடமற்ற, சுத்தமான, வெளியான.
Frank'incense, *s.* குந்துரு, கோடீரசம்.
Frank'lin, *s.* காணிக்காரன், உக்கிராணன்.
Frank'ly, *ad.* கரவின்றி, ஒளிக்காமல், வெளிவெளியாய்.
Frankness, *s.* கபடின்மை, வெள்ளைமனம்.
Fran'tic, *s.* உன்மத்தமான, மூர்க்கமான.
Frater'nal, *a.* சகோதரத்தன்மையுள்ள.
Frater'nity, *s.* சகோதரத்தன்மை.
Frater'nize, *v.i.* சகோதரரடைவா யுறவாடு.
Frat'ricide, *s.* சகோதரவதை, சகோதரனைக் கொல்லி.
Fraud, *s.* கபடம், கரவடம், புரட்டு, கிருத்திரமம், வஞ்சனை, தோதகம்.
Frau'dulence, *s.* வஞ்சனை, சூது, கள்ளம்.
Frau'dulent, *a.* கள்ளமான, வஞ்சனையுள்ள, சூதான.
Fraught (frát), *a.* சுமத்தப்பட்ட, ஏற்றப்பட்ட, சுமைகொண்ட.
Fraught'age, *s.* ஏற்றுமதி, சரக்கு.
Fray, *s.* சண்டை, குழப்பம்; யுத்தம்.
Fray, *v.t.* தேய், உரை, பயப்படுத்து.
Freak, *s.* மனோலைவுவியம், வீணெண்ணம்.
Freak'ish, *a.* மனோலைவுள்ள, அடிக்கொருநினைவுள்ள.
Frec'kle, *s.* மறு, தேமல், புள்ளி, [illegible]
Frec'kled, *a.* மச்சமுள்ள, [illegible]

Frec'kle-faced, *a.* முகத்தில் மச்சமுள்ள.
Free, *v t.* நீக்கு, விடு, கட்டவிழ், கழி, தப்புவி, பிரி, சிறைவிடு.
Free, *a.* தன்னிஷ்டமான, தன்மூப்பான, தடைப்படாத, கைம்மாறில்லாத, உதாரமான, கபடமற்ற, குற்றமில்லாத; free intercourse, கொண்டாட்டம்; free choice, தன்னுரவாரம்; free grace, இகடப்பிரசாதம்.
Free'agency, *s.* சுவாதந்தரியம், சுவாதீனம், தன்னிஷ்டம், தன்வயத்து வினைமை.
Free'booter, *s.* கொள்ளைக்காரன், சூறைக்காரன்.
Free'born, *a.* சுவாதீனனாய்ப் பிறந்த.
Free'cost, *s.* செலவு நிர்ப்பந்தமின்மை.
Freeden'izen, *s.* நகரப்பதியோன்.
Free'dom, *s.* சுவாதீனம், விடுதலை, சுவேச்சை, மரியாதை அக்கிரமித்தல்; of utterance, சொற்சுவாதீனம்; freedom from doubt, உட்டெளிவு.
Free'footed, *a.* தடையற நடைகொண்ட.
Free'hearted, *a.* உதாரகுணமுள்ள.
Free'hold, *s.* சுவாதீனபூமி.
Free'ly, *ad.* இஷ்டமாய், மனதார, வளமாய், கைம்மாறின்றி; to speak freely, சட்டமாகச் சொல்ல.
Free'man, *s.* சுவாதீனன்.
Free'stone, *s.* மாக்கல்.
Free'thinker, *s.* அவிசுவாசி, வேதவிரோதி.
Free'tongued, *a.* வெளிவாயுள்ள, நாவடக்கமற்ற.
Free'will, *s.* தன்னிஷ்டம், சுவேச்சை, சுவாதீனம்.
Free'woman, *s.* சிறைப்படாப்பெண்.
Freeze, *v.t.* உறைவி, தடிப்பி.
Freeze, *v.i.* உறை, இறுகு, தடி, கூதலோடு.
Freight (frāt), *s.* ஏற்றுமதி, கேள்வு.
Freight, *v.t.* கலத்திற் சரக்கேற்று.
Freight'age, *s.* சரக்கேற்றுமதி.
French, *a.* பிரான்சிய.
Frenet'ic, *a.* பைத்திய, மனந்தடுமாறிய.
Fren'zical, *a.* உன்மத்த.
Fren'zy, *s.* பைத்தியம், உன்மத்தம், பித்தம்.
Fre'quency, *s.* பலதரம் வருகை; the frequency of crimes abate one's horror at the commission, அடிக்கடி குற்றஞ் செய்பவனுக்கு அச்சம் இல்லை.
Fre'quent, *v.t.* பலகாற்போய் வழக்கப்படுத்து; a frequented road, வெட்டவழி.
Fre'quent, *a.* இடையிடையான, அடிக்கடியான.
Frequent'er, *s.* அடுத்துப்போவோன்.
Fre'quently, *ad.* பலமுறையும் அடிக்கடி.
Fres'co, *s.* குளிர்ச்சி, நிழலொதுக்கு, சுவர்க்கோலம்.
Fresh, *s.* சுத்தோதகம், வெள்ளம், நீர்ப்பெருக்கு, மேல்வெள்ளம்.
Fresh, *a.* புதிய, நவமான, நவீன, குளிர்ந்த, சுத்த, மதுரமான, உவர்ப்பில்லாத, பலங்குறையாத, உப்பிடப்படாத, தீவிரதரமான.
Fresh'blown, *a.* அன்றலர்ந்த.
Fresh'en (frĕsh''n), *v.t.* குளிர்மையாக்கு, மதுரமாக்கு, உவர்ப்பு நீக்கு.
Fresh'en, *v.t.* உவர்ப்பு நீங்கு, உர, பல.
Fresh'et, *s.* புதுப்புனல்.
Fresh'man, *s.* பாலசிஷன், பாலமாணுக்கன்.
Fresh'new, *a.* புத்தம்புதிய, சிறிதும் பயிலாத.
Fresh'water, *a.* அநப்பியாச, அசாமர்த்திய.
Fret, *s.* நீரலை, நீர்த்தளப்பம்; மனவருத்தம், வீணைவலிக்கட்டு.
Fret, *v.t.* தேய், உராஞ்சு, அரி, அலட்டு, கோபமூட்டு.
Fret'ful, *a.* எரிப்பான, வெடுவெடுப்பான கோபமான; to be fretful, கடுக்க.
Fret'ting, சித்தசலனம், கலக்கம், சந்தடி.
Friable, *a.* முறுகுபதமான, நொறுக்கலான.
Fri'ar, *s.* விரதன், சன்னியாசி, தபத்தி.
Fria'ry, *s.* மடம், துறவோர்வாசம், ஆச்சிரமம்.
Frib'ble, *a.* சிறுமையான, கிஞ்சித்தான, அற்பமான.
Frib'bler, *s.* வீணன், பரிகாசக்காரன், அவமதிசெய்வோன்.
Fric'tion, *s.* தேய்ப்பு, உராப்பு, கட்டணை.
Fri'day, *s.* வெள்ளிக்கிழமை, சுக்கிரவாரம்.
Friend (frĕnd), *s.* உறவன், சிநேகன், ஆப்தன், நேசன், தோழன், மித்துரு, துணைவன், உபகாரன், இஷ்டன்; female, தோழி.
Friend, *v.t.* உறவுபொருத்து, நட்புப்பொருத்து, உபகரி, ஆதரி.
Friend'ed, *a.* அன்பகத்துள்ள, அனுகூலமான.
Friend'less, *a.* அந்தரிப்பான, துணையில்லாத, அந்த.
Friend'ly, *a.* சார்பான, பக்ஷமான.
Friend'ship, *s.* உறவு, சிநேகம், நட்பு, இணக்கம், கூட்டுறவு, தொடர்பு, கேண்மை.
Frieze, *s.* மோட்டாக்கம்பளி, பட்டை, போதிகை.
Frig'ate, *s.* சண்டைக்கப்பல், போர்மரக்கலம்.
Fright (frīt), *s.* பயம், திகில், திகைப்பு, ஏக்கம், கலக்கடி, கெடி, பயங்கரம்.

Fright, Fright'en (frit'n), } *v.t.* பயப்படுத்து, அச்சுறுத்து, வெருட்டு, திகைக்கப்பண்ணு, திடுக்கிடச்செய், கலக்கு.
Fright'ful, *a.* பயங்கரமான, அஞ்சத்தக்க.
Frig'id, *a.* குளிர்ந்த, சீதளமான, மந்தமான, அன்பில்லாத.
Frigid'ity, *s.* சீதளம், மந்தகுணம், பிரவிர்த்தியின்மை.
Frigorif'ic, *a.* குளிர்தரும், மந்தகரமாக்கும்.
Frill, *s.* குஞ்சம், அருகணி, அண்டை யலங்காரப்பட்டை.
Fringe, *s.* கொய்சகம், தொங்கல், சாலம், அருகுத்தொங்கல், அலங்காரம்.
Frip'per, *s.* பழம்புடைவைவியாபாரி; தரகன்.
Frip'pery, *s.* பழந்துணி, கந்தை, பழையபுடைவை, பழந்துணி விற்குமிடம்.
Frisk, *v.t.* குதிகொள்ளு, சேஷ்டைபண்ணு, துள்ளு, துள்ளிக் குதி, உகள்.
Frisk'al, *s.* பாய்ச்சல், குதிப்பு, துள்ளு.
Frisk'et, *s.* கடிதமடக்குஞ்சட்டம்.
Frisk'y, *a.* துள்ளாட்டமான.
Frit, *s.* பளிங்குசெய்யும் பஸ்பம்.
Frith, *s.* சமுத்திரக் கால்வாய், நீர்க்கால், கழிமுகம்.
Frit'ter, *v.t.* துண்டி, கத்தரி, தகர்.
Frivol'ity, *s.* சலசித்தம், அற்பம், கிஞ்சித்துவம்.
Friv'olous, *a.* சிறுமையான, கிஞ்சித்தான, சொற்பமான.
Friv'olously, *ad.* அற்பமாய், வீணாய், லேசாய்.
Friz'zle, *v.t.* மயிர்சுருட்டு, மயிர்முறுக்கு.
Frizz, *v.i.* சுருட்டு, சுழி, பின்னு.
Fro, *ad.* அகல, தள்ளி, விலக; to and fro, கமனுகமனம், கதாகதம்.
Frock, *s.* கஞ்சுகம், மேலங்கி, குப்பாயம், மீக்கோள்.
Frog, *s.* தவளை, மண்டூகம், சாலூரம்; of a horse, குதிரைக்குளம்பின் உட்சவ்வு.
Frol'ic, *s.* துள்ளாட்டம், விளையாட்டு, லளிதம், சரசம்.
Frol'ic, *v.i.* துள்ளு, லளிதம்பண்ணு, சரசம்பண்ணு, அதிகுதிபண்ணு.
Frol'icksome, *a.* அதிகுதியான, துள்ளாட்டமான, லளித.
From, *prep.* நின்று, இருந்து, விட்டு, தொட்டு, முதலாக, இன், இல்; from time to time, அப்போதப்போது; Madras is eighty miles from Vellore, வேலூருக்கும், சென்னபட்' ...கும் எண்பது மைல்தூரம்; he delivered me from danger, என்னை அபாயத்திற்குத் தப்புவித்தான்; he went from Madras to Negapatam by land, சென்னையிலிருந்து நாகப்பட்டணத்திற்குக் கரைவழியாய்ப் போனான்; rains kept me from coming, மழைபெய்ததனால் வரக்கூடாமற்போயிற்று.
Front (frŭnt), *s.* நெற்றி, முன்னணி, முகப்பு, எதிர், நேர்; முன்புறம், இடும்புத்தனம், நாணக்கேடு; door, தலைக்கடை, தலைவாயில்.
Front, *a.* முன், முகப்பிலுள்ள, எதிர்.
Fron'tier, *s.* தேசத்தினெல்லை.
Fron'tier, *a.* எல்லையிலுள்ள.
Fron'tispiece, *s.* முகப்பு, முதலேட்டுக்கு எதிர்ப்படம்.
Front'less, *a.* நாணங்கெட்ட, லச்சைகெட்ட, மானமற்ற, கூச்சமில்லாத, ரோஷமற்ற.
Front'let, *s.* நுதலணி.
Front'room, *s.* தலைவாசல்.
Frost, *s.* உறைபனி, துகினம்.
Froth, *s.* நுரை, நொதி, கொதி, பொங்கல், பதர்ப்பேச்சு, விழற்பேச்சு; froth of the sea, கடனுரை, கடற்நீ.
Froth'y, *a.* நுரையுள்ள, நுரைத்த, உரமற்ற, வீம்புள்ள, புத்தியற்ற.
Frounce, *s.* மயிர்ச்சுருள், கொய்சகம், நெரி.
Frounce, *v.i.* மயிர்ச்சுருட்டு, மயிர்முறுக்கு.
Frounce'less, *a.* திரையில்லாத.
Frous'y, *a.* துர்க்கந்தமான, மங்கலான.
Fro'ward, *a.* வெடுவெடுப்புள்ள, தறுகுறும்புள்ள, தாறுமாறுள்ள, இணங்காத.
Frown, *s.* புறக்கணிப்பு, சிறைக்கணிப்பு, வெறுப்பு, கோபம்.
Frown, *v.i.* முகத்தைச் சுளி, வெறுப்புக்காட்டு.
Frown'ingly, *ad.* கோபமுகமாய், முகம் கடுத்து.
Fro'zen (frō'zn), *p.a.* உறைந்த, குளிர்ந்த.
Fructifica'tion, *s.* கனிகொடுத்தல், காய்த்தல்.
Fruc'tify, *v.t.* கனிகொடுக்கச் செய், செழிப்பாக்கு, கனிகொடு.
Fructua'tion, *s.* பிரயோஜனம், பயன், பலம், கனி.
Fru'gal, *a.* மட்டாய்ச் செலவிடுகிற, செலவொடுக்கமான, கைபொறுப்பான.
Frugal'ity, *s.* கட்டுப்பாடு, இல்லொழுக்கம், மட்டாய்ச் செலவிடுகை.
Fruit, *s.* பழம், பலம், கனி, காய், சந்தானம், பிரயோஜனம், விளைவு, காரியபலன், சித்தி.

Fruit'age, *s.* பழம், கனித்திரள்.
Fruit'bearing, *a.* கனிதரும்.
Fruit'erer, *s.* கனிவியாபாரி, பழக்காரன்.
Fruit'ful, *a.* செழிப்பான, கனிகொடுக்கிற.
Fruit'grove, *s.* கனிவிருக்ஷக்கா.
Frui'tion, *a.* நற்பலன், போகம், அனுபவம்.
Frui'tive, *a.* அனுபவிக்கிற, உடைய.
Fruit'less, *a.* கனியில்லாத, பலனற்ற, அப்பிரயோஜனமான, மலடான, இல்லாத.
Fruit'-tree, *s.* கனிதருமரம், பழமரம்.
Fru'menty, *s.* பாலில் வெந்த கோதுமைபுண்டி.
Frush, *v.t.* நசுக்கு, நெரி, நருக்கு.
Frust'rate, *v.t.* தடு, முறியடி, விபரீகரி, கத்தரி, விக்கினம்பண்ணு, தடு; to be frustrated, தவறிப்போக, சிதற.
Frustra'tion, *s.* இடையூறு, இடறு, விபரீகரம், விகாதம்; frustration of one's object, ஸ்வாத்த விகாதம்.
Frus'tum, *s.* நிராக்கிரகணையம்.
Fru'ticant, *a.* முளைநிறைந்த.
Fry, *s.* பொரியல், பொரித்தஉணவு, கருணை.
Fry, *v.t.* கருக்கு, பொரி.
Fu'cus, *s.* வர்ணம், சாயம், வேஷம், பொய்க்கோலம்.
Fud'dle, *v.t.* வெறிக்கச்செய், களிப்பி.
Fud'dler, *s.* குடியன், களியன், சுராபாணி, வெறியன்.
Fudge, *s.* பதர்ப்பேச்சு, நிந்தைமொழி.
Fu'el, *s.* விறகு, காட்டம்.
Fu'el, *v.t.* விறகிடு, விறகடுக்கு.
Fu'eller, *s.* விறகுசேகரித்துக் கொடுப்போன்.
Fuga'cious, *a.* பறந்துபோகிற.
Fugac'ity, *s.* பறக்குந்தன்மை, நிலையின்மை.
Fu'gitive, *s.* நழுவி, புறங்காட்டி, நாடோடி, நிலையிலி.
Fu'gitive, *a.* பறந்துபோகும், உறுதியற்ற, நிலையில்லா, திரிகின்ற, நாசமாகும்.
Ful'crum, *s.* பொறுப்பு, மிண்டு, தாபரம், தாரணம்.
Fulfil', *v.t.* நிறைவேற்று, தீர், கைக்கொள்ளு, சாதி; to be fulfilled, நிறைவேற, கடைபோக.
Ful'gency, *s.* சோதி, பிரகாசம், சோபை, மின்.
Ful'gent, *a.* பிரகாசிக்கிற, காந்தியுள்ள, சோதியுள்ள.
Fu'limart, see Foumart.
Fulig'inous, *a.* ஒட்டறைபடிந்த.
Full, *s.* நிறைவு, பூரணம், திர்ப்தி, அகண்டம்.
Full, *a.* நிறைவான, பூரணமான, விரிவான, நிரம்பிய; to look full in the face, நிரம்பநோக்க, நிறையக்காண; full moon, நிறைமதி, நிறைகலை, பூரணசந்திரன்; a pot full of water, நிறைகுடம்; a full court, நிறைசபை.
Full, *v.t.* துணி வெளு.
Full'bloomed, *a.* நிறையப் புஷ்பித்த.
Full'blown, *a.* முதிர மலர்ந்த, முற்று மலர்ந்த.
Full'fed, *a.* பூர்த்தியாயுண்ட, மீதூண்கொண்ட, கொழுத்த.
Full'er, *s.* வண்ணான்.
Fuller's earth', *s.* சவட்டுமண், பூநீறு, பூவழலை.
Full'grown, *a.* நிறைவளர்ச்சியுள்ள, பருவமுதிர்ந்த.
Full'hearted, *a.* நிறைதுணிவுள்ள.
Ful'ly, *ad.* சரிவர, நிறைய, முழுதும், முற்றும்.
Full'mouthed, *a.* வன்குரலுள்ள.
Ful'minate, *v.i.* உறுமு, இடி, குமுறு, முழங்கு, சாபமிடு.
Ful'ness, *s.* நிறைவு, சம்பூரணம், குறைவின்மை.
Ful'some, *a.* துர்க்கந்தமான, உவட்டிப்பான.
Fum'blingly, *ad.* துப்புக்கேடாய்.
Fume, *s.* புகை, தூமம்.
Fume, *v.t.* புகையூட்டு, புகைகாட்டு, புகைபோடு.
Fu'met, *s.* மான் சாணம்.
Fu'mid, *a.* புகைபிடித்த, ஆவிமயமான.
Fu'migate, *v.t.* புகைகாட்டு, புகைபோடு, புகையூட்டு.
Fumiga'tion, *s.* புகைகாட்டல், புகையூட்டல்.
Fun, *s.* பரிகாசம், கேலி, பகிடி, வளிதம், தமாஷ்.
Funam'bulist, *s.* கழாயன், கழைக்கூத்தன்.
Func'tion, *s.* உத்தியோகம், தொழில், கரணம், விர்த்தி.
Func'tionary, *s.* உத்தியோகஸ்தன், உத்தியோகஞ் செய்வோன்.
Fund, *s.* பணம், முதற்பணம், மூலதனம்; a fund of learning, நிறைகல்வி.
Fund, *v.t.* நிதிகட்டு, நிதிவை.
Fun'dament, *s.* குதம், சகனம்.
Fundament'al, *a.* மூலாதாரமான, அஸ்திபாரமான, அடிவாரமான.
Fu'neral, *s.* இழவு, சவக்ஷேமம், உத்தரகிரியை.
Fu'neral, *a.* சாவீட்டுக்கடுத்த, சவக்ஷேமத்துக்கடுத்த.
Funge, *s.* மடையன், பேதை, சமடன்.
Fun'gus, *s.* காளான், புற்றுப்பூ, ஆம்பி, து- மாமிச

Funk, *s.* துர்நாற்றம்.
Fun'nel, *s.* புகைசெல்லுந்துவாரம், குவிகுழல், பெய்குழல்.
Fun'ny, *a.* லளிதமான, சேஷ்டையான, பகிடியான.
Fur, *s.* மெல்லியரோமம், மிருதுரோமமுள்ள விலங்கின் தோல்.
Fur, *v.t.* மெல்லியரோமத்தால் மூடு.
Fur'below, *s.* கொய்சகம், முன்றானை.
Fur'bish, *v.t* துலக்கு, விளக்கு, மினுக்கு.
Furca'tion, *s.* கவைத்தல், கவை.
Fur'dle, *v.t.* கட்டாக்கு.
Fu'rious, *a.* மூர்க்கமுள்ள, அகோரமான, உக்கிரமான.
Fu'riously, *ad.* வெட்டென.
Furl, *v.t.* சுருட்டு, சுருக்கு.
Fur'long, *s.* நானூற்றுநாற்பதுமுழத்தூரம், அரைக்கால்மைல்.
Fur'lough (fŭr'lo), *s.* உத்தரவு, விடை.
Fur'nace, *s.* குகை, சூளை, சூளை.
Fur'nish, *v.t.* கொடு, சேகரித்துக்கொடு, முஸ்திப்பாக்கு, சோடி.
Fur'niture, *s.* வீட்டுத்தட்டுமுட்டு, சாமான், தளவாடம், சோடிப்பு, அனுபந்தம்.
Fur'row, *s.* உழவுசால், படைச்சால், தவாளிப்பு, முகத்திரைவு.
Fur'row-faced, *a.* முகம் திரைந்த.
Fur'ry, *a.* மெல்லுரோமமுள்ள, மெல்லுரோமமயமான.
Fur'ther, *v.t.* விர்த்தியாக்கு, அதிகப்படுத்து, உதவு.
Fur'ther, *ad.* மேலும், அப்புறம், தள்ளி, நெடுக.
Fur'ther, *a.* தொலையிலுள்ள, தூர.
Fur'therance, *s.* அதிகரிப்பு, தேற்றம், விர்த்தி.
Fur'thermore, *ad.* அல்லாமலும், அன்றியும், இன்னமும், மேலும்.
Fur'tive, *a.* திருடின, களவாடின, சோரமாய்க் கொண்ட.
Fu'ry, *s.* அகோரம், கடுமை, மூர்க்கம், உக்கிரம், வேகம், குரோதம்; fury of bravery, வீராவேசம், குணலை.
Furze, *s.* மஞ்சட்பூவுள்ள வாடாமுட்செடி.
Furz'y, *a.* வாடாமுட்செடி கிளைத்த.
Fuse (fūz), *v.t.* உருக்கு, கரை.
Fuse, *v.i.* உருகு, கரை.
Fusee', *s.* கைத்துப்பாக்கி, கடிகாரச் சங்கிலி சுற்றுங் கட்டை.
Fu'sible, *a.* உருகக்கூடிய, உருகத்தக்க.
Fusil', *s.* சிறுதுப்பாக்கி, கைத்துப்பாக்கி.
Fusileer', *s.* கைத்துப்பாக்கிக்காரன்
Fu'sion, *s.* உருக்குதல், சலிலத்துவம்.
Fus'ly, *s.* பசலி, மகம்மதியர் வருஷம்.
Fuss, *s.* குழப்பம், அமலை, சந்தடி.
Fust'ian, *s.* தடித்தபுடைவை, இரட்டுப்புடைவை, சொற்பகட்டு.
Fust, *s.* புளிப்புநாற்றம், துர்க்கந்தம்.
Fustiga'tion, *s.* தடியடி, பொல்லடி.
Fust'y, *a.* மக்கல்நாற்றமான, துர்க்கந்தமான.
Fu'tile, *a.* அற்பமான, தகாத, அப்பிரயோஜனமான, பலனற்ற.
Futil'ity, *s.* வியர்த்தம், அற்பம்.
Fu'ture, *s.* எதிர்காலம், வருங்காலம், எதிர்கால சங்கதி.
Fu'ture, *a.* வருங்காலத்தைக்காட்டிய, எதிர்காலத்தைக்காட்டிய; state, மறுமை, பரம்.
Futu'rity, *s.* வருங்காலம், வருங்கால வர்த்தமானம்.
Fuzz, *s.* சிம்பு, தூசி, பூமி.
Fuzz'ball, *s.* கிலப்பொட்டு.
Fuzzle, *v.t.* வெறிக்கச்செய்.
Fy, *int.* சீ, இகழ்ச்சிக்குறிப்பு.

G

Gab, *s.* அலப்பு, பசப்பு.
Gab, *v.i.* அலப்பு, பசப்பு.
Gab'ble, *v.i.* கத்து, பசபச, வாயாட்டு, அலப்பு.
Gab'ble, *s.* பசபசப்பு, அலப்பு.
Gab'bler, *s.* பசப்பு, வாயாடி, அலப்புவோன்.
Ga'ble, *s.* மஞ்சடைப்பு, கேவல்.
Gad, *s.* முட்கோல் முனை, தாற்றுக்கோல் நுனி.
Gad, *v.i.* அலைந்துதிரி, வீணுய்த்திரி.
Gad'fly, *s.* குருட்டீ, குருட்டிலையான்.
Gad'fer, *s.* குப்பைக்காட்டுக்கிழவன்.
Gaf'fle, *s.* சேவற்போர்க்கத்தி.
Gag, *v.t.* வாயடை, திணி, வாய்கட்டு.
Gag, *s.* வாயடைப்பு, வாய்க்கட்டு, வாய்ப்பூட்டு.
Gage, *s.* ஈடு, அடகு, அளவுக்கருவி, போர்க்கறைகூவல், ஒழுங்கு.
Gage, *v.t.* ஈடுவை, அள, அளவிடு.
Gag'ger, *s.* வாய்க்கட்டி, வாயடைப்போன், வாய்க்குப் பூட்டிடுவோன்.
Gag'gle, *v.t.* வாத்துப்போற் கத்து.
Gai'ety, **Gay'ety**, } *s.* உல்லாசம், சிமாளம், மகிழ்ச்சி, ஒய்யாரம், குசால்.
Gai'ly, **Gay'ly**, } *ad.* உல்லாசமாய், வேடிக்கையாய், களிப்பாய்.

Gain, *s.* ஆதாயம், லாபம், ஊதியம், பலன், பேறு, பிராப்தி, கிபாயத்து.
Gain, *v.t.* ஆதாயம்பண்ணு, சம்பாதி, வெல்லு, பெறு.
Gain, *v.i.* லாபம்அடை, கிட்டு, சேர், முந்து; to gain on, ஒற்றிச்செல்ல.
Gain'er, *s.* லாபம் பெறுவோன், ஊதியக்காரன்.
Gain'less, *a.* லாபமற்ற, பிரயோஜனமற்ற, பயனற்ற.
Gain'say, *v.t.* எதிர்ப்பேச, மறுத்துரை, நிராகரி.
Gait, *s.* கதி, கமனம், நடை, போக்கு, போங்கு.
Gai'ters, *s.* (*pl.*) காலுறை, பாதகோசம்.
Ga'la, *s.* திருவிழா, உற்சவம்.
Gal'axy, *s.* பால்வீதிமண்டலம், நாகவீதி.
Gale, கடுங்காற்று, புயல், சண்டமாருதம்.
Gall, *s.* பித்து, கசப்பு, கடுங்கோபம், வன்மம்.
Gall, *v.t.* அரி, உரிஞ்சு, தேய், அலைக்கழி, நோப்படுத்து.
Gallant', *s.* உபசாரக்காரன், நாகரீகன், வீரன், குசாலன், நண்பன், ஸ்திரீலோலன், காமுகன்.
Gal'lant, *a.* வீரமுள்ள, நாகரீகமான
Gal'lantry, *s.* வீரம், ஆண்மை, வீரியம், நாகரீகம், இடம்பம், உபசரணை, தூர்த்தத்தனம், ஸ்திரீயுபாசனம், ஸ்திரீயுபசாரம்.
Gall'bladder, *s.* பித்துப்பை, பித்தாசயம்.
Gal'lery, *s.* மேற்றட்டு, மேற்றளம், உத்தளம், சித்திராகரம், தட்டு, சித்திரகூடம்.
Gal'ley, *s.* பாய்தூக்கித் தண்டுவலித்தோடும் தோணி; கஷ்டப்படும் இடம்.
Gal'ley-slave, *s.* தண்டுவலிக்குந் தண்டனை பெற்றவன்.
Gall'iard, *a.* துரித, உல்லாச, தீவிரதச, உற்சாகமுள்ள.
Gallima'tia, *s.* விபர்த்தம், அர்த்தமற்ற பேச்சு.
Gallina'ceous, *a.* கோழிஜாதியைச்சேர்ந்த.
Gall'ing, *a.* தேய்க்கிற, வருத்துகிற, துன்புறுத்துகிற.
Gal'lipot, *s.* வர்ணக்கலசம், சனுகம்.
Gall'nut, *s.* மாசக்காய், மாயாக்காய், கடுக்காய்.
Gal'lon, *s.* நாலுழிகொண்டது.
Gal'lop, *s.* ஓட்டம், பாய்ச்சல்; full gallop, புலுதம்.
Gal'lop, *v.i.* வல்கிதகதியாய்ச்செல், பாய்ந்தோடு.
G[illegible]l'low, *v.t.* அச்சுறுத்து, பயப்படுத்து.
Gal'loway, *s.* சிறுகுதிரை.
Gal'lows, *s.* தூக்குமரம்.
Gal'lows-free, *a.* தூக்கிடுந் தண்டனைக்கு உட்படாத.
Gal'lows-tree, *s.* தூக்குமரம்.
Gal'vanism, *s.* மின்தாதுவாதம், பவுதிகாம்பரியம்.
Gal'vanize, *v.t.* மின்தாதுபுகட்டு.
Gam'ble, *v.i.* சூதாடு, சூதுவிளையாடு.
Gamb'ling, *p.n.* சூது, வட்டாட்டம்.
Gamboge', *s.* ஒருவகைப் பிசின்.
Gam'bol, *s.* விளையாட்டு, குதிப்பு, துள்ளு.
Gam'bol, *v.i.* குதிகொள், பாய், துள்ளு, விளையாடு, குதி, உகள்.
Gam'brel, *v.t.* காலிற்கட்டு.
Game, *s.* விளையாட்டு, ஆட்டம், வேட்டை, வெட்டம், வேட்டைமிருகம், பரிகாசம்; to make game of, சரசங்காட்ட.
Game'cock, *s.* போர்ச்சேவல்.
Game'some, *a.* விளையாட்டுத்தன்மையான, ஆடம்பரமான.
Game'ster, *s.* சூதாடி, சூதாடுவோன்.
Gam'ing, *s.* சூது, சூதாட்டம்.
Gam'mer, *s.* கிழவி.
Gam'mon, *s.* பன்றித்தொடை பிறைச்சிவற்றல்.
Gam'ut, *s.* சரளி, சுரக்கிரமம்.
Gan'der, *s.* வாத்துச்சேவல், ஆண்வாத்து.
Gang, *s.* கூட்டம், சங்கம், கப்பலாட்கள்.
Gan'grene, *s.* ஊழ்த்ததசை, துன்மாமிசம்.
Gan'grene, *v.i.* துர்மாமிசம்பற்று.
Gang'way, *s.* வாசல், வழி, நடை, கப்பலில் ஏறும் இறங்கும் பாதை.
Gan'ja, *s.* கஞ்சா.
Gaol' (jāl), *s.* காவற்கூடம், சிறைச்சாலை.
Gaol'er, *s.* சிறைச்சாலை யதிகாரி.
Gap, *s.* பிளவு, கமர், வெடிப்பு, விடர்வு.
Gape, *v.i.* வாய்திற, அங்கா, கொட்டாவிவிடு, ஆவலி.
Garb, *s.* வேஷம், கோலம், உடுப்பு.
Gar'bage, *s.* குடல், கழிவு, உச்சிட்டம்.
Gar'ble, *v.t.* கொழி, தாற்று, அரி, புடை, தெரி.
Gar'boil, *s.* சந்தடி, கலக்கம், கலாம்.
Gar'den (gär'd'n), *s.* தோட்டம், கொல்லை, வளைவு, பூஞ்சோலை, நந்தவனம்; land, தோட்டக்கால்.
Gar'den, *v.i.* தோட்டஞ்செய், தோட்டம்வை.
Gar'dener, *s.* தோட்டக்காரன்.
Gar'den-mould, *s.* தோட்டத்திற்கு ஏற்றமண்.

Gar'den-plot, *s.* தோட்டம் செய்ய வகுத்த நிலம்.
Gar'garism, *s.* வாய்ரணமாற்றுமருந்துநீர்.
Gar'gle, *s.* ஆசமநீயம், அடைசமருந்து.
Gar'gle, *v.t.* மருத்துநீர்கொண்டு வாயலம்பு, கொப்புளி.
Gar'ish, *a.* ஆடம்பரமான, வேடிக்கையான, குசாலான, டம்பமான.
Gar'land, *s.* மாலே, பூமாலே, தொங்கல், தொடை, தொடையல்.
Gar'land, *v.t.* மாலேசூடியலங்கரி, மாலே புனே.
Gar'lic, *s.* வெள்ளேப்பூண்டு, உள்ளி, வெள்ளுள்ளி, வெள்ளேவெங்காயம்.
Gar'lic-eater, *s.* அற்பன், புல்லன்.
Gar'ment, *s.* வஸ்திரம், ஆடை, உடை, உத்தரீயம், ஏகாசம், புடவை, சேலே.
Gar'ner, *s.* உக்கிராணம், களஞ்சியம், தானியபத்தாயம்.
Gar'net, *s.* செம்மணி, சிவந்த ரத்தினம்.
Gar'nish, *v.t.* அலங்கரி, அணி, வர்ணி, ஜோடி.
Gar'nish, *s.* அலங்காரம், சிங்காரிப்பு.
Gar'niture, *s.* அலங்காரம், கோலம், அணி, உடை.
Gar'ret, *s.* உப்பரிகைமாடம்.
Gar'reted, *a.* தூபிகளுள்ள.
Gar'rison (găr'rĭ-s'n), *s.* கோட்டைக்குட்பதாதி, கோட்டைத்தாணயம், மூலபலம், அரண், காவல்.
Garru'lity, *s.* அலப்பு, கதாப்பிரசங்கம்.
Gar'rulous, *a.* அலப்புகிற, பசபசக்கிற.
Gar'ter, *s.* சரணகோசத் தொடுகயிறு.
Gas, *s.* வாயு, காற்று, ஆவி.
Gasconade', *s.* புளுகு, வீம்பு, தற்புகழ்ச்சி.
Gas'eous, *a.* ஆவிவடிவுள்ள.
Gash, *s.* வெட்டு, கீறு, பிளப்பு, கொத்து, கொத்துவாய், வெட்டுவாய்.
Gash, *v.i.* ஆழவெட்டு, கொத்து.
Gas'light, *s.* வாயுவெளிச்சம்.
Gasom'eter, *s.* வாயுமானி.
Gasp, *v.i.* இளே, தொய், வருந்திமூச்செறி.
Gasp, *s.* தொய்வு, இளேப்பு.
Gast, *v.t.* அச்சுறுத்து, அதிரப்பண்ணு.
Gas'tric, *a.* அன்னசயத்துக்குரிய, உதரத்துக்கடுத்த; juice, பாசகநீர்; fire, சடராக்கினி.
Gastril'oquist, *s.* உதராசய பாஷிகன்.
Gastron'omy, *s.* நல்லுண்டி விதி.
Gate, *s.* வாசல், கதவு, கபாடம், துவாரம்.
Gate'way, *s.* கோபுரவாயில்.
Gath'er, *s.* கொய்சகம், கடைத்தடம்.
Gath'er, *v.t.* சேர், கூட்டு, சேகரம்பண்ணு, கொய், ஆய், பொறுக்கு, சுருக்கு, அருத்தாபத்தியாற்கொள்ளு.
Gath'er, *v.i.* திரள், குவி, சீக்கொள்.
Gath'ering, *p.n.* சங்கிரகம், சேகரிப்பு, சீக்கொள்ளுகை.
Gaud, *s.* கண்ணுக்குப் பகட்டானது, விளேயாட்டுப்பொருள், சிற்றலங்காரப்பொருள்.
Gaud'ery, *s.* வேடிக்கைப்பொருள், அலங்காரப்பொருள்.
Gaud'ily, *ad.* வேடிக்கையாய், கிருதாய், ஒய்யாரமாய்.
Gaud'y, *a.* பிலுக்கான, வேடிக்கையான.
Gauge (gāj), *s.* அளவு, மாத்திரைக்கோல்.
Gauge, *v.t.* அள, அளவிடு.
Gaunt, *a.* மெல்லிய, மெலிவான, மெலிந்த.
Gaunt'let, *s.* இருப்புக்கைக்கோதை, கைக்கிடும் இருப்புறை.
Gauze, *s.* சல்லா, கவணி, மெல்லிய புடைவை.
Gave, *p.t.* of Give.
Gawk, *s.* குக்குறுவான், மூடன், மந்தன்.
Gawk'y, *a.* பாங்கறியாத, மூடத்துவமான.
Gay, *a.* ஆடம்பரமான, வேடிக்கையான, உல்லாசமான, மகிழ்ச்சியான.
Gay'some, *a.* உல்லாசமான, மகிழ்ச்சிநிறைந்த.
Gaze, *v.i.* உற்றுப்பார், கண்வை, நோக்கு.
Gaze, *s.* உற்றபார்வை, மதிப்பு.
Gaze'hound, *s.* நோக்கம்வைத்துத் தொடரும் வேட்டைநாய்.
Gazel', *s.* அராபிய மான்.
Gazette', *s.* சமாசாரப்பத்திரிகை, வர்த்தமானி.
Gazetteer', *s.* சமாசாரப்பத்திரிகை எழுதுவோன், தேசவிர்த்தாந்தநூல்.
Gaz'ing-stock, *s.* நிந்திக்கப்படுபவன், நிந்திக்கப்படுபொருள்.
Gear, *s.* தளவாடம், அணிகலம், சாமான், சீர்.
Gel'atine, } *a.* பாகுபோன்ற, களிபான.
Gelat'inous, }
Geld, *v.t.* விரைபடி, விரைவாங்கு, நலமெடு.
Geld'er, *s.* விரையடிப்போன், நலமெடுப்போன்.
Geld'ing, *s.* விரைவாங்கப்பட்ட குதிரை.
Gel'id, *a.* மிகுசீதள, கடுங்குளிரான.
Gem, *s.* மணி, ரத்தினம், தளிர், துளிர், அரும்பு, மூகை.
Gem, *v.t.* மணியிழை, குயிற்று, அலங்கரி; அரும்பு, தளிர்.
Gemina'tion, *s.* கூறியதுகூறல், இரட்டல்.
Gem'ini, *s.* [illegible]பிள்ளே, மிதுன[illegible]

Gem iny, *s.* இரட்டைப்பிள்ளை, சோடி, இரண்டு.
Gem'my, *a.* மணியொத்த, ஜோதியுள்ள, பிரவை.
Gen'der, *s.* ஜாதி, பால்; masculine, ஆண் பால்; feminine, பெண்பால்; neuter, அவையல்லாத பால்; common, பொதுப் பால், பொதுச்சாதி.
Gen'der, *v.t.* ஜனிப்பி, பெறு, பிறப்பி.
Genealog'ical, *a.* வமிச அட்டவணைக்கடுத்த, பரவணியான.
Geneal'ogy, *s.* சந்தானவழி, பரவணிக்கிரமம்.
Gen'era (*sing.* genus), *s.* இனங்கள், பொதுவினம், ஜாதி.
Gen'eral, *s.* முழுத்தொகை, படைத்தலைவன், சேனாபதி, தளாதிபன்.
Gen'eral, *a.* பொதுவான, சாதாரண, வழக்கமான, சமுதித; general dislike, ஊர்ப் பகை; general rumour, லோகபிரவாதம்; general custom, லௌகீகம்.
Generalis'simo, *s.* தளகர்த்தன், சேனாபதி.
General'ity, *s.* பொதுமை, பொதுத்தன்மை, சாதாரணம், பெரும்பான்மை.
Generaliza'tion, *s.* பொதுவிதிக்குள்ளமைத்தல், கணகரணம், அவச்சேதாவச்சேதம், ஜாதிநிர்த்தேசம்.
Gen'eralize, *v.t.* பொதுவாய்க்காண், சாதாரணமாக்கு.
Gen'erally, *ad.* பொதுவாய், சாதாரணமாய், பெரும்பான்மையாய்.
Gen'eralship, *s.* சேனாபதித்தியம், சேனாபதித்துவம்.
Gen'erate, *v.t.* ஜனிப்பி, பிறப்பி, உண்டாக்கு, உருவாக்கு.
Genera'tion, *s.* பிறப்பிப்பு, ஜனிப்பிப்பு, தலைமுறை, தலைமுறையார், சந்ததி.
Gen'erative, *a.* பிறப்பிக்கிற, வர்த்திப்பிக்கிற, விர்த்திப்பிக்கும்.
Gener'ic, } *a.* பொதுவான, சாதாரண
Gener'ical, }
மான, சாமானிய, அடுத்த; generic class, யோனி.
Gener'ically, *ad.* ஜாதி சம்பந்தமாய், சாதாரணமாய், சாமானியமாய்.
Generos'ity, *s.* உதாரகுணம், தயாளம், தருமசீலம்.
Gen'erous, *a.* உதாரமான, தருமகுணமுள்ள.
Gen'esis, *s.* ஆதியாகமம், உற்பத்தியாகமம்.
Genethli'acal, *a.* சாதகத்திற்குரிய.
Genethliat'ic, *s.* சாதககணிதன், ஜோதிடன்.
Geni'culated, *a.* பொருத்துள்ள, சந்துள்ள, கணுவுள்ள, முளியுள்ள.
Genicula'tion, *s.* கணுவைத்தல், சந்து, நெருடு, முழந்தாள்மடக்கல்.
Ge'nial, *a.* வளர்க்கிற, ஜீவனுக்காதாரமான, உல்லாசப்படுத்துகிற.
Ge'nii (*sing.* genius), *s.* ஆகாயவாசிகள், ஆவிகள், பூதகணம்.
Gen'itals, *s.* (*pl.*) ஜன்மேந்திரியம், உபஸ்தம்.
Gen'itive, *s.* கிழமைப்பொருள்வேற்றுமை, ஆறும்வேற்றுமை.
Gen'itor, *s.* பிதா, தந்தை, அப்பன்.
Gen'iture, *s.* ஜனனம், பிறப்பு.
Ge'nius, *s.* ஆகாயவாசி, கருவாளி, புத்தி சத்திமான், புத்திமான், விவேகி, சிறந்த விவேகம், விவேகம், மனோசக்தி, கற்பனா சக்தி, யூகம், தன்மை, இயல்பு, சுபாவம், விர்த்தி; poetical, கவிவன்மை, வரகவி.
Genteel', *s.* நாகரீகமுள்ள, ஆசாரஉபசாரமுள்ள, சீர்திருந்தின.
Genteel'ness, *s.* நாகரீகம், விநயம், பாங்கு.
Gen'tile, *s.* யூதர், கிறிஸ்துவரல்லாத ஜாதியான், இதரசமயி.
Gen'tile, *a.* புறச்சாதிக்குரிய, அஞ்ஞான, அந்யசமயத்திற்குரிய.
Gentil'ity, *s.* நாகரீகம், மேன்மக்கள் நடை.
Gen'tle, *a.* சாதுவான, அமைதியான, சாந்தமான, பதமையான, குலீன, மிருதுவான.
Gen'tle-folk, *s.* மேன்மக்கள், தலைமக்கள், சாதுக்கள்.
Gen'tleman, *s.* மஹானுபாவன், சஜ்ஜனன், சத்குலீனன், துரைமகன், குலமகன், தலைமகன், பெருமகன், சாது, சுஜனன்.
Gen'tlemanliness, *s.* சௌஜன்யம்.
Gen'tlemanly, *a.* மேன்மக்களுக்கேற்ற, கௌரவ, நாகரீக.
Gentleness, *s.* பிறவிநலம், மகத்வம், சாந்தம்.
Gen'tly, *ad.* பதமையாய், மெல்லமெல்ல, பக்ஷமாய், மெதுவாய், மெத்தென.
Gen'try, *s.* மரபு, உயர்குலம், தலைமக்கள், மேன்மக்கள்.
Genuflec'tion, *s.* முழந்தாட்படியிட்டு வணங்குகை.
Gen'uine, *a.* கலப்பற்ற, சுத்த, சுபாவமான, உத்தமமான, உண்மையான; a genuine gem, குலமணி.
Genus (*pl.* Genera), *s.* வகை, இனம், குலம், ஜாதி, கோத்திரம், யோனி.
Geocen'tric, *a.* பூமிமத்தியமான, பூமிமையமாய்க்கொண்ட.

Geodet'ical, *a.* உபரிதல அளவைவிதிக் குரிய.
Geog'rapher, *s.* புவனசாஸ்திரி.
Geograph'ical, *a.* புவனசாஸ்திரத்துக்கடுத்த.
Geog'raphy, *s.* பூகோளசாஸ்திரம், புவன சாஸ்திரம்.
Geol'ogist, *s.* பூகோள இலக்கணி.
Geol'ogy, *s.* பிருதிவிவித்தை, பூகோள உறுப் பிலக்கணம்.
Ge'omancy, *s.* கோடுசேர்க் குறிசொல்லல், சக்கரசாஸ்திரம்.
Geomet'rical, *a.* இரேகாகணிதத்துக்குரிய, சகரண; க்ஷேத்திர கணிதத்துக்குரிய; progression, சகரணமாலிகை, விகிதசங்கலி தம்; ratio, சகரணவிகிதம்; proportion, சகரணானுபாதம்.
Geometri'cian, *s.* இரேகாகணிதன்.
Geom'etry, *s.* இரேகாகணிதம், க்ஷேத்திர கணிதம், க்ஷேத்திரமிதி.
Geopon'ics, *s.* கிருஷிவித்தை, வேளாண்மை விதி.
Germ, *s.* முளை, கரு, அங்குரம், தளிர்.
Ger'man, *a.* இனமான; cousin german, சகோதர புத்திரன், புத்திரி.
Ger'minant, *a.* துளிர்க்கிற, கிளைவிடுகிற.
Ger'minate, *v.i.* முளை, தழை, தளிர், அங் குரி.
Germina'tion, *s.* உற்பேதம்.
Ger'und, *s.* வினையெச்சம்.
Gest, *s.* செய்கை, காட்சி.
Gesta'tion, *s.* சூற்கொண்டிருக்கை, கருப்ப தாரணம், கருப்பவகனம்.
Gesticula'tion, *s.* அபிநயம், கைமெய்காட் டுகை, பாவனை.
Ges'ture, *s.* சைக்கினை, சாடை, சைகை, அபிநயம்.
Get, *v.t.* சம்பாதி, வாங்கு, பெறு, பிடி; to get the day, ஜயங்கொள்ள.
Get, *v.i.* சேர், ஆ; to get over a difficulty, மேற்கொள்ள, வெல்ல; to get quit of, விட்டுநீங்க, தொலைத்துவிட; to get drunk, வெறிக்கக் குடிக்க; to get clear, நீங்க; to get on, விர்த்தியடைய; to get up, எழுந்திருக்க, ஏற; to get down, இறங்க.
Gew, gaw, *s.* போலி, வெளிப்பூச்சு, வீண் யாட்டுப்பொருள்.
Ghast'ly, *a.* செத்தரூபம்போன்ற, வெளிறின, பயங்கரமான; countenance, சாமூஞ்சி, சாமுகம்.
Ghaut, *s.* ஆற்றுப்படிக்கட்டு, மலைத்தொடர், கணவாய்.
Ghee, *s.* நெய், கிருதம்.
Ghost, *s.* ஆவி, ஆத்துமா, உயிர், பிதிர்; to give up the ghost, உயிர்விட.
Ghost'less, *a.* ஆவியற்ற, ஜீவனற்ற, பிராண னில்லாத.
Ghost'ly, *a.* ஆவிக்கடுத்த, ஆத்துமாவுக் குரிய.
Ghur'ry, *s.* ஒரு நாழிகைநேரம்.
Gi'ant (*fem.* giantess), *s.* பெருந்தேகி, திண்ணியன், இராட்சதன், தைத்தியன்.
Gib, *s.* இளைத்த கிழமிருகம்.
Gib'cat, *s.* ஆண்பூனை, கிழப்பூனை.
Gib'ber, *v.t.* பரபரப்பாய்ப் பேசு.
Gib'berish, *s.* துரிதமொழி, பசபசப்பு, பித ற்று, பயனில்சொல்.
Gib'bet, *s.* தூக்குமரம்.
Gib'bous, *a.* வீக்கமான, அதைப்பான, புற வளைவான, கூன்முதுகுள்ள.
Gibe, *s.* ஏளனம், நகைப்பு, தீமொழி, பழி மொழி, சுடுசொல்.
Gibe, *v.t.* ஏளனஞ்செய், பரிகாசம்பண்ணு, நிந்தைசொல்லு, இகழ்.
Gib'lets, (*pl.*) வாத்தின் ஈரல் முதலியவை.
Gid'diness, *s.* கிறுகிறுப்பு, தலைச்சுழற்சி, சஞ்சலம்.
Gid'dy, *a.* கிறுகிறுப்பான, துடியாட்டமுள்ள, சஞ்சலமான, சப்லமான.
Gid'dy, *v.t.* கிறுகிறுக்கப்பண்ணு, சஞ்சலிக் கப்பண்ணு.
Gid'dy-head, *s.* புத்திகெட்டவன், மட்டி.
Gift, *s.* கொடை, தியாகம், வரம், பேறு, பரிசு, ஈவு, வெகுமதி, இனாம், லக்ஷணம், குணம், சக்தி; of land, மானியம், உம்பி ளிக்கை.
Gift'ed, *a.* வரமுள்ள, திராணியுள்ள, சம் பன்ன.
Gig, *s.* சுழல்பொருட்பொது, இருசக்கரக் குதி ரைவண்டி.
Gigan'tic, *a.* மிகவும்பெரிய, பிரமாண்ட மான.
Gig'gle, *v.i.* கெக்கலிகொட்டு, கெக்கலி, கிலு கிலு.
Gig'lot, *s.* காமுகி, விரகதாபமுள்ள பெண்.
Gild, *v.i.* பொற்பூச்சுப் பூசு, பொன்னிறங் காட்டு, தங்கம் பூசு, தங்கப்புகையூட்டு.
Gild'er, *s.* பொற்பூச்சுப் பூசுவோன், தங் கம் பூசுவோன்.
Gild'ing, *s.* பொற்பூச்சு, தங்கப்புகை, கசி தம்.
Gill, *s.* மச்சங்களின் சுவாச உறுப்பு.
Gill (jil) *s.* ஓர் அளவை.
Gilt, *s.* [illegible] ஹிரணியகசிதம்.

Gilt-head, *s.* சகுலம்.
Gim'let, **Gim'blet**, *s.* துறப்பணம், தமருசி.
Gim'crack, *s.* விளையாட்டுடைமை.
Gim'mal, *s.* யந்திரம், உபாயம்.
Gin, *s.* கண்ணி, சுருக்கு, தடம், பருத்திக் கொட்டை நீக்கும் யந்திரம்; ஒருவகைச் சாராயம்.
Gin'ger, *s.* இஞ்சிக்கிழங்கு, இஞ்சி; dried, சுக்கு.
Gin'ger-bread, *s.* இஞ்சிப்பணிகாரம், இஞ் சித்தோசை.
Gin'gerly, *ad.* சாவதானமாய், சிறப்பாய்.
Gin'gival, *a.* பல்லினிற்றுக்குரிய.
Gin'gle, *v.i.* கிண்கிணென், கிண்கிணீரென், கிண்ணிடு.
Gip'sy, *s.* ஐரோப்பா முதலிய தேசங்களில் நிலையற்றுத் திரியும் யாசகர்.
Gird, *v.t.* அரைக்கட்டுக்கட்டு, இடைக்கச் சுக்கட்டு, கச்சைகட்டு.
Gir'dle, *s.* மண்டலம், சக்கரவாளம், அரை க்கட்டு, அரைக்கச்சு, பட்டிகை, கச்சை, கலாபம், a leather girdle, வகிர்.
Gir'dle, *v.t.* அரைக்கச்சுக்கட்டு, சுற்றிக் கட்டு.
Girl, *s.* பெண்பிள்ளை, இளம்பெண், சிறு பெண், சிறுமி, கன்னி.
Girt, *s.* இடைக்கச்சு, சுற்று, சுற்றளவு.
Girth, *s.* கல்லணைவார், கச்சு, சேணக்கச்சு, இறுக்குவார், தங்குவார்.
Gist (jĭst), *s.* விசேஷ விஷயம், சாரம், பொருள்.
Give, *v.t.* கொடு, தா, இடு, ஈ, அளி, வழங்கு; way, ஒதுங்கு; to give the hand, கைகொடுக்க, துணைநிற்க; to give way to sorrow, &c., தன்பத்திற்கிடங்கொடு க்க; to give credit to, உள்ளதென்று நம்ப; to give up, விட்டுவிட; to give battle, போர்கொடுக்க.
Giv'er, *s.* கொடையாளன், தியாகி, உபகாரி.
Giz'zard, *s.* பக்ஷியின் கல்லீரல்.
Gla'ciate, *v.t.* நீருறைகட்டியாக்கு.
Gla'cier, *s.* ஆலங்கட்டிக் குவியல், கனோ பலத்திரள்.
Gla'cis, *s.* சரிவான கரை, சாய்ந்த அணை.
Glad, *a.* சந்தோஷமான, முகமலர்ந்த, மகி ழ்ச்சியுள்ள.
Glad'den (glăd'dn), *v.t.* சந்தோஷப்படுத்து, பிரியமாக்கு, உவப்பி.
Glade, *s.* காட்டுவழி, சோலையூடு செல்வழி.
Glad'iator, *s.* சிலம்பக்காரன், வாளாச் சிரமி.
Glad'iature, *s.* சஸ்திரபரீக்ஷை, சிலம்பம், சிலம்பத்தொழில்.
Glad'ness, *s.* சந்தோஷம், மகிழ்ச்சி, களி ப்பு.
Glad'some, *a.* உவப்புற்ற, உல்லாசமுள்ள, சந்துஷ்டியுண்டாக்கும்.
Glair, *s.* முட்டையின் வெள்ளைக்கரு, வெள் ளைக்கருபோன்ற பொருள்.
Glance, *s.* கடைக்கண்பார்வை, கண்ணோட் டம், பார்வை, கடாக்ஷம்; libidinous, கண்ணெறி; propitious, கிருபாகடாக்ஷம், கிருபாநேத்திரம்.
Glance, *v.i.* கண்ணெறி, அற்பமாய்த் தாக் கிச் செல்.
Glanc'ing, *p.n.* கடைக்கணிப்பு.
Gland, *s.* கோளம், தசிரகோளம், mammary, ஸ்தனகோளம்.
Glan'ders, *s.* குதிரைகளுக்குவருந் தொத்து வியாதி.
Glan'dule, *s.* சிறு தசிரகோளம்.
Glare, *s.* காந்தி, மினுமினுப்பு, ஜோதி.
Glare, *v.i.* துலங்கு, பளிச்சிடு.
Glar'ing, *a.* மின்னுகிற, துலங்குகரமான, ஜோதியுள்ள; a glaring evil, உலகறிந்த தீமை.
Glar'ingly, *ad.* மிக, பகிரங்கமாய், திர்ஷ் டாந்தமாய்.
Glass, *s.* கண்ணாடி, ஆடி, தர்ப்பணம்; of a watch, கடிகாரக்கண்ணாடி.
Glass, *v.t.* பளிங்கால் வேய், பளிங்கால் மூடு.
Glass, *a.* பளிங்கு, பளிங்கிற் செய்த.
Glass-grinder, *s.* பளிங்கு மெருகிடுவோன்.
Glass-blower, *s.* கண்ணாடிசெய்வோன்.
Glas'sy, *a.* பளிங்கிற்செய்த, பளிங்கொத்த.
Gla'ver, *v.t.* இச்சகஞ்சொல்லு, இங்கிதம் பேசு, முகஸ்துதி கூறு.
Glaze, *v.t.* கண்ணாடிச்சாளரம் அமை, பளிங்குபோ லாகும்படி வர்ணம் பூசு.
Gla'zier, *s.* கண்ணாடி பதிக்கிறவன்.
Gleam, *s.* மினுக்கும்பூச்சு, பளபளப்பு, சோதி, பளீரிடுகை.
Gleam'y, *a.* பளிச்சென்கிற, ஒளிகாலும், ஒளிவீசுகிற.
Glean, *v.t.* விடுபழம் ஆய், விடுகதிர் பொ றுக்கு.
Glean'er, *s.* விடுகதிர் பொறுக்குவோன், சித றுண்டதைப் பொறுக்குவோன்.
Glebe, *s.* புற்பற்றை, வயல், கோவில்நிலம்.
Glede, *s.* ஒருவகைப்பருந்து.
Glee, *s.* களி, சமாளிப்பு, களிப்பு, கொண் டாட்டம்.

Glee'man, *s.* வாத்தியக்காரன், கந்தருவன், பாணன்.
Glee'some, *a.* களிப்புமிக்க, ஆனந்தமுள்ள.
Gleet, *s.* புண்ணீர், வெள்ளை.
Glen, *s.* துருக்கம், சங்கடம், மலைகளுக்கு ஊடான வெளி.
Glib, *a.* நழுவலான, வழுக்கலான.
Glide, *v.i.* கழி, செல்லு, சறுக்கு, வழுக்கு.
Glim'mer, *v.i.* இலங்கு, துலங்கு, மினுங்கு, இமை.
Glim'mer, *s.* இலங்குதல், மினுங்கல், சிற்றொளி.
Glim'mering, *s.* மைமல்.
Glimpse, *s.* கீழ்க்கண், கண்ணெறி, ஆசாட்டம்.
Glis'ten (glis's'n), *v.i.* மினுங்கு, பிரகாசி, பளீரிடு.
Glis'ter, *s.* ஒளி, சுடர், பிரகாசம்.
Glit'ter, *s.* தளதளப்பு, பளபளப்பு, மினுமினுப்பு.
Glit'ter, *v.i.* பளீரிடு, பளபள, துலங்கு, மின்னு; glittering sword, ஒளிவாள், ஒள்வாள்.
Gloat, *v.i.* கண்பதி, கணவை, நாட்டமாய்ப் பார்.
Globe, *s.* உருண்டை, கோளம், திரளை; terrestrial, பூகோளம்; celestial, ககோளம்.
Glob'ular, *a.* உருண்டையான, கோளவடிவான.
Glob'ule, *s.* சிற்றுண்டை, தரளம், மணி.
Glom'erate, *v.t.* திரட்டு, உருட்டு.
Gloom, *s.* இருட்டு, மந்தாரம், திமிரம், பூங்காரம்.
Gloom'iness, *s.* மபக்கம், இருட்பாடு, விஷாதம்.
Gloom'y, *a.* மந்தாரமான, துக்கப்பாடுள்ள.
Glo'rify, *v.t.* வாழ்த்து, இறைஞ்சு, வர்தி, கீர்த்தனம்பண்ணு.
Glo'rious, *a.* மகிமையுள்ள, கீர்த்தியுள்ள, ஜோதியுள்ள.
Glo'ry, *s.* மகிமை, மாட்சிமை, கீர்த்தி, அலங்காரம், பிரதாபம்.
Glo'ry, *v.i.* களித்துப்பாராட்டு, மகிமை பாராட்டு, வீம்புபேசு.
Gloss, *s.* துலக்கம், பளபளப்பு, மேற்பூச்சு, அழுத்தம், மினுக்கம், வியாக்கியானம்.
Glos'sarist, *s.* வியாக்கியாணி, அகராதி இயற்றுவோன்.
Glossog'rapher, *s.* வியாக்கியாணி, உரையாசிரியன்.
Glos'sary, *s.* திரிசொல்லகராதி.
Glos'sy, *a.* துலக்கமுள்ள, அழுத்தமுள்ள, பளபளப்பான.
Glot'tis, *s.* தொண்டைக்குழி, குரல்வளை.
Glout', *v.i.* முகங்கடுத்துப்பார், உற்றுப்பார்.
Glove (glŭv), *s.* கையுறை, கைப்புட்டில், அத்தகோசம்.
Glov'er, *s.* கையுறைசெய்வோன், கைப்புட்டில் விற்போன்.
Glow, *s.* கடுவெக்காடு, கடுஞ்சூடு, காந்தி, உக்கிரம்; glow of health in the cheeks, கனை; cheerful glow, சோபிதம்.
Glow, *v.i.* அழலு, அனலு, எரி, பிரகாசி, மின்னு, தகதகென்.
Glow'worm, *s.* மின்மினி, கச்சோதம்.
Gloze, *s.* இச்சகம், இங்கிதம், பகடம்.
Glue, *s.* வச்சிரப்பசை, பிசின் ஒட்டு, பற்று.
Glum, *a.* முகக்கோட்டரவான, குருவின, முகவாட்டமுள்ள.
Glut, *s.* பூரணம், நிறைவு, தெவிட்டு.
Glut, *v.t.* தெவிட்டச்செய், மீதூண் அருந்து.
Glu'tinous, *a.* பிசுபிசுப்பான, ஒட்டுந்தன்மையுள்ள.
Glut'ton (glŭt't'n), *s.* பேருணன், சழியூணன், போஜனப்பிரியன், வயிறுதாரி.
Glut'tonize, *v.i.* அளவுகடந்துண், மிதமிஞ்சி உண்.
Glut'tony, *s.* பேருண்டி, போஜனப்பிரியம், மீதூண்.
Glyptog'raphy, *s.* மணிச்சித்திர விலக்கணம்.
Gnarl (närl), *v.i.* உறுமு, முறுகு, முறுமுறு.
Gnarl'ed, *a.* கெருடுள்ள, கணுக்கணுவாயிருக்கும்.
Gnash (năsh), *v.i.* பல்லைநறுமு, பற்கறி.
Gnash'ing, *p. n.* பற்கறித்தல்.
Gnat (năt), *s.* கொசுகு, கொதுகு, சிற்றீ.
Gnaw, *v.t.* கடி, நறுக்கு, அரி, கொந்து.
Gnome, *s.* புத்தி, முதுமொழி.
Gnomol'ogy, *s.* முதுமொழித்திரட்டு, நீதி நூற்றிரட்டு.
Gno'mon (nō-mŏn), *s.* சூரியகடிகாரத்திற் காலந்தெரிவிக்குங் கருவி, சங்கு.
Gnomon'ics, *s.* கடிகாரவித்தை.
Go, *v.i.* போ, செல்லு, ஏகு, நட; before, முந்து; behind, பிந்து; to go about a thing, ஒரு காரியத்திற் கைவிட்டுக் கொள்ள; to go aside, ஓரத்திற்செல்ல, விலகிச்செல்ல; to go astray, மார்க்கந் தப்பிப்போக; to go for nothing, பாழாய்முடிய; to go to bed, படுத்துத் தூங்க; to go on foot, கால்நடையாய்ப்

போக; to go ashore, கரையேற; to go to law, வழக்காட; to go by, கடந்துபோக, தாண்டிச்செல்ல, வராமற்போக, அனுசரிக்க; that is what we go by, அதுதான் நமக்குப் பிரமாணம்; to go in and out, போக்குவரவுசெய்ய; to go out as fire, அவிய; to go through, ஊடறுத்துச்செல்ல.

Goad, *s.* தாற்றுக்கோல், முட்கோல், தோட்டி.

Goad, *v.t.* தாற்றுக்கோலாற் செலுத்த, தூண்ட.

Goal, *s.* பந்தயவோட்டத்தின் இலக்கு, எல்லை, நோக்கம்.

Goar, *s.* ஒட்டுவஸ்திரம்.

Goat, *s.* வெள்ளாடு.

Goat'herd, *s.* வெள்ளாட்டிடையன்.

Goat'ish, *a.* வெள்ளாட்டுக்குணமுள்ள.

Goat'skin, *s.* வெள்ளாட்டுத்தோல்.

Gob'ble, *v.t.* பகூி, ஆவலாய்விழுங்கு.

Go'between, *s.* மத்தியஸ்தன், இடையில் தலையிடுவோன், நடுவன்.

Gob'let, *s.* கிண்ணி, கிண்ணம்.

Gob'lin, *s.* கிருத்திமம், பூதம், கூளி.

Go'cart, *s.* நடைவண்டி.

God, *s.* தேவன், கடவுள், பரன், பகவன்.

God'child, *s.* தலைதொட்டபிள்ளை, ஞானப்பிள்ளை.

God'dess, *s.* தேவி, தெய்வப்பெண்; the goddess of victory, ஜயலக்ஷ்மி.

God'father, *s.* ஞானத்தகப்பன், தலைதொட்ட பிதா.

God'head, *s.* தெய்வத்துவம், தைவிகம், பரத்துவம்.

God'less, *a.* நிரீச்சுர, தெய்வமற்ற, தேவபத்தி இல்லாத.

God'liness, *s.* தேவபத்தி, பத்தியுள்ளநடை.

God'ling, *s.* சிறுவிக்கிரகம்.

God'ly, *a.* திரு, திவ்வியமான, தெய்விக.

God'mother, *s.* ஞானத்தாய்.

Godown', *s.* கிடங்கு, களஞ்சியம், உக்கிராணவீடு, பண்டசாலை.

God'send, *s.* ஈசுவரதத்தம், தேவதத்தம், சௌபாக்கியம்.

God'smith, *s.* மூர்த்திகரன்.

God'son, *s.* தலைதொட்ட புத்திரன்.

God'speed, *s.* அனுகூலம், சித்தி.

God'ward, *ad.* தேவநோக்காக, தேவமுகமாய்.

Gog'gle, *v.i.* கண்ணையுருட்டிப்பார்.

Gog'gle-eyed, *a.* முட்டைக்கண், பெர்நைவிழி.

Go'ing, *p.n.* செலவு, போக்கு, செல்லுகை, நடை.

Goi'tre, *s.* களகண்டமாலை, களகண்டம், களக்கழலை.

Gold, *s.* பொன், தங்கம், சொர்னம்; leaf, தங்கரேக்கு; colour, சுவர்னச்சாயை, பொன்னிறம்; fine gold, கிளிச்சிறைப்பொன், அபரஞ்சி; gold dust, கனகபராகம்; gold plate, தங்கத்தகடு.

Gold'beater, *s.* தட்டான்.

Gold'en (gōld''n), *a.* பொன்னுள்ள, பொன்னை, பொன்போன்ற.

Gold'finder, *s.* பொன்காண்பவன்.

Gold'leaf, *s.* தங்கரேக்கு, பொற்றகடு.

Gold'proof, *a.* கைக்கூலி வசப்படாத.

Gold'smith, *s.* தட்டான், பொற்கொல்லன், பொன்வினைஞன்.

Gong, *s.* சேகண்டி, சேமக்கலம், கைம்மணி, படலிகை.

Gonorrhœ'a, *s.* மேகம், மேகவெட்டை, புறமேகம்.

Good, *s.* நன்மை, நயம், உத்தமம், போக்கியம்; good and bad, நன்மையுந்தீமையும்; good and evil, இதாகிதம், சுபாசுபம், நன்றுதீது.

Good, *a.* நல்ல, நல், உத்தம, யோக்கிய; a good while ago, நெடுநாளுக்குமுன்; you must make it good, நீ அதற்கீடு செலுத்தவேண்டும்; in good time, தகுந்த காலத்தில்; the good, சிஷ்டர்; endowed with good nature or conduct, சீலசம்பன்ன.

Good'breeding, *s.* நாகரிகம், பாங்கு, விநயம், சுசீலம்; a good woman, உத்தமி; good wishes, இதேச்சை; a good fellow, a man of good breeding, சுசீலன்.

Goodbye, *ad.* சுகமே போய்வருக.

Goodcondi'tioned, *a.* இளைக்காத, மெலிவற்ற.

Good-Fri'day, *s.* புதுவெள்ளிக்கிழமை, கிறிஸ்து மரித்தநாள்.

Good-hu'mour, *s.* சந்தோஷம்.

Good-hu'mouredly, *ad.* உல்லாசமாய்.

Good'ly, *a.* நன்மையான, சிறப்பான, சிங்காரமான.

Good'man, *s.* கணவன், குடும்ப பதி.

Good-na'ture, *s.* நற்குணம், சுகுணம், சாது, சாந்தம், சுசீலம்; a good natured person, குணவான்.

Good'ness, *s.* உத்தமம், யோக்கியம், நன்மை, சுசீலம்.

Goods, *s.* ஆஸ்தி, உடைமை, சாமான், சரக்கு, சொத்து, பண்டாரம், பண்டம் பாடி; goods and chattels, சிந்துக்காணி.
Goodspeed, *s.* see Godspeed.
Good'will, *s.* காருணியம், தயை, இதேச்சை.
Goose (*pl.* geese), *s.* வாத்து, பெருந்தாரா.
Goose'cap, *s.* பைத்தியக்காரன், மதிகெட்டவன்.
Gor'dian, *a.* சிக்கான, சங்கடமான.
Gor'belly, *s.* பெருவயிறு.
Gore, *s.* குளிர்ந்தரத்தம், உறைந்தரத்தம், முக்கோணத்துண்டு.
Gore, *v.t.* குத்து, பாய்ச்சு, கொம்பாலேகுத்து.
Gorge, *s.* தொண்டை, இரைக்குழல், இடுக்குவழி, விழுங்கப்பட்ட பொருள்.
Gor'ge, *v.t.* பக்ஷி, விழுங்கு, அதிபோஜனம் பண்ணு.
Gor'geous, *a.* சிறப்பான, சிங்காரமான, அலங்காரமான.
Gor'geousness, *s.* அலங்காரம்; of dress, படாடோபம்.
Gor'get, *s.* பிறைவடிவான மார்க்கவசம், முத்திரைபில்லை.
Gor'gon, *s.* இராக்ஷசி, ஊமாண்டி.
Gor'mand, } **Gour'mand**, } *s.* பேருணன் பெருந்திண்டிக்காரன்.
Gor'mandize, *v.t.* பக்ஷி, மிகவுண்.
Gor'mandizer, *s.* தின்றிப்போத்து, வயிறுதாரி, பேருணன்.
Gory, *a.* உறைந்த ரத்தமுள்ள, இரத்தம் புரண்ட, இரத்தப்பிரியமுள்ள.
Gos'hawk, *s.* ஒருவகைப்பருந்து.
Gos'ling, *s.* வாத்துக்குஞ்சு, வாத்தின்பார்ப்பு.
Gos'pel, *s.* சுவிசேஷம், நல்விசேஷம், கிறிஸ்துமார்க்க உபதேசம்.
Gos'samer, *s.* சிலம்பிநூல்.
Gos'sip, *s.* அலப்புவாயன்.
Gos'sip, *v.i.* அலப்பு, பிதற்று.
Gossoon', *s.* சிறுவன், ஏவல் கேட்போன்.
Got, *p.t.* and *p.p.* of Get.
Goth, *s.* ஒரு ஜாதிப்பெயர், மிலேச்சன், அறிவிலி.
Gotten, *p.p.* of Get.
Gouge, *s.* வளைந்தவுளி, நகவுளி.
Gouge, *v.i.* குன்றெடு, தவாளி, நகவுளியால் துருவு.
Gourd, *s.* சுரை, கொம்மட்டி; wild, பேய்க்கொம்மட்டி.
Gout, *s.* சூலை, சந்துவாதம், வாதரோகம், பாதகண்டிரம்; acute gout, வாதசோணிதம்.
Gout'swollen, *a.* சந்துவாதவீக்கமுள்ள.
Gout'y, *a.* சந்துவாதப்பிடிப்புள்ள.
Gov'ern (gŭv'ern), *v.t.* ஆளு, ஆளுகைசெய், அடக்கு.
Gov'ernance, *s.* ஆளுகை, ஆட்சி, நடத்துகை.
Gov'erness, *s.* தலைவி, இராணி, இறைவி, ஆசாள்.
Gov'ernment, *s.* ஆளுகை, ராஜரிகம், நாயகம், துரைத்தனத்தார், சர்க்கார்.
Government'al, *a.* துரைத்தனத்துக்குரிய; share, ஏ...ஸ்வாரம்.
Gov'ernor, *s.* அரசன், தேசாதிபதி, பிரதிபதிபதி, ஆசான், தலைவன்.
Gown, *s.* அங்கி, நிலையங்கி, நெடுஞ்சட்டை, குப்பாயம்.
Gowned, *a.* குப்பாயந்தரித்த.
Grab'ble, *v.i.* தடவு, உடம்பு துடி.
Grace, *s.* கிருபை, கருணை, அருள், தண்ணளி, கடாக்ஷம், தயவு, வரப்பிரசாதம், தயாளம், அலங்காரம், சுந்தரம், போஜனத்திற்கு முன்னும் பின்னுஞ் சொல்லப்படுந் தேவஸ்துதி.
Grace'ful, *a.* அழகான, சிங்காரமான, நாகரீகமான; graceful or elegant speech, வாக்குவிலாசம்.
Grace'less, *a.* தயையில்லாத, அசுத்த, அவிசுவாசமான.
Gra'cious, *a.* காருணிய கிருபையுள்ள அனுக்கிரகமான; gracious look, கடாக்ஷவீட்சணம்.
Grada'tion, } **Grade**, } *s.* தொடர்பு, படிக்கிரமம், தரம், தாரதம்மியம்.
Grad'ual, *a.* படிப்படியான, படிக்கிரமமான.
Grad'ually, *ad.* வரவர, படிப்படியாய்.
Grad'uate, *s.* கலாவிற்பத்திப்பத்திரம் பெற்றவன், வித்தியாபட்டம்பெற்றவன்.
Grad'uate, *v.t.* வித்தியா விற்பத்திப் பத்திரங்கொடு, பாகி; graduated scale, பாகிதமானி.
Grad'uate, *v.i.* வித்தியாசாலையிற் கற்றுத்தேறு, சர்வகலாசபையிற் பதம்பெறு.
Gradua'tion, *s.* படிப்படியாயேறல், பட்டஞ்சூட்டல், பாகைக்கணக்குக் குறித்தல்.
Graff, } **Graft**, } *v.t.* கிளையொட்டு, கிளைபொருத்து.
Graft, *s.* ஒட்டவைத்த கிளை.
Grain, *s.* தானியம், தானியவிதை, மணி, தவசம்; நுண்பொடி, நுண்மணல், மரத்துரேகை; dry, புன்செய்த்தானியம்; it went against his grain, அது அவன் விருப்பத்திற்கு விரோதமாய் நடந்தது.

Gram, *s.* கொள், காணம்; Bengal, கடலை; red, துவரை; green, பயறு; black, உழுந்து.
Gramer'cy, *int.* உபசாரவார்த்தை, ஆச்சரியக்குறிப்பு.
Gramin'eous, *a.* புல்லுள்ள.
Graminiv'orous, *a.* புல்மேய்கிற, திரணபக்ஷண.
Gram'mar, *s.* இலக்கணம், இலக்கணநூல், வியாகரணம்.
Gramma'rian, *s.* இலக்கண வித்துவான், இலக்கணி.
Grammat'ical', *a.* இலக்கண முறையான, இலக்கணத்துக்கடுத்த.
Grammat'icaster, *s.* கல்விமதங்கொண்டோன், கற்றறிமோழை.
Gram'matist, *s.* இலக்கண வித்துவான்.
Gram'pus, *s.* திமிங்கிலகிலம்.
Gran'ary, *s.* உக்கிராணம், களஞ்சியம், பண்டசாலை.
Grand, *a.* மேன்மையான, பெருமையான, மகத்தான, மகா, பிரதாபமான, பிரதான, உத்கிருஷ்ட.
Gran'dam, *s.* பாட்டி, கிழவி.
Grand'child, *s.* பேரப்பிள்ளை, பௌத்திரன்.
Grand'daughter, *s.* பௌத்திரி.
Grandee', *s.* பிரபு, பெருமகன்.
Gran'deur, *s.* மகத்துவம், பெருமை, உத்துங்கம், உன்னதம், சிறப்பு.
Grandev'ity, *s.* அதிக வயசு, தீர்க்காயு.
Grand'father, *s.* பாட்டன், மூதாதை; great, முப்பாட்டன்; paternal great grandfather, பிரபிதாமகன்.
Grand'mother, *s.* பாட்டி, மூதாய்; maternal grandmother, அம்மாய்.
Grandil'oquence, *s.* பிரபுடிகவார்த்தை, வீம்பான பேச்சு.
Grand'ly, *ad.* மேம்பாடாய், மேன்மையாய், மகத்வமாய்.
Grand'sire, *s.* பாட்டன், மூதாதை, முற்பிதா.
Grand'son, *s.* பேரப்பிள்ளை, பௌத்திரன்; great grandson, பிரபௌத்திரன்.
Grange, *s.* கம்பத்தம், பண்டகசாலை.
Gran'ite (grăn'it), *s.* கருங்கல்.
Granite, *a.* கருங்கல்லுக்குரிய.
Graniv'orous, *a.* தானியபக்ஷண.
Grant, *s.* ஈகை, உபகாரம், உத்தரவு; in writing, பட்டயம், இனுமத்துநாமா; of land free from assessment, மானியம், துமாலா, துமால், தும்பால்.
Grant, *v.t.* அருள், கொடு, உபகரி, ஒத்துக்கொள், கட்டளையிடு.
Grant'ee, *s.* ஈகைபெற்றவன், சாதனம்பெற்றவன்.
Gran'ular, *a.* தானியமுள்ள, தானியம்போன்ற, நுண்பொடியுள்ள.
Gran'ulate, *v.t.* மணியாக்கு, பரலாக்கு.
Gran'ulous, *a.* தானியமுள்ள, தானியம் நிறைந்த.
Grape, *s.* திராக்ஷப்பழம், கொடிமுந்திரிகைப்பழம்.
Grape'shot, *s.* பையிலிட்ட ரவை.
Graph'ic, *a.* சிறப்பாயெழுதப்பட்ட, திறமாய்ச் சித்திரிக்கப்பட்ட.
Graph'ite, *s.* காரீயம்.
Grap'nel, *s.* ஒருவகை நங்கூரம், கொளுவுகருவி.
Grap'ple, *s.* முட்டு, பிடி, முட்டியுத்தம், கொளுவுகருவி.
Grap'ple, *v.i.* சிக்கப்பண்ணு, கொளுவு, சிக்கு; with, மல்லுப்பிடி, கொளுவிப்பிடி.
Gra'py, *s.* திராக்ஷப்பழம் நிறைந்த, திராக்ஷப்பழத்திற் செய்த.
Grasp, *s.* பிடி, பிடிப்பு, பிடிமானம், கைப்பிடி, சதுவு, பற்று.
Grass, *s.* புல், திரணம், கோரை.
Grass, *v.t.* புல்லால் வேய்.
Gras'sation, *s.* செலவு, நடை, உலா.
Grass'hopper, *s.* வெட்டுக்கிளி, கிளிப்பூச்சி, தத்துக்கிளி.
Grass'less, *a.* புல்லில்லா.
Grass'plot, *s.* புற்றரை, புல்வளர் நிலம்.
Grass'y, *a.* புல்வளமுள்ள.
Grate, *s.* நுழைவாயிற்கம்பிகள், கிராதி, நெருப்பு மூட்டுமிடம்.
Grate, *v.t.* அராத்து, அராவு, உரிஞ்சு.
Grate'ful, *a.* நன்றியறிவுள்ள, நன்றியுள்ள; to be grateful, நினைக்க.
Gratifica'tion, *s.* ரம்மியம், இன்பம், சந்தோஷம்.
Grat'ify, *v.t.* இதமாக்கு, பிரியப்படுத்து, இடங்கொடு, பூரணப்படுத்து.
Grat'ifying, *a.* பிரியப்படுத்துகிற, இஷ்டமுள்ள, சந்தோஷப்படுத்துகிற; gratifying words, நன்னயமொழி.
Grat'ing, *a.* அழுத்துகிற, உரிஞ்சுகிற, கோபமூட்டுகிற.
Grat'ing, *s.* கிராதி.
Gra'tis, *ad.* இலவசமாய், கைம்மாறின்றி, பிரதியுபகாரமில்லாமல்.
Grat'itude, *s.* நன்றி, நன்றியறிதல், நன்றியுணர்வு.

Gratu'itous, *a.* இலவசமான, தருமமான, கைம்மாறு வேண்டாத, நிர்நிமித்தமான.
Gratu'ity, *s.* உபகாரம், கொடை, நன்கொடை, உம்பளம்.
Grat'ulate, *v.t.* சோபனஞ் சொல்லு, மங்களஞ் சொல்லு.
Gratula'tion, *s.* சோபனம், மங்களம், வாழ்த்து, பல்லாண்டு.
Grat'ulatory, *a.* மங்கள, சோபன, வாழ்த்துள்ள.
Grave, *s.* பிரேதக்குழி, சவசேமஸ்தானம், பிரேதவறை, சமாதி, கல்லறை.
Grave, *a.* மந்தமான, விசாரமான, ஆழ்ந்த கருத்துள்ள, கனமான, பாரமான, கம்பீரமான, face, துக்கமான முகம், வாடின முகம்.
Grave'digger, *s.* வெட்டியான், பிரேதக்குழியகழ்வோன்.
Grav'el, *s.* கூழாங்கல், பரல், போளாங்கல், பருக்கைக்கல், பருமணல், கல்லடைப்பு.
Grav'el, *v.t.* பருமணலிட்டுத் தரையைக் கெட்டியாக்கு.
Grave'less, *a.* பிரேத அறையில்லாத, சேமிக்கப்படாத.
Grav'ing, *s.* சித்திரவேலை, செதுக்குவேலை, கொத்துவேலை.
Grav'id, *a.* கர்ப்பிணியான, சூற்கொண்ட.
Gravid'ity, *s.* சினை, சூல், கர்ப்பதாரணம்.
Grav'itate, *v.i.* மையத்தை நோக்கிச்செல்.
Gravita'tion, *s.* கீழ்க்கதி, அதோகதி, பூமைபக்கவர்ச்சி, கரிமம்.
Grav'ity, *s.* கனம், பாரம், பயபக்தி, கரிமம், குருத்துவும்; centre of, கரிமமத்தியம்; specific, விசிஷ்ட குருத்துவம்.
Gra'vy, *s.* ஊனம், தசைநீர், நிணம்.
Gray, *a.* வெண்ணிறமான, வெளிறின, நரைத்த, முதிர்ந்த; hair, நரைமயிர், வெண்மயிர்.
Gray'beard, *s.* தாடிநரைத்தவன், கிழவன்.
Gray'fly, *s.* ஒருவகை ஈ.
Graze, *v.t.* மேயவிடு.
Graze, *v.i.* மேய், அனுக்கு.
Graz'ier, *s.* ஆடுமாடு வளர்க்கிறவன், ஆடுமாடு வளர்த்து விற்பனைசெய்கிறவன்.
Grease, *s.* நெய்ப்பற்று, கொழுப்பு, நெய்ப்பு, நிணம்.
Grease, *v.t.* நெய்பூசு, கொழுப்புப்போடு.
Greas'y, *a.* கொழுப்புள்ள, நெய்ப்புள்ள, நிணமுள்ள.
Great, *a.* பெருமையான, பிரதான, முக்கிய, மகத்தான, மகாமேன்மையான, உயர்ந்த, சிறந்த; great many, வெகு; great rain, பெருமழை; noise, கட்டோசை; beauty, கட்டழகு.
Great, *s.* அகண்டம், மொத்தம்.
Great'hearted, *a.* பெருமனமுள்ள, மனந்தளர்வற்ற, வீரமுள்ள, அஞ்சாத.
Great'ly, *ad.* மிகவும், அதிகமாய், பெருமையாய், மேன்மையாய்.
Great'ness, *s.* பெருமை, மேன்மை, மகத்துவம், மாட்சிமை, வீம்பு; of mind, ஔதாரியம்; of rank, உயர்குலம்.
Greaves, *s.* (*pl.*) காற்சீரா, சரணதோற்பரம்.
Greed'iness, *s.* ஆவல், அங்கலாய்ப்பு, பேராசை, லோபம்.
Greed'y, *a.* ஆவலான, அங்கலாய்ப்பான, பேராசைகொண்ட.
Greek, *s.* கிரேக்கன், கிரேக்கபாஷை.
Greek, *a.* கிரேக்குதேசத்திற்குரிய.
Greek'ling, *s.* சாமானிய கிரேக்கவித்துவான்.
Green, *s.* பசுமை, பச்சை, பசும்புற்றரை.
Green, *a.* பசுமையுள்ள, புதிதான, பிஞ்சான, முதிராத, செழிப்பான.
Green'house, *s.* செடிகொடிகளுக்குக் கண்ணடியாற் செய்த வீடு.
Greens, *s.* (*pl.*) கீரைவகை.
Green'sward, *s.* பசும்புற்றரை.
Greet, *v.t.* ஆசாரம்பண்ணு, அளவளாவு, சோபனஞ் சொல்லு, வாழ்த்து.
Grega'rious, *a.* கூட்டமாய்ப் போகிற, மந்தையாய்ச் சரிகிற.
Grega'rian, *a.* சாமானிய, நட்டாமுட்டியான.
Grenade', *s.* எறிவெடிகுண்டு, வெடிகுண்டு.
Grenadier', *s.* போர்ச்சேவகன், காலாள்.
Grew, *p.t.* of Grow.
Grey, *a.* See Gray, வெண்மையான.
Grey-hound, *s.* கொடிநாய், வேட்டைநாய்.
Grid'iron (grid'i-ŭrn), *s.* இறைச்சிமுதலிய சுடுங் கருவி.
Grief, *s.* துக்கம், மனநோ, கவலை, துயரம், விசனம், ஆகுலம்; he came to grief, அவனுக்குச் சங்கடம் நேரிட்டது.
Grief'shot, *a.* துயரம் புதைத்த.
Gri'ffin, } *s.* கழுகுத்தலைச் சிங்கம்.
Gri'ffon, }
Griev'ance, *s.* மனக்குறை, விசனம்.
Grieve, *v.t.* துன்புறுத்து, சலிப்பி, கிலேசப்படுத்து.
Grieve, *v.i.* பிரலாபி, துக்கி.
Griev'ous, *a.* துக்கமான, பாரமான, சஞ்சலமுள்ள; famine, கொடிய பஞ்சம்.
Grill, *v.t.* வாட்டு, சுடு.

Grim, *a.* அவலக்ஷணமான, பயங்கரமான, குரூரமான.
Grimace', *s.* முகநெறிப்பு, கோரணி, கோட்டாலை.
Grimal'kin, *s.* ஒரு கிழப்பூனையின் பெயர்.
Grime, *s.* அறப்பதிந்த மறு, கறை.
Grime, *v.t.* கறைப்படுத்து, மாசுறச்செய்.
Grim'faced, *a.* முகம் கடுத்த.
Grim'visaged, *a.* முகக்கடுப்புள்ள.
Grin, *s.* இளிப்பு, நகைப்பு.
Grin, *v i.* பற்காட்டு, இளி, நகை.
Grind, *v.t.* அரை, தீட்டு, சாணைபிடி, இடிக்கண்செய், ஒடுக்கு; to grind the teeth, பல்நெருமு.
Grind'er, *s.* அரைக்கிறவன், சாணைதீர்க்கிறவன், செக்காட்டி.
Grind'ers, *s.* (*pl.*) கடைவாய்ப்பல், பட்டடைப்பல்.
Grind'stone, Grin'dlestone, } *s.* சக்கரச்சாணை, சிலாவட்டம், அம்மி.
Gripe, *s.* பிடிப்பு, பற்று, துன்பம்.
Gripe, *v.t.* இறுகப்பிடி, துன்புறுத்து; to gripe the fist, கையை இறுக்கிப்பொத்து.
Gripe, *v.i.* வயிறுவலி.
Grip'pleness, *s.* பொருளாசை.
Gris'ly, *a.* பயங்கரமான, திகிலுள்ள, சங்காவேசமான.
Grist, *s.* ஒரேமுறை திரிகை ஆட்டின மா, திரிகை ஆட்டும்படி ஒருமுறை கொண்டுபோன தானியம்.
Gris'tle (grĭs''l), *s.* உபாஸ்தி, முருந்து.
Grit, *s.* கற்சுணை, சருச்சரை, நொய்யரிசி; fine grits, பூநொய்.
Grit'ty, *a.* மண்ணுள்ள, சுணையுள்ள.
Griz'zle, *s.* நரை, கருமைகலந்த வெண்மை.
Grizzly, *ad.* சிறிது நரைத்த.
Groan, *s.* நெட்டுயிர்ப்பு, பெருமூச்சு, புலம்பல்.
Groan, *v.i.* பெருமூச்சுவிடு, நெட்டுயிர்ப்பெறி, புலம்பு, அனுங்கு.
Groat, *s* ஒரு நாணயம்.
Gro'cer, *s.* பலசரக்கு வியாபாரி, பலசரக்குக் கடைக்காரன்.
Gro'cery, *s.* பலசரக்கு, பலசரக்குக்கடை.
Grog, *s.* நீர்கலந்த சாராயம்.
Groin, *s.* அரைப்பூட்டு, வஞ்சணம், வாடம்.
Groom, *s.* பாகன், குதிரைக்காரன், ஏவற்காரன்.
Groove, *s.* தவாளிப்பு.
Groove, *v.t.* தவாளி, சுரங்கமறு.
Grope, *v.t.* தடவு, அளாவு, துழாவு; to grope one's way in the dark, இருளில் தடவி வழிபிடித்துப்போக

Gross, *s.* பருமம், பருக்கன், மொத்தம், நூற்று நாற்பத்துநாலு; to sell in the gross, மொத்தமாய்விற்க, சகட்டிலேவிற்க.
Gross, *a.* பருத்த, பருக்கனான; lie, பெரும்பொய்; gross elements, மஹாபூதம்.
Grot, Grot'to, } *s.* கெபி, குகை, முழைஞ்சு.
Grotesque', *a.* கோணங்கிவேஷமுள்ள, கோமாளமான.
Ground, *s.* நிலம், பூமி, காணி, தரை; நிமித்தம், நோக்கம்; as the surface of the earth, பூதலம்; as land, estate, &c., பூஸ்திதி; as the basis of any thing, மூலம், ஆதாரம்; for the site of a house, மனை; as the first colour, மூலவர்ணம்; to lose ground, பிந்த; to gain ground, முந்த, விருத்தியடைய; to quit one's ground, ஒருவன் பேசத்தொடங்கின நியாயத்தை விட்டுவிட; the ground of a liquor, வண்டல், மண்டி; rent, நிலவரி; on which trees stand, மரவிடை.
Groundage, *s.* துறை மரக்கல வரி.
Ground'floor, *s.* வீட்டினடித்தளம்.
Ground'less, *a.* அடியில்லாத, அஸ்திவாரமில்லாத, நியாயமற்ற.
Ground'ling, *s.* அடிநீர்மச்சம், அற்பன், இழிஞன்.
Ground'nut, *s.* வேர்க்கடலை, நிலக்கடலை.
Ground'rent, *s.* மனைவரி.
Ground'room, *s.* அடித்தளையறை.
Ground'work, *s.* அஸ்திவாரம், கடைகால், மூலாதாரம்.
Group, *s.* கூட்டம், கணம், தொகுதி.
Group, *v.i.* மொய், கூடு.
Grove, *s.* சோலை, தோப்பு, ஆராமம்.
Grov'el (grŏv''l), *v.i* தவழ், ஊரு, புரளு, ஈனமாயிரு.
Grov'eller, *s.* அற்பன், இழிஞன், ஈனன்.
Grow, *v.t.* விளைவி, பயிர்செய்.
Grow, *v.i.* வளர், உண்டா, முளை, அங்குரி; thick, அடர், நெருங்கு.
Growl, *v.i.* உறுமு, முறுமுறு.
Growth, *s.* வளர்த்தி, வளர்ச்சி, கிளர்ச்சி, தேற்றம், விருத்தி.
Grub, *s.* குறும்புழு, குட்டையன்.
Grub, *v.t.* கல்லு, கிண்டு, கொத்து.
Grudge, *s.* பிற்கோபம், உட்பகை, அழுக்காறு, எரிச்சல்.
Grudge, *v.t.* பொறாமைப்படு, எரிச்சற்படு, அழுக்காறடை.
Grudg'ingly, *ad.* எரிச்சலாய், மனப்புகைச்சலாய்.

Gru'el, *s.* கஞ்சி, குழம்பு, கூழ்.
Gruff, *a.* குறும்பார்வையுள்ள, உக்கிரப்பார்வையுள்ள, கடுமையான.
Grum, *a.* வெடுவெடுப்பான, கோப, உக்கிர, கொடிய.
Grum'ble, *v.i.* உறுமு, முறுகு, இரை.
Grum'bler, *s.* உறுமி, முறுமுறுப்போன், முறுகுவோன்.
Grum'bling, *p.n.* முறுகல், முறுமுறுப்பு.
Gru'mous, *a.* தடித்த, உறைந்த, கட்டிய.
Grunt, *s.* பன்றி யுறுமு மொலி.
Grunt, } *v.i.* உறுமு, முறுகு.
Grun'tle, }
Grutch, See Grudge.
Gua'na, *s.* உடும்பு.
Guarantee', *s.* உத்தரவாதி.
Guar'antee', *v.t.* உத்தரவாதம்பண்ணு, பிணைகொடு.
Guard, *s.* காவல், காப்பு, இரக்ஷிப்பு, காப்புநிலை; மெய்காப்பாளர்.
Guard, *v.t.* கா, தற்கா, பாதுகா, காப்பாற்று.
Guard'age, *s.* பாதுகாப்பு.
Guard'edly, *ad.* அவதானமாய், எண்ணிக்கையாய்.
Guar'dian, *s.* காவலன், பாலகன், கண்காணி, கஞ்சுகி; guardian of victory, ஜயபாலன்.
Guard'less, *a.* காவலற்ற, காப்பாற்ற, ஆதரவற்ற.
Guard'chamber, } *s.* காவற்கூடம், காவற்சாலை.
Guard'room, }
Gua'va, *s.* கொய்யாமரம், கொய்யாப்பழம்.
Guberna'tion, *s.* ஆளுகை, ஆட்சி, ஏவல், ஆக்கியாபனம்.
Guber'native, *a.* ஆளும், ஆளுகை செய்யும்.
Gubernatorial, *a.* கவர்னருக்கடுத்த.
Gud'geon, *s.* மச்சவிசேஷம், பேதை, இரை, அச்சுருவாணி.
Guer'don, *s.* பதிலுபகாரம், கைம்மாறு.
Guess, *s.* உத்தேசம், அளவிடை, அனுமானம், அனுமதி.
Guess, *v.t.* உத்தேசி, நிதானி, பாணி, அனுமானி.
Guest, *s.* விருந்தன், அதிதி, விடுதிக்காரன், விருந்து, அப்பியாகதன்.
Guest'chamber, *s.* விருந்துசாலை, அதிதிசாலை.
Guest'rite, *s.* அதிதி யுபசாரம்.
Guest'wise, *ad.* அதிதி மரபாய்.
Guid'ance', *s.* வழிகாட்டுகை, வழிநடத்துகை.
Guide, *s.* வழிகாட்டி, நேத்திரம், சூத்திரம்.
Guide, *v.t.* நடத்து, செலுத்து, வழிகாட்டு, ஏவு.
Guide'post, *s.* வழிகாட்டிமரம்.
Guild, *s.* கூட்டம், சங்கம்.
Guild'hall, *s.* சபாலயம், நகரமண்டபம்.
Guile, *s.* கரவடம், வஞ்சகம், சூது, கபடம், உபாயம், கள்ளம், நடலை, தோதகம்.
Guill'otine, *s.* சிரச்சேத யந்திரம்.
Guilt, *s.* குற்றம், பாதகம், தோஷம், பாவம், பழி.
Guilt'less, *a.* குற்றமற்ற, சுத்த.
Guilt'y, *a.* குற்றமுள்ள, தோஷமுள்ள.
Gui'nea, *s.* பத்தொருபாய் பெறும் பொன் நாணயம்.
Guin'ea-dropper, *s.* சோரன், முடிச்சுமாறி.
Guise, *s.* கோலம், வேஷம்.
Guitar', *s.* தம்புரு, யாழ்; guitar players, கலமர்.
Gulf, *s.* குடாக்கடல், நீர்க்குடா, ஆழி, நீர்ச்சுழி.
Gu'list, *s.* பெருணன், போஜனப்பிரியன், வயிறுதாரி.
Gull, *s.* ஒரு கடற்புள், தந்திரம், ஏய்ப்பு, எளிதிலே மாறுகிறவன்.
Gull, *v.t.* ஏய், எத்து, வஞ்சி.
Gul'lery, *s.* எத்து, பட்டித்தனம், வஞ்சனை, கள்ளம்.
Gul'let, *s.* கண்டநாளம், அன்னவாகி.
Gul'lish, *a.* மதிகெட்ட, மந்த, விபரீத.
Gully, *s.* நீர்கழிகால், ஜலதாரை.
Gulos'ity, *s.* பெருண், மீதூண், போஜனப்பிரியம்.
Gulp, *s.* ஒருவாயுணவு.
Gulp, *v.i.* ஆவலித்து விழுங்கு, ஒருமிக்க விழுங்கு.
Gum, *s.* முரசு, ஈறு, பிசின், நிரியாசம்; lac, மெழுகு, அரக்கு.
Gumas'ta, *s.* காரியகர்த்தன், குமாஸ்தா.
Gump'tion, *s.* சாவதானம்; புத்தி, விவேகம்.
Gun, *s.* துப்பாக்கி, பீரங்கி.
Gun'ner, *s.* இலக்கு வெடிக்காரன், துப்பாக்கிக்காரன், பீரங்கிக்காரன்.
Gun'nery, *s.* பீரங்கியப்பியாசம், வெடிப்பயிற்சி.
Gun'ning, *s.* பீரங்கிவித்தை.
Gun'powder, *s.* வெடிமருந்து.
Gun'shot, *s.* வெடிகுண்டுபாயுந் தூரம்.
Gun'smith, *s.* பீரங்கிக்கொல்லன், துப்பாக்கி செய்வோன்.
Gun'stock, *s.* சோங்கு, பிடங்கு.
Gun'wale (gŭn'nĕl), *s.* கப்பற்பக்கத்தின் மேற்பாகம்.

Gurge, *s.* சுழிநீர், நீர்ச்சுழி.
Gur'gle, *v.i.* நீர்விழுமொலி, களகள, சலசல.
Gu'ru, *s.* குரு, தேசிகன்.
Gush, *v.i.* பீரிடு, பாய், பெருகு, கொப்புளி.
Gush, *s.* கொப்புளித்தல், கக்குதல்.
Gust, *s.* காற்றுவீச்சு, வாயுவேகம், சுவை, இதம், இன்பம், சிற்றின்பம்.
Gust, *v.t.* சுவையறி, ருசிபார்.
Gusta'tion, *s.* சுவையறிதல், ருசிபார்த்தல்.
Gus'to, *s.* இதம், சுவை, இன்பம், உவப்பு, பிரீதி.
Gusty, *a.* புயற்கோலமான, சண்டமாருத.
Gut, *s.* குடல், குடர், இரைக்குடர், வயிறு, உதரம்.
Gut, *v.t.* குடலெடு, கொள்ளையாடு.
Gut'ter, *s.* நீர்ப்பாதை, மதகு, நீர்க்கால், ஜலதாரை, சாலகம், தூம்பு.
Gut'tle, *v.t.* ஆவலித்து விழுங்கு, ஒருமிக்க விழுங்கு.
Gut'tural, *ad.* மிடற்றிற்குரிய, மிடற்றிற் பிறக்கிற, கண்டாக்ஷர; a guttural letter, கண்டியவர்ணம்.
Guz'zle, *v t.* அதிபானம்பண்ணு, ஆவலாய் உண்.
Guz'zle, *s.* தின்று தெவிட்டாதவன்.
Gymna'sium, *s.* மல்லசாலே, மற்களரி.
Gym'nast, *s.* சிலம்பாசிரியன்.
Gymnas'tics, *s.* மல்யுத்தம்.
Gymnos'ophist, *s.* ஒருவகை இந்திய ஞானி.
Gyn'orchy, *s.* பெண்ணரசு.
Gyp'sy, *s.* See Gipsy, கள்ளமறவன்.
Gyp'sum, *s.* சிலாசத்து; crystallized or foliated, கருப்பூர சிலாசத்து.
Gyre, *s.* சுற்று, சுழற்சி.
Gyra'tion, *s.* சுழற்சி.
Gyre, *v.i.* சுற்று, சுழல்.
Gyre, *s.* விலங்கு, தொழு, தளைங்கு.

H

Ha, *int.* (அதிசயம், இரக்கம், துக்கம், வினு முதலியவற்றைக் காட்டும்) இடைச்சொல், ஆகா! ஒகோ!
Ha'beas-cor'-pus, *s.* விடுதலைச்சாதனம், ஒருவனை விடுவிக்குஞ் சாதனம்.
Hab'erdasher, *s.* பட்டுபருத்தி நூற்புடைவை முதலிய விற்கும் வியாபாரி.
Hab'erdashery, *s.* அற்பவியாபாரச்சரக்கு.
Habil'iment, *s.* கோலம், புடைவை, உடை.
Hab'it, *s.* சாதனை, பழக்கம், வழக்கம், பயிற்சி, கடை, பரீக்ஷை, உடை, அங்கி, வஸ்திரம், கோலம், சாயல்.
Hab'it, *v.i.* கோலம்பூணு, அணி, உடு.
Hab'itable, *a.* வாசம்பண்ணக்கூடிய.
Habita'tion, *s.* வாசம், வீடு, மனை, இருப்பு, வீடுவாசல்.
Hab'ited, *p. a.* கோலந்தரித்த, அணிந்த, உடுத்த, பயின்ற.
Habit'ual, *a.* வழக்கமான, பயிற்சியான.
Habit'uate, *v.t.* பழக்கு, பயிற்று.
Hab'ituate, *a.* வழக்கப்பட்ட, சாதனையான.
Hab'itude, *s.* பாங்கு, போங்கு, பழக்கம், வியவகாரம்.
Hack, *s.* கொத்து, வெட்டு, தடக்கு, கூலிக் குதிரை, பசுத்தொட்டி.
Hack, *v.t.* அரி, கத்தரி, கொத்து, துண்டி.
Hack, *a.* குடிக்கூலிக்குப் பிடித்த.
Hac'kery, *s.* மாட்டுவண்டி.
Hac'kle, *v.t.* செம்புநீக்கு, சிக்குவாங்கு, கிழி.
Hack'ney, *s.* மட்டக்குதிரை, கூலிக்கு விடுங் குதிரை.
Hack'ney-coach, *s.* கூலிக்குப்பிடித்த வண்டி.
Hack'neyman, *s.* குடிக்கூலிக் குதிரைக் காரன்.
Hack'ster, *s.* வாயாடி, வல்வாயன், காதகன், குளிர்ந்துகொல்லி.
Haft, *s.* பிடி, கைப்பிடி.
Haft, *v.t.* பிடியிடு, பிடிபோடு.
Hag, *s.* கிழவி, சூனியகாரி, குறிகாரி, குரூபி.
Hag'gard, *a.* வசங்கெட்ட, கண்சுழிந்த.
Hag'gle, *v.t.* கத்தரி, கண்டதுண்டம் பண்ணு.
Hag'gle, *v.i.* அருக்கு.
Hag'gler, *s.* அருக்குவோன், அருக்காணி காட்டுவோன்.
Hah, *int.* ஆஹா, அதிசயக்குறிப்புச்சொல்.
Hail, *s.* ஆலங்கட்டி, ஆலி, சிலாவிருஷ்டி.
Hail, *int.* வாழி, வாழிய, வாழ்க, சுபமங்களமொழி.
Hail, *v.t.* சயசயவென்.
Hail'stone, *s.* ஆலங்கட்டி, ஆலி, கன்மழை.
Hair, *s.* மயிர், உரோமம், தலைமயிர், கேசம்; it is full of hair, மயிர்மயிராயிருக்கிறது.
Hair'breadth, *s.* மயிரிடை.
Hair-brush, *s.* கேசமார்ச்சனி, கேசசோதனி.
Hair-splitting, *s.* மயிர்பிளத்தல்.
Hair'y, *a.* மயிருள்ள, உரோமம்போன்ற.
Ha'keem, *s.* வைத்தியன்.
Ha'kim, *s.* அதிகாரி.
Hal'berd, *s.* முக்கருவீட்டி, முத்தலைவேல்.
Hal'cyon, *a.* அமைதியான, சாந்தமுள்ள.
Hal'cyon, *s.* மீன்கொத்திப்புள், சிச்சிலிக் குருவி.

Hale, *a.* சொஸ்தமுள்ள, சுகமுள்ள, பலத்த.
Hale, *v.t.* பிடித்திழு, பலாத்கரித்திழு.
Half, *s.* அரை, அரைவாசி, பாதி, அர்த்தம்.
Half'blood, *s.* துவிதாரமக.
Half'blooded, *a.* வர்ணசாங்கரிய, இழிபிறப்புள்ள.
Half'dead, *a.* அரையுயிருள்ள; to be half dead, குற்றுயிராக.
Half'hatched, *a.* குஞ்சுபொரித்தும் பொரியாதுமிருக்கிற, உபாயஞ் சூழ்ந்துஞ் சூழாதுமிருக்கிற.
Half'heard, *a.* கேட்டுத்தீராத.
Half'learned, *a.* அரைப்படிப்புள்ள, படித்தும்படிக்காத.
Half'moon, *s.* அர்த்தசந்திரன்.
Half'pay, *s.* பாதிச்சம்பளம்.
Half'penny, *s.* பென்னி என்னும் அங்கிலேய நாணயத்தில் பாதி.
Half'read, *a.* அரைத்திட்டம் வாசித்த.
Half'seas-over, *a.* அரைவெறி.
Half'sighted, *a.* மந்ததிர்ஷ்டியுள்ள.
Half'starved, *a.* அரைப்பட்டினியான.
Half'sword, *s.* முட்டியுத்தம், அடரடிபடரடி.
Half'way, *s.* பாதிவழி.
Half'witted, *a.* மந்தமுள்ள, பேதைமையான.
Halit'uous, *a.* ஆவிநிறைந்த, ஆவிமயமான.
Hall, *s.* சாலே, மண்டபம், பஞ்சாயத்தார் சாலே, நியாயஸ்தலம்.
Hallelu'jah, *s.* தேவஸ்துதி, கடவுள்வாழ்த்து.
Halloo', *int.* ஓகோ.
Halloo', *v.i.* கூப்பிடு, கூவு, சத்தங்காட்டு, கூவியழை.
Hal'low, *v.t.* பரிசுத்தமாக்கு, சுத்திகரி, நைவேதி.
Hallu'cinate, *v.t.* பிழைபடு, பிசகு, மயங்கு.
Hallu'cina'tion, *s.* பிழை, மோசம், தப்பிதம், மயக்கு, பிரமை, சாயை.
Ha'lo, *s.* பரிவேடம், பரிகதம், வட்டம்.
Halt, *s.* தங்கல், அஞ்சல், முகாம்.
Halt, *v.i.* தரி, தங்கு, நில், நொண்டு, இருமனப்படு, ஐயப்படு.
Halt, *a.* சப்பாணியான.
Halt'er, *s.* தூக்குக்கயிறு, குதிரைக்கழுத்திடு கயிறு.
Halt'er, *v.t.* கயிற்றினுற்கட்டு, கயிறுதொடு.
Halve, *v.t.* பாதிசெய், அர்த்தி.
Ham, *s.* பின்னந்தொடை, உப்பிட்ட பன்றித் தொடை.
Ham'let, *s.* சிறுகிராமம், சிற்றூர், பட்டி, கிராமம்.
Ham'mer, *s.* சுத்தி, சம்மட்டி, சுத்தியல், மத்திகை, கூடம்.
Ham'mer, *v.t.* அறை, சுத்தியாலடி, அடித்துருவாக்கு.
Hammerer, / Ham'merman, *s.* சம்மட்டிக்காரன்.
Ham'mock, *s.* தொட்டில், ஏணை, மஞ்சம், தூங்குமஞ்சம்.
Ham'per, *s.* கூடை, கடகம், விலங்கு, தளை, கட்டு.
Ham'per, *v.t.* தளை, சிக்குப்படுத்து, எத்து.
Ham'string, *v.t.* பின்கால்நரம்பு வெட்டு, பின்கால்நரம்பு கட்டு.
Hand, *s.* கை, கரம், அத்தம், பாணி.
Hand, *v.t.* நடப்பி, பராமரி, தா, கொடு.
Hand'bill, *s.* விளம்பரபத்திரம்.
Hand'cuff, *s.* கைவிலங்கு, கைக்குட்டை.
Hand'ful, *s.* கைக்கொண்ட அளவு, கைந்நிறைந்த அளவு, சேரங்கை, பிடி, கைப்பிடி, அள்ளு.
Hand'icraft, *s.* கைத்தொழில், கம்மியம், கைவினை.
Hand'iwork, *s.* கைவேலை, கைத்தொழில், கைவினை.
Hand'kerchief, *s.* கைக்குட்டை, கழுத்துக்குட்டை, உறுமால்.
Han'dle, *s.* காம்பு, கைப்பிடி, பிடி, கரமுட்டி; of a plough, மேழி; of a sword, கத்திப்பிடி.
Han'dle, *v.t.* கைபாடு, கைபரிமாறு, கையிடு, தொடு, பிடி, நடத்து.
Hand'maid, *s.* பணிவிடைக்காரி, ஏவற்பெண்.
Hand'mill, *s.* திரிகை, எந்திரம், கையெந்திரம், தட்டு.
Hand'saw, *s.* கைவாள், ஈர்வாள், கரபத்திரம்.
Hand'some, *a.* வடிவான, அழகான, இலட்சணமான, விசித்திரமான.
Hand'somely, *ad.* அந்தமாய், அழகாய், சிறப்பாய்.
Hand'writing, *s.* கையெழுத்து, one's own, சுவஸ்தலிகிதம்.
Hand'y, *a.* கைச்சாமர்த்தியமான.
Hand'yblow, *s.* கையடி, கையறை.
Hand'ygripe, *s.* கைப்பிடி, கையாற் பிடித்தல்.
Hang, *v.t.* தூக்கு, தூக்கிக்கொல்லு, நாற்று.
Hang, *v.i.* தொங்கு, தாழ், தூங்கு, நாலு, தாமதப்படு.
Hang'er, *s.* தூக்குவோன், தூங்குவோன்; உடைவாள்.

Hang'er-on, *s.* தூக்குணி, தூங்கி, வீடுதூங்கி.
Hang'ings, *s.* (*pl.*) தூக்கணம், தோரணம், சல்லி, தாழ்வடம்.
Hang'man, *s.* தூக்குக்காரன், தூக்குவோன், தூக்கிக்கொல்வோன்.
Hank, *s.* கழி, நூற்கழி, கதவுபூட்டுங் கயிறு.
Hank'er, *v.i.* ஆசைப்படு, இச்சி, அவாக்கொள், ஆதுரி.
Hank'ering, *s.* வாஞ்சை, காதல், பேராவல்.
Hap, *s.* தற்செயல், தற்சம்பவம்.
Hap-haz'ard, *s.* தற்செயல், தற்சம்பவம்.
Hap'less, *a.* அதிர்ஷ்டவீனமான, யோகமற்ற.
Hap'ly, *ad.* தற்செயலாய், ஒருவேளை.
Hap'pen (hăp'p'n), *v.i.* சம்பவி, நட, ஆகு, நேரிடு, எதிர்.
Hap'piness, *s.* இன்பம், செல்வம், பாக்கியம், சௌக்கியம், ஆனந்தம், மனப்பாக்கியம், சுகம்; happiness and misery, இன்பதுன்பம், சுகதுக்கம்.
Hap'py, *a.* சந்தோஷமான, சுகானுபவ, மனப்பாக்கியமுள்ள; person, பாக்கியவான், பாக்கியவதி; a happy result, சுபபலம், a happy moment, சுபலக்கினம்.
Harangue', *s.* பிரசங்கம், அலங்காரவாக்கியம்.
Harangue', *v.t.* பிரசங்கி, விரித்துரை, வர்ணி.
Har'ass, *v.t.* அலைக்கழி, அலை, அலட்டு, தொந்தரைசெய்.
Har'binger, *s.* தூதன், கட்டியக்காரன்.
Har'bour, *s.* துறைமுகம், கடற்குடா, ஒதுங்குகடல்; இளைப்பாறுமிடம், அடைக்கலம்.
Har'bour, *v.t.* இடங்கொடு, விடுதிகொடு, விருந்துகொடு.
Hard, *a.* கடினமான, கெட்டியான, அழுத்தமான, கர்க்கசமான, உரமான, அருமையான, பிரயாசமான; to be understood, அறிதற்கரிய; walk, கடுநடை; soil, கடுந்தரை, வன்னிலம், கட்டாந்தரை, வெட்டாந்தரை; iron, வல்லிரும்பு; of understanding, அறியக்கூடாத; times, குறுவிலைக்காலம், கடுங்காலம்; limbed, திடாங்க; a hard way, கடுவழி; a disease hard to cure, தீராதநோய்; winter, கடுமாரி, weather, கடுங்காலம்; a hard case, அநியாயம்.
Hand, *ad.* வருத்தமாய், நெருக்கமாய்.
Har'den (härd''n), *v.t.* கடினப்படுத்து, உரப்பி, பலப்பி, இறுகப்பண்ணு, முரண்டாக்கு.
Hard'hearted, *a.* வன்னெஞ்சுள்ள, இரக்கமற்ற.
Hard'heartedness, *s.* மனக்கடினம்.
Har'dihood, *s.* வீரம், அஞ்சாமை, மனவலிமை, நெஞ்சோர்மம்.
Har'diness, *s.* உறுதி, உரம், வைரம், வீரம்.
Hard'ly, *ad.* அருமையாய், பிரயாசமாய், கடினமாய்.
Hard'ness, *s.* திடம், கடோரம், திடத்வம், வெட்டெனவு, கடினம், வைரம், திண்மை, உரம், முரண, இறுக்கம், உரப்பு.
Hard'mouthed, *a.* கடிவாளத்திற்கு அடங்காத, கடிவாளத்தைச் சட்டைபண்ணாத.
Hard'ship, *s.* பிரயாசம், வருத்தம், நெருக்கம், கர்க்கசம், கஷ்டம்.
Hard'ware, *s.* இரும்புமுதலிய லோகத்தால் உண்டாக்கப்பட்ட பணிமுட்டு.
Hard'wareman, *s.* கம்மியன், கன்னான்.
Har'dy, *a.* திடமான, பலமான, பதமையற்ற, வீரமான.
Hare, *s.* முயல், முசல், சசம்.
Hare'brained, *a.* கவலையற்ற, துணிவுள்ள, எண்ணாத, நிலையற்ற, சபலபுத்தியுள்ள.
Hare'hunter, *s.* முயல்வேட்டைக்காரன்.
Hare'lip, *s.* உதட்டறை, அறுவாயுதடு, கவையுதடு, மூளியுதடு.
Ha'rem, *s.* அந்தப்புரம்
Hark, *int.* சொல்லக்கேள்.
Hark, *v.i.* உற்றுக்கேள், செவிகொடு.
Har'lequin, *s.* கோணங்கி, கோமாளி, பரிகாசக்காரன்.
Har'lot, *s.* வேசி, பொதுப்பெண், பரத்தை, கணிகை, பட்டி.
Har'lot, *v.i.* வேசித்தனம் பயில், வேசிமார்க்கத்தில் நட.
Har'lotry, *s.* வேசித்தனம், வம்புப்பேச்சு.
Harm, *s.* தீங்கு, தீமை, கெடுதி, ஹிம்சை, ஹானி, நஷ்டம்; it was put out of harm's reach, அதுவிக்கின மணுகாவண்ணம் வைக்கப்பட்டது.
Harm, *v.t.* தீமைசெய், தீங்குசெய், மோசப்படுத்து.
Harm'less, *a.* தீங்கற்ற, குற்றமில்லாத, கபடில்லாத.
Harmon'ic, } *a.* இசைக்கடுத்த, இன்னி-
Harmon'ical, } சையான; proportion, சுரக்கியானுபாதம்.
Harmo'nious, *a.* இன்னிசையான, இசையுள்ள, ஒத்த; a harmonious family, ஒத்தகுடி; a harmonious society, ஒத்தஜனம்.
Har'monize, *v.t.* இசையப்பண்ணு, சம்பந்தப்படுத்து.
Har'monize, *v.i.* சேர்டு, இசை, பொருந்து, இணங்கு.

Har'mony, *s.* இசை, இசைப்பாட்டு, கானம், விகிதம், இனியவோசை, வண்ணம், பண்; to live in harmony, ஒத்துவாழ.
Har'ness, *s.* பண்டியிழுக்குங் குதிரையுடுப்பு, போராயுதப்பொது, அணிகலம்.
Harp, *s.* சுரமண்டலம், வீணை, வல்லகி, ஒரு நட்சத்திரவிராசி.
Harp, *v.i.* வீணைவாசி, அழுத்திச்சொல், மேலுமேலுஞ்சொல்.
Harp'ist, *s.* வீணைவாசிப்போன்.
Harp'ing-iron, *s.* எறியீட்டி, மண்டா, வல்லயம்.
Harpoon', *s.* எறியீட்டி, மண்டா, வல்லயம்.
Harp'sichord, *s.* சுரமண்டலம், சுரமண்டலப்பெட்டி.
Har'py, *s.* பெருங்கழுகு.
Har'ridan, *s.* பருவமுதிர்ந்த வேசி, கிழப்பரத்தை, கிழப்பொதுமகள்.
Har'rier, *s.* முயல்வேட்டைநாய்.
Har'row, *s.* மண்சமப்படுத்துங்கருவி.
Har'row, *v.t.* தரையைச் சமப்படுத்து, மனம்வருந்தும்படி சொல்லு; harrowing sensation, மனநோ.
Har'ry, *v.t.* கொள்ளையிடு, அலைக்கழி.
Harsh, *a.* உவர்ப்பான, காரமான, உரப்புள்ள, கடினமான, கர்ணகடோரமான, சருச்சரையான, கர்க்கச.
Harshly, *ad.* வெட்டென; to speak, கடுகடுக்க, கடுகடுத்துப்பேச, வெட்டெனப்பேச; a harsh word, கடுஞ்சொல், கடியசொல்.
Harsh'ness, *s.* வெடுவெடுப்பு, கொடுமை, கடுமை, கார்ப்பு, வெட்டெனவு, கடினம், முரண்.
Hart, *s.* கலைமான்.
Harts'horn, *s.* கலங்கொம்பு, மான்கொம்பு.
Har'vest, *s.* விளைவுகாலம், கனிகாலம், பலன், விளைவு, அறுப்பு; the end of the, ஒப்படி, கதிர்மடங்கல்.
Har'vest, *v.t.* விளைவை அறுத்துச்சேர்.
Har'vestman, *s.* விளைந்ததானிய மறுப்போன்.
Hash, *s.* கொத்தின இறைச்சி.
Hash, *v.t.* கொத்தரி, சல்லரி.
Has'let, *s.* பன்றியீரல்.
Hasp, *s.* கொளுவி, பூட்டு.
Hasp, *v.t.* பூட்டு, கொளுவிமாட்டு.
Haste, *s.* சீக்கிரம், துரிதம், தீவிரம், சறுக்கு, ஆத்திரம், பதஷ்டம், அவசரம், விரைவு, விசை, வேகம்; to make haste, விசைக்க, தீவிரிக்க.
Has'ten (hās"n), *v.t.* சீக்கிரப்படுத்து, துரிதப்படுத்து.
Has'ten, *v.i.* துரிதப்படு, கெதியாய்ப்போ, விரை.
Has'tily, *ad.* விரைவாய், கடுகென, திடுகூருய், கடிதாக.
Has'tings, *s.* முற்பலம், முதற்கனி.
Has'ty, *a.* தீவிரமான, சறுக்கான, விரைவான; man, தீவிரகாரன்.
Hat, *s.* தொப்பி, குல்லா, தலைச்சீரா.
Hat'box, **Hat'case**, } *s.* குல்லாவுறை, தொப்பிவைக்கும் பெட்டி.
Hatch, *s.* அரைகதவு, ஒருவைப்புக்குஞ்சு, சந்ததி.
Hatch, *v.t.* குஞ்சுபரிபவி; சூழ்ச்சிசெய்.
Hatch'et, *s.* கைக்கோடரி, கண்டகோடரி, மழுக்கோடரி.
Hate, *s.* பகை, விரோதம், குரோதம்.
Hate, *v.t.* பகை, வெறு, பகைசாதி, விரோதி.
Hate'ful, *a.* பகையான, வெறுப்பான, அரோசிகமான.
Ha'tred, *s.* பகை, விரோதம், வன்மம்.
Hat'ted, *a.* தொப்பியிட்ட, குல்லாத்தரித்த.
Hat'ter, *s.* தொப்பிசெய்வோன்.
Haught'iness, *s.* மேட்டிமை, அகங்காரம், சளுக்கு, இறுமாப்பு, இடும்பு, வெம்பலிக்கை.
Haught'y, *a.* அகந்தையுள்ள, இறுமாப்புள்ள, கர்வமுள்ள, சளுக்கான கர்வித; to be haughty, துள்ள, குதிக்க; a haughty woman, இடும்பி.
Haul, *v.t.* இழு, சாம்பு, வலி, வாங்கு.
Haul, *s.* இழுவை, இழுப்பு, ஈர்ப்பு.
Haum, *s.* வைக்கோல், அரிதாள், ஒட்டு.
Haunch, *s.* இடுப்பு, சந்து, ஒக்கலை.
Haunt, *s.* உறைபதி.
Haunt, *v.i.* உறை, சஞ்சரி, ஊசாடு, நடமாடு; a house haunted by devils, பேய்குடிகொள்ளும்வீடு.
Haut'boy (ho'bŏy), *s.* நாயகசுரம், நாயகசின்னம்.
Hauteur', *s.* அகந்தை, பெருமை, செருக்கு.
Have, *v.t.* வைத்திரு, அடைந்திரு, கொள்ளு, அனுபவி, விவாகஞ்செய், வேண்டு, பெறு; to have on, தரிக்க, பூண; to have in honour, நன்குமதிக்க, to have in derision or contempt, அவமதிக்க.
Ha'ven (hā'v'n), *s.* குடாக்கடல், துறைமுகம், அடைக்கலஸ்தானம்.
Hav'er, *s.* உடையான், கொள்வோன்.
Hav'er-sack, *s.* ரணவீரர் புசிகரணப்பை.
Hav'ildar, *s.* ஒரிராணுவ உத்தியோகஸ்தன்.
Hav'ing, *s.* ஆட்சி, உடைமை, ஒழு.

Hav'oc, *s.* கொள்ளை, சூறை, கேடு, சங்கரிப்பு, நாசம், அழிவு.
Hav'oc, *v.t.* பாழ்படுத்து, பாழாக்கு.
Hawk, *s.* பருந்தினம், கருடன்.
Hawk, *v.t.* இராசாளி வேட்டையாடு.
Hawk, *v.i.* விலைகூறு, கிரயங்கூறு, காறு.
Hawk'er, *s.* சிறுவியாபாரி, கிரயங்கூறியழைப்போன்.
Haw'ser, *s.* ஒருவகை அமார்.
Hay, *s.* அறுத்துக் காய்ந்த புல்.
Hay'loft, *s.* காய்ந்த புற்பரண்.
Hay'rick, *s.* புற்கந்து.
Haz'ard, *s.* இடையூறு; இடைச்சம்பவம், கேட்டுக்கேதுவாகுகை.
Haz'ard, *v.t.* துணிந்துசெய், மோசத்துறையில் விழுத்து.
Haz'ardous, *a.* மோசமான, மோசத்துறையான, சேதத்திற்கேதுவான.
Haze, *s.* மூடுபனி, பனிப்புகார், பூங்காரம், மப்பு.
Ha'zel (hā'z'l), *a.* கபிலமான.
Ha'zy, *a.* மூடுபனியுள்ள, பனிப்புகாருள்ள.
He, *pr.* அவன், இவன், உவன்.
Head (hĕd), *s.* தலை, சிரசு, சென்னி, தலைவன், மனம், புத்தி, கூர், நுனி, விஷயவிபாகம்; of a river, நதியுற்பத்திஸ்தானம்; he has a fine head of hair, அவன் மயிரமுகன்; from head to foot, பாதாதிகேசம்; head of cattle, கால்நடை; the head of a family, குடும்பபதி, தலைவன்.
Head, *a.* தலைமையான, பிரதான.
Head, *v.t.* வழிகாட்டு, நடத்து, முன்செல்.
Head'ache, *s.* தலைநோ, தலைவாதை, கபாலக்குத்து, தலைவலி.
Head'band, *s.* தலைக்கச்சு, தலைநாடா.
Head'gear, *s.* தலையணி, தலைக்கோலம்.
Head'ing, *s.* தலை, மூலம், முகவுரை, தலைபுனை, தலைப்பெயர்.
Head'land, *s.* முனை, கோடி.
Head'long, *ad.* தலைகீழாய், அதோமுகமாய், குத்தென, புத்தியில்லாமல், துணிகரமாய்.
Head'man, *s.* தலைவன், தலைமைக்காரன்; of a trade, செளத்ரி.
Head'money, *s.* தலைவரி.
Head'piece, *s.* தலைச்சோடு, தலைச்சீரா, விவேகம், பூகம்.
Head'quarters, *s.* சமஸ்தானம், பிரதானஸ்தலம்.
Heads'man, *s.* கொலையாளன், கொலைத்தண்டனை செய்யும் சேவகன்.
Head'strong, *a.* தன்மூப்புள்ள, தறுகுறும்புள்ள, முட்டாள்தனமுள்ள.
Head'tire, *s.* தலைக்கோலம், தலைப்பாகை.
Head'workman, *s.* சிற்பாசாரி.
Head'y, *a.* முட்டாள்தனமுள்ள, குறும்புத்தனமுள்ள, நினைத்தபடி செய்கிற.
Heal, *v.t.* சுகப்படுத்து, குணப்படுத்து, பரிகரி, சொஸ்தமாக்கு, ஆற்று.
Heal, *v.i.* சுகப்படு, குணப்படு.
Heal'ing, *a.* சொஸ்தகர, சாந்த, சுகந்தரும், உபசாந்தியான.
Health (hĕlth), *s.* சுகம், சௌக்கியம், சுவாத்தியம், சொஸ்தம், ஆரோக்கியம்.
Health'ful, *a.* சௌக்கியமான, சொஸ்தமுள்ள.
Health'less, *a.* அசௌக்கிய, சௌக்கியமற்ற, சுகவீன.
Health'y, *a.* சுகமான, சொஸ்தமுள்ள, சுவாத்தியமுள்ள, சுவஸ்த.
Heap, *s.* குவியல், கும்பம், குப்பை, இராசி திடல், மேடு; of grain, &c., அம்பாரம் போர்; of straw, வைக்கோற்போர்.
Heap, *v.t.* குவி, அடுக்கு, சேர்; சம்பாதி.
Hear, *v.t.* கேள், செவிகொடு.
Hear'er, *s.* கேள்விப்படுவோன், கேள்விச் செவியன்
Hear'ing, *s* கேள்வி, கேட்கை, செவி, கேள்விமூலம், கரணமூலம்.
Hear'ken (härk''n), *v.t.* கேள், செவிகொடு, உற்றுக்கேள்.
Hear'kener, *s.* கேட்போன், செவிகொடுப்போன், உற்றுக்கேட்போன்.
Hear'say, *s.* கேள்வி, ஊர்ப்பேச்சு, சத்தம்.
Hearse (hĕrs), *s.* பிரேதப்பண்டி, சவப்பண்டி.
Hearse, *v.t.* பாடையில் வை.
Heart (härt), *s.* இருதயம், இரத்தாசயம், இதயம், உள்ளம், மனம், மனச்சாட்சி, விருப்பம்; as courage, தீரம்.
Heart, *v t.* உற்சாகங்கொளுத்து, தைரியம் சொல்லு, தீரமுண்டாக்கு.
Heart'burn, *s.* அசீரணத்தினுலுண்டாகும் நெஞ்செரிப்பு.
Heart'felt, *a.* நெஞ்சறிந்த, மனமறிந்த; heartfelt joy, உள்ளக்களிப்பு, உளமகிழ்ச்சி.
Hearth (härth), *s.* அடுப்பு, கணப்பு, முத்தானம்.
Hearth'money, *s.* அடுப்புவரி.
Heart'ily, *ad.* தாராளமாய், மனதார, மனப்பூர்வமாய்; to laugh heartily, நகைகொட்ட; to eat heartily, நிரம்ப உண்ண, பூரணமாகப் புசிக்க.

Heart'less, *a.* இரக்கமில்லாத, விருப்பமற்ற, பயமுள்ள, தைரியமற்ற.
Heart'rending, *a.* நெஞ்சைப் பிளக்கிற, மனவருத்தஞ் செய்கிற.
Heart'sick, *a.* மனதை வருத்துகிற.
Heart'sore, *s.* மனத்துயர் தருவது, மனப் பீடை.
Heart'wounding, *a.* மனநோவான.
Heart'y, *a.* ஆண்மையான, மனப்பூர்வமான, உற்சாகமுள்ள, விருப்பமுள்ள, வாஞ்சையுள்ள, மனப்பற்றுள்ள, சுகமுள்ள.
Heat, *s.* சூடு, காங்கை, வெப்பம், உஷ்ணம், கோடை, காந்தி, வேனில், வெம்மை, தாபம்; heat rising from the ground, வெக்கை; intense heat, வேடை; the heat of passion, விரகாக்கினி; heat in the system, வெட்டை.
Heat, *v.t.* சுடு, வேவி, காந்து, அழற்று, கனற்று; to become heated, வெச்செனு.
Heat, *v.i.* காய், சூடாகு, வே, வெதும்பு.
Heath, *s.* சம்பம்புல், புல்நெருங்கிய வெளி.
Hea'then (hē'th'n), *s.* கிறிஸ்துவர் யூதர்மகம்மதியரல்லாத புறச்சமயத்தார்.
Hea'thenism, *s.* அன்னியசமயம், இதரசமயம்.
Heave (hēv), *v.t.* தூக்கு, எடு, ஏற்று, கிளப்பு, எறி.
Heav'en (hĕv''n), *s.* வானம், விண், பரமண்டலம், மோக்ஷம், முத்தி.
Heav'enly, *a.* பரத்துக்கடுத்த, திவ்வியமான, மோக்ஷவாச.
Heaves, *s.* குதிரைகளுக்குவரும் ஈளைரோகம்.
Heav'ily, *ad.* பாரமாய், கனமாய், துக்கமாய், உபத்திரவமாய்.
Heav'iness, *s.* பளு, பாரம், திமிர், மந்தம், மழுக்கம், துக்கம்.
Heav'ing, *s.* இளைத்தல், நெடுமூச்செறிதல், எழுச்சி, பொருமல்.
Heav'y, *a.* பாரமான, கனமான, திண்மையான, சோம்பான, துக்கமான; heavy rain, அதிவிருஷ்டி.
Heb'domad, *s.* வாரம், கிழமை, ஏழுநாள்.
Heb'etude, *s.* தூக்கம், திமிர், மந்தம், மழுக்கம்.
He'brew (*fem.* Hebrewess), *s.* எபிரேயன், எபிரேயபாஷை.
Hec'a-tomb (hĕc'à-tôm), *s.* சதமிருகப் பலி, சதமிருகமேதம்.
Hec'tic, *a.* விடாச்சுரமுள்ள, தினக்காய்ச்சலுள்ள.
Hec'tor, *s.* அதட்டி, பகடக்காரன், அலட்டி.
Hec'tor, *v.t.* வீரங்காட்டு, அ[illegible] பகட்டு, வெருட்டு, வீரம்பேசு.

Hedge, *s.* வேலி, அடைப்பு; படல், காவல்.
Hedge'bill, Hed'ging-bill, } *s.* கொடுவாட்கத்தி, கைக்கத்தி.
Hedge'hog, *s.* எய்ப்பன்றி, முட்பன்றி.
Hedg'er, *s.* வேலியடைப்போன்.
Heed, *s.* சிந்தனை, சாவதானம், கவனம், சூதானம், நினைப்பு.
Heed, *v.t.* எண்ணு.
Heed'less, *a.* சிந்தனையற்ற, சாவதானமற்ற, எழுந்தபடியான; heedless eagerness, ஆத்திரம்.
Heel, *s.* குதிக்கால், குதிங்கால்.
Heel, *v.i.* கூத்தாடு, நடி.
Heft, *s.* எழுச்சி, எத்தனம், முயற்சி.
Hegi'ra, Heg'ire, } *s.* மகமதாப்தம்.
Heif'er (hĕf'ēr), *s.* நாகு, ஈனுப்பசு, கடாரிக்கன்று.
Heigh'ho (hī'hō), *int.* ஒகோ.
Height (hīt), *s.* உயரம், உன்னதம், உச்சம், குன்று, மேடு.
Height'en (hīt''n), *v.t.* அதிகரிப்பி, மிகப்பண்ணு.
Hei'nous, *a.* வெறுக்கப்படத்தக்க, கடுமையான, கொடிய, பாதகமான.
Hei'nousness, *s.* அதிபாதகம்.
Heir (âr), *s.* (*fem.* heiress), சுதந்தரவாளி, சுதந்தரன், உரிமைக்காரன்.
Heir'loom, *s.* வீட்டுக்கு உரிய சுதந்தரப் பொருள்.
Heir'ship, *s.* சுதந்தரத்துவம், உரிமையுள்ள தன்மை.
He'liac, Heli'acal, } *a.* சூரியனுக்கடுத்த, சூரியனுக்குரிய.
Heliocen'ric, Heliocen'trical, } *a.* சூரிய மையமான, ஆதித்தநோக்கான, சவுரமத்திய.
Hell, *s.* நரகம், பாதாளம், பவர்க்கம்.
Hell'doomed, *a.* நரகாக்கினைத் தீர்ப்புப் பெற்ற.
Hel'lish, *a.* நரகத்துக்குரிய, நரகம்போன்ற.
Hell'born, *a.* நரகத்திலுற்பத்தியான.
Hell'daunted, *a.* பேய்சுற்றிக்கொண்ட.
Helm, *s.* சுக்கான், கன்னம், சுாணு.
Hel'met, *s.* தலைச்சீரா, தலைத்திராணம்.
Helms'man, *s.* சுக்கானி, சுக்கான் பிடிக்கிறவன், கியாமகன்.
Help, *s.* உதவி, ஒத்தாசை, துணை, சகா[illegible], ஆதரவு, தஞ்சம், உபால்.

Help, *v.t.* உதவு, துணைசெய், ஆதரி; I cannot help crying, நான் அழாதிருக்கக் கூடாது; I cannot help it, அதை நிவிர்த்திக்க என்னாலாகாது.
Help'less, *a.* துணையற்ற, தனித்த, கேவலமான, திக்கற்ற; the helpless, சார்பிலார்.
Helplessly, *ad.* திக்கற்று, செயலற்று.
Helplessness, *s.* தஞ்சக்கேடு.
Help'mate, *s.* சகன், சகாயன், கூட்டாளி, தோழன், ஊழ்த்துணை.
Hel'ter-skelter, *ad.* கலேவாய், திக்குக்கேடாய், குசமசக்காய்.
Helve, *s.* கோடாரிப்பிடி.
Hem, *s.* வஸ்திரவோரம், விளிம்பு, கரை.
Hem, *v.t.* மடித்துத்தை, விளிம்புதை, அடை, வளை.
Hem'i, *a.* பாதி, அரை, அர்த்தம்.
Hem'icycle, *s.* அரைவட்டம், விருத்தார்த்தம்.
Hem'isphere, *s.* பாதியுண்டை, அர்த்தகோளம், விர்த்தார்த்தம்; eastern, குணார்த்தகோளம்; western, குடார்த்தகோளம்; northern, உத்தரார்த்தகோளம்; southern, தக்கிணார்த்தகோளம்.
Hem'lock, *s.* ஒரு நச்சுச்செடி.
Hem'orrhage, *s.* இரத்தரோகம், இரத்தசிராவம்.
Hem'orrhoids (*pl.*), மூலவியாதி, அரிசம், இரத்தமூலம்.
Hemp, *s.* சணல், சணம்.
Hemp'en, *a.* சணனூலிற் செய்த.
Hen, *s.* கோழிப்பேடு, பெடை, பறவைப் பெண்.
Hence, *ad.* இவ்விடத்திலிருந்து, இனிமேல், இதுமுதல், ஆகவே.
Hence, *int.* போ.
Hence'forth, *ad.* இனி, இதுமுதல்.
Hen'coop, *s.* கரப்பு, கோழிக்கூடு.
Hendecasyl'lable, *s.* பதினோரசையடி.
Hen'hearted, *a.* இளநெஞ்சுள்ள, வீரமற்ற, ஆண்மையற்ற.
Hen'pecked, *a.* பெண்சொற் கேட்கிற, மனையாட்டிக் கமைந்த.
Hen'roost, *s.* புள்ளுறையுமிடம், பக்ஷிகள் இராத்தங்குமிடம்.
Hep'tagon, *s.* எழுகோணம், சத்தகோணவடிவம், சத்தபுசை.
Heptag'onal, *a.* எழுகோணமுள்ள.
Heptam'erede, *s.* எழுகூறாய் வகுப்பது.
Hep'tarchy, *s.* சத்த அதிபர் செங்கோல்.
Her, *pr.* அவளுடைய, அவளை.
Her'ald, *s.* தூதன், கட்டியக்காரன், கூறுவோன்.
Herald'ry, *s.* வமிச வரலாற்றுமாலை, தேசசாரட்பிரமாணம்.
Herb (ērb, hērb), *s.* பூண்டு, பயிர், கீரை.
Herb'aceous, *a.* பயிர்பூண்டு வகைக்குரிய.
Her'bage, *s.* இலை, தழை, பூண்டு, பத்திரம், பயிர், புல்.
Her'bal, *s.* தாபரசாஸ்திர புஸ்தகம்.
Her'balist, } *s.* தாபரசாஸ்திரி, தாபர வித்தியாபண்டிதன்
Her'barist, }
Her'bary, *s.* பயிர்க்கொல்லை.
Hercu'lean, *a.* அரிய, அதிபலமுள்ள, பெரிய, வருத்தமான.
Herd, *s.* மிருகக்கூட்டம், மந்தை, இடையன்; herd of cows, காலி, காலிக்கூட்டம்.
Herd, *v.i.* கூடிக்கொள், திரளு, மொய்.
Herds'man, *s.* இடையன், கோபாலன்.
Here, *ad.* இங்கே, இவ்விடம், இங்ஙனம், ஈண்டு.
Here-about', } *ad.* இந்தப்பக்கத்திலே, இவ்விடத்திலே, கிட்ட.
Here-abouts, }
Here-af'ter, *s.* இனி, இனிமேல், பின்னே.
Here-by', *ad.* இதினால்.
Heredit'ament, *s.* உரிமை, உரிமையாஸ்தி.
Hered'itary, *a.* உரிமையான, சுதந்தரமான, பரவணியான, பரம்பரையான; right, பிதிரார்ஜிதம், சுதந்தரம், காணியாட்சி.
Here-in', *ad.* இதில், இங்கே.
Here-of', *ad.* இதிலிருந்து, இதனால்.
Here-on', } *ad.* இதன்மேல், இதைப் பற்றி.
Here-upon', }
Her'esy, *s.* சமயபேதம், வேதப்புரட்டு, வைதன்மியம், பாஷண்டம்.
Her'etic, *s.* சமயபேதி, வேதப்புரட்டன்.
Here-to-fore', *ad.* முன்னே, இதற்குமுன்.
Here-unto', *ad.* இம்மட்டுக்கும், இதுவரையில்.
Here-with', *ad.* இத்துடன், இதோடு.
Her'itable, *a.* சுதந்தரிக்கக்கூடிய.
Her'itage, *s.* சுதந்தரம், உரிமை, ஆட்சி, காணி.
Hermaphrode'ity, *s.* அலிக்குணம்.
Hermaph'rodite, *s.* நபுஞ்சகம், அலி, சண்டன்.
Hermeneu'tics, *s.* வியாக்கியான வித்தை, அர்த்தவிற்பத்தி.
Hermet'ically, *ad.* அடைப்பாய், காற்றுப் புகாமல்.
Her'mit (*fem.* hermitess), *s.* முனி, துறவோன், தபசி, தபத்தி, நீத்தோன், வனவாசி.

Her'mitage, *s.* ஆச்சிரமம், தவச்சாலை, பள்ளி, பன்னசாலை.
Her'nia, *s.* (of the intestine), குடர்ப்பிதுக்கம்; strangulated, நெரிபிதுக்கம்.
Her'nial, *a.* குடர்ப்பிதுக்கமான.
He'ro (*fem.* her'oine), *s.* மறவன், வீரவான், சௌரியவான், திண்ணியன், சூரன், பராக்கிரமசாலி, பாட்டுடைத்தலைவன்; any illustrious hero, வீரமார்த்தாண்டன்.
Hero'ic, *a.* வீரியமான, சௌரியமான; heroic valor, விக்கிரமம், வீரசூரம், வீரதீரம்.
Hero'ically, *ad.* வீரியமாய், சௌரியமாய்,
Heroine, *s.* வீரி.
Her'oism, *s.* வீரியம், ஆண்மை, சௌரியம், விக்கிரமம், வீரம், தைரியம், பராக்கிரமம்; superior heroism, கட்டாண்மை.
Her'on, *s.* நாரை, குருகு, குரண்டம்.
Her'onry, *s.* நாரைப்பதி.
Her'pes, *s.* படர்தாமரை, தேமல், பூச்சிக்கடி.
Her'ring, *s.* அயிரைமீன்.
Herse, *s.* See Hearse, பாடைப்பண்டி.
Herself', *pr.* அவள்தானே, அவளாகத்தானே, அவளே, அவளேயே.
Hes'itancy, *s.* இருமனம், ஐயப்பாடு, சந்தேகம்.
Hes'itant, *a.* ஐயப்பாடுள்ள, இருமன, நாத்தடக்குள்ள.
Hes'itate, *v.i.* ஐயப்படு, குழம்பு, சந்தேகி, தடுமாறு, தாமதி.
Hesita'tion, *s.* இருமனம், மனக்குழப்பம், ஐயப்பாடு, தாமதம்.
Het'eroclite, *s.* விதிவிலக்குமொழி, மரூஉமொழி.
Het'erodoxy, *s.* பரபக்ஷம், சமயப்பிரஷ்டம், தர்மவிபரீதம்.
Heteroge'neous, *a.* விகற்பமான, வேற்றியல்புள்ள, கலப்பான; attraction, விவித கருஷணம்.
Heteros'cian, *a.* ஒரேபக்கத்தில் நிழலிடும்.
Hew, *v.t.* வெட்டு, அரி, கண்டி, தறி, தடி.
Hex'agon, *s.* அறுகோணம், ஷட்கோண வடிவம், ஷட்புசை.
Hexag'ony, *s.* ஷட்கோணவடிவம்.
Hexam'eter, *s.* அறுசீரடி.
Hexang'ular, *a.* ஷட்கோண.
Hex'apod, *s.* ஷட்பதம், அறுகால்விலங்கு.
Hex'astich, *s.* ஆறுசெய்யுள்.
Hey, *int.* ஓகோ! ஆ!
Hia'tion, *s.* பிளத்தல், நீக்கம்.
Hia'tus, *s.* நீக்கம், பிளவு, பிளப்பு, விட்டிசை.

Hic'cough (hĭk'kŏf), **Hick'up**, *s.* விக்கல், விக்குள்.
Hid, **Hid'den** (hĭd'd'n), *p.a.* மறைபட்ட, அந்தரங்க, இரகசிய.
Hide, *s.* தோல், சருமம்.
Hide, *v.t.* மறை, ஒளி, புதை, கா.
Hide'and seek, *s.* கண்பொத்தி விளையாட்டு.
Hid'eous, *a.* பேய்க்கோலமான, பயங்கரமான, திடுக்காட்டமான, கோரரூப.
Hid'ing, *s.* மறைவு, ஒளிப்பு, பதிவிடம்.
Hid'ing-place, *s.* மறைவிடம், ஒளிப்பிடம், பதிவிடம்.
Hie, *v.i.* தீவிரி, சீக்கிரமாகச் செல்லு.
Hi'erarch, *s.* சிரேஷ்டகுரு.
Hi'erarchy, *s.* சிரேஷ்ட குருத்துவம், திருச்சபைக்குரிய ஆளுகை.
Hieroglyph'ic, *s.* சித்திரபாஷிதம், மூகபாஷை.
Hig'gle, *v.i.* விலைகூறு, கொள்வனவிற்பனவற்றில் அருக்கு.
High (hī), *a.* உயரமான, உயர்ந்த, மேலான, உன்னத; forehead, ஏறுநெற்றி.
High'birth, *s.* உயர்குடிப்பிறப்பு.
High'blessed, *a.* உன்னத, ஆனந்த.
High'blown, *a.* மிக்க இறுமாப்புள்ள.
High'born, *a.* உயர்ந்த குடிப்பிறந்த, குலோத்துங்க.
High'day, *a.* உற்சவதினத்திற்குரிய,
High'embowed, *a.* உயர்ந்த வில்வளைவுள்ள.
High'fed, *a.* பெருவாழ்வு வாழ்ந்த.
High'flier, *s.* எட்டாத எண்ணம் பண்ணுவோன்.
High'flown, *a.* வீம்பான, அதிகர்வமான.
High'hearted, *a.* வீரமிக்க, உற்சாகம் ஓங்கிய.
High'heeled, *a.* குதியுயர்ந்த.
High'land, *s.* திடல், திட்டு, மேடு, மலை, காடு.
High'lander, *s.* மேட்டுநாட்டான்.
High'ly, *ad.* உயரமாய், அதிகமாய், பெருமையாய், மேட்டிமையாய்.
High'mettled, *a.* வேகமிஞ்சிய, மிகத் தண்டைமானங்கொள்ளுகிற.
High'-minded, *a.* மேட்டிமையான, தன்மேம்பாடுள்ள, அகந்தையான, சுயாபிமானமுள்ள.
High'priest, *s.* பிரதான ஆசாரியன்.
High'principled, *a.* உத்தமகொள்கையைச் சார்ந்த.
High'priced, *a.* விலையுயர்ந்த.
High'reaching, *a.* உயர்ந்தெழும், உன்னத சிகரமுள்ள

High'road, *s.* ராஜவீதி.
High'roofed, *a.* கூரையுயர்ந்த.
High'sounding, *a.* வீம்பான, high-sounding words, சத்தாடம்பரம்
High'seasoned, *a.* சுவையமைந்த.
High'ness, *s.* உயர்ச்சி, உயர்வு, உசிதம், மேன்மை; highness and lowness, மேன்மை தாழ்மை.
High'treason (hī-trē's'n), *s.* ராஜதுரோகம்.
High'water, *s.* ஏற்றம், பெருக்கம்.
High'water-mark, *s.* நீர்ப்பெருக்கு நிலைக் குறிப்பு.
High'way, *s.* ராஜவீதி, பெருந்தெரு, பெரும்பாதை, ராஜதெரு, வியனெறி, ரஸ்தா; high-way-robbery, வழிப்பறிக்கொள்ளை, அதர்கொள்ளல், அதர்கோள்.
High'way-man, *s.* சூறைக்காரன், வழிப்பறிப்போன், ஆறலைத்துண்போன்.
High'wrought, *a.* திட்டமாய்ச் செய்யப்பட்ட.
Hilar'ity, *s.* அகக்களிப்பு, களிப்பு, மகிழ்ச்சி, உல்லாசம், புளகிதம்.
Hil'ding, *s.* பயங்காளி, இளநெஞ்சன்.
Hill, *s.* மேடு, குன்று, மலை.
Hill'ock, *s.* மேடு, திடல், திட்டு, சிறுமலை.
Hill'y, *a.* மேடுள்ள, திட்டான.
Hilt, *s.* பிடி, கைப்பிடி, பரிஞ்சு; hilt of a sword, தடையம்.
Hil'ted, *a.* பிடியுள்ள, கைப்பிடியுள்ள, பிடியிட்ட.
Him, *pro.* அவனை.
Himself', *pr.* தான், அவனே, தன்னைத் தானே, அவனையே.
Hind, *s.* பெண்மான், பிணைமான்.
Hind, *s.* நாட்டாள், வேலைக்காரன்.
Hind, *a.* பின்புறமான, பின்பக்கமான; leg, பின்னங்கால், பின்கால்.
Hin'der, *v.t.* தடு, தடைசெய், தவிர், மறி, விக்கினம்பண்ணு, முடக்கு; to be hindered, தடைப்பட, முடங்க.
Hin'derance, *s.* தடக்கு, தடங்கல், தடை, பின்னிதம், விக்கினம், தடுப்பு, விகடம், இடறு, குந்தகம், விகாதம், மறியல்.
Hin'du, *s.* ஹிந்து.
Hinge, *s.* பிணையல், கீல்.
Hinge, *v.i.* பிணையல், தை, உழனு.
Hint, *s.* குறிப்பு, பயில், சைகை, பொழிப்பு, ஜாடை.
Hint, *v.t.* பயில்காட்டு, குறிப்புக்காட்டு, குறிப்பி.
Hip, *s.* இடுப்பு, ஒக்கலை, சந்து.
Hip'halt, *a.* முட, நொண்டுகிற.
Hip'shot, *a.* இடுப்பெலும்புப் பொருத்து விலகிய.
Hip'pish, *a.* சுவரணைக்கேடுள்ள, துக்கமான.
Hip'pocras, *s.* திராக்ஷரஸ ஔஷதம்.
Hip'podrome, *s.* வையாளிவீதி.
Hippopot'amus, *s.* நீர்யானை.
Hire, *s.* கூலி, சம்பளம், ஆட்கூலி, பரிதானம்.
Hire, *v.t.* கூலிக்குவாங்கு, பிடி, பொருந்து.
Hire', *p.a.* கூலிக்குவாங்கின, குடிக்கூலிக் குப்பிடித்த.
Hire'less, *a.* கூலியற்ற, கைம்மாறில்லா.
Hire'ling, *s.* கூலிக்கு வேலைசெய்கிறவன்; a young hireling, சிற்றாள்.
His, *pr.* அவனுடைய, அவனது.
Hiss, *v.i.* சீறு, இரை.
Hiss, *s.* இரைச்சல், சீற்றம், சீறல்.
His'sing, *s.* இரைச்சல், சீழ்ஒலி.
Hist, *int.* அமைதிக்குறிப்பொலி.
Histo'rian, *s.* புராணிகன், சரித்திரகாரன், சரிதாசிரியன், இதிகாசலேககன்.
Histor'ical, *a.* சரித்திரத்துக்கடுத்த.
His'tory, *s.* சரித்திரம், வர்த்தமானம், வரலாறு, இதிகாசம், விவரணம்.
Hit, *s.* தட்டு, முட்டு, அடி, வாய்ப்பு.
Hit, *v.t.* படப்பண்ணு, முட்டப்பண்ணு, அடி.
Hit, *v.i.* படு, அடி, முட்டு.
Hitch, *s.* தடை, தடக்கு, பிடி.
Hith'er, *ad.* இங்கே, இவ்விடத்திற்கு, இப்பால், ஈண்டு.
Hith'er, *a.* முடுகிய, இப்பாலுள்ள.
Hith'er-most, *a.* இப்பக்கத்திற்கு மிக நெருங்கிய.
Hith'er-to, *ad.* இதுவரைக்கும், இவ்வளவும், இம்மட்டும்.
Hive, *s.* தேன்கூடு, தேன்கூண்டு, தேனீக்கூட்டம்.
Hive, *v.* தேனீமொய், தேன்கூடுவை.
Ho, Ho'a, } *int.* ஹோ, ஓ.
Hoar, *a.* நரையான, மூத்துநரைத்த.
Hoard, *s.* குவியல், வைப்பு, சேமம், பொக்கசம், புதையல், நிக்ஷேபம், சேமநிதி.
Hoard, *v.t.* குவி, சேர், கூட்டு, சேகரி, grain கட்டுக்கிடையாய்வை.
Hoarse, *a.* கம்மலான, குரலடைப்பான.
Hoarse'ness, *s.* குரற்கனப்பு, கம்மல், தொண்டைக்கனப்பு, குரலடைப்பு.
Hoar'frost, *s.* உறைந்தபனி, பனிக்கற்றை.
Hoar'iness, *s.* நரை.
Hoar'y, *a.* வெண்மையான, நரையான.

Hoax, s. ஏய்ப்பு, எத்து, ஜாலம், கிருத்திரமம்.
Hoax, v.t. விளையாட்டுக்காட்டு, ஏய், எத்து.
Hob, s. குப்பக்காட்டான், பாங்கறியாதவன், கூளி, குறள்.
Hob'ble, v.i. நொண்டி நட, இழுத்து நட, குந்தி நட.
Hob'ble, s. நெளிநடை, நொண்டி நொண்டி நடத்தல், சங்கடம், கலக்கம்.
Hob'bler, s. கிந்துகாலன்.
Hob'by, s. மட்டக்குதிரை, குதிரைவாகனம், மனதிற்கு இனியதொழில்.
Hob'goblin, s. பிசாசு, பேய்க்கூளி.
Hob'nail, s. சடையாணி, கொண்டையாணி.
Hod, s. பத்தல், வத்தை.
Hod'dy-doddy, s. மடையன், கொச்சைமகன்.
Hodier'nal, a. இன்றுள்ள, இற்றைநாட்குரிய.
Hod'man, s. சிற்றாள்.
Hoe, s. மண்வெட்டி, கனித்திரம்.
Hoe, v.t. மண்வெட்டியாற் கொத்து.
Hog, s. பன்றி, காட்டுப்பன்றி, ஆண்டன்றி.
Hogherd, s. பன்றிமேய்ப்பவன்.
Hog'sty, s. பன்றிக்கூடு, பன்றிவீடு.
Hogs'head, s. ஒரு முகத்தலளவை.
Hog'shearing, s. வீணாட்டம்.
Hog'wash, s. பன்றிக்கு ஊற்றும் மண்டி.
Hoi'den (hoi'd'n), s. ஆடுமாலே, துடிபாட்டமுள்ளவள்.
Hoist, v.t. உயர்த்து, ஏற்று, தூக்கு.
Hoist, s. உயர்த்தல், ஏற்றல், தூக்கல்.
Hold, s. பிடி, கப்பற்கீழறை, காவல்.
Hold, v.t. பிடி, பற்று, கொள், கைக்கொள், கட்டிக்கொள்; festival, உற்சவம்நடத்து; the tongue, வாய்மூடு; up, தூக்கிப்பிடி; in, தடு; any thing held in common, சந்தாயம், சமுதாயம்.
Hold, v.i. நிலைகொள்; to hold up as weather, மழைபெய்யாதிருக்க; on, பிடிவிடாதிரு.
Hold, int. நில், பொறு, நிற்கட்டும்.
Hold'fast, s. நாத்தாங்கி.
Hole, s. துவாரம், குழி, அளை, பொத்தல், வளை, வங்கு, குகை, தமர், தொளை, தவ்வு; and corner, சந்து பொந்து; to form into a hole, பள்ளங்குழிய.
Hole, v.t. குழிபறி, வளையில்நுழை.
Hol'iday, s. பெருநாள், திருநாள், பண்டிகை, உற்சவதினம், வாவு, விடுமுறை.
Ho'liness, s. பரிசுத்தம், தூய்மை.
Hol'la, int. கூ! ஓகோ.
Hol'low, s. குழல், குழாய், தொளை, கனை, வங்கு.
Hol'low, v.t. குழி, குலு, குடை, தொளைபதி; the hand hollowed, கரகலசம், கரகோஷம், கரபாத்திரம்.
Hol'low, a. குழாயான, குழியான, பள்ளயான, குளிய; a hollow sound, கம்பீரத்தொனி.
Hol'low-eyed, a. கண்குழிந்த.
Hol'low-hearted, a. வஞ்சக நெஞ்சுள்ள, கபட.
Hol'lowness, s. உட்குழாய், தசிரம், உட்டுளை, வெண்டு, குடைவு, குழிவு, போலி, கபடம், வஞ்சகம்.
Hol'ster, s. கைத்துப்பாக்கி யுறை.
Holt, s. வனம், சோலை, மலை.
Ho'ly, a. சுத்தமான, பரிசுத்தமான, நிர்மல, திரு, சுகிர்த, தூய; church, திருச்சபை; a holy land, புண்ணியபூமி.
Holy Ghost, s. பரிசுத்தஆவி.
Hom'age, s. வணக்கம், ஆசாரம், வழிபாடு, வந்தனம், வந்தனை.
Hom'age, v.t. வணக்கஞ் சொல்லு, வணங்கு.
Home, s. வீடு, இல்லம், இல், சுதேசம்.
Home, ad. வீட்டுக்கு, திட்டமாய், காரியத்துக்குத் தக்கபடி; drive this nail home, இந்த ஆணியை ஒட்ட அடி; to bring a charge home, ஒருவனைக் குற்றவாளியென்று மெய்ப்பிக்க; to go to one's long home, சாக.
Home'less, a. இருக்க வீடற்ற, இருக்க இடமற்ற.
Home'born, a. சுதேசத்திற்குரிய, ஜன்மஸ்தலத்திற்குரிய, வீட்டிற் பிறந்த.
Home'liness, s. பரும்படி, பருமட்டு, அவலட்சணம், அந்தக்கேடு.
Home'ly, a. வீட்டுக்கடுத்த, நாட்டுத்தன்மையான, பரும்படியான, சரவையான.
Home'made, a. தன்வீட்டிற்செய்யப்பட்ட, சுதேசத்திற்செய்யப்பட்ட, நாட்டு.
Home'speaking, s. தெளிய வற்புறுத்திச் சொல்லும் சொல்.
Home'spun, a. வீட்டில்நூற்ற, உள்நாட்டிற் செய்த, நாட்டுப்பாங்கான.
Home'stall, Home'stead, } s. வீடும் வீட்டைச்சார்ந்த நிலமும்.
Home'wards, ad. வீட்டைநோக்கி.
Hom'icide, s. கைம்மோசக்கொலை, நினைபாமற்செய்தகொலை, கொலை; ஆட்கொல்லி, கொலைபாதகன்.
Hom'ilist, s. பிரசங்கி.
Hom'ily, s. பிரசங்கம்.

Homoge'neous, *a.* ஒரே இயல்புள்ள, ஒரே விதமான, ஏகபிரமாணமான; attraction, சுஜாதிகருஷ்ணம்.
Homol'ogous, *a.* ஒரே இயல்புள்ள, ஒற்றுமையுள்ள.
Homon'ymy, *s.* உபயார்த்தம், சிலேடை, சந்தேகார்த்தம்.
Hone, *s.* சாணைக்கல், தீட்டுக்கல்.
Hon'est (ŏn'ĕst), *a.* யோக்கியமான, யதார்த்தமான, உண்மையான; சுத்த, நாணயமான; an honest man, வெள்ளன்.
Hon'esty, *s.* நேர்மை, நிதார்த்தம், நாணயம், உண்மை, நீதி, கற்பு, யோக்கியம், யோக்கியதை, யதார்த்தம்.
Hon'ey (hŭn'y), *s.* தேன், மது, நறவு, பிரசம்.
Hon'ey-bag, *s.* தேனீயிரைப்பை.
Hon'ey-comb, *s.* தேன்கூடு, தேன்வதை, இறால்.
Hon'ey-moon, *s.* விவாகஞ்செய்த முதல் மாதம்.
Hon'ey-mouthed, *a.* இனியமொழிபேசும்.
Hon'ey-sweet, *a.* தேனினிய, தேனெனத் தித்திக்கும்.
Hon'ey-tongued, *a.* மிருதுவசனமொழியும், தேன்நாவுள்ள.
Hon'orary, *a.* உயர்ச்சியான, கனிசமான, மேன்மையான.
Hon'our (ŏn'ūr), *s.* கனம், பிரதிஷ்டை, கண்யம், பூச்சியம், கீர்த்தி, ரோசம், அபிமானம், மானம்.
Hon'our, *s.* சம்மானம், பூசை, அர்ச்சனை, ஆதரம், சத்காரம்; family honour, குலமரியாதை.
Hon'our, *v.t.* கனம்பண்ணு, உபசாரம் பண்ணு, வணங்கு, பேணு.
Hon'ourable, *a.* கனமுள்ள, மானமுள்ள. மகத்தான, சங்கையுள்ள, பூச்சியமுள்ள.
Hood, *s* தலைமுடி, தலைச்சீரா, சிரமுடி முக்காடு.
Hood, *v.t.* தலைமுடியிடு, முக்காடிடு.
Hood'wink, *v.i.* கண்பொத்து, கண்மூடு, ஏய்.
Hoof, *s.* குளம்பு, குரம்.
Hoof, *v.i.* நட, கால்நடை நடக்கிறது.
Hoofed, *a.* குளம்புள்ள.
Hook, *s.* கொளுவி, கொளுக்கி, பூட்டு, தோட்டி, முனை, தூண்டில்; by hook or by crook, எப்படியாகிலும்.
Hook, *v.t.* கொளுவு, சிக்கப்பண்ணு, பூட்டு, மாட்டு.
Hook'nosed, *a.* கிளிமூக்குள்ள, காக்காய் மூக்குள்ள.

Hoop, *s.* வளையம்.
Hoop, *v.i.* ஆர்ப்பரி, கூப்பிடு, சத்தம்வை.
Hoop'er, *s.* கூப்பிடுவோன், மரத்தொட்டித் தச்சன்.
Hoop'ing-cough (hoop'ing-kof), *s.* குக்கல், கக்குவான், குக்கல்நோய்.
Hoot, *v.i.* கூவென், அலறு, கூவிநிந்தி.
Hop, *s.* கிந்து, தத்து, கிந்துவிளையாட்டு, தொங்காரப்பாய்ச்சல், துள்ளு, ஒருபூண்டு.
Hop, *v.t.* கிந்து, துள்ளு, தத்து.
Hope, *s.* நம்பிக்கை, ஆசை, விருப்பம், வரவு காத்திருக்கை, உமேது.
Hope, *v.i. & t.* எண்ணு, வரவுகாத்திரு, நம்பு, விரும்பு, ஆசி.
Hope'ful, *a.* நம்பிக்கையுள்ள, கூடுமெனற விருப்பமுள்ள.
Hope'less, *a.* நம்பிக்கையற்ற, கைகடந்த, அசாத்தியமான.
Ho'ral, *a.* நாழிகைக்குரிய, ஓரைக்குரிய.
Ho'rary, *a.* நாழிகைகாட்டும், நாழிகைநேரம் நிற்கும்.
Horde, *s.* இருக்கை நிலையில்லாக் குழுவினர்.
Hori'zon, *s.* அடிவானம், அம்பராந்தம், தொடுவானம், திகந்தம், சக்கிரவாளம்; rational, வாஸ்தவதிகந்தம்; sensible, தரிசனீயதிகந்தம்.
Horizon'tal, *s.* அடிவானத்துக்கு நேரான, திகந்த.
Horn, *s.* கோடு, கொம்பு, காகளம்.
Horn, *v.t.* கொம்புகொடு.
Horned, *a.* கொம்புள்ள, கொம்புபோன்ற.
Hor'net, *s.* குளவி. விஷசிருங்கி.
Horn'less, *a.* கொம்பில்லா, கொம்பற்ற.
Horn'pipe, *s.* ஊதுகொம்பு, ஒருவித நடனம்.
Horn'spoon, *s.* கொம்புக்கரண்டி.
Hor'ologe, *s.* நாழிகையந்திரம்.
Horom'etry, *s.* நாழிகைவளையறைவிதை.
Hor'oscope, *s.* ஜாதகம், ஜாதகக்குறிப்பு, ஜன்மபத்திரம்.
Hor'rible, *a.* கொடுமையான, பயங்கரமான, கெடியுள்ள.
Hor'ribly, *ad.* பயங்கரமாய், கோரமாய்.
Hor'rid, *a.* பயங்கரமான, அச்சமான கொடிய.
Horrif'ic, *a.* திகிலுண்டாக்கும்.
Hor'rify, *v.t.* பயப்படுத்து.
Horripila'tion, *s.* மயிர்ப்புளகம்.
Hor'ror, *s.* பயங்கரம், அச்சம், திகில், [illegible]
Horse, *s.* குதிரை, அசுவம், பரி.
Horse, [illegible] வண்டியிற்

Horse'back, *s.* குதிரைமேலிருக்கை.
Horse'breaker, *s.* குதிரை பழக்குவோன், குதிரை யியக்குவோன்.
Horse'dealer, *s.* குதிரைவியாபாரி.
Horse'keeper, *s.* குதிரைக்காரன்.
Horse'laugh, *s.* பெருநகை, அட்டகாசம், கனைப்பு.
Horse'leech, *s.* அட்டை.
Horse'man, *s.* குதிரைவீரன், இராவுத்தன்.
Horse'manship, *s.* குதிரைநடத்துஞ் சமர்த்து.
Horse'meat, *s.* குதிரை இரை.
Horse'race, *s.* குதிரைப்பந்தயம்.
Horse'shoe, *s.* குதிரைக்காலிலிடும் இரும்பு, லாடம்.
Horse'whip, *s.* குதிரைச்சவுக்கு
Horse'whip, *v.t.* சவுக்காலடி.
Horta'tion, *s.* புத்தி, போதனை.
Hor'ticulture, *s.* தோட்டவேலை, தோட்டச்செய்கை.
Horticult'urist, *s.* தோட்டப்பயிர்த்தொழில் நிபுணன்.
Hosan'na, *s.* வாழ்த்து, தேவஸ்துதி.
Hose, *s.* கால்மேசு, சரணகோசம், நீர்தூவுங் குருத்தி.
Hos'ier, *s.* கால்மேசு விற்போன்.
Hos'pitable, *a.* உபசரணையுள்ள, ஆதரவான, அன்னியர்க் குபசரணைசெய்கிற.
Hos'pital, *s.* தருமவைத்தியசாலை, ஆதுலர் சாலை, தர்மசாலை.
Hospital'ity, *s.* உபசரணை, விருந்தோம்பல்; the rites of hospitality, அதிதிசத்காரம்.
Hos'pitate, *v.t.* அதிதியாக இறங்கியிரு, அதிதியாகப்போயிரு.
Host, *s.* சேனை, விடுதிகொடுக்கிறவன், விருந்து செய்வோன்.
Host'age, *s.* பிணையாளி, கிரி, கிரியிருப்பவன்.
Hostess, *s.* விருந்தோம்புவாள்.
Hos'tile, *a.* எதிரான, விரோதமான், பகையான, முரணுன, hostile kings, பகை மன்னர்
Hostil'ity, *s.* பகை, விரோதம், சத்துருத்தனம், எதிரித்தனம்.
Hos'tilize, *v.t.* பகைமூட்டு, சத்துருவாக்கு.
Hostler, *s.* விடுதிவீட்டில் குதிரைபார்ப்பவன்.
Hot, *a.* சூடுள்ள, வெப்பமான, காங்கையான, விரகதாபமுள்ள, காரமுள்ள, வெய்ய, வேகமுள்ள; to be, சுட, வெச்சென; very hot weather, வெட்டைநாள், முதிர்வேனில், கடுங்கோடை, வேடைக்காலம்; hot water, வெந்நீர்.
Hot'bed, *s.* எருவிட்ட பாத்தி, எருவெப்பமுதிர் பாத்தி.
Hot'brained, *a.* உக்கிர, அகோர, கொதி தலையுள்ள.
Hotel', *s.* தங்குமடம், சத்திரம், விடுதி.
Hot'house, *s.* உஷ்ணதேசத்துப் பயிரைச் சீதளபூமியி லுண்டாக்கும்படி செய்த உஷ்ணவீடு.
Hot'mouthed, *a.* அடங்காத, வணங்காத, அனல்வாய், வெவ்வாய்.
Hot'spur, *s.* வேகன், தலைகீழாய் விழுவோன், எண்ணுதவன்.
Hough (hŏk), *v.t.* கால்விசைநரம்பு வெட்டு.
Hound, *s.* வேட்டைநாய்.
Hound, *v.t.* வேட்டையாடவிடு; he hounded his dogs on their cattle, அவர்கள் மாட்டைப் பிடிக்கத் தன் நாயை ஏவினுன்.
Hour (our), *s.* ஓரை, முகூர்த்தம்.
Hour'glass, *s.* நாழிகை அறி கருவி, சொரி மணல்கொண்டு நாழிகை அறி கூபி.
Hour'hand, *s.* மணிக்கம்பி.
Hou'ri, *s.* மகமதிய மோக்ஷலோகத்துத் தெய்வப்பெண்.
Hour'ly, *ad.* ஓரைதோறும்.
Hour'plate, *s.* மணித்தகடு.
House, *s.* வீடு, மனை, இல்லிடம், கிரகம், ஆலயம்; குடும்பம்; கூட்டுவியாபாரிகள்; ground site, மனை.
House, *v.t.* இருக்க இடங்கொடு.
House'breaker, *s.* வீடிடித்துக் கொள்ளையாடுவோன், கன்னமிடுவோன்.
House'dog, *s.* வீடுகாக்கு நாய்.
House'hold, *s.* வீட்டார், குடும்பத்தார், சகவாசிகள்.
House'holder, *s.* வீட்டுக்காரன், மனையாளன், வீட்டுள்ளான், கிரகஸ்தன், குடும்பி, கிரகபதி.
House'hold-stuff, *s.* வீட்டுத்தட்டுமுட்டு, வீட்டுப்பொருள், வீட்டுத்தளவாடம், வீட்டுப்பண்டம்.
House'keeper, *s.* இல்லோம்புவோன், வீட்டுவிசாரணைக்காரி.
House'keeping, *s.* குடித்தனம் நடத்தல், இல்லாண்மை.
House'less, *s.* குடியிருக்க வீடில்லாத.
House'maid, *s.* வீட்டுவேலைக்காரி, வெள்ளாட்டி.
House'pigeon, *s.* மாடப்புறு.
House'wife (hŭz'if), *s.* மனைவி, வீட்டுக்காரி ...ல்லாள்.

House'wifely, *a.* இல்லாளுக்குரிய, மனை மாட்சியுள்ள.
House'wifery, *s.* இல்லாட்சி, மனைபாட்சி, இல்லோம்புதல்.
Hous'ing, *s.* குதிரைமேற் றவிசு, சேணக் கம்பளி.
Hov'el, *s.* சிற்றில், குடிசை.
Hov'er, *v.i.* சிறகடி, சிறகாற்று.
Hov'er, *s.* தொங்குசரன்.
How, *ad.* எப்படி, எவ்வாறு, எவ்வண்ணம்.
Howbe'it, *ad.* எப்படியும், இன்னும்.
Howev'er, *ad.* ஆகிலும், மேலும், என்றாலும், இன்னும்.
How'itzer, *s.* சட்டிப்பீரங்கி.
Howl, *v.i.* ஊளையிடு, குளிறு, அலறு, புலம்பு, முழங்கு, இரை.
How'let, *s.* ஆந்தை, கூகை, உலூகம்.
Howl'ing, *s.* ஊளை, குளிறொலி.
How'many, *a.* எத்தனை?
How'much, எவ்வளவு, எத்துணை?
Howsoev'er, *ad.* எவ்விதத்திலும், எப்படியும்.
Hoy, *s.* சிற்றுரு, சிறுதோணி.
Hub, *s.* பண்டிச்சக்கரக்குடம், தொப்பை.
Hub'bub, *s.* இரைச்சல், சந்தடி, கூக்குரல், அமளி.
Huc'kle, *s.* இடுப்புச்சந்து, நாரி.
Huc'kle-bone, *s.* இடுப்பெலும்பு.
Huc'kster, *v.i.* சிறுவியாபாரஞ்செய், சிறு செட்டிச்செய்.
Huck'ster, *s.* சிறுவியாபாரி, தோலுணி, உலுத்தன்.
Hud'dle, *v.t.* தாறுமாறாய்வை, நெருக்கமாய்ப்போடு.
Hud'dle, *v.i.* மொய், நெருங்கு, குழம்பு.
Hue, *s.* நிறம், வர்ணம், சாயம்; to raise a hue and cry, கூச்சலிட, கூக்குரலிட.
Hu'er, *s.* கூக்குரலிடுவோன்.
Huff, *s.* மூர்க்கவெறி, வீம்பு, ஆக்கிரமம்.
Huff, *v.i.* சீறு, கோபி, ஆக்கிரமி, மூர்க்கங் கொள்ளு.
Hug, *s.* அணைதல், தழுவுதல், கட்டித்தழுவல்.
Hug, *v.t.* அணை, தழுவு, கட்டித்தழுவு.
Huge, *a.* பென்னம்பெரிய, பீனமான, பிரமாண்டமான.
Huge'ness, *s.* பிரமாண்டம், பென்னம் பெருமை.
Hug'germugger, *s.* அந்தரங்கம், மறைவு.
Hulk, *s.* மரக்கலம், மரக்கலக்கொட்டு.
Hull, *v.t.* தொலுரி, உமிதவிர்.
Hull', *s.* உமி, தோல், ஓடு, கோது, புறணி, கப்பலின் சருவாங்கம்.
Hum, *s.* வண்டின் இசை, மந்தகீதம், உங்காரம்.
Hum, *v.i.* இரை, முரலு, அம்மென், கிணு கிணு, ரீங்காரம்.
Hu'man, *a.* மனுஷத்தன்மையான, மானிட, மனுஷீக; skeleton, கங்காளம்; human form, நரரூபம்; human conduct, லோகவிர்த்தாந்தம்.
Humane', *a.* மனுஷத்தன்மையான, உபசரணையுள்ள, மானுஷிய.
Human'ity, *s.* மனுஷத்தன்மை, மனுஷத்துவம், மனுக்குலம், தாக்ஷிணியம், தண்ணளி, காருணியம், கிருபை.
Hu'mankind, *s.* மனுஷஜாதி, மனுக்குலம்.
Hu'manist, *s.* பாஷைநுட்பமறிந்த நிபுணன், இலக்கணவித்துவான்.
Hu'manly, *ad.* மனுமுறையாய் மனுஷத்தன்மையாய்.
Hum'ble (ŭm'ble), *v.t.* தாழ்த்து, தணி, கீழ்ப்படுத்து, வெட்கப்படுத்து; one's-self, தாழ், பணி.
Hum'ble, *a.* தாழ்மையுள்ள, பணிவுள்ள, கீழ்மையான.
Hum'ble-bee, *s.* கிலவீ, புற்றீ.
Hum'bly, *ad.* மனத்தாழ்மையாய், சாதுவாய், மெத்தனவாய்.
Hum'bug, *s.* எத்து, தந்திரம், ஏய்ப்பு, சூதன்.
Hum'bug, *v.t.* தந்திரம்பண்ணு, ஏய், ஏமாற்று.
Hum'drum, *a.* சோம்புத்தனமுள்ள, மடத்தனமுள்ள.
Hu'meral, *a.* தோளுக்கடுத்த.
Humicuba'tion, *s.* தரையிற் படுத்தல்.
Hu'mid, *a.* ஈரமான, நனைவுள்ள, கசிவான, நீர்ப்பிடிப்பான.
Humid'ity, *s.* ஈரம், கசிவு, ஈரலிப்பு.
Humil'iate, *v.t.* தாழ்த்து, இழிவுபடுத்து.
Humilia'tion, *s.* அவமரியாதை, மானபங்கம்.
Humil'ity, *s.* மனத்தாழ்மை, பதிவு, அகங்காரத்துறவு, பணிவு.
Hu'morist, *s.* நளினக்காரன், கிஞ்சித்காரியப்பிரியன்.
Hu'morous, *a.* நளினமான; a humorous person, சரசி.
Hu'morsome, *a.* வெடுவெடுப்பான, கர்வமுள்ள, விகாரமான.
Hu'mour (hūmur), *s.* கசிவு, குணம், விடுப்பு, நளினம்; of the eye, சுவச்சம்.
Hu'mour, *v.t.* இடங்கொடு, சீராட்டு, கோதாட்டு.

Hump, *s.* கூனல், வளைவு, கூன், முசுப்பு, முரிப்பு, திமில், இமில்.
Hump'backed, *a.* கூனின, கூன்முதுகுள்ள.
Hun'dred, *a.* நூறு, சதம்.
Hun'ger, *s.* பசி, பட்டினி; killing, அழிபசி.
Hun'ger, *v.i.* பசியெடு, பசி, ஆவலி.
Hun'gered, *a.* பட்டினியிருந்துலர்ந்த.
Hun'ger-starved, *a.* பட்டினியான.
Hun'grily, *ad.* அதிதீபனமாய்.
Hun'gry, *a.* பசியுள்ள, பட்டினியான, தவிப்புள்ள.
Hunks, *s.* லோபி, பிசுனன், லுத்தன்.
Hunt, *v.t.* வேட்டையாடு, பின்தொடர், பிடி.
Hunt, *s.* வேட்டை, தொடர்பு.
Hunt'ing, *s.* வேட்டை, வேட்டம், தொடர்ச்சி.
Hunt'er, **Hunts'man**, } *s.* வேட்டைக்காரன், வேடன், சிக்காரி.
Hurcar'rah, *s.* தீவரதூதன்; வர்த்தமான பத்திரிகை.
Hur'dle, *s.* பட்டி, தொழுவம்.
Hurl, *s.* எறி, வீச்சு.
Hurl, *v.t.* எறி, வீசு, தள்ளு, உந்து, விசிறியெறி, விசிறு.
Hur'ly-burly, *s.* இரைச்சல், சந்தடி, குழப்பம்.
Hurrah', *int.* கொய்யோ, பளாபளா.
Hur'ricane, *s.* பிரசண்டமாருதம், புயல்.
Hur'ry, *s.* துரிதம், சுறுசுறுப்பு, பரபரப்பு, பதட்டம், ஆத்திரம்.
Hur'ry, *v.t.* தீவிரப்படுத்து, சுறுக்குப்பண்ணு, துரிதப்படுத்து.
Hur'ry, *v.i.* துரிதம்பண்ணு, தீவிரி, பதறு.
Hur'ry-skurry, *ad.* தடுமாற்றமாய், பதைப்பாய்.
Hurt, *s.* தீங்கு, சேதம், ஊறு, தழும்பு.
Hurt, *v.t.* தீங்குசெய், ஊறுபடுத்து, நோவப்பண்ணு, சேதப்படுத்து, பழுதாக்கு.
Hurt'ful, *a.* நோயான, விதனமுள்ள, சேதமான.
Hus'band, *s.* புருஷன், கணவன், காதலன், காரியநிருவாகி.
Hus'band, *v.t.* காரியம்நடத்து, நிருவாகம்பண்ணு, பராமரி.
Hus'bandman, *s.* உழவன், வேலாளன், பண்ணைக்காரன், பயிர்க்குடி.
Hus'bandry, *s.* உழவுத்தொழில், வேளாண்மை, பயிர்ச்செய்கை; on a large scale, கம்பத்தம்.
Hush, *v.t.* பேசாதபடி யமர்த்து, ஆற்று, அடக்கு.
Hush, *v.i.* அமை, அடங்கு.

Hush, *int.* அமைவுக்குறிப்பொலி.
Hush'money, *s.* வாய்கட்டுங்கூலி.
Husk, *s.* ஓடு, தோல், செதிள், கோது, புறணி, தவிடு, உமி.
Husk'iness, *s.* உமிமயம், முரண்.
Hussar', *s.* ராவுத்தன், குதிரைவீரன்.
Hus'sy, *s.* அற்பஸ்திரீ.
Hus'tings, *s.* (*pl.*) நாட்டாண்மை, விசாரணைச்சபை, நகராலோசனைச்சங்கம்.
Hus'wife, *s.* See Housewife.
Hut, *s.* குடில். குச்சுவீடு, குடிசை, கொட்டில், சிற்றில்.
Hutch, *s.* பெட்டி, பணப்பெட்டி.
Huzza' (huz-zä), *int.* கொய்யோ; பளாபளா, ஐயா ஐயா.
Huzza', *s.* ஆரவாரம், ஆனந்தம்.
Huzza', *v.i.* ஆரவாரி, கம்பீரி.
Hy'acinth, *s.* ஒரு பூக்கோரை; ஓரிரத்தினம்.
Hy'ades, **Hy'ads**, } *s.* (*pl.*) கார்த்திகை நட்சத்திரம், எழுமீன்றொரை.
Hy'brid, *a.* ஒருஜாதி ஆண்விலங்கும் ஒருஜாதிப் பெண்விலங்கும் கூடிப்பிறந்த, இருஜாதிகலந்த.
Hy'dra, *s.* நீர்ப்பாம்பு, பலதலைப்பாம்பு.
Hydrau'lics, *s.* சலிலசாலனசாஸ்திரம், சலிலசாலனம்.
Hy'drocele, *s.* நீர்ச்சூலை.
Hydroceph'alus, *s.* நீர்ப்பிடித்ததலை.
Hy'drogen, *s.* ஜலவாயு, ஜலாகரம், நீரசம்.
Hydrog'raphy, *s.* ஜலாகரலிகிதம்.
Hy'dromancy, *s.* ஜலத்தினாற் குறிசொல்லல்.
Hydrom'eter, *s.* ஜலமானி.
Hydropho'bia, *s.* ஜலோவாலம்பனம், ஜலபயரோகம், வெறிவிலங்கு கடித்ததால் வந்த பைத்தியம்.
Hydrostatics, *s.* ஜலதத்துவசாஸ்திரம், ஜிலஸ்தாபனீயம்.
Hy'drus, *s.* நீர்ப்பாம்பு, நீரரவு.
Hye'na, *s.* கடுவாய், வங்கு, கழுதைப்புலி, புலிக்குடத்தி.
Hygrom'eter, *s.* ஈரமானி.
Hylozo'ic, *s.* சடஜீவவாதி.
Hymene'al, *a.* விவாகத்துக்கடுத்த.
Hymn (hĭm), *s.* ஞானப்பாட்டு, சங்கீதப்பாட்டு, கீதம்.
Hymnol'ogy, *s.* ஞானகீர்த்தன சங்கிரகம்.
Hyper'bola, *s.* (*in Conics*) அதிகலமண்டலம்.
Hyper'bole, *s.* அதிசயம், அதிசயவலங்காரம், அதிசயோக்தி, சித்திரம், நாடகவழக்கு, வர்ணிப்பு, உருவகிப்பு.

Hyper'bol'ical, *a.* வர்ணிப்பான, சித்திரமான, பாரிப்பான.
Hyper'bolize, *v.t.* அதிசயவலங்காரப் பிரயோகஞ்செய்.
Hyperbore'an, *a.* உத்தர, அதிஉத்தர.
Hy'phen' (hĭ-fĕn), *s.* அசைத்தொடர்க்குறி, தொடர்மொழியிடைக்குறி.
Hypnot'ic, *s.* நித்திரைவருத்துமருந்து.
Hypochon'driac, *a.* பிரமைக்குரிய.
Hypoc'risy, *s.* ஒப்பாசாரம், கரவடம், பாசாங்கு, மாயம், மாய்மாலம், வஞ்சனை, பேடிசவித்தை.
Hyp'ocrite, *s.* வேஷதாரி, ஒப்பாசாரக்கள்ளன், வஞ்சகன், கபடி, பேடிச வித்தைக்காரன்.
Hypocrit'ical, *a.* ஒப்பாசாரமான, கரவடமான, கள்ளமான.
Hypogas'trium, *s.* அதோதரம்.
Hypot'enuse, **Hypoth'enuse**, } *s.* கன்னம், விஷம்கன்னம், அக்ஷகர்னம்.
Hypoth'ecate, *v.t.* ஈடு வை, அடகு வை, அடைமானம் வை, குதுவை வை.
Hypothet'ical, *s.* உத்தேசமான; syllogism, சம்பாவித நையாயிதம்.
Hypoth'esis, *s.* உத்தேசம், சம்பாவிதம், சம்பாவித உபநியாசம், கற்பனை.
Hyster'ical, *a.* கருப்பவலியுள்ள, கருப்பவாயுவுள்ள.
Hyster'ics, *s.* கருப்பவலி, கருப்பவாயு, கருமாரி.

I.

I', *pr.* நான், யான்.
Iam'bus, *s.* நேர் நிரையசைச்சீர்
I'bex, *s.* மலைபாடு, தாருவாடு.
Ice, *s.* உறைநீர், நீர்க்கண்டம், நீர்க்கட்டி, நீருறைகட்டி, கனஜலம், இமானி.
Ice'berg, *s.* நீர்க்கண்டத்திடர், உறைநீர்த்தீவு, கனஜலக்குவியல்.
Ice'house, *s.* நீருறைகட்டிவீடு.
Ichneu'mon, *s.* கீரி, நகுலம்.
Ichnog'raphy, *s.* படம், லேக்கியம், தளம்.
I'chor, *s.* ஓடுநீர், கள்ளநீர், பூயோதிரம், பூயசோணிதம்.
Ichthyol'ogy, *s.* மச்ச நூல்.
I'cicle, *s.* கனஜலக்கம்பி.
I'con, *s.* பிரதிரூபம், பிரதிமை.
Iconog'raphy, *s.* பிரதிமைவிவரணம்.
I'cy, *a.* நீர்க்கண்டம்நிறைந்த, நீர்க்கண்டத்தாலான, சீதள, சிநேககுணியமான, அன்பில்லாத, நிர்த்தயையான.
Ide'a, *s.* மானதக்காட்சி, எண்ணம், கருத்து, நினைவு, நோக்கம், அபிப்பிராயம், மதி, சிந்தை, கற்பனை, பாவனை.
Ide'al, *a.* மனதுக்கடுத்த, மானதக்காட்சிக்குரிய.
Ide'alism, *s.* சிந்தனுவாதம், மாயாவாதம்.
Ide'ate, *v.i.* நினை, கருகு, சங்கற்பி.
Iden'tical, *a.* சுயமான, சுய, தானேயான.
Iden'tify, *v.t.* அதுவே யதுவாக்கு, அதுவேயதுவென ரூபி.
Iden'tity, *s.* ஒரேதன்மை, வித்தியாசமின்மை, சுயம்பு.
Id'iocy, *s.* அறியாமை, பேதைமை.
Id'iom, *s.* பாஷைப்போக்கு, பாஷைநடை, நடை, வழக்கு.
Idiomat'ic, *a.* பாஷைநடைக்குரிய.
Idiop'athy, *s.* சுபாவநோய், சுயவியாதி.
Idiosyn'crasy, *s.* பிரகிருதிசுபாவம்.
Id'iot, *s.* மந்தன், மடையன், பேதை, மூடன், பைத்தியகாரன், மட்டி, நிர்மூடன்.
I'diotism, *s.* மடைமை, பேதைமை.
I'dle, *v.t.* நேரங்கடத்து, நேரம்போக்கு, வீணிற்பொழுதுகழி, idle talk, வீண்சொல்.
I'dle, *a.* சோம்பான, வேலை வெறுப்பான, வீணான, உபயோகமற்ற; an idle fellow, வீணன், வீண்பயல்; idle imaginations, வீண்புத்தி.
I'dleness, *s.* சோம்புத்தனம், வேலைவெறுப்பு, ஆலசியம்.
I'dler, *s.* சோம்பன், மந்தன்.
I'dlesby, *s.* சோம்பன், செயலற்றவன்.
I'dle-pated, *a.* மதிகெட்ட, மந்தபுத்தியுள்ள.
Idly, *ad.* சோம்புத்தனமாய், வீணாய்; to spend time idly, காலம் வீணே கழிக்க.
I'dol, *s.* விக்கிரகம், உரு, உருநாட்டு, சுரூபம், சிலை.
Idol'ater, *s.* விக்கிரகபத்திக்காரன், சுரூபாராதனைக்காரன், விக்கிரகபூசகன்.
Idol'atry, *s.* விக்கிரகபத்தி, விக்கிரகாராதனை, சுரூபவணக்கம்.
I'dolize, *v.t.* மிகவிரும்பு, அதிநேசம்வை.
If, *con.* இல், ஆல், ஆகில், ஏல், ஆனால்; as if he were deaf, இவன் செவிடனானாற்போல; if the event were so he is indeed blamable, நடந்தது அப்படியானால் அவன் குற்றவாளிதான்; if he be at home you may have an interview, அவர் வீட்டிலிருந்தால் நீ அவரைக் கண்டு பேசலாம்.
Ig'neous, *a.* அக்கினித்தன்மையுள்ள, தீயுள்ள.

Ig'nify, *v.t.* அக்கினியாக்கு, அனலாக்கு, தீயாக்கு.
Ignip'otent, *a.* தீயை அடக்கவல்ல.
Ig'nis fat'u-us, *s.* தீக்கால், கொள்ளிவாய்ப் பிசாசு.
Ignite', *v.t.* கொளுத்து, எரி, சுடு, நெருப்பு மூட்டு.
Ignite', *v.i.* எரி, சுவாலி, நெருப்புமூள்.
Igni'tion, *s.* கொளுத்துகை, சுவாலிக்கை, அக்கினிபற்றுகை, சுவலனம்.
Igniv'omous, *a.* தீகக்கும், தழல்கக்கும்.
Igno'ble, *s.* இழிவான, தகாமையான, கீழ்மையான, ஈன.
Ignomin'ious, *a.* இழிவான, மானபங்கமுள்ள, தூர்க்கீர்த்தியான, நிர்தையான.
Ig'nominy, *s.* மானபங்கம், துர்க்கீர்த்தி, அபக்கியாதி.
Ignora'mus, *s.* மூர்க்கன், மூடன், பேதை, குற்றமில்லையென்று நடுவர்வைத்த கைபொப்பம்.
Ig'norance, *s.* அறியாமை, கல்லாமை, பேதைமை, அஞ்ஞானம், மூடம், இருள், வெளிறு.
Ig'norant, *a.* அறியாமையான, பேதைமையான, கல்லாத; the ignorant, மூடர்.
Ignore', *v.t.* அறியாதிரு.
Il'iac, *a.* அடிக்குடலுக்குரிய.
Iliac'passion, *s.* சூலைவிபாதி.
Ilk, *a.* அந்த, ஒவ்வொரு.
Ill, *s.* பொல்லாங்கு, தீமை, அதிர்ஷ்டவீனம், ஆபத்து, வியாதி, நோய்.
Ill, *a.* ஈன, அசௌக்கிய, தீங்கான, கெட்ட; he is ill at ease in his new position, அவ்வுத்தியோகத்தி லவனுக்குத் திர்ப்தியில்லை; policy, அநீதி; luck, விதிமோசம், துர்ப்பாக்கியம்; to take a thing ill, குற்றம்பாராட்ட; ill fortune, விதிமோசம்.
Ill, *ad.* தீங்காய், ஈனமாய், சங்கடமாய்.
Illapse', *s.* மேல்விழுகை, தாவுகை, நழுவுகை.
Illa'queate, *v.t.* சிக்குப்படுத்து, மாட்டு, கொளுவு, பொறியிலகப்படுத்து, கண்ணியிலகப்படுத்து.
Illa'tion, *s.* அர்த்தாபத்தி.
Il'lative, *a.* அர்த்தாபத்தியான.
Il-laud'able, *a.* புகழ்ச்சிக் கபாத்திரமான, கண்டனைக்குரிய.
Ill-behaved, *a.* துர்நடக்கையுள்ள.
Ill-condi'tioned, *a.* சீர்கெட்ட, நீசத்தன்மையுள்ள.
Ill-conducted, *a.* விகமன.
Ille'gal, *a.* நீதிக்கேடான, அநீதமான; illegal interest, அநியாயவட்டி.
Illegal'ity, *s.* அநியாயம், நீதிக்கேடு.
Ille'gally, *ad.* அநீதமாய், கட்டளைக்குவிரோதமாய்.
Illeg'ible, *a.* வாசிக்கக்கூடாத, தெளிவற்ற, துலக்கமற்ற.
Illegit'imacy, *s.* நீதிக்கேடு, நியாயவழு, ஒழுக்கவழு, வம்புத்தன்மை.
Illegit'imate, *a.* வம்பிலேபிறந்த, வேசித்தனமான, முறைகேடான; child, துர்ப்பீசம்; widow's, கோளகன்; an illegitimate son, சோரபுத்திரன்.
Illegitima'tion, *s.* வம்புப்பிறப்பு, கலப்பு, கள்ளம்.
Illev'iable, *a.* சேர்க்கக்கூடாத.
Ill'faced, *a.* அவலக்ஷணமுகமுள்ள.
Illfa'voured, *a.* அவலக்ஷணமான. அந்தக்கேடான.
Ill'gotten, *a.* அநியாயமாய்ச் சம்பாதித்த, அக்கிரமமாயடைந்த.
Illib'eral, *a.* உலோபமான, கையிறுக்கமான.
Illiberal'ity, *s.* ஈனகுணம், பிசுனம், சிக்கெனவு.
Illic'it, *a.* ஒழுங்கற்ற, முறைபிறழ்வான; secret illicit love, கரவுகாமம், களவொழுக்கம்.
Illim'itable, *a.* எல்லையில்லாத, மட்டில்லாத.
Illimitableness, *s.* கங்குகரையின்மை.
Ill'intentioned, *a.* துர்ப்புத்தியுள்ள, துர்மதியுள்ள.
Illit'eracy, *s.* கல்லாமை, அறியாமை, மூடத்தவம்.
Illit'erate, *a.* கல்லாத, படியாத.
Ill'lived, *a.* துன்மார்க்கமாய் நாள்கழிக்கிற.
Ill-na'ture, *s.* துர்க்குணம், தீக்குணம், வெடுவெடுப்பு.
Ill-na'tured, *a.* துர்க்குணமுள்ள, வெடுவெடுப்புள்ள; an ill-natured person, குணமிலான்.
Ill'ness, *s.* வியாதி, ரோகம், இயலாமை, தீமை, பொல்லாங்கு.
Illog'ical, *a.* நியாயவிலக்கணவிதிக்கு விலக்கான, நியாயம் பொருந்தாத, நியாய விபரீத; conclusion, அவிநிகமம்.
Ill'provided, *a.* தகுதியான எத்தனமில்லாத.
Ill'qualified, *a.* தகாத, சாமர்த்தியவீன
Ill'shaped, *a.* குரூப.
Ill'starred, *a.* துரதிர்ஷ்டமுள்ள.
Ill'treatment, *s.* தீங்குசெய்தல், அனுசரம்பண்ணுகை, அபசரிக்கை.

Illude', v.t. ஏய், மயககு, நிந்தி.
Illu'minate, } v.t. தெளிவி, மதருட்டு,
Illu'mine, } பிரகாசிப்பி, ஒளிசெய்வி, துலக்கு, அலங்கரி.
Illumina'tion, s. ஒளி, துலக்கம், பிரகாசம், சோபை, அறிவு; spiritual illumination, ஆத்மதரிசனம்.
Illu'minator, s. பிரகாசிப்பிப்போன், வெளிச்சமாக்குவது.
Illu'sion, s. மயக்கம், இருட்சி, ஆரோபம், கண்மாயம், விஷயவஞ்சனம், பொய்ம்மை, ஜாலம், உருவெளி; power of மாயாசத்தி.
Illu'sive, } a. பொய்யான, மாயமான,
Illu'sory, } ஏய்ப்பான.
Illus'trate, v.t. ஒப்பனைகாட்டு, தெளிவி, திர்ஷ்டாந்தப்படுத்து.
Illustra'tion, s. திர்ஷ்டாந்தம், ஒப்பனை, உதாரணம், உவமை.
Illus'trative, a. தெளிவாக்கத்தக்க, வெளிப்படுத்துகிற உருபிக்கத்தக்க.
Illus'trious, a. பிரபலமுள்ள, கீர்த்தியுள்ள, சிறப்பான, மகிமையுள்ள.
Illuxu'rious, a. பெருவாழ்விற் பிரீதியற்ற, நிஷ்காம.
Ill'will, s. பகை, பொருமை, அழுக்காறு, குரோதம்.
Im'age, s. பிரதிரூபம், விக்கிரகம், பாவனை, பிரதிமை, சிலை, சாயல், சாயை; mental, மனோ சங்கற்பம்.
Im'agery, s. அலங்காரம், சிங்காரம், சித்திரம், மனோபாவனை, உவமை.
Im'age-worship, s. விக்கிரகாராதனை, விக்கிரகோபாசனை.
Imag'inable, a. உத்தேசிக்கத்தக்க, எண்ணக்கூடிய.
Imag'inary, a. மனோரதியமான, வீண்தோற்றமான.
Imagina'tion, s. விபாவனை, பாவிகம், மனோபாவம், வாசனை, மனக்கற்பனை, மனோரதம்; power of, கற்பனுசக்தி; full of imagination, வாசனுமய.
Imag'inative, a. மனோபாவம் நிறைந்த, சங்கற்பிக்கும், பகுத்தறிவற்ற.
Imag'ine, v.t. எண்ணு, நினை, கற்பித்துக்கொள், உத்தேசி, கருது, பாவி.
Imbarn', v.t. களஞ்சியத்திற் கட்டிவை.
Imbas'tardize, v.t. வம்பனென்றுணர்த்து.
Im'becile, a. தளர்ந்த, சோர்பான, உற்சாகமில்லாத, பலவீன.
Imbecil'itate, v.t. தளர்வுறுவி, மெலிவி, பலமொடுக்கு.
Imbecil'ity, s. பலவீனம், தளர்ச்சி, பலக்ஷயம்.
Imbel'lic, a. யுத்தசம்பந்தமற்ற, யுத்தாபேக்ஷையில்லாத.
Imbibe', v.t. உறிஞ்சு, குடி, உட்கொள்ளு, உண்ணு.
Imbibi'tion, s. குடித்தல், பருகல்.
Imbit'ter, v.t. கசப்பாக்கு, கோபமூட்டு, துக்கப்படுத்து, to be imbittered, கசக்க.
Imbod'y, v t. See Embody, அடக்கு, திரட்டு.
Imbor'der, v.t.&i. எல்லையிலிரு, முடிவுகட்டு.
Imbran'gle, v.t. சண்டைக்கிழுத்துவிடு.
Imbreed', v.t. ஜனிப்பி, பெறு.
Imbrown', v.t. ஊதாநிறம் பெயரப்பண்ணு.
Imbrue', v.t. நனை, ஊறவை, துவை, இரத்தந்தோய்.
Imbue', v.t. ஊறவை, சாயங்காய்ச்சு, சாயந்தீர்.
Im'itate, v.t. ஒன்றைப்போலச் செய், சாயல்பிடி, பாவி, கள்ளஞ்செய்.
Imita'tion, s. ஒப்பனை, போலி, சாயல், பாவனை, அனுகரணம், அனுகர்மம்.
Im'itative, a. ஒன்றைப்போலச் செய்கிற, சாயல்பிடிக்கத்தக்க; sound, அனுகரணவோசை.
Im'itator, s. பாவனைசெய்கிறவன், கண்டு பாவனைசெய்வோன்.
Immac'ulate, a. அழுக்கற்ற, மாசற்ற, சுத்தமான, தூய.
Immac'ulateness, s. சுத்தம், தூய்மை, புனிதம், மாசின்மை, நின்மலம்.
Immal'leable, a. அடித்துத் தகடாக்கக்கூடாத.
Imman'acle, v.t. விலங்கிடு, காற்றளையிடு.
Imman'ity, s. கொடுமை, நிஷ்டூரம்.
Im'manent, a. ஜன்ம, இயற்கையான, சகஜ, உள்ளான.
Immar'tial, a. யுத்தப்பிரியமற்ற, யுத்த சாமர்த்தியமற்ற.
Immask,-v.t. வேஷந்தரி, பொய்க்கோலம் பூணு.
Immate'rial, a. சித்ரூபமான, அசரீர, கண்டிப்பில்லாத, அரூப, நிராகார.
Immate'rialism, s. சித்ரூபத்துவம்.
Immaterial'ity, s. சித்லக்ஷணம்.
Immature', a. அபக்குவமான, முதிராத, கனியாத, பருவத்திற்குமுந்திய.
Immatu'rity, s. முதிராமை, இளமை, பி...

Immeabil'ity, *s.* கமனசக்தியின்மை.
Immeas'urable, *a.* அளவிறந்த, எல்லையில்லாத.
Imme'diate, *a.* உடனான, அனந்தர, அயலான, அடுத்த, தற்சமயமான.
Imme'diately, *ad.* உடனே, தாமதமின்றி, தக்ஷணமே, கைக்குள், சடிதியாய்
Immed'icable, *a.* குணமாகாத, அசாத்திய.
Immemo'rial, *a.* ஞாபகத்திற் கெட்டாத, நினைப்பதற்கரிய; succession, அநாதிபரம்பரை.
Immense', *a.* அளவற்ற, மட்டில்லாத, மட்டற்ற, மகா, ஏராளமான, அபார.
Immense'ly, *ad.* எல்லையின்றி, அமானமாய், மிகுதியாய்.
Immen'sity, *s.* எல்லையின்மை, மட்டில்லாமை, மிகுதி, அமானம், மஹாகாசம்.
Immen'surable, *a.* அளவிடக்கூடாத, அளக்கலாகாத.
Immerge', *v.t.* நீரிலேதாழ்த்து, அமிழ்த்து,
Immerse', *v.t.* அமிழ்த்து, தாழ்த்து, புதை, அமுக்கு.
Immer'sion, *s.* நீரிலமிழ்த்தல்.
Immethod'ical, *a.* ஒழுங்கில்லாத, கிரமமற்ற, குழப்பமான.
Im'migrate, *v.t.* தேசம்விட்டுத் தேசம்போ.
Im'minence, *s.* நேரும் விக்கினம்.
Im'minent, *a.* நேரான, நேரேதொங்குகிற, நேரிட்டிருக்கிற, பயங்கர; imminent danger, கடியமோசம்.
Imminu'tion, *s.* குறைவு, குன்றல்.
Immobil'ity, *s.* அசையாநிலை, அசலம், அசலனம்.
Immod'erate, *a.* அளவுபடாத, மட்டில்லாத, மேல்மிச்சமான, மட்டுத்தப்பின.
Immod'est, *a.* மரியாதையற்ற, வெட்கங்கெட்ட, அசுசியான, அசுத்தமான.
Immod'esty, *s.* நாணக்கேடு, அவமரியாதை, துராசாரம்.
Im'molate, *v.t.* பலியிடு, பலிசெலுத்து,
Immola'tion, *s.* பலிசெலுத்துகை. பலியிடுகை, பலி.
Immomen'tous, *a.* அப்பிரதான, அவிசேஷ, முக்கியமற்ற.
Immor'al, *a.* துன்மார்க்கமுள்ள, நீதித்தப்பான, அனாசாரமுள்ள, கர்மதுஷ்ட
Immoral'ity, *s.* துன்மார்க்கம், துன்னெறி, நீதிக்கேடு.
Immorig'erous, *a.* துடுக்குள்ள, மரியாதையற்ற, அடங்காத.
Immortal'ity, *s.* அழிவின்மை, அழியாமை, நாசமின்மை, அமரம்.
Immor'talize, *v.t.* அழிவற்றிருக்கச்செய்.
Immov'able, *a.* அசைவற்ற, நிலைபேறான, அசலமான.
Immov'ably, *ad.* அசைவின்றி, நிலைபேறாய், அசலமாய்.
Immund, *a.* அசுத்த.
Immundic'ity, *s.* அசுத்தம், தூய்மையின்மை.
Immu'nity, *s.* சுதந்தரம், விடுதலை, நிபந்தம், இன்மை; immunity from sorrow pertains not to this, but to another state, துக்கமின்மை, இம்மைக்கல்ல, மறுமைக்கேற்றது; from danger, அபயம்.
Immure', *v.t.* சுவராலடை, மதில்வளை காவலில்வை.
Immu'sical, *a.* இராகம் பொருந்தாத, இன்னிசையற்ற.
Immutabil'ity, *s.* மாறாமை, நிர்விகாரம், அபரிவர்த்தனம்.
Immu'table, *a.* மாறாத, விகாரப்படாத.
Immuta'tion, *s.* விகாரம், விகற்பம், திரிபு.
Imp, *s.* குட்டிச்சாத்தான், குறள், பிசாசம், பேய்.
Impact', *v.t.* இறுக அறை, ஒட்ட அறை.
Impair', *v.t.* கெடு, சீர்கெடு, பதனழி, பழுதாக்கு, குறை.
Impale', *v.t.* See Empale; கழுவேற்று, a stake, for impaling, கழுமரம்.
Impal'lid, *v.t.* மங்கச்செய்.
Impal'pable, *a.* பரிசிக்கக்கூடாத, கண்டிப்பற்ற.
Impalpability, *s.* பரிசிக்கப்படாததன்மை
Impann'el, *v.t.* மந்தியஸ்தத்திற்கேற்படுத்து
Impar'adise, *v.t.* ஆனந்தபதமடைவி.
Impar'donable, *a.* மன்னிக்கக்கூடாத.
Impar'ity, *s.* ஒவ்வாமை, அசமானம், ஏகதேசம்.
Impar'lance, *s.* குற்றவிசாரணையை நிறுத்த உத்தரவு.
Impart', *v.t.* கொடு, தா, பகு, குறிப்புக்காட்டு, அறிவி.
Impar'tial, *a.* பாரபக்ஷமில்லாத, நீதியுள்ள, நடுவுநிலைமையுள்ள, கோட்டமில்லாத.
Impar'tialist, *s.* பாரபக்ஷமில்லான்.
Impartial'ity, *s.* பாரபக்ஷமின்மை, ஓரவாரமின்மை, நியாயம், நேர்மை, நடுவநிலைமை, சமம், அவிரோதம், பக்ஷபாதமின்மை,
Impart'ible, *a.* கொடுக்கத்தக்க, சொல்லியுணர்த்தக்கூடிய.
Impas'sable, *a.* கடந்துபோகக்கூடாத, செல்லக்கூடாத.

Impas'sionate, *a.* அதிகவேகங்கொண்ட.

Impas'sioned, *a.* வேகமுள்ள, ஏவுதலான, தூண்டப்பட்ட.

Impa'tience, *s.* ஆத்திரம், பொறுமையின்மை, பொறுதியின்மை, அவா.

Impa'tient, *a.* பொறுதியற்ற, ஆவலான, துடுக்கான; to be impatient to speak, வாய்பதற.

Impawn', *v.t.* அடைவு வை, அடைமானம் வை.

Impeach, *v.t.* தடு, குற்றஞ்சாற்று, குற்றஞ்சொல்லு.

Impeach'ment, *s.* தடுப்பு, குற்றச்சொல், குற்றச்சாற்று.

Impearl', *v.t.* முத்துப்போலச்செய, முத்தாற் சிங்காரி.

Impec'cable, *a.* பாவத்திற்குள்ளாகாத.

Impec'cancy, *s.* பாவத்திற்குள்ளாகாமை.

Impede', *v.t.* விக்கினம்பண்ணு, மறி, தடு, தவிர், தணி.

Imped'iment, *s.* தடை, விக்கினம், தடங்கல், இடறு, விகாதம், இடையூறு, சிக்கு, தடக்கு, அத்து, பிரதிபந்தம், தங்குதடை.

Im'pedite, *v.t.* தாமசப்படுத்து, தடு.

Impel', *v.t.* செலுத்து, தள்ளு, நெருக்கு, இயக்கு, தூண்டு.

Impel'lent, *s* தள்ளிக்கொண்டு போகும் சக்தி.

Impend, *v.i.* மேலேதொங்கு, நேரிடு; to impend as an evil, தீதண்ட.

Impend'ing, *p.a.* மேலே தொங்குகிற, நேரான, ஏதுவான, பயமான.

Impenetrabil'ity, *s.* உருவிச்செல்லவிடாத தன்மை, சங்கடத்துவம், வச்சிரத்துவம், விரோதம்.

Impen'etrable, *a.* ஊடுருவக்கூடாத, உட்செல்லக்கூடாத.

Impen'itence, *s.* விசனமில்லாமை, அசந்தாபம், மனக்கடினம்.

Impen'itent, *a.* விசனமற்ற, அசந்தாப.

Impen'itent, *s.* அபச்சாத்தாபன், அசந்தாபன், பாவி.

Impen'nous, *a.* சிறகில்லா.

Imper'ative, *a.* ஏவலான, கட்டளையான, கட்டுப்பாடான; mood, ஏவல் வினை, ஏவற்றுறை.

Impercep'tible, *a.* தோற்றாத, புலப்படாத, அகோசர.

Impercep'tibly, *ad.* புலப்படக்கூடாத விதமாய், தோற்றாமல்.

Impercip'ient, *a.* அறிவில்லா, உணர்வில்லா, புலனில்லாத.

Imper'fect, *a.* நிறைவற்ற, அபூரண, பரும்படியான.

Imperfec'tion, *s.* குறைவு, தாழ்ச்சி, பருமட்டு, பழுது, கசடு.

Imper'fectness, *s.* குறை, அபூரணம்.

Impe'rial, *a.* ராஜரீக, ராஜாங்கத்திற்குரிய, சாம்பிராச்சிய.

Imper'il, *v.t.* அபாயத்திற்குட்படுத்து, ஆபத்திற்குட்படுத்து.

Impe'rious, *a.* துடுக்கான, கற்பிக்கிற, நெருக்குகிற, அதிகாரமான.

Impe'riousness, *s.* இறுமாப்பு, அகம்பிரமம், நிமிர்ச்சி.

Imper'ishable, *a.* அழியாமையான, சிதைவில்லாத, சாசுவதமான, மாளாத, கெடாத.

Imper'manent, *a.* நிலையற்ற, ஸ்திரமில்லாத.

Imper'meable, *a.* சுவறக்கூடாத, ஊடுருவிச்செல்லக்கூடாத.

Imper'sonal, *a.* மூவிடமுங் கருதாத.

Imper'sonate, *v.t.* தேகமெடு, ஆரோபி.

Imperspicu'ity, *s.* தெளிவின்மை, விளக்கமின்மை.

Imper'tinence, Imper'tinency, } *s.* அடாமை, ஒவ்வாமை, குறுக்குப்பேச்சு, அவமதி, கொழுப்பு.

Imper'tinent, *a.* அடாத, ஒவ்வாத, அவமதிப்பான.

Imperturb'able, *a.* கலங்காத, தடுமாறாத.

Imper'vious, *a.* ஊடுருவக்கூடாத, வச்சிரத்துவமான.

Im'petrate, *v.t.* வருந்திக் கேட்டுவாங்கு.

Impetuos'ity, Impet'uousness, } *s.* வேகம், உக்கிரம், கடுமை, மும்முரம், உத்தண்டம்.

Impet'uous, *a.* உக்கிரமான, வேகமான, மும்முரமான.

Im'petus, *s.* தாக்கு, பலம், வீச்சு, வேகம், விசை, ஆவேகம்.

Impierce', *v.t.* உருவத்தொளை, பாய்ச்சு, உட்செலுத்து.

Impi'ety, *s.* அவபக்தி, அதிக்கிரமம், தேவநிந்தை.

Impinge', *v.i.* தாக்கு, மேல்விழு, உரிஞ்சு, சீய்.

Impin'guate, *v.t.* கொழுக்கப்பண்ணு, நிணம்கொள்வி.

Im'pious, *a.* அவபக்தியான தேவநிந்தையான.

Implacabil'ity, *s.* தணியாப்பகை, வெஞ்கண்.

Impla'cable', *a.* சாந்தப்படாத, தணியாத.

Implant', *v.t.* நடு, நாற்றிடு, பயிரிடு.

Implantation, *s.* உள்நாட்டல், நடுதல்.
Implau'sible, *a.* நம்பகட்டற்ற.
Im'plement, *s.* ஆயுதம், கருவி, தளவாடம்; உபகரணம், பணிமுட்டு.
Imple'tion, *s.* நிரப்புதல், நிறைவித்தல்.
Im'plicate, *v.i.* உட்படுத்து, உடந்தையாக்கு, சிக்குப்படுத்து.
Implica'tion, *s.* அகப்படுத்துகை, அருத்தாபத்தி.
Implic'it, *a.* உள்ளான, அகப்பட்ட, அருத்தாபத்தியான, நம்புகிற.
Implic'itly, *ad.* அர்த்தாபத்தியாய், காரியங்கண்டு, சந்தேகமின்றி.
Impli'ed, *p.a.* அர்த்தசம்பந்தமான; meaning, பலிதார்த்தம்.
Implora'tion, *s.* மன்றுட்டம், விண்ணப்பம், வேண்டுகை, பிரார்த்தனை.
Implore', *v.t.* மன்றுடு, வேண்டு, குறையிர, கெஞ்சு, பிரார்த்தி.
Implunge', *v.t.* நீரிலமிழ்த்து.
Imply', *v.t.* அர்த்தங்கொள்ளு, கருது, குறி, காட்டு.
Impol'icy, *s.* செல்லாவுபாயம், தகுதியின்மை.
Im'pol'ished, *a.* அநாகரீக, சீர்மையற்ற.
Im'polite, *a.* அவமரியாதையான, அனுசாரமான.
Impol'itic, *a.* தகுதியற்ற, புத்திகெட்ட.
Impon'derable, *a.* பாரமில்லாத, இலேசான, அதிசூக்ஷமமான; agent, நிபாரகம்.
Impo'rous, *a.* துவாரமற்ற, அடர்ந்த, நெருங்கிய, திண்ணிய, வைர.
Im'port, *s.* கருத்து, பொருள், அடக்கம், தாற்பரியம், இறக்குமதிச்சாமான்.
Import', *v.t.* இறக்குமதிபண்ணு, கருது.
Import'ance, *s.* பிரதானம், முக்கியம், விசேஷம், காம்பீரியம்.
Import'ant, *a.* பிரதான, பாரமான, ஆவசியகமான; object, பரமார்த்தம்.
Importa'tion, *s.* இறக்குமதிபண்ணுகை.
Import'er, *s.* இறக்குமதிபண்ணுவோன்.
Import'less, *a.* வியர்த்தமான.
Import'unacy, *s.* அலட்டு, இலச்சை, கெஞ்சல்.
Import'unate, *a.* நெருக்கமான, பிடிவாதமான, அலட்டான; solicitation, நிர்ப்பந்தம்.
Importune', *v.t.* அலட்டு, நெருக்கு, வருந்திப் பரிந்துபேசு, கெஞ்சு, பிடிவாதமாய்க் கேள்.
Importu'nity, *s.* அலட்டு, பஞ்சரிப்பு, அரிப்பு, அரிகண்டம், நெருக்கம், கெஞ்சுகை, நிர்ப்பந்தம்.

Impose', *v.i.* சுமத்து, பொறுப்பி, ஏய்.
Impo'ser, *s.* சுமத்துபவன்.
Impos'ing, *p.a.* ஏய்க்கிற, சுமத்துகிற.
Imposi'tion, *s.* மேலேசுமத்துகை, பாரம், சுமை, பொறுப்பு, பேடிசம்.
Impossibil'ity, *s.* அருமை, கூடாமை, துல்லபம், அசாத்தியம்.
Impos'sible, *a.* கூடாத, ஏலாத, அருமையான, துல்லபமான, an impossible thing, ஆகாதகாரியம்.
Im'post, *s.* தீர்வை, கடமை, வரி, பகுதி, சுங்கம், கப்பம், வில்தாங்குங் கல்.
Impost'hume, *s.* கட்டி, விப்புருதிகட்டி.
Impos'tor, *s.* சூதன், வஞ்சகன், எத்தன், பேடிசக்காரன், கள்வன், மாயாவி.
Impos'ture, *s.* எத்து, வஞ்சகம், கள்ளம், பேடிசம், ஏய்ப்பு, தந்து, பாசாங்கு.
Im'potence, Im'potency, } *s.* பலக்ஷயம், பலவீனம், வீரியஹானி.
Im'potent, *s.* பலங்கெட்டவன், திறமையில்லான், மெலிந்தவன், சண்டன், வறடன்,
Im'potent, *a.* பலக்ஷயமான, ஏலாமையான, தளர்ச்சியான.
Impound', *v.t.* அடை, மறியற்படுத்து.
Impov'erish, *v.t.* தரித்திரமாக்கு, சிறுமைப்படுத்து, தாழ்த்து.
Impracticabil'ity, *s.* இயலாமை, ஏலாமை, கூடாமை, வாய்க்காமை.
Imprac'ticable, *a.* அசாத்தியமான, இயலாத, கூடாத.
Im'precate, *v.t.* திட்டு, வை, சபி, சாபங்கூறு.
Impreca'tion, *s.* சபதம், திட்டு, ஆக்குரோசனம், சாடம்.
Impreg'nable, *a.* பிடிக்கக்கூடாத, வெல்லக்கூடாத.
Impreg'nate, *v.t.* சினைப்பி, சூற்கொள், நிறைவி.
Impregnation, *s.* கர்ப்பதாரணம்
Impreju'dicate, *a.* துர்மதியில்லாத, பக்ஷபாதமில்லாத.
Imprescrip'tible, *a.* தொன்றுதொட்டுள்ள, உரிமையா விழந்துபோகக்கூடாத.
Im'press, *s.* அச்சு, தழும்பு, அழுத்தம்.
Impress', *v.t.* பதி, அழுத்து, அமுக்கு, உறுத்து, ஊன்று, தரி.
Impres'sion, *s.* பதிவு, பதிப்பு, அழுத்தம், சிந்தனை, சாயல்.
Impres'sive, *a.* உறைக்கத்தக்க, தைக்கத்தக்க, படத்தக்க; to speak impressively, அழுத்திப்பேசு.

Impres'siveness, *s.* தைக்கத்தக்க தன்மை, பதியத்தக்க தன்மை.

Imprev'alence, *s.* மேற்கொள்ளக்கூடாமை,

Imprima'tur, *s.* அச்சிடுவதற்குத்தரவு.

Impri'mis, *ad.* முதல்முதல், முந்த.

Imprint, *v.t.* அச்சுப்படி, அச்சிடு, அழுத்து.

Impris'on (ĭm-prĭz''n), *v.t.* காவலில் வை, காவற்பண்ணு, சிறைப்படுத்து, மறியற்படுத்து.

Impris'onment, *s.* அடைப்பு, காவல், சிறையிருட்பு, கைது.

Improbabili'ty, *s.* அசம்பவம், ஐயம், சமுசயம், அசம்பாவிதம்.

Improb'able, *a.* அசம்பவமான, நம்பக்கூடாத, சமுசயமான.

Impromp'tu, *s.* ஆசுகவி, எழுந்தமானத்துக்கெழுதின கவி.

Impromp'tu, *ad.* அசிந்தாபூர்வமாய்.

Improp'er, *a.* தகாத, தகாமையான, நியாயவிரோதமான; fraction, தகாப்பின்னம்

Improp'erly, *ad.* முறைகெட்டு, தகாதவிதமாய், அபசாரமாய்.

Improp'itious, *a.* அமங்கல, அசோபன, அசுப.

Impro'priate, *v.t.* பரசொத்தைத் தன்சொத்தாகவைத்தனுபவி.

Impropri'ety, *s.* தகாமை, அபசாரம், முறைகேடு, நீதிப்பிழை.

Improsper'ity, *s.* அசித்தி, பிரதிகூலம், கைகூடாமை.

Improve', *v.t.* திருத்து, சீர்ப்படுத்து, சிறப்பி, அதிகரிப்பி.

Improve', *v.i.* அதிகரி, உயர், திருந்து, முன்னேறு, திறங்கொள், தேறு, to improve in color, நிறம்பெயர.

Improve'ment, *s.* தேற்றம், அதிகரிப்பு, நன்மையில் வளர்ச்சி, கதிப்பு, சுப்பிரயோகம், அனுகூலம், சகாயம் தெளிவு.

Improv'idence, *s.* சாவதானமின்மை, முன்னெண்ணுமை, அபூர்வதிர்ஷ்டி.

Improv'ident, *a.* எச்சரிக்கையில்லாத, முன்னெண்ணமில்லாத.

Improv'ision, *s.* முற்புத்தியின்மை, பூர்வதிர்ஷ்டியின்மை.

Impru'dence, *s.* புத்தித்தாழ்ச்சி, அவிவேகம், ஆராய்வின்மை.

Impru'dent, *a.* புத்தியற்ற, சாவதானமில்லாத.

Im'pudence, *s.* வெட்கமின்மை, நாணக்கேடு, நிமிர்ச்சி, கொழுப்பு.

Im'pudent, *a.* வெட்கங்கெட்ட, குறும்பான, எண்ணிக் [illegible] ற்ற; an impudent fellow, தடிமாட

Impudic'ity, *s.* நாணமின்மை, லச்சைக்கேடு.

Impugn' (ĭm-pūn), *v.t.* எதிர்த்துப்பேசு, எதிர் நியாயம்சொல்லு, குற்றஞ்சொல்லு.

Impugna'tion, *s.* எதிரிடை, விரோதம்.

Impuis'sance, *s.* பலக்ஷயம், மெலிவு.

Im'pulse, *s.* உற்சாகம், முயற்சி, ஊக்கம், விசை, ஏவு, உழப்பு, வேகம்; as motive, ஏது, நிமித்தம்.

Impul'sion, *s.* செலுத்தல், தள்ளுதல், முடுக்கு, தூண்டல்.

Impul'sive, *a.* தள்ளவலியுள்ள, இயக்கும்.

Impu'nity, *s.* தண்டனைக்கு நீங்குகை, தண்டாபாவம்.

Impure', *a.* சுத்தமில்லாத, சுசிகரமில்லாத, அசுசியான.

Impu'rity, *s.* அசுத்தம், அசுசி, அழுக்கு, மாசு.

Imput'able, *a.* சாட்டத்தக்க, பொறுப்பிக்கத்தக்க.

Imputa'tion, *s.* சாட்டு, சுமத்துகை, பழி, தோஷாரோபம், அபவாதம்.

Impute', *v.t.* சாட்டு, சுமத்து, சூட்டு, பொறுப்பி.

In, *prep.* இல், கண், உள், வயின், உழி, அகம்.

Inabil'ity, *s.* திராணியின்மை, சாமர்த்தியமின்மை, இயலாமை, தளர்ச்சி.

Inaccessibil'ity, *s.* எட்டாமை, கிட்டாமை.

Inacces'sible, *a.* எட்டாத, கிட்டிச்சேரக்கூடாத, வாய்க்காத.

Inac'curacy, *s.* தவறு, பிழை, தப்பு, இழுக்கு, கசடு.

Inac'curate, *a.* தவறுன, பிழையான, இழுக்கான.

Inac'tion, *s.* செயலின்மை, சோம்பு, மந்தம், அசையாநிலை.

Inac'tive, *a.* சோம்புள்ள, மந்தமான, தாமதமான.

Inactiv'ity, *s.* சோம்பு, மந்தம், திமிர், சோர்பு.

Inactively, *ad.* செயலற்று.

Inad'equacy, *s.* குறை, போதாமை, தகாமை, தாழ்ச்சி.

Inad'equate, *a.* குறைவான, போதாத, தகாத.

Inadequa'tion, *s.* இசைவின்மை, ஒவ்வாமை, பொருந்தாமை.

Inadmis'sible, *a.* ஏற்கவொண்ணுத, இடங்கொடுக்கக்கூடாத, அபாத்திரமான.

Inadver'tence, Inadver'tency, } *s.* அசாவதானம், எண்ணிக்கையின்மை, மோசம், தவறு, பிசகு, தப்பு, பிரமாதம்.

Inadver'tently, *ad.* யோசனையின்றி, மோசமாய், தவறாய்.
Inadver'tisement, *s.* அவதானமின்மை, கருத்தின்மை.
Inaliment'al, *a.* புஷ்டிகொடாத.
Inal'ienable, *a.* பராதீனப்படக்கூடாத.
Inamora'to, *s.* காமி, காந்தன்.
Inane', *a.* வெறிய, சூனிய.
Inan'imate, *a.* உயிரில்லாத, ஜீவனில்லாத, நிர்ஜீவ.
Inan'ition, *s.* வெறுமை, சூனியம்.
Inan'ity, *s.* வெறுமை, சூனியம், வெளி, இன்மை.
Inap'petence, } *s.* ஆசையின்மை, நிராசை.
Inap'petency, }
Inapplicabil'ity, *s.* பொருந்தாமை, ஒவ்வாமை, இசையாமை.
Inap'plicable, *a.* தகுதியற்ற, பொருந்தாத, ஒவ்வாத.
Inapprehen'sible, *a.* கிரகிக்கக்கூடாத.
Inapprehen'sion, *s.* அறிவின்மை.
Inap'titude, *s.* பொருந்தாமை, தகாமை, ஒவ்வாமை, அயோக்கியதை.
Inartic'ulate, *a.* தீர்க்கமாயுச்சரிக்கக்கூடாத; inarticulate sounds, கலவல், எழுத்திலாவோசை, வண்டுறை.
Inarticula'tion, *s.* தெளிவின்மை, எழுத்தற உச்சரிக்காமை.
Inartifi'cial, *a.* அநிர்மித, செயற்கையல்லாத.
Inatten'tion, *s.* சிந்தையின்மை, கவலையின்மை, பராக்கு, அசதி, நிர்விசாரம்.
Inatten'tive, *a.* தியானமில்லாத, கவலையற்ற, பராக்குள்ள.
Inau'dible, *a.* கேட்கக்கூடாத, செவிப்புலப்படாத.
Inau'gural, *a.* பிரதிஷ்டைக்குரிய.
Inau'gurate, *v.t.* பிரதிஷ்டைசெய், ஏற்படுத்து, அபிஷேகம்பண்ணு.
Inaugura'tion, *s.* பட்டஞ்சூட்டு, அபிஷேகம்பண்ணுகை.
Inau'guratory, *a.* பட்டாபிஷேகத்திற்குரிய, பட்டதாரணைக்குரிய.
Inaura'tion, *s.* பொற்பூச்சுப்பூசல், முலாம்பூசல்.
Inauspi'cious, *a.* அமங்கலமான, துர்ச்சகுனமான.
In'being, *s.* அகத்திருக்கை, உள்ளுறை, சகஜம்.
In'born, } *a.* சுவய, இயல்பான, சகஜ, உடன்பிறந்த.
In'bred, }
Incal'culable, *a.* அளவில்லாத, எண்ணிறந்த.
Incales'cent, *a.* அனலாகிற, வெப்பம்முதிரும்.
Incanta'tion, *s.* மந்திரம், ஜபம், தடைகட்டு மந்திரம்.
Incan'ton, *v.t.* ஒரு கூட்டமாயிணை.
Inca'pable, *a.* கூடாத, தகாத, சாமர்த்தியமில்லாத.
Incapabil'ity, *s.* இயலாமை ஏலாமை, கூடாமை, அசாமர்த்தியம்.
Incapa'cious, *a.* விசாலமற்ற, இடமகலாத, ஒடுக்கமான.
Incapac'ity, *v.t.* தகுதியின்மைசெய், சத்தியழி, தகுதிகெடு.
Incapac'ity, *s.* தகுதியின்மை, சாமர்த்தியமின்மை, தேற்றமின்மை.
Incar'cerate, *v.t.* சிறைச்சாலையிலடை, காவலில்வை, மறியற்படுத்து.
Incarcera'tion, *s.* சிறையிருத்தல், மறியல், காவலில் வைத்தல்.
Incarn', *v.t.* ஊனுறையிடு, ஊனுண்டாக்கு.
Incar'nate, *a.* தேகமுள்ள, அவதரித்த.
Incarna'tion, *s.* அவதாரம், மூர்த்திகரம், தசைவளர்ச்சி.
Incase', *v.t.* See Encase, உறையிலிடு, மூடு.
Incau'tion, *s.* எச்சரிக்கையின்மை, அசாவதானம்.
Incau'tious, *a.* சாவதானமற்ற, கவலையில்லாத, எச்சரிக்கையில்லாத.
Incend', *v.t.* கொளுத்து, நெருப்புவை, சுடு.
Incen'diary, *s.* விடுசுட்டவன், சண்டைமூட்டி.
In'cense, *s.* தூபம், பூம்புகை, நறும்புகை, சுகந்திகம்; sweet incense, நறும்புகை.
Incense', *v.t.* கோபமூட்டு, சினமுண்டாக்கு, வன்மமூட்டு.
Incen'sive, *a.* கோபமூட்டத்தக்க, பற்றுவிக்கிற.
Incen'tive, *s.* தூண்டுகிறது, எழுப்புகிறது, ஏவுவது, நோக்கம்.
Incen'tive, *a.* தூண்டுகிற, ஏவும், எழுப்பும்.
Incep'tion, *s.* தொடக்கம், ஆரம்பம், ஆதி.
Incep'tive, *a.* துவக்கமான, ஆரம்பமான.
Incer'titude, *s.* ஐயம், நிஷ்கருஷையின்மை, அநிச்சயம்.
Inces'sant, *a.* இடைவிடாத, ஓயாத, நிலைமையான.
Inces'santly, *ad.* இடைவிடாமல், ஓயாமல், நீங்காமல், ஒழியாமல்.

In'cest, *s.* முறைகெட்ட புணர்ச்சி, முறைகெட்ட கலவி, அகம்மியாகமனம்.
Inces'uousness, *s.* அகம்மியாகமன தோஷம்.
Inch, *s.* அங்குலம், விரலிடை.
Inch'meal, *s.* அங்குலநீளத்துண்டு.
Incide', *v.t.* தறி, வெட்டு, சேதி.
In'cidence, *s.* தற்செயல், இடைச்சம்பவம், இடைச்சங்கதம்.
In'cident, *s.* காரியம், உபகாரியம், தற்செயல், சம்பவம்.
Incident'al, *a.* தற்செயலான, இடையிலே சம்பவித்த, ஆகந்துக.
Incin'erate, *v.t.* சாம்பலாகச்சுடு, எரித்துச் சாம்பலாக்கு.
Incinera'tion, *s.* சாம்பலாயெரித்தல்.
Incin'eratory, *s.* சாம்பலாக்கும் யந்திரக்கட்டடம்.
Incircumspec'tion, *s.* அசாவதானம், அஜாக்கிரதை.
Incip'ient, *a.* தொடங்குகிற, அடிகோலுகிற.
Incise', *v.t.* வெட்டு, சித்திரம்வெட்டு, செதுக்கு.
Inci'sion, *s.* கீறு, குத்து, வெட்டு, சீவுகை, சேதனம்.
Inci'sor, *s.* வெட்டி, முன்வாய்ப்பல்.
Incite', *v.t.* ஏவு, எழுப்பு, மூட்டு, தூண்டு, கிளர்த்து.
Incite'ment, *s.* ஏவுகை, எழுப்புவது, நோக்கம், முகாந்தரம்.
Incivil'ity, *s.* அவமரியாதை, அநாசாரம், துராசாரம்.
In'clavated, *a.* அறைந்த, கடாவிய.
Inclem'ency, *s.* கொடுமை, கடுமை, கடினம், பதமையின்மை.
Inclem'ent, *a.* கிருபையில்லாத, கொடுமையான, கொந்தளிப்பான.
Inclin'able, *a.* சாயக்கூடிய, மனம்வைக்கக்கூடிய.
Inclina'tion, *s.* சாய்வு, சார்பு, சரிவு, ஆசை, மனவாஞ்சை, விருப்பம்; dependent on one's own inclination, ஸ்வேச்சாதீன.
Incline', *v.t.* சாய், சரி, ஒருச்சாய், வளை.
Inclin'ed, *p. a.* சாய்ந்த.
Inclip', *v.t.* பிடி, பற்று, கொளுவு.
Inclose', *v.t.* See Enclose.
Incloud', *v.t.* இருள்வி, இருளச்செய்.
Include', *v.t.* அகப்படுத்து, உட்படுத்து, அடக்கு.
Includ'ed, *p. a.* அடக்கப்பட்ட, உள்ளடக்கமான.
Inclu'sion, *s.* அடக்கல், உள்ளடக்கல்.
Inclu'sive, *a.* அடங்கிய, உள்ளான, சொந்தமான.
Incog'itant, *a.* எண்ணாத, சிந்தனையற்ற, தியானமற்ற.
Incog'itative, *a.* சிந்தனாசக்தியற்ற.
Incog'nito, *ad.* மறைவாய், ஒளிப்பாய், இரகசியமாய்.
Incohe'rence, **Incohe'rency**, *s.* ஒவ்வாமை, இசையாமை, பொருந்தாமை.
Incohe'rent, *a.* பொருந்தாத, இசைவில்லாத, பிரிவான.
Incombust'ible, *a.* நெருப்புப்பற்றும் இயற்கையில்லாத.
In'come, *s.* வருமானம், பேறு, ஆதாயம், ஊதியம், வரத்து, வரவு.
Incommen'surate, *a.* பொது அளவில்லாத.
Incommix'ture, *s.* கலப்பின்மை.
Incommode', *v.t.* உலை, அபசாரம்பண்ணு, அலைக்கழி.
Incommo'dious, *a.* வசதியற்ற, கலக்கமான.
Incommod'ity, *s.* அலைச்சல், உலைவு, தொல்லை.
Incommu'nicable, *a.* அறிவிக்கப்படக்கூடாத, தெரிவிக்கப்படக்கூடாத.
Incommutabil'ity, *s.* மாறுமை, திரியாமை.
Incompact', *a.* பந்தப்படாத, அடர்த்தியற்ற, அழுத்தமற்ற.
Incom'parable, *a.* ஒப்பில்லாத, நிகரற்ற, உவமையற்ற, ஒப்பற்ற.
Incompat'ible, *a.* ஒவ்வாமையான, பொருந்தாமையான, தகாத.
Incom'petence, **Incom'petency**, *s.* குறைவு, ஏலாமை, கூடாமை, தகாமை, அசக்கியம்.
Incom'petent, *a.* குறைவான, தகாத, ஏலாத, தாழ்ச்சியான; an incompetent person, அசக்கியன்.
Incomplete', *a.* அபூரணமான, குறைவான.
Incomplete'ness, *s.* அபூரணம், நிறைவின்மை, குறைவு.
Incomplex', *a.* கலப்பற்ற, சேர்வற்ற, தனிமையான.
Incompli'ance, *s.* இணங்காமை, வசையாமை, வணங்காமை.
Incomprehensibil'ity, *s.* அறியக்கூடாத அகோசரம், மனோதீதம்.
Incomprehen'sible, *a.* அறியக்கூடாத, மனோதீதமான, எட்டாத, மனோவாக்குக்கெட்டாத.

Incomprehen'sion, *s.* அறிவின்மை.
Incompres'sible, *a.* அமர்த்தக்கூடாத, அமராத, சுருங்காத, அசங்கரணிய.
Inconceiv'able, *a.* எண்ணத்துக்கெட்டாத, நினைத்தற்கரிய
Inconceiv'ableness, *s.* அசிந்தியம்.
Inconcep'tible, *a.* அறிவுக்கெட்டாத, எண்ணரிய.
Inconcin'nity, *s.* ஏற்காமை, இசையாமை, தகுதியின்மை.
Inconclu'sive, *a.* முடிவற்ற, தீர்ப்பற்ற, சந்தேகமுள்ள.
Inconcoc'tion, *s.* ஜீரணமாகாமை, அஜீரணம்.
Inconcur'ring, *pr. p.* இணங்காத, ஒத்துவராத.
Incon'dite, *a.* அக்கிரம, திருந்தாத, அநாகரீக.
Incondi'tional, *a.* ஈரொட்டில்லாத, ஒருதலையான.
Inconform'ity, *s.* ஒப்பின்மை, ஒப்புரவின்மை.
Incongru'ity, *s.* பொருந்தாமை, இணக்கமின்மை, பேதம்.
Incon'gruous, *a.* இசையாத, பொருந்தாத, தகாத.
Inconsid'erable, *a.* சிந்திக்கப்படத்தகாத, சொற்பமான, அற்பமான.
Inconsid'erate, *a.* எண்ணுமையான, எண்ணங்கெட்ட, சிந்தனையில்லாத.
Inconsist'ence, } *s.* ஒத்திராமை, ஒவ்வா
Inconsist'ency, } மை, பொருந்தாமை, ஏகதேசம், பேதம்.
Inconsist'ent, *a.* ஒவ்வாத, இசையாத, விபக்ஷமான.
Inconsol'able, *a.* ஆறாத்துக்கமான, அதிவிசாரமான.
Incon'sonant, *a.* இசையாத, இணக்கமற்ற.
Inconspic'uous, *a.* விளக்கமாய்த் தோன்றாத, உருவாகத் தோன்றாத.
Incon'stancy, *s.* நிலையாமை, உறுதியின்மை.
Incon'stant, *a.* நிலையற்ற, உறுதியற்ற, அசைவுள்ள, சலசித்த.
Inconsum'able, *a.* பக்ஷிக்கப்படாத, பாழாகாத.
Incontam'inate, *a.* அசுசிப்படாத, கறைப்படாத், சுத்த.
Incontest'able, *a.* எதிர்பேசக்கூடாத, சந்தேகமில்லாத, தெளிவான.
Incontig'uous, *a.* அருகணைவில்லாத.
Incon'tinence, } *s.* இச்சையடக்கமின்மை,
Incon'tinency, } விரகதாபம்.
Incon'tinent, *a.* அடக்கமற்ற, கட்டுப்பாடில்லாத விரகதாபமுள்ள.
Incontrol'able, *a.* அடங்காத, அடக்கக்கூடாத.
Incontrovert'ible, *a.* புரட்டக்கூடாத, ஆட்சேபிக்கக்கூடாத.
Inconve'nience, } *s.* வசதியின்மை, சாவ
Inconve'niency, } காசமின்மை, ஒவ்வாமை, அசந்தர்ப்பம், சரிப்படாமை.
Inconve'nient, *a.* வசதியற்ற, சமயமில்லாத, சாவகாசமில்லாத.
Inconver'sable, *a.* அளவளாவாத, அடக்கமான, மனுஷரோடு சேராத.
Inconver'tible, *a.* மாருு, ஒன்றுமற்றொன்ருகத் திரியுமியற்கையில்லாத.
Inconvin'cible, *a.* உண்மையென்றுணர்த்தக்கூடாத.
Incor'porate, *v.t.* பொருத்து, திரட்டு, இணை, கூட்டு, கல.
Incorporation, *s.* சங்கம், ஒப்பந்தம், அதிகாரபத்திரம்.
Incorpo'real, *a.* அரூப, சடமற்ற, சித்தான; **incorporeal deliverance**, விதேகமுத்தி.
Incorpore'ity, *s.* சித்தரூபம், அசரீரத்துவம், அரூபம்.
Incorpse', *v.t.* பிண்டீகரி, ஒன்றுய்த்திரட்டு.
Incorrect', *a.* பிழையான, தப்பான, திருத்தமில்லாத.
Incorrect'ness, *s.* திருத்தமின்மை, பிழை, தப்பு.
Incor'rigibil'ity, *s.* திருந்தாப்பிழை, தீராக்கேடு.
Incor'rigible, *a.* அதிகேடான, திருத்தப்படக்கூடாத.
Incorrupt', *a.* அழியாமையான, பழுதில்லாத, நிர்மலமான.
Incorrup'tible, *a.* அழியாத, பழுதுபடாத, சிதைவுறாத.
Incorrup'tive, *a.* அழியா, நசியா, பாழ்படா.
In'crease, *s.* வளர்ச்சி, அதிகரிப்பு, மிகுதி, விர்த்தி, பெருக்கம்.
Increase', *v.t.* அதிகப்படுத்து, கூட்டு, உயர்த்து, விர்த்தியாக்கு, பெருக்கு.
Increase', *v.i.* அதிகரி, உயர், வர்த்தி, பெருகு, விர்த்தியாகு, மிகு.
Incred'ible, *a.* நம்பப்படக்கூடாத.
Incredu'lity, *a.* ஐயம், நம்பிக்கையீனம்.
Incred'ulous, *a.* நம்பிக்கையற்ற, சமுசயமான.
In'crement, *s.* பெருக்கம், வளர்ச்சி, பொலிவு, அனுபந்தம்.

Incrust', **Incrust'ate**, *v.i.* கிட்டத்தால்மூடு, கிட்டம்பிடி, தருப்பிடி, அசறுகட்டு.
Incrusta'tion, *s.* தரு, கிட்டம், அசறு.
Imcuba'tion, *s.* அடைகாத்தல், அடைகிடத்தல், அவயங்காத்தல்.
In'cubus, *s.* அமுக்கிப்பேய், அமுக்கன்.
Incul'cate, *v.t.* உணர்த்து, படிப்பி, கற்பி, விளக்கு.
Inculca'tion, *s.* படிப்பிப்பு, போதனை, கற்பிப்பு.
Incum'bency, *s.* கிடை, படுத்திருக்கை, கோவில்மானிய ஆட்சி.
Incum'bent, *s.* உரியவன், கடனாளி, பொறுப்பாளி.
Incum'bent, *a.* உரிமையான, கடமையான, மேல்விழுந்த.
Incur', *v.t.* வருவி, உண்டாக்கு, ஏதுவாக்கு.
Incu'rable, *a.* சௌக்கியப்படக்கூடாத, சொஸ்தமாகக்கூடாத, பரிகரிக்கக்கூடாத, அசாத்திய; disease, அசாத்தியநோய், மீளா நோய்; wound, ஆருப்புண்.
Incu'rably, *a.* அசாத்தியமாய், பரிகாரமின்றி, மருந்தின்றி.
Incur'ious, *a.* பூராயமற்ற, கவனமற்ற, பராமுகமான.
Incur'sion, *s.* நாட்டுக்குட் பகைவர் செல்லுகை, சூறையாட ஊர்ப்பிரவேசித்தல், தாவடி.
Incur'vate, *v.t.* குணக்கு, வளை.
Incurva'tion, *s.* வளைதல், கோணுதல், கவிவு.
Indebt' (in-dĕt'), *v.t.* கடன்படுத்து, கடமைப்படுத்து.
Indebt'ed, *a.* கடன்பட்ட.
Inde'cency, *s.* சேஷ்டை, அவமரியாதை, அபசாரம்.
Inde'cent, *a.* துராசாரமுள்ள, தப்பறையான.
Indecid'uous, *a.* வருஷாவருஷம் உதிராத, பசிய.
Indeci'sion, *s.* தீர்மானமின்மை, இருமனம், சந்தேகம், சித்தசமுசயம், ஐயப்பாடு.
Indeci'sively, *ad.* நிர்ணயமின்றி, நியதியின்றி.
Indeclin'able, *a.* உருபேற்காத.
Inde'compo'sable, *a.* பிரிக்கப்படாத.
Indeco'rous, *a.* அநாசாரமுள்ள, விநயமற்ற, நாகரீகமில்லாத.
Indeco'rum, *s.* அநாசாரம், ஒழுங்கின்மை, தகாமை, விநயமின்மை.
Indeed', *ad.* மெய்யாக, உண்மையாக, நிஜமாக, மெய்தான்.
Indefat'igable, *a.* இளைப்பில்லாத, தொய்வில்லாத, சலியாத.
Indefatiga'tion, *s.* இளைப்பின்மை, சலியாமை.
Indefeas'ible, *a.* ஒழியாத, அழியாத.
Indefec'tible, *a.* குற்றங்குறையில்லாத, சிதையாத.
Indefen'sible, *a.* காக்கக்கூடாத, பாலிக்கக்கூடாத.
Indefi'cient, *a.* குறைவற்ற, குன்றாத, பூரணநிறைவான.
Indefinite, *a.* எல்லையற்ற, வரையறையில்லாத, நிஜமற்ற.
Indelib'erate, *a.* நியாளிக்காமற்செய்த, முன்னெண்ணாத.
Indelibil'ity, *s.* அழியாமை, துடைத்துத் தள்ளக்கூடாமை.
Indel'ible, *a.* துடைக்கக்கூடாத, அழிக்கக்கூடாத.
Indel'icacy, *s.* நாணக்கேடு, சுகிர்தமின்மை, கொச்சைத்தனம்.
Indel'icate, *a.* கொச்சையான, கூச்சமற்ற, நாகரீகமில்லாத.
Indem'nify, *v.t.* உத்தரவாதம்பண்ணு, கலன்தீர்த்துக்கொடு, ஈடுபண்ணு, ஈடுகட்டு, நஷ்டவிர்த்தி யுறுதிபண்ணு.
Indemnifica'tion, **Indem'nity**, *s.* உத்தரவாதம்பண்ணுகை, பிணை, ஈடு, பாதியம்.
Indent', *s.* வெட்டு, முத்திரைச்சுடு.
Indent', *v.t.* கருக்குக்கொத்து, ஒப்பந்த முறிகொடு.
Indent'ure, *s.* ஒப்பந்தச்சீட்டு.
Indepen'dence, **Indepen'dency**, *s.* சுவாதீனம், தன்னிஷ்டம், சுதந்தரம்.
Indepen'dent, *a.* சுவாதீனமான, தன்னிஷ்டமான, சுயம்பான; independent action, சுதந்தரவிர்த்தி.
Indepen'dently, *ad.* தனியே, சுவாதீனமாய், இஷ்டமாய், தானுய்.
Indepriv'able, *a.* அபகரித்துக்கொள்ளக்கூடாத.
Indescrib'able, *a.* சொல்வதற்கரிய.
Indestructibil'ity, *s.* அழிவின்மை, அழியாத்தன்மை.
Indestruc'tible, *a.* அழியாமையான, கேடில்லாத.
Indeter'minable, *a.* தீர்மானிக்கப்படலாகாத.
Indeter'minate, *a.* இவ்வளவென்று குறிக்கப்படாத, வரையறுக்கப்படாத; analysis, குதககணிதம்.

Indetermina'tion, *s.* உறுதியின்மை, திர்மானமின்மை.

Indevout', *a.* பக்தியற்ற, சமயநிந்தைசெய்யும்.

In'dex, *s.* அடையாளம், குறி, சூசி, அட்டவணை, சூசிபத்திரம்; of a power, காதிதசூசி; of a root, மூலசூசி; of a balance, தராசுநா, தராசுமுள், தராசூசி.

Indexter'ity, *s.* அசாமர்த்தியம், கைத்திறமின்மை, கையிலாகாமை.

In'dia-rubber, *s.* மார்ச்சனி.

In'dian, *a.* இந்திய, இந்துதேசத்துக்குரிய

In'dian-corn, *s.* சோளம்.

In'dicate, *v.t.* குறி, காட்டு, சுட்டு, வெளிப்படுத்து.

Indica'tion, *s.* குறிப்பு, அடையாளம், சுட்டு.

Indic'ative, *a.* காட்டுகிற, சுட்டுகிற, குறிக்கிற; mood, சுயம்பித்துறை.

Indict' (in-dīt'), *v.t.* குற்றம்பாரி, பழிசுமத்து, பாரஞ்சுமத்து.

Indiction, *s.* கூறுகை, பிரசித்தம்.

Indict'ment, *s.* முறைப்பாட்டுப்பத்திரம், குற்றச்சாட்டு.

Indif'ference, *s.* உபேகை, உதாசினம், தடஸ்தம், அபக்ஷம், சமம்.

Indif'ferent, *a.* சமநிலையான, உபேகையான; to be indifferent about the affairs of others, பிறர்காரியத்தை வழவழவென்றுவிட.

Indif'ferently, *ad.* உபேகையாய், கவலையீனமாய்.

In'digence', }
In'digency, } *s.* குறைச்சல், வறுமை, தரித்திரம்.

Indig'enous, *a.* சுதேசவுற்பத்தியான.

In'digent, *a.* வறிய, தரித்திரமான, ஆதரவில்லாத.

Indigest'ible, *a.* அஜீரணமான, ஜீரணிக்கக்கூடாத.

Indiges'tion, *s.* அஜீரணம், செரியாக்குணம், அபாகம், மந்தம்; disorder of the stomach from indigestion, அன்னவிகாரம்.

Indig'itate, *v.t.* சுட்டிக்காட்டு, விரலாற்குறிப்பி.

Indigita'tion, *s.* விரலாற் சுட்டுதல்.

Indign', *a* அபாத்திர, அயோக்கிய, அவமான.

Indig'nant, *a.* எரிச்சலுள்ள, வெறுப்புள்ள, கோபமுள்ள.

Indigna'tion, *s.* எரிச்சல், கோபம், மனஸ்தாபம், மனக்கடுப்பு.

Indig'nify, *v.t.* அவமதிசெய்.

Indig'nity, *s.* இகழ்ச்சி, நிந்தனை, அபசாரம், அவமானம்.

Indigo', *s.* அவுரி, நீலி, நீலம், பூநீலம்.

Indil'igent, *a.* கவலையற்ற, கவனமற்ற.

Indimin'ishable, *a.* குறையாத.

Indirect', *a.* நேரில்லாத, குறுக்கடியான, மறுதலையான, தப்பிதமான.

Indirec'tion, *s.* வக்கிரமார்க்கம், வக்கிரோபாயம்.

Indirect'ly, *ad.* ஒழுங்கீனமாய், குறுக்கடியாய், முறைகேடாய்.

Indiscern'ible, *a.* வகைபறுக்கக்கூடாத, பகுத்துணரக்கூடாத, அவ்யக்த.

Indiscerp'ible, }
Indiscerp'tible, } *a.* கரைந்தழியாத.

Indiscov'erable, *a.* புதைபொருளான, கண்டு வெளிப்படுத்தக்கூடாத.

Indiscreet', *a.* புத்திகெட்ட, கவலையற்ற; an indiscreet person, யோசனையில்லாதவன்.

Indiscre'tion, *s.* புத்தியீனம், புத்திக்குறைவு, பேதைமதி, புத்திப்பிழை.

Indiscrim'inate, *a.* பகுத்தறிவில்லாத, குழப்பமான.

Indiscrim'inately, *ad.* பகுத்தறியாமல், விகற்பமின்றி.

Indiscrimina'tion, *s.* பகுத்தறிவின்மை, நுண்ணறிவின்மை.

Indiscussed', *a.* பேசித்தெளியாத, ஆய்ந்து பாராத.

Indispen'sable, *a.* தேவையான, ஆவசியகமான, இன்றியமையாத.

Indispen'sableness, *s.* இன்றியமையாத்தன்மை.

Indispen'sably, *ad.* ஆவசியகமாய்.

Indispose', *v.t.* வெறுக்கப்பண்ணு, குழப்பு, பழுதுபண்ணு.

Indisposed', *p.a.* வெறுப்புள்ள, ஒழுங்கற்ற.

Indisposi'tion, *s.* வெறுப்பு, உபேகை, அசௌக்கியம்.

Indis'putable, *a.* எதிர்ப்பேச்சில்லாத, ஆக்ஷேபிக்கக்கூடாத.

Indissolubi'lity, *s.* கரையாத்தன்மை, உருகாத்தன்மை.

Indis'soluble, *a.* கரைக்கக்கூடாத, வைரமான.

Indis'solubly, *ad.* கரையக்கூடாதவிதமாய், உரமாய், வைரமாய்.

Indissolv'able, *a.* கரையாத, உருகாத.

Indistinct', *a.* கருகலான, மங்கலான, தீர்க்கமற்ற, தெளிவற்ற.

Indistinctness′, *s.* தீர்க்கமின்மை, தெளிவின்மை, அநிச்சயம்.
Indistin′guishable, *a.* பகுக்கக்கூடாத, பகுத்தறியக்கூடாத.
Indistur′bance, *s.* சலனமின்மை, சாந்தம்.
Inditch′, *v.t.* குழியிற்புதை.
Indite′, *v.t.* வாசகமிணை, வசனி, வாசகஞ்சொல்லு.
Individ′ual, *s.* ஆள், ஒருவன், ஒருத்தி, ஒன்று.
Individ′ual, *a.* ஒருமையான, ஏக, தனித்த.
Individual′ity, *s.* தனிமை, ஒருமை, ஏகத்துவம்.
Individ′ually, *ad.* ஒவ்வொன்ருக, ஒருவரொருவராக.
Individ′uate, *v.t.* ஒவ்வொன்ருய்ப் பகுத்தறி, தனிப்படுத்து.
Indivisibil′ity, *s.* பாகுபாடின்மை, பகுக்கப்படாமை, ஒற்றுமை.
Indivis′ible, *a.* பிரிக்கக்கூடாத, பகுக்கக்கூடாத, அசேத்தியமான.
Indoc′ile, *a.* படியாத, அடங்காத, பயிற்றக்கூடாத.
Indocil′ity, *s.* படியாமை, அடங்காமை. வழிக்கு வராமை.
Indoc′trinate, *v.t.* போதி, மதம்புகட்டு.
In′dolence, *s.* சோம்பு, சோர்வு, அயர்தி, அசட்டை.
In′dolent, *a.* சோம்பான, அயர்தியான, அசமந்தமான.
Indom′itable, *a.* அடங்காமையான, முரண்டான.
In′draught, *s.* கடற்கழி, கழி.
Indu′bitable, *a.* சந்தேகமில்லாத, ஐயமில்லாத.
Indu′bitably, *ad.* சந்தேகமின்றி, நிஜமாய்.
Induce′, *v.t.* உட்படுத்து, ஏவு, செய்வி.
Induce′ment, *s.* ஏவுகை, தூண்டுகை, நோக்கம்.
Induct′, *v.t.* கோவில் வருமானத்திற்குச் சுவாதீனனுக்கு, உட்படுத்து.
Induc′tion, *s.* உட்படுத்துகை, வேதனுனுமானம், வைதனீயம், அநுமானம்.
Induc′tive, *a.* வேதனுனுமான வகையால் விளைகிற, வைதனீய; reasoning, அநுமானோக்தி.
Indue′, *v.t.* கொடு, அருளு, ஈ, சூட்டு.
Indulge′, *v.t.* & *i.* இடங்கொடு, இளக்காரங்கொடு, சீராட்டு.
Indul′gence, *s.* இடங்கொடுத்தல், இளக்காரம், சீராட்டு, தயை.
Indul′gent, *a.* இடங்கொடுக்கிற, இளக்கமான, தயைபுள்ள.
In′durate, *v.t.* கடினப்படுத்து, உரப்பி, கடினமாக்கு.
In′durate, *v.i.* கடினப்படு, உர, கடினமா.
Indura′tion, *s.* வன்மை, உரப்பு, கடினமாதல், கடினம்.
Indus′trious, *a.* சுறுசுறுப்புள்ள, தாளாண்மையுள்ள.
In′dustry, *s.* முயற்சி, ஊக்கம், உழைப்பு, ஜாக்கிரதை.
In′dwelling, *a.* அகத்திலுள்ள, மனேவாசமான.
Ine′briate, *v.t.* வெறியாக்கு, மயக்கு.
Inebria′tion, **Inebri′ety**, *s.* வெறி, மதுமயக்கம்.
Ined′ited, *a.* பிரசுரமாகாத.
Inef′fable, *a.* சொல்லமுடியாத, வாக்குக்கெட்டாத.
Inef′fably, *ad.* சொல்லமுடியாதவிதமாய்.
Ineffect′ive, **Ineffec′tual**, **Ineffica′cious**, *a.* வியர்த்தமான, சித்தியாகாத, பலியாத.
Inef′ficacy, *s.* பலமின்மை, சக்தியின்மை.
Ineffi′ciency, *s.* பலமின்மை, சக்தியின்மை, சமர்த்தின்மை.
Ineffi′cient, *a.* பலமில்லாத, சக்தியற்ற.
Inel′egance, *s.* சிறப்பின்மை, அழகீனம், அவலட்சணம்.
Inel′egant, *a.* சிறப்பில்லாத, அவலட்சணமான.
Inel′igible, *a.* தெரிந்துகொள்ளத்தகாத, தகுதியற்ற.
Inel′oquent, *a.* சாதுரியமற்ற, அசாதுரிய.
Inelu′dible, *a.* தவிர்க்கக்கூடாத, சாய்க்கக்கூடாத.
Inept′, *a.* தகுதியற்ற, தகாத, உதவாத.
Inequal′ity, *s.* சமமின்மை, ஒவ்வாமை, பேதம், வேற்றுமை, விச்சோடு.
Ine′quitable, *a.* நடுவுநிலைதவறிய, அநீத, அந்யாய.
Iner′rable, *a.* தவருத, பிழையாத, பொய்யாத.
Inert′, *a.* அசேட்டன, ஆலசிய, மந்த.
Iner′tia, *s.* அசேட்டனம், ஆலசியம், மாந்தியம்.
Inert′ness, *s.* அசேட்டனம், மந்தம், ஆலசியம்.
Ines′timable, *a.* மதிக்கப்படக்கூடாத, விலைகடந்த.
Inev′ident, *a.* பிரத்தியக்ஷமாகாத, இருளான, மயக்கமான.
Inev′itable, *a.* விலக்கவொண்ணுத, தப்பாத, தவருத; act, அவசியகர்த்தவ்வியம்.

Inev'itably, *ad.* தவிர்க்கப்படக் கூடாமையாய்.

Inexcus'able, *a.* க்ஷமிக்கக்கூடாத, மன்னிக்கக்கூடாத, பொறுக்கக்கூடாத.

Inexecu'tion, *s.* செய்யாமை, செய்து நிறைவேற்றாமை.

Inexha'lable, *a.* சுவாசிக்கக்கூடாத, இரேசிக்கக்கூடாத.

Inexhaust'ible, *a.* தொலையாத, செலவழியாத, வற்றாத; inexhaustible wealth, குன்றாச்செல்வம்.

Inex'orable, *a.* இரங்காத, கடினமான, சம்மதியாத.

Inexpecta'tion, *s.* நம்பிக்கையின்மை, எதிர்பார்த்திராமை.

Inexpe'dience, } *s.* ஒவ்வாமை, தகாமை, தேவையின்மை.
Inexpe'diency,

Inexpe'dient, *a.* தகாத, ஒவ்வாத, அடாத.

Inexpe'rience, *s.* சாதகமின்மை, வழக்கமின்மை, அப்பியாசமின்மை.

Inexpe'rienced, *a.* பழக்கமில்லாத, சாதியாத, கைபடியாத.

Inexpert', *a.* பழக்கமற்ற, கைவராத, சாமர்த்தியமில்லாத.

Inex'piable, *a.* தணிக்கக்கூடாத, நீக்கக்கூடாத, நிவிர்த்தியாகக்கூடாத.

Inex'plicable, *a.* தெளிவிக்கப்படக்கூடாத, வெளிப்படுத்தக்கூடாத.

Inexplor'able, *a* திறவுகாணக்கூடாத, ஆராய்ந்தறியக்கூடாத.

Inexpress'ible, *a.* சொல்லிமுடியாத, சொல்லிலடங்காத.

Inexpres'sive, *a.* சொல்லக்கூடாத, வெளியிடக்கூடாத.

Inexpug'nable, *a.* மேல்விழுந்து பிடிக்கக்கூடாத.

Inextin'guishable, *a.* தணிக்கப்படக் கூடாத, அவிக்கப்படக்கூடாத.

Inex'tricable, *a.* சிக்கறுக்கக்கூடாத, அவிழ்க்கக்கூடாத; an inextricable knot, படுமுடிச்சு, கொடுமுடிச்சு.

In-eye', *v.t.* கிளை யொட்டவை.

Infallibil'ity, *s.* பிழைபடாமை, தவறின்மை, தப்பில்லாமை.

Infal'lible, *a.* தவறாத, திடமான, பொய்யாத.

Infal'libly, *ad.* தவறாமல், நிஜமாய்.

Infame', *v.t.* குறைசொல்லு, இகழ், அபகீர்த்தியுண்டாக்கு.

In'famous, *a.* துர்க்கீர்த்தியான, வெட்கங்கெட்ட.

In'famy, *s.* அவகீர்த்தி, அவதூறு; துர்க்கீர்த்தி, அபக்யாதி.

In'fancy, *s.* இளமை, இளம்பிராயம், பாலியம், பாலப்பருவம்.

In'fant, *s.* குழந்தை, குழவி, பாலன், பாலகன், பாலகி.

Infan'ta, *s.* ஸ்பானிய-போர்ட்யுகல் தேசராஜபுத்திரி.

Infan'ticide, *s.* சிசுவதை, சிசுஹத்தி, சிசுவதை செய்பவன்-வள்.

In'fantile, } *a.* குழந்தைக்கடுத்த, பாலியமான.
In'fantine,

In'fantry, *s.* காலாட்சேனை, பதாதி.

Infat'uate, *v.t.* அறிவைமயக்கு, மருட்டு, மனதைக்கலக்கு; to be infatuated, உணர்வழிய, அறிவழிய.

Infatua'tion, *s.* உன்மத்தம், சித்தப்பிரமை, செருக்கு, சித்தமோகம்.

Infea'sible, *a.* செய்யக்கூடாத, அசாத்திய.

Infect', *v.t.* தொற்றவை, தொற்றப்பண்ணு, பழுதாக்கு, கறைப்படுத்து.

Infec'tion, *s.* தொற்று, பழுது, விஷநீர், நச்சுக்காற்று.

Infec'tious, *a.* ஒட்டத்தக்க, தொற்றுகிற.

Infecund, *a.* பயன்படாத, கனிகொடுக்குந்தகைமையற்ற, நிஷ்பலித.

Infecun'dity, *s.* பயன்படாத்தன்மை, கனிகொடுக்கும் யோக்கியதையின்மை.

Infelic'ity, *s.* அபாக்கியம், ஆபத்து.

Infer', *v.t.* அனுமானி, அனுமி, அனுமிதிசெய்.

In'ferable, *a.* அனுமானிக்கத்தக்க, அர்த்தாபத்தியாற் கொள்ளத்தக்க.

In'ference, *s.* அனுமானம், அனுமை, அனுமிதி.

Infe'rior, *s.* கீழ்மகன், இழிஞன், நீசன்.

Infe'rior, *a.* கீழான, குறைந்த, தாழ்ச்சியான், இளப்பமான.

Inferior'ity, *s.* கீழ்த்தரம், இளப்பம், இகழ்ச்சி, நீசம், தாழ்வு, கடைப்பாடு.

Infer'nal, *s.* நரகவாசி, பாதாளவாசி.

Infer'nal, *a.* கீழுலகத்துக்கடுத்த, நரகத்தக்கடுத்த, பேய்த்தனமுள்ள.

Infer'tile, *a.* செழிப்பற்ற, கனிகொடாத, மலடான.

Infertil'ity, *s.* செழுமையின்மை, பயனின்மை.

Infest', *v.t.* குழப்பு, உபாதி, தொந்தரைபண்ணு.

Infes'tuous, *a.* உபாதி யுண்டாக்குகிற, அபாயகரமான.

In'fidel, *s.* அவிச்வாசி, நாஸ்திகன், அசிரத்தன், கிறிஸ்துமத விபட்சன்.
Infidel'ity, *s.* அவிசுவாசம், அசிரத்தம், கிறிஸ்துமத விபட்சம்.
In'finite, *a.* முடிவற்ற, எல்லையற்ற, அனந்த; the infinite, அநந்தன்; space, அகண்டாகாசம்.
Infinites'imal, *a.* அணுநுட்பமான, அதிசூக்ஷம.
Infin'itive (mood), *s.* செயவெனுமெச்சத்துறை.
Infin'itude, **Infin'ity**, *s.* எல்லையின்மை, மட்டின்மை, அளவின்மை, அநந்தம்.
Infirm', *a.* பலவீனமுள்ள, நோயுள்ள, தளர்ந்த.
Infirm'ary, *s.* தரும வைத்தியசாலை.
Infirm'ity, *s.* பலவறுதி, துர்ப்பலம், பலக்ஷயம், தளர்ச்சி, மெலிவு, புத்திக்குறைவு.
Infix', *v.t.* பதி, கடாவு, அழுத்து.
Inflame', *v.t.* எரி, நெருப்புமூட்டு, கோபமூட்டு, ஆசைமூட்டு.
Inflammabil'ity, *s.* எளிதில் நெருப்புப் பற்றுந் தன்மையுடைமை.
Inflam'mable, *a.* எளிதில் நெருப்புப்பற்றத்தக்க.
Inflamma'tion, *s.* எரிவு, அழற்சி, தாபிதம், கட்டி.
Inflam'matory, *a.* எரிக்கத்தக்க, தீமூட்டுகிற, கோபமூட்டுகிற; inflammatory language, வெவ்வுரை.
Inflate', *v.t.* ஊதப்பண்ணு, வீங்கப்பண்ணு, பருப்பி, உப்பப்பண்ணு.
Infla'tion, *s.* விம்மல், ஊதல், செருக்கு, இறுமாப்பு.
Inflect', *v.t.* திருப்பு, வளை, பிறழச்செய், வேற்றுமையுருபேற்று.
Inflec'tion, *s.* இசைப்பிறழ்வு, ரூபகரணம், விபக்தி, வேற்றுமை, ரூபாந்தரம், ரூபாவளி.
Inflexibil'ity, *s.* வசையாமை, பிடிவாதம்.
Inflex'ible, *a.* வசையாத, பிடிவாதமான.
Inflex'ibly, *ad.* வசையாமல், விறைப்பாய்.
Inflict', *v.t.* தண்டி, சுமத்து, படுத்து, உறுத்து.
Inflic'tion, *s.* சுமத்துகை, ஆக்கினையிடுகை, தண்டனை.
Inflict'ive, *a.* ஆக்கினையிடத்தக்க, ஆக்கினையிடக்கூடிய.
In'florescence, *s.* பூத்தல்.
In'fluence, *s.* சக்தி, வல்லமை, செல்வாக்கு, அதிகாரம், கௌரவம்; of love or passion, காமாதிகாரம்; planetary, கிரகாவேசம்; equal influence, சமபலம்.
In'fluence, *v.t.* முகாமைசெலுத்து, நடத்து.
In'fluent, *a.* பாய்கிற, உள்வழிந்துவிழுகிற.
Influen'tial, *a.* செல்வாக்குள்ள, முகாமையுள்ள.
Influen'za, *s.* பெருந்தடிமல்.
In'flux, *s.* புகுகை, உள்ளே பெருகுதல், பிரவேசம், பெருக்கு; influx of wealth, செல்வப்பெருக்கு.
Influx'ion, *s.* உட்படுத்துகை, உட்செலுத்தல்.
Infold', *v.t.* சுருட்டு, மடி, சுற்று, உட்படுத்து, இடுக்கு.
Info'liate, *v.t.* தழைப்பி, தழைமூடு.
Inform', *v.t.* அறிவி, தெரியப்படுத்து, தெரிவி, சொல்லியறிவி.
Inform'al, *a.* வழக்கமற்ற, ஒழுங்கற்ற.
Informal'ity, *s.* முறைகேடு, கிரமமின்மை.
Inform'ant, *s.* அறிவிப்போன், கூறுவோன்.
Informa'tion, *s.* அறிவு, படிப்பனை, சமாசாரம், செய்தி, விவகார அறிக்கை, விக்யாபனம்.
Inform'er, *s.* கூறுவோன், அறிவிக்கிறவன்.
Infract', *v.t.* முறி, உடை, பின்னப்படுத்து.
Infrac'tion, *s.* உடைவு, முறிவு, தகர்வு, மீறுகை, பங்கம்.
Infran'gible, *a.* முறியாத, உடையாத, பின்னப்படாத.
Infre'quent, *a.* அரிதான, வழக்கமற்ற.
Infrig'idate, *v.t.* குளிரப்பண்ணு, சீதளமாக்கு.
Infringe', *v.t.* கட, மீறு, குலை.
Infringe'ment, *s.* கடத்தல், மீறுகை, குலைத்தல்.
Infru'gal, *a.* அமித, மட்டுக்குமிஞ்சிய, வீண்செலவு செய்யும்.
Infumed', *a.* புகையிலுலர்ந்த.
Infu'riated, *p.a.* மூர்க்கங்கொண்ட, கோபமூண்ட.
Infuse', *v.t.* புகட்டு, உட்செலுத்து, பாய்ச்சு, ஊற்று.
Infu'sion, *s.* உட்படுத்துகை, செலுத்துகை, குடிநீர், கஷாயம்.
In'gathering, *s.* தானிய சங்கிரககாலம்.
Ingem'inate, *v.t.* இரட்டி, இரட்டுறமொழி.
Ingen'erate, *v.t.* உள்ளேயுண்டாக்கு, உற்பவிக்கச்செய்.
Inge'nious, *a.* விவேகமான, யூகமுள்ள, சாமர்த்தியமுள்ள; person, புத்திசாலி, யூகி.
Inge'niously, *ad.* விவேகமாய், நுணுக்கமாய், சூழ்ச்சியாய்.

Ingen'ite, *a.* சகஜ, உட்பிறந்த, பிறவிக்குண மான.
Ingenu'ity, *s.* கருத்து, நுணுக்கமான யுக்தி, சூழ்ச்சி, விவேகம்.
Ingen'uous, *a.* வெளியான, கரவற்ற, சாது வான, உதார.
Ingen'uously, *ad.* நேர்மையாய், மனரம்மி யமாய.
Ingen'uousness, *s.* கரவின்மை, உதாரம்.
Ingest', *v.t.* இரைப்பைக்குட் செலுத்து, புகட்டு.
Inges'tion, *s.* இரைப்பைக்குட்செலுத்துகை.
Inglo'rious, *a.* மகிமையற்ற, அபகீர்த்தி யான, பங்கமான.
In'got, *s.* பாளம், பாளக்கட்டி, சலாகை, லோகக்கட்டி; of gold, தங்கப்பாளம்.
Ingraft', *v.t.* பதி, ஒன்றவை, பொருந்தவை, ஒட்டு.
Ingrain', *v.t.* சாயமூட்டு, சாயங்காய்ச்சு, அழுந்தப்பண்ணு.
Ingrap'ple, *v.i.* கொளுவிப்பிடி, திரி, முறுக்கு, பின்னு.
Ingrate', Ingrate'ful, } *a.* நன்றிகெட்ட, நன்றியுணர்வில்லாத, அகிதமான.
Ingra'tiate, *v.t.* தயவுக்குள்ளாக்கு, வசப்படுத்து; to ingratiate one's self with another, நத்த.
Ingrat'itude, *s.* நன்றியீனம், செய்நன்றி மறத்தல்.
Ingre'dient, *s.* துணைப்பொருள், சேர்ப்பு, சம்பாரம், கலப்புத்திரவியம்.
In'gress, *s.* பிரவேசிக்கை, உட்செல்லுகை, ஆவேசம்.
Ingulf', *v.t.* அமிழ்த்து, விழுங்கு, சுழித்து வாங்கு, மடுவாங்கு.
Ingur'gitate, *v.t.* & *i.* ஆவலுடன் விழுங்கு, மிகக்குடி.
Ingust'able, *a.* சுவையறியக்கூடாத, சுவைத் தறியக்கூடாத.
Inhabil'ity, *s.* சாமர்த்தியமின்மை, அனப்பியாசம், தகாமை.
Inhab'it, *v.t.* வாசம்பண்ணு, வசி, சஞ்சரி, குடியேறு, உறை.
Inhab'itable, *a.* குடியிருக்கத்தக்க, குடியிருக்க வசதியான.
Inhab'itant, *s.* குடியானவன், குடி, குடிபதி, பிரஜை, தேசவாசி, நிவாசி; permanent, திரநிவாசி.
Inhale', *v.t.* சுவாசம்வாங்கு, மூச்சுவாங்கு, பூரகஞ்செய்.

Inharmo'nious, *a.* இசைப்பொருத்தமில்லாத, நாதபேதமுள்ள.
Inhere', *v.i.* ஒன்றிலிரு, ஒன்றில் நிலைகொள், தங்கு.
Inher'ent, *a.* இயல்பான, சகஜமான, ஜென்ம வியற்கையான; property, அவினுபாவம்; nature, அந்தர்ப்பாவம்.
Inher'it, *v.t.* சுதந்தரி, உரிமைவழியாயனுபவி.
Inher'itable, *a.* சுதந்தரிக்கத்தக்க.
Inher'itance, *s.* சுதந்தரம், உரிமையாட்சி, ஆட்சி, காணியாட்சி, குடிக்காணியாட்சி.
Inher'itor, *s.* உரிமைக்காரன், அதீனன்.
Inhe'sion, *s.* ஒன்றில் நிலைகொள்ளல்.
Inhia'tion, *s.* கொட்டாவிகொள்ளல், ஆவலித்தல்.
Inhib'it, *v.t.* தடைப்படுத்து, தடு, கட்டுப்பாடுபண்ணு, மறி.
Inhibi'tion, *s.* தடை, மறியல், கட்டுப்பாடு, எதிர்ப்பிரமாணம்.
Inhos'pitable, *a.* விருந்தோம்பாத; அன்னியருக்குபசாரமில்லாத, சகாயமில்லாத.
Inhos'pitably, *ad.* உபசரணையின்றி, பக்ஷமில்லாமல்.
Inhu'man, *a.* மனுஷத்தன்மையற்ற, குரூரமான, வன்கண்ணுள்ள.
Inhuman'ity, *s.* கடுமை, கொடுமை, வன்கண், நிஷ்டூரம்.
Inhuma'tion, *s.* அடக்கஞ்செய்தல், சேமித்தல்.
Inhume', *v.t.* அடக்கம்பண்ணு, புதை, பிரேதஞ்சேமி.
Inim'ical, *a.* பகையான, சிநேகமற்ற, பக்ஷமற்ற.
Inim'itable, *a.* போலச்செய்யக்கூடாத, ஒப்பற்ற, அதியுசிதமான.
Inim'itably, *ad.* நிகரின்றி, ஒப்பில்லாதவிதமாய்.
Iniq'uitous, *a.* அக்கிரம, அநீத, பொல்லாத.
Iniq'uity, *s.* அநீதம், கொடுமை, ஆகாமியம், தீமை, பாவம்.
Iniquous, *a.* அநியாய, அநீத.
Inisle', *v.t.* சூழ்ந்திரு, சுற்று, வளை.
Ini'tial, *s.* முதற்குறிப்பெழுத்து, முதற்குறிப்பு.
Ini'tiate, *v.t.* படிப்பி, பழக்கு, பயிற்று, உட்படுத்து, தொடக்கு.
Initia'tion, *s.* படிப்பிப்பு, பழக்குகை, ஏற்படுத்துகை, தீக்ஷை.
Ini'tiative, *s.* தொடங்குமதிகாரம்.
Ini'tion, *s.* தொடக்கம், ஆதி, ஆரம்பம்.

Inject', *v.t.* உட்செலுத்து, உட்பாய்ச்சு, புகட்டு.
Injec'tion, *s.* உட்பாய்ச்சுகை, புகட்டுகை, புகட்டுமருந்து.
Injudi'cious, *a.* புத்தியற்ற, விவேகமற்ற, அவிவேகமான.
Injudi'ciously, *ad.* புத்தியீனமாய், அவிவேகமாய், மதிகேடாய்.
Injunc'tion, *s.* கட்டளை, ஆணை, எச்சரிப்பு, நியமம்.
In'jure, *v.t.* பழுதாக்கு, ஊறுபடுத்து, சேதமாக்கு, கெடு, அழி.
Inju'rious, *a.* கெடுதியான, சேதப்படுத்துகிற.
In'jury, *s.* ஊறுபாடு, பழுது, சிதைவு, சேதம், நஷ்டம், குற்றம், கெடுதி, விஷமம்.
Injust'ice, *s.* அநீதம், அநியாயம், அதிக்கிரமம், இடிவந்தி.
Ink, *s.* மை, மசி.
Ink'horn, } *s.* மைக்கூடு, மசிதானி.
Ink'stand, }
Ink'ling, *s.* பயில், சைகை.
Ink'y, *a.* மையுள்ள, மையொத்த.
In'land, *a.* உள்நாட்டுக்கடுத்த, கடலுக்குத் தூரமான.
In'lander, *s.* நாட்டகத்தான்.
Inlap'idate, *v.t.* கல்லாக்கு, கல்லாகமாற்று.
Inlay', *v.t.* ஒட்டு, பதி, இழை, குயிற்று.
Inlaying, *p.n.* கசிதம்.
In'let, *s.* துவாரம், பிரவேசம், குடா, துறை.
In'ly, *ad.* உள்ளே, இரகசியமாய்.
In'mate, *s.* விடுதிக்காரன், சகவாசி.
In'most, *a.* உள்ளான, அந்தரங்கமான; inmost thought, உட்கோள், மனக்கிடை.
Inn, *s.* விடுதிவீடு, சத்திரம், மடம், சாவடி.
In'nate, *a.* இயல்பான, சுதந்தரமான, சகஜமான, ஸ்வாநுரூப.
In'ner, *a.* உள்ளான, உள்ளுக்குள்ளான.
Inn'holder, } *s.* மடாதிபன், சத்திராதிகாரி.
Inn'keeper, }
In'nocence, } *s.* மாசின்மை, குற்றமின்மை, சுத்தம், மனப்புனிதம், தீங்கின்மை; innocence and guilt, குணதோஷம்.
In'nocency, }
In'nocent, *a.* மாசற்ற, குற்றமில்லாத, தீங்கற்ற, நிஷ்கபட, சுத்த.
Innoc'uous, *a.* மோசமற்ற, அபாயமில்லாத, ஹிம்சையில்லாத, பத்திரமான.
Innom'inate, *a.* அநாமிக, நாமமில்லாத.
In'novate, *v.t.* புதுமையுண்டாக்கு, புதுமைசெலுத்து.
Innova'tion, *s.* புதுமை, நூதனம், நூதனசாரம், ஒழுங்கின்மை.
In'novator, *s.* நூதனங்காட்டுவோன், நூதனக்காரன்.
Innox'ious, *a.* தீங்கில்லாத, கேடில்லாத, சுத்த.
Innuen'do, *s.* ஜாடை, சைகை, குறிப்பு.
Innu'merable, *a.* எண்ணிறந்த, கணக்கில்லாத.
Innu'merous, *a.* எண்ணற்ற, எண்ணுக்கடங்காத.
Inobe'dient, *a.* கீழ்ப்படியாத, சொற்கேளாத.
Inoc'ulate, *v.t.* சந்துசெய், பொருத்து, ஒன்றுவி, வைசூரிப்பால் வை.
Inocula'tion, *s.* சந்துசெய்கை, பொருத்துதல், வைசூரிப்பால் வைத்தல்.
Ino'diate, *v.t.* வெறுப்பிற்கிடமாக்கு.
Ino'dorous, *a.* வாசனையற்ற, கந்தமற்ற, பரிமளமில்லாத, நிர்க்கந்த.
Inoffen'sive, *a.* தீமையில்லாத, விக்கினமில்லாத, சாதுவான.
Inopportune', *a.* சமயமில்லாத, வசதியற்ற.
Inor'dinate, *a.* ஒழுங்கற்ற, மிகுதியான, மட்டுக்கதிகமான.
Inordina'tion, *s.* ஒழுங்கீனம், கிரமத்தாழ்வு.
Inorgan'ic, } *a.* உறுப்பில்லாத, அநிந்திர.
Inorgan'ical, }
Inos'culate, *v.t.* அருகணை, ஒட்டியொன்றுக்கு.
In'quest, *s.* விசாரணை, விளக்கம், மரணவிசாரணை.
Inqui'etude, *s.* கலக்கம், மனக்குழப்பம், அசைவு.
In'quinate, *v.t.* அழுக்காக்கு, அசுத்தமாக்கு.
Inquire', *v.t.* விசாரி, ஆராய், ஆய், உசாவு, வினவு; inquiring into new opinions, நவீனமதவிசாரம்.
Inquir'er, *s.* விசாரணைக்காரன், வினவுவோன்.
Inqui'ry, *s.* விசாரணை, ஆராய்ச்சி, சோதனை, வினா, உசாவு, தரியாப்து; spirit of, ஞானேச்சை.
Inquisi'tion, *s.* விசாரணை, சோதனை, பாப்புமதக்கோட்பாட்டைவிட்டு விலகினவர்களைக் குற்றவிசாரணைசெய்யும் உரோமைச்சங்கம்.
Inquis'itive, *a.* விசாரணையுள்ள, ஆராய்வுள்ள, பூராயமான.
Inquis'itor, *s.* விசாரணைக்காரன், விடுப்புக்காரன்.
Inrail', *v.t.* கிராதியடை.

In'road, *s.* தேசத்துட்சென்று சூறையாடுகை, நாட்டுக்குட் பகைவர்செல்லுகை.
Insalu'brious, *a.* அசௌக்கிய, சௌக்கியத்தாழ்வான.
Insalu'brity, *s.* அசௌக்கியஸ்திதி.
Insane', *a.* பைத்தியமுள்ள, புத்திக்குறைச்சலுள்ள, உன்மத்தமான.
Insan'ity, *s.* பைத்தியம், உன்மத்தம், வெறி, மதம்.
Insa'tiable, *a.* ஆற்றக்கூடாத, தணிவாகாத, தீராத; hunger, ஆருப்பசி; desire, தீராவாசை; thirst, அடங்காத்தாகம்.
Insa'tiate, *a.* ஆருத, தணிவில்லாத, திர்ப்தியடையாத.
Insati'ety, *s.* திர்ப்தியின்மை, தெவிட்டாமை.
Insatisfac'tion, *s.* அதிர்ப்தி, மனக்குறை.
Inscribe', *v.t.* எழுது, திட்டு, வரை, மேல்விலாசம்போடு.
Inscrip'tion, *s.* எழுத்துவரைவு, சாசனம், மேல்விலாசம், சிலாலேகம்.
Inscru'table, *a.* ஆராய்ந்தறியக்கூடாத.
Insculp'ture, *s.* கொத்துவேலை, சித்திரவேலை.
In'sect, *s.* பூச்சி, புழு, குளவி, வண்டு, சிற்றுயிர்.
Insec'tile, *a.* பூச்சித்தன்மையுள்ள.
Insecure', *a.* பத்திரமில்லாத, காவலற்ற, மோசத்துக்கேதுவான.
Insecu'rity, *s.* பத்திரமின்மை, அபாயம், மோசம்.
Insen'sate, *a.* புலனற்ற, மந்த, ஸ்மரணையில்லாத.
Insensibil'ity, *s.* உணர்ச்சியின்மை, திமிர், ஸ்மரணைக்கேடு.
Insen'sible, *a.* உணர்ச்சியில்லாத, ஸ்மரணைகெட்ட.
Insen'sibly, *ad.* புலனுக்குத்தோற்றுதபடி ஸ்மரணைக்கேடாய், அசேதனமாய், உணர்ச்சியின்றி, இரக்கமின்றி.
Insen'tient, *a.* புலனற்ற, உணர்ச்சியற்ற.
Insep'arable, *a.* பிரிக்கக்கூடாத, பகுக்கக்கூடாத; relation, சமவாயசம்பந்தம்.
Insep'arably, *ad.* பிரிக்கக்கூடாமையாய்.
Insert, *v.t.* இடையிற் சேர், உள்ளே பாய்ச்சு.
Inser'tion, *s.* இடையீடு, சொருகுகை, இடைவரியெழுதுதல், நிவேசம்.
Inshad'ed, *a.* பலவர்ணமிட்ட, பலநிறம்பதிந்த.
Inshel'ter, *v.t.* அடைக்கலம்வை, ஒதுக்கிடத்திலிருத்து.
In'side', *s.* உட்புறம், உட்பக்கம், உள், அகம்.
Insid'iate, *v.i.* பதிவிரு, மறைந்திரு.
Insid'ious, *a.* சதியோசனையுள்ள, பதுங்கியிருக்கிற, கபடமான, நெருடான.
Insid'iously, *ad.* கள்ளமாய், கபடமாய், நெருடாய்.
Insid'iousness, *s.* சதியோசனை, நெருடு, கரவு, கள்ளம்.
In'sight, *s.* உட்பார்வை, உள்ளாராய்வு, நுண்ணியவிசாரணை.
Insig'nia, *s.* கொடிமுதலிய விருதுகள், சாதனம், குழுவுச்சின்னம்; of royalty, ராஜசின்னம்.
Insignif'icance, Insignif'icancy, } *s.* வியர்த்தம், பலனின்மை, அற்பம்.
Insignif'icant, *a.* வியர்த்தமான, பலனில்லாத, அற்ப, இழிப்பான.
Insincere', *a.* மாயமான, கபடமான, யதார்த்தமற்ற, பொய்யான; an insincere heart, கள்ளமனம்.
Insincer'ity, *s.* மனமொன்று வாக்கொன்று, நாணயக்கேடு, கரவு, விங்களம்.
Insin'ew, *v.t.* பலப்படுத்து உரங்கொள்வி.
Insin'uate, *v.t.* சைகையாய்ப்பேசு, எழில்விடு, குறிப்பாய்ச்சொல்லு.
Insin'uate, *v.i.* மனதிற்புகு, பற்று, செறி.
Insin'uating, *a.* வசப்படுத்துகிற, பிரியப்படுத்துகிற, உபாயமாயுட்செல்லுகிற.
Insinua'tion, *s.* எழில், குறிப்பு, ஜாடை, சைகை.
In'sipid, *a.* சுவையற்ற, சாரமற்ற, ரசமற்ற, ருசியற்ற.
In'sipid'ity, *s.* பதனழிவு, சுவையின்மை, சாரமின்மை.
Insist', *v.i.* வற்புறுத்து, பிடிவாதமாய்நில், சாதி.
Insi'tion, *s.* ஒட்டவைத்தல், பொருத்துகை.
Insnare', *v.t.* See Ensnare, அகப்படுத்து.
Insobri'ety, *s.* சொஸ்தபுத்தியின்மை, புத்தித்தெளிவின்மை.
Inso'ciable, *a.* அன்னியோன்னியமற்ற, சங்காதமில்லாத, அளவளாத.
In'solate, *v.t.* வெயிலிற்காயவை, வறட்டு, சூரியபுடம்வை.
Insola'tion, *s.* வெயிலிலுலர்தல், வெயிலடிபடல்.
In'solence, *s.* இறுமாப்பு, தாஷ்டீகம், நிமிர்ச்சி, நிந்தை, வம்பு, மேட்டிமை, குறும்பு, அகந்தை, துடுக்கு; to treat one with insolence, வம்படிக்க.
In'solent, *a.* இறுமாப்புள்ள, அகந்தையான, நிமிர்ச்சியான, முதிர்ச்சியான.
Insolid'ity, *s.* திண்மையின்மை, வைரமின்மை

Insol'uble, *a.* கரையக்கூடாத, கரைக்கக் கூடாத, சிக்கறுக்கக்கூடாத.
Insolv'able, *a.* அவிழ்க்கக்கூடாத, தெளிவிக்கக்கூடாத.
Insol'vency, *s.* கடனிறுக்கக்கூடாமை, கடனிறுக்க நிர்வாகமின்மை.
Insol'vent, *a.* கடனிறுக்கச் சக்தியற்ற.
In-so-much', *ad.* அவ்வளவாய், அதனால், படியால்.
Inspect', *v.t.* விசாரி, சோதி, ஆராய்.
Inspec'tion, *s.* ஆராய்வு, விசாரணை, பரிசோதனை.
Inspec'tor, *s*, மேல்விசாரணைக்காரன், பரீக்ஷகன், ஆராய்ச்சிசெய்வோன்; of morals, தர்மாத்யக்ஷன்.
Insper'sion, *s.* தெளித்தல்.
Inspira'tion, *s.* அருட்சி, தெருட்சி, ஞானவிப்பிரவேசம், ஆவாகனம், சுவாசம், தேவாத்மவேசம், ஊதுதல், உச்சுவாசநிச்சுவாசம்.
Inspire', *v.t.* எழுப்பிவிடு, அருட்டு, தெருட்டு, முயற்று, ஏவு; to inspire hope, உறுதி சொல்ல.
Inspir'ed, *p.a.* ஏவப்பட்ட, ஞானஅருட்சியடைந்த.
Inspir'it, *v.t.* உயிர்ப்பி, ஆவிகொடு, ஏவு.
Inspis'sate, *v.t.* இறுக்கு, தடிக்கச்செய, உறைவி.
Inspissa'tion, *s.* தடிப்பித்தல், தடிக்கச்செய்தல்.
Instabil'ity, *s.* நிலையாமை, உறுதியின்மை, அசைவு, பொறுப்பின்மை.
Insta'ble, *a.* நிலையற்ற.
Install', *v.t.* பட்டங்கட்டு, உத்தியோகததிலேற்படுத்து.
Installa'tion, *s.* பட்டஞ்சூட்டுகை, உத்தியோகநியமனம்.
Instal'ment, *s.* பட்டாபிஷேகம், கந்தாயம், கெடுவிற்செலுத்தும் பணம்.
In'stance, *s.* திர்ஷ்டாந்தம், நிதரிசனம், உதாகரணம், கேள்வி.
In'stance, *v.t.* உதகரி, திர்ஷ்டாந்தப்படுத்து.
In'stanced, *a.* உதகரிக்கப்பட்ட, திர்ஷ்டாந்தமா யெடுத்துக்காட்டிய.
In'stant, *s.* தறுவாய், தற்சமயம், க்ஷணம், சமயம்.
In'stant, *a.* ஆவசியகமான, தக்ஷணமான, சடிதியான, நிகழும்.
Instanta'neous, *a.* சடிதியான, தக்ஷணமான, திடீகூறுன.
In'stantly, *ad.* உடனே, அதிதுரிதமாய், காலதாமதமின்றி, கைமேலே.
Instate', *v.t.* பட்டங்கட்டு, உத்தியோகத்தில்வை.
Instaura'tion, *s.* திருத்தம், புதுப்பிப்பு.
Instead' (of), *prep.* பதிலாக, ஈடாக, பிரதியாக, அடையாக.
Insteep', *v.t.* ஊறவை, தோய், நனை.
In'step, *a.* புறங்கால், புறவடி.
In'stigate, *v.t.* ஏவு, எழுப்பு, தூண்டு, மூட்டு.
In'stiga'tion, *s.* ஏவுகை, தூண்டுகை, மூட்டிவிடுகை.
In'stigator, *s.* தூண்டுவோன், ஏவுவோன்.
Instil', *v.t.* பதி, அழுத்து, புகட்டு.
Instilla'tion, *s.* துளிதுளியாய்ப் புகட்டு, பையப்புகட்டு, குறித்தல்.
In'stinct, *s.* இயற்கையறிவு, சுபாவவுணர்ச்சி, உபஞ்ஞை, சகஞ்ஞை.
Instinc'tive, *a.* இயற்கையான, சுபாவ அறிவுள்ள, உபஞ்ஞையான.
Instinc'tively, *ad.* இயற்கையாய், உபஞ்ஞையாய்.
In'stitute, *s.* கட்டளை, பிரமாணம், விதி, நியாயம்.
In'stitute, *v.t.* ஏற்படுத்து, நியமி, ஸ்தாபி, கற்பி, விதி.
Institu'tion, *s.* ஏற்பாடு, ஸ்தாபனம், வித்தியாசாலை, சங்கம்.
In'stitutor, *s.* ஏற்படுத்துவோன், ஸ்தாபிப்போன், உவாத்தி.
Instruct', *v.t.* படிப்பி, உணர்த்து, போதி, ஓதுவி, கற்பி.
Instruct'er, Instruc'tor, *s.* போதகன், தேசிகன், உபாத்தியாயன், சிக்ஷகன்.
Instruc'tion, *s.* படிப்பு, கல்வி, பயிற்சி, அறிவு, போதனை, கற்பனை, கட்டளை.
Instruc'tive, *a.* அறிவு கொடுக்கத்தக்க, போதனையுள்ள.
In'strument, *s.* கருவி, தளபாடம், உபகரணம், துணைக்கருவி, தட்டுமுட்டு, சாதனம், அதிகாரபத்திரம்; of music, மேளவாத்தியம்.
Instrument'al, *a.* ஏதுவான, காரியவேதுவான, காரணமான.
Instrumental'ity, *s.* காரணம், முதன்மை, முகாமை.
Insuav'ity, *s.* அநாகரீகம், அப்பிரியம்.
Insubor'dinate, *a.* கீழ்ப்படியாத, அடங்காத, வசப்படாத, இணங்காத; the insubordinate, அடங்காதவர்.
Insubordina'tion, *s.* அடங்காமை, அமையாமை, கீழ்ப்படியாமை, குழப்பம்.

Insubstan'tial, *a.* மாயா, சூன்ய.
Insuf'ferable, *a.* உத்தரிக்கக்கூடாத, ஆற்றுத, தாங்கக்கூடாத.
Insuffi'ciency, *s.* குறை, போதாமை, குறைபாடு.
Insuffi'cient, *a.* போதாமையான, குறைவுள்ள.
Insuffla'tion, *s.* ஊதுதல், சுவாசம்விடுதல்.
In'sular, *a.* ஆற்றிடைக்குறையான; கடல்சூழ்ந்த, நீர்சூழ்ந்த.
In'sulate, *v.t.* பிரி, விலக்கிவை, நீக்கு, ஒற்றிவை.
In'sulated, *a.* தொடரா, பிரத்தியேக.
In'sult, *s.* நிந்தை, பழிப்பு, அவமானம், மானபங்கம், பரிபவம்; adding insult to injury, தீங்குசெய்வதோடுகூட அவமதித்தல்.
Insult', *v.t.* பழி, மானபங்கம்பண்ணு, நிந்தி, ஏசு, இகழ், வம்புசொல்லு.
Insult'er, *s.* நிந்தைசெய்வோன்.
Insult'ingly, *ad.* நிந்தையாய், பரிபவமாய், பழிப்பாய்.
Insu'perable, *a.* மேற்கொள்ளக்கூடாத, கடக்கக்கூடாத.
Insupport'able, *a.* தாங்கக்கூடாத, பொறுக்கக்கூடாத, சகிக்கக்கூடாத.
Insuppres'sible, *a.* அடங்காத, மறைக்கக்கூடாத.
Insur'ance, *s.* ஈடு, பிணை, பொறுப்பு, உத்தரவாதம்.
Insure', *v.t.* நிச்சயி, நஷ்டத்தைநீக்கு, உத்தரவாதம்பண்ணு.
Insur'gent, *s.* கலகக்காரன், இராஜ்ஜிய விரோதி.
Insurmount'able, *a.* மேற்கொள்ளக்கூடாத, வெல்லக்கூடாத.
Insurrec'tion, *s.* ஊர்க்கலகம், ஊர்க்கலாபம், படைக்குழப்பம்; in a general insurrection, கலகம்கலந்தால்.
Insurrec'tionary, *a.* ஊர்க்கலகத்திற்குரிய, படைக்குழப்பத்திற்குரிய.
Insuscep'tible, *a.* பற்றுத, பதியக்கூடாத.
Intact', *a.* தொடப்படாமலிருக்கிற, பரிசப்படாத.
Intagl'io (ĭn-tăl'yā), *s.* சித்திரம்வெட்டின ரத்தினம்.
Intan'gible, *a.* தொட்டறியாத, ஸ்பரிசித்தறியக்கூடாத.
In'teger, *s.* முழுவெண், பூரணங்கம், அபின்னம்.
In'tegral, *a.* முழுவெண்ணுன, பூரணமான, அபின்னமான.
In'tegrate, *v.t.* பூரணமாக்கு, நிறை.
Integ'rity, *s.* நிதார்த்தம், நேர்மை, உண்மை, செம்மை, கலப்பின்மை; a man of integrity, செப்பமுடையவன்.
Integ'ument, *s.* போர்வை, புறணி, தோல், உமி, ஓடு, கோது.
In'tellect, *s.* அறிவு, உணர்வு, சைதன்னியம், அஞ்ஞை, புத்தி.
Intellec'tion, *s.* உணர்தல், உணர்ச்சி, ஆய்தல், பூகம், யுத்தி.
Intellec'tive, *a.* உணர்ச்சித்திறமுள்ள.
Intellec'tual, *a.* மானத, மனதுக்கடுத்த, அறிவுக்கடுத்த, புத்திசம்பந்தமான.
Intellectual'ity, *s.* உணர்ச்சித்திறம்.
Intel'ligence, *s.* அறிவு, உணர்வு, சேதனம், சமாசாரம், சைதன்னியம்.
Intel'ligent, *a.* அறிவுள்ள, புத்தியுள்ள, கல்வியுள்ள, புத்தியுக்த.
Intelligibil'ity, *s.* அறியக்கூடுந்தன்மை, தெளிவு, விளக்கம்.
Intel'ligible, *a.* விளக்கமான, தெளிவான.
Intem'perance, *s.* மட்டின்மை, மிகுதி, பெருந்தீன், அதிபானமுதலிய.
Intem'perate, *a.* மட்டற்ற, மிகுதியான, பேராதுரமான.
Intempes'tive, *a.* அகால, ஒவ்வா, காலவிபரீத.
Inten'able, *a.* நிலைநிறுத்தக்கூடாத, ஸ்தாபிக்கக்கூடாத, சாத்தியமாகாத.
Intend', *v.t.* கருது, நினை, உத்தேசி, உத்தியோகி, குறி.
Intend'ant, *s.* மேல்விசாரணைக்காரன், நகரவிசாரணைத்தலைவன்.
Intense', *a.* மிகுந்த, நெருங்கிய, இறுகிய, அதிவேகமான; pain, தீவிரவேதனை; heat, குருதாபம், கடுஞ்சூடு; darkness, நள்ளிருள், கனதிமிரம்; intense study or application, கடும்படிப்பு, கனசாதனை; intense cold, கடுங்குளிர்.
Intense'ly, *ad.* அதிகமாய், நெருக்கமாய், மிகுதியாய்.
Inten'sion, *s.* நெருக்கல், முடுக்கு.
Inten'sity, *s.* மிகுதி, இறுக்கம், நெருக்கம், திபிடம்.
Intent', *s.* கருத்து, நோக்கம், எண்ணம், காரியம்; to all intents, சர்வார்த்தமும்.
Intent', *a.* கருத்துள்ள, சுறுசுறுப்பான, ஆவலான, நோக்கங்கொண்ட; intentment, துணித்துணர்வோர், intent on one's own object, ஸ்வார்த்தபர, ஸ்வார்த்தபராயண; one intent on virtue, தர் ...ன்.

Inten'tion, *s.* கருத்து, சிந்தை, யோசனை, நோக்கம், அபிப்பிராயம், இலக்கு, உத்தேசம், குறிப்பு, உட்குறிப்பு, உள்ளக்குறிப்பு.

Inten'tional, *a.* நினைத்த, செய்யவேண்டுமென்று செய்த.

Intent'ly, *ad.* அதிசிந்தையாய், ஆவலாய்.

Intent'ness, *s.* சிந்தனையுடைமை, அவதானம், கருத்து, உற்சாகம், ஒருவந்தம்.

Inter', *v.t.* அடக்கம்பண்ணு, பிரேதம்க்ஷேமி, சவந்தாழ்.

Inter'calar, } *a.* இடையிற் சேர்த்த,
Inter'calary, } அதிக; day, அதிகதிவசம்; month, அதிகமாசம்.

Intercede, *v.i.* பரிந்துபேசு, மத்தியஸ்தம்பேசு, நடுப்பேசு.

Intercept', *v.t.* தடு, தடைப்படுத்து, தவிர், மறி.

Intercep'tion, *s.* தடை, தடுப்பு, மறிப்பு.

Interces'sion, *s.* பரிந்துபேசுகை, மத்தியஸ்தம், நடு.

In'terces'sor, *s.* மத்தியஸ்தன், நடுப்பேசுவோன்.

In'terchange, *s.* பண்டமாற்று, பரஸ்பர, பரிவர்த்தனம்.

Interchange'able, *a.* ஒன்றற்கொன்று மாற்றப்படக்கூடிய, பிரதிமாற்றுள்ள.

Interchange'ably, *ad.* முறைமாறி, மாறிமாறி.

Interclude', *v.t.* அடை, இடையில்தடு, தள்ளு.

Intercom'mon, *v.i.* ஏகபந்தி போஜனஞ்செய், ஒரேமைதானத்தில் மேய்.

Intercommun'ion, *s.* அந்யோந்யம்.

Intercost'al, *a.* விலாவெலும்புகளினிடையிலிடப்பட்ட.

In'tercourse, *s.* உறவு, கலப்பு, பழக்கம், சம்பாஷணை, சகவாசம், கொண்டாட்டம், சங்காதம்; of society, லோகவியவகாரம்.

Intercur'rent, *a.* இடையிலோடுகிற, இடையிற் செல்லுகிற.

Intercuta'neous, *a.* தோலுக்குட்பட்ட, தோலகத்து.

In'terdict, *s.* மறியல், நிவிர்த்தி, விலக்கு, தடுப்பு.

Interdict', *v.t.* மறி, மறு, தடு, விலக்கு, நிவிர்த்தி, தடுத்துவை.

Interdic'tion, *s.* தடுப்பு, நிவாரணம், தடை, தள்ளுபடி, சாபம்.

Interdic'tory, *a.* தடுக்கத்தக்க, தடைப்படுத்தத்தக்க.

In'terest, *s.* பக்ஷம், விருப்பம், உரிமை, உடந்தை, நயம், பாக்கியம், வட்டி; public, ஊர்நயம், லோகார்த்தம்; private, தன்னயம், ஸ்வார்த்தம்; lively, தீவிரமனப்பற்று; to take lively interest, மனங்கவிய; lawful interest, தர்மவட்டி.

In'terest, *v.t.* பிரியப்படுத்து, பிரீதியாக்கு, உடந்தையாக்கு, உரித்துக் கொள்ளப்பண்ணு.

In'teresting, *a.* விநோதமான, மனோகரமான, விரும்பப்படத்தக்க, இதமான, இனிய.

Interfere', *v.i.* இடையிலேநுழை, கையிடு, முட்டு, தலையிட்டுக்கொள், பிறர்காரியத்திற்பிரவேசி.

Interfer'ence, *s.* இடையில் வருகை, கையிடல், கொளுவல், முட்டுதல், பிறர் காரியத்திற் பிரவேசித்தல்.

Inter'fluent, *a.* இடையிற்பாய்கிற.

In'terim, *s.* இடைநேரம்.

Inte'rior, *a.* உள்ளான, உள்ளுக்குள்ளான, அக, அந்தரங்கமான, தேசத்திற்குள்ளான.

Interja'cent, *a.* மத்தியிலுள்ள.

Interject', *v.t.* இடையிலெறி, இடையிடு, இடையிற் சொருகு.

Interjec'tion, *s.* வியப்பிடைச்சொல், உவத்தியவிடைச்சொல், தனியிடைச்சொல்.

Interjoin', *v.t.* கூடியளவளாவு, விவாகம்கல.

Interlapse', *s.* மத்தியகாலம், இடைக்காலம்.

Interleave', *v.t.* இடையில் வெள்ளொற்றை வைத்துக்கட்டு.

Interline', *v.t.* வரிக்கிடையிலெழுது, இடைவரியெழுது.

Interlin'ear, *a.* வரிக்கும் வரிக்குமிடையில் வரைந்த.

Interlinea'tion, *s.* இடைவரி யெழுதல், இடைவரித்திருத்தம்.

Interlocu'tion, *s.* சம்வாதம், சம்பாஷணம்.

Interlop'er, *s.* கையிடுவோன், தலைவைப்போன், கள்ளவியாபாரி.

In'terluder, *s.* விகடவிநோதி, கோணங்கி.

Intermar'riage, *s.* பரஸ்பரவிவாகம்.

Intermar'ry, *v.i.* விவாகசம்பந்தம்பண்ணு, பெண்கொண்டு கொடு.

Intermed'dle, *v.i.* தலையிடு, தொடுத்துக்கொள்ளு, குறுக்கேபோய்விழு.

Intermed'dler, *s.* தலையிடுவோன், தொடுத்துக்கொள்வோன்.

Interme'diate, *a.* இடையான; நடுவான மத்தியிலுள்ள.

Inter'ment, *s.* அடக்கம் பண்ணுகை, சவச் சேமம், புதைத்தல்.
Intermigra'tion, *s.* இடம்மாறிக் குடிபோதல், இடம்மாறி வலசைபோதல்.
Inter'minable, *a.* தொலையாத, எல்லையற்ற, முடிவில்லாத.
Inter'minate, *a.* மட்டற்ற, எல்லையற்ற.
Inter'minate, *v.t.* பயமுறுத்து, அச்சுறுத்து.
Intermin'gle, *v.t.* கல, கலவைசெய்.
Intermis'sion, *s.* ஒய்வு, ஒழிவு, விடுதி, தரிப்பு.
Intermit', *v.t.* விட்டுவிட்டுத்தொடங்கு.
Intermit', *v.i.* தாமதி, ஓய், விடு, ஒழி.
Intermit'tent, *a.* இடைவிட்ட, முறைக்கு முறையான; fever, முறைக்காய்ச்சல்.
Intermit'ting, *a.* முறைக்குமுறைவருகிற.
Intermit'tingly, *ad.* விட்டுவிட்டு, முறை முறையாய்.
Intermix', *v.i.* கல, குழப்பு, சேர், ஒன்றுபடு.
Intermix'ture, *s.* கலப்பு, கலவை.
Intermut'ual, *a.* அந்யோந்ய, பரஸ்பர.
Inter'nal, *a.* அந்தரங்கமான, உள்ளான, அந்தர்.
Inter'nally, *ad.* உள்ளாய், அந்தரங்கமாய்.
Inter'na'tional, *a.* சர்வதேசசம்பந்த.
Interpella'tion, *s.* தடை, விண்ணப்பம், அழைப்புப்பத்திரம்.
Inter'polate, *v.t.* இடையிலெழுது, இடையில்வை.
Interpose', *v t.* இடையிடு, இடைப்படுத்து, சொருகு, குறுக்கிடு, தடைபண்ணு.
Interposi'tion, *s.* இடையீடு, மத்தியஸ்தம், நடு.
Inter'pret, *v.t.* துவிபாஷித்தனம்பண்ணு, வியாக்கியானஞ்செய்; a riddle, விடுவி.
Inter'pretable, *a.* வியாக்கியானஞ்செய்யத்தக்க, உரைசெய்யத்தக்க.
Interpreta'tion, *s.* உரை, பயன், கருத்து; true interpretation, ஸ்வார்த்தம்.
Inter'preter, *s.* துவிபாஷிகன்.
Interreg'num, *s.* அரசனில்லாக்காலம்.
In'ter-reign, *s.* அரசனில்லாக்காலம், இளவரசுக்காலம்.
Inter'rogate, *v.t.* வினவு, கேள்விகேள், விசாரி.
Interroga'tion, *s.* கேள்வி, வினா, கடா.
Interrog'ative, *a.* வினரூபமான.
Interrog'atory, *a.* வினவுக்கடுத்த.
Interrupt', *v.t.* தடைபண்ணு, பின்னப்படுத்து, குழப்பு.
Interrup'tion, *s.* தடை, இடையூறு, பின்னம்.
Intersect', *v.t.* கத்தரி, ஊடறு, துண்டாக்கு, துண்டி, நறுக்கு.
Intersec'tion, *s.* வெட்டு, ஊடறுப்பு, நறுக்கு.
Intersperse', *v.t.* இடையிலே தூவு, இடைக்கிடை பரவு.
Intersper'sion, *s.* இடையிலே தூவல், இடைக்கிடை பரவல்.
Interstel'lar, *a.* நக்ஷத்திரங்களி னிடையிலுள்ள.
Inter'stice, *s.* கண்ணறை, நீக்கம், விடர்வு, சந்து.
Intersti'tial, *a.* நீக்கமுள்ள, விடர்வுள்ள.
Intertex'ture, *s.* நெசவு, பின்னல்.
Intertwine', *v.t.* முறுக்கு, முறுக்கிப்பின்னு, முறுக்கித்திரி.
Intertwist', *v.t.* முறுக்கித்திரி, முறுக்கிப் பின்னு.
In'terval, *s.* இடைவெளி, அந்தரம், இடைக்காலம்.
Intervene', *v.i.* இடையில்வா, குறுக்கேவா, குறுக்கிடு.
Interve'nient, *a.* இடையில் வருகிற.
Interven'tion, *s.* இடையீடு, மத்தியஸ்தம், குறுக்கிடுகை.
In'terview, *s.* சம்பாஷணை, கண்டுபேசுகை, பேட்டி, பிலாகத்து.
Interweave', *v.t.* இசைத்துநெய், இழை.
Intest'able, *a.* மரணசாதனஞ்செய்யப் பிராயமில்லாத.
Intest'acy, *s.* மரணசாதனம் எழுதாதிறத்தல்.
Intest'ate, *a.* மரணசாதனமெழுதாமற் சாகிற.
Intes'tine, *a.* உள்ளான, வயிற்றிலுள்ள; broils, உள்ளூர்க்கலகம், குடும்பகலகம்.
Intes'tines, *s.* (*pl.*) குடர், குடல், அந்திரம்.
Inthral', *v.t.* அடிமைப்படுத்து.
Inthrone', *v.t.* சிங்காதனத்திலேற்று.
In'timacy, *s.* ஊடாட்டம், கலப்பு, கொள்கை, ஐக்கியம், சேர்த்திக்கை, பழக்கம், விசுவாசம்; too great intimacy, கடுஞ்சிநேகம்.
In'timate', *v.t.* குறி, குறிப்புக்காட்டு, சுட்டு, அறிவி.
In'timate, *a.* பழகிய, நெருங்கிய, உள்ளுக்குள்ளான.
Intima'tion, *s.* குறிப்பு, ஜாடை, அறிக்கை.
Intim'idate, *v.t.* பயமுறுத்து, மிரட்டு, அச்சுறுத்து, கலக்கு, நிலைகுலை, கலங்கடி.
Intimida'tion, *s.* பயமுறுத்தல், மிரட்டல் அச்சுறுத்தல்

In'to, *prep.* இல், உள், ஆக, கு, தரம்; he turned water into wine, அவர் ஜலத்தைத் திராக்ஷாரசமாக்கினர்; he will not enter into your ideas, அவனுன் கருத்திற்கிணங்கான்; reduce two rupees into annas, இரண்டு ரூபாயை அணுவாக்கு.

Intol'erable, *a.* தாங்கக்கூடாத, உத்தரிக்கக்கூடாத.

Intol'erance, *s.* சகியாமை, தாங்காமை.

Intol'erant, *a.* சகியாத.

Intomb' (ĭn-tōōm'), *v. t.* பிரேதவறையில் வை—See Entomb.

Intona'tion, *s.* தொனி, நாதம், ஒலி.

Intort', *v.t.* முறுக்கு.

Intox'icate, *v.t.* வெறிக்கச்செய், களிப்பி.

Intox'icating, *a.* வெறியுள்ள, மஸ்துள்ள, லாகிரியுள்ள.

Intoxica'tion, *s.* வெறி, மஸ்து, லாகிரி.

Intractabil'ity, *s.* அடங்காமை, படியாமை, அமையாமை.

Intrac'table, *a.* அடங்காத, முரண்டான.

Intranquil'lity, *s.* அசமாதானம், அமைதியின்மை.

Intran'sient, *a.* நிலையுற்ற, நித்திய.

Intran'sitive (*verb*), *a.* செயப்படுபொருளில்லாத, அகர்மக.

Intransmu'table, *a.* மாறாத, திரியாத.

Intrench', *v. t.* அகழு, கொத்தளமெழுப்பு, கால்வாய்தோண்டு.

Intrench'ment, *s.* அகழ், கொத்தளம்.

Intrep'id, *a.* பயமில்லாத, ஆண்மையுள்ள, திடமான.

Intrepid'ity, *s.* அஞ்சாமை, ஆண்மை, வீரம், திடம், கட்டாண்மை.

Intrep'idly, *ad.* அச்சமற, தைரியமாய், துணிவாய்.

In'tricacy, *s.* சிக்கு, கருகல், தலைதடுமாற்றம்.

In'tricate, *a.* சிக்கான, கருகலான, வருத்தமான.

In'tricateness, *s.* சிக்கு, கருகல், கலக்கம், குழப்பம்.

Intrigue', *s.* கபடச்செய்கை, குயுக்தி, குட்ரயுக்தி, தந்திரம், நெருடு, பிணக்கு; சோரப்புணர்ச்சி; intriguing designs, விகட்புத்தி.

Intrigu'er, *s.* கபடன், நெருடன்.

Intrin'sic, } *a.* உள்ளான, சுவாபீகமான, சுயம்பான, இயல்பான, சகஜ, வாஸ்தவமான.
Intrin'sical,

Introduce', *v.t.* உட்படுத்து, செலுத்து, ஏற்படுத்து.

Introduc'tion, *s.* உட்செலுத்தல், ஆரம்பம், ஏற்படுத்தல்; முகவுரை.

Introduc'tory, *a.* தொடக்கமான, முகவுரையான.

Intromit', *v.t.* உட்செலுத்து, புகட்டு, சேர்த்துக்கொள்.

Intromis'sion, *s.* உட்செலுத்தல், புகட்டல்.

Introspec'tion, *s.* அகக்காட்சி.

Introsume', *v.t.* உறிஞ்சு, சோஷி.

Introve'nient, *a.* புகுகிற, நுழைகிற.

Introver'sion, *s.* உள்ளே திரும்பல்.

Intrude', *v.i.* இடையிற்புகு, உத்தரவில்லாமற் செல்லு, உரிமையின்றித் தலைவை.

Intrud'er, *s.* உத்தரவில்லாமற் பிரவேசிக்கிறவன்.

Intru'sion, *s.* உத்தரவில்லாமற் பிரவேசிக்கை, பலாத்காரமா யுட்செல்லுகை.

Intru'sive, *a.* இடையிற்புகும், உரிமையின்றி நுழைகிற.

Intrust', *v.t.* ஒப்புவி, ஒப்படை, கையடைசெய்.

Intui'tion, *s.* சுயவறிவு, இயற்கையுணர்வு.

Intu'itive, *a.* சுயவுணர்ச்சியாற்றோன்றிய, இயற்கையாயறிந்த.

Intumes'cence, } *s.* வீக்கம், சுரப்பு, தடிப்பு.
Intumes'cency,

Intu'mulate, *v.t.* கல்லறையில்வை, அடக்கம்பண்ணு, க்ஷேமி.

Inturges'cence, *s.* வீக்கம், சுரப்பு.

Intwine', *v.t.* திரி, முறுக்கு.

Inunc'tion, *s.* அபிஷேகம்பண்ணல்.

Inun'date, *v.t.* வெள்ளத்தால் மூடு, வெள்ளமெடு.

Inunda'tion, *s.* ஜலப்பிரளயம், வெள்ளம், நீத்தம்.

Inurban'ity, *s.* அநாகரீகம், அவிநயம்.

Inure', *v.t.* பழக்கு, பயிற்று.

Inure'ment, *s.* பழக்கம், பயிற்சி, சாதகம்.

Inu'tile, *a.* அப்பிரயோஜன, பயனற்ற.

Inutil'ity, *s.* பயனின்மை, அபலம்.

Invade', *v.t.* மேல்விழு, படையெடுத்துப் பிரவேசி, சருவு.

Invad'er, *s.* உரிமையில்லாம லுட்செல்லுகிறவன்.

In'valid, *s.* பிணியாளி, ரோகி, வியாதிக்காரன், வியாதிஸ்தன்.

Inval'id. *a.* பலமில்லாத, நொய்ய, தளர்ந்த, உறுதியற்ற.

Inval'idate, *v.t.* பலவீனப்படுத்து, வெறுமையாக்கு.
Invalida'tion, *s.* பலக்ஷயப்படுத்தல், பலமொடுக்கல்.
Inval'uable, *a.* விலைமதிக்கக்கூடாத, விலை சொல்வதற்கரிய.
Inva'riable, *a.* மாருத, மாற்றக்கூடாத, நிலைமையான.
Inva'riably, *ad.* மாருமல், இடைவிடாமல்.
Inva'sion, *s.* உரிமையின்றிப் பிரவேசிக்கை, நாட்டுக்குட் பகைவர் செலவு, படையேற்றம்.
Inva'sive, *a.* உரிமையின்றிப்பிரவேசிக்கிற, படையேறுகிற.
Invec'tive, *s.* தூஷணம், நிந்தை, வன்சொல், சுடுசொல்; false, வெறும்புறங்கூறல்.
Inveigh (ĭn-vā'), *v.t.* தூஷி, விரோதமாய்ப் பேசு, இகழ்.
Invei'gle, *v.t.* இழு, ஆசைகாட்டு, அபகரி, வஞ்சி, கிருத்திரமஞ்செய், மடிப்புப்பண்ணு.
Invei'glement, *s.* ஆசைகாட்டி மயக்கல், கிருத்திரமம்.
Inveiled', *a.* முக்காடிட்ட.
Invent', *v.t.* நினைத்துண்டுபண்ணு, கற்பி, எடுத்துக்கட்டு.
Inven'tion, *s.* சூழ்ச்சி, நிருபிதம், கட்டுக்கதை; power of, கற்பனசக்தி.
Invent'or, *s.* நினைத்துண்டு பண்ணுகிறவன், கற்பிக்கிறவன்.
Invent'ive, *a.* கற்பிதயுக்தியுள்ள.
In'ventory, *s.* சாமான்பட்டோலை, சாமான், பெயரிடாப்பு, ஜாபிதா.
Inverse', *a.* மாருன, குறுக்கான, விலோம; ratio, விலோமவிகிதம், விலோமானுபாதம்.
Inver'sion, *s.* பேதம், கிரமமாற்று.
Invert', *v.t.* கவிழ், புரட்டு, திருப்பு, அடிதலைமாற்று.
Invert'ed, *p.a.* விலோம.
Invest', *v.t.* தரி, சூட்டு, உடுத்து, ஏற்படுத்து; he is invested with authority, அவனுக்கதிகாரங் கொடுக்கப்பட்டிருக்கிறது; the town is invested, அந்நகரம் முற்றுகை செய்யப்பட்டிருக்கிறது; he has invested his money, அவன் தன் பணத்தை வட்டிக்குக் கொடுத்திருக்கிறன்.
Inves'tigate, *v.t.* ஆராய், சோதி, அளவிடு, விசாரி, விசாரணைசெய்; to investigate thoroughly, தேறவிசாரிக்க.
Investiga'tion, *s.* ஆராய்வு, நுட்பவிசாரணை, தரியாப்து, விசாரணை, விசாரம்.
Ines'tigator, *s.* ஆராய்ச்சி செய்கிறவன்.
Invest'iture, *s.* ஆட்சியொப்புவிக்கை.
Invest'ment, *s.* வஸ்திரம், புடைவை, முற்றுகை செலவு.
Invet'eracy, *s.* கடுமை, விடாப்பற்று.
Invet'erate, *a.* கடுமையுள்ள, தீராத, நாட்பட்ட.
Invid'ious, *a.* எரிச்சலுள்ள, வன்மமுள்ள, வஞ்சகமான.
Invid'iously, *ad.* எரிச்சலாய், வன்மமாய்.
Invid'iousness, *s.* வன்மம், பகை, வன்கண், தறுகண்.
Invig'orate, *v.t.* திடப்படுத்து, உறுதிப்படுத்து, தேற்று.
Invigora'tion, *s.* தேற்றுகை, திடப்படுத்துகை.
Invig'our, *v.t.* பலப்படுத்து, உரங்கொள்வி, உற்சாகப்படுத்து, உயிர்ப்பி.
Invin'cible, *a.* வெல்லக்கூடாத, தோலாத.
Inviolabil'ity, **Invi'olableness**, } *s.* மீறக்கூடாமை.
Invi'olable, *a.* மீறக்கூடாத.
Invi'olate, *a.* சேதமடையாத, மீறப்படாத, தீழ்ப்படையாத.
In'vious, *a.* செல்லக்கூடாத, தாண்டக்கூடாத.
Inviril'ity, *s.* ஆண்மையின்மை, பௌருஷியமின்மை.
Invis'cerate, *v.i.* வளர், போஷி.
Invisibil'ity, *s.* தோற்ருமை, தோன்ருமை, அதரிசனம்.
Invis'ible, *a.* தோற்ருத, அதரிசனமான.
Invita'tion, *s.* அழைப்பு.
Invite', *v.t.* அழை, வரவழை, கூப்பிடு, கவர், இழு.
Invit'ingly, *ad.* பிரியப்படுத்துகிறவிதமாய், வசிகரமாய்.
In'vocate, **Invoke'**, } *v.t.* வேண்டிக் கொள்ளு, பிரார்த்தனைபண்ணு, ஜபி; to invoke a demon, ஆகருஷிக்க.
Invoca'tion, *s.* வேண்டுகை, கடவுள்வாழ்த்து.
In'voice, *s.* இடாப்பு, கைச்சாத்து, வார்நாமா.
Invol'untarily, *ad.* இஷ்டமில்லாமல், முயற்சியின்றி.
Invol'untary, *a.* மனப்பிரியமில்லாத, சித்தாதினமில்லாத, அஜிச்சாபூர்வ.
Involu'tion, *s.* சுருட்டு, சுருள், சிக்கு, சமிர்தானம், கதிதகரணம்.
Involve', *v.t.* சருட்டு, அகப்படுத்து, ஏற்று.

Invul'nerable, *a.* காயப்படக்கூடாத, இரணப்படக்கூடாத.

Invul'nerableness, *s.* ஊறுபடாத்தன்மை, காயப்படாத்தன்மை.

In'ward, *a.* உள்ளான, உட்புறமான, அக.

In'wardly, *ad.* உள்ளுக்குள்ளாய், உள்ளே, அகத்தில்.

In'wards, *s.* (*pl.*) அந்திர முதலியவை, உதரகோசங்கள்.

Inwarp' (ĭn-răp'), *v.t.* அகப்படுத்து, உட்படுத்து, சுருட்டு, சிக்குப்படுத்து.

Inwreathe', *v.t.* மாலேசூட்டு, மாலேதொடு.

Io'ta, *s.* அணு, அற்பம், சொற்பம்.

Irascibil'ity, *s.* தீவிர கோபகுணம், முட்டுக்கோபம்.

Iras'cible, *a.* முட்டுக்கோபமுள்ள, சீக்கிர கோபமுள்ள.

Irate', *a.* குரோதமான, கோபமுள்ள, உக்கிரமான.

Ire, *s.* கோபம், சினம், கருவம், உக்கிரம்.

I'ris, *s.* வானவில், மழைவில்; of the eye, வருணி, நேத்திர தாரகாமண்டலம், கருவிழி.

Irk'some, *a.* அலேக்கழிவான, தொந்தரையான.

I'ron (ī'ŭrn), *s.* இரும்பு, கரும்பொன், கருந்தாது, அயம்; oxyde of, அயசெந்தூரம்; அயரசிதம்; preparation, sulphate of அன்னபேதி; iron filings, அரபொடி, அயோற்கம்.

I'ron, *v.t.* இரும்புப்பெட்டியாற் புடவை பழுத்து.

I'ron, *a.* இரும்புபோன்ற, இரும்பாற் செய்யப்பட்ட.

I'ron-bar, *s.* இரும்புச்சலாகை.

Iron'ical, *a.* விகடாலங்காரமான.

Iron'ically, *ad.* விகடாலங்காரமாய்.

Ir'onist, *s.* விகடாலங்காரன்.

I'ron-monger, *s.* இரும்புக்கருவி வியாபாரி.

I'ron-mould, *s.* இரும்புக்கறை.

I'ron-pyrites, *s.* தண்டுலீயம்.

I'ron-rust, *s.* இரும்புத்துரு.

I'ron-wood, *s.* பாலே, பாலேமரம்.

I'rony, *s.* விகடாலங்காரம், உபரோதம்.

Irra'diate, *v.t.* துலக்கு, பிரகாசிப்பி, துலக்கு.

Irradia'tion, *s.* பிரபைகாலல், கிரணம் வீசல், ஜோதி.

Irra'tional, *a.* மதியீனமான, புத்திக்கு விரோதமான, புத்தியற்ற.

Irrational'ity, *s.* அறிவின்மை, அவிவேகம்.

Irra'tionally, *ad.* மதிகேடாய், புத்தியீன

Irreclaim'able, *a.* திருத்தக்கூடாத, சீர்ப்படக்கூடாத.

Irreconcil'able, *a.* ஒப்புரவாகக்கூடாத, ஒவ்வாமையான.

Irreconcilia'tion, *s.* அசமாதானம், ஒவ்வாமை.

Irrecov'erable, *a.* மீளாத, மீட்கக்கூடாத, கட்டசாத்தியமான.

Irrecov'erably, *ad.* மீட்கக்கூடாமல், மீளக்கூடாமையாய்; to give irrecoverably, தாரைவார்த்துக்கொடுக்க.

Irredeem'able, *a.* மீட்சியில்லாத, மீளாத.

Irref'ragable, *a.* எதிர்மறுக்கக்கூடாத, பிரதிவாதமற்ற.

Irrefut'able, *a.* பொய்யென்று ரூபிக்கக்கூடாத, மறுக்கக்கூடாத.

Irreg'ular, *a.* ஒழுங்கற்ற, முறைகேடான, குழப்பமான; verb, (காலக்குறியிற்) பிறழ்வினே.

Irregular'ity, *s.* ஒழுங்கீனம், முறைகேடு, நெறிகேடு.

Irreg'ularly, *ad.* ஒழுங்கீனமாய், குழப்பமாய், கிரமத்தாழ்வாய், வசந்தப்பி.

Irreg'ulate, *v.t.* அக்கிரமப்படுத்து, கிரமத்தாழ்வுறச்செய்.

Irrel'ative, *a.* அசம்பந்த, பொருந்தாத.

Irrel'evancy, *s.* பொருந்தாமை, ஒவ்வாமை, ஒத்திராமை.

Irrel'evant, *a.* பொருந்தாத, ஒவ்வாத, வித்தியாசமான.

Irreliev'able, *a.* சகாயமில்லாத, துணையற்ற, உதவிவேண்டாத.

Irrelig'ion, *s.* தேவபக்தியின்மை, சமயவனுசரணேயின்மை, சமயநிந்தை.

Irrelig'ious, *a.* பக்தியில்லாத, சமயவனுசரணேயில்லாத.

Irreme'diable, *a.* மாற்றக்கூடாத, சீர்ப்படுத்தக்கூடாத, மீட்கக்கூடாத.

Irremis'sible, *a.* மன்னிக்கவொண்ணுத, பொறுக்கலாகாத.

Irremov'able, *a.* இயக்கக்கூடாத, அசைக்கக்கூடாத, நீக்கக்கூடாத.

Irrep'arable, *a.* சீர்ப்படுத்தக்கூடாத.

Irrepeal'able, *a.* தள்ளலாகாத, விலக்கலாகாத, தவிர்க்கக்கூடாத.

Irrepent'ance, *s.* பச்சாத்தாபமின்மை, மனஸ்தாபமின்மை.

Irreprehen'sible, *a.* குற்றச்சாட்டற்ற, குற்றமில்லாத, குற்றநீங்கலான.

Irrepresent'able, *a.* மூர்த்திகரிக்கக்கூடாத.

Irrepress'ible, *a.* அடக்கக்கூடாத, அடக்காத, மேழ்ப்படாத.

Irreproach'able, *a.* நிந்தைக்கிடமில்லாத, சுத்தமான, குற்றமில்லாத.
Irreprov'able, *a.* குற்றச் சாட்டில்லாத, கடிந்துகொள்வதற் கேதுவில்லாத.
Irrepti'tious, *a.* அந்தரங்கமாய் நுழைத்து வைத்த.
Irrep'utable, *a.* அபகீர்த்தியான, மான பங்கமான, நீச, எளிய.
Irresist'ible, *a.* தடைப்படாத, இடையூறு கடக்கத்தக்க.
Irres'oluble, *a.* கரையாத, கரைக்கக்கூடாத, பகுக்கக்கூடாத.
Irres'olute, *a.* மனவுறுதியற்ற, இருமனமான, நிர்ணயமற்ற.
Irresolu'tion, *s.* மனவுறுதியின்மை, இருமனம், சந்தேகம், திடசித்தமின்மை, சபல சித்தம்.
Irrespect'ive, *a.* உடன்தையில்லாத, புறநீங்கலாயிருக்கிற.
Irrespon'sible, *a.* பொறுப்பற்ற, உத்தர வாதமில்லாத.
Irreten'tive, *a.* அவதானமற்ற, ஞாபகசக்தியற்ற.
Irretriev'able, *a.* திருத்தக்கூடாத, சீர்ப்படுத்தக்கூடாத, மீளக்கூடாத.
Irrev'erence, *s.* அவமதிப்பு, நிராசாரம், கனிசத்தாழ்வு.
Irrev'erent, *a.* வணக்கமில்லாத, அவமதியான, உபசரணையில்லாத, அவமானமான.
Irrevers'ible, *a.* மாற்றக்கூடாத.
Irrev'ocable, *a.* கைகடந்த, திருப்பக்கூடாத.
Irrev'oluble, *a.* அபரிவர்த்தன, சுற்றற்ற.
Ir'rigate, *v.t.* நீர்பாய்ச்சு, தண்ணீரிறை; irrigated land, நன்செய்; land unirrigated, புன்செய், வானம்பார்த்த பூமி, மேடு, காடு.
Irriga'tion, *s.* நீர்ப்பாய்ச்சல், பாய்ச்சல், ஆற்றுப்பாய்ச்சல்.
Irritabil'ity, *s.* எரிப்பு, வெடுவெடுப்பு, கோபக்குணம்.
Ir'ritable, *a.* முற்கோபமுள்ள; an irritable person, சீக்கிரகோபி, முற்கோபி.
Ir'ritate, *v.t.* கோபமூட்டு, சினப்பி, அழற்று.
Irrita'tion, *s.* அழற்சி, எரிப்பு, கோபம், சினப்பு, உத்தாபம், அரிப்பு, நமைச்சல்.
Irrup'tion, *s.* உடைவு, வெடிப்பு.
Irrup'tive, *a.* வெடித்துச்சீறுகிற, விரைந்தட்புகும்.
Is (the third person singular present tense of the verb *be*.)

I'singlas (ī'sing-glăss), *s.* அப்பிரகம், பூவிந்துநாதம்.
Is'land (īl'and), Isle (īl), } *s.* தீவு, தீபம், திட்டு, அந்தரீபம்.
Isl'ander, *s.* தீவான்.
Isl'et (īl'ĕt), *s.* சிறுதீவு.
I'solated, *a.* தனித்த, புறநீங்கலான.
Isos'celes, *a.* சமத்துவிபுச; triangle, சமத்துவிபுசதிரிகோணம்.
Is'sue, *s.* செலவு, கழிவு, விளைவு, முடிவு, சந்தானம்.
Is'sue, *v.i.* வெளிப்படு, புறப்படு.
Is'sue, *v.t.* கக்கு, இடு, கொடு, கட்டளையிடு.
Is'sueless, *a.* சந்ததியற்ற, சந்தானமில்லாத.
Isth'mus (ist'mŭs), *s.* பூசந்தி, நிலவொடுக்கம்.
It', *pr.* அது, அதை, இது, இதை, தான், தன்னை.
Ital'icize, *v.t.* சாிந்த எழுத்திலச்சிடு.
Ital'ics, *s.* (*pl.*) சாிந்தவெழுத்துகள்.
Itch, *s.* சிரங்கு, சொறி, தினவு, நமைச்சல்.
Itch, *v.t.* சொறி, தினவுதின், தினவெடு, அாி, ஆவலி.
Itch'ing, *p.n.* தினவு; an itching sensation in the ear, காதுக்குடைச்சல்.
Itch'y, *a.* சிரங்குள்ள, சொறிபிடித்த.
I'tem, *s.* காரியம், விஷயம், தொகை; by item, பாபுவார்.
I'tem, *ad.* மேலும், அன்றியும்.
It'erate, *v.t.* கூறியது கூறு, சொன்னதைச் சொல்லு, அனுவதி.
Itin'erary, *s.* பிரயாண விருத்தாந்தம், பிரயாண வழிகாட்டி.
Itin'erant, *a.* பயணம்பண்ணுகிற, திரிகிற.
Itin'erate, *v.i.* பிரயாணம்பண்ணு, திரி, தேசாந்தரம் போ.
Itself', *pr.* அதுவே, அதையே, தானே, தன்னையே.
I'vory, *s.* கஜதந்தம், யானைக்கொம்பு.
I'vory, *a.* யானைத்தந்தத்தினாற்செய்த.
I'vy, *s.* ஒரு படர்கொடி.

J.

Jab'ber, *v.i.* கத்து, அலப்பு, பிதற்று, பசபச.
Jab'berer, *s.* பிதற்றுவோன், கத்துவோன், பசபசப்போன்.
Ja'cent, *a.* நெடுங்கிடையான.
Ja'cinth, *s.* சிவப்புக்கல், செவ்வந்திக்கல், பதுமராகம்.

Jack, s. இழிவுக்குறிப்பு, கொடி, ஒரு யந்திரம்; பலா.
Jack'al, s. நரி, ஓரி, சம்புகம்.
Jack'anapes, s. பிலுக்கன்.
Jack'ass, s. ஆண்கழுதை, குண்டுக்கழுதை.
Jack'daw, s. ஒருவித காக்கை.
Jack'et, s. சட்டை, கஞ்சுகம், மார்ச்சட்டை, வாரணம், கஞ்சுளி.
Jack'fruit, s. பலாப்பழம்.
Jack'pudding, s. விகடகவி, கோமாளி.
Jaco'bus, s. பொன்நாணயவிசேஷம்.
Jacta'tion, s. உடற்சுழற்சி, சலனம், பதைப்பு.
Jacula'tion, s. எறிதல், ஏவுதல், உந்தல், தூண்டல், வீச்சு.
Jade, s. இளைத்தகுதிரை, வசவி, துட்டை.
Jade, v.t. இளைக்கச்செய்.
Jad'ish, a. தீய, கெட்ட, துஷ்ட, கற்பற்ற.
Jag, s. கருக்கு, பல், பூ.
Jag, v.t. கருக்குக்கொத்து, பல்கொத்து.
Jag'ged, a. கருக்குள்ள.
Jag'gy, a. பல்லுள்ள, கருக்குள்ள.
Jag'hire, s. மானியம், உம்பிளிக்கை.
Jag'hiredar, s. மானியக்காரன்.
Jaguar', s. அமெரிக்க வேங்கை.
Jail, s. சிறைச்சாலை, காவற்கூடம், மறியல் வீடு, பந்தேகானா.
Jail'er, s. காவற்கூட விசாரணைக்காரன்.
Jakes, s. புருவாதி.
Jam'beux (jăm'bu), s. பாதகவசம், காற்கவசம்.
Jal'ap, s. ஒரு விரேசனமருந்து.
Jalap'plant, s. சிவதை, கும்பஞ்சான்.
Jam, s. இனிப்புக்குழம்பு, அதிரசக்குழம்பு.
Jam, v.t. நசுக்கு, அமர்த்து, அடர், அமுக்கு, நெரி, சிக்குப்படுத்து.
Jan'gle, s. பிதற்று, அலப்பு, அமச்சத்தம்.
Jan'itor, s. வாயில்காப்போன், துவாரபாலகன்.
Jan'ty, a. ஆடம்பரமான, குசாலான, கோப்புள்ள.
Jan'uary, s. ஜனுவரிமாசம், மார்கழி-தை.
Jap, s. ஜப்பான் தேசத்தான்.
Japan', s. மெருகிடுகை, ஒப்பம்பிடிக்கை, தளுக்கிடுகை.
Japan', v.t. மினுக்கிடு, மெருகிடு, தளுக்கிடு, சீர்மையாக்கு.
Jar, s. ஜாடி, தாழி, சால், தர்க்கம், ஒவ்வாமை.
Jar, v.t. அடிபடவிடு, சச்சரவுபடு, அடிபடு.
Jar'gon, s. கத்து, பிதற்று, அலப்பு, பசப்பு.

Jas'mine, s. மல்லிகை, மாலதி.
Jas'per, s. ரவாக்கல்.
Jat'tra, s. உற்சவம்.
Jaun'dice, s. காமாலை, செங்கண்மாரி, பாண்டுரோகம்.
Jaun'diced, a. பாண்டுரோகமுள்ள, காமாலை கொண்ட.
Jaunt, s. உலா, சாரி, நடை, பவனி, பிரயாணம்.
Jaunt, v.i. திரி, பிரயாணம்பண்ணு.
Jave'lin, s. வேல், ஈட்டி, எறிபடை, வல்லயம், கைவேல்.
Jaw, s. அலகு, கொடிறு, தாடை, அனு.
Jay, s. ஒருவிதபறவை; the blue jay, நீலாங்கம், சகுந்தம்.
Jeal'ous, a. எரிச்சலுள்ள, பொருமையுள்ள, கொதிப்பான, மாற்சரியமுள்ள, சமுசயமுள்ள, அபிமானமுள்ள.
Jeal'ousy, s. அபிமானசிந்தை, எரிச்சல், வெங்கண், மனக்கொதிப்பு, காய்மகாரம், குரோதம், ஆசங்கை.
Jeer, s. குறளை, கேலி, சரசம், பரியாசம்.
Jeer, v.t. குறளைபேசு, கேலிபண்ணு, சரசஞ்செய், கோட்டிபண்ணு.
Jeer'er, s. குறளைபேசுவோன், கேலிக்காரன்.
Jeho'vah, s. ஸ்வயம்பு, கடவுள், யெகோவா.
Jejune', a. வெறுமையான, சூனியமான, பாழான, சாரமற்ற.
Jejune'ness, s. வெறுமை, சூனியம், பாழ்.
Jel'ly, s. குழம்பு, களி, பாகு, பாணி.
Jel'ly-bag, s. பாகுவடிபை, பாகரி.
Jemidar', s. ஜமேதார்.
Jeop'ardy (jĕp'ar-dy'), s. அபாயம், மோசம், மோசநிலை.
Jeop'ard, v.t. மோசஞ்செய், மோசத்துறையில் விழுத்து.
Jerk, s. தாக்கு, தெறிப்பு, தள்ளுகை, சுண்டுகை.
Jerk, v.t. தாக்கு, எற்று, சுண்டு, தெறி, பறி.
Jer'kin, s. மார்க்கவசம்.
Jes'samine, s. see Jasmine, மல்லிகை.
Jest, s. பரிகாசம், கேலி, சரசம்.
Jest, v.i. சரசம்பண்ணு, எளனம்பண்ணு, பரிகாசம்பண்ணு.
Jes'ter, s. பரிகாசக்காரன், சரசக்காரன், சரசி.
Jest'ing, s. சரசலீலை.
Jest'ing-stock, s. கிரிப்பாணி, பரிகாசக்கட்டை.
Jes'uit, s. யேசுசங்கத்தான்; தந்திரி.
Jet, s. நீர் பீறிட்டுப்பாய்கை, கருங்கிமிலை, பீட்டிக்கல்.

..ee, s. இறக்கம், சாய்ப்பு, துறைவாரதி, செய்கரை.
Jew, s. யூதன்.
Jew'el, s. மணி, இரத்தினம், இரத்தினக்கல், ஆபரணம், நகை, பூஷணம்.
Jew'eller, s. பணித்தட்டான்.
Jew'elry, s. பணிதி, பூணாரம், பூஷணம், ஆபரணம், அணி.
Jibe, v.t. கப்பல்பாய்மாறு.
Jig, s. கூத்திலொரு விகற்பம்.
Jill'flirt, s. ஆடுமாலே.
Jilt, s. நேசங்காட்டி யேய்க்கும்பெண், நேசத்துரோகி.
Jin'gle, v.i. கிண்ணிடு, கிலுங்கு, கிணீர் கிணீரென்றொலி.
Job, s. வேலே, குத்தகைவேலே, ஆதாயச் செட்டு.
Job, v.t. குத்தகைவேலேசெய், வாங்கிவில்.
Job'work, s. வேலே, குத்தகைவேலே.
Job'ber, s. சிறுவேலேசெய்வோன், சிறுவர்த்தகன், தரகன்.
Job'ber-nowl, s. மடையன், மட்டி, மூடன்.
Jock'ey, s. குதிரைவியாபாரி, எத்துவர்த்தகன், பந்தயம்பொருந்திக் குதிரை யேறுவோன், ராவுத்தன்.
Jock'ey, v.t. ஏய், தட்டு, சூதுசெய்.
Jocose', a. நளினமான, சரசமான, கேலித்தனமான.
Jocose'ly, ad. நளினமாய், சரசமாய், பரிகாசமாய்.
Joc'ular, a. ஏளனமான, நளினமான, சரச.
Jocular'ity, s. நளினம், கேலி, பரிகாசம்.
Joc'und, a. களிப்பான, உல்லாசமான, விளையாட்டான.
Jocun'dity, } s. களிப்பு, விளையாட்டு,
Joc'undness, } களியாட்டு, லலிதம், உல்லாசம்.
Jog, v.t. தள்ளு, அசை.
Jog, v.i. சோம்பிநட, தளர்நடைநட.
Jog'gle, v.i. அலே, ஆடு, அசை.
Join, v.t. இசை, சேர், கூட்டு, இணை, அணை, பிணை, தொடு.
Join, v.i. இசை, சேர், கூடு, பொருந்து, இணை.
Join'der, s. பொருத்து, மூட்டு, இணைப்பு.
Join'er, s. பொருத்துவோன், தச்சன், மூட்டு வேலேக்காரன்.
Join'ery, s. பொருத்துவேலே.
Joint, s. இசைவு, தொடுப்பு, பொருத்து, சந்து, கணு, முளி, மூட்டு, கழுந்து.
Joint, v.t. பொருத்துவை, பொருத்து, இசை, சேர்.
Joint, a. பொருத்துள்ள, இசைந்த, பொருந்தின, கூட்டான; Joint heir, கூட்டுச் சுதந்தரவான்.
Joint'ly, ad. உடைந்தையாய், கூட.
Joint'ure, s. மணமகன் மணமகட்குக் கொடுத்த நன்கொடையாதினம்.
Joist, s. குறுக்குவிட்டம்.
Joist, v.t. குறுக்குவிட்டம்போடு.
Joke, s. பரிகாசம், கேலி, ஏளனம், நளினம், சரசம், கோமாளம்.
Joke, v.i. கேலிபண்ணு, பரிகாசம்பண்ணு.
Jok'er, s. பரிகாசக்காரன், கேலிக்காரன்.
Jol'lily, ad. களிப்பாய், களியாட்டாய், கொண்டாட்டமாய்.
Jol'lity, s. கொண்டாட்டம், களியாட்டு, மகிழ்ச்சி, லீலே, விளையாட்டு.
Jol'ly, a. களிப்பான, சமானமான, களியாட்டுள்ள.
Jol'ly-boat, s. கப்பலோடிசைத்தவள்ளம்.
Jolt, v.t. குலுக்கு, துலுக்கு.
Jolt, v.i. குலுங்கு, அசைந்தாடு.
Jolt'head, s. மூடன், மடையன், மட்டி.
Jos'tle (jŏs'l), v.i. குலுக்கு, முட்டு, தட்டுப்படு, தள்ளு.
Jot, s. புள்ளி, குற்று, அக்ஷரபாகம், அணு, அற்பம்.
Jot, v.t. குறித்துவை, ஞாபகக்குறிப்பெழுது.
Jour'nal, s. நாளாகமம், தினவர்த்தமானம்.
Jour'nalist, s. நாளாகம மெழுதுவோன், தினவர்த்தமான விகிதன்.
Jour'nalize, v.t. தினசரிதைப் பத்திரத்திற் பதிவுசெய்.
Jour'ney, s. தினப்பிரயாணம், யாத்திரை, பயணம், வழிப்பயணம்.
Jour'ney, v.i. யாத்திரைபண்ணு, பிரயாணம் பண்ணு.
Jour'ney-man, s. கூலிக்குத் தொழில்செய்வோன்.
Jour'ney-work, s. கூலிக்குச் செய்யும் வேலே.
Jo'vial, a. களிப்பான, மகிழ்ச்சியான, களியாட்டான.
Jo'vialist, s. களியாட்டுக்காரன், ஆடம்பரக்காரன்.
Jo'vialness, } s. ஆடம்பரம், ஒட்டோலகம்,
Jo'vialty, } களிப்பு, களி, கொண்டாட்டம், உணடாட்டு.
Joy, s. சந்தோஷம், மகிழ்ச்சி, களிப்பு, உல்லாசம், ஆலோலிதம்.
Joy, v.i. சந்தோஷி, களிப்புறு, உள்ளங்களி, அக்களி.

Joy'ful, *a.* சந்தோஷமுள்ள, கொண்டாட்டமான, மகிழ்ச்சியான.
Joy'less, *a.* களிப்பற்ற, சந்தோஷமில்லாத.
Joy'ous, *a.* சந்தோஷமான, மகிழ்ச்சியான.
Ju'bilant, *a.* விஜயகெம்பீர, எக்களிக்கும்.
Jubila'tion, *s.* சந்தோஷாரவாரம்.
Ju'bilee, *s.* யூதருக்குள் ஐம்பதாம் வருஷோற்சவம்.
Jucun'dity, *s.* களியாட்டு, சந்தோஷம், ஆனந்தம்.
Ju'daism, *s.* யூதர் சமயக்கொள்கை.
Judge, *s.* நீதிபதி, நியாயாதிபதி, தருமபாலன்; a judge of merit and demerit, குணகுணக்யன்.
Judge, *v.t.* நிதானி, யூகி, நீதிதீர், நிர்ணயி, தீர்மானம்பண்ணு, நடுத்திர்.
Judg'ment, *s.* யுக்தி, விவேகம், புத்தி, நீதித்திர்ப்பு, நடுத்தீர்வை, நிதானிப்பு, தெய்வத்திர்ப்பு, தண்டனை.
Ju'dicature, *s.* நியாயவிசாரணை பதிகாரம், நியாயசபை.
Judi'cial, *a.* நியாயஸ்தலத்துக்கடுத்த, பஞ்சாயத்துக்கடுத்த.
Judi'cially, *ad.* நியாயமாய், நீதிப்பிரமாணமாய்.
Judi'cious, *a.* விவேகமுள்ள, புத்தியான, ஆழ்ந்தகருத்துள்ள.
Judi'ciously, *ad.* புத்தியாய், விவேகமாய், நிதானமாய்.
Jug, *s.* கழுத்தொடுங்கிய பாத்திரம், குண்டிகை, கரகம்.
Jug'gle, *s.* கைச்சிமிட்டு, செப்படிவித்தை, காருடவித்தை, ஏய்ப்பு.
Jug'gle, *v.i.* தந்திரம்பண்ணு, மாயம்பண்ணு, ஏய்.
Jug'gler, *s.* தந்திரக்காரன், செப்படிவித்தைக்காரன், நோக்கன், நோக்குவித்தைக்காரன், மாயாவி.
Jug'gling, *s.* நோக்குவித்தை, இந்திரஜாலம்.
Ju'gular, *a.* மிடற்றுக்குரிய.
Juice, *s.* சாறு, சாரம், பால், பசை, சாகம்.
Juice'less, *a.* சாரமற்ற, சாகமற்ற.
Jui'cy, *a.* சாறுள்ள, சாரமுள்ள.
Juju'be, *s.* இலந்தை, வக்கிரகண்டம்.
Ju'lep, *s.* அனுபானம்.
July', *s.* ஜூலைமாசம், ஆனி—ஆடி.
Jum'ble, *v.t.* கலக்கு, மயக்கு, குழப்பு, சிக்குப்படுத்து.
Jum'ble, *v.i.* கலங்கு, தாறுமாறுகு, குழம்பு.
Jum'ble, *s.* கலப்பு, தாறுமாறு, பொருள் மயக்கு.
Jump, *s.* குதி, கும்மாளம், பாய்ச்சல், துள்ளு.
Jump, *v.i.* குதி, பாய், கட, வாவு, உகள்.
Junc'tion, *s.* இசைப்பு, இசைவு, கூட்டம், சங்கம், சந்தி, புணர்ச்சி.
Junc'ture, *s.* சந்து, தறுவாய், உற்றசமயம், காலசந்தி.
June, *s.* ஜூன்மாசம், வைகாசி—ஆனி.
Jun'gle, *s.* தூறு, தூற்றுக்காடு, வனம், கானம்.
Ju'nior, *a.* இளைய, கனிஷ்ட.
Ju'nior, *s.* இளையவன், இளைஞன், கனிஷ்டன்.
Ju'niper, *s.* சூரை.
Junk, *s.* சோங்கு, குற்றி.
Junk'et, *s.* பலகாரம், தீம்பண்டம், பண்டம்.
Jun'to, *s.* சமரசம், கலகங்கம், கலகக்கூட்டம்.
Ju'piter, *s.* வியாழம், பிரகஸ்பதி, குரு.
Jurid'ical, *a.* நியாயப்பிரமாணத்துக்குரிய, நீதிபதிபதிக்குரிய.
Juriscon'sult, *s.* பிரமாணதேசிகன், விவாதவிற்பன்னன்.
Jurisdic'tion, *s.* துரைத்தனம், நியாயாதிக்கம், ஆணையாசக்கரம், அதிகாரஞ்செல்லுமிடம்.
Jurispru'dent, *a.* தர்மநூல்விற்பத்தியுள்ள.
Jurispru'dence, *s.* ராஜநீதி, ராஜதருமம், நீதிசாஸ்திரம்.
Ju'rist, *s.* நியாயசாஸ்திரி, நீதிநூலோன்.
Ju'ror, *s.* மத்தியஸ்தன், நடுவன், சாபிதபுருஷன்.
Ju'ry, *s.* மத்தியஸ்தர் சபை, பஞ்சாயத்து, நடுவர் சங்கம்.
Ju'ry-man, *s.* மத்தியஸ்தன், நடுவன்.
Ju'ry-mast, *s.* பதிற்பாய்மரம்.
Just, *a.* நீதியுள்ள, நிபக்ஷபாத, நியாயமான, செம்மையான, நேரான, சமமான, திருத்தமான, யதார்த்தமான; a just sense of merit, குணவிவேசனம்; just principles, நிறை.
Just, *ad.* சற்று, உடனே, மட்டமாய், யதார்த்தமாய், மாத்திரம்; now, இப்பொழுதே, தற்காலத்தில்; we are just at home, வீட்டுக்குக் கிட்டவந்துவிட்டோம்; I am just about to set out, இப்பொழுதே புறப்பட இருக்கிறேன்; just as he came I went, அவன் வந்தமாத்திரத்திற் புறப்பட்டேன்; the two are just alike, அவ்விரண்டும் சரிசமானம்; just wait, I will come in a moment, சற்றுநில், வந்துவிட்டேன்.

Jus'tice, *s.* நீதம், நீதி, நியாயம், நடுவுநிலை, சமநிலை, தர்மம், நீதியதிபர், தண்டனை; court of, தர்மசபை.
Justi'ciary, *s.* நீதிபரிபாலன, நியாயபரிபாலன்.
Jus'tifiable, *a.* நியாயமென்று நிரூபிக்கத்தக்க.
Justifica'tion, *s.* நீதியென்று காட்டல், நீதிமானாக்குதல்.
Jus'tify, *v.t.* நீதியென்று தீர், நீதிமானாக்கு, குற்றமில்லையென்று தீர்.
Jus'tle (jŭs'l), *v.t.* தள்ளு, முட்டு.
Just'ly, *ad.* நியாயப்படி, நீதியாய், சரியாய்.
Just'ness, *s.* நிதானம், நிதார்த்தம், நீதி, நியாயம்.
Jut, *v.i.* பிதுங்கு, புறப்படு.
Ju'venile, *a.* யௌவனமான, பாலிய, இளைய.
Juve'nil'ity, *s.* இளமை, யௌவனம்.
Jux'ta-posi'tion, *s.* தொடர்நிலை, அயல்நிலை, சமீபநிலை.

K.

Kalei'doscope, *s.* வெகுவர்ண தரிசனி.
Kal'endar, *s.* see Calendar, வருஷபஞ்சாங்கம்.
Ka'li, *s.* ஒரு கடற்பூண்டு, சாதாழை.
Kangaroo', *s.* ஓர் ஔஸ்திரேலிய மிருகம்.
Keck, *v.t.* வயிற்றைப்புரட்டு, குமட்டு, உவட்டு.
Kedge, *s.* சிறுநங்கூரம்.
Kedge, *v.t.* நங்கூரம்போட்டுக் கப்பலைத் திருப்பு.
Keech, *s.* கொழுப்புப்பிண்டம், கொழுப்புத் திரட்சி.
Keel, *s.* ஏராக்கட்டை, ஓடக்கட்டை.
Keen, *a.* கூர்மையான, அவாவான, உருவச் செல்லுகிற; the cold is very keen, குளிர்மிகக் கடுமையாயிருக்கின்றது.
Keen'ness, *s.* கூர்மை, சுவர்ணை, உருவச் செல்லுந்தன்மை.
Keep, *v.t.* வைத்திரு, ஆசரி, கா, பேணிவை; keep house, சமுசாரந்தாங்கு; keep silence, பேசாதிரு, மௌனமாயிரு; keep back, கொடாமல் வைத்துக்கொள்; keep off, வராமற்றடு; keep up, ஆதரி.
Keep, *v.i.* நிலை, பதனழியாதிரு, கெடாதிரு; keep off, விலகு.
Keep'er, *s.* காவலன், காவலாளி, பாலனன்.
Keep'ing, *s.* காவல், காப்பு, நிலை, சமானம்.
Keep'sake, *s.* நேசமுத்திரை, நேசக்குறிப்புப் பொருள்.
Keg, *s.* ஒருவகைச் சிறுபீப்பா.
Kell, *s.* குடற்சவ்வு, குழந்தையின் குடலை மூடிய சவ்வு.
Kelp, *s.* ஒரு கடற்பூண்டு, கடற்பூண்டு சுட்ட சாம்பல்.
Ken, *s.* காட்சி, பார்வை, திருஷ்டி.
Ken, *v.t.* காண், பார், தூரத்திற் காண்.
Ken'nel, *s.* நாய்முதலியவற்றின் வீடு, குழி, வளை, மிருகாகாரம்.
Ken'nel, *v.t.* நாய்முதலியவற்றை விடு, அடை.
Ker'chief, குட்டை, சவுக்கம்.
Ker'mes, *s.* சாயப்பூச்சிவற்றல்.
Ker'nel, *s.* கொட்டை, பருப்பு, அரிசி, பூரான், வித்து, மணி, முத்து.
Ketch, *s.* ஒருவகை மரக்கலம்.
Ket'tle, *s.* கொப்பரை, கடாரம்.
Ket'tle-drum, *s.* முழவுமேளம், போர்ப்பறை, இரணபேரி.
Key, *s.* சாவி, திறப்பு, திறவுகோல், தாழ்க்கோல்.
Key-cold. *a.* ஜீவனற்ற, பிராணனில்லாத, அபிராண.
Key'hole, *s.* திறவுகோலின் துவாரம்.
Key'stone, *s.* பொறுப்புக்கல், வில் மையக்கல், நெற்றிக்கல்.
Khan, *s.* ராஜகுமாரன், பிரபு.
Khe'laut, *s.* கௌரவ அங்கி.
Khilafat, *s.* மகம்மதியர் தேசாபிமானம்.
Kibe, *s.* குதிக்கால்வெடிப்பு, பித்தவெடிப்பு.
Kick, *s.* உதை, காலெறி, காலுதை.
Kick, *v.t.* உதை, காலாலெறி, காலாலெற்று; to kick the beam, தண்டுதட்ட.
Kid, *s.* வெள்ளாட்டுக்குட்டி.
Kid'ling, *s.* சிறுவெள்ளாட்டுக்குட்டி.
Kid'nap, *v.t.* மனிதனைத்திருடு, நரசோரம் பண்ணு.
Kid'napper, *s.* மனுக்கொள்ளையாடுவோன், நரசோரன்.
Kid'ney, *s.* பிருக்கம், புக்கம்.
Kid'ney-bean, *s.* அவரை விதைப்பத்தி ஞென்று.
Kil'derkin, *s.* சிறுபீப்பா, ஒருமுகத்தலளவு.
Kill, *v.t.* கொல், கொலைசெய், வதை, மாய், அடி.
Kil'ladar, *s.* கோட்டைராணுவ விசாரணைத் தலைவன்.
Kiln (kĭl), *s.* சூளை, சுள்ளை, காளவாய்.
Kiln'-dry', *v.t.* சூளையிற் சுடு.
Kim'bo, *a.* வளைந்த, கோணலான.
Kin, *s.* இனம், உறவி, இரத்தக்கலப்பு, உறவர், உற்றார்.

Kin, *a.* ஒரின, ஒரேதன்மையுள்ள.
Kind'liness, *s.* நேசம், பக்ஷம்.
Kind, *s.* விதம், மாதிரி, வகை, இனம், குலம், ஜாதி, தரம்.
Kind, *a.* தயையுள்ள, பக்ஷமுள்ள, அன்புள்ள, உருக்கமான.
Kind'-heart'ed, *a.* இரக்கமுள்ள.
Kind'-heart'edness, *s.* கசிவு, இரக்கம்.
Kin'dle, *v.t.* கொளுத்து, எரி; கோபமூட்டு; a fire, பற்றவை, நெருப்புமூட்டு, தீவளர், கனல்வளர், அனல்கொளுத்து.
Kind'less, *a.* பக்ஷமற்ற.
Kind'ly, *ad.* பக்ஷமாய், தயையாய்.
Kind'ness, *s.* தயை, பக்ஷம், அருளுடைமை, உருக்கம், அன்பு, பசை, ஈரம், one without kindness, பசைபற்றவன்.
Kin'dred, *s.* சுற்றம், உறவுமுறையார், உறவு, இனம், இனத்தார், உறவினர், தாயாதிகள், பந்துக்கள், கிளை, குடும்பம், வமிசம்.
Kin'dred, *a.* உறவான, இரத்தக்கலப்பான, இனமான.
Kine (*sing.* cow), *s.* பசுக்கள், கோக்கள்.
King, *s.* ராஜா, அரசன், மன்னன், வேந்தன்.
King'craft', *s.* அரசாண்மை, ஆளுந்திறம்.
King'dom, *s.* ராஜ்ஜியம், அரசு, வர்க்கம்; animal, ஜீவராசிகள், ஜீவஜாதி, ஜீவகணம்; vegetable, மூலராசி, திரணஜாதி, திரணகணம்; mineral, தாதுராசி, தாதுஜாதி, தாதுகணம்.
King'fisher, *s.* மீன்கொத்திப்புள்; சிரல், சிச்சிலி.
King'ly, King'like, } *a.* ராஜீக, இராஜத்துவமான.
King's-e'vil, *s.* கண்டமாலை.
King'ship, *s.* ராஜத்துவம், ராஜிகம்.
Kins'folk, *s.* இனத்தார், சுற்றத்தார்.
Kins'man (*fem.* kins'woman), *s.* உறவன், சுற்றத்தான், இனத்தான்.
Kins'woman, *s.* இனத்தாள்.
Kirk, *s.* தேவாலயம், ஸ்கொத்திலாந்தியர் கிறிஸ்துமதச்சபை.
Kirk'man, *s.* ஸ்கொத்திலாந்தியர் கிறிஸ்துமதச்சபையான்.
Kir'tle, *s.* உத்தரீயம், அங்கி.
Kiss, *s.* முத்தம், முத்தி, சும்பனம்.
Kiss, *v.t.* முத்தஞ்செய், முத்தியிடு, கொஞ்சு.
Kist, *s.* கிஸ்தி, வரி.
Kit, *s.* பெரும்புட்டி, சிறுசாரங்கி, போர்ச்சேவகர் பிரயாணச்சாமான்.
Kitch'en, *s.* அடுக்களை, மடைப்பள்ளி, அட்டில், பாகசாலை.
Kitch'en-maid, *s.* சமையற்காரி.
Kitch'en-wench, *s.* மடைப்பள்ளி பெருக்குபவள்.
Kite, *s.* கருடன், பருந்து, இராசாளி, வல்லூறு, பட்டம், காற்றாடி.
Kith, *s.* பழகினவன், அறிமுகமானவன்.
Kit'ling, *s.* சிங்கக்குட்டி, மிருகக்குட்டி, பூனைக்குட்டி.
Kit'ten, *s.* பூனைக்குட்டி, பூனைப்பறழ்.
Kit'ten, *v.t.* (பூனை) குட்டிபோடு.
Knab (năb), *v.t.* கடி, அரி.
Knack (năk), *s.* சாமர்த்தியம், கைத்திறம், சொற்பபொருள்.
Knag, *s.* நெருடு, கணு, முடிச்சு.
Knap (năp'), *s.* சிறுதுயில், பொய்யுறக்கம்.
Knap'sack (năp'săk'), *s.* அடைப்பம், போர்ச்சேவகன்பொதி, சடங்கம்.
Knar (när), *s.* நெருடு, கணு, முடிச்சு.
Knave (nāv), *s.* வஞ்சகன், கள்ளன், சுழியன், குத்திரன்.
Knav'ery, *s.* வஞ்சனை, கள்ளம், சுழித்தனம்.
Knav'ish, *a.* வஞ்சனையுள்ள, கள்ளத்தனமான.
Knead (nēd), *v.t.* மாப்பிசை, பிசறு.
Knead'ing-trough, *s.* மாப்பிசையுந் தொட்டி.
Knee (nē), *s.* முழங்கால், முழந்தாள், வங்குக்கால்.
Kneed, *a.* முழந்தாளுள்ள, பொருத்துள்ள.
Knee'deep, *a.* முழந்தாள்மட்டமான.
Kneel, *v.i.* முழங்காலில்நில், முழந்தாட்படியிடு.
Knee'pan, *s.* முழந்தாட்சில், முழங்காற்சிரட்டை.
Knee'tribute, *s.* முழந்தாள்மடக்கல்.
Knell (nĕl), *s.* சாமணி, சவச்சேமமணியோசை.
Knew, *p.t.* of know.
Knife (nīf), *s.* கத்தி, கத்தரிகை, *pl.* knives.
Knight (nīt), *s.* ஒரு பட்டப்பெயர்.
Knight'hood, *s.* ஒரு பட்டத்துக்குரிய அந்தஸ்து.
Knight'ly, *a.* ஒரு பட்டத்துக்குரிய.
Knit (nĭt), *v.t.* பின்னு, முடி, புனை, இசை, துன்னு, நெரி.
Knit'ter, *s.* பின்னல்வேலைசெய்வோன்.
Knit'ting-needle, *s.* பின்னலூசி.
Knob (nōb), *s.* குமிழி, முகிழ், கொம்மை, மொக்குள், முரடு.
Knock (nōk'), *s.* தட்டு, அடி, கொட்டு.

Knock, *v.t.* தட்டு, அடி, கொட்டு, அறை; to knock out as the teeth, தகர்க்க; to knock out the brains, மண்டையையுடைக்க; to be knocked up, தளர்ச்சியடைய.
Knock'knee (nŏk'nē), *s.* முட்டிக்கால்.
Knoll (nōl), *s.* திடர், திட்டு, மேடு, மணற்குன்று.
Knot (nŏt), *s.* முடிச்சு, படுமுடிச்சு, கணு, நெருடு, கூட்டம், ஐக்கியபந்தம், சிக்கு, கொண்டை, கழி; sliding, சுருக்கு.
Knot, *v.t.* முடிச்சாக்கு, சிக்குப்படுத்து.
Knot'ty, *a.* முடிச்சுள்ள, நெருடுள்ள, கணுவுள்ள, சிக்கான.
Know (nō), *v.t.* அறி, உணர், தெரி, தேர்; knowing things as they are, தத்வவித்தை.
Know'ing, *p.a.* அறிவுள்ள, அறிகிற, உணர்ச்சியுள்ள.
Know'ingly, *ad.* நெஞ்சறிய, மனதார, மனதறிந்து, வேண்டுமென்று.
Knowl'edge, *s.* அறிவு, உணர்வு, புத்தி, கல்வி, பயிற்சி, விஞ்ஞானம்; knowledge of sensible things, விஷயஞானம்.
Knuc'kle, *s.* விரல்முளி, விரற்கணு.
Knuc'kle, *v.i.* அடி, குட்டு.
Kohis'tan, *s.* மலைநாடு, மேட்டுத்தேசம்.
Ko'ran, *s.* மகமது-சமயநூல், குருன்.

L.

La', *int.* பார், அகோ.
La'bel, *s.* நாமவிலாசம், நாமபத்திரிகை.
La'bel, *v.t.* நாமவிலாசம் ஒட்டு.
La'bial, *s.* ஒஷ்டியம்.
Labiodent'al, *a.* மேற்பல் கீழுதடுறப்பிறக்கும்.
Lab'oratory, *s.* ரசாயனகர்மசாலை, பௌதிக பரீக்ஷணசாலை, சிற்பசாலை.
Labo'rious, *a.* பிரயாசமான, வருத்தமான, அருமையான, கஷ்டசாத்தியமான.
Labo'riousness, *s.* கஷ்டம்.
Labo'riously, *ad.* பிரயாசமாய், வருத்தமாய்.
La'bour, *s.* வேலை, அலுவல், உழைப்பு, பிரயாசம், பிரயாசை; பிரசவவேதனை; difficult, கஷ்டபிரசவம்.
La'bour, *v.t.* வேலைசெய், உழை, பிரயாசப்படு; சூலுழை.
La'bourer, *s.* வேலைக்காரன், கூலியாள், ஆள்.
La'bourless, *a* உழைப்பற்ற.
La'byrinth, *s.* தடுமாறச்செய்யும்வழி, சுற்றுச்சுழற்சி.
La'byrin'thian, *a.* சுற்றுச்சுழற்சியான, தடுமாற்றமுண்டாக்கும்.
Lac, *s* லாக்ஷை, அரக்குமெழுகு, பிசின், செம்மெழுகு.
Lace, *s.* கெண்டை, சரிகை, பின்னல், வஸ்திராஞ்சலம்.
Lace, *v.t.* கெண்டைவைத்துத் தை, கெண்டைவைத்துச் சிங்காரி.
Lace'man, *s.* கெண்டைவியாபாரி.
Lac'erate, *v.t.* கிழி, கேலமாக்கு, பீறு, கீறு.
Lacera'tion, *s.* கிழிப்பு, கிழிவு, விதரம்.
Lach'rymal, *a.* கண்ணீர் பிறப்பிக்கிற.
Lack, *s.* எச்சம், குறைவு; லக்ஷம்.
Lack, *v.i.* & *t.* குறை, எஞ்சு, தேவையாயிரு.
Lack'aday, *int.* ஐயோ, துக்கக்குறி.
Lack'er, *s.* இல்லாதவன், குறைவுள்ளவன்.
Lack'ey, *s.* கையாள், குற்றேவல் செய்வோன்.
Lack'ey, *v.t.* காலாட்சேவகம்செய், எளியதொண்டுசெய்.
Lacon'ic,
Lacon'ical, } *a.* சுருக்கமான, பொழிப்பான, சுருங்கிய, சுலபமான.
Lac'onism,
Lacon'icism, } *s.* சுருங்குசொல், சுருங்கச்சொல்லல்.
Lac'teal, *a.* பாலுக்குரிய.
Lad, *s.* வாலிபன், சிறுவன், இளைஞன், பிள்ளையாண்டான், இளவல்.
Lad'der, *s.* ஏணி, சேணி.
Lade, *v.t.* அள்ளு, இறை, மொள்ளு, முகபாரமேற்று.
Lad'ing, *s.* ஏற்றுமதிச்சாமான், கப்பற்சரக்கு.
Lad'kin, *s.* பிக்கிளையோன்.
La'dle, *s.* அகப்பை, கரண்டி, சட்டுவம்.
La'dleful, *s.* அகப்பை கொள்ளுமளவு, அகப்பை.
La'dy, *s.* துரைமகள், தலைவி, குலமகள், பிராட்டி, பெருமாட்டி.
La'dy-day, *s.* பிராட்டிதினம். (மார்ச்சு 25௳.)
La'dy-like, *a.* குலமகள்போன்ற, குலமகளுக்குரிய.
La'dy-ship, *s.* குலமகளின் தன்மை, பெருமாட்டி.
Lag, *v.i.* தாமதி, பிந்து, பின்னிடை, தங்கிப்போ.
Lag, *s.* கீழ்வகுப்பு.
Lag'gard, *a.* பிந்தும், மந்தரமான, தாமசமான.

Lag'ger, s. வீண்காலங்கழிப்போன், சோம்பன்.
Lagoon, s. கடல்சார்உளை, கடல் அயலேரி.
La'ic, La'ical, } a. ஆசாரியரல்லாதார்க்குரிய
Lair, s. கிடை, படுக்கை, பாழி, முழை.
Laird, s. துரை, உம்பிளிக்கை நிலத்திற்குடையவன்.
La'ity, s. குருக்களல்லாதஜனம், அதிக்ஷதர்.
Lake, s. ஏரி, வாவி, சுனை, செவ்வர்ணம்.
Lamb (lăm), s. செம்மறியாட்டுக்குட்டி.
Lamb'kin, s. செம்மறியாட்டினிளங்குட்டி.
Lam'bent, a. துள்ளுகிற, குதிக்கிற.
Lame, v.t. சப்பாணியாக்கு, நொண்டியாக்கு.
Lame, a. முடமான, நொண்டியான; man, நொண்டி, சப்பாணி, முடவன்.
Lame'ness, s. முடம், நொண்டித்தனம்.
Lament', v.i. புலம்பு, துக்கி, பிரலபி, அரற்று, கவலைகொள்.
Lam'entable, a. புலம்பப்படத்தக்க, துக்கமான.
Lamenta'tion, s. புலம்பல், புலம்பு, பிரலாபம், அரற்றல், ஓலம்.
Lam'ina, s. செதின், சிலாம்பு, படலம், தட்டு.
Lam'inated, a. தகடான, படலம்படலமான.
Lam'mas, s. ஆகஸ்டுமாதமுதல்தேதி.
Lamp, s. விளக்கு, தீபம், தீபிகை.
Lam'pass, s. குதிரையண்ணத்தசைத்திரள்.
Lamp'black, s. ஒட்டடை, புகை.
Lampoon', s. அம்பல், அலர்தூற்று, பழிதூற்றியெழுதிய எழுத்து, வசைகவி.
Lampoon', v.t. பழித்தெழுது.
Lampoon'er, s. பழி எழுதுவோன், புறங்கூறுவோன்.
Lam'prey, s. ஒருவகைமீன், அசலை, தோமரம்.
Lance, s. ஈட்டி, வேல், சவளம், வல்லயம்.
Lance, v.t. கீறு, குற்று.
Lan'cer, s. ஈட்டிக்காரன், ஈட்டிபிடித்த படைஞன்.
Lan'cet, s. சத்திரம்.
Land, s. நிலம், தரை, பூமி, தேசம்; held free of assessment, சர்வமானியம், காணிமானியம்; paying a fixed tax in money, தீர்வைப்பற்று; close to the bank of a river, படுகை, படுகைச் சதுரம்; land and water, நிலமுநீரும், ஸ்தலமும் ஜலமும்.
Land, v.t. இறக்கு, கரையேற்று.
Land, v.i. இறங்கு, கரையேறு, கரைசேர்.
Land'ed, a. நிலமான, பூஸ்திதியான.
Land'flood, s. பெருவெள்ளம்.
Land'force, s. தரைச்சேனை.
Land'holder, s. நிலக்காரன், நிலவுரிமையுள்ளவன், அகமுடையான்.
Land'ing, s. துறை, இறக்கம்.
Land'jobber, s. நிலவியாபாரி.
Land'locked, a. தேசஞ்சூழ்ந்த.
Land'lord (fem. landlady), s. கிரகபதி, வீட்டுக்குடையவன்; நிலக்காரன், எஜமான், சத்திரத்தலைவன்; 's share, சாமிபோகம்.
Land'mark, s. எல்லைக்கல், தேசக்குறிப்பு.
Land'scape, s. தேசக்காட்சி, தேசத்தோற்றம்.
Land'tax, s. நிலவரி வீட்டுவரி முதலியன.
Land'ward, ad. கரைமுகமாய், கரையை நாடி.
Lane, s. சந்து, தெரு, ஒழுங்கை.
Lan'guage, s. பாஷை, பேச்சு, மொழி, வசனநடை.
Lan'guid, a. சோர்வுள்ள, களையான, தளர்ச்சியான, சோம்பான.
Lan'guish, v.i. தளர், இளை, மெலி, தயங்கு, ஏங்கு, தவி, தவிதவி; languishing pace, தளர்நடை, சோர்நடை.
Lan'guor, s. தளர்ச்சி, சோர்வு, ஆயாசம், களை, சோபம்.
Lank, a. மெலிந்த, நொய்ய, வசங்கெட்ட.
Lank'ness, s. மெலிவு, வசக்கேடு.
Lan'torn, s. தீபக்கூடு, கண்ணாடிவிளக்கு, தீபம்.
Lap, s. மடி, குறங்கு.
Lap, v.t. மடி, சுருக்கு, நாவால் நக்கு.
Lap'per, s. மடிப்போன், சுருக்குவோன், நக்குபவன்.
Lap'dog, s. மடிநாய், சிறுநாய்.
Lap'idary, s. ரத்தின வியாபாரி, ரத்தின பரீக்ஷகன்.
Lapides'cence, s. கல்லாயிறுகல்.
Lapidifica'tion, s. கல்லாக்கல்.
Lap'idist, s. ரத்தினவியாபாரி.
La'pis-laz'uli, s. வைரேயம்.
Lapse, s. செலவு, கழிவு, தவறு, வழு, பிசகு.
Lapse, v.i. கழி, வழுவு, தவறு.
Lap'wing, s. ஆட்காட்டிக்குருவி.
La'quer, s. ஒருவித மினுக்குத்திரவியம்.
Lar'board, s. பண், கப்பலினிடப்புறம்.
Lar'ceny, s. களவு, சோரம், கரவு, திருட்டு.
Lard, s. பன்றிக்கொழுப்பு, பன்றியிறைச்சி.
Lard, v.t. கொழுக்கச்செய், கொழுப்பேற்று, கொழுக்கவை.

Lard'er, *s.* பன்றியிறைச்சிபைச் சரக்கிட்டு வைக்குமிடம்.

Large, *a.* பருமையுள்ள, பருத்த, பெரிய, விஸ்தாரமான; trunk, பராரை; a large building, பெருங்கட்டடம், தொம்பாரம், தொப்பாரம்; at large, அகல, வயணமாய்.

Large'-heart'edness, *s.* பெருமனமுடைமை.

Large'ly, *ad.* அதிகமாய், விரிவாய், அகலமாய்.

Large'ness, *s.* பருமை, பொம்மல், பொலிவு.

Lar'gess, *s.* கொடை, தானம், ஈகை, வெகுமதி.

Lark, *s.* வானம்பாடி, கலிங்கம், கம்புள்.

Lark'like, *a.* வானம்பாடியை ஒத்த.

Lar'um, *s.* அச்ச ஒலிக்குறிப்பு.

Lar'va (*pl.* larvæ), *s.* மயிர்க்குட்டிக் குஞ்சு, முதலவதாரப்புழு, கிருமி.

Lar'ynx, *s.* குரல்வளை, மிடறு.

Las'car, *s.* கப்பல்வேலையாள், கலாசுக்காரன்.

Lasciv'ious, *a.* தூர்த்த, காமவிகாரமுள்ள, மோகமான, a lascivious man, விரகங்கொண்டவன்.

Lasciv'iousness, *s.* விரகதாபம், காமவிகாரம், மோகவிகாரம்.

Lash, *s.* கசை, கசையடி, வன்சொல், சேர்பந்து.

Lash, *v.t.* அடி, சவுக்காலடி, கசையாலடி, கட்டு, பந்தி.

Lass, *s.* கன்னி, குமரி, சிறுமி, இளம்பிடி.

Las'situde, *s.* ஆயாசம், தளர்வு, சோகம், சோம்பு, மெலிவு.

Last, *s.* ஒருமுறையேற்றும்பாரம், ஒருசுமை, பாதரக்ஷையச்சு.

Last, *v.i.* தங்கு, நீடி; நிலை, நாட்படு.

Last, *a.* கடைசியான, ஈறுன, அந்தமான, சென்ற, ஆகர், பிராக்கு; the very last, கடையாந்தரம்.

Last'age, *s.* கேள்வுத்திர்வை, சுங்கம்.

Last'ing, *p. a.* நீடிக்கிற, நிலைக்கிற, தங்குகிற.

Last'ly, *ad.* எருங்கடைசி, முடிவில், கடைசியாக.

Latch, *s.* தாழ், தாழ்ப்பாள், கொளுக்கி.

Latch'et, *s.* வார், தொடுதோல்.

Latch'-key, *s.* தாழ்ப்பாள்தூக்கி.

Late, *a.* சென்ற, பிந்தின, காலஞ்சென்ற, மாஜி.

Late, *ad.* பிந்தி, நேரஞ்சென்ற, கொஞ்சஞ்சென்று.

Late'ly, *ad.* சற்காலத்தில், கொஞ்சக்காலத்திற்குமுன், சமீபத்தில்.

La'tency, *s.* மறைவு, அடக்கம்.

Late'ness, *s.* தாமதம், பிந்துகை.

La'tent, *a.* புதையலான, மறைந்த, சூக்குமமான.

Lat'eral, *a.* பக்கமான, பாரிசமான, புடையான, அருகான.

Lath, *s.* சலாகை, பாய்ச்சு, வரிச்சு.

Lathe, *s.* கடைச்சல்யந்திரம், இட்டடை, to form on a lathe, கடைய; to turn in a lathe, கடைச்சல்பிடிக்க.

Lath'er, *s.* சவர்க்காரநுரை, சவர்க்காரநொதி.

Lat'in, *s.* லத்தீன்பாஷை.

Lat'itude, *s.* விஸ்தாரம், விசாலம், விரிவு, பரப்பு; of a planet, பதனம்; terrestrial அக்ஷம்; celestial, விக்ஷேபம்; north, உத்தராக்ஷம்; south, தக்கணாக்ஷம்; degree of, அக்ஷபாகை; argument of, அக்ஷகன்னம்.

Latitudina'rian, *s.* கட்டுப்பாடில்லாதவன், தன்னிஷ்டக்காரன்.

La'trant, *a.* குலைக்கும்.

Lat'rociny, *s.* கொள்ளை, திருட்டு.

Lat'ten, *s.* சுத்தபித்தளை, சருகுபித்தளை.

Lat'ter, *a.* பிந்தின, பின்னடியான, பின்சொல்லப்பட்ட.

Lat'terly, *ad.* பிற்காலத்தில்.

Lat'tice, *s.* கிராதி.

Lat'tice, *v.t.* கிராதியடை.

Laud, *v.t.* புகழ், கீர்த்தனம்செய், தோத்திரி, துதி, போற்று.

Laud'able, *a.* புகழத்தக்க, வியப்பான.

Laud'ably, *ad.* புகழத்தக்கவிதமாய்.

Laud'anum, *s.* அபின்சாரம், அபேனரசம்.

Laud'atory, *s.* புகழுள்ள, புகழ்ச்சிதரும்.

Laugh (lăf), *s.* சிரிப்பு, நகைப்பு, முறுவல், பரிகாசம்.

Laugh, *v.i.* சிரி, நகை, முறுவலி.

Laugh'able, *a.* நளினமான, சிரிக்கத்தக்க

Laugh'ing-stock, *s.* சிரிக்கப்படுவோன், சிரிப்புக்கிடமானது, நகைப்புக்கு இலக்கு சிரிப்பாணி.

Laugh'ter, *s.* சிரிப்பு, நகைப்பு, பரிகாசம், violent, அட்டகாசம்.

Laugh'worthy, *a.* சிரிக்கத்தக்க, நகைப்புக்கிடமான.

Launch, *v.i.* கப்பலை ஜலத்திலிறக்கு, கப்பலைக் கடலிற்றள்ளு, இறக்கு, துறைபெயர்.

Laun'der, *s.* வண்ணான்.

Lau'ndry, *s.* துவைப்பு, புடவை வெளுக்குந்துறை.

Lau'reate, *v.t.* வாகைமாலை சூடு.
Lau'reate, *s.* ராஜகவிவாணன்.
Lau'rel, *s.* ஒரு பூடு, வாகை.
La'va, *s.* அக்கினிநீர், பருவதாக்கினிப்பிரவாகம், மலைக்கிட்டம்.
Lava'tion, *s.* ஸ்நாநம், முழுக்கு.
Lav'atory, *s.* ஸ்நாநஸ்தலம்.
Lave, *v.t.* கழுவு, குளி, முழுகு.
Lav'ender, *s.* பரிமளநீர், லவாந்தர்.
La'ver, *s.* தொட்டி, பாத்திரம், கொப்பரை; the foot of a laver, தொட்டிக்கலவடை.
Lav'ish, *v.t.* ஆராதூரியாய்ச் செலவிடு, தூற்று, இறை.
Lav'ish', *a.* ஆராதூரியான, மிகுசெலவுள்ள.
Lav'ishly, *ad.* அளவிற்குமிஞ்சி.
Law, *s.* கட்டளை, பிரமாணம், ஒழுங்கு, நியாயசாஸ்திரம், தருமநூல், criminal, தண்டவிதி, தண்டநீதி.
Law'breaker, *s.* நியமம்தப்புவோன், கட்டளைமீறுவோன், பிரமாணுதிக்கிரமன்.
Law'day, *s.* நியாயசபை கூடுநாள்.
Law'ful, *a.* நீதியான, நேரான, நியாயமான; a lawful wife, தர்மபத்தினி; a lawful son, தர்மபுத்திரன்.
Law'fully, *ad.* நியாயமாய், பிரமாணத்தின்படி.
Law'fulness, *s.* முறை, முறைமை, ஒழுக்கம், வரிசை, ஆசாரம்.
Law'giver, *s.* பிரமாணங் கொடுப்போன், பிரமாணிகன், விதிஸ்தாபகன்.
Law'less, *a.* பிரமாணமற்ற, நீதித்தப்பான, கட்டுக்கடங்காத.
Law'maker, *s.* சட்டநிரூபணஞ்செய்பவன்.
Lawn, *s.* ஒருவகை மெல்லிய புடைவை, மரத்திடைவெளி.
Law'suit, *s.* வழக்கு, வியாச்சியம், வியவகாரம், பிராது.
Law'yer, *s.* நியாயவாதி, நியாயதுரந்தரன், தருமசாஸ்திரி.
Law'yerly, *a.* நியாயவாதியடைவான, தர்மநீதியான.
Lax, *a.* இளக்கமான, தளர்ச்சியுள்ள, நுகைவான.
Laxa'tion, *s.* நெகிழ்ச்சி, இளக்கம், நுகைவு.
Lax'ative, *s.* சுகபேதிமருந்து, விரேசனமருந்து.
Lax'ative, *a.* இளக்குகிற, நுகைக்கிற.
Lax'ity, *s.* இளக்கம், நுகைவு, இளக்காரம், சோர்வு.
Lay, *s.* பாட்டு; புலமை; படை, நிரை.
Lay, *v.t.* வை, இடு, போடு, சாட்டு, சுமத்து; to lay open, காண்பிக்க; to lay claim to, தாவாச்சொல்ல; to lay aside, விட்டுவிட; to lay waste, பாழாக்க; to lay hold of, பற்றிக்கொள்ள, பிடிக்க; to lay in, சேர்த்துவைக்க; to lay out, செலவிட; to lay down the life, உயிர்விட, பிராணத்யாகஞ் செய்ய; to lay eggs, முட்டையிட; to lay an evil spirit, பேயோட்ட; to lay on, அடிக்க, சார்த்த; to lay down, கிடத்த, கீழேவைக்க, படுக்கவைக்க; to lay open, வெளியிட; to lay the foundation of the house, வீடெடுக்க.
Lay, *v.i.* முட்டையிடு.
Lay, *p.t.* of *lie*.
Lay'er, *s.* படை, பார், அடுக்கு, தட்டு, சிரேணி; of a plant, பதியம்.
Lay'man, *s.* சீஷன், அதிகூதன்.
Lay'stall, *s.* சாணிமேடு.
La'zar, *s.* தொற்றுவியாதிக்காரன்.
Lazaret'to, *s.* தொற்றுவியாதிக்காரரை வைத்துபசரிக்கும் வீடு.
Laze, *v.t.* சோம்பித்திரி, செயலற்றிரு, சும்மாவிரு.
La'zily, *ad.* சோம்பாய், அசமந்தமாய்.
La'ziness, *s.* சோம்பு, ஆலசியம், அசமந்தம், மந்தகுணம்.
La'zy, *a.* சோம்பலான, சோம்புத்தனமான person, சோம்பன், மந்தன்.
Lea, **Ley**, } *s.* புல்லுள்ளநிலம், புன்னிலம், சமநிலம்.
Lead (lĕd), *s.* ஈயம், வங்கம், தகரம்.
Lead (lēd), *s.* முதன்மை.
Lead, *v.t.* நடத்து, வழிகாட்டு.
Lead, *v.i.* முன்னேபோ, வழிகொண்டுபோ.
Lead'en (lĕd"n), *a.* ஈயமுள்ள, பாரமான, மந்தமான.
Lead'en-hearted, *a.* கன்னெஞ்சுள்ள, இரக்கமில்லாத.
Lead'en-heeled, *a.* மந்தவிர்த்தியுள்ள.
Lead'er, *s.* தலைவன், முதலாளி, வழிகாட்டி.
Lead'ing, *p.a.* வழிகாட்டுகிற, தலைமையான.
Lead'ing-strings, *s.* (*pl.*) எடுத்தடிவைக்கப் பயிற்றுங்கயிறு.
Lead'man, *s.* நடனந்தொடங்குவோன்.
Leaf (*pl.* leaves), *s.* இலை, அடை, தழை, பத்திரம், ஏடு, ஒற்றை, மடல், இதழ்; gold leaf, தங்கரேக்கு.
Leaf'let, *s.* சிற்றிலை, சிற்றடை.
Leaf'y, *a.* தழைவான, இலைநிறைந்த.
League (lēg), *s.* கட்டுப்பாடு, பந்துக்கட்டு, உடம்பாடு, பொருத்தனை.

League, *v.i.* சேர், இணங்கு, உடன்படு.
Leak (lēk), *s.* ஒழுக்கு, பொசிவு, வெடிப்பு, ஓட்டை, சில்லி, இல்லி.
Leak, *v.i.* ஒழுகு, பொசி.
Leak'age, *s.* பொசிவு, பொசிவுக்கழிவு.
Leak'y, *a.* ஓட்டையுள்ள, வெடிப்புள்ள, சில்லியுள்ள; to grow leaky, கம்பற்றுக் கொள்ள.
Lean, *s.* தசைப்பிடியின்மை, மெலிவு.
Lean, *v.t.* சாய், சரி, சார்த்து, சார்த்திவை.
Lean, *v.i.* சாய், சார், இணை, சரி, சாடு, ஒருக்கணி; upon, ஊன்றிநில், ஊன்றிக் கொள்.
Lean, *a.* இளைத்த, மெலிந்த; a lean man, கச்சல், ஒல்லியாள்.
Lean'ness, *s.* மெலிவு, நொய்மை, கச்சல், வாட்டம்.
Leap, *s.* குதி, பாய்ச்சல், துள்ளு.
Leap, *v.i.* பாய், கட, குதி, துள்ளு, உகளு.
Leap' frog, *s.* தவளைக்குதிப்பாட்டம்.
Leap'year, *s.* அதிதினவருடம், குதிவருடம்.
Learn, *v.t.* படி, கல், ஓது, கலைபயில், பழகு, அறி; to learn by experience, பட்டுத் தெளிய.
Learn'ed, *p.a.* கற்ற, படித்த, கலைபயின்ற, கன்குணர்ந்த; man, கல்விமான், வித்துவான், அறிஞன், உரவோன், விக்கியானி.
Learn'er, *s.* சீஷன், மாணுக்கன், கற்போன்.
Learn'ing, *s.* கல்வி, படிப்பு, அறிவு, உணர்வு, கலை.
Lease, *s.* குத்தகை, வாடகை; a deed of, பட்டயம், பட்டா; holder, பட்டாதாரன்; of a village or district, மொத்தப் பட்டா.
Lease, *v.t.* குத்தகைகொடு, குடிக்கூலிக்குக் கொடு.
Lease'hold, *a.* குத்தகைப்பற்றான.
Leash, *s.* நாய்கட்டும் வார்.
Leas'ing, *s.* பொய், புரளி.
Least, *a.* மிகச்சிறிய, ஆகக்குறைந்த, சின்னஞ்சிறிய, அற்ப; at least, குறைந்த பக்ஷம், அதமபக்ஷம்.
Leath'er (lĕth'er), *s.* பதமிட்டதோல், பதஞ்செய்ததோல்.
Leath'er-dresser, *s.* தோல்பதமிடுவோன், சக்கிலி, செம்மான்.
Leath'ern, *a.* தோலாற்செய்த, பதமிட்ட தோலாலான.
Leave, *s.* உத்தரவு, விடை, விடுதலை, செலவு, அனுப்பு.
Leave, *v.t.* விடு, நீக்கு, நிறுத்து.
Leave, *v.i.* விடு, நீங்கு, ஒழி, ஓய்.
Leaved, *a.* இலையுள்ள, தழைத்த, தழையுள்ள.
Leav'en (lĕv''n), *s.* புளித்தமா.
Leav'en, *v.t.* புளிப்பி, புளிக்கவை.
Leav'ings, *s.(pl.)* தெரிகடை, கழிவு, சேடம், எஞ்சினது, உச்சிட்டம்.
Leav'y, *a.* தழைத்திரளுள்ள, தழைத்த, தழைசெறிந்த.
Lech'er, *s.* தூர்த்தன், விடன், சும்பன், லோலன், காமாதுரன், காமி.
Lech'er, *v.i.* காமி, தூர்த்தனாய் நாள்கழி.
Lech'erous, *a.* காமாதுர, தூர்த்த.
Lech'ery, *s.* காமம், போகம், தூர்த்தத்தனம், தூர்த்தவியாபாரம்.
Lec'tion, *s.* வாசிப்பு, பாடபேதம்.
Lec'tionary', *s.* வேதவாக்கிய சங்கிரகம்.
Lec'ture, *s.* பிரசங்கம், வியாக்கியானம்.
Lec'ture, *v.t.* & *i.* பிரசங்கி, கற்பி, வாக்கு சிக்ஷைகொடு.
Lec'turer, *s.* பிரசங்கி, வியாக்கியானி.
Led, *p.t.* & *p.p.* of lead.
Led'captain, *s.* தொழும்பன், தொண்டன்.
Ledge, *s.* அடுக்கு, படை, பாறை, கம்பை.
Led'ger, *s.* கணக்குப்புத்தகம், தொகையேடு.
Lee, *s.* காற்றொதுக்கு, காற்றெதிர்.
Leech, *s.* அட்டை, சலுகை.
Leech'craft, *s.* வைத்தியம்.
Leek, *s.* ஒருவகைச்செடி.
Leer, *s.* கடைக்கண்பார்வை, கடாக்ஷம்.
Leer, *v.i.* கடைக்கண்ணெறி, சிறைக்கணி.
Leer'ingly, *ad.* கடைக்கண்பார்வையாய்.
Lees, *s.* மண்டி, கசாகூளம், கூலம்.
Leet, *s.* தர்மசபை, விவகாரவிசாரணைநாள், அட்டவணை, நாமாட்டவணை.
Lee'ward, *ad.* காற்றொதுக்கமாய், காற்றெதிராய்.
Left, *a.* இடப்பக்கமான, இடப்பாகமான, இட, வாம.
Left, *p.t.* and *p.p.* of leave, விடப்பட்ட, கைவிடப்பட்ட.
Left-hand'ed, *a.* இடதுகைவழக்கமான.
Left-hand'iness, *s.* சீர்ப்பிழை, அந்தக்கேடு.
Leg, *s.* கால், தாள், பாதம்.
Leg'acy, *s.* மரணசாதனப்பொருள்.
Legacy-hunter, *s.* மரணசாதனப் பொருளவாவுவோன்.
Le'gal, *a.* நீதமான, நீதியான, சுமுத்திரையான; a witten legal opinion, பட்டோலிகை.
Legal'ity, *s.* நியாயம், நீதி.

Le'galize, *v.t.* பிரமாணத்துக்குள்ளாக்கு, வழுவமை.
Le'gally, *ad.* நியாயமாய், பிரமாணப்படி.
Leg'ate, *s.* தூதன், ராஜபிரதிநிதி, பிரதிகாரகன்.
Legatee', *s.* ஆதீனங்கொள்வோன், மரணசாதனப் பொருள்பெற்றவன்.
Lega'tion, *s.* தூது, ஸ்தானுபத்தியம்.
Leg'end, *s.* கட்டுக்கதை, நாணயத்தின் மேல் வாசகம், ஆக்கியானம்.
Leg'endary, *a.* கட்டுக்கதையான, கற்பித.
Leg'erdemain', *s.* செப்படிவித்தை, காருடவித்தை, சிமிட்டுவித்தை, மாயாவிநோதம், ஜாலவித்தை.
Legged, *a.* காலுள்ள.
Leg'ible, *a.* வாசிக்கத்தக்க, துலங்கரமான, விளக்கமாய்த் தெரிகிற.
Le'gion, *s.* படைமுதலிய கூட்டம், படைவகுப்பு, சேனை.
Legisla'tion, *s.* விதிக்கை, பிரமாணிக்கை, சட்டநிருபணம்.
Leg'islative, *a.* சட்டநிருபணத்திற்குரிய, தேசப்பிரமாணம் விதிக்கிற.
Leg'islator, *s.* சட்டமேற்படுத்துகிறவன், நியாயப்பிரமாணிகன், நீதிசாஸ்திரி.
Leg'islature, *s.* சட்டநிருபணசபையார்.
Le'gist, *s.* தர்மசாஸ்திர நிபுணன்.
Legit'imacy, *s.* தர்மம், நீதம், நியாயம்.
Legit'imate, *a.* தர்மமான, நீதியான, நியாயமான; wife, தர்மபத்தினி; son, ஔரசன்.
Legitima'tion, *s.* நியாயமாக்கல், நியாயம் பொருந்துவித்தல்.
Leg'ume, Legu'man, } *s.* கோது, ஓடு, புறணி.
Legu'minous, *a.* கோதுள்ள, முதிரைவர்க்கத்துக்குரிய.
Lei'sure, *s.* சாவகாசம், அவகாசம், சமயம், விடுதிநேரம், ஓய்வு, அவசரம்.
Lei'surely, *ad.* சாவகாசமாய், பொறுதியாய்.
Le'man, *s.* காதலி, நண்பன், வைப்பாட்டி.
Lem'ma, *s.* திருஷ்டாந்தபக்ஷம், உபபக்ஷம்.
Lem'on, *s.* எலுமிச்சை விசேஷம், சம்பீரம்.
Lemonade', *s.* எலுமிச்சம்பழ ரசபானம், பானகம்.
Lem'ures, *s.* பிசாசு, பேய், கூளி.
Lend, *v.t.* இரவல்கொடு, கடனாய்க்கொடு, உதவு.
Lend'er, *s.* இரவல் கொடுக்கிறவன், வட்டிக்குக் கடன்கொடுப்போன.
Lend'ing, *s.* இரவல் கொடுத்தல், கடனாய்க் கொடுத்தல்.
Length, *s.* நீளம், நீட்சி, நெடுமை, சேண், தீர்க்கம்.
Length'en (lĕngth"n), *v.i.* நீட்டு, நெடுகப்பண்ணு, நீடி, நீளு.
Length'wise, *ad.* நெட்டாயமாய், நெடுக, தீர்க்கமாய்.
Length'y, *a.* நீண்ட, நீளமான, நீளங்கொண்ட.
Le'nient, *s.* சாந்திஔஷதம், மிருதுவான தைலம்.
Le'nient, *a.* இளக்கமான, பதமையான, மிருதுவான, இரக்கமுள்ள.
Len'ify, *v.t.* தணி, இளக்கு, சாந்தப்படுத்து.
Len'ity, *s.* பொறுதி, சாந்தம், பதமை, உருக்கம்.
Lens, *s.* கண்ணாடி, ஒளிவட்டம், முகுரம், காசம்.
Lent, *s.* நாற்பதுநாளுபவாசம்.
Lentic'ular, *a.* கண்ணாடிவடிவமைந்த.
Len'til, *s.* காய்த்தானியம்.
Len'tor, *s.* தாமசகதி, தாமசம், பிடிப்பு, பற்று.
Len'tous, *a.* பற்றுள்ள, பசையான, ஒட்டுகிற.
Le'o, *s.* சிங்கம், சிங்கவிராசி.
Le'onine, *a.* சிங்கத்திற்குரிய, சிங்க.
Leop'ard (lĕp'ard), *s.* சிவிங்கி, செம்புலி, சித்திரகாயம்.
Lep'er, *s.* குஷ்டரோகி, தொழுநோயன்.
Lepros'ity, *s.* செதிள், படை, குஷ்டம்.
Lep'id, *a.* உல்லாசமான, உற்சாகமுள்ள.
Lep'rosy, *s.* குஷ்டம், குஷ்டரோகம், தொழுநோய்; black, ரத்தகுஷ்டம், கருங்குஷ்டம், மஹாரோகம்; white, வெண்குஷ்டம், ஸ்வேதகுஷ்டம்; advanced incurable leprosy when the fingers and toes fall off, கலிதகுஷ்டம்.
Lep'rous, *a.* குஷ்டரோகமுள்ள.
Less, *a.* குறைந்த, சிறிய.
Less, *ad.* குறைய, சிறுக.
Lessee', *s.* வாடகைக்கு வாங்குகிறவன்.
Les'sen, *v.t.* குறை, சுருக்கு, குறுக்கு, அடக்கு, ஒடுக்கு.
Les'sen, *v.i.* குறை, சுருங்கு, ஒடுங்கு.
Les'son (lĕs'on), *s.* பாடம், படிப்பினை, எச்சரிப்பு, கற்பனை, புத்திமதி.
Les'sor, *s.* குத்தகைக்குக் கொடுக்கிறவன், வாடகைக்கு விடுகிறவன்.
Lest, *con.* ஆகாதபடிக்கு, இராதபடிக்கு.
Let, *s.* தடை, தடுப்பு.
Let, *v.t.* விடு, ஒட்டு, வாடகைக்குவிடு, தடு; let it be done, ஆகட்டும்.
Le'thal, *a.* சாவிற்குரிய.

Lethal'ity, *s.* அழிவிற்குரிய தன்மை.
Lethif'erous, *a.* நாசம்வருத்துகிற
Le'the, *s.* மறதி.
Lethar'gic, Lethar'gical, } *a.* சோம்பான, திமிர் பிடித்த, மந்த.
Leth'argy, *s.* சோம்பு, திமிர், மந்தம், அதித சமுத்தி.
Let'ter, *s.* எழுத்து; அக்ஷரம், கடிதம், பத்திரம்; by letter, எழுத்துமூலமாய்.
Let'ter-founder, *s.* அக்ஷரம் வார்க்கிறவன்.
Let'ters, *s.* (*pl.*) கல்வி, புலமை, கலை, வித்தை.
Let'tuce (lĕt-ĭs), *s.* ஒரு கீரை.
Leucophleg'macy, *s.* மகோதரவியாதி குணம்.
Leucophlegmat'ic, *a.* மகோதரகுணமுள்ள.
Levant', *s.* மத்தியதரைக்கடலின் கீழ்கரை படுத்த தேசம்.
Levant', *a.* கிழக்கேயுள்ள, கீழ்பாலுள்ள.
Levant'er, *s.* கீழ்காற்று, கொண்டற்காற்று.
Leva'tor, *s.* விசைநரம்பு.
Levee, *s.* ராஜதரிசனச்சடங்கு.
Lev'el, *s.* ராஜாவைத் தரிசிப்பவர்.
Lev'el, *s.* மட்டம், ஒப்பந்தம், ஒப்புரவு.
Lev'el, *v.t.* பரவு, திரவு, ஒப்புரவாக்கு, தரைமட்டமாக்கு, சமமாக்கு, இலக்குவை; the ground with a piank after sowing, பரம்படி.
Lev'el, *a.* சமமான, மட்டமான, ஒத்த; level ground, சமபூமி.
Lev'eller, *s.* பரம்படிக்கிறவன்.
Lev'elling, *p.n.* பரம்பு, ஒப்புச்செய்தல்.
Le'ver, *s.* மிண்டி, உலுக்குமரம், ஏற்றமரம், உரோபணி, உரோபணம்; to lift with a lever, நெம்பு.
Lev'eret, *s.* முயற்குட்டி.
Lev'iable, *a.* சேர்க்கப்படக்கூடிய.
Levi'athan, *s.* நீர்வாழ்மிருகபேதம்.
Lev'igate, *v.t.* சூரணி, தூளாக்கு, பஸ்பமாக்கு, மெருகிடு.
Lev'igation, *s.* சூரணஞ்செய்தல்.
Levite', *s.* லேவிகோத்திரத்தான்.
Lev'ity, *s.* இலகு, இலேசு, நொய்மை.
Lev'y, *s.* சேனைச்சேர்ப்பு, சேனாசேகரம், தண்டெடுத்தல், இறைவிதித்தல்.
Lev'y, *v.t.* சேர், கூட்டு, இறைவிதி.
Lewd, *a.* தூர்த்த, திம்பான, காம; a lewdman, லோலன், விசாரி; lewd whores, வண்டப்பரத்தையர்.
Lewd'ness, *s.* தூர்த்தம், தூர்த்தத்தனம், காமம்.
Lewd'ster, *s.* தூர்த்தன், காமி, விடன்.
Lexicog'rapher, *s.* நிகண்டாசிரியன், அகராதியாக்கியோன்.
Lexicog'raphy, *s.* அகராதியியற்றல்.
Lex'icon, *s.* அகராதி, நிகண்டு, சொற்பொருள்மாலை, சத்தசங்கிரகம்.
Lia'ble, *a.* உத்தரவாதமான, நேரான ஆளான, உட்பட்ட.
Liabil'ity, *s.* உத்தரவாதம், அபராதம், பாரம்.
Li'ar, *s.* பொய்யன், தப்பறைக்காரன், புரட்டன்.
Liba'tion, *s.* மதுபான நைவேத்தியம்; அர்க்கியம்.
Li'bel, *s.* பழிதூற்று பத்திரிகை.
Li'beller, *s.* பழிகூறுவோன், அவதூறு சொல்வோன்.
Li'bellous, *a.* குற்றஞ்சாட்டுகிற, பழிதூற்றுகிற.
Lib'eral, *a.* உதாரமான, கொடையுள்ள, தியாகமுள்ள; arts, அலங்காரவித்தை; an excessively liberal person, தியாகி.
Liberal'ity, *s.* ஈகை, கொடை, தருமம், உதாரம், தயவு, தயாளம், வண்மை.
Lib'eralize, *v.t.* உதாரியாக்கு.
Lib'erally, *ad.* தாராளமாய், பூரணமாய், இலவசமாய்; to give liberally, வீசு.
Lib'erate, *v.t.* விடு, தப்பவை, நீக்கு, பிரி.
Libera'tion, *s.* விடுதலை, நீக்கம், துறவு.
Lib'erator, *s.* விடுதலைசெய்வோன், மீட்போன், மீட்பவன்.
Lib'ertine, *s.* கட்டாயமில்லாதவன், காமுகன், தூர்த்தன், விடன்.
Lib'ertine, *a.* காமுக, தூர்த்த, கட்டாயமில்லாத.
Lib'ertinism, *s.* தூர்த்தத்தனம், காமாதுரம்.
Lib'erty, *s.* சுயாதீனம், தன்னிஷ்டம், விடுதலை, உத்தரவு, விடை, அபிமயம், செலவு; religious, தர்மசுவாதந்தரியம்; sale of one's liberty, ஆத்மவிக்கிரயம்.
Libid'inist, *s.* தூர்த்தன், காமி, மோகன், விரகதாபன்.
Libid'inous, *a.* காமமுள்ள, மோக; libidinous, propensity, காமப்பற்று, காமாபிலாசை.
Li'bra, *s.* துலா, துலாராசி.
Libra'rian, *s.* புத்தகசாலைக்காரன்.
Li'brary, *s.* புத்தகசாலை.
Libra'tion, *s.* சமம், சமநிறை, சமநிலை.
Lice, *s. pl.* of louse.
Li'cence, Li'cense, } *s.* உத்தரவு, சுவாதீனம், மிக்க சுவாதீனம்.

License, *v.t.* அதிகாரங்கொடு, உத்தரவு பண்ணு, ஏற்படுத்து.
Licen'tiate, *s.* தொழில்பயில அதிகாரம் பெற்றவன்.
Licen'tiate, *v.i.* அதிகாரங்கொடு.
Licen'tious, *a.* கட்டுக்கமையாத, அடங்காத, சிற்றின்ப, தூர்த்தத்தனமுள்ள; person, விடன்.
Licen'tiousness, *s.* கட்டுக்கமைவுறாமை, அடங்காமை, சிற்றின்பம்.
Lich'en, *s.* பாசி.
Lick, *s.* அடி.
Lick, *v.t.* நக்கு, அடி.
Lick'erishness, *s.* சொகுசு.
Lic'orice, *s.* அதிமதுரம்; wild licorice, வெண்குன்றி.
Lic'tor, *s.* பிரதான அதிகாரியைச்சேர்ந்த உத்தியோகஸ்தன்.
Lid, *s.* மூடி, மூடல்.
Lie, *s.* பொய், தப்பறை, புரளி, புளுகு, அபத்தம், மித்தியம்; to give the lie, பொய்யாக்க.
Lie, *v.t.* பொய்சொல்லு, பொய், பிழை.
Lie, *v.i.* படு, பள்ளிகொள்ளு; to lie, by, அமர்ந்திருக்க; to lie in the way, தடையாக; to lie in, பிரசவகாலம் கழிக்க; to lie in wait, பதிவிருக்க; to lie under an obligation, கடமைக்குட்பட்டிருக்க; it lies with you to make amends, ஈடுசெய்வது உன் கடமை.
Lief (lēf), *ad.* சந்தோஷமாய், மனமாய், மனசார.
Liege, *s.* சுவாதிபதி, தலைவன், யஜமானன்.
Liege, *a.* மானியவொழுங்குக்குள்ளான.
Liege'man, *s.* குடியானவன், ஆள்.
Li'entery, *s.* கழிச்சல்.
Lieu (lū), *s.* பதில், பிரதி, ஈடு; in lieu of பதில்.
Lieuten'ancy, *s.* பதிலுத்தியோகம்.
Lieuten'ant (līv-ten'ant), *s.* பிரதிதலை, பதிலுத்தியோகஸ்தன்.
Life, *s.* ஜீவன், பிராணன், உயிர், உற்சாகம், முயற்சி, ஆசாரம், ஒழுக்கம், சரித்திரம்; term of life, ஆயுள்காலம்; general mode of life, லோகவிரதம்; a woman who leads a bad life, வசவி.
Life'boat, *s.* ஜீவரக்ஷாவோடம்.
Life'giving, *a.* உயிர்தரும், வீரமுண்டாக்கும்.
Life'guard, *s.* உயிர்த்துணைவர், அரசர்க்குறு துணைவர், மெய்காப்பாளர்.
Life'less, *a.* ஜீவனில்லாத, செத்த, உயிரற்ற, வாட்டமான; a lifeless body, கட்டை.
Life'like, *a.* ஜீவகளையுள்ள.
Life'string, *s.* ஜீவதாது.
Life'time, *s.* ஆயுசு, வாழ்நாள், ஜீவகாலம்.
Life'weary, *a.* இருந்துலுப்புற்ற, கஷ்டஜீவனஞ்செய்யும்.
Life', *s.* தூக்கு, தூக்குகை.
Lift, *v.t.* தூக்கு, உயர்த்து, நிமிர்த்து, ஏற்று, எடு.
Lig'ament, *s.* கட்டுங்கயிறு, பந்திக்கும் நார் பந்தனம், பந்தனி.
Lig'ature, *s.* தட்டு, பந்தம், பிணி, பிணிப்பு கயிறு, தளை.
Light, *s.* ஒளி, விளக்கு, தீபம், வெளிச்சம், ஜோதி, காந்தி, சுடர், அறிவு, தெளிவு.
Light, *v.t.* கொளுத்து, பற்றவை, விளக்கேற்று.
Light, *v.i.* படி, வடி, இறங்கு, தாழ்.
Light, *a.* வெளிச்சமான, ஒளியுள்ள, பிரபையான, இலேசான, பளுவற்ற, he is light of foot, அவன் தீவிரநடையுள்ளவன்; to make light of a thing, ஒன்றை அற்பமாயெண்ண; red, இளஞ்சிவப்பு.
Light'armed, *a.* சிறுக ஆயுதம்தரித்த.
Light'bearer, *s.* தீவர்த்திக்காரன்.
Light'brain, *s.* அறிவிலி, மந்தன்.
Light'en (līt''n), *v.t.* இலேசாக்கு, பாரமிறக்கு, வெளிச்சங்காட்டு.
Light'en, *v.i.* மின்னு, பிரகாசி, ஒளிர்.
Light'er, *s.* வெளிச்சக்காரன், தீபமேற்றுவோன், படவு, சலங்கு.
Light'er-man, *s.* படவுக்காரன்.
Light'fingered, *a.* கைம்மாயமுள்ள, கைச்சிமிட்டுள்ள, திருட்டுத்தனமுள்ள.
Light'footed, *a.* கதியாயோடுகிற, துரிதமான.
Light'headed, *a.* எண்ணமற்ற, ஞாபகமில்லாத, நிலையற்ற, கிறுகிறுப்பான.
Light'hearted, *a.* மகிழ்ச்சியான, உல்லாசமான, களிப்பான.
Light'heeled, *a.* துரிதநடையுள்ள.
Light'house, *s.* தீபமண்டபம், தீபஸ்தம்பம், விளக்குக்கூண்டு.
Light'legged, *a.* கால்விரைவுள்ள, தீவிரகதியுள்ள.
Light'ly, *ad.* இலகுவாய், இலேசாய், அற்பமாய், காரணமின்றி, கிரேதுவாய், விரைவாய், தீவிரமாய்.
Light'minded, *a.* நிலையற்ற, உறுதியற்ற.
Light'ness, *s.* இலேசு, நொய்மை, பாரமின்மை, துரிதம்.
Light'ning, *s.* மின்னல், மின், ஒளி, இடியேறு.
Lights (*pl.*), நுரையீரல், மணிக்குடர், சுவாசகோசம்.

Light'some, *a.* பிரபையுள்ள, மகிழ்ச்சியுள்ள, சந்தோஷமுள்ள.
Lig'neous, Ling'nous, } *a.* மரத்தாலாய, மரம்போன்ற.
Li'gure, *s.* இரத்தினவிசேஷம்.
Like, *s.* நிகர், ஒப்பு, சமானம், சாயல், மாதிரி.
Like, *v.t.* விரும்பு, ஆசி, உவ.
Like, *a.* ஒத்த, இணையான, சம்மான, நிகரான.
Like, *ad.* அம்மாதிரியாய், யோக்கியமான விதமாய், போலும்.
Like'lihood, Like'liness, } *s.* நிஜம்போலானது, சம்பவிக்கக்கூடிய தன்மை.
Like'ly, *a.* நிஜம்போன்ற, ஏற்கத்தக்க.
Like'ly, *ad.* போலும்.
Like'n, *v.t.* உவமானி, உவமி, ஒப்பிடு.
Like'ness, *a.* இணை, உவமை, ஒப்பனை, உவமானம், சாயல், பிரதி, சவர்து, சமம்.
Like'wise, *ad.* அப்படியே, அம்மாதிரியாய், மேலும்.
Lik'ing, *s.* இஷ்டம், பிரியம், ஆசை.
Lil'y, *s.* பூஞ்செடிவிசேஷம்.
Lil'y-handed, *a.* வெண்கையுள்ள, கைவெளுப்புற்ற.
Li'mature, *s.* அரப்பொடி, அரப்பஸ்பம்.
Limb (lĭm), *s.* அவயவம், அங்கம், உறுப்பு, கொம்பு, கொப்பு.
Lim'beck, *s.* வடிபாண்டம்.
Lim'berness, *s.* துவளல், நம்யத்துவம், வசையுந்தன்மை.
Lim'ber, *a.* இளக்கமான, மெலிவுள்ள, தளர்ச்சியான, வளையத்தக்க.
Lim'bless, *a.* அவயவமற்ற, உறுப்பற்ற.
Limb'meal, *ad.* சின்னபின்னமாய், துண்டுதுண்டாய்.
Lim'bo, Lim'bus, } *s.* நரகத்தினெல்லை, பவர்க்கம்.
Lime, *s.* சுண்ணச்சாந்து, சுண்ணாம்பு, நீறு; எலுமிச்சங்காய்.
Lime, *v.t.* சாந்துபூசு, சாந்தடி, சுண்ணாம்புபூசு.
Lime'burner, *s.* நீறுசுடுவோன், சுண்ணம்சுடுவோன்.
Lime'kiln (līm'kĭl'), *s.* சூளை, நீற்றறை, நீற்றுச்சூளை, சுள்ளை, காளவாய்.
Lime'stone, *s.* சுக்கான்கல்.
Lime'twig, *s.* பசைபூசின கிளை.
Lime'water, *s.* சுண்ணாம்புத்தண்ணீர்.
Lim'it, *s.* எல்லை, மட்டு, அளவு, வரையறை, வரைஇலாக்கா, அத்து, சரகத்து, கங்கு.
Lim'it, *v.t.* எல்லைப்படுத்து, வரையறு.

Limita'tion, *s.* எல்லைமானம், எல்லைக்கட்டு, அந்தம்.
Limn (lĭm'), *v.i.* & *t.* சித்திரி, வர்ணி.
Lim'ner, *s.* வர்ணக்காரன், சித்திரக்காரன், ஓவியன்.
Limp, *s.* முடம், நெளிவு.
Limp, *v.i.* நெளிந்துநட, நொண்டு.
Lim'pid, *a.* துலக்கமுள்ள, துலங்கரமான, தெளிவுள்ள.
Lim'y, *a.* சுண்ணாம்புள்ள, பசையுள்ள, பற்றுள்ள.
Linch'pin, *s.* அச்சாணி, அச்சுருவாணி, கடையாணி, ஆணி.
Line, *s.* ஒழுங்கு, வரி, இரேகை, கீறு, கோடு, நூல், எல்லை, கொடி, அடி, பாதம், அளவு, நூல், வமிசம், வியாபாரம்; a line of descendants, வமிசவழி.
Line, *v.t.* அணைசேலையிடு, உள்ளுறைக்கூறையிடு, மூடு; வரி, கீறு, வேலியிடு.
Lin'eage, *s.* உரிமைவழி, கிளைவழி, சந்ததி, குடி, குலம், கோத்திரம், வமிசம்.
Lin'eal, *a.* வரிகளாலாய, வமிசவரிசையான, பரவணியான.
Lin'eally, *ad.* வமிசவரிசையாய். பரவணியாய்.
Lin'eament, *s.* ஜாடை, அடையாளம், குறி, உரு, சாங்கம்.
Lin'ear, *a.* வரிபற்றிய, இரேகையுள்ள, வரிபோன்ற.
Linea'tion, *s.* கோடுகிழித்தல், கோடுகீறுதல்.
Lin'en, *s.* சணனூற்புடவை.
Lin'en-draper, *s.* சணனூற்புடவை வியாபாரி.
Lin'ger, *v.i.* தாமதப்படு, சோம்பு, சுணங்கு.
Lin'geringly, *ad.* தாமசமாய்.
Lin'get, *s.* லோகக்கட்டி.
Lin'go, *s.* பாஷை, பேச்சு.
Linguadent'al, *a.* நாபல் இரண்டின் முயற்சியாற் பிறக்கும்.
Lin'gual, *a.* நாவுக்கடுத்த, நாவாற்பிறக்கிற.
Lin'guist, *s.* பலபாஷை கற்றோன், பலபாஷை யப்பியாசி.
Lin'iment, *s.* எண்ணெய், தைலம், மருந்துநெய்.
Lin'ing, *s.* உள்ளுறைக்கூறை, அணைசேலை.
Link, *s.* சங்கிலிவளையம், கட்டு, பந்தம்.
Link, *v.t.* பிணை, புணர், தொடு, கட்டு, கொளுவு.
Link'boy, *s.* பந்தம்பிடிப்போன்.
Lin'net, *s.* ஒரு குருவி.
Linsey-wool'sey, *s.* சணநூலும் ஆட்டுரோமமுங் கலந்து நெய்த சவளி.

Lin'seed, *s.* ஆழிவிரை, சிறு சணல்விதை.

Lin'stock. *s.* தீப்பந்தக்கோல்.

Lint, *s.* நூற்சிலும்பல், சுகிர்ந்தபஞ்சு, சக்கை.

Lin'tel, *s.* மேல்வாயிற்படி, கதவுநிலையின் மேனுத்திரம், மேல்நிலை, நாசிகை.

Li'on (*fem.* li'oness), *s.* சிங்கம், ஆண் சிங்கம், மிருகராஜன், அரிமா.

Lip, *s.* உதடு, இதழ், அதரம்; விளிம்பு, அருகு.

Lip, *v.t.* முத்தமிடு.

Lip'devotion, *s.* வசனபக்தி.

Lip'good, *a.* வாய்நலமுள்ள.

Lip'labour, *s.* வெறுஞ்சொல், வாயுழையப் பேசல்.

Lip'pitude, *s.* பீளைசாறுகை, கண்ணோய்.

Lip'wisdom, *s.* வாசாஞானம்.

Lipoth'ymy, *s.* சோர்வு, மயக்கம், மூர்ச்சை.

Li'quate, *v.i.* உருகு, கரை.

Liquefac'tion, *s.* உருகுகை, உருக்குகை, நீராக்குகை, திரவீகரணம்.

Liq'uefy, *v.t.* உருக்கு, கரை.

Liq'uefy, *v.i.* உருகு, கரை.

Liqueur', *s.* வாசனையூட்டின மதுபானம்.

Liq'uid, *s.* திரவதிரவியம், திரவவஸ்து, திரவபதார்த்தம், நீரானவஸ்து, ஜலபதார்த்தம்; நெகிழொலியெழுத்து.

Liq'uid, *a.* நீராளமான, நீர்பிடித்த, நீர்த்த.

Liq'uidate, *v.t.* தெளிவி, மயக்கம்நீக்கு, தீர், இறு, குறை.

Liquida'tion, *s.* தெளிவு, மயக்கநிவிர்த்தி, இறுப்பு, தீர்ப்பு, தொலைப்பு.

Liquid'ity, *s.* நீர்த்தன்மை, நீர்மை.

Liq'uor, *s.* செய்நீர், திராவகம், பருகுவன, பானியம், நீரம், மஸ்துள்ள பானபதார்த்தம்; distilled or fermented, கலால்.

Liqu'orice, *s.* See Licorice.

Lir'ipoop, *s.* வித்தியாபட்டதாரன் முக்காட்டங்கி.

Lisp, *v.i.* தெற்றிப்பேசு, கொன்னைதட்டு, நாக்குத்தட்டு, கொஞ்சு, மிழற்று.

Lisp, *s.* கொன்னை, குதலை, நாத்தடக்கு.

Lisp'ingly, *ad.* மழலையாய், குதலையாய், கொன்னி.

List, *s.* இடாப்பு, அட்டவணை, ஓரம், விளிம்பு, புடைவையின்கம்பி, காற்கட்டுப்புடவை; களரி, யுத்தகளம்.

List, *v.t.* கம்பிகீறு, இடாப்பெழுது; சேவகமெழுது, உற்றுக்கேள்.

List'ed, *a.* கம்பியுள்ள, பலவர்ணக்கம்பியுள்ள.

Lis'ten (lĭs''n), *v.i.* செவிகொடு, செவிசாய், உற்றுக்கேள்.

List'less, *a.* கவலையற்ற, பராக்கான.

List'lessness, *s.* கவலையின்மை, பராக்கு.

Lit, *pt.* & *p.p.* of light.

Lit'any, *s.* பொதுவான விண்ணப்பம், தேவபிரார்த்தனை.

Lit'eral, *a.* சொல்லர்த்தமுள்ள, சொற்பொருளுள்ள, மூலார்த்த, அருபக; literal meaning, ஸ்வார்த்தம்.

Lit'eralist, *s.* பதவுரையைச் சார்வோன்.

Lit'erally, *ad.* சொல்லர்த்தமாய், பதப்பொருளாய்.

Lit'erary, *a.* கல்விக்கடுத்த, வித்தியாசம்பந்த.

Litera'ti, *s.* கற்றோர், அறிஞர், கலைஞர், பாவலர், நாவலர், புலவர்.

Lit'erature, *s.* கல்வி, படிப்பு, கலைஞானம்.

Lith'arge, *s.* பளிங்குருவான வங்கம்.

Lithe, *a.* துவளுகிற, வளையத்தக்க.

Lith'ograph, *v.t.* கல்லின்மேலெழுது, சிலையிற் சித்திரி.

Lithog'rapher, *s.* கற்சித்திர வித்தகன்.

Lithog'raphy, *s.* கல்மேலெழுதும் வித்தை, கல்லச்சுவித்தை.

Lith'omancy, *s.* சிலைபார்த்துக் குறிசொல்லல்.

Lithot'omist, *s.* கல்லடைப்பு வைத்தியன்.

Lithot'omy, *s.* கல்லடைப்பு வைத்தியம்.

Lit'igant, *s.* வழக்கு முயற்சிக்காரன், வாதாடி.

Lit'igate, *v.i.* வழக்காடு, வழக்குப்பேசு, வாதாடு, விவாதி.

Litiga'tion, *s.* விவாதம், வழக்கிடல், வழக்குப்பேசல்.

Litig'ious, *a.* வழக்குள்ள, வாதாடுகிற.

Litig'iousness, *s.* விவாதம், வியாச்சியம், வழக்காட்டம்.

Lit'ter, *s.* தோளா, படுக்கைவிசேஷம்; விலங்கின்கிடை, ஒருவைப்புக்குட்டிகள்; குப்பை.

Lit'ter, *v.t.* குட்டியீனு, படுக்கைபோடு, வைக்கோல்மூடு, கஞ்சல்போடு.

Lit'tle, *s.* கொஞ்சம், அற்பம், சொற்பம், சிறுமை.

Lit'tle, *a.* சின்ன, சிறிய, கொஞ்ச, சொற்ப, அற்ப, கிஞ்சித்.

Lit'tle, *ad.* கொஞ்சமாய், சொற்பமாய்.

Lit'tleness, *s.* சிறுமை, சின்னம், அற்பம்.

Lit'urgy, *s.* கிறிஸ்துசமய சாதாரண பிரார்த்தனை.

Live, *v.i.* இரு, வசி, வாசம்பண்ணு, சஞ்சரி, உயிரோடிரு, வாழ், உய், தழை; he has enough to live on, ஜீவனத்திற்குப் போந்த ஸ்திதி அவனுக்குண்டு; to live within one's income, தன்னைக்கட்ட

Live, *a.* உயிருள்ள, உயிரான; a living corpse, உயிருடன் செத்தபிணம்; live coal, கொழுந்தழல்.
Live'less, *a.* அஜீவ, அப்பிராண.
Live'lihood, *s.* வர்த்தனை, விர்த்தி, வயிற்றுப்பாடு, பிழைப்பு, ஜீவனம், ஆர்ஜிதம்.
Live'liness, *s.* முயற்சி, உற்சாகம், உயிர்ப்பு.
Live'long, *a.* நீடித்த, நாட்பட இருக்கத்தக்க; the whole livelong day, பகல் முழுதும்.
Live'ly, *a.* உற்சாகமுள்ள, முயற்சியுள்ள, சுறுசுறுப்புள்ள, தீவிரமான.
Liv'er, *s.* காலகஞ்சனம், ஈரல், பித்தாசயம், காலேயம்; complaint, ஈரல்நோய், ஈரற்குலைவியாதி.
Liv'er-colour, *s.* கருஞ்சிவப்பு.
Liv'er-grown, *a.* ஈரல்பருத்த.
Liv'ery, *s.* சேவகருடுப்பு.
Live'ry-man, *a.* உடுப்புத்தரித்த சேவகன்.
Live'stock, *s.* ஜீவப்பிராணிகள், சரப்பொருள், சங்கமம், ஜீவதனம்.
Liv'id, *a.* கன்றலான, கன்றின.
Liv'idity, *s.* நிறம்மங்கல், கன்றல்.
Liv'ing, *s.* ஜீவனம், பிழைப்பு, ஜீவியம்; to provide one a living, வீடும் விளக்குமாய் வைக்க.
Liv'ing, *p.a.* ஜீவனுள்ள, ஜீவனோடிருக்கிற.
Lixiv'ium, *s.* சாம்பற்சாரநீர், சாம்பனீர்.
Liz'ard, *s.* பல்லி, முசலி, முசலிவர்க்கம்.
Lla'ma, *s.* ஒட்டகச்சக்களத்தி.
Lo, *int.* பார், பாருங்கள், இதோ, அதோ, கேள்.
Load, *s.* சுமை, பாரம், பொதி.
Load, *v.t.* பாரமேற்று, பாரஞ்சுமத்து, சுமையேற்று.
Loads'man, *s.* வழிகாட்டி.
Load'star, *s.* தலைநக்ஷத்திரம், துருவநக்ஷத்திரம்.
Load'stone, *s.* காந்தக்கல், ஊசிக்காந்தம்.
Loaf (*pl.* loaves), *s.* ரொட்டி, அப்பம், அபூபம்.
Loam, *s.* பசளைமண், களிமண்.
Loam, *v.t.* களிமண்ணால் மெழுகு, களிமண்ணிடு.
Loan, *s.* இரவல், கடன்.
Loan, *v.t.* இரவல்கொடு, கடன்கொடு.
Loath, *a.* விருப்பமற்ற, மனமில்லாத.
Loathe, *v.t.* வெறு, அருவரு, அரோசி, குமட்டு.
Loath'ful, *a.* அருவருப்பான, வெறுக்கிற, பகைக்கும், அரோசிக்கும்.
Loath'some, *a.* அருவருப்பான, அருக்களிப்பான, வெறுப்பான.
Lob, *s.* அந்தங்கெட்டவன், கொச்சைமகன்.
Lob'by, *s.* சாலை, தலைவாயில், பசுப்பட்டி, ஆன்கொட்டில்.
Lobe, *s.* இதழ், மடல்; lobe of the ear, கன்னபாலி.
Lobs'pound, *s.* சிறைச்சாலை.
Lob'ster, *s.* நண்டு, ஞெண்டு, கர்க்கடகம், அலவன்.
Lo'cal, *a.* இடத்துக்குரிய, ஸ்தானத்துக்கடுத்த, ஊருக்குரிய; usage, தேசாசாரம், தேசவியவகாரம், தேசவழக்கம்; local rights or customs, தேசதர்மம்.
Local'ity, *s.* இடம், ஸ்தானம், தலம், நிலயம், ஊர்.
Lo'cally, *ad.* இடவுரிமையாய், ஸ்தானசம்பந்தமாய்.
Lo'cate, *v.t.* வை, நிலைப்படுத்து, நிறுத்து, தாபி.
Loca'tion, *s.* வைப்பு, இடம், நிலயம், ஸ்தானம்.
Loc'ative (*case*), *s.* இடவேற்றுமை.
Loch, *s.* கடற்கழி, ஏரி, வாவி.
Lock, *s.* பூட்டு, பொறி, பிடிப்பு, அடைப்பு, சிகை, பந்தி.
Lock, *v.t.* பூட்டு, அடை, அணை, மறி.
Lock'er, *s.* பூட்டப்படுவது.
Lock'et, *s.* மணிக்கடைப்பூட்டு, பின்கொக்கி, தவளைக்குறங்கு, பதக்கம்.
Lock'jaw, *s.* இசிவுஜன்னி, வலிஜன்னி, ஈர்ப்பு, அனுஸ்தம்பனம்.
Lock'smith, *s.* பூட்டுச்செய்வோன்.
Locomo'tion, *s.* இடப்பெயர்ச்சி, தானப்பெயர்ச்சி.
Lo'comotive, *a.* தானத்தைவிட்டுப் பெயருகிற.
Lo'cust, *s.* வெட்டுக்கிளி, தத்துக்கிளி, பதங்கம், சலபம், வெட்டுவாலி.
Locu'tion, *s.* பேச்சு.
Lodge, *s.* தங்குமிடம், குடிசை.
Lodge, *v.t.* & *i.* விடுதிகொடு, இடங்கொடு, நாட்டு, தங்கு, உறை.
Lodg'er, *s.* விடுதிக்காரன்.
Lodg'ing, *s.* விடுதி, தரிப்பு, இல்லிடம், துறை, குடா.
Lodg'ment, *s.* தங்குகை, தரிப்பு, பாளயம், பதிவு, பாசறை.
Loft, *s.* மேற்கட்டு, மேல்மச்சு, மேற்றளம், மேனிலை, பரண்; மேன்மாடம்; loft of a car, தட்டு.
Lof'tily, *ad.* உயரமாய், பெருமையாய், மேட்டிமையாய்.

Lof'tiness, *s.* உச்சம், பெருமை, உயர்ச்சி, மகிமை, உத்துங்கம், மேட்டிமை.
Lof'ty, *a.* உயர்ந்த, மகத்துவமுள்ள, உன்னதமான, மேட்டிமையான.
Log, *s.* கட்டை, குற்றி, ஒரு மொத்த அளவு.
Log'arithms (*pl.*), பரிகன்மம்.
Log'book, *s.* கப்பலோட்டக் குறிப்புப் புஸ்தகம்.
Log'gerhead, *s.* மடன், மந்தன், மூடன்.
Log'ic, *s.* நியாயவிலக்கணம், தார்க்கிகம், தர்க்கம், தர்க்கவித்தை, தர்க்கசாஸ்திரம்.
Log'ical, *a.* நியாய விலக்கணத்திற்குரிய, தார்க்கிக முறைமையான; logical conclusion, நிகமனம், விகிகமம்.
Logi'cian, *s.* நியாயவிலக்கணி, தார்க்கிகன், வாதி, நையாயிகன்.
Log'man, *s.* கட்டை சுமப்போன்.
Logom'achy, *s.* வாக்குவாதம், சப்தவாதம், சப்தவிவாதம்.
Log'wood, *s.* பதங்கம்.
Loin, *s.* இடுப்பு, அரை, நாரி.
Loi'ter, *v.i.* வீணபொழுதுகழி, சோம்பு, சுணங்கு, பிந்து, நேரம்பாராட்டு.
Loi'terer, *s.* சோம்பேறி, வீண்பொழுதுபோக்கி.
Loll, *v.i.* கிட, சாய், சார்.
Lone, *a.* தனித்த, ஒன்றியான, ஏகாந்தமான.
Lone'liness, *s.* தனிமை, ஏகாந்தம்.
Lone'ly, *a.* ஏகாந்தமான, தனித்த, ஏகாந்தமாயிருக்க விரும்புகிற; place, நிர்ஜனஸ்தானம்.
Lone'some, *a.* தனித்த, தனிமையான, ஏகாந்த.
Long, *v.i.* அங்கலாய், ஆசி, இச்சி, நதது, அவாவு.
Long, *a.* நீளமான, நீண்ட, நீட்சியுள்ள, நெடு; a long period, சிரகாலம்.
Long, *ad.* தூரமாய், வெகுகாலமாய், தீர்க்கமாய்; the whole year long, வருஷபரியந்தம்.
Longanim'ity, *s.* பொறுமை, பொறை.
Long'boat, *s.* நெடுவள்ளம், பெருவள்ளம்.
Longe'val, *a.* தீர்க்காயுசுள்ள.
Longev'ity, *s.* நீடாயுள், தீர்க்காயுசு, சிரஞ்சீவியம்.
Long'-headed, *a.* சூக்ஷ்மபுத்தி, நிபுணமதி, உற்பன்னமதி.
Longim'anous, *a.* நெடுங்கரமுள்ள, கைநீண்ட.
Longim'etry, *s.* தூரமளவிடும்வித்தை, தூரம்.
Lon'ging, *p.n.* ஆசை, அவா, அபேக்ஷை, நாட்டம்; the longing of a mother to see her child, முகசோஷை.
Longin'quity, *s.* தூரம், தொலை.
Lon'gitude, *s.* தீர்க்கரேகை, ரேகாந்தரம், தேசாந்தரம்; terrestrial, ரேகாம்சம்; celestial, சாயனம்; moon's, சசிபுடம், சந்திரபுடம்; mean, மத்திமபுடம்; true, சுத்தபுடம்; true, of the moon, சுத்தசந்திரபுடம்; east, குணரேகாந்தரம்; west, குடரேகாந்தரம்.
Longitu'dinal, *a.* ரேகாந்தர, தேசாந்தர, சாயன.
Long'life, *s.* தீர்க்காயுசு, சிராயுசு.
Long'lived, *a.* தீர்க்காயுசுள்ள, சிரஞ்சீவி.
Long'shanked, *a.* கால்நீண்ட.
Long'spun, *a.* நீடித்த, மிகநீண்ட.
Long'suffering, *s.* சாந்தம், நீடியசாந்தம், நீடியபொறுமை.
Long'tongued, *a.* பிதற்றுகிற, பசபசக்கிற, கடிந்துகொள்ளுகிற, கண்டிக்கிற.
Long'winded, *a.* மூச்சடக்குகிற, அலுப்புறுவிக்கும்.
Long'wise, *ad.* நீளத்தில், நீளப்பாட்டில்.
Loob'y, *s.* பருப்படியான தோற்றமுள்ளவன், மண்ணியன், ஸ்தூலபுத்தி.
Look, *s.* பார்வை, தோற்றம், நோக்கம், சாயல்; as cast of countenance, வதனாகாரம், முகச்சாயை; and austere look, கடும்பார்வை, முகக்கடுப்பு; gracious look, கடாக்ஷவீக்ஷணம்.
Look, *v.i.* பார், நோக்கு, காண், ஆராய்; up, அண்ணு; to look well, சுகரூபியாய்த்தோன்ற; to look ill, சுகவீனனுபகாணப்பட; to look for, தேட, வரவுபார்த்திருக்க; to look into, விசாரிக்க; to look out, எச்சரிக்கையாயிருக்க; to look over, ஒவ்வொன்றாய்ப் பார்வையிட.
Look, *int.* பார், அகோ.
Look'er, *s.* பார்ப்போன், நோக்குவோன், ஆராய்வோன்.
Look'ing-glass, *s.* நிலைக்கண்ணாடி, முகக்கண்ணாடி.
Look'out, *s.* எதிர்பார்த்தல், அவதானம், சாவதானம், அபேக்ஷை.
Loom, *s.* நெசவுதறி, நெய்வார்தறி.
Loom, *v.t.* தூரத்திற்றோன்று.
Loon, *s.* தறுகுறும்பன், தப்பிலி.
Loop, *s.* தடம், கண்ணி, வளையம், குளேச்சு.
Loop'hole, *s.* கண்ணறை, சுருங்கை, துவாரம்.
Loose, *v.i.* & *t.* அவிழ், இளக்கு, பிரி, இளகு, நெகிழ்.

Loose, *a.* இளக்கமான, நெகிழ்வுள்ள, தொய்ந்த, நெகிழ்ந்த, சோரபான, நெறிவழுவான; woman, பட்டி, வேசி.
Loose'ly, *ad.* தளர, நெகிழ, அசட்டையாய்.
Loos'en, *v.t.* இளக்கு, அவிழ், கழற்று, நெகிழ், நெகிழ்.
Loose'ness, *s.* இளக்கம், இளக்காரம், தளர்ச்சி; of the bowels, இரேசனம், வயிற்றுப்போக்கு; looseness of morals, வியபிசாரம்.
Lop, *v.t.* வெட்டு, நறுக்கு, தறி, கிள்ளு, கழி.
Lop'per, *s.* மரந்தறிப்போன், தறிகாரன்.
Lop'ping, *s.* தறி, தறிக்கப்பட்டது.
Loqua'cious', *a.* அலப்புகிற, கதைக்கிற, தொப்பிரசங்கமுள்ள.
Loquac'ity, *s.* கத்து, அலப்பு, தொப்பிரசங்கம்.
Lord, *s.* கர்த்தர், சுவாமி, ஆண்டவர், நாதன், கணவன், பர்த்தா, இறைவன், தலைவன், பிரபு, பட்டப்பிரபு; lord of men, ஜனேந்திரன், நரேந்திரன்.
Lord, *v.t.* பட்டஞ்சூட்டு.
Lord, *v.i.* இறுமாப்புடனதிகாரஞ்செலுத்து.
Lord'ling, *s.* இளவரசு, சிறுபிரபு.
Lord'ly, *a.* பிரபுக்குரிய, மேட்டிமையான, இறுமாப்புள்ள.
Lord'ship, *s.* பிரபுத்துவம், தலைமை, அதிபத்தியம்.
Lore, *s.* கல்விப்பொருள், கல்வி, வித்தை, அறிவு.
Lor'icate, *v.t.* தகடிடு, லோகம் பூசு.
Lorn, *a.* இழந்த, தனித்த, கைவிடப்பட்ட.
Lose, *v.t.* இழ, இழந்துவிடு, கெடவிடு, போக்கடி, தடுமாறப்பண்ணு; to be irretrievably lost, முழுகிப்போக; to lose ground, பின்னிடைய; to lose one's reason, அறிவழிய; to lose one's self, மெய்மறக்க; to lose one's dignity, மகிமைகெட; loss of health, சுகக்கேடு, வசப்பிழை.
Los'ing, *a.* நஷ்டம் வருத்தும்.
Loss, *s.* நஷ்டம், சேதம், கேடு, பழுது, பாடு, தாழ்வு; of sense, மதிமோசம், மதிகேடு.
Loss'less, *a.* நஷ்டமற்ற.
Lost, *p.a.* இழந்த, சேதம்போன; lost in thought, சிந்தாபர.
Lot, *s.* கதி, அதிர்ஷ்டம், பங்கு, பாகம், கூறு.
Lo'tion, *s.* கழுவுகை, மருத்துநீர்.
Lot'tery, *s.* தாயம், பந்தயம், குதிரைச்சீட்டு, சீட்டு.
Lo'tus, *s.* தாமரை, அரவிந்தம்.
Loud, *a.* உரத்தசத்தமுள்ள, ஆரவாரமான, அமலையான.
Loud'ly, *ad.* உரத்து, பலத்த சத்தமாய்.
Loud'ness, *s.* உரத்த சத்தம், பேரொலி, முழக்கம்.
Lough (lŏk), *s.* வாவி, ஏரி, சுனை.
Lounge, *v.i.* பொழுதுபோக்கு, சோம்புற்றிரு.
Loung'er, *s.* சோம்பன், வீணிற் பொழுது கழிப்போன்.
Louse, (*pl.* lice), *s.* பேன், யூகை.
Lous'y, *a.* பேன்பிடித்த, பேன்மொய்த்த, நீச, எளிய.
Lout, *s.* பாங்கற்றவன், மாடன், மூடன்.
Lov'able, *a.* நேசபாத்திர, நேசிக்கத்தக்க.
Love, *s.* அன்பு, நேசம், நட்பு, சிநேகம், பிரீதி, விருப்பம்; love of mankind, லோகானுராகம்; love of God, தேவாசை.
Love, *v.t.* அன்புவை, நேசி, விரும்பு.
Love'day, *s.* பிணக்கறுக்குநாள், நட்புப்பொருந்துநாள்.
Love'less, *a.* நேசமற்ற, அன்பில்லா.
Love'liness, *s.* விரும்பப்படத்தக்க தன்மை, அருமை.
Love'lorn, *a.* நேசம்போக்கடித்த, உள்ளன்புவிட்ட, நட்புப்பிரிந்த.
Love'ly, *a.* விரும்பப்படத்தக்க, நேசிக்கத்தக்க, அருமையான.
Lov'er, *s.* அன்பன், காதலன், பிரியை, காதலி.
Love'secret, *s.* நண்பர் அந்தரங்கம்.
Love'shaft, *s.* மன்மதனம்பு, மாரன்வாளி.
Love'sickness, *s.* காமநோய், மதனநோய், காமப்பைத்தியம்.
Love'suit, *s.* வசியம்பண்ணுகை, மணங்கேட்கை.
Love'tale, *s.* சிருங்காரகதை.
Love'trick, *s.* நேசதந்திரம்.
Lov'ing, *a.* அன்புள்ள, நட்புள்ள.
Lov'ing-kindness, *s.* அன்புடைமை, நட்பானபக்ஷம், காருண்ணியம்.
Low, *v.i.* அலறு, புலம்பு, உறுமு.
Low, *a.* கீழான, தாழ்ந்த, இழிவான, நீசமான, குறுகிய, துக்கமான; diet, எளிய போஜனம்; tone of voice, மந்தோசை; as deep or grave, கம்பீரமான; persons, கீழோர், நீசர்; a man of the lowest rank, கடையன்.
Low-bred, *a.* தாழ்மையான; a lowbred person, கசடன்.
Low'er, *s.* மந்தாரம், மப்பு.

Low'er, *v.t.* இறக்கு, அவரோகனி, தாழ்த்து, தாழ்.
Low'er, *v.i.* மந்தாரம்போடு, மப்பாகு.
Low'ermost, *a.* அறக்கீழான, ஆகத்தாழ்ந்த.
Low'ing, *p. n.* கதறுகை.
Low'land, *s.* பள்ளம், பள்ளத்தரை.
Low'liness, *s.* மனத்தாழ்மை, பணிவு, தாழ்ச்சி, கீழ்மை.
Low'lived, *a.* கீழ்மக்களுக்குரிய.
Low'ly, *a.* கீழ்மையான, இழிவான, மனத்தாழ்மையுள்ள.
Low'ness, *s.* கீழ்மை, கடை, பதிவு, தாழ்வு, பணிவு, அதைரியம், அசடு.
Low'spir'ited, *a.* துக்கமான, மனம்நைந்த, சஞ்சலமான, ஆயாசமான.
Low'-thought'ed, *a.* எளியநினைவுள்ள, புன்மதியுள்ள.
Loy'al, *a.* அரசர்க்குறுதியான, இராஜபக்தியுள்ள.
Loy'alist, *s.* அரசர்க்கமைந்தவன், இராஜபக்ஷத்தான்.
Loy'alty, *s.* அரசர்க்குறுதிபயப்பு, இராஜபக்ஷம், இராஜபக்தி.
Lub'bard, *s.* தடிப்பயல், உலக்கைக்கொழுந்து.
Lub'ber, *s.* முழுமகன், சிதடன்.
Lu'bric, *a.* வழுக்கலான, சறுக்கலான, நிலையற்ற.
Lu'bricate, *v.t.* கொழுப்பிடு, வழுவழென்றிருக்கச்செய், மழமழப்பாகச்செய்.
Lubric'ity, *s.* வழுக்கு, சீர்மை, ஒப்பம், தளுக்கு.
Lu'cid, *a.* தெளிவான, பிரகாசமுள்ள, துலக்கமான.
Lucid'ity, *s.* ஒளி, தெளிவு, பிரகாசம்.
Lu'cifer, *s.* காலைவெள்ளி, சுக்கிரன்; பிசாசம், நெருப்புக்குச்சு.
Luci'fic, *a.* ஒளிர்விக்கும், ஒளிதரும்.
Luck, *s.* அதிர்ஷ்டம், சோபனம், சுபம், யோகம், சம்பவம்; good luck, சௌபாக்கியம், bad luck, தௌர்ப்பாக்கியம்.
Luck'ily, *ad.* அதிர்ஷ்டமாய், சோபனமாய்.
Luck'less, *a.* துரதிர்ஷ்ட, அபாக்கியமுள்ள.
Luck'y, *a.* அதிர்ஷ்டமுள்ள, சோபனமுள்ள, சுப; a lucky moment, சுபலக்கினம்.
Lu'crative, *a.* ஆதாயமுள்ள, ஊதியமுள்ள, வருமானமுள்ள.
Lu'cre, *s.* பலன், பயன், ஆதாயம், பேறு.
Lucta'tion, *s.* விவாதம், பிணக்கு, வழக்கு.
Lucubra'tion, *s.* விளக்கேற்றிப்படித்தல், கிசாசந்தியம்.
Lu'cubratory, *a.* விளக்குவெளிச்சத்தில் இயற்றிய.
Lu'dicrous, *a.* நகைப்புள்ள, சேட்டையான.
Ludifica'tion, *s.* பரிகாசம்பண்ணல், கிரீத்தல்.
Luff, *v.t.* கோசிலேபிடித்தோடு, எதிர்காற்றுக்கோடு.
Lug, *v.t.* இழு, வலித்துவாங்கு.
Lug'gage, *s.* பயணச்சர்மான், தட்டுமுட்டு.
Lugu'brious, *a.* துக்கமான.
Luke'warm, *a.* வெதுவெதுப்பான, மந்தோற்சாக.
Luke'warmness, *s.* இளஞ்சூடு, வெதுவெதுப்பு, நகச்சூடு, மந்தோற்சாகம்.
Lull, *s.* காற்றொடுக்கம்.
Lull, *v.t.* ஆற்று, அமையச்செய், தாலாட்டு.
Lul'laby, *s.* தாராட்டு, தாலாட்டு, ஓராட்டு.
Lumba'go, *s.* இடுப்புவலி.
Lum'ber, *s.* பிரயோஜனமற்ற சாமான்கள், பலனற்ற மரங்கள்.
Lu'minary, *s.* சுடர், வானஜோதி, விண்சுடர்.
Lu'minous, *a.* வெளிச்சமுள்ள, பிரகாசமுள்ள.
Lump, *s.* கட்டி, திரள், பிண்டம், மொத்தம்.
Lump, *v.t.* மொத்தமாய் வை.
Lump'y, *a.* கட்டிகட்டியான.
Lu'nacy, *s.* சந்திரரோகம், சந்திரதோஷம், பைத்தியம், உன்மத்தம்.
Lu'nar, *a.* சந்திரனுக்குரிய, சந்திர, சாந்திர; lunar month, சாந்திரமாசம்.
Lu'natic, *s.* உன்மத்தன், பைத்தியகாரன்.
Luna'tion, *s.* சாந்திரமாதம், சாந்திரபரிவிர்த்தி.
Lunch, } *s.* சிற்றுண்டி, சிற்றுணா.
Lunch'eon, }
Lune, *s.* பிறைவடிவமுள்ளது.
Lu'net, *s.* உபக்கிரகம்.
Lungs, *s.* சுவாசாசயம், நுரையீரல்.
Lu'pine, *a.* கோணைப்போன்ற.
Lurch, *s.* வழுவிவிழுகை, சரிந்துவிழுகை; to leave one in the lurch, மோசத்திலகப்பட்டவனைக் கைவிட.
Lurch, *v.i.* & *t.* புரட்டு, சூதுசெய், எய், ஏமாற்று, பக்ஷி, சரிந்துவிழு.
Lurch'er, *s.* புரட்டன், பதிவிருப்போன், வேட்டைபிடிக்கப் பதுங்குநாய்.
Lure, *s.* பகட்டு, எய்ப்பு.
Lure, *v.i.* & *t.* இழு, எய், பகட்டு.
Lu'rid, *a.* மந்தாரமுள்ள, அகோரமான.
Lurk, *v.i.* ஒட்டிநில், ஒளியிட்டிரு, பதுங்கு, நழுவு, பதிவிரு.
Lurk'er, *s.* பதிவிருப்போன்.

Lurk'ing-place, *s.* பதிவிடை, பதிவு, ஒதுக்கிடம்.

Lus'cious, *a.* கனிவான, தீம், மிகுமதுரமுள்ள.

Lus'ciousness, *s.* மிகுமதுரம், மாதுரியம்.

Lu'sory, *a.* பகிடியான, விளையாட்டான.

Lust, *s.* துராசை, துரிச்சை, காமவிகாரம், மோகம், விரகம், மிகுவாஞ்சை.

Lust, *v.i.* இச்சி, காமி, ஆசி.

Lust'ful, *a.* இச்சையுள்ள, காமமுள்ள, கொழுப்பான, மதமுள்ள.

Lus'tily, *ad.* ஊக்கமாய், உற்சாகமாய்.

Lus'tiness, *s.* திறம், பலம், வைரம், உரம்.

Lust'less, *a.* பலமற்ற, வீரமற்ற.

Lustra'tion, *s.* சுத்தி, குற்றநிவிர்த்தி, ஸ்நானம்.

Lus'tre, *s.* மினுக்கம், ஒளி, சுடர், துலக்கம், பிரகாசம், காந்தி, சோபிதம்.

Lus'trous, *a.* ஜோதியுள்ள, பிரகாசமுள்ள, துலக்கமான.

Lus'trum, *s.* ஐந்துவருஷகாலம்.

Lus'ty, *a.* புஷ்டியான, பலமுள்ள, வைரமுள்ள.

Lu'tanist, *s.* கின்னரன்.

Lute, *s.* கின்னரம், வீணை, யாழ், நரம்புக்கருவி.

Lute, *s.* செம்மல்; the screw pin of a lute, மாடகம்.

Lute, *v.t.* செம்மு.

Luter, }
Lutist, } *s.* வீணைவல்லோன்.

Lute'string, *s.* வீணைநரப்பு, ஒருவகைப்பட்டுப்புடைவை.

Lu'theran, *s.* லூதர் சிஷன்.

Lu'theranism, *s.* லூதர் மதம்.

Luxu'riance, }
Luxu'riancy, } *s.* செல்வம், சுகிப்பு, செழிப்பு, தழைவு, அதிவிர்த்தி, கொழுப்பு.

Lux'uriant, *a.* செழிப்புள்ள, மதர்ப்புள்ள.

Luxu'riate, *v.i.* செழி, தழை, மதர்.

Luxu'rious, *a.* பெரும்போகநுகருகின்ற.

Lux'ury, *s.* பெரும்போகநுகர்ச்சி, பெருவாழ்வு, திம்பண்டம், தித்திப்பு.

Lye, *s.* சாம்பனீர்ச்சாரம், காரம.

Ly'ing, *p.n.* கிடப்பு, சாய்கை, கிடக்கை, படுக்கை; பொய்சொல்லல்; in பிரசவிக்கை; a lying-in-chamber, பிள்ளைபெறும் அறை.

Lymph, *s.* கிணநீர், தொக்குதகம்.

Lymph'educt, *s.* கிணநீர்த்தாரை, கிணநீரோடுகோம்பு.

Lynch, *v.t.* விசாரணையின்றி தண்டி.

Lynx, *s.* காட்டுப்பூனை.

Lyre, *s.* வீணை, யாழ்.

Lyr'ic, }
Lyr'ical, } *a.* வீணைக்குரிய.

Ly'rist, *s.* யாழ்ப்பாடி, வீணைவாசிக்கிறவன்.

M.

Macaro'ni, *s.* கோதுமைமயினுற் செய்யப்பட்ட ஒருவித சிற்றுண்டி.

Macaroon', *s.* ஒருவகைச் சிற்றுண்டி, கோமாளி.

Macaw', *s.* பெருங்கிளி.

Mace, *s.* அதிகாரமுத்திரைக்கோல், ஜாதிபத்திரி, வசுவசி.

Mace'bearer, *s.* முத்திரைக்கோல்பிடிக்குமதிகாரி.

Mac'erate, *v.t.* மெலிவி, இளக்கு.

Mach'inate, *v.i.* உபாயஞ்சூழ், திட்டங்கட்டு, தந்திரம்பண்ணு.

Machina'tion, *s.* உபாயம், தந்திரம், சூழ்ச்சி, சூத்திரம்.

Machine', *s.* யந்திரம், எந்திரம்; worked by bullocks for the irrigation of garden, கவலை.

Machin'ery, *s.* யந்திரம், யந்திரப்பொது.

Machin'ist, *s.* யந்திரஞ்செய்வோன், யந்திரக்காரன்.

Mack'erel, *s.* ஒருவகை மச்சம்.

Ma'crocosm, *s.* பேரண்டம், பகிரண்டம், அகிலம்.

Mac'ula, *s.* மாசு, மறு, கறை.

Mac'ulate, *v.t.* மறுப்படுத்து, கறைப்படுத்து.

Mad, *a.* உன்மத்த, பைத்திய, மூர்க்கமான.

Mad'am, *s.* எஜமானி, சீமாட்டி, அம்மை.

Mad'cap, *s.* பித்தேறி, பித்தன்.

Mad'den (măd'd'n), *v.t.* பைத்தியமாக்கு, உன்மத்தமாக்கு, மதிமயக்கு.

Mad'der, *s.* ஒருவகைச் சாயவேர், இம்பூறல், மஞ்சிட்டி.

Mad'headed, *a.* பைத்தியமுள்ள, பித்தங்கொண்ட.

Made, *pt.* and *pp.* of *make.*

Mad'house, *s.* உன்மத்தர் வாசம்.

Mad'ly, *ad.* பைத்தியமாய், மதிமயக்கமாய், எரிவாய்.

Mad'man, *s.* பைத்தியகாரன், பித்தன், மூர்க்கன்.

Mad'ness, *s.* பைத்தியம், உன்மத்தம், பித்தம், பித்து, வெறி.

Mad'repore, *s.* பவளம்போலும் ஒருகடல்படு திரவியம்.

Magazine', *s.* களஞ்சியம், படைவீடு, ஆயுதசாலை, சமாசாரபத்திரிகை.
Mag'got, *s.* புழு, கிருமி.
Mag'goty, *a.* புழுநிறைந்த, கிருமிபெருகிய, பிருதுள்ள, நிலையற்ற.
Ma'gi, *s.* (*pl.*) சாஸ்திரிகள், பண்டிதர்.
Mag'ic, *s.* மாயாஜாலம், மாந்திரீகம்.
Mag'ical, *a.* மந்திரதந்திரத்துக்கடுத்த, ஜாலவித்தைக்குரிய; art, விநோதவித்தை; magical influence, வசியம்; a magical charmer, வசீகரன்.
Magi'cian, *s.* குசலக்காரன், மாயாவி, மந்திரவாதி, ஜாலவித்தைக்காரன்.
Mag'ic-lantern, *s.* மாயாதீபம், விநோததீபம், ஜாலதீபம்.
Mag'ic-square, *s.* மாயாசக்கரம்.
Magiste'rial, *a.* எஜமானுக்குரிய, அதிகாரமுள்ள, மகத்துவமான, பெருமையான.
Mag'istracy, *s.* துரைத்தனம், துரைத்தனவதிகாரம், துரைத்தனசபையார்.
Mag'istrate, *s.* நீதிவிசாரணைத்துரை, நியாயாதிபதி, அதிகாரி.
Mag'na Char'ta, *s.* மகாசாசனபத்திரம்.
Magnanim'ity, *s.* மகத்துவம், மாட்சிமை, கிறை, மகான்மிகம், பெருந்தகைமை, வீரம், ஊராண்மை.
Magnan'imous, *a.* மகத்துவ, மகான்மிக, மகாமனமுள்ள.
Mag'nate, *s.* குலமகன், மேன்மகன், பிரபு.
Magne'sia, *s.* ஒருவகைத்தாது, காந்தமண்.
Mag'net, *s.* காந்தம், காந்தக்கல், சும்பகம், ஆகர்ஷம்.
Magnet'ic, *a.* காந்தத்தின் தன்மையுள்ள; needle, காந்தசூசி, magnetic attraction, ஆகர்ஷம்.
Mag'netism, *s.* காந்திகம், காந்தசாரம், காந்தசத்து.
Mag'netize, *v.t.* காந்திகரி, காந்தமூட்டு, காந்தமாட்டு.
Magnif'icence, *s.* பிரஸ்தாபம், மகத்துவம், மகிமை, சிறப்பு.
Magnif'icent, *a.* மகத்துவமான, சிறப்பான, அலங்காரமான.
Mag'nifier, *s.* மேம்பாடடையச் செய்வோன், மகத்கரணி, பருப்பிப்பது.
Mag'nify, *v.t.* பெரிதாக்கு, உயர்த்து, பாராட்டு, பிரஸ்தாபம்பண்ணு, சிறப்பி.
Magnil'oquence, *s.* பெரும்பேச்சு, இடம்பவாசகம்.
Mag'nitude, *s.* மகத்துவம், அளவு, பரிமாணம், பருமம்.
Mag'pie, *s.* ஒரு குருவி.
Mahog'any, *s.* ஒருவிதச் செம்மரம்.
Mahom'edan, *s.* மகமதியன்.
Maid, **Maid'en** (mād'n), } *s.* சிறுபெண், கன்னிப்பெண், வாலை, வேலைக்காரி; a lady's maid, வண்ணமகள்.
Maid'en, *a.* சிறுபெண்ணுக்குரிய, புதிய, நூதன.
Maid'enhead, **Maid'enhood**, } *s.* கன்னிமை, கன்னித்துவம்.
Maid'servant, *s.* வேலைக்காரி, வெள்ளாட்டி.
Mail, *s.* போர்க்கவசம், பை, தபால்.
Mail, *v.t.* உறையிலிடு.
Maim, *v.t.* காயப்படுத்து, ஊறுபடுத்து, ஊனமாக்கு, பங்கப்படுத்து.
Maim, *s.* ஊறு, ஊனம்.
Maim'edness, *s.* ஊறுபாடு.
Main, *s.* முழுமை, மொத்தம்; வலி, உரம்; பரவை, கடல்.
Main, *a.* பிரதான, தலைமையான, வல்லமையான; guard, தலைக்காவல்.
Main'body, *s.* மூலப்படை, மூலபலம்.
Main'land, *s.* தேசம், கண்டம்.
Main'ly, *ad.* பிரதானமாய், முக்கியமாய், மிகுதியாய்.
Main'mast, *s.* கப்பலின் நடுப்பாய்மரம்.
Main'pernor', *s.* கைதிக்குப் பிணை, கைதிக்கு ஜாமின்.
Main'prize, *s.* பிணைச்சீட்டு.
Maintain', *v.t.* ஆதரி, அனுபாலி, பராமரி, தாங்கு, சாதி, நிறுத்து.
Maintain'able, *a.* தாங்கக்கூடிய, காக்கக்கூடிய.
Main'tenance, *s.* காப்பு, சம்ரக்ஷணை, ஆதரவு, பிழைப்பு, ஜீவனம், நிருவாகம்.
Maize, *s.* சோளம், சோளன், சொன்னல்.
Majes'tic, *a.* மகத்தான, மேன்மைதங்கிய, கம்பீரமான; a person of majestic appearance, ஒய்யாரன்.
Maj'esty, *s.* மகத்துவம், மகிமை, மேம்பாடு, மாட்சிமை, பிரஸ்தாபம்.
Ma'jor, *s.* பிராயமானவன், படைத்தலைவரிலொருவன்.
Ma'jor, *a.* மகா, உத்தம, பிரதான; premise, பூர்வசாதனம்.
Major-do'mo, *s.* குடும்ப உபபதி.
Major'ity, *s.* மிகுதி, கதித்தபங்கு; தக்கபருவம்; பெரும்பான்மையோர்; பெரும்பாலன.
Make, *s.* உரு, சாங்கம், சாயல், வடிவு, ஆகிருதி, இயல்பு, சுபாவம்.

ake, *v.t.* படை, பண்ணு, உண்டாக்கு, செய், சிர்ஷ்டி, ஆக்கு, சாதி, பலாத்காரம் பண்ணு, சம்பாதி, கிரமப்படுத்து; to make amends, ஈடுசெலுத்து; to make known, அறிக்கைசெய்ய, தெரிவிக்க; to make light of a thing, அலக்ஷியம் பண்ண; to make merry, கொண்டாட்டம்பண்ண; to make over, ஒப்புவிக்க; பராதீனப்படுத்த; to make out, காட்ட, சாதிக்க; to make up, சரிப்படுத்த, தீர்மானிக்க; to make water, சிறுநீர்விட; to make a port, துறைசேர, துறைபிடிக்க; to make good one's word, சொற்படி செய்ய, சொற்காக்க; to make good a loss, நஷ்டங் கட்டிக்கொடுக்க; to make peace with one, சமாதானப்பட; to make friends, நத்த.

Make, *v.i.* தோன்று, உருவாகு, எழு; to make free with a thing, திருட; to make free with one's superior, அவமதிசெய்ய.

Make'bate, *s.* சண்டைமூட்டிவோன், கலகம் உண்டாக்குவோன்.

Make'peace, *s.* சமாதானம்பண்ணுவோன், நடுவன், ராஜிப்படுத்துவோன்.

Mak'er, *s.* செய்தவன், உருவாக்கினவன், கர்த்தன், படைத்தவன், சிர்ஷ்டிகன்; of the world, உலககர்த்தா.

Make'shift, *s.* சமயத்திற்குபாயம்.

Make'weight, *s.* நிறைக்குறைக்குப் போடும் பொருள்.

Mal'administra'tion, *s.* கெட்டஆளுகை.

Mal'ady, *s.* வியாதி, ரோகம், நையல், பிணி.

Mal'apert, *a.* தறுகுறும்பான, முரண்டான, மேட்டிமையான.

Mal'apropos (măl'ăp'-rō-pō'), *ad.* எற்காவண்ணம், பொருந்தாவண்ணம்.

Mala'ria, *s.* நச்சுக்காற்று, விஷக்காற்று.

Male, *s.* ஆண், புமான்.

Male, *a.* ஆண், புருஷ.

Mal'content,
Male'content, } *a.* திர்ப்திகரமில்லாத, குறைகூறுகிற.

Mal'content, *s.* மனக்குறையடைந்தோன்.

Maledi'cent, *a.* நிந்தைசொல்லும், பழிகூறும்.

Maledic'tion, *s.* சாபம், தீமொழி, திட்டு.

Malefac'tion, *s.* குற்றம், பாதகம், துரோகம்.

Malefac'tor, *s.* குற்றவாளி, துரோகி, பாதகன்.

Mal'efice, *s.* தீவினை, மந்திரவித்தை.

Malef'icent, *a.* தீவினைசெய்யும், அதிக்கிரம.

Male'spirited, *a.* ஆண்மையுள்ள, ஆண்மூச்சுள்ள.

Mal'et, *s.* பிரயாணத்தோற்பெட்டி, பயணச்சாமான்.

Malev'olence, *s.* துர்க்குணம், துஷ்டத்தனம், பகை.

Malev'olent, *a.* துஷ்டத்தனமான, துர்க்குணமான, வன்மமுள்ள.

Malforma'tion, *s.* விரூபம், விகாரம்.

Mal'ice, *s.* வன்மம், அவிகாயம், எரிவு, பகை, எரிச்சல், விஷமம்.

Mali'cious, *a.* வன்மமுள்ள, பகைசாதிக்கிற, பொறாமையுள்ள; a malicious whisperer, காதோதி.

Malign' (mā-līn'), *v.t.* பகை, அவதூறு பண்ணு, தூஷி, எள்ளு.

Malign', *v.t.* வர்மி, பகை, அவதூறுசொல், வருத்து.

Malig'nant, *a.* வன்மமுள்ள, பகையுள்ள, கொடிய, பிராணாபாயமான; a malignant fever, விஷமச்சுரம்; malignant humors causing swelling, விஷநீர்.

Malig'nity, *s.* கடுமை, கொடுமை, வன்மம்.

Mal'ison, *s.* சாபம், தீமொழி, திட்டு.

Mal'kin (mă'kĭn), *s.* ஒற்றுடை, பாலியவேசி.

Mall, *s.* வல்லீட்டுக்குற்றி, கொட்டாப்புளி, கொட்டான்.

Malleabil'ity, *s.* தகடாகவடிக்கப்படுந்தன்மை, பரக்குந்தன்மை.

Mal'leable, *a.* அடித்துத்தகடாக்கக்கூடிய.

Mal'leate, *v.i.* கொட்டு, தகடாயடி.

Mal'let, *s.* கொட்டான், கொட்டாப்பிடி, கொட்டுவோன், வல்லீட்டுக்குற்றி, மரமத்திகை.

Malm'sey (mäm'zy), *s.* ஒருவகைத் திராக்ஷைப்பழமும் ரசமும்.

Malprac'tice, *s.* தீத்தொழில், புன்னெறி, தீயொழுக்கம்.

Malt, *s.* நீரில் ஊறப்போட்டுலர்த்திய தானியம்.

Malt'horse, *s.* மந்தன்.

Maltreat', *v.t.* அவமாய் நடத்து, இகழ், நிந்தி.

Malt'worm, *s.* குடியன்.

Malversa'tion, *s.* துன்னடை, தீயொழுக்கம், இழிவான நடை.

Mam,
Mamma', } *s.* அம்மா, அம்மனை, மாதா, தாய், ஆயி.

Mamma'lia, *s.* (*pl.*) முலையுண்ணும் ஜீவவர்க்கங்கள்.

Mam'mer, *v.i.* தாமதி, இரும்னம்மாயிரு.
Mam'met, *s.* பிரதிமை, பொம்மை, பாவை, உண்ணுப்பிள்ளை.
Mam'millary, *a.* ஸ்தனத்திற்குரிய, மார்பிற்குரிய.
Mam'mock, *s.* உருவழிந்த பின்னம்.
Mam'mon, *s.* ஐசுவரியம், தனலட்சுமி, மம்மன்.
Mam'monist, *s.* லௌகிகன், அர்த்தாதுரன்.
Mam'moth, *s.* யாளியானை, பூட்கை.
Man, *s.* மனுஷன், மானுடன், நரன், ஆண்மகன், ஆடவன்.
Man, *v.t.* ஆட்சேர்; அரணுக்கு, ஆட்காவல்வை.
Man'acle, *s.* கைவிலங்கு, கைத்தளை, கைமாய்ச்சி.
Man'acle, *v.t.* கைவிலங்கிடு, கைத்தளைமாட்டு.
Man'age, *v.t.* நடப்பி, காரியப்படுத்து, கையாளு, பராமரி, செய், நிர்வகி.
Man'ageable, *a.* நடப்பிக்கக்கூடிய, நிர்வகிக்கக்கூடிய, வசப்படத்தக்க.
Man'agement, *s.* விசாரணை, நடப்பிப்பு, பராமரிப்பு.
Man'ager, *s.* நடத்துகிறவன், கருத்தன், காரியகாரன், முகாமைக்காரன்; of village affairs, பராபத்தியகாரன்.
Man'cipate, *v.t.* அடிமைப்படுத்து, கட்டு, பந்தி, கட்டாயஞ்செய்.
Man'ciple, *s.* உக்கிராணக்காரன், உணவுசேகரிப்போன்.
Manda'mus, *s.* கட்டளை, முறி, நிருபம்.
Mandarin', *s.* சீனதுரைத்தனவதிகாரி.
Man'date, *s.* கட்டளை, ஆணை, நியமம், பிரமாணம், அதிகாரம்.
Man'datory, *a.* கட்டளையான, அதிகாரமுள்ள.
Man'dible, *s.* அலகு, கொடிறு, தாடை, கதுப்பு.
Man'dilion, *s.* ராணுவசேவகன் அங்கி.
Man'ducate, *v.i.* & *t.* மெல்லு, தின்.
Mane, *s.* பிடர்மயிர், பிடருரோமம், உளை, குசை; curled, குரங்குளை.
Manege' (ma-nāzh'), *s.* குதிரையேற்றம் பயிலிடம்.
Ma'nes, *s.* பிதிரர், தென்புலத்தார்.
Man'ful, *a.* ஆண்மையான, தைரியமான, திடமான, மனவலியான.
Man'fully, *ad.* ஆண்மையாய், வீரமாய், தைரியமாய்.
Man'ganese, *s*, ஒருவகை லோகம்.

Mange, *s.* நாய்முதலிய சில நாற்காற்பிடகளுக்கு வருஞ்சொறி.
Man'ger, *s.* மாட்டுத்தொட்டி, முன்னணை, புற்றொட்டி.
Man'gle, *v.t.* கத்தரி, சின்னபின்னப்படுத்து, பீறு, வதை.
Man'go, *s.* மா, மாமரம், மாங்காய், மாம்பழம்.
Man'gy, *a.* சொறியுள்ள, அசறுள்ள.
Man'hater, *s.* நரபகைஞன்.
Man'hood, *s.* ஆண்மை, புருடத்துவம்.
Ma'nia, *s.* பைத்தியம், உன்மத்தம், மத்தம்.
Ma'niac, *s.* உன்மத்தன், பைத்தியகாரன், பித்தன்.
Mani'acal, *a.* பைத்தியங்கொண்ட, உன்மத்த.
Man'ifest, *s.* ஏற்றுமதிச்சீட்டு.
Man'ifest, *v.t.* வெளிப்படுத்து, காட்டு, ஆவிர்ப்பவி.
Man'ifest, *a.* பகிரங்கமான, பிரசித்தமான, வெளிப்படையான, திட்டமான.
Manifesta'tion, *s.* பிரசன்னம், காட்சி, ஆவிர்ப்பவம்.
Manifest'o, *s.* பிரசித்தபத்திரிகை, விளம்பரம், இராஜவிளம்பரம், கூறுகை.
Man'ifold, *a.* பலவிதமான, நானாவிதமான, பற்பலதன்மையான.
Man'ikin, *s.* குள்ளன், குட்டையன், வாமனன், வாமன்.
Man'iple, *s.* ஒருசிறங்கைசேனை.
Manip'ulate, *v.t.* கையாற் செய்.
Manipula'tion, *s.* கைவினை, கைத்தொழில்.
Mankind', *s.* மனுஷஜாதி, மானுடப்பிறப்பு, மன்பதை, நரர்.
Man'like, *a.* நரரூப.
Man'liness, *s.* தைரியம், வீரியம், திடன், ஆண்மை, உதாரம்.
Man'ling, *s.* சிறுமனுஷன், சித்திரக்குள்ளன்.
Man'ly, *a.* ஆண்மையுள்ள, ஆணவமுள்ள.
Man'ner, *s.* விதம், மாதிரி, வண்ணம், பிரகாரம், பழக்கம், போக்கு.
Man'ner, *v.t.* நற்பழக்கம்பயிற்று, நாகரீகம் பயிற்று, விநயம் கற்பி.
Man'nerism, *s.* கொண்டதுகோலம்.
Man'ners, *s.* (*pl.*) ஆசாரம், நடை, பழக்கம், ஒழுக்கம்; good, நல்லொழுக்கம், விநயம், பாங்கு, மரியாதை; bad, துராசாரம்.
Manœu'vre, *s.* நடப்பிப்பு, விசாரணை, பராமரிப்பு, சாமர்த்தியமாய் நடத்துகை.
Manœu'vre, *v.t.* சாமர்த்தியமாய் நடத்து, படைவகுப்பு நிலையை மாற்று.
Man-of-war, *s.* போர்க்கப்பல், யுத்தமரக்கலம்.

Man'or, *s.* உம்பிளிக்கையாட்சி.
Man'sion, *s.* தங்குமிடம், வீடு, ஆலயம், வாசஸ்தலம், மாளிகை; lunar, நக்ஷத்திரம்.
Man'slaughter, *s.* நினையாக்கொலை, ஆட்கொலை, நரகொலை, நரகத்தி.
Man'slayer, *s.* ஆட்கொல்லி, நரகாதகன்.
Man'stealing, *s.* நரசோரம், ஆட்களவு.
Man'telet, *s.* சிறு உத்தரீயம்.
Man'tle, *s.* உத்தரீயம், அங்கவஸ்திரம், ஏகாசம்.
Man'tle, *v.t.* மறை, மூடு, போர், கவி.
Man'tle, *v.i.* பரம்பு, விரி, அகலு.
Man'tua, *s.* மகளிரங்கி.
Man'ual, *a.* கைப்பாடுள்ள, கைவேலைக் கடுத்த; manual dexterity, அத்தகௌசலம்; manual labour, கைப்பாடு; manual training, கைத்தேர்ச்சி.
Manu'brium, *s.* கைப்பிடி.
Manuduc'tion, *s.* கைலாகுகொடுத்தல், கைகொடுத்து வழிகாட்டல்.
Munufac'tory, *s.* கைத்தொழில் செய்யுமிடம், கைத்தொழிற்சாலை.
Manufac'ture, *s.* காருகம், கைவினை, கைத்தொழில்.
Manufac'ture, *v.t.* உண்டாக்கு, ஆக்கு, இயற்று, இழை.
Manufac'turer, *s.* கம்மியன், காருகன், கைவினையாளன்.
Man'umise, *v.t.* சிறைவிடு, விடுதலைசெய்.
Manumis'sion, *s.* சிறைநீக்கல், விடுதலை, சிறைமீட்சி.
Man'umit, *v.t.* சிறைநீக்கு, விடுதலையாக்கு.
Manure', *s.* எரு, பசளை, உரம், குப்பை.
Manure', *v.t.* எருப்போடு, எருப்போட்டுச் செழிப்பாக்கு.
Manure'ment, *s.* எருவிடல், பண்படுத்தல், சீர்ப்படுத்தல்.
Man'uscript, *s.* கையெழுத்துப்பிரதி, கரலிகிதம்.
Man'y (mĕn'y), *s.* பலர், ஜனசமூகம்.
Man'y, *a.* பல, அநேக, வெகு, மிகு, நானா.
Man'y-coloured, *a.* பலவர்ணமான, விவித வர்ணமான.
Man'y-headed, *a.* பல தலையுள்ள.
Man'y-petaled, *a.* பல இதழுள்ள.
Man'y-sided, *a.* பல பக்கமுள்ள.
Map, *s.* தேசபடம், சித்திரப்படம், கிழி.
Map, *v.t.* படமெழுது, சித்திரி.
Mar, *v.t.* கெடு, பழுதாக்கு, கறைப்படுத்து, சிதை.
Maras'mus, *s.* காசம், க்ஷயரோகம், தேகம் ஒடுங்குதல்.
Maraud'er, *s.* கொள்ளைக்காரன், சூறையாடுவோன்.
Maraud'ing, *p.n.* கொள்ளையாடுகை, சூறையாட்டம்.
Mar'ble, *s.* வெண்கல், மாக்கல், சலவைக் கல்; marble statue, கல்லாற்செய்த வுரு; a marble heart, கன்மனது.
Mar'ble, *a.* சலவைக்கல்லினுற்செய்த, பலவர்ணமான.
Mar'ble-hearted, *a.* கன்னெஞ்சுள்ள, குரூர, இரங்காத.
March, *s.* மார்ச்சுமாசம், மாசி - பங்குனி; படைபெயர்ச்சி, பிரயாணம்.
March, *v.t.* பவனிசெலுத்து, சாரிபோக்கு, படையேற்று.
March'es, *s.* (*pl.*) எல்லைகள், சீமையினெல்லைகள்.
March'ing, *s.* படையெழுச்சி, சைனியஞ் செல்லல்.
Mar'cid, *a.* மெலிந்த, உலர்ந்த.
Mare, *s.* பெட்டைக்குதிரை, சோளிகை, மாதுவான், வடவை.
Mar'gin, *s.* ஓரம், விளிம்பு, அருகு, கரை, பக்கம்.
Mar'ginal, *a.* ஓரத்திலுள்ள, அருகிலெழுதிய.
Margo'sa, *s.* வேம்பு, நிம்பம்.
Mar'igold, *s.* ஒருவித மஞ்சட்பூச்செடி.
Marine', *s.* கப்பற் போற்சேவகன், கப்பற் கூட்டம், கப்பல்விஷயம்.
Marine', *a.* கடலுக்குரிய, சமுத்திர.
Mar'iner, *s.* கப்பற்காரன், கப்பலோட்டி, கடலோடி, மாலுமி; 's compass, மாலுமி சமுக்கா.
Mar'ital, *a.* கணவனுக்குரிய.
Mar'itime, *a.* கடலடுத்த, கடலோரமான, கடலுக்குரிய; inhabitants of maritime districts, கடலர், நெய்தனிலமாக்கள்; maritime district, கடற்சார்பு.
Mark, *s.* குறி, அடையாளம், அங்கம், ரேகை, புள்ளி, கைநாட்டு, சின்னம், இலக்கு; auspicious mark, சுலக்ஷணம்; of a stripe, அடித்தழும்பு.
Mark, *v.t.* குறி, பதி, அடையாளமிடு, சுவடு காட்டு; to mark out, குறிப்பி.
Mar'ket, *s.* கடை, சந்தை, அங்காடி, ஆவணம்; price of grain, அகவிலை.
Mar'ket, *v.i.* விற்பனகொள்வன பண்ணு.
Mark'etable, *a.* சந்தையில் விற்கத்தக்க.
Mar'ket-day, *s.* சந்தைநாள்.
Mar'ket-folks, *s.* சந்தையிற்கூட்டம், சந்தைக்காரர்.

Mar'ket-maid, *s.* கடைக்குப்போகும் வேலைக்காரி.
Mar'ket-place, *s.* சந்தைகூடுமிடம்.
Mark'et-price, *s.* கடைவிலை, விற்கிறவிலை.
Mar'ket-town, *s.* சந்தைகூடுமூர்.
Marks'man, *s.* இலக்காளி, குறிப்புக்காரன்.
Marl, *s.* நிலத்தைச் செழிப்பிக்கு மொருவிதக் களிமண்.
Marl, *v.t.* களிமண்ணால் மெழுகு.
Marl'y, *a.* களிமண்ணுள்ள.
Mar'malade, *s.* கிச்சிலிப்பாகு.
Mar'moset, *s.* சிறுகுரங்கு.
Mar'mot, *s.* மலையெலி.
Marque, *s.* பகைவர் கப்பல்களைப் பறிக்கு மதிகாரபத்திரம்.
Mar'quis (*fem.* mar'chion-ess), *s.* ஒரு பிரபுப்பட்டதாரி.
Mar'riage, *s.* விவாகம், கலியாணம், மணம், வதுவை; marriage contract, கல்யாண வுடம்படிக்கை.
Mar'riageable, *a.* விவாகத்திற்குப் பருவ முள்ள.
Mar'riage-contract, *s.* விவாகவுடன்படிக்கை.
Mar'riage-gift, *s.* விவாக வெகுமதி.
Mar'riage' settlement, *s.* ஸ்திரீதனம்.
Mar'ried, *s.* மணஞ்செய்த; woman, கட்டுக் கழுத்தி, சுமங்கலி.
Mar'row, *s.* மூளை, மச்சை.
Mar'row-bone, *s.* நிணவெலும்பு, மச்சை யெலும்பு.
Mar'ry, *v.t.* விவாகஞ்செய், கலியாணம் முடி, கைப்பிடி.
Mars, *s.* செவ்வாய், அங்காரகன்.
Marsh, *s.* சதுப்புநிலம், சேற்றுநிலம்.
Mar'shal, *s.* படைக்காரியஸ்தன்.
Mar'shal, *v.t.* ஒழுங்குபடுத்து, அணிவகு.
Mar'shy, *a.* சதுப்பான, கசிவான, சேறுள்ள.
Mart, *s.* கடை, வியாபாரக்கடை, சந்தை, ஆவணம்.
Mar'tial, *a.* யுத்தாபேக்ஷையுள்ள, யுத்தத்துக் கடுத்த.
Mar'tialist, *s.* இரணவீரன், யுத்தவீரன்.
Mar'tinel, *s.* யுத்தவித்தை திட்பமாய்க் கற்றவன்.
Mar'tingale, *s.* குதிரைமார்பிலிடும் வார், சேர்பந்து.
Mar'tyr, *s.* ரத்தசாக்ஷி, பிராணத்தியாகி.
Mar'tyr, *v.t.* சத்தியந் தவறாததற்காகப் பிராணவதைசெய்.
Mar'tyrdom, *s.* இரத்தசாக்ஷியின் மரணம், மதாபிமான மரணம்.
Martyrol'ogy, *s.* பிராணத்தியாகிகள் சரிதிரம்.
Mar'vel, *s.* அதிசயம், ஆச்சரியம், வியப்பு, விம்மிதம்.
Mar'vel, *v.i.* அதிசயப்படு, ஆச்சரியங்கொள்ளு, வியப்புறு.
Mar'vellous, *a.* அதிசயமான, ஆச்சரியமான.
Mar'vellously, *ad.* ஆச்சரியமாய, அதிசயமாய், நூதனமாய்.
Mas'culine, *a.* ஆண்மையுள்ள, ஆணவ, ஆண்டன்மையுள்ள.
Mash, *v.t.* பிசை, நசுக்கு, சதை, நசி, மசி, அரை, குழை, நருக்கு, கசக்கு, கடை.
Mash'y, *a.* குழைந்த, நையமசிந்த.
Mask, *s.* பொய்க்கோலம், தலைவேஷம், பொய்முகம்.
Mask, *v.t.* வேஷம்போடு, மூடு, புனை.
Mask'house, *s.* வேஷக்கூடம், வேஷங்கட்டும் வீடு.
Ma'son, *s.* சிற்பன், கல்வெட்டி, கொற்றன்.
Ma'sonry, *s.* சிற்பசாஸ்திரம், கட்டுவேலை.
Masquerade', *s.* வேஷக்கூத்து, வேஷவிளையாட்டு.
Mass, *s.* கட்டி, பிண்டம், ஒருவகை ஆராதனை, பூஜை; mass of gold, தங்கக்கட்டி.
Mas'sacre, *s.* வெகுஜனசங்காரம், கொலை, சங்காரம்.
Mas'sacre, *v.t.* கொல்லு, அழி, சங்கரி.
Mas'siness, Mas'siveness, } *s.* பாரம், பளு, பருமம், பிண்டம்.
Mas'sive, Mas'sy, } *a.* பாரமான, பளுவான.
Mast, *s.* பாய்மரம், கூம்பு, கூபம்.
Mas'ter, *s.* எஜமானன், ஸ்வாமி, அதிகாரி, போதகன், ஆசிரியன், தேசிகன், பெருமகன், அதிபதி; of a family, குடும்பபதி; of a subject, ஒரு கல்வித்துறையிற் கரைகண்டவன்; the business of a master, ஸ்வாமிகாரியம்.
Mas'ter, *v.t.* மேற்கொள்ளு, வசப்படுத்து, வெல்லு, விவேகமாய்முடி.
Mas'ter-builder, *s.* கொற்றர் தலைவன்.
Mas'ter-hand, *s.* சமர்த்தன்கை, தேர்ந்தகை, படிந்தகை.
Mas'ter-key, *s.* பலபூட்டுக்கிணங்குந் திறவுகோல்.
Mas'terly, *a.* சாமர்த்தியமான, முகாமையான, முதன்மையான.
Mas'ter-piece, *s.* உசிதமானது, சிரேஷ்டமானது, அதியுத்தகர்மம்.

Mas'tership, *s.* தலைமை, ஆளுகை, மேன்மை, சாமர்த்தியம், உவாத்திமைத் தொழில்.
Mas'ter-teeth, *s.* பிரதான தந்தம.
Mas'tery, *s.* ஆளுகை, மேன்மை, வெற்றி, முதன்மை.
Mas'ticate, *v.t.* மெல், தின்.
Mast'iff, *s.* பெருநாய், வீரநாய்.
Mast'less, *a.* பாய்மரமற்ற.
Mat, *s.* பாய், பாயல்.
Mat, *v.t.* பின்னு, தெற்று, இழை, பாயால் மூடு, சடைபிடி.
Match, *s.* பொருத்தம், சம்பந்தம், இணக்கம், நிகர்; திரி, வட்டத்திரி.
Match, *v.t.* ஜோடுகட்டு, ஜோடாக்கு, இணையாக்கு, பொருந்து.
Match'able, *a.* ஜோடான, இணையான, ஜதையான.
Match'less, *a.* நிகரற்ற, ஒப்பற்ற, சமமற்ற, தரமற்ற, சமானமில்லாத.
Match'lock, *s.* கைத்துப்பாக்கி.
Match'maker, *s.* கலியாணம்பேசி முடிப்போன்.
Mate, *s.* இணை, கூட்டாளி, தோழன், துணை.
Mate, *v.t.* ஜோடுகட்டு, மணமுடி, ஜோடாக்கு.
Mate'less, *a.* ஜோடற்ற, கூட்டாளியற்ற.
Mate'rial, *a.* அசித்தான, கண்டப்பட்ட, சட; பிரதான, ஆவசியக; body, சடப்பொருள், அசித்துப்பொருள்; material cause, உபாதானம்.
Mate'rialism, *s.* லோகாயதம், சடமாயாவாதம்.
Mate'rialist, *s.* லோகாயதன்.
Mate'rials, *s.* உபகரணங்கள், தளவாடங்கள்.
Mate'rially, *ad.* கண்டிப்பாய், சடத்துவமாய்; பிரதானமாய்.
Mate'ria-med'ica, *s.* பதார்த்தசாரம், மருத்துமூலிகை.
Mater'nal, *a.* மாதாவடைவான, தாய்க்குரிய.
Mater'nity, *s.* தாயுறவு, தாய்முறை.
Mathemati'cian, *s.* கணிதன், எண்சாஸ்திரி, கணக்கன்.
Mathemat'ics, *s.* எண்சாஸ்திரம், கணிதசாஸ்திரம், கணிதம்.
Mat'in, *s.* காலை, விடியல், வைகறை, சந்தி, புலரி.
Mat'ins, *s.* காலைவந்தனம், காலைவணக்கம்.
Ma'trice, } Ma'trix, } *s.* கருப்பை, கர்ப்பகோசம், கருப்பாசயம், அச்சக்கரு, கரு.
Mat'ricide, *s.* மாதுருஹத்தி, தாய்க்கொலை.
Matric'ulate, *v.t.* சங்கத்திற்சேர், கல்லூரியிற்சேர், சர்வகலாசாலையிற் பிரவேசி.
Matricula'tion, *s.* சர்வகலாசாலைப் பிரவேசம்.
Matrimo'nial, *a.* விவாகத்துக்கடுத்த, இல்லாச்சிரம.
Mat'rimony, *s.* விவாகம், கலியாணம், பாணிக்கிரகணம்.
Ma'tron, *s.* சீமாட்டி, தலைவி, அத்தை, அவ்வை, அம்மை.
Ma'tronly, *a.* தலைவிக்குரிய, மாதாவடைவான.
Matronym'ic, *s.* தாய்வழிப்பெயர்.
Mat'ter, *s.* பொருள், பதார்த்தம், சடப்பொருள், அசித்து, சடம், வஸ்து, காரியம், சங்கதி, வியவகாரம், வர்த்தமானம்; from a wound, சீ; of dispute, விவாதவிஷயம்; an important, பரமார்த்தம்.
Mat'ter, *v.i.* பாரகாரியமாயிரு; சீக்கூட்டு, சீழ்க்கட்டு.
Mat'terless, *a.* சீயில்லாத.
Mat'tery, *a.* சீநிறைந்த, சீயுண்டாக்கும்.
Mat'tock, *s.* பாரை, மக்கிகிண்டுமாயுதம், கல்வாய்ச்சி.
Mat'tress, *s.* மெத்தை, அமளி, பாயல்.
Mature', *v.t.* முதிரப்பண்ணு, பாகம்பண்ணு, தேறப்பண்ணு, பதப்படுத்து.
Mature', *v.i.* பழு, முதிர், கனி.
Mature', *a.* பக்குவமான, முதிய, தேறின, பழுத்த, பூரணமான, முற்றிய, கனிந்த; mature understanding, மூதறிவு, தெட்ப அறிவு.
Matu'rity, *s.* முதிர்வு, முதுமை, பாகம், பக்குவம், பூரணம், தேர்ச்சி, தெட்பம்.
Maud'lin, *a.* மதுவுண்ட, வெறிகொண்ட.
Mau'gre, *ad.* எதிரிடையாய்.
Maul, *v.t.* தகர், மோது, அறை.
Maund, *s.* மணங்கு, மடங்கு.
Maund'er, *v.i.* முணுமுணு, முறுகு, முறுமுறு.
Mausole'um, *s.* அலங்காரசமாதி, கோரி.
Maw, *s.* விலங்கினிரைப்பை, பறவைகளினிரைப்பெட்டி, இரைகொள்ளி.
Mawk'ish, *a.* அருவருப்பான குற்சிதமான, அரோசிக்கிற.
Maw'worm, *s.* கிருமி, கீரைப்பாம்பு.
Max'illar, } Max'illary, } *a.* அலகுக்குரிய, சனுவுக்குரிய.
Max'im, *s.* பழமொழி, மூதுரை, மதம், நீதி, சித்தாந்தம்.

Max'imum, *s.* உச்சம், ஏற்றம், பெருந் தொகை, உத்தமபரிமாணம்.
May, *s.* மேமாசம், சித்திரை-வைகாசி.
May, *aux. v.* ஆம், கடவது, இயல்வது, கூடும்.
May'or, *s.* நகராதிகாரி.
May'oress, *s.* நகராதிகாரிபத்தினி.
Maze, *s.* தடுமாற்றம், திகைப்பு, கலக்கம், திக்குக்கேடு, மயக்கம்.
Maze, *v.t.* மயக்கு, திகைப்பி.
Ma'zy, *a.* சுற்றுள, சிக்கான, சுற்றுச்சுழற்சி யான.
Me, *pr.* என்னை.
Mead, *s.* தேனும் நீருங்கலந்த பானம்.
Mead, **Mead'ow** (mĕd'ō), *s.* பசும்புன்னிலம், புற்றரை, சமநிலம், தரவை.
Mea'ger, **Mea'gre**, *a.* மெல்லிய, மெலிந்த, இளைத்த, நொய்மையான.
Mea'gerly, *ad.* மெலிவாய், நொய்ய, சிறுக.
Meal, *s.* மா, குறுநொய், நொய், தீனி, உண்டி.
Meal'y, *a.* மாப்போன்ற, மென்மையான, மிருதுவான.
Meal'y-mouthed, *a.* மிருதுமொழியுள்ள.
Mean, *s.* மத்தியம், சமம், சமநிலை.
Mean, *v.t.* அருத்தங்கொள்ளு, பயன்கொள்ளு, கருத்துக்கொள்ளு, கருது.
Mean, *a.* மத்தியம், நீச, ஈன; proportional, சமானுபாத்தியம்; the mean, கயவர்.
Mean'der, *s.* சுற்றுவழி.
Mean'der, *v.i.* சுற்று.
Mean'ing, *s.* பயன், அருத்தம், கருத்து, பொருள்; literal, சப்தார்த்தம், சொற்பயன்.
Mean'ly, *ad.* எளிமையாய், நீசமாய், ஈனமாய்.
Mean'ness, *s.* இழிவு, கீழ்மை, சிறுமை, இகழ்ச்சி, நீசம், கடை, அசடு.
Means, *s.* (*pl.*) மத்தியம், எத்தனம், வழிவகை, ஏது, உபாயம், மத்தியராசிகள், பொருள்வரவு.
Mean'while, *ad.* அவ்வேளையில், தற்சமயத்தில், இடையில்.
Mea'sled, *a.* சின்னம்மை கண்ட.
Mea'sles (mē'z'lz), *s.* சின்னம்மை, சின்னமுத்து, கோவரம்.
Meas'ure (mĕzh'-ūr), *s.* பரிமாணம், மானம், மாத்திரை, மரக்கால், படி, திட்டம்; உபாயம்; எல்லை, வரை; தாளம், சந்தம்; சாதனம், அபவர்த்தம்; as a stick, முழக்கோல்.
Meas'ure, *v.t.* அள, அளவிடு, வரையறு.
Meas'urable, *a.* அளக்கப்படுந்தன்மையுள்ள.
Meas'urement, *s.* அளவு, அளவை, அளவிடை.
Meas'urer, *s.* அளப்போன், அளவுகாரன்.
Meas'ures, *s.* (*pl.*) திட்டங்கள், வரையறைகள், நிபந்தனைகள்.
Meat, *s.* ஆகாரம், இறைச்சி, மாமிசம், போஜனம்.
Mechan'ic, *s.* கம்மாளன், கர்மகாரன், சிற்பகாரன்.
Mechan'ical, *a.* கைவேலையான, யந்திரத்திற்குரிய, யாந்திரீக; arts, கைத்தொழில், கைப்பாடு.
Mechan'ics, *s.* யந்திரசாஸ்திரம், சிற்பவித்தை, யாந்திரகம்.
Mech'anism (mĕk'an-ĭz'm), *s.* யந்திரபந்தம், யாந்திரம், சூத்திரம்.
Mech'anist, *s.* யந்திரகன், விச்சுவன்.
Meco'nium, *s.* கசகசாப்பிசின், காட்டுப்பீ.
Med'al, *s.* கீர்த்திமுத்திரை, தேற்றமுத்திரை.
Med'alist, *s.* முத்திரைப் பதக்கம்பெற்றவன்.
Medal'lion, *s.* புராதனமுத்திரை.
Med'dle, *v.i.* கையிடு, தலையிடு, தலைவை, தலைபோடு, பிரவேசி.
Med'dler, *s.* கையிடுவோன், கொளுவி.
Med'dlesome, *a.* பிறர்காரியத்தில் தலையிடுகிற.
Med'dling, *s.* பிறர்காரியத்தில் தலையிடல்.
Me'dial, *a.* நடுத்தரமான, மத்தியமமான.
Me'diate, *v.t.* பரிந்துபேசு, மத்தியஸ்தப்படுத்து, நடுப்போக்கு.
Media'tion, *s.* பரிந்துபேசுகை, மத்தியஸ்தம், இடைநடு.
Me'diator, *s.* நடுவன், மத்தியஸ்தன், பரிந்துபேசுவோன்.
Mediato'rial, *a.* மத்தியஸ்தர்க்குரிய.
Media'tress, **Media'trix**, *s.* மத்தியஸ்தி.
Med'icable, *a.* சொஸ்தமாகக்கூடிய.
Med'ical, *a.* வைத்திய, பரிகாரத்துக்கடுத்த.
Med'icament, *s.* மருந்து, ஔஷதம்.
Med'ically, *ad.* வைத்தியமுறையாய்.
Medicas'ter, *s.* பாமரவைத்தியன்.
Med'icate, *v.t.* மருந்துகூட்டு, மருந்துகல.
Medic'inal, *a.* ஔஷதத்துக்கடுத்த, வைத்தியத்துக்கடுத்த.
Medic'inally, *ad.* நோய்க்குமருந்தாக.

Med'icine, *s.* மருந்து, ஔஷதம், வைத்திய சாஸ்திரம்.
Medi'ety, *s.* மத்தியஙிலை, மத்தியபாகம், பாதி, அரை.
Me'diocre, *a.* மித, மத்திய, நடுத்தர.
Me'diocrist, *s.* மத்தியசாமர்த்தியன்.
Medioc'rity, *s.* நடுத்தன்மை, மத்தியம், நடு, நடுத்தரம், சமம்; to be below mediocrity, கடைப்பட.
Med'itate, *v.t.* தியானி, நினை, சிந்தனை பண்ணு, எண்ணு, கருது, யூகி, அவதானி.
Medita'tion, *s.* தியானம், சிந்தை, யோகம், மனனம்.
Med'itative, *a.* சிந்திக்கத்தக்க, தியானிக்கத் தக்க, சிந்தனையுள்ள.
Mediterra'nean, *a.* மத்தியதரையான.
Me'dium, *s.* மத்தியம், நடுத்தரம், நடுராசி, ஏது, உபகரணம், சமம், சமநிலை.
Med'ley, *s.* கலப்பு, கலவை, பலதிரட்டு.
Medul'lar, **Medul'lary**, *a.* மச்சைநீருக்கடுத்த, ஊனுள்ள, மச்சைமய.
Meed, *s.* உபகாரம், நன்கொடை, வெகுமதி.
Meek, *a.* சாந்தமுள்ள, மெதுவான, தாழ்மையுள்ள, சாதுவான.
Meek'en, *v.t.* சாதுவாக்கு, சாந்தமாக்கு.
Meek'ness, *s.* சாந்தம், சாது, பொறுமை, மெத்தனவு.
Meet, *v.t.* எதிர், எதிர்கொள்ளு, சந்தி.
Meet, *v.i.* கல, கூடு; to meet with, காண, எதிர்ப்பட.
Meet, *a.* சரியான, தேறின, தகுதியான, உரிய, உசிதமான, அடுத்த.
Meet'ing, *s.* கூட்டம், சங்கம், சபை, சந்திக்கை.
Meet'ness, *s.* தகுதி, ஏற்றதன்மை, யோக்கியம்.
Meg'acosm, *s.* பேரண்டம், பேருலகு, ஜகம்.
Meg'alithia, *a.* பெருங்கல்லாலாய.
Me'grim, *s.* ஒருத்தலைவலி, கபாலவலி.
Meio'sis, *s.* குன்றல், குன்றக்கூறல்.
Mel'ancholic, *a.* துக்கமான, மனோற்சாகம் குன்றிய.
Mel'ancholist, *s.* முகவாட்டமுள்ளவன்.
Mel'ancholize, *v.t.* முகவாட்டமுறுவி.
Mel'ancholy, *s.* மனக்கோட்டாவு, சோர்வு, துக்கம், விஷாதம்.
Mel'ancholy, *a.* துக்கமான, தியக்கமான, வாட்டமுள்ள.
Melange' (melanj'), *s.* திரவியக்கலப்பு.
Mel'iorate, *v.t.* திருத்து, தேற்று, சீர்ப்படுத்து.
Meliora'tion, *s.* திருத்தம், தேற்றம்.
Melior'ity, *s.* வாசி, தேற்றம், திருத்தம்.
Mellif'erous, *a.* தேனுண்டாக்கும், தேன் விளைவிக்கும்.
Mellifica'tion, *s.* தேனுண்டாக்கல், தேன் வைத்தல்.
Mellif'luence, *s.* மதுரப்பொழிவு, ஒழுகிசை, இன்னிசை.
Mellif'luent, **Mellif'luous**, *a.* தேன்பொழிகிற, மதுரமான, இன்னிசையான.
Mel'low, *v.t.* பழுக்கச்செய், கனிவி, மிருதுவாக்கு.
Mel'low, *a.* கனிந்த, கனைந்த, மிருதுவான, பழுத்த.
Mel'lowness, *s.* கனிவு, நெகிழ்வு, மிருது.
Melo'dious, *a.* இசையுள்ள, சாரீரமுள்ள, காதுக்கினிய.
Melo'diously, *ad.* இன்னிசையாய், பண்ணாய், கனிவாய்.
Me'lodize, *v.t.* இசையுடைத்தாக்கு, செவிக்கினிதாக்கு, சாரீரமுண்டாக்கு.
Mel'ody, *s.* சுருதி, சாரீரம், நாதகீதம், சத்தப்பிரமம், பண், வண்ணம்.
Mel'on, *s.* கொம்மட்டி; water, வத்தகை, பிச்சைக்காய், musk, வெள்ளரி, வெள்ளரிக்காய்.
Melt, *v.t.* கரை, உருக்கு, கனிவி.
Melt, *v.i.* உருகு, கரை, மனங்கசி, மனமுருகு.
Mem'ber, *s.* அவயவம், அங்கம், உறுப்பு, சினை; of a compound word, உபபதம்; of the community, ஜனசமூகத்திலொருவன்; of an equation, அங்கம்.
Mem'brane, *s.* சவ்வு, தோல், சில்லிகை.
Memecylon, *s.* காயாமரம், வச்சி.
Memen'to, *s.* ஞாபகக்குறிப்பு, நினைப்பூட்டுப்பத்திரம், நினைப்பு.
Mem'oir (mĕm'wŏr), *s.* ஒருவனைப்பற்றிய சரித்திரக்குறிப்பு.
Mem'orable, *a.* ஞாபகப்படத்தக்க, நினைக்கத்தக்க.
Memoran'dum, *s.* நினைப்பூட்டுப்பத்திரம், ஞாபகபத்திரம், யாதஸ்து.
Mem'orial, *s.* விஞ்ஞாபனம், விக்கியாபனம், நினைப்பூட்டுக்குறி, ஞாபகக்குறி, மனு, விண்ணப்பம்.
Mem'orialist, *s.* விண்ணப்பமெழுதுவோன், மனுதாரன், ஞாபகக்குறிப்பெழுதுவோன்.
Mem'orist. *s.* நினைப்பூட்டுவோன், ஞாபகத்திற் பதியச்செய்வோன்.
Mem'ory, *s.* ஞாபகம், நினைவு, நினைப்பு, அவதானம்; to commit to, பாடம்

பண்ண; to refresh the, ஞாபகப்படுத்த; a person of good memory, நினைப்பாளி.
Men, (s.) *pl.* of man.
Men'ace, *s.* அதட்டுகை, அச்சுறுத்துகை, பயமுறுத்துகை, உங்காரம்.
Men'ace, *v.t.* பயமுறுத்து, உறுக்கு, அச்சுறுத்து.
Men'acingly, *ad.* பயங்காட்டி, அச்சுறுத்தி, உறுக்கி.
Menage' (me-názh'), *s.* மிருகக்கூட்டம்.
Men-ag'er-ie (mĕn-ăzh'ēr-y), *s.* மிருகக்கூட்டம், மிருகாசயம்.
Mend, *v.t.* திருத்து, திட்டம்பண்ணு, சீராக்கு, புதுப்பி.
Mend, *v.i.* திருந்து, திறப்படு, சீராகு.
Mend'er, *s.* திருத்துவோன், சீர்ப்படுத்துவோன்.
Menda'cious, *a.* பொய்யான, புரளியான.
Mendac'ity, *s.* பொய், பொய்மை, புரளி.
Men'dicancy, *s.* யாசகம், இரப்பு.
Men'dicant, *s.* பிச்சைக்காரன், யாசகன், இரப்போன், ஆண்டி.
Mendic'ity, *s.* இரப்பு, யாசகம், பிச்சாடனம்.
Me'nial, *s.* ஊழியக்காரன், சேவகன்.
Me'nial, *a.* ஊழியத்துக்கடுத்த, குடிமைக்கடுத்த; office, குற்றேவல்.
Men'ses, *s.* மாதத்தீட்டு, பூப்பு, ருதகம்; immoderate flow of menses, ரத்தவாரி, பெரும்பாடு.
Men'strual, *a.* மாதத்திற்கொருமுறை சம்பவிக்கிற.
Men'struous, *a.* ருதகமான, ருதுவான.
Men'stru-um, *s.* திராவணம், கிரணம்.
Mensura'tion, *s.* அளவுசாஸ்திரம், அளவை, அளவுமானம், மாபகரணம்.
Men'tal, *a.* மானத, மனோகத, மனதுக்குரிய; philosophy, மானதசாஸ்திரம்; mental calculation, மனக்கணிதம், வாய்க்கணக்கு.
Men'tally, *ad.* மானசமாய்; mentally devoted, மனோகத்த.
Men'tion, *s.* சொல், மொழி, வசனம், குறிப்பு.
Men'tion, *v.t.* சொல், உரை, அறிவி, மொழி.
Mephit'ic, *a.* கெட்ட காற்றுமுள்ள.
Mer'cal, *s.* ஒரு முகத்தலளவை; the twelfth part of a கலம்.
Mer'cantile, *a.* வியாபாரத்துக்கடுத்த, வர்த்தகத்துக்கடுத்த.
Mer'cenary, *s.* சம்பளக்காரன், கூலி வேலைக்காரன்.
Mer'cenary, *a.* பொருளாசையுள்ள, லாபவிச்சையுள்ள.
Mer'cer, *s.* பட்டுச்சவளிவர்த்தகன்.
Mer'chandise, *s.* வியாபாரம், வர்த்தகம், வாணிகம், கச்சவடம்.
Mer'chant, *s.* வர்த்தகன், வியாபாரி, வணிகன், பிரவர்த்தகன்.
Mer'chantable, *a.* விற்பனைசெய்யக்கூடிய.
Mer'chant-man, *s.* வியாபாரக்கப்பல், வாணிகக்கப்பல்.
Mer'ciful, *a.* இரக்கமுள்ள, தயையுள்ள, உருக்கமுள்ள.
Mer'cifully, *ad.* இரக்கமாய், உருக்கமாய், தயையாய்.
Mer'ciless, *a.* இரக்கமில்லாத, கொடுமையான, வன்கண்ணுள்ள.
Mercu'rial, *a.* புதனுக்கடுத்த, இரசத்தாலுண்டான, சுறுசுறுப்பான.
Mer'cury, *s.* இரசம், வாதரசம், புதன்; consolidated, இரசக்கட்டு.
Mer'cy, *s.* இரக்கம், மனஉருக்கம், தயை.
Merd, *s.* மலம், கஷ்டம், எரு, இலத்தி.
Mere, *a.* இயல்பான, சுத்த, கலப்பில்லாத, கேவல; he is a mere man, அவன் கேவல மனுஷன்தானே; by mere touch, பரிசமாத்திரமாய்; mere fancy, வீணினைவு; a mere sound, சத்தமாத்திரம்.
Mere, *s.* வாவி, ஏரி.
Mere'ly, *ad.* மாத்திரம், சுத்தமாய்.
Meretri'cious, *a.* வேசிக்குரிய, மருட்டுகிற, வெளிப்பகட்டான.
Merge, *v.t.* அமிழ்த்து, அமுக்கு, புதை.
Merge, *v.i.* அமிழ்ந்து, தாழ், அமுங்கு.
Merg'er, *s.* ஒருபொருளில் மற்றொருபொருள் அமிழ்ந்தல்.
Merid'ian, *s.* உச்சம், மத்தி, மத்தியானம், கமத்தியம்; the first, மத்திமவிலக்கினம்.
Merid'ian, *a.* மத்தியான, மத்தியானத்திற்கடுத்த.
Merid'ional, *a.* தக்ஷிண, தக்ஷிணாபிமுக.
Mer'it, *s.* பாத்திரம், போக்கியம், தகுதி, தகைமை, தர்மம், பேறு, குணகுணம், புண்ணியம்; reward of, புண்ணியபலன்; a man rich in moral merit, புண்ணியபுருஷன்.
Mer'it, *v.t.* உரித்துக்கொள், பாத்திரமாயிரு; merited punishment, நியாயதண்டம்.
Merito'rious, *a.* சரித, உசித, பாத்திரமான, புகழ்ச்சிக்கிடமான, தகுதியான, புண்ணிய; meritorious works, அருந்தொழில்.

Mer'maid, s. நீரரமகள், கடல்மாது.
Mer'man, s. the male of the mermaid.
Mer'rily, ad. மகிழ்ச்சியாய், களிப்பாய்.
Mer'riment, s. மகிழ்ச்சி, களிப்பு, கொண்டாட்டம்.
Mer'ry, a. களிப்பான, மகிழ்ச்சியுள்ள, நகையுள்ள.
Merry-an'drew, s. கோமாளி.
Merry-mak'ing, s. கேலிபண்ணுகை, சேஷ்டைபண்ணுகை, மகிழ்ச்சியான காலக்ஷேபம்.
Merr'y-thought, s. புட்குலத்தின் மாரெலும்பு.
Mer'sion, s. நீரில்முழுகல், அமிழ்தல்.
Mes'entery, s. மணிக்குடல்.
Mesh, s. வலைக்கண், ஜல்லடை.
Mesh'y, a. வலைக்கண்ணுருவான, ஜல்லடைபோன்ற.
Mes'lin, s. கலப்புத்தானியம், அடுதல்.
Mes'merism, s. துரியதரிசனம்.
Mess, s. ஒருவேளைச்சாப்பாடு, போஜனம், உணவு, பந்திபோஜனக்காரர், சிக்கு, துர்க்கதி.
Mess, v.i. உண், பந்தியிற்சாப்பிடு.
Mes'sage, s. செய்தி, சங்கதி, விசேஷம், தூது, சந்து, to go on a message, சந்துபோக.
Mes'senger, s. தூதன், ஒற்றன், சேவகன்; messengers of state, உறுதியர்.
Messi'ah, s. அபிஷேகம்பெற்றவர்.
Mes'sieurs, s. (pl.) ஸ்ரீமது.
Mess'mate, s. உடனுண்பவன், ஒருபந்தியிற்சாப்பிடுவோன்.
Mes'suage, s. குடியிருக்கிற வீடுந்தோட்டமும்.
Metach'ronism, s. காலக்கணக்குப்பிசகு.
Met'al, s. தாது, உலோகம், தேசஜம், தேயஜம்.
Metalep'sis, s. உருவகாதிதம்.
Metal'lic, a. உலோகம்போன்ற, உலோகத்தாலாய.
Met'allurgy, s. உலோகத்தில் வேலைசெய்யுந்தொழில்.
Metamor'phose, v.t. திரி, உருமாற்று, வேற்றுருவாக்கு, ரூபாந்தரப்படுத்து.
Metamor'phoser, s. உருமாற்றுவோன், வேற்றுருவாக்குவோன்.
Metamor'phosis, s. உருத்திரிபு, வேற்றுரு, விவர்த்தம், ரூபபரிணமம்.
Met'aphor, s. உருவகம், உருவக அலங்காரம்; extended metaphor, விரியுருவகம், a compound metaphor, சமாசோக்தி.

Metaphor'ical, a. உருவக அலங்காரத்துக்கடுத்த.
Met'aphorist, s. உருவகிப்போன்.
Met'aphrase, s. பதவுரை.
Met'aphrast, s. பதவுரையெழுதுவோன்.
Metaphys'ical, a. மானத, மானதசாஸ்திர.
Metaphysi'cian, s. மானதசாஸ்திரி, தத்துவசாஸ்திரி.
Metaphys'ics, s. மானதசாஸ்திரம்.
Metath'esis, s. மாறுகை, மொழிமாற்று.
Mete, v.t. அள, விதி, நியமி.
Metempsycho'sis, s. விலங்குருவமாய் மாறுதல்.
Me'teor, s. விண்வீழ்கொள்ளி, உற்கை.
Met'eorolite, s. ஆகாசக்கல்.
Meteorol'ogy, s. காலக்குறியறி சாஸ்திரம்.
Me'ter, s. அளப்போன், அளவிடுவோன்.
Mete'wand, s. அளவுகோல்.
Methinks', v. impers. நினைக்கிறேன், எண்ணுகிறேன், எனக்குத் தோன்றுகிறது.
Meth'od, s. வகை, விதம், ஒழுங்கு, பிரமாணம், அளவு; differential, அந்தரகரணம்.
Method'ical, a. ஒழுங்கான, வகுக்கப்பட்ட, கிரமங்கிரமமாய் வகுத்த.
Method'ically, ad. ஒழுங்காய், கிரமக்கிரமமாய்.
Meth'odist, s. கிரமந்தவறுது நிற்போன், ஒருவகை கிறிஸ்துமதஸ்தன்.
Meth'odize, v.t. ஒழுங்குபடுத்து.
Met'onymy, s. இலக்கணை, ஆகுபெயர்.
Metopos'copy, s. வதனசாமுத்திரிகாவித்தை, வதனசாமுத்திரிகாப்பியாசம், ரூபசாஸ்திரம்.
Me'tre, s. யாப்பு.
Met'rical, a. செய்யுள்நடைக்குரிய.
Metri'cian, } s. கவிஞன், கவி.
Me'trist, }
Metrol'ogy, s. அளவைச்சாஸ்திரம்.
Metrop'olis, s. இராஜதானி, இராஜநகரம், சமஸ்தானம்.
Metropol'itan, s. மகாவத்தியக்ஷகுரு, சிரேஷ்டகுரு.
Metropol'itan, a. இராஜதானியில் வசிக்கும்.
Met'tle, s. உற்சாகம், தைரியம், செருக்கு; high mettle, இரத்தவெறி.
Met'tled, a. உற்சாகமுள்ள, செருக்குள்ள, ஆசக்தியுள்ள.
Met'tlesome, a. உற்சாகமுள்ள, வீரமுள்ள; a mettlesome horse, கொட்டமிகுதிரை.

Mew, *s.* ஒரு கடற்புள், குருவிக்கூடு, பஞ்சரம்.
Mew, *v.i.* பூனைபோலழு.
Mewl, *v.i.* அழு, கத்து, கதறு, கீச்சிடு.
Mi'asm, } *s.* நச்சுக்காற்று, விஷவாயு,
Mias'ma, } விஷக்காற்று.
Mi'ca, *s.* அப்பிரகம், அப்பிரம்.
Mica'ceous, *a.* அப்பிரகமுள்ள.
Mice (*pl.* of mouse).
Miche, *v.t.* கிமிண்டு, திருடு, மறைந்திரு.
Mich'er, *s.* திருடன், சோரன்.
Mich'ery, *s.* திருட்டு, சோரம்.
Mic'kle, *a.* மிக்க, பெரிய.
Mi'crocosm, *s.* சிற்றண்டம், மனுஷன்.
Mi'croscope, *s.* அணுதரிசனி.
Microscop'ic, *a.* அணுதரிசனிக்குரிய, அணுப்பரிமாண.
Mid, *a.* மத்தியான, மத்தியிலுள்ள, நடு.
Mid'age, *s.* மத்தியவயசு, நடுப்பருவம்.
Mid'day, *s.* மத்தியானம், மதியம், உச்சி, நடுப்பகல், உருமம்; midday sun, மத்தியானவெயில், உச்சிவெயில்.
Mid'den, *s.* எருக்குவை.
Mid'dle, *s.* நடு, இடை, மத்தி, மையம்.
Mid'dle, *a.* மத்திய, நடு, மையமான, இடையான; age, நடுப்பருவம், நடுவயசு; finger, நடுவிரல்; size, மத்தியம பரிமாணம்; sort, நடுத்தரம்.
Mid'dling, *a.* நடுத்தரமான, மத்தியம், பருபடியான.
Midge, *s.* ஈ முதலியன.
Mid'heaven, *s.* ஆகாயமையம், விண்மத்தி, விண்ணிடை, ஆகாசகர்ப்பம்.
Mid'land, *a.* உள்நாட்டுக்குரிய, தேசத்தின் மத்தியிலுள்ள, நாட்டகத்து.
Mid'night, *s.* நடுராத்திரி, சாமம், நிசீசாமம், பாதிராத்திரி.
Mid'ship-man, *s.* கப்பலின் வாலிபவுத்தியோகஸ்தன்.
Midst, *s.* நடு, இடை, மத்தி, மையம், ஊடு.
Mid'summer, *s.* நடுக்கோடை.
Mid'way, *ad.* இடைவழியாய், நடுவழியில்.
Mid'wife, *s.* மருத்துவிச்சி, மருத்துவப்பெண்.
Mid'wifery, *s.* மருத்துவம், பிரசவிகம்.
Mid'wood, *a.* நடுவனத்திலுள்ள, ஆரணியமத்திய.
Mien(mēn), *s.* முகம், தோற்றம், நடை, சாயல்.
Miff, *s.* அற்பகோபம், வெறுப்பு, தாங்கல்.
Might (mīt), *s.* வல்லமை, பலம், பெலன், வலிமை, வீரம், பராக்கிரமம்; with all one's might, முழுப்பலத்துடன்.
Might (*p.t.* of may), கூடும்.
Might'ily, *ad.* வல்லமையாய், வலிமையாய்.
Might'iness, *s.* மகத்துவம், மாண்புடைமை, வலிமை.
Might'y, *a.* மகத்தான, பெருமைதங்கிய, மகாவலிய; a mighty sword, வீரவாள்.
Mi'grate, *v.i.* குடியெழும்பு, பரதேசம்போ.
Migra'tion, *s.* குடியெழுச்சி, பரதேசம்போகுதல், தேசாந்தரகமனம், குடிபோதல்.
Mi'gratory, *a.* குடிபோகிற, வலசைபோகிற, அலைந்துதிரிகிற.
Milch, *a.* பால்கொடுக்கிற, பால்கறக்கிற; cow, பாற்பசு, கறவை.
Mild, *a.* சாந்தமுள்ள, மெத்தனவுள்ள, சாதுவான, கோமளமான, மிருதுவான, காருண்யதயையுள்ள.
Mil'dew, *s.* பூஞ்சு, பூசணம், பூஞ்சணம், விஷப்பனி.
Mild'ly, *ad.* சாந்தமாய், பொறுமையாய், சாதுவாய்.
Mild'ness, *s.* சாந்தம், மெத்தனவு, அமைவு, சாது, தயாளம், தயாசீலம், கோமளம்.
Mile, *s.* முக்கால்நாழிகைவழித்தூரம், காதத்திற்பத்திலொன்று, மைல்; ten miles, காதம்.
Mile'stone, *s.* முக்கால்நாழிகைவழியெல்லை, தூர அளவுக்கல்.
Mil'itancy, *s.* போராட்டம், யுத்தம்.
Mil'itant, *a.* போர்ச்சேவகஞ்செய்யும், பொருகிற.
Mil'itate, *v.i.* எதிர், எதிரிடை பண்ணு, விரோதி.
Mil'itary, *s.* படைச்சனம், படை, இராணுவம், சேனை, தானை; a large military drum, விஜயமத்தளம்.
Mil'itary, *a.* யுத்தத்துக்குரிய, சண்டைக்கடுத்த, இராணுவத்துக்குரிய.
Mil'itia, *s.* குடிப்படை, யுத்தாப்பியாசம் பண்ணுங் குடிகள்.
Milk, *s.* பால், அமுதம், க்ஷீரம்.
Milk, *v.t.* பால்கற, பால்பிதுக்கு.
Milk'er, *s.* பால்கறப்போன்.
Milk'fever, *s.* க்ஷீரஜுரம்.
Milk'livered, *a.* வீரமில்லாத, அச்சமுள்ள.
Milk'maid, *s.* பால்கறப்பவள், பாற்காரி, இடைச்சி.
Milk'man, *s.* பாற்காரன், இடையன்.
Milk'sop, *s.* பெண்தன்மையுடையவன், பெண்ணன்.

Milk'tooth, *s.* பாற்பல்.
Milk'white, *a.* பால்வெள்ளையான, பால்போல்வெளுத்த.
Milk'y, *a.* பால்கொடுக்கிற, பாலுள்ள; பால்போன்ற.
Milk'y-way, *s.* நட்சத்திரமாலை, பால்வீதி மண்டலம், ஆகாசகங்கை, நாகவீதி.
Mill, *s.* யந்திரம், எந்திரம், திரிகை வட்டம்.
Mill, *v.t.* அரை, தூளிசெய், பொடிசெய்.
Mill'cog, *s.* யந்திரவுருளைப்பல்.
Mill'dam, *s.* யந்திரஅணை.
Mil'lenary, *s.* ஆயிரவருஷம்.
Millen'nium, *s.* ஆயிரவருஷம், சகஸ்திரவற்சரம்.
Mil'leped, *s.* மரவட்டை.
Mill'er, *s.* திரிகைக்காரன், யந்திரக்காரன்.
Mil'let, *s.* தினை, சாமை; black, கருந்தினை; red, செந்தினை.
Mil'liner, *s.* தலைக்கோலஞ்தைப்பவள்.
Mil'linery, *s.* பெண்களின் தலைக்கோலம்.
Millingtōria, *s.* மலைமல்லிகை, வச்சகம்.
Mil'lion, *s.* பத்திலக்கம், பத்துலக்ஷம், நியுதம்; ten millions, கோடி.
Mill'stone, *s.* யந்திரக்கல், திரிகைக்கல்.
Mill'teeth, *s.* (*pl.*) கடைவாய்ப்பல், பட்டடைப்பல்.
Milt, *s.* மண்ணீருள், மண்ணீரல், சினை.
Milt, *v.t.* சினைப்பி, ஜனிப்பி.
Milt'er, *s.* ஆண்மீன்.
Mime, *s.* பரியாசப்பட்டன், விகடகவி; பரியாசக்கூத்து.
Mime, *v.i.* பரியாசக்கூத்தாடு.
Mim'ic, *s.* கேலிக்காரன், பரிகாசக்காரன், சநசக்காரன்.
Mim'ic, *a.* போலிசெய்கிற, கேலிக்குணமுள்ள.
Mim'ic, *v.t.* கேலிபண்ணு, பரிகாசங்காட்டு.
Mim'icry, *s.* கேலி, சரசம், பரிகாசம், விகடம், சன்னை, அகசியம்.
Mimog'rapher, *s.* நாடகாசிரியன்.
Mina'cious, *a.* அச்சமிகக்காட்டும்.
Min'aret, *s.* தூபி, கொடுமுடி, சிகரம்.
Min'atory, *a.* அச்சுறுத்தும்.
Mince, *v.t.* கத்தரி, துண்டி, நறுக்கு, மறைத்துப்பேசு.
Mince, *v.i.* மிருதுவாய்ப்பேசு; தத்தித்தத்திநட.
Min'cingly, *ad.* துண்டுதுண்டாய், பிலுக்காய்.
Mince'pie, *s.* ஒரு பணிகாரம்.
Mind, *s.* மனம், உள்ளம், நெஞ்சு, அகம், அந்தக்கரணம்; பிரியம், இச்சை, அபிலாசை; கருத்து, கதி, புத்தி; to exercise the mind, புத்திசெலுத்தி வழக்கப்படுத்த.
Mind, *v.t.* அவதானம்பண்ணு, நினைத்துப்பார், எண்ணு.
Mind'ful, *a.* சிந்தனையுள்ள, அவதானமான.
Mind'less, *a.* கவனமற்ற, அவதானமற்ற, பேதைமையுள்ள.
Mind'stricken, *a.* மனதிலுரைத்த, மனதில்தைத்த.
Mine, *s.* ஆகரம், கனி, லோகம்விளைநிலம்; for military purposes, சுரங்கம்; (metaphorically) of good qualities, குணாகரம்; a mine of learning, வித்தியாகரம்; a mine of virtue, தர்மாகரம்.
Mine, *v.i.* சுரங்கமறு.
Mine, *pr.* என்னுடைய, என், எனது.
Min'er, *s.* சுரங்கமறுக்கிறவன்.
Min'eral, *s.* தாது, நிரசவஸ்து, ஆகரி, கனிசம்.
Mineral'ogist, *s.* தாதுவாதி.
Mineral'ogy, *s.* ஆகரிவிவரணம், நிரசசாஸ்திரம், தாதுபரீக்ஷணசாஸ்திரம்.
Min'gle, *v.t.* கல, தோய், பிசறு, பிசை.
Min'gle, *v.i.* கல, தோய், இசை.
Min'gle-mangle, *s.* கலப்பு, கலவை, பலதிரட்டு.
Min'iard, *a.* மிருதுவான, மெதுவான, சொகுசான.
Min'iature, *s.* சிற்றுரு, சிறுசித்திரப்படம்.
Min'ikin, *s.* அன்பன், நண்பன்.
Min'im, *s.* குள்ளன், குறளன்.
Min'imum, *s.* சின்னஞ்சிறுதொகை, இலகிஷ்டம்.
Min'ion, *s.* அன்பன், தோழன்.
Min'ish, *v.t.* குறை, குன்றச்செய்.
Min'ister, *s.* சேவகன், தூதன், அமைச்சன், மந்திரி, குரு, ஆசாரியன், புரோகிதன், காரியகாரன், இராஜப்பிரதிநிதி.
Min'ister, *v.i.* ஈ, பரிமாறு, சேவி, ஊழியஞ்செய்.
Ministe'rial, *a.* குருவிற்குரிய, மந்திரித்தனமான.
Ministra'tion, } *s.* சேவகம், ஊழியம், குருத்தொழில்.
Min'istry, }
Mi'nor, *s.* தாய்க்கீழ்ப்பிள்ளை, பிராயமற்றவன்.
Mi'nor, *a.* இளைய, சின்ன, குறைவான.
Minor'ity, *s.* சிறுவயசு, சிறுபருவம், சிறுதொகை.
Min'otaur, *s.* நரரிஷபம்.
Min'ster, *s.* மடத்துத்தேவாலயம்

Min'strel, *s* கீதக்காரன், பாணன், வாத்தியக்காரன்; retained minstrels, வந்திகள், வந்தியர்.
Min'strelsy, *s.* பாண்தொழில், கீதவாத்தியநூல், சங்கீதவாத்தியம்.
Mint, *s.* தங்கசாலை, கம்பட்டசாலை, துளசி.
Mint, *v.t.* காசடி, கம்பட்டமடி; கதைகட்டு.
Mint'age, *s.* நாணயம். காசு.
Mint'master, *s.* தங்கசாலைத்தலைவன்.
Min'uend, *s.* சோதனீயம்.
Mi'nus, *s.* இருணம், சய.
Min'uet, *s.* ஒருவகைநடனம், பரததாளத்தி-லொன்று.
Min'ute (mĭn'ĭt), *s.* நிமிஷம், காலநுட்பம், கணம், கலை, விநாடி, குறிப்பு, பொழிப்பு.
Min'ute, *v.t.* குறிப்பெழுது.
Minute', *a.* சொற்ப, நுண்ணிய, சூக்கும, நுட்ப.
Min'ute-hand, *s.* நிமிஷக்கம்பி.
Minute'ly, *ad.* நுட்பமாய், ஆராய்வாய்.
Minute'ness, *s* நுண்மை, இலேசு, நுட்பம், நொய்மை.
Min'ute-watch, *s.* நிமிஷக் கைக்கடிகாரம்.
Minu'tiæ, *s.* (*pl.*) நுட்பங்கள், நுட்பசங்கதிகள், சூக்ஷ்மவிஷயங்கள்.
Minx, *s.* இடம்பக்காரி, எடுபாட்டுக்காரி, கோப்புக்காரி, இலச்சைகெட்டவள்.
Mir'acle, *s.* அற்புதம், இயல்புக்கு மாறுனது, தேவாதீன சம்பவம்.
Mir'acle-monger, *s.* புதுமைசெய்வோன், அற்புதமாயாவி.
Mirac'ulous, *a.* அற்புதமான, தீர்ப்பலமான, புதுமையான.
Mirac'ulously, *ad.* அற்புதமாய், புதுமையாய்.
Mirador', *s.* அளிந்தம், சாளரச்சாய்ப்பு.
Mirage' (mĕräzh'), *s.* கானல், மரீசகம், மரீசிகை, வெண்டேர்.
Mire, *s.* சேறு, பங்கம், செதும்பு, சகதி, உளை, அங்கணம்.
Mirk', *a.* இருண்ட, கருகலான, மப்பான.
Mir'ror, *s.* கண்ணாடி, உருவங்காட்டி, நிலைக்கண்ணாடி, தர்ப்பணம்.
Mirth, *s.* மகிழ்ச்சி, களிப்பு, உல்லாசம், சிமாளம்.
Mirth'ful, *a.* மகிழ்ச்சியான, மிகுகளிப்பான, களியாட்டான.
Mirth'less, *a.* மகிழ்ச்சியற்ற, களிப்பற்ற.
Mir'y, *a.* சேறுள்ள, சகதியுள்ள. சதுப்பான.
Misadven'ture, *s.* துர்க்கதி, அவதி, விபத்து.
Misaf'fect, *v.t.* வெறு, விருப்பறு.
Misaffirm', *v.t.* தப்புறுதி மொழிச்சொல், அபத்தஞ்சொல்லு.

Mis'anthrope, } *s.* ஜனவிரோதி, மனுப்பகைஞன்.
Misan'thropist, }
Misan'thropy, *s.* ஜனவிரோதம், அமித்திரம், ஜனத்துரோகம்.
Misapply', *v.t.* பொருந்தாமற்பேசு, தப்பாய்ச்சொல், தவறுய்ச்சொல்.
Misapprehend', *v.t.* மோசமாய் விளங்கு, மாறிக்காண.
Misascribe', *v.t.* தப்பாயாரோபி.
Misassign', *v.t.* பிசகாய்க்குறி.
Misbecome', *v.t.* பொருந்தாமற் போக்கு, தகாததாக்கு.
Misbegot'ten, *a.* ஒழுங்கீனமாய்ப்பெற்ற, முறைதவறியடைந்த.
Misbehave', *v.t.* ஒழுங்கீனமாய்நட, வழுவியொழுகு, அக்கிரமமாய்நட.
Misbehav'iour, *s.* துர்நடை, கெட்டநடக்கை, துராசாரம்.
Miscal'culate, *v.t.* பிசகாய்க்கணக்கிடு, தவருயெண்ணு, மோசமாயுத்தேசி.
Miscall', *v.t.* பெயர்மாறிச்சொல்லு.
Miscar'riage, *s.* தப்பொழுக்கம், அசித்தி, பிரதிகூலம், துர்க்கதி, அழிகரு, அழிகுட்டி, பிண்டசேதம்.
Miscar'ry, *v.i.* சித்தியாகாதிரு, பிரதிகூலமடை, சினைகழை, கருவழி, கருச்சிதை, பருவமுந்திப் பிரசவி.
Miscella'neous, *a.* கலம்பகமான, நாநாவிதமான.
Mis'cellany, *s.* கலம்பகம், பலபொருட்கொத்து, கலவை, நாநாவிதம்.
Mischance', *s.* அதிர்ஷ்டவீனம், துர்ச்சம்பவம், விபத்து, துர்க்கதி, அபாயம்.
Mis'chief, *s.* தீங்கு, தப்பிதம், குற்றம், குறும்பு, விஷமம், குரங்குச்சேஷ்டை, கொட்டம், அகடனம்; to do mischief, குறும்பு செய்ய.
Mis'chief-maker, *s* சர்ப்பனைகாரன், குழப்பக்காரன், தீங்குசெய்வோன், மித்திரபேதகன்.
Mis'chievous, *a.* துடினமான, தீங்குசெய்கிற, மோசமான, துஷ்ட; to be mischievous, விஷமிக்க; a mischievous man, தறுதலையன்.
Misconceive', *v.t.* தப்பாய்க்கருது, பிசகாய் நிதானி.
Misconcep'tion, *s.* எண்ணப்பிசகு, தப்பெண்ணம்.
Mis'conduct, *s* துர்நடை, பரிமாற்றப்பிழை, அமார்க்கம்.
Misconjec'ture, *s.* தப்பான உத்தேசம்.

Misconstruc'tion, *s.* பிழைப்பயன், பிழைக் கருத்து, தப்பர்த்தம்.
Miscon'strue, *v t.* தப்பர்த்தம்பண்ணு, பிழைப்பயன் சொல்லு.
Mis'creant, *s.* நாஸ்திகன், தப்புவிசுவாசி, நீசன், பாதகன், தறுகுறும்பன், அமார்க்கன், பாபிஷ்டன்.
Misdate', *v.t.* தப்புத்தேதி குறி.
Misdeed', *s.* துர்ச்செய்கை, குற்றம், தப்பு, தப்பிதம்.
Misdeem', *v.i.* தப்புற நிதானி.
Misdemean', *v.t.* ஒழுங்கீனமாய் நட, அமார்க்கமாய் நட.
Misdemean'our, *s.* தகாதநடத்தை, கெட்ட நடை, தவறுய் நடத்துகை.
Misdevo'tion, *s.* குருட்டுப்பக்தி, தப்புப் பக்தி.
Misdi'et, *s.* அபத்தியம்.
Misdirect', *v.t.* தப்புவழி காட்டு, வழி யொன்றிருக்க ஒன்றைக் காட்டு.
Misdo'ing, *s.* துஷ்கிர்த்தியம், கெட்டசெய்கை.
Mi'ser, *s.* உலோபி, பிசுனன், இடுக்கி, கிருபணன், வழங்காதவன், அதாதிரு.
Mis'erable, *a.* பீடையுள்ள, நிர்ப்பந்த, இடுக்கணுள்ள, இழிவான, உதவாத.
Mis'erably, *ad.* நிர்ப்பந்தமாய், இழிவாய், எளிமையாய்.
Mis'ery, *s.* துன்பம், இடுக்கண், பீடை, கிலேசம், நிர்ப்பந்தம், சஞ்சலம், கலி; a time of misery, கலிகாலம்; to put an end to misery, கலிதீர்க்க.
Misfor'tune, *s.* இடையூறு, ஆபத்து, பொல்லாங்கு, அதிர்ஷ்டவீனம், தத்து, கண்டம், விபத்து, நிர்ப்பாக்கியம், துர்ப்பாக்கியம், காலப்பிழை, கலி.
Misgive', *v.t.* & *i.* ஐயுறச்செய், அயிர்ப்புறுவி, சமுசயங்கொள்ளு, பிசகாய்க்கொடு.
Misgiv'ing, *s.* சந்தேகம், ஐயப்பாடு, சமுசயம்.
Misgov'ern, *v.t.* நியாயத்தப்பாயாளு, அநீதமாயாளு.
Misgov'ernment, *s.* துரரசாட்சி, வழுவாயாளுகை.
Misguide', *v.t.* மோசவழிகாட்டு, துன்னெறி காட்டு, தப்பாய்நடத்து.
Mishap', *s.* இடையூறு, காரியத்தாழ்ச்சி, தப்பு, தவறு, ஆபத்து, காலப்பிழை.
Misinform', *v.t.* தப்பிதமாயறிவி, பிழையாய்ச்சொல்லு.
Mislay', *v.t.* இடந்தப்பிவை, கைதடுமாறிவை.
Mis'le (mĭz'l), *v.i.* தூறு, சிறுதுளியாய்ப் பெய், பனி.
Mislead', *v.t.* தப்புவழியாய்நடத்து, துர்நெறிகாட்டு, வழிதப்பிநடத்து.
Mislive', *v.i.* நெறிதவறிநட.
Misman'age, *v.t.* தப்பிதமாய்நடத்து, மோசமாய் நிர்வகி.
Misman'agement, *s.* துர்ப்பாவனை, பராமரிப்புத்தாழ்ச்சி.
Mismatch', *v.t.* சேராச்சேர்க்கையாயிணை.
Misname', *v.t.* தப்புப்பெயரிடு, பொருந்தாப் பெயர்தரி.
Misno'mer, *s.* தப்புப்பெயர், பொருந்தாத நாமம்.
Misplace', *v.t.* இடந்தப்பிவை, தானந்தப்பிவை.
Mispronuncia'tion, *s.* கொச்சையாயுச்சரித்தல், உச்சரிப்புவழு.
Misquote', *v.t.* பொருந்தாமேற்கோளெடுத்துரை.
Misrepresent', *v.t.* பிழையாய்ச்சொல்லு, தப்பாயெடுத்துக்காட்டு.
Misrepresenta'tion, *s.* தவறுன விவரம், வழுஉச்சொல்.
Misrule', *s.* கிரமத்தாழ்வு, அநியாயவரசாட்சி.
Miss, *s.* தப்பு, பிசகு; பாது, பிழை.
Miss, *v.t.* தப்பு, வழு, தவறு, பிசகு, பிழை, திறம்பு; the way, வழியைத்தப்பவிடு.
Mis'sal, *s.* உரோமான்மார்க்கப் பூசைவிதி.
Misshape', *v.t.* அந்தக்கேடாக்கு, அவலக்ஷணமாக்கு.
Mis'sile, *s.* எறிபடை, அஸ்திரம், கைவிடுபடை, தோமரம்.
Mis'sile, *a.* எறியத்தக்க.
Mis'sing, *a.* தப்பான, மோசமான, காணமற்போன.
Mis'sion, *s.* நியமிப்பு, அனுப்புகை, தூது.
Mis'sionary, *s.* தூதன், அனுப்பப்பட்டவன், வழியுரைப்போன்.
Mis'sive, *s.* அனுப்பப்பட்ட காகிதம், அனுப்பப்பட்ட தூதன்.
Mis'sive, *a.* அனுப்பப்படக்கூடிய.
Misspend', *v.t.* வீணாய்ச்செலவழி, ஆராதரியாய்ச் செலவழி; misspent time or life, வீண்காலம், வீணுள்.
Mist, *s.* நீர்த்துவலை, நீர்த்தூறல், மூடுபனி.
Mistake', *s.* தப்பு, தப்பிதம், பிழை, இழுக்கு, பிசகு.
Mistake', *v.t.* பிழைவிடு, தவறுய்க்கொள், தவறுயுணர், விபரீத அர்த்தம்பண்ணு; mistaking one thing for another, ஆரோபம்.

Mist'iness, *s.* மந்தாரம், மப்பு, புகைச்சல்.

Mis'tletoe (mĭz''l-tō), *s.* புல்லுருவி, குருவிச்சை.

Mis'tress, *s.* எஜமாட்டி, தலைவி, அம்மாள், வீட்டாள், வைப்பாட்டி.

Mistrust', *s.* அவநம்பிக்கை, ஐயம், சந்தேகம், சமுசயம்.

Mistrust'ful, *a.* அவநம்பிக்கையுள்ள, சந்தேகிக்கிற.

Mist'y, *a.* மந்தாரமான மப்பான, மூடுபனியுள்ள.

Misunderstand', *v.t.* தப்பாயறி, பிசகாயுணர்.

Misunderstand'ing, *s.* தப்பெண்ணம், மனஸ்தாபம், சிறுபகை.

Misus'age, *s.* தப்புப்பிரயோகம்.

Misuse', *s.* பிரயோகவழு, தப்பறை.

Misyoke', *v.t.* ஜோடில்லாஜோடாக்கு.

Mite, *s.* சிறுபூச்சி, புழு, கிருமி, அணு, ஒரு காசு.

Mith'ridate, *s.* நஞ்சுதீர்க்கு மருந்து.

Mit'igate, *v.t.* தணி, ஆற்று, தேற்று, சாந்தப்படுத்து.

Mitiga'tion, *s.* தணிவு, இளக்கம், ஆறுதல்.

Mi'tre, *s.* குல்லா, தலைப்பாகை.

Mi'tred, *a.* தலைப்பாகையிட்ட.

Mit'ten, *s.* அத்தகோசம், கையுறை.

Mit'timus, *s.* மறியற்பத்திரம்.

Mix, *v.t.* கலக்கு, அளாவு, கல, கலக்கச்செய்.

Mix, *v.i.* கலங்கு, கல, தோய், சேர்.

Mix'ed, *p.a.* கலப்பான, சாங்கரிய; fraction, மிசிரபின்னம்.

Mix'en, *s.* குப்பைமேடு, எருக்கும்பி.

Mixt'ly, *ad.* கலப்பாய்.

Mix'ture, *s.* கலப்பு, கலம்பகம், கூட்டு, கலவை, மிசிரம், கலப்பிடம், கலவல்.

Miz'zen (mĭz'z'n), *s.* கப்பலின் பின்பாய்.

Miz'zen-mast, *s.* பிற்பாய்மரம்; the flag on the, வாற்கொடி.

Mne-mon'ics (nē-mŏn'ĭcs), *s.* ஞாபகப்பிரயோகம், ஸ்மரணவித்தை.

Moan, *s.* அனுக்கம், புலம்பல், அழுகை, பிரலாபம், துக்கம்.

Moan, *v.i.* அனுங்கு, புலம்பு, அழு, பிரலபி, துக்கப்படு.

Moat, *s.* அகழ், அகழி, கிடங்கு, மடு.

Mob, *s.* சந்தடிகாரர், கலகக்காரர், குழப்பக்காரர்.

Mobil'ity, *s.* சலனம், அசையுந்தன்மை, சலனத்துவம்.

Mock, *s.* சரசம், சன்னை, பரிகாசம்.

Mock, *v.t.* பரிகாசம்பண்ணு, சரசம்பண்ணு, நகை, ஆகடியம்பண்ணு.

Mock, *a.* பொய்யான, போலியான, கேலியான.

Mock'er, *s.* ஆகடியக்காரன்

Mock'ery, *s.* பரிகாசம், ஆகடியம், சரசம், கேலி, நிந்தை, நகை, ஏளனம், சக்கந்தம், நையாண்டி, சன்னை.

Mock'ing-stock, *s.* பரிகாசத்திற்கிலக்கு.

Mo'dal, *a.* மாதிரியான, வகைக்குரிய.

Modal'ity, *s.* துறைவிகற்பம் துறைவேறுபாடு.

Mode, *s.* பிரகாரம், மாதிரி, விதம், தன்மை, நடை, துறை.

Mod'el, *v.t.* ஒழுங்குபடுத்து, உருவாக்கு, மாதிரிகாட்டு.

Mod'eller, *s.* மாதிரிகாட்டுவோன், உருப்பிடிப்போன்.

Mod'erate, *v.t.* மட்டாக்கு, சகாயம்பண்ணு, தணி, அடக்கு, ஆற்று.

Mod'erate, *v.i.* தணி, தாழ், குறை, அடங்கு.

Mod'erate, *a.* மட்டான, நடுத்தரமான, மிதமான, சமமான, சகாயமான.

Mod'erately, *ad.* மட்டாய், அளவாக, குறைவாய், சீராக.

Mod'erateness, *s.* சமம்.

Modera'tion, *s.* அமைதி, அடக்கம், சாது, மட்டு, மிதம், சமம்.

Mod'erator, *s.* ஒழுங்குபடுத்துவோன், மத்தியஸ்தன், சங்கத்தலைவன்.

Mod'ern, *a.* புது, புதிய, இக்காலத்திலுள்ள, நவீன.

Mod'ernism, *s.* புதுநடை, நூதனசாதனை.

Mod'est, *a.* அடக்கமுள்ள, ஒழுக்கமான, கற்புள்ள, மரியாதையான, நாணமுள்ள; to be modest, அடங்க, மேனாதப்பாதிருக்க.

Mod'estly, *ad.* நாணம்மாய, கூச்சமாய், மரியாதையாய்.

Mod'esty, *s.* மரியாதை, மேனா, நாணம், வெட்கம், கற்பு, சங்கோசம், விநயம்.

Mod'icum, *s.* சிற்றளவு, கொஞ்சம், அற்பம், கிஞ்சித்துவம்.

Modifica'tion, *s.* விகாரம், பேதம், திரிபு, ஆரோபம், பரிணமம்.

Mod'ify, *v.t.* வேருகப்பிரி, திரிபாக்கு.

Mod'ish, *a.* பாங்கான, போங்கான.

Mod'ulate, *v.t.* நாதவேற்றுமைப்படுத்து, இசைவிகற்பி.

Modula'tion, *s.* இசைவிகற்பம், நாதபேதம்.

Mod'ule, *s.* மாதிரி, சாடை, சாயல்.

Mod'ule, *v.t.* இசைவிகற்பி, உருவாக்கு, உருப்படுத்து.

Mogul', *s.* மொகலரசன்.
Mo'hair, *s.* சாமனா, கவரிமாம்யிர்.
Moham'medan, *s.* மஹமதீயன்.
Moham'medan, *a.* மஹமதீய.
Mo'hur, *s.* மோரா.
Moi'ety, *s.* பாதி, சமபாகம், ஒன்றுபாதி, அரை, அர்த்தம்.
Moist, *a.* நனைந்த, ஈரமான, நீர்சுவறின, கசிவான.
Moist'en (mois'n), *v.t.* நனை, தோய், துவை, ஈரமாக்கு.
Moist'ure, *s.* ஈரம், கசிவு, நனைவு, பசை.
Mo'lar (tooth), *s.* பட்டடைப்பல், கடைவாய்ப்பல்.
Molas'ses, *s.* சர்க்கரைப்பாணி, வெல்லப்பாகு, சீனிப்பாகு.
Mole, *s.* அலைதாங்கி, செய்கரை, மச்சம், மறு, வடு, அகழெலி.
Mole'cule, *s.* சிறுதிரள், அணு.
Mole'cast, } *s.* அகழெலிவளையின் மண், Mole'hill, } பதுக்கை.
Mole'track, *s.* அகழெலிவளைப்போக்கு.
Molest', *v.t.* இடைஞ்சற்படுத்து, அலைவு பண்ணு, அலட்டு.
Molesta'tion, *s.* இடைஞ்சல், அலைக்கழிவு, தொல்லை, கலக்கம், தொந்தரவு, தடாதடி.
Mollifica'tion, *s.* இளக்கம், ஆற்றல், தணிவு.
Mol'lify, *v.t.* ஆற்று, தணி, சாந்திபண்ணு, இளக்கு.
Molt'en (*p.p.* of melt), வார்ப்பான, உருக்கிவார்த்த.
Mome, *s.* மூடன், மந்தன்.
Mo'ment, *s.* நிமிஷம், நொடிநேரம், கணம், சணம், விகலை; காம்பீரியம்.
Mo'mentary, *a.* அற்பமான, அற்பாயுசுள்ள, கணமாத்திர.
Moment'ous, *a.* பொறுப்பான, முக்கியமான, ஆவசியகமான, பாரமான.
Moment'um, *a.* வீச்சு, வேகம், தாக்கு, பலம், சலனியம்.
Mon'achal, *a.* துறவறத்திற்குரிய.
Mon'achism, *s.* துறவறம், சந்நியாசம்.
Mon'ad, *s.* சூக்குமாணு, பரமாணு.
Mon'arch (*pl.* mon'archs), *s.* ஏகாதிபதி, சக்கரவர்த்தி, சுயாதிபன்.
Monarch'ical, *a.* ராஜீக, சுயாதிபத்தியமுள்ள.
Mon'archist, *s.* ஏகாதிபத்தியவாதி.
Mon'archy, *s.* ஏகாதிபத்தியம், சுயாதிபத்தியம்.
Mon'astery, *s.* துறவோர்வாசம், சந்நியாசிமடம், ஆச்சிரமம்.
Monas'tic, *a.* சந்நியாசி மடத்துக்கடுத்த, துறவறத்துக்குரிய.
Mon'day, *s.* திங்கள், திங்கட்கிழமை, சோமவாரம்.
Mon'etary, *a.* பணத்திற்குரிய.
Mon'ey, *s.* பணம், காசு, நாணயம், ரொக்கம்; money latety coined, வெட்டுமுனை.
Mon'ey-changer, *s.* காசுக்காரன், காசமாற்றுகிறவன், சராப்பு.
Mon'eyed (mŭn'ĭd), *a.* பணமுள்ள, செல்வமுள்ள; man, தனவான்.
Money'matter, *s.* பணக்கணக்கு.
Money'scrivener, *s.* பணம்சேகரிப்போன்.
Moneys'worth, *s.* கிரயத்திற்குத் தக்க பொருள்.
Mon'ger, *s.* வியாபாரி, வாணிகன்.
Mon'goose, *s.* கீரி, நகுலம்.
Mon'grel, *s.* கலப்பு, சாதிசாங்கரியம்.
Mon'igar, *s.* மணியகாரன்.
Mon'ish, *v.t.* எச்சரி.
Moni'tion, *s.* புத்திபோதனை, எச்சரிப்பு, அறிவு.
Mon'itive, *a.* எச்சரிப்பான, புத்தியான.
Mon'itor, *s.* உபசிக்ஷகன், உபகுரு, சட்டம்பிள்ளை, சட்டாம்பிள்ளை.
Mon'itory, *a.* புத்திசுற்பிக்கிற.
Monk, *s.* துறவி, பரித்தியாகி, ஏகாங்கி, முனி, சந்நியாசி.
Monk'ery, *s.* துறவு, பரித்தியாகம், சந்நியாசம், யோகநிலை.
Monk'ish, *a.* ஏகாந்தத்திற்குரிய, பரித்தியாகத்திற்கடுத்த, துறவறத்திற்குரிய.
Monk'ey, *s* குரங்கு, வானரம், கபி.
Monoc'eros, *s.* ஒற்றைக்கொம்பன்.
Monoc'ular, *a.* ஒற்றைக்கண்ணுள்ள.
Mon'ody, *s.* ஒருவன் தனித்துப்பாடும் பாட்டு.
Monog'amist, *s.* ஏகவிவாகவாதி.
Monog'amy, *s.* ஒருமுறைமாத்திரம் விவாகம் முடித்தல்.
Mon'ogram, *s.* கூட்டெழுத்து, குறிப்பெழுத்து.
Mon'ologue, *s.* தற்பாஷிதம்.
Monom'achy, *s.* தனிப்போர், இருவர்போர்.
Monop'athy, *s.* தற்கிலேசம், தன்னந்தனியே தபித்தல்.
Monop'olist, *s.* தன்வசமாக்குவோன், அமுக்குவோன்.
Monop'olize, *v.t.* தன்வசமாக்கு, சுதந்தரமாய் வியாபாரம்பண்ணு
Monop'oly, *s.* சுதந்தரவர்த்தகம், ஒப்பந்தம்.

Mon'ostich, *s.* தனிக்கவி.
Monosyl'lable, *s.* ஓரசைச்சொல், ஓரசை மொழி.
Mon'otheism, *s.* ஏகேச்சுரவாதம், ஏகதே விகம்.
Mon'otheist, *s.* ஏகேச்சுரவாதி.
Monot'onous, *a.* சமனோசையான, ஏகநாத முள்ள, விகற்பமற்ற.
Monot'ony, *s.* சமனோசை, ஏகநாதம்.
Mon'sieur (mŏs'su), *s.* ஸ்ரீமது.
Monsoon', *s.* பருவப்பெயர்ச்சிக்காற்று, மழைக்காலம்.
Mon'ster, *s.* சுபாவங் தப்பினது, அந்தக்கே டானது, குரூபாங்கி.
Monstros'ity, *s.* விரூபம்.
Mon'strous, *a.* குரூபமான, இயல்புக்கு விரோதமான, மகாபெரிய, கொடுமையான.
Monte'ro, *s.* இராவுத்தன் குல்லா.
Month, *s.* மாதம், மாசம், திங்கள்.
Month'ly, *a.* மாதவீதமான, மாசாந்தர.
Mon'ument, *s.* ஞாபகஸ்தம்பம், ஞாபகக் குறிப்பு, கோரி, கல்லறை.
Monument'al, *a.* ஞாபகக்குறிப்பான, நினைப்பூட்டுகிற.
Mood, *s.* குணம், மாதிரி, விதம், வினைத் துறை, துறை; (in Logic) ரூபம், பிரகாரம்.
Mood'y, *a.* வெடுவெடுப்பான, கோபக்குண முள்ள, துக்கமான.
Moon, *s.* சந்திரன், திங்கள், மதி, சோமன், நிலா; new, அமாவாசி, அமாவாசியை; full, பௌரணை, பூரணை.
Moon'beam, *s.* சந்திரகிரணம், சந்திரகதிர்.
Moon'stone, *s.* சந்திரகாந்தம்.
Moon'et, *s.* சிறுசந்திரன், வாலசந்திரன்.
Moon-less, *a.* சந்தரிகையற்ற.
Moon'light, } *s.* நிலா, நிலவு, சந்திரிகை,
Moon'shine, } சந்திரப்பிரவை; பொய்மை.
Moon'ling, *s.* பேதை, மந்தன்
Moon'eyed, *a.* கண்ணொளிமங்கிய, மாலைக் கண்ணுள்ள.
Moon'struck, *a.* சந்திரரோக, உன்மத்த.
Moor, *s.* புல்வெளி, சதுப்புநிலம்.
Moor, *v.t.* நங்கூரம்போடு, நங்கூரம்போட்டிரு.
Moor'game, *s.* ஒருவகைப்பறவை.
Moor'ing, *s.* நங்கூரம்போட்டிருக்கை.
Moor'ings, *s.* நங்கூரமுதலிய.
Moose, *s.* ஒருவகைமான்.
Moot, *s.* தருக்ககாரியம், தருக்கதானம்.
Moot, *v.t.* தாக்கி, பேசித்தெளி.
Mop, *s.* அழுக்குத்துடைக்கும் புடைவை, ஒற் றுடை.

Mope, *v.i.* தூங்கு, மந்தமாயிரு, சோம்பு.
Mop'ish, *a.* ஊக்கமற்ற, தூக்கமான, சோம் புள்ள.
Mop'pet, *s.* பிரதிமை.
Mor'al, *s.* நல்லொழுக்கம், நன்னெறி, சன் மார்க்கபோதகம்.
Mor'al, *a.* சன்மார்க்கமான, நீதியுள்ள, நன் மை திமைக்கடுத்த; philosophy, நீதி சாஸ்திரம், தரும்சாஸ்திரம்; persons of the highest moral excellency, உத்த மபாத்திரம், சற்பாத்திரம்; moral training, விநயம்; moral firmness, நிறை; moral perfection, குணசம்பத்து; moral excellence, குணோத்கிர்ஷ்டம்.
Mor'alist, *s.* சன்மார்க்கன், சன்மார்க்கப் போதகன், நீதிசாஸ்திரி.
Moral'ity, *s.* உலகநீதி, ஒழுக்கம், நியாயம், நீதிநெறி, சன்மார்க்கம், நிறை.
Moraliza'tion, *s.* தர்மநூலடைவாய்ச்சிந்தி.
Mor'alize, *v.t.* நன்னெறிப்படுத்து, சீர்தி ருத்து.
Mor'alize, *v.i.* சன்மார்க்க காரியத்தைப் பற்றிச் சம்பாஷி.
Mor'ally, *ad.* சன்மார்க்கமாய், நீதியாய்.
Mor'als, *s.* நல்லறிவு, நீதிநடை, முறை.
Morass', *s.* சதுப்புநிலம், சதுக்கல்நிலம்.
Morass'y, *a.* சதுப்புநிலப்பாங்கான, உவ யான.
Mor'bid, *a.* பிணியுள்ள, நோயுள்ள, ஆரோக் கியமில்லாத, உரோக.
Morbif'ic, *a.* நோயுண்டாக்கு, பிணிவருத் தும்.
Morda'cious, *a.* கடிக்கிற.
Mordac'ity, *s.* கடிக்குந்தன்மை, காரப்பு.
Mordica'tion, *s.* கடித்தல், தின்னல்.
More, *ad.* அதிகமான, மிகுந்த, மேலான, அதிகமாய், மிகுதியாய்; and more, மேலு மேலும், அதிகமதிகமாய்.
More, *s.* அதிகம், பெருந்தொகை.
Moreo'ver, *ad.* இன்னும், அல்லாமலும், மீளவும், திரும்பவும், அன்றியும்.
Mo'rion, *s.* தலைச்சிரா, தலைக்காப்பு.
Morn, } *s.* அதிகாலம், விடியல், சந்தி,
Morn'ing, } வைகறை, புலரி, காலை, முன்னேரம், பிர தக்காலம்; and evening, காலைமாலை, அந்திசந்தி.
Morn'ing'star, *s.* விடிவெள்ளி.
Moroc'co, *s.* பதனிடப்பட்ட நாணயமான தோல்.
Morose', *a.* எரிச்சலுள்ள, கடுகடுப்புள்ள, வெடுவெடுப்பான.

Morose'ness, *a.* வெடுவெடுப்பு, கடுகடுப்பு.
Mor'phew, *s.* சொறி, அசறு, பொருக்கு.
Mor'row, *s.* நாளை, பின்னைநாள், மறுநாள்.
Morse, *s.* கடற்குதிரை.
Mor'sel, *s.* துணிக்கை, துண்டு, ஒருவாயுணவு, கவளம்.
Mor'tal, *s.* அநித்தியன், சாவுக்குரிய மனுஷன்.
Mor'tal, *a.* சாவுக்குரிய, அழிவுள்ள, மரணதின, கொடிய; wound, படுகாயம், சாக்காயம்; enemy, பிராணசத்துரு.
Mortal'ity, *s.* மனுஷசுபாவம், சாவுக்குரிய தன்மை, சா, மரணம், மாய்தல், மாய்ச்சல்.
Mor'tally, *ad.* மரணத்துக்கேதுவாய்.
Mor'tar, *s.* சுண்ணச்சாந்து; சட்டிப்பீரங்கி; கலுவம், உரல்.
Mort'gage (mŏr'găge), *s.* ஈடு, ஒற்றி, அடகு; of landed property, அடைமானம்.
Mort'gage, *v.t* ஒற்றிவை, ஈடுவை, அடகுவை; landed property, அடை.
Mortgagee', *s.* ஒற்றிவாங்குவோன், ஈடு வாங்குவோன்.
Mort'gager, *s.* ஒற்றிவைப்போன், ஈடுவைப போன்.
Mortife'rous, *a.* நாசமான, சாவிற்குரிய, அழிக்கும்.
Mortifica'tion, *s.* மனமடிவு, மனநோவிசனம், இறத்தல்; of flesh, &c., மாமிசபூதி, ஊழ்த்ததசை; mortification of the body, சரீரதண்டம்.
Mor'tify, *v.t.* மாய், கெடு, அடக்கு, தாழ்த்து, ஒறு, மடிவி.
Mor'tise, *s.* பொளி, கூடு, தட்டு; to join a mortise, தட்டுமூட்ட.
Mor'tise, *v.t.* தட்டடி.
Mort'main, *s.* பராதீனமாகாச்சொத்து.
Mor'tuary, *s.* அவஸ்தைச்சடங்குச்செலவு, சுடுகாடு, சவச்சாலை.
Mosque, *s.* பள்ளிவாசல், மசூதி, மஸ்ஜீது, மண்டபம்.
Mosqui'to(mŏs-kē'tō), *s.* மசகம், கொசுகு, நுளம்பு.
Mosa'ic, *s.* நானுவர்ணக் கல்லிழைத்த வேலைப்பாடு.
Mosa'ic, **Mosa'ical**, } *a.* மோசேக்குரிய.
Moss, *s.* சைவலம், காளான், பாசி.
Moss, *v.i.* பாசிபிடி, பாசிபடர்.
Moss'grown, *a.* பாசிபடர்ந்த.
Mos'sy, *a.* பாசிபடர்ந்த.
Most, *s.* அதிக அளவு, பெருந்தொகை.
Most, *a.* அதிகமான, மிகுந்த, மேலான, அத்தியந்த.
Most, *ad.* மிகவும், மெத்தவும்.
Most'ly, *ad.* பெரும்பாலும், அதிகமாய்.
Mote', *s.* கிரணம், அணு, துரும்பு.
Moth, *s.* பூச்சி, புழு, பொட்டு, விட்டில்.
Moth'eaten, *a.* பொட்டரித்த, புழுவரித்த, பூச்சிதின்ற.
Moth'er, *s.* மாதா, தாய், அன்னை, ஔவை, ஆய்ச்சி; of pearl, முத்துச்சிப்பி; in liquors, ஏடு.
Moth'er, *a.* ஜென்மதாய, ஜென்ம, சகஜ.
Moth'er, *v.t.* ஸ்வீகரி.
Moth'erless, *a.* தாயற்ற, மாதாவில்லாத, அன்னையற்ற, தாயில்லாத.
Moth'erly, *a.* தாயடைவான, பெற்றதாயைப் போல உருக்கமுள்ள.
Moth'er-in-law, *s.* மாமி, பாரியின் தாய், கணவன் தாய்.
Moth'ery, *a.* ஏடுள்ள.
Moth'y, *a.* பொட்டுப்பூச்சி மிகுந்த.
Mo'tion, *s.* சலனம், அசைவு, ஆட்டம், இயக்கம், உபநியாசம், இரேசனம்; compound, சங்கரசலனம்; mean daily motion of the sun, சூரியகதி.
Mo'tionless, *a.* சலனமற்ற, நிலைபெயரா திருக்கிற, நிச்சலன.
Mo'tive, *a.* செலுத்தும், நிலைபெயர்க்கும் திறமுள்ள.
Mo'tive, *s.* கருத்து, முகாந்தரம், அபிப்பிராயம், எண்ணம், நோக்கம்.
Mo'tor, *s.* செலுத்துவோன், இழுக்கும் யந்திரம்; car, ரதம்; bus, சாமான்ரதம்.
Mot'ley, *a.* பலவர்ண, பலநிறமுள்ள, நானுவித, விசித்திர.
Mot'to, *s.* பிரமாணம், நீதிமொழி, கட்டுரை, உறுதிச்சொல்.
Mould, *s.* அச்சு, கரு, பாண்டல், பூஞ்சு, பூசணம், சக்கு.
Mould, *v.t.* உருப்படுத்து, உருவாக்கு.
Mould, *v.i.* பூஞ்சுபிடி, பாண்டல்கட்டு.
Mould'er, *v.i.* இற, உளு, மட்கு, உட்கு.
Mould'iness, *s.* பூஞ்சு, பாசி, பாண்டல், பூசணம்.
Mould'ing, *s.* கபோதகவரி, சித்திரக்கம்பி.
Mould'y, *a.* சக்குப்பிடித்த, பாண்டல்கட்டின, பூசணம்பிடித்த.
Moult, *v.i.* இறகுகளை, இறகுஉதிர்.
Mound, *s.* அடைப்பு, வரம்பு, அணை, செய்கரை, கொத்தளம், மேடு, திடல், திட்டை.
Mount, *s.* மலை, பர்வதம், குன்றம்.

Mount, *v.t.* உயர்த்து, ஏற்று, வாகனத்தின் மீதேறு; குயிற்று, பதி; mounting with precious stones, கசிதம்.
Mount, *v.i.* ஏறு, எழு, உயர்.
Moun'tain, *s.* மலை, பர்வதம், கிரி; foot of a, மலையடிவாரம்; side of a மலைப் பக்கம், மலைச்சாரல்; range of mountains, மலைத்தொடர்; mountain top மலைச்சிகரம்; a mountain path, மலை வழி, ஓடை.
Mountaineer', *s.* மலைவாசி, கிரிசரன், குன்றவாணன், குறவன், வேடன்.
Moun'tainet, *s.* சிறுமலை, சிறுகுன்று.
Moun'tainous, *a.* குறிஞ்சிநிலத்துக்குரிய, மலைநிறைந்த; region, மலைப்பாங்கு.
Moun'tebank, *s.* மூடவைத்தியன், பாமர வைத்தியன், வீம்புவைத்தியன்; நோக்கன்.
Moun'tebankery, *s.* வீம்புப்பேச்சு.
Mourn, *v.i.* துக்கப்படு, துக்கங்கொண்டாடு, புலம்பு.
Mourn'er, *s.* துக்கக்காரன், புலம்புவோன்.
Mourn'ful, *a.* துக்கமான, புலம்பலான.
Mourn'fully, *ad.* துக்கமாய், புலம்பலாய்.
Mourn'ing, *s.* துக்கம், துக்கசோகம், புலம்புகை, கேதம்.
Mouse, *s.* சுண்டெலி, சுண்டன்; blind, மூஞ்சூறு.
Mouse'hole, *s.* சுண்டெலி வளை.
Mous'er, *s.* சுண்டெலி பிடிப்போன்.
Mouse'trap, *s.* சுண்டெலிப்பொறி.
Mouth, *s.* வாய், துவாரம், வாயில், கழிமுகம்; corner of the, கடைவாய்; roof of the, அண்ணம்; of a river, சிந்துசங்கமம், முகத்துவாரம், கழிமுகம்.
Mouth, *v.i.* & *t.* சப்பு, வாயாடு.
Mouth'friend, *s.* வாய்நட்புள்ளோன்.
Mouth'ful, *s.* வாய்நிறைந்தது, வாய்கொண்டது, வாயளவானது; of food, கவளம்.
Mouth'honour, *s.* வாக்குபசாரம்.
Mouth'piece, *s.* கீதக்கருவிநா, பிரதிவக்தா.
Mov'able, *a.* இயங்கத்தக்க, பெயர்க்கப்படத்தக்க, அசைவுள்ள.
Mov'ables, *s.* (*pl.*) அசையும்சொத்து, வீட்டுத்தளவாடம்.
Move, *v.t.* அசை, ஆட்டு, குலுக்கு, ஏவு, இயற்று, எழுப்பு, பெயர், எடுத்துவை.
Move, *v.i.* அலை, அசை, ஆடு, குலுங்கு, பெயர்.
Move'less, *a.* அசைக்கக்கூடாத.
Move'ment, *s.* நடை, பெயர்ச்சி, செலுகை, இயக்கம்.
Mov'er, *s.* இயக்குவோன், ஏற்படுத்துவோன்.
Mov'ing, *a.* அசைவுள்ள, இயக்கமுள்ள.
Mow, *v.t.* புல்வெட்டு, புல்லரி, வீச்சுவாளிட்டறு.
Mow'er, *s.* புல்வெட்டி.
Much, *s.* மிகுதி, திரள்.
Much, *a.* மிகுந்த, வெகு, அதிக.
Much, *ad.* மிச்சமாய், அதிகமாய், மிகவும், மெத்த.
Mu'cilage, *s.* சாறு, சாரம், பாணி.
Mucilag'inous, *a.* சாறுள்ள, சாரமுள்ள, பாணியுள்ள, பசையுள்ள.
Muck, *s.* பச்சையெரு, பசளை.
Muck'heap, **Muck'hill**, } *s.* குப்பைமேடு, எருக்களம்
Muck'worm, *s.* சாணிப்புழு, எருப்புழு, லோபி.
Muck'y, *a.* அழுக்கான, கசுமல.
Mu'cous, *a.* சீதமுள்ள, சளியுள்ள.
Mu'cus, *s.* சளி, கோழை, சிங்காணம்.
Mud, *s.* சேறு, சதுப்பு, உளை, அங்கணம்.
Mud'dle, *s.* மயக்கம், தாறுமாறு.
Mud'dle, *v.t.* சேருக்கு, கலக்கு.
Mud'dy, *a.* சேறுள்ள, கலங்கின; water சேற்றுநீர், மலினஜலம்.
Muddy'headed, *a.* மந்தபுத்தியுள்ள.
Mud'wall, *s.* மட்சுவர், மண்மதில்.
Muff, *s.* உரோமக்கையுறை; மூடன்.
Muffin', *s.* ஒருவகைப் பணியாரம்.
Muf'fle, *v.t.* உறையிடு, சுற்றிக்கட்டு, மூடிபோடு.
Muf'fler, *s.* முக்காடு, மொட்டாக்கு, சிரமுக்காடு.
Mufti, *s.* முப்தி.
Mug, *s.* பானபாத்திரம்.
Mug'gy, *a.* கசிவான, ஈரமான.
Mug'house, *s.* சாராயமிறக்கும் வீடு.
Mulat'to, *s.* கறுப்பு மனிதருக்கும் வெள்ளை மனிதருக்கும்பிறந்தவன், வர்ணசாங்கரியன்.
Mul'berry, *s.* முசுக்கட்டைச்செடி.
Mulch, *s.* பாதியுட்கின வைக்கோல்.
Mulct, *s.* அபராதம், தண்டம்.
Mulct, *v.t.* தண்டங்குறி, அபராதமிடு.
Mul'ctuary, *a.* அபராதத் தண்டனைசெய்யும்.
Mule. *s.* கோவேறுகழுதை, அதிபாரகம்.
Muleteer', *s.* கோவேறுகழுதைப்பாகன்.
Mulieb'rity, *s.* பெண்மை, பெண்மைப் பருவம்.
Mul'ish, *s.* கோவேறுகழுதைபோன்ற, கீழ்ப்படியாமையுள்ள, முரட்டுக்குணமுள்ள.
Mull, *v.t.* மிருதுவாக்கு, காரசாரமுண்டாக்கு.

Mul'let, s. ஒருவகை மீன்.
Mul'tangular, a. பலகோணமுள்ள.
Mul'tifa'rious, a. பல, பலவிதமான, நானா.
Mul'tiform, a. பலவிதமான, பலரூபமான, வெகுரூப, சித்திரவிசித்திர.
Multiform'ity, s. உருப வேறுபாடு.
Multilat'eral, a. பலபக்கமுள்ள.
Multinom'ial, a. பலபெயருள்ள.
Multip'arous, a. ஒருமுறையிற் பலகுட்டி ஈனுகிற.
Mul'tiple, s. குணகாரம்; common, சாதாரண குணகாரம்.
Mul'tiplicand, s. குணநீயம், பெருக்கப்படுந் தொகை, குணியம்.
Multiplica'tion, s. வச்சிராப்பியாசம், விருத்தி, பெருக்கல், குணகாரம், குணனம்; duodecimal, கோமுத்திரிகை.
Multiplic'ity, s. மிகுதி, திரள், பெருக்கம், பன்மை.
Mul'tiplier, s. குணகம், குணம், பெருக்குந் தொகை.
Mul'tiply, v.t. விருத்தியாக்கு, பெருக்கு, குணி, எற்று, தாக்கு.
Mul'tiply, v.i. பெருகு, விர்த்தியாகு, தழை.
Multip'otent, a. வெகுபல.
Multipres'ence, s. வெகுஸ்தான வியாபகம்.
Multisyl'lable, s. பலவசைமொழி.
Mul'titude, s. கூட்டம், திரள், குழு, ஜனம், கும்பு.
Multitu'dinous, a. பலபல, திரளான, பலமடங்கான.
Multoc'ular, a. பலகண்ணுள்ள.
Mum, int. மௌனம், மோனம்.
Mum'ble, v.i. & t. மிணுமிணு, முணுமுணு.
Mum'ble-news, s. கதைகாவி, கோட்சொல்லி.
Mum'mery, s. கேலிவிளையாட்டு, கோலவிளையாட்டு, வேஷவிளையாட்டு.
Mum'my, s. சுகந்த திரவியமிட்டுக் காக்கப்பட்ட பிரேதம்.
Mump, v.t. கோது, அரி, ஏய், கத்து.
Mump'er, s. யாசகன், இரப்போன்.
Mump'ing, s. எத்து, பித்தலாட்டம், யாசகதந்திரம், கெஞ்சு கபடம்.
Mum'pish, a. மனக்கோட்டமுள்ள, குரூவதுலுள்ள.
Mumps, s. கூகைக்கட்டி, பொன்னுக்குவீங்கி.
Munch, v.t. & i. அதுக்கு, அவாவுடன்சப்பு.
Mun'dane, a. லௌகீக, உலக.
Mun'dify, v.t. களிம்புபோக்கு.
Munic'ipal, a. நகரத்துக்குரிய, நகரவிசாரணைக்குரிய.
Municipal'ity, s. மாகாணம், மாகாணத்துக்குட்பட்ட ஜனங்கள்.
Munif'icence, s. உதாரகுணம், கொடைக்குணம், ஊராண்மை.
Munif'icent, a. உதார, கொடைக்குணமுள்ள.
Mu'niment, s. கொத்தளம், அரண்.
Muni'tion, s. போர்த்தளவாடம், யுத்தோபகரணம்.
Mun'shi, s. முனிஷி, உபாத்தியாயர்.
Mu'ral, a. மதிலுக்கடுத்த, மதில்போன்ற, செங்குத்தான.
Mur'der, s. கொலை, வதை, வதம், காதம், ஹத்தி.
Mur'der, v.t. கொலைசெய், வதை, வீ, அழி.
Mur'derer, s. கொலைபாதகன், காதகன்.
Mur'dering-piece, s. சிறுபீரங்கி.
Mur'derous, a. கொலைசெய்கிற, கொல்லுகிற, கொரேமுள்ள.
Mure, v.t. மதில்வளை, மதிலடை.
Mu'riate (of mercury), s. இரசபுஷ்பம், இரசகர்ப்பூரம்.
Mu'riated, a. உவர்நீரிலிட்ட, உப்புத்திராவகத்திற் கலந்த.
Murk, s. இருள், அந்தகாரம், மந்தாரம்.
Murk'y, a. இருளான, புகைச்சலான, மந்தாரமான, மப்பான.
Mur'mur, s. முறுமுறுப்பு, குறைகூறுகை.
Mur'mur, v.i. முறுமுறு, குறைசொல்லு.
Mur'murer, s. முறுமுறுப்போன், குறைசொல்வோன்.
Mur'rain, s. கோமாரி.
Mus'cle, s. தசைநார், தசைநரம்பு, பேசி.
Mus'cular, a. தசைக்கட்டுள்ள, நரம்புப்பலமுள்ள; muscular power, புயபலம், புயவலி, தோள்வலி.
Muscular'ity, s. நரம்புப்பலம், புயபலம்.
Muse, s. கவிவன்மை, செய்யுள், ஆக்கியோன், கலைமகள், தியானம்.
Muse, v.i. சிந்தி, எண்ணு, தியானி, யூகி.
Mu'set, s. கண்டாயம்.
Muse'um, s. பலபொருட் காட்சிச்சாலை, விநோதசாலை.
Mush'room, s. காளான், ஆம்பி.
Mu'sic, s. இசை, சங்கீதம், நாதம், இராகம், கீதம், வாத்தியம்; the art of, காந்தர்வவித்தை; a music room, கீதவாத்தியசாலை, காந்தர்வசாலை.

Mu'sical, *a.* இராகமான, இசையான, ஓசையான; string, இசைநரம்பு; tune, or mode, இராகம்; instrument made of brass, கஞ்சக்கருவி.
Musi'cian, *s.* சுரநூல்வல்லோன், சங்கீத சாகித்தியன், வாத்தியக்காரன்.
Musk, *s.* கஸ்தூரி, புனுகு, நானம்.
Mus'ket, *s.* துப்பாக்கி.
Musketeer', *s.* சிறுதுப்பாக்கிச் சேவகன்.
Muskit'to, *s.* See Mosquito.
Musk'rat, *s.* மூஞ்சூறு, சூரன், துர்க்கந்த முள்ள எலி
Musk'y, *a.* புனுகுள்ள, கஸ்தூரி வாசனையுள்ள.
Mus'lin, *s.* கவணி, கவணிப்புடைவை.
Mus'sulman (*pl.* Mussulmans), *s.* மகமதியன், சோனகன், யவனன்.
Must, *s.* புதிய திராட்சாரசம்.
Must, *v.i.* சக்குப்பிடி, பாண்டல்கட்டு, பூசணம்பிடி.
Must, *aux. v.* வேண்டும்.
Mus-tache', *s.* மீசை, வீசை.
Mus'tard, *s.* கடுகு, ஐயவி; white mustard, கடுகுமணி, நாய்க்கடுகு, வெண்கடுகு.
Mus'ter, *s.* திரள், திரட்சி, கூட்டம், மொய்.
Mus'ter, *v.t.* கூட்டு, சேர், திரட்டு.
Mus'ter, *v.i.* கூடு, சேர், திரளு.
Mus'ter-roll, *s.* சேனுவீரர் நாமாட்டவணை.
Mus'tiness, *s.* பூஞ்சு, பாண்டல், சக்கு.
Mus'ty, *a.* சக்குப்பூத்த, பூசணம்பிடித்த, பழமைப்பட்ட.
Mutabil'ity, *s.* நிலையாமை, சலனம்.
Mu'table, *a.* நிலையற்ற, மாறுதலுள்ள.
Muta'tion, *s.* திரிபு, பேதம், விகாரம், மாறுகை, விக்ஷேபம்.
Mute, *s.* ஊமை, மூங்கை, மூகை, ஒற்றெழுத்து.
Mute, *a.* தொனியாத, ஊமையான, பேசாத, மௌனமான.
Mute'ness, *s.* மௌனம், வாய்விடாதிருத்தல்.
Mu'tilate, *v.t.* சிதை, சின்னபின்னப்படுத்து, துண்டி.
Mutila'tion, *s.* ஈனம், சிதைவு, சின்னபின்னம்.
Mutineer', *s.* கலகக்காரன்.
Mu'tinous, *a.* குழப்பம்பட்டண்ணுகிற, கலகமூட்டுகிற.
Mu'tiny, *s.* படைச்சேவகர் கலகம், குழப்பம், கீழ்ப்படியாமை.
Mu'tiny, *v.i.* கலகம்பண்ணு, கட்டளைமீறு.
Mut'ter, *s.* முணுமுணுப்பு, பசபசப்பு.
Mut'ter, *v.i.* முணுமுணு, பசபச, குணுகுணு, ஜபி; in sleep, வாய்பிதற்று.
Mut'ton (mŏt't'n), *s.* ஆட்டிறைச்சி.
Mu'tual, *a.* அன்னியோன்னியமான; concurrence, பரஸ்பரானுமதி.
Mu'tually, *ad.* அன்னியோன்னியமாய்.
Muz'zle, *s.* துப்பாக்கிக் குழாய்வாய், வாய்.
Muz'zle, *v.t.* வாய்க்கட்டு, வாய்க்கு மூடியிடு.
My, *pr.* என், எனது, என்னுடைய.
Myol'ogy, *s.* பேசியிலக்கணம், பேசிவிவரணம்.
My'ope, **My'ops**, } *s.* சமீபதிருஷ்டியுள்ளவன்.
My'opia, *s.* சமீபப்பார்வை.
Myr'iad, *s.* பதினாயிரம், அயுதம், அகணிதம், அநந்தம்.
Myr'midon, *s.* யுத்தவீரன், இரணவீரன், உக்கிரவீரன்.
Myrrh (Mĕr), *s.* வெள்ளைப்போளம், சுரசம், கந்தரசம்.
Myr'tle, *s.* ஒரு வாசனைமரம்.
Myself', *pr.* நான்தான், நானே, என்னைத்தான், என்னையே.
Mys'tagogue, *s.* இரகசியப்பொருளுரைப்போன், திருச்சபை பர்ச்சியசிஷ்ட பண்டங் காப்போன்.
Myste'rial, *a.* இரகசியமுள்ள, புதைபொருளுள்ள.
Myste'rious, *a.* ஆச்சரியமான, இரகசியமான, அந்தரங்க.
Myste'riously, *ad.* மறைவாய், கருகலாய், ஒளிப்பாய்.
Myste'riousness, *s.* கருகல், மறைவு, இரகசியம், அதிசயம்.
Mys'tery, *s.* இரகசியம், பரமரகசியம், மறைவு, புதைபொருள், அறிவுக்கெட்டாதது, கூடம்.
Mys'tic, **Mys'tical**, } *a.* கருகலான, மறைபொருளான, இரகசியமான, புதைபொருளான.
Mys'ticism, *s.* மதோன்மத்தர்போதம்.
Myth, *s.* பூர்வீகக்கட்டுக்கதை.
Mytholog'ical, *a.* புராணிக, கட்டான.
Mythol'ogy, *s.* புராணேதிகாசம், பௌராணிகம்.

N

Nab, *v.t.* சடிதியிற் பிடி.
Na'bob, *s.* தேசாதிபதி, பிரதிநிதி, நபாப்பு.
Nacko'dah, *s.* கப்பற்றலைவன்.
Na'dir, *s.* அடிக்கீழ், அதோலம்பஸ்தாபனம்.
Nag, *s.* மட்டக்குதிரை, விடலைக்குதிரை,

Na'iad, *s.* ஜலதேவதை, கங்காதேவி.
Naick, *s.* அதிகாரி, இராணுவ உத்தியோகஸ்தன்.
Nail, *s.* ஆணி, நகம், உகிர்.
Nail, *v.t.* ஆணியறை, ஆணிதை, ஆணிகடாவு.
Nail'er, *s.* ஆணிக்கொல்லன், ஆணிசெய்வோன்.
Nail'ery, *s.* ஆணிசெய்தல்.
Naiv'ely, *ad.* கரவின்றி, நிஷ்கபடமாய்.
Na'ked. *a.* நிருவாணமான, நிராயுதமான, அலங்கரிக்கப்படாத, கேவலமான; lie, சுத்த அபத்தம்; body, பிறந்தமேனி, பிறந்தகோலம், வெற்றுடம்பு.
Na'kedly, *ad.* உடையின்றி, நிர்வாணமாய்.
Na'kedness, *s.* நிருவாணம், துணையின்மை, தனிமை.
Name. *s.* பெயர், நாமம், நாமதேயம், கீர்த்தி, பிரபலம்.
Name, *v.t.* பெயரிடு, நாமங்கொடு, நாமந்தரி, சொல்லு.
Name'less, *a.* பெயரில்லாத.
Name'ly, *ad.* அதாவது, என்னவெனில்.
Name'sake, *s.* பரநாமதாரி.
Nap, *s.* பொய்யுறக்கம், சிறுதுயில், சருச்சரை.
Nap, *v.t.* சிறுதுயில்கொள்.
Nape, *s.* பிடர், பிடரி, எருத்தம்.
Naph'tha (năp'thȧ), *s.* ஒருவகை மண்தைலம்.
Nap'kin, *s.* கைக்குட்டை, கைச்சதுட்கம், ஒற்றுடை.
Narcot'ic, *s.* பிரமையுண்டாக்கு மருந்து, கிராதி.
Narcot'ic, *a.* பிரமையுண்டாக்கும், மயக்கத்தக்க.
Nard, *s.* நலதம், நலததைலம்.
Nar'rate, *v.t.* விவரி, கதைசொல்லு.
Narra'tion, } *s.* கதை, காதை, சரித்திரம்,
Narra'tive, } இதிகாசம், புராணம்.
Nar'rative, *a.* கதைநடையான.
Narra'tor, *s.* சரித்திரக்காரன்.
Nar'row, *a.* ஒடுக்கமான, அகலமற்ற, இடுக்கமான, சங்கடமான; a narrow way, சிறுவழி, விடங்கர்.
Nar'rowly, *ad.* இடுக்கமாய், பிசனமாய், உலோபமாய, கூர்மையாய்.
Nar'row-minded, *a.* இடுக்கமனமுள்ள, ஒடுக்கமனமுள்ள, புத்திமட்டான, பிசனகுணமுள்ள.
Nar'rowness, *s.* ஒடுக்கம், இடுக்கம், நெருக்கம், இடைஞ்சல்.

Na'sal, *a.* நாசியைப்பற்றிய, மூக்குக்குரிய, மூக்காற்பிறக்கிற; letter, அநுநாசிகம்.
Nas'cent, *a.* வளருகிற, முளைக்கிற, தோன்றுகிற.
Nas'icornous, *a.* நாசியிற்கொம்புள்ள.
Nas'tily, *ad.* அழுக்காய், நாற்றமாய், கீழ்மையாய்.
Nas'tiness, *s.* ஊழல், கசுமலம், கீழ்மை.
Nas'ty, *a.* ஊசின, ஊழ்த்த, கசுமலமான.
Na'tal, *a.* பிறப்புக்குரிய, ஜன்ம, பிறந்த.
Natali'tial, *a.* ஜன்ம, ஜன்மதினத்திற்குரிய.
Nata'tion, *s.* நீந்தல், நீந்துகை.
Na'tion, *s.* இராஜியம், குலம், ஜாதி, கோத்திரம்.
Na'tional, *a.* இராஜியத்துக்கடுத்த, தேசத்துக்கடுத்த.
National'ity, *s.* அந்தந்தத் தேசத்தாருக்கடுத்ததன்மை, கோததிரப்பாங்கு.
National'ize, *v.t.* ஜாதிஜாதியாய் வரையறு.
Na'tive, *s.* ஊர்ப்பிறந்தவன், சுதேசி, அகதேசி.
Na'tive, *a.* பிறவிக்கடுத்த, சுய, இயற்கையான, சுபாவீக, ஊர்ப்பிறந்த; metal, சுயலோகம்.
Na'tively, *ad.* பிறவிசம்பந்தமாய், சகஜமாய், ஆதியாய்.
Nativ'ity, *s.* பிறப்பு, ஜனனம், உற்பத்தி, ஜாதகம்.
Nat'ural, *a.* பிறவிக்குரிய, இயல்பான, இயற்கையான, சகஜமான, சுயம்பான, சுய; day, சாவனதினம்; history, தாபரசங்கம சாஸ்திரம்; labour, கிரமப்பிரசவம், கிரமாதீத பிரசவம்; philosophy, பதார்த்த சாஸ்திரம்; series of numbers, நற்சங்க விதமாலிகை; a natural poet, வரகவி; natural disposition, சாதகம்; natural son, அநௌரசன்; natural death, காலமிருத்து.
Nat'ural, *s.* பிறவிமூடன், பாமரன்.
Nat'uralist, *s.* தாபரசங்கம சாஸ்திரி.
Nat'uralize, *v.t.* தேசகயத்துக்குரித்தாக்கு.
Nat'urally, *ad.* இயல்பாய், சுபாவமாய், ஜன்மப்படி.
Na'ture, *s.* இயற்கை, சுபாவம், குணம், தத்துவம், பிரகிருதி, சிர்ஷ்டிகர்; bad nature, விகுணம்; the true nature of the soul or of the supreme spirit, ஆத்மதத்துவம்.
Nau'frage, *s.* கடற்சேதம்.
Nau'fragous, *a.* கடற்சேதம் வருத்தும்.
Naught, *a.* இன்மை, சூனியம், சுன், வெறுமை, பாழ்.

Naught'ily, *ad.* தறுகுறும்பாய், துஷ்டத்தனமாய்.
Naught'iness, *s.* குறும்புத்தனம், பொல்லாங்கு.
Naught'y, *a.* துடினமான, அடங்காமையான, கீழ்ப்படியாத, துடுக்கான.
Nau'machy, *s.* போலிக்கடற்சண்டை.
Nau'sea, *s.* அருக்களிப்பு, அரோசிப்பு, உவட்டு.
Nau'seate, *v.i.* அருக்களி, அரோசி, உவட்டு, குமட்டு.
Nau'seous, *a.* அருக்களிப்பான, அருவருப்பான, உவட்டிக்கத்தக்க, உவட்டான.
Nau'tical, *a.* மாலுமிசாஸ்திரத்துக்கடுத்த, மரக்கலத்துக்குரிய.
Nau'tilus, *s.* ஒருவகை மட்டி.
Na'val, *a.* கப்பலுக்கடுத்த, கப்பலாலாய.
Nave, *s.* சக்கரத்தின்குடம், தேவாலய மத்தியபாகம்.
Nav'el, *s.* நாபி, கொப்பூழ், உந்தி; string, நாபிக்கொடி.
Nav'igable, *a.* கப்பலோடத்தக்க, கப்பல் செல்லத்தக்க.
Nav'igate, *v.t.* கப்பலோட்டு, கப்பல் செலுத்து, கடலோடு.
Naviga'tion, *s.* மாலுமிசாஸ்திரம், கப்பலோட்டும் வித்தை.
Nav'igator, *s.* கப்பலோட்டி, மாலுமி, மீகாமன், கலவன்.
Na'vy, *s.* கப்பற்சேனை, போர்க்கப்பற்கூட்டம்.
Nay, *ad.* அன்றி, இன்றி, அல்ல, பின்னும்.
Nay, *s.* எதிர்மறுத்தல், இல்லையெனல்.
Nay'ward, *s.* மறுப்புச்சார்பு.
Nay'word, *s.* ஊரார்நிந்தை, பழிமொழி.
Naz'arite, *s.* தேவபக்தியுள்ள யூதன்.
Neal, *v.t.* காய்ச்சிப் பதப்படுத்து.
Neap, *a.* தாழ்வான, பதிவான, வற்றின.
Neap, *s.* வற்றம்.
Neap'tide, *s.* வற்றம்.
Near, *v.t.* சமீபி, சேர், கிட்டு.
Near, *a.* கிட்டின, அடுத்த, அருகான, சமீபமான.
Near, *ad* கிட்டமுட்ட, அருகே, அடுத்து, சமீபமாய்.
Near'ly, *ad.* கிட்டத்தட்ட, கிட்டமுட்ட, கொஞ்சங்குறைய.
Near'ness, *s.* அருகு, அயல், சமீபம், கிட்டடி.
Neat, *s.* பசுக்கூட்டம், பசு, பசுமாடு.
Neat, *a.* சேர்த்தியான, சிறப்பான, கெட்டியான, ஒழுங்கான.
Neat'herd, *s.* இடையன்.
Neat'ly, *ad.* சுத்தமாய், சேர்த்தியாய், அழகாய், வயணமாய்.
Neat'ness, *s.* சேர்த்தி, ஒழுங்கு, சுத்தம், திருத்தம், வயணம்.
Neb, *s.* மூக்கு, அலகு.
Neb'ula, *s.* மறு, களங்கம், நக்ஷத்திரகணம், தாரகாகணம்.
Nec'essaries, *s.* (*pl.*) வேண்டியவைகள், தேவையானவைகள்.
Nec'essarily, *ad.* ஆவசியகமாய், அகத்தியமாய், கட்டாயமாய்.
Nec'essary, *a.* தேவையுள்ள, ஆவசியகமான, வேண்டிய.
Neces'sitate, *v.t.* வில்லங்கப்படுத்து, கட்டாயப்படுத்து, நெருக்கு.
Neces'sitous, *a.* ஆவசியகமான, வில்லங்கமான, தரித்திரமான.
Neces'sity, *s.* ஆவசியகம், ஆபத்து, தேவை, குறைபாடு, ஆத்திரம்.
Neck, *s.* கழுத்து, கண்டம், கந்தரம், கிரீவம்; the neck of a guitar, வீணைதண்டு.
Neck'cloth, *s.* கழுத்துக்குட்டை.
Necked, *a.* கழுத்துள்ள, கண்டமுள்ள.
Neck'lace, *s.* அணிவடம், கோவை, சரம், ஆரம்; a necklace of one string or row, கண்டிகை.
Neck'land, *s.* கழுத்தொடுக்கத்தனை.
Necrol'ogy, *s.* மரித்தோர் செய்தி, மரணஅட்டவணை.
Nec'romancer, *s.* பிறிர்ச்சம்பாஷிகன், அஞ்சனக்காரன்.
Nec'romancy, *s.* பிறிர்ச்சம்பாஷணம், மோகனம், மாஜாலம்.
Nec'tar, *s.* அமுதம், அமிர்தம், தேன், மது; a mine of nectar, அமிர்தாகரம்.
Necta'real, *a.* தேவாமிர்தம்போன்ற.
Nec'tared, *a.* தேவாமிர்தங்கலந்த.
Nec'tarine, *a.* அமுதம்போலத் தித்திப்பான.
Need, *s.* தேவையானது, வேண்டியது, ஆவசியகமானது, தரித்திரம், வறுமை.
Need, *v.i.* விரும்பு, வேண்டு.
Need'ful, *a.* தேவையுள்ள, ஆவசியகமான.
Nee'dle, *s.* ஊசி, சூசி.
Need'less, *s.* தேவையில்லாத, ஆவசியகமில்லாத, கூடாத.
Nee'dle-fish, *s.* கொக்குமீன், முரல்மீன்.
Nee'dlework, *s.* சித்திரத்தையல்.
Needs, *ad.* ஆவசியகமாய், தேவையாய், வேண்டியதாய்.
Need'y, *a.* தேவையான, வறுமையுள்ள, முட்டுப்பட்ட, ஆவசியகமான.

Neese, *v.i.* தும்மு.
Nefan'dous, *a.* பெயர்சொல்லத்தகாத, அருவருப்பான.
Nefa'rious, *a.* துரோகமான, நிஷ்டூரமான
Nega'tion, *s.* இன்மை, எதிர்மறை, அபாவம், வியதிரேகம்.
Neg'ative, *s.* எதிர்மறுப்புரை, எதிர்மறை, இருணம்.
Neg'ative, *v.t.* மறுத்துச்சொல்.
Neg'ative, *a.* எதிர்மறையான, இன்மையான, நாஸ்திபக்ஷ, இருண; quantity, இருணராசி; proposition, வியதிரேகதாஷ்டாந்தம்; negative conclusion, வெதிரேகம்.
Neg'atively, *ad.* எதிர்மறையாய், இன்மையாய், எதிராய், மாறாய்.
Neglect', *s.* அசட்டை, பராமுகம், பராகண்டிதம். புறக்கணிப்பு.
Neglect', *v.t.* அசட்டைபண்ணு, பராமுகம் பண்ணு, புறக்கணி.
Neg'ligence, *s.* அசட்டை, பராமுகம், அயர்தி, சோர்வு.
Neg'ligent, *a.* அயர்தியுள்ள, அசட்டையான, பராக்குள்ள.
Nego'tiable, *a.* உடன்பாடுபண்ணத்தக்க, செல்லத்தக்க.
Nego'tiate, *v.t. & i.* பேசு, நடத்து, கொடுக்கல்வாங்கல் பண்ணு.
Negotia'tion, *s.* ஊடாட்டம், கொள்வனவிற்பன பண்ணுகை.
Ne'gro, *s.* நிகிரோவன், நிகிரிஷியாதேசத்தான்.
Ne'gus, *s.* ஒருவகைப்பானகம்.
Neigh (nā), *s.* கனைப்பு, அனுமானிதம்.
Neigh, *v.i.* கனை, அனுமானி.
Neigh'bour (nā'bẽr), *s.* அயலான், அயலவன், அடுத்தவன், பிறன், பிறத்தியான்.
Neigh'bourhood, *s.* அயல், சமீபம், அருகாமை, உபாந்தியம்.
Neigh'bouring, *a.* அடுத்த, அயலான, கிட்டின, அருகான, அண்ணிய.
Neigh'bourly, *a.* அயலவனுக்கடுத்த, பக்ஷமுள்ள, கொள்கையான, ஊடாட்டமுள்ள.
Nei'ther, *a. con.* இரண்டுமேல்லாத; he took neither food nor clothes for his journey, அவன் வழிக்கன்னமாவது வஸ்திரமாவதில்லாமற் பிரயாணப்பட்டான்; do not eat the fruit, neither touch it, நீ அந்தப் பழத்தைத் தின்னவும் வேண்டாம், தீண்டவும் வேண்டாம்.
Nem'orous, *a.* ஆரணிய, வன.
Neol'ogist, *s.* நூதன சப்தப்பிரயோகி, நூதனமதவாதி.
Neol'ogy, *s.* நூதன சப்தப்பிரயோகம், நூதன சமயவேற்பாடு.
Ne'ophyte, *s.* நூதன சிஷன்.
Neoter'ic, *a.* நவ, நூதன.
Nepen'the, *s.* நோயோட்டி, வேதனை தவிர்க்குமூலி.
Neph'ew (nĕv'ū), *s.* சகோதரன்-சகோதரி புத்திரன், மருமகன்.
Nep'otism, *s.* குலபக்ஷபாதம்.
Nerve, *s.* நரம்பு, தாது, இலை, சிரா, சினை, பலம், சத்து; of special sense, புல நரம்பு; of sensation, பரிசநாடி.
Nerve'less, *a.* பலமற்ற, பெலன்கெட்ட.
Ner'vous, *a.* பலமான, நரம்புக்குரிய, துடிப்பான, கூச்சமுள்ள; affection of the tongue, ஜிகுவாஜன்னி.
Ner'vy, *a.* பலமுள்ள, உரமுள்ள.
Nes'cience, *s.* அறிவின்மை, அஞ்ஞானம்.
Nest, *s.* கூடு, உறையிடம், படுக்கை, குரம்பை.
Nest, *v.t.* கூடுகட்டு.
Nes'tle (nĭs''l), *v.* கூட்டிலடை, ஆதரி, கூட்டிலிரு, வதி.
Nest'ling, *s.* குஞ்சு, பார்ப்பு.
Net, *s.* வலை, கண்ணி, சிக்கு, தந்திரம்.
Net, *v.t.* வலைபின்னு.
Net, *a.* தேறின, தெளிந்த, சுத்த.
Neth'er, *a.* கீழான, தாழ்வான, பாதாள, அத.
Neth'ermost, *a.* ஆகக்கீழான, அதிதாழ்வான.
Net'ting, *s.* வலைப்பின்னல்.
Net'tle, *s.* காஞ்சொறி, கண்டூதி.
Net'tle, *v.t.* எரிச்சலுண்டாக்கு, கோபமூட்டு, அழற்று.
Net'work, *s.* வலைப்பின்னல், சாலகவேலை, பின்னல்வேலை.
Neu'ter, *a.* மத்தியஸ்தமான, தடஸ்த, பாரபக்ஷமற்ற; gender, அன்மைச்சாதி; verb, விகன்மகம்.
Neu'ter, *s.* மத்தியஸ்தன், அலியன்.
Neu'tral, *a.* மத்தியஸ்தமான, தடஸ்தமான, நடுநிலையுள்ள.
Neu'tralist, *s.* நடுவன், மத்தியஸ்தன்.
Neutral'ity, *s.* தடஸ்தம், நடுநிலை, அபக்ஷபாதம், விபக்ஷபாதம்.
Neu'tralize, *v.t.* சத்துக்கெடு.
Nev'er, *ad.* ஒருக்காலுமில்லை, ஒருபோதுமில்லை.
Nevertheless', *ad.* ஆனாலும், ஆயினும், என்றாலும், அப்படியிருந்தும்.
New, *a.* புதிய, புதிதான, நவ, நூதன, நவீன.

New'ish, *a.* ஒருவாறு புதிய.
New'fangle, *v.t.* புதுநாணயமாய்க் கற்பிக்க.
New'ly, *ad.* நவமாய், புதிதாய், நூதனமாய்.
New'ness, *s.* புதுமை, நவம்.
News, *s.* செய்தி, சங்கதி, சமாசாரம், வர்த்தமானம்.
News'monger, *s.* புதுமை சொல்வோன், சமாசாரம் சொல்வோன்.
News'paper, *s.* வர்த்தமான பத்திரிகை, சமாசார பத்திரிகை.
Newt, *s.* பல்லி, கெவுளி.
New'year's gift, *s.* வருஷப்பிறப்பு வெகுமதி.
Next, *a.* அடுத்த, அயலான, அருகான, மற்ற, மற்றைய; next to one's mother is one's wife, தாய்க்குப் பின்தாரம்.
Next, *ad.* அடுக்க, அயலில், அடுத்தமுறையில்.
Nib, *s.* பறவையலகு, சஞ்சு, நுனி, அக்கிரம்.
Nib'ble, *v.t.* அரி, கோது, கொறி, கன்னு, கொந்து, கடி.
Nice, *a.* நேர்த்தியான, உசிதமான, சிறப்பான.
Nice'ly, *ad.* நுட்பமாய், நேர்மையாய், நுண்மையாய், நேர்த்தியாய்.
Ni'cety, *s.* நேர்மை, நுண்மை, நிதார்த்தம், நுணுக்கம், சீர்மை, விழுமம்.
Niche, *s.* குகை, குழாய், குடா, மாடம், பிரதிமாஸ்தானம்.
Nick, *s.* உற்றசமயம், எண்குறிப்பு, பைசாசம்.
Nick, *v.t.* வாயபபாயப் படடப்பண்ணு, எணகுறியிடு, பொருந்தப்பண்ணு, தோற்கச்செய்.
Nick'el, *a.* ஒருவகைலோகம்.
Nick'name, *s.* வசை, வக்கணை, நிந்தைப் பெயர்.
Nick'name, *v.t.* வக்கணைதரி, நிந்தைப் பெயரிடு.
Niece, *s.* சகோதரன்-சகோதரிமகள், உடன்பிறந்தார் புத்திரி, மருகி.
Nic'tate, *v.t.* இமைவெட்டு, இமை.
Nicta'tion, *s.* இமைவெட்டல், இமைத்தல்.
Nidg'et, *s.* பயங்காளி, அதீரன்.
Ni'dour, *s.* வாசனை, சாரம்.
Nidula'tion, *s.* கூட்டிலடையுங்காலம்.
Nig'gard, *s.* உலோபி, பிசுனன், இடுக்கி, ஊத்தன், கடிச்சைக்காரன்.
Nig'gard, *s.* இடுக்கு, உலோபி.
Nig'gardly, *a.* கைபிறுக்கமான, பிசுனமுள்ள, உலோபகுணமுள்ள.
Nig'gardliness, *s.* பிசுனத்தனம், உலோபகுணம், கடிச்சை.
Nig'gle, *v.t.* அற்பமாய்ப்பார், தளரப்பார்.
Nigh (nī), *ad.* சமீபமாய், கிட்ட, அடுக்க, அயலாய்.
Nigh, *a.* சமீப, தொலையாகாத.
Nigh'ness, *s.* சமீபம், அண்மை.
Night (nīt), *s.* இரவு, இரா, நிசி, அல்.
Night'ed, *a.* இருண்ட, மறைந்த, கறுத்த.
Night'fall, *s.* மாலைப்பொழுது, சாயங்காலம், அஸ்தமனகாலம்.
Night'faring, *a.* இராப்பயணஞ் செய்யும்.
Night'fire, *s.* கொள்ளிவாய்ப்பேய்.
Night'foundered, *a.* இரவிற்சேதப்பட்ட.
Night'ingale, *s.* இரவிற்பாடுங் குருவி.
Night'ly, *a.* இராக்காலத்திற் சம்பவிக்கிற, இராத்திரிதோறுமுள்ள.
Night'ly, *ad.* இராத்திரிதோறும், இரவில்.
Night'mare, *s.* அமுக்கன்,
Night'rest, *s.* இராத்தூக்கம்.
Night'robber, *s.* இராக் கொள்ளைக்காரன், இராத்திருடன்.
Night'walker, *s.* நித்திரையிலெழுந்து நடக்கிறவன்.
Night'watch, *s.* ஜாமம், இராக்காவல்.
Nihil'ity, *s.* இன்மை, சூனியம்.
Nill, *v.i.* மனங்கொள்ளாதிரு, இல்லையென்,
Nim, *v.t.* எடு, திருடு.
Nim'ble, *a.* சுறுக்கான, விரைவுள்ள, கதியான.
Nimble'witted, *a.* தீவிரவிவேகமுள்ள, வாசகவேகமுள்ள.
Nim'bly, *ad.* சுறுக்காய், விரைவாய்.
Nine, *a.* ஒன்பது, நவ, ஒன்பான்.
Nine'fold, *a.* ஒன்பதுமடங்கு, நவமடங்கு.
Nine'pins, *s.* நவதாயம்.
Nine'teen, *a.* & *s.* பத்தொன்பது.
Nine'teenth, *a.* பத்தொன்பதாம்.
Nine'tieth, *a* தொண்ணூறும்.
Nine'ty, *a.* & *s.* தொண்ணூறு.
Nin'ny, *s* நிர்மூடன், பேதை, மடன்.
Ninth, *a.* ஒன்பதாம.
Nip, *s.* கிள்ளு, நுள்ளு.
Nip, *v.t.* நறுக்கு, இடுக்கு, கிள்ளு, நுள்ளு.
Nip'pers, *s.* இடுக்கி, சிறுகுறடு.
Nip'ple, *s.* முலைக்கண், முலைமுகம், முலைக்காம்பு, சூசுகம்; shield, சூசுகரட்சை.
Nit, *s.* ஈர், ஈலிகை, நமுடு.
Ni'trate (of silver), *s.* காடிக்காரம்.
Ni'tre, *s.* வெடியுப்பு, பொட்டிலுப்பு, தர்க்கியம், பவக்ஷாரம்.
Ni'tric, *a.* தர்க்கிய; acid, வெடியுப்புத்திராவகம், தர்க்கியாமிலம்.
Ni'trogen, *s.* தர்க்கியசம், தர்க்கியகரம்.

t'ty, *a.* ஈர்பிடித்த, ஈர்நிறைந்த.
Ni'trous, *a.* வெடியுப்புச் சேர்க்கையான.
Niv'eous, *a.* உறைபனியுள்ள, பனிபோல் வெளுத்த.
Ni'zam, *s.* அதிபதி, நிஜாம்.
No, *a.* ஒருவருமல்லாத, ஒன்றுமல்லாத.
No, *ad.* இல்லே, அல்ல, இன்று, அன்று.
Nobil'ity, *s.* உயர்குலம், பிரபுத்தனம், மகத்துவம்.
No'ble, *a.* மேன்மையான, மேம்பாடான, உயர்குலத்துக்குரிய; noble extraction, இற்பிறப்பு, குடிப்பிறப்பு.
No'ble-man, *s.* பிரபு, பட்டப்பிரபு, குலோத்துங்கன், பெருமான்.
No'bleness, *s.* மகத்துவம், மாட்சிமை, குலோத்துங்கம், பெருந்தகைமை, பெருமிதம்; nobleness of mind, ஊராண்மை.
Noble'woman, *s.* குலமகள், பிராட்டி.
No'bly, *ad.* பெருமையாய், பராக்கிரமமாய், சிறப்பாய்.
No'body, *s.* ஒருவருமில்லே.
No'cent, *a.* தோஷமுள்ள, விக்கினமுள்ள.
Noctam'bulist, *s.* நித்திரையில் எழுந்து நடப்போன்.
Noctur'nal, *a.* இரவுக்கடுத்த, இராவிலுள்ள, இராத்திரிதோறுமுள்ள.
Noc'uous, *a.* வருத்தும், தீங்கான, விஷமுள்ள.
Noc'tuary, *s.* இராவர்த்தமானம்.
Nod, *s.* தலேயசைப்பு, சிரக்கம்பம், சிரக்கம்பனம், ஆகம்பிதமுகம்.
Nod, *v.i.* தலேயசை, சிரக்கம்பம்பண்ணு.
Nod'dle, *s.* தலே, சிரம், சென்னி.
Nod'dy, *s.* பேதை, முட்டாள், பாமரன்.
Node, *s.* முடிச்சு, பாதம்; the ascending, இராகு; the descending, கேது.
Nod'ule, *s.* கணு, முளி, கண்.
Noe'tic, *a.* மனதிற்குரிய, சைதன்னிய.
Noise, *s.* இரைச்சல், கூக்குரல், சப்தம், தொனி, சந்தடி, அரவம்; great noise, நிறைபூசல்.
Noise, *v.i.* & *t.* பரப்பு, தொனி, இரை.
Noise'less, *a.* இரைச்சலற்ற, அமைதியான.
Noise'maker, *s.* கூக்குரலிடுவோன், இரைச்சலிடுவோன்.
Noi'siness, *s.* ஆரவாரம், கலாதி, அமலே.
Noi'some, *a.* சுகக்கேடான, கெட்டநாற்றமுள்ள.
Noi'someness, *s.* நாற்றம், ஒக்களிப்பு.
Noi'sy, *a.* இரைச்சலான, அமலேயான, ஆரவாரமுள்ள.
oli'tion, *s.* மனவீனம், பிரியமின்மை.

No'mad, *s.* நாடோடியிடையன்.
Nome, *s.* மாகாணம்.
No'menclature, *s.* பெயர்வழிபகராதி, நாமஅட்டவணே, நாமாவளி, பரிபாஷை.
Nom'inal, *a.* நாமமாத்திர.
Nom'inally, *ad.* பெயர்மாத்திரமாய், பெயரால்.
Nom'inate, *v.t.* பெயர்கூறு, நாமந்தரி, பெயரிடு.
Nomina'tion, *s.* குறிப்பு, பெயர்க்குறிப்பு.
Nom'inative, *s.* எழுவாய், கருத்தா, பெயர்வேற்றுமை.
Nominee', *s.* பெயர் குறிக்கப்பட்டவன், நாமஞ்சூட்டப்பட்டவன்.
Non'age, *s.* இளவயசு, இளம்பருவம், சிறுவயசு.
Non-appear'ance, *s.* ஆஜிராகாமை, தோன்ருமை.
Non-arriv'al, *s.* சேராமை.
Non-attend'ance, *s.* போதற்குரிய விடத்திற்குப் போகாமை.
Non-atten'tion, *s.* அவதானமின்மை.
Nonce, *s.* தற்காலம், நோக்கம்.
Nonconduct'or, *s.* அசம்பத்தி, நிர்ப்பிரசாரணி, செலுத்துந்தன்மையில்லாதது.
Nonconform'ist, *s.* அங்கிலேய திருச்சபைக் கொள்கையைத் தள்ளுகிறவன்.
Non'descript, *a.* விவரிக்கப்படாத.
None, *a.* ஒருவருமில்லாத, ஒன்றுமில்லாத.
Nonelastic'ity, *s.* நிஸ்திதத்தாபகம்.
Nonen'tity, *s.* அபாவம், சூனியம், பாழ்.
None'such, *s.* ஒப்பற்றது, நிகரற்றது, மகாசிறந்தது.
Nonexis'tence, *s.* இன்மை, அபாவம், சூனியம், பாழ், அசம்பவம்; the doctrine of the non existence of any thing, சூனியவாதம்.
Nonpareil', *s.* அதிபுசிதம், ஒருவகை அப்பில் பழம்; ஒருவித அச்செழுத்து.
Non'plus, *s.* மலேவு, தொந்தரை.
Non'plus, *v.t.* கலக்கு, தொந்தரைபண்ணு, மலேவுறச்செய்.
Nonprofi'cient, *s.* தேருதவன், தெளிவுபெருதவன்.
Nonresist'ance, *s.* இணக்கம், எதிராமை.
Non'sense, *s.* வீண்சொல், பயனில்சொல், வியர்த்தம், வெளிற்றுரை; வெற்றுரை, அதிகதை.
Nonsen'sical, *a.* அனர்த்தமான, வீணை, பைத்தியமான,
Nonsolv'ency, *s.* கடனிறுக்கத் திறமையின்மை.

Nonspar'ing, *a.* சர்வசங்கார, இரக்க மற்ற.
Non'suit, *v.t.* வழக்கைத் தள்ளு.
Noo'dle, *s.* மூடன், மூர்க்கன்.
Nook, *s.* மூலே, குடா, இடுக்கு.
Noon, Noon'day, } *s.* மத்தியானம், உச்சிப்பொழுது, நடுப்பகல், உருமம், மதியம்.
Noose, *s.* தடம், சுருக்கு, உருவுதடம், கண்ணி, தளே, பாசம்.
Noose, *v.t.* தடம்முடி, கண்ணியிலகப்படுத்து.
Nor, *con.* இல்லே, அல்ல.
Nor'mal, *a.* விதிப்படியான, இலம்ப, போதனைசக்திக்குரிய; school, போதனைசக்தியபிவிர்த்தி வித்தியாசாலே.
North, *s.* & *a.* வடக்கு, வடதிசை, உத்தரம், வட; east, வடகிழக்கு, ஈசானமூலே; west, வடமேற்கு, வாயுமூலே; star, துருவன்; wind, வாடை, வடந்தை, வடகாற்று.
North'east, *s.* வடகிழக்கு.
North'ern, *a.* வட, உத்தர.
North'ward, *ad.* வடக்காய், வடக்கே, உத்தரதிக்கைநாடி, உத்தரதிசையாய்.
North'west, *s.* வடமேற்கு; north west wind, வடகோடை, குன்றுவாடை.
North'wind, *s.* வாடை, வடந்தை, வடகாற்று.
Nose, *s.* மூக்கு, நாசி.
Nose, *v.t.* மணம்பிடி, மோர்ந்துபார்.
Nose'less, *a.* மூக்கறை, மூக்கற்ற.
Nose'ring, *s.* மூக்கணி, நாசிகாபரணம்.
Nose'gay, *s.* செண்டு, பூச்செண்டு.
Nosol'ogy, *s.* குணபாடம், பிணியிலக்கணம்.
Nosopoet'ic, *a.* பிணியுண்டாக்குகிற.
Nos'tril, *s.* நாசி, நாசித்துவாரம்.
Nos'trum, *s.* அந்தரங்க ஔஷதம்.
Not, *ad.* இல்லே, அல்ல, இன்று, அன்று.
Not'able, *a.* வியக்கத்தக்க, பெயர்பெற்ற, குறிக்கப்படத்தக்க.
Not'ably, *ad.* மேன்மையாய், வியப்பாய், அதிசயமாய்.
No'tary, *s.* சாதனலிகிதன்.
Nota'tion, *s.* குறிப்பு, எண்குறிப்பு, குறியீடு.
Notch, *s.* குழி, பொளி, வெட்டு.
Notch, *v.t.* புள்ளிவை, பொளி.
Note, *s.* அடையாளம், குறி, சீட்டு, யுக்திக்குறிப்பு, சுரம், கீர்த்தி, அவதானம்; of hand, கைச்சீட்டு.
Note, *v.t.* பார், குறி, எழுதிவை, அவதானி.
Note'book, *s.* குறிப்பேடு, குறிப்புப்புத்தகம்.
Not'ed, *a.* குறிக்கப்பட்ட, வியக்கப்பட்ட, பெயர்போன.
Note'less, *a.* கருத்தைக் கவராத.
Not'er, *s.* குறிப்பெழுதுவோன்.
Note'worthy, *a.* கவனிக்கத்தக்க, சிந்திக்கத்தக்க.
Noth'ing, *s.* ஒன்றுமில்லே, சூனியம், இல்பொருள்.
Noth'ingness, *s.* இன்மை, பாழ், சூனியம், வெறுமை.
No'tice, *s.* அறிவித்தல், நோக்கம், அறிக்கைப்பத்திரம்; to take notice of, எண்ணு.
No'tice, *v.t.* குறி, கருத்தாய்ப்பார், மரியாதைசெய்.
Notifica'tion, *s.* கூறுகை, பிரசித்தம், அறிக்கைப்பத்திரம்.
Notify, *v.t.* அறிவி, கூறு, சொல்லு, சாற்று.
No'tion, *s.* எண்ணம், நினைவு, கருத்து, கொள்கை, குறிப்பு, நிதானம்.
Notori'ety, *s.* கீர்த்தி, பெயர், புகழ், லோகப்பிரசித்தி, பிரபலம், அவகீர்த்தி.
Noto'rious, *a.* பெயர்போன, உலகம்நிந்த, பகிரங்கமான; a notorious liar, பெரும்பொய்யன், கஜப்புளுகன்.
Noto'riously, *ad.* கீர்த்தியாய், பிரபலமாய், பகிரங்கமாய், நாடறிய.
Notwithstand'ing, *con.* ஆகிலும், எனினும், எப்படியிருந்தாலும், அதுவுமல்லாமல், என்றுலும், அல்லாமலும்.
Nought (nât), *s.* இன்மை, வெறுமை, சூனியம்.
Noun, *s.* பெயர், பெயர்ச்சொல், நாமம்; common, பொதுப்பெயர்; proper, இயற்பெயர், சிறப்புப்பெயர்; verbal, தொழிற்பெயர், வினைப்பெயர்; collective, குழுஉப்பெயர்.
Nour'ish, *v.t.* போஷி, ஆகாரங்கொடு, ஊட்டு, வளர், பயிற்று.
Nour'ishable, *a.* வளர்க்கக்கூடிய, போஷிக்கக்கூடிய.
Nour'isher, *s.* வளர்ப்போன், போஷகன், பாலனன்.
Nour'ishing, *p.a.* ஊட்டுகிற, வளர்க்கிற, செழிப்பிக்கத்தக்க.
Nour'ishment, *s.* ஆகாரம், போஜனம், செழிப்பிப்பது, கொழுப்பிப்பது.
Nov'el, *s.* கட்டுக்கதை, புதுக்காரியம், நூதனகதை.
Nov'el, *a.* புதிய, புது, நவமான, அபூர்வமான.

Nov'elist, s. நூதனகதை எழுதுவோன்.
Nov'elty, s. நூதனம், நவீனம், புதுமை.
Novemb'er, s. நொவம்பர், ஐப்பசி-கார்த்திகை.
Noven'nial, a. ஒன்பதுவருஷத்திற் கொருமுறை செய்யப்படும்.
Nover'cal, a. மாற்றாந்தாய்க்குரிய.
Nov'ice, s. புதியவன், புதுமாணாக்கன்.
Novi'tiate, s. நவாப்பியாசகாலம், வித்தியாரம்பஸ்திதி.
Nov'ity, s. புதுமை, நூதனம், நவம்.
Now, ad. இப்பொழுது, இந்நேரம், இவ்வேளை, இக்கணம்; now and then, எட்டிலே பத்திலே.
Now'a-days, ad. இந்நாட்களில், இக்காலத்தில்.
No'where, ad. ஓரிடத்திலுமில்லை, எங்குமில்லை.
No'wise, ad. எவ்விதத்திலுமில்லை.
Nox'ious, a. தீங்கான, கேடுதரும், விஷமுள்ள, கேடுள்ள.
Nu'bile, a. விவாகமுடிக்கும் பருவமுள்ள, சமைந்த.
Nu'cleus, s. பருப்பு, கொட்டை, மூலம், மதியாந்தர், சஞ்சயாஸ்பதம்.
Nude, a. கேவல, நிர்வாண, நக்கன.
Nu'dity, s. நிர்வாணம், நக்கனம்.
Nuga'cious, a. அற்ப, வியர்த்த.
Nugac'ity, s. வீண், வியர்த்தம், விருதாப்பேச்சு.
Nu'gatory, a. அற்ப, அனர்த்த, வீணான, விருதாவான, பலனற்ற, பயனற்ற.
Nui'sance, s. தொல்லை, தொந்தரவு, அலட்டு, அலுப்பு.
Null, a. பெலனற்ற, சக்தியில்லாத, செல்லாத, பெறுமதியில்லாத.
Nul'lah', s. வாய்க்கால், சிற்றாறு.
Nullifid'ian, a. பக்தியற்ற, சமயமற்ற.
Nul'lify, s. அவமாக்கு, சக்திகெடு, அழி.
Nul'lity, s. சூனியம், இன்மை, அபாவம், சக்தியின்மை.
Numb (nŭm), v.t. விறைக்கப்பண்ணு, திமிரேறப்பண்ணு.
Numb, a. விறைத்த, திமிர்பிடித்த, மரத்த.
Num'ber, s. கணக்கு, இலக்கம், எண்; of terms of a series, புள்ளி; singular, ஒருமை, ஏகவசனம்; plural, பன்மை, வெகுவசனம்.
Num'ber, v.t. எண்ணு, கணக்கிடு, அளவிடு, மதி.
Num'berless, a. எண்ணற்ற, எண்ணிறந்த, கணக்கில்லா.
Numb'ness, s. விறைப்பு, மரப்பு, திமிர்ப்பு.
Nu'merable, a. எண்ணப்படக்கூடிய.
Nu'meral, s. இலக்கம், இலக்கக்குறி, எண்ணெழுத்து.
Nu'meral, a. எண்ணிற்கடுத்த, எண்ணைக்காட்டிய.
Nu'merate, v.t. எண்ணு, எண்ணிடு.
Numera'tion, s. கணக்குப்பார்க்கை, எண்மானம், சங்கியானம்.
Nu'merator, s. எண்ணுபவன், கணக்கிடுபவன், போகம், லவம், அம்சம்.
Numer'ical, a. எண்ணிற்கடுத்த, எண்ணைக்குறிக்கிற.
Nu'merist, s. கணிதன், கணக்கன்.
Nu'merous, a. திரளான, அநேக, வெகு, ஏராளமான.
Numismat'ics, s. கம்பட்டவிதி, நாணய சாஸ்திரம்.
Numps, s. மதியீனன்.
Num'skull, s. முழுமகன், மூடன், மடன், மந்தன், பேதை.
Num'skulled, a. மூடத்தனமுள்ள, பேதைமையுள்ள.
Nun, s. சந்நியாசிப்பெண், தவப்பெண், துறவி.
Nun'cio, s. தூதன், ஒற்றன், சாரணன்.
Nun'cupate, v.t. பிரசித்தப்படுத்து, கூறு.
Nun'cupative, a. வாய்மொழியாய்க்கூறிய, எழுத்தில்லாத.
Nun'ja, s. நெற்பயிர், நன்செய்.
Nun'nery, s. சந்நியாசப்பெண் மடம், கௌந்திசாலை.
Nup'tial, a. விவாக, விவாகத்துக்கடுத்த; nuptial drum, கல்யாணபேரிகை; nuptial pomp, கல்யாணசம்பிரமம்; nuptial congratulation, கல்யாணவாழ்த்து.
Nup'tials, s. (pl.) விவாகம், மணம், கல்யாணம்.
Nurse, s. தாதி, கைத்தாய், செவிலித்தாய், ஆயாள், உபசாரிகை, முலைத்தாய்.
Nurse, v.t. போஷி, காப்பாற்று, ஆதரி, பேணு.
Nurs'ery, s. போஷணசாலை, நாற்றுமேடை, பாத்தி, நாற்றங்கால்.
Nurs'ling, s. பிள்ளை, குழந்தை, பாலகன், பாலகி.
Nur'ture, s. போஜனம், உணவு, வளர்ப்பு, பயிற்றுகை.
Nur'ture, v.t. போஷி, வளர், பேணு, கா, நற்பழக்கம்பயிற்று.
Nut, s. கொட்டை, வித்து, பீசம், கனி.
Nuta'tion, s. குலச்சலோலனம்.

Nut'crackers, s. *pl.*) கொட்டை நருக்குங் கருவி.
Nut'gall, s. மாசக்காய்.
Nut'hook, s. கொக்கை.
Nut'meg, s. ஜாதிக்காய், ஜாதிபலம், சாலூகம்.
Nu'triment, s. ஆகாரம், உணவு, ஊண், போஷணம்.
Nutri'tion, s. போஷணம், புஷ்டி, போஷிப்பு, வளர்ப்பு.
Nutri'tious, a. பலத்தைக்கொடுக்கிற, போஷிக்கத்தக்க.
Nu'tritive, a. புஷ்டிகரமான.
Nut'shell, s. ஓடு, தோல்.
Nuz'zle, v.t. கூட்டிலடை.
Nuz'zle, v.i. மூக்கினுற்கிண்டு.
Nymph, s. வனதேவதை, அரமகள்.

O

O, *int.* ஓ, ஓகோ, ஆ, அச்சோ, அஆ.
Oaf, s. கிர்மூடன், பேதை, மதிகேடன், மந்தன்.
Oak, s. சிந்தூரமரம், அல்லோன்விருக்ஷம்.
Oak'en, a. சிந்தூரமரத்தாற் செய்யப்பட்ட.
Oak'ling, s. இளஞ்சிந்தூரமரம்.
Oak'um, s. கயிற்றுச்சிலும்பல், கித்தான்பஞ்சு, கலப்பற்று.
Oar, s. தண்டு, சவள், துடுப்பு.
Oar, v.t. & i. தண்டுவலி.
O'asis, s. பாலைவனத்தில் அங்கங்கே பசும்புல் பூண்டுள்ள நிலம்.
Oath, s. ஆணை, சபதம், பிரமாணிக்கம், சத்தியம், வஞ்சினம்.
Oath'breaking, s. சத்தியந்தவறல்.
Oat'meal, s. ஓத்ஸ் என்னுந் தானியமா.
Oats, s. (*pl.*) ஒருவகைத் தானியம், ஓத்ஸ்.
Obambula'tion, s. உலாவல்.
Obdormi'tion, s. நித்திரை, இளைப்பாறல்.
Obdure', v.t. கடினப்படுத்து.
Ob'duracy, s. கடுமனம், கடினமனம், முரண்டு, குறும்பு.
Ob'durate, a. மனக்கடினமுள்ள, குறும்பான, முரண்டான.
Obdura'tion, s. கல்மனம்.
Obe'dience, s. கீழமைவு, கீழடக்கம், கீழ்ப்படிவு, பதமை.
Obe'dient, a. கீழமைவுள்ள, அடங்கிய, சொற்கேட்கிற, பதவிய, படிவுள்ள.
Obe'diently, ad. அடக்கமாய், கீழமைவாய், இணக்கமாய்.
Obei'sance, s. உபசாரம், வணக்கம், வழிபாடு, வந்தனம், பணிவு.
Ob'elisk, s. தண்டம், தூண், சதுரசிகரம், ஒரு குறிப்புச்சின்னம்.
Obese', a. கொழுப்பான, ஸ்தூலித்த.
Obes'ity, s. கொழுப்பு, நிணம்.
Obey', v.t. கீழ்ப்படி, அடங்கு, அமை, இணங்கு, கேள்.
Obfus'cate, v.t. இருட்டாக்கு, மந்தாரமாக்கு.
O'bit, s. சாச்சடங்கு.
Obit'uary, s. மரணசாதனம், மரணசங்கதி, மரித்தவனது நடபடி.
Ob'ject, s. கருத்து, உட்குறிப்பு, உள்ளக்குறிப்பு, பொருள், எண்ணம், இலக்கு, காரியம், குறிப்பு, விஷயம், கோசரம்.
Object', v.t. தடைசொல்லு, தடைபண்ணு, மறு, ஆக்ஷேபி.
Objec'tion, s. தடை, எதிர்ப்பு, ஆக்ஷேபம், நிராகரணம், சங்கை, தடங்கல், தடை.
Objec'tionable, a. பிசகுள்ள, தடங்கலான, தடுக்கத்தக்க.
Objec'tive, a. விஷயத்திற்குரிய, கருமத்தைக்கருதிய; case, செயப்படுபொருளை விளக்கும் வேற்றுமை.
Object'or, s. எதிரி, விரோதி, தடைசொல்வோன், மறுப்போன், நிராகரிப்போன்.
Objurga'tion, s. கடிந்துகொள்ளுகை.
Oblate', a. கோளத்தி லிருபக்கந் தட்டையான.
Obla'tion, s. காணிக்கை, பலி, நைவேத்தியம், நிவேதனம்.
Oblecta'tion, s. இன்புறச்செய்கை, ஆனந்தப்படுத்துகை.
Obliga'tion, s. கடமை, பொறுப்பு, உத்தரவாதம், பாரம், பிணை, கட்டுப்பாடு, கடப்பாடு.
Oblig'atory, a. கடன்சுமத்துகிற, கடமைப்படுத்துகிற.
Oblige', v.t. கடமைப்படுத்து, பிரியப்படுத்து, தயைசெய்.
Obligee', s. கட்டுண்டவன், கடமைப்பட்டவன்.
Oblig'er, s. கடமைப்படுத்துவோன்.
Oblig'ing, a. கட்டாயப்படுத்துகிற, தயையுள்ள, உபசரணையான; expressions, உபசாரவார்த்தை.
Oblig'ingly, ad. உபசரணையாய், உபசாரமாய்.
Obliqua'tion, s. வரிநெளிவு.
Oblique', a. அவலம்பன, கோணலான, வளைந்த, சாய்ந்த, விலகின, வக்கிர; oblique vision, வக்கிரதிர்ஷ்டி.
Oblique'ly, ad. கோணலாய், வளைவாய், சாய்வாய், சரிவாய்.

Obliq'uity, s. சாய்வு, வளைவு, கோணல், தப்பிதம், தவறு.
Oblit'erate, v.t. அழி, கிறுக்கு, கீறு, தீர், போக்கு, சீவு.
Oblitera'tion, s. அழிவு, கிறுக்கு, துடைப்பு.
Obliv'ion, s. மறதி, பொச்சாப்பு, நிர்ச்சிந்தனை, அயர்ப்பு.
Obliv'ious, a. மறதியான, மறக்கச்செய்கிற, ஞாபகமழிக்கிற.
Ob'long, a. அகலத்திலும் நீளமதிகமான.
Oblo'quious, a. நிந்தையான.
Ob'loquy, s. இழிவுப்பேச்சு, பழிப்புரை, நிந்தை, தூஷணை.
Obmutes'cence, s. மௌனம்.
Obnox'ious, a. கடிந்துகொள்ளப்படத்தக்க, பகைக்கப்படத்தக்க, கெட்ட.
Obnubila'tion, s. கருகலாக்கல்.
Obrep'tion, s. இரகசியமாய்ச்சொல்லல்.
Obscene', a. துப்புக்கெட்ட, அசப்பியமான, கேலியான, உதாசனமான, வம்பான; words, பூதவாக்கு.
Obscen'ity, s. அசப்பியம், தூர்த்தம், வம்பு, உதாசினம், அயோக்கியம்.
Obscura'tion, s. கருக்குதல், மயக்குதல், மறைத்தல்.
Obscure', v.t. மழுக்கு, மறை, இருளாக்கு, மங்கலாக்கு.
Obscure', a. கருகலான, மங்கலான, தெளிவற்ற.
Obscure'ly, ad. கருகலாய், புதைபொருளாய், மங்குளமாய்.
Obscu'rity, s. கருகல், மங்குளம், மங்கல்.
Obsecra'tion, s. மன்றாட்டம், கெஞ்சிக்கேட்டல்.
Ob'sequies, s. சவக்கிரியை, சவச்சடங்கு, அபரக்கிரியை, உத்தரகிரியை, கருமாந்தரம்.
Obse'quious, s. உபசாரமுள்ள, வழிபாடுள்ள, படிவான, அமைவான.
Obse'quiousness, s. கீழ்ப்படிவு, இணக்கம், வழிபாடு, அமைவு.
Ob'sequy, s. கீழ்ப்படிவு, இணக்கம், வழிபாடு.
Observ'able, a. விசேஷ, அவதானிக்கத்தக்க, சிந்திக்கத்தக்க.
Observ'ance, s. அவதானிப்பு, அனுஷ்டானம், நியமம், ஆசரிப்பு; observance of the marriage covenant, நிறை; the observance of rites, கர்மானுஷ்டானம்.
Observ'ant, a. கைக்கொள்ளுகிற, உற்றறிகிற, அவதானமுள்ள.
Observ'ation, s. அனுசரிப்பு, அவதானிக்கை, குறிப்பு, நிரீட்சணம்.
Observ'atory, s. ஜோதிடோட்பரிகை, ஜோதிமண்டபம்.
Observe', v.t. பார், நோக்கு, அவதானி, சொல்.
Observ'er, s. அவதானிக்கிறவன், திருட்டிகன், உற்றறிவோன், நிரீட்சகன்.
Obses'sion, s. முற்றுகைசெய்தல்.
Obsigna'tion, s. முத்திரித்துறுதிப்படுத்தல்.
Obsoles'cent, a. வழக்கம்மாறுகிற.
Ob'solete, a. பழைய, இக்காலத்தில் வழங்காத; to become obsolete, வழங்காதொழிய.
Ob'stacle, s. தடை, இடையூறு, சிக்கு, தடக்கு, குந்தகம், விகாதம், தண்டா, பிரதிபந்தம், விக்கினம்.
Obstet'rics, s. பிரசவவைத்தியம், மருத்துவம்.
Ob'stinacy, s. பிடிவாதம், அடம், முஷ்கரம், முரண்டுத்தனம், முரட்டாட்டம், முரண்டு, முண்டு, ஒட்டாரம், சண்டித்தனம், சண்டிமுண்டி, ஆகாத்தியம்.
Ob'stinate, a. முரண்டான, அடங்காத, பிடிவாதமுள்ள, அடமுள்ள, சலஞ்சாதிக்கிற; an obstinate man, பிடிவாதக்காரன்.
Ob'stinately, ad. ஒட்டாரமாய், பிடிவாதமாய்.
Obstrep'erous, a. இரைச்சலுள்ள, சந்தடியான.
Obstric'tion, s. கடமைப்பாடு, பந்தனம்.
Obstruct', v.t. மறி, அடை, இடைஞ்சற்பண்ணு, வழியடை.
Obstruc'tion, s. அடைப்பு, மறிப்பு, தடை, தடுப்பு, இடையூறு, தண்டா, விக்கினம், விகடம்.
Obstruc'tive, a. தடங்கலான, தடுக்கிற, அடைக்கிற.
Obstu'pefy, v.t. ஸ்மரணைகெடு, மதிகெடு, திமிர்ப்பி.
Obtain', v.t. அடை, பெறு, சம்பாதி, கொள்; to be obtained, கிடைக்க.
Obtain', v.i. மேலிடு, வழங்கு, தலைப்படு.
Obtain'able, a. அடையத்தக்க, பெற்றுக்கொள்ளக்கூடிய.
Obtend', v.t. எதிர், எதிரிடு.
Obtesta'tion, s. மன்றாட்டு, விண்ணப்பம், வேண்டுகை.
Obtrude', v.t. திணி, பலவந்தமாய்நுழை, இடையிலேற்படுத்து.
Obtrud'er, s. மிண்டுசெய்துநுழை, பலாத்காரமாய்ப்புகு.

Obtrun'cate, *v.t.* அங்கபங்கஞ்செய், தறி.
Obtru'sion, *s.* பலவந்தம், காரணமின்றித் தலையிடுகை.
Obtru'sive, *a.* பலபந்தம்பண்ணுகிற, நுழைகிற.
Obtund', *v.t.* மழுக்கு, கூழையாக்கு.
Obtuse', *a.* கூழையான, மழுக்கான, மழுங்கிய.
Obtuse'ness, *s.* சுவரணையின்மை, கூரின்மை, கூழை.
Obumbra'tion, *s.* இருட்டாக்கல், திமிரமாக்கல்.
Obven'tion, *s.* நைமித்தியம், நினையாது நேர்ந்த பயன்.
Obvert', *v.t.* திருப்பு.
Ob'viate, *v.t.* விலக்கு, தவிர், நீக்கு, தடு.
Ob'vious, *a.* வெளியான, தெளிவான, வெளிப் பொருளான, ஸ்பஷ்டமான; to the eye, திருஷ்டிகோசர, நயனகோசர; an obvious meaning, வெளிப்பொருள்.
Ob'viously, *ad.* தெளிவாய், வெளிப்படையாய்; துலக்கமாய்.
Ob'viousness, *s.* வெளிப்படை.
Occa'sion, *s.* சமயம், தருணம், தறுவாய், வேளை, அற்றை, அவசரம், தேவை.
Occa'sion, *v.t.* உண்டாக்கு, ஆக்கு, இடங்கொடு, வருவி.
Occa'sional, *a.* இடைச்சம்பவமான, அப்போதப்போதுள்ள.
Occa'sionally, *ad.* காலத்துக்குக் காலம், இடைக்கிடையே, அப்போதைக்கப்போது.
Oc'cident, *s.* மேற்கு, குடக்கு, குடதிசை, வாருணம்.
Occident'al, *a.* மேற்கேயிருக்கிற, மேற்கான, வாருண.
Oc'ciput, *s.* பிடர்த்தலைமண்டை.
Occult', *a.* இரகசியமான, மறைவான, அந்தரங்கமான.
Occulta'tion, *s.* மறைவு, கிரகணம்.
Oc'cupancy, *s.* கையாட்சி, கொள்ளல், அனுபவுரிமை, அதிகாரம், வசம்.
Oc'cupant, *s.* ஆட்சிக்காரன், அனுபவிப்போன்.
Occupa'tion, *s.* தொழில், அலுவல், பணிவிடை, உத்தியோகம், வசம், ஆட்சி.
Oc'cupier, *s.* ஆட்சிக்காரன், கையாள்வோன்.
Oc'cupy, *v.t.* ஆளு, அனுபவி, தொழில்செய், இடங்கொள்ளு.
Occur', *v.i.* சம்பவி, உண்டாகு, நேரிடு, நிகழ், -ந், ஆகு.
Occur'rence, *s.* காரியம், சங்கதி, சம்பவம்.
O'cean, *s.* சமுத்திரம், ஆழி.
Ocean'ic, *a.* சமுத்திரத்திற்குரிய.
Ocel'lated, *a.* கண்ணைப்போலிருக்கிற, கண்போன்ற.
Ochloc'racy, *s.* கும்பரசாட்சி.
O'chre, *s.* காவிக்கல், காவிமண், செம்மண்.
O'chreous, *a.* காவிமண்ணுள்ள.
Oc'tagon, *s.* எண்கோணம், அஷ்டகோணம்.
Octag'onal, *a.* அஷ்டகோண, எண்கோணமுள்ள.
Octan'gular, *a.* எண்கோணமான.
Oc'tave, *s.* உச்சம், எட்டாஞ்சுரம்.
Octa'vo, *s.* எட்டாய் மடித்த கடிதாசி.
Octo'ber, *s.* அக்டோபர், புரட்டாசி-ஐப்பசி.
Octog'enary, *a.* எண்பது வயதுள்ள.
Octono'cular, *a.* அஷ்டநேத்திர, எட்டுக் கண்ணுள்ள.
Octosyl'lable, *a.* எட்டசையுள்ள.
O'ctroi, *s.* ஊர்வாசல்வரி.
Oc'tuple, *a.* எண்மடங்கான, அஷ்டவித.
Oc'ular, *a.* கண்ணாரக்கண்ட, பிரத்தியக்ஷமான; demonstration, கண்கூடு, பிரத்தியக்ஷம்; deception, கண்மாயம்.
Oc'ulist, *s.* நேத்திரவைத்தியன், நயனவைத்தியன்.
Odd, *a.* நூதனமான, சாதாரணமல்லாத, அதிசயமான, விகாரமான, விச்சோடான.
Od'dity, *s.* நூதனம், விகாரம்.
Odd'ly, *ad.* ஒற்றையாய், தனிமையாய், அதிசயமாய்.
Odds, *s.* பேதம், வித்தியாசம், விபரீதம், சேடம்.
Ode, *s.* ஒரு பிரபந்தம்.
O'dious, *a.* பகைக்கப்படத்தக்க, அருவருப்பான, அரோசிக்கத்தக்க.
O'dium', *s.* பகை, விரோதம், வெறுப்பு.
Odorif'erous, *a.* சுகந்தவாசனையான, சுகந்திக்கிற, கமழுகிற.
O'dorous, *a.* சுகந்தமுள்ள, வாசனையுள்ள, மணமுள்ள, பரிமளமான.
O'dour, *s.* கந்தம், வாசனை, மணம், நாற்றம், விரை.
Oecumen'ical, *a.* சாதாரண, சர்வ.
Oede'ma, *s.* கட்டி.
Of, *prep.* உடைய, உரிய, இல், இன், ஆல், குறித்து; this is made of wood, இது மரத்தாற் செய்யப்பட்டது; lord of men, நரபதி; he was the chief of the assembled villagers, சபைகூடினகிராமத்தாரிலவன் சிரேஷ்டன்; a man of great wealth, மிகுசெல்வமுடையோன்,

a bird of a red colour, சிவப்புப்பக்ஷி; of late I have heard nothing of him, இந்நாட்களில் நானவனைக் குறித் தொன்றுங் கேள்விப்படவில்லை; of old there was but one opinion on the subject, but of late not so, பூர்வத்தி லிவ் விஷயத்தைப்பற்றி யாவருங்கொண்ட அபிப்பிராய மொன்றுதான், தற்காலத்தி லோ, அப்படியல்ல.

Off, *ad.* விலகி, விட்டு, தூர, அப்பால், ஒற் றி, அற; be off, அப்புறம்போ; it is a good way off, அது வெகுதூரத்திலிருக் கிறது; he cut off his ear, அவனைக் காதற வெட்டினான்; he got off his horse, அவன் குதிரையை விட்டிறங்கி னான்; he took off his turban, அவன் பாகையைக் கழற்றினான்; the gun went off, வெடிதீர்ந்தது; the ship is off the land, கப்பல் கரைக்கெட்டவோடுகின்றது; he is badly off, அவன் முட்டுப்படுகி றான்; he is well off, அவன் கிலேசமின்றி நாள்கழிக்கிறான்; off and on he has been here about two years, ஆகக்கூடி அவனிங்கே இரண்டுவருஷ மிருந்தான்.

Off, *int.* போ, அகல், ஒற்று.

Of'fal, *s.* உச்சிட்டம், எச்சில், கழிகடை, உச்சிட்டான்னம்.

Offence', *s.* இடறு, குற்றம், வியசனம்.

Offend', *v.t.* பிரியவீனப்படுத்து, அநசாரம் பண்ணு, இடர்செய், வியசனப்படுத்த, கோப மூட்டு.

Offend'er, *s.* குற்றவாளி, பிழைகாரன், மீறு வோன், கோபமூட்டுவோன்.

Offen'sive, *a.* அபகாரமான, சேதமான, அருவருக்கப்படத்தக்க, விரோதமான; to be diffused as an offensive smell, வெடிநாற்றஞ்சுற்ற; an offensive weapon, அடுபடை.

Offen'sively, *ad.* இடரும், விரோதமாய்.

Of'fer, *s.* கொடை, கொடுக்கநீட்டுகை.

Of'fer, *v.t.* கொடு, ஈ, ஒப்புவி, செலுத்து, படை, இடு.

Of'fer, *v.i.* நேரிடு, வாய்.

Of'fering, *s.* கொடை, காணிக்கை, நிவேத னம்; of flowers, பூமடை.

Of'fice, *s.* உத்தியோகம், தொழில், வேலை, உத்தியோகசாலை, உபகாரம், உதவி, தயை.

Of'ficer, *s.* உத்தியோகஸ்தன், அதிகாரி.

Offi'cial, *a.* உத்தியோகத்துக்கடுத்த, கட்டளை யுள்ள.

Offi'ciate, *v.t.* தொழில்நடப்பி, உத்தியோ கம் பார்.

Offi'cious, *a.* பக்ஷமுள்ள, முன்னிலேள்ள, முன்னேறிய, தலையிடுகிற.

Offi'ciousness, *s.* முகமனுன நடை, முன் னீடு, தலையீடு.

Off'ing, *s.* கரையிலிருந்து போதுமானதூரம்.

Off'scouring, *s.* கழிவு, தள்ளப்பட்டது, இழிபொருள்.

Off'set, *s.* தளிர், துளிர்.

Off'spring, *s.* சந்தானம், புத்திரலாபம், சந் ததி, வமிசம், வித்து.

Oft, } *ad.* அடிக்கடி, பலமு
Oft'en (ŏf'n), } றையும், அனேகந்தரம்.

O'gle, *v.t.* கடைக்கணி.

O'gler, *s.* கடைக்கணிப்போன், கள்ளப்பார் வை பார்ப்போன்.

Oh, *int.* ஆ, ஐயோ, ஒகோ, அப்பா, அச்சோ.

Oil, *s.* எண்ணெய், நெய், கொழுப்பு, தைலம்.

Oil, *v.t.* எண்ணெய்பூசு, தைலமிடு.

Oil'colour, *s.* தைலவர்ணம்.

Oil'man, *s.* எண்ணெய்வாணிகன், எண் ணெய்க்காரன், செக்கான்.

Oil'mill, } *s.* செக்கு, ஆலை, ஊற்றுமரம்.
Oil'press, }

Oil'monger, *s.* வாணிகன்.

Oil'y, *a.* நெய்ப்பற்றுள்ள, எண்ணெய்ப் பற் றுள்ள.

Oint, *v.t.* தைலம்பூசு.

Oint'ment, *s.* தைலம், எண்ணெய்.

Old, *a.* பழமையான, பூர்வ, கிழ, முது; age, மூப்பு, விருத்தாப்பியம், வயோதிகம்; man, கிழவன்; woman, கிழவி.

Old'fashioned, *a.* பழைய வழக்கப்படி செய்த.

O'leag'inous, *a.* தைல, தைலமுள்ள.

Olera'ceous, *a.* கீரைவர்க்கத்திற்குரிய.

Olfac'tory, *a.* வாசனையறியும் புலனுள்ள, ஆக்கிராண.

Olib'anum, *s.* சிலாகரணி, ஒருவகை வாச னைத்திரவியம்.

Ol'igarchy, *s.* சிலர் சேர்ந்துசெய்யுந் துரைத் தனம்.

Ol'ive, *s.* சிதவிருக்ஷம், ஒலிவை.

O'mega, *s.* கிரேக்பாஷையின் கடையெழு த்து.

Ome'let, *s.* முட்டைப்பலகாரம்.

O'men, *s.* குறி, நிமித்தம், சகுனம்; good, நற்சகுனம், சுபசகுனம்; bad, அவசகுனம், துர்ச்சகுனம், சகுனத்தடை.

O'mened, *a.* சகுனமுள்ள.

Omen'tum, *s.* குடற்சவ்வு, குடலைமூடிய சவ்வு.

Om'inate, *v.i.* முற்குறிப்பு, முன்காட்டு.
Om'inous, *a.* துர்க்குறியான, அமங்கலமான.
Omis'sion, *s.* விடுகை, ஒழிவு, தவிர்ப்பு.
Omit', *v.t.* விடு, ஒழி, தவிர், தள்ளிவிடு.
Om'nifa'rious, *a.* எல்லாவகையுமுள்ள.
Omnif'ic, *a.* சர்வசிர்ஷ்டிசெய்யும்.
Om'niform, *a.* சர்வரூப.
Om'nipar'ity, *s.* சர்வசமானம்.
Om'nipercip'ient, *a.* சர்வமானதக்காட்சியுள்ள.
Omnip'otence, Omnip'otency, *s.* சர்வவல்லமை, சர்வசக்தி, சர்வாதிகாரம்.
Omnip'otent, *a.* சர்வவல்லமையுள்ள.
Om'nipres'ence, *s.* சர்வவியாபகம், எங்கும் நிறைவு.
Om'nipres'ent, *a.* சர்வவியாபகமுள்ள, எங்கும் நிறைந்த.
Omnis'cience, *s.* சர்வஞானம், சமதரிசனம், சர்வஞ்ஞத்துவம்.
Omnis'cient, *a.* சர்வஞானமுள்ள, சர்வஞ்ஞ.
On, *prep.* மேல், மீது, மிசை; the book is on the table, புஸ்தகம் மேசையின்மேலிருக்கிறது; the ship is on shore, கப்பல் கரைதட்டியிருக்கின்றது; he went on foot, கால்நடையாய்ப் போனான்; he went on Monday, திங்கட்கிழமை போனான்; he became bewildered on seeing the eclipse, கிரகணத்தைக் கண்டு மயங்கினான்; have mercy on me, என் மீதிரங்கும்; he plays on the lute, அவன் வீணை வாசிக்கிறான்; they encamped on the north of the city, அவர்கள் நகரத்திற்கு வடக்கே பாளயமிறங்கினார்கள்; the house is on fire, வீடு நெருப்புப்பற்றி எரிகிறது; on the alert, ஜாக்கிரதையாய்; on a sudden, சடிதியில்; on the wing, பறந்து, பறந்த வண்ணமாய்.
On, *ad.* உயர, தூர, அப்புறம், மேலே; write on, எழுதிக்கொண்டிரு, விடாமலெழுது; his clothes are not on, அவன் வஸ்திரந்தரித்திருக்கவில்லை; he is neither on nor off, அவனிடத்திலுறுதி யில்லை, அவன் நிலையற்றவன்.
Once, *ad.* ஒருக்கால், ஒருதரம், ஒருமுறை, முன், பூர்வகாலத்தில்; do not pass over one by one but all at once, ஒருவரொருவராயல்ல, எல்லாரு மொருமிக்கத் தாண்டிப்போங்கள்.
One (wŭn), *s.* & *a.* ஒன்று, ஏகம், ஒருமை, ஒரு; by one, ஒவ்வொன்றாய், ஒருவரொருவராய்; one's own pleasure, தன்னுரைவாரம், தன்னிஷ்டம்.
One'ness, *s.* ஏகம், ஒற்றுமை, தனிமை, ஒன்றிப்பு.
On'erous, *a.* சுமையான, பாரமான, கனமுள்ள.
On'ion, *s.* வெண்காயம், ஈரவுள்ளி, இலசுனம்.
On'ly, *a.* ஒரே, ஏக, தனிமையான; his only occupation is reading the vedas, வேதம் வாசிப்பதொன்றே அவன் தொழில்.
On'ly, *ad.* மாத்திரம், தனியே; to be loved himself needs only to be known, அவனின்னானென்று அறிந்த மாத்திரத்தில் நேசிக்கப்படுவான்.
On'omancy, *s.* நாமங்கேட்டுக் குறிசொல்லல்.
On'oman'tical, *a.* நாமங்கேட்டுக் குறிசொல்லும்.
On'slaught, *s.* எதிர்க்கை, பாய்ந்துவிழுகை.
Ontol'ogy, *s.* தத்துவசாஸ்திரம்.
On'set, *s.* எதிர்ப்பு, பகைவர்மேல் விழுகை; to make an onset, அடர்க்க.
On'ward, *a.* கதித்த, ஏறின, முந்தின, தேறின.
On'ward, On'wards, *ad.* முன்னே, முந்தி, அப்பால், அப்புறம்.
On'yx, *s.* கோமேதகம்.
Ooze, *s.* சேறு, குழைசேறு, பொசிவு, தோலூறிய நீர்.
Ooze, *v.i.* பொசி, ஊறு, கசி, ஒழுகு, வடி, பாய்.
Opac'ity, *s.* மங்கல், மந்தம், மந்தாரம், இருள், தமம்.
O'pal, *s.* ஒருவிதக் கல்.
Opaqué, *a.* இருளான, மந்தமான, தற்பிரவையற்ற
O'pen (ō'p'n), *v.t.* திற, விரி, நீக்கு, அவிழ்.
O'pen, *v.i.* நீங்கு, பெயர், வெடி; to open as a flower, மலர, விகசிக்க.
O'pen, *a.* வெளியான, பகிரங்கமான; to lay open, வெளியிட, விவரிக்க; open air, வெளியேயுலாவுங் காற்று; an open plain, மரஞ்செடியில்லாத வெளி, வெட்டவெளி; to walk with one's eyes open, கண்டெரிந்து வழிநடக்க; an open place or field, வெள்ளிடை.
O'pen-eyed, *a.* ஜாக்கிரதையான, விழிப்புள்ள.

'pen-handed, *a.* உதாரமான, கொடையுள்ள.

O'pen-hearted, *a.* திறந்த மனமுள்ள, கரவில்லாத; to speak in an open-hearted manner, வெளிதிறந்து சொல்லல்.

O'pening, *s.* துவாரம், வாயில், வெடிப்பு, தொடக்கம், சமயம்.

O'penly, *ad.* வெளியாய், பகிரங்கமாய்.

O'pen-mouthed, *a.* கலக, பேராசையுள்ள.

O'penness, *s.* தாராளம், தெளிவு.

Op'era, *s.* இசைநாடகம்.

Op'erate, *v.i.* காரியப்படு, சேட்டி, பலி.

Op'era'tion, *s.* கிரியை, கிருத்தியம், செய்கை, தொழில்; mental operation, மனோவியாபாரம்.

Op'erative, *a.* சித்தியாகக்கூடிய, செய்யக்கூடிய.

Op'erator, *s.* கருமகாரன், காரியகர்த்தன், இரணவைத்தியன்.

Ophthal'mia, *s.* கண்ணோ, கண்ணோப்.

Ophthal'mic, *a.* கண்ணிற்கடுத்த.

O'piate, *s.* அபினிரசிதம், நித்திரையுண்டாக்கு மருந்து, அபின்கூடிய மருந்து.

Opin'iative, *a.* பிடிவாதமுள்ள.

Opin'ion, *s.* மதம், மதி, எண்ணம், கருத்து, உத்தேசம், நினைவு, அபிப்பிராயம்; difference of opinion, மதிபேதம், மதபேதம், விப்ரதிபத்தி; atheistical opinion, நாஸ்திகமதம்; legal opinion, நீதிநூற்கொள்கை.

Opin'ionative, *a.* பிடிவாதமான, முரட்டுப்பிடியான.

Opin'ionist, *s.* ஸ்வயமதாபிமானி, ஸ்வமதவாதி.

O'pium, *s.* அபினி, அபேனம்.

Opos'sum, *s.* ஒரு மிருகம்.

Oppo'nent, *s.* எதிரி, எதிராளி, பகைஞன், விரோதி, பிரதிபக்ஷன், பிரதிகூலன், பிரதிவாதி, விகாதக்காரன்.

Oppo'nent (in controversy), *s.* விவாதி, பிரதிவாதி, பிரதிபக்ஷி.

Op'portune', *a.* தற்சமயமான, நல்லவேளையான, சமயோபயுக்த, சமயோசித.

Op'portune'ly, *ad.* உற்றசமயத்தில், உறுந்தறுவாயில், சமயோசிதமாய்.

Op'portu'nity, *s.* சமயம், வேளை, ஆங்காலம், சாவகாசம், வசதி; good opportunity, உசிதசமயம்.

Oppose', *v.t.* எதிர், விரோதி, இடைஞ்சற்பண்ணு, தடு, விகாதஞ்செய்.

Oppose', *v.i.* எதிர்.

Op'posite, *a.* எதிர்முகமான, எதிரான, முன்னுள.

Op'posi'tion, *s.* மாறுபாடு, விகாதம், எதிரிடை, இடறு, தடை, விரோதம், ஆகாத்தியம்; (Astron.) of the sun and moon, உவா, பௌரணை; of the sun and of a planet, அசங்கமம்.

Oppos'itive, *a.* எதிர்க்கத் திறமுள்ள, எதிரிடத்தக்க.

Oppress', *v.t.* நெருக்கு, ஒடுக்கு, இடுக்கண்செய்.

Oppres'sion, *s.* நெருக்கம், கொடுமை, இடுவந்தி, ஒடுக்கம், கொடுங்கோன்மை.

Oppres'sive, *a.* கொடுமையான, பாரமான, நெருக்கமான.

Oppres'sor, *s.* கொடுங்கோலாளன், குரூரன், ஒடுக்குவோன்.

Oppro'brious, *a.* நிந்தையான, பழிப்பான, இழிவான.

Oppro'brium, *s.* பழிப்பு, நிந்தனை, அபகீர்த்தி.

Oppugn' (ŏp-pūn'), *v.t* எதிர், பகை, முரணு.

Oppug'nancy, *s.* எதிரிடை, எதிர், பகை.

Oppugn'er, *s.* எதிரி, தாக்குவோன்.

Opsim'athy, *s.* பருவமேறியபின் கற்றல், வயதுசென்று கற்றல்.

Op'tative, *a.* விருப்பமுணர்க்கும்; mood, வியங்கோள்.

Op'tic, }
Op'tical, } *a.* பார்வைக்கடுத்த, காட்சிக்கடுத்த, நேத்திரத்திற்கடுத்த.

Opti'cian, *s.* உபநயனஞ்செய்வோன், நயனசாஸ்திரி, திருஷ்டிசாஸ்திரி.

Op'tics, *s.* நயனசாஸ்திரம், திருஷ்டிசாஸ்திரம், தரிசனசாஸ்திரம்.

Op'timacy, *s.* மேன்மக்கள், பிரபுக்கள்.

Op'timism, *s.* சர்வானுகூலவாதம்.

Op'timist, *s.* சர்வானுகூலவாதி.

Op'tion, *s.* பிரியம், விருப்பம், தன்னிஷ்டம், சுவேச்சை.

Op'tional, *a.* பிரியமான, தன்னிஷ்டமான, சுவேச்சையுள்ள.

Op'ulence, *s.* செல்வம், ஐசுவரியம், தனம், வளம், வாழ்வு.

Op'ulent, *a.* செல்வமான, ஐசுவரியமுள்ள, வாழ்வுள்ள.

Or, *con.* அல்லது, ஆகிலும், என்கிலும்; either you or I must go, நீயாவது நானாவது போகவேண்டும்; take either this or that, இவ்விரண்டிலொன்றையாவது தெடு.

Or'acle, *s.* தேவவிடை, தேவவுத்தரவு, னதம், தேவவாணி; delivered by invisible being, ஆகாசவாணி, அசரீரி வாக்கு.

Orac'ular, *a.* சாஸ்திரஞ்சொல்லுகிற, சன்னதஞ்சொல்லுகிற.

O'ral, *a.* வாய்மொழியான, வாய்ப்பாடமான, எழுதாத, கன்னபாரம்பரியமான; oral evidence, வாய்மொழிச்சாட்சி.

O'rally, *ad.* வாக்குமூலமாய், வாய்மொழியாய்.

Orang-outang', } *s.* வாலில்லாக் குரங்கு.
Orang-utan',

Or'ange, *s.* தேன்ரேடை, கிச்சிலி, நாரத்தம்பழம்; colour, செம்பீதம்.

Ora'tion, *s.* பிரசங்கம்.

Or'ator (*fem.* Oratress, Oratrix), சாதுரியவான், வல்வாயன், சபாவ்ரதி, நாவலன், சபாபண்டிதன், வாக்குவல்லவன், வாசாலன்.

Orator'ical, *a.* சாதுரியனுக்கணியான.

O'rato'rio, *s.* பஜனை.

Or'atory, *s.* பிரசங்கம்.

Orb, *s.* கோளம், மண்டலம், உண்டை, சக்கரம்.

Orbed, *a.* திரண்ட, விருத்த.

Or'bic, } *a.* திரண்ட, வட்ட.
Or-bic'ular,

Or-bic'ula'tion, *s.* திரட்சி.

Or'bit, *s.* அயனம், மண்டலம், (கிரக)பதம், கக்கம், கட்குழி, குவளை.

Or'by, *s.* கோளவடிவொத்த.

Or'chard, *s.* பழத்தோட்டம்.

Or'chardist, *s.* பழத்தோட்டக்காரன்.

Or'chestra, *s.* வாத்தியசாலை.

Ordain', *v.t.* நியமி, கற்பி, ஏற்படுத்து.

Ordain'er, *s.* நியமகன், கற்பிப்போன்.

Or'deal, *s.* கடும்பரீக்ஷை, கடாக்கினை, இடிவந்தி; to undergo the trial of ordeal, மழுவெடுக்க.

Or'der, *s.* ஒழுங்கு, முறைமை, விதிதம், கிரமம், விதி, சட்டம், தாக்கீது, பர்வாணு.

Or'der, *v.t.* கட்டளையிடு, ஏவு, ஒழுங்குபடுத்து, அணியாக்கு.

Or'derless, *a.* அக்கிரம, விபரீத.

Or'derly, *s.* சேவகன், ஏவலாள்.

Or'derly, *a.* கிரமமான, ஒழுங்கான, சீரான.

Or'derly, *ad.* கிரமமாய், ஒழுங்காய், சீராய்.

Or'dinal, *s.* சடங்குச்சட்டம், கிரியாசாரப்பத்ததி.

Or'dinal, *a.* எண்ணிறகரித்த, எண்தொடர்பான, இலக்கக்கிரமமான.

Or'dinance, *s.* நியமம், நியதி, முறைமை, சட்டம்.

Or'dinarily, *ad.* விதிப்படி, வழக்கத்தின்படி, சாதாரணமாய்.

Or'dinary, *s.* மதவழக்குத் தீர்ப்போன்; போஜனசாலை.

Or'dinary, *a.* ஒழுங்கான, முறையான, சேரான, சாதாரண, லௌகீக; consideration of ordinary objects, லௌகீக விஷயவிசாரம்.

Ordina'tion, *s.* அபிஷேகம், குருப்பட்டந்தரித்தல்.

Ord'nance, *s.* பீரங்கி, பெரும்பீரங்கி.

Ord'ure, *s.* மலம், கஷ்டம்.

Ore, *s.* களிம்புகலந்த லோகம், கனிஜதாது, உபரசம்.

Or'gan, *s.* உறுப்பு, அங்கம்; கருவி, கரணம், இந்திரியம்; சுரமண்டலம்; an organ of action, கர்மேந்திரியம்; organs of sense, ஞானேந்திரியம்.

Organ'ic, } *a.* அங்கத்திற்கடுத்த, கருவி
Organ'ical,
போன்ற, உறுப்புள்ள, இந்திர.

Or'ganist, *s.* சுரவாத்தியன்.

Organiza'tion, *s.* சரீரக்கட்டு, ஒழுங்கு, சாக்கம், இசைப்பு, இந்திரியகரணம்.

Or'ganize, *v.t.* உருவாக்கு, ஒழுங்குபடுத்து, உறுப்போடமை; to organize an army, தண்டுகட்ட; organized nature, ஜீவமூலஜாதி.

Or'gan-loft, *s.* சுரமண்டலாசனம்.

Or'gan-pipe, *s.* சுரமண்டலக்குழாய்.

Or'gasm, *s.* மனவெழுச்சி, மனோசலம்.

Or'gies, *s.* (*pl.*) சக்திபூஜை.

Or'gillious, *a.* அகந்தையுள்ள, கர்வமுள்ள, சளுக்கான.

O'riel, *s.* மண்டபத்திற்கபலறை, ஒருவகைப் பலகணி.

O'rient, *s.* கிழக்கு, கீழ்த்திசை, குணக்கு.

O'rient, *a.* உதிக்கிற, கிழக்கிலுள்ள, பிரகாசமான.

O'rient'al, *a.* கீழ்த்திசைக்குரிய, கிழக்கிலுள்ள.

O'rient'alism, *s.* கிழக்குத் தேசத்தார் பேச்சுப்பாங்கு.

O'rient'alist, *s.* கிழக்குத் தேசவாசி, கீழ்த்தேசக் கல்வியில் வல்லவன்.

O'rifice, *s.* துவாரம், வாய், கண், தொளை, பொத்தல்.

Or'iflamme, *s.* பூர்வபிரான்சிய ராஜத்வஜம்.

Or'igin, *s.* ஆதி, ஆரம்பம், தொடக்கம், தோற்றம், மூலம், காரணம்.

Orig'inal, *s.* மூலம், பூர்வம், ஆரம்பம்.

Orig'inal, *a.* முதல், பூர்வ, ஆதியான; copy of a bond, அசலசீட்டு; sin, ஜன்மபாவம்; an original deed, மூலவோலை, a

deed copied from the original, படியோலை.
Original'ity, s. புராதனம், அபூர்வத்துவம், நூதனம்.
Orig'inally, ad. முதல்முதல், தொடக்கத்தில், ஆரம்பத்தில்.
Orig'inate, v.t. சிருஷ்டி, தோற்றுவி, உண்டாக்கு.
Orig'inate, v.i. தொடங்கு, தோன்று, உண்டா.
Origina'tion, s. தோற்றுவித்தல், தொடக்கம்.
Ori'on, s. மிருகசீரிஷம்.
Or'ison, s. பிரார்த்தனை, விண்ணப்பம்.
Or'nament, s. சிங்காரம், சிறப்பு, அலங்காரம், வர்ணிப்பு.
Or'nament, v.t. அலங்கரி, ஜோடி, சிறப்பி, அணி, பூணு.
Or'nament'al, a. அலங்காரமான, சுறபபான, சித்திரமான.
Or'nate, v.t. அலங்கரி, சிறப்பி, அணி.
Or'nate, a. அலங்கரிக்கப்பட்ட, அழகிய, அலங்கார.
Ornithol'ogist, s. பக்ஷிசாஸ்திரி.
Or'nithol'ogy, s. பக்ஷிகளைப்பற்றிய சாஸ்திரம்.
Or'phan, s. தகப்பன்தாயில்லாதபிள்ளை, அநாதபிள்ளை.
Or'phanage, s. அநாதத்வம்.
Or'phaned, a. தாய்தந்தையரையிழந்த.
Or'piment, s. அரிதாரம், தாளகம், பொன்னரிதாரம்; consolidated, தாளகக்கட்டு.
Or'rery, s. சூரியமண்டலத்தைக் காட்டுமொரு யந்திரம்.
Or'thodox, a. வேதநூல்முறையான, சுபக்ஷ.
Or'thodoxy, s. வைதிகம், வேதவிசுவாசம்.
Or'thoepy, s. பத உச்சாரண விலக்கணம்.
Or'thog'raphy, s. எழுத்திலக்கணம், எழுத்ததிகாரம், எழுத்தியல், அக்ஷரவிலக்கணம்.
Orthol'ogy, s. பொருள்விவரணம்.
Or'tolan, s. ஒரு குருவி.
Orts, s. (pl.) கழிவு, சேடம், மிச்சில்.
Os'cillate, v.i. ஆடு, அசை.
Oscilla'tion, s. ஆட்டம், அசைவு.
Os'citant, a. கொட்டாவிவிடும், நித்திரை மயக்கமுள்ள.
Os'pray, s. மீன்கொத்திப்புள், கடற்பருந்து, யானைவிச்சுளி, உற்குரோசம்.
Os'seous, a. எலும்புள்ள, எலும்புபோன்ற.
Os'sicle, s. சிற்றெலும்பு.
Ossifica'tion, s. எலும்பாக்குதல், என்பாதல்.
Os'sify, v.t. & i. எலும்பாக்கு, அத்தியாக்கு, எலும்பாகு.
Ossiv'orous, a. அஸ்திபக்ஷண, எலும்புதின்னும்.
Osten'sible, a. காட்சியான, தோற்றமான, துலங்கரமான.
Osten'sibly, ad. வெளியாய், பகிரங்கமாய், காட்சியாய், வேஷமாய்.
Ostent', s. தோற்றம், சாயல், பிலுக்கு, உற்பாதம்.
Ostenta'tion, s. வேஷம், இடக்கு, இடம்பம், ஆடம்பரம், கோலாகலம்.
Ostenta'tious, a. பிலுக்கான, போலித்தன்மையான, ஆடம்பரமான.
Osteol'ogy, s. என்பியற்கைவிதி, அஸ்திசாஸ்திரம்.
Os'tiary, s. கழிமுகம், ஆற்றுமுகத்துவாரம்.
Ost'ler (ŏs'lĕr), s. குதிரைக்காரன்.
Os'tracism, s. ஜன்மதேசத்தினின்றகற்றல்.
Os'tracize, v.t. தேசத்திற்கப்புறமகற்று.
Os'trich, s. தீக்குருவி, ஒட்டகப்பக்ஷி.
Otacous'tic, s. கேள்வித்துணைக்கருவி.
Oth'er, pr. a. மற்றைய, மற்று, மறு, வேறு.
Other, s. பிறன், அன்னியன்; a field given to other people to till, புறவடை.
Oth'erwise, ad. மற்றப்படி, வேறுவிதமாய், அல்லாவிட்டால்.
Ot'ter, s. நீர்க்கீரி, ஜலநகுலம்.
Ot'toman, s. துர்க்கராஜவமிசத்திற்குரிய.
Ouch, s. கேவணம், மணிபதிக்குங்குழி.
Ought, def. v. வேண்டியது, வேண்டும், கடவது.
Ounce, s. ராத்தலின்மாகாணி, ஒரு மிருகம்.
Ouphe, s. பேய்.
Our, Ours, } pr. நமது, நம்முடைய, எங்களுடைய.
Ourselves', pr. நாமே, நாங்களே, எங்களையே.
Oust, v.t. எடுத்துப்போடு, தள்ளு, துரத்து, நீக்கு.
Oust'er, s. ஆட்சிவிலக்கு, நீக்குகை.
Out, ad. வெளியே, புறம்பே; the thing is out, காரியம் வெளிப்பட்டது; put out the lamp, விளக்கையணை; hear me out, நான் சொல்வதை முடியக்கேள்; call out, உரத்துக் கூப்பிடு; he is out in his reckoning, அவன் கணக்குத் தப்பு; the ship is out at sea, கப்பல் கடலிலேட்டப் போகின்றது.
Out, int. போ.
Out of, prep. இல், இருந்து, விட்டு; order, கிரமத்தாழ்வாய்; a thing out of sight,

கண்ணுக்கெட்டாதது; patience, பொறுதியின்மை; health, சுகத்தாழ்வாய்; he is out of office, அவனுக்கு உத்தியோகமில்லை; he is out of his mind, அவன் புத்தி மயங்கிப்போயிற்று.

Out-act′, *v.t.* வரம்புகடந்துசெய்.

Out-bal′ance, *v.t.* எடைகதி.

Out-bid′, *v.t.* விலையேற்று, அதிகங்கேள்.

Out′bound, *a.* பரதேசம்போகிற.

Out-brave′, *v.t.* மேற்கொள்ளு, வெல்லு.

Out′break, *s.* வெடிப்பு, பிளப்பு, பந்தமறுப்பு, கலகம்.

Out-build′, *v.t.* நீடித்திருக்கும்படிகட்டு.

Out′cast, *s.* தள்ளப்பட்டவன், கீழ்மகன், ஆசாரஹீனன், புலைஞன், குலம் புகுந்தவன், ஜாதியீனன்.

Out-com′pass, *v.i.* எல்லைகட.

Out′cry, *s.* குழப்பம், கூக்குரல், கலகம்.

Out-date′, *v.t.* வழங்காதொழிவி, நாட்சென்றதாக்கு.

Out-do′, *v.t.* கதி, தோற்கச்செய், வெல்லு.

Out′er, *a.* புறம்பான, வெளியான; the outer gate, புறவாயில், கடை, கடைத்தலை, கடைத்தலைவாயில்.

Out′ermost, *a.* கடையாந்தமான, கடையான.

Out′ermost, *a.* அறுதிக்கறுதியான.

Out-fall, *s.* நீர்வீழ்வு, கால்வாய்.

Out′fit, *s.* முஸ்திப்பு, எத்தனம், பிரயத்தனம்.

Out′fool, *v.t.* மதிகேட்டில் மிஞ்சு.

Out-give, *v.t.* கொடையில் வெல்.

Out-go′, *v.i. & t.* முந்து, அதிகப்படு, முன்னேறு.

Out′going, *s.* வெளிப்படல், புறப்பாடு.

Out-grow′, *v.t.* அதிகமாய் வளர், வளர்ச்சியிலதிகரி.

Out′house, *s.* சிற்றில், துணைவீடு, உபக்கிரகம்.

Out-knave′, *v.t.* வஞ்சனையில் மிஞ்சு.

Out-land′ish, *a.* புறத்தேசத்தன்மையான, சுதேச வழக்கமல்லாத.

Out-last′, *v.t.* அதிகநாட்பட இரு.

Out-law, *s.* நியாயப்பிரமாணப் பலனிழந்தவன்.

Out′lawry, *s.* தேசப்பிரமாணவுரிமைக்குப் புறம்பாக்குஞ் சட்டம்.

Out′lay, *s.* செலவு, செல்லுமதி.

Out′let, *s.* துவாரம், வாயில், சுருங்கை, மழை.

Out′line, *s.* ஆகிருதி, எல்லைக்குறி, ரூபக்குறிப்பு, பிரதிரேகை.

Out-live′, *v.t.* நாட்பட இரு.

Out′lying, *a.* எட்டஇருக்கும், தூரஇருக்கும்.

Out-march′, *v.t.* பிரயாணத்தில் முந்திப்போ.

Out-num′ber, *v.t.* எண்ணிற்கதி, அதிகப்படு.

Out-pace′, *v.t.* முந்திநட, எட்டப்போ.

Out′port, *s.* நகர்ப்புறத்துறை, நகரத்திற்குச் சற்றெட்டிய துறை.

Out′post, *s.* புறஸ்தானம், புறக்காவல்.

Out-pour′, *v.t.* கக்கு, சொரி, பொங்கிவழி.

Out-pour′ing, *s.* சொரிவு, ஊற்றுகை, சொட்டுகை.

Out′rage, *s.* கலகம், துரோகம், குழப்பம், பலவந்தம், மூர்க்கம், மானபங்கம், அநியாயம்.

Out′rage, *v.t.* பங்கப்படுத்து, தூஷி.

Outra′geous, *s.* கலகமுள்ள, மூர்க்கமுள்ள, துஷ்ட, உக்கிரமான; outrageous pretensions, துரோகாபிமானம்.

Out-reach′, *v.t.* எட்டு, எல்லைக்கப்புறமெட்டு.

Out-ride′, *v.t.* முந்திச்செல்லு, உந்தி முந்து.

Outrig′ger, *s.* குல்லா.

Out′right (öüt-rīt′), *ad.* ஒருமுறையிலே, உடனே, தீர்ப்பாய், முற்றாய்.

Out-run′, *v.t.* ஓடி முந்து, ஓட்டத்தில் வெல்லு.

Out-sell′, *v.t.* ஏறவில், விலைஏறவில்.

Out′set, *s.* தொடக்கம், ஆரம்பம்; at the outset, முதலெடுப்பில்.

Out-shine′, *v.t.* மிக்கொளிகால், அதிகம் பிரகாசி.

Out′side, *s.* வெளிப்புறம், புறம்பு, பகிர்பாகம்.

Out′skirt, *s.* ஓரம், புறக்கரை, கடைபெல்லை.

Out-speak′, *v.t.* பேச்சில் மிஞ்சு.

Out-spread′, *v.i.* விரி, பரப்பு.

Out-stand, *v.t.* எதிர்நில், நீடித்துநில்.

Out-stretch, *v.t.* அதிகமாய் நீட்டு, பரப்பு.

Out-strip′, *v.t.* கட, முந்திப்போ, வெல்லு.

Out-stride′, *v.t.* தாண்டி அடிவை, எட்டிநட.

Out tongue′, *v.t.* பேச்சில் வெல்லு.

Out-ven′om, *v.t.* விஷமிஞ்சு.

Out-vie′, *v.t.* கதி, வெல்லு, மேற்கொள்ளு.

Out′voice′, *v.t.* குரலெட்டக் கூவு.

Out-vote′, *v.t.* ஜனத்தொகை கதி.

Out-walk′, *v.t.* நடையில் முந்து, முந்திநட.

Out'wall, *s.* புறமதில், வெளிக்கோலம்.

Out'ward, *a.* புறம்பான, வெளியான, புறக்கலையிலுள்ள; outward appearance, வெளிச்சாயல்.

Out'wardly, *ad.* புறம்பாய், வெளியாய், பார்வைக்கு.

Out'wards, *ad.* புறம்பே, வெளியே.

Out-watch', *v.t.* வெல்ல விழித்திரு நீடு விழித்திரு.

Out-weed, *v.t.* வேரறப்பிடுங்கு.

Out-weigh' (ŏŭt-wā), *v.t.* கதி, தாக்கு, பாரத்திற்கதி.

Out-wing', *v.t.* முந்தபபற, பறந்துமுந்து.

Out-wit', *v.t.* தந்திரத்தால் வெல்லு.

Out'works, *s.* கோட்டையிற புறவரண.

O'val, *a.* நீர்க்ககோளமான, முட்டைவடிவான, நீண்டஉண்டையான; form, அணடாகாரம்; notch, அணடகவை.

Ova'rious, *a.* முட்டையுள்ள.

O'vary, *s.* அண்டகோசம், அணடாசயம், முட்டைப்பை, சினைப்பை.

Ova'tion, *s.* சிறுவெற்றி; நல்வேற்பு.

Ov'en (ŭv''n), *s.* அடுப்பு, சுடுசூளை.

O'ver, *ad.* அதிகமாய், மேலும், மிஞ்ச, தாண்டி; over and above, அளவிற்கு மிஞ்ச; over and over again I warned you, மேலுமேலு முன்னை எச்சரித்தேன்; over again, பின்னு மொருமுறை; to give over, விட்டுவிட; to run over, வழிந்தோட; read over the lesson once more, பாடத்தைப் பின்னுமொரு முறை வாசி; the meeting is over, கூட்டங் கலைந்தது.

O'ver, *prep.* மேலே, மீது; having provided every thing over night they set out without difficulty at sunrise, அவர்கள் இராத்திரியெல்லாஞ் சேகரித்து வைத்ததனுற் பொழுதுவிடியத் தடையின்றிப் புறப்பட்டார்கள்; all over the town, பட்டணமெங்கும்.

Over-act', *v.t.* அதிகஞ்செய்.

Over-awe', *v.t.* பயமுறுத்து, விம்மிதமுறச்செய்; to be overawed, கெடிமண்ட.

Over-bal'ance, *v.t.* தாக்கு, தாழ்த்து.

Over-bear', *v.t.* தள்ளு, அமர்த்து, கீழ்ப்படுத்து.

Over-bear'ing, *a.* நடடணையான, நெருக்கமான, நிஷ்டூரமான; overbearing language, மடக்கடியான் பேச்சு.

O'ver-board, *adv.* கப்பலைவிட்டு.

Over-boil', *v.t.* அளிய வேகவை, கரையவவி.

Over-bold', *a.* அதிக துணிவுள்ள, அஞ்சாத.

Over-bur'den, *v.t.* எட்டாச்சுமை சுமத்து.

Over-car'ry, *v.t.* எல்லைதாண்டிக் கொண்டுபோ, அளவுக்கு மிஞ்சிச்செல்.

Over'cast', *v.t.* மந்தாரம்போடு, இருட்டு, அதிக விலைபோடு.

Over-charge', *v.t.* அதிகவிலைபோடு, உயர்ந்த கிரயமிடு.

Over-cloud', *v.t.* மந்தாரம்போடு.

Over'come', *v.t.* மேற்கொள்ளு, வெற்றி கொள்ளு, வெல்லு.

Over'date', *v.t.* காலந்தள்ளிக்குறி.

Over-do', *v.t.* அதிகஞ்செய், மட்டுக்கு மிஞ்சிச்செய்.

Over-drive', *v.t.* துரத்து, முடுக்கு, அளவுக்குமிஞ்ச வோட்டு.

Over-dry', *v.t.* முறுக உலர்த்து.

Over-feed', *v.t.* அதிகமாயூட்டு, திணி.

Over-flow', *v.t.* அணைகட, வெள்ளமிடு; to overflow the bank, கரைபுரள்.

Over-flow', *v.i.* பொங்கிவழி, ததும்பு, தேங்கு.

Over-flow'ing, *s.* தேக்கம், மிகுதி, பெருக்கம், சம்பூரணம்.

Over-grow', *v.t.* வளர்ந்து மூடிக்கொள், உயரவளர், அளவிற்கதிகம் பரு.

Over-grown', *p.a.* அதிகமாய் வளர்ந்த.

O'ver-growth, *s.* மிகுவளர்ச்சி.

Over-hang', *v.t.* மேற்கவியத்தொங்கு.

Over-has'ty, *a.* மிகுஆத்திரமுள்ள, பதைப்புள்ள.

Over-haul', *v.t.* திருப்பிப்பார், பிரித்துப்பார்.

Over-head', *ad.* சிரசுக்கு மேலாக.

Over-hear', *v.t.* ஒட்டுக்கேள், இடையிற்கேள்.

Over-heat', *v.t.* கடுஞ்சூடாக்கு.

Over-joy', *v.t.* மிகு களிப்புறச்செய்.

Over-lade', *v.t.* பாரமிஞ்ச வற்று.

Over-lay', *v.t.* மூச்சடைக்கப்பண்ணு, மூடு.

Over-leap', *v.t.* குதித்துத்தாண்டு.

Over-live', *v.t.* நீடித்திரு, அதிககால முயிரோடிரு.

Over-load', *v.t.* மிகுதியாய்ப்பாரமேற்று.

Over-look', *v.t.* உயர்ந்தவிடத்தினின்று பார், மேனின்றுபார், மேல்விசாரணைசெய், கண்ஜாடையாய்விடு.

O'verly, *a.* கவலையற்ற, விசாரமற்ற, அதிகமான.

Over-match', *v.t.* வெல்லு, கதி, கெலி.

Over-much', *a.* மேல்மிச்சமான.

Over-night', *s.* இரவில் நித்திரை செய்வதற்கு முந்தினகாலம்.

Over-offi'cious, *a.* எதையுந் தன் தலையிற் போட்டுக்கொள்ளுகிற.
Over-pay', *v.t.* அதிகங்கொடு.
O'ver-plus, *s.* மேல்மிச்சம், சேஷம், சொச்சம்.
Over-pow'er, *v.t.* மேற்கொள்ளு, வலிமையாய் வெல்லு; an over-powering sight, கண்கொள்ளாக் காட்சி; to be over-powered by light as the eyes, வெறியோடே.
Over-rate', *v.t.* மிஞ்சக்கணி, அதிகமாய்க் கிரயம்போடு.
Over-reach', *v.t.* அப்புறமெட்டு, ஏய், உபாயமாய் வெல்லு.
Over-ride', *v.t.* சவாரியில் முந்து, நாழிகையேறச் சவாரிபண்ணு.
Over-rule', *v.t.* மேல்விசாரணை செய்து நடத்து, விலக்கு, தடுத்தாள்.
Over'rul'er, *s.* அடக்கியாளுபவன்.
Over-run', *a.* படர், முந்து, முந்தியோடு.
Over-see', *v.t.* கண்காணி, ஆராய்ச்சிசெய், மேல்விசாரி.
Over-se'er, *s.* கண்காணி, மேல்விசாரணைக்காரன், அத்தியக்ஷன், ஆளோட்டி, வேலை வாங்குவோன், பைகஸ்து.
Over-set', *v.t.* கவிழ், புரட்டு, பெயர்.
Over-set', *v.i.* கவிழ், புரளு, கீழ்மேலாகு.
Over-shad'ow, *v.t.* நிழலிடு, நிழற்போடு, நிழற்று, சாயையிடு.
Over-shoot', *v.t.* இலக்கிற்கப்புறஞ் சுடு, இலக்கைக்கடந்து செல்லும்படி பிரயோகி.
Over-sight' (o'ver-sit), *s.* கண்காணிப்பு, விசாரணை, பராமரிப்பு, மேற்பார்வை, பிசகு, வழு.
Over-sleep', *v.t.* அதிக நித்திரைகொள்ளு, நெடுந்தூரந் தூங்கு.
Over-spent', *p.a.* மிக இளைத்த, மிதமிஞ்சி யிளைத்த.
Over-spread', *v.t.* மூடு, பரப்பு.
Over-strain', *v.* தன்பலத்திற்குமிஞ்சமுயல்.
O'vert, *a.* காட்சிக்குத்தோற்றிய, பிரசித்தமான.
Over-take', *v.t.* பிடி, அசுப்பிலேயமர்த்து.
Over-task', *v.t.* அதிகவேலைச் சுமையேற்று.
O'ver-throw, *s.* கவிழ்வு, கவிழ்ச்சி, புரட்சி, அழிவு, நிர்மூலம், தட்டழிவு.
Over-throw', *v.t.* கவிழ், நிர்மூலமாக்கு, அழி, சங்கரி.
Over-ti'tle, *v.t.* எட்டாப்பட்டஞ்சூட்டு.
Over-top', *v.t.* மேற்படு, மேற்கொள்ளு, வெல்லு.
Over-tow'er, *v.t.* உயரப்படு.
O'verture, *s.* பிரஸ்தாபம், ஏற்பாடு; overtures of peace, சாமோபாயம் பேசல்.
Over-turn', *v.t.* கவிழ், அழி, மேற்கொள்ளு.
Over-val'ue, *v.t.* ஏற விலைமதி.
Over-ween'ing, *a.* மேட்டிமையுள்ள, கருவமுள்ள.
Over-weigh', *v.i.* எடைகதி, நிறைமிஞ்சு.
O'ver-weight, *s.* எடை அதிகம், அதிகனம்.
Over-whelm', *v.t.* அமிழ்த்து, புதை, அமுக்கித்தாழ்த்து; to be overwhelmed with fear, கெடிகொள்ள.
Over-wise', *a.* அதிக ஞானமுள்ள.
Over-zeal'ous, *a.* வைராக்கியமுதிர்ந்த.
O'viform, *a.* அண்டவடிவான.
Ovip'arous, *a.* அண்டச, முட்டையிற்பிறக்கிற, முட்டையிடுகிற.
Owe, *v.t.* கொடுக்கவேண்டியிரு, கடன்பட்டிரு.
Ow'ing, *a.* செல்லவேண்டிய, நிமித்தமான.
Owl, *s.* கூகை, ஆந்தை, உலூகம்.
Owl'ish, *a.* ஆந்தைபோன்ற.
Owl'er, *s.* கள்ளச்சரக்குக் கொண்டுபோவோன்.
Own, *s.* கையாளு, உரிமைபாக்கு, ஒத்துக்கொள்.
Own, *a.* தன், சொந்த, உரிய, உடைமையான; one's own doing, சுவயங்கிர்தம்.
Own'er, *s.* உடையவன், உரியவன், சொந்தக்காரன், எஜமான்.
Own'ership, *s.* சுதந்தரம், உரித்து, உடந்தை.
Ox (*pl.* ox'en), *s.* எருது, இடபம், குண்டை, சே.
Ox'gang, *s.* ஒரு வருஷம் எருதோன் றுழத்தக்க நிலம்.
Ox'ides, **Ox'yds**, } *s.* சுண்ணம், பஸ்பம், நீறு; white oxide of arsenic, வெள்ளைப்பாஷாணம், எலிப்பாஷாணம்; red oxide of talc, அப்பிரகசிந்தூரம்; red oxide of iron, அயச்சிந்தூரம்; oxide of iron, அயபஸ்பம்.
Ox'ydate, **Ox'ydize**, } *v.t.* நீற்று, பஸ்பமாக்கு, தூளாக்கு.
Ox'ygen, *s.* பிராணவாயு, தகனுனுவாயு, அமிலகரம்.
Oxygena'tion, *s.* அமிலகீகரணம்.
Ox'ymel, *s.* காடித்தேன்.
Oys'ter, *s.* சிப்பி, மட்டி, இப்பி.

Oys'terwife, } *s.* சிப்பிக்காரி.
Oys'terwoman, }
O'zone, *s.* பிராணவாயுவின் ஓர் பேதம்.

P

Pab'ulous, *a.* ஆகாரமாகும், சாப்பாட்டுக் குரிய.
Pab'ulum, *s.* இரை, உணு, ஆகாரம்.
Pace, *s.* நடை, கதி, போக்கு, கமனம்; an easy pace, கொஞ்சுநடை; a horse that goes on an easy pace, கொஞ்சுகுதிரை.
Pace, *v.t.* கவடுவைத்தள, நட.
Pacha', *s.* தூர்க்கிய ராஜபிரதிநிதி, பாதுஷா.
Pacif'ic, *a.* சமாதானமான, சாந்தமான, பதமையான.
Pacifica'tion, *s.* சாந்தம், தணிவு, சமாதான மாக்குகை.
Pacif'icator, *s.* சமாதானம்பண்ணுவோன், சாந்திசெய்வோன், நடுவன்.
Pac'ify, *v.t.* சமாதானப்படுத்து, சாந்தப் படுத்து, தணி.
Pack, *s.* கட்டு, சிப்பம், பொதி, மூட்டை.
Pack, *v.t.* அடக்கிக்கட்டு, சிப்பமாகக்கட்டு, கட்டியனுப்பு.
Pack'age, *s.* கட்டு, சிப்பம், சுமை, மூட்டை.
Pack'et, *s.* கட்டு, மூட்டை, சிப்பம்.
Pack'horse, *s.* பொதிக்குதிரை, சுமைப்பரி.
Pack'thread, *s.* மூட்டைதைக்கும் நூல், சிப்பந்தைக்கும் நூல்.
Pad, *s.* சேணத்தின் கீழிடுமெத்தை, சும்மாடு, கடிமடி, சுமடு; பாதை, வழித்திருடன்.
Pad'der, *s.* வழிச்சூறைசெய்வோன், ஆறலை கள்வன்.
Pad'dle, *s.* தண்டு, மடவை, முழை, துடுப்பு.
Pad'dle, *v.t. & i.* தண்டுவலி, தண்டுபோடு, நீரில் விளையாடு.
Pad'dler, *s.* தண்டுவலிப்போன்.
Pad'dock, *s.* தவளை, அடைக்கப்பட்ட மை தானம்.
Pad'dy, *s.* நெல்லு, சாலி, வரி; land, நன் செய்; field, பண்ணை.
Pad'lock, *s.* ஆமைப்பூட்டு, மாங்காய்ப்பூட்டு, தாலகம்.
Pad'nag, *s.* தத்துநடைமட்டக்குதிரை.
Pæ'an (pē'an), *s.* வெற்றிப்பாட்டு.
Pa'gan, *s.* விக்கிரகாராதனைக்காரன், பல தேவபக்தன்.
Pa'ganism, *s.* பொய்த்தேவாராதனை, அஞ் ஞானம்.
Page, *s.* புறம், பக்கம், பாலசேவகன்.
Page, *v.t.* புஸ்தகப்பக்கத்திற் கிலக்கமிடு.
Pa'geant, *s.* வேஷம், வேடிக்கை, வெற்றித் தேர்.
Pag'eantry, *s.* காட்சி, ஆடம்பரம், வேடிக் கை.
Pago'da, *s.* கோயில், விக்கிரகம், தேவஸ்தா னம், வராகன்.
Pail, *s.* தொட்டி, சால், வாளி.
Pail'ful, *s.* தொட்டிகொள்ளுமளவு.
Pain, *s.* நோ, வருத்தம், உபாதி, குத்து, வயாவிதனம்.
Pain, *v.t.* நோகப்பண்ணு, வருத்தப்படுத்து, வருத்து.
Pain'ful, *a.* நோவுண்டாக்குகிற, வருத்த முள்ள.
Pain'fully, *ad.* வருத்தமாய், துன்பமாய்.
Pains, *s. (pl.)* வருத்தம், பிரயாசம்.
Pains'taker, *s.* வருந்தியுழைப்போன், சிர மப்படுவோன்.
Pains'taking, *s.* பிரயாசம், உழைப்பு, அதி ஜாக்கிரதை.
Paint, *s.* மை, வர்ணம், நிறம்.
Paint, *v.t.* மைபூசு, வர்ணங்கொடு, நிறங் கொடு, சித்திரமெழுது.
Paint'er, *s.* வர்ணக்காரன், சித்திரக்காரன், இலேககன், சித்திரலேககன்.
Paint'ing, *s.* சித்திரவித்தை, இலேகை, படம், எழுத்து, சித்திரம்.
Pair, *s.* ஜோடு, இணை, இரட்டை, துணை, துவந்துவம்.
Pair, *v.t.* ஜோடுகட்டு, இணை, பிணை, இசை, புணர்.
Pair, *v.i.* ஜோடாகு, இணை, பிணை.
Pal'ace, *s.* அரண்மனை, மாளிகை, ராஜகிரு கம்.
Palanquin' (păl'-an-kēn'), *s.* பல்லக்கு, தோளா, சிவிகை.
Pal'atable, *a.* சுவையான, உருசியான, இரச மான.
Pal'atal, *a.* அண்ணத்திற்குரிய, அண்ணத் தாற்பிறக்கிற; letter, தாலவ்வியம்.
Pal'ate, *s.* அண்ணம், மேலவாய், தாலு.
Pal'atial, *a.* அண்ணத்திற்குரிய.
Pal'atine, *a.* அரண்மனைக்குரிய, ராஜேரி ஸ்சையுள்ள.
Pal'ative, *a.* நாவிற்கிதமான.
Pala'ver, *s.* பிதற்றுகை, இச்சகப்பேச்சு, முகஸ்துதி.
Pale, *s.* முற்றம், கிராதிக்கம்பு, துளி, வசி.
Pale, *a.* மங்கலான, மக்கல்வெளுப்பான; to grow, மங்கு.
Pale, *v.i.* வெளிறு.
Pale'ness, *s.* மங்கல், வெளுப்பு.

Pale'eyed, *a.* கண்மங்கிய, கண்ணொளி மங்கிய.
Pale'faced, *a.* முகம்வெளுத்த.
Pale'hearted, *a.* தீரங்குன்றிய, மனந்தளர்ந்த.
Pal'ette, *s.* வர்ணபீடப்பலகை.
Pal'frey, *s.* ஸ்திரீகளேறத்தக்க குதிரை.
Palin'drome', *s.* சித்திரமொழி, சித்திரமொழித் தொடர்.
Pal'inode, *s.* முன்சொன்னதை மறுத்துரைக்கும் பிரபந்தம்.
Palisade', } **Palisa'do,** } *s.* கிராதிக்கம்பம், அளிநட்டசாலே, ஆலீசம், வேலி.
Pal'ish, *a.* சற்று வெளுப்பான.
Pall, *s.* மேலங்கி, போர்வை, சவப்போர்வை, முகத்திரை.
Pall, *v.i.* போர், போர்வையிடு, ஊழ், பதனழி.
Palla'dium, *s.* பாலஸ்தேவி சிலே, காவல், பாதுகாப்பு.
Pal'let, *s.* சிறுபடுக்கை.
Pall'iament, *s* ஆடை, அங்கி.
Pall'iard, *s.* தூர்த்தன், காமாதுரன், மோசகன்.
Pal'liate, *v.t.* தணி, முகாந்தரஞ்சொல்லு, மூடு.
Pallia'tion, *s.* குற்றந்தணிக்கை, முகாந்தரஞ்சொல்லுகை.
Pal'liative, *a.* தணிக்கத்தக்க, சகாயமுள்ள. இலகுவாக்கத்தக்க.
Pal'lid, *a.* மங்கின, வெளுவெளுப்பான; to appear pallid, இரத்தஞ்சாக.
Pallid'ily, *s.* வெளுவெளுப்பு.
Palm (päm), *s.* உள்ளங்கை, அகங்கை, குடங்கை, அங்கை.
Palm, *v.t.* அகங்கையில் மறை, எய், பிடி.
Palm'ary, *a.* பிரதான, சிலமையான.
Pal'mated, *a.* பாதமகன்ற.
Palm'er, *s.* கிறிஸ்து பிறந்தவிடத்துக்கு யாத்திரைசெய்து அதற்கு அறிகுறியாகக் குருத்தோலே கொண்டுவந்தவன், யாத்திரைகாரன்.
Pal'miped, *a.* தோலடியுள்ள.
Pal'mister, *s.* சாமுத்திரிகன்.
Pal'mistry, *s.* கைக்குறிச்சாஸ்திரம், சாமுத்திரிகை.
Palm'tree, *s.* பனே-தெங்கு-ஈந்து இவை போன்ற மரங்கள், தாலம், திரணவிருக்ஷம்.
Palm'y, *a.* குருத்தோலேபிடித்திருக்கிற, ஓங்கு.
Palmy'ra, *a.* பனேமரம், தாளி, பெண்ணே.
Palpabil'ity, *s.* பரிசிக்கத்தக்க தன்மை.
Pal'pable, *a.* பரிசிக்கத்தக்க, தெளிவான.
Pal'pably, *ad.* தெளிவாய், நிச்சயமாய்.
Palpa'tion, *s.* பரிசிக்கை, பரிசவுணர்ச்சி.
Pal'pitate, *v.i.* இடி, துடி, நெஞ்சிடி; palpitating of the heart through fear, திடுக்குத்திடுக்கெனல்.
Palpita'tion, *s.* நெஞ்சிடிப்பு, துடிப்பு, குலேபதைத்தல்.
Pal'sied, *a.* திமிர்வாதமுள்ள.
Pal'sy, *s.* திமிர்வாதம், சோர்வாதம், விறைப்பு.
Pal'sy, *v.t.* திமிர்வாதமுண்டாக்கு, பலங்கெடு, விறைப்பி.
Pal'ter, *v.t.* உபாயம்பண்ணு, கபடம்பண்ணு.
Pal'triness, *s.* ஈனம், ஹீனம், கேம்.
Pal'try, *a.* எளிதான, அற்பமான, சொற்பமான, இளேப்பமான.
Pam'per, *v.t.* கொழுக்கவிடு, போஷி, பேணு.
Pam'phlet, *s.* பத்திரிகை, சிறுபுத்தகம்.
Pam'phleteer', *s.* பத்திரிகைக்காரன்.
Pan, *s* சட்டி, தட்டம், தாலம், பாண்டம்.
Panace'a, *s.* சர்வரோகௌஷதம்.
Pana'ba, } **Pana'do,** } *s.* ரொட்டிப்புனர்ப்பாகம்.
Pan'cake, *s.* பணிகாரம், தோசை, ஒட்டடை, ஒட்டப்பம்.
Pan'chayat, *s.* ஐவர் ஆலோசனேச்சங்கம்.
Pancrat'ic, *a.* மல்யுத்த வில்வித்தையில் வல்ல.
Pan'dect, *s.* சாஸ்திரசங்கிரகம், தர்மவித்தியாசங்கிரகம்.
Pandemo'nium, *s.* பேய்கள்கூடும் பெருமாளிகை.
Pan'der, *s.* சங்கம்வாங்கி, கூட்டிவிடுபவன்.
Pan'der, *v.i.* கூட்டிவிடு.
Pan'derism, *s.* கூட்டிவிடுந்தொழில.
Pan'diculation, *s.* கொட்டாவி விடுதல், திமிர்முறி, திமிர்விடு.
Pane, *s.* கண்ணாடித்தட்டு.
Panegyr'ic, *s.* புகழ்ச்சி, சொன்மாலே, புகழ்ச்சிப்பிரசங்கம், குணஸ்துதி.
Panegyr'ist, *s.* புகழ்வோன், மங்கலப்பாடகன், கட்டியக்காரன்.
Pan'el, *s.* தட்டு, மத்தியஸ்தர் காமாட்டவணே.
Pane'less, *a.* கண்ணாடித்தட்டில்லாத.
Pang, *s.* உபாதி, நோ, வியாகுலம்.
Pang, *v.t.* உபாதிசெய், வேதனேசெய்.
Pan'ic, *s.* ஏக்கம், சங்காவேசம், திகில்
Pan'ic, *a.* சடிதியான, அத்யந்த.
Pan'nage, *s.* காட்டுப்பன்றி யிரை.
Pan'nel, *s.* விரி, பரிமேற்றவிசு, கல்லணே.

Pann'ier, *s.* குதிரை கழுதை இவைமேலேற் றுங் கூடை.
Pan'oply, *s.* சர்வாயுதம், போராயுதம், ஆயுத் வர்க்கம்.
Panora'ma, *s.* சுருட்சித்திரம்.
Pansoph'ical, *a.* சர்வமுமறிந்ததாகக் காட் டுகிற.
Pan'sophy, *s.* சர்வஞானம்.
Pant, *s.* நெஞ்சுத்துடிப்பு, நெஞ்சிடித்தல்.
Pant, *v.i.* இளை, நெடுமூச்செறி, தொய், ஆசைப்படு, தவிதவி.
Pantaloon', *s.* காற்சட்டை.
Pan'theism, *s.* வேதாந்தம்.
Panthe'on, *s.* சருவதேவாலயம்.
Pan'ther, *s.* புலி, வேங்கை, சிவிங்கி.
Pan'tile, *s.* சாய்ந்த கூரைவேயுங் தட்டோடு.
Pant'ingly, *ad.* தவிப்புடன், உள்ளங் துடிக்க.
Pan'tomime, *s.* அவினயக்கூத்து, ஸைகை யாற்பேசுவோன்
Pan'tomime, *a.* பயில்காட்டும், ஊமைச் சேஷ்டைசெயயும்.
Pan'try, *s.* போஜனகரம், போஜனபதார்த்த சாலை.
Pap, *s.* புற்கை, கூழ், குழம்பு, மிருதுபோஜ னம்; ஸ்தனம்
Papa', *s.* அப்பா, பிதா.
Pa'pacy, *s.* உரோமைமார்க்க போதனை; பாப்பதிகாரம்.
Pa'pal, *a.* உரோமைமார்க்கத்துக்கடுத்த, பாப் புவிற்கடுத்த.
Papav'erous, *a.* கசகசாவைப்போலும்.
Papaw', *s.* பப்பாசி.
Pa'per, *s.* காகிதம், கடிதாசி.
Pa'per, *v.t.* கடிதவுறையிடு.
Pa'per-maker, *s.* கடிதாசிசெய்கிறவன்.
Pa'per-money, *s.* கடிதநாணயம்.
Papil'io, *s.* வண்ணாத்திப்பூச்சி.
Pap'illary, *a.* முலைமுகத்திற்குரிய, முலைமு கம்போன்ற.
Pa'pist, *s.* உரோமைமார்க்கத்தான், பாப் புமார்க்கத்தான்.
Pap'pous, *a.* கனையுள்ள.
Pap'py, *a.* குழம்புபோன்ற, இளகிய, சா முள்ள.
Par, *s.* சமம், ஒப்பு.
Par'able, *s.* உவமை, ஒப்பனை.
Parab'ola (in Conics), *s.* சமகலமண்டலம்
Parabol'ical, *a.* உருவகமான, உவமையான.
Parachute', *s.* ஒருவகைப் பெருங்குடை.
Par'aclete, *s.* ஆறுதல்செயவோன், தேற்றர வாளன்.

Parade', *s.* ஆடம்பரம், கொலுகொலுப்பு, பவனிபோதல், இராணுவவொழுங்கு, இரா ணுவ ஸ்தானம்.
Parade', *v.t.* அணிவகு, ஆடம்பரம்காட்டு, வேடிக்கைகாட்டு.
Parade', *v.i.* பவனிபோ, படையயில்.
Par'adigm (pär'â-dĭm), *s.* உதாரணம், வாய்பாடு.
Paradig'matize, *v.t.* வாய்பாடுகொட்டு.
Par'adise, *s.* நந்தனவனம், மோக்ஷம், ஆனந்த ஸ்தலம்.
Par'adisea, *s.* பக்ஷிவிசேஷம்.
Paradisi'acal', *a.* ஆனந்த பதத்திற்கேற்ற.
Paradis'ian, *a.* ஆனந்த பதத்திற்குரிய.
Par'adox, *s.* அசத்தியாபாசம், பொய்யாகத் தோற்றுஞ் சத்தியம்.
Paradox'ical, *a.* அசத்தியாபாச.
Par'agoge, *s.* ஈற்றிற் சேர்த்தல்.
Par'agon, *s.* மாதிரி, உசிதமானது, அதியுத் தமமானது, நிகரற்றது.
Par'agram, *s.* சித்திரப்பேச்சு, சிலேஷைப் பேச்சு.
Paragram'matist, *s.* சிலேஷை பேசு வோன், பரிகாசக்காரன்.
Par'agraph, *s.* அதிகாரத்தினுட்பிரிவு, பிர கரணம்.
Par'allax, *s.* ஸ்தானபேதம், இலம்பனம்.
Par'allel, *s.* ஒப்பு, இணை, ஒப்பனை, சரி, சமதூரரேகை.
Par'allel, *a.* ஒத்த, இணையான, சமமான.
Parallel'ogram, *s.* நீர்க்கசதுரம், நீண்ட சதுரம்.
Parallelopi'ped, *s.* சமகாதம்.
Paral'ogy, *s.* கள்ளநியாயம்.
Paral'ysis, *s.* பாரிசவாயு, அவட்டம்பம்.
Paralyt'ic, *s.* திமிர்வாதக்காரன்.
Par'alyze, *v.t.* திமிர்ப்படுத்து.
Par'amount, *s.* தலைவன், அதிபதி.
Par'amount, *a.* பிரதானமான, சிரேஷ்ட மான.
Par'amour, *s.* கள்ளப்புருஷன், அயற்புரு ஷன், சோரநாயகன், பரபுருஷன், சோர நாயகி.
Par'anymph, *s.* மாப்பிள்ளைத்தோழன், துணைவன்.
Par'apegm, *s.* தூணில் நிற்கும் மேசை.
Par'apet, *s.* சிறுசுவர், கைப்பிடிச்சுவர், அலப்பா.
Parapherna'lia, *s.* நகைநட்டு, சாமக்கிரி யை.
Par'aphrase, *s.* பொழிப்புரை, விருத்தி யுரை.

Par'aphrase, *v.t.* விரித்துரை, பயன் சொல்லு, சவிஸ்தரி.
Par'aphrast, *s.* பொழிப்புரை எழுதுவோன்.
Par'asite, *s.* இச்சகன், தூக்குணி, புல்லுருவி, புல்லூரி.
Parasit'ical, *a.* முகமன்பேசுகிற, மரத்தின் மேல் வேரூன்றியுண்டாகிற.
Par'asitism, *s.* இச்சகமானநடை, தூக்குணித்தனம்.
Par'asol, *s.* சிறுகுடை, கைக்குடை, சத்திரம்.
Par'avail, *v.i.* கீழ்க்குடியைக்குறிப்பிக்கும்.
Par'boil, *v.t.* பாதிவேவி, புழுக்கு; to be parboiled, வெதுவெதுக்க.
Par'cel, *s.* சிப்பம், சுமை, மூட்டை.
Par'cel, *v.t.* பங்கிடு, பகிர், பிரி, துண்டி.
Par'cener, *s.* சமாம்ஸகன், பங்காளி.
Par'cenary, *s.* அவிபாகசொத்து.
Parch, *v.t.* வறு, கருக்கு, பொரி, வதக்கு, தீ; anything parched, வதவல்.
Parch'ment, *s.* தோற்கடிதாசி, தோற்படம், தோற்பத்திரம்.
Pard, *s.* சிவிங்கி, செம்புலி, சித்திரகாயம்.
Par'don, *s.* பொறுதி, மன்னிப்பு, விமோசனம்.
Par'don, *v.t.* குற்றம்பொறு, மன்னி, க்ஷமி.
Par'donable, *a.* மன்னிக்கத்தக்க.
Par'doner, *s.* மன்னிப்போன், க்ஷமிப்போன்.
Pare, *v.t.* சீவு, சீவித்தள்ளு, வழி, கதுவு.
Par'egoric, *s.* உபசாந்தமான மருந்து.
Pa'rent, *s.* தந்தை, தாய்; மூலம், காரணம்.
Par'entage, *s.* பிறப்பு, வமிசம், மரபு, கோத்திரம்.
Parent'al, *a.* பெற்றோர்க்குரிய, உருக்கமான.
Paren'thesis, *s.* இடைவாக்கியம், உபவாக்கியம், இடைப்பிறவரல்.
Pa'rentless, *a.* பெற்றோரற்ற, தாய்தந்தையற்ற.
Parenthet'ic, *a.* இடைப்பிறவரலான.
Par'ergy, *s.* அப்பிரதானப்பொருள், அற்பம்.
Par'helion, *s.* போலியாதித்தன்.
Par'iah, *s.* பறையன், இழிகுலத்தவன்.
Pari'etal, *a.* சுவருக்குரிய, சுவராகும்.
Par'ing, *s.* மீந்தோல், மேற்றோல், சீவித்தள்ளப்பட்டது.
Par'ish, *s.* கோவிற்பற்று, ஒரு குருவின் விசாரணை ஸ்தானம்.
Parish'ioner, *s.* கோவிற்பற்றன், சேகரத்தான்.
Par'ity, *s.* சமம், ஒப்பு, உவமை, சமானம்.
Park, *s.* சிங்காரவனம், நந்தனவனம்.
Park'er, *s.* சிங்காரவனக்காரன், வனபாலகன்.
Par'lance, *s.* சம்பாஷணை, பேச்சு, பாஷை, நடை.
Par'ley, *s.* சம்பாஷணைபண்ணுகை, கூடிப்பேசுகை.
Par'ley, *v.i.* முகமுகமாய்ப் பேசு, பேசித்தெளி.
Par'liament, *s.* மகாமந்திரசபை.
Parliament'ary, *a.* சபைக்குரிய, மகாமந்திரசபையாரால் விதிக்கப்பட்ட.
Par'lour, *s.* சம்பாஷிக்கக்கூடு மறை, சல்லாபசாலை, சமஸ்தானம்.
Par'lous, *a.* கூர்மையான, அபாயமான, துணிவுள்ள.
Paro'chial, *a.* கோவிற்பற்றுக்குரிய.
Parod'ical, *a.* வசைப்பாட்டுக்குரிய, பழிமொழிக்குரிய.
Par'ody, *s.* வசைப்பாட்டு, பழிமொழி.
Par'ol, *a.* வாய்மொழியான, வாக்குமூலமான.
Parole', *s.* உறுதிச்சொல், வாக்குத்தத்தம்.
Paronoma'sia, Paronom'asy, } *s.* ஓரலங்காரம்.
Par'oquet (păr'-ō-kĕt'), *s.* சிறுகிளி, பயற்றங்கிளி.
Parot'id, *a.* எச்சலுக்குரிய, உமிழ்நீர்க்குரிய.
Par'oxysm, *s.* வியாதியுக்கிரம், வேகம், மும்முரம், ஆக்கிரமம்; paroxysm of religious frenzy, ஆவேசம்.
Parrici'dal, *a.* பிதாகாதகசம்பந்த, பிதாகாதகம் செய்யும்.
Par'ricide, *s.* பிதாகாதகன், பிதாகாதகம்.
Par'rot, *s.* கிளி, கிஞ்சுகம், கிள்ளை, சுகம்.
Par'ry, *v.t.* தட்டு, விலக்கு, தடு.
Parse, *v.t.* பதச்சேதம்பண்ணு, பதம்பதமாயிலக்கணஞ் சொல்லு.
Parsimo'nious, *a.* உலோபமான, பிசுனத்தனமான, பிசுனமான.
Par'simony, *s.* உலோபம், பிசுனம், சிக்கெனவு.
Pars'ley, *s.* ஒரு பூண்டு.
Pars'nip, *s.* ஒருவகைத் தோட்டப்பயிர்.
Par'son, *s.* குரு, ஆசாரியன்.
Par'sonage, *s.* குருவின் வீடு.
Part, *s.* பங்கு, பகுதி, பாகம், பகிர்ச்சி, கூறு, திறம்.
Part, *v.t.* பிரி, பாகி, நீக்கு, விலக்கு; what has been parted, விச்சின்னம்.
Part, *v.i.* பிரி, விலகு.

Part'age, *s.* பாகித்தல், விபாகித்தல், பகுப்பு, பாதுசெய்கை.

Partake', *v.t.* பங்குகூடு, பகிர்ந்துவாங்கு.

Partak'er, *s.* கூட்டாளி, பங்காளி.

Parterre', *s.* ஆராமம், பூஞ்சோலை, பூம்பாத்தி.

Par'tial, *a.* பக்ஷபாதமான, உபேக்ஷையான, மனச்சார்புள்ள, அசம்பூரண.

Par'tialist, *s.* ஓரவாரமுள்ளோன், பக்ஷபாதி.

Partial'ity, *s.* பக்ஷபாதம், ஓரவாரம், தாக்ஷண்ணியம்.

Par'tially, *ad.* பக்ஷபாதமாய், ஓரவாரமாய், குறைவாய்.

Partic'ipant, *s.* பங்காளி, உடந்தைக்காரன்.

Partici'piate, *v.t.* பகிர்ந்துகொள்ளு, பங்குகொள்ளு.

Participa'tion, *s.* பகிர்ந்துகொள்ளல், பங்குகொள்ளல், பகிர்வு.

Partici'pial, *a.* எச்சவியற்கையுள்ள, எச்சவடியாகப் பிறந்த.

Par'ticiple, *s.* எச்சம், பெயரெச்சம், வினையெச்சம்.

Par'ticle, *s.* அணு, பொடி, திவலை, கொஞ்சம், இடைச்சொல்.

Partic'ular, *s.* விசேஷம், விசேஷசங்கதி, நுண்ணியது.

Partic'ular, *a.* விசேஷித்த, பிரதான, தனித்த, நுட்ப; proposition, விசேஷ தாட்டாந்தம்.

Particular'ity, *s.* தனிப்பொருள், ஒற்றுமை.

Partic'ularize, *v.t.* பகுத்துக்காட்டு, குறி, உறுப்புறுப்பா யெடுத்துச்சொல்லு.

Partic'ularly, *ad.* முக்கியமாக, திட்டமாக, விசேஷமாய்.

Par'tisan, *s.* கட்சிக்காரன், அடைந்தவன், அடுத்தவன், அநுசாரி.

Parti'tion, *s.* பிரிவு, பகுப்பு, பாகம், பிரிக்கை, பிரிப்பது; a partition wall, தடுப்புச்சுவர்.

Part'ly, *ad.* பங்காய், கொஞ்சமாய், ஒருசிறை, ஒருசார், ஒருபுடை.

Part'ner, *s.* கூட்டாளி, பங்காளி, தோழன், துணைவன்.

Part'nership, *s.* பங்குடைமை, கூட்டுத்தொழில்.

Par'tridge, *s.* கவுதாரி, குறும்பூழ், சிரவம்; red partridge, சகோரப்புள், விடகுசகம்.

Parts, *s.* (*pl.*) விவேகம், நாடிகள்.

Partu'rient, *a.* பெறுகிற, ஈனுவதற்கெத்தனமான.

Parturi'tion, *s.* பிரசவம், பிள்ளைப்பேறு.

Par'ty, *s.* கூட்டத்தார், கட்சி, பக்கத்தார், திறத்தார்.

Par'ty-coloured, *a.* பலவர்ணமுள்ள, விசித்திர.

Par'ty-wall, *s.* எல்லைச்சுவர்.

Pas'chal, *a.* விடுதலையுற்சவத்திற்குரிய, பஸ்காவிற்கடுத்த.

Pash, *s.* அடி, முகம்.

Pasquinade', *s.* பழிப்புவாசகம், வசைப்பாட்டு, நிந்தைமொழி.

Pass, *s.* வழி, சங்கடபாதை, கணவாய், விடுதலைச்சீட்டு, பயணபத்திரம், ரவாணு, பர்வாணு.

Pass, *v.t.* ஊடுபோக்கு, ஊடறு, செலுத்து, கட.

Pass, *v.i.* செல்லு, கழி, போ, உருவப்போ; over, கடந்துபோ, தாண்டு.

Pass'able, *a.* கடக்கக்கூடிய, நடுத்தரமான, நடுராசியான.

Passa'de, *s.* இடி, நெட்டு, தள்ளு.

Pas'sage, *s.* செலவு, நடை, போக்கு, வழி, பாதை, வாக்கியம்.

Pas'sant, *a.* ஓட்டமான, அவதானமற்ற, நிர்விசார.

Pas'senger, *s.* பயணக்காரன், பிரயாணி, வழிப்போக்கன்.

Pass'ing, *p.a.* செல்லுகிற, கழிகிற, கடந்த.

Pass'ing-bell, *s.* சாமணி, போக்குமணி, இழவுமணி, பிணமணி.

Pas'sion, *s.* படுகை, உபாதி, விகாரம், குணுகுணம், ஆவல், உணர்ச்சி, கோபம், மனக்கலக்கம், காமம், வினையொழிந்திருக்கை; restraint of the passions, மனோதண்டம்; absence of passion, சமம், வைராக்கியம்.

Pas'sionate, *a.* கோபமுள்ள, உக்கிரமான, வெடுவெடுப்பான.

Pas'sionately, *ad.* வெடுவெடுப்பாய், கோபமாய்; one passionately fond of music, சங்கீதலோலன்; to be passionately fond of anything, வெறிப்படுக்க.

Pas'sioned, *a.* இசைகேடான, மனோவிகார.

Pas'sion flower, *s.* சிமிக்கிப்பூ, செவ்வந்திப்பூ.

Pas'sionless, *a.* மனோவிகாரமற்ற, அமைதியான.

Pas'sive, *a.* செயப்பாடான, செயலற்ற; voice, கர்மணிவாக்கியம்; verb, செயப்பாட்டுவினை.

Pass'less, *a.* போக்கற்ற, நடையற்ற.

Pass'over, *s.* பஸ்கா, யூதரினுற்சவம்.

Pass'port, *s.* உத்தரவுச்சீட்டு, பயணச் சீட்டு, செலவுச்சீட்டு, அஞ்சாப்பட்டயம்.

Past, *p.a.* சென்ற, கடந்த, முந்தின, முடிந்த, போன, பிராக்கு; the disease is past cure, வியாதிகடந்துபோயிற்று.

Paste, *s.* பசை, ஒட்டு, பிசின்.

Paste, *v.t.* ஒட்டு, பசையாலொட்டு, பிசின் போடு.

Paste'board, *s.* கடிதாசிப்பலகை.

Pas'time, *s.* பொழுதுபோக்கு, பராக்கு, விநோதம்.

Pas'tor, *s.* மேய்ப்பன், குரு, தேசிகன், போதகன்.

Pas'toral, *s.* ஆயர்கவி, ஆயர்பாட்டு.

Pas'toral, *a.* மேய்ப்பனுக்குரிய.

Pas'try, *s.* பணிகாரம், அப்பவருக்கம், அடை, மாப்பண்டம்.

Pas'try-cook, *s.* அப்பஞ்சுட்டுவிற்போன்.

Pas'turage, *s.* மேய்க்குந்தொழில், மேய்ச்சற்றரை.

Pas'ture, *s.* மேய்ச்சற்றரை, பசும்புற்றரை, சாட்டுவலம்.

Pat, *s.* தட்டு, கைக்கொட்டு, தாடனம்.

Pat, *v.t.* தட்டு, கொட்டு, தாடனஞ்செய்.

Pat, *a.* இசைவான, தகுதியான, பொருத்தமான.

Patch, *s.* அண்டை, ஒட்டு, பற்று, வில்லை.

Patch, *v.t.* ஒட்டுப்போட்டுத்தை, பொத்து, புனை, துன்னு

Patch'work, ஒட்டுவேலை, அண்டை வேலை, துன்னம்.

Pate, *s.* தலை, தலையுச்சி.

Pat'ent, *s.* அதிகாரவுரிமைப்பத்திரம்.

Pat'ent, *a.* பகிரங்கமான, தெளிந்த, தெரிகிற.

Patentee', *s.* அதிகாரம்பெற்றவன், சுதந்தர பத்திரம்பெற்றவன்.

Pater'nal, *a.* பிதாவிற்குரிய, பிதாவடைவான.

Pater'nity, *s.* தந்தைவழிச்சுற்றம், பிதாவழியார்.

Paternos'ter, *s.* கடவுள்வணக்கம், ஜெபமாலை.

Path, *s.* வழி, மார்க்கம், வெட்டி, பாதை, துறை.

Pathet'ic, *a.* மனதை யுருக்கத்தக்க, இரக்கமான, துக்கம் வருவிக்கத்தக்க, பரிதபிக்கத்தக்க.

Path'less, *a.* பாதையில்லாத, வழியில்லாத, துறைதெரியாத.

Pathog'nomy, *s.* குணவிலக்கணம்.

Pathol'ogist, *s.* குணபாட வியற்றுவோன்.

Pathol'ogy', *s.* வியாதிக்கூறுணாக்குஞ் சாஸ்திரம், ருகாரணசாஸ்திரம்.

Pa'thos, *s.* எழுப்பத்தக்கபேச்சு, உருக்கத்தக்கபேச்சு, கருணாரசம்.

Path'way, *s.* ஒடுக்குவழி, வழி, சாலை, இடங்கர்.

Pa'tience, *s.* பொறுமை, சாந்தம், அமைதி, பொறை.

Pa'tient, *s* நோயாளி, பிணியாளி, உரோகி.

Pa'tient, *a* பொறுமையான, பதவிய.

Pa'triarch, *s.* கோத்திரத்தலைவன், சபைத்தலைவன்.

Patriar'chal, *a.* கோத்திரப்பிதாவுக்குரிய, சபைத்தலைவனுக்குரிய.

Pa'triarchy, *s.* கோத்திரத்தலைவரதிகார எல்லை.

Patri'cian, *s.* மேற்குலத்தான், உயர்குலத்தான்.

Patrimo'nial, *a.* பிதாவழியாய்வந்த.

Pat'rimony, *s.* பிதிரார்ச்சிதம், பிதிர்வழியாய் வந்த ஆஸ்தி.

Pa'triot, *s.* சுதேசாபிமானி, சுதேசநேசன்.

Patriot'ic, *a.* சுதேசாபிமானமுள்ள.

Pa'triotism, *s.* சுதேசாபிமானம்.

Patrol', *s.* காவலர், உலாவுங்காவலாளர், சேமந்திரிவோர்.

Patrol', *v.i.* காவலுலாவு, சேமந்திரி.

Pa'tron, *s.* உபகாரி, ஆதரிப்பவன், பரிபாலனன், சகாயன், பிரதிபாலகன்; of learning, வித்தியானுபாலனன்.

Pat'ronage, *s.* ஆதரவு, ஆதரிப்பு, உபகாரம், சகாயம், சலிகை.

Pat'ronize, *v.t.* ஆதரி, உபகரி, பரிபாலி, துணைசெய்; patronizing, learning, வித்தியானுபாலனம்.

Patronym'ic, *s.* பரவணிப்பெயர்.

Pat'temar, patamar, *s.* மலையாளக்கரையிலோடு மொருவகைத்தோணி.

Pat'ter, *v.i.* உடையவோசையாய்விழு, படபடவென்விழு.

Pat'tern, *s.* மாதிரி, சாயல், மேனா, போலி.

Pau'city, *s.* சிறுமை, குறை, குறைச்சல், செற்பம்.

Paunch, *s.* இரைக்குடர், இரைப்பை, தொப்பை, அகடு.

Pau'per, *s.* பிச்சைக்காரன், தரித்திரன், ஏழை, மிடியன்

Pau'perism, *s.* எளிமை, தரித்திரம், சிறுமை, இல்லாமை.

Pause, *s.* தரிப்பு, பொறுதி, நிறுத்தம், தாமதம், அட்டி.

Pause, *v.i.* தரி, பொறு, தாமதி, நில்.

Pave, *v.t.* சற்படு, கற்பதி, கற்பாவு, வழி யெத்தனஞ்செய்.
Pave'ment, *s.* கற்படை, தளம், தளவரிசை, கற்படுத்தநிலம்.
Pav'er, Pav'ier, } *s.* கற்படுப்போன்.
Pavil'ion, *s.* கூடாரம், படாம்வீடு, ஆவாசம்.
Paw, *s.* நகமுள்ளமிருகங்களின் கால், கை
Paw, *v.t.* முன்காலால்வறுகு—கிழி.
Pawn, *s.* அடைமானம், அடைவு, ஈடு.
Pawn, *v.t.* ஈடுவை, அடைவுவை.
Pawn'broker, *s.* அடைவுவாங்கிப் பணங் கொடுப்போன்.
Pay, *s.* கூலி, சம்பளம், வேதனம்.
Pay, *v.t.* கொடு, அளி, செலுத்து; a debt, கடன்தீர்.
Pay'able, *a.* இறுக்கவேண்டிய, கொடுக்க வேண்டிய, செல்லவேண்டிய.
Pay'master, *s.* சம்பளம்கொடுக்கு முத்தியோகஸ்தன்; a bad paymaster, தோதகன்.
Pay'ment, *s.* சம்பளம், கடன் முதலியவற்றைத் தீர்க்கக் கொடுத்த பணம்.
Pea (pē) (*pl.* Peas or Pease), *s.* பயறு, பருப்பு, முதிரைவர்க்கம்.
Peace, *s.* கலகமின்மை, அமரிக்கை, சாந்தம், அமைதி; to hold one's peace, பேசாதிருக்க; peace be with you, சுவஸ்தி, வாழ்க.
Peace, *int.* அமைந்திரு, பொறு.
Peace'able, *a.* நிஷ்கலகமான, அமைதியான, சாந்தமான.
Peace'ably, *ad.* சாந்தமாய், சாமோபாயமாய், பிணக்கின்றி, அமைவாய்.
Peace'ful, *a.* அமைதியான, சாந்தமான.
Peace'breaker, *s.* கலகமூட்டுவோன்.
Peace'maker, *s.* பிணக்கறுப்போன், சாந்த முண்டாக்குவோன்.
Peace'offering, *s.* சாந்தி, நைவேத்தியம்.
Peach, *s.* ஒருமரம், அதன் கனி.
Pea'chick, *s.* மயிற்குஞ்சு.
Pea'cock, *s.* மயில், தோகை, மஞ்ஞை, மயூரம்; a peacock's crest or comb, சிகை, மயிற்சூடு.
Pea'hen, *s.* பெண்மயில், மயிற்பெடை.
Peak, *s.* சிகரம், கொடுமுடி, உச்சி, நுனி, நுதி.
Peal, *s.* பேரொலி, பெரியசத்தம், முழக்கம்.
Pearl, *s.* முத்து, ஆரம், நித்திலம், வெண்மணி.
Peas'ant (pĕz'ant), *s.* நாட்டவன், நாட்டான், கிருஷிகன்.
Peas'antry, *s.* ஊர்ச்சனம், நாட்டார்.
Peas'cod, *s.* பயற்றம்பொட்டு
Peb'ble, *s.* கோளாங்கல், கூழாங்கல், பருக்கைக்கல், பரல், சிறுகல்.
Pec'cable, *a.* பாவஞ்செய்யக்கூடிய.
Peccadil'lo, *s.* அற்பகுற்றம், பிழை, தவறு.
Pec'cancy, *s.* கெட்டகுணம், கேடு, தவறுள்ளதன்மை.
Pec'cant, *s.* குற்றமுள்ள, தப்பிதமான, தவறுள்ள.
Peck, *s.* கால்பறை, மிகுதி.
Peck, *v.t.* கொத்து, பொளி, கோது, கொர்கு.
Pec'tinal, *a.* சீப்புப்போன்ற.
Pec'toral, *s.* மார்க்கவசம், மார்நோவிற்கு மருந்து.
Pec'toral, *a.* நெஞ்சில்வருகிற, நெஞ்சிலுள்ள, மார்புக்கடுத்த.
Pec'ulate, *v.t.* களவுபண்ணு, கவர், சோர், நிமிண்டு.
Pecula'tion, *s.* ஊர்ப்பணத்தைக்கொள்ளை யடித்தல், களவு.
Pec'ulator, *s.* ஊர்ப்பணத்தைக் கொள்ளை யடிப்போன்.
Pecul'iar, *a.* விசேஷமான, இயல்பான, சிறப்பான, சுய, சிறந்த.
Peculiar'ity, *s.* நூதனம், விற்பன்னம், விசேஷம்; peculiarity of soil, நிலவாசி; peculiarity of a family or tribe, குலவாசி.
Pecul'iarly, *ad.* விசேஷமாய், பிரதானமாய்.
Pecu'niary, *a.* பணவரவிற்குரிய, பணத்துக் கடுத்த; pecuniary ability, திரவியசக்தி.
Ped'agogism, *s.* உபாத்திமைத்தொழில்.
Ped'agogue, *s.* உபாத்தியாயன், வித்தியாகர்வி.
Ped'al, *s.* சுரமண்டலத்தின் பாதோபகரணம்.
Pe'dal, *a.* பாதத்திற்குரிய.
Ped'ant, *s.* கல்விமதங்கொண்டவன், கற்றதைப் பிதற்றுவோன், கற்றறிமோழை.
Pedant'ic, *a.* கல்விப்பெருமையுள்ள, கல்விமதங்கொண்ட.
Ped'antry, *s.* கல்விப்பெருமை, கல்விமதம்.
Ped'dle, *v.t.* பொழுதுபோக்கு, அற்பவியாபாரஞ்செய்.
Ped'dler, Ped'ler, } *s.* அற்பசாமான்களைக்கொண்டு திரிந்துவிற்பவன்; a peddler's basket, அங்காடிக்கூடை.
Ped'estal, *s.* அடித்தம்பம், சிலையினடி
Pedes'trial, *a.* பாதத்திற்குரிய.
Pedes'trian, *s.* காலிநடையாய்ச் செல்வோன், பதாதி, பதாதிகன், காலாள்.

Ped'icle, *s.* காம்பு, தாள், தாறு.
Ped'igree, *s.* வமிசம், சந்ததி, கோத்திரம், கிளை.
Ped'iment, *s.* வீட்டின் புறவலங்காரம்.
Pedobap'tist, *s.* சிசுஞானஸ்நானவாதி.
Peel, *s.* உரி, தோல், பட்டை, புறணி.
Peel, *v.t.* உரி, தோலுரி, கொள்ளையாடு.
Peep, *s.* ஒட்டுப்பார்வை.
Peep, *v.t.* ஒட்டிப்பார், எட்டிப்பார், புகுந்து பார்.
Peep'hole, *s.* நுழைந்துபார்க்குந் துவாரம்.
Peer, *s.* பிரபு.
Peer, *v.i.* தோன்று, கருத்தாய்ப்பார், புகுந்து பார்.
Peer'age, *s.* மேன்மக்கள், பிரபுப்பட்டம்.
Peeress (*fem.* of peer.)
Peer'less, *s.* ஒப்பற்ற, நிகரற்ற.
Peev'ish, *a.* முறுமுறுப்புள்ள, கோபமுள்ள, வெடுவெடுப்பான.
Peev'ishness, *a.* முறுமுறுப்பு, எரிப்பு, வெடுவெடுப்பு.
Peg, *s.* ஆப்பு, முளை.
Peg, *v.t.* முளையடி.
Pelf, *s.* பணம், திரவியம், ஐசுவரியம்.
Pel'ican, *s.* கூழைக்கடா, நாரை.
Pelisse' (pe-lēs'), *s.* மகளிருடை.
Pel'let, *s.* சிற்றுண்டை, குண்டு.
Pel'licle, *s.* மென்றோல்.
Pellmell', *ad.* குழப்பமாய், சந்தடியாய்.
Pellu'cid, *a.* அறத்தெளிவான, தெளிந்த, பளிங்குபோன்ற, நிர்மல, அமல; that which is pellucid, விசதம்.
Pelt, *s.* மிருகத்தின்தோல், உரி.
Pelt, *v.t.* அடி, எறி, மோது.
Pel'try, *s.* தோல், மெல்லியரோமம்.
Pel'vis, *s.* அரைமிகை.
Pen, *s.* பட்டி, கிடை, தொழுவம், இலேகினி, மசிபதம்.
Pen, *v.t.* அடக்கு, அடை, எழுது, வரை; to pen up or fold cattle for their manure, கிடைமறிக்க, கிடைவைக்க.
Penal, *a.* தண்டனைவிதிக்கிற, தண்டிக்கிற.
Penal'ity, *s.* தண்டனைக்குரியநிலை.
Pen'alty, *s.* அபராதம், தண்டம், ஆக்கினை, இடுதண்டம்.
Pen'ance, *s.* தவம், தவசு, விரதம், நோன்பு.
Pence (*pl.* of penny).
Pen'cil, *s.* எழுதுகோல், இலேகினி, தூகிலிகை, கதிர்; of rays, கதிர்க்கற்றை.
Pen'dant, *s.* கடுக்கன், தொங்கணி.
Pen'dent, *a.* தொங்கலான, இலம்பமான, இறக்கமான.
Pen'ding, *a.* தொங்குகிற, தீராதிருக்கிற.
Pen'dulous, *a.* தொங்குகிற, ஆடுகிற, சந்தேகமான.
Pen'dulum, *s.* நாழிகைவட்டத்தையியக்குந் தூக்கு.
Penetrabil'ity, *s.* ஊடுருவக்கூடிய தன்மை.
Pen'etrable, *a.* ஊடுருவக்கூடிய.
Pen'etrate, *v.t.* பாய்ச்சு, உட்செலுத்து, உருவு.
Penetra'tion, *s.* உருவிப்போதல், யூகம், விவேகம்; a man of great or nice penetration, கவனன்.
Pen'etrative, *a.* ஊடுருவும், கூர்மதியுள்ள, விவேகமுள்ள.
Pen'guin, *s.* ஒருவகைப்புள்.
Penin'sula, *s.* தீபகற்பம்.
Pe'nis, *s.* ஆண்குறி.
Pen'itence, }
Pen'itency, } *s.* பச்சாத்தாபம், மனஸ்தாபம்.
Pen'itent, *a.* பச்சாத்தாபமுள்ள, மனஸ்தாபமுள்ள.
Peniten'tial, *a.* பச்சாத்தாபத்தைக்குறிக்கிற.
Peniten'tiary, *s.* தவசுமுறை விதிப்போன், காவற்கூடம்.
Pen'knife, *s.* இறகுசீவுங் கத்தி.
Pen'man, *s.* நூலாசிரியன், கையெழுத்தில் தேறினவன்.
Pen'manship, *s.* இலிகிதம்.
Pen'nant, }
Pen'non, } *s.* சிறுதுவஜம், சிறுகொடி.
Pen'nate, }
Pen'nated, } *a.* சிறகுள்ள.
Pen'niless, *a.* பணமில்லாத, தரித்திரமான.
Pen'ny, *s.* ஒரு நாணயம்.
Pen'ny-weight, *s.* ஒரு நிறை.
Pen'ny-wise, *a.* சொற்பப்பொருளில் கவனமுள்ள.
Pen'ny-worth, *s.* பென்னிக்கிரயம் தான்வது.
Pen'sile, *a.* தொங்குகிற.
Pen'sion, *s.* உபகாரச்சம்பளம்.
Pen'sioner, *s.* உபகாரச்சம்பளக்காரன்.
Pen'sive, *a.* துக்கமான, வாட்டமுள்ள, குருவுதலான, குறுவிசாரமுள்ள; a pensive countenance, லோலிதமுகம்.
Pen'siveness, *s.* கோட்டரவு, வதக்கம், வாட்டம்.
Pen'tagon, *s.* ஐங்கோணம், பஞ்சகோணம்.
Pentam'eter, *s.* ஐந்துசீரடி.
Pen'tateuch, *s.* மோசேயெழுதின ஐந்து புத்தகம், பஞ்சாகமம்.

Pen'tecost, s. யூதருக்குரிய ஒருற்சவம்.
Pent'house, s. தாழ்வாரம்.
Penul'timate, a. கடையய லசைக்குரிய, ஈற்றய லசைக்கடுத்த.
Penum'bra, s. சாயாவிம்பம், அவதமசாயை.
Penu'rious, a. பிசுன, உலோப, ஒறுப்புள்ள.
Penu'riousness, s. உலோபம், பிசுனத் தனம்.
Pen'ury, s. தரித்திரம், எளிமை, இன்மை, வறுமை, மிடி.
Pe'on, s. சேவகன், பேதா; a head peon, டபேதார்.
Peo'ple (pē'p'l), s. ஜனம், குடிஜனம், பிர ஜைகள்; 's share, குடிவாரம்.
Peo'ple, v.t. குடியேற்று.
Pep'per, s. மிளகு, மரிசம்.
Pep'per-corn, s. மிளகு, அற்பமானது.
Pep'permint, s. ஒரு வாசனைப்பூண்டு, ஒரு தைலம்.
Pep'tic, a. ஜீரணசக்தியுள்ள, ஜீரணமுண் டாக்கும்.
Peradvent'ure, ad. தேவச்செயலாய், ஒரு வேளை.
Per'agration, s. அவஸ்தைக்கடத்தல், ஊட றுத்துச்செல்லல்.
Peram'bulate, v.t. சுற்றித்திரி, நடந்துதிரி, உலாவு.
Peram'bulator, s. தள்ளுவண்டி.
Perceiv'able, a. தெரியத்தக்க, காணத்தக்க.
Perceive', v.t. காணு, அறி, தேர், கிரகி, உணர்.
Percep'tible, a. காணக்கூடிய, புலப்படத் தக்க, அறியக்கூடிய; to the ear, கன்ன கோசர.
Percep'tion, s. அறிவு, உணர்ச்சி, காட்சி, பிரத்தியக்ஷம், புலப்பாடு, சைதன்யம், இந் திரிய ஞானம்; perception of truth, தத்துவபோதம்.
Percep'tive, a. காட்சிசக்தியுள்ள, அறியத் தக்க, உணருகிற.
Perch, s. ஐந்தரைக்கஜக்கோல், பக்ஷி தங் குங் கிளை.
Perch, v.i. படி, வதி.
Perchance', ad. ஒருவேளை, தற்செயலாய்.
Percip'ient, a. உணர்ச்சியுள்ள, புலப்படு கிற, அறிகிற.
Percip'ient, s. காண்பவன், உணரவல்ல வன்.
Per'colate, v.t. & i. வடிகட்டு, ஊறவை, ஊறு.
Percola'tion, s. வடிகை, வடித்தல், ஊறல், பொசிவு.
Percus'sion, s. தாக்கம், தாக்கு, அடி.
Perdi'tion, s. அழிவு, நாசம், சங்காரம், சேதம்.
Per'du, s. பதிவிருப்போன்.
Per'du, ad. பதிவில், மறைவிடத்தில்; to lie perdu, பதிவிருக்க.
Peregrina'tion, s. திரிவு, யாத்திரை, பரதே சம்போதல்.
Per'egrine, a. புறத்தேச, அன்னிய.
Per'emptorily, ad. தீர்ப்பாய், கட்டளை யாய்.
Per'emptory, a. தீர்ப்பான, திட்டமான, முடிவான.
Peren'nial, a. நித்திய, வருடந்தோறுமுள்ள.
Peren'nity, s. வருஷமுழுதும், நிலையழியா திருக்கை.
Per'fect', v.t. பூரணமாக்கு, நிறைவேற்று.
Per'fect, a. உத்தமமான, குறையற்ற, பரி பூரணமான.
Perfec'tion, s. நிறைவு, குறைவின்மை, சம் பூரணம்; moral perfection, குணசம் பத்து.
Perfec'tive, a. பூரணமாக்கத்தக்க.
Per'fectly, ad. நிறைவாக, திருத்தமாய், பூரணமாய், அற, தீர, சரிவர.
Per'fectness, s. பூரணம், திறமை, சாமர்த் தியம்.
Perfid'ious, a. இரண்டகமுள்ள, சதியுள்ள, துரோகமுள்ள.
Per'fidy, s. கள்ளம், சர்ப்பனை, இரண்ட கம், நம்பிக்கைத்துரோகம், கடைதலைமுடி ச்சு.
Per'forate, v.t. உருவத்துளை, உருவக்குத்து, பொத்தலாக்கு, தடாரி.
Perfora'tion, s. துளைத்தல், தமரிடுகை, துவாரமிடுகை.
Perforce', ad. பலாத்காரமாய், பலவந்த மாய்.
Perform, v.t. செய், நடப்பி, நிறைவேற்று.
Perform'ance, s. செய்கை கிரியை, கரு மம், நூல்.
Perform'er, s. செயதுமுடிப்போன, நிறை வேற்றுவோன்.
Per'fume, s. கந்தம், வாசனை, விரை, மணம், பரிமளம், வாசனைத்திரவியம்.
Perfume', v.t. வாசனையூட்டு, பரிமள மேற்று.
Perfum'er, s. வாசனைத்திரவியம் விற்போன்.
Perfunc'torily, ad. கடனுக்கு, ஒப்புக்கு.
Perfunc'tory, a. கடனுக்குச்செய்கிற, கவலை யற்ற, அஜாக்கிரதையுள்ள.
Perhaps', ad. ஒருவேளை, கூடும், சிலவேளை.

Pericar'dium, *s.* இரத்தாசயத்தைச்சுற்றும் ஜவ்வு.
Per'icarp, *s.* கோது, ஓடு, புறணி, தொற்று
Per'igee, *s.* நீசம், நீசஸ்தானம்.
Perihe'lion, *s.* தக்கணமங்தோச்சம்.
Per'il, *s.* ஆபத்து, மோசம், அவதி, அபாயம், தத்து, கண்டம், பயம்.
Per'il, *v.t.* அபாயத்திற்குட்படுத்து, ஆபத்திற் குள்ளாக்கு.
Per'ilous, *a.* மோசமான, ஆபத்தான, அவதி யான, அபாயமான.
Per'imeter, *s.* புறவெல்லை, பரிவேஷணம்.
Pe'riod, *s.* காலத்தினெல்லை, அவதி, பருவம், தவணை, அந்தரம்.
Period'ical, *a.* குறித்தகாலத்தில் வருகிற, காலத்துக்குக் காலமுள்ள.
Period'ically, *ad.* காலத்துக்குக்காலம், அப் போதப்போது.
Periph'ery, *s.* சுற்று, பரிணாகம், சுற்றளவு, சக்கரம், வட்டக்கோல்.
Periph'rasis, *s.* சுற்றுச்சுழற்சி, மிகைச்சொல்.
Per'ish, *v.i.* அழி, நசி, நாசமா, மட்கு, கெடு, சிதை, உட்கு, மாள்.
Per'ishable, *a.* அழியக்கூடிய, நிலையாத, அநித்திய; perishable things, அழிபொ ருள்.
Peritone'um, *s.* அடிவயிற்றகத்தை மூடிய ஜவ்வு.
Per'iwig, *s.* கள்ளமயிர், பொய்மயிர்.
Per'jure, *v.t.* பொய்யாணையிடு, பொய்ச்சத் தியம்பண்ணு.
Per'jurer, *s.* பொய்ச்சத்தியம் பண்ணுவோன், கள்ளச்சாட்சிக்காரன்.
Perju'rious, *a.* பொய்ச்சத்தியம்பண்ணுகிற, பொய்யாணையிட்ட.
Per'jury, *s.* பொய்ச்சத்தியம், பொய்யாணை.
Perk, *a.* குசாலுள்ள, இறுமாப்புள்ள
Per'manence, *s.* நிலைமை, அசையாநிலை, காயம், நிலைப்பாடு.
Per'manent, *a.* அசையாத, நிலைமையான, மாறாத; settlement, காயம், ஜமாபந்தி.
Per'manently, *ad.* நிலை வரமாய், நிலை பேறாய்.
Per'meate, *v.t. & i.* ஊடுருவிச்செல், உட் செல்.
Permea'tion, *s.* ஊடுருவிச்செலல், செறிவு.
Permis'sible, *a.* இடங்கொடுக்கத்தக்க, விடைகொடுக்கத்தக்க, உத்தரவாகத்தக்க.
Permis'sion, *s.* விடை, உத்தரவு, அனுமதி.
Permis'sive, *a* இடங்கொடுக்கிற, ஒத்துக் கொள்ளுகிற.
Per'mit, *s.* உத்தரவுச்சீட்டு, விடை, உத்தரவு.
Permit', *v.t.* உத்தரவுகொடு, இடங்கொடு, விடைகொடு.
Permuta'tion, *s.* மாற்றுகை, விகாரப்படுத் துகை.
Perni'cious, *a.* பாழ்படுத்துகிற, அழிக்கிற, நாசமான; a pernicious vice, படுபாவம்.
Perora'tion, *s.* முடிவுரை, படிப்பினை.
Per'pend, *v.t.* சிந்தையில் சீர்தூக்கிப்பார், கருத்தாய்ச்சிந்தி.
Perpendic'ular, *s.* லம்பம்.
Perpendic'ular, *a.* செங்குத்தான, நிறுதிட்ட மான, லம்ப.
Perpendic'ularity, *s.* நிறுதிட்டம்.
Perpen'sion, *s.* சிந்தனை.
Per'petrate, *v.t.* தவறுசெய், குற்றஞ்செய், இன்னசெய்.
Perpetra'tion, *s.* துர்ச்செய்கை.
Per'petrator, *s.* குற்றஞ்செய்வோன், அக்கி ரமஞ்செய்வோன்
Perpet'ual, *a.* இடைவிடாத, ஓயாத, ஒழி யாத, நித்திய, சாஸ்வத.
Perpet'ually, *ad.* நித்தியமும், நித்தியப் படி, ஓயாது
Perpet'uate, *v.t.* நிலைநிறுத்து, நீடிக்கச்செய், ஸ்தாபி.
Perpetu'ity, *s.* நித்தியம், முடிவின்மை, அன வரதம், ஆசந்திரார்க்கம்.
Perplex', *v.t.* மலைப்பி, கலக்கு, கலங்கடி, பதறப்பண்ணு, குழப்பு; to be perplexed with confusion or intricacy, பொறி கலங்க.
Perplex'ity, *s.* திகைப்பு, தடுமாற்றம், மனக் கலக்கம், மலைப்பு, ஆகுலம்.
Per'quisite, *s.* மேல்வரவு, மேலிலாபம்.
Per'ry, *s.* ஒருவித பானம்.
Per'secute, *v.t.* இடைஞ்சற்பண்ணு, இடுக் கண்செய், துன்புறுத்து, துன்பப்படுத்து.
Per'secution, *s.* இடைஞ்சற்படுத்துகை, துன் பப்படுத்துகை.
Per'secutor, *s.* வாதிப்போன், துன்புறுத்து வோன்.
Persever'ance, *s.* ஊக்கம், உற்சாகம், தொடர்ந்தேற்றி, உறுதிநிலை, தாளாண்மை, கடைப்பிடி.
Persevere', *v.i.* முயற்சியாயிரு, விடாமற் செய், உறுதியாய்நில், கடைப்பிடி, நிலைபெறு.
Persever'ingly, *ad.* சலிப்பற்று, விடாமு யற்சியாய்.
Persist', *v.i.* பிடிவாதமாய்நில், முரண் டாய்நில்.
Persist'ence, *s.* பிடிவாதம், முரண்டுப்பிடி, குரங்குப்பிடி.

Per'son, *s.* ஆள், ஒருவன், பெயர்; (gram.) இடம்; first, தன்மை; second, முன்னிலை; third, படர்க்கை.

Per'sonable, *a.* அழகான, சிறந்த ரூபமுள்ள.

Per'sonage, *s.* கண்யம், உத்துங்கன், பிரபலன், உயர்ந்தோன், உயர்ந்தோள்.

Per'sonal, *a.* ஆளுக்குரிய, ஆளைக்குறித்த, சுட்டான, இடத்தைச்சார்ந்த; personal risk, ஆத்மசந்தேகம்; personal contact, அங்கசங்கம்; personal property, அசையும்பொருள்; personal connection, சாக்ஷாத்சம்பந்தம்; personal experience, ஸ்வானுபவம்.

Personal'ity, *s.* தன்மை, சுபாவம், சுயவியல்பு.

Per'sonally, *ad.* தானாக, முகமுகமாய்.

Per'sonate, *v.t.* சாயல்காட்டு, பாவனைகாட்டு.

Per'sonator, *s.* சாயல்காட்டுவோன், நடிப்போன், வேஷக்காரன்.

Personifica'tion, *s.* புருஷாரோபம்.

Person'ify, *v.t.* உருவகி, பாவனைகாட்டு, புருஷீகரி.

Person'nel, *s.* ஒன்றிற்சேர்ந்த ஆள்கள்.

Perspec'tive, *s.* தோற்றம், இயல்புக்காட்சி, கண்ணாடி.

Perspec'tive, *a.* திர்ஷ்டிநூலுக்குரிய, பார்வைக்குரிய.

Perspica'cious, *a.* கண்கூர்மையுள்ள.

Perspicac'ity, *s.* கண்கூர்மை, நுண்ணறிவு.

Perspicu'ity, *s.* தெளிவு, விளக்கம், துலக்கம்.

Perspic'uous, *a.* தெளிவான, மயக்கமற்ற, துலக்கமுள்ள.

Perspi'cuously, *ad.* தெளிவாய், மயக்கமற.

Perspira'tion, *s.* வெயர்வை, வியர்வை, சுவேதம், கசிவு.

Perspire', *v.i.* வெயர், வியர், கசி.

Persuade', *v.t.* இணக்கு, உட்படுத்து, இசையச்செய், வசப்படுத்து.

Persua'sible, *a.* இணங்குகிற, பிரியப்படக்கூடிய, வசீகரப்படத்தக்க.

Persua'sion, *s.* பிரியப்படுத்துகை, வசப்படுத்துகை, கொள்கை, மதம்.

Persua'sive, *a.* ஏவத்தக்க, இழுக்கத்தக்க, பிரியப்படுத்துகிற.

Pert, *a.* சாமர்த்தியமுள்ள, குறும்புள்ள, துள்ளாட்டமுள்ள.

Pert, *s.* கர்வி, துணிவுடையோன், குறும்பன்.

Pertain', *v.i.* அடு, சார்.

Pertina'cious, *a.* முரண்டான, விடாப்பிடியான, முஷ்கர.

Pertinac'ity, *s.* அசையாநிலை, பிடிவாதம், விஷமம், வந்தி.

Per'tinence, *s.* அடுத்தது, உரியது, தகைமை.

Per'tinent, *a.* அடுத்த, ஏற்ற, தகுதியான.

Pert'ness, *s.* குறும்பு, திமிர்ச்சி, துணிவு, மேலெழுச்சி.

Perturb',
Pertur'bate, } *v.t.* கலக்கு, குழப்பு, குலை; to be perturbed, மலங்க, கலங்க.

Perturba'tion, *s.* கலக்கம், கலக்கடி, குழப்பம், தடுமாற்றம், தத்தளிப்பு, ஆதாளி.

Per'uke, *s.* பொய்மயிர், கள்ளமயிர், முடிமயிர்.

Perus'al, *s.* வாசிம்பு, படிக்கை, கற்கை, படனம்.

Peruse', *v.t.* வாசித்துப்பார், வாசி, படி.

Perus'er, *s.* வாப்போன், ஆராய்வோன்.

Pervade', *v.t.* பரவு, வியாபி, நிரம்பு.

Perva'sion, *s.* பரவுதல், வியாபித்தல், செறிவு.

Perverse', *a.* தாறுமாறுள்ள, சொற்கேளாத, குறும்பான.

Perverse'ness, *s.* வெடுவெடுப்பு, முரண், அமையாமை.

Perver'sion, *s.* புரட்டு, புரளி, மாறுபாடு.

Perver'sity, *s.* பிணக்கு, மாறுபாடு, வெடுவெடுப்பு, விபரீதம், வந்தி.

Pervert', *v.t.* புரட்டு, மாற்று, தாறுமாறுக்கு, கெடு.

Perver'ter, *s.* புரட்டன், தாறுமாறுசெய்வோன்.

Per'vious, *a.* ஊடுருவப்படக்கூடிய, ஊறக்கூடிய.

Pes'sary, *s.* நோவாற்றும் சுகிர்ந்தநூற்சுருள்.

Pest, *s.* உவாதி, பெருவாரிநோய், தொற்றுவியாதி.

Pes'ter, *v.t.* அலட்டு, குழப்பு, தொல்லைப்படுத்து.

Pest'house, *s.* தொற்றுரோகிகள் வைத்தியசாலை.

Pes'tiduct, *s.* தொற்றுரோகவருவாய்.

Pestif'erous, *a.* அழிவான, கேடுள்ள, விஷமுள்ள, தொற்றுந்தன்மையுள்ள.

Pes'tilence, *s.* கொள்ளைநோய், பெருவாரிநோய், தொற்றுவியாதி.

Pes'tilent, *a.* கொள்ளைநோயை யுண்டுபண்ணுகிற, விஷமுள்ள.

Pestilen'tial, *a.* தொற்றுவியாதியான, நாசமுள்ள; a pestilential fever, விஷக்காய்ச்சல்.

Pestilla'tion, *s.* உரலில் துவைத்தல்.

Pes'tle (pĕs''l), *s.* உலக்கை, முசலம், தடிதண்டு.

Pes'tle, *v.t.* குத்து, துவை.
Pet, *s.* முன்கோபம், முற்கோபம், செல்வன்.
Pet, *v.t.* செல்வங்காட்டு, சீராட்டு.
Pet'al, *s.* பூவிதழ், மடல், மலரேடு.
Pet'iole, *s.* காம்பு, தாள், கால், தாறு.
Peti'tion, *s.* கேள்வி, வேண்டுகை, விண்ணப்பம், மனு, மன்றாட்டு, அர்ஜி; written, விண்ணப்பபத்திரம், அர்ஜிதாஸ்து.
Peti'tion, *v.t.* வேண்டு, விண்ணப்பம் பண்ணு, மனுக்கேள்.
Peti'tioner, *s.* விண்ணப்பக்காரன், மன்றாட்டுக்காரன்.
Petrifac'tion, *s.* கல்லாக்குகை.
Pet'rify, *v.t.* கல்லாக்கு.
Pet'rify, *v.i.* கல்லாகு.
Pet'tah, *s.* பேட்டை.
Pe'trol, **Petro'leum**, } *s.* மண்ணெண்ணெய், சிலாதைலம்.
Pet'ticoat, *s.* பெண்களாடை, பாவாடை, சாய்கை.
Pet'tifogger, *s.* அற்ப நியாயவாதி.
Pet'tish, *a.* வெடுவெடுப்பான, கோபமுள்ள.
Pet'ty, *a.* சின்ன, சிறு, அற்ப, கிஞ்சித்.
Pet'ulance, **Pet'ulancy**, } *s.* கோபக்குணம், வெடுவெடுப்பு, மேலெழுச்சி, வம்பு, நிமிர்ச்சி.
Pet'ulant, *a.* வெடுவெடுப்பான, நிமிர்ச்சியான, கருவமுள்ள; a petulant answer, வெடுவெடுத்த சொல்; to speak petulantly, வெடுவெடென்று பேச.
Pew, *s.* தேவாலயத்தில் ஆசனமிட்டிருக்கும் ஸ்தானம்.
Pe'wet, *s.* நீர்ப்பறவை, ஆட்காட்டிக்குருவி.
Pew'ter, *s.* கஞ்சக்கலப்பு, வெள்ளீயக் கலப்பு.
Pha'eton, *s.* ஒருவித வண்டி.
Phal'anx, *s.* சதுரங்கசேனே, சேனே.
Phan'tasm, **Phantas'ma**, } *s.* மனத்தோற்றம், மனோபவம்.
Phan'tom, *s.* தோற்றம், மனக்காட்சி, மாயாரூபம்.
Pharmacopœ'ia, *s.* ஔஷதகரணவிதி.
Phar'macy, *s.* வைத்தியசாஸ்திரம், கைபாகவிதி, ஆயுள்வேதம், சிகிச்சை.
Pha'ros, *s.* தீபஸ்தம்தம், தீபாலயம்.
Phase, **Pha'sis**, } *s.* தோற்றம், காட்சி, கலை, பக்கம்.
Pheas'ant (fĕz'ant), *s.* ஒருவிதக் கோழி.
Phe'nix, *s.* ஒரு பட்சி.
Phenom'enon (*pl.* phenomena), *s.* ஆவிர்ப்பவம், உற்பன்னம்.
Phi'al, *s.* குப்பி, பளிங்குப்புட்டி.
Philan'thropy, *s.* பரோபகாரம், ஜனோபகாரம், தயை, லோகானுகாரம்.
Philan'thropic, *a.* ஜனப்பிரிய.
Philan'thropist, *s.* மனுஷோபகாரி, ஜனசினேகன், ஜனோபகாரி.
Philip'pic, *s.* வன்சொற்பிரசங்கம்.
Philol'oger, *s.* பாஷைவிற்பத்தியுடையவன்.
Philolog'ical, *a.* பாஷைநுட்பங்களுக்குரிய, இலக்கணசம்பந்தமான.
Philol'ogy, *s.* சத்தவிற்பத்தி, பாஷைவிற்பன்னம்.
Phil'omath, *s.* வித்தியாபிமானி.
Phil'omel, *s.* இராப்பாடி, ஒருவகைக் குருவி.
Philos'opher, *s.* தத்துவசாஸ்திரி, கலைஞன்.
Philos'opher's stone, *s.* பரிசனவேதி, சிந்தாமணி.
Philosoph'ical, *a.* தத்துவஞானத்துக்குரிய.
Philosoph'ically, *ad.* தத்துவசாஸ்திரப்படி, நியாயப்போங்காய்.
Philos'ophize, *v.t.* கல்விபேசு.
Philos'ophist, *s.* கல்விபேசுவோன்.
Philos'ophy, *s.* தத்துவஞானம், கலைஞானம்.
Phil'ter, *s.* மருந்து, வசியம்.
Phil'ter, *v.t.* மருந்திடு, மருந்திட்டு மாயவலையிலகப்படுத்து.
Phiz, *s.* முகம், வதனம்.
Phlebot'omy, *s.* ரத்தங்குத்திவாங்கல்.
Phlegm (flĕm), *s.* கபம், கோழை, சிலேற்பனம், சளி.
Phleg'magogue, *s.* விரேசனம், பேதிமருந்து.
Phonet'ic, *a.* சத்தத்திற்கேற்ற.
Phon'ics, *s.* ஒலிவித்தை, நாதசாஸ்திரம்.
Phospho'ric, *a.* நிபாக்கினிக்குரிய.
Phos'phorus, *s.* நிபாக்கினி, பிரகாசதம்.
Photom'eter, *s.* ஒளியளக்குங்கருவி.
Phrase, *s.* தொடர்மொழி, புணர்மொழி, வசனம்.
Phrase, *v.t.* வாசகம்புணர்த்து, சொல்லு.
Phraseol'ogy, *s.* வாசகப்போங்கு, வாசகப்புணர்ப்பு.
Phrenet'ic, *a.* சித்தப்பிரமையான, பித்துக்கொண்ட, வெறியுள்ள.
Phrenol'ogist, *s.* கபாலவித்தகன்.
Phrenol'ogy, *s.* கபாலமானதம், கபாலலக்ஷணவித்தை
Phren'sy, *s.* பைத்தியம், பித்தம், சித்தப்பிரமை.
Phthis'ic (tĭz'ic), *s.* ஈழை, காசம், கோழைநோய்.

Phthisis (thī'sĭs), s. காசம், க்ஷயரோகம்.
Phylac'ter, } s. அட்சரக்கூடு, இரட்சா
Phylac'tery, } பந்தனம்.
Phys'ic, s. விரேசனமருந்து.
Phys'ical, a. இயல்பான, சட, வைத்திய.
Physical science, சகளசாஸ்திரம்; physical force, தோள்வலி.
Physi'cian, s. வைத்தியன், ஆயுள்வேதியன், சிகிச்சாகர்த்தன்.
Phys'ics, s. சடத்துவசாஸ்திரம், சடசாஸ்திரம், சகளசாஸ்திரம்.
Physiog'nomy, s. வதனசாஸ்திரம், வதனசாமுத்திரிகை, ரூபசாஸ்திரம்.
Physiol'ogy, s. பிராணி, தர்மகுணவித்தை.
Phytiv'orous, a. தாபரபக்ஷண, சாகபக்ஷண.
Phytol'ogy, s. தாபரசாஸ்திரம்.
Pi'acle, s. பெரும்பாதகம்.
Pi'al, s. திண்ணை.
Pias'ter, s. ஒரு நாணயம்.
Pianofor'te, s. ஓரின்னிசைக்கருவி, கின்னரம்.
Piaz'za, s. சாலை, உட்பிரகாரம், தட்டு.
Pi'ca, s. ஒருவிதக் காகம், ஒருவகை அச்செழுத்து.
Picaroon', s. சூறைசெய்வோன், கடற்கள்வன், கள்ளவங்கன்.
Pick, v.t. பிடுங்கு, பறி, கொள்ளு, கொய், ஆய்.
Pick, } s. இருதலைக் குந்தாலி.
Pick'axe, }
Pick'back, ad. முதுகில்.
Pickeer', v.t. சூறையிடு, கடற்கொள்ளையிடு.
Pick'et, s. கழுமரம், கழு, சேனைக்காவல். v. தறியிற்கட்டு, காவல்வை.
Pic'kle, s. ஊறுகாய், கஷ்டநிலைமை.
Pic'kle, v.t. ஊறவை, ஊறுகாய்போடு.
Pick'lock, s. கள்ளத்திறப்பு.
Pick'pocket, } s. முடிச்சுமாறி, முடிச்சவிழ்ப்போன், மடிபறிகள்வன்.
Pick'purse, }
Pick'thank, s. தொழுகள்ளன், தூக்குணி.
Pick'tooth, s. பற்குச்சு.
Pic'nic, s. பொதுச்செலவிட்டு விருந்துண்ணுங்கூட்டம், வனபோஜனம்.
Picot'ta, s. ஏற்றம், ஏற்றமரம்.
Picto'rial, a. பிரதிரூபத்தினுற் காட்டுகிற, படத்திற்கடுத்த.
Pic'ture, s. சித்திரப்படம், படம், ஓவியம்.
Pic'ture, v.t. படமெழுது, சித்திரந்தீட்டு, உருவந்தீட்டு, வர்ணி.
Picturesque', a. படம்போன்ற, சித்திரமான.

Pid'dle, v.t. & i. அற்பவியாபாரஞ்செய், கோது.
Pie, s. ஒரு கரிக்குருவி; ஒருவிதப் பணிகாரம்.
Pie'bald, a. பலவர்ணமான, மறையுள்ள, புள்ளியுள்ள.
Piece, s. துண்டு, கண்டம், சின்னம், பின்னம், துணி; of ground, தாக்கு; of money, முத்திரிக்கப்பட்ட நாணயம்; of water, நீர்நிலை, ஏரி; they are all of a piece, அவைகளெல்லாம் ஒரேமாதிரி.
Piece, v.t. துண்டுபோடு, தை, அண்டைபோடு, இணை.
Piece'less, a. அபின்ன, அகண்ட.
Piece'meal, ad. துண்டுதுண்டாய், சின்னபின்னமாய்.
Pier (pēr), s. பாலத்தூண், வாரதித்தூண், கப்பற்றுறைவாராவதி.
Pierce, v.i. உருவக்குத்து, பாய்ச்சு, துளை, பீறச்செய்.
Pier'cing, p.a. குத்துகிற, தைக்கிற, ஊடுருவிச்செல்லுகிற.
Pi'etism, s. கடும்பக்தி.
Pi'etist, s. வைதீகன்.
Pi'ety, s. தேவபக்தி.
Pig, s. பன்றி; இரும்பு ஈயமிவற்றின்பாளம்.
Pig, v.i. பன்றி குட்டிபோடல், பன்றியீனல்.
Pig'eon, s. மாடப்புரு, புரு, கபோதம்.
Pig'headed, a. பெருந்தலையுள்ள, மட்டித்தலையுள்ள, மந்தபுத்தியுள்ள.
Pigme'an, a. சித்திரக்குள்ள, வாமன.
Pig'ment, s. வர்ணப்பசை, வர்ணமை.
Pig'my, s. குள்ளன், குறளன், வாமனன், குஞ்சன், சித்திரக்குள்ளன்.
Pig'tail, s. தூங்குமயிர்ப்பின்னல், பனிச்சை.
Pike, s. ஈட்டி, சவளம், கவைமுள்; ஒருவகைமீன்.
Pike'man, s. ஈட்டிக்காரன்.
Pike'staff, s. ஈட்டிப்பிடி.
Pilas'ter, s. சதுரத்தூண், சுவரகத்தூண்.
Pile, s. குவியல், கும்பம், இராசி, அடுக்கு, நிரை.
Pile, v.t. அடுக்கு, சேர், தொடு.
Piles, s. (pl.) மூலவியாதி, மூலரோகம், மூலக்கிராணி.
Pil'fer, v.t. நிமிண்டு, திருடு, கவர், சோரஞ்செய்.
Pil'ferer, s. சோரன், திருடன், கள்வன், நிமிண்டி.
Pil'grim, s. தேசாந்தரி, பரதேசி, யாத்திரிகன்.
Pil'grimage, s. யாத்திரை, பிரயாணம்; a place of pilgrimage, புண்ணியக்ஷேத்திரம்.

Pill, *s.* குளிகை, மாத்திரை.
Pill, *v.t.* திருடு, சூறையாடு.
Pil'lage, *s.* கொள்ளை, சூறை, அபகாரிப்பு, பறிப்பு.
Pil'lage, *v.t.* கொள்ளையிடு, சூறையாடு, கவர், அபகரி.
Pil'lager, *s.* சூறைக்காரன், கொள்ளைகொள்வோன்.
Pil'lar, *s.* கற்றூண், தம்பம், சுமைதாங்கி.
Pil'lared, *a.* தூணினாதாங்கிய.
Pil'lory, *s.* தண்டனைச்சக்கர விசேஷம்.
Pil'low, *s.* தலையணை, உபதானம்.
Pilos'ity, *s.* உரோமச்செறிவு.
Pi'lot, *s.* ஆறுகாட்டி.
Pi'lotage, *s.* ஆறுகாட்டியின் சம்பளம்.
Pimen'to, *s.* ஒருவகை மிளகு.
Pimp, *s.* கூட்டிக்கொடுப்பவன்.
Pimp, *v.t.* கூட்டிவிடு, கூட்டிக்கொடு.
Pim'ple, *s.* பரு, முகப்பரு, சிலந்தி, சினப்பு, குருகு.
Pin, *s.* ஊசி, குண்டூசி, ஆணி, முளை, குச்சு; the pin of a dial, சங்கு.
Pin, *v.t.* ஆணி, தை, குண்டூசியால் தை.
Pin'case, *s.* குண்டூசியுறை, குண்டூசிக்கூடு.
Pin'cers, *s.* குறடு, கொடிறு, இடுக்கி, சாவணம், பற்றுக்கோல்.
Pinch, *s.* கிள்ளு, நுள்ளு, பிடி, பற்று, சிணுக்கு; of snuff, சிட்டிக்கைப்பொடி.
Pinch, *v.t.* கிள்ளு, நுள்ளு, பிடி, இடுக்கு; to be pinched with hunger, பசியாற் பீடிக்கப்பட; pinching hunger, வெம்பசி.
Pinch'beck, *s.* சொகுசா, கலப்பில்லாத செம்பு, சுத்ததாமிரம்.
Pin'cushion, *s.* குண்டூசியுறை, குண்டூசிக்கூடு.
Pine, *s.* தேவதாரு.
Pine, *v.i.* உலர், சோர், குருவு, இளை, மெலி, தவி, ஏங்கு.
Pine'apple, *s.* அன்னதாழம்பழம், அன்னதாழை, அன்னுசிப்பழம்.
Pine'ful, *a.* மனத்துயர்மிக்க.
Pin'feathered, *a.* இறகு நிறைய முளையாத.
Pin'fold, *s.* தொழு, தொழுவம்.
Pin'ion, *s.* இறகு, தூபி, தோகை, கைத்தளை, சக்கரத்தின் பல்.
Pin'ion, *v.t.* இறகை மடக்கிக்கட்டு, பின்கட்டாய்க்கட்டு.
Pin'ioned, *a.* சிறகுள்ள.
Pin'ionist, *s.* பறவைஜாதிப்பொது.
Pink, *s.* ஒரு புஷ்பம், ஒரு வர்ணம்.
Pin'money, *s.* மேற்செலவுக்கு மனைவி கையிற் கொடுக்கப்படும் பணம்.
Pin'nace, *s.* ஒரு சிறுபடவு.
Pin'nacle, *s.* கொடுமுடி, சிகரம், உப்பரிகை, உச்சி.
Pint, *s.* ஓரளவு, ஒரு நிறை.
Pioneer, *s.* பாதை செப்பனிடுவோன், வழி ஒப்பஞ்செய்வோன்.
Pion'ing, *s.* காடுவெட்டல்.
Pi'ous, *a.* தேவபக்தியுள்ள, பயபக்தியுள்ள.
Pi'ously, *ad.* பயபக்தியாய், வணக்கமாய்.
Pipe, *s.* இசைக்குழல், நெடுங்குழாய், சங்கான், வங்கியம்.
Pipe, *v.t.* குழலூது, கொம்பூது.
Pip'er, *s.* குழலூதி, குழற்காரன்.
Pip'kin, *s.* சிறுமட்கலம்.
Piqu'ant, *a.* கூரான, காரமான, உறைப்பான, உறைக்கிற.
Pique (pīk), *s.* கோபம், எரிச்சல், அழுக்காறு, வன்மம்.
Pique, *v.t.* கோபமூட்டு, எரிச்சலூட்டு, தூண்டிவிடு; to be piqued, மனங்குறுவ.
Pi'racy, *s.* கடற்களவு, கப்பற்சூறை; வித்தியாசோரம்.
Pi'rate, *s.* கப்பற்பறிகாரன், கடற்சூறையாடுங் கப்பல், வித்தியாசோரன்.
Pirat'ical, *a.* கடற்கொள்ளைக்குரிய, கடற்சூறையாடுகிற.
Pis'cation, *s.* மீன்பிடித்தல்.
Pis'ces, *s.* மீனம், மீனராசி.
Pisciv'orous, *a.* மச்சபக்ஷண.
Pish, *int.* சீ, சீச்சி, சே.
Pismire, *s.* எறும்பு, பிபீலிகை.
Piss, *v.i.* சிறுநீர்விடு, ஜலம்விடு, மூத்திரம்பெய்.
Piss, *s.* சிறுநீர், அமுரி, மூத்திரம்.
Pista'chio, *s.* ஒரு வாசனைக்கொட்டை.
Pistil, *s.* அல்லித்தாள்.
Pistilla'tion, *s.* உரலில் இடித்தல்.
Pis'tol, *s.* கைத்துப்பாக்கி, சிறுதுப்பாக்கி.
Pis'tolet, *s.* சிறு கைத்துப்பாக்கி.
Pis'ton, *s.* தாம்பியம், பீச்சாங்குழலின் தண்டு.
Pit, *s.* குழி, கிடங்கு, துரவு, பள்ளம், குண்டு, படுகுழி; as the armpit, அக்குள்; of the stomach, நெஞ்சக்குழி, மணிபூரம்; of a theatre, அங்கணம்; for cock-fighting, சேவற்போர்க்களம்.
Pit, *v.t.* குழியிற்போடு, குழியாக்கு, சண்டைக்குவிடு.
Pit'apat, *s.* சிறகடிப்பு, துடிப்பு, தத்துநடை.
Pitch, *s.* கீல், கிசில், குங்கிலியம்; நிலை, முனை; low pitch of the voice, தக்கு; high, எச்சு.

Pitch, *v.t.* எறி, உச்சு, உந்து, தள்ளு, நாட்டு, தலைகீழாய்விழுத்து.
Pitch, *v.i.* இறங்கு, படி, விழு, படி.
Pitch'er, *s.* குடம், கமண்டலம், குண்டிகை, கரகம்.
Pitch'fork, *s.* கவர்த்தடி, கவர்முள்.
Pitch'y, *s.* கிசில்புரண்ட, கீலுள்ள.
Pit'coal, *s.* நிலக்கரி, விளைகரி.
Pit'eous, *a.* பரிதாபப்படத்தக்க, இரக்கப்படத்தக்க.
Pit'eously, *ad.* பரிதாபமாய், இரக்கமாய்.
Pit'fall, *s.* படுகுழி, படுகிடங்கு, கொப்பம்.
Pith, *s.* குடல், சோற்றி, சாரம், ரசம்.
Pith'less, *a.* சோற்றியற்ற, குடலற்ற, ரசமற்ற.
Pit'hole, *s.* அம்மைத்தழும்பு.
Pith'y, *a.* சோற்றியுள்ள, சாரமுள்ள, உறைப்பான; expression, கட்டுரை.
Pit'iable, *a.* பரிதாபமான, இரக்கமடையத்தக்க, தபிக்கத்தக்க.
Pit'iful, *a.* இரக்கப்படத்தக்க, பரிதபிக்கப்படத்தக்க, ஏழைமையான.
Pit'ifully, *ad.* இரக்கமாய், பரிதாபமாய், நிர்ப்பந்தமாய்.
Pit'iless, *a.* இரக்கமற்ற, தயையற்ற, கொடுமையான.
Pit'man, *s.* சுரங்கத்தில் வேலைசெய்பவன்.
Pit'saw, *s.* ஈர்வாள், மரமரிவாள்.
Pit'tance, *s.* சிறுகூறு, சிறுபங்கு.
Pit'y, *s.* இரக்கம், பரிதாபம், உருக்கம்.
Pit'y, *v.t.* இரங்கு, பரிதபி, உருகு.
Piv'ot, *s.* முனை, முனையாணி, சுழியாணி.
Placabil'ity, *s.* இணக்கம், மனஇசைவு, சம்மதி, சாய்மானம்.
Pla'cable, *a.* இணக்கமான, இசைவான, பதவிய.
Placard', *s.* விளம்பரம், பிரசித்தம்.
Placard', *v.t.* விளம்பரபத்திரம் பிறப்பி, விளம்பரபத்திரமொட்டு.
Pla'cate, *v.t.* சாந்தப்படுத்து, தணி, இணக்கு.
Place, *s.* இடம், ஸ்தலம், ஸ்தானம், நிலயம், நிலை, உத்தியோகம்.
Place, *v.t.* வை, இடு, ஸ்தாபி, இருத்து.
Place'man, *s.* துரைத்தன உத்தியோகஸ்தன்.
Plac'id, *a.* சாந்தமுள்ள, அமைதியான, அமைவுள்ள.
Placid'ity, *s.* சாந்தம், தெளிவு, பதமை; placidity of countenance, முகத் தெளிவு.
Plac'it, *s.* தீர்ப்பு.
Plack'et, *s.* பாவாடை, பெண்களாடை.
Pla'giarism, *s.* கல்விநூற்சோரம், வித்தியாசோரம், காவியசோரம்.
Pla'giarist, *s.* காவியசோரன்.
Plague, *s.* தொற்றுநோய், வாதை, வேதனை, வியாதி, பெருவாரிக்காய்ச்சல், கொள்ளைக் காய்ச்சல், அலைக்கழிவு, திண்டாட்டம்.
Plague, *v.t.* வருத்தப்படுத்து, அலைக்கழி, உபாதி.
Pla'guy, *a.* அலைக்கழிவான, வேதனையான.
Plaid, *s.* கம்பளிச்சால்வை.
Plain, *s.* வெளி, மைதானம், சமபூமி; a dry extensive plain, கடுவெளி.
Plain, *v.t.* ஒப்பமிடு, செப்பஞ்செய்.
Plain, *a.* ஒப்பமான, வெளிகண்ட, இலக்கணமில்லாத, சாதாவான; a plain diet, சாதாரணபோஜனம்; a plain dress, சாதாரணவஸ்திரம்; the plain truth, சுத்தசத்தியம்; plain words, தெளிவான பேச்சு; plain Tamil, வெள்ளைத்தமிழ்.
Plain-dealing, *s.* கரவற்றநடை, சுத்த கொள்கை.
Plain-hear'ted, *a.* தெளிந்த மனமுள்ள, கபடமற்ற, வெள்ளைமனம்.
Plain'ly, *ad.* திட்டமாய், தீர்க்கமாய், துலக்கமாய், தெளிவாய், வெளிப்பொருளாய்.
Plain'ness, *s.* சமம், ஒப்பம், கபடமின்மை, பருமட்டு, தெளிவு.
Plain'spoken, *a.* நிஷ்கபடமாய்ச்சொன்ன.
Plaint, *s.* புலம்பல், முறைப்பாடு, பிரியாது.
Plain'tiff, *s.* வழக்காளி, பிரியாதுகாரன், வாதி.
Plain'tive, *a.* முறைப்படுகிற, புலம்புகிற, துக்கத்தைக் காண்பிக்கிற.
Plaint'less, *a.* முறைப்பாடற்ற, வழக்கற்ற.
Plain'work, *s.* பரும்படியான தையல்வேலை.
Plait, *s.* மடிப்பு, சுருக்கு, திரைவு.
Plait, *v.t.* மடி, கொய், பின்னு, இழை, முடை.
Plan, *s.* ஒழுங்கு, சட்டம், உபாயம், படம்.
Plan, *v.t.* சட்டங்கட்டு, கருக்கூட்டு.
Plane, *s.* சமதளம்.
Plane, *s.* சீவுளி, இழைப்புளி.
Plane, *v.t.* சீவு, இழை, மெருகிடு.
Plan'et, *s.* கிரகம்.
Plan'etary, *a.* கிரகத்துக்குரிய, கிரகம் போன்ற.
Plan'et-struck, *s.* கிரகசுகமில்லாத.
Plank, *s.* கனத்தபலகை, தடித்தபலகை.
Plank, *v.t.* பலகைபரவு, மச்சுப்பரவு.
Planocon'ical, *a.* ஒருபக்கம் ஒப்பமாகி ஒரு பக்கங் குவிந்து முனைகொண்ட.
Planocon'vex, *a.* ஒருபுறம் ஒப்பமாகி ஒரு புறங்குவிந்த.
Plant, *s.* பயிர், நாற்று, பூண்டு, பூடு, செடி.

Plant, *v.t.* ஊன்று, நாட்டு, நடு.
Plant'age, *s.* கிளைப்பொது, பூண்டுவர்க்கம்.
Plan'tain, *s.* வாழை, கதலி, அரம்பை; a tender plantain, வாழைக்கச்சல்.
Planta'tion, *s.* தோப்பு, தோட்டம், கொல்லை, புனம்.
Plant'er, *s.* கிருஷிகரன், பயிர்ச்செய்கைக்காரன்.
Plash, *v.t.* சளசள, கிளைகளைவளைத்துப் பின்னிக்கட்டு.
Plash'y, *a.* சதுப்புநிறைந்த, நீர்நிலையுள்ள,
Plasm, *s.* கரு, அச்சு.
Plasmat'ical, *a.* வடிவமைக்கும், உருப்படுத்தும்.
Plas'ter, *s.* சாந்து, பூச்சு, உபநாகம்.
Plas'ter, *v.t.* பூசு, தடவு, மெழுகு, தீற்று.
Plas'tic, *a.* உருவாக்கத்தக்க, அங்கஞ்சொருபிக்கிற.
Plas'tron, *s.* உள்ளடையிட்டதோல்.
Plat, *s.* தட்டு, தட்டம், பாத்தி.
Plat, *v.t.* பின்னு, இழை, முடை, நெய்.
Plate, *s.* தட்டம், தகடு, கலம், கிண்ணம், வட்டம், தாலம், பீங்கான்.
Plate, *v.t.* தகடுபோடு, தட்டுப்போடு, முலாம்பூசு.
Plat'ing, *s.* கசிதம்.
Plateau' (plätō'), *s.* பீடபூமி.
Plat'form, *s.* தட்டு, மேடை, பீடம், வேதிகை, அட்டாலை.
Plat'ina, *s.* ஒருலோகம், குருத்தம்.
Platoon', *s.* சேனையிலொருவகுப்பு, பதாதியினொருவகுப்பு.
Plat'ter, *s.* சட்டி, தாலம், உண்கலம், தட்டம், பாசனம், வட்டில்.
Plau'dit, *s.* புகழ்ச்சி, துதி, வாழ்த்து.
Plausibil'ity, *s.* போலித்தனம், பேடிசம், புறக்காட்சியுள்ள தன்மை.
Plaus'ible, *a.* போலித்தன்மையான, புறக்காட்சியுள்ள, சத்தியாபாசமான.
Plaus'ibly, *ad.* போலியாய், போசக்கையாய், புறத்தோற்றமாய்.
Plaus'ive, *a.* புகழுகிற, புறக்காட்சியான.
Play, *s.* விளையாட்டு, ஆடல், ஆட்டம், விநோதம்.
Play, *v.i.* விளையாடு, ஆடு, ஆட்டு; *v.t.* to play on a lute with a bow, வீணைவாசிக்க, தடவு; to play the lute, வீணாகானஞ்செய்ய.
Play'book, *s.* நாடகபுஸ்தகம்.
Play'day, *s.* விடுமுறைநாள்.
Play'debt, *s.* சூதாடிப்பட்டகடன்.
Play'er, *s.* அபிநயன், கூத்தன், கூத்தாடி, சூதுவிளையாடுவோன்.
Play'fellow, } *s.* விளையாட்டுத்தோழன்.
Play'mate, }
Play'ful, *a.* விளையாட்டான, விளையாட்டுக்குணமுள்ள.
Play'house, *s.* அபிநயசாலை, நாடகசாலை.
Play'pleasure, *s.* வியர்த்தவிநோதம்.
Play'thing, *s.* விளையாட்டுடைமை, விளையாட்டுக்கருவி.
Play'wright, *s.* நாடகமெழுதுவோன்.
Plea, *s.* நியாயம், முறைப்பாடு, வழக்கு; special, காரணோத்தரம்.
Plead, *v.t.* எடுத்துப்பேசு, நியாயஞ்சொல்லு, வழக்காடு.
Plead'able, *a.* வழக்காடத்தக்க.
Plead'er, *s.* நியாயவாதி, நியாயதுரந்தரன், பரிந்துபேசுவோன், வக்கீல்.
Plead'ing, *p.n.* வேண்டுகை, மன்றுட்டம்.
Pleas'ant (plĕz'ant), *a.* இணக்கமான, இன்பமான, சௌக்கியமான, சந்தோஷமுள்ள, ரம்மியமான; pleasant discourse, இனியசொல்.
Pleas'antly, *ad.* இதமாய், இன்பமாய், இங்கிதமாய், களிப்பாய்.
Pleas'antness, *s.* சந்தோஷம், இனிமை, இன்பம்.
Pleas'antry, *s.* மகிழ்ச்சியுள்ள சம்பாஷணை, அசதி, மதுரசல்லாபம், சரசப்பேச்சு, சரசவார்த்தை, பரிகாசம்.
Please, *v.t.* பிரியப்படுத்து, உவப்பாக்கு, பிரீதிபண்ணு, இதம்பண்ணு.
Please'man, *s.* முகமன்காரன், தொழுகன்னன்.
Pleas'ing, *a.* இன்பமான, உவப்பான, பிரியமான, இங்கிதமான.
Pleas'urable, *a.* இன்பகரந்தரும், இதமான.
Pleas'ure, *s.* இன்பம், சந்தோஷம், உவப்பு, மனோரதம், பிரீதி, இஷ்டம்; at pleasure, எதேச்சையாக.
Pleas'ure-ground, *s.* சிங்காரவனம், பூந்தோட்டம்.
Pleas'urist, *s.* இன்பாதுரன்.
Plebe'ian, *s.* சாமானிய குடியானவன்.
Pledge, *s.* அடைவு, ஈடு, அடைமானம், பிணை, பிரதிபாவிகம், குதுவை.
Pledge, *v.t.* அடைவுவை, ஈடுவை, பதில்வை; to pledge one's word or honor, உறுதிசொல்ல.
Ple'iades, } *s.* கார்த்திகை நட்சத்திரம், அறுமீன்.
Ple'iads, }

Plen'ary, *a.* நிறைவான, பூரணமான.
Plenip'otence, *s.* சர்வபராக்கிரமம், சர்வவல்லமை.
Plenipoten'tiary, *s.* பூரணவதிகாரி, தானாபதி, தூதன், பிரதிகாரகன்.
Plen'ish, *v.t.* நிரப்பு, நிறைவி, நிறை.
Ple'nist, *s.* சர்வசகளவாதி.
Plen'itude, *s.* பூரணம், நிறைவு.
Plen'teous, *a.* திரளான, ஏராளமான, செழிப்பான, மிகுதியான.
Plen'tiful, *a.* செழிப்பான, நயமான, திரளான, மிகுதியான.
Plen'tifully, *ad.* நிறைவாய், பூரணமாய், திருப்தியாய்.
Plen'ty, *s.* பூரணம், நிறைவு, மிகுதி, அதிகம், ஏராளம், கொள்ளை.
Ple'onasm, *s.* மீமிசை, சொன்மிகை, மிகைபடக்கூறல்.
Pleonas'tic, *a.* மீமிசையுள்ள.
Pletho'ra, } *s.* இரத்தக்கனப்பு, இரத்தக்கதிப்பு, நிணமதிகரிப்பு, கொழுப்பு.
Pleth'ory, }
Plethor'ic, *a.* இரத்தக்கனப்பான.
Pleu'risy, *s.* சுவாதம், சுவாதக்குத்து, பாரிசநோய்.
Pli'able, *a.* வளையத்தக்க, வசையத்தக்க, இணங்கத்தக்க, படியத்தக்க.
Pli'ancy, *s.* வளைவு, வசைவு, இளக்கம்.
Pli'ant, *a.* வளைகிற, வசைகிற, பதமையுள்ள, இணங்குகிற.
Pli'ers *s.* (*pl.*), சிறுகுறடு, சாவணம், இடுக்கி, மயிரிடுக்கி.
Plight (plīt), *s.* ஈடு, நிலைமை, ஸ்திதி.
Plight, *v.t.* அடகுவை, ஈடுவை.
Plinth, *s.* தம்பமூலம், குழிநாட்டுங்கல், தம்பம் நாட்டுங்கல்.
Plod, *v.i.* & *t.* உழை, பிரயாசப்படு, வருந்திச்செய்.
Plod'der, *s.* உழைப்பாளி, பிரயாசி.
Plod'ding, *s.* பாடு, பிரயாசம், தாமதகமனம், உழைப்பு.
Plot, *s.* உபாயம், தந்திரம், துராலோசனை, சதி; துண்டுநிலம், பாத்தி; நூற்சாரம்.
Plot, *v.t.* துர்யோசனைபண்ணு, புனைசுருட்டுச்செய், சதியோசனைசெய்.
Plot'ter, *s.* சதிகாரன், புனைசுருட்டுச்செய்வோன்.
Plough'boy, *s.* ஏரோட்டி, ஏரடிக்குமிளைஞன்.
Plough (plŏŭ), *s.* கலப்பை, ஏர், உழுபடை, நாஞ்சில்; gear, தொடுப்பு.
Plough, *v.i.* & *t.* உழு, கிருஷிபண்ணு.
Plough'beam, *s.* ஏர்க்கால்.
Plough'er, *s.* உழுநன், உழுவோன்.
Plough'handle, *s.* மேழி.
Plough'land, *s.* உழுநிலம்.
Plough'man, *s.* உழவன், மள்ளன், மேழியன்.
Plough'share, *s.* கொழு, காறு.
Plough'tail, *s.* மேழி.
Plov'er, *s.* ஆட்காட்டிக்குருவி.
Pluck, *s.* ஈரற்குலை, வீரியம், பௌருஷம்.
Pluck, *v.t.* பறி, பிடுங்கு, கவர், ஆய், கொய்.
Plug, *s.* கூர்ச்சு, அடைப்பு, அடைப்பம்.
Plug, *v.t.* கூர்ச்சிடு, அடை.
Plum, *s.* ஒரு பழம், திராட்சப்பழவற்றல்.
Plu'mage, *s.* இறகு, தூபி, கலாபி, தோகை.
Plumb (plŭm), *s.* தூக்குநூற்குண்டு, வடிகல்.
Plumb, *v.t.* நிறுதிட்டமறி, ஆழம்பார்.
Plumba'go, *s.* காரீயம்.
Plum'ber (plŭm'ẽr), *s.* ஈயவேலைக்காரன்.
Plume, *s.* இறகு, வெடிவால், இறகுச்செண்டு.
Plume, *v.t.* இறகுகோது.
Plum'met, *s.* விழுதுகல், தூக்குநூற்குண்டு, வடிகல்.
Plu'mous, *a.* இறகுள்ள, இறகுபோன்ற.
Plump, *a.* தெளிவான, கொழுப்பான, தசைத்த, நெய்ப்பான.
Plum'ness, *s.* தெளிவு, பொலிவு, பொம்மல், கொழுப்பு.
Plum-pud'ding, *s.* பழவர்க்கம்பொதிந்தபிட்டு.
Plun'der, *s.* கொள்ளை, களவு, திருட்டு, சூறை, பறிப்பு.
Plun'der, *v.t.* கொள்ளையாடு, திருடு, சூறையாடு.
Plun'derer, *s.* கொள்ளைக்காரன், சூறைக்காரன், பறிக்காரன்.
Plunge, *s.* தாழ்வு, பதைவு, அமிழ்வு, தோய்வு.
Plunge, *v.t.* அமிழ்த்து, ஆழ்த்து, அமுக்கு, தாழ்த்து, முழுக்காட்டு.
Plunge, *v.i.* அமிழ்ந்து, ஆழ், குதித்துவிழு, தாழ்.
Pluper'fect, *s.* இறந்தகாலத்துக்கிறந்தகாலம்.
Plu'ral, *a.* ஒன்றுக்கதிகமான, பன்மையான, வெகு.
Plural'ity, *s.* அநேகத்துவம், அனைக்கியம்.
Plu'risy, *s.* மிகை, மிகுதி.
Plus (in *algebra*), தனம், சக, கூட்டற்குறி.

Plush, *s.* கம்பளிப்புடவை.

Plu'to, *s.* நரகாதிபதி.

Plu'vial, *a.* மழைக்குரிய, மழைக்கடுத்த.

Pluviam'eter, *s.* மழையளக்குங் கருவி.

Ply, *v.t.* பிரயாசப்பட்டுச்செய், ஊக்கமாய்ச் சாதனைபண்ணு, இணங்கு, வசை.

Pneumat'ics (nu-măt'ics), *s.* வாயுசாஸ்திரம்.

Poach, *v.t.* பாதி வேகவை; குத்து; திருட்டு வேட்டையாடு.

Poach'er, *s.* கள்ளவேட்டைக்காரன்.

Poach'y, *a.* ஈர, சதுப்பான, மெதுவான.

Pock, *s.* கொப்புளம்.

Pock'et, *s.* சட்டைப்பை, அங்கியுறை, பை, மடி, சேப்பு.

Pock'et, *v.t.* சட்டைச்சாக்கிலிடு, சாக்கிலேபோடு, மடியிலிடு.

Pock'et-book, *s.* மடிப்புஸ்தகம.

Pock'hole, Pock'mark, } *s.* அம்மைவடு, அம்மைத் தழும்பு.

Pock'y, *a.* அம்மைபோட்ட.

Po'culent, *a.* குடிக்கத்தக்க.

Pod, *s.* ஓடு, தோல், கோது.

Po'em, *s.* பாட்டு, கவி, கவிதை, பிரபந்தம், செய்யுள், யாப்பு.

Po'esy, *s.* கவிவன்மை, கவிபாடுந்திறம், பாவன்மை.

Po'et (*fem.* po'etess), *s.* புலவன், கவிஞன், கவிராயன், கவிஞன், பாவலன்; an eminent poet, கவீச்சுரன்.

Po'etaster, *s.* புன்புலவன், அற்ப கவிஞன்.

Poet'ic, Poet'ical, } *a.* செய்யுட்போங்கான, செய்யுளுக்கடுத்த.

Poet'ics, *s.* யாப்பிலக்கணம், செய்யுள்விதி.

Po'etry, *s.* செய்யுள், பாட்டு, புலமை, கவி, காவியம்.

Poign'ancy (pŏin'ăn-cy), *s.* உறைப்பு, காரம், எரிப்பு, கடுமை.

Poign'ant, *a.* உறைப்பான, காரமுள்ள, கடுமையான.

Point, *s.* நுனி, கூர், முனை, அக்கிரம், குத்து; point of death, சரமதசை.

Point, *v.t.* கூராக்கு, தீட்டு, குறியிடு; out, காட்டு, சுட்டு.

Point'ed, *a.* கூரான, முனையுள்ள.

Point'er, *s.* சுட்டுக்கோல்; கடிகாரவூசி.

Point'ing-stock, *s.* நகைப்பிறகிடமானது.

Point'less, *a.* நுனியற்ற, கூரற்ற, மொட்டையான.

Poise', *s.* பாரம், நிறை, சமநிலை.

Poise', *v.t.* சமட்படுத்து, நிறுத்து, தூக்கிப்பார்.

Poi'son (pŏĭ'z'n), *s.* நஞ்சு, விஷம், காளம், ஆலம்; deadly poison, காளகூடவிஷம்.

Poi'son, *v.t.* நஞ்சுபோடு, நஞ்சிடு, நஞ்சூட்டு.

Poi'sonous, *a.* நஞ்சுள்ள, விஷமுள்ள; a poisonous bite, விஷக்கடி.

Poke, *s.* பை, சாக்கு, பொக்கணம்.

Poke, *v.t.* தள்ளு, தூண்டு, முட்டு.

Pok'er, *s.* தூண்டுகோல், உலையாணிக்கோல்

Pok'ing-stick, *s.* கழுத்துக் கொய்சகமடிப்பிடு கருவி.

Po'lar, *a.* துருவத்திற்கடுத்த; circle, துருவச்சக்கரம்: star, துருவநக்ஷத்திரம்.

Polar'ity, *s.* துருவநோக்கு.

Pole, *s.* கம்பி, மெல்லியமரம், அடிக்கோல், துருவம்; north, உத்தரதுருவம், பூச்சக்கரத்தின் வடமுனை; south, தக்கணதுருவம், பூச்சக்கரத்தின் தென்முனை; the bent pole of a palanquin, சிவிகைக்கணை.

Pole'axe, *s.* கைப்பிடியுள்ள கோடரி.

Pole'cat, *s.* மரநாய்.

Polem'ic, Polem'ical, } *a.* தருக்கமான, சமயவாதமுள்ள, விவாதமுள்ள.

Polem'ics, *s.* தருக்கம், விவாதம்.

Pole'star, *s.* துருவநக்ஷத்திரம்.

Police', *s.* ஊர்க்காவல், போலீஸ், ஊர்காக்குமதிகாரிகள்.

Pol'icy, *s.* அரசுமுறை நிர்வகித்தல், விரகு, நயம், வியவகாரயுக்தி, வியவகாரசாதுரியம், தந்திரம், உபாயம், நீதி, ஒழுங்கு; இராஜ்ய சாதுரியம்.

Pol'ish, *s.* துலக்கம், மினுக்கம், ஒப்பம், சீர்மை.

Pol'ish, *v.i.* துலக்கு, மினுக்கு, ஒப்பஞ்செய்.

Polite', *a.* மரியாதையுள்ள, நாகரீகமான, சீர்திருத்தமுள்ள.

Polite'ness, *a.* மரியாதை, உபசாரம், நாகரீகம், நன்னயம்.

Pol'itic, *a.* புத்தியுள்ள, உபாயமான, காரிய நிர்வாக சாமர்த்தியமுள்ள, காரியசாதக.

Polit'ical, *a.* இராஜாங்கத்துக்கடுத்த, குடிஜனத்துக்கடுத்த.

Politi'cian, *s.* இராஜாங்க முறையறிவோன், தேசப்பிரமாணிகன், தந்திரி.

Pol'itics, *s.* இராஜாங்கமுறை, இராஜநீதி, இராஜதந்திரம்.

Pol'iture, *s.* மெருகு, மினுக்கு.

Pol'ity, *s.* அரசாட்சிவகை, நயம்; the doctrine of polity, நயசாஸ்திரம்.

Poll, *s.* தலை, பிடர், நாமாவளி.

Poll, *v.t.* மயிர்களை, கிளைநறுக்கு, அட்டவணையிற் சேர்.
Pol'lard, *s.* கிளைதரித்த மரம், கொம்புவிழுந்தகலைமான்; வெட்டுநாணையம், வெட்டுக்கட்டை.
Pol'len, *s.* பூந்தூள், பூந்தாது, மகரந்தம், இரேணு.
Poll-tax, *s.* தலைவரி.
Pollute', *v.t.* கறைப்படுத்து, அசுசிப்படுத்து, தீழ்ப்பாக்கு.
Pollut'er, *s.* கறைப்படுத்துவோன், கேடுசெய்பவன்.
Pollu'tion, *s.* கறை, அசுசி, ஆசுசம், அழுக்கு, தீழ்ப்பு.
Polt'foot, *s.* திரும்பினபாதம்.
Poltroon', *s.* இளநெஞ்சன், கோழையன்.
Polyan'thus, *s.* கொத்தலரி.
Polyg'amist, *s.* பல மனைவியருடையான், வெகுபத்தினீகன்.
Polyg'amy, *s.* பலபாரித்துவம், பலமனைவியரை வேட்டல்.
Pol'yglot, *s.* பலபாஷை யறிந்தவன்.
Pol'yglot, *a.* பலபாஷையிலெழுதப்பட்ட.
Pol'ygon, *s.* பலகோணவடிவம், வெகுகோணம்.
Pol'ygraphy, *s.* பலயூகாக்ஷர விகிதவித்தை.
Polyhe'dron, *s.* பலபுசகனம்.
Polyl'ogy, *s.* பிதற்றல், அலப்பு, வல்வாய்.
Polym'athy, *s.* பலகலைத்தெளிவு.
Polyno'mial, *s.* வெகு அங்கராசி.
Polyph'onism, *s.* வெகுநாதம், பலநாதம்.
Pol'ypus, *s.* பலகாலுள்ள மச்சம், சிலந்திக்கட்டு.
Polysyl'lable, *s.* பலவசைச்சொல்.
Pol'ytheism, *s.* பலதேவமதம், பலதெய்வக்கொள்கை.
Pol'ytheist, *s.* பலதேவானுசாரி, பலதேவதாசன்.
Pom'ace, *s.* சக்கை, கோது, கசானம்.
Poma'tum, *s.* வாசனைத்தைலம், மயிர்ச்சாந்து.
Pomegran'ate, *s.* மாதுளை, மாதுளங்கம்.
Pom'mel, *s.* குமிழ், குமிழி, கத்திக்கைப்பிடிக்குமிழி, கலணைக்கரடு.
Pom'mel, *v.t.* அடி, மோது, தாக்கு.
Pomp, *s.* ஆடம்பரம், இடம்பம், ஆரவாரம், கோலம், வீறுப்பு.
Pompos'ity, *s.* பகட்டு, வீம்பு, ஆடம்பரம், குசால்.
Pom'pous, *a.* ஆடம்பரமான, வீம்பான, இடம்பமான.
Pond, *s.* குளம், வாவி, தடாகம், ஏரி.
Pon'der, *v.t.* சிந்தி, அவதானி, யோசி, சீர்தூக்கிப்பார்.
Pon'derous, *a.* கனமான, திண்மையான, பாரமான.
Po'nent, *a.* மேற்கேயுள்ள.
Pon'iard, *s.* குத்துவாள், கட்டாரி.
Pon'tage, *s.* பாலத்தீர்வை, வாரதிவரி.
Pon'tiff, *s.* பிரதானகுரு, மகாவாசாரியன்.
Pontif'ical, *a.* குருத்துவமுள்ள.
Pontif'icate, *s.* மகாவாசாரியத்துவம்.
Pontoon', *s.* சட்டித்தோணி, தட்டைத்தோணி, சலங்கு.
Po'ny, *s.* மட்டக்குதிரை, மட்டம், தட்டு, சிறுகுதிரை.
Pool, *s.* குளம், மடு, தடாகம், தூரவு, குண்டு, குட்டை.
Poop, *s.* கப்பலின் பிற்பக்கம், பின்னணியம்.
Poor, *a.* எளிய, ஏழையான, வறிய, அற்ப, பரிதாபப்படத்தக்க; the poorest land, கடையீடு; a poor man, மிடியன், தரித்திரன்; poor, miserable people, ஏழை யெளியவர்கள்.
Poor-house, *s.* தர்மசாலை, தரித்திராலயம்.
Poor'ly, *a.* இயலாத, வியாதியான, அசௌக்கியமான.
Poor'ly, *ad.* எளிமையாய், பலவீனமாய், அற்பமாய்.
Poor'ness, *s.* எளிமை, ஏழைமை.
Poor-spir'ited, *a.* இளநெஞ்சுள்ள, அச்சமுள்ள.
Pop, *s.* ஒலிக்குறிப்பு, வெடி, பப்பெனல்.
Pop, *v.i.* விரைந்துசெல்லு, பாய்.
Pop, *v t.* விரைவிற்செலுத்து, தள்ளு.
Pope, *s.* உரோமைச்சபைத்தலைவர், பாப்பு.
Pope'dom, *s.* பாப்புத்துவம், உரோமைச்சபைத்தலைவர் பதவி.
Po'pery, *s.* உரோமைமார்க்கம், பாப்புமதம்.
Pop'gun, *s.* சிறுபிள்ளைகள் விளையாடுந் துப்பாக்கி.
Po'pish, *a.* பாப்புமார்க்கத்திற்கடுத்த.
Pop'lar, *s.* ஒருவகை மரம்.
Pop'py, *s.* கசகசா.
Pop'ulace, *s.* ஜனம், பிரஜை.
Pop'ular, *a.* கீர்த்தியான, புகழான, லௌகீக, வழக்கமான; accusation, ஜனப்பவாதம்; rumour, லோகப்ரவாதம்; usage, லோகாசாரம், லோகவியவகாரம்; popular opinion, லோகபிரவாதம்; popular report, லோகவசனம்.
Popular'ity, *s.* கீர்த்தி, புகழ், பெயர், லோகரஞ்சனம்.
Pop'ulate, *v.t.* குடியேற்று, குடியேறு.

Popula'tion, *s.* குடிஜனம், பிரஜை, ஜனம், ஜனசங்கியை, குடித்தொகை.

Pop'ulous, *a.* ஜனம்நெருங்கிய, ஜனவிருத்தியான, ஜனவளமுள்ள.

Por'cate, *a.* வரையுள்ள.

Por'celain, *s.* குருகுமட்பாண்டம், பீங்கான்.

Porch, *s.* தலைவாயில், வாயில்மண்டபம், தலைக்கடை மண்டபம்.

Por'cine, *a.* பன்றிக்குரிய, பன்றிச்சாயலான.

Por'cupine, *s.* முட்பன்றி, முள்ளம்பன்றி, எய்ப்பன்றி.

Pore, *s.* சிறுதுவாரம், உரோமத்துவாரம்.

Pore, *v.i.* ஆராய், உற்றுப்படி.

Pork, *s.* பன்றியிறைச்சி.

Pork'er, *s.* பன்றி, ஏனம்

Pork'ling, *s.* பன்றிக்குட்டி.

Poros'ity, *s.* துவாரந்துவாரமாயிருத்தல்.

Po'rous, *a.* துவாரமுள்ள, கண்ணறையுள்ள.

Por'phyry, *s.* பலநிறக்கல்.

Por'poise, *s.* கடற்பன்றி.

Por'ret, *s.* வெண்காயம்.

Por'ridge, *s.* கூழ்.

Por'ridge-pot, *s.* கூழ்ப்பானை.

Por'ringer, *s.* வட்டில், கிண்ணம், மல்லை, வட்டா.

Port, *s.* துறை, ஏற்றிறக்குஞ்செய்யுமிடம்.

Port'able, *a.* கொண்டுபோகக்கூடிய, தாங்கக்கூடிய, சுமக்கத்தக்க.

Port'age, *s.* கொண்டுபோதல், காக்கூலி.

Port'al, *s.* கதவு, வாயில், துவாரம்.

Port'ass, *s.* பிரார்த்தனுசங்கிரகம், குறிப்பிடம், பிரார்த்தனைப்புஸ்தகம்.

Portcul'lis, *s.* வாயிலடைக்கும் யந்திரம்.

Porte, *s.* துருக்கிய துரைத்தனம், துருக்கிய அரண்மனை.

Portend', *v.t.* குறிகாட்டு, நிமித்தங்காட்டு.

Portent, *s.* துர்க்குறி, துர்நிமித்தம், உற்பாதம், துர்ச்சகுனம், அபசகுனம்.

Portent'ous, *a.* துர்க்குறியான, துர்ச்சகுனமான.

Port'er, *s.* வாசல்காப்போன், சுமைக்காரன், சுமையாள், மூட்டைக்காரன்.

Port'erage, *s.* எடுகூலி, சுமைகூலி.

Port-fol'io, *s.* கடிதாசியுறை, மந்திரி உத்தியோகம், மந்திரி நடத்தும் லாகா.

Port'hole, *s.* கப்பலிற் பீரங்கிக்குண்டு பிரயோகிக்குந்துவாரம்.

Por'tico, *s.* தலைவாயில், தோரணவாயில், மண்டபம்.

Por'tion, *s.* பங்கு, பாகம், கூறு, விதி, சீதனம்.

Por'tion, *v.t.* பங்கிடு, பிரிவிடு, பகு.

Port'liness, *s.* பொலிவு, பொம்மல், மகத்துவம், புஷ்டி, செழிப்பு.

Port'ly, *a.* பொலிவான, ஸ்தூலமான, மகத்தான, கௌரவநடையுள்ள.

Portman'teau, *s.* பயணச்சாமான், பிரயாணத்தோற்பெட்டி.

Por'trait, *s.* சித்திரரூபம், சித்திரப்பிரதிமை, படம்.

Por'traiture, *s.* சித்திரம், படம், சித்திரப்பிரதிமை.

Portray', *v.t.* படமெழுது, பாவனைகாட்டு, சித்திரமெழுது.

Po'ry, *a.* துவாரம்நிறைந்த.

Pose, *v.t.* மனந்தடுமாறச்செய், பதறச்செய்.

Pos'er, *s.* மனந்தடுமாறுவிப்போன், பதறச்செய்வோன்.

Posi'tion, *s.* இடம், தலம், நிலை, உத்தேசம், எண்ணம், கற்பனுகரணம், பக்ஷம், பிரதிக்கினை; false, பக்ஷாபாசம்.

Pos'itive, *a.* உறுதியான, திட்டமான, தீர்க்கமான, பிடிவாதமுள்ள; quantity, தனராசி; degree, சுவயபாகம்; a positive lie, படுபொய்.

Pos'itively, *ad.* தீர்மானமாய், திடபரமாய், உறுதியாய், கண்டிப்பாய், நிஜமாய்.

Pos'itiveness, *s.* நிஜம்.

Possess', *v.t.* ஆள், பிடி, வைத்திரு, அநுபவி.

Posses'sion, *s.* உடைமை, ஆட்சி, உரிமையாட்சி, வசக்கட்டு, வசம்; other's possession, புறவசம்.

Posses'sive, *a.* உடைய, ஆட்சியான, சொந்தமான; case, கிழமைவேற்றுமை, சம்பந்தவேற்றுமை.

Posses'sor, *s.* உடையவன், ஆட்சிக்காரன், ஆள்வோன்.

Pos'set, *s.* திராக்ஷரசம்கலந்த பால்.

Possibil'ity, *s.* இயலல், இயலுந்தன்மை, கூடுந்தன்மை, சக்கியம், வசம்.

Pos'sible, *a.* கூடிய, இயலிய, சம்பாவியமான, இயன்ற.

Pos'sibly, *ad.* ஒருவேளை, இயலுமாகில், கூடுமாகில்.

Post, *s.* தூண், கம்பம், கால், தறி, தபால், உத்தியோகம்; of a door, கதவுநிலை.

Post, *v.t.* உத்தியோகத்திலமர்த்து, வை, தீவிரமாய்ப் பிரயாணஞ்செய்.

Post'age, *s.* அஞ்சற்செலவு, தபாற்செலவு.

Post'boy, *s.* அஞ்சற்காரன், தபாற்காரன்.

Post'chaise, *s.* பயணக்காரர் ஏறும் நாலுசக்கரப்பண்டி.

Post'date, *v.t.* பின்னிட்டுத் தேதிகுறி.

Postdilu'vian, *a.* ஜலப்பிரளயத்திற்குப்பின்னான.
Poste'rior, *a.* அபர, பின்னான, பிந்தின, பிந்திய.
Posterior'ity, *s.* பிந்துநிலைமை, பின்னிலை.
Poste'riors, *s.* சகனம், பிட்டம்.
Poster'ity, *s.* பின்சந்ததி, சந்தானம்.
Post'ern, *s.* நுழைவாயில், சிறுகதவு, புறக்கடைவாயில்.
Post-exist'ence, *s.* பிற்கதி.
Post'fact, *s.* பின்னிகழ்ச்சி, பிற்சம்பவம்.
Post'fix, *s.* விகுதி, இறுதிநிலை.
Post'haste, *s.* மிகுவிரைவு, அஞ்சலோட்டவிரைவு.
Post'humous, *a.* மரணத்தின்பின் பிரசித்தம்பண்ணப்பட்ட, பிதாவிறந்தபின் பிறந்த.
Pos'til, *s.* புடையுரை.
Postil'ion, *s.* முன்சாரதி.
Postlimin'iar, **Postlimin'ious**, *a.* பின்செய்த, பின்னுள்ள.
Post'man, *s.* அஞ்சற்காரன், தபாற்காரன்.
Post'master, *s.* அஞ்சற்றலைவன், தபாற்கண்காணி.
Postmerid'ian, *a.* பின்னேரத்துக்கடுத்த, மாலைநேரமான, அபரான்ன.
Post-mor'tem, *a.* மரணத்திற்குப் பின்னான.
Post'nate, *a.* பின்பிறந்த.
Post'office, *s.* அஞ்சற்சாவடி, தபால்வீடு.
Postpone', *v.t.* பின்போடு, நிறுத்திவை, தவணைபோடு, கடத்து.
Postposi'tion, *s.* பின்னிலை.
Post'script, *s.* சீட்டிற்கடைசியி லெழுதப்படுவது, பின்வாசகம்.
Post'town, *s.* தபாற்சாலையுள்ள நகர்.
Pos'tulate, *s.* சுவீகிருதபக்ஷம், தேசியம், உத்தேசம்.
Pos'ture, *s.* நிலை, கோலம், பாங்கு, அங்கஸ்திதி.
Po'sy, *s.* பூச்செண்டு, மோதிரத்தில் வரைந்த நீதிவாக்கியம்.
Pot, *s.* பானை, கலம், பாண்டம், பாத்திரம், மட்கலம், சட்டி, குடம், மிடா, சால், தாழி.
Pot, *v.t.* பாண்டத்தில் சேமி.
Pot'ash, *s.* காரம், மரவுப்பு, சாம்பருப்பு, சருச்சி.
Pota'tion, *s.* நீருண்கை, பருகுகை, ஒருவகைப்பானம்.
Pota'to, *s.* உருளைக்கிழங்கு, sweet, சர்க்கரைவள்ளிக்கிழங்கு.
Pot'bellied, *a.* பெருவயிறுள்ள, குடவயிற்று.
***t-compan'ion**, *s.* மதுவருந்தும் கூட்டாளி.
Po'tency, *s.* பெலன், சத்துவம், பலம்.
Po'tent, *a.* சத்துவமுள்ள, பெலனுள்ள.
Po'tentate, *s.* அதிபதி, சுயாதிபதி, அரசன்.
Poten'tial, *a.* இயன்ற, தக்க; mood, சத்துவதுறை.
Poth'er, *s.* தொந்தரை, தொல்லை, கலக்கம்.
Pot'herb, *s.* கீரை, இலைக்கறி.
Pot'hook, *s.* பாண்டம் கொளுவி.
Po'tion, *s.* பானம்.
Pot'lid, *s.* பானைமூடி, பாண்டமூடி.
Pot'sherd, *s.* கலவோடு, சில்லி.
Pot'tage, *s.* கூழ், குழம்பு, புற்கை.
Pot'ter, *s.* குயவன், குலாலன், மண்வினைஞன்.
Pot'tery, *s.* குயக்கலம், மட்கலம், வனையுமிடம், வனையுங்கூடம்.
Pot'ting, *s.* குடித்தல், மதுஉண்ணல்.
Pot-val'iant, *a.* மதுசூர.
Pouch, *s.* பை, சாக்கு, அடைப்பம், கோணி, வட்டுவம்.
Pouch, *v.t.* மடியிலிடு, விழுங்கு.
Poult, *s.* இளங்கோழிக்குஞ்சு.
Poul'terer, *s.* கோழிக்காரன், கோழிவிற்கிறவன்.
Poul'tice, *s.* புற்கை, உபநாகம், உற்காரிகை.
Poul'tice, *v.t.* உபநாகங்கட்டு.
Poul'try, *s.* வீட்டில் வளர்க்கப்படுங்கோழி, வாத்துமுதலிய பக்ஷிகள்.
Pounce, *s.* மைதுடைக்குந் தூள்.
Pounce, *v.t.* இருஞ்சு, விழுந்துபிடி.
Pounced, *a.* நகமுள்ள, பக்ஷிநகமுள்ள.
Pound, *s.* ஓரங்கிலேயநாணயம், சவரன், இராத்தல், பட்டி, தொழுவம்; pound foolish, பெருந் தன விரயத்தைப்பற்றி அஜாக்கிரதையான..
Pound, *v.t.* பட்டிக்குள் விட்டடை.
Pound'age, *s.* சவரன் நாணயத்திற்கழிவு, ஏற்றுமதிச்சரக்கின் தீர்வை.
Pound'er, *s.* உலக்கை, முசலம்.
Pour, *s.* வார், ஊற்று, கொட்டு.
Pout, *v.t.* மூஞ்சியைநீட்டு, சினந்துதோன்று.
Pov'erty, *s.* தரித்திரம், வறுமை, சிறுமை எளிமை, இன்மை, மிடி.
Pow'der, *s.* சுண்ணம், தூள், சூரணம், நீறு பஸ்பம், பொடி.
Pow'der, *v.t.* தூளி, பஸ்பமாக்கு.
Pow'der-bcx, *s.* சுண்ணச்சிமிழ்.
Pow'der-flask, **Pow'der-horn**, *s.* வெடிமருந்துக்குடுக்கை.
Pow'der-mill, *s.* வெடிமருந்தரல்.

Pow'der-mine, *s.* வெடிமருந்திடு சுரங்கம்.
Pow'er, *s.* வல்லமை பலம், வீரியம், அதிகாரம், சத்து, வசம், திராணி; of a quantity, காதிதம்.
Pow'erful, *a.* திடமான, சத்துவமுள்ள, சத்துள்ள, வல், வலிய, உரமான, பலமுள்ள.
Pow'erless, *a.* துர்ப்பல, பலமற்ற, அசத்துவ.
Pox, *s.* அம்மை, வைகுரி.
Practicabil'ity, *s.* சாதிக்கத்தக்கது, செய்யத்தக்கது, கூடுந்தன்மை, சக்கியம்.
Prac'ticable, *s.* சாத்தியமான, இயன்ற, செய்யக்கூடிய; a practicable thing, ஆங்காரியம்.
Prac'tical, *a.* சாதனைக்கடுத்த, அப்பியாசத்திற்குரிய.
Prac'tically, *ad.* சாதனையாய், அப்பியாசமாய், பயிற்சியாய்.
Prac'tice, *s.* சாதனை, அப்பியாசம், பரீக்ஷை, பயிற்சி, விர்த்தி; practice of virtue, சீலவிர்த்தி.
Prac'tise, *v.t.* பயிற்று, பரீக்ஷிப்பி, பழக்கு.
Prac'tise, *v.i.* அப்பியாசம்பண்ணு, பழகு, பயில்.
Prac'tiser, *s.* பயில்வோன், பழகுவோன்.
Practi'tioner, *s.* மருந்துசெய்கிறவன், வைத்தியன், வைத்தியாப்பியாசி, உபகாரகன்.
Pragmat'ic, } *a.* தலையிடுகிற, சோலி
Pragmat'ical, } பண்ணுகிற, துடினமுள்ள.
Prag'matist, *s.* தலையிடுவோன், கோளுவி.
Praise, *s.* துதி, தோத்திரம், புகழ்ச்சி, பாராட்டு, கியாதி.
Praise, *v. t.* போற்று, துதி, தோத்திரி, புகழ், மெச்சு.
Praise'less, *a.* புகழில்லா, புகழற்ற.
Praise'worthy, *a.* துதிக்கப்படத்தக்க, புகழுடையத்தக்க.
Prance, *v. i.* பாய், துள், துள்ளிவிளையாடு.
Prank, *s.* சேஷ்டை, உபாயவிளையாட்டு, துள்ளுகை.
Prank, *v.t.* அணி, பூஷணமிடு, சிங்காரி, வேஷமிடு.
Prate, *s.* பசபசப்பு, பிதற்று, அலற்று.
Prate, *v.i.* அலப்பு, கத்து, பசபச, பிதற்று.
Prat'tle, *s.* மழலைச்சொல், குதலை, கொஞ்சுமொழி.
Prat'tle, *v.i.* மழலைபேசு, கொஞ்சு.
Prat'tler, *s.* வீண்பிதற்றன், கத்துவோன்.
Prav'ity, *s.* சீர்கேடு, துன்மார்க்கம்.
Prawn, *s.* இறால், இடவு.
Prax'is, *s.* சாதனைவிதி, அப்பியாசம், பழக்கம்.
Pray, *v.i.* பிரார்த்தி, வேண்டுதல்செய், விண்ணப்பம்பண்ணு.
Pray'er, *s.* விண்ணப்பம், பிரார்த்தனை, வேண்டுகை.
Pray'er-book, *s.* பிரார்த்தனுபுஸ்தகம்.
Prayer'less, *a.* ஜெபிக்காத, ஜெபஞ் செய்யாத.
Preach, *v.t.* பிரசங்கி, பிரசங்கம்பண்ணு, போதி.
Preach'er, *s.* பிரசங்கி, போதகன்.
Pre-acquaint'ance, *s.* முற்பயிற்சி, முற்பழக்கம்.
Pre-administra'tion, *s.* முன்னரசாட்சி.
Pre-admon'ish, *v.t.* முந்தியெச்சரி, முற்போதி.
Pream'ble, *s.* பாயிரம், முகவுரை.
Preca'rious, *a.* தன்னிஷ்டமில்லாத, அநிச்சயமான, ஐயமான.
Preca'riously, *ad.* சுவாதீனமின்றி, ஐயப்பாடாய், நிச்சயமற்றவிதமாய்.
Precau'tion, *s.* முன்னெச்சரிப்பு, சாவதானம்.
Precau'tionary, *a.* முன்னெச்சரிப்புள்ள, முந்தித்தவிர்க்கும்.
Precede', *v.t.* முந்து, முன்னிடு, முன்னேறு.
Prece'dence, *s.* முதன்மை, தலைமை, சிரேஷ்டம்.
Prec'edent, *s.* உதாரணம், முன்மாதிரி, மேற்கோள்.
Prec'edent, *a.* முந்தின, முன்னான.
Prec'edented, *p.a.* மேற்கோளுள்ள, முன்மாதிரியுள்ள.
Preced'ing, *a.* முந்துகிற, முன்னிட்டிருக்கிற.
Precen'tor, *s.* கீதத்தலைவன், இராகத்தலைவன்.
Pre'cept, *s.* கட்டளை, கற்பனை.
Precep'tor, *s.* ஆசான், உபாத்தியாயன், போதகன்; spiritual, ஆசாரியன், தீட்சாகுரு, குரு; family, குலகுரு.
Precep'tory, *s.* வைதீகக்கல்வி கற்பிக்கப்படுஞ்சாலை.
Preces'sion, *s.* முந்திப்போதல்; of the equinox, கிராந்திபாதகதி, அயனசலனம்.
Pre'cinct, *s.* சுற்றெல்லை, எல்லைமானம், அயல், உபாந்தம்.
Pre'cious, *a.* அதிகவிலையுள்ள, விலையுயர்ந்த, அருமையான.
Pre'ciously, *ad.* அரிதாய், விலையுயர்தாய், அருமையாய்.

Prec'ipice, *s.* அதடர், செங்குத்து, செங்குத்துமலை, நிறதிட்டம், உச்சிமலை.
Precip'itance, *s.* அதிதீவிரம், ஆத்திரம், எண்ணுமை.
Precip'itate, *s.* நீறு, டப்பம், சுண்ணம்.
Precip'itate, *v.t.* தலைகீழாகவிழு, தாழ்த்து, தள்ளு, துரிதப்படுத்து.
Precip'itate, *a.* தலைகீழாகவிழுகிற, அதோகதியான, எண்ணுத.
Precip'itately, *ad.* தலைகீழாய், அதோகதியாய், திடுகூருய், சடிதியாய்.
Precipita'tion, *s.* அதோகதி, அதிசீக்கிரம், அதிதீவிரம், திடுகூறு, அதட்சேபம், வெட்டெனவு.
Precip'itous, *a.* செங்குத்தான, துணிகரமான, எண்ணமற்ற.
Precise', *a.* திர்க்கமான, சரியான, நுட்பமான, திட்டமான, சூக்ஷ்ம.
Precise'ly, *ad.* சரிவர, திட்டமாய், தீர்க்கமாய்.
Precis'ion, *s.* நேர்மை, செம்மை, நிதார்த்தம், நுட்பம்.
Preclude', *v.t.* தடு, விலக்கு, தவிர், தள்ளு, நீக்கு.
Preclu'sion, *s.* விலக்கு, தவிர்ப்பு, நீக்குகை.
Prec'ocious, *a.* பருவத்திற்குமுன் பழுத்த, காலத்திற்குமுன் பக்குவமான.
Precocity, *s.* பிரௌடபுத்தி.
Precoc'ity, *s.* பருவத்திற்குமுன் பழுக்கை.
Precogni'tion, *s.* முன்னுணர்ச்சி, முன்பரீக்ஷை.
Preconceiv'ed, *a.* முன்னெண்ணங்கொண்ட, முன்கருதிய.
Preconcep'tion, *s.* முன்கொண்ட வெண்ணம், பூர்வக்காட்சி.
Preconcert'ed, *p.a.* முன்னுலோசித்த, முன்னே தீர்ந்த.
Precon'tract, *s.* முன்செய்த வுடன்படிக்கை, பூர்வ வுடன்பாடு.
Precurse', *s.* முன்னேடுகை, முன்னேட்டம்.
Precur'sor, *s.* முற்றூதன், கட்டியகாரன்.
Preda'ceous, *a.* மிருகங்களைக்கொன்று பக்ஷிக்கிற.
Pred'atory, *a.* கொள்ளையாடுகிற, சூறையாடுந்தன்மையுள்ள.
Predeces'sor, *s.* முந்தினவுத்தியோகஸ்தன், முந்தினவன்.
Predestina'rian, *s.* விதிவாதி.
Predes'tinate, *v.t.* முன்குறி, முன்னியமி, முன்விதி.
Predestina'tion, *s.* முனனியமம், முன்தீர்ப்பு, பூர்வவிதி.
Predes'tine, *v.t.* முன்குறி, முன்னியமி.
Predetermina'tion, *s* முன்னியமம், முன்விதி.
Pre'determine, *v t.* முன்தீர், முன்தீர்மானி.
Pred'icable, *a.* உறுதிப்படத்தக்க, விசேஷிப்பிக்கத்தக்க.
Predic'ament, *s.* நிர்வாகம், தன்மை, நிலைமை.
Pre'dicate, *s.* விசேஷணம், இலக்கணம்; subject of a, விசேஷியம்
Pred'icate, *v.t.* குறி, விசேடகி.
Predict', *v.t.* தீர்க்கதரிசனஞ்சொல்லு, வருங்காரியஞ்சொல்லு.
Predic'tion, *s.* வருங்காரியஞ் சொல்லுகை, தீர்க்கதரிசனமுரைக்கை, தீர்க்கதரிசனம்.
Predic'tive, *a.* முன்னுரைக்கிற, குறிசொல்லுகிற
Predic'tor, *s.* முன்னுரைப்போன், உறுவது, சொல்வோன், வருங்காரியம் சொல்வோன்.
Predilec'tion, *s.* சாய்மானம், சார்பு.
Predispose', *v.t.* மனஞ்சாய், முன்புவசப்படுத்து.
Predisposi'tion, *s.* மனச்சாய்வு, முற்றமைமை, அடியீடு.
Predom'inance, *s.* தலைமை, மேன்மை, சிரேஷ்டம், ஆதிக்கம், மேலீடு.
Predom'inant, *a.* அதிகாரமுள்ள, தலைமையான, ஆளுகிற.
Predom'inate, *v.i.* அதிகப்படு, மேற்படு, தலைமையா.
Pre-em'inence, *s.* தலைமை, சிலாக்கியம், முதன்மை, சிரேஷ்டம்.
Pre-em'inent, *a.* தலைமையான, சிரேஷ்டமான, உத்தம, அதியுசித.
Pre-emp'tion, *s.* மற்றொருவனுக்கு முன்பு கிரயத்திற்கு வாங்கற்குரிமை.
Preen, *v.t.* இறகுகோது.
Pre'engage', *v.t.* முந்தியுடன்படு, முன்னே ஏற்படு, முந்தியுடன்படுத்து.
Pre'engage'ment, *s.* முதலேற்படுகை, முதலுடன்படுகை.
Pre'exist', *v.i.* முன்னிரு, முன்னுண்டா சுயம்பாயிரு.
Pre'exist'ence, *s.* முன்னிருத்தல்.
Pre'exist'ent, *a.* முன்னிருக்கிற.
Pref'ace, *s.* முகவுரை, பாயிரம், நூன்முகம்.
Pref'ace, *v.t.* முகவுரைசொல்லு, பாயிரஞ்சொல்லு.
Pref'atory, *a.* முகவுரையான, பாயிரத்திற்கடுத்த.
Pre'fect, *s.* தேசாதிபதி, ஆளுகைகாரன், அதிகாரி.

Pre'fecture, *s.* ஆதிக்கம், தேசாதிபத்தியம், துரைத்தனம்.
Prefer', *v.t.* நல்லதென்றுதெரி, நல்லதென்றெடு, ஆய்ந்தெடு, சொல்லு.
Pref'erable, *a.* தெரிந்துகொள்ளப்படத்தக்க, அதிகசிறப்பான.
Pref'erably, *ad.* உத்தமமாய், விசேஷமாய்.
Pref'erence, *s.* தெரிகை, சாய்மானம், மனச்சாய்வு, மனவிருப்பம்.
Prefer'ment, *s.* உயர்ந்த உத்தியோகத்திலேற்படுத்தல்-படுதல், உயர்ந்த வுத்தியோகம்.
Prefigura'tion, *s.* முன்னுருபிக்கை, முன்குறிக்கை, முன்னறிவிக்கை.
Prefig'ure, *v.t.* முன்னுருவகி, முன்குறி, மாதிரிகாட்டு.
Prefini'tion, *s.* முற்குறிப்பிடல், முன்வரையறை.
Pre'fix, *s.* உபசர்க்கம்.
Prefix', *v.t.* முன்னிறுத்து, முன்வை, முன்னியமி.
Preg'nancy, *s.* சினை, சூல், கர்ப்பதாரணம், கர்ப்பம்.
Preg'nant, *a.* சினைத்த, கருக்கொண்ட, சூற்கொண்ட; a pregnant female, கர்ப்பவதி, கர்ப்பிணி, பிள்ளைத்தாய்ச்சி.
Prehen'sile, *a.* பிடிக்கத்தக்க.
Pre'instruct, *v.t.* முற்போதி, முன்னுணர்த்து.
Prejudge', *v.t.* விசாரிக்குமுன் தீர்.
Prejudg'ment, *s.* பூர்வநிர்ணயம்.
Preju'dicate, *v.t.* முன்னுறத்தீர்மானி, ஆராயாமற்றீர்.
Prejudica'tion, *s.* சாக்ஷியின்றித் தீர்மானிக்கை, விசாரணையில்லாத் தீர்ப்பு.
Prej'udice, *s.* தப்பெண்ணம், சேதம், விக்கினம், மதிமோசம், அவிசாரமதி, அவிசாரபுத்தி, அபகாரம், அபசயம், ஹானி, நாசம், வாதை, அபாயம்.
Prej'udice, *v.t.* மனஞ்சாய், மனந்திருப்பு, சேதமுறுவி.
Prejudi'cial, *a.* கேடுள்ள, நஷ்டமுள்ள, மோசமான.
Prel'acy, *s.* அத்தியக்ஷ குருத்துவம்.
Prel'ate, *s.* அத்தியக்ஷர், கண்காணி, சிரேஷ்டகுரு.
Prela'tion, *s.* உயர்ந்த நிலைமையி லேற்படுத்தல்.
Prel'atist, *s.* அத்தியக்ஷ குருத்துவவாதி.
Prelec'tion, *s.* பேச்சு, சம்பாஷணை, பிரசங்கம் வாசிக்கை.
Prelim'inary, *a.* பாயிரமான, முகவுரையான, முன்னுள.
Prel'ude, *s.* சுதிகூட்டுதல், முகவுரை, ஆரம்பம், உபக்கிரமம், பிரகரணம்.
Prel'ude, *v.t.* சுதிகூட்டு, பதிகமாயுரை.
Premature', *a.* பருவத்திற்கு முந்தின.
Prematu'rity, *s.* பிஞ்சிலே பழுத்தல், பருவத்திற்குமுன் முதிரல்.
Premed'itate, *v.t.* முன்னாலோசி, ஆய்ந்தோய்ந்துபார்.
Premedita'tion, *s.* முன்னாலோசனை, சிந்தனை, முன்யோசனை.
Prem'ier, *s.* முதன்மந்திரி.
Prem'ier, *a.* முதன்மையான, தலைமையான, சிரேஷ்டமான, பிரதான.
Premise', *v.t.* முகவுரையாய்ச்சொல்லு, பாயிரமாய்க்கூறு.
Prem'ises, *s.* (*pl.*) சாதனம், உபந்நியாசம், அவயவம், பக்ஷம், வீடுவாசல்.
Prem'iss, *s.* முற்பிரதிக்கினை.
Pre'mium, *s.* உபகாரம், நன்கொடை, வெகுமதி.
Premon'ish, *v.t.* முன்னெச்சரி, முன்சொல்லிவை.
Premoni'tion, *s.* முன்னெச்சரிக்கை, முன்னறிவிப்பு, பூர்வசூசனை, பூர்வபோதம்.
Preoccupa'tion, *s.* முந்தி ஸ்வாதீனப்படுத்தல், பூர்வபோதம்.
Preoc'cupy, *v.t.* முந்தி யாட்சிபெறு.
Preop'tion, *s.* முதலுரிமை.
Preordain', *v.t.* முன்னியமி, முன்கற்பி.
Preor'dinance, *s.* முன்தீர்மானம், முன்தீர்வை.
Prepara'tion, *s.* எத்தனம், ஆயத்தம், சேகரம், பிரயத்தனம்.
Prepar'atory, *a.* ஆயத்தமான, ஏதுவான, முன்போகிற; preparatory training, ஆரம்பசாதகம்.
Prepare', *v.t.* எத்தனம்பண்ணு, ஆயத்தம்பண்ணு; to prepare food, பக்குவம்பண்ண, சமைக்க.
Prepense', *a.* முன்கருதிய, முந்தியோசிக்கப்பட்ட.
Prepol'lent, *a.* அதிகரிக்கிற, பிரபல.
Prepon'der, *v.t.* எடைகதி.
Prepon'derance,
Prepon'derancy, } *s.* ஏற்றம், கதிப்பு, அதிபாரம், தாக்கம்.
Prepon'derate, *v.i.* கதி, கன, அதிபாரங்கொள்ளு.
Prepose', *v.t.* முன்வை, முன்னிடு.
Preposi'tion, *s.* உருபிடைச்சொல், முன்னிடை.
Prepos'itive, *a.* முன்வைத்த, முன்னிடு

Prepos'itor, *s.* சட்டம்பிள்ளை.
Prepossess', *v.t.* முதலாளு, முன்னாட்சி பெறு, பக்ஷபாதமாக்கு.
Prepossses'sion, *s.* முன்னாட்சி, முன்னாளுகை, முன்கொண்ட கருத்து.
Prepos'terous, *a.* மதிகெட்ட, தப்பிதமான, பிழையான, மாறுபாடான, விபரீதமான.
Pre'puce, *s.* நுனித்தோல், அக்கிரசருமம்.
Prereq'uisite, *s.* முன்பு ஆவசியகமானது, முன்வேண்டியது.
Preresolve', *v.t.* முந்தி நிர்ணயி.
Prerog'ative, *a.* சுதந்தரம், சலக்கரணை, உரிமை, சொந்தம், தனியுரிமை.
Pre'rogatived, *a.* சலக்கரணைபெற்ற.
Pres'age, *s.* குறி, நிமித்தம், சகுனம், முன்னறிவு, முற்குறி.
Presage', *v.t.* வருவதுரை, குறிசொல்லு, குறிகாட்டு.
Pres'byter, *s.* சபையின் மூப்பன், குரு.
Presbyte'rianism, *s.* குரு, ஆதிக்கவாதம்.
Pres'bytery, *s.* குருசங்கம், மூப்பர் கூட்டம்.
Pre'science, *s.* முன்னறிபுமதிவு.
Pre'scient, *a.* முன்னறிகிற.
Pre'scious, *a.* பூர்வஞானமுள்ள.
Prescribe', *v.t.* கற்பி, நியமி; **prescribed by-law**, விதிவிகித.
Pre'script, *s.* கற்பனை, ஒழுங்கு, கட்டளை, நியமம், விதி.
Pre'script, *a.* கற்பித்த, விதிக்கப்பட்ட.
Prescrip'tion, *s.* வழக்கத்தின் முறைமை, விதி, நியமம், நியமிப்பு.
Prescrip'tive, *a.* வழக்கத்தால் நிலைப்பட்ட, பரவணியான; **right or title**, தொன்றுதொட்டுள்ள உரிமை.
Pres'ence, *s.* முகதா, முன், சமுகம், சந்நிதி, சந்நிதானம், அபிமுகம்; **of mind**, அவதானம், மனக்கலக்கமின்மை, சிந்தனை, ஸ்திரசித்தம்.
Presence-chamber, *s.* அத்தாணிமண்டபம், கொலுமண்டபம்.
Pres'ent, *s.* ஈகை, வெகுமதி, பரிசு, நன்கொடை, சந்தோஷம்.
Present', *v.t.* ஒப்படை, ஒப்புவி, கொடு, தெரியக்காட்டு.
Pres'ent, *a.* இருக்கிற, நிகழுகிற, நடக்கிற; **tense**, நிகழ்காலம், நிகழ்வு; **one who is personally present**, பிரத்தியக்ஷதரிசி.
Presenta'tion, *s.* ஒப்புவிக்கை, கொடுக்கை, காட்சி, வேடிக்கை.
Presentee', *s.* கோவில்மானியம் குறித்தொப்புவிக்கப் பெறுவோன்.
Present'er, *s.* கொடுப்போன், ஒப்புவிப்போன், ஈகையாளன்.
Presen'timent, *s.* முன்கொள்கை, முன்னெண்ணம்.
Pres'ently, *ad.* உடனே, இப்போதே, தக்ஷணமே, சீக்கிரத்தில்.
Present'ment, *s.* தோற்றம், காட்சி.
Preserva'tion, *s.* காப்பு, இரக்ஷை, சேமம், பரிபாலனம், பராமரிப்பு.
Preserv'ative, *a.* காக்கத்தக்க, இரக்ஷிக்கச் சக்தியுள்ள.
Preserve', *s.* வற்றல், அடைகாய், ஊறுகாய்.
Preserve', *v.t.* காப்பாற்று, தற்கா, இரட்சி, பரிபாலி, ஓம்பு.
Preserv'er, *s.* இரட்சகன், காவலன், காப்போன், பரிபாலனன்.
Preside', *v.i.* தலைமைபண்ணு, ஆதிக்கம்பண்ணு, முதன்மைசெலுத்து.
Pres'idency, *s.* தலைமை, ஆதிக்கம், அதிபத்தியம், இராஜியம், சமஸ்தானம்.
Pres'ident, *s.* சங்கத்தலைவன், சபாபதி, தேசாதிபதி, பிரஜாதிபதி, முதலாளி
Presiden'tial, *a.* பிரஜாதிபதிக்குரிய, முதலாளிக்குரிய.
Press, *s.* நெருக்கம், சங்கடம், முட்டுப்பாடு; **printing press**, அச்சுயந்திரம், எந்திரம்; **wine press**, ஆலை; **oil press**, செக்கு.
Press, *v.t.* நெருக்கு, அழுத்து, ஒடுக்கு; **to press hard**, முடுக்க.
Press, *v.i.* நெருங்கு, அடர், அமுங்கு, மொய், முந்து.
Press'ing, *a.* நெருக்கிடையான, அவசரமான, நெருக்குகிற.
Press'gang, *s.* கப்பல் யுத்தத்திற்கு ஜனங்களைப் பலாத்காரமாய்ப் பிடிப்பவர்கள்.
Press'ingly, *ad.* வலிமையாய், நெருக்கி.
Press'man, *s.* அச்சுப்பதிப்போன்.
Pres'sure, *s.* அமுக்கு, நெருக்கம், இறுக்கம், பாரம்.
Pres'tige, *s.* கௌரவம், பெருமிதம்.
Pres'tiges, *s. (pl.)*, மருட்சி, மயக்கம், மாயை, சாலவித்தை.
Pres'to, *ad.* விரைந்து, உடனே, துரிதமாய்.
Presum'able, *a.* நினைக்கக்கூடிய, கொள்ளத்தக்க.
Presume', *v.t.* எண்ணு, நினை, செருக்கு, மிஞ்சிநட.
Presum'ing, *p.a.* துணிகிற.
Presump'tion, *s.* தன்மூப்பு, செருக்கு, துணிவு, எண்ணம்.

Presump'tive, *a* எண்ணிவைத்த, உத்தேசத்தாற்கொண்ட; evidence, அர்த்தாபத்தி, அநுமானநிர்ணயம்.
Presump'tuous, *a.* செருக்குள்ள, விநயமில்லாத.
Presuppose', *v.t.* முன்னெண்ணு, முன்னுத்தேசி.
Pretence', *s.* பாசாங்கு, போலித்தன்மை, மாமாலம், நோக்குவித்தை, வியாஜம்.
Pretend', *v.t.* பாவனைகாட்டு, போலிபண்ணு, பாசாங்குகாட்டு, கள்ளம்பண்ணு, சாக்கிடு.
Pretend'ed, *p.a.* பாசாங்குள்ள, கள்ளத்தனமான.
Pretend'er, *s.* கபடன், கரவடன், பாசாங்கன்.
Preten'sion, *s.* கரவடம், மாமாலம், போசக்கை.
Preter-imper'fect, *a.* செல்காலம்பற்றிநிகழுகின்ற, முற்றமுடியாத.
Pret'erit, *a.* இறந்தகாலங்காட்டிய, சென்ற.
Pretermit', *v.t.* விட்டுவிடு, கடந்துபோ.
Preternat'ural, *a.* சுபாவந்தப்பின, இயல்புக்கு மேலான, விலட்சண, அற்புதமான.
Preter-per'fect, *a.* சென்ற, நடந்தேறிய.
Preter-pluper'fect, *a.* மற்றொருசெயல் நடந்ததற்குமுன் நடந்தேறிய.
Pretext', *s.* போக்கு, சாக்கு, சாட்டு, வீண்நியாயம், வியாஜம்.
Pre'tor, *s.* உரோம நீதியதிபர்.
Pret'tily, *ad.* நேர்த்தியாய், சிறப்பாய், அழகாய்.
Pret'tiness, *s.* வடிவு, அழகு, நேர்த்தி, சித்துவம், அலங்காரம்.
Pret'ty, *a.* அழகிய, நேர்த்தியான, அலங்காரமான, வடிவான, ஒண்மையான.
Pret'ty, *ad.* ஒருமட்டாய், ஒருவாறு.
Pretyp'ify, *v.t.* முற்குறிப்பி, முற்குறிகாட்டு.
Prevail', *v.i.* மேற்கொள்ளு, வெல்லு, பரம்பு.
Prevail'ing, *a.* பரம்புகிற, மேற்கொள்ளுகிற, வழக்கமான.
Prev'alence, }
Prev'alency, } *s.* பரம்புகை, ஆதிக்கம், அதிகரிக்கை, வழக்கம், மேலீடு; of bile, பித்தாதிக்கம்.
Prev'alent, *a.* அதிகரிக்கிற, பரம்புகிற; prevalent custom, உலோகமார்க்கம்.
Prevar'icate, *v.i.* மாற்று, புரட்டு, வழுவச்செய்.
Prevarica'tion, *s.* நாப்புரட்சி, வாக்குத்தவறு, வாக்குஜாலம்.
Prevar'icator, *s.* பித்தலாட்டக்காரன், புரவிக்காரன்.
Preve'nient, *a.* முன்போகும், தடுக்கும்.
Prevent', *v.t.* தடு, தவிர், விலக்கு, நீக்கு, மறி.
Preven'tion, *s.* தடுப்பு, தடங்கல், தடை, இடையூறு.
Prevent'ive, *s.* தடை, தடுப்பது, மாற்றுமருந்து.
Preven'tively, *ad.* தடையாய், குந்தகமாய்.
Pre'vious, *a.* முந்தின, முந்திப்போன, சென்ற.
Pre'viously, *ad.* முன்னே, முந்தி.
Previs'ion, *s.* பூர்வதிர்ஷ்டி, முன்னோக்கு.
Prewarn', *v.t.* முந்த எச்சரி.
Prey, *s.* இரை, கொள்ளைப்பொருள், சூறைப்பொருள்; to become a prey, ஆகாரமாய்ப்போக.
Prey, *v.i.* இராஞ்சு, இரைபிடி, சூறையாடு.
Price, *s.* விலை, கிரயம், பெறுமதி; current, நிரக்கு; a list of current prices, நிரக்குநாமா.
Price, *v.t.* விலைவை, கிரயங்குறி.
Price'less, *a.* கிரயமற்ற, விலையில்லா.
Prick, *s.* கீறு, குற்று, முள், கருக்கு, கூர்.
Prick, *v.t.* தை, உயர்த்து, நிமிர்த்து; கீறு, குற்று; to prick up the ears, காதைநெறிக்க.
Prick'et, *s.* ஈராட்டைக்கலைமான்.
Pric'kle, *s.* சுணை, முள்.
Prick'ly, *a.* சுணையுள்ள, முள்ளுள்ள.
Prick'ly-heat, *s.* வேர்க்குரு.
Pride, *s.* பெருமை, அகங்காரம், கொழுப்பு, செருக்கு, இறுமாப்பு, மேட்டிமை, கருவம்.
Pride, *v.t.* தன்னையுயர்த்து, தன்னைப்புகழ்.
Priest' (*fem.* priest'ess), *s.* குரு, ஆசாரியன், ஆசாரி, புரோகிதன்.
Priest'craft, *s.* கள்ளக்குருக்களின் தந்திரம், குருவுபாயம்.
Priest'hood, *s.* குருத்தொழில், குருத்துவம், குருக்கள் வகுப்பார்.
Priestly, *a.* குருத்துவத்திற்கடுத்த.
Priest'ridden, *a.* குருக்களாலொடுக்கப்பட்ட, குருக்களால் வஞ்சிக்கப்பட்ட, குருவசமான, குருவுக்கதீனமான.
Prig, *s.* பிலுக்கன், அகங்காரி, கள்ளன்.
Prig, *v.t.* திருடு, சோரஞ்செய்.
Prim, *a.* ஒழுங்கான, பிலுக்கான, இடம்பமான.
Pri'macy, *s.* சிரேஷ்ட அத்தியக்ஷ குருத்துவம்.

Pri'marily, *ad.* விசேஷமாய், பிரதானமாய்.

Pri'mary, *a.* மூலமான, ஆரம்பமான, ஆதிக்கமான, முதன்மையான, பிரதம.

Pri'mate, *s.* சிரேஷ்ட அத்தியக்ஷகுரு.

Prime, *s.* ஆரம்பம், முதல், ஆதி, உசிதம், விடியல்.

Prime, *v.t.* திரிவாய்க்கு மருந்துபோடு.

Prime, *a.* பிரதான, மேன்மையான, பிரதம; number, பகாவிலெண்; minister, முதன்மந்திரி.

Prime'cost, *s.* கொள்விலை, சென்றவிலை.

Prim'er, *s.* முதற்பாடபுஸ்தகம், ஒருவகை எழுத்து.

Prime'val, *a.* ஆதியான, மூலமான, காரணமான, பூர்வமான.

Prim'ing, *s.* பற்றுவாய் மருந்து.

Prim'itive, *s.* மூலபதம், பகாப்பதம்.

Prim'itive, *a.* ஆதியான, மூலமான, முதலான, பூர்வ, பழைய.

Prim'ity, *s.* முதன்மை.

Prim'ness, *s.* மெட்டு, செருக்கு, இடம்பம்.

Primoge'nial, } *a.* முன்பிறந்த, ஆதியான.
Primoge'nious, }

Primogen'itor, *s.* முதற்பிதா, ஆதிபிதா, கோத்திரப்பிதா.

Primogen'iture, *s.* ஆதிஜாதத்துவம், ஜேஷ்டபுத்திர சுதந்தரம்.

Primor'dial, *a.* ஆதியான, தொடக்கமான, ஆரம்பமான, பூர்வ.

Primor'dial, *s.* ஆதி, பூர்வம், மூலம், எழுவாய்.

Prim'rose, *s.* ஒருவகைப் பூ.

Prince, *s.* அரசன், அதிபதி, பிரபு, இராஜகுமாரன், இளவரசன்.

Prince'dom, *s.* அதிபதித்துவம், இராஜபிரபு பூஸ்திதி.

Prince'ly, *a.* பிரபுத்தனமான, மகத்துவமான, பிரதான.

Prin'cess, *s.* இராணி, இராஜகுமாரத்தி, துரைமகள்.

Prin'cipal, *s.* அதிபதி, நாயகன், பிரதானி, தலைவன்; as money, முதல்.

Prin'cipal, *a.* உத்தமமான, தலைமையான, பிரதான, முக்கியமான.

Principal'ity, *s.* பிரபுவின் தேசம், தேசாதிக்கம்.

Prin'cipally, *ad.* பிரதானமாய், முக்கியமாய், விசேஷமாய்.

Prin'ciple, *s.* காரணம், ஆதாரம், தாது, மூலாங்கம், மூலவஸ்து, பிரதமசூத்திரம், மூலசூத்திரம், விதி, நியமம், நியாயம், சுபாவம், கிரமம், சித்தாந்தம்; first principle, மூலதத்துவம்; he who thoroughly understands the principles of science, தத்துவஞானி.

Print, *s.* அச்சு, அடையாளம், அச்செழுத்து, சுவடு, முத்திரை.

Print, *v.t.* அச்சடி, அச்சுப்பதிப்பி, பதி.

Print'er, *s.* அச்சடிக்கிறவன், அட்சரேந்திரப்பிரதானி.

Print'ing, *s.* அச்சடிப்பு, அச்சுப்பதிப்பு, அச்செழுத்து.

Pri'or, *s.* உரோமைச்சந்நியாசமடபதி.

Pri'or, *a.* முந்தின, ஆதியான, பழைய, பூர்வமான.

Prior'ity, *s.* முதன்மை, தலைமை, மூப்பு, பூர்வம்.

Pri'ory, *s.* சந்நியாசிமடம்.

Prism, *s.* திரிபுசக்கண்ணாடி.

Prismat'ic, *a.* திரிபுசக்கண்ணாடிக்குரிய.

Pris'on (priz'n), *s.* காவல், காவற்கூடம், சிறைச்சாலை.

Pris'oner, *s.* காவலிலிருப்பவன், சிறைப்பட்டவன், கைதி.

Pris'on-house, *s.* சிறைச்சாலை, சிறைக்கூடம், காராக்ரகம்.

Pris'tine, *a.* ஆதியான, முதலான, தலையான, பூர்வமான, பழைய.

Prith'ee (a corruption of 'I pray thee'), *s.* தண்டம், சரணம்.

Prit'tle-prattle, *s.* வீண்பிதற்று.

Pri'vacy, *s.* இரகசியம், அந்தரங்கம்.

Pri'vate, *a.* இரகசியமான, அந்தரங்க, தனித்த, தன்; private apartments, அந்தப்புரம்; private advantage, தன்னயம், ஆத்மஹிதம்; private affairs, தன்காரியம், ஆத்மகாரியம், private property, தன்சொத்து, ஸ்வதனம்.

Pri'vate, *s.* சாமானிய போர்ச்சேவகன்.

Privateer', *s.* போர்க்கப்பல், கொள்ளைக் கப்பல்.

Pri'vately, *ad.* இரகசியமாய், அந்தரங்கமாய், தனியே.

Priva'tion, *s.* இழந்துபோகுகை, நஷ்டப்படுகை, இழவு; a useless privation, வீணிழவு.

Priv'ilege, *s.* சுதந்தரம், பேறு, நன்மை, உரிமை, ஆதாயம், சிலாக்கியம், சுவிகாரம், தஸ்தூரி.

Priv'ilege, *v.t* நன்மைசெய், நயத்திலேற்படுத்து.

Priv'ily, *ad.* இரகசியமாய், அந்தரங்கமாய், பிறரறியாமல்.

Priv'ity, *s*. அந்தரங்கவறிவு, இரகசியம், இருவரறிந்த இரகசியம்.
Priv'y, *s*. மலங்கழிக்குங்கூடம், வெளிவீடு.
Priv'y, *a*. இரகசியமான, அந்தரங்கமான, தனித்த.
Prize, *s*. பேறு, வெகுமதி, பந்தயம், விலையுயர்ந்த பொருள்.
Prize, *v.t.* விலைமதி, விலையுயர்த்து, மதி.
Prize fighter, *s*. மல்லன், மல்லயுத்தக்காரன்.
Probabil'ity, *s*. அனுமானசங்கை நம்பக்கூடியதன்மை, சம்பாவனை.
Prob'able, *a*. சம்பவிக்கக்கூடிய, உண்மையளவையான.
Prob'ably, *ad*. ஒருவேளை, போல, கூடியதாய்.
Pro'bate, *s*. திருஷ்டார்தப்படுத்துகை.
Proba'tion, *s*. பரீக்ஷைநிலை, சோதனைநிலை, விசாரணை.
Proba'tionary, *a*. பரீக்ஷைவகையான.
Proba'tioner, *s*. பரீக்ஷை நிலைமையிலுள்ளவன், புதியவன், பழகாதவன்.
Prob'ative, *a*. பரீக்ஷைவகையான, பரிசோதனைவகையான.
Probe, *s*. இரணவைத்தியசலாகை, நாராசம்.
Probe, *v.t.* சலாகையினுற்சோதி, திர்க்கசோதனைசெய்.
Prob'ity, *s*. உண்மை, திட்டம், நாணயம், நிதானம், நேர்மை, நிதார்த்தம், யதார்த்தம்.
Prob'lem, *s*. பிரசினம், கிருத்தியம்.
Problemat'ical, *s*. ஐயப்பாடான, அசாத்தியமான; problematical terms, ஐயக்காட்சி.
Probos'cis, *s*. துதிக்கை, மூக்கு.
Proced'ure, *s*. செலவு, பெயர்ச்சி, நடை, போக்கு; legal, வியவகாரமார்க்கம், வியவகாரவிதி.
Proceed', *v.i.* செல்லு, நட, போ.
Proceed'ing, *s*. வர்த்தமானம், காரியம், நடக்கை; mode of, மார்க்கம், விதி, கிரியாவிதி.
Proceeds', (*pl.*) பலன், வருமானம், விளைவு.
Proc'ess, *s*. செலவு, போக்கு, செய்கை, சட்டப்படிநடக்கை, legal, வியவகாரமார்க்கம்; a process in bone (anat.), அங்குரம்.
Proces'sion, *s*. செலவு, கதி, பவனி, ஊர்க்கோலம், பெயர்ச்சி.
Proclaim', *v.t.* கூறு, பிரசங்கி, அறிவி.
Proclama'tion, *s*. இராஜகட்டளை, அறிக்கைப்பத்திரம்.
Procliv'ity, *s*. சாய்மானம், சாய்வு.
Procon'sul, *s*. நியாயாதிபதி, பிரதிநிதி.
Procras'tinate, *v.t.* பின்போடு, செல்லவிடு, கடத்து.
Procrastina'tion, *s*. பின்போடுகை, காலதாமதம் பண்ணுகை, தாமதம்.
Pro'create, *v.t.* ஜனிப்பி, பிறப்பி, தோற்றுவி.
Procre'ation, *s*. ஜனிப்பிக்கை, பிறப்பிக்கை, தோற்றுவிக்கை.
Proc'tor, *s*. நியாயதுரந்தரன், நியாயவாதி.
Procum'bent, *a*. படுக்கிற, முகங்குப்புறப்படுக்கிற.
Procur'able, *a*. சம்பாதிக்கக்கூடிய, பெறக்கூடிய.
Procura'tion, *s*. சம்பாதித்தல், பிறர்காரியம் பார்த்தல்.
Procure', *v.t.* பெறு, சம்பாதி, ஈட்டு, சேகரி.
Procur'ess, *s*. கூட்டிவைப்பவள், குட்டினி, தூதி.
Prod'igal, *s*. ஆராதூரி, ஊதாரி, செலவாளி, அழிப்பாளி.
Prod'igal, *a*. ஆராதூரியான, அழிப்புள்ள.
Prodigal'ity, *s*. ஆராதூரித்தனம்.
Prod'igence, *s*. அழித்தல், பாழ்க்கடிப்பு, ஆராதூரி.
Prodig'ious, *a*. மகாபெரிய, அதிசயமான.
Prodig'iously, *ad* மகாவிரிவாய், மிகுதியாய், ஆச்சரியமாய்.
Prod'igy, *s*. மிகப்பெரிது, அதிசயமானது, உற்பாதம்.
Prodi'tion, *s*. சதி, சர்ப்பனை, இரண்டகம், துரோகம்.
Pro'dromous, *a*. முன்போகிற, முன் செல்லும்.
Pro'drome, *s*. முன்தூதன், கட்டியக்காரன், நிமித்திகன்
Prod'uce, *s*. பலன், பயன், பயிர், விளைவு, விளைச்சல்; the whole, உடைவாரம்; memorandum of the whole produce, உடைவாரக்குறிப்பு; actual, கண்டுமுதல்.
Produce', *v.t.* விளைவி, பிறப்பி, உண்டாக்கு, நிர்மாணி, நீடித்துனை.
Prod'uct, *s*. விளைவு, பலன், உற்பவம், குணிதம்.
Produc'tion, *s*. பிறப்பிக்கை, உண்டானது பலன், பேறு.
Product'ive, *a*. செழிப்பான, பலனுள்ள, பலிதமாகத்தக்க.
Productive'ness, *s*. பயனுடைமை, செழுமை, பயன்தருந்தன்மை.

Pro'em, *s.* பாயிரம், முன்முகம், புனைந்துரை, பதிகம்.

Profana'tion, *s.* தேவதூஷணம், தேவநிந்தை.

Profane', *v.t.* தூஷி, நிந்தி, அவமதி.

Profane', *a.* தேவநிந்தனையான, அப்ரதிஷ்டையான, அசுத்தமான, லௌகிக.

Profane'ly, *ad.* தேவதூஷணமாய், நிந்தையாய்.

Profan'ity, *s.* தேவதூஷணை, நிந்தை.

Profess', *v.t.* அறிக்கையிடு, சொல்லு.

Profes'sedly, *ad.* வெளிப்படையாய், பகிரங்கமாய்.

Profes'sion, *s.* கருமம், தொழில், வேலை, உத்தியோகம், ஜீவனோபாயம்.

Profes'sional, *a.* அந்தந்தத் தொழிலுக் கடுத்த, வேலைக்கடுத்த.

Profes'sor, *s.* அனுசரிப்போன், சங்காத்தி, வித்தியாபாரகன், பண்டிதன்.

Professo'rial, *a.* பண்டிதனுக்குரிய.

Profes'sorship, *s.* ஆசிரிய வுத்தியோகம், பண்டிதத்தொழில்.

Prof'fer, *s.* கொடுக்கநீட்டுகை.

Prof'fer, *v.t.* ஏற்கக்கேள், இந்தாவென், கொடுக்கநீட்டு.

Profi'cience, Profi'ciency, } *s.* தேற்றம், தேர்ச்சி, சீரிப்பு.

Profi'cient, *s.* தேறினவன், தேர்ந்தவன்.

Pro'file, *s.* முகச்சாயல், முகக்குறிப்பு.

Prof'it, *s.* இலாபம், பயன், ஆதாயம், பேறு, பிரயோஜனம்.

Prof'it, *v.t.* இலாபம்பெறப்பண்ணு, பிரயோஜனமடைவி.

Prof'it, *v.i.* பயன்படு, தேறு, பலி.

Prof'itable, *a.* நயமான, பலனுள்ள, பிரயோஜனமான.

Prof'itless, *a.* பலனற்ற, பயன்படாத, ஆதாயமற்ற, இலாபமற்ற.

Prof'ligacy, *s.* துன்னெறி, தீயொழுக்கம், ஆராதூரித்தனம், கேடு, பாழ்.

Prof'ligate, *s.* அழிப்பாளி, ஆராதூரி, நெறிகேடன், வீணன், காவாலி.

Prof'ligate, *a.* சீர்கெட்ட, பாழான, நெறியிழந்த.

Prof'ligate, *v.t.* துரத்து, வெல், மேற்கொள்.

Profound', *a.* ஆழமான, கம்பீரமான, ஆழ்ந்த, தாழ்மையுள்ள; profound knowledge, உட்டெளிவு, தெட்ப அறிவு; profound research, உள்ளாராய்வு.

Profound'ly, *ad.* ஆழமாய், தாழ்வாய், ஆழிய சிந்தையாய்.

Profun'dity, *s.* ஆழம், தெட்பம், கம்பீரம், தாழ்வு.

Profuse', *a.* ஆராதூரியான, அழிப்புள்ள, மிகுந்த.

Profuse'ly, *ad.* செலவுமிதந்தப்பி, ஆராதூரியாய்; to give profusely, தியாக மிறைக்க.

Profu'sion, *s.* ஆராதூரித்தனம், சொரிவு, மிகுதி, நிறைவு.

Progen'itor, *s.* முற்பிதா, ஜனகன், முன்னோன்.

Prog'eny, *s.* சந்ததி, சந்தானம், பின்சந்ததி, பின்னடி.

Prognos'tic, *s.* நிமித்தம், சகுனம், குறி, முற்குறி.

Prognos'tic, *a.* குறிகாட்டுகிற, நிமித்தங் காட்டுகிற.

Prognos'ticate, *v.t.* முன்னறிவி, முற்குறி காட்டு.

Prognostica'tion, *s.* முன்னறிக்கை, முன் சொல்லல்.

Prognos'ticator, *s.* நிமித்திகன், குறிசொல்வோன்.

Pro'gramme, *s.* விளம்பரபத்திரம், இடாப்பு, சூசிபத்திரம்.

Prog'ress, *s.* செலவு, தேற்றம், வளர்ச்சி, நடை, போக்கு.

Progress', *v.i.* செல்லு, நடந்தேறு, விர்த்தியாகு.

Progres'sion, *s.* போக்கு, கதி, நடை, சங்கலிதம்.

Progres'sive, *a.* தேறுகிற, வளர்ச்சியுள்ள, செல்லுகிற.

Progres'sively, *ad.* படிப்படியாய், தொடர்ச்சியாய், தேற்றமாய்.

Prohib'it, *v.t.* மறி, விலக்கு, தடு, தவிர்.

Prohibi'tion, *s.* விலக்குகை, தடுக்கை, மறிக்கை, நிறுத்துகை, விகாதம்.

Prohib'itory, *a.* தடுக்கிற, விலக்குகிற, மறிக்கிற.

Proj'ect, *s.* உபாயம், உத்தேசம், எடுத்துக் கொண்ட காரியம்.

Project', *v.t.* நீட்டு, வெளியேவிடு, எறி, உபாயஞ்செய்.

Projec'tile, *a.* ஏவுகிற, பிரயோகிக்கப்பட்ட, செலுத்தப்பட்ட; force. பிரக்ஷேப வேகம்.

Projec'tion, *s.* அதைப்பு, புடைப்பு.

Projec'tor, *s.* உபாயங்காட்டுவோன், யோசித்துச்செய்வோன், கற்பிப்போன்.

Prolate', *v.t.* சொல்லு, உச்சரி.

Prola'tion, *s.* பிரோச்சாரணம்.

Prolep'sis. *s.* காலவழு.
Prolif'ic, *a.* கனிகொடுக்கிற, ஈனுகிற, சந்தான விருத்தியாக்கும்.
Prolix', *a.* நீண்ட, பாணித்த, விரிந்த.
Prolix'ity, / **Prolix'ness,** } *s.* நீட்சி, நுட்பவிவரம், விரித்துரை, விருத்தி, விஸ்தீரணம்.
Prolocu'tor, *s.* சங்கத்தலைவன்.
Prol'ogue, *s.* ஆரம்பம், பாயிரம், பதிகம்.
Prolong', *v.t.* தாமதப்படுத்து, நீட்டு, நிலைக்கச்செய்; to prolong a contest, சண்டை வளர்க்க
Prolonga'tion, *s.* தாமதம், நீடிப்பு, நீட்சி.
Prolu'sion, *s.* முகவுரை, ஆரம்பம்.
Promenade', *s.* உலா, உலாவுமிடம்.
Prom'enade', *v.i.* உலாத்து.
Prom'inence, / **Prom'inency,** } *s.* பிதுக்கம், அதைப்பு, புடைப்பு, தோற்றம், மேன்மை.
Prom'inent, *a.* தோற்றமான, பிதுக்கமான, மேன்மையான; to make prominent, விசேஷி.
Promis'cuous, *a.* கலப்பான, பொதுவான, சமுதாய, குழப்பமான.
Promis'cuously, *ad.* கலப்பாய், குழப்பமாய், பொதுவாய்.
Prom'ise, *s.* வாக்குத்தத்தம், வார்த்தைப்பாடு, உறுதிப்பாடு, உடன்படிக்கை, பிரதிக்கினை.
Prom'ise, *v.t.* வாக்குத்தத்தம் பண்ணு, உறுதிசொல்லு.
Prom'ise-breaker, *s.* வாக்குமாறி, வாக்குத்தப்புவோன், சொற்புரட்டன்.
Prom'ising, *a.* வாக்குக்கொடுக்கிற, தேர்ச்சியடையுந் தோற்றமுள்ள.
Prom'issory, *a.* வாக்குத்தத்தமுள்ள, உடன்படிக்கையான; note, கடன்பத்திரம்.
Prom'ontory, *s.* கடலிற்சேருந் தரைமுனை, கடல்முனை.
Promote', *v.t.* அதிகப்படுத்து, உயர்த்து, முன்னேறச்செய், ஆதரி.
Promot'er, *s.* அதிகப்படுத்துவோன், விருத்தியாக்குவோன்.
Promo'tion, *s.* உயர்ச்சி, அதிகம், விருத்தி, பதவிர்த்தி, பெருக்கம்.
Promove', *v.t.* முன்செலுத்து, விர்த்திசெய்.
Prompt, *a.* ஆயத்தமான, எத்தனமான, முயற்சியுள்ள, ஊக்கமான, தற்சமயமான.
Prompt, *v.t.* ஏவு, எழுப்பு, தூண்டு, நினைப்பூட்டு.
Prompt'er, *s* ஏவுவோன், தூண்டுவோன்.
Promp'titude, *s.* ஆயத்தம், துரிதம், முயற்சி, தீவிரயுக்தி, தீவிரம், தீவிரதரம்.
Prompt'ly, *ad.* ஆயத்தமாய், எத்தனமாய், தீவிரமாய், கைமேலே.
Promul'gate, *v.t.* கூறு, அறிவி, பிரசித்தம் பண்ணு, தெரிவி, பரப்பு.
Promulga'tion, *s.* பிரசித்தம்பண்ணுகை.
Promulge', *v.t.* பிரசங்கி, பிரசங்கம்பண்ணு, அறிவி.
Prona'tion, *s.* கைகவிழ்த்தல்.
Prone, *a.* சாய்வான, சாய்ந்த, மனச்சார்புள்ள.
Prone'ness, *s.* சாய்வு, மனச்சாய்வு, மனச்சார்பு.
Prong, *s.* முட்கருவி, கூர், கவர்முள்.
Pronom'inal, *a.* பிரதிப்பெயர்க்குரிய.
Pro-note, *s.* ரொக்கம் செலுத்தும்பத்திரம்.
Pro'noun, *s.* பிரதிப்பெயர், பிரதிநாமம்.
Pronounce', *v.t.* உச்சரி, சொல்லு, ஒலி, இசை, கூறு.
Pronun'ciation, *s.* உச்சரிப்பு, உச்சாரணம், மொழியோசை.
Proof, *s.* அத்தாக்ஷி, சாக்ஷி, திருஷ்டாந்தம், ஒப்பனை, ரூபகாரம், ருஜு.
Proof, *a.* உருவிச்செல்லவிடாத, உட்செல்லவிடாத.
Proof'less, *a.* திருஷ்டாந்தமற்ற, அத்தாக்ஷியற்ற, பிரமாணமற்ற.
Prop, *s.* ஆதாரம், பொறுப்பு, ஊன்றுகோல், தாபரம், தாங்கி, உதைகால், முட்டு, முட்டுக்கால், கொழுகொம்பு, தஞ்சம், தாங்கு பற்று.
Prop, *v.t.* பொறுப்பி, அணைகொடு, மிண்டுகொடு, முட்டுக்கொடு.
Prop'agate, *v.t.* உண்டாக்கு, தோற்றுவி, பரப்பு, பலகச்செய்.
Propaga'tion, *s.* பரப்புகை, மல்கச்செய்கை, விருத்தியாக்குகை.
Prop'agator, *s.* பரப்புவோன், விர்த்திகரன்.
Propel', *v.t.* ஓட்டு, செலுத்து, தள்ளு, உந்து.
Propend', *v.t.* சாய்.
Propense', *a.* சாய்வான, சாய்மானமுள்ள, சாய்ந்த.
Propen'sity, *s.* மனச்சாய்வு, சார்பு, குணம்; vicious propensity, தீச்சார்பு.
Prop'er, *a.* முறைமையான, தகைமையான, சரியான; to be proper, ஆக.
Prop'erly, *ad.* ஏற்றபடி, தகுதியாய், சரியாய், நேராய்.
Prop'erty, *s.* உடைமை, ஆஸ்தி, ஸ்திதி, பொருள், இயல்பு, தன்மை, குணம் latent, மர்மம், கூடதர்மம்; general c.

common, சாதாரணகுணம், சாதாரண தர்மம்; generic, சமானாதிகரணம்; specific, ஜாதித்வம், ஜாதிஸ்வபாவம்; fixed, ஸ்தாவரம், ஸ்தாவரதனம்; movable, அசையும்பொருள்; landed, பூஸ்திதி, பூமி; in cattle, கோதனம்; obtained by one's own labour, கஷ்டார்ஜிதம்; elementary or causal, காரணகுணம்.

Proph'ecy, *s.* தீர்க்கதரிசனம், வருமுன் சொல்லல்.

Proph'esy, *v.t.* முன்னறிவி, தீர்க்கதரிசனமாய்ச் சொல்லு.

Proph'et (*fem.* proph'etess), *s.* முன்னறிவிப்போன், தீர்க்கதரிசி, வருமுன் சொல்பவன்.

Prophet'ic, Prophet'ical, *a.* தீர்க்கதரிசனத்திற்கடுத்த, எதிர்காலவர்த்தமானம் அறிவிக்கிற.

Prophylac'tic, Prophylac'tical, *a.* நோய்வராமற்காக்கிற.

Propin'quity, *s.* அயல், சமீபம், இரத்த உறவு.

Propi'tiate, *v.t.* சாந்தப்படுத்து, ஒப்புரவாக்கு, சமாதானப்படுத்து.

Propitia'tion, *s.* சாந்திசெய்தல், ஒப்புரவாக்குகை, பாவநிவாரணம்.

Propi'tiatory, *a.* சாந்திசெய்யத்தக்க.

Propi'tious, *a.* மங்கலமான, சோபனமான, சுப; a propitious season, ஆங்காலம், நற்காலம்; a propitious time, யோகதசை.

Propi'tiousness, *s.* தயை, மங்களம், சோபனம்.

Pro'plasm, *s.* குகை, கரு.

Propo'nent, *s.* உபந்நியாசகன்.

Propor'tion, *s.* அளவு, பரிமாணம், தரம், அநுபாதம், விகிதம், பாகம், அம்சம்; terms of a, அநுபாதவுறுப்பு; extremes of a, அந்தம்; harmonical, சுதியநுபாதம்; continued, தொடரநுபாதம்; division of, வர்ச்சனம்; antecedent of a, பூர்வம்; consequent of a, அபரம்.

Propor'tion, *v.t.* பரிமாணப்படுத்து, சரிசரிராய்வகு, ஒன்றுக்கொன்று பொருந்தச்செய்.

Propor'tional, *a.* ஒன்றுக்கொன்றுபொருந்திய பரிமாணமுள்ள.

Propor'tionally, *ad.* பரிமாணமாய், அளவாய்.

Propor'tionals, *s.* அநுபாத்தியம்.

Propor'tionate, *v.t.* தகுதியாக்கு, இசைபச்செய்.

Propor'tionate, *a.* பரிமாணமான, அளவான.

Propor'tionless, *a.* பரிமாணந்தப்பிய, அளவற்ற, ஒன்றுக்கொன்றளவிற் பொருந்தாத.

Propos'al, *s.* உபந்நியாசம், அறிவித்த அபிப்பிராயம், ஆலோசிப்பதற் கொப்புவிக்கப்பட்டது.

Propose', *v.t.* உபந்நியசி.

Proposi'tion, *s.* தாஷ்டாந்தம், பிரமேயம், சித்தாந்தம்.

Propound', *v.t.* உபந்நியசி, உபந்நியாசஞ்செய், விவரித்துச்சொல்.

Propri'etary, *a.* சுதந்தரமான, உடைத்தான, உரித்தான; right, சொத்துவம், சுவாம்யம்.

Propri'etor (*fem.* proprietress), *s.* ஸ்வாமி, ஆட்சிக்காரன், எஜமானன், உரித்தானவன, உரித்தாளி, காணிக்காரன்; 's share, மேல்வாரம்; one of the proprietors of a village, களையாளன், களைக்காரன்.

Propri'ety, *s.* செம்மை, ஒழுங்கு; நியாயம், முறை, நேர்மை.

Propugn' (pro-pūn'), *v.t.* ஆதரி, அநுபாலி.

Porpugna'tion, *s.* உத்தரவாதம், ஆதரவு, நியாயம்சொல்லிக் காத்தல்.

Propul'sion, *s.* ஓட்டுகை, செலுத்துகை, தள்ளுகை, உந்துகை.

Proroga'tion, *s.* நிறுத்துகை.

Prorogue', *v.t.* நிறுத்திப்போடு, தாமசப்படுத்து.

Prorup'tion, *s.* கொப்புளித்தல், புறப்படல்.

Prosa'ic, *a.* உரைவாசகத்திற்கடுத்த, உரைபோன்ற.

Proscribe', *v.t.* கொலைக்குத் தீர்ப்பிடு, கொல்லத்தீர், இகழ்ந்துதள்ளு.

Proscrip'tion, *s.* கொலைத்தீர்ப்பு, விலக்கு.

Proscrip'tive, *a.* கொலைத்தீர்ப்பிற்குரிய.

Prose, *s.* உரைவாசகம், உரைநடை.

Pros'ecute, *v.t.* தொடர், நடத்து, செய்.

Prosecu'tion, *s.* தொடர்ச்சி, வழக்குத்தொடருகை.

Pros'ecutor, *s.* தொடர்ச்சிக்காரன், பிராதுகாரன், வாதி.

Pros'elyte, *s.* மறுசமயத்திற் சேர்ந்தவன், மதம்மாறினவன்.

Pros'elyte, *v.t.* மறுசமயத்திற்சேர்.

Pros'elytism, *s.* மறுசமயத்திற் சேர்க்கும் சிரத்தை.

Prosemina'tion, *s.* வித்திட்டு விர்த்திசெய்தல்

Pros'er, *s.* வாசகாசிரியன், கேட்போரலுப் புறப் பேசுவோன்.

Proso'dian, *s.* யாப்பிலக்கணக்காரன.

Pros'ody, *s.* யாப்பிலக்கணம், யாப்பதிகாரம்.

Prosopopoe'ia, *s.* ஒருவகை உருவகாலங்காரம்.

Pros'pect, *s.* தோற்றம், தூரக்காட்சி, நோக்கியிருப்பது.

Prospec'tion, *s.* எதிர்நோக்கல்.

Prospec'tive, *a.* எதிர்கால நோக்கான, தூரக்காட்சியான.

Prospec'tus, *s.* வரலாற்று விளம்பரம்.

Pros'per, *v.t.* சித்தியாக்கு, கைகூடச்செய், அனுகூலமாக்கு.

Pros'per, *v.i.* சித்தி, வாழ், வாய், தலைக்கட்டு; a person with whom nothing prospers, விடியாமூஞ்சி.

Prosper'ity, *s.* வாழ்வு, செல்வம், செழிப்பு, பெருக்கம், சௌக்கியம், ஆக்கம்; and adversity, சம்பத்துவிபத்து.

Pros'perous, *a.* செல்வமான, செழிப்பான, சுகவாழ்வுள்ள, அனுகூலமான.

Pros'perously, *ad.* அனுகூலமாய், செல்வமாய்.

Pros'titute, *s.* வேசி, பொதுப்பெண், விலைமகள், பட்டி.

Pros'titute, *v.t.* பங்கப்படுத்து, தீமைசெய்யவுடன்படுத்து, சோரமார்க்கப்படுத்து.

Prostitu'tion, *s.* தூர்த்தத்தனம்.

Pros'titutor, *s.* பங்கப்படுத்துவோன், காமாதுரன்.

Pros'trate, *a.* முகங்குப்புற வீழ்ந்த, படுக்கிற, தாழ்ந்த.

Pros'trate, *v.t.* பணியப்பண்ணு, அழி, நிர்மூலப்படுத்து, முகங்குப்புறச்செய்; at one's feet, பாதம்பணி; prostrate one's self, சாய.

Prostra'tion, *s.* வீழ்ச்சி, வீழ்வு, குப்புறக்கிடக்கை, சரணாகதம்.

Protect', *v.t.* காப்பாற்று, ஆதரி இரக்ஷி, தாங்கு; to protect the subjects, குடிதாங்க.

Protec'tion, *s.* இரக்ஷை, காப்பு, காவல், பாதுகாப்பு, சார்வு, சலிகை; the protection of person, சரீரரக்ஷை.

Protec'tive, *a.* காக்கிற, காப்பாற்றுகிற, இரக்ஷிக்கிற.

Protec'tor, *s.* காவலன், இரக்ஷகன், காப்பவன்.

Pro'test, *s.* எதிருரை, எச்சரிப்பு, இடித்துரை.

Protest', *v.i.* தடைசொல்லு, எச்சரி, மறுத்துரை.

Prot'estant, *s.* பாப்புமதத்தைத் தள்ளுவோன், சுவிசேஷமார்க்கத்தான்.

Prot'estantism, *s.* சுவிசேஷமார்க்கம்.

Protesta'tion, *s.* அறிக்கை பண்ணுகை, எதிர்மறுப்பு, எதிருரை.

Prothon'otary, *s.* பிரதானலிகிதன்.

Pro'tocol, *s.* மூலப்பிரதி, தாயேடு.

Protomar'tyr, *s.* பூர்வரத்தசாக்ஷி, பிரதமபிராணத்தியாகி.

Pro'totype, *s.* பூர்வசாயல், முன்மாதிரி, மூலப்பிரதி.

Protract', *v.t.* பின்போடு, தாமதப்படுத்து.

Protract'er, *s.* பின்போடுவோன், நெடுகவிடுவோன்.

Protrac'tion, *s.* காலதாமதம், பின்போடுகை.

Protrac'tive, *a.* தாமசஞ்செய்யும், நெடுகவிடும், தாமதிக்கிற.

Protrude', *v.i.* பிதுங்கு, புறப்படு, பிதுக்கு தள்ளு.

Protru'sion, *s.* பிதுக்கம், தள்ளுகை, பிதுங்குகை.

Protu'berance, *s.* வீக்கம், புடைப்பு, பிதுக்கம்.

Protu'berant, *a.* வீக்கமான, புடைப்பான, அதைப்பான.

Pro'tuberate, *v.i.* புடை, பிதுங்கு, அதை, வீங்கு.

Proud, *a.* அகந்தையுள்ள, அகங்காரமான, செருக்கான, மேட்டிமையான, இறுமாப்புள்ள, கர்வித; a proud person, அகங்காரி; a proud champion, வீரகெம்பீரன்; he is proud of his wealth, அவனுக்குச் செல்வம் செருக்குகின்றது.

Proud'ly, *ad.* பெருமையாய், இறுமாப்பாய், இடும்பாய், அகங்காரமாய்.

Prov'able, *a.* நிதரிசனமாகத்தக்க, மெய்ப்பிக்கத்தக்க.

Prove, *v.t.* சோதி, பரீக்ஷைபார், பரீக்ஷி, நிரூபி, ருஜுவாக்கு, ருஜுப்படுத்து.

Prove, *v.i.* காணு, தோன்று.

Prov'ender, *s.* விலங்குணு, உணவு, இரை, தீனி.

Pro'verb, *s.* பழமொழி, மூதுரை, நீதிமொழி, காரணச்சொல், வழக்கச்சொல், லோகவாதம், லோகோக்தி.

Prover'bial, *a.* பழமொழியான, பழம் பெயர் கொண்ட.

Prover'bially, *ad.* பழமொழிநடையாய், பழமொழியாய்.

Provide′, *v.t.* சம்பாதி, திட்டம்பண்ணு, ஏற்படுத்து.
Provid′ed, *con.* ஆல், இல், ஆகில்.
Prov′idence, *s.* பூர்வதிர்ஷ்டி, தூரதிர்ஷ்டி, முன்னறிவு, பூர்வதரிசனம், தீர்க்கதிர்ஷ்டி, பூர்வசிந்தை, பூர்வவிசாரம், பூர்வவிமர்சை, தெய்வச்செயல், ஈஸ்வரவிதி, பராமரிப்பு, தெய்வம், விதாதா.
Prov′ident, *a.* முன்யோசனையுள்ள, சாவதானமுள்ள.
Providen′tial, *a.* தெய்வச்செயலான.
Providen′tially, *ad.* தெய்வச் செயலாய், தெய்வநியமமாய்.
Prov′ince, *s.* நாடு, மாகாணம், ஜில்லா, உத்தியோகம்.
Provin′cial, *s.* நாட்டவன், கிராமஸ்தன்.
Provin′cialism, *s.* திசைச்சொல், தேசிகம்.
Provin′ciate, *v.t.* மாகாணமாக்கு, நாடாக்கு.
Provi′sion, *s.* பூர்வோபாயம், சம்பாரம், சேகரம், தளபாடம், சாமான், புசிகரணம், பூர்வநியமம்.
Provi′sion, *s.* பூர்வசங்கேதம், பூர்வபிரதிக்கினை, உபாயம், சாமக்கிரி, சஞ்சிதம்.
Provi′sional, } *a.* அவசரமான, வேளைக்கடுத்த, சமயத்திற்கடுத்த.
Provi′sionary, }
Provi′so, *s.* உடன்படிக்கை, சங்கேதம், உபநியமம்.
Provoc′able, *a.* கோபமூளத்தக்க, எடுபடத்தக்க.
Provoca′tion, *s.* கோபமூட்டுகை.
Provo′cative, *a.* கோபமூட்டத்தக்க, தூண்டுகிற, எழுப்புகிற.
Provoke′, *v.t.* கோபமூட்டு, தூண்டிவிடு.
Provok′er, *s.* கோபமூட்டி, தூண்டிவிடுவோன்.
Provok′ingly, *ad.* கோபமூட்டத்தக்கவிதமாய், தூண்டிவிடத்தக்கவிதமாய்.
Prov′ost, *s.* கண்காணி, ஆராய்ச்சி, அதிபதி.
Prow, *s.* முன்னணியம்.
Prow′ess, *s.* சக்தி, சமர்த்து, சௌரியம், பராக்கிரமம், விக்கிரமம்.
Prowl, *v.i.* கொள்ளையிடத்திரி, சூறையாடு.
Prowl′er, *s.* இரைதேடித்திரிவோன், சூறைக்காரன்.
Prox′imate, *a.* அடுத்த, அயலான, தொடர்கிற; proximate cause, உபாதானகாரணம்.
Prox′imately, *ad.* அடுத்து, கிட்டி, அருகில்.
Prox′ime, *a.* அடுத்த, சமீபித்த, அயலிலுள்ள, அருகிலுள்ள
Proxim′ity, *s.* சமீபம், அயல், அருகு, அண்டை, அணிமை, அபரத்துவம்.
Prox′y, *s.* பிரதிகாரியஸ்தன், பிரதிநிதி.
Prude, *s.* கூச்சமுள்ளவள், நாணக்காரி, மாமாலி, பாசாங்குக்காரி.
Pru′dence, *s.* புத்தி, யோசனை, விவேகம், சூழ்ச்சி.
Pru′dent, *a.* புத்தியுள்ள, சாவதானமுள்ள, சூழ்ச்சியுள்ள, ஆராய்வான, முன்யோசனையுள்ள, யோசனையுள்ள.
Pruden′tial, *a.* புத்தியாலாய, சூழ்ச்சியாலுண்டாகிற.
Pru′dently, *ad.* புத்தியாய், யோசனையாய், சாவதானமாய்.
Prud′ery, *s.* போலிக்கூச்சம், வேஷநாணம்.
Prud′ish, *a.* போலிநாணமுள்ள.
Prune, *s.* ஒருவிதப் பழவற்றல்.
Prune, *v.t.* கிழி, கிளைநறுக்கு, கிள்ளு.
Prun′er, *s.* கிளைநறுக்குவோன்.
Prun′ing-hook, *s.* கிளைநறுக்கி.
Pru′rience, *s.* மிகுவாஞ்சை, மிக்க ஆவல்.
Pru′rient, *a.* ஆவலிக்கிற, அதிக அபேக்ஷையுள்ள.
Pruri′go, *s.* சிரங்கு, சொறிகரப்பான்.
Prurig′inous, *a.* சொறிகரப்பானுள்ள.
Pry, *v.i.* நுட்பமாய்ப் பரீக்ஷி, புகுந்துபார்.
Pry′ingly, *ad.* பூராயமாய்.
Psalm (sâm), *s.* சங்கீதம், கீர்த்தனம், கீதம்.
Psalm′ist, *s.* சங்கீதாசிரியன்.
Psal′mody, *s.* கீதாப்பியாசம், சங்கீதபரீக்ஷை, இராகபரீக்ஷை.
Psal′ter, *s.* சங்கீதபுஸ்தகம்.
Psal′tery, *s.* தம்புரு.
Pseu′do (sū′do), *a.* பொய்யான, அசத்திய, கள்ளமான.
Pseudog′raphy, *s.* அசத்தியலிகிதம், கள்ள எழுத்து.
Pseudol′ogy, *s.* பொய்வசனம், பொய்மொழி.
Pshaw (shá), *int.* சீச்சி.
Psychol′ogy (sī-kōl′o-gy), *s.* ஆத்மதத்துவநூல், ஆத்மிகம்.
Pu′berty, *s.* பக்குவமான பருவம், விரகதியும் பருவம்.
Pu′bescence, *s.* பருவமாதல்.
Pubes′cent, *a.* பக்குவமான, விரகதியும் பருவமான.
Pub′lic, *s.* தேசத்தார், பிரஜை, மன்பதை.
Pub′lic, *a.* பிரசித்தமான, பகிரங்கமான, சாதாரண; affair, ஊர்க்காரியம்; welfare, தேசக்ஷேமம்; public opinion, லோகமதம், ஜனமதம்; public censure, ஊர்ப்பழி; public rumour, லோகவசனம்; a public hall, ஊரம்பலம், ஊர்மன்று.

Pub'lican, s. ஆபக்காரன், வரிவாங்குவோன், மதுவகை விற்பவன்.
Publica'tion, s. பிரசித்தம், பிரசாரம், புத்தகம்.
Public'ity, s. பிரசித்தம், வெளி, புகழ், கீர்த்தி; to come to publicity, வெளிக்கு வர, வெளிவர.
Pub'licly, ad. நாடறிய, பகிரங்கமாய், பிரசித்தமாய்.
Public-spir'ited, a. லோகோபகார குணமுள்ள.
Pub'lish, v.t. அறிவி, பிரசித்தம்பண்ணு, கூறு, பிரசங்கம்பண்ணு.
Pub'lisher, s. பிரசங்கி, புத்தகம் அச்சிற் பதிப்போன்.
Puce, } a. கருஞ்சிவப்பு.
Puke, }
Pu'celage, s. கன்னிமை.
Puck'ball, } s நிலப்பொட்டு.
Puck'fist, }
Puck'er, v.t. கொய், சுருக்கு, மடி, திரை, சுருக்கம்வைத்துத் தை.
Pud'ding, s. களி, கூழ், குழம்பு, புற்கை.
Pud'dle, s. சகதி, சேறு, சேற்றுநீர்க்குண்டு.
Pud'dly, a. சகதியான, சேருன, அழுக்கான.
Pu'dency, s. நாணம், கூச்சம்.
Pudic'ity, s. அடக்கம், நாணம், கூச்சம், கற்பு.
Pu'erile, a. குழந்தைக்கடுத்த, பிள்ளைத்தன்மையான, சிறுபுத்தியான.
Puer'perel, a. பிரசவத்திற்கடுத்த, மகப்பேற்றிற்கடுத்த, பிரசவத்தாலுண்டான.
Puff, s. மோதுகை, வீச்சு, ஊதுகை, வீண் பாராட்டு.
Puff, v.t. மோது, பொருமப்பண்ணு, ஊது, தடிக்கச்செய்.
Puff-ball, s. புற்றிற்பூ, காளான்.
Pug, s. குரங்கு, நாய்க்குட்டி.
Pugh, int. சீ, சீச்சீ, போ.
Pu'gil, s. வெருகடிப்பிரமாணம், மூவிரற் கூட்டியள்ளுமளவு.
Pu'gilism, s. முட்டியுத்தம்.
Pu'gilist, s. முட்டியுத்தஞ்செய்வோன்.
Pugna'cious, a. எதிரிடையான, முட்டியுத்தம்பண்ணத்தக்க, முரண்டான.
Pugnac'ity, s. எதிரிடை, முரண்டுத்தனம்.
Puis'ne (pū'ne), a. இளைய, கீழான, சிறிய.
Pu'issance, s. வலிமை, அதிகாரம், பலம், சக்தி.
Pu'issant, a. அதிகாரமுள்ள, பலமுள்ள, மகத்துவமான.
Puke', v.i. வாந்திசெய், சத்திபெடு, உமிழ், ஓக்காளி.
Puk'er, s. வாந்திமருந்து.
Pul'chritude, s. அழகு, சௌந்தரியம், சிறப்பு, கோலம்.
Pule, v.i. கீச்சிடு, சிணுங்கு.
Pull, s. இழுப்பு, ஈர்ப்பு, வலிப்பு.
Pull, v.t. இழு, ஈர், வலி, வாங்கு; to pull out a thorn, முள்ளெடுக்க.
Pull'back, s. தடக்கு, தடை, பிசகு, இழுப்பு.
Pul'len, s. வீட்டில் வளர்க்குங் கோழிமுதலிய பக்ஷிகள்.
Pul'let, s. கன்னிக்கோழி, விடைக்கோழி.
Pul'ley, s. கப்பி, பாரஞ்சாம்பி.
Pul'lulate, v.i. துளிர், தளிர், தழை.
Pullula'tion, s. துளிர்த்தல், தளிர்த்தல்.
Pul'monary, a. கயரோகமான, கசவியாதியுள்ள, ஈழைவியாதியுள்ள; pulmonary consumption, கபக்ஷயம்.
Pulp, s. கூழ், கனியின்சதை, தசை, வழுவல், சுளை.
Pul'pit, s. பிரசங்கபீடம், பிரசங்கபீடிகை.
Pul'sate, v.i. நாடியோடு, நாடிதுடி, தாதோடு.
Pulsa'tion, s. நாடியோட்டம், தாதோட்டம்.
Pulse, s. நாடித்துடிப்பு, தாது; arterial, கம்பனம்.
Pulse, v.i. நாடிதுடி, நாடியடி.
Pul'verize, v.t. இடி, தூளாக்கு, பொடி, பஸ்பமாக்கு, அரை.
Pul'vil, s. கந்தபொடி.
Pu'ma, s. ஒருவகைச்சிங்கம்.
Pu'mice, s. கிட்டக்கல்.
Pump, s. நீரிறைக்கும் யந்திரம், ஜலசூத்திரம், இரேசகி.
Pump, v.t. யந்திரத்தினால் நீர்முதலியவற்றை வாங்கு; நோண்டிநோண்டிக் கேள், கிண்டிக் கிண்டிக்கேள்.
Pump'kin, s. பூசணி, பூசணிக்காய்.
Pun, s. சித்திரப்பேச்சு, சொற்சித்திரம், சிலேடைப்பேச்சு, கட்டுவாக்கியம்.
Pun, v.i. சித்திரம்பேசு.
Punch, s. துளையிடுகருவி, பொத்தலூசி, குறும்பி, பானகம்.
Punch, v.t. துளை, துளையடி, போழ்.
Punch'eon, s. முத்திரைமுதலிய பதிக்குங் கம்பு, ஒரு முகத்தலளவு.
Punctil'io, s. நிதார்த்தம், திட்டம், நுட்பம், ஒழுக்கம், செம்மை.
Punctil'ious, a. நிதார்த்தமுள்ள, நுட்பமுள்ள, வழுவற்ற.
Punc'tual, a. தவருத, நிதார்த்தமான, நேரந்தவறாத.

Punctual'ity, *s.* நிதார்த்தம், காலந்தவறாமலிருக்கை.
Punc'tually, *ad.* நிதானமாய், குறித்தகாலத்தில்.
Punc'tuate, *v.t.* தரிப்புக்குறியிடு.
Punctua'tion, *s.* விசர்க்கமிடுகை, வாசகத்திற்குறியீடு.
Punc'ture, *s.* குற்று, கீறு.
Pun'dit, *s.* பண்டிதன், வித்துவான்.
Pun'gency, *s.* உறைப்பு, உக்கிரம், காரம், கார்ப்பு.
Pun'gent, *a.* உறைப்பான, கார்ப்புள்ள, எரிவுள்ள, காரமுள்ள; pungent pains, கடுப்பு.
Pun'ish, *v.t.* ஆக்கினைசெய், தண்டி, தண்டம்பண்ணு, சிக்ஷி.
Pun'ishable, *a.* ஆக்கினைக்குரிய, தண்டத்திற்குள்ளான, தண்டனைக்குப் பாத்திரமான.
Pun'ishment, *s.* கண்டிதம், சிக்ஷை, தண்டிப்பு, தண்டனை.
Puni'tion, *s.* தண்டிப்பு, தண்டனை.
Pu'nitive, *a.* தண்டனைக்குரிய; measures, தண்டனைக்குரிய உபாயம்.
Punk, *s.* வேசி, பரத்தை, பொதுப்பெண்.
Pun'ster, *s.* சிலேஷைபேசுவோன், பரிகாசக்காரன்.
Puny, *s.* இளைஞன், அனுபவமுதிரா வாலிபன்.
Pu'ny, *a.* இளைய, சிறிய, சொற்பமான.
Pup, *v.t.* நாய் குட்டிபோடுகிறது.
Pu'pa, *s.* கிரியவதாரப்புழு, கூட்டுப்புழு.
Pu'pil, *s.* சிஷன், மாணுக்கன்; கண்மணி.
Pu'pilage, *s.* மாணுக்கத்துவம், சிஷத்துவம்.
Pup'pet, *s.* பாவை, பிரதிமை, உண்ணுப்பிள்ளை.
Pup'pet-player, *s.* பாவைக்கூத்தாட்டி, பிரதிமைக்கூத்தாட்டி.
Pup'pet-show, *s.* பாவைக்கூத்து, பிரதிமைநடனம்.
Pup'py, *s.* நாய்க்குட்டி.
Pur, Purr, } *v.i.* பூனை குறுகுறுக்கிறது.
Pur'blind, *a.* கண்கூர்மையற்ற, வெள்ளெழுத்துள்ள, கண்புகைச்சலான.
Pur'chase, *s.* கொள்விலை, கொள்வனவு, கொண்டபொருள்.
Pur'chase, *v.t.* விலைக்கு வாங்கு, கிரயங்கொடுத்து வாங்கு.
Purchase-money, *s.* கொள்விலை, கொள்கிரயம்.
Pur'chaser, *s.* கொள்வோன்.
Pure, *a.* சுத்தமான, பவித்திரமான, கலப்பற்ற, குற்றமில்லாத; pure gold, வடிசுங்கம்; pure intelligence, சுத்தசைதன்னியம்.
Pure'ly, *ad.* சுத்தமாய், பவித்திரமாய், தூய்மையாய்.
Purga'tion, *s.* சுத்திகரிப்பு, கழித்துவிடுகை.
Pur'gative, *s.* பேதிமருந்து, விரேசனமருந்து.
Pur'gative, *a.* விரேசிக்கிற, பேதியுண்டாககக்கூடிய.
Pur'gatory, *s.* பாபவிமோசனஸ்தானம்.
Purge, *s.* பேதிமருந்து, விரேசனமருந்து.
Purge, *v.t.* சுத்திசெய், குற்றந்தீர், பவித்திரமாக்கு, கழி.
Purg'ing, *s.* விரேசனம், பிராந்தி.
Purifica'tion, *s.* சுத்திகரிப்பு, தெளிவிக்கை, பவித்திரப்படுத்துகை.
Pu'rify', *v.t.* சுத்திகரி, புனிதமாக்கு.
Pu'rist, *s.* சொல்லழகன், நன்மொழிபுணர்ப்போன்.
Pu'ritan, *s.* சன்மார்க்கன்.
Pu'ritanism, *s.* சுத்தபக்திவாதம்.
Pu'rity, *s.* சுத்தம், புனிதம், நிஷ்களங்கம், நின்மலம், விசிதம், விசுத்தி, தூய்மை, பவித்திரம், விமலம்; of mind, சித்தசுத்தி.
Purl, *s.* சரிகை, கெண்டை
Purl, *v.i.* சலசலென்று பாய.
Pur'lieu, *s.* ஓரம், அருகு, கரை.
Pur'ling, *s.* சலசலப்பு.
Purloin', *v.t.* களவுசெய், அபகரி, திருடு, கவர்.
Pur'ple, *s.* தூமிரவர்ணம், இந்திரநீலம், ஊதாவர்ணம், தூமலம்.
Pur'port, *s.* கருத்து, பொருள், தாற்பரியம், பயன், அர்த்தம்.
Pur'port, *v.t.* எண்ணு, கருது, அர்த்தங்கொள்ளு.
Pur'pose, *s.* கருத்து, எண்ணம், துணிவு, அபிப்பிராயம்; talking to no purpose, வீணலப்பு.
Pur'pose, *v.t.* கருத்துக்கொள்ளு, அபிப்பிராயங்கொள்ளு, கருது.
Pur'posely, *ad.* வேண்டுமென்று, மனதார, தீர்மானத்தோடு, அறிவோடே.
Purse, *s.* பணப்பை, பணச்சாக்கு.
Purse'-proud, *a.* பணச்செருக்குள்ள, தனகருவமுள்ள.
Pur'ser, *s.* கப்பற்காரருக்கு உணவுமுதலியசேகரிப்போன்.
Pursu'ance, *s.* தொடர்ச்சி, பின்றொடர்வு, காட்டம்.
Pursu'ant, *s.* ஒத்த, இசைந்த, இணக்கமான.
Pursue', *v.t.* பின்றொடர், பின்செல், தேடு, நாடு.

Pursuit′, *s.* தொடர்ச்சி, பின்செல்லுகை, போக்கு, தொழில்.
Pur′suivant′, *s.* செய்திகொண்டுபோபவன், தூதன்.
Pur′sy, *a.* உப்பின, பொருமின, தூலித்த.
Pur′tenance (obsolete), *s.* ஈரற்குலைமுதலியன.
Pu′rulent, *a.* சீக்கொண்ட.
Purvey′, *v.t.* பராமரி, சேகரி, போஷி.
Purvey′ance, *s.* பராமரிப்பு, ஆகாரசேகரம், போஷணம்.
Purvey′or, *s.* பராமரிப்புக்காரன், உணவுசேகரிப்போன்.
Pus, *s.* சீ, சீழ்.
Push, *s.* தள்ளு, இடி, பாய்ச்சல், மொத்து.
Push, *v.t.* தள்ளு, போக்கு, நீக்கு, உந்து.
Push, *v.i.* நெருங்கு, அடர்.
Push′ing, *a.* தள்ளுகிற, துரத்துகிற, துரிதப்படுத்துகிற.
Pusillanim′ity, *s.* ஏழைத்தன்மை, ஏழைமை, மனவலியின்மை, தைரியமின்மை.
Pusillan′imous, *a.* மனவலிமையற்ற, திடனற்ற, அதைரிய, கோழையுள்ள.
Puss, *s.* பூனை, பூஞை.
Pus′tulate, *v.i.* பருப்புறப்படு, கொப்புளி.
Pus′tule, *s.* கொப்புளம், பரு.
Put, *v.t.* வை, போடு, இடு; a stop to, நிறுத்து; in mind of, ஞாபகப்படுத்து; out, அவி, விளக்கைநிறுத்து; on, தரி, அணி; off, தாமதி, கடத்து, போட்டுவிடு, கழற்று; under, அடக்கு, அடிப்படுத்து; to put off, தடுத்துவைக்க; up with, சகி; forth leaves, &c., தளிர், தழை; forth ears, கதிர்வீசு, கதிரீனு; to put an end to one's life, உயிரைப்போக்க; to put an end to, நிறுத்த.
Pu′tative, *a.* கருதிய, உத்தேசிக்கப்பட்ட; putative father, ஊரறிந்த தந்தை.
Putrefac′tion, *s.* அழுகல், பழுது, பதக்கேடு, ஊழ்ப்பு, உட்கல்.
Pu′trefy, *v.t.* அழுகப்பண்ணு, கெடு, ஊழ்க்கப்பண்ணு, நாறப்பண்ணு.
Pu′trefy, *v.i.* அழுகிப்போ, பதங்கெடு, ஊழ்; putrefying sore, அழுகுபுண்.
Putres′cence, *s.* அழுகல், ஊழ்த்தல், பதக்கேடு.
Pu′trid, *a.* அழுகலான, ஊழலான, பழுதுபட்ட.
Pu′tridness, *s.* அழுகல், பழுது, பதக்கேடு.
Puz′zle, *s.* நொடி, விடுகதை, தடுமாற்றம், சிலேடு.
Puz′zle, *v.* பதறச்செய், தடுமாறப்பண்ணு, கலக்கு, சிக்குப்படுத்து; puzzled, skein, சிக்குப்பட்ட நூற்கழி.
Pyg′my, *s.* குள்ளன், குட்டையன், வாமனன்.
Pyr′amid, *s.* செய்குன்றம், கூர்நுதிக் கோபுரம்.
Pyre, *s.* சிதை, ஈமம், காஷ்டம்.
Pyret′ics, *s.* ஜுரமருந்து.
Pyri′tes, *s.* அக்கினிக்கல், காமாரி, தீக்கல், கிமிலை, அம்பரை.
Pyr′omancy, *s.* அக்கினிக்குறி, தீக்குறி.
Pyrom′eter, *s.* உஷ்ணமானி.
Pyrotech′nics, } **Pyr′otechny**, } *s.* பாணவித்தை; pyrotechnical display, பாணவேடிக்கை.
Py′thon, *s.* மலைப்பாம்பு.

Q.

Quack, *s.* வீம்புபாராட்டி, மூடவைத்தியன், பாமரவைத்தியன்.
Quack, *v.i.* கத்து, வீம்புபாராட்டு.
Quack, *a.* பாமரவைத்திய.
Quack′ery, *s.* மூடவைத்தியம், பாமரவைத்தியம்.
Quack′salver, *s.* பாமரவைத்தியன். மூடவைத்தியன்.
Quad′rangle, *s.* நாற்கோணம், சதுர்க்கோணம், சதுர்ப்புஜி.
Quadran′gular, *a.* நாற்கோணமான, சதுர்க்கோணமுள்ள, சதுர்ப்புஜ.
Quad′rant, *s.* பாதம், விருத்தபாதம், சூரியயந்திரம்.
Quad′rate, *a.* சதுரமான, சதுட்கமான, ஒவ்விய, பொருத்தமான.
Quadrat′ic, *a.* (See Equation) சதுரமான, வர்க்க.
Quad′rature, *s.* வருக்கிப்பு, வருக்கம், வட்டமுதலிய வளைகோட்டுருவங்களின் பரப்புக்கணக்கிடல்.
Quadrilat′eral, *a.* சதுர்ப்புஜ, நான்குபக்கமுடைய.
Quadrille′, *s.* ஒருவித நடனம்.
Quadrip′artite, *a.* நான்கு பாகமுள்ள, சதுர்ப்பாக, சதுரங்க.
Quadriv′ial, *a.* நாற்சந்தியான.
Quad′ruped, *s.* நாற்கால்மிருகம், நான்குகாற்ஜீவன்.
Quad′ruple, *a.* நான்மடங்கான, நாலத்தனையுள்ள.
Quaff, *v.t.* குடி, அதிபானம்பண்ணு, உறிஞ்சு.
Quaf′fer, *v t.* தடவு.

Quag'gy, *a.* சதுப்பான, சேற்றுத்தன்மையுள்ள.

Quag'mire, *s.* சகதிநிலம், சதக்கல்நிலம், சதுப்புநிலம், சேற்றுநிலம்.

Quail, *s.* காடை, குறும்பூழ்.

Quail, *v.i.* பதி, பதுங்கு, வதங்கு, சோர், வாடு.

Quaint, *a.* திருத்தமான, தீர்க்கமான, நேர்த்தியான, சொற்சித்திரமான.

Quaint'ness, *s.* திருத்தம், விசித்திரம்.

Quake, *s.* அசைவு, நடுக்கம், கம்பம்.

Quake, *v.i.* நடுங்கு, அதிரு, அசை, அலை, கம்பி.

Qualifica'tion, *s.* தகுதி, பாத்திரம், யோக்கியம், சாமர்த்தியம், திறம்.

Qual'ified, *p.a.* திறமுடைய, தேர்ந்த, சாமர்த்தியமுள்ள; the thing qualified, விசேஷியம்; a qualifying term, விசேஷணம்.

Qual'ify, *v.t.* தகுதியாக்கு, பாத்திரமாக்கு, பழக்கு.

Qual'ity, *s.* தன்மை, இயல்பு, சுபாவம், சீர், குணம், இலக்ஷணம்; one wanting in good qualities, விகுணி, குணங்கெட்டவன்; sensible qualities of objects, குணப்பண்பு.

Qualm (kwäm), *s.* உவட்டு, குமட்டு, ஓக்காளம்.

Qualm'ish, *a.* உவட்டிப்பான, ஓக்காளமுள்ள, குமட்டுள்ள.

Quanda'ry, *s.* சந்தேகம், ஐயம், குழப்பம், மனக்கலக்கம்.

Quan'tity, *s.* அளவு, மட்டு, பரிமாணம், மாத்திரை, இராசி, ரூபம்; known, வியக்தம், வியக்தராசி, ரூபம்; unknown, அவ்வியக்தம், அவ்வியக்தராசி; infinite, அநந்தராசி; assumed, இஷ்டராசி; residual, எச்சராசி, சேடவிராசி; simple, ஒற்றைராசி.

Quan'tum, *s.* அளவு, இராசி.

Quar'antine, *s.* தொற்றுவியாதிக்காரர் ஏறிச்சென்ற மரக்கலத்தைக் கரைக்குப் போகவிடாமல் தடுத்தல்.

Quar'rel, *s.* சண்டை, கலகம், வாது, சந்தடி.

Quar'rel, *v.i.* சண்டைபண்ணு, கலகம்பண்ணு, சந்தடிசெய்.

Quar'reller, *s.* சண்டைக்காரன், கலகக்காரன்.

Quar'relsome, *a.* சண்டைக்கேதுவான, சண்டைப்பிடிக்கிற குணமுள்ள, வாதுசெய்கிற.

Quar'ry, *s.* கல்லுக்கிண்டியெடுத்த இடம், கல்லுக்கிளப்பிய குழி.

Quart, *s.* கலனிற்காற்பங்கு, காற்பங்கு கலன்கொள்ளும்படி.

Quar'tan, *a.* நாலாமுறையான.

Quar'ter, *s.* நாலிலொன்று, கால், பாதம், திசை, திக்கு; to give quarter, யுத்தத்தில் எதிரிகள்மீதிரங்க.

Quar'ter, *v.t.* நாலுபங்காய்ப் பகிர், இராணுவத்தை நிறுத்து, தங்கு.

Quar'terage, *s.* மூன்றுமாசச்சம்பளம், மூன்றுமாசப்படி.

Quar'ter-deck, *s.* கப்பலின் மேற்றட்டின் பின்னணியம்.

Quar'terly, *a.* காற்பங்குள்ள, மூன்றுமாசத்திற் கொருமுறையான.

Quar'ter-staff, *s.* தண்டாயுதம், பாணுத்தடி.

Quartette', *s.* நால்வர் கூடிப்பாடுங் கீர்த்தனை, நாலடிச்செய்யுள்.

Quar'tile, *s.* கிரகபாதநோக்கு.

Quar'to, *s.* நான்காய் மடித்த கடிதாசிப் புஸ்தகம்.

Quar'tz, *s.* ஸ்படிகம்.

Quash, *v.t.* நருக்கு, நசுக்கு, அழி, மசி, சின்னபின்னப்படுத்து.

Quat, *s.* கொப்புளம், பரு.

Quater'nary, *a.* நாலுள்ள, நாலுகொண்ட.

Quater'nion, *s.* நான்கு, நான்குபெயருள்ள வகுப்பு.

Qua'train, *s.* மாற்றுமோனை நான்கடிச் செய்யுள்.

Qua'ver, *s.* இசைநூலிலோரளவு, இசையசை.

Qua'ver, *v.i.* அசை, இசை, அனுக்கு.

Quay, *s.* துறைமுகமேடை, ஏற்றுமதி யிறக்குமதி செய்யுமிடம்.

Quean, *s.* அற்பஸ்திரீ.

Queen, *s.* இராஜாத்தி, இராணி, அரசாணி, பட்டமகிஷி.

Queen'ly, *a.* இராஜஸ்திரீபோன்ற, இராணிக்குத்தகுந்த.

Queer, *a.* நூதன, வழங்காவழியான, நவநீதமான.

Queer'ly, *ad.* நூதனமாய், வழங்கா வழியாய்.

Quell, *v.t.* அடக்கு, கீழ்ப்படுத்து, அமர்த்து, தணி, சாந்தப்படுத்து.

Quench, *v.t.* அவி, அணை, தணி, நொது.

Quench'less, *a.* அணையாத, தணியா, தீரா.

Querimo'nious, *a.* முறைப்படுகிற, குறைசொல்லுகிற.

Quer'imony, *s.* முறைப்பாடு, குறைகூறல்.
Que'rist, *s.* வினவுவோன், விசாரிப்போன், உசாவுவோன்.
Quer'ulous, *a.* எரிப்புள்ள, முறுமுறுக்கிற, குறைகூறுகிற.
Que'ry, *s.* வினா, கேள்வி, கடா, ஐயவினா.
Que'ry, *v. t.* வினவு, கேள், கேட்டுப்பரீக்ஷி, உசாவு.
Quest, *s.* நாட்டம், தேட்டம், கேள்வி, விசாரணை.
Quest'ant, *s.* நாடுவோன், தேடுவோன்.
Ques'tion, *s.* கடா, வினா, கேள்வி, தர்க்கம், ஐயம், சோதனை, விசாரணை, சந்தேகம்; question and answer, பிரஸ்னோத்தரம்.
Ques'tion, *v.t* வினவு, கேள், சந்தேகி, ஐயுறு.
Ques'tionable, *a.* சந்தேகமான, ஐயப்பாவினாவிற்கடுத்த.
Question'less, *ad.* ஐயமற, சந்தேகமின்றி, மெய்யாய்.
Quib'ble, *s.* நாப்புரட்டு, சொற்புரட்டு, சிலேஷை.
Quib'ble, *v.i.* போக்குச்சொல்லு, சாட்டுச்சொல்லி மறு.
Quib'bler, *s.* நாப்புரட்டி, சொற்புரட்டி, வாதாடி.
Quick, *a.* உயிருள்ள, ஜீவனுள்ள, விரைவான; quick apprehension, சீக்கிரபுத்தி; a man of quick parts, கவனன்.
Quick'en, *v.t.* உயிர்ப்பி, விரைவாக்கு, உற்சாகப்படுத்து.
Quick'en, *v.i.* உயிர், உயிரடை.
Quick'ening, *s.* கர்ப்பசலனம்.
Quick'lime, *s.* சுட்டசுண்ணாம்புக்கல் அல்லது கிளிஞ்சில், தாளிக்காத சுண்ணாம்புக்கல் அல்லது கிளிஞ்சில்.
Quick'match, *s.* வெடிக்கயிறு, கள்ளத்திரி.
Quick'ly, *ad.* சீக்கிரமாய், சுறுக்காய், சடுதியாய், விரைவாய், கடுக, வல்லே, முடுக; it flew quickly away, பொள்ளெனப் பறந்தது.
Quick'ness, *s.* விரைவு, வேகம், சீக்கிரம், துரிதம், தீவிரம்; quickness of the imagination or wit, மனோசுதி.
Quick'sand, *s.* புதைமணல், உதிர்மணல்.
Quick'scented, *a.* எளிதில் மணமறியத்தக்க, மணமறிபுலனதிகரித்த.
Quick'set, *s.* பச்சைமரவேலி.
Quick'sighted, *a.* கூர்மையான, பார்வையுள்ள.
Quick'silver, *s.* இரசம், பாதரசம்.
Quick'witted, *a.* தீவிரபுத்தியுள்ள.

Quies'cence, *s.* ஆறுதல், ஓய்வு, அசையாமை, அமைதி.
Quies'cent, *s.* ஆறுதலான, அமைவான, மௌனமான.
Qui'et, *s.* அமைதி, சாந்தம், சமாதானம், அமரிக்கை, அசலம்; one devoted to quiet, சமபரன்.
Quietism', *s.* விராகம்; the sentiment of, சாந்தரசம்.
Qui'et, *v.t.* அமர்த்து, ஆற்று, அடக்கு, சமாதானப்படுத்து.
Qui'et, *a.* அமைதியான, சாந்தமான, அடக்கமுள்ள, மந்தமான.
Qui'etly, *ad.* அமைதியாய், சாந்தமாய், மௌனமாய்.
Quiet'ness, *s.* அமைதி, சாந்தம், அடக்கம்.
Qui'etude, *s.* அமைதி, அமரிக்கை, சாந்தம் சமம்.
Quill, *s.* இறகு, தூவி.
Quilt, *s.* மெத்தை, தளிமம், தூலிகை.
Qui'nary, *a.* பஞ்ச, ஐந்துகொண்ட.
Quince, *s.* ஒருமரம், அதன்பழம்.
Quinquan'gular, *a.* ஐங்கோண.
Quinquartic'ular, *a.* ஐந்துருவுள்ள, ஐந்தங்கமுள்ள.
Quinquen'nial, *a.* ஐந்துவருஷத்துக் கொருமுறையான, ஐந்துவருஷமட்டுமிருக்கிற.
Quin'sy, *s.* தொண்டைப்புண்.
Quint, *s.* ஐந்துகொண்டது.
Quintes'sence, *s.* சத்து, சாரம், தத்துவம், சக்தி.
Quintessen'tial, *a.* சத்துள்ள, சாரமுள்ள.
Quint'uple, *a.* ஐந்துமடங்கான.
Quip, *s.* சுடுசொல், பரிகாசம், நிந்தை.
Quire, *s.* இருபத்துநாலு தாள்கொண்டது, தஸ்தா.
Quir'ister, *s.* பலரோடொத்துப்பாடுவோன்.
Quirk, *s.* தந்திரயுக்தி, உபாயம், குத்திரம்.
Quit, *v.t.* விடு, விலக்கு, துரத்து, நீக்கு, தீர்.
Quit'claim, *s.* தொடராமுறி, விடுதலைப்பத்திரம்.
Quite, *ad.* முற்றாய், அற, தீர, உற.
Quit'rent, *s.* இறை, விடுதலையிறை.
Quits, *s.* ஒரு விளையாட்டு.
Quit'tance, *s.* இறுப்பு, நிறைவேற்றம், கைம்மாறு.
Quiv'er, *s.* அம்புக்கூடு, அம்புறை, அம்பறுத்தூணி, தூணி.
Quiv'er, *v.i.* ஆடு, கம்பி, துடி, அசை, சலனிபதை.
Quixot'ic, *a.* கட்டுக்கதையான, மனோகற்பிதமான

Quiz, *s.* கொடி, விடுகதை, சொற்கட்டு.
Quod'libet, *s.* நுண்மை, நுணுக்கம், நுட்பம்.
Quoif'fure, *s.* தலையணியினொன்று.
Quoit, *s.* குதிரைச்சில்லு, சக்கரம்.
Quon'dam, *a.* முந்தின.
Quo'rum, *s.* பஞ்சாயத்தார்.
Quo'ta, *s.* பகுதி, பங்கு, பாகம்.
Quota'tion, *s.* உதாரணம், எடுத்துக்காட்டு, பூர்வ இலக்கியம், மேற்கோள்.
Quote, *v.t.* எடுத்துச்சொல்லு, எடுத்துக்காட்டு.
Quoth, *v.i.* சொல், மொழி.
Quotid'ian, *s.* தினசுரம்.
Quo'tient, *s.* ஈவு, பலம், பாகம், பாஜிதம்.

R.

Rab'ato, *s.* கழுத்துப்பட்டை.
Rab'bet, *s.* ஒட்டுச்சந்து.
Rab'bi, Rab'bin, } *s* யூதபண்டிதன்.
Rab'bit, *s.* வெள்ளைமுயல், குழிமுயல், சீமைமுயல்.
Rab'ble, *s.* கீழ்மக்கள்கூட்டம், கலாதிக்காரர்.
Rab'id, *a.* குரூரமான, பைத்தியமான, உன்மத்தமான.
Race, *s.* பந்தயவோட்டம்; சந்ததி, கிளை, குலம், வமிசம்.
Race'horse, *s.* பந்தயக்குதிரை.
Ra'cer, *s.* பந்தயத்திற்கோடுபவன், பந்தயத்திற்கோடுங் குதிரை.
Ra'ciness, *s.* கார்ப்பு; racy, *ad.* கார்ப்புள்ள.
Rack, *s.* எந்தானம், பரண், வேதனையந்திரம், வேதனை; நூற்குங்கதிர்; உலர்ந்தபுல் வைக்குமிடம்.
Rack, *v.t.* வதை, வாதி, வருத்திவாங்கு, to rack rent, குடிகொன்றிறைகொளல்.
Rack'et, *s.* ஒரு விளையாட்டு, கூக்குரல், பேரொலி, அமலை; பந்தடிக்குங்கோல்.
Rack'rent, *s.* வருஷவாரி கட்டவேண்டிய அற உயர்ந்த வாடகை.
Ra'cy, *a.* கார்ப்பான, சுவையான, உருசியான.
Ra'diance, Ra'diancy, } *s.* பிரகாசம், பிரபை, சோபை, ஜோதி, வெளிச்சம் வீசுகை.
Ra'diant, *a.* பிரகாசமான, பிரபையுள்ள, ஜோதிவீசுகிற.
Ra'diate, *v.t.* துலக்கு, பிரகாசிப்பி, வீசு, கக்கு.
Ra'diate, *v.i.* இலங்கு, துலங்கு, பிரகாசி.
Radia'tion, *s.* துலக்கம், பிரகாசம், கிரணம், சோபை.
Rad'ical, *s.* மூலபதம், பூர்வபதம்.
Rad'ical, *a.* வேருக்குரிய, அடியான, ஆதியான, மூலமான; quantity, மௌலம்; quantities not under a radical sign, அமௌலம்.
Rad'ically, *ad.* அடிவாரமாய், ஆதியாய், மூலமாய்.
Rad'icle, *s* வித்துள் வேர்ப்பாகம்.
Rad'ish, *s.* முள்ளங்கி, ஒருவகைக்கிழங்கு.
Ra'dius, *s.* விட்டார்த்தம், வியாசார்த்தம், உபரத்தினி, radius of the arm, tabular, திரிசா; ra'dius vector, கன்னம்.
Ra'dix, *s.* வேர், மூலம், தாது.
Raf'fle, *s.* திருவுளச்சீட்டு, பந்தயச்சீட்டு.
Raft, *s.* ஓடம், கட்டுமரம், தெப்பம், புணை, மிதவை.
Raf'ter, *s.* கைம்மரம்; cross pieces for, கைச்சட்டம்.
Rag, *s.* கந்தை, பீறற்றுணி.
Rag'amuffin, *s.* நீசன், இழிஞன்.
Rage, *s.* உக்கிரம், மூர்க்கம், குரோதம், கொந்தளிப்பு, கோபம், ஆத்திரம்; great, ஆக்குரோஷம்.
Rage, *v.i.* சீறு, மூர்க்கங்கொள், சின, அழலு.
Rag'ged, *a.* கிழிந்த, கந்தையான, பீரலான.
Ra'ging, *p.a.* சீறுகிற, பொங்குகிற, மூர்க்கமுள்ள, உக்கிரமான.
Rag'man, *s.* கந்தை விற்பவன்.
Rail, *s.* கம்பி, சலாகை, கிராதிச்சட்டம், கிராதி.
Rail, *v.t.* சட்டம்பூட்டு, கிராதியடை, பரிகாசம்பண்ணு, தூஷி.
Rail'er, *s.* நிந்தைசொல்வோன், தூஷிப்போன்.
Rail'ing, *p.n.* எச்சு, நையாண்டி, உதாசினம், பழிப்பு, வைவு, தூஷணம்.
Rail'lery, *s.* பரிகாசம் சரசம், நையாண்டி, உதாசினம்.
Rail'road, *s.* இருப்புப்பாதை.
Ra'iment, *s.* வஸ்திரம், ஆடை, உடுப்பு, உடை.
Rain, *s.* மழை, மாரி, வருஷம்.
Rain, *v.i.* மழைபெய், வருஷி.
Rain'-beaten, *a.* மழையிலடியுண்ட.
Rain'bow, *s.* வானவில், இந்திரவில்; secondary, உபவானவில்.
Rain'-water, *s.* மழைநீர், மழைத்தண்ணீர்.
Rain'y, *a.* மழையுள்ள, மழைபடைத்த, ஈரமான.
Raise, *v.t.* ஏற்று, தூக்கு, உயர்த்து, கிளப்பு. எழுப்பு, எடு.
Rai'sin (rā'z'n), *s* காய்ந்ததிராட்சைப் பழம், திராட்சைப்பழவற்றல்.

Rake, *s.* குப்பைவாரி, செத்தைவாரி, கிளை வாரி, வாருகோல்; தூர்த்தன்.
Rake, *v.t.* குப்பைவாரியால் வாரு, பெருக்கு.
Rake'hell, *s.* தூர்த்தன், நெறிகேடன்.
Rake'shame, *s.* கேடுகெட்ட தூர்த்தன்.
Ral'ly, *v.t.* பரிகாசம்செய், சக்கட்டஞ்செய், சேர்த்துக்கொள்ளு.
Ral'ly, *v.i.* கூடு, திரளு.
Ram, *s.* செம்மறிக்கடா, தகர்; மேடராசி, மதிலிடிக்கும் யந்திரம்.
Ram, *v.t.* முட்டு, தாக்கு; a ramming down, கெட்டிணை.
Ram'ble, *s.* உலா, திரிவு, அலைவு.
Ram'ble, *v.i.* உலாவு, உலாப்போ, சுற்றித்திரி, அலைந்துதிரி, தடுமாறித்திரி.
Ram'bler, *s.* தேசாந்தரி, உலாவுவோன்.
Ram'bling, *p.n.* திரிவு, அலைவு, உலைவு.
Ramifica'tion, *s.* கிளைவிடுதல், கிளைத்தல், கவர்விடுதல்.
Ram'ify, *v.i.* கப்புவிடு, கவர்விடு, கிளைவிடு.
Ram'mer, } *s.* அச்சுக்கம்பு, துப்பாக்கிச்
Ram'rod, } சலாகை.
Ram'pant, *a.* துள்ளுகிற, கொழுப்புள்ள, புஷ்டியான.
Ram'part, } *s.* கொத்தளம், மதிற்புறம்,
Ram'pire, } அகப்பா.
Ran'cid, *a.* நாற்றமான, ஊழலித்த, ஊசின, பாண்டலான.
Ran'corous, *a.* வன்மமான, எரிச்சலுள்ள, பகைசாதிக்கிற.
Ran'cour, *s.* குரோதம், வன்மம், பகை.
Ran'dom, *s.* நேர்ந்தபடி செய்தல், எழுந்தமானம், எடுத்தபடி செய்கை.
Range, *s.* நிரை, ஒழுங்கு, வரிசை; குண்டு பாயுந்தூரம்; range of a car, தட்டு.
Range, *v.t.* நிரை, அணியணியாய் வை, பந்தி பந்தியாய் வகு.
Range, *v.i.* திரி, சஞ்சரி, அணியணியாய் வைக்கப்படு.
Ran'ger, *s.* காலாட்படை, ஒரு ஜாதிநாய்.
Rank, *s.* வகை, வகுப்பு, வரிசை, அந்தஸ்து, தரம்.
Rank, *v.t.* நிரை, அணியணியாய் வை, வகு, அடுக்கு.
Rank, *a.* செழிப்பான, துர்க்கந்தமான, காரமான, பரும்படியான; as inflamed with venereal appetite, காமத்திமூண்ட.
Ran'kie, *v.i.* கொதி, வலி, கரி, விறுவிறு.
Rank'ness, *s.* செழிப்பு, புஷ்டி, மதர்ப்பு, மிகுதி, உறைப்பு.
Ransack', *v.t.* கொள்ளையிடு, சோதி, ஆய்ந்து பார்.
Ran'som, *s.* ஈடுமீட்கும்பொருள், பிரதிக்கிரயம்.
Ran'som, *v.t.* மீள், இரக்ஷி.
Rant, *s.* உளறு, சலசலப்பு.
Rant, *v.t.* உளறு, குளிறு.
Ran'tipole, *a.* துஷ்ட, நாடோடும், தூர்த்த.
Rap, *s.* கொட்டு, தட்டு, அடி, அறை.
Rap, *v.i.* தட்டு, அடி, அறை.
Rapa'cious, *a.* கொள்ளைக்குணமுள்ள, பறிக்கிற, இருஞ்சுகிற, பேராசையுள்ள.
Rapac'ity, *s.* பறிப்பு, கொள்ளையிடுகை, சூறை.
Rape, *s.* பலாத்காரமாய்க் கற்பழித்தல்; எள்.
Rap'id, *a.* சீக்கிரமான, விரைவான, வேகமான, கதியான.
Rapid'ity, *s.* வேகம், கடுமை, சீக்கிரம், துரிதம்.
Rap'idly, *ad.* வேகமாய், சீக்கிரமாய், துரிதமாய்; to speak rapidly, கடுகுடுக்க.
Ra'pier, *s.* கட்டாரி, குத்துவாள், சுரிகை.
Rap'ine, *s.* பறி, கொள்ளை, சூறை.
Rap'ine, *v.t.* கொள்ளைகொள், சூறையிடு.
Rap'per, *s.* தட்டுவோன், அறைவோன்.
Rapt, *p.a.* பரவசமான.
Rap'ture, *s.* ஆவேசம், பரவசம்.
Rap'turist, *s.* வைராக்கியன்.
Rap'turous, *a.* பரவசமான, ஆவேசமான, ஆநந்த.
Rare, *a.* அரிதான, அருமையான, அபூர்வமான, உசிதமான, உத்தமமான, நெருக்கமில்லாத.
Rar'efaction, *s.* இலேசாக்குகை, அகலச்செய்கை.
Rar'efy, *v.t.* இலேசாக்கு, நொய்மையாக்கு, விரி, வியாபிக்கச்செய்.
Rare'ly, *ad.* அரிதாய், அருமையாய.
Rare'ness, *s.* அபூர்வம், நூதனம், மேன்மை.
Rar'ity, *s.* அருமை, அபூர்வம், அரும்பொருள்.
Ras'cal, *s.* புரளித்தனமுள்ளவன், கள்ளன், பாதகன், சண்டாளன்.
Rascal'ity, *s.* பாதகம், சண்டாளத்தனம், தறுகுறும்பு.
Ras'cally, *a.* சண்டித்தனமான, ஈனமான, நீச.
Rase, *v.t.* தரையைச்சீத்தூட்ட, துடைத்துத் தள்ளு.
Rase, *s.* அற்பகாயம், உரிஞ்சல்.
Rash, *s.* கரப்பான், உதிரிநோய்.
Rash, *a.* துடுக்குள்ள, தறுதலையான, வெடுவெடுப்புள்ள, எண்ணாத, செருக்குள்ள.

Rash'er, *s.* உப்பிட்ட பன்றியிறைச்சித் துண்டு.
Rash'ling, *s.* சண்டி, துடுக்கன், எண்ணாத கண்டன், வேண்டாத்தலையன்.
Rash'ly, *ad.* துணிவாய், எழுந்தபடி, நினையாமல்.
Rash'ness, *s.* துணிவு, ஆத்திரம், எண்ணமை, எழுந்தேற்றம், வெடுவெடுப்பு, வெட்டெனவு.
Rasp, *s.* அரம், படியரம்; ஒருவகைப்பழம்.
Rasp, *v.t.* அராவு, தருவு.
Rasp'berry (răz'bĕr-ry), *s.* ஒருவகைப் பழம்.
Ra'sure, *s.* துடைப்பு, அழிப்பு, சிவுகை.
Rat, *s.* எலி, மூஷிகம்.
Rat'able, *a.* விகிதம்வைக்கத்தக்க, விலைமதிக்கத்தக்க.
Rataf'ia, *s.* ஒருவித மதுபானம்.
Ratan', *s.* பிரம்பு, வேத்திரம், சூரல்.
Rate, *s.* தரம், விகிதம், பரிமாணம், அளவு.
Rate, *v.t.* விலைமதி, விகிதம்போடு, கடிந்துகொள்ளு.
Rath'er, *ad.* சற்று, பார்க்கிலும், பார்க்க, இல், இலும்.
Rat'ification, *s.* உறுதிப்பாடு, உறுதி, திடப்படுத்துகை.
Rat'ify, *v.t.* உறுதிப்படுத்து, திடப்படுத்து, நிலைப்படுத்து, பலப்பி.
Rat'ing, *p.n.* கடிந்துகொள்ளுகை.
Ra'tio, *s.* தரம், விகிதம், பிரமாணம்.
Ratioc'inate, *v.* நியாயமுத்தரி, நியாயம் பேசு.
Ratiocina'tion, *s.* நியாயீகரணம், நியாயத்தொடை, நியாயக்கோவை.
Ratioc'inative, *a.* நியாயம் உத்தரிக்கிற.
Ra'tion, *s.* தினசம்பளம், நாட்படி, அன்றுடப்படி.
Ra'tional, *a.* புத்தியுள்ள, பகுத்தறிவுள்ள, விவேகத்தோடிசைந்த, உபயுக்த, யுக்தாயுக்த.
Ra'tionalism, *s.* காரணவாதம், ஹேதுவாதம்.
Ra'tionalist, *s.* ஏதுவாதி, காரணவாதி.
Rational'ity, *s.* பகுத்தறிவுடைமை, அறிவுடைமை.
Rats'bane, *s.* எலிப்பாஷாணம், வெள்ளைப்பாஷாணம்.
Rats'baned, *a.* எலிப்பாஷாணமிட்ட.
Rat'tle, *s.* உபயவோசை, சலசலப்பு, சரசரப்பு, கறகறப்பு, நெறுநெறுப்பு.
Rat'tle, *v i.* கறகற, நெறுநெறு.
Rat'tle-snake, *s* ஒருவிதசர்ப்பம்.
Rat'tling, *p.n.* உபயவோசை, கறகறப்பு, நெறுநெறுப்பு, கசகசப்பு, கசகசெனல்.
Rau'city, *s.* கரகரப்பு; குரலடைப்பு, கனத்த குரல்.
Rau'cous, *a.* கனத்தகுரலோசையான, குரலடைப்பான.
Rav'age, *s.* கொள்ளை, பறி, சூறை, பாழ், கேடு.
Rav'age, *v.t.* கொள்ளையிடு, பகூி, சூறையாடு, பாழாக்கு.
Rave, *v.i.* அலட்டு, பிதற்று, புலம்பு.
Rav'el, *v.t.* சிக்குப்படுத்து, சிக்கு.
Ra'ven, *s.* அண்டங்காகம், துரோணகாகம், காகோலம்.
Rav'en, *v.t.* சூறையடி, பகூி, விழுந்தடித்துக் கொல்.
Raven'er, *s.* சூறைக்காரன், கொள்ளையிடுவோன்.
Rav'enous, *a.* பகூிக்குந் தன்மையுள்ள, இரைகவ்வுகிற.
Ravine', *s.* கணவாய், அருவியரித்த மலைப் பதிவு.
Rav'ing, *a.* பிதற்றுகிற, பைத்தியப்பேச்சுள்ள கடுங்கோபமுள்ள; பிரலாபமுள்ள.
Rav'ing, *s.* உக்கிர ஓலம்.
Rav'ish, *v.t.* கவர், அபகரி, பறி, சூறையாடு, கற்புநிலைகுலை, பரவசப்படுத்து.
Rav'isher, *s.* கவர்பவன், கற்பழிப்பவன்.
Rav'ishment, *s.* பரவசம், மருள், கற்பழிப்பு.
Raw, *a.* பச்சையான, அபாகமான, பருவத்திற்கு வராத.
Raw'boned, *a.* தசைப்பிடியில்லாத.
Raw'ness, *s.* பச்சைத்தன்மை, வேவாமை, அபாகம்.
Ray, *s.* கதிர், காந்தி, கிரணம், திருக்கைமீன்.
Ray, *v.i.* கதிர்வீசு, ஒளிகால், கிரணம்வீசு.
Raze, *v.t.* தகர், பெயர், அழி, நாசப்படுத்து, தரைமட்டமாக்கு.
Razor, *s.* அம்பட்டக்கத்தி, சௌளக்கத்தி, சௌரகன்கத்தி.
Ra'zure, *s.* தகர்ச்சி, பெயர்ப்பு, அழிவு.
Reabsorb', *v.* பெயர்த்துறிஞ்சு.
Reaccess', *s.* மீண்டெய்தல், புனர்ப்பிரவேசம், மீண்டுகாண இடம்பெறல்.
Reach, *s.* எல்லை, விசாலம், திராணி, சூழ்ச்சி.
Reach, *v.t.* எட்டு, நீளு, போய்ச்சேர், ஊடுருவிப்பார்.
Re-act', *v.i.* எதிர்தாக்கு, எதிருதை, அதை.
Re-ac'tion, *s.* அதைப்பு, எதிர்த்தாக்கம், பிரதிகிருதி, பிரத்தியாகாதம்.
Read, *v.t.* வாசி, படி.

Read'able, a. வாசிக்கப்படத்தக்க, அறியக் கூடிய.

Read'er, s. வாசிப்போன்.

Read'ily, ad. உடனே, சைம்மேனே, உற் சாகமாய், நெருக்கென.

Read'iness. s. உற்சாகம், எத்தனம், ஆயத் தம்.

Read'ing, p.n. வாசிக்கை, வாசிப்பு, படிப்பு, வாசகப்போக்கு; the true reading, சுத்தபாடம்.

Readmis'sion, s. மறுகாற்சேர்ப்பு, திரும்பச்சேர்க்கை.

Readmit', v.t. திரும்பச் சேர்த்துக்கொள், மீண்டு சேர்த்துக்கொள்.

Readorn', v.t. மறுதரமலங்கரி, புதிதாயலங் கரி.

Read'y, a. உற்சாகமான, எத்தனமான, ஆயத்தமான; wit, தீவிரபுத்தி; money, அஞ்த ரொக்கம், கைவிலை.

Re'al, a. உள்ள, மெய்யான, உண்மையான, நிஜ, வாஸ்தவ; the real, வஸ்து.

Real'ity, s. நிஜம், சத்தியம், உண்மை, உள் எதை, தத்துவார்த்தம், சத்து; absence of reality, வஸ்து அபாவம்.

Re'alize, v.t. உண்மைப்படுத்த, உற்றறி, உருபி, அனுபவி.

Re'ally, ad. உள்ளபடி, உண்மையாய், மெய் யாய், நிஜமாய்; the thing appears greater than it really is, அப்பொருள் இருக்கும் அளவிற்குமிஞ்சித் தோன்றுகிறது.

Realm, s. இராஜ்யம்.

Ream, s. சுபு, அல்லது 500-தாள்கொண்ட கடிதாசிக்கட்டு, 20-தன்தாக்கட்டு.

Rean'imate, v.t. உயிர்ப்பி, போனஉயிரை வரப்பண்ணு.

Reannex', v.t. மறுபடியினே, மீண்டிசை, திரும்பச்சேர்.

Reap; v.t. அரி, வெட்டு, அறு, பிரயோஜன மடை; wages of reaping, அறுப்புக்கூலி.

Reap'er, s. அரிவெட்டுகிறவன், சேர்க்கிற வன்.

Reap'ing-hook, s. அரிவாள், சூலிரும்பு.

Reappa'rel, v.t. மீண்டுடுத்த, மறுத்தணி, மறுபடி தரி.

Reappear'ance, s. மறுபடி தோற்றுகை, திரும்பக் காணப்படுகை, புனர்தரிசனம்.

Reapplica'tion, s. திரும்பக் கேட்குதல், மறுபடி கேட்கை.

Rear, s. பின், பின்பக்கம், பின்புறம், பிற்சே வற்படை, பின்தண்டு.

Rear, v.t. உயர்த்து, கட்டு, கற்பி, வளர், போஷி.

Rear-ad'miral, s. போர்க்கப்பலின் மூன் றுந் தளகர்த்தன்.

Rear'ward, s. கடைப்படை, கடைப்பாகம், அறுதி, முடிவு.

Reascend', v. திரும்ப ஏறு, மறுபடியுமேறு.

Rea'son(rē'z'n), s. யூகம், யுக்தி, மதி, அறிவு, ஏது, ரூபம், முகாந்தரம், காரணம், நிமித் தம்.

Rea'son, v.t. யூகி, நியாயமுத்தரி, விசாரி, நியாயஞ்சொல்லு.

Rea'sonable, a. நியாயமான, நயயமூள்ள, நீதியான ஒப்பத்தக்க.

Rea'sonableness, s. புத்தி, நியாயம், நீதி நெறி.

Rea'sonably, ad. நியாயப்படி, நீதிப்பிம் காரம், அறிவுக்கேற்க.

Rea'soner, s. நியாயதரந்தரன், தர்க்கசாலி, தார்க்கிகன்.

Rea'soning, s. பரீக்ஷித்து நியாயங்கண்ட நிகை, யூகித்தறிகை.

Reassem'ble, v.t. மறுபடியும் கூடிவரச்செய், மறுபடி கூடு.

Reassert', v.t. மீண்டுறிசொல், பெயர்த் துறிமொழி பகர்.

Reassume', v.t. திரும்பக் கையிடு, திரும்பச் செய்வதவா.

Reassure', v.t. தேற்று, திடப்படுத்த.

Reattempt', v.t. மறுபடி எத்தனி, திரும்ப முயல்.

Reb'el, s.கலகக்காரன், இராஜாதிகார விரோதி.

Rebel'ler, s. கலகன், விபரீதஞ்செய்வோன்.

Rebell'ion, s. கலகம், குழம்பம், துரோகம், அடங்காமை, ஊர்ப்புரளி.

Rebell'ious, a. கலகமுள்ள, முரண்டித்தன முள்ள, மேழ்ப்படியாத.

Rebel'low, v.i. பிரதிமுக்காரம்போடு.

Reboil', v.t. மீண்டவி, மறுபடி வேகவை.

Rebound', v.i. எதிர்தாக்கு, உதை, அதை, தெறி, மீண்டெழு.

Rebound', s. அதைப்பு, தாக்கிமீளல்.

Rebuff', s. தடுப்பு, அதைப்பு, எதிருதைப்பு, எதிர்த்தாக்கம், மறுதலிப்பு.

Rebuff', v.t. தடு, உதை, அதை, எதிர்தாக்கு, மறுதலி.

Rebuild', v.t. திரும்பக்கட்டு, மறுதரங்கட்டு.

Rebu'ke', s. அதட்டு, கொடுஞ்சொல், உங் காரம், கண்டிதம், வாக்குத்தண்டம்.

Rebuke', v.t. கண்டி, அதட்டு, கடிந்துகொள்.

Re'bus, s. விடுகதை, நொடி, யூகிபாலை�.

Rebut', v.t. தடு, அதை, எதிர்தாக்கு, உதை.

Rebut'ter, s. பிரதியுத்தரத்திற்கு எதிர்

Recall', *v.t.* திரும்ப அழை, விலக்கு, மறு; to recall to mind what has been forgotten, மறந்ததை நினைக்க.
Recall', *s.* திரும்ப அழைத்தல், இட்டதை மீண்டு தடுத்தல்.
Recant', *v.t.* பரிகரி, தீர்மானத்தை அழி.
Recanta'tion, *s.* பரிகரிப்பு, மறுதலே, பக்க மாறுகை.
Recapa'citate, *v.t.* மீண்டு பக்குவப்படுத்து.
Recapit'ulate, *v.t.* திருப்பிச்சொல்லு, சொன்னதைத் தொகுத்துரை, உரைத்ததைப் பொழிப்பாய்ச் சொல்லு.
Recapitula'tion, *s.* தொகுத்துரை, தொகைப்பொருள், பொழிப்புரை.
Recar'nify, *v.t.* மீண்டு மாமிசமாய்ப் பரிணமிப்பி.
Recast', *v.t.* மீண்டெறி, மீண்டுருவாக்கு, மறுபடி யுருக்கிவார்.
Recede', *v.i.* விலகு, ஒதுங்கு, பின்னிடு, ஒற்றிப்போ, உள்வாங்கு.
Receipt' (rĕ-sēt'), *s.* பற்றுச்சீட்டு, பற்று, பற்றுச்சீட்டு வாங்குகை, கைப்பற்று; for money paid, செல்லுச்சீட்டு.
Receiv'able, *v.* ஏற்கத்தக்க, பெறத்தக்க.
Receive', *v.t.* ஏற்றுக்கொள், ஒப்புக்கொள், கைக்கொள், அங்கீகரி, பரிக்கிரகி; generally received opinion, லோகசித்தம்.
Receiv'er, *s.* வாங்குபவன், வாங்குவது, எனம், ஆதானம், ஆதாரம்.
Re'cent, *a.* நவமான, புது, புதிய, நவீன.
Re'cently, *ad.* புதிதாய், நவமாய், சிலகாலத்திற்குமுன்.
Recep'tacle, *s.* கொள்கலம், உறை, கொள்ளுந்தானம், பண்டப்பை, ஆதானம்.
Recep'tion, *s.* ஏற்கை, கைப்பற்றுகை, விருந்தோம்பல், அங்கீகாரம்.
Recess', *s.* ஒதுக்கிடம், ஒடுக்கிடம், விசிராமம், இடுக்கு, விடுமுறைகாலம்.
Reces'sion, *s.* விலகுகை, ஒதுக்கம், பின்னிடுகை.
Rec'ipe, *s.* ஔஷதப்பட்டோலே, சரக்குப் பட்டோலே.
Recip'ient, *s.* கொள்பவள, ஏற்பவன், கொள்வது.
Recip'rocal, *s.* அந்யோந்யமானது, விலோமம்; of a quantity, விலோமராசி.
Reci'procal, *a.* இணைக்கிணையான, இதரேதர, அந்யோந்ய; power, விலோமகாதிதம்; ratio, விலோமவிகிதம்.
Recip'rocally, *ad.* இணைக்கிணையாய், அந்யோந்யமாய்.
Recip'rocate, *v.t.* அந்யோந்யமாய் நடத்து.

Reciproc'ity, *s.* அந்யோந்ய பரிமாற்றம்.
Reci'sion, *s.* சேதிக்கை, வெட்டுகை.
Reci'tal, Recita'tion, } *s.* சங்கதிசொல்லுகை, ஒதுகை, பாடமொப்புவிக்கை.
Recitative', *s.* பேசுகிறதுபோல் பாடுதல்.
Recite', *v.t.* சொல்லு, உச்சரி, வர்த்தமானஞ்சொல்லு.
Reck, *v.t.* யோசி, சாவதானமாயிரு.
Reck'less, *a.* கவலேயற்ற, யோசனையில்லாத, எண்ணுமையான, துணிவுள்ள, reckless person, எண்ணுதவன்.
Reck'lessness, *s.* கவனமின்மை.
Reck'on, *v.t.* கணக்கிடு, எண்ணு, அளவிடு, மதி, கணி.
Reck'oning, *s.* கணக்கு, எண்ணம், மதிப்பு, கணிதம், அளவிடை.
Reclaim', *v.t.* திரும்பக்கேள், குணப்படுத்து, சீர்ப்படுத்து, வசப்படுத்து.
Reclama'tion, *s.* சீர்ப்படுத்தல், குணப்படுத்தல், திரும்பக் கேட்டல்.
Recline', *v.t.* சார்த்து, ஒருச்சாய், சரி, சாய்.
Recline, *v.i.* சாய், சாரு, ஒருச்சாய்.
Reclose', *v.* மீண்டு மூடு, திரும்பச் சார்த்து.
Recluse', *s.* சந்நியாசி, துறவி, முனி.
Recluse', *a.* சந்நியாசிக்குரிய.
Recogni'sance, *s.* அறிவிக்கை, அறிவிப்பு, முத்திரை.
Rec'ognize, *v.t.* அறி, காணு, ஒத்துக்கொள்ளு, நினைவுகூர்.
Recogni'tion, *s.* அறிவிப்பு, வெளிப்படுத்துகை, நினைவுகூருகை, நினைப்பூட்டுகை.
Recoil', *v.i.* உதை, தெறி, அதை.
Recoin', *v.t.* திரும்பக் கம்பட்டமடி, மறுபடி நாணயமடி.
Recollect', *v.t.* மறுபடியுஞ்சேர், நினைவுகூர்.
Recollec'tion, *s.* மறுபடியுஞ் சேர்க்கை, நினைவில் வருகை.
Recombine', *v.t.* திரும்பப் புணர்த்து, பெயர்த்திணை.
Recom'fort, *v.t.* மீண்டுதேற்று, மீண்டாஞ்சொல்லு.
Recommence', *v.t.* புதிதாய்த் தொடங்கு, திரும்ப ஆரம்பி.
Recommend', *v.t.* ஒப்படை, ஒப்புவி, புகழ்ந்தொப்புவி, வாக்குசகாயம்பண்ணு.
Recommenda'tion, *s.* புகழ்ந்தொப்புவிக்கை, நிஷ்கருஷ பத்திரிகை.
Recompense', *s.* கைம்மாறு, பிரதியுபகாரம், பதிலுபகாரம்.
Rec'ompense, *v.t.* ஈடுசெலுத்து, பிரதியுபகரி.

Recompose', *v.t.* மறுபடி யிணை, மீண்டு சமாதனப்படுத்து.

Rec'oncile, *v.t.* ஒப்புரவாக்கு, உறவாக்கு, இணக்கு, ஒருமைப்படுத்து, சமாதானப் படுத்து, சந்துசெய்.

Reconcil'able, *a.* ஒப்புரவாகக்கூடிய, சமா தானமாகக்கூடிய.

Reconcilia'tion, *s.* இணக்கம், சந்திசெய் கை, ஒப்புரவாக்குகை, இராசி.

Rec'ondite, *a.* மறைபொருளான, இரகசிய, அந்தரங்கமான, ஆழ்ந்தகருத்துள்ள.

Recon'naissance, *s.* வேவுபார்த்தல், பரி சோதனை.

Reconnoi'tre, *v.t.* விசாரி, வேவுபார்.

Recon'quer, *v.t.* மறுபடி வெல்லு, மீண்டுஜெயி.

Reconsid'er, *v.t.* பெயர்த்துச் சிந்தி, மீளத் தியானி.

Rec'ord, *s.* சாதனம், அறிக்கை, குறிப்பு, ஞாபகவெழுத்து.

Record', *v.t.* எழுதிவை, குறித்துவை, பதி, ஞாபகத்திற் பூட்டு.

Record'er, *s.* எழுத்துக்காரன், இலேககன், கணக்கன், ஒருவிதக் குழல்.

Recount', *v.t.* விவரி, சொல்லு, திரும்பக் கணக்கிடு.

Recount'ment, *s.* சொல்லல், மீண்டு விவரித்தல்.

Recourse', *s.* வழிவகை, தஞ்சம், புகலிடம், சார்பு, அணிவு, சேர்வு.

Recov'er, *v.t.* சீர்ப்படுத்து, திரும்ப அடை; a debt, கடன்தண்டு.

Recov'er, *v.i.* குணப்படு, சொஸ்சம் பெறு; recover from fatigue, languor, களை தெளிய, களையாற.

Recov'erable, *a.* திரும்ப அடையத்தக்க, மீட்கப்படக்கூடிய.

Recov'ery, *s.* சொஸ்தம், சீர்ப்படுத்துகை, குணப்பாடு, தமைவு.

Rec'reant, *a.* இளநெஞ்சுள்ள, ஏழையான, அதைரிய.

Rec'reate, *v.t.* இளைப்பாற்று, பிரியப்படுத்து, உயிர்ப்பி.

Recreate', *v.t.* திரும்பச்சிருஷ்டி, மறுகாற் படை.

Recrea'tion, *s.* விளையாட்டு, பொழுதுபோக்கு, விநோதம்.

Re'creative, *a.* இளைப்பாற்றியான, விநோத.

Rec'rement, *s.* கழிம்பு, மலம், கிட்டம்.

Recrim'inate, *v.t.* குற்றஞ் சாற்றினவன் மேல் மறுகுற்றஞ் சாற்று.

Recrimina'tion, *s.* குற்றஞ் சாற்றினவன் மேற் குற்றஞ் சாற்றுகை.

Recrim'inatory, *a.* தோஷஞ்சொன்னவன் பெயரில் தோஷமாரோபிக்கிற.

Recru'dency, *s.* திரும்பப் புண்ணுதல்.

Recruit', *s.* புதிதாய்ச்சேர்ந்த யுத்தவீரன்.

Recruit', *v.t.* குறைநிரப்பிச் சீர்ப்படுத்து, புதிதாகத் தண்டுகட்டிச் சேர்ப்படுத்து.

Recruit'er, *s.* புதிதாகத் தண்டுகட்டிச் சேர்ப் படுத்துபவன், குறைநிரப்பிச் சீர்ப்படுத்து பவன்.

Rect'angle, *s.* நீர்க்கசதுரம், நீண்டசதுரம்.

Rectan'gular, *a.* சமகோணமான.

Rectifica'tion, *s.* திருத்தமாக்குகை, சீராக் குகை, ஒழுங்குபடுத்துகை.

Rec'tify, *v.t.* திருத்து, சீர்ப்படுத்து, திட்டம் பண்ணு, ஒழுங்குபடுத்து.

Rectilin'ear,
Rectilin'eal, } *a.* நேர்கோடுள்ள.

Rec'titude, *s.* இணக்கம், திருத்தம், நிதார்த் தம், நேர்மை.

Rec'tor, *s.* ஆளுகைக்காரன், மடாதிபன், ஒரு சேகரத்தை விசாரிக்குங் குரு.

Rec'tum, *s.* மலாசயம், மலப்பை, மலவாகி, மலக்குடல், குதம்.

Recumb', *v.i.* சார், சாய், சரி.

Recum'bence,
Recum'bency, } *s.* சாய்வு, சரிவு, இளைப் பாற்றி.

Recum'bent, *a.* சரிவுள்ள, சாய்ந்த, சரிந்த, படுக்கிற.

Recupera'tion, *s.* இழந்ததை மீண்டுங் கைக் கொளல்.

Recur', *v.t.* திரும்ப நினைவில்வா, மறுகால் வா; recurring series, மடக்குமாலிகை.

Recur'rence, *s.* பூர்வக்கொள்கைக்குத் திரு ம்புகை.

Recur'sion, *s.* திரும்பல், மீண்டுவரல்.

Recurva'tion, *s.* பின்வளைவு.

Recu'sant, *a.* இணங்காத, இசையாத, பொ ருந்தாத, ஒவ்வாத.

Red, *a.* சிவப்பான, சிவந்த, செம்மையான.

Red'breast, *s.* ஒரு பக்ஷி.

Red'den, *v.* சிவப்பாக்கு, சிவக்கச்செய், செந் நிறமாக்கு, சிவ, சிவப்பேறு.

Red'dish, *a.* சற்றுச் சிவப்பான.

Red'dle, *s.* காவிக்கல், இரத்தமாரணம்.

Redeem', *v.t.* மீள், ஈடேற்று, இரக்ஷி.

Redeem'able, *a.* மீட்கப்படக்கூடிய, இர க்ஷிக்கப்படக்கூடிய, ஈடேறக்கூடிய.

Redeem'er, *s.* மீட்பன், இரக்ஷகன்.

Redemp'tion, *s.* மீட்பு, மீட்சி.

Red'hot, *a.* சிவக்கக்காய்ந்த.

Red'lead, *a.* செவ்வீயம், வங்கச்செஞ்சாந்து.

Red'ness, s. சிவப்பு, செம்மை.
Red'olence, s. சுகந்தம், இனியகந்தம்.
Red'olent, a. சுகந்தமுள்ள.
Redoub'le, v.t. இரட்டி, இரட்டு, இரும்டியாக்கு.
Redoubt' (re-doŭt'), s. கொத்தளம், காவற்கோட்டை.
Redoubt'able, a. பயங்கரப்படத்தக்க, திகிலடையப்பண்ணத்தக்க.
Redoubt'ed, a. பயங்கரமான, திகிலுண்டாக்கும்.
Redound', v.i. பலி, தாக்கி அதை, உதைத்துத் திரும்பு.
Redress', s. சகாயம், நிவிர்த்தி, மீட்பு, உத்தரவாதம்.
Redress', v.t. சீர்ப்படுத்து, திருத்து, சகாயஞ்செய், உத்தரவாதம்பண்ணு.
Redress'er, s. சகாயி, உதவுவோன்.
Redress'ive, a. சகாயம்புரிகிற, உதவுகிற.
Reduce', v.t. இனமாற்று, திருப்பு, குறை, சுருக்கு, தணி, சிறுப்பி, ஒடுக்கு; to be reduced in circumstances, நொந்துபோக; கையிளைக்க, மெலிந்துபோக; to reduce to a higher denomination, ஏறிட; to reduce to minutes, கலிகரிக்க; to reduce an equation, சாதிகரிக்க.
Redu'cible, a. குறைக்கப்படத்தக்க, இனமாற்றத்தக்க.
Reduc'tion, s. ஒடுக்கம், சுருக்கம், தாழ்வு, இனமாற்று, ரூபாந்தரம்; of an equation, சாதிகரணம்.
Reduc'tive, a. குறைக்குந்திறமுள்ள, ஒடுக்கும் சக்தியுள்ள.
Redun'dance, Redun'dancy, s. மிகுதி, மேல்மிச்சம், சொரிவு.
Redun'dant, a. மிகுதியான, மேல்மிச்சமான.
Redu'plicate, v. இரட்டி, இரட்டுறவி.
Reduplica'tion, s. இரட்டல்.
Redu'plicative, a. இரட்டையான.
Re-ech'o, s. பிரதியொலிக் கெதிரொலி.
Reed, s. ஊதுகுழல், இசைச்குழல், நாணல், அச்சு, கொறுக்கை.
Reed'ed, a. நாணல்மூடிய, நாணலால் வேய்ந்த.
Reed'y, a. நாணல் திரளாயுள்ள.
Reed'ify, v.i. திரும்பக்கட்டு, கட்டினதைக் கலைத்துக்கட்டு.
Reef, s. கப்பற்பாயின் மடிப்புக்கயிறு, ஜலத்தின்கீழ்க் கற்பார்.
Reef, v.t. மரக்கலப்பாய் மடித்துக்கட்டு.

Reek, s. நீராவி, புகை, தூமம்.
Reek, v.i. புகை, நீராவி பறி.
Reek'y, a. புகையான, புகைபிடித்த.
Reel, s. திரிவட்டம், ஆசுமணை, விசலனம், ஒருவித நடனம்.
Reel, v.i. தள்ளாடு, தளம்பு, தள்ளம்பாறி நட.
Re-elec'tion, s. இரண்டாமுறை தெரிதல்.
Re-embark', v மீண்டுருவேறு, மீண்டு கப்பலில் ஏறு.
Re-enact', v.t. மீளவும் செய், மறுபடி சட்டம் நிருபி.
Re-enforce', v.t. புதுப்படையனுப்பிப் பலப்படுத்து.
Re-enforce'ment, s. புதுப்படை அனுப்பிப் பலப்படுத்தல்.
Re-engage', v.t. திரும்பஉடன்படு, மறுபடி தொடங்கு, திரும்பப்பொரு.
Refec'tion, s. சிற்றுணவு.
Refec'tory, s. போஜனசாலை, அன்னசாலை.
Refer', v.t. குறி, சாட்டு, சுட்டு, ஒப்புவி.
Ref'erable, a. குறித்துச் சொல்லப்படத்தக்க, சுட்டிக்காட்டப்படத்தக்க.
Ref'erence, s. மாட்டேற்று, குறிப்பு, சுட்டு.
Refine', v.t. சுத்திசெய், புடமிடு, சீர்மைப்படுத்து, களிம்பகற்று; refined gold, புடமிட்ட தங்கம்.
Refine'ment, s. தெளிப்பு, திருத்தம், செம்மை, சீர்மை, நுண்மை, நாகரீகம்.
Refin'er, s. புடமிடுவோன், சுத்திகரிப்போன், கறைநீக்குவோன்.
Refit', v.t. திரும்ப இணக்கு, புதுப்பி.
Reflect', v.t. அதைக்கச்செய், பிரதிவிம்பிக்கச்செய்.
Reflect', v.i. சிந்தி, தியானி, யூகி, உணர்.
Reflec'tion, s. சிந்தனை, தியானம், பிரதிபலம், சாயை, நிந்தனை, மனனம்.
Reflect'ive, a. பிரதிவிம்பிக்கிற, சிந்திக்கிற.
Reflect'or, s. உருவங்காட்டி, விம்பிப்பது.
Re'flex, a. திரும்புகிற, விம்பிக்கிற, பிரதிகரண.
Ref'luent, a. திரும்பிப்பாய்கிற, வற்றுகிற.
Re'flux, s. தணிவு, வற்று.
Reform', s. திருத்தம், சீர்திருத்தம்.
Reform', v.t. சீர்திருத்து, திருத்து, நெறிப்படுத்து.
Ref'orma'tion, s. திருத்துகை, சீர்திருத்தம், திருத்தம், மார்க்கச் சீர்திருத்தம்.
Refract', v.i. வக்கிரி, மடங்கு, பட்டுத்திரும்பு.
Refrac'tion, s. வக்கிரிக்கை, வக்கிரீகரணம்; double refraction, இரட்டை வக்கிரீகரணம்.

Refrac'toriness, *s.* முரண்டு, தறுகுறும்பு, அடம், அடங்காத்தன்மை.
Refrac'tory, *a.* தறுகுறும்பான, துடிப்பான, முரண்டான.
Refrain', *v.i.* அடக்கு, அமர்த்து, தடு, தவிர், விலக்கு.
Refran'gible, *a.* கிரணம், வக்கிரிக்கத்தக்க.
Refresh', *v.t.* இளைப்பாற்று, உயிர்ப்பி, ஆயாசந்தீர், குளிரப்பண்ணு.
Refresh'ing, *a.* குளிர்ந்த, சுகந்தருகிற.
Refresh'ment, *s.* குளிர்ச்சி, உணவு, ஆகாரம்.
Refrig'erate, *v.t.* குளிரப்பண்ணு, சீதளமாக்கு.
Ref'uge, *s.* சார்பு, தஞ்சம், அடைக்கலம், சரணம், ஒதுக்கு; to take refuge, சரண்புக, சரணடைய.
Refugee', *s.* அடைக்கலம்புகுவோன்.
Reful'gence, **Reful'gency**, *s.* அதிபிரபை, சோபை, காந்தி, மகாபிரகாசம், மிகுசோதி.
Reful'gent, *a.* அதிக பிரகாசமுள்ள.
Refund', *v.t.* திரும்பக்கொடு, பணமுதலியவை திரும்பச் செலுத்து.
Refus'al, *s.* எதிர்மறுப்பு, இல்லையெனல்.
Ref'use, *s.* கழிவு, கழிகடை, களை, தள்ளுபடி, தெரிகடை, பாழ், குப்பை, கோது.
Refuse', *v.t.* அல்லத்தட்டு, மறு, தடுத்துச் சொல்லு, உடன்படாதிரு.
Refuta'tion, *s.* ஆக்ஷேபம், அழிநியாயம், திக்காரம், நிராகரணம்; refutation of an assertion வாக்கியகண்டனம்.
Refute', *v.t.* ஆக்ஷேபி, திக்கரி, நிராகரி, கண்டி, எதிருரை, அதட்டு.
Regain', *v.t.* திரும்பப் பெறு, கண்டடை, இழந்ததை யெடு.
Re'gal, *a.* அரசர்க்குரிய, இராஜிகிய.
Regale', *v.t.* மகிழ்ச்சியாக்கு, மனங்குளிரச்செய், விருந்துசெய்.
Regale'ment, *s.* விருந்தளித்தல், மனங்குளிரச்செய்தல்.
Rega'lia, *s.* இராஜசின்னம், இராஜோபாங்கம்.
Regard', *s.* எண்ணிக்கை, கணிப்பு, கண்யம், சார்பு.
Regard', *v.t.* ஆதரி, எண்ணு, நோக்கு, குறி, மதி, பேணு.
Regard'ful, *a.* மதிப்புள்ள, பேணும்.
Regard'less, *a.* கவலைபற்ற, எண்ணுமையான, பராமுகமான.
Regat'ta, *s.* ஓடப்பந்தயம்.
Re'gency, *s.* அரசாட்சித் தத்துவம், ஆளுகை, ஆட்சி.
Regen'erate, *v.t.* மறுபடி பிறக்கச்செய், குணப்படுத்து, சீர்ப்படுத்து.
Regen'erate, *a.* மறுபடி பிறந்த, தூய குணம்பெற்ற.
Regenera'tion, *s.* புநர்ஜனனம், மறுபிறப்பு, சீர்ப்படுகை.
Re'gent, *s.* ஆளுகைகாரன், அதிபதி, தேசாதிபன்.
Regermina'tion, *s.* திரும்பத் தளிர்த்தல், மறுபடி முளைத்தல்.
Reg'icide, *s.* இராஜதுரோகம், இராஜகொலை, இராஜகாதகன்.
Reg'imen, *s.* பத்தியம்.
Reg'iment, *s.* அணிவகுப்பு, படைவகுப்பு, பட்டாளம், சேனை.
Regiment'al, *a.* அணிவகுப்பிற்குரிய, பட்டாளத்திற்குரிய.
Regiment'als, *s.* போர்ச்சேவகர் கோலம்.
Re'gion, *s.* திசை, திக்கு, தேசம், இடம், ஆதாரம்.
Reg'ister, *s.* அட்டவணை, பெயர்வழிக் கணக்கு, டாப்பு, தஸ்திரம்; of village lands, கோசம், கிராமகோசம்.
Reg'ister, *v.t.* டாப்பிலெழுதிவை, அட்டவணையிற்சேர்.
Reg'istrar, *s.* டாப்பிலேககன், டாப்பெழுதுவோன், விகிதன்.
Registra'tion, **Reg'istry**, *s* டாப்பிற்சேர்க்கை.
Reg'nant, *a.* ஆளுகிற, இராஜாதிகாரஞ்செலுத்துகிற.
Regrate', *v.t.* வெறுப்புண்டாக்கு, திடுக்கிடச்செய், மொத்தமாக்கொள்ளு, முந்திக்கையாடு.
Re'gress, *s.* திரும்புகை, வக்கிரிக்கை.
Regress', *v.i.* திரும்பிப்போ, பெயர்ந்துபோ.
Regres'sion, *s.* திரும்பிப்போதல், திரும்புகை.
Regret', *s.* துக்கம், மனநோ, பரிதாபம், விசனம், கவலை, அசந்தோஷம்.
Regret', *v.t.* துக்கி, இரங்கு, கவலைப்படு, கிலேசப்படு, பரிதபி.
Regret'ful, *a.* துக்கமுள்ள, பரிதாபமுள்ள.
Reguer'don, *v.t.* கைம்மாறுசெய், பதிலளி, வெகுமானங்கொடு.
Reg'ular, *s.* சந்நியாசிமடத்திற் பிரவேசித்தவன்.
Reg'ular, *a.* ஒழுங்கான, திருத்தமான, கிரம, நியையான, நேரான, சரியான.
Regular'ity, *s.* ஒழுங்கு, முறைமை, கிரமம், வரிசை, வசம்.
Reg'ularly, *ad.* முறைமையாக, கிரமங்கிரமமாய், ஒழுங்காய்.

Reg'ulate, *v.t.* ஒழுங்குபடுத்து, திட்டங் கட்டு, கிரமப்படுத்து.

Regula'tion, *s.* ஒழுங்கு, முறைமை, சட்டம், திட்டம், கட்டுப்பாடு, நிபந்தனை.

Reg'ulator, *s.* ஒழுங்குபண்ணுவோன், முறை விதிப்போன், திட்டஞ்செய்வோன்.

Regur'gitate, *v.t.* திரும்பார்.

Rehear', *v.t.* திரும்பக்கேள்.

Rehears'al, *s.* திரும்பச்சொல்லுகை, சொல்லல்.

Rehearse', *v.t.* விவரி, கிரமமாய்ச் சொல்லு.

Rei'gle, *s.* தவாளிப்பு.

Reign' (rān), *s.* ஆளுகை, ஆட்சி, இராஜிஜ்ய பாலனம்.

Reign, *v.i.* & *t.* ஆளு, இராஜிஜ்யம்பண்ணு, அரசுபுரி.

Reimburse', *v.t.* பணம் மறுபடியுங்கொடு, இறுத்துத்தீர், சரிப்படுத்து.

Rein, *s.* கவினவார், கடிவாளவார்.

Rein, *v.t.* கடிவாளம்பிடி, அடக்கியாளு, கட்டாயம்பண்ணு.

Reinforce', *v.t.* அதிகமாய்ப் பலப்படுத்து, துணைப்படைசேர்.

Reinforce'ment, *s.* புதிதாய்ச் சேர்க்கப்பட்ட சேனை.

Rein'less, *a.* கடிவாளமற்ற, தடைப்படாத.

Rein'deer, *s.* கலைமான், வடதேசத்துமான்.

Reingra'tiate, *v.t.* மீண்டும் தயை சம்பாதிக்க.

Re-inhab'it, *v.t.* & *i.* மறுபடி குடியேற.

Reins, *s.* (*pl.*) பிருக்கம், புக்கம், கடிவாளவார், கவினம்.

Reinspire', *v.t.* மறுபடி யேவு, மீண்டருட்டு.

Reinstate', *v.t.* மறுபடி சேர்த்துக்கொள்ளு, முன்னிலைமையில் நிறுத்து.

Reit'erate, *v.t.* திரும்பச்சொல்லு, திரும்பச் செய், கற்றுக்கற்றுச்சொல்லு.

Reitera'tion, *s.* திரும்பத்திரும்பச் சொல்லல், கூறியது கூறல்.

Reject', *v.t.* தள்ளு, விலக்கு, நீக்கு, விடு, ஒழி.

Rejec'tion, *s.* கழிப்பு, தவிர்ப்பு, ஒழிப்பு, நீக்குகை, நிரசனம்.

Rejoice', *v.t.* சந்தோஷிப்பி, களிக்கச்செய், மகிழ்ச்சியடை, உட்குளிர், உள்ளங்குளிர்.

Rejoice', *v.i.* மகிழ், சந்தோஷி, களி.

Rejoic'ingly, *ad.* சந்தோஷமாய், மகிழ்ச்சியாய்.

Rejoin', *v.t.* மறுபடியுமிணை, திரும்பச்சேர்.

Rejoin'der, *s.* எதிர்மொழிக்கு மறுமொழி, பிரதிவாத உத்தரம், பிரதியுத்தரம்

Rejourn', *v.* மறுவிசாரணைக்கு நிறுத்து.

Rejuvenes'cence, *s.* வாலிபம் பெயர்தல், இளமைப்பெயர்ச்சி.

Rekin'dle, *v.t.* திரும்ப மூட்டு, திரும்பத் தீமூட்டு.

Relapse', *s.* மறுதலிப்பு, திரும்புகை, தவறு.

Relapse', *v.i.* சறுக்கு, திரும்பு, மறுதலி.

Relate', *v.t.* விவரி, விவரித்துச்சொல்லு, அறிவி.

Relate', *v.i.* சம்பந்தப்படு, ஆடு.

Rela'tion, *s.* விவரிப்பு, உறவு, சுற்றம், இனம், கிளை, உறவினன்; உரிமை, சம்பந்தம்; inseparable, சமவாய சம்பந்தம், நித்திய சம்பந்தம், mutual, அந்யோந்ய சம்பந்தம்.

Rela'tionship, *s.* உறவு, உரிமை, உடந்தை, முறை, பாத்தியம்.

Rel'ative, *s.* அடுத்தோன், உறவோன், இனப்பிரதி.

Rel'ative, *a.* உறவான, அடுத்த; relative obligation, அநித்தியகடன்.

Rel'atively, *ad.* இனநோக்காய், மற்றொன்றை நோக்குமிடத்து.

Relax', *v.t.* இளக்கு, நகை, ஆற்று, தணி, தளர்த்து, நெகிழச்செய்.

Relax', *v.i.* இளகு, குலை, தணி, தளர், தொய்.

Relaxa'tion, *s.* இளக்கம், நகைவு, குலைவு, தளர்ச்சி, கசிவு,

Relay', *s.* அஞ்சற்குதிரை, உதவிக்குதிரை.

Release', *s.* விடுதலை, விடு.

Release', *v.t.* விடுதலையாக்கு, விடுவி, தப்பவிடு.

Rel'egate, *v.t.* அகற்று, துரத்து, புறத்தேசத் திற்ககற்று.

Relent', *v.i.* இளகு, கசி, இரங்கு, குழை.

Relent'less, *a.* இளக்கமில்லாத, இரக்கமற்ற, வன்னெஞ்சுள்ள.

Rel'evancy, *s.* சகாயம், உதவி, இணக்கம், உரிமை, ஒவ்வுந்தன்மை.

Rel'evant, *a.* சகாயம்பண்ணுகிற, (rare) உதவிசெய்கிற, ஒவ்வுகிற.

Reli'ance, *s.* நம்பிக்கை, சார்பு, தஞ்சம்.

Rel'ic, *s.* சொச்சம், சேஷம், சவம்.

Rel'ict, *s.* கைம்பெண், அறுதலி, கைமை, விதவை.

Relief', *s.* சகாயம், துணை, உதவி, ஒத்தாசை.

Relieve', *v.t.* சகாயம்பண்ணு, உதவு, குறைதீர், இடர்தீர்.

Reliev'o, *s.* சிலைச்சித்திரப்புடைப்பு.

Relig'ion, *s.* சமயம், மதம், மார்க்கம், தெய்வபக்தி; natural, பிரகிருதம்; revealed, வேதம், சுருதி.

Relig'ious, *a.* சமயத்திற்குரிய, பக்தியுள்ள, பயபக்தியான.
Relin'quish, *v.t.* விட்டுவிடு, துற, கைநெகிழவிடு, கைவிடு.
Relin'quishment, *s.* விசர்ஜ்ஜனம், கைவிடுதல், நெகிழ்வு, துறவு.
Rel'iquary, *s.* அபூர்வபொருட்செப்பு.
Rel'ish, *s.* சுவை, இரசம், உருசி, சாரம், பிரியம்.
Rel'ish, *v.t.* உருசிபார், சுவைபார், அநுபவி.
Rel'ish, *v.i.* உருசிப்படு, உருசி, சுவைப்படு
Relu'cent, *a.* பிரகாசமான, சுவச்ச.
Reluct', *v.* பொரு, மலே, போராடு.
Reluc'tance, }
Reluc'tancy, } *s.* வேண்டாவெறுப்பு, பிரியமின்மை, நிரம்மியம்.
Reluc'tant, *a.* வெறுப்பான, விருப்பமற்ற, நிரம்மிய.
Relucta'tion, *s.* வெறுப்பு, மனமின்மை, எதிரிடை.
Relume', *v.t.* திரும்பக்கொளுத்து, திரும்பப்பிரகாசிப்பி.
Rely', *v.i.* நம்பிக்கைவை, நம்பு, பற்றுவை.
Remain', *v.i.* நில, தரி, தங்கு, மிகுந்திரு, விஞ்சு.
Remain'der, *s.* சொச்சம், மிச்சம், சேஷம், மீதி, பாக்கி.
Remains', *s.* (*pl.*) சவம், பிரேதம்.
Remand', *v.t.* திரும்ப அனுப்பு.
Remark', *s.* சொல், குறிப்பு, விசேஷம், சூசனம், கவனிப்பு.
Remark', *v.t.* சொல்லு, குறி.
Remark'able, *a.* அதிசயமான, குறிப்பான, உத்தமமான, வியப்பான.
Remark'ableness, *s.* கவனிக்கத்தகுந்தன்மை, வியப்புடைமை.
Remark'ably, *ad.* விசேஷமாய், வியப்பானவிதமாய்.
Rem'edy, *s.* திருத்துவது, பிராயச்சித்தம், பிரதிகாரம், பரிகரிப்பு.
Rem'edy, *v.t.* திருத்து, மாற்று, பரிகரி, சீர்ப்படுத்து.
Remem'ber, *v.t.* நினைவுகூர், ஞாபகப்படுத்து, நினை, சிந்தி, அவதானி.
Remem'brance, *s.* நினைவு, ஞாபகம், நினைப்பு, அவதானம்.
Remem'brancer, *s.* நினைப்பூட்டுவோன், டாப்புவைத்திருப்போன்.
Remem'orate, *v.* நினைவுகூர்.
Remind', *v.t.* நினைப்பூட்டு, ஞாபகப்படுத்து.

Reminis'cence, }
Reminis'cency, } *s.* பூர்வசங்கதிகளை ஞாபப்படுத்துகை.
Remiss', *a.* சோர்வுள்ள, அசட்டையான, கவலையற்ற, சோம்பான.
Remis'sion, *s.* மன்னிப்பு, பொறுதி, கழிவு, விமோசனம், உபசாந்தி.
Remiss'ly, *ad.* அசட்டையாய், கவலையின்றி, அலகுதியமாய்.
Remiss'ness, *s.* நிர்விசாரம், கவலையின்மை, அசட்டை, சோர்வு.
Remit', *v.t.* மன்னி, குறை, பொறு, தணி, அனுப்பு.
Remit'tance, *s.* பணமனுப்புகை, அனுப்பியபணம், இர்சால்; list of, இர்சால் நாமா; a small, துண்டிர்சால்.
Rem'nant, *s.* மிச்சம், சேஷம், மீந்தது.
Remon'strance, *s.* எச்சரிப்புமொழி, ஆட்சேபம், தடுத்துரை.
Remon'strate, *v.t.* எச்சரி, எதிர்நியாயஞ்சொல்லு, வற்புறுத்து.
Rem'ora, *s.* காலதாமதம், ஒருவகைமீன்.
Remorse', *s.* பச்சாத்தாபம், மனநோய், வியாகுலம், மனஸ்தாபம்.
Remorse'ful, *a.* பச்சாத்தாபம் நிறைந்த, மனநோவுள்ள.
Remorse'less, *a.* இரக்கமற்ற, குரூரமான, கொடுமையான.
Remote', *a.* தூரமான, சேய்மையான.
Remote'ly, *ad.* தூரமாய், தள்ளி, முன்னே.
Remote'ness, *s.* தூரம், தூரப்படுகை, தொலை, பரத்துவம்.
Remount', *v.t.* மறுபடியேறு.
Remov'able, *a.* நீக்கப்படத்தக்க, பெயர்க்கப்பட ஏதுவான.
Remov'al, *s.* கழிவு, பெயர்வு, நீக்கம், பெயர்ச்சி, வலசை.
Remove', *v.t.* நீக்கு, எடுத்துப்போடு, தவிர், பெயர், களை, அகற்று, தள்ளு, கடத்து.
Remove', *v.i.* நீங்கு, விலகு, செல்லு, போ.
Remu'nerate, *v.t.* கைம்மாறு செலுத்து, ஈடுசெலுத்து, பிரதிபலனளி.
Remunera'tion, *s.* கைம்மாறு, ஈடு, பிரதிபலன், பிரதியுபகாரம்.
Remu'nerative, *a.* பிரதிபலனளிக்கிற, கைம்மாறு செலுத்துகிற.
Ren'ard, *s.* குள்ளநரி.
Rencount'er, *s.* சடிதியிலுண்டாகுஞ் சண்டை, தாக்கு, முட்டுகை.
Rencount'er, *v.* கைகலந்துதாக்கு, முட்டிதாக்கு.
Rend, *v.t.* பிள, பெயர், கிழி, சீறு.

Ren'der, *v.t.* கொடு, ஒப்புக்கொடு, செலுத்து, விடு.
Ren'dezvous (rĕn'de-voo), *s.* பலர்சந்திக்கை, பலர் சந்திக்குமிடம்.
Ren'egade, } *s.* பதிதன், பக்கம்மாறி, தேசாந்தரி, நாடோடி.
Renega'do,
Renew', *v.t.* புதுப்பி, திருத்து, நவமாக்கு.
Renew'able, *a.* புதுப்பிக்கப்படத்தக்க.
Renew'al, *s.* புதுப்பிப்பு, நவமாக்குகை.
Reni'tent, *a.* எதிரிடைசெய்யும், வலிதாக்கித்தள்ளும்.
Ren'net, *s.* ஒருவகை இலந்தைப்பழம்.
Renounce', *v.t.* மறு, விட்டுவிடு, துற, ஒழி; **one who entirely renounces the world**, சர்வசங்கபரித்தியாகி.
Renounce'ment, *s.* தள்ளல், மறுப்பு, துறவு, ஒழித்துவிடல்.
Ren'ovate, *v.t.* திருத்து, புதுப்பி, புதிதாக்கு.
Renova'tion, *s.* திருத்துகை, புதுப்பிப்பு, புதிதாக்குகை.
Renown', *s.* கீர்த்தி, புகழ், புகழ்ச்சி, பெயர், பிரபலம்.
Renowned', *a.* பெயர்பெற்ற, பெயரெடுத்த, கீர்த்தியுள்ள.
Rent, *s.* பீறல், கிழிவு, பொத்தல், பிளப்பு, வெடிப்பு; குத்தகை, வாடகை.
Rent, *v.* வாடகைக்குப்பிடி, குடிக்கூலிக்குப்பிடி, குத்தகைகொடுத்தாளு.
Rent'age, *s.* குத்தகைப்பணம்.
Rent'al, *s.* குத்தகைக்கணக்கு.
Rent'er, *s.* குத்தகைக்காரன்.
Rent'free, *a.* வாரம்கொடாமற் கையாளுகிற.
Rent'roll, *s.* குத்தகைப்பட்டா, குத்தகைடாப்பு.
Renuncia'tion, *s.* துறவு, தள்ளுதல், விலக்கு
Reobtain', *v.t.* திரும்பப் பெறு.
Re'ordain, *v.t.* திரும்பக் கற்பி, மறுபடி நியமி.
Reordina'tion, *s.* திரும்பக் குருப்பட்டம் தரித்தல.
Repair', *s.* திருத்தம், புதுப்பிப்பு, பழுதுபார்ப்பிக்கை, மராமத்து.
Repair', *v.t.* சீர்திருத்து, பழுதுபார், புதுப்பி.
Repair', *v.i.* சார், சேர், அடை, அடு, போ.
Rep'arable, *a.* சீர்திருத்தப்படக்கூடிய, பழுதுபார்க்கப்படக்கூடிய.
Repara'tion, *s.* திட்டம், திருத்தம், பரிகரிக்கை, பிரதிசமாதானம்.
Repartee', *s.* குத்திரவிடை.
Repartee', *v.t.* குத்திரவிடைகொடு.
Repass', *v.* திரும்பக்கடந்துபோ, திரும்பிப்போ.
Repast', *s.* போஜனம், சாப்பாடு, உண்டிஉணா.
Repast', *v.i.* சாப்பிடு, உண், விருந்துண்.
Repay', *v.t.* பிரதியளி, திரும்பஇறு, கடனிறு, கொடுத்துத்தீர்.
Repay'ment, *s.* திரும்பஇறுப்பு, திரும்பக்கொடுத்த பொருள்.
Repeal', *s.* தவிர்ப்பு, தள்ளுகை, விலக்குகை, தள்ளுபடி.
Repeal', *v.t.* தவிர், விலக்கு, தள்ளு, நீக்கு.
Repeat', *v.t.* திரும்பச்சொல்லு, மறுபடிசெய், இரட்டித்துப்பேசு.
Repeat', *s.* புநருக்திசின்னம்.
Repeat'edly, *ad.* அடிக்கடி, பலமுறையும், திரும்பத்திரும்ப.
Repeat'er, *s.* ஓதுவோன், ஒருவகைக் கடிகாரம்.
Repel', *v.t.* தள்ளு, துரத்து, எதிரேற்று, தடு, எதிர்.
Repel'lent, *a.* தள்ள வலிமையுள்ள, எதிரேற்றும்.
Repent', *v.i.* பச்சாத்தாபப்படு, மனஸ்தாபப்படு, குணப்படு, மனந்திரும்பு.
Repent'ance, *s.* மனஸ்தாபம், மனநைவு, பச்சாத்தாபம், சந்தாபம்.
Repent'ant, *a.* மனஸ்தாபமுள்ள, மனநைவுள்ள, துக்கமுள்ள.
Repeo'ple, *v.t.* திரும்பக் குடியேற்று
Repercuss', *v.* எதிரிட்டுத்தாக்கு.
Rep'ertory, *s.* பண்டசாலே, பொருட்சாலேகளஞ்சியம்.
Repeti'tion, *s.* அடுத்தடுத்து வருகை, கூறியது கூறுகை, புநருக்தி.
Repine', *v. i.* விதனப்படு, குறைகூறு, பொருமைகொள்ளு, சிணுங்கு.
Repin'er, *s.* மனக்குறை கொள்வோன், விசனப்படுவோன்.
Replace', *v.t.* திரும்பத்தாபி, பெயர்த்துவை.
Replant', *v.t.* திரும்பநாட்டு, மறுபடி நடு.
Replen'ish, *v.t.* நிரப்பு, நிறைவி, நிறை, பூர்த்திசெய்.
Replete', *a.* பூரண, நிறைந்த, நிறைவுள்ள.
Reple'tion, *s.* நிறைவு, பூரணம், சமம்.
Reple'tive, *a.* நிறைக்கிற.
Replica'tion, *s.* உத்தரவாதம், பிரதிவாதம், மாறுத்தரம், மறுமொழி.
Reply', *s.* பிரதியுத்தரம், பிரதிவசனம், மறுமொழி.
Reply', *v.i.* உத்தரஞ்சொல்லு.
Report', *s.* சங்கதி, செய்தி, சத்தம், அதிர்ச்சி, அறிக்கைப்பத்திரிகை, அறிக்கை, கீர்த்தி ஈனப்பிரவாதம், வதந்தி.

Report', *v.t.* சொல்லு, அறிவி, வெளிப்படுத்து, கூறு.

Report'er, *s.* கூறுவோன், சொல்லுகிறவன், அறிக்கைசெய்வோன்.

Repose', *s.* இளைப்பாற்றி, நித்திரை, ஆசோதை, விசிராமம், விசிராந்தி.

Repose', *v.t.* சுமத்து, பொறுப்பி, நம்பு.

Repose', *v.i.* இளைப்பாறு, அமை, சயனி.

Repos'it, *v.t.* சேர்த்துவை, சேமி.

Repos'itory, *s.* களஞ்சியம், பண்டசாலை, சேமஸ்தானம்.

Reprehend', *v.t.* கண்டி, அதட்டு, வாக்குத்தண்டம்பண்ணு.

Reprehen'sible, *a.* குற்றப்படத்தக்க, கண்டனைக்கேதுவான.

Reprehen'sion, *s.* எச்சரிப்பு, வாக்குத்தண்டம், கண்டனை.

Reprehen'sive, *a.* கண்டனையுள்ள, கண்டிப்பான.

Represent', *v.t.* காண்பி, குறி, சாயல் காட்டு, வெளிப்படுத்து, ஒருவருக்குப் பிரதிநிதியாகத் தொழில் நடத்து.

Representa'tion, *s.* உவமை, இணை, ஒப்பனை, தோற்றம், காட்சி, பாவனை, எடுத்துக்காட்டு.

Represent'ative, *s.* தூதன், பிரதிகாரன், பிரதிநிதி, அறிகுறி.

Repres'sion, *s.* அடக்குகை, ஒடுக்குகை, தடை, தடுப்பு.

Repress', *v.t.* அடக்கு, அடிப்படுத்து, கீழ்ப்படுத்து, தடு.

Repres'sive, *a.* அடக்கத் திராணியுள்ள, கீழ்ப்படுத்துகிற.

Reprieve', *s.* விடுதலை.

Reprieve', *v.t.* தண்டனைக்காலத்தைப் பின்னிட்டுக்குறி.

Rep'rimand, *s.* கண்டிப்பு, அதட்டு, உறுக்கு, உவாலம்பம், வாக்குத்தண்டம், கடுஞ்சொல்.

Rep'rimand, *v.t.* அதட்டு, கண்டி, கடிந்துகொள்ளு, உறுக்கு, அமட்டு, வாயமட்டு.

Repri'nt, *v.t.* திரும்ப அச்சடி.

Repri'sal, *s.* பதிலெடுத்தல், பிரதியபகாரம், பிரதிக்கொள்ளை.

Reprise', *v.t.* பதிலுக்கெடு, பிரதியபகரி.

Reproach', *s.* இகழ்ச்சி, இழுக்கு, நிந்தை, வசை, அவமானம், அவதூறு, ஏளனம், வடுவுரை; to bring reproach on, ஈடழிக்க.

Reproach', *v.t.* குற்றம்பிடி, பழி, நிந்தி, தூஷணி; to be reproached, வசைகொள்ள.

Reproach'ful, *a.* நிந்தையான, இழிப்பான, வெட்கமுள்ள, தூஷணமான.

Rep'robate, *s.* ஈனன், பதிதன், துஷ்டன், கீழ்மகன்.

Rep'robate, *v.t.* தடு, தள்ளு, சபி, நிஸ்கரி.

Rep'robate, *a.* சீர்கெட்ட, தள்ளுபடியான, வழிதப்பின.

Reproba'tion, *s.* ஆக்கினைத்தீர்ப்பு, பழி, சாபத்தீடு.

Reproduce', *v.t.* திரும்பப் பிறப்பி, நூதனமாய்த் தோற்றுவி.

Reproduc'tion, *s.* பிரதியுற்பத்தி, புநருற்பத்தி, மறுபடி விளைவிக்கை, மறுபடி உண்டாக்குதல், பிரதியுற்பாதனம்.

Reproof', *s.* அதட்டு, உறுக்கு, கண்டிப்பு, வாக்குத்தண்டம், பரிவாதம்.

Reprov'able, *a.* கண்டிக்கப்படத்தக்க, அதட்டப்படத்தக்க.

Reprove', *v.t.* வட்டி, அதட்டு, கடி, கண்டி, பரிவதி.

Rep'tile, *s.* புழு, பூச்சி, ஊர்வது, சூகம், நகரும் ஜந்து.

Rep'tile, *a.* நகரும், ஊரும்.

Repub'lic, *s.* பிரஜாதிபத்தியம்.

Repub'lican, *a.* பிரஜாதிபத்தியமான.

Repub'licanism, *s.* பிரஜாதிபத்தியவாதம்.

Repub'lication, *s.* இரண்டாம் பிரசித்தம், இரண்டாம்முறை பிரசுரமான புஸ்தகம்.

Repub'lish, *v.t.* திரும்பப் பிரசித்தம்பண்ணு.

Repu'diate, *v.t.* தள்ளிவிடு, கழி, விலக்கு, ஒழி, தவிர்.

Repudia'tion, *s.* தள்ளுபடி, விலக்கு, தள்ளுதற்சீட்டு.

Repug'nance, Repug'nancy, } *s.* விருத்தம், பிரதிகூலம், விரோதம்.

Repug'nant, *a.* விருத்தமான, பிரதிகூலமான, விரோதமான.

Repul'lulate, *v.t.* திரும்பத்துளிர்.

Repulse', *v.t.* கலை, தள்ளு, துரத்து, விலக்கு.

Repul'sion, *s.* விலக்கு, நீக்குகை, பிரதிசாரணம்.

Repul'sive, *a.* கலைக்கத்தக்க, விலக்குகிற.

Rep'utable, *a.* கீர்த்தியுள்ள, சங்கைபோந்த, பெயர்பேறன.

Reputa'tion, *s.* பெயர், கீர்த்தி, கண்யம், சங்கை, பிரஸ்தாபம்.

Repute', *s.* எண்ணம், நற்கீர்த்தி, கண்யம், புகழ்.

Repute', *v.t.* எண்ணு, மதி, கணி.

Repute'less, *a.* நிந்தையான, மனத்தாழ்வான.

Request', *s.* கேள்வி, பிரார்த்தனை, விண்ணப்பம், முறைப்பாடு, மனு.
Request', *v.t.* கேள், பிரார்த்தி, வேண்டிக்கொள்ளு.
Requick'en, *v.t.* இறந்ததை யுயிர்ப்பி.
Re'quiem, *s.* இழவுப்பாட்டு, துக்கப்பாட்டு, பிரலாபகீதம்.
Requi'etory, *s.* பிரேதகேஷமக்கல்லறை.
Require', *v.t.* வேண்டு, கேள், அவாவு.
Req'uisite, *a.* வேண்டிய, தேவையான, அகத்தியமான.
Requisi'tion, *s.* தேவை, கடமை, வேண்டுதல் அவசியம்.
Requis'itive, *a.* கேட்கும்.
Requit'al, *s.* கைம்மாறு, ஈடு, பிரதியுபகாரம், பதில், பிரதிபலன்.
Requite', *v.t.* சரிக்குச் சரிகட்டு, சரிக்குச் சரிசெய், பதிற்செய், கைம்மாறுசெய்.
Resale', *s.* மறுவிலைக்கு விற்றல், மறுவிக்கிரயம்.
Rescind', *v.t.* அழி, தள்ளு, நீக்கு.
Rescis'sion, *s.* அழிக்கை, அகற்றுகை, விலக்குகை, வெட்டித்தள்ளல்.
Re'script, *s.* சக்கரவர்த்தியின் கட்டளை.
Res'cue, *s.* தப்புவிப்பு, மீட்பு, மீட்சி, ஈடேற்றம்.
Res'cue, *v.t.* தப்புவி, இரட்சி, மீள், விடுவி, கடைத்தேற்று.
Research', *s.* ஆராய்வு, ஆராய்ச்சி, சோதனை, உசாவு, விசயம்.
Research', *v.t.* ஆராய், உசாவு, பரீக்ஷி.
Resem'blance, *s.* ஒப்பனை, ஒப்பு, சமானம், நிகர்.
Resem'ble, *v.* உவமி, ஒப்பாக்கு, ஒப்பிடு, ஒத்துவா.
Resent', *v.t.* கோபி, வன்மங்காட்டு, சலஞ்சாதி.
Resent'ful, *a.* கோபமுள்ள, விரோதமுள்ள, பொறுமையுள்ள.
Resent'ment, *s.* கோபம், பகை, குரோதம், வன்மம், மனக்கடுப்பு.
Reserva'tion, *s.* சேமிக்கை.
Reserv'atory, *s.* சேமஸ்தானம், களஞ்சியம்.
Reserve', *s.* சேமம், பிடித்துவைக்கை, மறைத்துவைக்கை, அடக்கம், சாவதானம்; a body of reserve (in military use), மேன்படை, மேன்பலம்.
Reserve', *v.t.* வைத்துக்கொள், சேமி, பிடித்துவை.
Reserved', *a.* வைக்கப்பட்ட, அடக்கமுள்ள, மௌனமான, நாவடக்கமுள்ள.
Res'ervoir' (rez'er-vwâr'), *s.* ஆசயம், களஞ்சியம், நீர்நிலை, ஜலாசயம்.

Reside', *v.i.* வாசம்பண்ணு, குடியிரு, வசி, தங்கு, உறை.
Res'idence, *s.* வாசம், வீடு, இடம், உறைவிடம், நிலயம், இல்லம், அகம், மனை.
Res'ident, *s.* குடியிருப்பவன்.
Res'ident, *a.* வாசம்பண்ணுகிற, தங்குகிற.
Resid'uary, *s.* கடனிறுத்துமிஞ்சின ஆஸ்திக்குச் சுதந்தரன்.
Res'idue, *s.* மிச்சம், நிலுவை, எச்சம், குறை, இருப்பு.
Resign' (re-zin'), *v.t.* ஒப்புவி, ஒப்புக்கொடு, விட்டுவிடு.
Resigna'tion, *s.* அமைவு, கீழ்ப்படிவு, ராசிநாமா, ஆத்மதானம்.
Resile', *v.* பின்தாக்கு, பின்போ.
Resil'ience, *s.* அதைத்தல், பின்தாக்கல்.
Res'in, *s.* குங்கிலியம், குக்கில், குக்குலு, அராளம்.
Res'inous, *a.* குங்கிலியமுள்ள, குங்கிலியம் போன்ற.
Resipis'cence, *s.* பிற்புத்தி, சமயந்தப்பிவரும்புத்தி, பச்சாத்தாபம்.
Resist', *v.t.* தடு, எதிர், விரோதி.
Resist'ance, *s.* தடை, எதிர்ப்பு, எதிர்வு, எதிர்த்தாக்கம்.
Resist'er, *s.* எதிரி, எதிர்ப்போன்.
Resist'ible, *a.* தடுக்கத்தக்க.
Resist'ive, *a.* எதிர்க்கத் திராணியுள்ள.
Resist'less, *a.* விரோதிக்கக்கூடாத, எதிர்க்கக்கூடாத.
Res'olute, *a.* துணிகரமுள்ள. ஓர்மமுள்ள, வீரமான, நிர்ணயமான, பிடிவாதமுள்ள.
Resolu'tion, *s.* தீர்மானம், நிர்ணயம், துணிகரம்; பகுத்தல், பிரித்தல்.
Resolv'able, *a.* நிர்ணயிக்கத்தக்க, தீர்க்கத்தக்க, உத்தேசிக்கத்தக்க, பகுக்கத்தக்க.
Resolve', *s.* தீர்ப்பு, தீர்மானம், நிர்ணயம், நியமம்.
Resolve', *v.t.* & *i.* தீர்மானி, நிர்ணயம் பண்ணு, எண்ணு, உறுதிசெய்; பகு, பிரி.
Resolv'er, *s.* நிர்ணயிப்போன்.
Res'onance, *s.* எதிரொலி, பிரதிதொனி.
Res'onant, *a.* பிரதி தொனிக்கிற.
Resorb', *v.i.* விழுங்கு, உறிஞ்சு, உட்கொள்ளு.
Resort', *s.* அடைக்கலம், புகலிடம், சங்கஸ்தானம்.
Resort', *v.i.* அடை, அடு, அண்ணு, அணை; சேர், சார், ஒதுங்கு.
Resound', *v.t.* எதிரொலி, பிரதித்தொனியிடு, பாராட்டு.
Resource', *s.* துணை, ஆதரவு, தஞ்சம், சகாயம், உதவி, சரணம்.

Resource'less, *a.* தஞ்சமற்ற, அனுதரவான, கதியற்ற.
Respect', *s.* ஆசாரம், பூச்சியம், கண்யம், வணக்கம், மரியாதை, மானம், உபசாரம்; to have respect of person, முகம் பார்க்க; of persons, முகமாட்டம், பக்ஷபாதம்; in some respects, ஒருசார், ஒருசிறை, ஒருபுடை.
Respect', *v.t.* உபசரி, கனம்பண்ணு, கண்யப்படுத்து, மதி, நன்குமதி.
Respectab'ility, *s.* கண்யம், சிலாக்கியம், சங்கை.
Respect'able, *a.* சிலாக்கியமுள்ள, கண்யமுள்ள, யோக்கியமுள்ள, பூச்சியமுள்ள; a person of respectable or dazzling appearance, ஆசாரபோசன்.
Respect'ful, *a.* ஆசாரமுள்ள, மரியாதையுள்ள, உபசாரமுள்ள.
Respect'fully, *ad.* பயபக்தியுடன், கண்யமாய்.
Respect'ing, *prep.* குறித்து, தொட்டு, பற்றி, நாடி, சுட்டி.
Respec'tive, *a.* தத்தமக்கேற்ற, அவனவனுக்கேற்ற, அதததற்கேற்ற; they possess power in their respective villages, அவரவரூரில் அவர்களுக்கு அதிகாரமுண்டு.
Respec'tively, *ad.* தனித்தனியே, வெவ்வேறே, முறையே, அதததற்கேற்க.
Respira'tion, *s.* இயக்கம், உயிர்ப்பு, இரேசகபூரகம், ஸ்வாசபிரஸ்வாசம், உச்சுவாசனம், பிராணம், விட்டாற்றி.
Respir'atory, *a.* சுவாசம் வாங்கிவிடத்தக்க.
Respire', *v.i.* சுவாசம் வாங்கிவிடு, உயிர், மூச்செறி.
Res'pite, *s.* விட்டாற்றி, விடுதலை, பொறுதி, தாமதம்.
Res'pite, *v.* பொறு, தரி, தாமதி, நிறுத்து.
Resplen'dence, } *s.* மகாஜோதி, மகாவலங்காரம், அதிபிரவை, அதிசோபை.
Resplen'dency, }
Resplen'dent, *a.* அலங்காரமுள்ள, சிறப்புள்ள, மகாஜோதியுள்ள.
Respond', *v.t.* மறுமொழிசொல்லு, எதிர்மொழிசொல்லு.
Respond', *s.* ஞானகீர்த்தனம்.
Respon'dent, *s.* உத்தரவாதி, எதிர்வாதி, பிரதிவாதி.
Response', *s.* உத்தரம், மறுமொழி, உத்தரவாதம், எதிர்மொழி, பிரதியுத்தரம்.
Responsibil'ity, *s.* உத்தரவாதம், சுமை, காரியப்பொறுப்பு, பாரம்.
Respon'sible, *a.* உத்தரவாதமுள்ள, பொறுப்புள்ள.
Respon'sive, *a.* பிரதியுத்தரஞ்சொல்லுகிற.
Rest, *s.* அசலனம், ஆற்றி, ஓய்வு, விட்டாற்றி, ஆசோதை, விசிராமம், விசிராந்தி.
Rest, *v.t.* சுமத்து, பொறுப்பி, நிறுத்து.
Rest, *v.i.* ஓய்; it rests with him to decide the case, அவ்வழக்குத்தீர்ப்பது அவன் பாரம்.
Rest, *a.* மீதியான, மற்ற.
Restag'nant, *a.* போக்கற்றுநிற்கும், ஓதுங்கிநிற்கும், தங்கிநிற்கும்.
Restaura'tion, *s.* குணமாக்கல், சீர்ப்படுத்தல்.
Rest-house, *s.* சத்திரம், சாவடி, கூடிகை.
Rest'ing-place, *s.* இளைப்பாறுமிடம்.
Restitu'tion, *s.* அநியாயமாய்ப் பறித்ததைத் திரும்பக்கொடுத்தல், நஷ்டங்கட்டிக்கொடுத்தல்.
Res'tive, *a.* சொற்கேளாத, முரண்டுபண்ணுகிற, வழிப்படாத, மிண்டுபண்ணுகிற.
Rest'less, *s.* அமைதியற்ற, துடிப்புள்ள, சஞ்சலிக்கிற.
Rest'lessness, *s.* பதைப்பு, அமைதியின்மை, நித்திரையின்மை.
Restora'tion, *s.* சீராக்குகை, சுகமாக்குகை, புதுப்பிப்பு.
Resto'rative, *s.* உயிர்தருமருந்து, மிருகசஞ்சீவி; restorative drug or root, சஞ்சீவிமூலிகை.
Resto'rative, *a.* உயிர்தரத்தக்க, சொஸ்தமாக்குகிற.
Restore', *v.t.* திருத்து, சீர்ப்படுத்து, திரும்பக்கொடு.
Restrain', *v.t.* மறி, எல்லைப்படுத்து, அடக்கு, அமர்த்து; restraining the appetites and passions, சமம், அகக்கரணதண்டம்; to restrain by magical incantations, தடைகட்ட.
Restrain'able, *a.* அடக்கத்தக்க, அமைவிக்கத்தக்க.
Restrain'er, *s.* அடக்குவோன், கட்டுப்படுத்துவோன்.
Restraint', *s.* அடக்கம், காவல், தடை, கட்டுப்பாடு, நிக்கிரகம்; a dog accustomed to restraint, கட்டறிந்தநாய்.
Restrict', *v.t.* அடக்கு, வரைவுபடுத்து, எல்லைப்படுத்து, தடு; to restrict one's freedom, நினைத்தபடி செய்யவிடாமற்கட்டுப்படுத்த.
Restric'tion, *s.* வரம்பு, எல்லை, கட்டு, தடை, கட்டுப்பாடு, நிபந்தனை.

Restric'tive, *a.* வரைபறுக்கிற, கட்டுப்பாடான, கட்டாயமான.
Restrin'gency, *s.* ஒடுக்குந்தன்மை.
Restrin'gent, *s.* ஒடுக்குமருந்து.
Result', *s.* பலன், காரியசித்தி, பயன், பேறு விளைவு, தீர்ப்பு, முடிவு.
Result', *v.i.* காரியப்படு, தொடர், ஆசம்பவி, விளை.
Resum'able, *a.* மறுபடி தொடங்கத்தக்க.
Resume', *v.t.* மறுபடி தொடங்கு, முன்விட்டதை பெடு.
Resump'tion, *s.* விட்டதைக் கைக்கொள்ளல்.
Resupine', *a.* மல்லாந்துகிடக்கும்.
Resurrec'tion, *s.* உயிர்த்தெழுகை, புனருத்தானம்; of the body, மாம்சோத்தானம்.
Resus'citate, *v.t.* உயிர்ப்பி, எழுப்பு, பிழைப்பி.
Resuscita'tion, *s.* உயிர்ப்பிக்கை, உஜ்ஜீவனம்.
Retail', *s.* சில்லறைவிக்கிரயம்.
Retail', *v.t.* சில்லறையில்வில், வாங்கிவில்.
Retail'er, *s.* கொண்டுவிற்போன்.
Retain', *v.t.* வைத்துக்கொள், பத்திரமாய் வை; to be retained in the mind, தங்க.
Retain'er, *s.* வைத்திருப்பவன், பற்றியிருப்பவன்.
Retake', *v.t.* திரும்பக் கையிடு.
Retali'ate, *v.t.* சரிக்குச்சரிசெய், பதிற்செய், பிரதிகரி.
Retalia'tion, *s.* ஈட்டுக்கீடு, பிரதிகாரம்.
Retard', *v.t.* இடைஞ்சற்பண்ணு, தாமதம் பண்ணு, தடு.
Retarda'tion, *s.* தடை, தாமதம், இடைஞ்சல்.
Retch, *v.i.* ஒக்காளி, குமட்டு, புரட்டு.
Reten'tion, *s.* பிடிமானம், சாதிப்பு, தாரணை.
Reten'tive, *a.* அமைக்கத்தக்க, ஞாபகமுள்ள, கொள்ளத்தக்க.
Ret'icence, *s.* மௌனம்.
Ret'icle, *s.* சிறுவலை, கைப்பை.
Retic'ular, *a.* சிறுவலைபோன்ற, பின்னல் வேலையுள்ள.
Ret'icule, *s.* வலைப்பின்னற்கைப்பை.
Reti'form, *a.* வலைவடிவுள்ள.
Ret'ina, *s.* தர்சநரம்புச்சாலம்.
Ret'inue, *s.* பரிஜனம், பரிவாரம்.
Retire', *v.i.* விலகு, ஒதுங்கு, நீங்கு.
Retired', *p.a.* ஏகாந்தமான, தனிமையான.
Retired'ness, *s.* தனிமை, ஏகாந்தம், தானுந்தன்பாடுமாயிருத்தல்.
Retire'ment, *s.* துறவு, விலகுதல், ஒருவர்தம், ஏகாந்தம்.
Retort', *s.* எதிருரை, பிரத்தியாரோபம், கட்டுவிடை, பிரதிவிந்தை.
Retort', *v.i.* அதை, குத்திரம்பேசு, சுடச்சொல்லு, தடுத்துச்சொல்லு.
Retor'tion, *s.* குத்திரம், சுடுசொல், வன்சொல், எதிருரை.
Retouch', *v.t.* திரும்பவிளக்கு, பழுதுபார்.
Retrace', *v.* திரும்பு, போனவழியே திரும்பு, குறிப்பின்மேலெழுது.
Retract', *v.t.* முன்சொன்னதை அழி, பரிகரி, சொல்லில், மக்களி.
Retrac'tion, *s.* முன்சொன்னதை அழிக்கை.
Retreat', *s.* ஒதுக்கிடம், ஒடுக்கிடம், ஏகாந்தம், மறைவு.
Retreat', *v.i.* பின்னிடு, வெந்நிடு, புறங்காட்டு, பின்வாங்கு, சாய், இரி, ஒதுங்கு.
Retrench', *v.t.* ஒடுக்கு, குறை, சுருக்கு, பிடி.
Retrench'ment, *s.* ஒடுக்கம், குறுக்கம், சுருக்கம், பிடித்தல்.
Retrib'ute, *v.t.* பிரதிசெய், கைம்மாறு செய்.
Retribu'tion, *s.* பிரதிபலன், பிரதிதானம்.
Retrib'utive, *a.* மறுபடிகொடுக்கிற, பிரதிபலனளிக்கிற.
Retrieve', *v.t.* திருத்து, சீராக்கு.
Retriev'able, *a.* சீரடையத்தக்க, சீருக்குவரத்தக்க.
Retroac'tive, *a.* செல்காரியங்களைத் தாக்கும்.
Retroces'sion, *s.* பின்னிடுகை, திரும்பிச்செல்கை.
Ret'rograde, *a.* பின்னிடுகிற, வக்கிரிக்கிற, எதிரான.
Retrograda'tion, *s.* வக்கிரம்.
Retrogres'sion, *s.* பிற்செலவு, பின்போக்கு; of a planet, கிரகவக்கிரம்.
Re'trospect, *s.* பின்னோக்கம், சென்றனநோக்கல்.
Retrospec'tion, *s.* பின்னோக்கு, சென்றதைநோக்கல்.
Retrospec'tive, *a.* பின்னோக்கமான, கழிந்தவை தெளிகிற.
Retruse', *a.* மறைவான, கருகலான.
Retund', *v.t.* மழுக்கு, கூர்மழுக்கு.
Return', *s.* திரும்புகை, பிரதியுபகாரம், கைம்மாறு, பிரதிபலன், பதிலுபகாரம்.

Return', *v.t.* திருப்பு, திரும்பஅனுப்பு, திரும்பக்கொடு; a benefit, பிரதியுபகரி; an injury, பிரதியபகரி; to return a kindness, கடன்கழிக்க.
Return', *v.i.* திரும்பு, மீளு, பெயர்.
Reun'ion, *s.* திரும்ப ஐக்கியப்படுகை, திரும்ப இணங்குகை.
Reunite', *v.t.* திரும்பப் பொருத்து, மறுதரமிணக்கு.
Reuni'tion, *s.* மீண்டு பொருந்துகை, மறுதரமிணக்கல்.
Reveal', *v.t.* வெளிப்படுத்து, தெரியப்படுத்து.
Reveille' (re-vāl'-yā), *s.* உதயப்பறை, விடிபறை.
Rev'el, *s.* விருந்துக்களிப்பு, களியாட்டு, கேளிக்கை.
Rev'el, *v.i.* களி, களியாடு, கேளிக்கையாடு.
Revela'tion, *s.* வெளிப்பாடு, சுருதி, அறிவிப்பு.
Rev'eller, *s.* களியாட்டுக்காரன், பெருந்தினன்.
Rev'elrout, *s.* கலகக்காரர், பூசற்களியாட்டு.
Rev'elry, *s.* வெறியாட்டு, களியாட்டு, பெருவிருந்து, உண்டாட்டு.
Revenge', *s.* பழிவாங்குகை.
Revenge', *v.t.* பழிவாங்கு, பகைசாதி, சலஞ்சாதி, தீமைக்குத் தீமைசெய்.
Revenge'ful, *a.* வன்மமுள்ள, பழிவாங்குகிற.
Reven'ger, *s.* பழிவாங்கி.
Rev'enue, *s.* வருமானம், அரசிறை.
Rever'berate, *v.t.* எதிரொலி, அதைக்கச்செய், அதிர்.
Reverbera'tion, *s.* எதிரொலி, அதிர்ச்சி.
Revere', *v.t.* மேன்மைப்படுத்து, கனம்பண்ணு, மதி, வணங்கு, பூஜி.
Rev'erence, *s.* பயபக்தி, ஆசாரம், வழிபாடு, வந்தனம், வந்தனே, மதிப்பு, அர்ச்சனை, உபசாரம், வணக்கம்.
Rev'erence, *v.t.* மதி, மேன்மைபண்ணு, ஆதரி, வணங்கு, பணி.
Rev'erend, *a.* கனம்பொருந்திய, குருப்பட்டந்தரித்த.
Reveren'tial, *a.* மதிக்கப்படத்தக்க, வணங்கப்படத்தக்க.
Rev'erently, *ad.* வணக்கத்துடன் வணக்கமாய்.
Rev'erie,
Rev'ery, } *s.* புத்திவிசாலம், மனோராஜ்ஜியம் மனோரதியம், வீணெண்ணம்.
Revers'al, *s.* கவிழ்ச்சி, பெயர்ச்சி, மேல்கீழாகை, மாறுதல்.

Reverse', *s.* கஷ்டம், துர்த்தசை, ஆபத்துவிபத்து, உற்பாதம், விபக்ஷம், புறம்மாறுகை, புரட்சி, எதிர்; நாணயத்தின் அச்சுப்பக்கத்திற் கெதிர்ப்பக்கம்; காரியவிபத்தி, விபரீதம்.
Reverse', *v.t.* கவிழ், மேல்கீழாக்கு, பெயர், புரட்டு, முன்பின்னாக்கு.
Reverse'ly, *ad.* மறுத்து, மடக்கி, பெயர்த்து, மாறாய்.
Rever'sion, *s.* திரும்பக்கொடுக்கை, உரிமைவழியே கொடுக்கை.
Revert', *v.t.* திருப்பு, மாற்று.
Revest', *v.t.* திரும்ப உடு, திரும்பத் தரிப்பி.
Revict'ual (re-vĭt'tle), *v.* திரும்ப அசனமிடு, மீண்டு சாமக்கிரியை கொடு.
Review', *s.* பார்வை, திரும்பப் பார்க்கை, குணந்தெரிப்பு, விவேசனம், யுக்திக்குறிப்பு.
Review'er, *s.* திரும்ப வாசிப்போன், திருத்தம்பார்ப்போன், யுக்திக்குறிப்பெழுதுவோன்.
Revile', *v.t.* நிந்தி, தூஷி, வை, ஏசு, இகழ், திட்டு.
Revil'er, *s.* பழிப்புக்காரன், வைகிறவன், நிந்திப்போன்.
Revil'ing, *p.n.* இகழ்ச்சி, நிந்தனை, பழிப்பு.
Revise', *v.t.* பிழைபார், சரவைபார், திருத்து.
Revi'sion, *s.* சோதிக்கை, பிழைபார்க்கை, திருத்துகை.
Revis'it, *v.t.* திரும்பச்சந்தி, மறுபடியுங்கண்டுபேசு.
Reviv'al, *s.* உயிர்ப்பு, உயிர்ப்பிப்பு, பிழைப்பு, அருட்சி.
Revive', *v.t.* உயிர்ப்பி, பிழைப்பி, களையாற்று.
Revive', *v.i.* உயிரடை, உயிர்கல, சீர்ப்படு.
Reviv'er, *s.* உயிர்ப்பிப்போன், பிழைப்பிப்போன், களைதெளிவிப்போன்.
Reviv'ify, *v.t.* இறந்தவனைப் பிழைப்பி, இறந்தார்க் குயிர்கொடு.
Reviv'ing, *a.* உயிர்ப்பிக்கிற.
Rev'ocable, *a.* தவிர்க்கத்தக்க, அழிக்கத்தக்க.
Rev'ocate, *v.t.* மறுபடியழை, விலக்கு, மாற்று.
Revoca'tion, *s.* திரும்ப அழைப்பு, மாறுபடுத்துகை.
Revoke', *v.t.* திரும்ப அழை, மாற்று, பரிகரி.
Revolt', *s.* குழப்பம், விட்டு நீங்குகை, பிறழ்விழுகை.
Revolt', *v.i.* பிறழ்விழு, இராஜபக்தியைவிலக்கு.
Revolu'tion, *s.* சுற்று, சுழற்சி, பரிவர்த்தனம், தேசகலகம்; synodic, பரிவிருத்தி.

Revolu'tionary, *a.* ஊர்ப்புரளிசெய்கிற, தேசகலகத்திற்குரிய.

Revolu'tionist, *s.* பரிவர்த்தனு னுகூலி, புரட்டன்.

Revolve', *v.t.* உருட்டு, சுற்று, சிந்தி.

Revolve', *v.i.* சுற்று, திரி, பெயர், உருள், சுழல்.

Revul'sion, *s.* பின்வாங்கல், பின்னிடல்.

Reward', *s.* பலன், பயன், பிரயோஜனம், கைம்மாறு, வெகுமதி, வெகுமானம்.

Reward', *v.t.* பதிலளி, உபகரி, பரிசுகொடு.

Rhap'sody (rap'so-dy), *s.* மயங்கிலைச் செய்யுள்.

Rhet'oric (ret'o-ric), *s.* வாக்கலங்காரம், அலங்காரம், சாதுரியம், அணியிலக்கணம்.

Rhetor'ical, *a.* அலங்காரத்துக்கடுத்த, சாதுரியத்துக்கடுத்த.

Rhetori'cian, *s.* அணியிலக்கண வியார்த்திகன், வாசாலகன்.

Rheum (rûm), *s.* நாசிகாபீடை, நாசிமலம், வாதநீர்.

Rheumat'ic, *a.* வாதமுள்ள, நீர்கொண்ட, ஜலதோஷமுள்ள.

Rheu'matism, *s.* வாதம், வாதரோகம், வாதவிகாரம், வாயுரோகம்.

Rhinoc'eros (ri-nos'eros), *s.* காண்டாமிருகம், கண்டகம்.

Rhomb (rŭmb), } *s.* நாலுமூலையுமொத்த
Rhom'bus, } வளவினதல்லாத சதுரம்.

Rhu'barb (rū'barb), *s.* ஒருவகைச் சீனக்கிழங்கு.

Rhyme (rīm), *s.* எதுகை, இயைபு, செய்யுள்.

Rhyme'less, *s.* எதுகையற்ற, இயைபில்லாத.

Rhythm (rĭthm), *s.* லயைப்பிரமாணம், சீர்ப்பிரமாணம், சந்தம்.

Ri'ant' (re'-ang), *a.* நகைக்கிற, நகைமூட்டும்.

Rib, *s.* விலாவெலும்பு, பழுவெலும்பு.

Rib'ald, *s.* நீசன், சண்டாளன்.

Rib'aldry, *s.* அசப்பியம், கெட்டபேச்சு, வம்புப்பேச்சு, வம்பு; ribaldry and taunting, வம்புதும்பு.

Rib'and, } *s.* நாடா, மேகலை.
Rib'bon, }

Rice, *s.* அரிசி, சாலி, தண்டுலம், சோறு, அன்னம்; rice field, வயல், வயற்கரை.

Rice'-cake, *s.* அப்பம்.

Rice'-strainer, *s.* கண்ணுலைமூடி, வடிதட்டு.

Rich, *a.* பாக்கியமுள்ள, செல்வமுள்ள, ஐசுவரியமுள்ள, செழிப்பான; a rich fruit, செழுங்கனி.

Rich'es, *s.* (*pl.*) திரவியம், செல்வம், சம்பத்து, தனம், ஆஸ்தி.

Rich'ly, *ad.* செழிப்பாய், செல்வமாய், சிறப்பாய்.

Rich'ness, *s.* செல்வமுடைமை, திரவியமுடைமை, பாக்கியமுடைமை, செழிப்பு.

Rick, *s.* பட்டடை, வைக்கோற்பட்டடை.

Rick'ets, *s.* கணைநோய், கணச்சூடு.

Rick'ety, *a.* கணைநோய்கொண்ட.

Rid, *v.t.* விடுதலையாக்கு, பிரி, துரத்து, நீக்கு, தவிர்.

Rid'dance, *s.* நீக்குகை, விலக்குகை, துரத்துகை.

Rid'dle, *s.* நொடி, விடுகதை, சித்திரம், சித்திரப்பேச்சு; அரிபெட்டி, ஜல்லடை.

Rid'dle, *v.t.* அரி, ஜல்லடையில் அரி.

Rid'dler, *s.* விடுகதைசொல்வோன், சித்திரம்பேசுவோன்.

Ride, *s.* சாரி, உலா, பவனி, உலாவும் வீதி.

Ride, *v.i. & t.* வாகனமேறிச்செல்லு, வாகனமேறு.

Rider, *s.* வாகனமேறிப் போகிறவன், குதிரையேறிப் போகிறவன்.

Ridge, *s.* அணை, வரம்பு, தட்டு, திரம், செய்கரை, முகடு, கங்கு, மறுமாடி.

Ridge, *v.* அணைகட்டு, வரம்புகட்டு, திரளி.

Rid'gil, *s.* அரைநலவன், அரைவிரையடித்த விலங்கு.

Ridg'y, *a.* மேடும்பள்ளமுமான.

Rid'icule, *s.* குறளை, நையாண்டி, சரசம், பரிகாசம், நிந்தை, நளினம், கேலி, ஆகடியம், அகசியம்.

Rid'icule, *v.t.* குறளைபேசு, இழி, நிந்தி, தூஷி.

Ridic'ulous, *a.* சிரிக்கப்படத்தக்க, நிந்திக்கப்படத்தக்க.

Rife, *a.* பரம்புகிற, மேற்கொள்ளுகிற, வழக்கமான.

Rife'ness, *s.* தலைப்பாடு, மிகுதி, நிறைவு.

Riff'raff, *s.* குப்பை, கூளம், கஞ்சல்.

Ri'fle, *s.* முறுக்குக்குழற் றுப்பாக்கி.

Ri'fle, *v.t.* கொள்ளையிடு, சூறையாடு

Ri'fleman, *s.* சுரிகுழாய்த் துப்பாக்கிக்காரன்.

Ri'fler, *s.* கள்வன், சோரன், திருடன்.

Rift, *s.* பிளவு, பிளப்பு, கிழிவு.

Rift, *v.t.* பிள.

Rig, *v.t.* உடு, அணி.

Riga'tion, *s.* நீர்ப்பாய்ச்சுகை.

Rig'ging, *s.* கப்பற்கயிறுகள், மரக்கலச்சீர், கப்பற்படை.
Right (rīt), *s.* முறை, தகுதி, ஒழுக்கம், நீதி, ரீதி, நியாயம், உரிமை, சுதந்தரம், ஸ்வாமியம்; moving to the right, பிரதக்ஷிண.
Right, *a.* நேரான, சரியான, திருத்தமுள்ள, மெய்யான, யுக்தமான; வலது; the right hand, வலதுகை; on the right, வலப்பக்கத்தில்; to be in one's right senses, சொஸ்தபுத்தியோடிருக்க; I am not right, எனக்குச் சுகமில்லை; a person who has no right to what he demands, வீணரவீணன்.
Right, *v.t.* நியாயம்செய், சீராக்கு, நிமிர்த்து.
Right, *ad.* சரியாய், நேராய், செவ்வையாய், திருத்தமாய்; right on, நேரே; right over against, நேரெதிராக.
Right'eous, *a.* நீதியான, நீதியுள்ள, நியாயமுள்ள; the righteous, தர்மபரர்.
Right'eousness, *s.* நீதி, நிதார்த்தம், புண்ணியம், தர்மம்; city of தர்மபுரம்.
Right'er, *s.* சீர்ப்படுத்துவோன், நேராக்குவோன்.
Right'ful, *a.* நியாயமான, நீதியான, உரிமையுள்ள.
Right'ly, *ad.* திருத்தமாய், நியாயப்படி, நேர்மையாய், செம்மையாய்.
Rig'id, *a.* பிடிமானமான, கடினமான, தவறுத; rigid austerity, அருந்தவம்.
Rigid'ity, *s.* நிமிர்ப்பு, விறைப்பு, முரண், வளையாமை, கடினம்.
Rig'idly, *ad.* முரணாய், வணக்கமின்றி, வசைவற்று, கடுமையாய்.
Rig'marole, *s.* வீண்கதை சொல்லல், உளறுகை.
Rig'our, *s.* கண்டிதம், கடினம், கடுமை.
Rig'orous, *a.* கடு, கடுமையான, கண்டிதமான, நிதார்த்தமான; devotion, கடும்பக்தி; rigorous winter, கடுமாரி.
Rig'orously, *ad.* முரணாய், கண்டிதமாய், நிதார்த்தமாய்.
Rig'orousness, *s.* கடினம், கண்டிதம்.
Rill, *s.* சிற்றாறு, அருவி.
Rim, *s.* ஓரம், விளிம்பு, அருகு.
Rime, *s.* உறைந்தபனி.
Rim'ple, *s.* திரைவு, மடி, சுருக்கு.
Rim'pling, *s.* அலைவு, துவிதம்.
Rind, *s.* பழத்தோல், மரப்பட்டை, நார், புறணி.
Ring, *s.* வட்டம், விருத்தம், சக்கரம், மோதிரம்; of a chain, சங்கிலிவளையம்.
Ring, *v.t.* மணியடி, மணிகிலுக்கு, காதமெழுப்பு.
Ring, *v.i.* மணியொலி, கணீர்கணீரென், கிண்கிணென்.
Ring'dove, *s.* மணிப்புறா, களிப்புறா.
Ring'leader, *s.* முதல்வன், கலகத்தலைவன்.
Ring'let, *s.* சிறுமோதிரம், வட்டம், மயிர்ச்சுருள்.
Ring'worm, *s.* எச்சிற்றேமல்.
Rinse, *v.t.* அலம்பு, சலவு, கழுவு, அலசு.
Ri'ot, *s.* கலகம், குழப்பம், கலாதி, கோலாகலம்.
Ri'ot, *v.i.* கலகம்பண்ணு, ஆராதூரியாய் நாள்கழி.
Ri'oter', *s.* கலகத்திற்சேர்வோன், சந்தடிகாரன்.
Ri'otous, *a.* கலகமுள்ள, கலாதியுள்ள, டம்பமான.
Rip, *v.t.* கிழி, பிய், பிள, கீறு, பீறு; to be ripped open, பீறுண்ண.
Ripe, *a.* பழுத்த, கனிந்த, பக்குவமான, மடக்குபலன், judgment, முதிர்ந்த புத்தி; experience, முதிர்ந்த அனுபவம்; those who are ripe in judgment, மூதறிஞர்.
Rip'en, *v.t.* பாகம்பண்ணு, பக்குவமாக்கு.
Rip'en, *v.i.* கனி, பழு, முதிர்.
Ripe'ness, *s.* கனிவு, முதிர்வு, பக்குவம்.
Rip'ple, *s.* அலை, திரை, அலைப்புரட்சி.
Rip'ple, *v.i.* சலசல, களகள, கலங்கு.
Rip'pling, *s.* அலையொலி, சலசலப்பு.
Rise, *s.* எழுச்சி, எழுப்பம், உதயம், ஏற்றம், விருத்தி.
Rise, *v.i.* எழும்பு, தோன்று, கிளம்பு, உதி, ஏறு, உயர், வளர்.
Risibil'ity, *s.* சிரிக்குந்தன்மை, நகைக்குங்குணம்.
Ri'sible, *a.* நகைக்குணமுள்ள, சிரிக்கத்தக்க.
Ris'ing, *v.n.* எழுச்சி, எழுப்பம், ஏற்றம்.
Risk, *s* துணிவு, மோசம், அபாயம்.
Risk, *v.t.* துணியச்செய், மோசத்துக்கேதுவாக்கு.
Rite, *s.* முறை, விபதி, கருமம், சடங்கு, கிரியை; funeral, பிரேதகர்மம், அந்தியகர்மம்.
Rit'ual, *s.* கிரியைமுறை, ஒழுங்கு, முறை, பத்ததிமுறை.
Rit'ual, *a.* கிரியைக்குரிய, கரும, சடங்குசம்பந்த.
Rit'ual, *s.* பத்ததி, கிரியாசாரம்.
Rit'ualist, *s.* கருமமுறை தேர்ந்தவன், கிஞ்டைவிதி வல்லோன்.

Rit'ualistic, *a.* பத்ததிப்படி, கிரியைக்கொக்க.
Ri'val, *s.* போரி, எதிரி, இகலன், பகைவன்.
Ri'val, *v.t.* இகலு, எதிரிடைகட்டு, எதிரித்தனம்பண்ணு.
Ri'valry, *v.t.* இகல், எதிரிடை, போரித்தனம், போட்டி, வாதம்.
Rive, *v.t.* பிள, கிழி.
Rive, *v.i.* பிள, வெடி, பகு.
Riv'el, *v.* திரை.
Ri'ver, *s.* பிளக்கிறவன்.
Riv'er, *s.* ஆறு, யாறு, நதி; lands watered by a, ஆற்றுப்பாய்ச்சல்.
Riv'er-craft, *s.* யாற்றிலோடுந்தோணி.
Riv'er-dragon, *s.* முதலை.
Riv'er-horse, *s.* நீர்க்குதிரை.
Riv'et, *s.* கடையாணி.
Riv'et, *v.t.* கடாவு, ஆணியிறுக்கு, தறை.
Riv'ulet, *s.* சிற்றாறு.
Road, *s.* வழி, பாதை, தெரு, வெட்டி, சாலை; bad, விபதம், கெடுவழி; a beaten, வழிச்சாரி.
Road'stead, *s.* also the roads, முகத்துவாரம், துறைமுகம், கப்பற்றுறை.
Road'way, *s.* இராஜபாட்டை, நெடுந்தெரு.
Roam, *v.i.* திரி, அலை, சுற்றித்திரி, தடுமாறித்திரி.
Roan, *a.* புள்ளியுள்ள.
Roar, *s.* முழக்கம், ஆரவாரம், கர்ச்சிதம், தல்லம், பேரொலி, பூசல்; the roar of a cannon, பீரங்கிமுழக்கம்.
Roar, *v.i.* முழங்கு, இரை, ஒலமிடு, ஆர்ப்பரி, கர்ச்சி; roaring sea, ஒலிகடல், குமைகடல்.
Roar'ing, *s.* கர்ச்சனை, ஓலமிடுகை, பேரோசை; the roaring of the sea, கடலிரைச்சல்.
Roast, *s.* பொரியல், கருனை.
Roast, *v.t.* சுடு, சருக்கு, பொறி, வறு, தீய்; roasted meat, சூட்டிறைச்சி, வள்ளூரம்.
Rob, *v.t.* கொள்ளையிடு, திருடு, கவர், ஆறையாடு, பறி.
Rob'ber, *s.* திருடன், கள்வன், கொள்ளைக்காரன், சோரன்.
Rob'bery, *s.* கொள்ளை, களவு, திருட்டு, சோரம்.
Robe, *s.* நிலையங்கி, குப்பாயம், போர்வை.
Robe, *v.t.* அங்கியணி
Robust', *a.* பலமான, திரமான, கடியான, திண்மையான, காத்திரமான.
Robust'ness, *s.* பலம், திண்மை, விக்கிரமம்.
Roch'et, *s.* நிலையங்கி.
Rock, *s.* கன்மலை, பாறை, பார், ஆதரவு, காப்பு, புகலிடம்.
Rock, *v.t.* ஆட்டு, ஆராட்டு, தாலாட்டு, ஓலாட்டு.
Rock, *v.i.* ஆடு, அசை.
Rock'et, *s.* வாணம், பாணம்.
Rock'less, *a.* பாறையற்ற, கன்மலையற்ற.
Rock'pigeon, *s.* மலைப்புறா.
Rock'salt, *s.* கல்லுப்பு, நாதேயம்.
Rock'y, *a.* கற்பாறையான, பாறையுள்ள; a rocky barren surface, வட்டப்பாறை.
Rod, *s.* தடி, கோல், மிலாறு, வளார், தண்டம்; a measuring, அடிக்கோல்; of a ploughman, மாட்டாங்கோல்.
Rod'omont, *s.* வீண்புகழ்ச்சிக்காரன், வீம்புபேசுவோன்.
Rodomontade', *s.* வீம்புப்பேச்சு, வெறும்புகழ்ச்சி.
Roe, *s.* ஒருவகைமான், கலைமான், அருணம், வச்சையம்; மீன்சினை.
Roga'tion, *s.* தேவபிரார்த்தனை, விண்ணப்பம்.
Rogue, *s.* திருடன், கள்ளன், தூர்த்தன்; an artful rogue, மழுமாறி.
Rogu'ery, *s.* கள்ளம், திருட்டு, சூது
Rogu'ish, *a.* குடினமுள்ள, குடிப்புள்ள, புரளித்தனமான.
Rogu'y, *a.* கள்ள, திருட்டு, தூர்த்த.
Roll, *s.* சுருள், சுருட்டு, செந்திருக்கம்; of silk, பட்டுச்சுருள்; of strings, கயிற்றுச்சுருள்.
Roll, *v.t.* சுற்றச்செய், சுருட்டு.
Roll, *v.i.* சுழலு, உழலு, சுற்று.
Roll'er, *s.* புரள்வது, உருள்வது, உருளை.
Roll'ing-pin, *s.* மரக்குழவி, குழவி.
Roll'ing-press, *s.* தகடாக்குமியந்திரம்.
Ro'man, *a.* உரோமைக்குரிய, பாப்புமதசம்பந்தமான.
Romance', *s.* கட்டுக்கதை, வைபபுக்கட்டு, விசித்திரகதை.
Roman'cer, *s.* விசித்திரகதையெழுதுவோன்.
Roman'tic, *a.* சித்திரமான, மனோரதியமான, நம்பக்கூடாத.
Ro'mish, *a.* உரோமைச்சபைக்குரிய.
Romp, *s.* ஆண்மாரி, குடியாட்டக்காரி, ஆடுமாலை.
Romp, *v.i.* குதித்துவிளையாடு, கும்மாளங்கொட்டு.
Ron'ion, *s.* இராகூசி.
Rood, *s.* ஒரு நீட்டலளவு.
Roof, *s.* கூரை, தாழ்வாரம்.

Roof, *v.t.* தாழ்வாரங்கட்டு, கூரைகட்டு, சாய்ப்பிறக்கு.
Roof'less, *a.* கூரையில்லாத, முடியில்லாத, வீடில்லாத, தங்கவிடமில்லாத.
Roof'y, *a.* கூரையுள்ள.
Rook, *s.* ஒருவகைக்காகம், திருடன், சதுரங்கக் காயிலொன்று.
Rook, *v.t.* தந்திரம் பண்ணு, ஏய், உபாயம் பண்ணு.
Room, *s.* இடம், தானம், அறை.
Room'age, *s.* இடம், தானம்.
Room'y, *a.* விசாலமான, இடங்கொண்ட, இடம்பாடுள்ள.
Roost, *s.* பக்ஷிபடுக்குமிடம், பள்ளி, சேக்கை.
Roost, *v.i.* படி, தங்கு, வதி.
Root, *s.* வேர், கிழங்கு, மூலம், தாது, காரணம்; to take root, வேர்பற்ற, வேரூன்ற, of an equation, சமீகரணமூலம்; the root of a word, தாது.
Root, *v.t.* நாட்டு, அழுத்து, பதி, out, நிர்மூலமாக்கு, பிடுங்கு.
Root, *v.i.* வேர்பற்று, வேரூன்று.
Root'bound, *a.* வேரோடியுரத்த.
Root'built, *a.* வேராற்கட்டிய.
Root'ed, *a.* வேர்வைத்த, உறுதிப்பட்ட, ஸ்திரமான.
Rope, *s* கயிறு, பழுதை, வடம், தாம்பு, தாமம்; for fastening cattle, தாமணி.
Rope'dancer, *s.* கழாயன், கழைக்கூத்தன்.
Rope'ladder, *s.* கயிற்றேணி.
Ro'pery, *s.* கயிறுதிரிக்குமிடம், தூக்குக்கேற்ற பித்தலாட்டம்.
Rope'maker, *s.* கயிறு திரிப்போன்.
Rope'trick, *s.* தூக்குக்கேற்ற பித்தலாட்டம்.
Rope'walk, *s.* கயிறுதிரிக்குஞ்சாலே.
Ro'sary, *s.* ரோசாப்பாத்தி, ஜெபமாலே.
Ros'cid, *a.* பனியுள்ள, பனிநிறைந்த.
Rose, *s.* ரோசா, முட் செவ்வந்தி.
Rose'apple, *s.* ஒருவகைத் தப்புவா, ஜம்பு.
Ro'seate, *a.* ரோசாப்பூ வர்ணமான.
Rose'mary, *s.* ஒரு பூடு.
Rosette', *s.* சித்திரப்பூவேலே, அலங்காரப்பூவேலே.
Rose'water, *s.* பன்னீர், ரோசாத்திரவம்.
Ro'sier, *s.* நிலத்தாமரைத்தூறு.
Ros'in, *s.* See Resin. குங்கிலியம்.
Ros'trum, *s.* பக்ஷியினலகு, கப்பற்றலேநுனி; பிரசங்கமேடை.
Ro'sy, *a.* ரோசாப்பூப்போன்ற, புட்பிக்கிற சிவந்த.

Rot, *s.* ஒருவகைநோய், ஊழ்ப்பு.
Rot, *v.* பதனழி, ஊழ்க்கப்பண்ணு, ஊழ், கெடு.
Rota'tion, *s.* சுழற்சி, உழற்சி, பரிக்கிரமம்.
Ro'tatory, *a.* சுழலுகிற, உருளுகிற.
Ro'ta, *s.* உரோமதேசத்துக் குருக்கள், தர்ம சபை, கூட்டம்.
Rote, *s.* வாய்ப்பாடம், சத்தசாரணம்; a lesson learnt by rote, வெட்பாடம், முகபாடம்.
Rot'ten, *a.* அழுகலான, அழுகின, உட்கலான, சீண; a rotten plank, சொத்தைப் பலகை.
Rot'tenness, *s.* பதனழிவு, ஊழலிப்பு.
Rotund', *a.* விருத்தமான, வட்டமான, உண்டையான.
Rotun'dity, *s.* உருண்டை, உண்டை, பிண்டம், வட்டம், திரளை.
Rouge (rŭzh), *s.* சிவத்தமை.
Rough (rŭf), *a.* சொறியான, பருக்கனன, முரடான, கரடுமுரடான, அழுத்தமற்ற, பரும்படியான; making a rough estimate, மதியங்காணல், மதிப்புப்போடுதல்.
Rough'cast, *v.t.* சரவையாய்ச்செய், பருமட்டாய்ச்செய்.
Rough'draw, *v.t.* பரும்படியாய்த் திட்டு, பருமட்டாய்ச் சித்திரி.
Rough'draught, *s.* பரும்ட்டாய்ச் சித்திரிக்கப்பட்டது, பருமட்டாய் எழுதப்பட்டது.
Rough'ly, *ad.* முரட்டுத்தனமாய், நயமில்லாமல், தாக்ஷணியமில்லாமல்; to speak roughly, கடன்கட்டாய்ப்பேச.
Rough'ness, *s.* கரடுமுரடு, சரவை, கொடுமை, தறுகுறும்பு, கடினம்.
Rough'work, *v.t.* பரும்படியாய் வேலேசெய்.
Round, *s.* வட்டம், உண்டை, உருண்டை, திரளே, சோளம்; of a ladder, ஏணிப்படி.
Round, *v.t.* வட்டமாக்கு, திரட்டு, சுழற்று, விருத்தமாகு.
Round, *a.* வட்டமான, விருத்தமான, உண்டையான; a good round sum, பெருந்தொகை; round dealing, நிஷ்கபடாசாரம்.
Round, *ad.* சூழ, சுற்ற, சுற்றிலும்.
Round'about, *a.* நேர்ந்தபடியான, திட்டமற்ற, விசாலமான.
Round'head'ed, *a.* வட்டத்தலேயுள்ள.
Round'house, *s.* கப்பற்பின்புறத்தறை.
Round'ish, *a.* வட்ட, வட்டமாய், வட்டவடிவுசார்ந்த.
Round'let, *s.* சிறுவட்டம்.

Round'ly, *ad.* வட்டமாய்.
Round'ness, *s.* வட்டிப்பு, விருத்தாகாரம், திரட்சி, உருட்சி, உருண்டை.
Round'-shouldered, *a.* முதுகுவளைந்த.
Rouse, *v.t.* அருட்டு, இயக்கு, எழுப்பு, ஏவு, தூண்டு.
Rouse, *v.i.* எழும்பு, முயற்சிகொள்ளு.
Rous'er, *s.* எழுப்புவோன், ஏவுவோன்.
Rout, *s.* ஓட்டம், கலைவு, நிலைகுலைவு, படை முறிவு.
Rout, *v.t.* கலை, கவிழ், நிலைகுலை, ஓட்டு.
Route (rōōt), *s.* வழி, பாதை, பிரயாணம்.
Routine', *s.* ஒழுங்கு, முறை, மேரை, கிரமம்.
Rove, *v.i.* திரி, அலைந்துதிரி, தேசாந்தரம்போ.
Rov'er, *s.* தேசாந்தரி, நாடோடி, கடற்றிருடன்.
Rov'ing, *s.* திரிவு, அலைச்சல்.
Rov'ingly, *ad.* திரிவாய், நாடோடியாய்.
Row, *s.* நிரை, ஒழுங்கு, அணி, வரிசை, பத்தி.
Row, *s.* கொந்தளிப்பு, களியாட்டு, குழப்பம், சண்டை, சச்சரவு.
Row, *v.t.* தண்டுவலி.
Row'el, *s.* முட்சில், கடிவாளச்சில்.
Row'er, *s.* தண்டுவலிப்போன்.
Roy'al, *a.* இராஜரீகமான, இராஜபாவனை யான, மகத்துவமுள்ள.
Roy'alist, *s.* இராஜபட்சத்தான்.
Roy'ally, *ad.* இராஜபாவனையாய், இராஜ ரீகமாய்.
Roy'alty, *s.* இராஜரீகம், இராஜாங்கம், இரா ஜத்துவம்.
Rub, *v.t.* துடை, தேய், கசக்கு; **to rub two sticks together till they ignite**, தீக்கடைய, அத்திகடைய, அரணிகடைய.
Rub, }
Rub'bing, } *s.* தேய்ப்பு, அராவல், அலை ப்பு.
Rub'ber, *s* ஆட்டம்.
Rub'bish, *s.* கஞ்சல், குப்பை, கழிகடை, கூழம், உச்சிட்டம், கூளம்.
Ru'bicund, *a.* வெண்சிவப்பான.
Ru'bric, *s.* நியாயப்பிரமாணம், கட்டளைச் சட்டம்.
Ru'by, *s.* மாணிக்கம், பதுமராகம், இரத்தி னம், செம்பு, சிவப்பு.
Rud'der, *s.* சுக்கான்.
Rud'diness, *s.* செம்மை, சிவப்பு.
Rud'dy, *a.* செம்மைகொண்ட, சுகமான, சௌக்கியமான, செழிப்பான; ruddy goose, சக்கரவாகம்.
Rude, *a.* துடினமான, அடங்காமையான, மூர்க்கமான, மூடமான, துடுக்கு; a rude fellow, துடுக்கன், முரடன்.

Rude'ly, *ad.* துடியாட்டமாய், தறுகுறும் பாய்.
Rude'ness, *s.* தறுகுறும்பு, மூர்க்கம், முரட் டாட்டம், தடித்தனம்.
Ru'diment, *s.* மூலாதாரம், மூலபாடம், வேர், ஆதி.
Rudiment'al, *a.* மூலாதாரமான, ஆதியான.
Rue, *v.t.* துக்கி, புலம்பு.
Rue'ful, *a.* துக்கிப்புள்ள, புலம்பலான.
Ruff, *s.* கழுத்துக்குஞ்சம், கழுத்துக்கொய் சகம்.
Ruff'ian, *s.* துஷ்டன், பாதகன், காதகன்.
Ruf'fle, *s.* கொய்சகம், குழப்பம், கொந் தளிப்பு.
Ruf'fle, *v.t.* கலக்கு, குழப்பு சுருக்கு, திரையச்செய்.
Ruf'fle, *v.i.* கலங்கு, குழம்பு, கொந்தளி.
Rug, *s.* கம்பளி, சடைநாய்.
Rug'ged, *a.* கரடுமுரடான, பருக்கையான, முரண்டான; a rugged road, கடுவழி.
Rug'gedness, *s.* கடினம், கரடுமுரடு.
Rugose', *a.* திரைவுநிறைந்த.
Ru'in, *s.* கேடு, அழிவு, சேதம், நாசம் பாழ், அதம்; to be in ruins, கொத்தழிய.
Ru'in, *v.t.* கெடு, அழி, இடி, பாழாக்கு, சேதம்பண்ணு; one who ruins a family, குடிகேடன்.
Ru'in, *v.i.* அழி, கெடு, பாழ், சிதை.
Ruina'tion, *s.* நிர்மூலம், கவிழ்ச்சி, நாசம்.
Ru'iner, *s.* அழிப்போன், கெடுப்போன், நாசஞ்செய்வோன்.
Ru'inous, *a.* அழிந்த, பாழான, சிதைவுபட்ட, கேடான.
Ru'ins, *s.* பாழ், அழிவு.
Rule, *s.* ஒழுங்கு, முறைமை, சட்டம், நியா யம், பிரமாணம், கட்டளை, வியவஸ்தை, வசனம், விதி, அரசாட்சி; of three, திரய ராசிகம்.
Rule, *v.t.* அரசாளு, ஆளு, நடத்து.
Rul'er, *s.* ஆண்டவன், அதிகாரி, தலைவன்; மட்டப்பலகை, கோல்.
Rum, *s.* ஒருவகைச்சாராயம்.
Rum, *a.* பழமையான, விகாரமான, வழங்கா வழியான.
Rum'ble, *v.i.* உறுமு, குமுறு, கோஷி முழங்கு.
Rum'bling, *s.* உறுமல், குமுறல்.
Ru'minant, *a.* இரைமீட்கிற, அசைவெட்டு கிற, அசைபோடுகிற.
Ru'minant, *s.* அசைபோடும் விலங்கு.
Ru'minate, *v.t.* இரைமீள், அசைவெட்டு, சிந்தி, எண்ணு.

Rumina'tion, *s.* இரைமீட்பு, அசைவெட்டு, ரோமந்தம், சிந்தனை.
Rum'mage, *s.* சோதனை, ஆராய்வு, கிளறிப் பார்க்கை.
Rum'mage, *v.t.* ஆராய், கிண்டிக்கிளறிப்பார்.
Ru'mour, *s.* ஊர்க்கதை, கேள்வி, பேச்சு, ஜனப்பிரவாதம், ஊர்ப்பேச்சு, சத்தம், பிரஸ் தாபம், ஓமல், உலகவதந்தி, வதந்தி.
Ru'mour, *v.* வெளியிடு, கதைவிதை.
Ru'mourer, *s.* செய்திவெளியிடுவோன்.
Rump, *s.* குண்டி, சகனம், கடிப்பிரதேசம்.
Rum'ple, *v.t.* சுருக்கு, திரையைச்செய், கசக்கு, மடி.
Rum'ple, *v.i.* சுருங்கு, திரை, கசங்கு, நசுங்கு.
Run, *s.* ஓட்டம், சாரி, உலா, நடை, போக்கு; of mankind, சாமான்யமனிதர்.
Run, *v.t.* ஓட்டு, செலுத்து.
Run, *v.i.* வேகமாகச்செல், ஓடு, பாய்; to run as the eyes, பீளைசாற; to run as a sore, சீவடிய; to run hither and thither, ஓடித்திரிய; to run away, தப்பி யோட; to run over, வழிய; to run after one, தொடர்ந்தோட; to run off as water, வடிய, ஒழுக.
Run'agate, *s.* நாடோடி, ஆருடி, இரண்டகன்.
Run'away, *s.* நாடோடி, நழுவி, பதுங்கி, ஆருடி.
Run'net, *s.* சிறுநதி, சிற்றாறு.
Run'ner, *s.* ஓடுகிறவன், கதன்.
Run'ning, *v.n.* ஓட்டம், கதம்.
Runt, *s.* நருக்காணி, குறள், கிழப்பசு.
Rupee', *s.* ஒருநாணயம், அஃது பதினறு அணக்கொண்டது, ரூபாய்.
Rup'tion, *s.* முறிவு, பிளவு, ஒடிவு, தகர்வு.
Rup'ture, *s.* பீறல், பிளவு, வெடிப்பு, குடர்ப் பிரிவு.
Rup'ture, *v.* பிள, வெடி, பீறு, பிரி.
Ru'ral, *a.* நாட்டுப்போங்கான, நாட்டுக்கேற்ற, நாட்டிகமான.
Ru'ralist, *s.* குப்பக்காட்டான், அநாகரீகன்.
Ruse, *s.* தந்திரம், உபாயம், சூது, தந்து.
Rush, *s.* பாய்ச்சல், இரைச்சல்; துரும்பு, நாணல்.
Rush, *v.i.* பாய், பெருகு, பிரவாகி, கொப் பளி, கக்கு.
Rush'er, *a.* பாய்வோன், சாடுவோன், வேக மாய்ச் செல்வோன்.
Rush'ing. *s.* பாய்ச்சல், மோதுகை.
Rus'set, *a.* வெண்சிவப்பான; நாட்டுக்கோல முள்ள.
Rust, *s.* கறை, துரு, களிம்பு, கறள், மலம், கிட்டம்.
Rust, *v.i.* கறைகட்டு, கறைபிடி, கறைபற்று, துருப்பிடி.
Rus'tic, *s.* குப்பக்காட்டான், பட்டிக்காட் டான்.
Rus'tic, *a.* நாட்டுப்போங்கான, நாகரீக மில்லாத.
Rus'ticate, *v.* நாட்டிற் சஞ்சரி, நாடடக் கதற்று.
Rustica'tion, *s.* நாட்டுவாசம்.
Rustic'ity, *s.* நாட்டுப்போங்கு.
Rus'tle (rŭs''l), *v.i.* கசகச, கலகல, சரசர, சரேரென், சலசல.
Rus'tling, *s.* சரசரப்பு, கிசுகிசுப்பு, மரும ராஞ்சம்.
Rust'y, *a.* துருப்பிடித்த, களிம்புள்ள.
Rut, *s.* தேர்க்காற்சுவடு, மான்பொலிதல், மத சலம்; elephant in rut, மதோற்கடம், மதயானை.
Ruth, *s.* இரக்கம், உருக்கம், துக்கம், பிர லாபம்.
Ruth'ful, *a.* இரக்கமுள்ள, துக்கமுள்ள, பரிதாபமான.
Ruth'less, *a.* இரக்கமில்லாத, கொடிய, குரூர, தறுகணுள்ள.
Rut'ter, *s.* குதிரைவீரன், மாவுத்தன்.
Rut'tle, *s.* தொண்டைக்குள்ளிரைச்சல்.
Rye, *s.* ஒருவகைக்கோதுமை, கம்பு.
Ry'ot, *s.* பயிர்செய்யுங்குடி, கிருஷிகன்; the head ryot, or cultivator, கதிமி.

S.

Saba'oth, *s.* சேனை, கணம், படை.
Sab'bath, *s.* ஓய்வுநாள், விச்சிராம தினம்.
Sab'bathless, *a.* ஓய்வுநாளற்ற, ஓய்வற்ற.
Sab'bath-breaker, *s.* ஓய்வுநாளொழுங்கு மீறுவோன்.
Sa'ble, *s.* ஒருவகைமிருகம், அம்மிருகத்தின் மெல்லுரோமம்.
Sa'ble, *a.* கரிய, கருமையான.
Sa'bot, *s.* ஒருவகைப்பாதகுறடு.
Sa'bre, *s.* ஒருவகை வாள், கட்கம், கத்தி.
Sa'bre, *v.* கத்தியால்வீசு, வெட்டு.
Sac'charine, *a.* சர்க்கரைக்குரிய, சர்க்கரைத் தன்மையுள்ள.
Sacerdo'tal, *a.* ஆசாரிய, குருத்துவ, புரோ கித.
Sach'el, *s.* கைப்பை, சோளிகை.
Sack, *s.* சாக்கு, பை, உமல், தளர்ந்தஅங்கி.
Sack, *v.t.* பையிலிடு, கொள்ளையிடு.

Sack'but, *s.* ஒருவகை யெக்காளம், ஊதுங் கருவி, காளம்.
Sack'cloth, *s.* இரட்டு, கோணிப்புடைவை.
Sack'clothed, *a.* இரட்டுடுத்த.
Sac'rament, *s.* ஞானுனுமானம், சம்ஸ்காரம்; of the Lord's Supper, நற்கருணை; of baptism, ஞாநஸ்நானம்.
Sacrament'al, *a.* ஞானுனுமானத்துக்குரிய.
Sa'cred, *a.* தெய்வீக, திவ்விய, திரு, பரிசுத்த, புண்ணிய; sacred ashes, விபூதி; sacred writings, நிகமம்.
Sa'credness, *s.* திவ்விய தன்மை, பரிசுத்தம், திவ்வியம்.
Sac'rifice, *s.* பலி, யாகம், எக்கியம், நைவேத்தியம், பரித்தியாகம்.
Sac'rifice, *v.t.* பலியிடு, பலிசெலுத்து, அழி, கெடு.
Sacrifi'cial, *a.* பலியிடுகிற, பலியாகிய, நைவேத்திய.
Sac'rilege, *s.* பரிசுத்தமானதைக் கொள்ளையிடுகை, தெய்வத்துரோகம், தருமலோபம்.
Sacrile'gious, *a.* பரிசுத்தக் குலைச்சலான, தத்தாபகாரமான.
Sac'rilegist, *s.* தெய்வத்துரோகி, தெய்வசொத்தபகாரி.
Sa'crist, *s.* கோவிற் புஸ்தகக் காவலாளன்.
Sac'ristan, *s.* கோவிற் களஞ்சியக்காரன்.
Sac'risty, *s.* கோவிற் களஞ்சியவீடு.
Sad, *a.* துக்கமுள்ள, சஞ்சலமான, விசன, உபத்திரவமான.
Sad'den, *v.t.* துக்கப்படுத்து, கிலேசப்படுத்து, கலக்கு.
Sad'dle, *s.* சேணம், கல்லணை, கலணை, ஜீனி, விரி, பல்லணம்.
Sad'dle, *v.t.* சேணம்போடு, கல்லணையிடு.
Sad'dle-bow, *s:* சேணமுகப்பு.
Sad'dler, *s.* சேணந்தைப்பவன், கல்லணை செய்வோன்.
Sad'ly, *ad.* துக்கமாய், கோட்டரவாய், கிலேசமாய், வியசனமாய்.
Sad'ness, *s.* துக்கம், துயரம், வியசனம்.
Safe, *s.* காவல், அரணுனவிடம், ஆகாரப் பெட்டி, கண்டோலம்.
Safe, *a.* பத்திரமான, சேமமான, இடையூறில்லாத.
Safe'conduct, *s.* துணைக்காவல், அபயபத்திரம்.
Safe'guard, *s.* காவல், ஆதரவு, சஞ்சம்.
Safe'ly, *ad.* பத்திரமாய், காவலாய்.
Safe'ty, *s.* தஞ்சம், புகலிடம், ஆதரவு, நிருவிக்கினம்.
Saf'flower, *s.* குசும்பாப்பூ.
Saf'fron, *s.* மஞ்சள், அரிசனம், அரித்திரம், குங்குமம்.
Saf'frony, *a.* மஞ்சள்வர்ண.
Saga'cious, *a.* மணம்பிடிக்கிற, கூர்மையுள்ள, விவேகமுள்ள.
Sagac'ity, *s.* மணந்தறியத்தக்கதன்மை, புத்திக்கூர்மை.
Sage, *s.* அறிஞன், விவேகி, ஞானி, முனி, ரிஷி.
Sage, *a.* அறிவுள்ள, புத்தியுள்ள, ஞானமுள்ள.
Sag'ital, *a.* அம்பிற்குரிய, அம்பொத்த.
Sagitta'rius, *s.* தனு, தனுராசி.
Sa'go, *s.* சவ்வரிசி, ஜவ்வு.
Sail, *s.* கூளைப்பாய், கப்பற்பாய்.
Sail, *v.i.* பாய்வலித்தோடு, கப்பலோடு.
Sail'broad, *a.* கப்பற்பாய்போல்விரிந்த.
Sail'or, *s* கப்பலோட்டி, கப்பற்காரன், கலவன்.
Sail'yard, *s.* பாய்விரித்துக் கட்டுங்கொம்பு.
Saint, *s.* சுத்தவாளி, மெய்த்தேவபக்தன், மகாத்துமா, முனி.
Saint, *v.* புனிதர் வகுப்பிற்சேர், அர்ச்சியசிஷ்டனுக்கு.
Saint'ed, *a.* பரிசுத்த, பக்தியுள்ள, திரு.
Saint'ly, *a.* பரிசுத்தவானைப்போன்ற.
Saint'seeming, *a.* புனிதர் சாயலுள்ள.
Sake, *s.* நிமித்தம், பொருட்டு, காரணம், நோக்கம், மூலம்; for one's own sake, ஆத்மார்த்தம்.
Sal, *s.* உப்பு.
Sala'cious, *a.* காம இச்சையுள்ள, தூர்த்தத்தனமான.
Salac'ity, *s.* மோகம், காமம், தூர்த்தவியாபாரம்.
Sal'ad, *s.* சல்லாதுக்கீரை, பச்சடி.
Salam', *s.* சலாம், வந்தனம்.
Sal-ammo'niac, *s.* நவச்சாரம், கடுஞ்சாரி.
Sal'ary, *s.* சம்பளம், கூலி.
Sale, *s.* விக்கிரயம், விலை, கிரயம், விற்பனை, ஏலம்; a bill of, கிரயசாசனம், விக்கிரயபத்திரம்; final, அறுதிக்கிரயம்; inland, சாய்கால்விக்கிரயம்.
Sale'able, *a.* விற்கப்படத்தக்க.
Sales'man, *s.* விற்கிறவன்.
Sale'work, *s.* விக்கிரயத்திற்குச் செய்தவேலை.
Sa'lient, *a.* முக்கியமான, துள்ளுகிற, பாய்ச்சலான, துடிக்கிற, வாவுகிற.
Salina'tion, *s.* உப்புநீரிற் கழுவல்.
Saline', **Salin'ous**, } *a.* உப்பான, உவர்ப்பான, சவரான.

Sali'va, *s.* வாய்நீர், உமிழ்நீர், வாயூறல்.
Sal'ivate, *v.t.* மருந்தினால் வாயூறச்செய்.
Saliva'tion, *s.* வாயூறச்செய்தல்.
Sal'low, *a.* பசப்புள்ள, பசலையான, வெளுப்புள்ள.
Sal'lowness, *s.* பசலை, பசப்பு.
Sal'ly, *s.* பாய்ச்சல், துள்ளு, சடிதியிற் படையெடுத்துவரல்.
Sal'ly, *v.i.* பாய், புறப்படு, முந்து, முடுகு.
Sal'ly-port, *s.* சுருங்கை.
Sal'mon, *s.* ஒருவகை மச்சம்.
Saloon', *s.* அலங்காரமண்டபம், கொலுமண்டபம்.
Salt, *s.* உப்பு, இலவணம்; culinary, கறியுப்பு, உற்பிதம், boiled, அட்டுப்பு.
Salt, *v.t.* உப்புப்போடு, உப்பிடு, உப்புத்தூவு.
Salt, *a.* உப்புள்ள, உவர்ப்பான.
Salt'ant, *a.* பாய்கிற, துள்ளுகிற, நடிக்கிற.
Salt'cellar, *s.* உப்புப்பாத்திரம், உப்புக்கலம்.
Salt-maker, *s.* அளவன், உப்பமைப்போன்.
Salt'pan, **Salt'work**, } *s.* அளம், உப்பளம், உவர்நிலம்.
Salt-pe'tre, *s.* வெடியுப்பு, எவட்சாரம், பொட்டிலுப்பு.
Salt'pit, *s.* உப்பளம்.
Salu'brious, *a.* சௌக்கியமான, ஆரோக்கியமான, சுவாத்தியமான.
Salu'brity, *s.* சௌக்கியமாக்குவது, ஆரோக்கியமளிப்பது.
Sal'utary, *a.* சுவாத்தியமுள்ள, சொஸ்தமுள்ள, சுகந்தரும்.
Saluta'tion, *s.* உபசாரம், வாழ்த்து, அபிவந்தனம், சலாம், ஆசாரம், வினவு.
Salute', *s.* உபசாரம், வாழ்த்து, வினவு, சலாம், அபிவந்தனம்.
Salute', *v.t.* வினவு, வாழ்த்து, அபிவந்தனஞ்செய்.
Sal'vage, *s.* கப்பலைச் சேதத்திலின்று மீட்பித்தவனுக்குக் கிடைக்குமுரிமை, கப்பற்சேதத்தினின் றிரட்சித்தவை.
Salva'tion, *s* ஈடேற்றம், கடத்தேற்றம், கரையேற்றம், இரட்சை; final salvation, கடைவழி.
Salve (sӑv), *s.* பூச்சுமருந்து, சேர்வை, பிரலேபம்.
Sal'ver, *s.* தட்டம், தட்டு, தாலம், பாசனம்.
Sal'vo, *s.* போக்கு, முகாந்தரம்.
Samar'itan, *s.* சமாரியன்.
...e, *a.* ஒரே, அந்த, சமான.

Same'ness, *s.* ஒரேதன்மை, ஒரேமாதிரி, ஒற்றுமை, சமானம், சமம்.
Sam'ple, *s.* மாதிரி, ஜாடை, சாயல்.
Sam'pler, *s.* மாதிரி, மாதிரித்தையல்.
San'able, *a.* குணமாகத்தக்க, சொஸ்தமாகத்தக்க.
Sanctifica'tion, *s.* சுத்திகரிப்பு, பரிசுத்தமாக்குகை, சுசிகரம்.
Sanc'tify, *v.t.* சுத்திகரி, பரிசுத்தம்பண்ணு, சுசிகரி.
Sanctimo'nious, *a.* சுத்த, தூய, புனித.
Sanc'timony, *s.* புனிதத்தோற்றம், பரிசுத்தம்.
Sanc'tion, *s.* உறுதிப்படுத்துகை, அனுமதி.
Sanc'tion, *v.t.* திடப்படுத்து, நிலைப்படுத்து, அநுமதிசெய், உறுதிப்படுத்து.
Sanc'titude, *s.* புனிதம், பரிசுத்தம், தூய்மை, நன்மை.
Sanc'tity, *s.* புனிதம், தூய்மை, பவித்திரம்.
Sanc'tuary, *s.* ஆலயம், கோவில், மூலஸ்தானம், கர்ப்பக்கிருகம்.
Sand, *s.* மணல், வாலுகம்.
San'dal, *s.* மிதியடி, பாதகுறடு, பாதுகை.
San'dal-wood, *s.* சந்தனமரம்.
Sand'bank, *s.* மணற்கரை.
Sand'blind, *a.* பார்வை குன்றிய.
Sand'stone, *s.* மணற்கல்.
Sand'y, *a.* மணலுள்ள, மணல்நிறைந்த.
Sane, *a.* சுகமுள்ள, சுபாவபுத்தியுள்ள, சொஸ்தபுத்தியுள்ள.
Sang'froid, *s.* சஞ்சலமின்மை, பயமின்மை, திடமனசு.
Sanguif'erous, *a.* உதிரம் செலுத்தும், இரத்தமோடுகிற.
San'guify, *v.t.* இரத்தமுண்டுபண்ணு.
San'guinary, *a.* குரூரமான, இரத்தப்பிரியமுள்ள, துஷ்ட.
San'guine, *a.* இரத்த நிறமான, சிவந்த, திட்சண, அதிவேகமுள்ள.
San'hedrim, *s.* யூதசிரேஷ்டசபை.
Sa'nies, *s.* நிணநீர், ஓடுநீர், விரணநீர்.
San'ity, *s.* தெளிந்தபுத்தி, சொஸ்தபுத்தி.
San'skrit, *s.* சமஸ்கிருதம்.
Sap, *s.* சாரம், பசை, பால்; of the palm, சேந்தி, பனஞ்சாறு, பதனி.
Sap, *v.t.* சுரங்கமறு, நிலையழி, நிருமூலமாக்கு.
Sap'id, *a.* உருசியுள்ள, சுவையுள்ள.
Sapid'ity, *s.* சுவையுடைமை, ரசம்.
Sa'pient, *a.* அறிவுள்ள, புத்தியுள்ள, ஞானமுள்ள, தற்புகழும்.
Sap'less, *a.* சாரமற்ற, உலர்ந்த, வறள்...

Sap'ling, *s.* மரக்கன்று, நாற்று, பதியம்.
Sapph'ire (săf'ir), *s.* நீலக்கல், நீலமணி.
Sap'piness, *s.* சாரபுஷ்டி.
Sar'acen, *s.* ஸர்ஸேனியன்.
Sar'casm, *s.* இன்னாச்சொல், நகைச்சொல், பழிச்சொல், கவ்வை.
Sarcas'tic, Sarcas'tical, } *a.* உறைப்பான, கண்டித மான, கூரிய, காரப்புள்ள, வன்சொல்லான.
Sarce'net, *s.* மெல்லிய பட்டு.
Sarco'ma, *s.* அதிமாமிசம், கழலை.
Sarcoph'agus, *s.* பிரேதவறை, கல்லறை.
Sarcoph'agy, *s.* மாமிசபக்ஷணம்.
Sarcot'ic, *s.* மாமிசவிர்த்திபௌஷதம்.
Sar'del, Sar'dine, } *s.* ஒருவகை மீன்.
Sar'dine, *s.* சிவப்புக்கல். சுகீரம்.
Sar'donyx, *s.* கோமேதகம்.
Sarsaparil'la, *s.* நன்னாரி.
Sash, *s.* இடைக்கச்சு, இடைவார்; பலகணிச் சட்டம்.
Sash'window, *s.* சட்டப்பலகணி.
Sa'tan, *s.* சாத்தான், பேய், பிசாசு.
Satan'ic, Satan'ical, } *a.* பிசாசுக்குணமுள்ள, பேய்க் குணமுள்ள.
Satch'el, *s.* கைப்பை, பை, சோளிகை.
Sate, Sa'tiate, } *v.t.* பூர்த்தியாக்கு, திர்ப்திபண்ணு, அதிபோஜனமூட்டு, தெவிட்டச்செய்.
Sat'ed, *a.* அதிபோஜனமுட்கொண்ட.
Sat'ellite, *s.* உபக்கிரகம்.
Sati'ety, *s.* திர்ப்தி, பூரணம், இரம்மியம், தெவிட்டு.
Sat'in, *s.* பட்டுப்புடைவை, குத்தினிப்பட்டு: wood, முதிரை, வன்மரம்.
Sat'ire, *s.* சுடுசொல், வசை, அம்பல், வசைப் பாட்டு, வசைகவி.
Satir'ical, *s.* வசைச்சொல்லுள்ள, சரசமான.
Sat'irist, *s.* வசைப்பாட்டுக்காரன், வசைகவி.
Sat'irize, *v.t.* வசைசொல்லு, பழிதூற்று, சுடப்பேசு.
Satisfac'tion, *s.* திர்ப்தி, பூரணம், பூர்த்தி மனோரம்மியம், சம்மதி, மனரம்மியம், நிவிர்த்தி; to make satisfaction, உத்த ரிக்க.
Satisfac'torily, *ad.* மனப்பூர்வமாய், திர்ப் தியாய், சந்தோஷமாய், ஒப்பிதமாய்.
Satisfac'tory, *a.* ஒப்பிதமுள்ள, இரம்மிய மான, திர்ப்தியான, பூரணமான.
Sat'isfy, *v.t.* திர்ப்தியாக்கு, பூர்த்தியாக்கு குறைதீர்.

Sa'trap, *s.* தேசாதிபதி, ஆளுகைக்காரன்.
Sat'urate, *v.t.* நிரப்பு, நிறை, தெவிட்டச் செய், பூரிக்கச்செய்; to be saturated, நிறைய.
Sat'uration, *s.* நிறைவு.
Sat'urday, *s.* சனிக்கிழமை, மந்தவாரம்.
Satu'rity, *s.* தெவிட்டல், நிறைவு.
Sat'urn, *s.* சனி, மந்தன்.
Satur'nian, *a.* சனிக்குரிய, மங்கல.
Sat'urnine, *a.* மந்தமான, சோம்பான, திமி ரான, துக்கமான.
Sat'urnist, *s.* முகவாட்ட முள்ளவன், மனோற்சாகமில்லாதவன்.
Sat'yr, *s.* வனதேவதை, காடேரி, (improperly, காட்டேரி.)
Sauce, *s.* குழம்பு, கறி, ஆணம்.
Sauce'box, *s.* வெட்கங்கெட்டவன், குறும் பன்.
Sauce'pan, *s.* ஆணச்சட்டி, கறிச்சட்டி.
Sau'cer, *s.* தாலம், தட்டைப்பாத்திரம்.
Sau'ciness, *s.* அவமதிப்பு, குறும்புத்தனம், துடுக்கு, குனஷ்டை, கொழுப்பு.
Sau'cy, *a.* பரிகாசமுள்ள, அவமதியுள்ள, குறும்புள்ள.
Saun'ter, *v.i.* திரி, அலை, வீண்பொழுது போக்கு.
Sau'sage, *s.* மசாலையிட்ட இறைச்சி.
Sav'age, *s.* வேடன், வனவாசி, துஷ்டன், சீர்திருந்தாதவன், வன்னியன்.
Sav'age, *a.* காட்டுத்தனமுள்ள, அநாகரீக, புலைஞர்க்குரிய, குரூர.
Sav'ageness, *s.* காட்டுத் தன்மை, திருந் தாமை, குரூரம், துஷ்டாட்டம்.
Sav'agery, *s.* காட்டுத்தன்மை, குரூரம், துஷ் டத்தனம்.
Savan'na, *s.* மைதானம், வெளி.
Save, *v.t.* ரக்ஷி, கா, மோசத்துக்கு விலக்கு, தப்புவி, மீள், கடத்தேற்று; to be saved, கடத்தேற.
Save, *prep.* ஒழிய, தவிர, அல்லாமல்.
Sav'ing, *s.* சேமிக்கப்பட்டது, வைப்பு, இருப்பு.
Sav'ing, *a.* மட்டான, கட்டுமட்டான, மிச் சம்பிடிக்கிற.
Sa'viour, *s.* ரக்ஷகன், மீட்பன், ரக்ஷ கர்த்தா.
Sa'vour, *s.* வாசனை, உருசி, சாரம், சத்து, இரசம்.
Sa'vourless, *a.* சாரமற்ற, சுவைபற்ற, உருசி யற்ற.
Sa'voury, *a.* வாசனையுள்ள, உருசியான

Saw, *s.* மரமரிவாள், ஈர்வாள், கருக்குவாள், குயம், இரம்பம்.
Saw, *v.t.* வாளாலரி, மரமரி.
Saw'dust, *s.* அரிதுகள், அரிபொடி, வாள் தூள்.
Saw'er, } *s.* வாட்காரன்.
Saw'yer, }
Saw'pit, *s.* வாட்குழி.
Sax'ifrage, *s.* கல்வேதி.
Say, *v.t.* சொல்லு, பேசு, உரை, புகலு, செப்பு.
Say'ing, *s.* சொல், வாக்கு, மொழி, உரை.
Scab, *s.* அசறு, விரணச்செதிள், சொறி.
Scab'bard, *s.* வாளுறை, உறை, தடறு.
Scab'by, *a.* அசறுள்ள, சொறிபிடித்த.
Scaf'fold, *s.* ஏதண்டை, பந்தர், சாரம், மஞ்சம், தூக்குமரம்.
Scaf'folding, *s.* சாரம், ஏதண்டை.
Scalade', } *s.* மதிலேறிப்புகுதல்.
Scala'do, }
Scal'ary, *a.* படிக்கட்டேறும், ஏணிபோன்ற.
Scald, *v.t.* வெந்நீராற் சுடு.
Scald, *s.* வெந்நீர்பட்டு வெந்தபுண், சூடு.
Scald'head, *s.* சொறிதலை, சுண்டுத்தலை.
Scale, *s.* துலை, நிறையறிகருவி, தராசு, அளவுகோல், செதின், சிரேணி; scales of a balance, தராசுத்தட்டு, கன்னம்.
Scale, *v.* ஏறு, மதிலேறிவிழு, செதின்களை, செதின்கிளம்பு.
Scalene', *a.* (triangle) அசமத்திரிபுசை.
Scall, *s.* சொறி, குஷ்டம்.
Scalp, *s.* உச்சந்தலைத்தோல், தலையோடு.
Scalp, *v.t.* உச்சந்தலைத்தோலுரி.
Scal'pel, *s.* சத்திரகத்தி.
Sca'ly, *a.* செதிளுள்ள, செதின்போன்ற.
Scam'ble, *v.i.* பரபர, விரைவாய்நட, துரிதமாய்ச்செல், விகாரமாய்நட.
Scam'bler, *s.* துணிந்துட்செல்வோன், தூக்குணி, இரப்புணி, பிடுங்குணி.
Scam'per, *v.t.* நிவிரி, விரைவாயோடு.
Scan, *v.t.* சோதி, அள, நுட்பமாய்ப் பரீக்ஷி, தனைபிரி.
Scan'dal, *s.* கோள், வடு வடுவுரை, வசை, ஓமல், தூறு; public scandal, லோகாபவாதம்.
Scan'dal, *v.t.* அவதூறுசெய, தூற்று, வசைகூறு, நிந்தைசெய்.
Scan'dalize, *v.t.* நிந்தி, தூற்று, அவகீர்த்திப்படுத்து.
Scan'dalous, *a.* வெட்கமுள்ள, திழ்ப்பான, இகழ்ச்சியுள்ள.
Scan'ning, *s.* சந்தவிகற்பஞ்செய்கை, தளைபிரிக்கை.
Scan'sion, *s.* தளைபிரிப்பு.
Scant, *v.t.* குறை, ஒறு.
Scan'tle, *v.t.* சின்னுபின்னப்படுத்து, துணிக்கைசெய்.
Scant'ling, *s.* சிற்றளவு, திட்டம், மாதிரி.
Scant'y, *a.* சின்ன, ஒடுக்கமான, பிசுனமான.
Scape, *v.i.* தப்பு, விலகு, அகல்.
Scape, *s.* ஓட்டம், விலகுதல், மனோலௌவியம், செய்யாச்செய்கை.
Scape'goat, *s.* விட்டகடா.
Scap'ula, *s.* தோட்பட்டை.
Scar, *s.* தழும்பு, வடு, ஊறுபாடு, கசடு, சுவடு.
Scar, *v.t.* ஊறுபடுத்து, தழும்புபடுத்து.
Scar'ab, *s.* வண்டு.
Scarce, *a.* அருமையான, குறைச்சலான, அபூர்வமான, துர்லபமான.
Scarce'ly, *ad.* அரிதாய், அபூர்வமாய், பிரயாசமாய்.
Scar'city, *s.* அபூர்வம், துர்லபம், பஞ்சம், கதம், அருமை, குறைச்சல், தாழ்ச்சி, ஏகதேசம், தவக்கம், தட்டு; time of சாமகாலம்.
Scare, *v.t.* வெருட்டு, திடுக்கிடப்பண்ணு, அதட்டு.
Scare'crow, *s.* வெருளி, புல்லாள், பிரட்டும் பிரதிமை.
Scare'fire, *s.* தீப்பயம், அக்கினிபயம்.
Scarf, *s.* உத்தரீயம், சால்வை, போர்வை, ஏகாசம்.
Scarf'skin, *s.* புறத்தோல்.
Scarifica'tion, *s.* குடோரியாடுகை, சத்திரம் வைக்கை.
Scar'ify, *v.t.* சத்திரம்வை, விரணஞ்செய்.
Scar'let, *s.* இரத்தாம்பரம், மிகுசிவப்பு.
Scate, *s.* சேருப்பிற்பூட்டுஞ் சறுக்கு கம்பி.
Scathe, *s.* அபாயம், உபத்திரவம்.
Scath'less, *a.* அபாயமில்லாமல், உபத்திரவமின்றி.
Scat'ter, *v.t.* சிதறடி, தூவு, தெளி, சிதறு, வீசு.
Scat'ter, *v.i.* கலை, குலை, பரம்பு.
Scat'terling, *s.* நாடோடி, நிலையில்லான்.
Scav'enger, *s.* தெருப்பெருக்குபவன், தோட்டி.
Scene, *s.* அரங்கம், நடனசாலை, காட்சி, தோற்றம், வேடிக்கை.
Scen'ery, *s.* காட்சி, சித்திரக்காட்சி, வனத்தோற்றம்.
Scenog'raphy, *s.* சித்திரப்படக்காட்சி, பிரதிரூபக்காட்சி.
Scent, *s.* மணம், கந்தம், வாசனை, பரிமளம், வாடை.

Scent, *v.t.* மண, வாசனைபிடி, கந்தமறி.

Scep'tered, *a.* செங்கோலேந்தும்.

Scep'tic, *s.* கடவுளுண்டென்று நம்பாதவன், விசுவாசமில்லாதவன்.

Scep'tic,
Scep'tical, } *a.* ஐயமுள்ள, சமுசயமுள்ள.

Scep'ticalness, *s.* சந்தேகங்கொள்ளல்.

Scep'ticism, *s.* சருவசந்தேகம், சமுசயவாதம்.

Scep'tre, *s.* கட்டியக்கோல், முத்திரைக்கோல், செங்கோல்.

Scep'tre, *v.t.* செங்கோலதிகாரஞ்சூட்டு.

Sched'ule, *s.* டாப்பு, பட்டோலை, கைச்சார்த்து.

Scheme, *s.* உபாயம், தந்திரம், சூத்திரம்.

Scheme, *v.t.* யோசி, தொடு, யுத்திபண்ணு, சூழ்.

Schem'er, *s.* சூழ்ச்சிக்காரன், தந்திரன்.

Schism (sizm), *s.* பிரிவினை, சமயபேதம், மதத்தினுட்பிரிவு.

Schismat'ic, *s.* சமயபேதி, மதபேதி.

Schol'ar, *s.* கற்போன், மாணாக்கன், வித்தியார்த்தி, பண்டிதன்.

Schol'arship, *s.* கலாவல்லபம், பாண்டித்தியம், மாணாக்கருக்குக் கொடுக்கு முபகாரச் சம்பளம்.

Scholas'tic, *a.* மாணாக்கனுக்கடுத்த, பாண்டித்திய, விதர்க்க, சித்தாந்த.

Scho'liast, *s.* உரைகாரன், உரையாசிரியன்.

Scho'lion,
Scho'lium, } *s.* உரை, விஸ்தரிப்பு, அனுசித்தாந்தம், விவரவுரை.

School, *s.* பள்ளிக்கூடம், பாடசாலை, வித்தியாலயம், வித்வசபை.

School'boy, *s.* பள்ளிப்பிள்ளை, கற்போன், பாலமாணாக்கன்.

School'dame, *s.* உபாத்தியாயி, ஆசாள்.

School'day, *s.* பாடசாலைதினம்.

School'days, *s.* கற்கும்பருவம், பாடசாலைதினம்.

School'house, *s.* பள்ளிக்கூடம் வைத்திருக்கும் வீடு.

School'fellow, *s.* உடன்மாணாக்கன், பள்ளித்தோழன், கூடவாசித்தவன்.

School'ing, *s.* கலைபயிலுகை, கல்விப்பயிற்சி.

School'man, *s.* பண்டிதவிற்பன்னன்.

School'master, *s.* வாத்தி, உபாத்தியாயன், அத்தியாபகன்.

School'mistress, *s.* உபாத்தியாயி, கற்பிப்பவள்.

Schoon'er, *s.* இரண்டு பாய்மரக்கப்பல்.

Sciat'ic, *s.* சந்துவாதம், இடுப்புச்சந்து வாதம், சில்வாயு.

Sci'ence, *s.* கல்வி, சாஸ்திரம், வித்தை, விற்பத்தி, விஞ்ஞானம்.

Scientif'ic, *a.* சாஸ்திரத்திற்கடுத்த, சாஸ்திசம்பந்த, கல்வியிற்றெளிந்த.

Scim'itar, *s.* உடைவாள், பட்டயம், சுரிகை.

Scin'tillant, *a.* பொறிபறக்கிற, பொறிகாலுகிற.

Scin'tillate, *v.* பொறியிடு, பொறிசிந்து, பொறிதட்டு.

Scintilla'tion, *s.* பொறிபறத்தல், துலக்கம், துலங்கல், விட்டுவிட்டுப் பிரகாசித்தல்.

Sci'olist, *s.* கிஞ்சிஞ்ஞன், சிற்றறிவாளன், அற்ப அறிஞன்.

Sci'olism, *s.* வெள்ளறிவு, கிஞ்சிஞ்ஞானம்.

Sciom'achy, *s.* நிழலொடுமலைதல்.

Sci'on, *s.* ஒட்டுத்தளிர்.

Scir'rhus (skir'rus), *s.* கட்டி.

Scis'sile, *a.* அறுபடத்தக்க, வெட்டுண்ணத்தக்க, கத்தரிக்கத்தக்க.

Scis'sion, *s.* வெட்டல், கத்தரித்தல்.

Scis'sure, *s.* வெடிப்பு, பிளவு, கீறு.

Scis'sors, *s.* (*pl.*) கத்தரிக்கோல்.

Scoff, *s.* சரசம், பரிகாசம், நகைப்பு.

Scoff, *v.i.* பரிகாசம்பண்ணு, இகழ், நிந்தி, சரசம்பேசு, சரசம்பண்ணு.

Scof'fer, *s.* சரசக்காரன், ஆகடியக்காரன், பரிகாசக்காரன்.

Scof'fingly, *ad.* பரிகாசமாய், நிந்தையாய்.

Scold, *s.* வாசாலை, வாய்க்காரி, கொள்ளி.

Scold, *v.t.* அதட்டு, கடிந்துகொள்ளு, கண்டி, கோபி.

Scold'er, *s.* கடிந்துகொள்பவன், நிந்திப்பவன்.

Scol'lop, *s.* கருக்குவாயிப்பி, மட்டி.

Scolopen'dra, *s.* ஒருவித விஷப்பூச்சி.

Sconce, *s.* கோட்டை, கொத்தளம், தூக்குவிளக்குத்தண்டு; தலை, மூளை, புத்தி; அபராதம்.

Scoop, *v.t.* தோண்டு, குடை, அகழ்.

Scope, *s.* லக்கு, கருத்து, நோக்கம், இடம், விசாலம்.

Scor'bute, *s.* (obs.) குட்டை, சொறிகரப்பன்.

Scorbut'ic, *a.* சொறிகரப்பன்பற்றிய, குட்டைபற்றிய.

Scorch, *v.t.* வாட்டு, வறு, சுடு, தீ, வதக்கு.

Score, *s.* இருபது, விம்சதி, முகாந்தரம், நிமித்தம்.

Sco'ria, *s.* கிட்டம், களிம்பு, மலினம், கன்மஷம்.

Scorn, *s.* இகழ்ச்சி, நிந்தை, தூஷணை, ஏளனம்.

Scorn, *v.t.* இகழ், நிந்தி, எள்ளு, தூஷி.
Scorn'er, *s.* இகழ்வோன், பரிகாசன், சக்கந்தக்காரன், சக்கடங்காரன்.
Scorn'ful, *a.* நிந்தையான, இகழ்ச்சியான, தூஷணையான.
Scorn'ing, *a.* பரிகாசம், நிந்தை, ஆகடியம்.
Scor'pio, *s.* விருச்சிகம், விருச்சிகராசி.
Scor'pion, *s.* தேள், விருச்சிகம், தெருக்கால்.
Scot, *s.* இறை, வரி, பாகம்.
Scotch, *v.t.* வெட்டு.
Scotch, *a.* ஸ்கொத்திலாந்திற்குரிய.
Scot'free, *a.* இறையில்லாத, தீர்வை கொடாத.
Scot'omy, *s.* கிறுகிறுப்பு, தலைமயக்கம், கண்பஞ்சடைதல்.
Scoun'drel, *s.* நீசன், சண்டாளன், பாதகன், தறுகுறும்பன்.
Scour, *v.t.* உரோஞ்சு, துடை, தேய்.
Scourge, *s.* கசை, சவுக்கு, சாட்டி; உபத்திரவம்.
Scourge, *v.t.* தண்டி, அடி, வாதி, சாட்டியால் மழுக்கு.
Scour'ing, *s.* கழிச்சல், பெருக்கு.
Scout, *s.* வேவுகாரன், ஒற்றன்.
Scout, *v.t.* வேவுபார், ஒற்று, தள்ளிவிடு, அகற்றிவிடு.
Scowl, *s.* குறும்பார்வை, புருவநெறித்துப் பார்த்தல்.
Scowl, *v.i.* கோபமுகமாய்ப் பார்.
Scrab'ble, *v.t.* கிறுக்கு.
Scrag'gy, *a.* மெலிந்த, நொய்ய, முரணான.
Scram'ble, *v.i.* தொற்றியேறு.
Scram'bler, *s.* ஆவலோடு பிடிப்போன், ஏறுவோன்.
Scrap, *s.* துண்டு, துணிக்கை, கண்டம்.
Scrape, *s.* தேய்ப்பு, கால்சீக்கை, பிறாண்டுகை; உரிஞ்சுகை, கலக்கம், சங்கடம்.
Scrape, *v.t.* சீவு, சுரண்டு, உரிஞ்சு, பிறாண்டு; to scrape with the foot, காலாற் சீக்க.
Scrap'er, *s.* வாருகோல்; உலோபி.
Scratch, *s* கீறு, பிறாண்டு.
Scratch, *v.t* கீறு, சொறி, சுரண்டு, நோண்டு.
Scrawl, *v.t.* கிறுக்கு, பரும்படியாயெழுது.
Scream, *s.* கதறுகை, பெருஞ்சத்தம், கீச்சிடுகை, அழுகை.
Scream *v.i.* அலறு, கதறு, வீரிடு, வீரிட்டழு, கீச்சிடு.
Screech, *v.i.* கீச்சிடு, கிறீச்சென்னு; screeching of an owl, ஆந்தைக்காதல்.
Screech'owl, *s.* கூகை, சாக்குருவி.
Screen, *s.* ஒதுக்கம், ஒதுக்கு, மறைவு, திரை, திப்புப்படல், தட்டி.
Screen, *v.t.* தாங்கு, மறை, கா.
Screw, *s.* சுரியாணி, முறுக்காணி, திருகாணி, மறையாணி; male, மறுசுற்று; a female screw, சுரை.
Screw, *v.t.* சுரியாணியிடு, நெருக்கு, முறுக்காணியிடு.
Scriba'tious, *a.* எழுத்திற் பிரியமுள்ள.
Scrib'ble, *v.t.* கீறு, விரைவாயெழுது, கிறுக்கு.
Scrib'bler, *s.* சரவை எழுத்துக்காரன், இலேககன், விரைவாயெழுதுவோன்.
Scribe, *s.* எழுத்துக்காரன், இலேககன்.
Scrimp, *s.* உலோபி.
Scrip, *s.* பை, கைச்சோளி, சாக்கு, வட்டுவம்.
Scrip'tural, *a.* விவிலியநூலிற்குரிய.
Scrip'ture, *s.* விவிலியநூல்.
Scrip'turist, *s.* விவிலியநூலில் வல்லவன்.
Scriv'ener, *s.* எழுத்துக்காரன், இலேககன், வட்டிக்குப் பணங்கொடுப்போன்.
Scrof'ula, *s.* கண்டமாலை, கண்டசூலை.
Scrof'ulous, *a.* கண்டமாலைக்குரிய.
Scroll, *s.* சுருட்டு, சுருள்; of accounts, கணக்குச்சுருள்.
Scro'tum, *s.* அண்டம், கோசம்.
Scroyle, *s.* (obs.) அற்பன், இழிஞன்.
Scrub, *s.* அற்பன், ஈனன்.
Scrub, *v.t.* துடை, தேய்.
Scrub'by, *a.* குறுகின, வளர்ச்சியில்லாத.
Scru'ple, *s.* சந்தேகம், ஐயம், பின்னிதம், சமுசயம், சங்கை, அச்சம், பழிக்கஞ்சல், ஓர் எடை.
Scru'ple, *v.t.* சந்தேகி, சமுசயப்படு, ஐயங்கொள், தியங்கு.
Scru'pler, *s.* சந்தேகமுள்ளவன்.
Scru'pulosity, *s.* அறநுட்பம், அதிசாவதானம்.
Scru'pulous, *a.* திட்டமுள்ள, அதிநுட்பமான, சாவதானமுள்ள, எச்சரிக்கையுள்ள, பழிக்கஞ்சுகிற.
Scru'tinize, *v.t.* சோதி, சோதனைபண்ணு, ஆராய்.
Scru'tiny, *s.* சோதனை, கண்ணோட்டம், ஆராய்வு.
Scrutoire' (scru-twâr'), *s.* எழுத்துப்பெட்டி, ஒருவித எழுத்துப்பீடிகை.
Scud, *s.* சூறற்கொள்ளாமேகம், வெண்முகில்.
Scud, *v.i.* தீவிரி, பற, முறிந்தோடு.
Scuf'fle, *s.* கைகலந்தசண்டை, மல்லுக்கட்டுதல்.
Scuf'fle, *v.t.* மல்லுக்கட்டு.
Sculk, *v.i.* பதுங்கு, ஒளி, ஒட்டு.

Scull, *s.* தலையோடு, கபாலம், மண்டை, வெண்டலை.
Scul'lery, *s.* சமையற்றளபாடம் வைக்குஞ் சாலை, பாத்திராகரம்.
Scul'lion, *s.* மல்லிகழுவி.
Sculp'tor, *s.* சித்திரிப்போன், கொத்து வேலைக்காரன், ஓடாவி.
Sculp'ture, *s.* கொத்துவேலை, சித்திர வித்தை.
Scum, *s.* நுரை, ஏடு, பேனம்.
Scum, *v.t.* ஆடையெடு, நுரைபன்னு.
Scup'per, *s.* மரக்கலத்தில் நீர்வடிதுளை, இலதாரை.
Scurf, *s.* கரப்பன, சொறி, சொறிகரப்பன், பொடுகு, சொறிகுரு, அசறு.
Scurf'y, *a.* சொறியுள்ள, சொறிபோன்ற.
Scur'rile, *a.* கேலிக்காரனுக்குரிய, கீச, இழிந்த.
Scurril'ity, *s.* அசப்பியம், கேலித்தனம், வம்புப்பேச்சு.
Scur'rilous, *a.* எச்சுன்ன, கேலியான, அசப்பியமான, தூஷணவார்த்தையுள்ள.
Scur'vy, *s.* சொறிகரப்பன், குட்டை.
Scur'vy, *a.* சொறியுள்ள, கரப்பனுள்ள, அசறுள்ள, திழ்ப்பான, எளிய, இழிவான, இகழத்தக்க.
Scut, *s.* குறுவால், கூழைவால்.
Scu'tellated, *a.* (obs) ஏறெசிறுபாகமாய் வகுத்த.
Scut'tle, *s.* கப்பல்மேற்றட்டின் துவாரம், மச்சுவீட்டிறப்பின் துவாரம்.
Scut'tle, *v.t.* கப்பலினடித்தளத்தில் துவாரம் அறுத்தமிழ்த்து.
Scut'tle, *v.i.* துரிதமாயோடு.
Scym'itar, *s.* See Scimitar. உடைவாள்.
Scythe, *s.* வீச்சரிவாள், அரிவாள், வெட்டரிவாள்.
Scythe, *v.t.* அரிவாளாலரி, அரிவெட்டு.
Scythe'man, *s.* அரிவாட்காரன்.
Sea, *s.* கடல், சமுத்திரம், சாகரம், பரவை.
Sea'bank, *s.* கடற்கரை, அலைதாங்கி, செய்கரை.
Sea'beat, **Sea'beaten**, } *a.* அலையிலடியுண்ட, அலைமோதிய.
Sea'born, *a.* கடலிற்பிறந்த.
Sea'bound, **Sea'bounded**, } *a.* கடல்சூழ்ந்த.
Sea'breach, *s.* கடலெடுத்தல், கடலுடைத்தல், கடல்கரைகடத்தல்.
Sea'breeze, *s.* கடற்காற்று.
Sea'coast, *s.* கடற்கரை, கடற்சார்பு, கரைசார்நிலம்.
Sea'farer, *s.* சமுத்திரவாசி, கப்பற்காரன்.
Sea'faring, *s.* கடல்யாத்திரைசெய்கிற, கடல்வேலைக்கடுத்த.
Sea'fight, *s.* கடற்சண்டை.
Sea'girt, *s.* கடல்சூழ்ந்த.
Sea'green, *a.* கடற்பச்சை, கடனீர்ப்பசுமையான.
Sea'hog, *s.* கடற்பன்றி.
Sea'man, *s.* கப்பற்காரன், மாலுமி, கடலோடி.
Sea'nymph, *s.* சமுத்திராதேவி.
Sea'port, *s.* கப்பற்றுறை, கடற்றுறை.
Sea'risk, *s.* சமுத்திரவிபத்து.
Seal, *s.* முத்திரை, அடையாளம், முத்திரைத்தம்பு, முத்திரைபச்சு.
Seal, *v.t.* முத்திரையிடு, முத்திரைபதி, முத்திரி.
Seal'ing-wax, *s.* அரக்கு, முத்திரைமெழுகு.
Seam, *s.* தையல், பொருத்து.
Seam, *v.t.* தை, பொருத்தித்தை, புனை, அடையாளங்குறி, தட்டுமூடு.
Seam'less, *a.* பொருத்தில்லாத, தையலில்லாத.
Seam'ster (*fem.* seamstress), *s.* தையற்காரன்.
Sear, *v.t.* சுடு, கருக்கு, தீ, தழும்புப்படுத்து.
Sear, *a.* காய்ந்த, உலர்ந்த, வாடின.
Searce, *s.* இல்லடை.
Search, *s.* ஆராய்வு, சோதனை, பரீக்ஷை, விசாரணை, உசாவு.
Search, *v.t.* ஆராய், தேடு, உசாவு, பரீக்ஷி.
Search'er, *s.* ஆராய்வோன், தேடுவோன், பரீக்ஷகன்.
Sear'cloth, *s.* சேர்வைச்சீலை.
Sea'room, *s.* கடலிடம்.
Sea'salt, *s.* கடலுப்பு, சிந்துசாரம்.
Sea'shore, *s.* கடற்கரை, கடலோரம்.
Sea'sick, *a.* ஓக்காளமுள்ள, உவட்டுள்ள, தோணிக்கிறுகிறுப்புள்ள.
Sea'son (sē'z'n). *s.* பருவம், ருது, காலம், நேரம், நல்லசமயம்.
Sea'son, *v.t.* உருசிப்படுத்து, சுவைப்படுத்து, பாகப்படுத்து, பதப்படுத்து, உலர்த்து; to be highly seasoned, இரசமூட்டிய, கன்ருய்த் தாளித்த.
Sea'sonable, *a.* பக்குவமான, பதமான, நற்சமயமான.
Sea'sonage, *s.* சுவையுடைத்தாக்கல்; குழம்பு.
Sea'soning, *s.* சுவைப்படுத்துஞ்சரக்கு, வடகம், பலகாயம்.
Seat, *s.* ஆசனம், பீடம், பணை, உறைவிடம், நிலயம்.

Seat, *v.t.* இருத்து, ஆசனத்தேற்று, ஆசனங் கொடு.
Sea'term, *s.* கடலில் வழங்குமொழி, மாலுமி கள் குழூஉக்குறி.
Sea'thief, *a.* கடற்கள்வன்.
Sea'tost, *a.* அலைமோதும்.
Sea'wall, *s.* கடலெடாமல் கட்டிய மதில்.
Sea'ward, *ad.* கடலுக்குநேரே, கடலைநோக்கி.
Sea'water, *s.* கடல்நீர், உவர்நீர்.
Sea'weed, *s.* கடற்பாசி.
Sea'worthy, *a.* கடலோடுந்தரமான.
Secede', *v.i.* பின்னிடு, பிரி, விட்டுப்போ, அகலு.
Seced'er, *s.* பின்னிடுவோன், உறவுபிரிவோன்.
Seces'sion, *s.* பிரிவு, அகல்வு, பேதம்.
Secle, *s.* (obs.) சதாப்தம்.
Seclude', *v.t.* தடு, நீக்கு, தவிர்.
Seclu'sion, *s.* ஒதுக்கு, மறைவு, தனிமை, ஏகாந்தம், ஒருவந்தம்.
Sec'ond, *s.* நிமிஷம், விநாடி, கொடி, கணம், காலநுட்பம்; ஆதரவு, துணை.
Sec'ond, *v.t.* உதவிசெய், துணைசெய், சகாயஞ்செய், சார்ந்துசொல்லு, அநுவதி.
Sec'ond, *a.* இரண்டாம், அடுத்த, இணையான, துவி, உப.
Sec'ondarily, *ad.* இரண்டாவதாக, இரண்டாம்பக்ஷத்தில்.
Sec'ondary, *a.* இரண்டாவதான, இரண்டாம், உப.
Sec'onder, *s.* அநுவதிப்போன்.
Sec'ond-hand, *a.* இரண்டாங்கையாட்சியான, புதிதல்லாத.
Sec'ondly, *ad.* இரண்டாமுறையாய், இரண்டாவதாய்.
Sec'ond-rate, *a.* இரண்டாந்தரமான, இரண்டாந்திறமான.
Sec'ond-sight, *s.* எதிர்காலமிருந்தபடி, மறுநோக்கு.
Se'crecy, *s.* இரகசியம், புதைபொருள், அந்தரங்கம், வெளியிடாமை.
Se'cret, *s.* இரகசியம், மறைவு, அந்தரங்கம், ஒளிப்பு.
Se'cret, *a.* இரகசியமான, அந்தரங்கமான, ஏகாந்தமான; inquiry, அந்தரங்க விசாரணை; secret object of pursuit, உள்ளோட்டம்.
Sec'retary, *s.* எழுத்துக்காரன், இலேககன், லிகிதன், காரியதரிசி.
Sec'retaryship, *s.* எழுத்துவேலை, லிகிதத்துவம்.
Sec'rete, *v.t.* ஒளி, மறை, புதை, பிலிற்று, உகு; matter secreted, மலம், தாது.
Secre'tion, *s.* வடிகை, பொசிகை, கசிவு, பிலிற்றல்; promoting the animal secretions, தாதுவர்த்தகம்.
Se'cretist, *s.* அந்தரங்கன்.
Se'cretly, *ad.* இரகசியமாய், மறைவாய்.
Sect, *s.* பேதசமயிகள், மதபேதசமயத்தார்.
Secta'rian, *a.* சமயிகட்கடுத்த.
Sec'tary, *s.* பதிதன், சமயபேதி, பிரிந்தவன்.
Sec'tion, *s.* பிரிவு, கூறு, துண்டு, உறுப்பு, பகுதி, பேதம், பிரகரணம்.
Sec'tor, *s.* ஒரு கணிதக்கருவி.
Sec'ular, *a.* லௌகிக, இம்மைக்குரிய, இகார்த்த; secular knowledge, விஞ்ஞானம்.
Secular'ity, *s.* லௌகிகம், இகார்த்தம்.
Sec'ularize, *v.t.* லௌகிக வியாபாரத்திற் குட்படுத்து.
Sec'undine, *s.* நஞ்சுக்கொடி.
Secure', *a.* மோசமற்ற, பத்திரமான, உறுதியான, கவலையற்ற.
Secure', *v.t.* பத்திரப்படுத்து, உரித்தாக்கிக்கொள், பெறு, சம்பாதி, சேகரி.
Secure'ly, *ad.* பத்திரமாய், காவலாய், அச்சமல், நட்பமாய்.
Secure'ment, *s.* பத்திரப்படுத்தல்.
Secu'rity, *s.* பிணை, ஈடு, உத்தரவாதம், காவல், பத்திரம்; in money, ரொக்கஜாமீன், கதஜாமீன், மால்ஜாமீன்.
Sedan', *s.* ஒருவிதப் பல்லக்கு.
Sedate', *a.* அலைமவான, சமாதானமான, சாந்தமான.
Sedate'ly, *ad.* அமைவாய், சாந்தமாய்.
Sedate'ness, *s.* அமைதி, நிம்மதி.
Sed'ative, *s.* சாந்தமாக்குகிற ஔஷதம், உபசமன மருந்து.
Sed'entariness, *s.* உட்கார்ந்தநிலை.
Sed'entary, *a.* உட்காருகிற, உட்காருந்தன்மையுள்ள.
Sedge, *s.* கோரைப்புல்.
Sed'gy, *a.* கோரைப்புல்லடர்ந்த.
Sed'iment, *s.* வண்டல், மண்டி, கசானம், அடையல்; the sediment of oil, எண்ணெய்க்கசடு.
Sedi'tion, *s.* இராஜதுரோகம், வர்க்கலகம், கலக்கம், குழப்பம்.
Sedi'tious, *a.* குழப்பமுள்ள, துரோகமுள்ள, கலகம்பண்ணுகிற; assembly, சமக.
Seduce', *v.t.* நிலைக்குட்படுத்து, எத்து, கற்பழி.

Seducer', *s.* எத்தன், எய்ப்போன், கற்பழிப்போன்.
Seduc'tion, *s.* எத்து, மடிப்பு, அபகரிப்பு, வஞ்சிப்பு, கற்பழித்தல்.
Seduc'tive, *a.* நெறிவிழுவச்செய்யும், கெடுக்கும், சீரழிக்கும்.
Sedu'lity, *s.* (obs. or rare) ஜாக்கிரதையான முயற்சி, உழைப்பு, முயற்சி.
Sed'ulous, *a.* விழிப்புள்ள, சுறுசுறுப்புள்ள, முயற்சியுள்ள, ஊக்கமான.
See, *s.* குருத்துவம், குருவாட்சி, குருபீடம்.
See, *v.t.* காண், பார், தரிசி.
Seed, *s.* வித்து, விதை, கொட்டை, பீஜம்.
Seed, *v.* வித்துண்டாக்கு, வித்திடு, விதைசொரி.
Seed'ling, *s.* முளை, நாற்று, அங்குரம், மரக்கன்று.
Seed'pearl, *s.* பொடிமுத்து.
Seed'plot, *s.* விதைபாத்தி, பதியம், நாற்றுமேடை, நாற்றங்கால்.
Seeds'man, *s.* விதைப்பவன், விதைதானிய வியாபாரி.
Seed'time, *s.* விதைகாலம், விதைப்புக்காலம்.
See'ing, *v.n.* பார்வை, காட்சி, அறிகை.
Seek, *v.t.* தேடு, நாடு, ஆராய், விசாரி, உசாவு.
Seek'er, *s.* தேடுவோன், நாடுவோன்.
Seek'sorrow, *s.* (obs.) வலிய கவிதேடுவோன்.
Seel, *v.* கண்ணைத்தை, கண்ணைக்கட்டு, ஒருபக்கத்திற்சாா்.
Seem, *v.i.* காணப்படு, தோன்று, காண், தெரி.
Seem'ingly, *ad.* தோற்றத்திற்கு, காண்கிறபடி, போலியாய்.
Seem'liness, *s.* அலங்காரம், சுசீலம், மாட்சி.
Seem'ly, *a.* நேர்த்தியான, செவ்விய, தகுந்த.
Se'er, *s.* காண்கிறவன், தரிசி, தீர்க்கதரிசி, ஞானதிருஷ்டிகன்.
See'saw, *v.i.* நிறுத்தாடு, ஆந்தோலனஞ்செய்.
Seethe, *v.t.* அவி, புழுக்கு.
Seethe, *v.i.* அவி, புழுங்கு.
Seeth'er, *s.* வேகவைக்கும் பாண்டம், கொப்பரை.
Segar', *s.* See Cigar, புகையிலைச்சுருட்டு.
Seg'ment, *s.* சேதனம், கண்டம், கண்டபாகம்.
Seg'regate, *v.t.* பிரி, நீக்கு, விலக்கு, விலக்கிவை.
Segrega'tion, *s.* பிரிவு, நீக்கம், விலக்கு.
Seign'ior (seen'yor), *s.* எஜமான், அதிபன், அதிபதி, ஒரு பட்டப்பெயர்.
Seign'iorage, *s.* அதிகாரம், ஆதிபத்தியம்.
Seine, *s.* மீன்பிடி வலை.
Sein'er, *s.* (Rare) வலைக்காரன், வலைவீசி மீன் பிடிப்போன்.
Seize, *v.t.* கவர், பிடி, பறி, பற்று, கதுவு, கொள்ளையிடு, ஆக்கிரமி.
Seiz'ure, *s.* கவர்ச்சி, பிடிப்பு, பறிப்பு, பிடி, பிடிக்கப்பட்டது.
Sel'dom, *ad.* அரிதாய், அபூர்வமாய், அருகி.
Select', *v.t.* தெரிந்துகொள், தெரிவிடு, தெரி.
Select', *a.* தெரிந்த, தெரியப்பட்ட, மேன்மையான், அரிய.
Selec'tion, *s.* தெரிவு, தெரிந்தெடுக்கை.
Selenog'raphy, *s.* சந்திரவிவரணம்.
Self, *pr.* (*pl.* Selves), தான், தானே; victory over one's self, ஆத்மஜயம்.
Self, *a.* தத், சுய, சுவ, தன்.
Self-acquir'ed, *a.* சுவார்ஜித, ஆத்மோபார்ஜித.
Self-aggrand'izement, *s.* ஆத்மசித்தி, தற்பெருமை.
Self-applause', *s.* தற்புகழ்ச்சி, தற்பாராட்டு.
Self-born', *a.* சுவயம்புவான, தான்றோன்றியான.
Self-command', *s.* தன்னடக்கம்.
Self-conceit', *s.* அகங்காரம், மமதை, ஆணவம்.
Self-con'fidence, *s.* ஆத்மவிசுவாசம், தன்னம்பிக்கை.
Self-con'sciousness, *s.* தன்னையறிதல், அகங்காரம்; self-consequence, அகங்காரம்.
Self-control', *s.* தன்னடக்கம், சித்தஸ்வாதீனம், ஆத்மவசம், வைராக்கியம்.
Self-convict'ed, *a.* தன்னெஞ்சறிந்த.
Self-deceit', *s.* தன்னைவஞ்சித்தல்.
Self'-dedication, *s.* தற்பிரதிஷ்டை, ஆத்மநிவேதம்.
Self-defence', *s.* தற்காப்பு. சுயகாவல்.
Self-delu'sion, *s.* ஆத்மவஞ்சனை, ஆத்மவஞ்சனம்.
Self-deni'al, *s.* தன்னயமறுப்பு, ஆத்மபரித்தியாகம்.
Self-devo'tion, *s.* ஆத்மசமர்ப்பணம்.
Self-ed'ucated, *a.* தன்முயற்சியாற் கல்விபயின்ற.
Self-enjoy'ment, *s.* ஸ்வானுபூதி, ஆத்மசுகம் ஆத்மப்பிரீதி.

Self-esteem′, *s.* ஆத்மசன்மானம்.
Self-exist′ent, *a.* சுயம்பு.
Self-gov′ernment, *s.* ஆத்மவசம், நிறை.
Self-impor′tance, *s.* அகம்பிரமம்.
Self-in′terest, *s.* தன்னலம், ஆத்மஹிதம், ஸ்வாஹிதம், ஸ்வார்த்தம்.
Self′ish, *a.* தற்சிநேகமுள்ள, தன்னயம் பார்க்கிற, சுயலாபதிருஷ்டியுள்ள, ஸ்வார்த்தபர, ஸ்வார்த்தபராயண.
Self′-ishness, *s.* தற்சிநேகம், தற்பொழிவு, தன்னயம்.
Self-knowl′edge, *s.* ஆத்மஞானம், தன்னை அறியும் அறிவு, ஆத்மபுத்தி, ஆத்மபோதம்.
Self′-love, *s.* மமதை, ஆத்மசன்மானம்.
Self-mur′der, *s.* சுவயவதை, ஆத்மவதை.
Self-opin′ionated, *a.* சுயமதாபிமானமுள்ள.
Self-posses′sion, *s.* சித்தஸ்வாதீனம்.
Self-praise′, *s.* தற்புகழ்ச்சி, ஆத்மஸ்துதி.
Self-re′liance, *s.* சுவாதந்திரியம்.
Self-reproach′, *s.* ஆத்மநிந்தை.
Self-respect′, *s.* அஹம்மானம், ஆத்மசம்மானம், மானம்.
Self′-restraint, *s.* ஆத்மநியமனம்.
Self-sac′rifice, *s.* ஆத்மத்தியாகம், ஆத்மதானம், ஆத்மபரித்தியாகம்.
Self′-same, *a.* அதுவேயான.
Self-will′, *s.* ஸ்வேச்சை, அகம்பிரமம்.
Sell, *v.* வில், விலைக்குக்கொடு, கிரயப்படு, விக்கிரயஞ்செய்.
Sell, *s.* குதிரைமேற்றவிசு, சேணி, விரி, கல்லணை, சிங்காதனம்.
Sell′er, *s.* விற்கிறவன், ஏலக்காரன்.
Sel′vedge, *s.* கரை, விளிம்பு.
Sem′blance, *s.* போலி, நிகர், சமானம், ஆபாசம்; semblance of qualities, குணாபாசம்; semblance of a reason, நியாயாபாசம்.
Sem′i, *a.* அரை, அர்த்த, பாதி.
Semi-an′nual, *a.* அயனத்திற்கடுத்த, அரைவருடத்திற்குரிய.
Semi-an′nular, *a.* பாதிவட்டவடிவான.
Sem′i-circle, *s.* மண்டலார்த்தம், விருத்தார்த்தம்.
Sem′i-colon, *a.* தொடர்பொருட்குறி.
Semi-diam′eter, *s.* விட்டார்த்தம்.
Semi-lu′nar, *a.* அர்த்தசந்திர.
Sem′inal, *a.* வித்திலுள்ள, சுக்கில, மூல.
Seminal′ity, *s.* வித்தியற்கை, வித்தினியல்பு.
Sem′inary, *s.* சாஸ்திரசாலை, கல்விச்சாலை, வித்தியாலயம், கல்விபயிலிடம், பள்ளிக்கூடம்.

Sem′inate, *v.* விதை, வித்திடு, பரப்பு, பெருக்கு.
Semina′tion, *s.* விதைப்பு, வித்திடல்.
Seminif′ical, *a.* வித்துள்ள, பீஜாங்குர.
Semi-opa′cous, *a.* பாதிசுவச்ச.
Semi-pellu′cid, *a.* மிதசுவச்ச.
Semi-perspic′uous, *a.* விளக்கங்குன்றிய.
Semi-ter′tian, *s.* (Med.) ஒருவகை குளிர்காய்ச்சல்.
Sem′i-vowel, *s.* உயிர்ப்போலி.
Semoli′na, *s.* மெல்லிய கோதுமைரவை.
Sempiter′nal, *a.* (Rare) தோன்றியீறற்ற, முடிவில்லாத, நித்திய.
Sempiter′nity, *s.* அனந்தநித்தியம்.
Semp′ster, (*fem.* semp′stress) *s.* தையற்காரன்.
Sen′ary, *a.* ஆறெனுமெண்ணுக்குரிய, ஆறுள்ள.
Sen′ate, *s.* ஆஸ்தானம், ஆலோசனைச்சங்கம், மந்திரசபை.
Sen′ate-house, *s.* மந்திராலயம், மந்தணசாலை, அத்தாணிமண்டபம்.
Sen′ator, *s* மந்திரசபையோன்
Send, *v.t.* அனுப்பு, போகவிடு, அனுபாதம்பண்ணு, பிரயோகி.
Send′er, *s.* அனுப்புவோன்.
Senes′cence, *s.* முதிர்வு, முதிருந்தன்மை.
Se′nile, *a.* முதிர்பருவத்திற்குரிய.
Senil′ity, *s.* மூப்பு, விருத்தாப்பியம்.
Se′nior, *a.* மூத்த, ஜேஷ்ட, அதிகாரவிருத்தமுள்ள.
Senior′ity, *s.* மூப்பு, முதுமை, முதிர்வு, முதன்மை, தலைமை.
Sen′na, *s.* நிலவாகை, நிலபாகல், நிலாவிரை.
Sen′night, (sĕn′nit), *s.* ஒருவாரம்.
Senoc′ular, *a.* சடாக்ஷ, ஆறுவிழியுள்ள.
Sensa′tion, *s.* உணர்ச்சி, சைதன்யம், இந்திரியஞானம், இந்திரியபோதம், இந்திரியகிரகணம்.
Sense, *s.* புத்தி, அறிவு, உணர்ச்சி, சைதன்யம், இந்திரியஞானம், ஞானம், மதி, விவேகம், விரகு,— அர்த்தம்; the five senses, பஞ்சேந்திரியம்; organ of, ஞானேந்திரியம்; common, பொதுவுணர்ச்சி, சாமானியபுத்தி, இயற்கையறிவு; good, சுபுத்தி, சற்புத்தி; evident to the senses, பிரத்தியக்ஷமான; object of sense, விஷயம். to be out of senses, புத்திகெட்டிருக்க.
Sense′less, *a.* புத்தியீனமுள்ள, புத்தித்தாழ்ச்சியுள்ள, பொருளில்லாத.
Sensibil′ity, *a.* உணர்ச்சி, அறிவு, சோதனை.

Sen'sible, *a.* உணர்ச்சியுள்ள, புலனுள்ள, ஸ்மரணையுள்ள; person, புத்திசாலி; object, விடயவஸ்து.
Sen'sibly, *ad.* கருத்தாய், உணர்ச்சியாய், புலப்பட, யூகமாய், புத்தியாய்.
Sen'sitive, *a.* உணர்ச்சியுள்ள, கூச்சமுள்ள, உரோசமுள்ள; plant, தொட்டாற்சுருங்கி.
Senso'rium, } *s.* சேதனநிலயம்.
Sen'sory, }
Sen'sual, *a.* சிற்றின்பசம்பந்த, புலனுக்கடுத்த; detachment from sensual objects, இந்திரியாசங்கம்.
Sen'sualist, *s.* சிற்றின்பவனுபோகி.
Sensual'ity, *s.* சிற்றின்பபோகம், லோகாதுரம், விஷயவாஞ்சை.
Sen'tence, *s.* தீர்ப்பு, தீர்மானம், வாக்கியம், வசனம்.
Sen'tence, *v.t.* தீர்ப்புச்சொல், தீர், தீர்மானம்பண்ணு.
Senten'tious, *a.* பழமொழியுள்ள, சுருக்கமான, சத்துள்ள.
Sen'tient, *a.* அறிவுள்ள, உணர்ச்சியுள்ள; being, ஞானேந்திரஜீவி.
Sen'timent, *s.* எண்ணம், கருத்து, பொருள், அபிப்பிராயம், மனம், இரசம்.
Sentiment'al, *s.* அறிவுள்ள, உணர்வைத்தாக்குகிற, வசீகரமான, மனதைக்கவரத்தக்க.
Sentimental'ity, *s.* மனதைத்தாக்குகை.
Sen'tinel, } *s.* படைக்காவலாள், காவற்காரன், காவல்.
Sen'try, }
Sep'arable, *a.* பிரிக்கப்படத்தக்க.
Sep'arate, *v.t.* பிரி, பகு, வகு, வெவ்வேறாக்கு, விலக்கு.
Sep'arate, *v.i.* பகு, கலை, பிரி, வேறாகு.
Sep'arate, *a.* வெவ்வேறு, தனித்த, புறம்பான, வேறான.
Sep'arately, *ad.* தனித்தனியே, ஒவ்வொன்றாய், வெவ்வேறாய்.
Separa'tion, *s.* பிரிப்பு, பேதம், புறம்பு, வேறுபாடு, விலக்கம், பிரத்தியேகம்.
Sep'aratist, *s.* பிரிவோன், சமயபேதி.
Sepose', *v.t.* (obs.) விலக்கிவை, பிரத்தியேகமாய்வை.
Seposi'tion, *s.* (obs.) அகல வைத்தல், பிரத்தியேகமாய் வைத்தல்.
'oy, *s.* சுதேசராணுவசேவகன், சிப்பாய்.
em'ber, *s.* செப்டெம்பர்மாசம், ஆவணி-ட்டாசி.
enary, *s.* எழு.
Sep'tennial, *a.* எழுவருஷமுள்ள, ஏழாண்டிற்கொருமுறையான.

Sep'tic, *a.* பதனழிக்கத்தக்க.
Septilat'eral, *a.* சத்தபுச, எழுபக்கமுள்ள.
Septua'genary, *a.* எழுபதுகொண்ட, எழுபது வயதுள்ள.
Septuages'imal, *a.* எழுபதுள்ள.
Sep'tuagint, *s.* கிறிஸ்துவேதப் பழைய ஏற்பாட்டின் கிரேக்க மொழிபெயர்ப்பு.
Sepul'chral, *a.* கல்லறைக்கடுத்த, பிரேதக்ஷேமத்திற்கடுத்த.
Sep'ulchre, *s.* பிரேதக்ஷேமஸ்தலம், சமாதி, பிரேதவறை.
Sep'ulture, *s.* சவக்ஷேமம், பிரேதவடக்கம், சவஅடக்கம்.
Sequa'cious, *a.* பின்தொடரும், கூடச்செல்லும், படியத்தக்க, பொருத்தமான, ஏற்ற.
Sequac'ity, *s.* (Rare) தொடருமியற்கை, படிவு, வசையுமியற்கை.
Se'quel, *s.* அனுபந்தம், சேர்ப்பு, முடிவு, ஒழிபு.
Se'quence, *s.* காரணசித்தி, தொடர்ச்சி, தோரணி.
Se'quent, *s.* (Rare) தொடர்வது.
Se'ques'ter, *v.t.* ஆட்சிவிலக்கு, தடைப்படுத்து.
Sequestra'tion, *s.* ஆட்சிவிலக்குகை, தடைப்படுத்துகை.
Seragl'io (seral'io), *s.* அந்தப்புரம், உள்ளறை.
Ser'aph, *s.* (*pl.* ser'aphim) ஒருவகைத் தேவதூதன், பத்திச்சுவாலகன்.
Seraph'ic, *a.* தேவதூதனுக்கடுத்த, சுத்தமான, தூய.
Serenade', *s.* இராவிற் சங்கீதசாகித்தியம் பண்ணித்திரிதல்.
Serenade', *v.* இராவிற் கீதவாத்தியமுழக்கு.
Serene', *a.* சாந்தமான, அமைதியான.
Serene', *a.* விமல, நிர்மல, ஸ்வச்ச, சுத்த, பிரசாந்த, அவியாகுல, நிராகுல, சாந்தசித்த, அமைவுள்ள, தெளிவான.
Serene'ly, *ad.* அமைதியாய், சாந்தமாய், அமரிக்கையாய்.
Seren'itude, *s.* (obs.) அமைதி, சாந்தமனம்.
Seren'ity, *s.* அமைச்சல், அமைதி, சாந்தம், சமாதானம்.
Serf, *s.* அடிமை, ஊழியக்காரன்.
Ser'geant, *s.* ஒருத்தியோகஸ்தன்.
Se'ries, *s.* கூட்டம், கோவை, தொடர்ச்சி, தோரணி, மாலிகை; infinite, அநந்தமாலிகை, பரார்த்த சங்கை; ascending, ஆரோகணமாலிகை; descending, அவரோகணமாலிகை.

Se'rious, *a.* பாரமான, பிரதான, பயபக்தியான, உண்மையான, அபாயமான.
Se'riously, *ad.* பாரமாய், பயபக்தியாய், கவலையாய், உண்மையாய், அபாயமாய்.
Ser'mon, *s.* பிரசங்கம், உபதேசம்.
Se'rous, *a.* நிண, நீர்ப்பிடியான, மாமிசநீருள்ள.
Ser'pent, *s.* சர்ப்பம், பாம்பு, நாகம், அரவம்.
Ser'pentine, *s.* சர்ப்பாகிருதியான, கோணலான, திருகலான.
Serpi'go, *s.* ஒருவகைப் பூர்சிகடி.
Serr, } *v.* (obs.) அடர், நெருக்கு.
Ser'ry, }
Ser'rated, *a.* கருக்கான, பல்லுள்ள.
Se'rum, *s.* ஊனம், நிணநீர், கள்ளநீர்.
Ser'vant, *s.* சேவகன், வேலைக்காரன், பணிவிடைக்காரன், தாசன்; a hired servant, படியாள்.
Serve, *v.t.* பணி, தொண்டுசெய், ஊழியஞ்செய், அடிமைத்தொழில்செய், கொடு, உதவு; out food, பரிமாறு, படை, வட்டி.
Ser'vice, *s.* சேவகம், பணிவிடை, வேலை, சேவை, ஊழியம், தொழில், உத்தியோகம்; in a church, பரிசாரகம், தேவாராதனே, divine, தேவாராதனே, கடவுட்பணி; pretended friendly, மித்திரயோபசாரம்.
Ser'viceable, *a.* ஒத்தாசையுள்ள, பலனுள்ள, உதவியான.
Ser'vile, *a.* குற்றேவலான, எளிமையான, ஒதுக்கமான.
Servil'ity, *s.* பதுக்கம், கீழ்மை, அடிமைத்தனம், ஒதுக்கம்.
Ser'vitor, *s.* சேவகன், பணிவிடைக்காரன், குற்றேவல்செய்வோன், சிற்றூள்.
Ser'vitude, *s.* சேவகம், அடிமைத்தொழில், அடிமைத்தனம், கைங்கரியம்.
Ses'amum, *s.* எள்ளு, திலம்.
Ses'sion, *s.* அரசிருக்கை, அத்தியாசீனம், அத்தியாசீனகாலம்.
Set, *s.* ஜோடு, கூட்டம், இணை, தொடை, அடுக்கு.
Set, *v.t.* வை, இடு, ஊன்று, நிறுத்திவை, நிறுத்து, ஸ்தாபி; to set down, எழுதிவைக்க, to set a dog at one, நாயை ஒருவன்மேலுசுப்ப; to set a good example, நல்லமாதிரி காண்பிக்க; to set up a shop, கடைவைக்க.
Set, *v.i.* சாய், படு, அஸ்தமி.
Set, *a.* வைக்கப்பட்ட, நிலையான, தீர்மானமான.
Seta'ceous, *a.* பன்றிமயிருள்ள.
Set-off, *s.* பிரதிகிர்த்தியம், பதிற்செய்கை.
Se'ton, *s.* காரத்திரி.
Settee', *s.* சாய்மணையுள்ள பீடம்.
Se'tter, *s.* வைப்போன், நாட்டுவோன், நடுவோன், கட்டுவோன், கிரமப்படுத்துவோன், ஒருவகை நாய்.
Set'ting, *v.n.* அஸ்தமிப்பு, மறைதல்.
Set'tle, *v.t.* தீர், நிறுத்து, ஒழுங்குபடுத்து.
Set'tle, *v.i.* அடை, படி.
Set'tlement, *s.* திட்டம், தீர்ப்பு, தீர்மானம், நிலை, ஸ்தாபிப்பு, குடியேறிய நாடு; of lands, with individual ryots, நபர்கதி பைசல்; annual settlement, ஜமாபந்தி.
Set'tler, *s.* குடியேறுவோன்.
Sev'en (sĕv'n), *s. a.* ஏழு, சப்தம்.
Sev'enfold, *a.* ஏழுமடங்கான, ஏழத்தனையான.
Sev'enteen *s.a.* பதினேழு.
Sev'enth, *s.* ஏழாம், ஏழாவதான.
Sev'enty, *s. a.* எழுபது, எழுபான்.
Sev'er, *v.t.* அறு, பிரி, சேதி, துண்டி, பிள.
Sev'er, *v.i.* அறு, பிரி, பெயர், பிள.
Sev'eral, *a.* சில, பல, நானாவித.
Sev'erality, *s.* தனித்தனிப்பொருள்.
Sev'erally, *ad.* வெவ்வேறாய், தனித்தனியாய்.
Sev'eralty, *s.* தனிமை.
Sev'erance, *s.* பிரிவு, விலக்கு.
Severe', *a.* உறைப்பான, குரூரமான, கடினமான, உக்கிரமான; drought, கடுங்கோடை; severe words, கடுஞ்சொல்; severe criticism, severe punishment, severe blow, மாட்டடி.
Severe'ly, *ad.* கடினமாய், குரூரமாய், நெருக்கமாய்.
Sever'ity, *s.* உக்கிரம், உறைப்பு, குரூரம், நிஷ்டூரம், கண்டிப்பு, கடினம், கடோரம், வெட்டெனவு.
Sew (sō), *v.t.* தை, புனை, துன்னு.
Sew'er, *s.* தையற்காரன், பாணன், துன்னன்.
Sew'er (shōr), *s.* சாக்கடை, ஜலதாரை.
Sex, *s.* வர்க்கம், ஜாதி, இனம்.
Sexag'enary, *a.* அறுபதுகொண்ட, அறுபது வயதுள்ள.
Sexan'gular, *a.* அறுகோணமுள்ள, சட்கோணமுள்ள.
Sexen'nial, *a.* ஆறுவருஷ மிருக்கத்தக்க, ஆறுவருஷத்திற் கொருமுறையான.
Sex'tant, *s.* விருத்தசட்டிகம், விருத்தசட்டிகமாத்திரைக் கருவி.
Sex'tile, *s.* அறுபதுபாகைதூர கிரகநிலை.

Sex'ton, *s.* மசானவிசாரணை யுத்தியோகஸ்தன.
Sex'tuple, *a.* அறுமடங்கு.
Sex'ual, *a.* ஆண்பெண்சம்பந்தமான; intercourse, ஸ்திரீபுருஷசங்கமம்.
Shab'bily, *ad.* எளிமையாய், அற்பமாய், கோலக்கேடாய், ஈனமாய்.
Shab'biness, *s.* அலங்கோலம், எளிமை, அற்பம்.
Shab'by, *a.* எளிமையான, அற்பமான, கோலக்கேடான, ஈனமான
Shac'kle,
Shac'kles, } *s.* தளை, விலங்கு, பூட்டு, கட்டு, பந்தம்.
Shac'kle, *v.t.* கட்டு, பூட்டு, தளை.
Shade, *s.* நிழல், சாயை, மறைவு, நீழல்.
Shade, *v.t.* நிழலிடு, நிழல்செய், நிழற்று.
Shad'ow, *s.* நிழல், சாயை, பிரதிவிம்பம்.
Shad'ow, *v.t.* சாயைவீசு, ஒளிமறை.
Shad'owy,
Sha'dy, } *a.* நிழலுள்ள, மந்தாரமான
Shaft, *s.* அம்பு, பண்டியினேர்க்கால், காம்பு, ஆயுதங்களின் பிடி; the shaft of an arrow, சரகாண்டம்.
Shag, *s.* சடை, உரோமச்செறிவு, உரோமப்புடைவை.
Shag, *a.* சடைத்த, முரணை.
Shag, *v.* முரணாக்கு, விரூபமாக்கு, அவகோலமாக்கு.
Shag'gy, *a.* உரோமக்கட்டுள்ள, நிறைமயிருள்ள, சடைபற்றிய.
Shake, *v.t.* அசை, குலுக்கு, ஆட்டு, அலை.
Shake, *v.i.* குலுங்கு, அசை, ஆடு, அதிர், கடுங்கு, கம்பி.
Shak'ing, *s.* குலுங்கல், ஆட்டம், அதிர்ச்சி, தாக்கு, ஆகம்பிதம், லோலம், லோலிதம்.
Shall, *aux. v.* வேண்டும், ஆகும்.
Shal'lop, *s.* சிறுதோணி, சிற்றுரு, சிலுப்பு.
Shal'low, *a.* பரவையான, திடரான, தாழ்வற்ற, மிதப்பான, மிதமான, மேலெழுச்சியான, ஆழமில்லாத.
Shal'low, *s.* எட்டுநீர், நிலே.
Shal'low, *v.* களமாக்கு, திடராக்கு.
Shal'low-brained, *a.* ஞானசூன்ய, மதிகெட்ட, மட்டிப்புத்தியான, வெள்ளறிவுடைய.
Shal'lowness, *s.* ஆழமின்மை, மேலெழுச்சி, வெள்ளறிவு.
Sham, *s.* கள்ளம், மோசடி, அபத்தம், பூச்சு.
Sham, *v.t.* கள்ளம்பண்ணு, தந்திரம்பண்ணு.
Sham, *a.* கள்ளமான, மாயமான, போலியான.
Sham'bles, *s.* இறைச்சிக்கடை, மாமிசக்கடை.
Sham'bling. *s.* அவலக்ஷணமாயசைதல்.
Shame', *s.* வெட்கம், நாணம், கூச்சம், இலச்சை, உரோசம்.
Shame'faced, *a.* வெட்கமுள்ள கூச்சமுள்ள, நாணமுள்ள; a shame faced person, வெட்கறை.
Shame'ful, *a.* வெட்கமுள்ள, இலச்சையான, கூச்சமுள்ள.
Shame'fully, *ad.* வெட்கக்கேடாய்; to treat one shamefully, வெட்கங்கெடுக்க.
Shame'less, *a.* வெட்கமற்ற, இலச்சைகெட்ட, உரோசமற்ற.
Sham'mer, *s.* எத்தன், தந்திரி, உபாயி.
Shampoo', *v.t.* கைகால்பிடி.
Shank, *s.* கணைக்கால், காம்பு, கருவியின் நீண்டவுறுப்பு.
Shape, *s.* உரு, உருவம், விக்கிரகம், வடிவு, ஆகிருதி, சாயல், மூர்த்தி, ஆகாரம்.
Shape, *v.t.* உருவாக்கு, உருப்படுத்து, சாங்கப்படுத்து, அமை.
Shape'less, *a.* அரூபமான, உருவமற்ற, சாங்கமற்ற.
Shape'ly, *a.* உருவிலழகிய, அந்தமான.
Shape'smith, *s.* உருநலமுறுவிப்போன்.
Shard'borne, *a.* செதிட்சிறகிற் சுமந்துபோன.
Share, *s.* பங்கு, பங்குவீதம், பாகம், கூறு, வாரம், கொழு.
Share, *v.t.* பங்கிடு, பகிர், ஈ, பாதுசெய்.
Shark, *s.* சுறு, மகரம், சுறுமீன், தந்திரி.
Shark, *v.i.* திருடு, கவர்.
Sharp, *a.* கூருள்ள, கூர்மையுள்ள, கருக்குள்ள, நுண்மையுள்ள, தீட்சண; sound, உதார்த்தம், எடுத்தலோசை, கர்க்கசம்; rebuke, கடுஞ்சொல்; appetite, அதிதீபனம்; contest, உக்கிரயுத்தம்; pain, தீவிரவேதனை; wind, கடுங்காற்று; language, கடுஞ்சொல், உதாசனம்.
Sharp'en, *v.t.* கூராக்கு, கருக்காக்கு, தீட்டு, சாணைபிடி.
Sharp'er, *s.* தந்திரவியாபாரி, திருடன், நெறிகேடன்.
Sharp'ly, *ad.* கூர்மையாய், சூசனையாய், நுட்பமாய், கண்டிப்பாய்.
Sharp'ness, *s.* கூர்மை, நுதி, விவேகம்; of sight, கண்கூர்மை.
Sharp'-set, *a.* பசியுள்ள, பசிக்குமாவலுள்ள.
Sharp'-sighted, *a.* கண் கூர்மையுள்ள, கூர்ந்தபார்வையுள்ள.

Sharp'-witted, *a.* கூர்மதியுள்ள, நுட்பபுத்தியுள்ள.
Shas'ter, *s.* சாஸ்திரம்.
Shat'ter, *v.* இடி, தகர், பொடி, நொறுக்கு.
Shat'ter-brained, *a.* புத்திமாறுடிய.
Shave, *v.t.* சௌரம்பண்ணு, சிரை, சீவு.
Shave'ling, *s.* சவரஞ்செய்வித்தவன், சன்னியாசி.
Shav'er, *s.* நாவிதன், சௌரிகன், மயிர்வினைஞன்.
Shav'ings, *s.* (*pl*) சீவல்.
Shawl, *s.* சால்வை, உத்தரீயம், மேற்போர்வை.
She, *pr.* அவள், பெண்.
Sheaf, *s.* அரிக்கட்டு, கதிர்க்கட்டு, ஒப்படி.
Sheaf, *v.* அரி, கதிர்கட்டு.
Shear, *v.t.* மயிர்முதலிய கத்தரி, குறை, கொய்.
Shear'er, *s.* கத்தரிப்பவன், கொய்வோன்.
Shears, *s.* பெருங்கத்தரிகை.
Sheat-fish, *s.* சித்திரவதாலம்.
Sheath, *s.* உறை, கூடு, புட்டில், தடறு.
Sheathe, *v.t.* உறையிற்போடு, உறையிடு.
Sheath'less, *a.* உறையற்ற.
Sheath'winged, *a.* அகஞ்சிறையுள்ள, அஞ்சிறையுள்ள, சிறகிற்கு மூடியுடைய.
Sheave, *v.t.* திரட்டு, சேர்.
Sheaved, *a.* வைக்கோலிற்செய்த.
Shed, *v.t.* சொரி, கொட்டு, ஒழுக்கு, தூவு, உகு.
Shed, *v.i.* ஒழுகு, வழி.
Shed, *s.* குடிசை, பந்தல், கொட்டில்.
Sheen, *s.* ஒளி, பிரவை, ஜோதி.
Sheen, *a.* (poet. and rare.) ஒளியுள்ள, மினுக்குள்ள, பகட்டான.
Sheep, *s.* செம்மறியாடு, மை, கொறி.
Sheep'fold, *s.* ஆட்டுக்கிடை, ஆட்டுப்பட்டி.
Sheep'ish, *a.* வெட்கமுள்ள, நாணமுள்ள, கூச்சமுள்ள.
Sheep'ishness, *s.* கூச்சம், நாணம், சங்கோசம்.
Sheep'-bite, *v.* (obs.) அற்ப திருட்டுச்செய்.
Sheep'-biter, *s.* (obs.) அற்ப திருடன்.
Sheep'-cot, *s.* ஆட்டுக்கிடை, ஆட்டுப்பட்டி.
Sheep'-hook, *s.* ஆடுபிடிக்கும் கொளுவி.
Sheep'-master, *s.* ஆடுமேய்ப்பவன்.
Sheep's'-eye, *s.* ஆசைநோக்கு, நாணப்பார்வை.
Sheep'walk, *s.* ஆடுமேயுந்தரை.
Sheer, *a.* சுத்த, கலப்பற்ற, தனித்த, தீர்ந்த, படி.
Sheer, *v.i.* ஒதுங்கு, வழிதப்பு, வக்கிரி.
Sheer'ly, *ad.* உடனே, முழுதும், முற்றும்.
Sheet, *s.* துப்பட்டி, கட்டிற்றுப்பட்டி, படலம், தாள்; of water, நீர்ப்பரப்பு, தடம், புனல்.
Sheet, *v.t.* துப்பட்டிப்போர்வையிடு.
Sheet'anchor, *s.* பெருநங்கூரம், பெரிதான தாவரம்.
Shee'ting, *s.* துப்பட்டித்துணி.
Shek'el, *s.* யூதர் நாணயங்களிலொன்று.
Shelf, *s.* தட்டு, அட்டாலே, பரண், இதணம்.
Shell, *s.* ஓடு, கூடு, சங்கு, கிளிஞ்சில், சிப்பி, கவசம், பீரங்கிக்குள்வைத்துப் பிரயோகிக்குங் குழாய் இருப்புக்குண்டு.
Shell, *v.t.* ஓடுகழற்று, உடை.
Shell, *v.i.* ஓடுவிட்டுக்கழலு, முகிழ்விடு.
Shell'fish, *s.* மட்டிமுதலிய புறவோடுள்ள ஜலசரம், கடற்பட்சி, கிளிஞ்சில்.
Shel'ly, *a.* ஓடுள்ள.
Shel'ter, *s.* தாவரம், புகலிடம், ஒதுக்கிடம், ஆதரவு, சார்பு, தஞ்சம்.
Shel'ter, *v.t.* ஆதரி, அணை, கா.
Shelve, *v.t.* தட்டிவிடு, சரி, சாய்.
Shelv'ing, *p.a.* சாய்கிற, இறக்கமுள்ள.
Shelv'y, *a.* பாறைநிறைந்த, களமான.
Shend, *v.t.* அழி, பழுதுறுவி, மானங்கெடு, முறப்படு, சிறந்திரு.
Shep'herd (shĕp'erd), *fem.* **Shepherdess**, *s.* ஆடுமேய்ப்பவன், ஆட்டுக்காரன், ஆட்டிடையன், ஆயன்; a village of shepherds, ஆயர்பாடி.
Sher'bet, *s.* ஒருவகைப் பானம்.
Sherd, *s.* ஓடு, துண்டு.
Sher'iff, *s.* ஊர்த்தலைவன், நாட்டாண்மைக்காரன், ஊர்க்காவற்காரன்.
Sher'ievalty, *s.* ஊர்த்தலைமை, நாட்டாண்மை.
Sher'ry, *s.* ஒருவகைத் திராட்சரசம்.
Shew, *v.t.* காட்டு, காண்பி, சுட்டு, தெரிவி.
Shield, *s.* பரிசை, கடகம், வட்டணம், கேடகம், காவல், தஞ்சம்.
Shield, *v.t.* கா, பாதுகா.
Shib'boleth, *s.* குழுக்குறி.
Shift, *s.* எத்து, தந்திரம்; தட்டு, உள்வங்கி.
Shift, *v.* திரி, புரட்டு, மாற்று, உழற்று, திருகுவி; to shift as the wind, காற்றுப் பெயர, திரும்ப.
Shift'less, *a.* தஞ்சமற்ற, கதியற்ற, ஜீவனக்குறைவான, எதில்லாத, உபாயமற்ற.
Shil'ling, *s.* ஒரு அங்கிலேய நாணயம், ஷிலிங்கு.
Shin, *s.* கெண்டைக்கால், கணைக்கால்.
Shine, *v.i.* பிரகாசி, ஒளிவீசு, மிளிர், இலங்கு, காய், எரி.

Shine, *s.* வெளுப்பு, பிரகாசம், ஒளி.
Shin'gle, *s.* வீடுவேய்பலகை, வட்டித்த பருக்கன் கல்.
Shin'gle, *v.t.* பலகையால் வீடுவேய்.
Shin'y, *a.* ஒளியுள்ள, பிரவையுள்ள.
Shin'gles, *s.* அரையாப்பு.
Ship, *s.* கப்பல், மரக்கலம், படகு, நாவாய்.
Ship, *v.t.* கப்பலிலேற்று.
Ship'board, *s.* கப்பற்பலகை, கப்பல்.
Ship'ping, *s.* மரக்கலவகை, கப்பல்கள்.
Ship'man, *s.* கடலோடி, கப்பற்காரன்.
Ship'ment, *s.* கப்பலிற் சரக்கேற்றல்.
Ship'wreck, *s.* கப்பற்சேதம், கடற்சேதம்.
Ship'wright, *s.* கப்பல் செய்பவன், ஒடாவி.
Shire, *s.* சிறுநாடு, தேசம், ஊர், மாகாணம்.
Shirk, *v.i.* தந்திரம்பண்ணு, சூதுசெய்.
Shirt, *s.* உள்ளங்கி, உள்ளுடை, உட்சட்டை.
Shive, *s.* (obs.) வகிர், கீற்று, கீலம், துரும்பு.
Shiv'er, *v.t.* இடி, சிதறடி, பொடிப்படுத்து, தூளி.
Shiv'er, *v.i.* இடி, தகர், நடுங்கு, உடை.
Shiv'er, *s.* தகர்வு, ஒடிவு, துணிக்கை.
Shiv'ering, *v.n.* கிடுகிடுப்பு, நடுக்கம், குளிரால் நடுங்குகை, தகர்க்கை.
Shoal, *s.* இனம், கிளை, களம், திடர்.
Shoal'y, *a.* களம்நிறைந்த.
Shock, *s.* வெடி, அதிர்ச்சி, தாக்கு, இடி, திகைப்பு.
Shock, *v.t.* அதிர், இடி, திகைப்பி, திடுக்கிடச்செய்.
Shock'ing, *p.a.* கொடுமையான, துஷ்டத்தனமுள்ள.
Shock'ingly, *ad.* கோரமாய்.
Shoe, *s.* பாதரக்ஷை, தொடுதோல், செருப்பு, காற்சோடு, லாடம்.
Shoe, *v.t.* செருப்பிடு, பாதரக்ஷைபோடு, லாடங்கட்டு.
Shoe'boy, *s.* பாதரக்ஷை சுத்திசெய்வோன்.
Shoe'less, *a.* பாதரக்ஷையற்ற.
Shoe'maker, *s.* செம்மான், சக்கிலியன், செருப்புக்கட்டி.
Shoe'string, *s.* பாதரக்ஷைவார்.
Shoot, *s.* முளை, தளிர், கிளை கொழுந்து, அங்குரம், தழை, பன்றிக்குட்டி.
Shoot, *v.t.* எய், வெடிவை, சுடு; an arrow, பகழிதொடு.
Shoot, *v.i.* முளை, அங்குரி, தழை, கிளை, தளிர், துளிர், பாய்; forth as a boil, முகங்கொள், பருமுகங்காண்; forth branches, கிளைவிடு.
[Sh]op, *s.* கடை, ஆவணம், அங்காடி, பண்டசாலை; workshop, கம்மாலை, பட்டடை.
Shop, *v.* கடைக்கடுத்துப்போ.
Shop'-keeper, *s.* கடைக்காரன், வியாபாரி.
Shop'-lifter, *s.* கடைக்கொள்ளைக்காரன்.
Shop'-man, *s.* கடையிற் சேவகஞ்செய்வோன்.
Shore, *s.* கடற்கரை, கடலோரம், தீரம், ஓரம், மிண்டு, பொறுப்பு.
Shore, *v.t.* தாங்கியிடு, பொறுப்புக்கொடு.
Shore'less, *a.* கரையற்ற, எல்லையில்லாத; the shoreless ocean of bliss, கரையிறந்த இன்பக்கடல்.
Short, *s.* சுருக்கவரலாறு, குறிப்பு.
Short, *a.* குறுகின, சுருக்கமான, அடக்கமான; கட்டையான, குட்டையான; புத்திகூர்மையில்லாத.
Short'en, *v.t.* குறுக்கு, அடக்கு, குறை.
Short'en, *v.i.* குறுகு, சுருங்கு, சிதை.
Short'-hand, *s.* குறிப்பெழுத்து, பூகாக்ஷரம், சங்கேதபாக்ஷரம்.
Short'-lived, *a.* ஆயுள்குறுகிய, அற்பாயுளுள்ள, அற்பாயுசுள்ள.
Short'ly, *ad.* சுருக்கமாய், குறுக்காய், குறைவாய், சுறுக்காய்.
Short'rib, *s.* கீழ்விலாவெலும்பு.
Short'-sighted, *a.* குறுகினபார்வையுள்ள, அற்பபுத்தியுள்ள.
Short'-witted, *a.* விவேகமில்லாத.
Shor'y, *a.* கடற்கரையடுத்த.
Shot, *s.* சன்னம், ரவை, குண்டு; குண்டு அம்பு முதலிய செல்லுந்தூரம்; இலக்காளி, he was an excellent shot with the pistol, கைத்துப்பாக்கிப் பிரயோகத்தில் அவன் நிபுணன்.
Shough (shŏk), *s.* சடைநாய்.
Should, *aux. v.* வேண்டியது, வேண்டும்.
Shoul'der, *s.* புயம், தோள், ஸ்கந்தம்.
Shoul'der, *v.t.* தோட்சுமையெடு, காவு, தோளில் வை.
Shoul'der-belt, *s.* தோட்பட்டை, தோள் வார்.
Shoul'der-blade, *s.* கைச்செட்டை, தோட்பட்டை, சப்பட்டை.
Shoul'der-knot, *s.* தோண்முடிச்சு, தோளணி.
Shoul'der-slip, *s.* தோட்பொருத்துவிலகல்.
Shout, *s.* ஆர்ப்பரிப்பு, ஆரவாரம்; shout of victory, ஜயகோலாகலம்.
Shout, *v.t.* ஆர்ப்பரி, ஆரவாரி; கூப்போ கொய்யோவெனக்கூவு, கப்பரி, கூப்பிடு.
Shout'er, *s.* ஆரவாரிப்போன், கமபிரிப்போன்.
Shout'ing, *s.* ஆர்ப்பரிப்பு, ஆரவாரம்.
Shove, *s.* தள்ளு, நூக்கு

Shove, *v.t.* தளளு, நூக்கு.
Shov'el, *s.* சுளுகுப்பாரை, சோளியப்பாரை.
Show, *s.* ஆட்பகட்டு, ஆடம்பரம், பூச்சியம், பூச்சு, வேடிக்கை, காட்சி; commodities for, முகச்சரக்கு.
Show'bread, *s.* தேவசமுகத்தப்பம்.
Show, *v.t.* காட்டு, காண்பி, தோற்றுவி.
Show'er, *s.* அஞ்சல்மழை, பாட்டமழை, தாரை, மாரி; of arrows, சரமாரி, அம்பு மாரி, சரவருஷம், கணைமழை; a great shower of gifts, மாதானம், பெருங் கொடை; a shower of stones, கல் மழை.
Show'er, *v.t.* சொரி, பெய், வருஷி.
Show'ery, *a.* பாட்டம் பாட்டமாய்ப் பெய்கிற.
Show'ish, *a.* வேடிக்கையான, ஆடம்பர மான, பிலுக்கான.
Show'y, *a.* பிலுக்கான, வீண்புகழ்ச்சியான, குசாலான.
Shred, *s.* கந்தை, சிலும்பல், துண்டு.
Shred, *v.t.* துணி, துண்டி.
Shrew, *s.* சண்டைக்காரி, வெடுவெடுப்புக் காரி, மல்லுக்காரி; he has got a shrew for his wife, அவன் மனை மல்லாரி.
Shrewd, *a.* கள்ளத்தனமுள்ள, உபாயமான; a shrewd observer of men, மக்களது குணகுணங்களை ஆராய்ந்தறியு மியல்புடை யவன்; a shrewd saying, நுண்மொழி, தந்திரப்பேச்சு.
Shrewd'ly, *ad.* உபாயமாய், யூகமாய்.
Shrewd'ness, *s.* உபாயம், தந்திரம், விவே கம், சாதுரியம்.
Shrew'mouse, *s.* ஒருவகை மூஞ்சூறு.
Shriek, *s.* கிறீச்சிடு, கீச்சிடு.
Shriek, *v.i.* கிறீச்சிடு, கீச்சிடு, வீர்வீரென்.
Shrill, *a.* கிறீச்சென்ற, சில்லென்றொலிக்கிற.
Shrimp, *s.* இருல், இறவு.
Shrine, *s.* பூசைப்பெட்டி, பெட்டகக் கோ யில், கோயில்.
Shrink, *v.* சுருக்கு, திரை, சுருங்கு, பின்னிடு, ஒடுங்கு; to shrink from danger, மோசத்திற்குப் பயந்து பின்னிட.
Shriv'el, *v.* சுருக்கு, சுருட்டு, திரை, சுருங்கு.
Shroff, *s.* நோட்டக்காரன், சராப்பு, பார்க் கரவைிக்காரன்.
Shroud, *s.* பிரேதாலங்காரப் புடவை, மூடி, முகத்திடு.
Shroud *v.t.* மூடு, பிரேதாலங்காரஞ்செய.
Shru'b, *s.* செடி, பூண்டு.
rub'bery, *s.* தூறு, செடித்தோட்டம்.

Shrug, *v.t* தோள்குலுக்கு, தோள்சுருக்கு; they grin, shrug, bow, snarl, scratch and hug, அவைகள் பற்காட்டித் தோள் குலுக்கித் தலைவணங்கி யுறுமிப் பிறண்டி மல்லுக்கட்டும்.
Shrug, *s.* தோளைக் குலுக்குதல்.
Shud'der, *v.i.* ஏங்கு, திடுக்கிடு, திகை, நடுங்கு.
Shud'der, *s.* நடுக்கம், திகில்.
Shuf'fle, *s.* நழுவுகை, கடத்துகை, தாறுமா றாக்கல், சீர்குலைத்தல்.
Shuf'fle, *v.t.* கல, குழப்பு, புரட்டு; to shuffle cards, சீட்டுக்கலைக்க.
Shuf'fle, *v.i.* புரளு, குழம்பு.
Shuf'fler, *s.* கபடன், நழுவி, புரட்டன், தந்திரி, கழப்பன்.
Shun, *v.t.* தவிர், ஒழி, விலக்கிடு.
Shut, *v.t.* அடை, பூட்டு, சார்த்து, மூடு.
Shut, *v.i.* அடைக்கப்படு, மூடப்படு.
Shut'ter, *s.* மூடி, கதவு, கபாடம்.
Shut'tle, *s.* நாடா, நூனாழி.
Shut'tle-cock, *s.* ஒரு விளையாட்டுக்கருவி.
Shy, *a.* கூச்சமான, நாணமுள்ள, வெருளு கிற.
Shy'ness, *s.* அடக்கம், கூச்சம்.
Sib'ilant, *s.* சீர்காராட்சரம்.
Sib'yl, *s.* குறிகாரி, கட்டுச்சொல்வோள்.
Sic'city, *s.* (obs.) வறட்சி, உலர்வு.
Sick, *a.* வியாதியுள்ள, பிணியுற்ற, நோய் கொண்ட, நோய்த்த.
Sick'en, *v.* வியாதிப்படுத்து, நோய்ப்படுத்து, வியாதிப்படு, மெலி, இளை.
Sick'ening, *p.a.* வருத்தும், துன்புறுத்தும்; recital, நெஞ்சைவருத்துஞ் சொல்.
Sic'kle, *s.* அரிவாள், அரியரிவாள்.
Sick'ler, Sic'kleman, } *s.* அரிவாட்காரன், அரிவெ ட்டுவோன்.
Sick'ly, *a.* நையலான, நோயான, பிணியான, வியாதியான.
Sick'ness, *s.* நோய், பிணி, பீடை, வியாதி, நோவு, உவட்டு.
Side, *s.* பக்கம் பக்கல், புறம், புடை, விலா, பழு, கக்ஷி, பாரிசம்; of an equation, பாகம்; another side or view of an argument, பக்ஷாந்தரம்.
Side, *v.i.* அடை, சேர், சார்.
Side, *a.* பக்கமான, அருகான, பாரிச.
Side'board, *s.* சுவருக்கருகில் வைக்கும் பீடம்.
Side'long, *a.* ஓரமான, ஒருச்சாய்ந்த.
Sid'er, *s.* பட்சன், கக்ஷியைச்சார்ந்தான்.

Sid'eral, Side'real, } *a.* நக்ஷத்திரத்திற்கடுத்த, நக்ஷத்திரநோக்கான.
Side'saddle, *s.* மகளிர் கல்லணை.
Side'ways, Side'wise, } *ad.* ஓரமாய், ஒருச்சரிவாய்.
Sid'ing, *s.* கக்ஷிசேரல்.
Sid'erated, *a.* (obs.) கிரகதோஷமுள்ள.
Si'dle, *v.i.* ஒருச்சாய்ந்தோடு.
Siege, *s.* முற்றுகை, அரண்வளைப்பு, பரிவேஷ்டணம்.
Sieve (siv), *s.* ஜல்லடை, அரிதட்டு, தட்டு, முறம்.
Sift, *v.t.* அரி, கொழி, தெள்ளு, தாற்று, புடை, தூற்று, கிண்டிக்கிண்டிக்கேள்.
Sigh (sī), *s.* அதிசரம், பெருமூச்சு, நெட்டுயிர்ப்பு.
Sigh, *v.i.* பெருமூச்செறி, நெட்டுயிர், நெட்டுயிர்ப்பு வீங்கு.
Sight (sīt), *s.* பார்வை, நோக்கம், காட்சி, திருஷ்டி, வீட்சணம்; the primitive element of sight, ரூபதன்மாத்திரை; an object of sight, ரூபசொரூபம்.
Sight'less, *a.* பார்வையில்லாத, கண்ணில்லாத, பார்வைகுறைந்த, தோன்றாத.
Sight'ly, *a.* பார்வைக்கின்பமான, கண்ணுக்கழகான.
Sign, *s.* அடையாளம், அங்கம், குறி, அறிகுறி, சின்னம், சைகை, ஜாடை, உருபு, இராசி.
Sign, *v.t.* கையெழுத்துப்போடு, கையொப்பம்வை, குறியிடு.
Sig'nal, *s.* அடையாளம், குறிப்பு, பயில், குறி, ஜாடை, எழில்; signal of the eye, கண்சிமிட்டு.
Sig'nal, *a.* பெரிய, பேரான, எண்ணத்தக்க, விசேஷித்த.
Sig'nalize, *v.t.* மேன்மைபாராட்டு, பிரபலப்படுத்து, அடையாளம்காட்டு, பயில்போடு, ஜாடைகாட்டு.
Sig'nally, *ad.* மேன்மையாய், பெயராய், கீர்த்தியாய்.
Signa'tion, *s.* குறிகாட்டல், இட்டகுறி, அடையாளம்.
Sig'nature, *s.* கையெழுத்து, கையொப்பம், கைச்சாத்து.
Sig'net, *s.* முத்திரை, இலாஞ்சனை.
Signif'icance, Signif'icancy, } *s.* கருத்து, பொருள், முக்கியம், விசேஷம்.
Signif'icant, *a.* குறிப்பான, கருத்துள்ள, விசேஷ, பொழிப்பான.
Significa'tion, *s.* பயன், அர்த்தம், பொருள், கருத்து.
Sig'nify, *v.t.* பயன்கொள்ளு, அர்த்தங்கொள்ளு, கருது.
Sign'-post, *s.* அடையாளம் காட்டும் ஸ்தம்பம்.
Si'lence, *s.* பேசாமை, மௌனம், அமைதி, அடக்கம், நிச்சத்தம்.
Si'lence, *v.t.* அமர்த்து, அமையச்செய், மௌனமாக்கு.
Si'lent, *a.* அமைதியான, தொனியாத, பேசாத, மோனமான.
Sili'cious, *a.* தீக்கற்போன்ற, கல்லுள்ள.
Silk, *s.* பட்டு, பட்டுநூல், பட்டுச்சீலை, இறவிநூல்.
Silk'cotton, *s.* இலவு.
Silk'en, *a.* பட்டுநெசவுள்ள.
Silk'man, *s.* பட்டுவியாபாரி.
Silk'weaver, *s.* பட்டுநெய்கிறவன்.
Silk'worm, *s.* பட்டுநூற்பூச்சி, இறவி.
Sil, *s.* வாயிற்படி, கதவுநிலையின் கீழ்ப்படி.
Sil'ly, *a.* புத்திகெட்ட, மதிகெட்ட, பைத்தியமான.
Sil'ly-how, *s.* சிசுத்தலைமூடிய ஜவ்வு.
Silt, *s.* சேறு, குழைசேறு.
Sil'van, *a.* காடுசெறிந்த, வனம்நெருங்கிய, வனவாச, வனசரித.
Sil'ver, *s.* வெள்ளி, வெண்பொன், இரசிதம் வெண்தாது.
Sil'ver-platting, *s.* வெள்ளிப்பூச்சு.
Sil'ver, *a.* வெள்ளியாற்செய்யப்பட்ட, வெள்ளிநிறமான.
Sil'ver-beater, *s.* வெள்ளித்தகடடிப்பவன்.
Sil'ver-smith, *s.* தட்டான், பொன்வினைஞன்.
Sim'ilar, *a.* ஒப்பான, சரியான, சமானமுள்ள, போன்ற; quantity, சமானராசி.
Similar'ity, *s.* உவமை, ஒப்பு, ஒப்பனை, சமானம், சமம்.
Sim'ile, *s.* ஒப்பனை, உவமானம், உவமாலங்காரம்.
Simil'itude, *s.* ஒப்பு, சமானம்.
Similitu'dinary, *a.* ஒப்புக்காட்டும்.
Sim'mer, *v.t.* நொய்க்கொதிகொதி, இளகொதியா.
Sim'per, *s.* இளிப்பு, நகைப்பு, பரிகாசச்சிரிப்பு.
Sim'per, *v.i.* இளி, நகை, சிரி, பரிகாசம்பண்ணு.
Sim'peringly, *ad.* ஏளனமாய், பரிகாசமாய்.
Sim'ple, *s.* கலப்பற்ற திரவியம், மூலிகை.

Sim'ple, *a.* பேதைமையான, கலப்பற்ற, இயல்பான, சுத்த, தனித்த, ஒருமையான, இலேசான, வருத்தம்கொடாத.
Sim'ple-minded, *a.* நிஷ்கபடமான.
Sim'ple-ton, *s.* பேதை, அறிவில்லான், அவிவேகி, மந்தன்.
Simplic'ity, *s.* ஏழைமை, வெள்ளறிவு, பேதைமை, அவிவேகம், கபடமின்மை, நேர்மை, சுத்தம்.
Simplifica'tion, *s.* தெளிவித்தல், சிக்குநீக்கல், பிரித்தல்.
Sim'plify, *v.t.* தெளிவாக்கு, வெளியாக்கு, சிக்குநீக்கு.
Sim'ply, *ad.* கபடமின்றி, பேதைமையாய், மாத்திரம், தனியே.
Sim'ulate, *v t.* கள்ளம்பண்ணு, மாயமடி.
Simula'tion, *s.* மாமாலம், மாயம், கபடம், போலி; of kindness, முகநட்பு.
Simulta'neous, *a.* ஒருமிக்கநடந்த, ஒருமுறையிலுள்ள.
Sin, *s.* பாவம், தோஷம், பழி, நீதிவழு, துரோகம்.
Sin, *v.i.* பாவஞ்செய், தேவகட்டளையை மீறு.
Sin'apism, *s.* கடுகுபாகம்.
Since, *ad.* பின்பு, தொட்டு.
Since, *con.* படியால், ஆகக்கொள்ள; since it is so, ஆகவே, ஆகையால்.
Since, *prep.* தொட்டு, தொடங்கி, முதல்.
Sincere', *a.* உண்மையுள்ள, நேர்மையுள்ள, கபடமற்ற.
Sincere'ly, *ad.* நேராய், நிஜமாய், உண்மையாய்.
Sincer'ity, *s.* உண்மை, சத்தியம், யதார்த்தம், நிஷ்கபடம்.
Sin'don, *s.* (obs.) மடிப்பு, சுருக்கு, உறை.
Sine, *s.* சா, மூலச்சா; versed, உற்கிரமச்சா.
Si'necure, *s.* வேலையின்றி வருமானமுள்ள பட்டம்.
Sin'ew, *s.* நரம்பு, நாடி, தசைநார்.
Sin'ewless, *a.* நரம்பற்ற, பலமற்ற.
Sin'ewy, *a.* நரம்புப்பிடியான, பலமுள்ள.
Sin'ful, *a.* பாவமுள்ள.
Sing, *v.t.* கீதம்பாடு, இராகம்பாடு, இசை; one versed in the art of singing, கீதக்ஞன்.
Singe, *v.t.* கருக்கு, பொசுக்கு, சுடு, தீ.
Sing'er, *s.* பாடகன், சங்கீதக்காரன்.
Sin'gle, *v.t.* வெவ்வேறாக்கு, ஒவ்வொன்றாய்ப் பிரி; to single out, தெரிந்தெடுக்க.
Sin'gle, *a.* ஒற்றையான, தனித்த, வெவ்வேறான; man, பெண்டில்லாதவன்.
Sin'gleness, *s.* தனிமை, கேவலம், ஒருமை, ஒற்றுமை, மனத்தூய்மை.
Sin'gly, *ad.* தனியே, தனித்தனியே, வெவ்வேறே.
Sing'song, *s.* இழுத்து இழுத்துப் பேசுதல் அல்லது படித்தல்.
Sin'gular, *a.* ஒருமையான, வழக்கமில்லாத, விகாரமான.
Singular'ity, *s.* ஒருமை, நூதனம், விற்பன்னம், விசித்திரம், விகாரம்.
Sin'gularly, *ad.* பிரதானமாய், நூதனமாய், வழங்காவழியாய்.
Sin'ister, *a.* கள்ளக்கருத்துள்ள, கபடமான.
Sin'istrous, *a.* குறும்பான, விபரீத, தப்பான.
Sink, *s.* நீர்வாய்க்கால், சாக்கடை, குப்பைக்குழி.
Sink, *v.t.* அமிழ், ஆழ்த்து, அமுக்கு, தாழ்த்து, தோண்டு; to sink a well, கிணறெடுக்க, துரவுமுழுக.
Sink, *v.i.* அமிழ், இறங்கு; to sink as ink in paper, ஊற; to sink as water in the ground, நீர்சுவற; to sink as the eyes into the head, கண்குழிய.
Sin'less, *a.* பாவமற்ற, கர்மமற்ற.
Sin'ner, *s.* பாவி, குற்றவாளி, துரோகி, பாதகன்.
Sin'uate, *v.* நெளி.
Sinua'tion, *s.* நெளிவு, வளைவு, சர்ப்பாகாரம்.
Sin'uous, *a.* நெளிவுள்ள, அசைகிற.
Si'nus, *s.* குடாக்கடல், திறவு, வெளி.
Sip, *v.t.* உறிஞ்சு, ஆசமனி.
Sip, *s.* உறிஞ்சுதல், உறிஞ்சியுண்ணல்.
Si'phon, *s.* வக்கிரநாளி.
Sir, *s.* ஐயன், சுவாமி.
Sire, *s.* பிதா, அப்பன், தந்தை, அரசன் வசனை, விலங்கினாண்.
Sire, *v.t.* பெறு, ஜனிப்பி, மகப்பெறு.
Si'ren, *s.* மோகினி, மாயினி.
Sir'ius, *s.* அக்கினிநட்சத்திரம்.
Sir'loin, *s.* பிற்சந்திறைச்சி.
Siroc'co, *s.* இட்டாலிதேசத்தில் வீசும் தென்கீழ் விஷக்காற்று.
Sir'rah, *s.* நீசன்.
Sir'up, *s.* சர்க்கரைப்பாகு, பாணி.
Sis'ter, *s.* சகோதரி, உடன் பிறந்தாள்.
Sis'ter-in-law, *s.* மனைவியின் சகோதரி, மைத்துனி.
Sis'terhood, *s.* சகோதரித்தன்மை, சகோதரிப்பாங்கு, சகோதரிகள் சங்கம்.
Sis'terly, *a.* சகோதரியடைவான, சகோதரி போன்ற

Sit, *v.i.* இரு, உட்காரு; a garment that sits well, சரீரத்திற்குச் சரிப்பட்டிருக்கிற அங்கி, உடம்போடொத்த கவசம்.
Site, *s.* இடம், தலம், தானம், நிலையம், நிலை, மனை.
Sit'ting, *v.n.* உட்காருகை, இருக்கை.
Situa'tion, *s.* இடம், ஸ்தானம், நிலையம், ஸ்திதி, உத்தியோகம்.
Sit'uate, / **Sit'uated**, *a.* வைக்கப்பட்ட, இருக்கின்ற, நிலைகொண்ட.
Six, *s. a.* ஆறு.
Six'fold, *a.* அறுமடங்கான.
Six'teen, *s. a.* பதினாறு, சோடசம்.
Sixth, *a.* ஆறும், ஆறுவது.
Six'ty, *s.a.* அறுபது, அறுபான்.
Sixtieth, *a.* அறுபதாம்.
Size, *s.* அளவு, பருப்பம், பரிமாணம், பிசின், பசை.
Skate, *s.* See Scate.
Scate, *s.* சங்குமீன்.
Skein, *s.* கழி, நூற்கழி.
Skel'eton, *s.* அத்திபஞ்சரம், எலும்புக்கூடு, அங்கம், கழியுடன் முழுவெலும்பு, கங்காளம், ஆகிருதி, பொழிப்பு.
Sketch, *s.* மாதிரி, காரியக்குறிப்பு, பொழிப்பு, ஆகிருதி, சித்திராரம்பம்.
Sketch, *v.t.* சுருக்கிச்சொல், சித்திரமெழுது, திட்டு, வரை.
Skew, *a.* சரிவான, வளைந்த, கோணலான, சாய்வான.
Skew'er, *s.* ஏறுசலாகை, காராசம், இறைச்சி சுடுஞ் சலாகை.
Skiff, *s.* சிறுபடகு, தெப்பம், ஓடம், தோணி.
Skil'ful, *a.* சாதுரியமுள்ள, சமர்த்துள்ள; a skilful workman, கைதேர்ந்தவன்.
Skil'fully, *ad.* சமர்த்தாய், கெட்டியாய், சாமர்த்தியமாய்.
Skill, *s.* சாதுரியம், சாமர்த்தியம், கெட்டித்தனம், பயிற்சி, வினையாண்மை, அவதானம்.
Skilled, *a.* சாமர்த்தியமுள்ள, வினையாண்மையுள்ள.
Skil'less, *a.* சாமர்த்தியமற்ற, உபாயமற்ற
Skil'let, *s.* சிறுகொப்பரை.
Skim, *s.* ஆடை, ஏடு, நுரை.
Skim, *v.t.* ஏடெடு, நுரைவாங்கு.
Skim'mer, *s.* ஏடெடுக்கும் அகப்பை, ஆழ்ந்துபாராதவன், ஆராய்ச்சிசெய்யாதவன்.
Skim'milk, *s.* ஏடெடுத்த பால்.
Skin, *s.* தோல், சருமம், உரி, பொருக்கு, புறணி.
Skin, *v.t.* தோலுரி, தோல்வை, கருந்தழும்பிடு.
Skin'deep, *a.* தோல்மட்டமான, அற்ப, மேல், தோற்கீழிறங்காத.
Skin'ner, *s.* தோலுரிப்போன், தோல்வியாபாரி.
Skin'ny, *a.* தோலுள்ள, தசையில்லாத.
Skip, *s.* துள்ளு, குதி, தத்து.
Skip, *v.* துள்ளு, தத்து, குதி, பாய்.
Skip'per, *s.* கப்பற்காரன், கப்பற்றலைவன் மாலுமி, கூத்தாடுகிறவன்.
Skir'mish, *s.* சண்டை, யுத்தம், போர்.
Skir'mishing, *s.* அற்பயுத்தம், சிறுபோர்.
Skirt, *s.* ஓரம், அருகு, எல்லை, பாவாடை.
Skirt, *v.t.* ஓரங்கட்டு, எல்லைபோடு, வளை, சூழ்.
Skit, *s.* (obs.) உல்லாசக்காரி, பட்டி.
Skit'tish, *a.* வெருட்சியுள்ள, நிலையற்ற.
Skulk, *v.i.* நழுவு, பதுங்கு; to skulk about, பதுங்கித்திரிய.
Skull, *s.* தலையோடு, மண்டை, தபாலம்.
Sky, *s.* வானம், ஆகாயம், வெளி, விண் விசும்பு.
Sky'lark, *s.* வானம்பாடி, ஆகாசப்பக்ஷி, கம்புள்.
Sky'colour, *s.* மேகவர்ணம், வானிறம், நீலவர்ணம்.
Sky'light, *s.* மேற்கோப்புசாளரம்.
Sky'rocket, *s.* ஆகாயபாணம்.
Slab, *s.* பலகை, புறப்பலகை, புறவெட்டுப் பலகை.
Slab'ber, *v.* (Colloq.) சாற்றுவாய்வடி, வாய்நீர்வடி, கொடுவாய்வடி.
Slab'by, *a.* (Rare) தடித்த, பிசுபிசுப்பான, நனைந்த.
Slack, *a.* தளர்ந்த, இளக்கமான, நெகிழ்ந்த.
Slack'en, / **Slack**, *v.* நெகிழ்த்து, அவிழ், இளக்கு, தணி, ஆற்று, ஜுளகு; to be slacked as lime, நீறுபூக்க; slacking and pulling the reins, கடிவாளம்வெட்டல்.
Slack'ness, *s.* நெகிழ்வு, தளர்ச்சி, இளக்கம்.
Slag, *s.* கிட்டம், களிம்பு, மலினம்.
Slake, *v.t.* தணி, ஆற்று, தீர்.
Slam, *v.t.* படாரிடவிடு, திடிரெனவிடு, படாரென அடி.
Slan'der, *s.* புறங்கூற்று, பழிதூற்றல், அவதூறு, கோள், அலர்தூற்றல், அபவாதம், நிபச்சொல், துர்வாதம்.
Slan'der, *v.t.* பழிதூற்று, கோட்சொல்லு, கோள்மூட்டு.
Slan'derous, *a.* கோட்சொல்லுகிற, பழிகூறுகிற.

Slang, s. கொச்சைப்பேச்சு, இழிவழக்கு.
Slant, v. சரி, சாய்.
Slant, a. சரிந்த, சரிவான, சாய்வான.
Slant'ing, a. ஒருக்கணிப்பான, சரிவான, ஓராயமான.
Slant'wise, ad. சரிவாய், சாய்வாய், சாய.
Slap, s. அறை, அடி, குட்டு.
Slap'dash, ad. (Colloq.) ஒருமிக்க.
Slash, s. பிளவு, கிலம்.
Slash, v. பிள, கீறு, குருட்டுவாக்காயடி, குருட்டடியடி.
Slate, s. கற்பலகை, ஒருவகைக்கல்.
Slate, v. கற்பலகையால் வேய்.
Slat'ter, v.i. தப்புக்கேடாய்ப் பரிமாறு, அலங்கோலமாயுடு.
Slat'tern, s. தப்புக்கெட்டவள், பாங்கற்றவள்.
Slaugh'ter, s. கொலை, வதை, சங்காரம், மரணம்.
Slaugh'ter, v.t. கொலைசெய், கொல்லு, அடி, சங்கரி.
Slaugh'ter-house, s. ஆடுமாடடிக்குந் தொட்டி, ஆகாதம்.
Slave, s. அடிமை, சிறை, தொழும்பன், தாசன், முறியன்.
Slave, v.i. அடிமைவேலைசெய், ஊழியஞ் செய்.
Slav'er, s. அடிமை வியாபாரி, அடிமை வர்த்தகக்கப்பல், வாயூற்று, உமிழ்நீர், வாய்நீர்.
Slav'er, v.i. வாய்நீர்வடி.
Slav'ery, s. சிறையிருப்பு, அடிமைத்தனம், சிறைப்பாடு.
Slav'ish, a. எளிய, கீழ்மையான, அடிமைத்தனமான.
Slay, v.t. கொல், வதை.
Slay'er, s. கொல்வோன், கொலைகாரன்.
Sleave, s. சிக்குப்பட்ட நூற்கழி.
Slea'zy, Slee'zy, } a. சல்லாவான, கவணியான, சீவலான.
Sledge, s. சம்மட்டி, சக்கரமில்லாத பண்டி.
Sledge'hammer, s. பெருஞ்சுத்தியல், சம்மட்டி, மத்திகை.
Sleek, a. எண்ணெய்வழுக்குள்ள, கொழுப்புள்ள, புஷ்டியான.
Sleek'-stone, s. மெருகிடுகல்.
Sleep, s. நித்திரை, துயில், தூக்கம், உறக்கம், அகந்தல்.
Sleep, v.i. நித்திரைசெய், தூங்கு, உறங்கு, துயில், பள்ளிகொள்.
Sleep'less, a. உறக்கமற்ற, நித்திரையற்ற.
Sleep'iness, s. தூக்கம், நித்திரைமயக்கம்.
Sleep'y, a. நித்திரையுள்ள, தூக்கமுள்ள.
Sleet, s. சிறுகன்மழை.
Sleeve, s. சட்டையின்கை.
Sleight(slīt), s. சிமிட்டு, சித்திரம், தந்திரம்.
Slen'der, a. நொய்ய, சிறு, நுண்ணிய, மெல்லிய.
Slen'derness, s. நொய்மை, மென்மை, நுண்மை.
Sley, v.t. நூல்பிரி.
Sley, s. நெய்வாரச்சு.
Slice, s. வகிர், கீறு, கீற்று, பிளாச்சு, சீவல், பிளவு, பத்தை.
Slice, v. சீவு, அச்சமாய்வெட்டு, வகிர்.
Slide, s. ஒப்பமானபாதை, இறக்கம்.
Slide, v.t. சரி, தள்ளு, உந்து, சறுக்கு, நகர்த்து.
Slide, v.i. வழுவு, நழுவு, சறுக்கு.
Slid'er, s. சறுக்கிவிளையாடுவோன்.
Slid'ing, s. வழு, சறுக்கு, தவறல்.
Slight (slīt), s. நிந்தை, அவமதிப்பு, மறவி.
Slight, v.t. அசட்டைபண்ணு, பராமுகம் பண்ணு, புறக்கணி, அற்பமாயெண்ணு.
Slight, a. சரவையான, பருமபடியான, சொற்பமான, அற்பமான; hunger, இளம்பசி.
Slight'ly, ad. அற்பமாய், கண்ணியக்குறைவாய்.
Slily, ad. தந்திரமாய், உபாயமாய், சூதாய்.
Slim, a. ஒற்றைநாடியான, உணங்கலான, மெல்லிய.
Slime, s. சேறு, குழைசேறு.
Slim'y, a. குழைசேறுள்ள, சகதியான, சதுப்புள்ள.
Sling, s. கவண், குணில், ஏந்தானம்.
Sling, v.t. கவணுலெறி, கவண்சுழற்று, நாற்று, கவணடி.
Slink, v.i. சினையழி, பதுங்கு, மறை.
Slink, a. சினையழிவான; a slink calf, கனைகன்று.
Slip, s. கீறு, கீற்று, துண்டு, பிளவு, பிசகு, தவறு; to cut in slips, வகிர.
Slip, v. உருவு, கழற்று, வழுவவிடு, வழுக்கு, தவறு.
Slip'knot, s. சுருக்குமுடிச்சு, சுருக்கு.
Slip'pered, a. தொடுதோலிட்ட, பாதரகைஷயிட்ட.
Slip'pers, s. தொடுதோல், ஜோடு, செருப்பு.
Slip'pery, a. வழுக்கலான, சறுக்கலான, வழுவுகிற; slippery ground, வழுக்குநிலம்.
Slip'shod, a. தொடுதோலிட்ட; திருத்தமற்ற.
Slip'string, Slip'thrift, } s. ஊதாரி, வீண்செலவாளி.

Slit, *s.* கீறு, பிளவு, பிளப்பு.
Slit, *v.t.* பிள, கிழி, கீறு.
Sli'ver, *s.* சிராய், செறும்பு.
Sli'ver, *v.t.* பிள, கிழி.
Slob'bery, *a.* ஈரமான, நனைந்த, சேறுன.
Sloe, *s.* ஒருவித முட்செடிப்பழம்.
Sloop, *s.* சிறுகப்பல், ஒருபாய்மரக்கப்பல்.
Slop, *s.* சுவையற்ற பானம்.
Slop, *v.t.* சிந்து, கொட்டு.
Slope, *s.* இறக்கம், சரிவு, சாய்வு, சார்பு, சாரல், வாட்டம்.
Slope, *v.t.* சாய்வாயுருவாக்கு, சாய்.
Slop'ing, *p.a.* இறக்கமான, சரிவான.
Slop'seller, *s.* தைத்தவுடுப்புவிற்பவன்.
Slot, *s.* மானடிச்சுவடு.
Sloth, *s.* சோம்பு, மந்தம், திமிர், அசதி; தேவாங்கு.
Sloth'ful, *a.* சோம்பான, திமிர்த்த, மந்தமுள்ள.
Slouch, *s.* தலைகவிழ்ந்தாடி நடக்கை, அவலட்சணமான தோற்றம்; பாங்கறியாதவன்.
Slouch, *v.* தலைகவிழ்ந்துநட, குனி.
Slough (slŭf), *s.* கஞ்சுகம், பாம்புச்சட்டை, உரி, தோல்.
Slough (slŏŭ), *s.* சேற்றுநிலம்.
Slov'en, *s.* துப்புக்கெட்டவன், அழுக்கன், அவலட்சணன்.
Slov'enly, *a.* அவலட்சணமான, துப்புக்கெட்ட.
Slow, *a.* மந்தமான, தாமதமான, தூங்கலான, சோம்புள்ள; slow work, தடங்கலான வேலை.
Slow'back, *s.* (obs.) சோம்பன், மடன்.
Slow'ly, *ad.* மெல்லென, பதமையாய், பைய, மெல்லமெல்ல.
Slow'ness, *s.* மந்தம், மெது, பதமை, ஆலசியம், தாமதம்.
Slub'ber, *v.* கறைப்படுத்து, புரட்டு, சீர்கேடாய்மூடு, சோம்பிச்செய்.
Sludge, *s.* சேறு, உளை.
Slug, *s.* சோம்பன், மந்தன்.
Slug'abed, *s.* (obs.) கிடைச்சோம்பன்.
Slug'gard, *s.* சோம்பன், மந்தன்.
Slug'gish, *s.* சோம்பலான, தாமதமுள்ள, தூங்கலான.
Sluice, *s.* மதகு, நீர்க்கால், மடைமுகம், நீர்த்தூம்பு, கலிங்கல், கலிங்கு, சறுக்கை.
Slum'ber, *s.* தூக்கம், துயில், உறக்கம், நித்திரை.
Slum'ber, *v.i.* தூங்கு, துயிலு, உறங்கு.
Slur, *s.* இழுக்கு, நிந்தை, சங்கீதத்திலொருகுறி.
Slur, *v.t.* கறைப்படுத்து, நிந்தைப்படுத்து அவதூறுபண்ணு, வஞ்சி.
Slut, *s.* துப்புக்கெட்டவள், சீர்கெட்டவள்.
Slut'tish, *a.* அழுக்கான, துப்பற்ற, சுதனைகெட்ட.
Sly'ness, *s.* உபாயம், சூது, கரவடம்.
Sly, *a.* தந்திரமுள்ள, உபாயமான, சூதுள்ள, கரவடமான.
Smack, *s.* நாக்கடிப்பு, உதடடிப்பு; சிறுபடவு.
Smack, *v.* உருசிபார், உதடடி, வெறுநாக்கடி, முத்தமிடு.
Small, *a.* அற்ப, சிறு, சின்ன, பொடியான; small money for change, விடுகாசு, வட்டம்.
Small'pox, *s.* வைசூரி, குருநோய், அம்மை, முத்து.
Smal'ly, *ad.* (Rare) சிறுக.
Smart, *s.* கடுவேதனை, உறைப்பு.
Smart, *a.* கூர்மையான, புத்தியுள்ள, உறைக்கத்தக்க, விரைவான, சுறுசுறுப்பான.
Smart, *v.* சுள்ளிடு, அழலு, கரி, கடு, வலி.
Smart'ly, *ad.* கூர்மையாய், உறைப்பாய், திறமாய், விரைவாய்.
Smart'ness, *s.* கூர்மை, சுறுசுறுப்பு, உறைப்பு, கரிப்பு, கடுமை.
Smash, *v.t.* நெரி, நொறுக்கு, தகர், மசி.
Smat'terer, *s.* கிஞ்சிஞ்ஞன், சிற்றறிவுடையோன்.
Smat'tering, *s.* சிற்றறிவு, அற்பகல்வி.
Smear, *v.t.* பூசு, தளுக்கிடு, மெழுகு.
Smea'ry, *a.* ஒட்டுகிற, பசையான.
Smell, *s.* மணம், கந்தம், நாற்றம்.
Smell, *v.t.* மண, மோ, மோப்பம்பிடி.
Smell, *v.i.* கமழ், கந்தி, மண, பரிமளி.
Smell'ing, *s.* மோப்பம், மணம்பிடிக்கை.
Smell'feast, *s.* பெருந்தீனி, ஊணன், போசனப்பிரியன்.
Smelt, *v.t.* உலோகங்களையுருக்கு.
Smelt'er, *s.* உலோகமுருக்குவோன்.
Smick'er, *v.* விரகமுற்றுப்பார், நேசங்காட்டு.
Smile, *s.* புன்சிரிப்பு புன்முறுவல், புன்னகை, குறுஞ்சிரிப்பு.
Smile, *v.i.* புன்னகைகொள்ளு, முறுவலி.
Smil'ingly, *ad.* புன்னகையோடு, குறுநகைகொண்டு.
Smite, *v.t.* அடி, அறை, கொல், வதை.
Smith, *s.* கம்மாளன், கம்மியன்.
Smith'craft, *s.* கம்மியம், கம்மத்தொழில்.
Smith'ery, *s.* கம்மியம், அக்கசாலை, கம்மாலை. கொல்வேலை.

Smith'y, *s.* கம்மாலை, அக்கசாலை.
Smock, *s.* ஸ்திரீகளினுள்ளாடை.
Smock'-faced, *a.* பெண்முகமுள்ள, முகம் வெளுவெளுத்த, நாணமுள்ள.
Smoke, *s.* புகை, ஆவி, தூமம், தூமிகை.
Smoke, *v.* புகைப்பி, புகையூட்டு, சுருட்டுப் பிடி, கண்டறி.
Smoke'dry, *v.* புகையினுலர்.
Smok'er, *s.* சுருட்டுப்பிடிப்பவன்-ள்.
Smok'y, *a.* புகைக்கிற, ஆவிபறக்கிற, ஆவி போன்ற, புகைநிறைந்த.
Smooth, *v.t.* பரவு, ஒப்பமிடு, மிருதுவாக்கு, மெருகிடு.
Smooth, *a.* ஒப்பமான, சம்மான; a smooth word, இன்சொல்.
Smooth'ly, *ad.* ஒப்பமாய், ஒப்புரவாய்.
Smooth'ness, *s.* ஒப்பம், சமம்.
Smoth'er, *v.t.* மூச்சடைக்கப்பண்ணு.
Smoul'dering, *p.a.* கனலுகிற, அனலுகிற.
Smug, *a.* சிறந்த, நேர்த்தியான.
Smug'gle, *v.t.* கள்ளச்சரக்கேற்று, கள்ளச் சரக்குப் பறி.
Smug'gler, *s.* கள்ளச்சரக் கேற்றுகிறவன், கள்ளச்சரக்குப் பறிக்கிறவன்.
Smug'gling, *v.n.* கள்ளச்சரக் கேற்றுமதி யிறக்குமதி செய்கை.
Smut, *s.* பூஞ்சணம், ஒட்டறை, ஒட்டடை, அசப்பியவார்த்தை.
Smut, *v.* ஒட்டடைபுரட்டு, அழுக்குப்பூசு, ஒட்டடைபிடி.
Smut'ty, *a.* புகைகட்டிய, புகைபடிந்த, புகைபிடித்த, அசப்பிய.
Snack, *s.* பாகம், பங்கு, சிற்றுணவு.
Snaf'fle, *s.* கவினத்தினிரும்பு, கடிவாளம்.
Snaf'fle, *v.* கடிவாளமிடு.
Snag, *s.* கொம்பு, கொப்பு.
Snag'ged, } *a.* கணுநிறைந்த, குட்டிப்பல்
Snag'gy, } லுள்ள,
Snag'tooth, *s.* சிங்கப்பல், குட்டிப்பல்.
Snail, *s.* நத்தை, பனிநத்தை, ஊமச்சி; சோம்பன், மந்தன்.
Snail'like, *ad.* நத்தையைப்போல, பையப் பைய.
Snake, *s.* பாம்பு, சர்ப்பம், நாகம், அரவம், அகடேரி.
Snak'y, *a.* பாம்புக்குரிய, சர்ப்பம்போன்ற.
Snap, *s.* வெடி, இடி, நொடிப்பு, கடி.
Snap, *v.* ஒடி, முறி, தெறிக்கப்பண்ணு, படாரிடச்செய், வெடி, கடி, நொடி, நொடியிடு.
Snap'pish, *a.* கடிக்க அவாவுள்ள, வெடுவெடுப்பான; dog, கடிநாய்.

Snare, *s.* கண்ணி, தடம், பொறி.
Snare, *v.* அகப்படுத்து, கண்ணியிலகப்படுத்து.
Snarl, *s.* சிக்கு, மயிர்ச்சிக்கு, நூற்சிக்கு; முறுகல்.
Snarl, *v.t.* சிக்கப்பண்ணு, கலக்கு.
Snarl, *v.i.* உறுமு, இரை, முறுகு.
Snarl'er, *s.* உறுமி, சுடச்சொல்வோன்.
Snast, *s.* (obs.) விளக்குவர்த்திச் சிட்டம்.
Snatch, *v.t.* பறி, பிடுங்கு, கவர், அபகரி; at, கவ்வு.
Snatch, *s.* பறிப்பு, இருஞ்சுகை, குறுவலி.
Sneak, *v.i.* பதுங்கு, நழுவு, நழுவு.
Sneak, *s.* பதுங்கி, நழுவி.
Sneak'er, *s.* ஒரு சிறு பானபாத்திரம்.
Sneak'ing, *p.a.* பதுக்கமுள்ள, பதுங்குகிற, நழுவுகிற.
Sneaks'by, } *s.* நழுவி, பதுங்கி.
Sneak'up, }
Sneed, *s.* அரிவாட்பிடி.
Sneer, *s.* நகை, பரிகாசம், குறளை, ஏளனம்.
Sneer, *v.i.* நகை, பரிகாசம்பண்ணு, அலட்சியமாய்ப் பேசு.
Sneeze, *v.i.* தும்மு.
Snib, *v.t.* தடு, அதட்டு, கண்டி, கிள்ளு, நறுக்கு.
Sniff, *v.t.* மூக்காலுறிஞ்சு, மூச்சையுள்ளே வாங்கு.
Snip, *v.t.* கத்தரி, நறுக்கு, தடி, கொய், கிள்ளு.
Snipe, *s.* உள்ளான்குருவி, மடையன், மூகடன்.
Snip'snap, *s.* (Rare) காரமானபேச்சு.
Sniv'el, *s.* மூக்குச்சளி, நாசிமலம்.
Sniv'el, *v.i.* மூக்குவடி, மூக்குச்சிந்து.
Sniv'el, *v.t.* சீறு.
Snore, *v.i.* குறட்டைவிடு, குறட்டைவாங்கு.
Snore, *s.* குறட்டை.
Snort, *v.i.* மூக்குச்சீறு, மூக்குச்செறி.
Snort'ing, *v.n.* சீறல், மூச்செறிதல்.
Snot, *s.* சளி, மூக்குமலம்.
Snout, *s.* மிருகத்தின் நீண்ட மூஞ்சி அல்லது மூக்கு.
Snow, *s.* உறைந்தமழை, உறைபனி, இமம், இமக்கட்டி.
Snow, *v.i.* பனிப்பெய்.
Snow'crowned, *a.* சிகரத்திற் பனிபடிந்த.
Snow'white, *a.* பனிபோல்வெளுத்த.
Snow'y, *a.* உறைபனியுள்ள, பனிபோல் வெளுத்த.
Snub, *v.t.* தடு, கழறு, இகழ்ந்துரை.
Snub'nosed, *a.* தட்டைமூக்குள்ள, சப்பை மூக்குள்ள.

Snuff, *s.* மூக்குத்தூள், காசிப்பொடி, நசியம், வர்த்திக்கருகல்.
Snuff, *v.t.* உறிஞ்சு, உள்வாங்கு, திரிகத்தரி.
Snuff'box, *s.* பொடிச்செப்பு, பொடிப்பரணி.
Snuf'fers, *s.* எரிந்ததிரி வெட்டுங்கத்தரி.
Snuf'fle, *v.i.* குணுகு, மூக்குறிஞ்சு, மூக்காற்பேசு.
Snuff'taker, *s.* பொடிபோடுகிறவன.
Snug, *a.* அடக்கமான, அண்ணிதான, செப்பமான.
Snug, *v.i.* ஒட்டிக்கொண்டுபடு, ஒடுங்கிக்கிட, முடங்கிக்கிட.
Snug'ness, *s.* அடக்கம், செவ்வை, திறம்.
So, *ad.* அப்படி, அவ்வண்ணமாய், இவ்வாறு, அவ்விதமாய்; so much, அம்மாத்திரம்.
Soak, *v.t.* நனை, ஊறவை, தோய்.
Soak, *v.i.* ஊறு, தோய், சுவறு, நனை.
Soak'er, *s.* நனைப்பவன், ஊறவைப்பவன், பெருங்குடியன்.
Soap, *s.* சவர்க்காரம், வழலையுப்பு.
Soap, *v.t.* சவர்க்காரம் தேய்.
Soap'boiler, *s.* சவர்க்காரம் செய்பவன்.
Soar, *v.i.* உயரப்பற, உயரு, எழு, ஓங்கு, கிமிர்.
Soar'ing, *v.n.* உயரப்பறத்தல், உயர ஏறுதல்.
Sob, *s.* நெட்டுயிர்ப்பு, விம்மல், பொருமல்.
Sob, *v.i.* விம்மியழு, பொருமியழு, சீறியழு; தேம்பு, பொருமு.
So'ber, *v.t.* தெளியப்பண்ணு, வெறிதெளியப்பண்ணு.
So'ber, *a.* வெறியற்ற, தெளிந்த, சாதுவான, அமைவான.
So'berly, *ad.* தெளிவாய், சொஸ்தபுத்தியாய், சாதுவாய்.
So'ber-mindedness, *s.* அமைதி, மனத்தெளிவு, பதைப்பின்மை, சார்ந்தசித்தம்.
Sobri'ety, *s.* சொஸ்தபுத்தி, தெளிந்தபுத்தி, அமைந்தபுத்தி.
Soc'age, *s.* உத்தியோகமானியம், சேவகமானியம்.
So'ciable, *a.* சேர்த்திக்கையுள்ள, அன்னியோன்னியமான, கொள்கையான, ஜனசங்கப்பிரியமுள்ள.
So'cial, *a.* கொண்டாட்டமான, சீராட்டுள்ள; duty, ஜனசாரம்; relation, கூட்டுறவு; social enjoyment, சபாநந்தம், சிநேக சந்தோஷம், சகவாச சந்தோஷம்; to be social, உறவாட.
Soci'ety, *s.* சபை, கூட்டம், சங்கம், ஜனம், மனிதர்.
Sock, *s.* காலுறை, பாதகோசம்.
Sock'et, *s.* கூடு, குழாய், கேவணம்; of the eye, கண்குவளை, கண்குழி, கண்கூடு.
Sock'less, *a.* பாதகோசமற்ற, காலுறையில்லா.
Sod, *s.* புற்கற்றை, கழுப்பற்றை.
So'da, *s.* காரம், உவர்மண், லவணசாரம்.
Sodal'ity, *s.* தோழமை, உறவாடல்.
Sod'den, *p.p.* of seethe.
Sod'er, *s.* (See Solder) பற்று.
So'dium, *s.* இலவணதம்.
Sod'omy, *s.* பும்மைதுனம்.
So'fa, *s.* சார்மணைக்கட்டில், சாய்கைக்கட்டில், சாய்மணை.
Soft, *a.* மிருதுவான, மெதுவான, மென்மையான, மெல்லிய, நொய்ய.
Soft'en (sof'fn), *v.t.* மிருதுவாக்கு, ஆற்று, இளக்கு, தணி.
Soft'en, *v.i.* இளகு, கசி, கரை, கனி.
Soft'hearted, *a.* சாந்தமான, இளநெஞ்சுள்ள, மனநெகிழ்ந்த.
Soft'ly, *ad.* மிருதுவாய், மெதுவாய், பதமையாய்.
Soho', *int.* கூவிளி, அகோ, ஏ.
Soil, *s.* மண், நிலம், பூமி, அழுக்கு; red, செவ்வல்நிலம்.
Soil, *v.t.* கறைப்படுத்து, கலக்கு, அழுக்குப்படுத்து.
So'journ, *s.* விடுதி, தங்குகை.
So'journ, *v.i.* தங்கு, உறை, வதி.
So'journer, *s.* விடுதிக்காரன், பரதேசி.
Sol'ace, *v.t.* ஆற்று, தேற்று.
Sola'cious, *a.* ஆற்றும், தேற்றுகிற.
So'lar, *a.* சூரிய, ஆதித்திய, சௌர.
Sol'der, *s.* பற்று, பொடி, பற்ருசு, டங்கை, காரம்.
Sol'der, *v.t.* பற்றுவைத்து விளக்கு, பற்றுவை.
Sol'dier (sol'jer), *s.* போர்ச்சேவகன், யுத்தவீரன்.
Sol'diery, *s.* படைஜனம், சேனை, தானை, இராணுவசேவகம்.
Sole, *s.* உள்ளங்கால், உள்ளடி, அடித்தோல்.
Sole, *a.* ஒற்றையான, தனிமையான, ஒன்றியான, கேவல.
Sole, *v.t.* அடித்தோலிடு.
Sol'ecism, *s.* இலக்கணவழு, சொற்பிழை, வாசகப்பிழை.
Sol'ecist, *s.* வழுச்சொற்பிரயோகன்.
Sole'ly, *ad.* தனித்து, தனியே.
Sol'emn (sol'em), *a.* பயபக்தியான, பரிபக்தியான.

Solem'nity, *s.* சமயகர்மம், பயபக்தி.
Solemniza'tion, *s.* ஆசரிப்பு, களியாட்டு.
Sol'emnize, *v.t.* ஆசரி, கொண்டாடு, அநுசரி, முற்றுவி.
Sol'emnly, *ad.* பயபக்தியாய், வணக்கமாய், ஆசாரமாய்.
Solic'it, *v.t.* வருந்திக்கேள், பரிந்துகேள், வேண்டிக்கொள்.
Solicita'tion, *s.* வருந்திக்கேட்கை, வருடிக்கேட்கை, பிரார்த்தனை, வேண்டுகை.
Solic'itor, *s.* வருடிக்கேட்பவன், பரிந்துபேசுவோன், நியாயவாதி.
Solic'itous, *s.* ஆவலான, வியாகுலமுள்ள, வேண்டுதலான, மிகுவிருப்பமுள்ள.
Solic'itude, *s.* அவா, பரிதாபம், சிந்தனை, விசாரணை, எண்ணம்.
Sol'id, *a.* உறுதியான, உரமான, திண்மையான, வைரமான, கனத்த.
Sol'id, *s.* வைரம், வன்பொருள்.
Solid'ity, *s.* வைரம், காழ், உறுதி, பலம், உரப்பு, திடம், திடத்வம்.
Solil'oquize, *v.* தானும் தன் மனமுமாய்ப் பேசு.
Solil'oquy, *s.* தற்பாஷிதம், தன்னோடுதான் பேசல்.
Sol'iped, *s.* கவையடியில்லா விலங்கு.
Solitaire', *s.* தனித்தவன், வனவாசி, ஏகாங்கி, துறவோன் (obs.); கழுத்தணி.
Sol'itary, *a.* ஏகாந்தமான, தனித்த; a, solitary place, விசனம்.
Sol'itude, *s.* தனிமை, ஏகாந்தம்.
Soliv'agant, *a.* ஒன்றியாய்த் திரியும்.
So'lo, *s.* ஒருவன் தனிமையாய்ப் பாடும் கீதம்.
Sol'stice, *s.* அயனம், அயனசந்தி, அரைவருஷம்; winter solstice, மஹாசங்கிராந்தி.
Solsti'tial, *a.* அயனத்திற்குரிய; points, அயனம்.
Solubil'ity, *s.* கரையுந்தன்மை, உருகுந்தன்மை.
Sol'uble, *a.* கரையத்தக்க, உருகத்தக்க.
Solu'tion, *s.* கரைப்பு, அவிழ்த்தல், விலயனம்.
Solv'able, *a.* அவிழ்க்கத்தக்க, விடுவிக்கத்தக்க, விலயனமாகத்தக்க.
Solve, *v.t.* அவிழ், வெளிப்படுத்து, விடுவி, விலயனஞ்செய்.
Solv'ency, *s.* கடன்தீர்க்க நிர்வாகமுடைமை.
Solv'ent, *s.* பேதி, கரைக்குமருந்து, திராவணம்; of flesh, மாமிசபேதி.
Solv'ent, *a.* பிரிக்கக்கூடிய, கரைக்கத்தக்க, வெருக்கக்கூடிய, கடன் தீர்க்க நிர்வாகமுடைய.
Som'bre, **Som'brous**, } *a.* மங்கலான, மறைவான, இருளான, குருவுதலான.
Some, *a.* சில, கொஞ்ச, அற்ப, சிறு.
Some'body, *s.* எவனோ, ஒருவன், யாவனோ.
Some'how, *ad.* எப்படியோ, எவ்விதமோ, எவ்வகையேனும்.
Som'ersault, **Som'erset**, } *s.* குத்துக்கரணம், குட்டிக்கரணம், கரணம்; to turn somerset, குட்டிக்கரணம்போட.
Some'thing, *s.* எதோ, எதாகிலும், யாதொன்று, எதுவோ.
Some'time, *ad.* முன்பு, ஒருமுறை, சிலவேளை.
Some'times, *ad.* சிலவேளையில், இடைக்கிடை.
Some'what, *ad.* சற்றே.
Some'where, *ad.* எங்கேயோ, ஓரிடத்தில், எவ்விடத்திலேயோ.
Somnam'bulism, *s.* நித்திரையில் நடத்தல்.
Somnam'bulist, *s.* நித்திரையிலெழுந்து திரிபவன்.
Somnif'erous, *a.* நித்திரைவரப்பண்ணத்தக்க, துயிற்றத்தக்க.
Som'nolence, *s.* தூக்கம், தியக்கம், மயக்கம்.
Son, *s.* மகன், புத்திரன், குமாரன், மைந்தன்.
Son-in-law, *s.* மருமகன்.
Song, *s.* பாட்டு, சங்கீதம், கானம்.
Song'ster (*fem.* songstress), பாடகன், கீதம்பாடுவோன், சங்கீதக்காரன்.
Song'stress, *s.* பாடுவாள், பாடினி.
Son'net, *s.* ஒருவகைச் செய்யுள்.
Sonorif'ic, *a.* தொனியிடும், தொனிக்கும்.
Sono'rous, *a.* தொனியிடத்தக்க, பெருந்தொனியிடுகின்ற.
Soon, *ad.* சுறுக்காய், விரைவில், சீக்கிரமாய், அடிக்குள்ளே, நொடிக்குள்ளே.
Soon'er, *ad.* அதிசீக்கிரமாய்.
Soot, *s.* ஒட்டறை, ஒட்டடை, புகையறை.
Soot'ed, *a.* ஒட்டடை படிந்த.
Sooth, *s.* மெய், உண்மை.
Soothe, *v.t.* ஆற்று, தணி, தேற்று, சாந்தப்படுத்து.
Sooth'say, *v.i.* குறிசொல்லு, கட்டிச்சொல்லு.
Sooth'sayer, *s.* குறிகாரன், நிமித்திகன்.
Soot'y, *a.* ஒட்டறையுள்ள, ஒட்டடை பூண்ட, புகையறையுள்ள.

Sop, *s.* தோய்த்த துணிக்கை.
Sop, *v.t.* தோய், துவை, நனை.
So'phi, *s.* பாரசீக அரசர் பட்டத்தொன்று.
Soph'ical, *a.* ஞானமுணர்த்தும்.
Soph'ism, *s.* போலிநியாயம், ஆபாசம்.
Soph'ist, *s.* போலிநியாயவாதி.
Sophis'tical, *a.* போலிநியாயத்திற்கடுத்த.
Sophis'ticate, *v.t.* பழுதாக்கு, புரட்டு, ஆபாசம்பண்ணு.
Soph'istry, *s.* போலிநியாயம், புரட்டு, நியாயப்புரட்டு, மடக்கடி.
Soporif'ic, *s.* நித்திரையுண்டாக்கும் ஔஷதம், மயக்குமருந்து.
Soporif'ic, *a.* நித்திரையுண்டாக்கும்.
Sor'cerer, *s.* (*fem.* sorceress), குசலன், மாந்திரிகன், ஸ்தம்பனவித்தகன்.
Sor'cery, *s.* குசலம், மாந்திரியம், மாயாஜாலம்.
Sor'des, *s.* அழுக்கு, வண்டல்.
Sor'did, *a.* பணப்பற்றுள்ள, உலோபத்தனமுள்ள, பொருளாசையுள்ள; a sordid wretch, பரமலோபி.
Sore, *s.* ரணம், புண் விரணம்.
Sore, *a.* புண்ணுள்ள, வடுவுள்ள.
Sore, *ad.* மிகவும், கடுமையாய்.
Sore'ly, *ad.* கடுமையாய், வேதனையாய், வாதையாய்.
Sor'rel, *a.* வெண்சிவப்பான, இளஞ்சிவப்பான.
Sor'row, *s.* துக்கம், துயரம், சஞ்சலம், மனநோய், விசனம், கிலேசம், வேதனை, ஆகுலம்.
Sor'row, *v.i.* துக்கப்படு, கிலேசப்படு.
Sor'rowful, *a.* துக்கமான, துக்கமுள்ள, கிலேசமான.
Sor'rowing, *s.* கேதம்.
Sor'ry, *a.* துக்கமுள்ள, சஞ்சலமுள்ள, நீசமான; a sorry poet, சந்தமறியாதவன்; a sorry excuse, வீண்பக்குவம்.
Sort, *s.* விதம், தரம், இனம், குலம், கூட்டம்.
Sort, *v.t.* சேர், தரம்பிரி, வகு, தெரிந்துகொள்ளு.
Sor'tilege, *s.* திருவுளச்சீட்டுப்போடல்.
Sorti'tion, *s.* திருவுளச்சீட்டுப்போட்டுத் தெரிதல்.
Sot, *s.* குடிகாரன், குடியன், வெறியன், மந்தன், மூடன்.
Sot'tish, *a.* வெறிமயக்கமான.
Sough (sŭf), *s.* மதகு, தூம்பு.
Soul, *s.* ஆத்துமா, ஆத்துமம், ஆன்மா, ஜீவன், ஆவி, தைரியம், சைதன்யம்; the soul of the world, விஸ்வான்மா.
Soul'ed, *a.* (little used) புத்திசித்தமுள்ள, ஆத்மாவுள்ள.
Soul'less, *a.* ஆத்மாவற்ற, வீரமற்ற, திடமற்ற.
Soul'diseased, **Soul'sick**, } *s.* மனநொந்த, மனத்துன்பமுள்ள, ஆத்துமாநசித்த.
Sound, *s.* சத்தம், நாதம், ஓசை, ஒலி, தொனி; directions for the modulation of sounds, சத்தப்பிரமம்; the subtle element of sound, சத்ததன்மாத்திரை; a sound limb, பழுதற்ற அவயவம்; a sound body, நோயற்ற சரீரம், சுகசரீரம்; sound health, பூரணசுகம், நோயின்மை; sound constitution, சுகசரீரம், பூரணமான அமைப்பு; sound reasoning, நிராக்ஷேபமான நியாயம்; sound doctrine, ஆழ்ந்தகொள்கை; sound principles, தேர்ந்த பிரமாணம்.
Sound, *v.t.* நாதமிடு, சத்தமிடு, ஒலி, ஆழம் அளந்தறி; sounding line, கடலாழம் பார்க்குங் கயிறு.
Sound, *a.* சுகமுள்ள, ஆரோக்கியமான, வைரமான, உரமுள்ள.
Sound'board, **Sound'ing-board**, } *s.* தொனிவிர்த்தியந்திர உறுப்பு.
Sound'ings, *s.* கடலில் விழுதெட்டுமிடம்.
Sound'ly, *ad.* சொஸ்தமாய், நன்றாய், மெய்யாய், உறுதியாய்.
Sound'ness, *s.* சொஸ்தம், உண்மை, உறுதி, பலம், வைரம்.
Soup, *s.* ஆணம், குழம்பு, சாறு.
Sour, *a.* புளியான, புளிப்பான; a sour countenance, கடுகடுத்தமுகம், சுடுமூஞ்சி.
Sour, *v.* புளிப்பாக்கு, வெடுவெடுக்கப்பண்ணு.
Source, *s.* ஊற்று, காரணம், அடி, தோற்றம், ஆதி, மூலம்.
Sour'ness, *s.* புளிப்பு.
Souse, *v.t.* காடிதோய், இறைச்சிக்கு உப்பிடு.
South, *s.* தெற்கு, தென்றிசை, தட்சணம்; தக்கணம்; wind, தென்றல், வசந்தம்.
South-east, *s.* தென்கிழக்கு, அக்கினிமூலை.
South'erly (sŭth'erly), *a.* தெற்கேயுள்ள, தென்றிசையிலுள்ள.
South'ern, *a.* தெற்கேயுள்ள, தட்சணத்திலுள்ள.
South'ernmost, *a.* அறத்தெற்கேயுள்ள.
South'ern-wood, *s.* மருக்கொழுந்து, தமனகம்.

South'ing, *s.* தெற்கோட்டம்.
South'ward, *ad.* தெற்காய், தென்றிசையாய்.
Sov'ereign (sŭv'er-in), *s.* சுயாதிபதி, சக்கரவர்த்தி.
Sov'ereign, *a.* இராஜீக, தத்துவமுள்ள, இராஜத்துவமான, மேலான, உத்தமமான.
Sov'ereignty, *s.* இராஜத்துவம், சுயாதிபத்தியம்.
Sow (sō), *v.t.* விதை, வித்திடு, நாற்றுப்பாவு.
Sow, *s.* பெண்பன்றி, ஈயப்பாளம்.
Sow'er, *s.* விதைக்கிறவன், விதைப்போன், வித்திடுவோன்.
Space, *s.* இடம், பரப்பு, வெளி, வீதி.
Spaci'ous, *a.* விஸ்தாரமான, வீதியான, விரிவான, அகன்ற.
Spade, *s.* பாரை, கனித்திரம்.
Spad'dle, *s.* சிறுபாரை, சிறுகனித்திரம்.
Spade'-bone, *s.* தோட்பட்டை யெலும்பு, தோட்சிப்பு.
Spagyr'ic, **Spag'yrist**, } *s.* (obs.) இரசாயன சாஸ்திரி.
Span, *s.* சாண், அரைமுழம்.
Span, *v.t.* சாணள, சாணிடு.
Span'gle, *s.* கஞ்சுகத்தகடு.
Span'iel, *s.* ஒருவகை வேட்டைநாய்.
Span'ish, *a.* ஸ்பானிய தேசத்திற்குரிய, ஸ்பானிய.
Span'long, *a.* சாண் நீளமுள்ள, சாண் நீண்ட.
Span'new, *a.* புத்தம்புதிய.
Spar, *s.* ஒருவகைக்கல், உத்திரம்.
Spar, *v.* (obs.) சார்த்து, மூடு, அடை.
Spar, *v.i.* (colloq.) வாக்குவாதம்பண்ணு.
Spare, *v.t.* கிறுகக்கொடு, சிறுக வழங்கு, உலோபி.
Spare, *a.* மட்டான, மெலிந்த, மிச்சமான; room, வெற்றறை; hand, வெற்றாள்.
Spar'ing, *a.* ஒறுப்புள்ள, குறையுள்ள, அளவான, மிதமான.
Spar'ingly, *ad.* மட்டாய், மிதமாய், அரிதாய், சாவதானமாய்.
Spare'rib, *s.* தசைப்புஷ்டியற்ற விலா.
Spark, *s.* தீப்பொறி, அக்கினிப்பொறி, புலிங்கம்.
Spar'kle, *v.i.* மினுங்கு, மின்னு, பளிரிடு, இலங்கு, தளதள, பளபள.
Spark'ling, *p.a.* மினுங்குகிற, பளிரிடுகிற
Spar'row, *s.* அடைக்கலக்குருவி, ஊர்க்குருவி, கடலகம்.
Sparse, *a.* சிதறுண்டிருக்கிற, செறிவில்லாத, ஐதான.
Sparse, *v.t.* (obs) சிதறு.
Spasm, *s.* (Med.) கெண்டைவாங்கல், வலி, நரம்புப்பிடிப்பு, வலிப்பு.
Spasmod'ic, *a.* கெண்டையேற லுண்டாக்குகிற, வலிக்கிற.
Spathe, *s.* பாளை, மடல், மடற்பாளை, பொத்தி.
Spat'ter, *v.t.* தெளி, தூவு, சிந்து, சிதறு.
Spav'in, *s.* (Far) குதிரையின் காலில் வருமொருநோய்.
Spawn, *s.* சினை, முட்டை, கரு, அண்டம்.
Spawn, *v.* கருவீனு, முட்டையிடு, சினையீனு
Spawn'er, *s.* பெண்மீன்.
Spay, *v.* பெண்விலங்குக்கு நலமடி.
Speak, *v.* பேசு, சொல், விளம்பு, மொழி, உரை, வசனி.
Speak'er, *s.* பேசுகிறவன், பிரசங்கி, வாசாலகன்; a good speaker, சாதுரியன், வல்வாயன்.
Speak'ing, *v.n.* பேச்சு, வசனிப்பு, பிரசங்கம்பண்ணுகை.
Spear, *s.* ஈட்டி, மண்டா, வல்லயம், வேல் கழுமுள்.
Spear, *v.* ஈட்டியாற் குத்து.
Spear'man, *s.* ஈட்டிக்காரன்.
Spe'cial, *a.* விசேஷமான, பிரதானமான, முக்கிய, உத்தமமான.
Specia'lity, *s.* விசேஷம்.
Spe'cially, *ad.* விசேஷமாய், முக்கியமாய்.
Spe'cie, *s.* நாணயம், காசு.
Spe'cies, *s.* இனம், ஜாதி, குலம், கூட்டம், வருக்கம், வகுப்பு, வருணம், பேதம்.
Specif'ic, *s.* நோய்க்குரிய மருந்து, கைகண்ட மருந்து, விசேஷௌஷதம்.
Specif'ic, *a.* உரிய, குறிப்பான, அடுத்த, இனஞ்சார்ந்த; specific character, ஜாதிதர்மம், ஜாதிலட்சணம்; gravity, ஜலத்தோடு ஒத்தஎடை.
Specifica'tion, *s.* குறித்துக்காட்டுகை, விவரம்.
Spec'ify, *v.t.* குறி, குறித்துச்சொல்லு, வகுத்துரை, விசேஷி.
Speci'men, *s.* (*pl.* specimens) மாதிரி, விதம், சாயல்.
Spe'cious, *a.* பார்வையான, போலியான காட்சிமாத்திரையான.
Spe'ciousness, *s.* வெட்பகடம்.
Speck, *s.* புள்ளி, மாசு, மறு, வடு, தழும்பு, கறை.
Speck, *v.* மாசுறுவி, கறையாக்கு.

Spec'kle, *s.* (Dim. of speck) சிறுபொட்டு.
Spec'kled, *a.* புள்ளியுள்ள, விசித்திர; மறையுள்ள, பலநிறப்பொட்டான.
Spec'tacle, *s.* காட்சி, வேடிக்கை, வெளிவேஷம்.
Spec'tacled, *a.* மூக்குக்கண்ணாடிபோட்ட, உபநயனந்தரித்த.
Spec'tacles, *s.* (*pl.*) மூக்குக்கண்ணாடி, உபநயனம், சுலோசனம், உபநேத்திரம்.
Spectac'ular, *a.* வேடிக்கைக்குரிய, காட்சிக்குரிய, மூக்குக்கண்ணாடிக்குரிய.
Specta'tor, *s.* பார்க்கிறவன், காண்போன்.
Spec'tre, *s.* ஆவேசம், மாயாரூபம், வெறுந்தோற்றம்.
Spec'trum, *s.* சாயாரூபம், உருவெளி.
Spec'ular, *a.* கண்ணாடித் தன்மையுள்ள, உபநயன, காட்சியான.
Spec'ulate, *v.t.* யூகி, எண்ணு, யோசி, சிந்தி, பெருவர்த்தகஞ்செய்.
Specula'tion, *s.* சிந்தனை, விசயம், தியானம், யோகம்.
Spec'ulatist, *s.* தியானஞ்செய்வோன், யோகி.
Spec'ulative, *a.* சிந்திக்கிற, யோசிக்கிற, மனோரதமான.
Spec'ulator, *s.* சிந்திக்கிறவன், மனோரதன், வர்த்தகன்.
Spec'ulum, *s.* உருவங்காட்டி, பிரதிவிம்பிக்கை, ஆதரிசனி.
Speech, *s.* பேச்சு, பாஷை, வசனம், வதந்தி, பிரசங்கம்.
Speech'less, *s.* பேச்சற்ற, ஊமையான.
Speed, *s.* கதி, சீக்கிரம், விரைவு, துரிதம், வேகம்.
Speed, *v.t.* விரைவாயனுப்பு, சீக்கிரப்படுத்து.
Speed, *v.i.* ஓடு, தீவிரப்படு, தீவிரி.
Speedi'ly, *ad.* வல்ல, தீவிரமாய்.
Speed'y, *a.* சீக்கிரமான, விரைவான, சடிதியான, கதியான.
Spell, *s.* மயக்கு, மந்திரவசியம்.
Spell, *v.t.* எழுத்துக்கூட்டு, மந்திரத்தால் வசியப்படுத்து.
Spend, *v.t.* செலவழி, செலவுபண்ணு, செலவிடு.
Spend'er, *s.* செலவழிப்போன்.
Spend'thrift, *s.* ஆராதூரி, அழிப்பாளி, ஊதாரி.
Sperm, *s.* இந்திரியம், விந்து, சுக்கிலம், வீரியம், தாது; திமிங்கிலநெய்.
Spermat'ic, *a.* விந்துக்குரிய, இந்திரிய.
Spermace'ti, *s.* திமிங்கிலத தலைத்தைலம்.
Spew, *s.* வாந்திபண்ணு, சத்தி, கக்கு.
Sphere, *s.* உண்டை, கோளம், திரட்சி.
Spher'ical, *a.* குமிழ்ப்பான, திரண்ட, உண்டையான, கோள; body, கோளவடிவம்.
Spher'ics, *s.* கோளசாஸ்திரம்.
Sphe'roid, *s.* மண்டலேவம், கோளேவம்.
Sphinx, *s.* ஓரெகிப்திய விக்கிரகம்.
Spher'ule, *s.* சிறுகோளம், சிற்றுண்டை.
Spice, *s.* சுகந்தவஸ்து, வாசனைச்சரக்கு, வாசனைத்திரவியம்.
Spi'cer, *s.* வாசனைத்திரவிய விக்கிரயஞ்செய்வோன்.
Spi'cery, *s.* சுகந்தவஸ்துப்பொது.
Spi'der, *s.* சிலந்தி, சிலம்பி, பொட்டுப்பூச்சி.
Spi'got, *s.* கூர்ச்சு, அடைப்பு.
Spike, *s.* ஆணி, நாராசம், ஊசி, சலாகை.
Spike'nard, *s.* (Bot.) வெட்டிவேர், இலாமிச்சை, சுகந்த தைலம்.
Spill, *v.* சிந்து, சொரி, பிலிற்று, பில்கு, உகு.
Spilth, *s.* சிந்தியபொருள்.
Spin, *v.t.* நூனூல், ஆட்டு.
Spin'ach, } *s.* பசளை, வயலை.
Spin'age, }
Spi'nal, *a.* (Anat.) முதுகெலும்புள்ள, முள்ளெலும்புள்ள.
Spin'dle, *s.* கதிர், கதிர்க்கம்பி, சுழற்றி, இராட்டினம், வடிக்கதிர்.
Spindle'legged, *a.* நெடுங்காலுள்ள, ஊசிக்காலுள்ள.
Spine, *s.* தண்டெலும்பு, முதுகெலும்பு, முள்ளெலும்பு, நடுவெலும்பு, கசேரு, கண்டகம்.
Spi'net, *s.* (Mus.) சங்கீதக்கருவி.
Spin'ner, *s.* நூனூற்பவன், காருகன்.
Spin'ning-wheel, *s.* இராட்டினம்.
Spin'ster, *s.* நூல்நூற்பவள், விவாகமில்லாதவள், கன்னி.
Spi'racle, *s.* (Anat.) புழுவின் நாசித் துவாரம்.
Spi'ral, *a.* சுரியுள்ள, சுனையான, புரியுள்ள, முறுக்குள்ள.
Spira'tion, *s.* சுவாசம்விடல்.
Spire, *s.* சுரி, திருகல், புரி, முறுக்கு.
Spir'it, *s.* ஆவி, ஆத்துமா, அசரீரி; முயற்சி, ஊக்கம், ஆண்மை, சைதன்யம், சித்து.
Spir'ited, *a.* வேகமுள்ள, முயற்சியுள்ள, தன்மூப்பான.
Spir'itless, *a.* தளர்வுள்ள, கூர்மையற்ற, மந்தமுள்ள.
Spir'its, *s.* (*pl.*) சாராயம், மஸ்து, லாகிரிப்பகார்த்தம்.

Spir'itual, *a.* ஆவிக்கடுத்த, அருபமான, ஆத்மார்த்தமான, ஞான; knowledge, ஆத்மதரிசனம், ஆத்மஞானம், பரமார்த்த ஞானம், தத்துவஞானம்.
Spir'itualism, *s.* மானசபூஜை.
Spir'ituous, *a.* வெறியுள்ள, லாகிரியுள்ள.
Spirt, *v.t.* கொப்புளி, வாயலம்பு.
Spir'tle, *v.* சிதறக்கொப்பளி.
Spis'situde, *s.* தடிப்பு, களித்தன்மை.
Spit, *s.* துப்பல், உமிழ்நீர், வாய்நீர்.
Spit, *v.* துப்பு, உமிழ், கக்கு, கொப்பளி.
Spite, *s.* வன்மம், பகை, வைராக்கியம், வெங்கண், கொடுமை, கடுமை; in spite of one's own sight, கண்கெட.
Spite'ful, *a.* வன்மமுள்ள, பொறாமையுள்ள, வைராக்கியமுள்ள.
Spit'tle, *s.* துப்பல், உமிழ்நீர், எச்சில்.
Spittoon', *s.* தம்பலப்படிக்கம், படிபகம், கலசப்பானை, துப்பற்படிக்கம், எச்சிற் படிக்கம்.
Spit'-venom, *s.* (Rare) நச்சுமிழ்நீர்.
Splanchnology, *s.* ஆந்திரிக விலக்கணம்.
Splash, *v.t.* தெறிக்கச்செய்; ஏற்று, சிந்து.
Splash, *v.i.* தெறி.
Splay'-mouth, *s.* பகுவாய், அகன்றவாய்.
Spleen, *s.* மண்ணீரல், கோபம், பகை.
Splen'did, *a.* பிரகாசமுள்ள, சிறப்புள்ள, அலங்காரமுள்ள, விசேஷமான.
Splen'dour, *s.* பிரகாசம், தேசு, கனை, பிரபை, ஒளி, துலக்கம், தளுக்கு, மினுக்கு, காந்தி; splendour of countenance, கனை, காந்தி.
Splen'etic, *s.* கோபி; கடுஞ்சினமுள்ளோன்.
Splen'etic, *a.* கோபமுள்ள, வெடுவெடுப்பான.
Splen'ish, *a.* வெடுவெடுப்புள்ள.
Splice, *v.t.* தொற்றவை, அண்டவை.
Splint, Splint'er, } *s.* அண்டை, பற்று, சிராய்.
Split, *v.* பிள, கிழி, உடை, பக்குவிடு.
Spoil, *s.* கொள்ளை, சூறை, பாழ்.
Spoil, *v.t.* பழுதாக்கு, கெடு, அழி, பதனழி, சூறையிடு.
Spoil'er, *s.* கொள்ளைக்காரன், பாழாக்குவோன்.
Spoke, *s.* பண்டிச்சிற்கம்பு, சகடக்காற்கம்பு, பழு, ஆர், ஆரை.
Spokes'man, *s.* பிரதிவாசகன், பிரதிநிதியாக நின்று பேசுவோன்.
Spoli'ation, *s.* கொள்ளையிடுகை, சூறையாடுகை, பறிக்கை.
Spon'dee, *s.* நெடிலிணைச்சீர்.
Spon'dyle, *s.* முதுகெலும்புப் பொருத்துத் துண்டு.
Sponge, *s.* கடற்பஞ்சு.
Sponge, *v.t.* கடற்பஞ்சாற்றுடை, சுவற்று.
Spon'ger, *s.* வீடுதூங்கி.
Spon'sor, *s.* பிணையாளி, உத்தரவாதி.
Spontane'ity, *a.* இஷ்டம், சுயேச்சை.
Sponta'neous, *a.* தானாய்முளைத்த, சுயமான, தானாயுண்டான.
Sponta'neously, *ad.* வலிய, தானாக.
Spoon, *s.* கரண்டி, அகப்பை.
Spoon'bill, *s.* ஒருவித மூக்குநீண்ட பட்சி, அகப்பைமூக்கன்.
Spoon'ful, *s.* கரண்டிகொண்ட அளவு, சொற்பம்.
Sporad'ical, *a.* வெவ்வேறான, தனித்தனியான, சிதறப்பட்ட.
Sport, *s.* பரிகாசம், சரசம், நையாண்டி, கோட்டாலே, விளையாட்டு.
Sport, *v.* சிரித்துவிளையாடு, பரிகாசம்பண்ணு, குதிகொள்ளு; sporting of the fancy, புத்திவிலாசம்.
Sport'ive, *a.* பரிகாசமான, விளையாட்டான, களியாட்டுள்ள; a sportive verse, விகடகவி; one who writes sportive verses, விகடகவி.
Sports'man, *s.* வேட்டையாடுகிறவன், வேட்டைக்காரன்.
Spot, *s.* கறை, மாசு, களங்கம், மறு, புள்ளி, பொட்டு.
Spot, *v.t.* கறைப்படுத்து, களங்கமுறச்செய்.
Spot'less, *a.* மாசில்லாத, களங்கமற்ற, கறையற்ற, தோஷமற்ற.
Spot'ted, *a.* புள்ளியுள்ள, மறுவுள்ள.
Spous'al, *s.* விவாகம், மணம்.
Spouse, *s.* மனையாட்டி, பிரியை, நாயகன், அன்பன்.
Spouse'less, *a.* வாழ்க்கைத்துணையில்லாத.
Spout, *s.* நீர்பாயுந்துவாரம், சுவர்மேல்மதகு, நீர்த்தூம்பு, பீலி.
Spout, *v.t.* பீரிடப்பண்ணு, கொப்புளி.
Spout, *v.i.* பீரிடு, கொப்புளி.
Sprain, *s.* நரம்புச்சுளுக்கு, சுளுக்கு, மக்களிப்பு.
Sprain, *v.* சுளுக்குப்பண்ணு, மக்களிக்கப்பண்ணு.
Sprat, *s.* ஒரு சிறு மச்சம்.
Sprawl, *v.i.* கால் கை போட்டவிடந் தெரியாதகிட.
Spray, *s.* கிளை, தழை, கடல்நுரை.
Spread, *v.* பரப்பு, விரி, பரவு, படர்; to spread on lightly, தடவு.

Spread'ing, *v.n.* பரவுதல், விரிவு, படர்ச்சி.
Sprig, *s.* கிளை, தளிர், முளை, தழை.
Spright (sprīt), Sprite, } *s.* ஆவேசம்.
Spright'liness, *s.* துரிதம், உற்சாகம், உல்லாசம்.
Spright'ly, *a.* வீரமுள்ள, துள்ளாட்டமான, உல்லாசமான.
Spring, *s.* துள்ளு, குதிப்பு, பாய்ச்சல், விசை, வசந்தம், வசந்தகாலம்; springs of action, கிரியைமூலம், வினைமூலம்.
Spring, *v.i.* பொறி, விசை, பாய், வாவு, ஊறு.
Spring, *s.* கயம், நீரூற்று.
Springe, *v.t.* கண்ணிக்குத்திப்பிடி, பொறியேற்றிப்பிடி.
Spring'-head, *s.* ஊற்றுக்கண், ஊற்றுமுகம்.
Spring'-tide, *s.* அமாவாசி-பருவவெள்ளம்.
Sprin'kle, *v.* தூவு, தெளி, சிந்து.
Sprit'sail, *s.* அணியப்பாய்.
Sprout, *s.* முளை, தளிர், கிளை, துளிர்; அங்குரம்.
Sprout, *v.t.* முளை, அங்குரி.
Spruce, *a.* சிங்காரமுள்ள, நாகரீகமுள்ள.
Spud, *s.* குறுங்கத்தி.
Spume, *s.* நுரை, பேனம்.
Spunge, *s.* See Sponge.
Spunk, *s.* தீக்குச்சு.
Spur, *s.* குதிமுள், போர்முள், அருட்சி.
Spur, *v.t.* ஏவு, எழுப்பு, தூண்டு, செலுத்து.
Spur'gall, *v.* குதிமுள்ளாற்குத்திக் காயப்படுத்து.
Spu'rious, *a.* பொய்யான, கள்ளமான, வம்பான, போலியான.
Spurn, *s.* நிந்திப்பு, இகழுகை, தூஷணை.
Spurn, *v.t.* உதை, தள்ளு, நிந்தி, வெறு.
Spur'rier, *s.* குதி முட்கொல்லன்.
Spurt, *v.* கொப்புளி, துப்பு, கக்கு.
Sputa'tion, *s.* துப்புகை, உமிழ்கை.
Sput'ter, *v t.* துப்பு, அலப்பு, கத்து, பசப்பு.
Spy, *s.* வேவாள், உளவன், ஒற்றன், சாரணன்.
Spy, *v.t.* வேவுபார், உளவுபார், உசாவு.
Spy'-boat, *s.* வேவுத்தோணி.
Spy'glass, *s.* தூரதிருஷ்டிக் கண்ணாடி, தூரதரிசனி.
Squab, *s.* புருக்குஞ்சு, பஞ்சு பொதிந்த மெத்தை.
Squab'ble, *s.* குழப்பம், சந்தடி, சண்டை.
Squab'ble, *v.t.* வாதாடு, சண்டைபிடி.
Squad, *s.* (Mil.) யுத்தசன்னத்தர், சேனையின் சிறுவகுப்பு.
Squad'ron, *s.* சதுரவியூகம், போர்க்கப்பற் கூட்டம்.
Squal'id, *a.* அழுக்கான, வண்டலுள்ள, பூஞ்சணம்பிடித்த.
Squa'lor, *s.* அழுக்குடைமை.
Squall, *s.* புயல், சூறைக்காற்று, கீச்சிடு.
Squall, *v.i.* கத்து, கதறு, கீச்சிடு.
Squally, *a.* புயற்குணமுள்ள, சூறைக்காற்றடிக்கும்.
Squa'lor, *s.* அழுக்கு, ஆசுசம்.
Squa'mous, *a.* செதிலுள்ள, பொருக்குள்ள.
Squan'der, *v.t.* விருதாவாய்ச் செலவழி, அர்த்தநாசம்பண்ணு, சிதை.
Squan'derer, *s.* அழிப்பாளி, ஊதாரி.
Square, *s.* சதுரம், சதுட்கம், வர்க்கம், குழி.
Square, *a.* சதுரமான, வர்க்க, சம்மான, செம்மையான; number, வர்க்கசங்கியை, வர்க்கராசி; measure, வர்க்கமானம்; root, வர்க்கமூலம்.
Square, *v.t.* சதுரி, வர்க்கி; இசையச்செய்.
Square'yard, *s.* மாறிக்கண்டகஜம், சதுரகஜம்.
Squash, *v.t.* நசி, நசுக்கு, மசி, கசக்கு.
Squat, *v.i.* தரையிலுட்காரு, குந்தியிரு.
Squeak, *v.i.* கீச்சிடு, இரை, கிரீச்சென்.
Squeal, *v.i.* கீச்சிடு, கீரிடு, இரை.
Squeam'ish, *a.* உவட்டிப்புள்ள, வெறுக்கிற, கூச்சமுள்ள.
Squeas'y, *a.* (obs.) அரோசிகமுள்ள, உவட்டுகிற.
Squeeze, *v.t.* பிழி, நசுக்கு, நெரி, நெருக்கு, பிதுக்கு, கசக்கு.
Squelch, *v.t.* (Colloq.) நொறுக்கு, சிதை.
Squib, *s.* பட்டாசு; சுடுசொல், நையாண்டி.
Squint, *s.* ஓரக்கண், வாக்குக்கண், மாறுகண், வக்கிரதிருஷ்டி.
Squint, *v.i.* சரிவாய்ப்பார், வாக்குக்கண்ணைப் பார்.
Squint'-eyed, *a.* வாக்குக்கண்ணுள்ள.
Squire, *s.* துரைமகன்.
Squir'rel, *s.* அணில், அணிற்பிள்ளை, வெளில், வரிப்புறம்.
Squirt, *s.* சிவிறி, நீர்வீசுந்துருத்தி, சிற்றூறு.
Squirt, *v.t.* பீர்ச்சு, பீரிடச்செய்.
Stab, *v.t.* குத்து, பாய்ச்சு.
Stab, *s.* குத்துக்காயம், குத்துவடு.
Stabil'itate, *v.t.* உறுதிப்படுத்து, ஸ்திரப்படுத்து.

Stabil'ity, *s.* நிலைபேறு, உறுதி, ஸ்திரம், உரம், உறுதிப்பாடு.
Sta'ble, *s.* மால், பந்தி, சாலே, லாயம், வாடி.
Sta'ble, *a.* நிலையுள்ள, உறுதியான, அசையாத, ஸ்திரமுள்ள.
Sta'ble, *v.t.* லாயத்திலடை, லாயத்தில் வசி.
Stack, *s.* சூடு, போர், பட்டடை; of grain after being thrashed, தாளடிப்போர்; of grain in stalk, தாட்போர்.
Stack, *v.* போர்போடு, போரடுக்கு.
Stad'dle, *s.* தாங்குதறி, பற்றுக்கோல், வெட்டாதுவிட்ட இளமரம்.
Stadt'holder (stat'hōlder), *s.* உலாந்து தேசத்தில் பூர்வ பிரதான மாஜிஸ்ட்ரேட்.
Staff, *s.* (*pl.* staves) ஊன்றுகோல், பற்றுக்கோடு, தண்டம், ஏணிப்படி; அதிகாரக்கோல், ராணுவ உத்தியோகஸ்தர் வகுப்பு, தஞ்சம்.
Stag, *s.* கலைமான், ஆண்மான், கருமான், கலை; stag's horn, கலங்கொம்பு.
Stage, *s.* நிலைமை, பருவம், அபிநயசாலை, அஞ்சல்.
Stage, *v.* அரங்கேற்று.
Stage'-coach, *s.* அஞ்சல்வண்டி, தரங்கலிரதம்.
Sta'ger, *s.* நாடகன், கூத்தாடி.
Stage'-play, *s.* நடனம், கூத்து.
Stage'-player, *s.* கூத்தன், வயிரியன்.
Stag'ger, *v.i.* தள்ளாடு, தளம்பு, தடுமாறு, தளர்ந்துநட; he staggered with the blow, அடியுண்டு தள்ளாடினான்.
Stag'geringly, *ad.* தள்ளாடித் தள்ளாடி.
Stag'nancy, *s.* தங்கல், தங்குநீர்நிலை.
Stag'nant, *a.* உறைந்த, பாயாத, தடைப்பட்ட, கட்டுப்பட்ட; stagnant water, தங்கு தண்ணீர்.
Stag'nate, *v.i.* நீர்தங்கு, நீருசிப்போ.
Stagna'tion, *s.* நீர்த்தங்கல், ஊசிப்போதல்; stagnation of trade, வியாபாரபிரதிபந்தகம், வியாபாரத்தடை.
Staid, *a.* சொஸ்தபுத்தியுள்ள, சிந்தனையுள்ள, ஸ்திரமான.
Stain, *s.* மாசு, கறை, களங்கம், குற்றம்.
Stain, *v.t.* கறைப்படுத்து, மாசுபடுத்து, களங்கப்படுத்து.
Stain'less, *a.* கறையற்ற, மாசற்ற, அகளங்க.
Stair, *s.* படி, ஆரோகணம்.
Stair'case, *s.* படிக்கட்டு, சோபானம், ஆரோகணம்.
Stake, *s.* கூர்ச்சு, முளை, கட்டுத்தறி, ஒட்டம், பந்தயம்; for impaling malefactors, கழுமரம். வசி.
Stake, *v.t.* கட்டுத்தறியடி, ஒட்டம்வை.
Stale, *a.* ஊசின, பழுதான, சாரமற்ற; remark, இரசமற்றசொல், சாரமற்றசொல்.
Stalk, *s.* தாள், காம்பு, தண்டு, கால், தாறு.
Stalk, *v.i.* உல்லாசமாய்நட, விரகாய்நட, மேட்டிமையாய் நட.
Stal'king-horse, *s.* ஒளிப்பரி, பொய்க்குதிரை, வேஷம்.
Stall, *s.* கிடை, தொழுவம், கொட்டில், சாலே.
Stall, *v.* தொழுவத்திலடை, தங்கு.
Stal'lion, *s.* ஆண்குதிரை, குண்டுக்குதிரை, மாப்பிள்ளைக்குதிரை, விரையடியாத குதிரை.
Stal'worth, *a.* பலமான, திரமுள்ள.
Sta'men, *s.* உரம், பலம், அல்லி.
Stam'ina, *s.* (*pl.*) அல்லித்தாள்கள்.
Stam'mer, *v.i.* திக்கிப்பேசு, நாக்குத்தட்டிப்பேசு, கொன்னித்துப்பேசு.
Stam'merer, *s.* நாக்குத்தட்டிப்பேசுவோன், திக்குவாயன்.
Stamp, *s.* முத்திரை, அச்சு, முத்திரைக்கம்பு, கம்பட்டக்கம்பு.
Stamp, *v.t.* கம்பட்டமடி, பதி, சித்திரம் பதி.
Stanch, *v.t.* தடு, அடை, ஸ்தம்பி, மறி.
Stanch, *a.* பலத்த, உரமுள்ள, நிலையுள்ள.
Stan'chness, *s.* நிறை.
Stan'chion, *s.* முட்டு, மிண்டு, உதைகால், தாங்கி.
Stand, *s.* ஸ்தானம், தண்டு, கால், கம்பம், தம்பம், பத்தி.
Stand, *v.i.* தாங்கு, பொறு, நிறுத்து, ஸ்தாபி, நில்.
Stand'ard, *s.* அளவு, பரிமாணம், திட்டம், மட்டு, கொடி, துவசம், விருதுக்கொடி; of gold, பொன்மாற்று; unit, மூல அளவு.
Stand'ard-bearer, *s.* துவஜதாரி, கொடிபிடிப்போன்.
Stand'ing, *v.n.* நிலைநிற்கை.
Stand'ish, *s.* எழுத்து முஸ்திதுவைக்குந்தட்டம்.
Stan'nary, *s.* (Eng.) தகரக்கனி.
Stan'za, *s.* கவி, பாட்டு.
Sta'ple, *s.* வியாபாரஸ்தலம், அங்காடி, கடை; பிரதானசரக்கு; இருப்புக்கொளுக்கி, வளையம்; of a door, நாத்தாங்கி.
Sta'ple, *a.* பிரதான, விசேஷித்த.
Sta'pler, *s.* வியாபாரி.
Star, *s.* நட்சத்திரம், தாரகை, விண்மீன்.
Star-anise, *s.* பெருஞ்சீரகம்.
Star-board, *s.* தோணியின் வலப்பக்கம்.
Starch, *s.* பசைமா, கூழ்ப்பசை, கஞ்சிப்பசை.

Starch, *v.t.* கஞ்சிபோடு, கஞ்சிதோய், பசையிடு.
Starch'ed, *a.* விறைத்த, திட்டமான, ஒப்பாசாரமான.
Stare, *s.* குறுவிழி, உற்றுப்பார்க்கும் பார்வை.
Stare, *v.i.* உற்றுப்பார், வெறித்துப்பார்.
Stark, *a.* விறைத்த, பலமான.
Stark, *ad.* முற்றும், முழுதாய், தீர்ப்பாய், தீர, அற.
Star'less, *a.* நட்சத்திர வெளிச்சமில்லாத.
Star'ling, *s.* ஒரு பட்சி.
Star'paved, *a.* குமிழ்பதித்ததுபோல நட்சத்திரம் நிறைந்த.
Star'ry, *a.* நட்சத்திரம் நிறைந்த, தாரகையுள்ள.
Start, *s.* பெயர்ச்சி, புறப்பாடு, கிளப்புதல், எழுச்சி.
Start, *v.t.* பெயர், எழுப்பிவிடு, துரத்து; to start a theory, தன்மதங்காட்ட; to start an objection, தடைசொல்ல.
Start'ingly, *ad.* திடுக்கிட்டு, துணுக்குற்று.
Star'tle, *v.t.* திடுக்கிடப்பண்ணு, திடுக்கிடு, ஏங்கு.
Star'tip, *a.* சடிதியில் வெளிப்பட்ட.
Starve, *v.* பசியாலுடற்று, பட்டினியிருத்து, பசியாற்சோர், பட்டினியிரு.
Starve'ling, *s.* இரையின்றி மெலிவுற்ற விலங்கு.
State, *s.* ஸ்திதி, நிலே, நிலைமை, தசை, அவஸ்தை, தன்மை, சிறப்பு, பிரதாபம், அரசு, ராஜாதிகாரம்; ராஜ்ஜியம், பிரஜாசமூகம்; of mind, சித்தவிர்த்தி; to sit in state, வீற்றிருக்க; a state elephant, பட்டத்துயானை.
State, *v.t.* சொல்லு, சொல்லியறிவி, விவரி.
Stat'ed, *a.* குறித்த, தீர்ந்த, ஸ்திரமான.
Stat'edly, *ad.* ஒழுங்காய், முறைமுறையாய், காலக்கிரமமாய்.
State'liness, *s.* ஒய்யாரம், கம்பீரம்.
State'ly, *a.* மகத்துவமுள்ள, மேன்மையான, உன்னதமான.
State'ment, *s.* சொல்லிய காரியம், வாக்குமூலம், சங்கதி.
State'room, *s.* கொலுக்கூடம்.
States'man, *s.* மந்திரி, அமைச்சன், சூழ்ச்சித்துணைவன், ராஜதர்ம நிபுணன்.
States'woman, *s.* ராஜதர்ம நிபுணி.
Stat'ics, *s.* பொருளெடைவிதி.
Sta'tion, *s.* ஸ்தானம், நிலைமை, நிலை, இடம்.
Sta'tion, *v.t.* நிறுத்து, ஏற்படுத்து, நிலைப்படுத்து.
Sta'tionary, *a.* நிலையுள்ள, நிலைபேருன, நிலைபெற்ற, ஸ்தாபரமான.
Sta'tioner, *s.* கடிதமுதலிய விற்பவன்.
Sta'tionery, *s.* கடிதாசி இறகுமுதலியவை.
Statis'tical, *a.* தேசஸ்திதி வளமுதலியவற்றிற்குரிய.
Statis'tics, *s.* (*pl.*) பலவகைத்திரட்டு, மொழிப்பு, தேசவிருத்தாந்தம், தேசவளவிவரம்.
Stat'uary, *s.* சிற்பசாஸ்திரி, கொத்துவேலைக்காரன், சித்திரவேலைக்காரன்.
Stat'ue, *s.* உருவம், கற்பாவை, பாவை, பிரதிமை, பொம்மை, உருநாட்டு.
Stat'ure, *s.* அளவு, ஆளளவு, பரிமாணம், உயரம், சரீரபரிமாணம்.
Stat'ute, *s.* கட்டளை, முறைமை, சட்டம், விதி; declar'atory, பிரசித்த நிபந்தனை; remedial, பிரதிகாரகதர்மம்.
Stave, *s.* மஞ்சிகைப்பலகை, பீப்பாப்பலகை.
Stave, *v.t.* தகர், உடை.
Stay, *s.* ஆதரவு, ஆதாரம், ஊன்றுகோல், தஞ்சம், தாங்குபற்று.
Stay, *v.t.* நிறுத்து, தடு, மறி.
Stay, *v.i.* தங்கு, தரி, நில், இரு, வதி.
Stays, (*pl.*) மார்க்கச்சு, முலைக்கச்சு.
Stead, *s.* ஸ்தானம், இடம், பதில், ஈடு, பிரதிகால்.
Stead'iness, *s.* திரம், ஸ்திரம், உறுதி.
Stead'fast, *a.* திடமுள்ள, ஸ்திரமான, அசையாத, நிலைபேருன, உறுதியான.
Stead'fastness, *s.* நிலைநீங்காமை.
Stead'y, *a.* நிலையான, உறுதியான, நேரான, அசலமான.
Steak, *s.* இறைச்சிக்கண்டம்.
Steal, *v.t.* களவுசெய், திருடு, சோரஞ்செய்.
Stealth, *s.* கள்ளம், கபடம், திருட்டு.
Stealth'y, *a.* களவான, திருட்டு, அந்தரங்க.
Steam, *s.* வெள்ளாவி, நீராவி, தூமம்.
Steam'-boat, *s.* ஆவிக்கலம், நீராவிக்கலம்.
Steam'-engine, *s.* நீராவியந்திரம்.
Steam-pipe, *s.* அபவாகக்குழல், அபவாகி.
Steam'er, *s.* நீராவிக்கப்பல்.
Sted'fast, *a.* See Steadfast.
Steed, *s.* குதிரை, போர்க்குதிரை.
Steel, *s.* எஃகு, உருக்கு.
Steel, *v.t.* உருக்குவை, கடினமாக்கு, வைரமாக்கு.
Steel'yard, *s.* துலாக்கோல், நிறை, வெள்ளிக்கோல்.
Steep, *v.t.* ஊட்டு, ஊறவை, தோய்.
Steep, *a.* செங்குத்தான, செரான, கட்டுக்குத்தான; steep hill, செங்குத்தான குன்று.

Stee'ple, s. கோபுரம், சிகரம், தூபி.
Stee'pled, a. சிகராலங்காரமுள்ள, தூபியுள்ள.
Steer, s. காளைமாடு, இளங்காளை, சே; சுக்கான்.
Steer, v.t. நடத்து, செலுத்து, ஓட்டு, திருப்பு.
Steer'age, s. சுக்கான்பிடிக்கை.
Steers'man, Steers'mate, } s. மாலுமி, மீகாமன்.
Stel'lar, Stel'lary, } a. நட்சத்திரமுள்ள, நட்சத்திரத்திற்கடுத்த, நட்சத்திரம்நிறைந்த.
Stem, v. தாள், காம்பு, தண்டு, கால், மடல், மட்டை.
Stem, v.t. எதிரேறு, தடு, தடைசெய்.
Stench, s. நாற்றம், துர்க்கந்தம், கவிச்சு.
Stench'y, a. துர்க்கந்த, கெட்டநாற்றமுள்ள.
Stento'rian, a. மாசத்தமுள்ள, பேரொலியுள்ள; a stentorian voice, கம்பீரமான குரல்.
Step, s. அடி, அடிச்சுவடு, நடை, படி, செலவு.
Step, v.i. மிதி, நட, அடிவை
Step'daughter, s. மாற்றூந்தாய் - தந்தையர் மகள்.
Step'father, s. மாற்றூந்தகப்பன்.
Step'mother, s. மாற்றூந்தாய்.
Step'ping-stone, s. படிக்கல், மிதிகல்.
Step'son, s. மாற்றூந்தாய்-தந்தையர் மகன்.
Step'stone, s. மிதிகல்.
Ste'reotype, s. அசையாவச்சு, நிலைமையான அச்செழுத்துப் புணர்ச்சி.
Ster'ile, a. மலடான, கருவில்லாத, கனியற்ற, செழிப்பற்ற; sterile ground, கரம்பு, கரம்பை.
Steril'ity, s. பாழ், மலடு, செழிப்பின்மை.
Ster'ling, s. நாணயவிசேஷம்.
Ster'ling, a. உத்தமமான, சுத்தமான, கலப்பில்லாத.
Stern, s. பின்தட்டு, பிறகம், கடையால், கடைசால்.
Stern, a. கண்டிப்பான, கடுமையான, அகோரமான.
Ster'num, s. மார்பெலும்பு.
Ster'nutation, s. தும்முதல்.
Sternu'tatory, s. தும்மல்மருந்து.
Steth'oscope, s. சுவாசாசய ஸ்திதி யுணர்த்துங் கருவி.
Stew, s. சுண்டல், வேசிவீடு.
Stew, v.t. சுண்டு, துவட்டு, வே, புழுங்கு.
Stew'ard, s. கண்காணி, காரியகாரன், ஆராய்ச்சி, உக்கிராணி, விசாரணைக்காரன்.
Stew'ardship, s. உக்கிராணகாரியம், கண்காணிப்பு, வீட்டுவிசாரணை, ஆராய்ச்சி, வீட்டுமணியம்.
Stib'ium, s. நீலாஞ்சனம், கருநிமிளை.
Stick, s. தடி, கம்பு, கோல், தண்டம்.
Stick, v. குத்து, பற்று, ஒட்டு, சார், தை; in the throat, விக்கு.
Stic'kle, v.i. பக்ஷப்பாதஞ்செய், ஓரஞ்சொல்லு.
Stick'ler, s. பக்ஷபாதஞ்சொல்பவன், பிடிவாதி, வழக்கோரஞ்சொல்பவன்.
Stick'y, a. பிசுபிசுப்புள்ள, நெய்ப்புள்ள, பசையான, ஒட்டுள்ள.
Stiff, a. வளையாத, விறைத்த, உரப்புள்ள, முரணான; to grow stiff as the tongue, நாக்குத்தடிக்க.
Stiff'en, v.t. உரப்பாக்கு, முரணாக்கு, பசையூட்டு.
Stiff'en, v.i. உர, தடி, விறை, முரணு.
Stiff'-necked, a. முரட்டுக்குணமுள்ள, முரணான, வளையாத; stiffness of style, கடினநடை.
Sti'fle, v.t. திக்குமுக்காட்டு, அவி, தணி.
Stig'ma, s. இழுக்கு, வடு, வசை, சூட்டுத்தழும்பு.
Stig'matize, v.t. முத்திரைச்சூடு சுடு, வடுவை, வசைவை; to be stigmatized, வடுப்பட.
Stile, s. See Style, கடப்பு, படி.
Stilet'to, s. குத்துவாள், குத்தூசி.
Still, s. அமைச்சல், அமைவு, கஷாயபாத்திரம், மதுபானம்வடிக்கும் பாத்திரம்.
Still, v.t. அமர்த்து, சமாதானப்படுத்து, தணி.
Still, a. அமர்ந்த, அமைதியான, சாந்தமுள்ள.
Still, ad. இன்னும், ஆகிலும், இருந்தும், என்றாலும்.
Still'born, a. செத்துப்பிறந்த, அழிகருவான, சாப்பேறான.
Still'ness, s. சமம், அமரிக்கை, சாந்தம்.
Stilt, s. பொய்க்கால், போலிக்கால்.
Stim'ulant, s. சேதனவர்த்தனம், உத்தீபனமருந்து.
Stim'ulate, v.t. அருட்டு, எழுப்பு, ஏவு, கிளர்த்து, முயற்சிபண்ணு.
Stim'ulative, a. ஏவுகிற, அருட்டுகிற, தூண்டத்தக்க.
Stim'ulus, s. தூண்டுகோல், உத்தீடனம்.
Sting, s. கொடுக்கு, ஆணி.
Sting, v.t. கொடுக்கினாற்குத்து, கடி, கொட்டு; to be stung as the conscience

with remorse, நெஞ்சங்கடிக்க, பாப வேதனைப்பட.
Stin'gy, *a.* உலோபமுள்ள, பிசுனமுள்ள, ஈயாத.
Stink, *s.* நாற்றம், துர்க்கந்தம், கவிச்சு, வீச்சம்.
Stink, *v.i.* நாறு, நாற்றமெடு, கவிச்சடி, துர்க்கந்தம்வீசு.
Stint, *s.* எல்லை, வரையறை, பரிமாணம், விகிதம்.
Stint, *v.t.* எல்லைப்படுத்து, எல்லைகட்டு, வரையறு, அளவுகுறி, ஒடுக்கு.
Sti'pend, *s.* சம்பளம், கூலி.
Stipen'diary, *s.* சம்பளக்காரன், கூலிக்காரன்.
Stip'ulate, *v.i.* பொருத்தம்பண்ணு, பொருந்து.
Stipula'tion, *s.* பொருத்தம், உடன்பாடு, ஒப்பந்தம்.
Stir, *s.* ஆரவாரம், எழுச்சி, பெயர்ச்சி, கலக்கம், அசைவு, ஆட்டம், பூசல்.
Stir, *v.t.* அசை, கலக்கு, ஆட்டு, குழப்பு; up strife, சண்டைமூட்டு.
Stir, *v.i.* அசை, ஆடு, பெயர்.
Stir'rup, *s.* அங்கவடி, அங்கபடி, பக்கறை, சுவடு.
Stitch, *s.* தையல், புனையல், பொல்லம், பம்மற்றையல், துன்னம், விலாநோய்.
Stitch, *v.t.* தை, துன்னு, புனை, பம்மு.
Stith, *s.* பட்டடை, அடைகல்.
Stith'y, *s.* கம்மாலை.
Stocca'do, *s.* தள்ளு, குத்து, தாக்கு.
Stock, *s.* அடிமரம்; முதல்; சந்ததி, வமிசம், கைப்பிடி, முதல், தரிப்பு, திரவியம், ஆடுமாடு, கோதனம்.
Stock, *v.t.* சேகரி, சம்பாதி, இருப்பில்வை.
Stock'ade, *s.* நிரைக்கட்டை, கழுக்கட்டை, ஆவரணம்.
Stock'-broker, *s.* வியாபாரி, வர்த்தகன்.
Stock'ing, *s.* சரணகோசம்.
Stock'lock, *s.* மரத்தில் தைத்த பூட்டு.
Stocks, *s.* (*pl.*) விலங்கு, தொழு, குட்டை, துலங்கு; to put in the stocks, குட்டைபோட, குட்டைமாட்ட.
Stock'still, *a.* தூண்போலசைவற்று நிற்கும்.
Sto'ic, *s.* ஞானி, யோகி, விருப்பு, வெறுப்பற்றவன்.
Sto'ic, Sto'ical, } *a.* இன்பதுன்பமுணராத, விருப்பு வெறுப்பில்லாத.
Sto'icism, *s.* விருப்பு வெறுப்பின்மை, ஊதாசினம், சமம், இந்திரியாசங்கம்.
Stok'er, *s.* யந்திரச்சூளை காப்போன்.
Stole, *s.* நிலையங்கி, நெட்டங்கி.
Stol'en, *p.p.* of steal.
Stom'ach, *s.* இரைக்குடல், இரைப்பை போஜனாசயம்.
Stom'ach, *v.t.* (Colloq.) பொறு, தாங்கு ஆற்று, சகி.
Stomach'-ache, *s.* உதரவேதனை, வயிற்று நோய்.
Stom'acher, *s.* இரவுக்கைச்சலாகை.
Stomach'ic, *s.* அரோசிக நிவிர்த்தி மருந்து.
Stone, *s.* கல்லு, கல், சிலை, கொட்டை, இரத்தினம்.
Stone, *v.t.* கல்லெறி.
Stone-cutter, *s.* கல்லுளித்தச்சன்.
Stone's-cast, *s.* கல்லெறிதூரம்.
Stone'pit, *s.* கற்குழி.
Ston'er, *s.* கல்லெறிவோன், கல்லெறிந்து கொல்வோன்.
Stone'-work, *s.* கல்வேலை, கற்கட்டடம்.
Ston'y, *a.* கல்லுள்ள, கல்நிறைந்த கல்லாற் செய்யப்பட்ட.
Stool, *s.* ஆசனபீடம், மணை, மலரேசம்; urgency to, மலோபாதை; to go to stool, வாகியத்திற்குப்போக, வெளிக்குப் போக.
Stoop, *s.* குனிவு, கூன்.
Stoop'ingly, *ad.* கூனி, கூனலாய்.
Stoop, *v.i.* குனி, வளை, கூனு, பணி, வணங்கு, தாழ்.
Stop, *s.* அடைப்பு, தடை, தரிப்பு, தரிப்புச் சின்னம், நிறுத்தக்குறிப்பு.
Stop, *v.t.* நிறுத்து, மறி, தரிப்பி, தடு, தரிப்புக்குறியிடு, அடை; stopping the power of the sword, கட்கத்தம்பம்.
Stop, *v.i.* நில், தரி, தங்கு.
Stop'-cock, *s.* அடைப்புக்குழாய்.
Stop'page, *s.* அடைப்பு, தடைசெய்கை, தடங்கல்; from wages, பிடிப்பு, பிடித்தம்.
Stop'per, Stop'ple, } *s.* அடைப்பு, அடைக்குங் கூர்ச்சு.
Store, *s.* சேகரம், சம்பத்து, சேமநிதி, சேமத்திரவியம், பண்டம், பண்டசாலை.
Store, *v.t.* குவி, கூட்டு, நிறை, சேகரி; to become stopped up as a hole, கண்ணடைய.
Store, *a.* திரட்டிய, தேடிவைத்த, க்ஷேமித்துவைத்த.
Store'-house, *s.* உக்கிராணம், களஞ்சியம், பண்டவீடு, பண்டசாலை, கிடங்கு.

Stork, *s.* நாரை, கொக்கு.
Storm, *s.* புயல், பிரசண்டமாருதம்; சண்டை, கலகம்.
Storm, *v.t.* எதிர்த்துச் சண்டை பண்ணு, தகர்.
Storm, *v.i.* கொந்தளி, புயலடி.
Storm'-beat, *a.* புயலிலடியுண்ட.
Storm'y, *a.* புயலடிக்கும், கொந்தளிப்பான, மும்முரமான.
Sto'ry, *s.* கதை, சரித்திரம், விருத்தாந்தம், சங்கதி, வீட்டினேரடுக்கு.
Stout, *a.* உரத்த, பருமையுள்ள, ஸ்தூலமான, தைரியமான, வைரமான; a stout person, தடித்தஆள்.
Stout'ly, *ad.* கனப்பாய், உரமாய், வீரமாய், தைரியமாய்.
Stout'ness, *s.* வலி, திரம், ஒட்டாரம், பிண்டு.
Stove, *s.* சூட்டடுப்பு.
Stover, *s.* விலங்குணு, வைக்கோல்.
Stow, *v.t.* அடக்கு, ஒடுக்கு.
Stow'age, *s.* அடக்கிவைக்கை, ஒடுக்கிவைக்கை.
Strad'dle, *v.i.* இடந்தநட.
Strag'gle, *v.i.* சிதறு, குலே, விலகு, கலே, திரி.
Strag'gler, *s.* அலேந்துதிரிபவன்.
Straight (strait), *a.* நேரான, ஒழுங்கான, கோணுத; line, நேர்வரி.
Straight'en, *v.t.* நிமிர்த்து, நேர்படுத்து, திருத்து.
Straight'way, *ad.* உடனே, காலதாமதமின்றி, சடிதியாய்.
Strain, *s.* பிரயாசம், வருத்தம், தாக்கு, சுளுக்கு; to talk in a high strain, சட்டங்கொழிக்க.
Strain, *v.t.* இழு, இறுக்கு, நெருக்கு, வடி, வடிகட்டு; make effort, முக்கு; to strain the bow, விசையேற்று.
Strain'er, *s.* வடிகட்டுங்கருவி; a rice-strainer, சோற்றுத்தட்டு.
Strait, *s.* கால்வாய், ஜலசந்தி, நெருக்கம், சங்கடம்.
Strait, *a.* நெருக்கமான, இடுக்கமான.
Strait'en, *v.t.* ஒடுக்கு, நெருக்கு.
Strait-hand'edness, *s.* (Rare) கையிறுக்கம், பிசுனத்தனம்.
Strait'ly, *ad.* ஒடுக்கமாய், நெருக்கமாய், இடுக்கமாய்.
Straits, *s.* இடுக்கண், சங்கடம்.
Stramin'eous, *a.* (Rare) வைக்கோலில் செய்த, வைக்கோல்போன்ற.
Stramo'nium, *s.* ஊமத்தை.
Strand, *s.* கடல், கடற்கரை, ஓரம், தீரம்.
Strand, *v.t.* தோணிபொறுக்கவை, தட்டவை, பார்தட்டவை.
Strand, *v.i.* தோணிபொறுத்தல், கரைதட்டல், பார்தட்டல்; a stranded vessel, கரைதட்டின கப்பல்.
Strange, *a.* வியப்பான, அன்னிய, அதிசயமான.
Strange'ly, *ad.* வியப்பாய், அன்னியமாய், நவமாய்.
Stran'ger, *s.* அறிமுகமில்லாதவன், அன்னியன், பரதேசி.
Stran'gle, *v.t.* திக்குமுக்காடச்செய்.
Strangula'tion, *s.* திக்குமுக்காடச் செய்தல்.
Stran'gury, *s.* நீர்க்கடுப்பு, நீரடைப்பு, நீர்க்கட்டு, நீர்மறிப்பு, நீர்ச்சிக்கு.
Strap, *s.* கச்சு, வடம், பிணிகை, வார், சாணைத்தோல்.
Strap, *v.* வாராற்கட்டு, வார்பூட்டு.
Strappa'do, *s.* ஒருவகைக் கடுந்தண்டனை.
Strat'agem, *s.* தந்திரம், சர்ப்பனை, சதி, உபாயம்.
Stratagem'ical, *a.* (Rare) சர்ப்பனைநிறைந்த.
Strat'egy, *s.* வியூகரசனைவித்தை.
Stratifica'tion, *s.* படைபடையாய், வைப்பு.
Strat'ify, *v.* படைபடையாய் வை, அடுக்கடுக்கா யிரு.
Stra'tum, *s.* (*pl.* stráta) படை, படலம், அடுக்கு, தட்டு.
Straw, *s.* வைக்கோல், வை, வழுது, துரும்பு.
Straw'berry, *s.* ஒருவகைச்செடி, அதன் பழம்.
Straw'stuffed, *a.* வைக்கோல்பொதிந்த.
Stray, *s.* தப்பிப்போன மிருகம், கட்டாக்காலி, போகடி; a stray cow or bullock, கொண்டிமாடு, பட்டிமாடு.
Stray, *v.i.* கலேந்துபோ, தப்பிப்போ, வழிதப்பித்திரி; to stray from the path of duty, நடைபுரள, நெறிதவற.
Streak, *s.* கீறு, வரி, கீற்று, இரேகை.
Streak, *v.t.* வரிகீறு, இரேகி.
Stream, *s.* நீரோட்டம், நீர்த்தாரை, நீர்ப்பாய்ச்சல், வெள்ளம்; stream of public opinion, லோகமதகதி.
Stream, *v.i.* நீரோடு, நீர்பெருகு, நீர்சுர.
Stream'er, *s.* கொடி, துவசம்.
Stream'let, *s.* சிற்றூறு.

Street, *s.* தெரு, வீதி, பாதை, சாலை.
Strength, *s.* பலம், ஆண்மை, ஸ்திரம், உரம், வலிமை, வீரியம், சத்துவம், உறுதி, வீரம்.
Strength, *s.* பராக்கிரமம், விக்கிரமம்.
Strength'en, *v.t.* திடப்படுத்து, உறுதிப்படுத்து, பலப்பி.
Stren'uous, *a.* தைரியமுள்ள, ஊக்கமுள்ள, விடாமுயற்சியான, சாகசமான.
Strep'erous, *a.* (Rare) இரைச்சலான, உரத்துச்சப்திக்கிற, கோஷிக்கும்.
Stress, *s.* இறுக்கம், நெருக்கம், தாக்கம், பாரம்.
Stretch, *s.* விசாலம், பரப்பு, நீட்டுகை.
Stretch, *v.t.* நீட்டு, இழு, ஈர், இசி.
Stretch, *v.i.* நீளு, நீடு, ஈர்.
Strew, *v.t.* சிதறு, தூவு, தூற்று, தெளி.
Stri'æ, *s.* கிளிஞ்சிற்புறத்தவாளிப்பு.
Stric'kle, *s.* பறைக்கம்பு, சாணை.
Strict, *a.* நிதார்த்தமான, திட்டமான, நுட்பமான, கண்டிப்புள்ள; diet, கடும்பத்தியம்.
Strict'ly, *ad.* திட்டமாய், கண்டிப்பாய், கடுமையாய்.
Stric'ture, *s.* அடி, பரிசம், சுருக்கு, நோட்டம், கண்டனை.
Stride, *s.* கவடு.
Stride, *v.* கவடுவை, எட்டிநட, கட, தாண்டு.
Stri'dor, *s.* கிறிச்சென்றொலிக்குமொலி.
Strife, *s.* சண்டை, விவாதம், கலகம், குழப்பம்.
Strike, *v.t.* அடி, அறை, மொத்து; to be struck blind, கண்கெட; to be struck with horror, கெடியடிபட; to strike off as in measuring grain, தலைவெட்ட.
Strik'ing, *p.a.* தாக்குகிற, ஆச்சரியமான, பலமான.
Strik'ingly, *ad.* ஆச்சரியமாய்.
String, *s.* கயிறு, நாண், தாம்பு, நூல், மாலை, கோவை, தொடர்ச்சி; a string of jewels அணிவடம்.
String, *v.t.* கயிறுபூட்டு, கயிறுபாய்ச்சு, கோ, தொடு.
String'ed, *a.* தந்திபூட்டப்பட்ட.
Strin'gent, *a.* கார்ப்புள்ள, கட்டுகிற, சுருக்குகிற.
String'y, *a.* நாருள்ள, குந்துள்ள, தும்புள்ள, நரம்புள்ள.
Strip, *s.* கண்டம், கீறு, துண்டு, கீலம், பொல்லம்.
Strip, *v.t.* உரி, கழற்று, கழி, பறி.
Stripe, *s.* வரி, கீறு, கம்பி, கீற்று, தாரை, அடி; broad stripe, பட்டைக்கம்பி; narrow stripe, ஈர்க்குக்கம்பி; the stripes on a tiger's body, வட்டை.
Strip'ed, *a.* கீருன, தழும்புள்ள.
Strip'ling, *s.* வாலிபன், குமரன், யௌவனன்.
Strive, *v.i.* பிரயாசப்படு, வருந்து, உழை, வாதுபண்ணு, போராடு.
Striv'ing, *s.* சண்டை, விவாதம்.
Stroke, *s.* அடி, அறை, தாக்கு, மாட்டு.
Stroke, *v.t.* தடவு, வருடு, நீவு; to let one stroke on the back, தடவக்கொடுக்க.
Stroll, *s.* உலாவல், உலா, திரிதல்.
Stroll, *v.i.* உலாவு, சாரிபோ, சோம்பித்திரி.
Stroll'er, *s.* திரிவோன், நாடோடி, தேசாந்திரி.
Strong, *a.* பலமுள்ள, பலத்த, திறமுள்ள, வல், வலிய, உரமான, வலிமையுள்ள; strong suspicion, பரமசந்தேகம்; strong eyed, திடநேத்திர.
Strong'hand, *s.* பலத்தகை, வலிமை, வல்லடி.
Strong'hold, *s.* துருக்கம், கோட்டை.
Strong'minded, *p.a.* திடமதியுள்ள.
Strop, *s.* சாணைத்தோல், தோற்சாணை.
Stro'phe, *s.* கவி, செய்யுள், பா, பாட்டு.
Struc'ture, *s.* கட்டு, கட்டடம், வியூகனம்.
Strug'gle, *s.* போர், மல்லுக்கட்டு, தீவிரயத்தனம்.
Strug'gle, *v.t.* மல்லுக்கட்டு, போராடு, வருந்து.
Strum'pet, *s.* வேசி, பொதுப்பெண், விலைமகள், பரத்தை.
Strut, *s.* உல்லாசநடை, நிமிர்ந்தநடை, பிலுக்கு.
Strut, *v.i.* உல்லாசமாய்நட, நிமிர்ந்துநட.
Strut'ting, *s.* கிருதுநடை.
Strych'nine, *s.* வசநாபி.
Strych'nos, *s.* விஷமுட்டி, எட்டி.
Stub, *s.* கட்டை, கொட்டு, தறித்த மரவடி
Stub'ble, *s.* அரிதாள், ஒட்டு.
Stub'born, *a.* முரட்டுள்ள, வணங்காத, இணங்காத, முஷ்கர, ஒட்டாரமான.
Stub'by, *a.* குறுகிப்பலத்த.
Stuc'co, *s.* அரைசாந்து, கற்சாந்து, கண்ணச்சாந்து.
Stuc'co, *v.t.* அரைசாந்து பூசு.
Stud, *s.* குமிழ், பொலிக்குதிரை.
Stud, *v.t.* அலங்கரி, குமிழ்ப்படு.
Stu'dent, *s.* மாணாக்கன், வித்தியார்த்தி, கல்விகற்போன்.
Stud'ied, *p.a.* படித்த, கற்ற.
Stu'dious, *a.* அவதானமுள்ள, கருத்துள்ள,

Stu'diously, *ad.* கருத்தாய், முயற்சியாய்.
Stud'y, *s.* படிப்பு, கற்கை, கல்வி, கல்விகற்கு மறை.
Stud'y, *v.* படி, பயிலு, கல், அவதானி, முயற்சிசெய்.
Stuff, *s.* சாமான், பண்டம், தளவாடம், திரவியம், சம்பாரம், சரக்கு.
Stuff, *v.t.* அடை, செருகு, நிறை, பொதி.
Stuff'ing, *s.* அடையப்பட்டது.
Stul'tify, *v.t.* பேதையாக்கு, பைத்திய மாக்கு.
Stum'ble, *v.* இடறு, பிழைபடு, தடு, குழப்பு.
Stum'bling-block, *s.* இடறுகட்டை, பிழை படச்செய்வது.
Stump, *s.* தறித்தமரத்தினடி, வெட்டுகட்டை, கொட்டு.
Stump'y, *a.* வெட்டுகட்டைநிறைந்த, கூழை யான.
Stun, *v.t.* விறைக்கச்செய், கலக்கு, மயங் குவி.
Stunt, *v.t.* நசுக்கு, சடையச்செய், கருக் காணியாக்கு.
Stupefac'tion, *s.* மயக்கம், மந்தம், தூக் கம், திமிர், விறைப்பு, சித்தப்பிரமை.
Stupen'dous, *a.* மகா, பிரமாண்ட, பெரிய, பிரமிக்கத்தக்க.
Stu'pid, *a.* மூடமான, மந்தபுத்தியுள்ள, பேதைமையுள்ள; fellow, மாடன், மடை யன்.
Stupid'ity, *s.* மூடத்தனம், புத்தியீனம், பைத்தியம், புல்லறிவாண்மை, மந்தம், அச மந்தம், பாமரம், கழுதைக்குணம், கழுதை யாட்டம்.
Stu'pify, *v.t.* மயக்கு, மதிகெடு, ஸ்மரணையழி.
Stu'por, *s.* சோர்வு, மயக்கம், அட்க்கம், பிரமை, உன்மத்தம்.
Stur'dy, *a.* திறத்த, பலமுள்ள, உரமான, வலிமையுள்ள.
Stut'ter, *v.i.* தெற்றிப்பேசு, கொன்னைதட்டு, திக்கிப்பேசு.
Sty, *s.* பன்றிக்கிடை, பன்றிக்கூடு; in the eye, கண்கட்டி.
Styg'ian, *a.* பாவநதிக்குரிய, நரகுக்குரிய.
Style, *s.* எழுத்தாணி, இலேகினி, கடிகார ஊசி, சங்கு.
Style, *v.t.* பெயரிடு, நாமமிடு, நாமகரணஞ் செய்.
Styp'tic, *s.* கயர்ப்புள்ளமருந்து, துவர்ப் புள்ளது.
Sua'sion, *s.* வசிப்பு, வசப்படுத்துகை, பிரி யப்படுத்துகை.
Sua'sive, *a.* (Rare) வசப்படுத்தக்கூடிய, பிரியப்படுத்தத்தக்க.
Suav'ity, *s.* சாந்தம், நாகரீகம், மரியாதை.
Subacetate of copper, வங்காளப்பச்சை.
Subal'tern, *s.* கீழ்ப்படைத்தலைவன்.
Subdivide', *v.t.* பகுத்ததைப் பிரி, வகு, விரி.
Subdivi'sion, *s.* உட்பிரிவு; of a district, மிட்டா.
Subduc'tion, *s.* (Rare) கழிப்பு, நீக்கல், குறைத்தல்.
Subdue', *v.t.* கீழ்ப்படுத்து, மேற்கொள்ளு, அடக்கு, வசமாக்கு, அமையப்பண்ணு, வெல்லு.
Sub'duple, *a.* இரண்டிலொருபங்குள்ள.
Subindica'tion, *s.* குறிப்பித்தல்.
Subingres'sion, *s.* (obs.) அந்தரங்கப்பிர வேசம்.
Subja'cent, *a.* அடிப்படையான, அடியி லுள்ள, கீழிருக்கும்.
Sub'ject, *s.* காரியம், பொருள், பதார்த்தம், பிரஜை, கீழோன், எழுவாய், விசேடியம்.
Sub'ject, *v.t.* அடக்கு, கீழ்ப்படுத்து, ஆட் கொள்ளு, தாழ்த்து.
Sub'ject, *a.* கீழ்ப்பட்ட, அதீனமான.
Subjec'tion, *s.* அமைதி, அடக்கம், அடி மைத்தனம், வசம், வசீகரணம்.
Subjec'tive, *a* பொருளுக்குரிய.
Subjec'tively, *ad.* விஷயசம்பந்தமாய்.
Subjoin', *v.t.* கூட்டு, இசை, கொளுவு, பூட்டு, அடுத்துவை, சேர்.
Sub'jugate, *v.t.* கீழ்ப்படுத்து, அடிப்படு த்து, கட்டுப்படுத்து.
Subjuga'tion, *s.* கீழ்ப்படுத்தல், அடிப் படுத்தல்.
Subjunc'tion, *s.* இணைப்பு, சேர்ப்பு, கொ ளுவுகை.
Subjunc'tive, *a.* (mood) சம்பாவித்துறை.
Subli'mate, *s.* புடமிடப்பட்டது; of mercury, இரசகர்ப்பூரம், இரசபுஷ்பம், அதிவெள்ளைச் சிந்தூரம்; corrosive, சவ் வீரம்.
Sub'limate, *v.t.* சத்திபண்ணு, புடமிடு.
Sublime', *a.* மேலான, உயர்ந்த, உன்னத மான, மாட்சிமையான.
Sublim'ity, *s.* நுண்மை, உன்னதம், மிகு மேன்மை, மாட்சிமை.
Sub'lunary, *a.* சந்திரனுக்குக்கீழான, பூலோகத்திற்குரிய.
Sub'lunary, *s.* லௌகீகப்பொருள், உலகப் பொருள்.
Sub'marine, *a.* கடற்கீழுள்ள, கடற்கீழ் கிடக்கும்.

Submerge', *v.t.* தாழ்த்து, அமுக்கு.
Submerge', *v.i.* அமிழ், தாழ், அமுங்கு.
Submer'sion, *s.* அமுக்குதல்.
Submis'sion, *s.* அமைதி, அடக்கம், தாழ்மை, கீழ்ப்படிவு, வணக்கம்.
Submis'sive, *a.* அமைவுள்ள, கீழ்ப்படிகிற, தாழ்மையான.
Submit', *v.t.* ஒப்புவி, கொடு.
Submit, *v.i.* அடங்கு, கீழ்ப்படி, தாழ்.
Submon'ish, *v.t.* (Rare) குறிப்பி, நினைப்பூட்டு, தூண்டு.
Subor'dinate, *a.* கீழ்த்தரமான, இரண்டாவதான, கீழுத்தியோகமுள்ள.
Subor'dinate, *s.* கீழ்ப்பட்டோன், தாழ்ந்த பதத்திலுள்ளோன்.
Subor'dina'tion, *s.* அடக்கம், அமைவு, பணிவு, வசம்.
Suborn', *v.t.* உபாயமாய் வசப்படுத்து, கைக்கூலிகொடுத்துத் திருப்பு.
Suborna'tion, *s.* கைக்கூலிகொடுத்துத் திருப்பல்.
Subpœ'na (sub-pe'na), *s.* அழைக்குங் கட்டளைப்பத்திரம்.
Subrep'tion, *s.* கபடமாய்ப் பெற்றுக் கொள்ளுதல்.
Subscribe', *v.t.* கையொப்பமிடு, கையொப்பம்வை.
Sub'script, *s.* அடியெழுத்து.
Subscrip'tion, *s.* கையொப்பம், கைச்சாத்து.
Sub'sequent, *a.* பின்சம்பவிக்கிற, பின்வருகிற, பின்னான.
Sub'sequently, *ad.* பின்பு, பிற்பாடு.
Subserve', *v.t.* உபயோகி, உதவு.
Subserv'ience, } *s.* உதவி, ஒத்தாசை,
Subserv'iency, } துணை.
Subserv'ient, *a.* ஒத்தாசையான, உபயோகமான, துணையான.
Subside', *v.i.* தணி, அமை, ஆறு, அடங்கு, வற்று; to subside as anger, சினமாற, முனிவாற.
Sub'sidence, *s.* தணிவு, அமைவு, அடக்கம்,
Subsid'iary, *a.* உதவியான, உபயோகமான, துணையான.
Sub'sidy, *s.* திரவியஉதவி, தனசகாயம்.
Subsign', *v.* அடிக்கையொப்பமிடு, கீழ்க் கையொப்பம்வை.
Subsist', *v i.* பிழை, ஜீவி, இரு, உறை.
Subsist'ence, *s.* பிழைப்பு, உணவு, ஜீவனம், ஜீவியம், ஆஜீவனம்.
Sub'stance, *s.* பொருள், வஸ்து, பதார்த்தம், திரவியம், சரக்கு, சுருக்கம், சாரம், பொழிப்பு; simple, இயற்கைப்பொருள், அமிசிரம்; compound, கலப்புத் திரவியம், செயற்கைப்பொருள்; invisible, காணுப் பொருள்.
Substan'tial, *a.* சடப்பொருளான, உறுதியான, வாஸ்தவ.
Substan'tially, *ad.* சுடத்துவமாய், பிரதானமாய், உண்மையாய்.
Substan'tiate, *v.t.* திருஷ்டாந்தப்படுத்து, உறுதிப்படுத்து.
Sub'stantive, *s.* பெயர், பெயர்ச்சொல்.
Sub'stitute, *s.* ஈடு, பதில், பிரதி, பிணை.
Sub'stitute, *v.t.* ஈடுவை, பதிலளி, பிணைகொடு, பிரதிகரி.
Substitu'tion, *s.* ஈடு, பிணை, பதில், பிரதிகரணம்.
Substra'tum, *s.* அடிப்படை.
Substruc'ture, *s.* அடிக்கட்டு, அஸ்திவாரம்.
Subtend', *v.t.* எதிர்முகமாய்க் கிட, எதிர் நில்.
Sub'terfuge, *s.* போக்கு, உபாயதந்திரம், சாட்டு.
Subterra'nean, } *a.* தரையின்கீழான,
Subterra'neous, } பூமிக்குள்ளான, குகையான; passage, நிலவறை, சுரங்கம், பிலம்.
Subterran'ity, *s.* (obs.) தரைக்கீழ் நிலம், கீழ்பூமி.
Sub'terrany, *s.* (obs. and rare) தரைக்கீழுள்ளது.
Sub'tile, *a.* நொய்ய, நுண்மையான, அநுத்துவமான.
Sub'tilize, *v.t.* கறைநீக்கு, புடமிடு, நொய்தாக்கு.
Sub'tilty, *s.* நொய்மை, சூக்ஷ்மம், நுட்பம்.
Subt'le (sut'l), *a.* நுண்ணிய, கூரிய, தந்திரமான, சூதுள்ள.
Subt'ly, *ad.* தந்திரமாய், உபாயமாய், சூதாய்.
Subtract', *v.t.* கழி, நீக்கு, களை.
Subtrac'tion, *s.* கழிவுக்கணக்கு, கழிவு, கழிப்பு, வியவகலனம்.
Subtrahend', *s.* கழிக்குந்தொகை, சோதகம், பேரெண், குருசங்கியை.
Suburb'an, *a.* உபநகரத்தில் வசிக்கும், அடிச்சேரியில் வாசஞ்செய்யும்.
Sub'urbs, *s.* அடிக்குடி, அடிச்சேரி, பேட்டை, உபநகரம், சுற்றுப்பட்டு.
Subver'sion, *s.* கவிழ்ச்சி, பெயர்ச்சி.
Subver'sive, *a.* கவிழ்க்கத்தக்க, அழிக்கத் தக்க.
Subvert', *v.t.* கவிழ், புரட்டு, அழி.

Sub ert'er, s. கவிழ்ப்போன், புரட்டுவோன், அழிப்போன், கீழ்மேலாக்குவோன்.
Succeed', v.t. துணைசெய், வர்த்திக்கப்பண்ணு, சித்தியாக்கு, தொடர்.
Succeed', v.i. தொடர், அனுகூலமடை, சித்தியா, சாய்.
Succeed'ing, p.a. பின்வருகிற, பிரதியாய் வருகிற.
Success', s. சித்தி, கர்மசித்தி, அனுகூலம், விஜயம், நிறைவேற்றம், வெற்றி, பலிப்பு, வாய்ப்பு, காரியசித்தி.
Success'ful, a. வாய்ப்பான, சித்தியான, அனுகூலமான; to come to a successful issue, லபிக்க.
Succes'sion, s. அனுக்கிரமம், தொடர்ச்சி, வரிசை, சந்ததி.
Succes'sive, a. படிப்படியான, தொடர்பான.
Succes'sor, s. மாற்றுள், பதிலாள், பின்வருபவன்.
Succinct', a. இறுக்கமான, ஒடுங்கிய, பொழிப்பான, சுருக்கமான.
Succinct'ly, ad. சுருக்கமாய், பொழிப்பாய்.
Suc'cour, s. சகாயம், துணை, உதவி, தஞ்சம், சார்பு.
Suc'cour, v.t. உதவு, சகாயம்பண்ணு, துணைசெய், வேண்க்குதவு.
Suc'culence, s. சாரம், சாறு, நீர்.
Suc'culent, a. சாரமுள்ள, சாறுள்ள.
Succumb', v.i. கீழடங்கு, அடங்கு, இணங்கு.
Such, a. அப்படிப்பட்ட, அவ்விதமான.
Suck, v.t. முலையுண்ணு, பால்குடி, உறிஞ்சு.
Suck'er, s. உறிஞ்சுகிறவன், உறிஞ்சுவது.
Suc'kle, v.t. பால்கொடு, முலைகொடுத்து வளர்.
Suck'ling, s. முலைகுடிப்பிள்ளை, குழந்தை.
Suc'tion, s. உறிஞ்சுகை, உமிகை, குடிப்பு, சோஷணம், ஆருஷணம்.
Sud'den, a சடிதியான, சீக்கிரமான.
Sud'denness, s. சடிதி, அசுப்பு.
Suder-Amēēn, s. சதர்-அமீன், நீதஅதிபதி.
Sudorif'ic, s. வியர்க்கப்பண்ணு மருந்து வேது.
Sudorof'ic, a. வியர்ப்பிக்கும்.
Suds, s. (pl.) சவர்க்காரநீர்.
Sue, v.t. வழக்காடு, வியாச்சியந்தொடர், வியாச்சியமாடு.
Su'et, s. கொழுப்பு, நிணம், மதர்ப்பு, நெய்ப்பு.
Suf'fer, v.t. பாடனுபவி, துன்பப்படு, சகி, இடங்கொடு; to suffer extremely, கடையழிய, பதைக்க; to suffer vengeance, பழிசுமக்க.
Suf'ferance, s. பொறுதி, சகித்தல்.
Suf'ferer, s. பாடுபடுவோன்.
Suf'fering, s. பாடு, வருத்தம், துன்பம், உபத்திரவம்.
Suffice', v.t. திர்ப்தியாக்கு, பூரணமாக்கு.
Suffice', v.i. திர்ப்தியாகு, ரம்மியப்படு.
Suffi'ciency, s. பூரணம், இரம்மியம், திர்ப்தி, நிறைவு.
Suffi'cient, a. திர்ப்தியான, போதுமான, பூரணமான.
Suf'focate, v.t. மூச்சுவிடாதபடி செய், திக்குமுக்காடப்பண்ணு.
Suffoca'tion, s. திக்குமுக்காட்டல.
Suf'frage, s. சம்மதி, பிரியம்; வோட்டு.
Suffuse', v.t. நிரப்பு, நிறை.
Suffu'sion, s. செறிவு, நிறைவு, ததும்பல்.
Sug'ar (shŭg'ar), s. சர்க்கரை, சீனி.
Sugar-can'dy, s. கற்கண்டு, கருப்புக்கட்டி.
Sugar-cane, s. கரும்பு, இக்கு, கன்னல்.
Sug'ary, a. சர்க்கரைச்சுவையுள்ள, தித்திப்பான.
Suggest', v.t. சுட்டிச்சொல்லு, குறித்துச் சொல்லு.
Sugges'tion, s. எண்ணமெழுப்புகை, நினைப்பூட்டுகை, பிரபோதம்.
Sug'gil, v. (obs.) அவதூறுசெய், இகழ், நிந்தி.
Suici'dal, a. ஆத்மகாதக.
Su'icide, s. தற்கொலை, சுயநாசம், சுயவதை, ஆத்மகாதகன், ஆத்மகாதம்.
Suit, s. அணி, வரிசை, பரிவாரம், வியாச்சியம், வழக்கு, பிராது.
Suit, v.t. பொருத்து, இணக்கு, இசைவி.
Suit, v.i. ஒத்துக்கொள்ளு, பொருந்து, ஒவ்வு, இசை, சரிப்படு.
Suit'able, a. தகுதியான, ஏற்ற, இணக்கமான, ஒப்பிதமான, யோக்கியமான.
Suite, s. (sweet) பரிவாரம், பரிஜனம்.
Suit'or, s. வியாஜ்ஜியகாரன், மணங்கேட்போன்.
Sulk'iness, s. மனவேக்காடு, வெடுவெடுப்பு, முரண்டுத்தனம்.
Sulk'y, a. மனவெப்பமான, வெடுவெடுப்பான.
Sul'len, a. கோபமுள்ள, அமையாத, முரண்டுபண்ணுகிற.
Sul'lenness, s. கடுகடுப்பு.
Sul'lens, s. (pl.) (obs.) கடுகடுப்பு, மனக்கோட்டரவு.
Sul'ly, v.t. மாசுபடுத்து, கறைப்படுத்து

Sul'phate, *s.* கந்தகாமிலீயம்; of copper, துரிசு, மயிற்றுத்தம், துத்தம்; of iron, அன்னபேதி; of zinc, வெள்ளைத்துத்தம், பாற்றுத்தம்.
Sul'phur, *s.* புடமிட்ட கந்தகம், தாதுவைரி.
Sulphu'reous, *a.* கந்தகமுள்ள, கந்தகத்தாலாய, கந்தகிய.
Sul'phuret, *s.* கந்தகத்தாலுண்டானது; of mercury, ஜாதிலிங்கம்; yellow sulphuret of arsenic, அரிதாரம், அங்குசதாரி.
Sulphu'ric, *a.* கந்தகமய; acid, கந்தகாமிலம்.
Sul'tan (*fem.* sul'tána, sul'taness), *s.* துர்க்கியவரசன்.
Sul'try, *a.* ஒடுக்கமான, புழுக்கமான, வெப்பமான, உஷ்ணமான.
Sum, *s.* தொகை, பொழிப்பு, திரட்சி, அடக்கம், மொத்தம்; of the series, கனசங்கலிதம், நற்சங்கலிதம், வர்க்கசங்கலிதம், sum and substance, தத்துவம்.
Sum, *v.t.* தொகையாக்கு, தொகு, கணக்குக்கூட்டு.
Sum'marily, *ad.* தொகையாய், பொழிப்பாய், சுருக்கமாய்.
Sum'mary, *a.* அடக்கமான, தொகையான, சுருக்கமான.
Sum'mary, *s.* சுருக்கம், பொழிப்பு, திரட்டு, சங்கிரகம்.
Sum'mer, *s.* கோடைகாலம், வேனிற்காலம்.
Sum'mer, *v.* கோடைகாலங்கழி.
Sum'merset, *s.* See Somerset.
Sum'mist, *s.* சங்கிரகிப்போன்.
Sum'mit, *s.* தலைப்பு, உச்சி, நுனி, முனை, அக்கிரம்.
Sum'mon, *v.t.* நியாயஸ்தலத்திற்கழை, கட்டளை அனுப்பியழை.
Sum'moner, *s.* கட்டளை யனுப்பியழைப்போன்.
Sum'mons, *s.* அழைப்புப்பத்திரம், கட்டளைப்பத்திரம், தஸ்திக்.
Sump'ter, *s.* பொதிக்குதிரை.
Sump'tuary, *a.* செலவிற்குரிய, சம்ரக்ஷணச்செலவு கிரமப்படுத்து
Sump'tuous, *a.* சம்பிரமமான, சுசூன்ன.
Sun, *s.* சூரியன், ஆதித்தன், அருக்கன், இரவி; 's disk, இரவிதேகம்.
Sun'beam, *s.* சூரியகிரணம்.
Sun'bright, *a.* சூரியகாந்தியுள்ள.
Sun'burnt, *a.* வெயிலிற்காய்ந்து கறுத்த, வெயிலிலுலர்ந்த.

Sun'day, *s.* ஞாயிற்றுக்கிழமை, ஆதித்தவாரம்.
Sun'der, *v.t.* அறு, கண்டி, துண்டி, பிரி, கழி, தடி.
Sun'dial, *s.* சூரியகடிகாரம், சாயாயந்திரம்.
Sun'dog, *s.* பிரதிசூரியன், சூரியப்பிரதிவிம்பம்.
Sun'dries, *s.* (*pl.*) பலபண்டம், பலசாமான்.
Sun'dry, *a.* பலவித, நானாவித, பலவகையான.
Sun'flower, *s.* பொழுதுவணங்கி, சூரியகாந்தி.
Sun'proof, *a.* வெயிலுறைக்காத.
Sun'rise, *s.* சூரியோதயம், அருணோதயம்.
Sun'set, *s.* அஸ்தமனம், அஸ்தம், அந்தி.
Sun'shine, *s.* வெயில்.
Sup, *v.* உறிஞ்சு, உட்கொள்ளு, சூப்பு.
Sup, *s.* ஒருவாய்கொண்டஅளவு, சிறுமிடறுபானம்.
Su'per, *a.* மேலான.
Su'perable, *a.* (Rare) வெல்லத்தக்க.
Superabound', *v.* மிகமலி, மிகப்பெருகு.
Superadd', *v.* பின்னும்சேர், மேலதிகமாய்ச்சேர்.
Superabun'dance, *s.* மிகுதி, மேல்மிச்சம்.
Superan'nuate, *v.t.* கிழமாக்கு, விருத்தாப்பியமாக்கு.
Superb', *a.* சிறப்புள்ள, அழகுள்ள, அலங்காரமுள்ள, நேர்த்தியான.
Supercar'go, *s.* கப்பலின் உக்கிராணக்காரன்.
Superceles'tial, *a.* விண்ணுக்கு மேலேயுள்ள.
Supercil'ious, *a.* நிமிர்ச்சியான, முதிர்ச்சியான, அகந்தையான, தாஷ்டிக.
Superem'inent, *v.* மிகஉன்னத, மேன்மையிற் சிறந்த.
Supereroga'tion, *s.* கடமை வரம்புகடத்தல்.
Su'perfice, } *s.* பரப்பு, பரவை.
Superfi'cies, }
Superfi'cial, *a.* ஆழமற்ற, மேற்பக்கத்திற்கடுத்த, புறக்கோலமான; knowledge, வெள்ளறிவு.
Superficial'ity, *s.* மேலெழுச்சி, மேலெழுவாரி, வெள்ளறிவு, மேன்மிதந்த புத்தி, வெண்மட்டம்.
Su'perfine, *a.* மெல்லிய, மகாமிருதுவான, நுட்ப.
Superflu'ity, *s.* மட்டுக்குமிச்சம், அளவிறந்திகம்.
Super'fluous, *a.* மட்டுக்குமிஞ்சின.

Superfolia'tion, *s.* (obs.) மிகுதழைச்செறிவு.
Superhu'man, *a.* மனுஷாதீத, மானுஷியத்திற்கு மேலான.
Superincum'bent, *a.* மேலே படுத்திருக்கின்ற.
Superinduce', *v.t.* மேலேசேர், மேலே கூட்டு.
Superintend', *v.t.* நடத்து, நடப்பி, பராமரி, கண்காணி.
Superinten'dence, *s.* மேல்விசாரணை, கண்காணித்தல், விசாரணை.
Superinten'dent, *s.* அதிகாரி, அத்தியக்ஷன், கண்காணி.
Supe'rior, *s.* எஜமான், மேலானவன், தலைமகன்.
Supe'rior, *a.* உத்தம, உசிதமான, மேலான, உபரி.
Superior'ity, *s.* தலைமை, மேன்மை, மாட்சிமை, விசிஷ்டம், அதிகரணம்.
Super'lasi, *s.* முந்திய பாபத்தின் மெய்வரி.
Super'lative, *a.* உச்சமான, நிகரற்ற, அதியுத்தம, சிரேஷ்ட; degree, உத்தமபாகம், உச்சபாகம், உத்தமதரம்.
Superlu'nar, *a.* சந்திரலோகத்திற்குமேலான.
Super'nal, *a.* சுவர்க்கத்திற்கடுத்த, பரத்திற்குரிய.
Supernat'ural, *a.* சுபாவத்தைக் கடந்த, இயல்பிற்கு மேற்பட்ட.
Supernu'merary, *a.* தொகைக்கு மேற்பட்ட.
Superscribe', *v.t.* மேல்விலாசமெழுது, மேலெழுத்திடு.
Superscrip'tion, *s.* மேல்விலாசம், மேலெழுத்து.
Supersede', *v.t.* விலக்கு, தவிர், நீக்கு.
Supersti'tion, *s.* வீண்பக்தி, அவபக்தி, மூடபக்தி, விபரீதாசாரம்.
Supersti'tious, *a.* மூடபக்தியுள்ள.
Superstruct', *v.t.* கடைகால் மேற்கட்டு.
Superstruc'ture, *s.* அஸ்திவாரத்தின்மேற் கட்டப்பட்டது, மேற்கட்டடம்.
Supervene', *v.i.* மேலதிகமாய் வா.
Superven'ient, *a.* மேல்வருகிற.
Superven'tion, *s.* நேர்பாடு, மேற்சம்பவம்.
Supervise', *v.t.* கண்காணி மேல்விசாரி.
Supervi'sion, *s.* கண்காணிப்பு, காரிய விசாரணை.
Supervis'or, *s.* அத்தியக்ஷன், ஆராய்ச்சி செய்வோன்.
Supine', *a.* முகமேலாய்ச் சயனிக்கிற, சோம்பூள்ள
Supine'ness, *s.* எண்ணுமை, சோம்பு.
Sup'per, *s.* இராப்போஜனம்; இராச்சாப்பாடு, அந்திபோஜனம்; Lord's supper, நற்கருணை, தேவசற்பிரசாதம், திருவிருந்து.
Supper'less, *a.* இராப்போஜனமற்ற.
Supplant', *v.t.* தட்டிவிழுத்து (rare and obs.), தள்ளிவிட் டபகரி.
Supplant'er, *s.* தட்டி விழுத்துவோன், தந்திரமாய் விழுத்துவோன்.
Sup'ple, *v.t.* பதமாக்கு, இளகச்செய்.
Sup'ple, *a.* பதமான, இளக்கமான, மிருதுவான.
Sup'pleness, *s.* துவட்சி, இளக்கம்.
Sup'plement, *s.* சேர்ப்பு, அனுபந்தம்.
Supplement'al, Supplement'ary, *a.* விட்டகுறைசேர்த்த
Sup'pliant, *a.* இரந்துகேட்கிற, மன்றுடுகிற.
Sup'plicant, *s.* கெஞ்சுவோன், மன்றுடுவோன்.
Sup'plicate, *v.t.* வேண்டு, கெஞ்சிக்கேள், மன்றுடு.
Supplica'tion, *s.* வேண்டுகை, பிரார்த்தனை விண்ணப்பம்.
Suppl'ier, *s.* சவதரித்துக்கொடுப்போன்.
Supply', *s.* திர்ப்தி, போதியது, செலவிற்கு வேண்டுவது.
Supply', *v.t.* நிரப்பு, திர்ப்தியாக்கு, வேண்டியதைக் கொடு; supplying an ellipsis, அத்தியாகரணம்.
Support', *s.* ஆதாரம், ஆதரவு, தஞ்சம, சார்பு, சாய்மானம், ஆலம்பனம், தாங்கு, பற்று.
Support', *v.t.* நிறுத்து, தாபரி, பொறு, சகி, தாங்கு.
Support'er, *s.* ஆதரிப்போன், தாபரிப்போன்.
Support'less, *a.* ஆதரவற்ற.
Suppose', *v.t.* எண்ணு, கருது, உத்தேசி, நினை, சம்பாவி.
Supposi'tion, *s.* எண்ணம், கருத்து, நினைப்பு, உத்தேசம், சம்பாவனை.
Suppositi'tious, *a.* கள்ளமான, கபடமான, போலியான.
Suppress', *v.t.* அடக்கு, உள்ளடக்கு ஒடுக்கு, கீழ்ப்படுத்து, மறை, தொகு.
Suppres'sion, *s.* அடக்கம், ஒடுக்கம், அமைவு, தொகை.
Sup'purate, *v.i.* சீப்பிடி, சீக்கொள்ளு.
Suppura'tion, *s.* சீக்கொள்ளல்.
Supramun'dane, *a.* மண்ணுலகிற்கு மேலான.
Suprem'acy, *s.* முதன்மை, மேன்மை, தலைமை, நாயகம், ஸ்வாமியம், அதிகரணம்.

Supreme', *a.* பிரதான, மிகுமேன்மையான, பரம; spirit, தற்புருஷன்; excellence, விசிஷ்டம்.
Supreme'ly, *ad.* பிரதானமாய், மேலாய்.
Surcharge', *v.t.* அதிகபாரமேற்று, மட்டுக்குமிஞ்சி யேற்று
Surcin'gle, *s.* கல்லணைவார், குதிரையின் இடைக்கட்டு.
Surd, *s.* கரணம், விமூலராசி.
Sure, *a.* நிஜமான, நிச்சயமுள்ள, உறுதியான.
Surefooted', *a.* அடிசறுக்காத, அடிபொறுக்க மிதிக்கும்.
Sure'ty, *s.* நிச்சயம், நிலவரம், பிணை, உத்தரவாதி.
Surf, *s.* அலை, எறிதிரை.
Sur'face, *s.* பரப்பு, மேற்புறம்; an even surface, சமதளம்.
Sur'feit, *s.* தேக்கம், தெவிட்டு.
Sur'feit, *v.t.* தெவிட்டு, தேக்கெறி.
Sur'feiter, *s.* பெருண்டிக்காரன், மீதூணன்.
Sur'feit-water, *s.* (obs. & rare) தெவிட்டுத்தீர்க்குநீர்.
Surge, *s.* அலை, கடற்றிரை, தரங்கம், உல்லோலம்.
Surge'less, *a.* பெருந்திரையற்ற, சாந்த.
Sur'geon, *s.* சத்திரவைத்தியன், ரணவைத்தியன்.
Sur'gery, *s.* சத்திரவைத்தியம், ரணவைத்தியம்.
Sur'gical, *a.* ரணவைத்தியத்திற்கடுத்த, சத்திரப்பிரயோகமான; operation, சத்திரப்பிரயோகம்.
Sur'gy, *s.* திரையெழும், திரைபொங்கும்.
Sur'liness, *s.* வெடுவெடுப்பு, கடுகடுப்பு, குறும்பு.
Sur'ling, *s.* வெடுக்கன், கடுகடுப்புள்ளவன்.
Sur'ly, *a.* குறும்பான, வெடுவெடுப்பான, கோபமான.
Surmise', *s.* எண்ணம், ஏகதேசம்; உத்தேசம், அயிர்ப்பு.
Surmise', *v.i.* எண்ணு, நினை, உத்தேசி, சம்பாவி, அயிர்.
Surmount', *v.t.* மேற்படு, மேற்கொள்ளு, வெல்லு.
Surmount'able, *a.* மேற்கொள்ளக்கூடிய, வெல்லக்கூடிய.
Sur'name, *s.* மறுநாமம், குடும்பப்பெயர்.
Surpass', *v.t.* கட, வெல்லு, முந்து, விசேஷி.
Surpass'ing, *p.a.* அதிகமான, கதிப்பான.
Sur'plice, *s.* வெள்ளை நிலையங்கி, ஆராதனைக்குரிய அங்கி.
Sur'plus, *s.* நிலுவை, குறை, சொச்சம், பாக்கி.
Surprise', *s.* ஆச்சரியம், வியப்பு, பிரமிப்பு, அதிசயம், சித்திரம்.
Surprise', *v.t.* ஆச்சரியப்படுத்து, அதிசயிப்பி, வியப்பி.
Surpris'ing, *p.a.* பிரமிக்கச்செய்கிற, அதிசயமான, ஆச்சரியமான, விசித்திர.
Surren'der, *v.* ஒப்புவி, ஒப்புக்கொடு, கையளி, இணங்கு.
Surrep'tion, *s.* (Rare) கள்ளத்தனமாய்ச் செல்லுகை.
Surrepti'tious, *a.* கள்ள, திருட்டுச்செயலான, வஞ்சகமுள்ள.
Sur'rogate, *s.* (Eng.) அத்தியக்ஷகுருவின் பிரதிநிதி.
Surround', *v.t.* சூழ், வளை, சுற்று, தழுவு, கோலு.
Surround'ing, *p.a.* சுற்றுகிற, சூழுகிற.
Surtout' (-toōt), *s.* மேலங்கி, மேற்சட்டை.
Survene', *v.* (obs.) மேலதிகமாய் வா.
Survey', *s.* நோக்கம், பார்வை, விசாரணை; of lands, நில அளவை.
Survey', *v.t.* நோக்கு, பார், விசாரி, அளவிடு.
Survey'ing, *s.* நில அளவிடை.
Survey'or, *s.* விசாரணைக்காரன், நிலமளப்போன்.
Survise', *v.* (obs.) மேற்பார்வையிடு.
Surviv'al, *s.* தப்பிப்பிழைத்திருக்கை.
Survive', *v.t.* ஒருவனுக்குப்பின் ஜீவித்திரு, தப்பிப்பிழை, தப்பு, பிழை.
Surviv'er, *s.* தப்பிப் பிழைத்திருப்பவன், இருப்பவன்.
Susceptibil'ity, *s.* உணர்ச்சி, ஸ்மரணை, மனக்கசிவு.
Suscep'tible, *a.* பற்றத்தக்க, பதியத்தக்க, மனக்கசிவுள்ள, உணர்ச்சியுள்ள.
Suscep'ient, *a.* (Rare) ஏற்கிற, சேர்க்கிற.
Sus'citate, *v.t.* (obs.) தூண்டு, ஏவு.
Suspect', *v.* ஐயப்படு, சந்தேகி, அயிர், சமுசயி.
Suspend', *v.t.* தூக்கு, தொங்கச்செய், நிறுத்து.
Suspense', *s.* இழுப்பு, ஐயப்பாடு, சந்தேகம், சமுசயம்; to be in painful suspense, தடுமாற, சித்தம்வருந்த, கவலைப்பட.
Suspen'sion, *s.* தொங்கல், விலக்குகை, நீக்குகை.
Suspici'on, *s.* சமுசயம், சங்கை, அயிர்ப்பு, அனுமானம்; strong suspicion, பரமசந்தேகம்.
Suspi'cious, *a.* அசைகையான, சமுசயமுள்ள.

Suspira'tion, *s.* மூச்செறிதல், நெட்டுயிர்ப்பு பெருமூச்சு, அங்சரம்.
Suspire', *v.i.* (Rare) பெருமூச்செறி, நெட்டுயிர்.
Sustain', *v.t.* ஆதரி, தாங்கு, பொறு, தாபரி, பராமரி.
Sustain'er, *s.* தாங்குவோன், பொறுப்பாளி, ஆதரிப்போன்.
Sus'tenance, *s.* ஆகாரம், உணவு, போஷணம்.
Susten'tation, *s.* (Rare) பொறுப்பு, ஆதரவு, சம்ரக்ஷணை.
Sut'ler, *s.* இராணுவங்களுக்குப் போஜன பதார்த்தம் விற்கிறவன்.
Su'ture, *s.* தையல், புணாவு, மண்டையெலும்புப்பொருத்து.
Swab, *s.* துடைக்குந்துணி, துடைப்பம், ஒற்றுடை.
Swad'dle, *s.* சாணைச்சீலை.
Swad'dle, *v.t.* புடைவையாற் சுற்று.
Swad'dling-band, *s.* சாணைக்கூறை.
Swage, *v.t.* (obs.) மிருதுவாக்கு, தணி, ஆற்று.
Swag'ger, *v.i* வீம்புபேசு, வீறுப்பாய்ப் பேசு.
Swag'gerer, *s.* பகடக்காரன், வீம்பன், வீறுப்புக்காரன்.
Swag'gering, *v.n.* வாய்ச்சளுக்கு, வீம்பு.
Swain, *s.* வாலிபன், கிருஷிகன், இடையன்.
Swain'mote, *s.* (Eng. Forest law) வனவிவகார தர்மசபை.
Swale', *v.t.* பாழ்படு, உருகு, குன்று.
Swal'low, *s.* மிடறு, தொண்டை, தூக்கணங்குருவி.
Swal'low, *v.t.* விழுங்கு, தாங்கு.
Swamp, *s.* சதுப்புநிலம், சேற்றுநிலம், களர்.
Swamp'y, *a.* சேறுள்ள, சதுப்பான, களரான.
Swan, *s.* அன்னப்பட்சி, ஹம்ஸம்.
Swap, *s.* (obs. or prov. Eng.) அடி, அறை.
Sward, *s.* புற்பற்றை, புன்னிலம், புற்றரை.
Swarm, *s.* திரள், கூட்டம், மொய்ப்பு.
Swarm, *v.i.* திரளு, மொய், கூடு.
Swarth'y, *a.* செங்கல், மங்கலான, கபில, தாமிரவர்ண.
Swash, *s.* தண்ணீரோடுமோதை.
Swash, *v.t.* ஒலி, இரை.
Swash'-buckler, *s.* கலகக்காரன், வாயாடி, வல்வாயன்.
[illegible]the, *s.* கச்சு, வார், விசிகை.
[illegible]he, *v.t.* சச்சப்பூட்டு, இறுகக்கட்டு.

Sway, *s.* நாயகம், அதிகாரம், தத்துவம் ஆட்சி.
Sway, *v.t.* அசை, சுழற்று, ஆள்.
Swear', *v.* ஆணையிடு, சத்தியம்பண்ணு, சபதம்பண்ணு.
Swear'er, *s.* சத்தியம்பண்ணுவோன்.
Swear'ing, *v.n.* ஆணை, சத்தியம்.
Sweat, *s.* வியர்வை, சுவேதம்.
Sweat, *v.i.* வியர்.
Sweat'y, *a.* வியர்த்து வடியும்.
Swede, *s.* ஸ்வேதேனியன்.
Sweep, *s.* வீச்சு, சுற்று, துலா, ஏற்றம்.
Sweep, *v.t.* பெருக்கு, கூட்டு, விளக்கு.
Sweep'ings, *s.* (*pl.*) குப்பை, கஞ்சல், செத்தை, கூளம்.
Sweep'stakes, *s.* மொத்த ஓட்டம், பந்தய மொத்தம்.
Sweet, *a.* தித்திப்பான, இனிமையான, மதுரமான, இதமான; word, இன்சொல், இனிய சொல்.
Sweet, *s.* இனிது, இனியபொருள், வாசனை.
Sweet'en, *v.t.* தித்திப்பாக்கு, மதுரமாக்கு.
Sweet'flag, *s.* வசம்பு.
Sweet'heart, *s.* கணவாட்டி, காதலி.
Sweet'meat, *s.* இனித்தபண்டம், அதிரசவர்க்கம், மிட்டாய்.
Sweet'ness, *s.* தித்திப்பு, மதுரம், இனிப்பு.
Sweet'smelling, *a.* சுகந்த.
Swell, *s.* பெருக்கம், பெருக்கு, வீக்கம்.
Swell, *v.* பெருப்பி, வீங்கச்செய், வீங்கு, உப்பு; to swell with rage, சீற, சினம் பொங்க.
Swell'ing, *s.* புடைப்பு, அதைப்பு, வீக்கம், திரட்சி.
Swelt, *v.* (obs.) மிஞ்சு, வெல்லு.
Swel'ter, *v.* புழுங்கு, வெந்தழல், அழலி அழலு; sweltering weather, அதிவெப்பமான காலம்.
Swel'try, *a.* (Rare) வெப்பத்தால் திக்குமுக்காட்டும்.
Swerve, *v.i.* வழிதப்பு, நிலைகுலை, தவறு, திறம்பு.
Swerv'ing, *v.n.* நெறிவிலகல், நெறிநீக்கல்.
Swift, *s* டல்லி, கௌளி, திரிவட்டம், திருகுவட்டம்.
Swift *a.* கதிபான, துரிதமுள்ள, சீக்கிரமான, தீவிரமுள்ள
Swift'foot, } *a.* காலாட்டமுள்ள, கால்
Swift'heeled, } விரைவுள்ள.
Swig, *v.* (Colloq. and vulgar) அடிபடபண்ணு.

Swig, s. (Colloq. and vulgar) பெரு மிடறுபானம்.

Swill, v. அதிபானம்பண்ணு, மிகக்குடி.

Swill, s. அதிபானம், பன்றிக்கூழ்.

Swim, v.i. நீந்து, நீச்சு, கிறுகிறு, நடுங்கு.

Swim'ming, v.n. நீந்துகை, நீச்சு, நீர்வீளே யாடல்; கிறுகிறுப்பு.

Swim'mingly, ad. தடையின்றி, இலகுவாய், அனுகூலமாய்.

Swin'dle, v.t. சோரம்பண்ணு, கவர், அப கரி, ஏய்.

Swin'dler, s. சோரகன், முடிச்சுமாறி.

Swine, s. பன்றி, கேமல், வராகம்.

Swine'-herd, s. பன்றி மேய்ப்பவன்.

Swine'sty, s. பன்றி அடைப்பு.

Swing, s. ஊஞ்சல், ஊசல், கைவீச்சு, ஆட்டு.

Swing, v.t. ஆட்டு, அசை.

Swing, v.i. ஆடு, ஊஞ்சலாடு, அசை, சுழலு.

Swinge, v. சவுக்காலடி, தண்டி.

Swin'ish, a. பன்றித்தனமான, பன்றிக் கடு த்த.

Swiss, s. ஸ்விஸ்ஸியன்.

Switch, s. தடி, வளார், மிலாறு, கம்பு சுள்ளி, மலார்.

Switch, v. மிலாறுலடி, கம்பாலடி.

Swiv'el, s. உமன்றி, உழல்.

Swoll'en, p.p. of Swell.

Swoon, s. மூர்ச்சை, சோகம், சோர்வு, மயக் கம், தளர்ச்சி, இயக்கம்.

Swoon, v. மூர்ச்சி, சோகி, இயங்கு, மெய்மற.

Swoon'ing, v.n. மூர்ச்சை, சோகம், இயக் கம், அவசம்.

Swoop, v.t. இறுஞ்சு, தட்டிப்பறி, சென தட்டாய்ப்பறி.

Swoop, s. இறுஞ்சல், விழுந்தமர்த்தல்.

Swop, v.t. பண்டமாற்றப்பண்ணு.

Sword (Sōrd), s. கைவாள், கட்கம், கத்தி, பட்டா, சரிகை.

Sword'ed, a. வாள்தரித்த, வாள்பிடித்த.

Sword'-law, s. படைவலி யரசாட்சி.

Sword'player, s. சிலம்பக்காரன். வாட் படைவீரன்.

Swords'man, s. கட்கதாரி, வாள்வீரன்; a band of swordsmen, வெட்டும்படை.

Sybarit'ic, a. போகசம்பன்ன, வண்டத் தனமான.

Syc'ophant, s. இச்சகம்பாடி, முகமன்கா ரன், இச்சகன், கூழுக்குப்பாடி, ஆகடியக் காரன்; to play the sycophant, இச்ச கம்பாட.

Syc'ophantry, s. கோட்சொல்லல்.

Syl'lable, s. அசை, இசை.

Syl'labus, s. பொழிப்பு, அடக்கம், சுருக் கம், தொகை.

Syl'logism, s. �üயாயிதம், பராமர்சவாக் கியம்.

Syl'logize, v. விதிப்படி நியாயம் கறு.

Sylph, s. ஆகாயவாசி.

Syl'van, s. வனதேவதை; a. வனத்துக்குரிய.

Sym'bol, s. குறிப்பு, அடையாளம், அறி குறி, லாஞ்சனம்.

Symbol'ical, a. அறிகுறியான, குறிப்பிற் கடுத்த.

Sym'bolize, v.t. குறிப்பி, திருஷ்டார்தப் படுத்து.

Symmet'rical, a. ஒத்தபரிமாணமுள்ள, ஒத்தசாங்கமான.

Sym'metry, s. ஒத்தபரிமாணம், அங்கல க்ஷணம், அங்கம்.

Sympathet'ic, a. ஒத்தஉணர்வுள்ள, உபவுண ர்ச்சியுள்ள, அநுதாபமான.

Sym'pathize, v.i. பரிதபி, அநுதாபப்படு, உடனுத்தரி.

Sym'pathy, s. அநுதாபம், பரிதாபம், உட னுத்தரிப்பு, சமதுக்கம், அநுவேதனே.

Sympho'nious, a. ஒலியொத்த.

Sym'phony, s. இன்னிசை, சுரைக்கியம்.

Sympo'sium, s. கூடிக்குடிக்கை, விருந்து கொண்டாட்டமான விருந்து.

Symp'tom, s. குணம், குறி, தோற்றம், அடை யாளம்.

Symptomat'ic, a. அநுகுண; fever, அநு குணஜ்உரம்.

Syn'agogue, s. எழுபதுபெயர் கூடிய சங் கம், யூதர்கோயில்.

Syn'archy, s. கூட் டரசாட்சி.

Synarthro'sis, s. ஈரெலும்புப்பொருந்து.

Syn'chronism, s. ஏககால சம்பவம்.

Syn'copate, } v.t. சுருக்கு, இடைக்குறை
Syn'copize, } செய்.

Syn'cope, s. இடைக்குறை, அவசம், சோ ர்பு, சோகம்.

Syn'dicate, s. ஆலோசனேச்சபை.

Synec'doche, s. முதலாகு பெயரிலக்கண இனவாகு பெயரிலக்கண.

Syn'od, s. குருசங்கம், சங்கம், கூட்டம்.

Synod'ical, a. குருசங்கத்திற்குரிய, சங்கத் தில் தீர்ந்த.

Syn'onyme, } s. ஏகார்த்தபதம், சமானரூத்
Syn'onym, } தபதம், பரியாயம்.

Synon'ymous, a. ஏகார்த்தமுள்ள.

Synon'ymy, s. ஏகார்த்தமொழிநயம்.

Synop'sis, *s.* குறிப்பு, பொழிப்பு, அடக்கம், திரட்டு.
Syntac'tical, *a.* சொற்புணரிலக்கணத்திற்குரிய.
Syn'tax, *s.* சொற்புணரிலக்கணம், பதவிந்நியாசம்.
Syn'thesis, *s.* கூட்டு, சேர்வை, கலவை.
Synthet'ic, **Synthet'ical**, } *s.* தொடர்பான, கோவையான, கலப்பான, சேர்வையான.
Syph'ilis, *s.* கிரந்திப்புண்.
Sy'phon, *s.* நீர்வாங்கி, ஆசமனி.
Syr'inge, *s.* சிவிறி, பீச்சாங்குழல்.
Syr'up, *s.* பாகு.
Sys'tem, *s.* ஒழுங்கு, முறை, கிரமம், நூல், சரீரம், மதம், கோட்பாடு.
Systemat'ic, *a.* ஒழுங்குள்ள, வரிசையான, அங்கலக்ஷணமுள்ள.
Sys'tematize, *v.t.* ஒழுங்குபடுத்து, கிரமப்படுத்து.
Syz'ygy, *s.* கிரகசங்கமம், கிரகயோகம், சமம்.

T.

Tab'ard, *s.* குறுஅங்கி, கட்டியக்காரனங்கி.
Tab'by, *a.* பலவர்ணமான.
Tab'efy, *v.i.* (Rare) மெலி, நோய், வசங்கெடு.
Tab'ernacle, *s.* கூடாரம், குடிசை, தேவாலயம்.
Tab'id, *a.* பிணியால் மெலிந்த.
Tab'lature, *s.* சுவர்ச்சித்திரம்.
Ta'ble, *s.* பீடம், பீடப்பலகை, அட்டவணை, சூசிகை.
Ta'ble-cloth, *s.* பீடப்போர்வை, மேசைத்துப்பட்டி.
Table-land, *s.* உயர்ந்த சமபூமி, பீடபூமி.
Tab'let, *s.* சிறுபீடம், சித்திரபீடம்.
Table'talk, *s.* பந்திப்பேச்சு.
Ta'bour, *s.* ஒரு கட்பறை, மேளம்.
Tab'ourine, *s.* சிறுமேளம்.
Tab'ouret, *s.* சிறுபறை.
Tab'ular, *a.* அட்டவணைக்கடுத்த.
Tab'ulate, *v.t.* அட்டவணைப்படுத்து.
Tache, *s.* (obs.) கொளுவி, கொளுக்கி, செறி.
Tac'it, *a.* மௌனமான, பேசாத, ஊமையான.
Tac'iturn, *a.* மோனமான, ஊமஞான, மௌனமான, பேசாத.
Taciturn'ity, *s.* பேசாமை, மோனம், மௌனம்.
Tack, *s.* ஆணி, கொடுகி, சிற்றாணி, கப்பலைத்திருப்புகை.
Tack, *v.t.* கடாவு, அறை, தை, மாட்டு.
Tack, *v.i.* பாய்மாறியோடு.
Tack'le, *s.* கப்பியுங்கயிறும், பாரஞ்சாம்பிபணிமுட்டு.
Tack'ling, *s.* பாய்மரச்சாமான், குதிரையுடுப்பு.
Tack, *s.* சாமர்த்தியம், வினையாண்மை, யூகம், சூழ்ச்சி.
Tacti'cian, *s.* யுத்தவித்தையில் வல்லவன்.
Tac'tics, *s.* யுத்தவித்தை.
Tac'tile, *a.* பரிசிக்கப்படக்கூடிய.
Tad'pole, *s.* வாற்பேத்தை, தவளைக்குஞ்சு.
Tag, *s.* ஓடித்தொடும் விளையாட்டு; வலைக்குண்டு
Tail, *s.* வால், தோகை; the tail of a peacock, கலாபம், தோகை, மயிற்றோகை.
Tai'lor, *s.* தையற்காரன், துன்னன், பொல்லன்.
Taint, *s.* கறை, மறை, மாசு, பழுது.
Taint, *v.t.* பாழாக்கு, பழுதாக்கு.
Take, *v.t.* எடு, வாங்கு, கொள்ளு, பற்று; away, எடுத்துக்கொண்டுபோ; place, சம்பவி, நட; root, வேர்பற்று; by force, பிடுங்கு, பறி; up, தூக்கு; down, இறக்கு; pity, இரங்கு; a journey, பிரயாணம் பண்ணு; advice, புத்திகேள்; meal, சாப்பிடு; ill, வம்பாய்க்கொள்; well, நன்மையாய்க்கொள்; time, சாவகாசத்திற் செய்; ship, கப்பலேறு; one's picture, ஒருவன்படத்தைச் சித்திரி; delight, பிரியப்படு, இஷ்டப்படு; an airing, வெளியிலுலாவு; aim, இலக்குப்பார்; fire, நெருப்புப்பற்று; breath, இளைப்பாறு; offence, தாங்கலடை; one up, பிழைபிடி; to heart, மனதில் வைத்தழுத்து; in writing, எழுதிவை; to take care of, விசாரிக்க.
Take, *v.i.* பிடி, பற்று; after, ஒத்திரு; up, நில் (obs.); up with, மனக்குறையின்றி ஏல்; with, இதமாயிரு, உவ (obs.) to heels, ஓட்டம்பிடி.
Tak'ing, *v.n.* பிடிக்கை, பற்றுகை, கைபாடுகை.
Talc, *s.* அப்பிரகம்.
Tale, *s.* கட்டுக்கதை, ஆக்கியானம்; கற்பிதசரித்திரம், கதை; the introduction to a tale, கதாமுகம்.
Tale'bearer, *s.* கோளன், கோட்சொல்லி, கதைகாவி.
Tal'ent, *s.* ஒருநிறை, நாணயம், வரம், சாமர்த்தியம், புத்திவைபவம்.
Tal'ented, *p.a.* சமர்த்துள்ள

Tale'-teller, s. கட்டுக்கதைசொல்லி, கதை சொல்லி.
Tal'isman, s. கவசம், யந்திரம், இரக்ஷாபந்தனம், கெவுடி.
Talk, s. பேச்சு, வாய்விசேஷம், கதை, சம்பாஷணை, வதந்தி.
Talk, v.i. பேசு, சம்பாஷி, மொழி.
Talk'ative, a. மிகுதியாய்ப் பேசுகிற; person, வாயாடி, வாசாலன், அலப்பன்.
Talk'ativeness, s. அலப்பு, கதாப்பிரசங்கம், கத்து.
Tall, a. நெடிய, தீர்க்காங்கமுள்ள, உயரமுள்ள
Tall'ness, s. உயரம், நெடுமை, நெட்டை.
Tal'low, s. மாட்டுக்கொழுப்பு, மிருகநிணம், நிணநெய்.
Tal'low, v.t. கொழுப்புப்போடு, மிருகநிணம் பூசு.
Tal'low-chandler, s. கொழுப்புத்திரி விற்கிறவன்.
Tal'low-faced a முகம்வெளுத்த.
Tal'ly, s. எண்ணலளவைக்கோல்.
Tal'ly, v.t. புள்ளிவெட்டு.
Tal'ly, v i. ஒவ்வு, இசை, பொருந்து.
Tal'mud, s. யூதர் சம்பிரதாய கிரந்தம்.
Tal'on, s. படசிநகம், நகம்.
Tal'ook (prop. Tal'uk), s. தாலுகா.
Tam'able, a. படியத்தக்க, பயிலக்கூடிய.
Tam'arind, s. புளி, புளியமரம், ஆமிலம்.
Tam'bourine, s. ஒருபறை, ஒருவாச்சியம், ஒருகட்டப்பறை.
Tame, v.t. பழக்கு, பயிற்று, அப்பியாசப்படுத்து, வசப்படுத்து, வசக்கு.
Tame, a. சாதுவான, பதவிய.
Tame'less, a. படியாத, பழகாத.
Tame'ness, s. சாது, படிவானகுணம்.
Tam'il, s. தமிழ், திரவிடம்.
Tam'per, v.i. பிறர்காரியத்திற் கையிட்டுக் கொள்ளு.
Tan, s. தோல்பதஞ்செய்யும்பட்டை.
Tan, v.t. தோல்பதனிடு.
Tan'gent, s. சம்பாதம்.
Tan'gible, a. பரிசிக்கப்படத்தக்க; to assume a tangible form, உருவாய்ந்த, உருவுள்ள, பரிசிக்கக்கூடிய.
Tan'gibility, s. பரிசம்.
Tan'gle, v.i. சிக்கு, சிக்குப்படு.
Tank, s. குளம், ஏரி, குட்டம், கம்மாய், தடாகம், ஓடை, யுத்தத்தில் செலுத்தும் ரதம்.
Tank'ard, s. மேன்மூடியுள்ளகெண்டி.
Tan'ling, s. (Rare) கோடைவெயிலில் வெந்து கறுத்தவன்.
Tan'ner, s. தோல்பதனிடுகிறவன்.
Tan'nery, s. தோல்பதனிடுஞ்சாலை.
Tan'nin, s. மரவுரித்துவர்ப்பு.
Tan'ning, v.n. தோல்பதஞ்செய்கை.
Tan'talism, s. ஏமாற்றுகை, வீணாசையுபாதி.
Tan'talize, v.t. தகாக்காட்டு, ஏய், அவாக்காட்டியேய்.
Tan'tamount, a. ஒரேவிதமான, சம்மான, ஒத்த.
Tap, s. தட்டு, எற்று, மூலவேர், சிறுகுழாய்; to give a tap on the shoulder, தோளைத்தட்ட.
Tap, v.t. தட்டு, தொடு.
Tape, s. நாடா, கச்சு, நூனுழி; broad tape, கச்சுப்பட்டை.
Ta'per, s. மெழுகுதிரி.
Ta'per, v.i. கூராகு, கூம்பு, ஒல்கு.
Tap'estry, s. சித்திரத்தொங்கலாடை.
Tap'estry, v.t. சித்திரத்தொங்கலாடையாலலங்கரி.
Tape'worm, s. நீளப்பூச்சி.
Ta'pis (tá'pe), s. பீடப்போர்வை; on the tapis, யோசனையிலிருக்கிற.
Tap'root, s. ஆணிவேர், மூலவேர்.
Tap'ster, s. குழாய்வைத்திறைப்போன்.
Tar, s. கிசில், கீல், தார்.
Tar, v.t. தார்பூசு, கிசில்பூசு.
Taran'tula, s. புலிமுகச்சிலம்பி.
Tar'diness, s. தாமதம், மனமின்மை.
Tar'digradous, a. தாமசகதியுள்ள.
Tar'dy, a. தாமசமான, தூங்கலான, மந்தமான.
Tare, s. களை, களைப்புல், கழிவு.
Tar'get, s. கேடகம், பரிசை.
Tar'geted, a. பரிசைகைக்கொண்ட.
Tar'iff, s. ஏற்றுமதி யிறக்குமதிச் சாமானின் தீர்வைவிலாசம்.
Tarn, s. சிறுதடாகம், சதுப்புநிலம்.
Tar'nish, v.t. கறைப்படுத்து, களங்கப்படுத்து, மாசுறுவி.
Tarpau'lin, s. கீல்பூசிய கித்தான்.
Tar'ry, v. தரி, தங்கு, நில், தாமதி, வதி.
Tar'sus, s. கணைக்காற்பொறுத்து, பரடு.
Tart, s. ஒருவகையுணவு.
Tart, a. புளிப்புள்ள, புளியான, கார்ப்புள்ள.
Tar'tar, s. மதுலவணம்; தார்த்தாரியன், நரகம், கபாலிகை.
Tart'ness, s. புளிப்பு, கார்ப்பு, காரம்.
Task, s. குறித்தபாடம், இட்டவேலை.
Task, v.t. வேலையிடு.

Task'er,
Task'master, } s. ஏவுவோன், ஏவல்செய்விப்பவன், மேஸ்திரி.
Tas'sel, s. குச்சம், குஞ்சம், குச்சு.
Tas'seled, p.a. குச்சுக்கட்டிய
Taste, s. ருசி, சுவை, ரசம், ரசஞானம். ரசனேந்திரியம், இதம், உவப்பு, இஷ்டம்; six tastes, அறுசுவை—as, கைப்பு, bitterness,—இனிப்பு, sweetness,—புளிப்பு, sourness,—உவர்ப்பு, saltness,—துவர்ப்பு, astringency,—கார்ப்பு, pungency.
Taste, v.t. ருசிபார், ருசித்தறி, அனுபவித்தறி.
Taste, v.i. உருசிப்படு, சுவைப்படு.
Taste'ful, a. உருசியுள்ள, இரசமான.
Taste'less, a. உருசியற்ற, சாரமற்ற.
Tat'ter, s. கந்தை, கிழியல், பீறல்.
Tat'ter, v.t. கிழி, பிய்.
Tatterdemal'ion, s. கந்தையுடுத்தோன், கந்தைகட்டி.
Tat'tle, s. அலப்பு, பிதற்று, கத்து.
Tat'tle, v.t. பசபச, பசப்பு, கத்து, பிதற்று.
Tat'tler, s. வாயாடி.
Tattoo', s. படைமீட்சிப்பறை.
Tattoo', v.t. பச்சைகுத்து, நாமந்திட்டு.
Taunt, v.t. குறனேபேசு, சரசம்பண்ணு, இகழ்ச்சிசொல்லு.
Taunt, s. நிந்தை, இகழ்ச்சி.
Tauricorn'ous, a. (Rare) இடபத்தைப்போலக் கொம்புள்ள.
Tau'rus, s. இடபவிராசி, இடபம், எருது.
Tautol'ogy, s. கூறியது கூறல், புனருக்தி, அலப்பு, மீமிசை.
Tav'ern, s. சத்திரம், மடம், சாவடி, மதுக்கடை.
Tav'erner, (obs.)
Tav'ern-keeper, } s. மதுக்கடைக்காரன்.
Tav'erning, v.n. (obs.) மதுக்கடைப்பானம்.
Taw, v.t. வெணதோல்பதனிடு.
Taw'driness, s. நாகரீகமற்ற, ஒய்யாரம்.
Taw'dry, a. வெளிப்பூஷணமான, அலங்காரமான, ஒய்யாரமான.
Taw'ny, a. கபிலமான, செங்கல்மங்கலான, பிங்கலவர்ண.
Tax, s. இறை, வரி, தீர்வை, கப்பம், கடமை; on distilled liquors, ஆப்காரி; on spirits, கலால்தீர்வை; money tax on gardens, backyards, etc., சுவர்ன்ன ஆதாயம்; on houses, வீட்டுவரி; levied upon weavers, தறிவரி.
Tax, v.t. இறைவாங்கு, வரிவாங்கு, கப்பங்குறி, சுமத்து, பாரி.
Taxa'tion, s. வரிவைத்தல், வரி.
Taxa'tion, s. வரிவைப்பு.
Tax'icab, s. கூலிசவாரிசெய்யும்யந்திர ரதம்.
Tea, s. தேயிலை, அதன்செடி, தேயிலைநீர்.
Tea'board, s. தேயிலைநீர்ப் பாத்திரத்தட்டு, தட்டு.
Teach, v.t. போதி, படிப்பி, கற்பி, பயிற்று, ஓது.
Teach'able, a. படியத்தக்க, படிப்பிக்கத்தக்க.
Teach'er, s. உபாத்தியாயன், கற்பிப்போன், ஆசிரியன், ஆசான், சிக்ஷகன்.
Teach'ing, v.n. படிப்பிப்பு, கற்பனை.
Teal, s. தாரா, கடற்றாரா, சிறகி, கிளுவை.
Team, s. பிணையல்மாடு; பிணையல்குதிரை.
Team, v.t. இணையெருதுடன் தொடு.
Tea'pot, s. தேயிலைக்கஷாயபாத்திரம்.
Tear, s. கண்ணீர், அசிரம்.
Tear, v.t. கிழி, பீறு, பிள, பிய்.
Tear'ful, a. கண்ணீருள்ள, அழுகிற.
Tear'less, a. கண்ணீரற்ற.
Tease, v.t. அலைக்கழி, அலை, சோலிபண்ணு, சூர், பன்னு, அகடுசெய்.
Teat, s. முலைக்கண், முலைக்காம்பு, முலைமுகம்.
Tech'nical, a. பரிபாஷையான, சாஸ்திரார்த்தமான, பரிபாஷித, அலௌகிக.
Tech'nical'ity, s. சாஸ்திரார்த்தம், பரிபாஷிதம், சங்கேதம்.
Technol'ogy, a. வித்தியாவிலக்கணம்.
Tech'y, a. வெடுவெடுப்பான, கோபமுள்ள.
Ted, v.t. அறுத்த புல்லைப் பரப்பிவை.
Te'dious, a. தாமதமுள்ள, இளைக்கப்பண்ணுகிற, தீர்க்க சூத்திரமான.
Teem, v.i. கருக்கொள்ளு, சினை, வர்த்தி, விர்த்தியாகு.
Teem'ing, p.a. ஈனுகிற, விர்த்தியாகிற, மல்குகிற.
Teens, s. குமரப்பருவம், யவ்வனம், தாருண்ணியம்.
Teeth, s. (pl. of tooth).
Teeth, v.i. பல்முளை.
Tee-to'taller, s. மதுவிரோதி, ஜலபானப்பிரியன்.
Teg'ument, s. தோல், புறணி.
Tel'egraph, s. மின்தபால், தூரலிபிகரி.
Telegraph'ic, a. மின்சொற்பிரயோகத்திற்குரிய.
Tel'escope, s. தூரதிருஷ்டிக்கருவி.
Telescop'ic, a. தூரதிருஷ்டிக்கருவிக்குரிய.

Tell, *v.t.* சொல்லு, அறிவி, தெரிவி, உரை, விளம்பு.
Tell'-tale, *s.* கதைவிடுகிறவன், கோள்மூட்டி, கதைகாவி.
Temer'ity, *s.* துணிவு, துணிகரம், ஓர்மம்.
Tem'per, *s.* குணம், தன்மை, பண்பு.
Tem'per, *v.t.* பதமிடு, தணி, பதப்படுத்து, துவைச்சலிடு, துவை.
Tem'perament, *s.* தன்மை, குணம், சம்பாவிதம்.
Tem'perance, *s.* தன்னடக்கம், இச்சையடக்கம்; மிதம், மதுவிலக்கு, மட்டு.
Tem'perate, *a.* ஒறுப்புள்ள, மட்டான, இச்சையடக்கமுள்ள
Tem'perature, *s.* குணம், தன்மை, சீதோஷ்ணநிலைமை.
Tem'pest, *s.* சூறைக்காற்று, கொந்தளிப்பு, பெருங்காற்றுமழை, புயல்.
Tem'pest-beaten, *a.* புயலிலடிபுண்ட.
Tem'pest-tossed, *a.* பெருங்காற்றிலெற்றுண்ட.
Tempest'uous, *a.* மும்முரமான, கொந்தளிப்பான, புயலான.
Tem'ple, *s.* தேவாலயம், கோவில், ஆலயம், மாளிகை; கன்னப்பொறி.
Tem'poral, *a.* அநித்திய, இம்மைக்குரிய, இகார்த்த, லௌகீக; the temporal bone, சங்கம்.
Tem'poralty, *s.* ஆசாரியரல்லாதவர்கள்.
Tempora'neous, *a.* அற்பகாலமுள்ள.
Tem'porary, *a.* அநித்தியமான, சொற்பகாலத்திற்குரிய.
Tem'porize, *v.i.* உலகியலுக்கொப்ப நட, காரியத்திற்கிசைய நட.
Tempt, *v.t.* சோதி, ஏய், பரீட்சைபார், மோசம்பண்ணு, மயக்கு.
Tempta'tion, *s.* சோதனை, ஏய்ப்பு, மருள், மயக்கு, ஆசாபாசம்.
Temp'ter (*fem.* temp'tress), *s.* தீமைசெய்ய ஏவுகிறவன், பொல்லாப்பிற்குத் தூண்டுகிறவன்.
Ten, *s.a.* பத்து, தசம்.
Ten'able, *a.* எடுபடாத, உறுதியான, நிலையுள்ள, சாதிக்கத்தக்க.
Tena'cious, *a.* ஒட்டத்தக்க, கொண்டதைவிடாத, பிடிவாதமான.
Tenac'ity, *s.* அபிதூரத்துவம், பிசுனத்தனம், பிடிவாதம், விடாப்பிடி, சாதனை.
Ten'ant, *s.* குடிக்கூலிக்கிருக்கிறவன், குடிசெய்கைக்காரன்.
Ten'antry, *s.* குடிக்கூலிக்காரர் கூட்டம்.
Tend, *v.t.* கா, விசாரி, பராமரி.
Tend, *v.i.* நேரிடு, சார்.
Ten'dency, *s.* ஏது, சார்பு, சாய்வு.
Ten'der, *s.* காப்போன், மேய்ப்பன், விசாரணைக்காரன், பாதுகாவலன், தர்க்காஸ்து.
Ten'der, *v.t.* ஒப்புக்கொள்ளக்கேள் கொடு, காட்டு.
Ten'der, *a.* கோமளமான, மிருதுவான, இளமையான, இள, நொய்ய, உருக்கமுள்ள, தயையுள்ள; tender age, கட்டிளமை; tender grass, இளம்புல்; tender flowerbuds, இளம்பூவரும்பு; very tender fruit, கச்சல்; to be tender eyed, கண்கூச.
Ten'der-hearted, *a.* உருகுநெஞ்சுள்ள, நெஞ்சிரக்கமுள்ள, குழைந்தமன முள்ள; to grow tender-hearted, கசிய, அகங்குழைய.
Ten'derling, *s.* சீராட்டுப்பொருள், மானின் முதற்கொம்பு.
Ten'derness, *s.* நொய்மை, மிருது, இரக்கம், தயை, உருக்கம்.
Ten'don, *s.* நரம்பு, தசைநார்.
Ten'dril, *s.* படர்கொடிகளின் கூந்தல்.
Ten'ement, *s.* வீடு, குடம்பை, அசைவற்ற சொத்து.
Tenes'mus, *s.* (Med.) வயிற்றுக்கடுப்பு, மூலக்கடுப்பு, வயிற்றுளைவு.
Ten'et, *s.* கோட்பாடு, கொள்கை.
Ten'fold, *a.* பத்துமடங்கான.
Ten'nis, *s.* பந்துவிளையாட்டு விசேஷம்.
Ten'on, *s.* கழுந்து.
Ten'or, *s.* போக்கு, ஒழுங்கு, நடை, நோக்கம், தாற்பரியம், அர்த்தம், மத்தியசுரம்.
Tense, *s.* காலம், வினையின் காலம்.
Tense, *a.* முரணுன, விசையான.
Ten'sion, *s.* இறுக்கம், விசை, சுண்டு.
Tent, *s.* கூடாரம், படக்குடில், படாம் வீடு, காரத்திரி.
Tent, *v.i.* கூடாரவாசஞ்செய், காரத்திரியிட்டுச் சோதி.
Tent'curtain, *s.* கூடாரத்திரை.
Tenta'tion, *s.* (obs.) பரீக்ஷை, பரிசோதனை.
Tent'ative, *a.* பரிசோதனைவகையான.
Tent'er, *s.* புடைவையைவிரிக்கும்யந்திரம்.
Tent'er-ground, *s.* கொளுவிக்கொம்பு நாட்டிய தரை.
Tenth, *a.* பத்தாவதான, பத்தாம்.
Tenu'ity, *s.* நொய்மை, மென்மை.
Ten'uous, *a.* நொய்மையான, மெல்லிய.
Ten'ure, *s.* ஆட்சி, பிடிப்பு, பற்று, காணியாட்சி.
Tep'efy, *v.t.* அனலாக்கு, அனலாகு.

Tep'id, *a.* இளஞ்சூடான, மென்சூடான.
Tepid'ity, *s.* மிதஅனல், சிற்றனல், சிறுசூடு.
Te'por, *s.* இளஞ்சூடு, மென்சூடு, சிறுசூடு, நகச்சூடு.
Ter'aphim, *s.* குலதெய்வம், கிரகதேவதை.
Ter'ebrate, *v.t.* தொளை, தமரிடு.
Tergem'inous, *a.* மும்மடங்கான, மும்மடியான, மூன்றத்தனையான.
Tergiver'sate, *v.i.* (Rare) கடத்து, நழுவு, மாறுபாடுசெய்.
Tergiversa'tion, *s.* எற்று, தட்டு, நழுவல், மாறுதல், விங்களம்.
Term, *s.* தவணை, எல்லை, முறை, தரம், கெடு, உறுப்பு; last of a series, ஈற்றுறுப்பு; number of—of a series, உறுப்பெண்; minor, பட்சம்; major, சாத்தியம்; middle, ஹேது.
Term, *v.t.* பெயரிடு, பெயர்தரி.
Ter'magancy, *s.* ஜண்டித்தனம்.
Ter'magant, *s.* ஜண்டி.
Ter'minate, *v.t.* முடி, தீர், தொலை.
Termina'tion, *s.* முடிவு, கடை, இறுதி, அந்தம், விகுதி, விகிர்தி.
Terms, *s.* (*pl.*) சங்கேதம், பொருத்தம், நிபந்தனை, ஒப்பந்தம்.
Ter'nary, *a.* மும்மூன்றாய்ப்போகிற, மூன்றுள்ள.
Ter'race, *s.* மெத்தை, உப்பரிகை, பதனம், அரமியம்.
Terra'queous, *a.* நீரும் நிலமுஞ்சேர்ந்துள்ள.
Terrene', *a.* பூமிக்குரிய, தரைசம்பந்தமான.
Terrene', *s.* தரைமுகம், பூமியினுபரிதலம்.
Ter'reous, *a.*(obs.) மண்ணான, மண்ணுள்ள.
Terres'trial, *a.* பூமிக்கடுத்த, நிலத்திற் கடுத்த, தரைக்குரிய.
Ter'rible, *a.* அச்சமுண்டாக்கத்தக்க, பயங்கரமான.
Ter'rier, *s.* ஒருவகை நாய்.
Terrif'ic, *a.* அச்சமுண்டாக்கத்தக்க, திடுக்கிடப் பண்ணத்தக்க.
Ter'rify, *v.t.* பயப்படுத்து, வெருட்டு, பயமுறுத்து, திடுக்கிடப்பண்ணு, மிரட்டு.
Ter'ritory, *s.* தேசம், பிரதேசம், சீமை, இராஜ்ஜியம்.
Ter'ror, *s.* அச்சம், திகில், திகைப்பு, பயங்கரம், திடுக்காட்டம், கெடி.
Terse, *a.* ஒழுங்கான. செம்பாகமான, நேர்த்தியான.
Terse'ness, *s.* வாக்கியச் செம்பாகம்.
Ter'tian, *a.* முறைச்சுரத்திற்குரிய, மூன்றுமுறைச்சுரமான.

Tes'sclated, *p.a.* பலசதுட்க ரூபமான
Test, *s.* சோதனை, பரீட்சை, உரைகல், மாற்று, குரு, பரீக்ஷாசாதனம்.
Test, *v.t.* பரிசோதனைசெய், உரையறி.
Testa'ceous, *a.* ஓடுள்ள, ஓட்டுக்குரிய.
Test'ament, *s.* மரணசாதனம், உடன்படிக்கை, ஏற்பாடு.
Testament'áry, *a.* மரண சாதனமான உடன்படிக்கையான.
Tes'tate, *a.* மரணசாதனங் கொடுத்திருக்கிற.
Testa'tor, *s.* (*fem.* testátrix) மரணசாதனங் கொடுக்கிறவன்.
Test'er, *s.* மேற்கட்டி, கூடாரம், விதானம்.
Tes'ticle, *s.* பீஜம், அண்டம், விதை.
Tes'tifier, *s.* சாக்ஷியிடுவோன், சாக்ஷிபகர்வோன்.
Tes'tify, *v.i.* சாக்ஷியிடு, சாக்ஷிகொடு, உறுதிமொழிகொடு.
Testimo'nial, *s.* சாட்சிப்பத்திரம், சிபார்சுபத்திரம்.
Tes'timony, *s.* சாட்சி, திருஷ்டாந்தம்.
Test'y, *a.* வெடுவெடுப்பான, சினக்குணமான, கோபமுள்ள.
Tetch'y, *a.* See Techy.
Tete, *s.* பொய்மயிர், முடிமயிர்.
Tete'-a-tete, *ad.* முகமுகமாய், இரகசியமாய்.
Teth'er, *s.* தாமணி, தாம்பு, தாமம்.
Tet'ragon, *s.* சதுட்கோணம், சதுரசிரம்.
Tetram'eter, *s.* நாற்சீரடி.
Tetrapet'alous, *a.* நான்கிதழுள்ள, சதுர்ப்பத்திர.
Te'trarch, *s.* (Rom. Antiq.) காற்பங்கு தேசாதிபதி.
Tetras'tich, *s.* நாலடிப்பா.
Tet'ter, *s.* கரப்பன், தேமல், படர்தாமரை, பூச்சிக்கடி.
Tew, *v.t.* வேலைசெய், அலைக்கழி, தொல்லைபண்ணு.
Tew'el, *s.* துருத்திக்குழாய்புகும் உலைக்குழாய்.
Text, *s.* மூலவாக்கியம், வசனம்.
Texto'rial, *a.* நெசவிற்குரிய, பின்னல்வேலையான.
Tex'tile, *a.* பின்னப்பட்ட, நெய்யப்படக்கூடிய.
Tex'tual, *a.* மூலவாக்கியத்திலுள்ள
Tex'tualist, }
Tex'tuist, (obs.) } *s.* மேற்கோள் எளிதிற்காட்ட வல்லவன்.
Text'man, (Rare) }
Text'hand, *s.* குண்டெழுத்து.

Text'book, s. பாடபுஸ்தகம்.
Text'ure, s. நெசவு, பின்னல்.
Than, conj. பார்க்கிலும், பார்க்க, இல், காட்டிலும்; one is greater than the other, ஒருவன், மற்றவனில் பெரியவன்.
Thank, s. வந்தனம், நன்றி, தோத்திரம்
Thank, v.t. நன்றிசெலுத்து, உபசாரஞ் சொல்லு.
Thank'ful, a. நன்றியான, நன்றியுள்ள.
Thank'less, a. நன்றியற்ற, நன்றிகெட்ட, நன்றியீனமுள்ள.
Thank'-worthy, a. நன்றிக்குப் பாத்திரமான.
Thanks'giving, v.n. தோத்திரஞ் செலுத்துகை, புகழ்ச்சிகூறுகை.
Than'nah, s. டாணு; officer in charge of a, டாணுதார்.
That, pr. dem. a. அது, அஃது, அந்த,-அ.
That, conj. என்று, என; I will go and inform him that the hour has arrived, நான் போய்க் குறித்தகாலம் வந்ததென்று அவனுக்குத் தெரிவிப்பேன்; I did not expect that I should have the pleasure of seeing you again, நான் உம்மைத் திரும்பவுங் காணபேனென்று நினைக்கவில்லை; men labour that they may acquire wealth, பொருள் சம்பாதிக்க மனுஷர் உழைக்கிறார்கள்.
Thatch, s. வீடுவேயும்புல், வீடுமேயும் வைக்கோல்.
Thatch, v.t. வீடுவேய், மேய்; thatched house, கூரைவீடு.
Thau'maturgy, s. அற்புதஞ்செய்தல்.
Thaw, v.t. கரை, உருக்கு.
Thaw, v.i. உருகு, கரை, நீராகு.
The, art. அந்த, இந்த, உந்த, அ, இ, உ, அன்ன.
The'atre, s. அபிநயசாலை, நாடகசாலை, அரங்கம், கழகம்; theatre of war, ரணரங்கம்.
Theat'rical, a. நாடகசாலைக்குரிய.
Thee, pr. உன்னை, நின்னை.
Theft, s. களவு, திருட்டு, கள்ளம், சோரம்.
Their, pr. அவர்களுடைய, அவைகளுடைய.
The'ism, s. ஏகேச்சுரவாதம்.
The'ist, s. ஏகேச்சுரவாதி.
Theist'ic, a. ஏகேச்சுரவாதத்திற்குரிய.
Them, pr. அவர்களை, அவைகளை.
Theme, s. காரியம், துறை, விஷயம், எண்ணம், பிரகரணம், பிரபந்தம், பீடிகை.
Themselves', pr. தாங்களே, தம்மையே.
Then, ad. conj. அந்நேரம், அப்பொழுது, ஆகவே, பின்னை.

Thence, ad. அதினின்று, அங்கிருந்து, அது தொடங்கி, அன்றுதொடங்கி.
Thence'forth, ad. அன்றுதொடக்கமாய்.
Thencefor'ward, ad. அதுமுதலாய், அதுமுதலாய்.
Theoc'racy, s. தேவாதிபத்தியம், தேவ அரசாட்சி.
Theod'olite, s. தூரமுயரம் அளக்குங் கருவி.
Theog'ony, s. தேவர் ஜெனமம்.
Theolo'gian, s. வேதசாஸ்திரி, வேதாப்பியாசன், வேதபாரகன்.
Theolog'ical, a. வேதசாஸ்திரத்திற்கடுத்த.
Theol'ogy, s. வேதம், தேவசாஸ்திரம்.
Theom'achy, s. தேவருடன் போராடல், திருவுளத்திற்கெதிரிடை.
The'orem, s. பிரமேயம், சூத்திரம், தருவம்.
Theoret'ic, a. கோட்பாட்டிற்குரிய, கற்பனைவழிப்பட்ட.
The'orist, s. கற்பனைமேற்கொள்வோன்.
The'ory, s. கோட்பாடு, கற்பனை, விஞ்ஞானம்.
Theosoph'ic, a. யோகாஞ்ஞைக்குரிய.
Theos'ophy, s. யோகானுபவம், யோகசித்தி.
Therapeu'tics, n. வைத்தியசாஸ்திரம், வாகடம், பதார்த்தசாரநூல்.
There, ad. அங்கே, அவ்விடம், அங்ஙனம், ஆங்கு, அங்கு.
There-about', ad. அவ்விடங்களில், கிட்டத்தட்ட, அவ்வளவு.
There af'ter, ad. அதன்பின், அந்தப்படி.
There-at', ad. அவ்விடத்தில், அதில்
There-by', ad. அதனால், அதைக்கொண்டு.
There'fore, ad. ஆகையால், ஆதலால், அப்படியிருப்பதால், ஆகவே.
There-from', ad. அதினின்று, அதினால்.
There-in', ad. அவ்விடத்தில், அதுகாரியத்தில்.
There-of', ad. அதைப்பற்றி, இதைப்பற்றி.
There-on', ad. அதன்பேரில், அதன்மீது—மேல்.
There-to', ad. அதற்கு, அதனுடன்.
There-upon', ad. அதன்பேரில், அதன்மேல்.
There-with', ad. அதனுடன், இதனுடன்.
Thermom'eter, s. உஷ்ணமளக்குங்கருவி.
Thermomet'rical, a. உஷ்ணமளக்குங்கருவிக்குரிய.
Ther'moscope, s. உஷ்ணமறி கருவி.
These, pr. dem. a. இவர்கள், இவை, இவைகள், இந்த.

The'sis, s. கோட்பாடு, பட்சம், பிரதிஞ்ஞை.
The'urgy, s. அற்புதசக்தி.
The'urgist, s. அற்புதசக்திவாதி.
They, pr. அவர்கள், தாம், தாங்கள், அவை, அவைகள்.
Thick, a. கனமான, தடித்த, பருமையுள்ள, பொலிந்த; to grow, தடிக்க; as trees in a grove, அடர; darkness, காடாந்தகாரம், கள்ளிருள்; forest, அடர்ந்தகாடு; utterance, நாக்குளறுதல்; of hearing, காதுமந்தமான; thick corn, நிறைபயிர்; thick paint, தடிப்பான வர்ணம், தடித்தமை; thick plank, கனத்தபலகை.
Thick'en, v.t. இறுக்கமாக்கு, தடிப்பாக்கு, உரப்பாக்கு; to thicken by boiling, தடிக்கக் காய்ச்ச.
Thick'et, s. தூறு, சோலை, தோப்பு, அடவி.
Thick'set, a. நெருக்கமான, அடர்த்தியான.
Thick'-skulled, a. மந்தபுத்தியுள்ள, மட்டிப்புத்தியுள்ள.
Thick'skin, s. தடியன், தடிப்பயல்.
Thief, s. (pl. thieves) கள்ளன், திருடன், சோரன், சூறைக்காரன்.
Thieve, v.i. திருடு, களவாடு.
Thiev'ery, s. களவு, கள்ளம், திருட்டு.
Thiev'ish, a. கள்ளத்தனமுள்ள, சோரத்தனமுள்ள.
Thigh (thī), s. தொடை, குறங்கு; வாமம், ஊரு.
Thill, s. பண்டியினேர்க்கல்.
Thim'ble, s. விரற்புட்டில், அங்குலித்திராணம்.
Thin, v.t. ஐதாக்கு, நெருக்கமற்றதாக்கு.
Thin, a. மென்மையான, நுண்மையான, மெலிய, ஐமையான.
Thin'ly, ad. மென்மையாய், ஐதாய், விலகி.
Think'er, s. யூகி, சிந்திப்போன்.
Thine, pr. உன், உனது, உன்னுடைய, நின், நினது.
Thing, s. பொருள், வஸ்து, பண்டம், உடைமை, பதார்த்தம், காரியம், கருமம்.
Think, v.i. & t. நினை, எண்ணு, கருது, உணர், உள்ளு; the thinking principle, சேதனம்; right way of thinking, மனத்தொழுக்கம்.
Thin'ness, s. மென்மை, நொய்மை, ஐமை.
Thin'-skinned, a. சுமரணையுள்ள.
Third, a. மூன்றும், மூன்றுவதான.
Third, s. மூன்றிலொருபங்கு, ஒருடியிலொருடிலொருபங்கு.
Third'ly, ad. மூன்றுவதாய்.
...st, s. விடாய், தாகம், தவனம்.
Thirst'y, a. விடாயுள்ள, தாகமுள்ள, அவாவுள்ள.
Thir'teen, s.a. பதின்மூன்று, திரயோதசம்.
Thir'ty, s.a. முப்பது, முப்பான், முப்பஃது.
This, pr. dem. a. இது, இந்த.
This'tle (this'sl), s. குருக்குத்தி, முள்ளி, நெருஞ்சில்.
Thith'er, ad. அங்கே, அவ்விடத்தில், அங்கு.
Thith'erward, ad. அவ்விடத்திற்கு நேரே, அவ்விடத்தை நோக்கி.
Thong, s. வார், வள், விசி.
Thorac'ic, a. மார்பிற்கடுத்த.
Tho'ral, a. படுக்கைக்குரிய.
Tho'rax, s. நெஞ்சறை, மார்பறை.
Thorn, s. முள், கடு.
Thorn'back, s. திருக்கைமீன்.
Thorn'y, a. முள்ளுள்ள.
Thor'ough (thŭr'o), a. திறமான, திட்டமான, திருத்தமான.
Thor'oughfare, s. அதிகம் போக்குவரவான வழி.
Thor'oughly, ad. தீர்க்கமாய், தீர்மானமாய், தீர, தேற.
Thor'oughsped, a. (Rare) சித்தியான, பூர்த்தியாய்முடிந்த.
Those, pr. dem. a. அவைகள், அவர்கள், அந்த, அ.
Thou, pr. நீ, நீர், நீங்கள்.
Though (thō), con. ஆகிலும், ஆயினும், இருந்தும், என்றாலும்.
Thought, s. நினைவு, எண்ணம், கருத்து, சிந்தனை, மனனம், மனோபவம்.
Thought'ful, a. நினைப்புள்ள, கருத்துள்ள, சிந்தனையுள்ள, அவதானமுள்ள; to be thoughtful, நினைப்பாயிருக்க.
Thought'less, a. நினைப்பில்லாத, கருத்தற்ற.
Thought'-sick, a. எண்ணி மனம்நொந்த.
Thou'sand, s.a. ஆயிரம், சகஸ்திரம்.
Thou'sandth, a. ஆயிரத்திலொன்று.
Thral'dom, s. அடிமைத்தனம், சிறையிருப்பு.
Thrall, s அடிமை, சிறை.
Thrash, v.t. தட்டு, போரடி, சூடுமிதி, கதிரடி, ஒப்படி; quantity of grain thrashed, அடித்துமுதலானது; wages for thrashing corn, அடிப்புக்கூலி.
Thrason'ical, a. வீம்புப்பேச்சுள்ள.
Thread, s. நூல், இழை, புரி; a three-fold thread is not easily broken, முப்புரிநூல் எளிதி லறாது.

Thread, *v.t.* கோ, தொடு.
Thread'bare, *a.* சிலும்பலான, நசிவுள்ள, சிம்புள்ள.
Thread'en. *a.* (obs) நூலிற்செய்த, நூலிற் சமைந்த.
Threat, *s.* பயமுறுத்துகை, அச்சுறுத்துகை.
Threat'en, *v.t.* பயமுறுத்து, உறுக்கு, அச் சுறுத்து.
Three, *s.a.* மூன்று, திரி.
Three'fold, *a.* மும்மடங்கான.
Three'-score, *s.a.* அறுபது, அறுபான்.
Thren'ody, *s.* புலம்பற்பாட்டு.
Thresh, *v.t.* சூடுமிதி, போரடி, கதிரடி; alms given in grain at the time of threshing, களப்பிச்சை.
Thresh'ing-floor, *s.* போரடிக்குங்களம்.
Thresh'old, *s.* வாய்தற்படி, வாயிற்படி, கீழ் வாயிற்படி.
Thrice, *ad.* மூன்றுமுறை, மூன்றுதரம்.
Thrid, *v.* ஒடுக்கவழியால் நழுவு.
Thrift, *s.* பெருக்கம், பொலிவு, விர்த்தி, செ ழிப்பு.
Thrift'less, *a.* விர்த்தியற்ற.
Thrift'y *a.* உழைப்புள்ள, கட்டுமெட்டான, செழிப்பான.
Thrill, *s.* வெடித்தசத்தம்; சுவாசத்துவாரம்.
Thrill, *v.t.* துளை, துவாரஞ்செய்.
Thrive, *v.i.* செழி, தழை, உண்டாகு, மதர், தலைக்கட்டு, விர்த்தியடை.
Thriv'ing, *p.a.* உழைப்புள்ள, பசுமை யான, செழிப்பான, விர்த்தியான.
Throat, *s.* தொண்டை, கண்டநாளம், மிடறு.
Throat'y, *a.* (Rare) மிடற்று, மிடற்றுக்குரிய.
Throb, *s.* துடிப்பு, இடிப்பு.
Throb, *v.i.* துடி, இடி, பதறு, பதை.
Throe, *s.* நோ, நோக்காடு, அம்பாயம்.
Throe, *v.i.* (Rare) நோக்காடுசெய், வயா வருத்தப்படு.
Throne, *s.* சிங்காசனம், ராஜாசனம், பத் திராசனம்.
Throne, *v.t.* சிங்காசனத்திலேற்று, இராஜா பிஷேகஞ்செய்.
Throng, *s.* ஜனநெருக்கம், ஜனக்கூட்டம்.
Throng, *v.t.* நெருக்கு, இடுக்கு, சங்கடப் படுத்து, மொய், கூடு.
Thros'tle (thros'sl), *s.* ஒரு குருவி.
Throt'tle, *v.t.* கழுத்துத்திருகு, தொண்டை நெரி.
Throt'tle, *s.* குரல்வளை, மிடறு.
Through (thrŭ), *prep.* ஆல், ஆன், கொண்டு, ஊடே, உருவ, முற்ற; to carry the pack through, பொதிசுமந்து தீர்க்க
Throughout', *ad.* முழுதும், எகத்திற்கு.
Throw, *v.t.* எறி, எற்று; உச்சு; to throw away in contempt, விசும்ப.
Throw, *s.* எறி, எறிகை.
Throw'ster, *s.* பட்டுநூற்சுற்றி.
Thrum, *s.* குறைப்பா, நெய்துவிட்டபா, பாவின் விடுதலைப்பு, இழைநுனி.
Thrum, *v.t.* நெய், இழை, பின்னு.
Thrush, *s.* ஒரு குருவி, அக்கி, அக்கிநோய்.
Thrust, *v.t.* தள்ளு, குத்து, தாக்கு, பாய்ச்சு, நெட்டு.
Thrust, *s.* தாக்கு, தள்ளு, குத்து.
Thumb (thŭm), *s.* கைப்பெருவிரல், கட் டைவிரல், அங்குஷ்டம்.
Thumb, *v.t.* கையளை, கையளாவு.
Thumbed, *a.* பெருவிரலுள்ள.
Thumb'-ring, *s.* பெருவிரல்மோதிரம்.
Thumb'stall, *s.* பெருவிரலுறை.
Thump, *s.* மொத்து, அடி, குத்து.
Thump, *v.* மொத்து, அடி, பொத்தெனவிழு.
Thun'der, *s.* வெடி, முழக்கம், கர்ஜிதம்; இடி.
Thun'der, *v.i.* முழங்கு, கர்ஜி, பிளிறு; a thundering voice, வெடித்தகுரல், இடி குரல்.
Thun'derbolt, *s.* இடியேறு, இடி.
Thun'der-clap, *s.* இடிமுழக்கம்.
Thun'der-shower, *s.* முழக்கமும் மழை யும்.
Thun'der-struck, *p.a.* இடிவிழுந்த, ஏக்க மான.
Thurifica'tion, *s.* தூபங்காட்டுகை.
Thurs'day, *s.* வியாழக்கிழமை, குருவாரம்.
Thus, *ad.* இப்படியே, இவ்விதமாய், இவ் வண்ணம், இவ்வாறு.
Thwack, *s.* சாட்டியடி.
Thwart, *v.t.* குறுக்கேதடு, குறுக்கேமறி, இடையூறுசெய், தடு, கலை.
Thy, *pr.* உன், உனது, உன்னுடைய.
Thyself', *pr.* நீயே, நீரே, உன்னையே.
Tiar, Tia'ra, } *s.* தலைப்பாகை, குல்லா, தலைச் சாத்து.
Tibia, *s.* நளகம், காலின் பேரெலும்பு
Tick, *s.* கைக்கடன், நாணயக்கடன் உண் ணி, உறை; ஓரொலிக்குறிப்பு.
Tick'et, *s.* துண்டு, சீட்டு, கிள்ளாக்கு
Tick'et, *v.* சீட்டுக்கொடு.
Tick'ing, *s.* உறைத்துணி.
Tic'kle, *v.t.* கூச்சங்காட்டு, அக்குட்பாய்ச்சு.
Tic'kle, *v.i.* கூசு, கூச்சப்படு கிளுகிளென்று சிரி.

Tick'lish, *a.* கூச்சமுள்ள, உறுதியற்ற, சங்கடமான, கஷ்டமான.
Tid'bit, *s.* தித்திப்புள்ளது, மதுரமானது.
Tide, *s.* ஏற்றவற்றம், வற்றுப்பெருக்கு, பருவகாலம், வேளே.
Ti'dily, *ad.* சுத்தமாய், நேர்த்தியாய்.
Ti'diness, *s.* சுத்தம், பவித்திரம், நேர்த்தி.
Ti'dings, *s.* (*pl.*) செய்தி, வர்த்தமானம், சமாசாரம்.
Ti'dy, *a.* காலபோகமான, தற்சமயமான, சுகரமான, பவித்திரமான.
Tie, *s.* கட்டு, தளே, பாசம், பந்தம், பிணே.
Tie, *v.t.* கட்டு, முடி, பந்தி, பிணே, பிணி.
Ti'er, *s.* அடுக்கு, நிரை, ஒழுங்கு, வரிசை, பத்தி.
Tiff, *s.* புன்சினம்.
Tif'fin, *s.* சிற்றுண்டி, சிற்றுணவு, இடைப்போஜனம்.
Ti'ger, *s.* புலி, வேங்கை, சித்திரகாயம்.
Tight (ti't), *a.* இறுக்கமான, நெருக்கமான.
Tight'en, *v.t.* இறுக்கு, நெருக்கு, பந்தி.
Tight'ness, *s.* இறுக்கம், நெருக்கம்.
Ti'gress, *s.* பெண்புலி, புலிப்பிணா, புலிப்பிணவு.
Ti'grish, *a.* வேங்கை வடிவுள்ள, வேங்கையொத்த.
Tike, *s.* நாட்டாள், அப்பியாசமில்லாதவன், நாய்.
Tile, *s.* ஓடு, வீடுவேயுமோடு, flat tiles, தட்டோடு.
Tile, *v.t.* ஓடுபோடு, ஓட்டால்வேய்.
Til'ing, *s.* ஓட்டால் மூடிய வீடு.
Till, *s.* சிற்றறை, கள்ளறை.
Till, *v.t.* நிலம் பண்படுத்து, விவசாயஞ்செய், பயிர்செய்.
Till, *prep. ad.* மட்டும், வரையில், அளவும்.
Till'able, *a.* பண்படத்தக்க, பயிருக்கு யோக்கியதையுள்ள.
Till'age, *s* உழவுத்தொழில், கமத்தொழில், நிலம் பயிரிடுகை.
Till'er, *s.* பயிரிடுகிறவன், பண்படுத்துகிறவன், பண்ணேக்காரன்.
Till'man, *s.* (obs.) பயிர்க்குடி, பண்ணேக்காரன், உழவன்.
Tilt, *s.* கூடாரம், மேற்கட்டி, சிலம்பம், குத்து.
Tilt, *v.t.* ஒருச்சரி, ஒருச்சாய், குத்து, கத்திச்சிலம்பம்பண்ணு, சம்மட்டியாலடி.
Tilth, *s.* பயிர்த்தொழில், வேளாண்மை, பண்பட்டநிலம், பயிர்நிலம்.
Tim'ber, *s.* வெட்டுமரம், உத்திரம்.
Tim'brel, *s.* மேளம், பறை, மிருதங்கம்.

Time, *s.* காலம், வேளே, சமயம், நேரம், பொழுது; and eternity, இகபரம்; the lapse of, காலக்கழிவு; in the course of, காலக்கிரமத்தில், நாளாவர்த்தியில்; to spend, காலங்கழிக்க; without loss of, காலநஷ்டமின்றி; long, நெடுங்காலம்; short, அற்பகாலம்; at any, எக்காலத்திலும்; from time to time, காலத்துக்குக்காலம்; at times, ஒவ்வொருவேளே; in the mean time, அதற்கிடையில், in time, சமயத்தில்.
Time, *v.t.* சமயத்திற் கேற்கச்செய், சமயத்திற்செய், காலக்கிரமப்படுத்து.
Time'ful, *a.* (obs.) பருவமான, முந்திய.
Time'less, *a.* அகாலத்தில் செய்த.
Time'keeper, } *s.* கடிகாரம்.
Time'piece, }
Time'piece, *s.* நாழிகைவட்டம், கடிகாரம், காலஅளவு கருவி.
Time'ly, *a.* சமயத்திற்கடுத்த, தற்சமயமான, வேளேக்கேற்ற, வேளேக்குதவிய.
Time'serving, *a.* வேளேகண்டு நடக்கிற, வேளேக்கொருவிதமாய் நடக்கிற.
Tim'id, *a.* கூச்சமுள்ள, கோழையுள்ள, அச்சமுள்ள, ஏக்கமுள்ள.
Timid'ity, *s.* ஒஞ்சிப்பு, கோழை, அச்சம், ஏக்கம்.
Tim'ist, *s.* (obs.) காலத்திற்கு இணங்க நடப்போன்.
Tim'orous, *a.* கோழைத்தனமுள்ள, அச்சமுள்ள.
Tin, *s.* தகரம், ஈயம் பூசின இரும்பு.
Tin, *v.t.* தகரத்தால் மூடு.
Tin'cal, *s.* காக்காய்ப்பொன்.
Tinc'ture, *s.* வர்ணம், சாயம்; கஷாயம், குடிநீர், அவலேகமருந்து.
Tinc'ture, *v.t.* நிறமூட்டு, மனதிலேற்று.
Tin'der, *s.* சீலேச்சாம்பல், சக்கிமுக்கிக்காந்தல், சக்கிமுக்கிப்பஞ்சு.
Tin'der-box, *s.* சக்கிமுக்கிப் பஞ்சுக் குடுக்கை, தீத்தட்டிக்குடுக்கை.
Tine, *s.* பரம்புப்பல்.
Tin'foil, *s.* தகரத்தகடு.
Tinge, *s.* இளநிறம், சாயம், வர்ணம்.
Tinge, *v.t.* சாயமூட்டு, நிறங்கொடு, வர்ணங்கொடு.
Tin'gle, *v.i.* சுணே, சுள்ளிடு, எரி, உறை.
Tin'gling, *v.n.* சுணேப்பு, சொறி, சுள்ளிடு, உறைப்பு, எரிவு.
Tink'er, } *s.* தகரவேலேசெய்வோன்.
Tin'man, }

Tink'le, *v.i.* கிலுகிலு, சிலம்பொலியுண்டா, கிணீலென், கலீரென்.

Tin'sel, *s.* காக்காய்ப்பொன், கஞ்சத்தகடு, மினுக்குள்ள அற்பப்பொருள்.

Tin'sel, *a.* பிரகாசமுள்ள, சிறப்புள்ள, டளபளப்பான.

Tin'sel, *v.i.* கஞ்சத்தகடிட்டு மினுக்கு.

Tint, *s.* நிறம், இளநிறம், சாயம், வர்ணம்.

Ti'ny, *a.* சொற்பமான, சின்ன, சிறிய, அற்ப.

Tip, *s.* நுனி, நுதி, தலைப்பு, முனை, கூர்.

Tip, *v.t.* நுனியாக்கு, கூரிடு, கூராக்கு.

Tip'pet, *s.* தோளங்கி, கம்பளி, உத்தரீயம்.

Tip'ple, *v.t.* மதுவுண்ணு, அதிபானம் பண்ணு.

Tip'pler, *s.* மதுபாணி, குடிகாரன்.

Tip'pling-house, *s.* சாராயக்கடை.

Tip'staff, *s.* உலோகப்பூணுள்ள கோல், நிருத்தியோகஸ்தன்.

Tip'sy, *a.* வெறிகொண்ட, மஸ்துள்ள.

Tip'toe, *s.* நுனிக்கால், குந்துகால்; to stand on, எக்கிநிற்க.

Tip'top, *s.* அறவுச்சம், தீர்ந்தவுச்சம்.

Tire, *s.* சக்கரக்கட்டு, பண்டிவளையம்; தலைப்பாகை; round like the moon, சந்திர ஆரம்.

Tire, *v.t.* தளர்த்து, தொய்யப்பண்ணு, இளைக்கச்செய், தலைப்பாகையிடு.

Tire, *v.i.* தொய், இளை, தளர்.

Tired'ness, *s.* இளைப்பு, களைப்பு, ஆயாசம், அலுப்பு.

Tire'some, *a.* அலுப்பான, ஆயாசமான, தொய்வான; walk, கடுநடை; a tiresome journey, கடும்பயணம்.

Tis'sue, *s.* சரிகைப்புடைவை, கலை, தொடர்.

Tis'sue, *v.t.* சரிகையிழை, பலவர்ணப்படுத்து.

Ti'tan, *s.* தைத்தியன், அசுரன்.

Tith'able, *a.* பத்திலொன்று வரிகொடுக்கத்தக்க.

Tithe, *s.* பத்திலொன்று, தசபாகம்; தீர்வை, ஆயம்.

Tithe, *v.t.* பத்திலொன்று வாங்கு, தசபாகம் வாங்கு.

Tithe'free, *a.* தசபாக நிர்ப்பந்தத்திற்கு விலகிய.

Tit'bit, *s.* அதிருசியானது.

Tit'illate, *v.t.* கூச்சங்காட்டு, அக்குட்பாய்ச்சு.

Titilla'tion, *s.* அக்குட்கூச்சம், கூச்சம்.

Ti'tle, *s.* பட்டம், பட்டப்பெயர், வக்கணை நாமதேயம், உரிமை, சுவாதந்திரியம்; of a chapter, etc., அத்தியாய முகவுரை.

Title, *s.* ஸ்வாமியம்.

Ti'tlepage, *s.* தலைவாசகவோற்றை, பாயிரவொற்றை.

Tit'ter, *s.* கிளுகிளுப்பு, உட்சிரிப்பு.

Tit'ter, *v.i.* கிளுகிளு, அடக்கிச்சிரி.

Tit'tle, *s.* குத்து, புள்ளி, அட்சரத்தினுறுப்பு, அற்பம்.

Tit'tle-tat'tle, *s.* பசபசப்பு, பிதற்று, பிதற்றுவோன்.

Tit'ubate, *v.i.* (obs.) இடறு, பிழைபடு.

Tit'ular, *a.* பட்டப்பெயருள்ள, வக்கணையுள்ள.

To, *prep.* கு, இடம், இடத்திற்கு, அண்டை; to the best of my knowledge, நானறிந்தமட்டும்; to excess, அளவுகடந்து; it is not to my taste, அது எனக்கு வப்பல்ல; from birth to death, ஜனனமுதல் மரணபரியந்தம்; to praise one to his face, முகஸ்துதி சொல்ல.

Toad, *s.* மண்டூகம், தேரை.

Toad'eater, *s.* இச்சகன், முகஸ்துதி பேசுகிறவன்.

Toad'stool, *s.* நிலக்காளான்.

Toast, *s.* வறட்டின அப்பம், சூடுகாட்டின அப்பம்.

Toast, *v.t.* வறட்டு, சுடு, கருக்கு.

Toast, *v.i.* வந்தனஞ்சொல்லிப் பானம் பண்ணு.

Tobac'co, *s.* புகையிலை.

Tobac'conist, *s.* புகையிலை வியாபாரி.

Toc'sin, *s.* எறிமணி, சேமக்கலம்.

To-day', *ad.* இன்று, இன்றைத்தினம், இன்றைக்கு.

Tod'dle, *v.i.* பலவீனமாய் நட.

Tod'dy, *s.* கள், மது, சாறு; from palm-trees, சேந்தி, சுரா; drinking toddy or spirits, சுராபானம்.

Toe, *s.* கால்விரல், பாதாங்குலி, அங்குலி.

Togeth'er, *ad.* கூட, ஒருமிக்க, கூடி; with] சகிதமாக.

Toil, *s.* பிரயாசம், உழைப்பு, வேலை, வலை, தடம், கண்ணி.

Toiler, *s.* பாட்டாளன், கஷ்டவாளி, உழைப்பாளி.

Toil'et, *s.* பூஷணபீடிகை, அணிகலபீடம்.

Toil'some, *a.* பிரயாசமான, வருத்தமான, கஷ்டமான.

To'ken (tō'k'n), *s.* அடையாளம், குறிப்பு, ஞாபகக்குறி.

To'ken, *v.t.* குறிகாட்டு

Tole, *v.t.* ஆசைகாட்டி வசப்படுத்து, மருட்டு.

Tol'erable, *a.* சகிக்கப்படக்கூடிய, நடபடியான.
Tol'erance, *s.* சகிப்பு, தாங்குகை.
Tol'erant, *a.* தாங்குகிற, இடங்கொடுக்கும்.
Tol'erate, *v.t.* தாங்கு, பொறு, இடங்கொடு.
Tolera'tion, *s.* தாங்குகை, தாங்குதல், பொறுமை, இடங்கொடுத்தல்.
Toll, *s.* ஆயம், கடமை, சுங்கம், தீர்வை; மணியோசை; office, ஆயத்துறை.
Toll, *v.t.* சவமணியடி.
Toll'booth, *s.* ஆயச்சாலை, காவல்வீடு.
Toll'-gate, *s.* ஆயவாசல்.
Toll'gatherer, *s.* சுங்கம் வாங்குவோன்.
Tom'ahawk, *s.* கைக்கோடரி, மழு.
Toma'to, *s.* தக்காளி, தக்காளிப்பழம்.
Tomb (tôm), *s.* சவக்குழி, பிரேதவறை, கல்லறை, கோரி; sacred, சமாதி.
Tom'boy, *s.* தறுகுறும்பன், மூர்க்கமுள்ளவன்.
Tomb'stone, *s.* பிரேத ஞாபகச்சிலை.
Tome, *s.* புஸ்தகம்.
To-mor'row, *ad.* நாளை, நாளைத்தினம், நாளைக்கு.
Tom'ring, *s.* தறுகுறும்பி, ஆண்மாரி.
Tom'tom, *s.* பறை, மேளம்.
Ton, *s.* ஒரு நிறை, 2,240 இருத்தல்.
Tone, *s.* தொனி, இசை, நாதம், ஓசை, சுரம், குணம்.
Tone, *v.t.* குரல்மாறிச்சொல்லு.
Tongs, *s. pl.* குறடு, இடுக்கி, கொடிறு.
Tongue, *s.* நா, நாக்கு, சிகுவை; பாஷை; முனை.
Tongued, *a.* நாவுள்ள.
Tongue'less, *a.* நாவில்லா.
Tongue'-pad, *s.* (obs.) வாயாடி.
Tongue'-tied, *a.* நாவளமற்ற, நாபந்த.
Ton'ic, *s.* பலவிர்த்தியௌஷதம், தீபகமருந்து.
Ton'ic, *a.* பலபடுத்துகிற, தொனிக்கடுத்த.
To-night, *ad.* இன்றிரவு, இரவிற்கு.
Ton'nage, *s.* தோணிமுதலிய உருக்கள் கொள்ளும் பாரம்.
Ton'sil, *s.* உண்ணாக்கு.
Ton'sure, *s.* சவரம், சவுளம், சிரமுண்டிதம்.
Too, *ad.* உம், கூட, அளவிற்குமிஞ்சி, அதி; the load is too great, சுமையளவிற்கதிகம்; it is a little too long, அதன் நீளஞ் சற்றதிகம்; wages and batta too, சம்பளமன்றிப் படியுங்கூட; too early, முந்தி, சமயம்வருமுன்; too late, பிந்தி, சமயந்தப்பி.
Tool, *s.* கருவி, தளவாடம், ஆயுதம், உபகரணம், தட்டுமுட்டு.
Tooth, *s.* பல், தந்தம், எயிறு, முறுவல்; கரு, கருக்கு, கவர்.
Tooth, *v.i.* பல்லிடு, பல்வெட்டு.
Tooth'ache, *s.* பற்கொதி, பல்வலி.
Tooth'-brush, *s.* பற்கூர்ச்சு, தந்ததாவனக்கூர்ச்சு.
Tooth'-drawer, *s.* பற்பிடுங்குவோன்.
Tooth'-pick, *s.* பற்குற்றி.
Tooth'some, *a.* உருசியுள்ள, சுவையுள்ள.
Top, *s.* தலை, நுனி, உச்சி, கூர், முனை, மேற்பக்கம், பம்பரம்; top of a house, முகடு, விடங்கம்.
To'parch, *s.* ஸ்தானத்தலைவன்.
To'paz, *s.* புஷ்பராகம், பீதமணி.
Tope, *v.i.* மிகக்குடி, அதிபானம்பண்ணு.
To'per, *s.* குடிகாரன், மதுபானி.
Top'heavy, *a.* தலைக்கனமுள்ள, தலைபாரமான.
To'phet, *s.* நரகம். (எபிரேயபதம்)
Top'ic, *s.* துறை, பொருள், விஷயம், பூச்சமருந்து.
Top'ical, *a.* இடத்திற்குரிய, இடத்தைப்பற்றிய.
Top'knot, *s.* உச்சிமுடிச்சு.
Top'most, *a.* உச்சமான, அதியுச்சமான.
Topog'raphy, *s* தலவிவரம், தேசவர்த்தமானம்.
Top'ple, *v.t.* (Dim. of top) தத்திநடந்துவிழு, தத்தடியிடு.
Topsy-tur'vy, *ad.* அடிதலைமாறி, கீழது மேலதாய்.
Torch, *s.* சுள், தீவர்த்தி, பந்தவிளக்கு, எரிபந்தம்.
Torch'-bearer, *s.* தீவர்த்திக்காரன்.
Torch'-light, *s.* பந்தவெளிச்சம், தீவர்த்திவெளிச்சம்.
Tor'ment, *s.* வேதனை, வதை, வாதை, வாதனை, தண்டனை, ஆக்கினை, பீடை.
Torment', *v.t.* வேதனைசெய், வதை, வாதி, ஆக்கினைப்படுத்து.
Torment'er, *s.* வேதனைசெய்வோன்.
Torna'do, *s.* பிரசண்டமாருதம், சூறை.
Torpe'do, *s.* இடிமீன்.
Tor'pid, *a.* மந்தமான, திமிரான, இயக்கமற்ற, அசைவற்ற.
Torpid'ity, *s.* திமிர்ப்பு, மந்தம், விறைப்பு.
Tor'por, *s.* திமிர், திமிர்ப்பு, மரப்பு.
Tor'refy, *v.t.* காய்ச்சு, வாட்டு, தீ, வறு, உணக்கு.
Tor'rent, *s.* நீரோட்டம், நீர்ப்பாய்ச்சல், தாரை.
Tor'rid, *a.* உஷ்ணமான, வெப்பமான.

Tort, s. தீங்கு, சேதம், ஊறுபாடு, இம்சை, அக்கிரமம்.
Tor'toise (tor'tis), s. ஆமை, கூர்மம், கச்சபம்; the shell of a, ஆமையோடு.
Tor'tuous, a. திருகலான, திருகல்முறுகலான, புரிவிழுந்த, பின்னலான.
Tor'ture, s. சித்திரவதை, வேதனை, தண்டனை, வாதனை, இம்சை.
Tor'ture, v.t. சித்திரவதைசெய, வாதி, வேதனைசெய்.
Tor'turous, a. (Rare) இம்சைசெய்கிற, சித்திரவதை செய்கிற.
Toss, s. எற்று, உச்சு.
Toss, v.t. அலை, எற்று, எறி, உந்து.
Toss, v.i. தள்ளாடு, புரளு, சுழலு.
Toss'pot, s. குடியன், முட்டியுருட்டி.
To'tal, s. மொத்தம், தொகை; grand, கட்டுத்தொகை, ஆகத்தொகை, மொத்தத்தொகை.
To'tal, a. மொத்தம், முழு, சமஸ்த; eclipse, முழுக்கிரகணம்.
Total'ity, s. தொகை, மொத்தம்.
To'tally, ad. முழுமையும், மொத்தமாய்.
Tot'ter, v.i. அலை, ஆடு, தளம்பு, தள்ளாடு.
Tot'tering, p.a. தளர்நடையுள்ள, தள்ளாட்டமான.
Touch, s. ஊறு, பரிசம், தொடுகை; touch and assay of precious metals, உரை.
Touch, v.t. உரைத்துமாற்றறி, தொடு, தீண்டு, பரிசி; to touch a harp, யாழ் வாசிக்க, தடவர.
Touch, v.i. உறு, முட்டுபடு.
Touch'hole, s. பற்றுவாய், தீவாய், துப்பாக்கிவர்த்திவாய்; an instrument for opening, the touch hole of a gun, வயிரங்கி.
Touch'iness, s. வெடுவெடுப்பு, புன்சினம், முற்கோபம்.
Touch'ing, p.a. உணர்ச்சியுள்ள, படத்தக்க, உருக்கத்தக்க.
Touch'ing, prep. தொட்டு, பற்றி, குறித்து.
Touch'stone, s. உரைகல், கட்டளைக்கல், உரையறி கருவி.
Touch'wood, s. அக்கினி மூளத்தக்க உட்கல்மரம்.
Touch'y, a. வெடுவெடுப்புள்ள, புன்சினமுள்ள.
Tough (tŭf), a. உரமுள்ள, பலமுள்ள, முறியாத, ஒடியாத.
Tough'en, v.t. உரப்பி, உர, பலப்பி.
Tough'ness, s. வதவல்; in fruits, முற்றல்.
Toupee', Toupet', } s. கொண்டை, மயிர்முடி, சுருள்.
Tour, s. சுற்றுப்பயணம், பிரயாணம்.
Tour'ist, s. பயணக்காரன், யாத்திரை பண்ணுகிறவன், பிரயாணி.
Tour'nament, s. இராவுத்தரின் சிலம்பம், குதிரைவீரர் விளையாட்டு.
Tour'niquet, (tur'-ni-ket) s. உதிரந் தடுக்குங் கருவி.
Touse, v.t. இழு, ஈர், கிழி.
Tow, s. சணற்சிம்பு, சணற்றும்பு, சித்தான் பஞ்சு, சணற்கூளம்.
Tow, v.t. கட்டியிழு, இழு.
Tow'ard, Tow'ardly, } a. ஆயத்தமான, மனதுள்ள.
Tow'ard, Tow'ards, } prep. எதிரே, நேரே, சார்பாக, பக்கமாக, திக்காக; towards the city, நகரத்திற்கு நேர்முகமாய்; towards evening, சாயங்காலவேளையில்; he behaved himself uncourteously towards me, அவனென்னை அவமதித்து நடந்தான்; he is in a fair way towards recovery, அவனுக்குச் சொஸ்தமுண்டாகும்போலும்.
Tow'el, s. கைக்குட்டை, காத்திரமார்ச்சனி, ஒற்றுடை, துவாலை.
Tow'er, s. கோபுரம், தூபி, கொடுமுடி, துருக்கம்.
Tow'er, v.i. உன்னதமாயெழும்பு, ஓங்கு, உயர்.
Tow'ering, p.a. உயரமான, உன்னதமான.
Town, s. நகரம், நகரி, புரம், பட்டணம்.
Town'hall, s. நகரமாளிகை.
Towns'man, s. நகரத்தான், நகரியான், பட்டணத்தான்.
Toy, s. விளையாட்டுப்பொருள், விளையாட்டுச் சாமான்.
Toy, v.i. விளையாடு, கைச்சரசம்பண்ணு.
Toy'shop, s. விளையாட்டுப்பொருள் விற்குங் கடை.
Trace, s. சுவடு, அடிச்சுவடு, தப்பு.
Trace, v.t. தொடரு, அடிச்சுவடு பிடித்துப் போ, கண்டுபிடி, குறிப்பெழுது; to trace the footsteps of a thief, தடம்பார்க்க.
Tra'cery, s. சிலாசித்திராலங்காரம், கற்சித்திராலங்காரம்.
Tra'ces, s. (pl.) குதிரைக்கழுத்துவட்டவார், இழுவைவார்.
Tra'cing, s. வழி, பாதை.
Track, s. காலடி, சுவடு, அடிச்சுவடு, இறக்கம், தடம்.
Track'less, a. அடிச்சுவடில்லாத.
Tract, s. சிறுபுஸ்தகம், தேசம், நாடு.

Tract'able, *a.* படிபத்தக்க, பழக்கப்படத்தக்க, சாதுவான.
Trac'tile, *a.* அடித்து நீட்டத்தக்க, தட்டி நீட்டக்கூடிய.
Trac'tion, *s.* இழுத்தல், இர்த்தல்.
Trac'tor, *s.* இழுக்கும் யந்திரம்.
Trade, *s.* வியாபாரம், வர்த்தகம், தொழில், செட்டு, வாணிகம், வணிகம்.
Trade, *v. i.* வியாபாரஞ்செய், வாணிகஞ்செய்.
Trad'er, *s.* வர்த்தகன், வியாபாரி, செட்டி, வணிகன், பிரவர்த்தகன்.
Trades'man, *s.* தொழிலாளி, வர்த்தகன், வணிகன்.
Trade'wind, *s.* பருவக்காற்று.
Tradi'tion, *s.* பாரம்பரியம், ஐதிகம், குருசம்பிரதாயம்.
Tradi'tional, *a.* கர்ணபரம்பரையான, ஐதிகமான.
Tradi'tionary, *a.* கன்னபரம்பரையாய் வந்த.
Tradi'tioner, *s.* ஐதிகாபிமானி.
Traduce', *v. t.* பழி, குற்றஞ்சாற்று, பின்புறணிபேசு, கோட்சொல்லு.
Traduce'ment, *s.* பழிச்சொல், நிபச்சொல்.
Tradu'cer, *s.* பழிகூறுவோன், நிபஞ்சொல்லுவோன்.
Traf'fic, *s.* வர்த்தகம், வாணிகம், வியாபாரம், செட்டு, கச்சவடம், வணிகம்.
Traf'fic, *v. i.* வர்த்தகஞ்செய், வியாபாரம் பண்ணு, கொள்வன விற்பனஞ்செய்.
Traf'ficker, *s.* வியாபாரி, வர்த்தகன்.
Trage'dian, *s.* நாடகக்காரன், கூத்தாடி, நாடகப்புலவன்.
Trag'edy, *s.* நாடகம், பிராணசேத சம்பவம், கிலேசாந்திக நாடகம்.
Trag'ic, } **Trag'ical**, } *a.* ஜீவனை வதைக்கத்தக்க, பிரலாபமுள்ள, பிராணசேதமான, புலம்பலான.
Tragi-com'edy, *s.* வேஷக்கூத்து.
Trail, *s.* அடிச்சுவட்டுப்பாதை, தோகை, தொங்கல்.
Trail, *v. t.* தரையிலிழுத்துப்போ, மனம் பிடித்துப்போ, இழுவை பார்த்துப்போ.
Train, *s.* ஒழுங்கு, கிரமம், தொடர்ச்சி, நிரை, பரிவாரம், தோகை; as a trap or lure for any animal, பொறி; of reasoning, நியாயத்தொடர்; of artillery, பீரங்கி நிரை; looking at the train of circumstances, நடந்த சங்கதிகளைத்தொடுத்துப் ர்க்குமிடத்தில்; to occur as a train ought, நினைவோட.
Train, *v. t.* வளர், ஒழுங்குபடுத்து, திருத்து, பயிற்று, பண்படுத்து, வணக்கு, இயக்கு.
Train'ing, *v. n.* பயிற்றல், பழக்கல், இயக்கல், சுவகிர்தி.
Train'oil, *s.* திமிங்கில நெய்.
Trait, *s.* குறி, வரி, இரேகை; போங்கு
Trai'tor, *s.* கள்வன், வஞ்சகன், இராஜதுரோகி, பாதகன், சிநேகத்துரோகி, விசுவாதகாதகன்.
Trai'torous, *a.* நம்பிக்கைத் துரோகமான, இராஜதுரோகமான.
Trai'tress, *s.* (*fem.* of traitor.)
Traject', *v. t.* (Rare) எறி, வீசு.
Tram'mel, *v. t.* கட்டு, விலங்கு, பந்தனம், நிகளம், வலை.
Tram'mel, *v. t.* பிடி, அகப்படுத்து, கட்டுப்படுத்து, விலங்கிடு.
Tramon'tane, *s.* தூரதேசத்தான், அன்னியன், பரதேசி.
Tramp, *v. i.* பிரயாணம்பண்ணு, தேசாந்தரியாய்ப் போ.
Tram'ple, *v. t.* உழக்கு, மிதி, துவை.
Trance, *s.* பரவசம், அவசம், தரிசனுவஸ்தை, சுஷுப்தியவஸ்தை.
Trance, *v. t.* பரவசப்படுத்து, பிரக்கினைகெடு.
Tran'quil, *a.* அமைதியுள்ள, பதிவுள்ள, சாந்தமுள்ள, சமாதானமான.
Tranquil'lity, *s.* அமரிக்கை, சமாதானம், உபசாந்தம், தண்மை, அடக்கம், சமம், அசஞ்சலம்; destroyer of tranquillity, சமாந்தகன்; the tranquillity of mind proceeding from conscious rectitude, உள்ளத்தெளிவு.
Tran'quilize, *v. t.* சமப்படுத்து, சமாதானப்படுத்து, சாந்தப்படுத்து, தணி, தேற்று, அமைதியாக்கு, ஆறுதல்பண்ணு.
Transact', *v. t.* நடப்பி, காரியப்படுத்து, செய்.
Transac'tion, *s.* நடந்தகாரியம், சமாசாரம், செய்கை, வர்த்தமானம், சங்கதி, விருத்தாந்தம்.
Transanima'tion, *s.* (Rare) ஆத்மாவைக் கூடுவிட்டுக் கூடுபாயச்செய்தல், பரகாயப் பிரவேசஞ்செய்தல்.
Transcend', *v. t.* கட, மேற்படு, கதி, வெல்லு.
Transcend'ence, } **Transcend'ency**, } *s.* மேம்பாடு, சிறப்பு, உசிதம், உன்னதம்.
Transcend'ent, *a.* மேம்பாடுள்ள, மேலான, வெல்லுகிற, உசிதமான; transcendent wisdom, கடந்தஞானம்.

Trans'colate, *v. t.* (obs.) வடி, வடிகட்டு, தெளி.

Transcribe', *v. t.* பெயர்த்தெழுது, சவாதெழுது.

Transcrib'er, *s.* பெயர்த்தெழுதுவோன், சவாது எழுதுவோன்.

Tran'script, *s.* பிரதி, சவாது.

Transelementa'tion, *s.* பூதபரிணமம்.

Tran'sept, *s.* கோவிலினிருபுறமாடம்.

Trans'fer, *s.* இடமாற்று, சாட்டு, பரித்தியாகம், அறுதியொப்படைப்பு.

Transfer', *v. t.* இடமாற்று, சாட்டு, கொடுத்துவிடு, பொறுப்பி, கொண்டுபோ, விக்கிரய சாதன மெழுதிக்கொடு.

Transfigura'tion, *s.* மறுரூபமாக்குகை, வேஷமாறுகை, ரூபாந்தரம்.

Transfig'ure, *v. t.* வேற்றுருவாக்கு, விகாரரூபப்படுத்து.

Transfix', *v. t.* உருவத்தை, உருவக்குத்து, உருவப்பாய்ச்சு.

Transform', *v. t.* உருமாற்று, விகாரரூபப்படுத்து, வேஷமாற்று.

Transforma'tion, *s.* திரிபு, மறுரூபம், வேஷமாறுகை.

Transfreta'tion, *s.* (obs.) கடல்யாத்திரை.

Transfuse', *v. t.* வார், ஊற்று, பாய்ச்சு.

Transfu'sion, *s.* ஒன்றிலிருப்பதை யொன்றில் வார்த்தல்.

Transgress, *v. t.* மீறு, கட, எல்லைகட, தவறு, அதிக்கிரமி.

Transgres'sion, *s.* மீறுகை, குற்றம், தவறு, அதிக்கிரமம்.

Transgres'sor, *s.* சட்டம் மீறுவோன், அதிக்கிரமி.

Tran'sient, *a.* நிலையற்ற, அநித்திய, சற்றுநேரமுள்ள; transcient world, பொய்யுலகு, அநித்தியலோகம்.

Tran'sit, *s.* கடப்பு, குறுக்குநடை, பெயர்ச்சி, கிராந்தி, சங்கிரமம்.

Transi'tion, *s.* மாறுகை, பெயர்ச்சி, கடப்பு, செல்லுகை, சங்கிராந்தி.

Tran'sitive, *a.* செல்லத்தக்க; as in transitive verb, verb; செயப்படுபொருள் குன்றாதவினை.

Tran'sitory, *a.* நிலையாத, நிலையற்ற, அநித்திய; body, மாயாதேகம், நிலையற்ற சரீரம்; life, மாயவாழ்வு, அநித்தியவாழ்வு.

Translate', *v. t.* எடுத்துக்கொண்டு போ, இடமாற்று, மொழிபெயர், பாஷாந்தரஞ் செய்.

Transla'tion, *s.* மொழிபெயர்ப்பு, பாஷாந்தரம், இடப்பெயர்ச்சி.

Transla'tor, *s.* மொழிபெயர்ப்போன, துவிபாஷிகன்.

Transloca'tion, *s.* இடமாற்று.

Translu'cent, *a.* தெளிவுள்ள, தெளிவான, ஒளிவீசுகிற.

Transmarine', *a.* கடலுக்கப்பாலுள்ள, கடலுக்கப்பாற்கண்ட.

Trans'migrate, *v. i.* புனர்ஜனனமெடு, புனர்தேகமெடு, வலசைபோ.

Transmigra'tion, *s.* மறுஜனனம், பிறவி, மறுபிறப்பு, ஜன்மாந்தரம்; வலசை.

Transmis'sion, *s.* ஊடுருவிச்செல்லுகை, அனுப்புகை.

Transmit', *v. t.* அனுப்பு, போக்கு, செல்லவிடு.

Transmuta'tion, *s.* திரிபு, விகாரம், மாறுகை, பேதம்.

Transmute', *v. t.* திரி, மாற்று, வேறுபடுத்து, விகாரப்படுத்து.

Tran'som, *s.* குறுக்குமரம், குறுக்குச்சட்டம்.

Transpa'rency, *s.* துலக்கம், ஒளியூடுருவத்தக்கதன்மை, உருவொளி, சுவச்சம்.

Transpa'rent, *a.* தெளிவான, ஒளியூடுருவுகிற.

Transpar'ently, *ad.* சுவச்சமாய்.

Transpic'uous, *a.* சுவச்ச, ஒளியூடுசெல்லத்தக்க.

Transpire', *v. i.* நிகழ், தோன்று, சம்பவி, பிற.

Transplant, *v. t.* பெயர்த்துநடு, பிடுங்கிநாட்டு, நாற்றுநடு; loss in cultivation after transplanting, நட்டழிவு.

Transplanta'tion, *s.* பிடுங்கிநடுதல்.

Transplen'dent, *a.* (Rare) மிகுஜோதியுள்ள.

Trans'port, *s.* பெயர்ச்சி, அவசம், போர்ச்சேவகரேறுங்கப்பல்.

Transport', *v. t.* பெயர், ஏற்றிப்போ, கொண்டுபோ, புறத்தேசத்திற்ககற்று, பரவசமாக்கு.

Transporta'tion, *s.* ஏற்றிக்கொண்டுபோகை, பெயர்ச்சி, புறத்தேசத்திற்ககற்றுகை.

Transpose', *v. t.* பெயர், மாற்றிவை, திருப்பு, நிலைமாற்று.

Transposi'tion, *s.* பெயர்ச்சி, மொழிமாற்று, நிலைமாற்று.

Transhape', *v. t.* வேற்றுருவமை, உருமாற்று.

Transubstantia'tion, *s.* சுபாவாந்தரமாதல், திரவியாந்தரமாதல்.

Transude', *v. i.* உரோமத்துவாரத்தால் க'

Transverse', *a.* குறுக்கான, குறுவிட்டமான.

Transverse'ly, *ad.* குறுக்காய்.
Trap, *s.* பொறி, படுகுழி, கண்ணி, விசை.
Trapan', *v.t.* கண்ணியிலகப்படுத்து, பொறியேற்றிப்பிடி.
Trap'-door, *s.* கள்ளக்கதவு.
Trape'zium, *s.* விஷம சதுர்ப்புசை.
Trapezoid', *s.* துவிசம சதுர்ச்சிரேவம்.
Trap'pings', *s. pl.* கோலம், அலங்காரம், அனி, தளவாடம்.
Trash, *s.* உதவாத பொருள், பயனற்றப்பொருள், திரணம்.
Trash'y, *a.* அற்ப, இழிந்த, உதவாத.
Traumat'ic, *s.* (Med.) சல்லியகரணி, காயமாற்று, மருந்து.
Trav'ail, *s.* நோ, நோக்காடு, பிரசவவேதனை.
Trav'ail, *v.i.* பிரசவவேதனைப்படு.
Trav'el, *v.i.* பயணம்பண்ணு, பயணம்போ.
Trav'eller, *s.* வழிப்போக்கன், பிரயாணக்காரன், யாத்திரிகன்.
Trav'el-tainted, *a.* (obs.) பயணத்தால் விளைத்த.
Trav'erse, *v.t.* கட, கடந்துபோ, குறுக்கேபோ, குறுக்கிடு.
Trav'erse, *a.* குறுக்கான,
Trav'esty, *s.* வசைப்பாட்டு, பழிதூற்றுக்கவி.
Trav'esty, *a.* புதுக்கோலமுள்ள, பரிகாசக்கோலமுள்ள.
Trawl'er, *s.* மீன்பிடிப்போரின் யத்திரப்படவு.
Tray, *s.* தொட்டி, பாத்திரம், பத்தல், தட்டு.
Treach'er, *s.* (obs.) துரோகி, இரண்டகன்.
Treach'erous, *a.* கபடமுள்ள, இரண்டகமான, நம்பிக்கைத் துரோகமான; a treacherous man, விசுவாசகாதகன், அகடன்; a treacherous contrivance, சதியோசனை.
Treach'ery, *a.* இரண்டகம், நம்பிக்கைத் துரோகம், சர்ப்பனை, விசுவாசகாதகம், அகடவிகடம்.
Trea'cle, *s.* திஞ்சாறு, பாணி, பாகு, வெல்லப்பாகு.
Tread, *v.t.* மிதி, கால்வை.
Tread'le, *s* பாவலைதொடுத்த மிதிதடி, மிதிமரம்.
Trea'son, *s.* இராஜதுரோகம், இராஜநிந்தை.
Trea'sonable, *a.* இராஜதுரோகமான, இராஜாபகாரமான, அமைவில்லாத.
Treas'ure, *s.* பொக்கிஷம், செல்வம், தனம், நிதி; hidden, நிக்ஷேபம், புதையல்; a treasure of virtue, சீலநிதி.
Treas'ure, *v.t.* கூட்டு, திரட்டு, சேகரி, சேமி.
Treas'urer, *s.* பொக்கிஷக்காரன் ரொக்கக்காரன்.
Treas'ury', *s.* ரொக்கவீடு, களஞ்சியம், பொக்கிஷவீடு.
Treat, *s.* உபசரணை, உபசாரம், விருந்து.
Treat, *v.t.* நடத்து, பாவி, ஸ்தானுபத்தியம்பேசு, விருந்துகொடு, உணர்த்து.
Treat'ise, *s.* நூல், பிரபந்தம், கிரந்தம்.
Treat'ment, *s.* நடத்துகை, பயிற்றுகை, உபசரணை.
Treaty, *s.* பொருத்தம், சமாதானம், சமாதான உடன்படிக்கை.
Treb'le, *s.* உச்சவிசை, தாரம், வல்லிசை.
Treb'le, *a* மும்மடங்கான, மூன்றுமடித்த, உச்சவிசைக்குரிய.
Treb'le, *v.t.* மும்மடங்காக்கு.
Tree, *s.* மரம், விருக்ஷம், தரு, தாபரம்.
Tre'foil, *s.* ஒரு பூண்டு.
Trel'lis, *s.* கொழுகொம்பு, பந்தர், பற்றுக்கோடு.
Trem'ble, *v.i.* நடுங்கு, அதிர், கம்பி, கிடுகிடு, சலி அதிரெடு, குலைகுலை, வெதிர்; to tremble from cold, fever, etc., விடவிடென.
Trem'bler, *s.* நடுங்குவோன், அதிர்வோன்.
Trem'bling, *v.n.* நடுக்கம், அதிர்ச்சி, உல்லோலிதம், ஆகம்பிதம்.
Tremen'dous, *a.* அஞ்சத்தக்க, குரூரமான; shower, சொரிமழை; shock, மிகுவதிர்ச்சி; noise, பேரொலி; wind, கடுங்காற்று.
Tre'mor, *s.* அச்சம், ஏக்கம், விதிர்ப்பு, நடுக்கம், வெதிர்ப்பு.
Trem'ulous, *a.* அச்சமடைந்த, நடுக்கமுள்ள, அசைவுள்ள, கம்பிதமான.
Trem'ulousness, *s.* லோலம், லோலிதம்.
Trench, *s.* சுரங்கம், அகழ், பள்ளம்.
Trench'er, *s.* மரப்பாத்திரம், மரத்தட்டு, உணவு.
Trench'er-mate, *s.* உண்டித்தோழன்.
Trepan', *s.* மண்டையில் தமரிடுங்கருவி.
Trepan', *v.t.* மண்டையில் தமரிடு.
Trepida'tion, *s.* அதிர்ச்சி, நடுக்கம், தத்தளிப்பு, ஏக்கம்; to be in a state of trepidation, குலைகுலைய, அதிரெடுக்க.
Tres'pass, *s.* குற்றம், தோஷம், தவறு, அதிக்கிரமம்.
Tres'pass, *v.t.* எல்லைகட, மீறு, கட்டளைகட.
Tres'passer, *s.* அதிக்கிரமி, கட்டளைகடப்போன்.
Tress, *s.* மயிர்ச்சுருள், பனிச்சை.
Tres'tle (trĕs'sl), *s.* பீடப்பலகை, காலி.

Tret, *s.* கழிவு, பிசுக்கு.
Trev'et, *s.* முக்காலி.
Tri'ad, *s.* மும்மை, திரிகம்.
Tri'al, *s.* சோதனை, பரீக்ஷை, ஆராய்வு.
Tri'alogue, *s.* மூவர் சம்பாஷணை.
Tri'angle, *s.* முக்கோணம், திரிகோணம், திரிபுசை; right angled, சாத்திய திரிபுசம்; equilateral, சமத்திரிபுசம்.
Trian'gular, *a.* முக்கோணமான, திரிகோணமான.
Tribe, *s.* வருணம், கோத்திரம், ஜாதி, குலம், வமிசம்,
Tribula'tion, *s.* உபத்திரவம், இடுக்கண், நெருக்கம்.
Tribu'nal, *s.* நீதிஸ்தலம், தர்மசாலை, நியாயாசனம்.
Trib'une, *s.* விசாரணைக்காரன், தலைவன், இராணுவ உத்தியோகஸ்தன்.
Trib'utary, *s.* வரத்தாறு, உபநதி, திறைகொடுக்கிறவன்.
Trib'utary, *a.* திறைகொடுக்கிற, ஒத்தாசையுள்ள.
Trib'ute, *s.* இறை, திறை, ஆயம், வரி, கப்பம், சுங்கம்; to pay tribute, கப்பங்கட்ட.
Trice, *s.* க்ஷணப்பொழுது, நொடிப்பொழுது.
Trick, *s.* மடிப்பு, எத்து, சூது, கபடம், பித்தலாட்டம், தந்திரம், அகடம், விகடம்.
Trick'ery, *s.* நெருடு, தந்திரம், அகங்கரிப்பு.
Trick'ish, *a.* நெருடுள்ள, கபடமுள்ள, தந்திரமுள்ள.
Tric'kle, *v.i.* வடி, பொசி, சொரி, ஒழுகு.
Trick'ster, *s.* சூதன், கபடி, பித்தலாட்டக்காரன்.
Trick'sy, *a.* நேர்த்தியான, துரிதமான, உற்சாகமுள்ள.
Tri'dent, *s.* சூலம், மூவிலைவேல், திரிதந்தம், கழுமுள்.
Trien'nial, *a.* மூவாட்டையான, மூன்று வருஷத்திற் கொருமுறை வருகிற.
Tri'er, *s.* பிரயாசி, பரீக்ஷை பார்ப்போன்.
Trifal'low, *v.t.* மூன்றுமுறையுழு.
Tri'fle, *s.* எளிது, சொற்பம், அற்பம், திரணம்.
Tri'fle, *v.i.* அற்பமாயெண்ணு, அவமதி; to trifle away time, வீண்பொழுதுபோக்க.
Tri'fler, *s.* பரிகாசக்காரன், அவமதிக்காரன், வீணன்.
Tri'fling, *a.* அற்ப, சிறிய, சொற்ப.
Trifo'liate, *a.* மூவிலையுள்ள.
Tri'form, *a.* மூவுருவுள்ள.
Trig'amy, *s.* மூவர் வாழ்க்கைத்துணை.
Trig'ger, *s.* தரிப்பு, பொறுப்பு, பொறிக்குக் கருவி.
Tri'gon, *s.* திரிகோணம், முக்கோணம்.
Trigonomet'rical, *a.* திரிகோண மிதிக்குரிய, திரிகோணமிதி விதிப்படிசெய்த.
Trigonom'etry, *s.* திரிகோணமிதி, முக்கோணசாஸ்திரம்.
Trilit'eral, *a.* திரிபுச, மூன்றுபக்கமுள்ள.
Trilit'eral, *a.* திரியக்ஷர, மூவெழுத்துள்ள.
Trill, *s.* அசைப்பு, அனுக்கு, குனிப்பு.
Trill, *v.t.* அசைத்திழு, அனுக்கு, ஒழுகு, வடி.
Trill'ion, *s.* டதினுயிர மகாகோடி.
Trim, *s.* பூஷணம், பண், உடுப்பு, ஒழுங்கு.
Trim, *v.t.* ஒழுங்குபண்ணு, சீர்ப்படுத்து, நேர்த்தியாக்கு, கக்ஷிமாறு.
Trime'ter, *s.* முச்சீரடிச்செய்யுள்.
Trim'mer, *s.* கக்ஷிமாறி.
Trim'ming, *s.* உடையின்தூக்கம், குஞ்சம்.
Trinita'rian, *s.* திரியேகவாதி.
Trin'ity, *s.* திரியேகத்துவம்.
Trin'ket, *s.* சிற்றுபரணம், அற்பபூஷணம்.
Trino'mial, *s.* திரியாங்கவிராசி.
Tri'o, *s.* மூன்றுபெயர் கூடிப் பாடும் இராகம்.
Trip, *s.* தெற்று, இடறு, வழுக்கு அற்பதூரம் போதல்.
Trip, *v.t.* தெற்றிவிழுத்து, தட்டிவிழுத்து.
Trip, *v.i.* இடறு, தவறு, தத்து, அற்பதூரம் போ.
Trip'artite, *a.* முப்பங்குள்ள, மும்மடியான.
Tripe, *s.* குடர், குடல்.
Triper'sonal, *a.* மூவருள்ள.
Triph'thong (trip'thong), *s.* மூவுயிர்ச்சந்தி.
Trip'le, *v.t.* மும்மடங்காக்கு.
Trip'le, *a.* மும்மடங்கான, மூன்றுமடங்கான.
Trip'let, *a.* வகைக்கு மூன்று, மூவடிச் செய்யுள்.
Trip'licate, *s.* மும்மடங்கான, கன; ratio, கனவிகிதம்.
Triplic'ity, *s.* மும்மடங்கு.
Tri'pod, *s.* முக்காலி, திரிபதம்.
Trip'ping, *s.* தத்துநடை, கெச்சைநடை.
Trip'ping, *a.* சுறுசுறுப்பான, துரிதமான.
Trip'pingly, *ad.* விரைவாய், துரிதமாய்.
Trist'ful, *a.* (obs.) துக்கமான, விசனமான.
Trisyl'lable, *s.* மூவசைமொழி.
Trite, *a.* பழைய, பதங்கெட்ட, அற்ப, சாமானிய.
Tri'theism, *s.* திரயேச்சுரவாதம்.

Tri'heist, *s.* திரயேச்சுரவாதி.

Tritura'tion, *s.* அரைத்தல், தூவிசெய்தல், சூரணம், இழைத்தல்.

Tri'umph, *s.* வெற்றி, விஜயம், ஆர்ப்பரிப்பு.

Tri'umph, *v.i.* வெற்றியடை, வெற்றிகொள், ஜயங்கொள்.

Triumph'al, **Triumph'ant**, } *a.* கம்பீரமான, வெற்றியடைந்த, ஜயமுள்ள.

Tri'umpher, *s.* வெற்றியடைந்தவன்.

Trium'virate, *s.* மூவேந்தர் சங்கம்.

Tri'une, *a.* திரியத்துவ, திரியேக.

Triu'nity, *s.* மூன்றொன்றாயிருக்குந்தன்மை.

Triv'ial, *a.* அற்ப, எளிய, பயனற்ற, திரணமான.

Trochil'ics, *s.* பரிவர்த்தனவித்தை.

Tro'chings, *s.* கலங்கொம்பின் கிளை.

Trog'lodyte, *s.* குகைவாசி.

Troll, *v.i.* சுற்றியோடு, மண்டலமாயோடு.

Trol'lop, *s.* தப்புக்கேடாய்த்திரிபவள்.

Troop, *s.* படை, சேனை, அணி, கூட்டம், திரள்.

Troop, *v.i.* அணியணியாய்ப்போ, கூடிவிரைந்து செல்லு.

Troop'er, *s.* இராவுத்தன், மாவுத்தன், குதிரைவீரன்.

Trope, *s.* ரூபகாலங்காரம்.

Tro'phied, *a.* ஜயசின்னந்தரித்த.

Tro'phy, *s.* வெற்றித்தம்பம், ஜயசின்னம்.

Trop'ic, *s.* அயனாந்த விருத்தம்; of cancer, உத்தராயணாந்தசக்கரம், கற்கிச்சக்கரம்; of capricorn, தட்சணாயனாந்த விருத்தம், மகரச் சக்கரம்.

Trop'ical, *a.* அயன, உஷ்ணாந்த ரேகைக்குள்ளான.

Trot, *s.* கெச்சைநடை, துரிதவோட்டம்.

Trot, *v.i.* கெச்சைமிதி மிதித்துநட, குலுக்கிநட.

Troth, *s.* நம்பிக்கை, சத்தியம், யதார்த்தம்.

Troth'less, *a.* (obs.) விசுவாசமற்ற, துரோகநினைவுள்ள.

Troth'-plight, *s.* (obs.) மணவாக்குத்தத்தம்.

Trou'badour, *s.* புராதன கவிஞன்.

Troub'le, *s.* தலையிடி, சோலி, சங்கடம், கலக்கடி, தொந்தரவு, அலைக்கழிவு, நிர்ப்பந்தம், சல்லியம்.

Troub'le, *v.t.* அலை, கஸ்திப்படுத்து, சங்கடப்படுத்து, உலை, குழப்பு.

Troub'ler, *s.* அலைச்சல்பண்ணுவோன், கலக்குவோன்.

Troub'lesome, *a.* அலட்டான, அலைக்கழிவான, தொந்தரையான.

Troub'lous, *a.* கலக்கமான, தொந்தரையுள்ள.

Trough (trŏf), *s.* தொட்டி, பீலி, பத்தல்.

Trounce, *v.t.* குரூரமாயடி, ஆக்கினைபண்ணு.

Trouse, **Trou'sers**, } *s.* காற்சட்டை, காலுடை ஜல்லடம், நிஜார்.

Trout, *s.* ஓராற்றுமீன்.

Trow, *v.i.* (obs.) நினை, எண்ணு, நம்பு.

Trow'el, *s.* சாந்தகப்பை, கரணை, கொல்லறு.

Trow'sers, *s.* See Trousers.

Troy'weight, *s.* பொன் வெள்ளி நிறுக்குமளவை.

Tru'ant, *s.* வேலைக்கள்ளன், சோம்பன்.

Tru'ant, *a.* சோம்புள்ள, வேலையைவிட்டுத் திரிகிற.

Truce, *s.* சண்டையொழிவு, போர்விடுகை, சண்டை நிறுத்தியிருக்கை.

Truck, *s.* பண்டமாற்று, சிறுசக்கரப்பண்டி, கப்பியுருளை.

Truck, *v.i.* பண்டமாறு.

Truck'le, *v.i.* இணங்கு, சம்மதி, பதுங்கு.

Tru'culent, *a.* வேடத்தனமான, கெடுதியுள்ள, குரூரமான.

Tru'dge, *v.i.* கால்நடையாய்ப்போ, தனர்நடையாய்ச்செல்.

True, *a.* நேர்மையுள்ள, உண்மையான, மெய்யான, சுத்த; true hero, சுத்தவீரன்.

Tru'ism, *s.* தத்துவ வசனம்.

Trull, *s.* (obs.) தூர்த்தஸ்திரீ, பொதுமகள், பரத்தை, வேசி.

Tru'ly, *ad.* உள்ளபடி, மெய்யாக, யதார்த்தமாய், உண்மையாய்.

Trump, *s.* எக்காளம், பூரிகை.

Trump, *v.t.* (Card-playing) வெல்லத்தக்க சீட்டுப்போடு, துரும்புபோடு.

Trump'ery, *s.* உதவாதபொருள், வீண்பேச்சு, பொய்.

Trum'pet, *s.* காளம், எக்காளம், தாரை, பூரிகை; speaking, உரைகாளம்.

Trum'peter, *s.* எக்காளமூதுகிறவன்.

Trum'pet-tongued, *a.* காளவாயுள்ள.

Trun'cate, *v.t.* கூழையாக்கு, அங்கசேதனம்பண்ணு.

Trun'cheon, *s.* வளைதடி, கட்டியக்கோல், குறுந்தடி.

Trun'dle, *s.* உருளை, மரச்சக்கரவண்டி.

Trun'dle, *v.t.* உருட்டு, உருளு.

Trunk, *s.* பெட்டகம், பெட்டி, பேழை, அடிமரம், முண்டம்; of an elephant, தும்பிக்

கை; tip of an elephant's trunk, யானைக்கைநுனி, அங்குலி.
Trunked, *a.* தும்பிக்கையுள்ள, நெடுங்குழாயுள்ள.
Tru'sion, *s.* (Rare) தள்ளுகை, உந்துகை.
Truss, *s.* மூட்டை, கட்டு; பூங்கொத்துத் திரளை.
Trust, *s.* நம்பிக்கை, உறுதி, விசுவாசம், பிடிமானம், தஞ்சம்.
Trust, *v.* நம்பு, விசுவாசி.
Trustee', *s.* பொறுப்புக்காரன், பொறுப்பாளி.
Trust'worthy, *a.* நம்பப்படத்தக்க.
Trust'y, *a.* நம்பிக்கையுள்ள, நம்பக்கூடிய, நேரான, நிஜமான, உற்ற.
Truth, *s.* உண்மை, மெய், மெய்ப்பொருள், தத்துவம், யதார்த்தம்; one who scrupulously adheres to, சத்தியவிரதன்; knowledge of the truth, தத்துவஞானம்; collection of truths, தத்துவசஞ்சயம்.
Try, *v.i.* திட்டம்பார், பரீக்ஷி, சோதி; to try to recollect, நினைத்துப்பார்க்க.
Try, *v.t.* பிரயாசப்படு.
Tub, *s.* மரத்தொட்டி, மரப்பத்தல், மஞ்சிகை.
Tube, *s.* குழல், உட்டுளை, துளை, தூம்பு, புரை.
Tu'bercle, *s.* பரு, சிலந்தி, குருநோய், கணு.
Tuberos'ity, *s.* உட்டுளையுடைமை, கணு.
Tu'bular, *a.* உட்டுளைப்பொருள்போன்ற.
Tu'bularity, *s.* தசிரம்.
Tuck, *s.* கத்தி, ஒருவகை வலை.
Tuck, *v.t.* செருகு, மடி, சுருக்கு; tucking up the cloth behind, கச்சங்கட்டுதல்.
Tuck'er, *s.* ரவிக்கை, மார்பாடை.
Tues'day, *s.* செவ்வாய்க்கிழமை, மங்கலவாரம்.
Tuft, *s.* திரள், குஞ்சம், குச்சம், குடுமி, உச்சிக்கொண்டை, சிண்டு, கற்றை.
Tuft'y, *s.* உச்சிக்கொண்டையுள்ள, சிண்டுதரித்த.
Tug, *s.* இழுவை, இழுக்குங்கப்பல்; இழுவைவார்.
Tug, *v.t.* இழு, வலி, சாம்பு, வாங்கு.
Tui'tion, *s.* பராமரிப்பு, படிப்பிப்பு.
Tu'lip, *s.* பூவரசு.
Tum'ble, *s.* வீழ்ச்சி, வீழ்வு, விழுகை.
Tum'ble, *v.* புரட்டு, விழுத்து, கசங்கு.
Tum'bler, *s.* கரணம்போடுகிறவன், கூத்தன்; கரணப்புறா.
Tum'bler, *s.* பளிங்குக்கிண்ணம்.
Tum'brel, / **Tum'bril,** } *s.* வண்டி, நாற்சக்கரச்சுமைவண்டி.
Tumefac'tion, *s.* வீக்கம், பொருமல், நீர்ப்பிடிப்பு.
Tu'mefy, *v.* வீங்கு, நீர்பிடி, உப்பு, வீங்கப்பண்ணு.
Tu'mid, *a.* வீக்கமான, அதைப்பான.
Tu'mour, *s.* கட்டி, பரு, வீக்கம்.
Tu'mult, *s.* கலக்கம், குழப்பம், சந்தடி, சண்டை, ஊர்ப்புரளி.
Tumul'tuous, *a.* குழப்பமான, அமலையான, கம்பலையான.
Tun, *s.* பெரும்பீப்பா, மஞ்சி, ஒரு நிறையளவு.
Tune, *s.* இசை, இராகம், பண், சங்கீதம், சுருதி, கானம்; to sing the seven tunes, சுரம்பாட.
Tune, *v.t.* தனைச்சரியாய்ப்பாடு, ஓசையாய்ப்பாடு.
Tune'ful, *a.* இன்னிசையான, மதுரநாதமுள்ள, சுனாக்கியமுள்ள.
Tun'er, *s.* தந்திமுறுக்குவோன்.
Tu'nic, *s.* (Rom. Cath. Church) உட்சட்டை, சொக்காய், கஞ்சுகம்.
Tu'nicle, *s.* (Rare) மடல், தோல்.
Tun'nage, *s.* தோணியிலேறும் பாரத்தினளவு.
Tun'nel, *s.* வாயகன்ற குழல்; தனைக்கீழ்ப்பாதை.
Tur'ban, *s.* பாகை, தலைப்பாகை, தலைச்சீலை, முண்டாசு, தலைச்சாத்து.
Tur'baned, *a.* பாகைதரித்த.
Tur'bid, *a.* மண்டியான, சேறுன, அழுக்குப்பிடித்த.
Tur'bulence, / **Tur'bulency,** } *s.* குழப்பம், கொந்தளிப்பு, மும்முரம்.
Tur'bulent, *a.* குழப்பமான, கொந்தளிப்பான, கலக்கமான.
Tur'cism, *s.* துர்க்கிய சமயம்.
Turf, *s.* புற்பொழி, புற்றரை, சாட்டுவலம், கழுப்பற்றை.
Turf'y, *a.* கழுப்பற்றையடித்த, கழுப்பற்றைபோன்ற.
Turges'cence, *s.* அதைப்பு, வீக்கம், புடைப்பு, பகட்டு.
Tur'gid, *a.* அதைப்பான, வீக்கமான, உப்பின.
Turgid'ity, *s.* வீக்கம், பொருமல், அதைப்பு.
Turk, *s.* துலுக்கன.

Tur'key, s. துர்க்கிதேசம், வான்கோழி, கானங்கோழி.
Tur'meric, s. மஞ்சள், அரித்திரம், அரிசனம்.
Tur'moil, s. கலக்கம், தாறுமாறு, சந்தடி, குழப்பம், சீரழிவு.
Turn, s. சுழற்சி, சுற்று, புரட்டு, முறை, மாறுகை.
Turn, v.t. திருப்பு, திருகு, கடை; a body finally turned, திரண்ட உடம்பு; a turned knob, கடைந்த குமிழ்.
Turn, v.i. திரும்பு, சுற்று, பெயர், புரளு.
Turn'coat, s. கக்ஷிமாறி, பக்கமாறி, நிலைமாறி.
Turn'er, s. கடைச்சற்காரன்; a turner's chisel, கடைச்சலுளி, a turner's lathe, கடைக்கல்மரம்.
Turn'ery, s. கடைச்சற்றொழில்.
Turn'ing, v.n. புரட்சி, வளைவு, சுற்று, சுழற்சி, புறமாறுகை, கடைச்சல்.
Tur'nip, s. ஒருவகைக் கிழங்கு.
Turn'pike, s. தெருவடைக்குங்கதவு, நிலையாடிக்கதவு.
Turn'screw, s. சங்குபுரித்திறவுகோல், திருப்புளி.
Turn'sick, a. கிறுகிறுப்பான, தலைச்சுழற்சியான.
Turn'stile, s. நிலையாடிக்கதவு, கடவுமரம், கடவை.
Tur'pentine, s. ஒருவகை யெண்ணெய்.
Tur'pitude, s. மனக்கள்ளம், தீமை, துர்ச்சனம், அற்பவிவகாரம், துர்ப்புத்தி.
Tur'ret, s. சிகரம், முடி, கொடுமுடி, தூபி.
Tur'tle, s. ஆமை, உறுப்படக்கி, கூர்மம், கச்சபம்.
Tur'tle-dove, s. காட்டுப்புறு, மணிப்புறு.
Tush, } int. சீ, பேசாதே, சீச்சீ.
Tut, }
Tusk, s. தந்தம், எயிறு, வக்கிரதந்தம், கொம்பு.
Tusk'er, s. கொம்பன்யானை.
Tu'telage, s. பராமரிப்பு, பாலனம்.
Tu'telar, } a. பராமரிக்கிற, காப்பாற்றுகிற; tutelary deity, ஆத்மதேவதை.
Tu'telary, }
Tu'tenag, s. துத்தநாகம், சீனச்செம்பு.
Tu'tor, s. (*fem.* tu'toress, tu'trix) ஆசான், ஆசிரியன், தேசிகன், பயிற்றுவோன்.
Tu'torage, s. ஆசிரியத்துவம், ஆசானுக்குரிய அதிகாரம்.
Twad'dle, v.i. பசப்பு, அலப்பு.
Twain, a. இரண்டு, இரு, துவி.
Twang, s. தொனி, ஓசை; கிண்ணிடு; the twang of a bowstring, நாணொலி.
Twan'gle, v.i. கிண்ணிடு.
Twat'tle, v.i. பசப்பு, அலப்பு.
Tweak, v.t. மூக்கைப் பிடுங்கு.
Twee'dle, v.t. கைபடியுமுன் செய், அப்பியாசமின்றிச் செய், எற்று.
Twee'zers, s. (*pl.*) இடுக்கி, சாவணம் குறடு.
Twelfth, a. பன்னிரண்டாம், துவாதச.
Twelve, s. and a. பன்னிரண்டு, துவாதசம்.
Twelve month', s. வருஷம், ஆண்டு.
Twen'tieth, a. இருபதாம்.
Twen'ty, s. and a. இருபது, இருபஃது இருபான், விம்சதி.
Twice, ad. இருமுறை; இருகால், இருதரம், இருமடி.
Twig, s. கணு, கிளை, வளார்.
Twig'gy, a. கிளைத்திரளுள்ள, கிளைத்த.
Twi'light, s. சந்திவெளிச்சம், காலைமாலை வெளிச்சம், சந்தியாகாலம்.
Twin, s. இரட்டைப்பிள்ளைகளிலொன்று.
Twin'born, a. இரட்டையாய்ப்பிறந்த.
Twine, s. நூற்கயிறு, இழைக்கயிறு.
Twine, v.t. முறுக்கு, திரி.
Twinge, v.t. கிள்ளு, தள்ளு, நிமுண்டு.
Twinge, v.i. சுள்ளிடு, கொதி.
Twink (obs.) }
Twin'kle, } s. இமைப்பு, துலக்கம், இலக்கம்; க்ஷணப்பொழுது.
Twin'kle, }
Twin'kle, v.i. பொறிபற, பொறிதட்டு, மின்னு.
Twin'ling, s. இரட்டையாய்ப்பிறந்த ஆட்டுக்குட்டி.
Twirl, s. சுழற்சி, சுற்று, திரி, உழற்று, திரும்புகை.
Twist, s. முறுக்கு, திரிப்பு, திரி, புரி, சரடு, கயிறு.
Twist, v.t. திரி, முறுக்கு, பின்னு.
Twist, v.i. சுழலு, உழலு, திரும்பு.
Twit, v.t. வடுச்சொல்லு, இழுக்குச்சொல்லு, நிந்தி.
Twitch, s. இழுப்பு, பறிப்பு.
Twitch, v.t. இழி, பறி, பிடுங்கு, பிய்.
Twit'ter, v.i. கீச்சிடு, கத்து, கிளுகிளு.
Two, s. and a. இரண்டு, இணை, உபயம், துவயம், இரு.
Two'-edged, a. இருதலைக் கருக்குள்ள, இருபக்கமும் கருக்குள்ள.
Two'fold, a. இருமடங்கான, இரட்டி.

Two'-tongued, *a.* இருநாவுள்ள, இரண்டக முள்ள.
Tym'pan, *s.* (obs.) ஒருகட்பறை, செவித்து வாரம், படல்.
Tym'panum, *s.* ஆனகம், சுரோத்திரானகம்.
Type, *s.* அடையாளம், குறி, ஒப்பு, அச்சு.
Ty'phoid, *a.* அத்திசுரமான.
Ty'phus, *s.* அத்திசுரம், எலும்புருக்கிக்காய்ச்சல்.
Typ'ical, *a.* அடையாளமான, முன்னடையாளமான.
Typ'ify, *v.t.* முன்னடையாளங்காட்டு, முன்னறிவி.
Typog'rapher, *s.* அச்சுப்பதிப்போன்.
Typograph'ical, *a.* அச்சுப்பதித்தலுக்கடுத்த.
Typog'raphy, *s.* அச்சுப்பதிக்கும்வித்தை.
Tyran'nical, *a.* கொடிய, நெருக்கிடையுள்ள.
Tyr'annize, *v.t.* & *i.* கொடுமைசெய், ஒடுக்கு நெருக்கு, கொடுங்கோல் செலுத்து.
Tyr'anny, *s.* கொடுமை, கொடுங்கோன்மை, குரூரம், இடும்பு.
Ty'rant, *s.* கொடுங்கோலன், குரூரன்.
Ty'ro, *s.* புதுமாணாக்கன், வாலமாணாக்கன், நவமாணாக்கன், நன்கு ஆராயாதவன், தேர்ந்தறியாதவன்.

U.

U'berous, *a.* (obs.) கனிவுள்ள, விருத்தியான, செழிப்பான.
U'berty, *s.* (obs.) செழிப்பு, பூரணம்.
Ubica'tion, *a.* (Rare) ஓரிடத்திலிருக்கை, ஸ்தானசம்பந்தம்.
Ubiq'uity, *s.* வியாபகம், வியாத்தம், சாதாரண்ணியம்.
Ud'der, *s.* பசுமடி, செருத்தல், ஆபீனம்.
Ud'dered, *a.* மடியுள்ள.
Ug'liness, *s.* அவலக்ஷணம், அந்தக்கேடு, குரூபம்.
Ug'ly, *a.* அவலக்ஷணமான, அந்தக்கேடான, குரூபமான.
Ul'cer, *s.* ரணம், புண், படுவன், சிலந்திபரு, பிளவை.
Ul'cerate, *v.* இரணமா, புண்ணு.
Ulcera'tion, *s.* புண்ணுருகை.
Ul'cerous, *a.* புண்ணுள்ள, சீப்பற்றிய.
Ulig'inous, *a.* (Rare) சேற்று, குழைசேறுள்ள.
Ulte'rior, *a.* அப்பாலுள்ள, அபர.
Ul'timate, *a.* கடைசியான, இறுதியான, அந்தமான, அந்திம, சரம.
Ul'timately *ad.* முடிவாய், தீர்ப்பாய்.

Ultima'tum, *s.* முடிவு, அந்தம், அந்திமம்.
Ultim'ity, *s.* (obs.) முடிவு, அறுதி, விளைவு.
Ultramarine', *a.* அக்கரையான, மறுகரையிலுள்ள.
Ultramon'tane, *a.* மலைக்கப்பாலுள்ள.
Ultramun'dane, *a.* பூலோகத்திற்கப்பாலுள்ள.
Ul'ulate, *v.* ஊளையிடு.
Umbil'ic, *s.* (obs.) உந்தி, கொப்பூழ், நாபி.
Umbil'ical, *a.* கொப்பூழுக்கடுத்த; umbilical cord, கர்ப்பநாடி.
Um'bo, *s.* பரிசையின் புடைப்பு.
Um'bra, *s.* நிழல், சாயை.
Um'brage, *s.* நிழல், சாயை, (obs.) விசனம், தாங்கல்.
Umbra'geous, *a.* நிழலிடுகிற, சாயையிடுகிற.
Jmbra'tious, *a.* (Rare) தாங்கலடையும்.
Umbrel'la, *s.* குடை, கவிகை, ஆதபத்திரம்.
Umbros'ity, *s.* (obs.) நிழலொதுக்கு, நிழற்பாடு.
Um'pirage, *s.* நடுவர்தீர்ப்பு, மத்தியஸ்தர் தீர்ப்பு.
Um'pire, *s.* நடுவன், மத்தியஸ்தன்.
Unabashed', *a.* கூச்சமில்லாத, நாணமில்லாத.
Unabat'ed, *a.* தணியாத, குறைவில்லாத.
Una'ble, *a.* இயலாத, ஏலாத, சக்தியில்லாத.
Unabol'ished, *a.* தள்ளுப்படாத, ஒழிவிக்கப்படாத.
Unaccent'ed, *a.* அசையூன்றி யுச்சரிக்கப்படாத.
Unac'ceptable, *a.* ஏற்கப்படக்கூடாத, செல்லக்கூடாத.
Unaccom'modated, *a.* உபசரணையில்லாத, வசதியுண்டாக்காத.
Unaccom'panied, *a.* கூடிச்செல்லாத.
Unaccom'plished, *a.* அநாகரீக.
Unaccount'able, *a.* புத்திக்கெட்டாத, ஆச்சரியமான, உத்தரவாதமில்லாத.
Unaccus'tomed, *a.* பழகாத, கைவராத.
Unacknowl'edged, *a.* ஒத்துக்கொள்ளாத, அறிக்கைசெய்யாத.
Unacquaint'ed, *a.* அறியாத, பழகாத.
Unac'tuated, *a.* நடவாத, ஏவப்படாத.
Unadmired', *a.* மெச்சிடாத, வியக்கப்படாத.
Unadored', *a.* தொழப்படாத.
Unadorn'ed, *a.* அலங்கரிக்கப்படாத, அலங்காரமற்ற.
Unadul'terated, *a.* கலப்பற்ற, கலந்து பழுதுபடாத, சுத்த.

Unadvent'urous, *a.* துணிவற்ற, ஓர்ம்மற்ற.
Unadvis'able, *a.* செய்யவொண்ணாத.
Unadvised', *a.* புத்தியற்ற, மதியீனமான, யோசனையற்ற.
Unaffect'ed, *a.* தெளிந்த, கபடமற்ற; to be unaffected by pleasure or pain, ஒத்திருக்க.
Unaid'ed, *a.* உதவியற்ற, துணையற்ற.
Unalarmed', *a.* அஞ்சாத, ஏங்காத.
Unal'ienable, *a.* உரிய, சொந்த, மற்றொருவருக்குச் சாட்டப்படக்கூடாத.
Unalloyed', *a.* கலப்பற்ற, சுத்தமான.
Unal'terable, *a.* மாற்றக்கூடாத, மாறுதநிலையுள்ள.
Unamazed', *a.* திகைக்காத.
Unambig'uous, *a.* உபயார்த்தமற்ற, தெளிவான, விளக்கமான.
Unambi'tious, *a.* ஆசைப்பெருக்கமற்ற.
Una'miable, *a.* மரியாதையற்ற, அகிதமான.
Unan'alyzed, *a.* கூறுபடாத, அவிபாக.
Unanim'ity, *s.* ஏகசிந்தை, ஒருமை, ஒருமைப்பாடு, ஐக்கியம், ஒருமுகம், ஒருப்பாடு.
Unan'imous, *a.* ஒருமையான, ஒன்றித்த, ஐக்கியமான, ஏக; to be unanimous, ஒருப்பட.
Unan'imously, *ad.* ஒருமுகமாய்.
Unan'swerable, *a.* விடைகொடுக்கக்கூடாத, உத்தரவாதமற்ற.
Unan'swered, *a.* மறுமொழிகிடையாத.
Unappalled', *a.* பயமற்ற, அஞ்சாத.
Unappar'elled, *a.* ஆடைதரிக்காத.
Unappa'rent, *a.* வெளியாகாத, கருகலான, தோன்றாத.
Unappeas'able, *a.* சாந்தப்படக்கூடாத, தணியாத, ஆறாத.
Unappeased', *a.* சாந்தப்படாத, ஆறாத, தணியாத.
Unapproach'able, *a.* கிட்டக்கூடாத, கைக்கெட்டாத.
Unappro'priated, *a.* உரிமைப்படாத, அப்பிரவர்த்தி.
Unapproved', *a.* மெச்சப்படாத.
Unapt', *a.* ஏலாத, பயிற்சியில்லாத, தகாத.
Unarm', *v.t.* (Rare) படைக்கோலங்களை.
Unarmed', *a.* நிராயுத.
Unarraigned', *a.* குற்றவிசாரணைக்குக் கொண்டுவரப்படாத.
Unarrayed', *a.* கோலம்பூணாத.
Unasked', *a.* கேள்வியற்ற.
Unas'pirated, *a.* வலுவாயுச்சரிக்கப்படாத.
Unaspir'ing, *a.* துணிவில்லாத, முயற்சியில்லாத.
Unassail'able, *a.* எதிரேறக்கூடாத.
Unassayed', *a.* சோதிக்கப்படாத.
Unassist'ed, *a.* துணையற்ற, உதவியற்ற.
Unassum'ing, *a.* துணிவற்ற, பதவிய.
Unassured', *a.* நம்பிக்கையற்ற, உறுதியற்ற.
Unatoned', *a.* பிராயச்சித்தமாகாத.
Unattached', *a.* சேராத, ஒன்றுபடாத, ஜப்திசெய்யாத.
Unattain'able, *a.* அருமையான, பெறக்கூடாத.
Unattempt'ed, *a.* செய்யத்துணியாத, கையிடாத.
Unattend'ed, *a.* துணையற்ற, தனித்த.
Unattest'ed, *a.* சாக்ஷிக்கையொப்பமிடாத, சாக்ஷியற்ற.
Unattract'ed, *v.* ஆகருஷிக்கப்படாத, வலிக்கப்படாத, கவரப்படாத.
Unauthen'tic, *a.* நிஜப்படாத, கள்ள.
Unau'thorized, *a.* வழக்கமில்லாத, உத்தரவில்லாத, விதியில்லாத.
Unavail'able, *a.* பலனில்லாத, பிரயோஜனமற்ற.
Unavail'ing, *a.* பயனற்ற, உதவாத.
Unavoid'able, *a.* தவிர்க்கக்கூடாத, விலக்கக்கூடாத.
Unaware', *a.* அசாவதான, அறியாத.
Unawares', *ad.* வந்தபடி, நினையாமல், அறியாமல்.
Unawed', *a.* பயமில்லாத.
Unbacked', *a.* ஏறாத, பழக்காத, ஆதரிக்கப்படாத.
Unbar', *v.t.* தடைநீக்கு, தாழ்திற.
Unbarbed', *a.* (obs.) சவரஞ்செய்யாத.
Unbarked', *a.* பட்டையுரித்த.
Unbash'ful, *a.* கூச்சமற்ற, தீரமுள்ள, லச்சைகெட்ட.
Unbear'able, *a.* சகிக்கக்கூடாத, தாங்கக்கூடாத.
Unbeat'en, *ā.* நடவாத, போக்குவரவில்லாத.
Unbecome', *v.i.* (obs.) அடாதிரு, ஏற்காதிரு.
Unbecom'ing, *a.* தகாத, அடாத, ஒவ்வாத, முறைகேடான.
Unbefit'ting, *a.* அடாத, தகாத, ஏற்காத.
Unbefriend'ed, *a.* சிநேகரில்லாத, உற்றார்துணையற்ற.

Unbegun', *a.* தொடங்காத.
Unbelief', *s.* நம்பாமை, அவநம்பிக்கை, அவிசுவாசம்.
Unbeliev'er, *s.* நம்பாதவன், அவபக்திக்காரன், அவிசுவாசி.
Unbeloved', *a.* நேசிக்கப்படாத, அன்புகூரப்படாத.
Unbend', *v.* குணக்கேடு, நேராக்கு, ஆற்று.
Unbend'ing, *a.* வளையாத, நிமிர்ந்த, கோடாத, கோணாத.
Unbenev'olent, *a.* உபகாரகுணமற்ற, தயையில்லாத.
Unbenight'ed, *a.* இருள்மூடாத.
Unbenign', *a.* அகாருண்ய, அபகார, வர்மமுள்ள.
Unbi'ased, *a.* ஓரவாரமில்லாத, கோணாத, நேரான; an unbiased mind, கோட்டமில் சிந்தை.
Unbi'asedness, *s.* சமம், நடுநிலை.
Unbid'den, *s.* கற்பிக்கப்படாத, அழைக்கப்படாத.
Unbind', *v.t.* அவிழ், நுகை, கழற்று, தளர்.
Unblam'able, *a.* குற்றமற்ற, பிழையற்ற.
Unblem'ished, *a.* மறுவற்ற, கறையற்ற, மாசற்ற.
Unblown', *a.* மலராத, விரியாத.
Unblush'ing, *a.* நாணங்கெட்ட, வெட்கங்கெட்ட.
Unbolt', *v.t.* தாழ்ப்பாள் கழற்று, திற.
Unborn', *a.* பிறவாத, உற்பத்தியாகாத.
Unbor'rowed, *a.* கடன்வாங்காத, உள்ள, சகஜ.
Unbo'som, *v.t.* மனந்திறந்துசொல்லு, வெளியாய்ச் சொல்லு.
Unbot'tomed, *a.* அடியில்லாத, அஸ்திவாரபலமற்ற.
Unbought', *a.* விலைக்குக் கொள்ளப்படாத.
Unbound'ed, *a.* அளவற்ற, எல்லையற்ற, முடிவில்லாத.
Unbow'el, *v.t.* குடலெடு, குடலைப்பிடுங்கு.
Unbreast', *v.* (obs.) வெளியிடு, திறந்து சொல்லு.
Unbred', *a.* அநாகரீக, பயிற்சியில்லாத.
Unbri'dle, *v.t.* கடிவாளம் வாங்கு, கடிவாளங் கழற்று.
Unbri'dled, *a.* கலினம்பூட்டாத, தன்னிஷ்டமுள்ள.
Unbrok'en, *a.* உடையாத, முறியாத, அறாத, நெகிழாத.
Unbuc'kle, *v.t.* கழற்று, விடுவி.
Unbur'den, *v t.* பாரம்நீக்கு, சுமையிறக்கு, பாரமிறக்கு.
Unburnt', *a.* எரியாத, வேகாத, அவிபாக.
Unbut'ton, *v.t.* பொத்தான் கழற்று, சட்டைபூட்டுத் திற.
Uncaged', *a.* கூட்டிலிருந்து திறந்துவிட்ட, கட்டுக்காவல் நீங்கிய.
Uncalled', *a.* அழைக்கப்படாத, கட்டளை போக்கியழையாத, விருந்திற்கழைக்காத.
Uncan'did, *a.* கரவுள்ள, கபடமுள்ள, கள்ளமனமுள்ள.
Uncan'opied, *a.* விதானமற்ற, மேற்கட்டியில்லாத.
Uncar'nate, *a.* (obs.) அமாம்ச.
Uncase', *v.t.* கூட்டினின்று திறந்துவிடு, உரி.
Uncaught', *a.* அகப்படாத.
Uncaused', *a.* காரணமில்லாத, ஏவப்படாத.
Unceas'ing, *a.* இடைவிடாத, ஒழியாத, ஓயாத.
Uncel'ebrated, *a.* பெயர்பெறாத, மணமுடிக்காத.
Uncen'sured, *a.* கண்டிக்கப்படாத, பழிக்குவிலகிய.
Unceremo'nious, *a.* உபசாரமில்லாத, ஆசாரமில்லாத.
Uncer'tain, *a.* நிச்சயமில்லாத, சந்தேகமான; to be uncertain, தடுமாற.
Uncer'tainty, *s.* ஐயம், சந்தேகம், சமுசயம், தெரியாதது, தடுமாற்றம்.
Unchain', *v.t.* சிறைநீக்கு, தளைவிடு.
Unchange'able, *a.* மாறாத, நிலைபெறான, இயல்பான.
Unchar'itable, *a.* தருமசிந்தையில்லாத, நேசமற்ற, இரக்கமில்லாத.
Unchaste', *a.* கற்பில்லாத, தூர்த்த, நெறியற்ற; woman, துஷ்டை, வசவி, அசதி.
Unchastised', *a.* தண்டிக்கப்படாத, அடக்காத.
Unchecked', *a.* தடைப்படாத.
Unciv'il, *a.* வினயமற்ற, அநுசாரமான, அவமரியாதையுள்ள.
Unciv'ilized, *a.* நாகரீகமில்லாத, சீர்திருந்தமற்ற, மிலேச்சத்தன்மையான.
Unclaimed', *a.* தனதென்று கேளாத, சொந்தக்காரனில்லாத.
Unclar'ified, *a.* சுத்திசெய்யப்படாத.
Un'cle, *s.* தாய்தந்தையர் சகோதரன்; paternal, தாதுலன்; maternal, மாதுலன்.
Unclean', *a.* அசுத்த, அழுக்கான, தீழ்ப்பான, துப்புரவில்லாத.
Unclean'liness, *s.* அசுத்தம்.
Uncleansed', *v.* சுத்திசெய்யாத, சுத்திகரிக்கப்படாத.

Unclothe', *v.t.* புடைவை கழற்று, புடைவை யுரி.
Uncloud'ed, *a.* மப்பில்லாத, மந்தாரமில்லாத, வெளுப்பான.
Uncoil', *v.* சுருள் குலே.
Uncoined', *a.* நாணயமடியாத, அகற்பித.
Uncome'ly, *a.* அழகற்ற, இலக்கணக்கேடான, அவலட்சணமான.
Uncom'fortable, *a.* கலக்கமுள்ள, ஆறுதலற்ற.
Uncom'mon, *a.* வழக்கமற்ற, நூதனமான, அபூர்வமான.
Uncompelled', *a.* பலாத்காரமற்ற.
Uncomplaisant', *a.* நிர்தாக்ஷிணிய, அவிநய.
Uncomply'ing, *a.* இணங்காத, வசையாத, வணங்காத.
Uncompound'ed, *a.* கலவாத, சேர்க்காத, தனி.
Uncomprehen'sive, *a.* பலவிஷயந்தழுவாத, கிரகிக்கக்கூடாத.
Uncompressed', *a.* அடங்காத, அமுங்காத.
Unconcern', *s.* அசட்டைத்தனம், வேண்டாவெறுப்பு.
Uncondi'tional, *a.* நிபந்தனையில்லாத, சங்கேதமில்லாத, ஒருதலையான.
Unconnect'ed, *a.* பிரிந்த, தொடர்ச்சியற்ற, இசைவற்ற.
Uncon'querable, *a.* தோலாத, வெல்லக்கூடாத.
Uncon'scionable, *a.* அநியாயமான, அநீத.
Uncon'scious, *a.* அறியாத, உணர்ச்சியற்ற.
Unconsent'ing, *a.* இணங்காத, சம்மதியாத.
Unconstitu'tional, *a.* பிரமாணத்திற்கு விரோதமான.
Unconstrained', *a.* கட்டுப்படாத, கீழ்ப்படியாத.
Uncontam'inated', *a.* கறைப்படுத்தப்படாத.
Uncontrol'able, *a.* தன்னிஷ்டமான, அடங்காத.
Uncontrovert'ed, *a.* புரளாத.
Uncon'versant, *a.* பயிலாத, ஊடாடாத.
Unconvert'ed, *a.* மனந்திரும்பாத, ஒன்றொன்ருய் மாருத.
Unconvinced', *a.* தெளியாத, குற்றவுணர்ச்சியற்ற.
Uncorrupt', *a.* பாழாகாத, சீர்கெடாத.
Uncount'ed, *a.* எண்ணுத, எண்ணிடாத.
ncour'teous, *a.* ஒழுக்கமற்ற, அவமரியாதையான.
Uncourt'ly, *a.* நிர்த்தாக்ஷிணிய.
Uncouth', *a.* நல்லொழுக்கமற்ற, அவலட்சணமான.
Uncov'enanted, *a.* உடன்படிக்கைக்கு உட்படாத.
Uncov'er, *v.t.* திற, மூடலெடு.
Uncreat'ed, *a.* சுயம்பாயிருக்கிற, படைக்கப்படாத.
Uncred'itable, *a.* பிரக்கியாதியற்ற.
Unc'tion, *s.* அபிஷேகம், பட்டதாரணை.
Unc'tuous, *a.* கிணமுள்ள, கொழுப்புள்ள, நெய்ப்புள்ள.
Uncul'tivable, *a.* பண்படக்கூடாத.
Uncul'tivated, *a.* செய்கைபண்ணுத, கரம்பான, கிருஷிபண்ணுத, திருந்தாத, தேருத.
Uncum'bered, *a.* சுமையேருத, முட்டுப்படாத.
Uncurl', *v.* சுருள் குலே.
Undam'aged, *a.* பழுதுபடாத.
Undaunt'ed, *a.* திடமுள்ள, அஞ்சாத, அச்சமற்ற, வீரமுள்ள; an undaunted heart, கலங்காதநெஞ்சு.
Undebauched', *a.* கற்பழியாத, சீர்கெடாத.
Undec'agon, *s.* ஏகாதசகோணம்.
Undecayed', *a.* பதங்கெடாத, சிதையாத.
Undeceive', *v.t.* மருணீக்கு, மயக்கறு.
Undecid'ed, *a.* இருமனமுள்ள, தீர்ப்பில்லாத.
Undefiled', *a.* சுத்தமான, அசுசிப்படாத, கற்பழியாத, களங்கமில்லாத.
Undefin'able, *a.* வரையறுக்கப்படாத.
Undeni'able, *a.* மறுக்கப்படாத, நிராகரிக்கக்கூடாத.
Un'der, *a.* கீழான, குறைவான, பதிவான.
Un'der, *ad.* கீழாய், குறைவாய்.
Un'der, *prep.* கீழே, அடியிலே, இல்.
Under-bid', *v.t.* தணித்துக்கேள், குறைத்துக்கோள்.
Under-buy', *v.* விலைகுறைத்து வாங்கு.
Under-do', *v.t.* குறையச்செய், தாழ்ச்சியாய்ச் செய்.
Under-foot', *ad.* அடிக்கீழ், கீழே.
Under-go', *v.t.* படு, தாங்கு, பொறு.
Under-grad'uate, *s.* பட்டம்பெருத வித்தியார்த்தி.
Un'der-ground, *a.* கீழ்ப்பூமி.
Un'der-growth, *s.* கீழ்ப்பயிர், கீழ்ச்செடி.
Un'der-hand, *a.* கள்ள, மாறுபாடுள்ள, அபாயமுள்ள, அந்தரங்கமான.
Underived', *a.* மற்றொன்றிற் பிறவாத.
Under-let', *v.* குறைந்த குடிக்கூலிக்கு விடு
Un'der-master, *s.* கீழுபாத்தி.

Un'der-meal, *s.* சிற்றுண்டி.
Under-line', *v.* வார்த்தைகளின்கீழ்க் கோடிடு.
Un'der-ling, *s.* கீழ்மகன், நீசன்.
Under-mine', *v.t.* கீழறு, சுரங்கமறு, அறைபோ, துளை.
Un'dermost, *a.* கீழுக்குக்கீழான.
Underneath', *prep.* கீழே, அடியிலே
Un'der-plot, *s.* கிளைக்கதைத்தொடர்.
Un'der-prize', *v.t.* விலைகுறைத்து மதி.
Under-rate', *v.t.* தணிய மதி, குறைவாய்ப்பார்.
Under-score', *v.t.* கீழே கீறு.
Under-sec'retary, *s.* உப லிகிதர்.
Under-sell', *v.t.* விலைகுறைய வில், விலை தணிய வில்.
Under-serv'ant, *s.* கீழ்வேலைக்காரன்.
Undersigned', *a.* கீழே கையொப்பம் வைத்த.
Understand', *v.t.* அறி, உணர், தெளி, தேர்.
Understand'ing, *s.* அறிவு, உணர்ச்சி, புத்தி, மதி, யூகம், இணக்கம்; growth of the understanding, புத்திவிர்த்தி.
Un'der-strapper, *s.* கீழுத்தியோகஸ்தன்.
Undertake', *v.t.* அடிகோலு, கையிடு, முயற்சிபண்ணு, தலையிடு, மேற்போட்டுக்கொள்.
Un'dertaker, *s.* கையிட்டுக் கொள்வோன், முயலுவோன், சவமெடுத்துப்போவோன்.
Undertak'ing, *v.n.* கையிடுகை, வேலையிலுட்படுகை.
Under-val'ue, *v.t.* தணியமதி, விலைகுறைத்துப்பார்.
Un'der-wood, *s.* கீழ்ச்செடி, சிறுதூறு.
Un'der-work, *s.* கீழ்வேலை, அற்பவேலை.
Un'der-writer, *s.* பிணையாளி, உத்தரவாதி.
Undeserv'ing, *a.* தகாத, அநியாயமான, அபாத்திரமான.
Undeserv'edly, *ad.* அபாத்திரமாய்.
Undesigned', *a.* எண்ணாத, கருதாத, நினையாத.
Undeter'mined, *a.* இருமனமுள்ள.
Unde'viating, *a.* தவருத, விலகாத, நேரான.
Undevot'ed, *a.* பக்தியற்ற.
Undevout', *a.* பக்தியற்ற.
Undigest'ed, *a.* சமியாத, ஜீரணியாத.
Undimin'ished, *a.* குறையாத, தணியாத, தேயாத.
Undirect'ed, *a.* சொல்லிக்காட்டாத, வழிகாட்டப்பெருத.
Undiscern'ing, *a.* பகுத்தறியாத, யுக்தியற்ற.
Undis'ciplined, *a.* பயிற்சியில்லாத, பழகாத.
Undiscov'ered, *a.* வெளிப்படாத, கண்டுபிடியாத.
Undisguised', *a.* போலியில்லாத, வெளியான, பாசாங்கற்ற.
Undismay'ed, *a.* கலக்கமில்லாத, அஞ்சாத, தைரியமுள்ள.
Undisput'ed, *a.* சந்தேகியாத.
Undissem'bled, *a.* மாயமற்ற.
Undis'sipated, *a.* சிதருத, கோலாகலமற்ற.
Undissolved', *a.* உருகாத, கறையாத.
Undistin'guished, *a.* பகுத்தறியாத, விசேஷமற்ற.
Undistin'guishing, *a.* பகுத்தறிவற்ற.
Undistract'ed, *a.* கருத்துச்சிதருத.
Undisturbed', *a.* கலக்கமில்லாத, சாந்தமுள்ள.
Undivid'ed, *a.* பிளவுபடாத, பிரியாத, அவிச்சின்ன.
Undivulged', *a.* பிரசித்தப்படாத.
Undo', *v.t.* அவிழ், குலை, கெடு, கட்டவிழ்.
Undone', *a.* குலைந்த, அவிழ்ந்த, அவமானமான.
Undoubt'edly, *ad.* நிச்சயமாய், சந்தேகமின்றி.
Unbread'ed, *a.* அச்சமற்ற.
Undreamed', *a.* சொப்பனத்திலுங்காணுத.
Un'dress, *s.* மீக்கோள், போர்வை.
Undress', *v.t.* உடைகழற்று, உடையுரி, undressed food, பாகஞ்செய்யாத போஜனம்.
Undue', *a.* உரிமையற்ற, வேண்டாத, தகாத, அடாத.
Un'dulate, *v.i.* அலை, உலை, ஆடு, தளம்பு.
Undula'tion, *s.* அலைவு, உலைவு, ஆட்டம், தளப்பம்.
Un'dulatory, *s.* தளப்பமான.
Undu'ly, *ad.* தகாதவிதமாய், மட்டுக்குமிஞ்ச.
Undu'rable, *s.* நிலையாத, நிற்காத.
Undu'tiful, *s.* கடமைப்படி செய்யாத.
Undy'ing, *a.* சாவாத, நசியாத, அழியாத, அமிர்த.
Unearn'ed, *a* வருந்தித்தேடாத.
Unearth'ly, *a.* மண்ணுலகிற்கு உரிமையற்ற, மனுஷசம்பந்தமற்ற.
Unea'siness, *s.* அசௌக்கியம், சஞ்சலம், ஆறுதலின்மை, தோதகம்.
Unea'sy, *a.* ஆறுதலற்ற, இளைப்புள்ள, வருத்தமான; to be uneasy, சித்தம் நோக.
Uned'ucated, *a.* கல்விபயிலாத, கல்லாத.
Unemployed'. *a.* வேலையில்லாத, காரியமற்ற, வீணான.

Unendow'ed, *a.* ஆதீனமில்லாத.
Unenligh'tened, *a.* சீர்திருந்தாத, ஒளிவிளக்கேற்றாத.
Unentertain'ing, *s.* விநோதமாயிராத, மந்தமான.
Unen'vied, *a.* இச்சிக்கப்படாத, அழுக்காற்ற.
Une'qual, *a.* ஏகதேசமான, சமமற்ற, ஒவ்வாத, நேர்நிறையற்ற; unequalled favour, இணையறுகருணை.
Unequiv'ocal, *a.* சந்தேகமற்ற, திட்டமான, உறுதியான, தெளிவான.
Uner'ring, *a.* பிழைபடாத, தவறாத.
Une'ven, *a.* ஒப்பற்ற, சமமற்ற, கரடுமுரடான.
Unexamp'led, *a.* ஒப்பற்ற, நிகரற்ற, இணையில்லாத.
Unexcep'tionable, *a.* தவிர்க்கக்கூடாத, விலக்கில்லாத, பிசகில்லாத.
Unexpect'ed, *a.* நினையாத, சடிதியான, எதிர்பார்த்திராத, அகஸ்மாத்தான.
Unexpert', *a.* (Rare) பயிலாத, சாதனையற்ற, சாமர்த்தியமற்ற.
Unexplored', *a.* திறவுகாணாத, விசாரித்தறியாத, அறியாத.
Unexposed', *a.* வெளியிடாத.
Unextin'guishable, *a.* அவியாத, தணியாத.
Unfad'ing, *a.* வாடாத, மங்காத, ஒளி குறையாத.
Unfail'ing, *a.* தவறாத, பொய்யாத, சத்திய; unfailing promise, வழாவுரை.
Unfair', *a.* அடாத, நியாயமற்ற, தந்திரமுள்ள; traffic, கடுஞ்செட்டு; an unfair dealer, கடுஞ்செட்டுக்காரன்; unfair practices, கள்ளம், சூது.
Unfair'ly, *ad.* அநியாயமாய்.
Unfaith'ful, *a.* உண்மையற்ற, நம்பிக்கைக்கேடான; an unfaithful wife, ஜாரஸ்திரீ, ஜாரமங்கை; one unfaithful to creditors, ருணபாதகன்.
Unfamil'iar, *a.* பழகாத, வழங்காத.
Unfash'ionable, *a.* வழக்கமில்லாத, வழங்காத, நூதனமான.
Unfas'ten (unfas'sn), *v.t.* அவிழ், நகை, நெகிழ்த்து, குலை.
Unfath'omable, *a.* ஆழமளக்கக்கூடாத.
Unfath'omed, *a.* அளவிடாத, ஆழமளந்தறியாத.
Unfatigued', *a.* தொய்யாத, இளைக்காத, சலிக்காத.
Unfa'vourable, *a.* உதவியற்ற, சகாயமற்ற, விரோதமான.

Unfeath'ered, *a.* சிறகில்லா, சிறகுமுளையாத.
Unfed', *a.* உண்ணாத, உண்டிகொள்ளாத.
Unfeel'ing, *a.* உணர்ச்சியற்ற, இரக்கமில்லாத.
Unfeigned', *a.* உண்மையுள்ள, உத்தமமான, மாயமற்ற, கபடமற்ற.
Unferment'ed, *a.* பொங்காத, புளியாத.
Unfer'tile, *a.* செழுமையற்ற.
Unfet'tered, *a.* விலங்குதவிர்ந்த, கட்டுப்பாட்டினின்று விலகின.
Unfil'ial, *a.* பிள்ளைகளுக்கேற்காத.
Unfin'ished, *a.* குறையுள்ள முடியாத, பருமட்டான, unfinished education, அரைக்கல்வி.
Unfirm', *a.* (Rare) உறுதியற்ற, நிலையற்ற.
Unfit', *a.* தகாத, அடாத, தகுதியற்ற, ஒவ்வாத, அசந்தர்ப்ப.
Unfixed', *a.* குறியாத, திரிகிற, நிலையாத.
Unflag'ging, *a.* தொய்யா, தூங்காத.
Unfledged', *a.* இறகுமுளையாத, குஞ்சுப் பருவமான, பாலிய, அனுபவமில்லாத.
Unfoiled', *a.* தோலாத, அபஜயப்படாத.
Unfold', *v.t.* திற, விரி, அறிவி, பிரசித்தப்படுத்து.
Unforeseen', *a.* முன்னெண்ணாத, முன்னறியாத, நூதனமான.
Unfor'feited, *a.* இழக்காத, அபராதங்கொடாத.
Unforget'ful *a.* மறப்பறு சிந்தையுள்ள, மறதியற்ற.
Unforgiv'ing, *a.* மன்னியாத, இளகாத, இரங்காத, தயையில்லாத.
Unforgot'ten, *a.* மறவாத.
Unformed', *a.* உருப்படாத, உருவாகாத.
Unforsak'en, *a.* கைவிடப்படாத.
Unfor'tunate, *a.* அதிர்ஷ்டமற்ற, அனுகூலமற்ற, துர்ப்பாக்கியமான; an unfortunate time, பொல்லாதகாலம்.
Unfouled', *a.* அழுக்குறாத.
Unfound'ed, *a.* ஆதாரமற்ற, உறுதியற்ற, நிலையற்ற, பொய்யான.
Unframed', *a.* நிர்மாணிக்கப்படாத, உருப்படாத.
Unfrequent'ed, *a.* பலகாற்போகாத.
Unfriend'ed, *a.* உறவோரில்லாத, ஆதரிப்பாரில்லாத.
Unfriend'ly, *a.* சத்துருத்தனமான, சிநேகமற்ற.
Unfruit'ful, *a.* கனிகொடாத, செழிப்பற்ற.
Unfulfilled', *a.* நிறைவேறாத.
Unfund'ed, *a.* மூலதனமில்லாத, நிதியில்லாத, முதல்வைக்காத.

Unfurl', *v.t.* அவிழ், அவிழ்த்துவிரி.
Unfur'nished, *a.* சாமான் தட்டுமுட்டில்லாத, வெற்று, அணியில்லாத.
Ungainly', *a.* கைவராத, கைகூடாத, திறமில்லாத.
Ungalled', *a.* உரிஞுண்ணாத, நோவுறாத.
Ungen'erous, *a.* உதாரமற்ற, கொடையற்ற, உலோப; the ungenerous, குணமிலார்.
Unge'nial, *a.* இயல்பிற்கு விரோதமான, வளர்ச்சிக்கிடையூறான.
Ungenteel', *a.* ஒழுக்கமற்ற, நாகரீகமற்ற.
Ungen'tle, *a.* பதமையற்ற, மரியாதையற்ற.
Ungen'tlemanly, *a.* ஒழுக்கத்தவறான, நாட்டுப்போங்கான, கொச்சைமக்களுக்குரிய, நாகரீகமற்ற.
Ungild'ed, *a.* பொற்பூச்சிடாத.
Ungird', *v.t.* கச்சவிழ், இளக்கு, நெகிழ்த்து.
Unglazed', *a.* பளிங்கற்ற, பளிங்குமெருகில்லாத.
Ungloved', *a.* கையுறையற்ற.
Ungod'liness, *s.* தெய்வபக்தியின்மை, அவபக்தி.
Ungod'ly, *a.* தெய்வபக்தியில்லாத, பொல்லாத.
Ungov'ernable, *a.* ஆண்டுகொள்ளக்கூடாத, அடக்கக்கூடாத, அடங்காத.
Ungrace'ful, *a.* அலங்காரமற்ற, இலட்சணமற்ற, நாகரீகமில்லாத.
Ungra'cious, *a.* கிருபையற்ற, இரங்காத.
Ungrate'ful, *a.* நன்றியுணர்வில்லாத, நன்றிமறந்த.
Ungrat'ified, *s.* போக இன்பம் அடையாத.
Unground'ed, *a.* உறுதியற்ற, அஸ்திவாரமற்ற, பொய்யான, நியாயமில்லாத.
Ungrud'gingly, *ad.* எரிச்சலின்றி, மனத்தாங்கலின்றி.
Unguard'ed, *a.* காவலில்லாத, எண்ணாத, அசட்டையான.
Un'guent, *s.* தைலம், நெய், நிணம்.
Unhab'itable, *a.* குடியேற வளமற்ற.
Unhand'some, *a.* இலட்சணமற்ற, சிறப்பற்ற.
Unhand'y, *a.* செய்காரியமற்ற, கைவராத, கைப்பழக்கமற்ற, கையாடக்கூடாத.
Unhanged', *a.* தூக்கிடப்படாத, தூக்குத்தண்டனைபெறாத.
Unhap'pily, *ad.* அசந்தோஷமாய், இடையூறாய்.
Unhap'py, *a.* அதிர்ஷ்டமற்ற, சந்தோஷமில்லாத, துக்கமான; the unhappy, சுகமிலார்.
Unhar'ness, *v.* குதிரைச்சேணம் முதலான உடுப்புக் கழற்று, படைக்கோலங்களை.

Unhatched', *a.* குஞ்சுபொரிக்காத, மூடிராத, வெளிப்படாத.
Unhaunt'ed, *a.* அடுத்துப்போகாத.
Unhealth'y, *a.* சுகமில்லாத, வியாதியுள்ள, நோயுள்ள.
Unheard', *a.* கேள்விப்படாத, நூதனமான
Unheed'ed, *a.* நினைப்பற்ற, எச்சரிக்கையற்ற, சாவதானமற்ற.
Unhes'itating, *a.* தாமசமற்ற, ஆலசியமற்ற.
Unhinge', *v.t.* கழற்று.
Unho'ly, *a.* அசுத்த, தூய்மையற்ற, சுசியற்ற, பவித்திரமில்லாத.
Unhon'oured, *a.* கௌரவப்படாத, பெயர்பெறாத.
Unhorse', *v.t.* குதிரையினின்று விழுத்து.
Unhos'tile, *a.* பகையற்ற, விரோதமற்ற, சத்துருவைச்சேராத.
Unhouse', *v.* வீடுவிட்டுத் துரத்து, குடியெழுப்பு, இருப்பிடத்தினின்று விலக்கு.
Unhurt', *a.* சேதப்படாத, காயப்படாத.
Unhus'banded, *a.* சிக்கனமற்ற, பண்படுத்தப்படாத.
Unhusked', *a.* உடைக்கப்பட்ட, ஓடு நீக்கப்பட்ட, தோலுரிக்கப்பட்ட, உமிநீக்கப்பட்ட.
U'nicorn, *s.* காண்டாமிருகம், உச்சிக்கொம்புமிருகம்.
Unide'al, *a.* (Rare) வீணெண்ணமல்லாத, உள்ள, வாஸ்தவ.
U'niform, *s.* படைக்கோலம், படையணிக்கோலம்.
U'niform, *a.* ஒரேதன்மையுள்ள, ஏகபவ, ஏகரூப; velocity, ஏகபவகதி.
Uniform'ity, *s.* ஒருதன்மை, ஒருசீர், நிர்விகற்பம், சமம்.
Unigen'iture, *s.* (Rare) சகோதரமின்மை, ஏகபுத்திரத்துவம்.
Unimag'ined, *a.* எண்ணாத, நினையாத.
Unimpaired', *a.* குறையாத, கெடாத, பழுதில்லாத, பழுதுபடாத.
Unimpas'sioned, *a.* விராக, விருப்பு வெறுப்பற்ற, சாந்த.
Unimpeached', *a.* குற்றமற்ற, குற்றம் சொல்லப்படாத.
Unimplored', *a.* பிரார்த்திக்கப்படாத.
Unimport'ant, *a.* பிரதானமற்ற, விசேஷமற்ற.
Unimportuned', *a.* வருந்திக்கேளாத.
Unimpos'ing, *a.* ஏய்க்காத, சுமத்தாத, நிர்ப்பந்திக்காத.
Unimproved', *a.* தேற்றமில்லாத, தேறாத, செய்கை பண்ணப்படாத, புதுப்பிக்கப்படாத.

Unin'fluenced, *a.* ஏவப்படாத, தூரபிப்பி ராயம்கொள்ளாத.
Uninformed', *a.* அறிவிக்கப்படாத, கல்லாத.
Uninge'nious, *a.* அவிவேக, மந்த, மூட.
Uningen'uous, *a.* கரவுள்ள, மனோசுத்தி யற்ற.
Uninhab'itable, *a.* குடியேறக்கூடாத, பாழான, காம்பான.
Uninhab'ited, *a.* குடியில்லாத, ஜனசஞ்சார மற்ற, நிர்மானுஷிய; an uninhabited place, விஜனம்.
Unin'jured, *a.* சேதப்படாத, கெடாத.
Uninquis'itive, *a.* பூராயமற்ற, கேட்டறியுமாவலில்லாத.
Uninspired', *a.* ஞானஅருட்சியற்ற.
Uninstruct'ed, *a.* படியாத, கல்லாத, படிப்பிக்கப்படாத.
Unintelligibil'ity, *s.* தெளிவின்மை, விளக்கமின்மை.
Unintel'ligible, *a.* தெளிவற்ற, கருகலான, அரும்பொருளான, மயக்கமான.
Uninten'tional, *a.* நினையாத, தற்செயலான, நினைத்துச்செய்யாத.
Unin'terested, *a.* உரித்தற்ற, விருப்பமில்லாத.
Unin'teresting, *a.* பிரியங்கொள்ளாத, இன்பமற்ற.
Unintermit'ted, *a.* இடையறாத, நிரந்தர.
Uninterrupt'ed, *a.* தடைபடாத, இடையறாத, ஓயாத, அவிச்சின்ன.
Uninured', *a.* பயிலாத, செய்துசெய்து கைகாய்க்காத.
Uninvit'ed, *a.* அழைக்கப்படாத.
Uninvit'ing, *a.* வசிகரமில்லாத.
Un'ion, *s.* ஒன்றிப்பு, இசைவு, ஐக்கியம், ஒற்றுமை, உடன்பாடு, ஒருமைப்பாடு.
Unip'arous, *a.* பேற்றுக்கொன்றீனும்.
Unique', *a.* தனிமையான, ஒற்றையான.
U'nison, *s.* இராக இசைவு, ஒத்திசை, சுரைக்கியம்.
U'nit, *s.* ஏகம், ஒன்று, தனிமை.
Unita'rian, *s.* ஒருத்துவ மார்க்கத்தான்.
Unite', *v t.* இசை, கூட்டு, சேர், இணை, ஒருமைப்படுத்து; to be united, ஒருப்பட.
Unite', *v.i.* பொருந்து, சேர், இணை, கூடு.
Unit'edly, *ad.* ஐக்கியமாய், கூட்டமாய், இசைவாய்.
U'nity, *s.* இசைவு, ஐக்கியம், ஒற்றுமை, ஒன்றிப்பு, ஏகம்.
Univer'sal, *a.* எங்கும்நிறைந்த, சர்வவியாபக; proposition, சாமானிய தாஷ்டாந்தம்; knowledge, கலைஞானம்.
Univer'salism, *s.* சமஸ்த ரட்சணவாதம்.
Univer'salist, *s.* சமஸ்த ரட்சணவாதி.
Universal'ity, *s.* அகண்டம், சமஸ்தம், எல்லாம், அனைத்தும்.
Univer'sally, *ad.* சமஸ்தமாய், எங்கும், அனைத்தும்; acknowledged, லோகப்பிரசித்த; admitted, லோகசித்தமான.
U'niverse, *s.* சர்வலோகம், பிரபஞ்சம், ஜகத்து, அகிலலோகம், விசுவம்.
Univer'sity, *a.* சர்வகலாசபை-சங்கம்.
Univ'ocal, *a.* ஏகார்த்தமுள்ள.
Univoca'tion, *a.* (obs.) சொல்லும்பொருளு மொத்தல்.
Unjust', *a.* அநியாய, அநீதமுள்ள, நீதிகெட்ட; an unjust fine, வீண்தெண்டம்.
Unjus'tifiable, *a.* நியாயமென்று சொல்லக்கூடாத.
Unkind', *a.* பக்ஷமற்ற, உருக்கமில்லாத, இரக்கமற்ற, கர்க்கச.
Unkind'ness, *a.* இரக்கமின்மை, கொடுமை, அபகாரம்.
Unknow'ingly, *ad.* தெரியாமையாய், மூடமாய், அறியாமையாய்.
Unknown', *a.* அறியாத, அறிவுக்கெட்டாத, மறைநிலையான.
Unlade', *v.t.* பாரமிறக்கு, பறி, சுமையிறக்கு.
Unlament'ed, *a.* புலம்பலற்ற.
Unlatch', *v.t.* தாழ்திற.
Unlav'ished, *a.* வியர்த்தமாய் இறைக்காத.
Unlaw'ful, *a.* அநியாயமான, நீதிக்கேடுள்ள.
Unlearn'ed, *a.* படியாத, கல்லாத.
Unleav'ened, *a.* புளியாத, தோயாத.
Unless', *con.* ஒழிய, அல்லாமல், அன்றி, தவிர.
Unlet'tered, *a.* படியாத, கல்லாத.
Unlev'elled, *a.* ஒப்பஞ்செய்யப்படாத.
Unlike', *a.* ஒத்திராத, வேற்றுமையுள்ள, வேறுபாடுள்ள; quantity, வேற்றிராசி.
Unlike'lihood, *s.* நடவாமை, அசம்பவம்.
Unlike'ly, *a.* நடவாத.
Unlike'ness, *s.* அசமானம்.
Unlim'ber, *a.* வளையாத, வசையாத, துவளாத.
Unlim'ited, *a.* அளவிறந்த, எல்லையில்லாத, மட்டில்லாத.
Unliq'uefied, *a.* உருகாத, கரையாத.
Unload', *v.t.* பாரமிறக்கு.
Unlock', *v.t.* திற, தாழைத்திற, பூட்டுத்திற.
Unlooked' (for), காத்திராத, எதிர்பார்த்திராத.
Unloose', *v.t.* அவிழ், கழற்று, நெகை, தள.

Unlove'ly, *a*. நேசிக்கத்தகாத, வெறுக்கப்படத்தக்க.
Unluck'y, *a*. அதிர்ஷ்டமற்ற, நிர்ப்பாக்கியமுள்ள; omen, சகுனவிரோதம்.
Unmaid'enly, *a*. கன்னிக்குத்தகாத, நாணமற்ற.
Unmaimed', *a*. காயப்படாத, ஊறுபடாத.
Unmal'leable, *a*. அடித்துத் தகடாக்கக்கூடாத.
Unman', *v.t.* மனுஷனுக்குரிய லட்சணத்தை விலக்கு, மனத்திடனழி, மனிதரில்லாமற்செய்.
Unman'ageable, *a*. இணங்காத, அடங்காத, கீழ்ப்படியாத.
Unman'ly, *a*. (Rare) வீரமற்ற, ஆண்மையற்ற, பெண்டன்மையான.
Unman'nered, *a*. துடுக்கான, அனுசரீக, அனுசார.
Unman'nerly, *ad*. ஒழுக்கமில்லாத, துராசாரமுள்ள, அவசங்கையான.
Unmanured', *a*. எருவிடப்படா, பண்படுத்தாத.
Unmarked', *a*. குறிக்கப்படாத, கவனிக்கப்படாத.
Unmar'red, *a*. அழியாத, கெடாத.
Unmar'ried, *a*. விவாகமில்லாத, ஒன்றியான.
Unmas'culate, *v.t.* (obs.) ஆண்மையறு, பெண்மையுறுவி.
Unmask', *v.t.* வேஷங்குலை, மாயந்தீர்.
Unmas'tered, *a*. கீழ்ப்படுத்தப்படாத, ஐயிக்கப்படாத.
Unmatched', *a*. ஒப்பில்லாத, நிகரில்லாத.
Unmean'ing, *a*. பயனற்ற, கருத்தற்ற, நோக்கமற்ற; an unmeaning word, வெளிற்றுரை.
Unmeant', *a*. நினையாத, கருதாத.
Unmeas'ured, *a*. அளவிறந்த.
Unmed'dling, *a*. தலையிடாத, பிறர்கருமத்தில் பிரவேசிக்காத.
Unmed'itated, *a*. தியானியாத, நினையாத.
Unmeet', *a*. தகாத, பொருந்தாத, ஏலாத.
Unmel'lowed, *a*. பழுக்காத, முதிரக்கனியாத.
Unmelo'dious, *a*. சாரீரமற்ற, செவிக்குவெடிப்பான.
Unmer'ciful, *a*. இரக்கமில்லாத, கொடுமையான, கர்க்கச.
Unmer'ited, *a*. பாத்திரமற்ற, யோக்கியமற்ற.
Unmind'ful, *a*. நினையாத, மதியாத.
Unmin'gled, *a*. கலப்பில்லாத, சுத்த.
Unmit'igated, *a*. தணியாத, மிருதுவாகாத, குறையாத.
Unmolest'ed, *a*. இடைஞ்சற்படாத, அலைவுறாத.
Unmoor', *v.t.* கப்பலைத் துறைமுகத்தினின்று விலக்கு.
Unmort'gaged, *a*. குதுவைவைக்காத, ஈடுவைக்காத.
Unmor'tified, *a*. மடிவற்ற, அடங்காத.
Unmourned', *a*. துக்கிக்கப்படாத.
Unmoved', *a*. அசைக்கப்படாத, நிலையுள்ள, ஏவப்படாத.
Unmov'ing, *a*. அசையாத, மனக்கிளர்ச்சியுண்டாக்காத.
Unmur'mured, *a*. முறுமுறாத.
Unmu'sical, *a*. இராகத்திற்கிசையாத.
Unnamed', *a*. நாமமற்ற, சொல்லப்படாத.
Unnat'ural, *a*. குணங்கெட்ட, இயல்பிற்குவிரோதமான.
Unnav'igable, *a*. மரக்கலமோடக்கூடாத.
Unnec'essary, *a*. ஆவசியகமில்லாத, வேண்டாத.
Unneigh'bourly, *a*. அயலவனுக்கடாத, பக்ஷமில்லாத.
Unnerve', *v.t.* வீரங்குறை, மெலிவுறச்செய்.
Unnerved', *v*. பலக்ஷயமான, பலமொடுங்கிய.
Unnum'bered, *a*. எண்ணுக்கடங்காத, தொகையற்ற, எண்ணிறந்த.
Unobjec'tionable, *a*. எதிர்பேசாத, தடைசொல்லாத, தகுந்த.
Unoblig'ing, *a*. அபசாரமான.
Unobserv'ant, *a*. பராக்குள்ள, பராமுகமுள்ள, எண்ணாத.
Unob'tru'sive, *a*. தலையிடாத, மரியாதையான.
Unob'vious, *a*. திருஷ்டிகோசரமற்ற, தடையறத் தோன்றாத.
Unoc'cupied, *a*. பாழான, வழங்காத, குடியிராத.
Unoffend'ing, *a*. விசனப்படுத்தாத.
Unoffen'sive, *a*. (obs.) அபசாரம்பண்ணாத.
Unoil', *v.t.* எண்ணெய் கழற்று.
Uno'pened, *a*. திறவுண்ணாத.
Unopposed', *a*. எதிரிட்டுக்கொள்ளாத, எதிர்க்கப்படாத.
Unor'derly, *a*. (obs.) ஒழுங்கற்ற, அக்கிரம, தாறுமாறான.
Unor'dinary, *a*. அசாமான்ய, அசாதாரண.
Unor'ganized, *a*. அவயவாங்கமற்ற.

Unor'thodox, *a.* பரபக்ஷ.
Unostenta'tious, *a.* வீம்பற்ற, இடம்பமற்ற.
Unpaci'fic, *a.* அசமாதான, சமாதானப் பிரீதியற்ற
Unpack', *v.t.* அவிழ், பிரி, குலே.
Unpaid', *a.* இருத, நிலுவையான.
Unpal'atable, *a.* ருசியற்ற, தித்திப்பில்லாத, பிரியமில்லாத.
Unpar'agoned, *a.* நிகரற்ற, இணையற்ற.
Unpar'alleled, *a.* ஒப்பற்ற, இணையற்ற, தனி.
Unpar'donable, *a.* பொறுக்கப்படாத, மன்னிக்கப்படாத.
Unpeg', *v.t.* முளேகழற்று.
Unpeo'ple, *v.t.* குடியெழுப்பு, ஜனமில்லாமற்பண்ணு.
Unperceived', *a.* காணுத, அறியாத, தெரியாத.
Unperformed', *a.* செய்துமுடியாத, நிறைவேற்ருத.
Unperplexed', *a.* கலங்காத.
Unpet'rified, *a.* கல்லாகப் பரிணமியாத.
Unpin', *v.t.* குத்தின குண்டூசியை எடு, குண்டூசியைக் கழற்றி விரி.
Unpit'ied, *a.* தாக்ஷிணியம் காட்டப்படாத.
Unplagued', *a.* உபாதிப்படாத.
Unphilosoph'ical, *a.* சாஸ்திரத்திற்கு வழுவான.
Unpleas'ant, *a.* வெறுப்புள்ள, சந்தோஷமற்ற, பிரியமற்ற.
Unpleas'ing, *a.* வெறுப்பாயிருக்கிற, அரோசிக்கிற.
Unpli'ant, *a.* வசையாத, வளேயாத.
Unploughed', *a.* உழாத, பண்படாத.
Unplu'me', *v.t.* இறகுபிடுங்கு, கோலங்கெடு.
Unpoised', *a.* (obs.) தூக்கிப்பாராத.
Unpol'ished, *a.* நாகரீகமற்ற, அலங்காரமற்ற.
Unpolite', *a.* (obs.) அனுசாரமான, அவமரியாதையான.
Unpollut'ed, *a.* தீட்டுப்படாத, அசுத்தமடையாத.
Unpop'ular, *a.* ஊரோத்துக்கொள்ளாத, கீர்த்திபெருத.
Unpopular'ity, *a.* ஊர்நட்பின்மை, ஊர்ப்பழி.
Unpossessed', *a.* ஸ்வாதீனப்படாத.
Unprac'ticable, *a.* அசாத்திய, இயலாத.
Unprac'tised, *a.* பழக்கமற்ற, பயிற்சியில்லாத.

Unprec'edented, *a.* நூதனமான, முன்சம்பவியாத, ஆட்சியில்லாத; folly, என்றுங்காணுத மடத்தனம்.
Unprej'udiced, *a.* தப்பாயெண்ணப்படாத, நிதானமான.
Unpremed'itated, *a* முன்னெண்ணிவையாத, யோசித்திராத.
Unprepared', *a.* எத்தனப்படாத, ஆயத்தமற்ற.
Unpretend'ing, *a.* மாயமற்ற, வீம்பில்லாத.
Unprin'cipled, *a.* நீதிக்கேடுள்ள, ஒழுங்கற்ற, நெறியற்ற.
Unproduc'tive, *a.* பயன்படாத, பயனற்ற, பலிதமாகாத.
Unprof'itable, *a.* பிரயோஜனமற்ற, பலனற்ற, வீண்.
Unpropi'tious, *a.* பிரதிகூலமான, அமங்கல, வாழ்வற்ற, துன் னிமித்தமுள்ள; an unpropitious time, அசமயம்.
Unprotect'ed, *a.* காவலில்லாத, அனுத, ஆதரவற்ற.
Unprovoked', *a.* கோபப்படாத, கோபத்துக்கிடமில்லாத.
Unpruden'tial, *a.* (obs.) புத்தியற்ற, விவேகமற்ற.
Unpub'lished, *a.* பிரசித்தப்படாத, வெளிப்படாத.
Unpun'ished, *a.* தண்டிக்கப்படாத, கண்டிக்கப்படாத.
Unpu'rified, *a.* சுத்திசெய்யப்படாத, புனிதமாகாத.
Unqual'ified, *a.* பக்குவமற்ற, படிப்பற்ற, அனப்பியாச, சாமர்த்தியமற்ற, அறுதியான, தீர்ப்பான, பூரண.
Unquelled', *a.* அடங்காத, கீழ்ப்படாத.
Unquench'able, *a.* அவியாத, தணியாத.
Unques'tionable, *a.* தர்க்கமில்லாத, கேள்விக்கிடமில்லாத, நிஜமான.
Unqui'et, *a.* அமைதியற்ற, அசைவுள்ள.
Unrav'el, *v.t.* அவிழ், சிக்கெடு, விரி, குலே.
Unrav'el, *v.i.* அவிழ், குலே, நெகிழ், விரி.
Unread', *a.* வாசியாத, மூடத்தனமுள்ள. கல்லாத. –
Unread'y, *a.* ஆயத்தமில்லாத, கைபடியாத கைவராத.
Unre'al, *a.* உண்மையற்ற, போலியான, இல்லாத.
Unrea'sonable, *a.* அநியாய; anxiety, வெறுங்கவலே.
Unreclaimed', *a.* சேர்ப்படுத்தப்படாத.
Unrec'onciled, *a.* மனம்பொருந்தாத, சமாதானமில்லாத, ஒப்புரவில்லாத.

Unredeemed', *a.* மீட்கப்படாத.
Unrefined', *a.* சுத்திசெய்யப்படாத; புடமிடாத.
Unrefract'ed, *a.* மக்கிரியாத, மடங்காத.
Unregard'ed, *a.* எண்ணாத, மதியாத, சிந்தியாத.
Unregen'erate, *a.* மனந்திரும்பாத.
Unrelent'ing, *a.* இரங்காத கொடிய, உருக்கமற்ற.
Unrelieved', *a.* சகாயம்பெறாத, உதவிபெறாத.
Unremem'bered, *a.* ஞாபகத்தில் வைக்காத.
Unremit'ting, *a.* இடைவிடாத, தொடர்ச்சியுள்ள, ஓயாத, சலியாத.
Unrenewed', *a.* புதுப்பிக்கப்படாத.
Unrepin'ing, *a.* குறைகூறாத, விசனப்படாத, பொறுமைகொள்ளாத.
Unreplen'ished, *a.* நிறையாத, நிரம்பாத.
Unreproached', *a.* கடிந்துசொல்லப்படாத, பழிச்சொற்கேளாத.
Unrep'utable, *a.* (obs.) அபகீர்த்தியான, அயோக்கிய.
Unrequest'ed, *a.* கேட்கப்படாத.
Unrequit'ed, *a.* பதில்செய்யப்படாத.
Unresent'ed, *a.* சலஞ்செய்யாத, கோபஞ்சாதியாத, வைரஞ்சாதியாத.
Unreserved', *a.* கபடமற்ற, வெளிமனமான, திறந்தமனமுள்ள.
Unresist'ing, *a.* எதிர்கில்லாத, சம்மதிக்கிற, இணங்குகிற.
Unresolved', *a.* தீர்மானப்படாத, தேர்ந்தறியாத.
Unres'pited, *a.* ஒழிவில்லாத, தரிக்காத.
Unrestrained', *a.* தன்னிஷ்டமான, அடங்காத, எல்லைகடந்த.
Unrevealed', *a.* வெளிப்படுத்தப் படாத, அறிவியாத.
Unrevenged', *a.* பழிவாங்காத.
Unreward'ed, *a.* பிரதிபலனடையாத, பதில்கொடாத, கைமாறில்லாத.
Unrid'dle, *v.t.* நொடியவிழ், விடுகதைவிடுவி.
Unright'eous, *a.* நீதியற்ற, அநீத, தீய.
Unrip', *v.t.* தையல்பிரி.
Unripe', *a.* முதிராத, பழுக்காத, பக்குவமற்ற; fruit, காய், கடுங்காய்.
Unri'valled, *a.* எதிரற்ற, நிகரற்ற, இணையற்ற, ஒப்பற்ற.
Unrobe', *v.t.* கலையுரி, ஆடையுரி.
Unroll', *v.t.* விரி, சுருள்விரி.
Unroof', *v.t.* மேற்கூரைபிரி, வீடுபிரி.
Unroot', *v.t.* வேரோடுபிடுங்கு, வேரறப்பிடுங்கு.
Unruf'fled, *a.* கலக்கமில்லாத; சாந்தமுள்ள, அடக்கமுள்ள.
Unru'ly, *a.* தாறுமாறுள்ள, முரண்டுள்ள, அடங்காத; persons, குறும்பர், கடம்பர்.
Unsad'dle, *v.* சேணியவிழ்.
Unsafe', *a.* பத்திரமில்லாத, மோசமான, சேமமில்லாத.
Unsaid', *a.* சொல்லப்படாத, சொல்லாத.
Unsale'able, *a.* விற்க உதவாத; goods, கட்டுக்கிடை.
Unsalt'ed, *a.* உப்பிடாத.
Unsanc'tified, *a.* சுத்திகரிப்பில்லாத, அசுத்தமான, பரிசுத்தப்படுத்தாத.
Unsat'ed, *a.* திருப்தியாகாத.
Unsa'tiable, *a.* (obs.) திருப்திசெய்யப்படாத.
Unsatisfac'tory, *a.* திருப்திகொடாத.
Unsat'isfied, *a.* திருப்தியில்லாத, மனப்பூர்ணமற்ற.
Unsa'voury, *a.* சாரமற்ற, ருசியற்ற.
Unsay', *v.t.* சொன்னதை மறு, மறு.
Unscanned', *a.* தனிபிரியாத.
Unscared', *a.* அஞ்சியோடாத.
Unschooled', *a.* கல்வியிலாத, கல்லாத.
Unscorched', *a.* தீயாத, வராத.
Unscreened', *a.* ஒதுக்கற்ற, மறைப்பற்ற.
Unscrew, *v.t.* முறுக்காணியை யுழற்று, சுழற்று.
Unscru'pulous, *a.* பழிக்கஞ்சாத.
Unseal', *v.t.* முத்திரைமுறி, முத்திரையுடை.
Unsealed', *a.* முத்திரிக்கப்படாத, திறந்த.
Unsearch'able, *a.* புத்திக்கெட்டாத, ஆராயக்கூடாத.
Unsea'sonable, *a.* அகால, பக்குவமற்ற, சமயபேதமான.
Unseasoned,' *a.* பதப்படாத, உலராத, சுவைப்பிக்கப்படாத.
Unsec'onded, *a.* ஆதரவில்லாத, சொல்லுதவியில்லாத.
Unseem'ly, *a.* அடாத, இசையாத, கெட்ட, ஒழுக்கந்தவறின.
Unseen', *a.* காணாத, தோன்றாத, அதரிசனமான.
Unself'ish, *a.* ஆத்மகாமமற்ற, தன்னிச்சையற்ற.
Unsep'arated, *a.* அவிச்சின்ன.
Unser'viceable, *a.* உதவியற்ற.
Unset'tle, *v.t.* உலை, நிலைகுலை.
Unsha'ckle, *a.* தலைவெட்டு.
Unshak'en, *a.* அசையாத, சலியாத.

Unshap'en, *a.* உருவழிந்த, சாங்கங்கெட்ட, உருப்படாத.
Unsheath', *v.t.* உருவு, உறைவிட்டெடு, உறைகழற்று, உறைநீக்கு
Unshel'tered, *a* புகலிடமில்லாத, மூடப்படாதிருக்கிற
Unshield'ed, *a.* பரிசைவைத்திராத, பாதுகாப்பற்ற.
Unship', *v.t.* கப்பலைவிட்டிறக்கு, கப்பலைவிட்டு நீக்கு.
Unshocked', *a.* அதிராத, வெறுப்புறாத.
Unshod', *a.* தொடுதோலற்ற, காலுக்குச் செருப்பில்லாத.
Unshorn', *a.* மயிர்கத்தரியாத.
Unshrink'ing, *a.* ஒடுங்காத, பின்னிடாத, அஞ்சாத, வீரமுள்ள.
Unsight'ly, *a.* சிறப்பற்ற, அவலட்சணமுள்ள.
Unsinged', *a* கருகாத, தீயாத.
Unskil'ful, **Unskilled'** } *a* சாமர்த்தியமற்ற, புத்தியற்ற.
Unslaked', *a.* பூப்பியாத, சுட்டகிளிஞ்சில், சிப்பிமுதலிய நீற்றாத.
Unso'ciable, *a.* இணக்கமற்ற, சகவாசமற்ற, கொள்கையற்ற.
Unso'cial, *a.* ஊருலகத்திற்கேற்காத, ஊருடன் சேராத.
Unsoiled', *a.* அழுக்காகாத, பழுதாகாத, கறையற்ற.
Unsold', *a.* வில்லாத, விலைப்படாத.
Unsolic'ited, *a.* வருந்திக்கேளாத, பிரார்த்திக்கப்படாத.
Unsolved', *a.* வெளியிடாத, தெளியாத.
Unsophis'ticated, *a.* சுத்தமான, கலப்பில்லாத, ஆபாசமில்லாத.
Unsort'ed, *a.* இனமினமாய் வகுக்கப்படாத.
Unsought', *a.* தேடாத, நாடாத.
Unsoul', *v.t.* (Rare) அறிவழி, அறிவொழி.
Unsound', *a.* வைரமற்ற, பலமற்ற.
Unspar'ing, *a.* ஆராதூரியான, இரக்கமற்ற.
Unspeak'able, *v.* சொல்லமுடியாத, காவிற்கடங்காத, வாக்குக்கெட்டாத.
Unspot'ted, *a.* மாஇல்லாத, களங்கமில்லாத, கறையற்ற.
Unsta'ble, *a.* நிலையற்ற, திரமில்லாத, உறுதியற்ற, மாறுபாடுள்ள.
Unstaid', *a.* நிலையாத, தரியாத, அலைவுள்ள.
Unstained', *a.* கறைப்படாத, மாசற்ற, சுத்த.
Unstanched', *a* ஸ்தம்பிக்கப்படாத, தடுக்கப்படாத.
Unstead'y, *a.* நிலையாத, அலைவுள்ள, தளம்புமுள்ள, சபல.
Unstint'ed, *a.* குறைவில்லாத, நிறைவான, பூரண.
Unstring', *v.t.* முறுக்குக்குலை, புரிகுலை.
Unstud'ied, *a.* கல்லாத, முன்நினைக்காத.
Unstuffed', *a.* அடையாத, பொதியாத, அடையாத.
Unsubdued', *a.* கீழ்ப்படியாத, அடங்காத.
Unsubstan'tial, *a.* சாரவையான, உரமற்ற, வைரமற்ற.
Unsuccess'ful, *a.* அனுகூலமற்ற, கைகூடாத, சித்தியாகாத.
Unsuit'able, *a.* தகாத, அடாத, பொருந்தாத, ஒவ்வாத.
Unsul'lied, *a.* தூய, கறையில்லாத, தோஷமற்ற.
Unsupport'ed, *a.* தாக்கற்ற, பொறுப்பற்ற, ஆதாரமற்ற.
Unsuspect'ed, *a.* சமுசயப்படாத, ஐயமில்லாத.
Unsuspect'ing, *a.* சந்தேகமற்ற.
Unsystemat'ic, *a.* ஒழுங்கற்ற, கிரமமற்ற, முறை பிறழ்வான.
Untaint'ed, *v.* சுத்தமுள்ள, மாசற்ற, கறையற்ற.
Untamed', *v.* துஷ்ட, பழகாத, கொடுமையான, வசப்படாத.
Untaught', *a.* படியாத, கல்லாத, பழகாத.
Unteach'able, *a.* போதிக்கக்கூடாத, சொற்கேளாத, வழிக்குவராத.
Unten'able, *a.* நிலைப்படாத.
Unten'anted, *a.* ஆட்சியில்லாத, குடியில்லாத.
Unter'rified, *a.* திடுக்கிடாத, அஞ்சாத.
Unthankful', *a.* நன்றியறியாத, நன்றிகெட்ட.
Unthink'ing, *a.* நினையாத, சாவதானமற்ற.
Unthrif'ty, *a.* ஊதாரியான, அழிப்புள்ள, ஆராதூரியான.
Unti'dy, *a.* ஒழுங்கற்ற, பவித்திரமற்ற.
Untie, *v.t.* அவிழ், கழற்று, பிரி, குலை, துகை.
Until', *prep.* மட்டும், அளவு, வரையில், வரைக்கும், பரியந்தம்.
Untime'ly, *a.* பருவந்தப்பின, பருவத்திற்கு முந்தின; death, அகாலமரணம்.
Untired', *a.* இளைப்புறாத, களைக்காத, சலியாத.
Unti'tled, *a.* பட்டமில்லாத
Un'to, *prep.* இடத்திற்கு, கு.

Untold', *a.* சொல்லாத, வெளிப்படாத.
Untouched', *a.* தொடாத, எடுத்துப்பேசாத, கையிடாத.
Untow'ard, *a.* அனுகூலமற்ற, பொருந்தாத.
Untow'ardness, *s.* அனுகூலமின்மை, பொருந்தாமை.
Untract'able, *a.* தாறுமாறுள்ள, படியாத, அடங்காத.
Untrained', *a.* பழகாத, பயிலாத.
Untried', *a.* சோதியாத, விசாரணை யற்ற.
Untrod'den, *a.* மிதியாத, நடவாத.
Untroub'led, *a.* கலங்காத, குழம்பாத.
Untrue', *a.* மெய்யல்லாத, பொய்யான, சத்தியமற்ற.
Untruth', *s.* பொய், அசத்தியம்.
Untu'tored, *a.* படியாத, கல்லாத.
Untwist', *v.t.* பிரி, குலை, முறுக்கவிழ்.
Unu'niform, *a.* ஏகரூபமற்ற.
Unurged', *a.* தூண்டிவிடாத, நெருக்காத.
Unused', *a.* வழங்காத, பழகாத.
Unu'sual, *a.* வழக்கமற்ற, நவமான, அபூர்வ.
Unut'terable, *a.* சொல்லமுடியாத, நாவிற்கெட்டாத, வசனிக்கக்கூடாத.
Unva'ried, *a.* மாருத, விகாரப்படாத, ஒரு தன்மையான.
Unvar'nished, *a.* மினுக்கப்படாத.
Unveil', *v.t.* முக்காடெடு, திரைநீக்கு, திற.
Unven'tilated, *a.* காற்றுலாவாத, காற்றடைப்பான.
Unver'itable, *a.* அசத்திய, அபத்த.
Unvi'olated, *a.* மீருத, குலையாத, தவருத, சுத்த.
Unvi'tiated, *a.* பழுதுருத, சீரழியாத.
Unwalled', *a.* மதிலில்லாத, மதில்வளையாத, மதில்சூழாத.
Unwa'rily, *ad.* சாவதானமின்றி, பேதைமையாய்.
Unwa'riness, *s.* பேதமை, எச்சரிப்பின்மை.
Unwar'like, *a.* சண்டைக்கு யோக்கியமில்லாத, ராணுவசக்தியற்ற.
Unwarn'ed, *a.* எச்சரிக்கப்படாத.
Unwar'rantable, *a.* ஒத்துக்கொள்ளக்கூடாத, சரியென்று சாதிக்கக்கூடாத.
Unwar'ranted, *a.* கட்டளையில்லாத, துணிகரமான, நிதார்த்தமற்ற.
Unwa'ry, *a.* எச்சரிப்பற்ற, சாவதானமற்ற.
Unwashed', *a.* வெளுக்கப்படாத, கழுவிச்சுத்திசெய்யப்படாத.
Unweap'oned, *a.* நிராயுத.
Unwea'ried, *a.* தொய்யாத, விடாத, சோர்வில்லாத.
Unweed'ed, *a.* களை பறியாத.
Unwel'come, *a.* அசுபமான, பிரியமில்லாத பின்னிதமான.
Unwell', *a.* சுகவீனமுள்ள, அசௌக்கியமான, வியாதியுள்ள.
Unwhole'some (un-hōl'sum), *a.* சுகத்திற்குத்தகாத, சுகவீன.
Unwield'y, *a.* பெயர்க்க அரிதான, பளுவான.
Unwil'ling, *a.* மனசில்லாத, வெறுப்புள்ள, தாமதமுள்ள.
Unwil'lingness, *s.* மனசின்மை, பிரியமில்லாமை, வெறுப்பு.
Unwind', *v.t.* சுற்றுக்குலே.
Unwise', *a.* புத்தியீனமுள்ள, புத்திக்குறைவான.
Unwise'ly, *ad.* புத்தியீனமாய், அபுத்திபூர்வமாய், நினையாமல்.
Unwith'ered, *a.* உலராத, வாடாத, வதங்காத.
Unwit'tily, *ad.* அறியாமல், தெரியாமல்.
Unwived, *a.* தாரமற்ற, மனைவியில்லா.
Unwo'manly, *a.* பெண்பாலார்க்குத்தகாத, பெண்ணுக்கடாத.
Unwont'ed, *a.* பழக்கமற்ற, நூதனமான, அபூர்வமான.
Unwor'thily, *ad.* அபாத்திரமாய், தகாத விதமாய், யோக்கியவீனமாய்.
Unwor'thy, *a.* பாத்திரமற்ற, யோக்கியமற்ற, தகாத.
Unwound'ed, *a.* காயப்படாத, ஊறுபடாத.
Unwrit'ten, *a.* எழுதாத, வரையாத, தீட்டாத, பொறியாத.
Unwrought', *a.* தொழிற்படாத.
Unyield'ing, *a.* அடங்காத, கேளாத, பிடிவாதமுள்ள, இணங்காத.
Unyoke', *v.t.* நுகங்கழற்று, பிரி.
Up, *ad.* மேலே, உயர, ஏற, மீது, மிசை, to rise up, எழும்பு; up to the knee, முழங்கால்மட்டத்திற்கு; ups and downs, உயர்வுதாழ்வு; up and down, இங்குமங்கும்; his blood is up, அவன் கோபமாயிருக்கிறான்; he is done up, அவன் தீர்ப்பாயிளைத்துப்போனுன்; up to the neck, கண்டமட்டும், கழுத்தளவாய்.
Upbraid', *v.t.* குற்றஞ்சார்த்திப்பேசு, வாயமட்டு, அதட்டு, கடிந்துபேசு, நிந்தி.
Upheave', *v.* கிளப்பு, உயர்த்து.
Up'hill, *a.* அரிய, பிரயாசமான, வருத்தமான; as in uphill work, மேட்டிலேறும்; as in uphill road.
Uphoard', *v.t.* (obs.) தேடிவை, சேர்த்துவை.

Uphold', *v.t.* உயர்த்து, தாங்கு, தாபரி, நிலைப்படுத்து.

Uphol'sterer, *s.* வீட்டுச்சாமான் விற்போன்.

Uphol'stery, *s.* வீட்டுச்சாமான்கள், வீட்டு முஸ்தீதுகள்.

Up'land, *s.* உயர்ந்தநிலம், திடல், புன்செய், மேடு.

Up'land, *a.* உயர்ந்த, மேடான.

Uplift', *v.t.* உயர்த்து, தூக்கிவிடு.

Upon', *prep.* மேல், மீது, குறித்து, சுட்டி, பற்றி, தொட்டு.

Up'per, *a.* மேலான, மேற்கொண்ட, உயர்ந்த, உத்துங்க; an upper garment, அங்கவஸ்திரம், வடகம்.

Up'permost, *a.* எல்லாவற்றிலுமேலான, உன்னதமான.

Upraise', *v.t.* உயர்த்து, ஏற்று.

Up'right, or up-right', *a.* நிமிர்ந்த, நேர்மையான, நிதானமான, கோடாத, யோக்கியமான, நெறியுள்ள.

Up'rightness, *s.* நிறுதிட்டம், நிமிர்ச்சி, நேர்மை, நிறை, சத்தியம்.

Up'roar, *s.* கலாதி, கூக்குரல், கலகம், சண்டை, சந்தடி.

Up'roar, *v.* சந்தடிபண்ணு, கலகமுண்டாக்கு, கூக்குரலிடு.

Uproot', *v.t.* வேரோடேபிடுங்கு, நிர்மூலமாக்கு, நாசப்படுத்து.

Upset', *v.t.* கவிழ், புரட்டு.

Up'shot, *s.* முடிவு, சித்தி.

Up'side, *s.* மேற்புரம், மேற்பக்கம்; down, மேலதுகீழதாய், தலைகீழாய், ஒழுங்கின்றி, தாறுமாறாய்.

Upspring', *v.i.* முளை, அங்குரி.

Up'start, *s.* அற்பபவுஷன், அற்பபிரபு, அற்பன், பிலுக்கன்.

Up'ward, *a.* உயரமான, மேலான, உத்துங்க.

Up'ward, Up'wards, } *ad.* மேலாக, மேலே, மிஞ்ச, மேல்மிச்சமாய்.

U'ranus, *s.* ஒரு கிரகம்.

Urbane', *a.* நாகரீக, மரியாதையுள்ள, உபசரணையுள்ள.

Urban'ity, *s.* உபசாரம், மரியாதை, நாகரீகம், சுசீலம், விநயம்.

Ur'chin, *s.* காட்டுப்பன்றி, துஷ்டப்பயல்.

Ure'thra, *s.* ஜலவாசல், மூத்திரமார்க்கம்.

Urge, *v.t.* ஏவு, தூண்டு, ஒட்டு, ஊன்றிப்பேசு, முடுக்கு, அவசரப்படுத்து; to urge an objection, தடங்கல்சொல்ல.

Ur'gency, *s.* நெருக்கிடை, ஆவசியகம், அகத்தியம்.

Ur'gent, *a.* நெருக்கிடையான, ஆவசியகமான, அகத்தியமான.

U'rine, *s.* சிறுநீர், மூத்திரம், அமுரி.

U'rine, *v.i.* (obs.) சிறுநீர்விடு.

Urn, *s.* கழுத்தொடுங்கிய பாத்திரம், குடுவை, குண்டம்.

Uros'copy, *s.* (Rare) சிறுநீர்ப்பரிசோதனை.

Ur'sa, *s.* சப்தரிஷி, கரடிநக்ஷத்திரம்.

Us, *pr.* எங்களை, நம்மை.

U'sage, *s.* நடப்பு, வழக்கம், அப்பியாசம், மாமூல்; established usage or custom, லோகமரியாதை, லௌகீகம்.

Use, *s.* வழக்கம், பயிற்சி, உபயோகம், வட்டி; can this be of use to you? இது உமக்காமோ.

Use, *v.t.* வழங்கு, கையாளு, உபயோகப்படுத்து.

Use'ful, *a.* பலனுள்ள, பிரயோஜனமான, உபயோகமான.

Use'less, *a.* பலனற்ற, உதவாத, அப்பிரயோஜன, வியர்த்தமான, வீண்; expenditure, வீண்செலவு; trouble, வீண்பாடு.

Ush'er, *s.* கீழ்வேலைக்காரன், வாயில்காப்போன்.

Ush'er, *v.t.* அறிமுகமாக்கு, கட்டியங்கூறு.

U'sual, *a.* வழக்கமான, சாதாரண, வாடிக்கையான.

U'sually, *ad.* வழக்கமாய், சாதாரணமாய்.

U'sufruct, *s.* (Law) பலானுபவம்.

U'surer, *s.* கடுவட்டிக்குப் பணங்கொடுப்பவன், அநீதவட்டி வாங்கி.

Usu'rious, *a.* கடுவட்டிவாங்குகிற.

U'sury, *a.* கடுவட்டி, அநியாயவட்டி.

Usurp', *v.t.* அபகரி, சூறையாடு, கொள்ளையாடு, ஆக்கிரமி.

Usurpa'tion, *s.* உரித்தின்றிப் பறிக்கை, இராஜ்ஜியாபகாரம், தடாதடி.

Usurp'er, *s.* பலவந்தமாய்ப் பறிக்கிறவன், பறிகாரன்.

U'suary, *s.* கடுவட்டி, ஆதாயம், அநியாய வட்டி.

Uten'sil, *s.* தட்டுமுட்டு, கருவி, தளபாடம், பணிமுட்டு, உபகரணம்.

U'terine, *a.* கருப்பாசயத்திற்குரிய, உடன்பிறந்த.

U'terus, *s.* கருப்பாசயம், கண்டப்பை.

Utilita'rian, *a.* உபயோக, பிரயோஜனகர.

Util'ity, *s.* பிரயோஜனம், பலன், லாபம், உபயோகம்.

Ut'most, *a.* முற்றின, கடையாந்தரமான.
Uto'pian, *a.* மனோரதியமுள்ள, கற்பனார்த்த.
Ut'ter, *v.t.* சொல்லு, உரை, வசனி, மொழி, விளம்பு.
Ut'ter, *a.* முழு, முற்றின.
Ut'terance, *s.* சொல்லுகை, பேசுகை, உச்சாரணம்.
Ut'terly, *ad.* முழுதும், பரிச்சேதமாய்.
Ut'termost, *a.* மிகுந்த, மிகப்பெரிதான, பரம.
U'vula, *s.* உண்ணாக்கு, அண்ணாக்கு, இலம்பிகை.
Uxo'rious, *a.* மனைவிக்கமைந்த, தாராகாமிய.

V.

Va'cancy, *s.* இடைவெளி, வெறுமையான இடம், வெறுமை, சூனியம், காலி.
Va'cant, *a.* வெறு, சூனிய, காலியான.
Va'cate, *v.t.* எழுப்பிவிடு, நீக்கு, வெறுமையாக்கு.
Vaca'tion, *s.* விடுதலை, விட்டாற்றி, ஓய்வு, விடுகை, வாவு, சாவகாசம்.
Vac'cinate, *v.t.* பால்குத்து, பால்கட்டு, அம்மைகுத்து.
Vaccina'tion, *s.* பால்கட்டுதல், அம்மை குத்துதல்.
Vac'cine, *a.* பசுவின், பசுவினின்றுதோன்றிய.
Vac'illate, *v.i.* ஆடு, தள்ளாடு, தளம்பு, துவளு, அசை, சஞ்சலி.
Vacilla'tion, *s.* ஆட்டம், துவட்சி.
Vac'uist, *s.* சூனியவாதி.
Vacu'ity, *s.* வெறுமை, இடைவெளி, அபாவம்.
Vac'uum, *s.* சூனியம், பாழ், அவாந்தரம், வெறுமை.
Vag'abond, *s.* ஆருடி, காவாலி, போக்கிரி, திரிவோன், நாடோடி, காக்கன்போக்கன்.
Vaga'ry, *s.* மனோகம்பிதம், தடுமாற்றம், மனோரதியம்.
Va'grancy, *s.* நாடோடியாய்த் திரிதல்.
Va'grant, *s.* நாடோடி, ஆருடி, வீணன், நீசன், காக்கன்போக்கன், அங்கிடுதத்தி.
Va'grant, *a.* உலைகிற, அலைகிற, திரிகிற.
Vague', *a.* குறியாத, சுட்டாத, வீணான, பயனற்ற.
Vail, **Veil**, } *s.* திரைச்சீலை, முகமூடி, முக்காடு, எழினி, முக்காட்டாடை.
Vail, *v.t.* மறை, மூடு, முக்காடிடு.
Vain, *a.* வீணான, விருதாவான, அபத்தமான, கருவமான, செருக்குள்ள; in vain, பாழுக்கு, பாழிலே, வீணிலே; a vain excuse, வீண்போக்கு, சாக்கு.
Vainglo'rious, *a.* தற்பொழிவுயுள்ள, வீம்புள்ள, இடம்பமுள்ள.
Vainglo'ry, *s.* இறுமாப்பு, வீம்பு, வீறாப்பு, செருக்கு, செம்மாப்பு.
Vain'ly, *ad.* வீணாய், விருதாவாய், வியர்த்தமாய், வீணே.
Val'ance, *s.* கொய்சகம், தொங்குதிரைச் சீலை, எழினி.
Vale, *s.* பள்ளத்தாக்கு, பள்ளநிலம்.
Valedic'tion, *s.* பிரியாவிடை, வந்தனம், வாழ்த்து.
Valedic'tory, *a.* பிரயாணோபசாரமான.
Val'et, *s.* குற்றேவலாள், கையாள், சொக்காய் பையன்.
Valetudina'rian, **Valetu'dinary**, } *a.* வியாதியான, பலவீனமுள்ள.
Val'iant, *a.* வீரமுள்ள, பராக்கிரமமுள்ள, சூரமான; a valiant man, வயவன்.
Val'id, *a.* பலமான, உறுதியான, பெறுமதியான, ஸ்திரமான.
Valid'ity, *s.* பலம், உறுதி, ஸ்திரம், நிலைமை.
Valise', *s.* பயணப்பெட்டி.
Valla'tion, *s.* கொத்தளம்.
Val'ley, *a.* பள்ளத்தாக்கு, பள்ளநிலம், படுகை.
Val'orous, *a.* பராக்கிரமமான, சாமர்த்தியமுள்ள.
Val'our, *s.* வீரம், சூரம், பராக்கிரமம், சௌரியம், பேராண்மை, வீரசக்தி, வீரியம்.
Val'uable, *a.* சிரேஷ்டமான, அரிய, விலையுயர்ந்த.
Valua'tion, *s.* விலைமதிப்பு, விலைகுறித்தல.
Val'ue, *s.* விலை, பெறுமதி, கிரயம், அர்த்தம்; of a fraction, பின்னார்த்தம்.
Val'ue, *v.t.* விலைமதி, புள்ளிபார்.
Val've, *s.* அடைக்குஞ்சவ்வு, மூடி, அடைப்பு, கபாடம்.
Vamp, *s.* செருப்பிற்படம், தொடுதோலின் மேற்புறம்.
Vam'pire, *s.* உதிரமாகாளி, உதிராக்ஷசி.
Van, *s.* முன்னணிச்சேனை, முற்படை, கொடிப்படை.
Vancou'rier, *s.* முற்றூதன், கட்டியக்காரன்.
Vane, *s.* காற்றுத்திசைகாட்டி.
Van'guard, *s.* கொடிப்படை, முற்படை, முன்தண்டு.
Van'ish, *v.i.* அந்தர்த்தானமாகு, மறை, அஸ்தமி.
Van'ity, *s.* மாயை, அவம், பெருமை, சளுக்கு, அகங்காரம், மமதை.

Van'quish, *v.t.* மேற்கொள்ளு, தோற்கப் பண்ணு.
Van'tage, *s.* ஆதாயம், லாபம், மேன்லை, சமயம்.
Van'tage-ground, *s.* நயந்த இடம், நல முள்ள நிலைமை.
Vap'id, *a.* சாரமற்ற, ருசியற்ற, பதங்கெட்ட.
Va'porish, *a.* ஆவிநிறைந்த, புகையுள்ள.
Va'pour, *s.* ஆவி, புகை, தூமம்.
Va'pour, *v.i.* ஆவியாய்ப்போ, நீரணுவா யெழும்பு.
Va'poury, *a.* நராவி நிறைந்த, கிருதுள்ள, நிலையற்ற.
Vare, *s.* (obs.) அதிகாரக்கோல்
Va'riable, *a.* வேறுபடுகிற, மாறுகிற, வேற் றுமையுள்ள; quantity, மாறுராசி.
Va'riance, *s.* பகை, விரோதம், பேதம், விகாரம், ஒவ்வாமை, பிணக்கு.
Varia'tion, *s.* விகற்பம், விகாரம், வேறு பாடு, திரிபு, பேதம்.
Va'ricose, *a.* விரிந்த, அகன்ற, பாரித்த.
Va'riegated, *a.* பலவர்ணமான, பலநிற முள்ள, விசித்திரமான, சித்திரமான.
Variega'tion, *s.* பலவர்ணமாக்குகை.
Vari'ety, *s.* பலவிதம், விகற்பம், நானுவிதம், வேற்றுமை.
Va'rious, *a.* பல, பலவிதமான, பலபல, நானுவிதமான, வெவ்வேறு.
Var'let, *s.* குற்றேவலாள், கையாள் (obs.); கீழ்மகன்.
Var'letry, *s.* இழிஜனர்கூட்டம், கும்பு, சாமா னியஜனம்.
Var'nish, *s.* மினுக்கெண்ணெய், வர்ணத் தைலம், மெருகெண்ணெய்.
Var'nish, *v.t.* துலக்கு, மினுக்கு, மெருகிடு, தைலமிடு.
Va'ry, *v.t.* விகற்பி, மாற்று, திரிவி, மாறு.
Va'ry, *v.i.* வேறுபடு, திரி.
Vas'cular, *a.* குழாய்களாலமைந்த.
Vase, *s.* பாத்திரம், தாலம், தட்டம், பாசனம்.
Vas'sal, *s.* பயல், தொண்டு செய்வோன், சிறை, குடிமகன்.
Vas'salage, *s.* குடிமை, அடிமை, தொண்டு, சிறைத்தனம்.
Vast, *a.* ஏராளமான, அளவிறந்த, விஸ்தார மான; vast expanse, பெருவெளி.
Vast'ness, *s.* ஏராளம், அளவின்மை.
Vat, *s.* தொட்டி, பத்தல்.
Vat'ican, *s.* போப் பென்பவரின் அரண் டினே.
Vat'icide, *s.* தீர்க்கதரிசியைக் கொல்லல்.
Vault, *s.* நிலவறை வில்வளைவு, வில்லாகி ருதி, வசிவு; the vault of the heavens, ககோளம்.
Vault, *v.t.* வில்வளைவாய்க்கட்டு.
Vault, *v.i.* பாய், குதி, துள்ளு; vaulting ambition hath overleaped itself, துள்ளுபேரவா தன்னளவுகடந்தது.
Vaunt, *v.* வீம்புபேசு, பெருமைபாராட்டு, ஆக்கிரமி, வல்லாண்மைபேசு.
Vaunt'er, *s.* வீம்பன், பூட்டகக்காரன்.
Vaunt'ingly, *ad.* வீம்பாய், பகடமாய்.
Veal, *s.* பசுவின் கன்றிறைச்சி.
Vec'tor, *s.* கன்னம், கிரககன்னம்.
Veda, *s.* வேதம்; the generic name of the four sacred books of the Hindus, viz. :—the Rig, Yajur, Sama, and Atharva.
Veer, *v.* திருப்பு, திரும்பு, விலகு.
Veg'etable, *s.* பூடு, பயிர், தாவரம், உற்பி சம், மூலம், மரக்கறிபதார்த்தம்.
Veg'etable, *a.* தாவரத்திற்கடுத்த.
Veg'etate, *v.i.* தழை, தளிர், துளிர், முளை.
Vegeta'tion, *s.* மரமுளைப்பு, பயிர்செழிப்பு, தாவரவிர்த்தி, தாவரஜாதிப்பொது.
Veg'etative, *a.* முளைத்துவளரத்தக்க, முளைப் பிக்கும் சக்தியுள்ள.
Ve'hemence, *s.* பிரசண்டம் கொடுகை, வேதம், கதி, அகோரம்.
Ve'hement, *a.* வேகமுள்ள அனலான; vehement anger, கடுங்கோபம், கடுமூர்க்கம்; vehement wind, கடுங்காற்று; vehement fire, கடுநெருப்பு.
Ve'hicle, *s.* வாகனம், ஊர்தி, இரதம், தேர்; as a medium for medicine, அனுபானம்.
Veil, *s.* வெளியடை, முக்காடு, முகபடாம், எழினி, திரை.
Veil, *v.t.* மறை, முக்காடுபோடு, திரையிடு.
Vein, *s.* நாளம், உதிரநரம்பு, உதிரநாளம், படலம், அடுக்கு, இயல்பு.
Velle'ity, *s.* அதமஆசை.
Vel'lum, *s.* தோற்கடிதாசி, பதஞ்செய்த தோல்.
Veloc'ity, *s.* வேகம், கதி.
Vel'vet, *s.* சூரியகாந்திப்பட்டு, வில்லூர்திப் பட்டு.
Ve'nal, *s.* விற்கப்படக்கூடிய, கூலிக்கு வேலை செய்கிற.
Venal'ity, *s.* பொருளாசை.
Ve'nary, *a.* வேட்டைக்கடுத்த.
Vena'tion, *s.* வேட்டையாடுகை, வேட்டம்.
Vend, *v.t.* வில், விலைக்குக் கொடு.
Vendee, *s.* விலைக்கு வாங்குகிறவன்.

Vend'er, *s.* விற்கிறவன்.
Vendi'tion, *s.* விற்பனவு, விற்கை, விக்கிரயம்.
Veneer', *v.t.* பலகையொட்டு.
Venefi'cial, *a.* (Rare) நஞ்சிட்டு மயக்குகிற, மருட்டுகிற.
Vene'nate, *v.t.* நஞ்சூட்டு, நஞ்சிடு.
Venena'tion, *s.* நஞ்சு, விஷம்.
Ven'erable, *a.* வணங்கத்தக்க, போற்றத்தக்க.
Ven'erate, *v.t.* வணங்கு, நமஸ்கரி, போற்று.
Vener'ation, *s.* வணக்கம், தாழ்வு, பணிவு.
Ven'erator, *s.* வணங்குவோன், வணக்கமுள்ளவன்.
Ven'ereal, *s.* கிரந்திநோய்க்குரிய, பிரமேக.
Ven'ery, *s.* வேட்டை, வேட்டம், கலவி, மைதுனம்.
Venesec'tion, *s.* இரத்தங்குத்தி வாங்குகை.
Ven'etia, *s.* சாளரவாயிற்கதவின் இலைப்பலகை; as in Venetian Door and in Venetian blind.
Ven'geance, *s.* பழிவாங்குகை, வன்மஞ்சாதிப்பு, வெஞ்சம்.
Venge'ful, *a.* பழிவாங்குகிற, வன்மஞ்சாதிக்கிற.
Ve'nial, *a.* மன்னிக்கப்படக்கூடிய, பொறுக்கப்படக்கூடிய.
Ven'ison, *s.* மானிறைச்சி.
Ven'om, *s.* நஞ்சு, விஷம்.
Ven'omous, *a.* நஞ்சுள்ள, விஷமுள்ள.
Ve'nous, *a.* நாளத்திற்குரிய.
Vent, *s.* வெளி, வழி, புகைபோகுந்துவாரம், பொத்தல்; to give vent to malice, வைரஞ்சாதிக்க, அடம்பண்ண.
Vent, *v.t.* வெளியிடு, வழிவிடு, போகவிடு.
Vent'age, *s.* (obs) சிறுதுவாரம்.
Ven'tail, *s.* தலைத்திராணத்தின் சுவாசத்துவாரம்.
Ven'ter, *s.* வயிறு, கருப்பம்.
Ven'tilate, *v.t.* விசுக்கு, காற்றுலாவ இடம் பண்ணு.
Ventil'ation, *s.* தூற்றுகை, விசுக்குகை, இரட்டுகை, உபவீஜிதம்.
Ven'tilator, *s.* வாயுவைப் புகட்டுங்கருவி.
Ven'tricle, *s.* சடரம், உதரம்.
Ventril'oquism, *s.* உதரபாஷிதம்.
Ventril'oquist, *s.* உதரபாஷிதன்.
Vent'ure, *s.* துணிவு, துணிகரம், ஓர்மம்.
Vent'ure, *v.* துணி, ஓர்மி; to venture on or upon, ஒரு கை பார்க்க.
Vent'urer, *s.* துணிவோன்.

Vent'uresome, *a.* துணிவான, துணிகரமான.
Vent'urous, *a.* துணிவுள்ள, தைரியமுள்ள, அச்சமற்ற.
Ve'nus, *s.* வெள்ளி, சுக்கிரன்.
Vera'cious, *a.* சத்தியவிரத.
Verac'ity, *s.* மெய்மை, உண்மை, விசுவாசம், சத்தியம்; a man of, சத்திய சம்பன்னன், சத்தியவாதி.
Veran'da, *s.* சாய்ப்பு, தாழ்வாரம், ஒதுக்கு.
Verb, *s.* வினை, வினைச்சொல், கிரியாபதம்.
Ver'bal, *a.* வினையாலாய, வினைப்பதமான, வாய்மொழியான; noun, தொழிற்பெயர், வினைப்பெயர்; participle, வினையெச்சம்; ornament, சத்தாலங்காரம்.
Ver'bally, *ad.* சொல்லுருவாய், வாய்மொழியாய், சொல்சொல்லாய்.
Verb'atim, *ad.* சொல்சொல்லாய், சொல்லுக்குச் சொல்லாய்.
Ver'biage, *s.* சொற்பொழிவு, புனருக்தி.
Verbose', *a.* சொல்மிகுந்த, சொற்சொரிவான.
Verbos'ity, *s.* சொற்பொழிவுடைமை.
Ver'dant, *a.* பசுமையான, தழைத்த, செழித்த.
Ver'dict, *s.* தீர்ப்பு, தீர்மானம், நடுத்தீர்ப்பு.
Ver'digris, *s.* களிம்பு, காளிதம், துருசு.
Ver'dure, *s.* பசுமை, பச்சை, அரிதம், செழுமை.
Ver'ecund, *a.* (obs. and rare) நாணமுள்ள, கூச்சமுள்ள
Verge, *s.* ஓரம், கரை, எல்லை, அருகு, தீரம், விளிம்பு.
Verge, *v.i.* சாய், சரி, அணுகு, கிட்டு.
Verg'er, *s.* கட்டியக்கோல்பிடிப்போன்.
Verifica'tion, *s.* உண்மைப்படுத்துகை, ரூபகாரம்.
Veri'fy, *v.t.* மெய்மைப்படுத்து, ரூபி, நிஜப்படுத்து, நிரூபி
Ver'ily, *ad.* மெய்யாய், உண்மையாய்.
Verisim'ilar, *a.* (Rare) உண்மையாகத் தோற்றுகிற.
Versimil'itude, *s.* உண்மைக்காட்சி.
Ver'itable, *a.* (Rare) உண்மையான, உண்மைக்கியைபான.
Ver'ity, *s.* மெய், உண்மை, சத்தியம்.
Ver'juice, *s.* ஒருவிதப் புளிப்புநீர்.
Vermicel'li, *s.* புழுப்போலுருட்டின பசை.
Vermic'ular, *a.* கிருமிக்குரிய, புழுப்போன்ற.
Vermicul'ation, *s.* புழுநெளிவு.
Ver'micule, *s.* சிறுபுழு, கிருமி.

Ver'mifuge, *s.* மூட்டுப்பூச்சி முதலியவை களை அகற்றுமௌஷதம்.
Vermil'ion, *s.* சாதிலிங்கம்; consolidated, லிங்கக்கட்டு.
Ver'min, *s.* மூட்டுப்பூச்சி - எலிமுதலியவை கள்.
Vermip'arous, *a.* கிருமி ஜனிப்பிக்கும்.
Ver'minate, *v.* கிருமி உண்டாக்கு, புழு புழுக்கச்செய்.
Vernac'ular, *a.* சுதேச, ஜன்மதேசத்திற் குரிய, வீட்டிற்குரிய; language, சுதேச பாஷை, ஜன்மபாஷை.
Ver'nal, *a.* வசந்தகாலத்தைச் சார்ந்த, வாலிப, யௌவன.
Ver'nant, *a.* (Rare) செழிக்கிற, தழைக்கிற, வசந்தகாலத்திற்குரிய.
Ver'satile, *a.* லகுவாய்த் திரும்புகிற, மாறுகிற, சபல, நிலையற்ற.
Versatil'ity, *s.* மாறுந்தன்மை, விகாரப்படுந் தன்மை.
Verse, *s.* பாட்டு, கவி, செய்யுள், தூக்கு, வசனம், சுலோகம், வாக்கியம்.
Vers'ed, *a.* தேறின, பயின்ற, அப்பியாசப் பட்ட.
Ver'sicoloured, *a.* பலவர்ணமுள்ள.
Versific'ation, *s.* செய்யுளாக்குகை, புலமை, கவிமாலை.
Ver'sify, *v.t.* செய்யுள் இயற்று, பாடு.
Ver'sion, *s.* மொழிபெயர்ப்பு, பாஷாந்தரம்.
Ver'tebral, *a.* முள்ளெலும்புப் பொருத்துக் குரிய.
Ver'tebre, *s.* முள்ளெலும்பு, கண்டகம்.
Ver'tex, *s.* உச்சம், உச்சி, அக்கிரகம்.
Ver'tical, *a.* உச்சமான, உச்சியிலுள்ள, லம்பன.
Ver'ticle, *s.* அச்சுருவாணி, கீல்.
Vertig'inous, *a.* சுற்றுகிற, கிறுகிறுப்பான.
Ver'tigo, *s.* தலைச்சுழற்சி, தலைச்சுற்று, தலைக் கிறுகிறுப்பு.
Ver'y, *a.* அதுவேயான, நிச்சய, உறுதியான.
Ver'y, *ad.* மிகவும், மெத்த, அதிகமாய்.
Vesica'tion, *s.* கொப்புளங் கொள்ளச் செய்கை.
Ves'icle, *s.* சிறுகொப்புளம்.
Vesic'ular, *a.* சிறுகொப்புளமுள்ள, பள்ளமான.
Ves'per, *s.* மாலைவெள்ளி, மாலை.
Ves'pers, *s.* (*pl.*) மாலைப்பிரார்த்தனை.
Ves'pertine, *a.* அந்திக்குரிய.
Ves'sel, *s.* பாத்திரம், கொள்கலம், கலம், தாலம், பாண்டம், தோணி, மரக்கலம், நாவாய்.
Ves'sel, *v.t.* (obs.) கலத்திலிடு.
Vest, *s.* வஸ்திரம், ஆடை, உடுப்பு, புடைவை.
Vest, *v.* உடு, ஆடைதரி, கெட்டங்கிதரி, ஸ்வாதீனமுக்கு.
Ves'tal, *s.* சட்கன்னிகைகளிலொருத்தி.
Ves'tibule, *s.* தலைவாயில், வீட்டின்முன்னறை, தோரணவாயில்.
Ves'tige, *s.* காலடி, அடிச்சுவடு, அடையாளம், குறிப்பு.
Vest'ment, *s.* வஸ்திரம், உடை.
Ves'try, *s.* வஸ்திராலயம்.
Vest'ure, *s.* வஸ்திரம், உடை, புடைவை, மேற்போர்வை, உத்தரீயம்.
Vetch, *s.* நெற்றுள்ளமரம்.
Vet'eran, *s.* வீரன், படைஞன், தேற்றங்கொண்டவன், வீரசூரன்; veteran soldiers, முதிர்படை.
Veterina'rian, *s.* குடித்தனத்திற்குரிய விலங்கின் நோய்தீர்க்க வல்லவன்.
Vet'erinary, *a.* விலங்கின் நோயாற்றற் குரிய.
Ve'to, *s.* தடுப்பு.
Ve'to, *v.t.* தடு, விலக்கு.
Vex, *v.t.* அலைக்கழி, கிலேசப்படுத்து, வருத்தப்படுத்து, அலட்டு, அகடுசெய்; a vexed woman, தோதகி.
Vexa'tion, *s.* அலைக்கழிவு, அலமரல், அலைச்சல், தொந்தரை, தோதகம், திண்டாட்டம், அழிச்சாட்டியம்.
Vex'atious, *s.* அலைக்கழிவுள்ள, அலைச்சலுள்ள.
Vex'atiously, *ad.* திண்டாட்டமாய், அலைச்சலாய்.
Vial, *s.* குப்பி, கிண்ணம்.
Viand, *s.* போஜனம், சமைத்தபோஜனம்.
Vi'ary, *a.* வழியில் நேரிடும்.
Viat'icum, *s.* வழிக்குப் போஜனபதார்த்தம், அந்தக்கிரியை.
Vi'brate, *v.i.* அலம்பு, ஆடு, அசை, கம்பி, கதிர்.
Vibra'tion, *s.* ஆட்டம், அசைவு, கம்பனம், அதிர்ச்சி, ஆலோலனம்.
Vicar, *a.* பிரதிபாலனன், பிரதிகுரு.
Vic'arage, *s.* பிரதிகுருவின் கோவில்வருமானம்.
Vic'ariate, *a.* பதிலுக்கதிகாரம் செலுத்தும்.
Vic'arious, *a.* பதிலுத்தியோகம் செய்கிற.
Vic'arship, *s.* பிரதிக்குருத்தொழில்.
Vice, *s.* பாவம், பொல்லாங்கு, துர்க்குணம், துன்மார்க்கம்.
Vice, *a.* பதிலான, பிரதியான, இரண்டாவதான.

Vice-chan'cellor, *s.* பிரதிசர்வகலாதிகாரி, சிரேஷ்டதர்மசபையி னுபகிதியதிபர்.
Vicege'rent, *s.* பிரதிநிதி, பதிலாள்.
Vice-pres'ident, *s.* உபாக்கிராசனாதிபதி.
Vice'roy, *s.* பிரதியரசன், தேசாதிபதி.
Viceroy'alty, *s.* இராஜபிரதிநிதித்வம்.
Vice-ver'sa, *ad.* எதிராய், மாறாய், மறுதலையாய்.
Vicin'ity, *s.* அயல், அருகு, சமீபம், அண்மை, கிட்டடி.
Vi'cious, *a.* கேடான, துஷ்ட, பொல்லாங்குள்ள; woman, துஷ்டை; a vicious dog, கடிநாய்.
Vicis'situde, *s.* அலைவு, சுழற்சி, பேதம், விகாரம், மாறுபாடு.
Vicissitu'dinary, *a.* மாறிக்கொண்டுவரும், பேதித்துக்கொண்டுவரும்.
Vic'tim, *s.* பலி, இரத்தபலி, இரை, பட்சணம்.
Vic'tor, *s.* வெற்றியடைந்தவன், விஜயன்.
Victo'rious, *a.* வெற்றிகொண்ட, வெற்றியுள்ள, விஜய.
Vic'tory, *s.* வெற்றி, ஜயம், விஜயம், கெலிப்பு, வெற்றிப்பாடு.
Vict'ual, *v.t.* போஜனபதார்த்தஞ் சேகரி.
Vict'ualler, *s.* போஜனசாமான்களைச் சேகரித்துவைப்போன்.
Vict'uals (vit'tlz), *s.* சாப்பாடு, போஜனம், ஆகாரம், அசனம்.
Videl'icet, *ad.* அதாவது—viz., is an abbreviation of this word.
Vid'ual, *a.* (obs.) வைதவ்வியத்திற்குரிய.
Vidu'ity, *s.* வைதவ்வியம்.
Vie, *v.t.* வாதாடு, எதிர், எதிரிடைகட்டு.
View, *s.* காட்சி, தோற்றம், பார்வை, கண்ணுக்கெட்டுந்தூரம், புத்தி, உத்தேசம்.
View, *v.t.* நோக்கு, பார், காண், தரிசி.
View'less, *a.* காணக்கூடாத, காணமுடியாத.
Vig'il, *s.* ஜாமக்காவல், கண்விழிப்பு, ஒரு விரதம்.
Vig'ilance, *s.* விழிப்பு, தூக்கமின்மை, ஜாக்கிரதை.
Vig'ilant, *a.* விழிப்பான, சாவதானமுள்ள, எண்ணமுள்ள.
Vignette' (vin-yĕt), *s.* நூன்முக வெட்டின் படம்.
Vig'orous, *a.* பலமுள்ள, ஆண்மையுள்ள, வீரமுள்ள, தைரியமுள்ள.
Vig'our, *s.* பலம், வீரியம், ஆண்மை, வீரம், தைரியம், திடம்.
Vile, *a.* பாழான, கேடுள்ள, இழிவுள்ள, அற்ப; a vile person, அற்பன், இழிசண்டாளன்.
Vil'ify, *v.t.* பழி, பழிகூறு, தூஷி, அவதூறுகப் பேசு.
Vil'la, *s.* சிங்காரவீடு, நாட்டுமாளிகை.
Vil'lage, *s.* ஊர், கிராமம், பட்டி, நத்தம், குடிக்காடு, குப்பம்; settlement, கிராமஜமாபந்தி, accountant, கிராமக் கணக்கன், நாட்டுக்கணக்கன்; permanently settled, இஸ்திமிரார்கிராமம்; at the foot of a hill, மலையடிப்பட்டி.
Vil'lager, *s.* கிராமத்தான், ஊரான்.
Vil'lain, *s.* வாரக்குடி, வேலைக்காரன், துஷ்டன், கண்டகன், சண்டாளன், துரோகி, இழிஞன், விசுவாசகாதகன்.
Vil'lainy, *s.* துரோகம், கொடுமை, பாதகம்.
Vil'lanous, *a.* துஷ்ட, சண்டாளத்தனமுள்ள, துரோகமான.
Vil'lous, *a.* மயிருள்ள.
Vimin'eous, *s.* சிறுதளிர்களாற் பின்னப்பட்ட.
Vina'ceous, *a.* திராட்சரசத்திற்குரிய, திராட்சப்பழத்திற்கடுத்த.
Vin'culum, *s.* விலங்குச்சின்னம், இராசிப்புணர்ச்சிக்குறி.
Vinde'miate, *v.* (obs.) திராட்சப்பழம்பறி.
Vin'dicate, *v.t.* சரியென்றுகாட்டு, நியாயமென்றுகாட்டு, அனுபாலி.
Vindica'tion, *s.* நியாயமெடுத்துக்காட்டுகை, அனுபாலனம்.
Vindic'tive, *a.* பழிவாங்குகிற, பழிசாதிக்கிற.
Vindic'tively, *ad.* பழிக்குப் பழிவாங்க, பழிசாதிக்குமாறு.
Vine, *s.* திராட்சக்கொடி, முந்திரிகைக்கொடி.
Vin'egar, *s.* காடி.
Vine'yard, *s.* திராட்சத்தோட்டம்.
Vi'nous, *s.* திராட்சரசத்தின் தன்மையுள்ள.
Vint'age, *s.* திராட்சப்பழப்போகம்.
Vint'ner, *s.* திராட்சரசபானம் விற்போன்.
Vi'ny, *a.* திராட்சக்கொடி நிறைந்த, படர்கொடி நிறைந்த.
Vi'ol, *s.* வீணை-யாழ் முதலிய நரம்புக்கருவி, குயிலுவக்கருவி.
Vi'olate, *v.t.* மீறு, கட, அனுசரி, குலை, பங்கப்படுத்து, கற்பழி; to violate the prescribed regimen, பத்தியமுறிக்க; to violate an oath, ஆணை கடக்க; violated faith, ஆபாசவிசுவாசம்.
Viola'tion, *s.* மீறுகை, பங்கம், குலைப்பு, கற்பழிப்பு.
Vi'olator, *s.* மீறுவோன், நெறிதவறுவோன், கற்பழிப்போன்.
Vi'olence, *s.* கொடுமை, பலாத்காரம், துர்கிர்தம், வல்லடி, வம்பு.

Vi'olent, *a.* பலவந்தமுள்ள, கொடிய, உக்கிரமான; rain, அடைமழை, கடுமழை; a violent person, தடியடிக்காரன்; a violent wind, கடுங்காற்று; violent death, துர்மரணம்; violent anger, திடக்குரோதம், வெஞ்சினம்.
Vi'olently, *ad.* வெட்டென.
Vi'olet, *s.* ஒருவகைப் பூ.
Vi'olin, *s.* கின்னரம், சாரங்கி.
Vi'olinist, *s.* கின்னரன், சாரங்கிவாசிப்போன்.
Vi'per, *s.* விரியன்பாம்பு.
Viragin'ian, *a.* ஆண்மாரிக்குரிய.
Vira'go, *s.* ஆண்மாரி, சண்டைக்காரி.
Vi'rent, *a.* பசிய, வாடாத.
Vir'gin, *s.* கன்னி, கன்னிகை, குமரி.
Vir'ginal, *a.* கன்னிக்குரிய, கன்னிப்பருவத்திற்கடுத்த.
Virgin'ity, *s.* கன்னிகை, கன்னித்துவம், கன்னியாபாவம்.
Vir'go, *s.* கன்னிராசி.
Virid'ity, *s.* பசுமை, பச்சை.
Vir'ile, *a.* ஆண்மையுள்ள, வீரமுள்ள.
Viri'lity, *s.* ஆண்மை, புருடத்துவம், திடம், வீரியம்.
Vir'tu, *s.* கலாபிமானம்.
Vir'tual, *a.* குணசித்தமான, உண்மையான.
Vir'tual'ity, *s.* குணசித்தம், டலம், சித்தி.
Vir'tually, *ad.* குணசித்தமாய், உண்மையாய்.
Vir'tuate, *v.t.* (obs.) சித்தியாக்கு, பலிப்பி.
Vir'tue, *s.* அறம், ஒழுக்கம், ஆசாரம், சுத்தம், புண்ணியம், பலம், தர்மம்; the path of virtue, அறநெறி, நீதிநெறி.
Vir'tueless, *a.* புண்ணியமில்லாத, சற்குணமற்ற.
Virtuo'so, *s.* கலாநிபுணன்.
Vir'tuous, *a.* சற்குணமுள்ள, நேருள்ள, நல்ல, குணசீல; the traditional usages of the virtuous, சிஷ்டாசாரம்; opposed to the practice of the virtuous, சிஷ்டாசாரவிரோத; a virtuous man, புண்ணியசீலன்.
Vir'ulence, *s.* உக்கிரம், கொடுமை, துஷ்டத்தனம், குரோதம்.
Vir'ulent, *a.* உக்கிரமான, துஷ்டத்தனமுள்ள.
Vir'us, *s.* தொற்றுநீர், வைசூரிப்பால், சீ.
Vis'age, *s.* முகரூபு, முகம்.
Vis'aged, *a.* முகரூபுள்ள, முகமுள்ள.
Visavis' (vē-za-ve'), *s.* எதிர்முகமாயிருவர் உட்காரும் வண்டி.
Vis'cera, *s.* அந்திரம், ஆந்திரிகம்.
Vis'ceral, *a.* குடலுக்குரிய; (Rare) மனப்பசையுள்ள, உருகு நெஞ்சுள்ள.
Vis'cid, *a.* பிசுபிசுப்பான, பிசின்போன்ற, பசையான, ஒட்டுகிற.
Vis'cidity, *s.* பிசுபிசுப்பு, ஒட்டுந்தன்மை.
Vis'cous, *a.* பசையுள்ள, ஒட்டுகிற, விடாப்பிடியுள்ள.
Vis'count (vi'count), *s.* ஒரு பிரபுப்பட்டம்.
Visibil'ity, *s.* கண்ணுக்குத் தோன்றக்கூடிய தன்மை, காணக்கூடியதன்மை.
Vis'ible, *a.* தோற்றமுள்ள, கண்ணுக்குத் தெரிகிற; visible heavens, விசும்பு.
Vis'ibleness, *s.* பிரத்தியக்ஷம்.
Vis'ibly, *ad.* வெளியாய், காட்சியாய்.
Vision, *s.* பார்வை, காட்சி, தரிசனம், தோற்றம், திருஷ்டி.
Vis'ionary, *s.* மனோரதன்.
Vis'ionary, *a.* மனோரதமான, வீண்தோற்றமுள்ள, மனோராஜ்ஜிய.
Vis'ionist, *s.* எண்ணம் சிதறியிருப்பவன், முடியாததை முடிக்க நினைப்போன்.
Vis'it, *s.* போய்ச்சந்திக்கை, போய்க்காணகை.
Vis'it, *v.t.* போய்ப்பார், போய்க்காண், சந்தி, கண்டுகொள்.
Visita'tion, *s.* போய்ப்பார்க்கை, தரிசிக்கை, தண்டனை.
Vis'itor, *s.* போய்ச்சந்திக்கிறவன், அதிதி, அப்பியாகதன்.
Vis'or, *s.* தலைவேஷம், தலைக்கோலம், பொய்த்தலை.
Vis'ta, *s.* சாலைப்பாதை, விருக்ஷசாலை.
Vis'ual, *a.* பார்வைக்கடுத்த, பார்க்கக்கூடிய.
Vi'tal, *a.* உயிருள்ள, ஜீவனுள்ள, உயிருக்காதாரமான; vital part, உயிர்நிலை, மர்மஸ்தலம், மர்மஸ்தானம்.
Vital'ity, *s.* உயிர், ஜீவன்.
Vitals, *s.* உயிர்நிலயம், ஜீவஸ்தானங்கள்.
Vi'tiate, *v.t.* அழி, கெடு, சீர்குலை, பழுதாக்கு.
Vitia'tion, *s.* சீரழிவு, சீர்க்குலைவு.
Vit'rify, *v.t.* கண்ணாடியாக்கு.
Vit'riol, *s.* துத்தம்; green, அன்னபேதி, மலைவீரியம்; blue, துரிசு, மயிற்றுத்தம், மயூரகம்.
Vitriol'ic, *a.* துத்தத்திற்குரிய.
Vitu'perate, *v.t.* பழிகூறு, பழி, தூஷணி.
Vitupera'tion, *s.* பழி, பழிகூறல்.
Vitu'perative, *a.* பழிச்சொல்லுள்ள.

Viva'cious, *a.* உல்லாசமுள்ள, தீவிரமான.
Vivac'ity, *s.* உல்லாசம், தீவிரம்.
Viv'id, *a.* உயிர்ப்புள்ள, உற்சாகமுள்ள, கூர்மையுள்ள.
Viv'idly, *ad.* உயிர்ப்பாய், கூர்மையாய்.
Vivifica'tion, *s.* பிழைப்பிக்கை, உயிர்ப்பிக்கை.
Viv'ify, *v.t.* உயிர்ப்பி, உற்சாகப்படுத்து.
Vivip'arous, *a.* சராயுஜ, குட்டியீனுகிற; animal, சராயுஜம், கர்ப்பஜம்.
Vivisec'tion, *s.* ஜீவமிருகாங்கசேதம்.
Vix'en, *s.* குட்டிநரி, குறும்பி, துஷ்டை.
Viz, *ad.* (the abbreviation of Videl'icet, which see.)
Vizard, *s.* போலித்தலை, பொய்த்தலை.
Viz'ier, *s.* துர்க்கி ராஜ்யத்தின் பிரதானமந்திரி.
Vo'cable, *s.* வாக்கு, சொல், பதம்.
Vocab'ulary, *s.* அகராதிப்புஸ்தகம், சொன்மாலை, சப்தகோசம்.
Vo'cal, *a.* தொனியுள்ள, குரலுக்கடுத்த, வாயாற்பிறக்கிற; the science of vocal music, கானவித்தை.
Voca'tion, *s.* அழைப்பு, விளி, தொழில், வேலை.
Voc'ative, *a* அழைக்கிற, விளிக்கிற; case, விளிவேற்றுமை.
Vocif'erate, *v.* உரத்தசத்தமிடு.
Vocifera'tion, *s.* உரத்தசத்தமிடுகை, ஆக்குரோசம்.
Vocif'erous, *a.* உரத்தசத்தமிடுகிற, இரைகிற.
Vogue, *s.* வழக்கம், பாங்கு, நடை, வழங்குகை; as in vogue.
Voice, *s.* குரல், சத்தம்; a voice from heaven, ஆகாசவாணி
Voiced, *a.* குரலுள்ள, சத்தமுள்ள.
Voice'less, *a.* குரலற்ற, சத்தமில்லாத.
Void, *s.* இன்மை, சூனியம், அவாந்தரம், வெறுமை, பாழ்.
Void, *v.t.* விட்டுவிடு, வெறுமையாக்கு, கழி, நீக்கு, அழி.
Void, *a.* இல்லாத, சூனியமான, பாழான, வெறுமையான, பெருத, வெறு; void of qualities, நிர்குண.
Void'able, *a.* சூனியமாகத்தக்க, கழியத்தக்க.
Void'ance, *s.* கழித்தல், வெளியே தள்ளல்.
Vo'lant, *a.* பறக்கிற; விரைவுள்ள, கதியான.
Vol'atile, *a.* பறக்கிற, ஆவியாய்ப்பறக்கிற, துடின, நிலையற்ற.
Volatil'ity, *s.* ஆவியாய்ப் பறக்குந்தன்மை, நிலையற்றதன்மை.
Volcan'ic, *a.* எரிமலைக்குரிய.
Volca'no, *s.* அக்கினிமலை, எரிமலை.
Voli'tion, *s.* மனம், மனனம், சித்தம், கருத்து, விருப்பம், தீர்மானம்.
Vol'itive, *a.* சித்தசக்தியுள்ள.
Vol'ley, *s.* தாரை, தொடை.
Volubil'ity, *s.* வாசாலம், கதி.
Vol'uble, *a.* வாசாலமான, கதியுள்ள.
Vol'ume, *s.* புஸ்தகச்சுருள், புஸ்தகம், பருமம்.
Volu'minous, *a.* பலபுஸ்தகங்கொண்ட, அதிபருமமுள்ள.
Vol'umist, *s.* (obs.) புஸ்தகமெழுதுவோன்.
Vol'untarily, *ad.* வலிய, மனதாக, மனசார.
Vol'untary, *a.* இஷ்டமுள்ள, தன்னிஷ்டமான, யதேச்சையான, இச்சா.
Volunteer', *s.* சம்பளமின்றிச் சேவிப்போன்.
Volup'tuary, *a.* காமி, காமவிகாரன்.
Volup'tuous, *a.* காமவிகாரமுள்ள, காமாதுர.
Voluta'tion, *s.* (Rare) உருட்சி, புரட்சி.
Vom'ic, *s.* சுவாசாசயக்கட்டி.
Vom'it, *s.* கக்கல், வாந்தி, சத்தி.
Vom'it, *v.* வாயாலெடு, ஒக்காளி, எதிரெடு.
Vom'ition, *s.* வாந்திசெய்தல், கக்கல், வமனம்.
Vora'cious, *a.* பகூிக்கிற, பெருண்டிப்பிரியமுள்ள, அதிதீபனமுள்ள.
Vora'ciously, *ad.* ஆவலாய். அதிதீபனமாய்.
Vora'ciousness, *s.* வயிற்றுப்பறப்பு.
Vorac'ity, *s.* அதிதீபனம்.
Vor'tex, *s.* நீர்ச்சுழி, காற்றுச்சுழற்சி, சூறை.
Vor'tical, *a.* சுழலுகிற, புரளுகிற.
Vo'tary, *s.* அடியான், பக்தன், தாசன், தொண்டன்.
Vote, *s.* சம்மதச்சீட்டு. நியமச்சீட்டு, சம்மதம்.
Vote, *v.i.* சீட்டுப்போட்டுத்தெரி, சீட்டுப்போட்டேற்படுத்து.
Vo'tive, *a.* பிரார்த்தனையாற் கொடுக்கப்பட்ட.
Vouch, *v.* சாக்ஷிக்கழை. சாக்ஷிசொல்லு; உறுதிப்படுத்து.
Vouch'er, *s.* சாக்ஷிசொல்லுகிறவன், உறுதிச்சீட்டு, தஸ்தாவேஜு.
Vouchsafe', *v.t.* அருள்செய், அனுக்கிரகி, கடாக்ஷி.
Vow, *s.* நேர்கடன், நிபந்தனை, பிரார்த்தனை, பிரதிக்கினை, நோன்பு.
Vow, *v.i.* நேர், நியமி, பிரார்த்தனைபண்ணு.

Vow'el, *s.* உயிரெழுத்து, உயிர், ஆவி, அச்சு; long, நெட்டுயிர்; short, குற்றுயிர்.
Vow'er, *s.* பிரார்த்தனைசெய்வோன்.
Vow'fellow, *s.* (Rare) ஒருவருடன் கூடிப் பிரார்த்தனைசெய்கிறவன்.
Voy'age, *s.* கடற்பிரயாணம், கப்பல்யாத்திரை.
Voy'ager, *a.* கடற்பிரயாணிகன்.
Vul'gar, *v.* எளிய, கீழ்மையான, கெட்ட, கொச்சையான; the vulgar, கீழ்மக்கள், கலர்.
Vulgar'ity, *s.* கீழ்மை, கொச்சை, இடக்கர்.
Vul'garism, *s.* இழிஜனர்வழக்கு, கொச்சை.
Vul'garly, *ad.* எளிமையாய், இழிவாய், கொச்சையாய்.
Vul'nerable, *a.* சேதப்படக் கூடிய, ஊறு படத்தக்க.
Vul'nerary, *a.* (Med.) காயம் ஆற்றுகிற.
Vulnera'tion, *s.* காயமாற்றுதல்.
Vul'pine, *a.* நரிக்குரிய, தந்திரமுள்ள, உபாயமுள்ள.
Vul'ture, *s.* இராஜாளி, வலியான்.
Vul'turous, *a.* இராஜாளிபோன்ற, சூறைபிடிகிற.

W.

Wab'ble, *v.i.* அலை, ஆடு, துவளு, தள்ளாடு.
Wad, *s.* துப்பாக்கித்தக்கை, சக்கை.
Wad'ding, *s.* சக்கைநார்.
Wad'dle, *v.i.* அரக்கியரக்கிநட, அசைந்துநட.
Wade, *v.i.* தண்ணீர்க்கூடாகநட, நீரில்நட.
Wa'fer, *s.* கடிதமொட்டுகிற முத்திரைவில்லை, சற்பிரசாதமுத்திரை.
Waft, *v.t.* நீரின்மேல் மிதத்திப்போ, மிதக்கச்செய்.
Waft'er, *s.* நீர்மேல் மிதக்கச்செய்வோன், ஏறிப்போகுமோடம்.
Wag, *s.* சுழியன், திருவன், விதூஷகன், கோமாளி.
Wag, *v.t.* அலை, ஆட்டு, அசை, குலுக்கு; to wag the tail, வாலைக்குழைக்க.
Wage, *v.* பந்தயம்பிடி, சபதங்கூறு, துணிந்து செய், சண்டைசெய்
Wa'ger, *s.* பந்தயம், பந்தயப்பொருள், ஒட்டம், சபதம்.
Wa'ger, *v.* பந்தயங்கட்டு, ஒட்டம்வை, சபதம்பிடி.
Wa'ges, *s.* சம்பளம், கூலி, வர்த்தனை, பிரதிப்புபகாரம்.

Wag'gery, *s.* கேலி, சரசம், எளனம், சன்னை.
Wag'gish, *a.* கேலியான, களினமுள்ள, எளனமான.
Wag'gle, *v.* வாலசை.
Wag'gon, *s.* நாலுசக்கரச் சாமான்பண்டி, பண்டி.
Wag'goner, *s.* பண்டிக்காரன்.
Wag'tail, *s.* வாலாட்டிக்குருவி.
Waif, Waift, } *s.* கண்டெடுத்துத் தேடுவாரற்றிருக்கும் பொருள்.
Wail, *s.* புலம்பல், குரலெடுத்தழல்.
Wail, *v.* அழு, புலம்பு, பிரலாபி.
Wail'ful, *a.* சஞ்சல, துக்க.
Wail'ing, *v.n.* புலம்பல், அழுகை, ஓலம், பிரலாபம்.
Wain, *s.* பண்டி, சாமான்பண்டி.
Wain'scot, *s.* பரவுபலகை, சுவர்ப்பலகை.
Waist, *s.* இடை, அரை, இடுப்பு, நடு, மருங்கு, துசுப்பு; waist-string, அரைஞாண்.
Waist'band, *s.* இடைக்கட்டு.
Waist'belt, *s.* அரைப்பட்டிகை
Waist'coat, *s.* மார்புச்சட்டை.
Wait, *s.* பதிவிடை, ஒளிப்பிடம்.
Wait, *v.i.* காத்திரு, எதிர்பார், வரவுபார்; on the dying, சாக்காட்டு.
Wait'er, *s.* காத்திருப்பவன், ஏவலாள, தொண்டுசெய்வோன்.
Waiting'-maid, *s.* வெள்ளாட்டி, வேலைக்காரி, ஏவற்காரி.
Waits, *s.* இராவாத்தியக்காரர்.
Waive, *v.t.* விட்டுவிடு.
Wake, *s.* திருவிழா, உற்சவம், பண்டிகை, விருந்து, கப்பல் சென்றவழி.
Wake, *v.t.* அருட்டு, விழிக்கச்செய், எழுப்பு, துயிலெடு.
Wake, *v.i.* விழி, துயிலொழி.
Wake'ful, *a.* விழிப்பான, தூங்காத, ஜாக்கிரதையான.
Wake'fulness, *s.* விழிப்பு, அருட்சி, சாக்கிரம்.
Wak'en, *v.t.* அருட்டு, எழுப்பு, தூண்டு.
Wak'en, *v.i.* விழி, நித்திரைதெளிந்தெழு.
Wale, *s.* கீறு, கம்பிக்குறி, தழும்பு, வடு; to form a wale, தடிக்க.
Walk, *s.* நடை, கமனம், கதி; taking a walk, in the street for pleasure, வீதிவிலாசம்.
Walk, *v.t.* நடக்கச்செய், நடத்து.
Walk, *v.i.* நட, செல்.
Walk'er, *s.* நடப்போன்.

Walk'ing-staff, *s.* ஊன்றுகோல், பற்றுக் கோல், தடிக்கொம்பு.
Wall, *s.* சுவர், மதில், பித்தி, சுற்றுச்சுவர்.
Wall, *v.t.* சுவர்வை, மதில்கட்டு, வேலியடை.
Wal'let, *s.* சாமான்பை, அசம்பி, பொக்கணம், கஞ்சுளி, அடைப்பை, தோட்பை, பொதி.
Wall'-eyed, *a.* வெள்ளிக்கண்ணுள்ள
Wal'low, *v.i.* புரளு, உழலு.
Wall'-shade, *s.* சுவர்விளக்கு.
Wal'nut, *s.* கடுக்காய், கடு.
Wal'rus, *s.* கடற்குதிரை, கடல்யானை.
Wam'ble, *v.* உவட்டு, குடலைப்புரட்டு, கடமுடென்.
Wan, *a.* வெளுவெளுத்த, வெளிறின, பாண்டு பிடித்த.
Wand, *s.* தண்டம், செங்கோல், அதிகாரக் கோல்.
Wan'der, *v.i.* அலை, உலை, திரி, உழலு, வழிவிலகு; to wander about in anxiety, ஏம்பித்திரிய.
Wan'derer, *s.* நாடோடி, பரதேசி, காலாடி.
Wan'dering, *v.n.* அலைவு, திரிவு.
Wane, *s.* தேய்வு, கலைகுறைதல்.
Wane, *v.i.* தேய், குறை, கலைகுறை; the waning moon, தேய்பிறை.
Want, *s.* தேவை, விருப்பம், வறுமை, குறைச்சல்; to be in want, மிடிக்க, தரித்திரப்பட.
Want, *v.* விழுப்பு, அவாவு, வேண்டு, இல்லாதிரு.
Wan'ton, *a.* துர்த்த, காமுக, துள்ளாட்டமான, உல்லாசமான; cruelty, இரத்தவெறி; person, காமப்பேய், காமாதுரன்.
Wan'ton, *v.* சரசம்பண்ணு, கேளிக்கையாடு.
Wan'tonly, *ad.* துர்த்தமாய், உல்லாசமாய்; to talk wantonly, சரசம்பேச.
Wan'tonness, *s.* கொழுப்பு, மதமதப்பு.
Want'-wit, *s.* (obs.) மதியிலி, பாமரன்.
Want'tonness, *s.* வண்டத்தனம், எளனம், எளிதம்.
War, *v.i.* யுத்தம், சண்டை, போர்.
War, *v.* யுத்தம்பண்ணு, சண்டைசெய், பொரு.
War'ble, *v.* சுருதிபாடு, சுருதியெடுத்துப்பாடு.
War'bler, *s.* இராகம்பாடுவோன், கீதம்பாடுபவன்.
Ward, *s.* காவல், மறியல், எல்லைமானம், தடை, பாலிக்கப்படுவோன்.
Ward, *v.t.* கா, விலக்கு, தடு; off, தாங்கு.
Ward'er, War'den, } *s.* காப்பவன், பராமரிப்பவன், பாதுகாவலன்.

Ward'robe, *s.* வஸ்திரம்வைக்குமிடம், வஸ்திரம், உடை.
Ward'ship, *s.* பராமரிப்பு, பாதுகாப்பு.
Ware, *s.* சாமான்; an earthen ware, மட்கலம்.
Ware'house, *s.* களஞ்சியம், பண்டசாலை, மளிகை.
Wares, *s.* (*pl.*) சரக்கு, பண்டம், தளபாடம், சாமான், வியாபாரச்சாமான்.
War'fare, *s.* சண்டை, யுத்தம், போர், போராட்டம்.
Wa'rily, *ad.* சாவதானமாய், விழிப்பாய்.
War'like, *a.* யுத்தப்பிரியமுள்ள போர்க்கருத்துள்ள.
Warm, *v.t.* காய்ச்சு, சூடுகாட்டு.
Warm, *v.i.* காய், வேகங்கொள்ளு.
Warm, *a.* அனலான, சூடுள்ள, வெப்பமான.
Warm'ly, *ad.* மிதவெப்பமாய், சிரத்தையாய்.
Warmth, *s.* சூடு, வெப்பம், வெம்மை, கதவ்வு, வேகம், வெதுப்பு.
Warn, *v.t.* எச்சரி, கடிந்துகொள்ளு, பயமுறுத்து.
Warn'ing, *v.n.* எச்சரிக்கை உறுதிச்சொல், அச்சுறுத்துகை.
Warp, *s.* நெசவுபா.
Warp, *v.t.* திருகு, புரட்டு.
War'rant, *s.* கட்டளை, அதிகாரபத்திரிகை, மறியற்கட்டளை.
War'rant, *v.t.* உத்தரவுபண்ணு, அதிகாரங்கொடு.
War'rantable, *a.* நீதியான, நியாயமான.
War'ranty, *s.* அதிகாரச்சீட்டு.
War'ren, *s.* வெள்ளைமுயல் வளர்க்குமிடம்.
War'rior, *s.* சூரன், வீரன், மறவன், போர்வீரன், படையாளன், திண்ணியன்.
Wart, *s.* பாலுண்ணி, காய், கழலை.
War'-whoop, *s.* யுத்தாரவாரம்.
Wa'ry, *a.* சாவதானமுள்ள, எச்சரிப்புள்ள, விழிப்புள்ள.
Wash, *s.* அடையல், தண்ணீருள்ள இடம், புறத்திடும், இளவர்ணம்.
Wash, *v.t.* கழுவு, குளி, அலம்பு.
Wash'er-man, *s.* வண்ணான், ஏகாலி.
Wash'er-woman, *s.* வண்ணாத்தி.
Wash'y, *a.* நீர்கொண்ட, நீர்ப்பிடிப்புள்ள.
Wasp, *s.* குளவி, வண்டு.
Wasp'ish, *a.* வெடுவெடுப்புள்ள, புன்சினமுள்ள.
Waste, *s.* வீண்செலவு, கேடு, பாழ், சேதம், அழிவு, வெட்டவெளி.
Waste, *v.t.* வீணாய்ச்செலவழி, கெடு, பாழாக்கு.

Waste, *v.i.* அழி, தேய், குறை.
Waste, *a.* குறைந்த, அழிந்த, பாழான; land, தரிசு, கரம்பு, புறம்போக்குநிலம்; to lie waste, கொத்தழிய.
Waste'-book, *s.* காலக்கிரமக் கணக்குப் புஸ்தகம், நாளாகமம்.
Waste'ful, *a.* ஆராதூரித்தனமுள்ள.
Waste'thrift, *s.* அழிப்பாளி, ஊதாரி.
Watch, *s.* காவல், காவற்காரர், சாமக்காரர், நாழிகை வட்டம், கைக்கடிகாரம்.
Watch, *v.t.* கா, காவல்செய்; to watch an opportunity, சந்துபார்க்க, சமயம் பார்க்க.
Watch, *v.i.* விழிப்பாயிரு, வரவுபார்த்திரு.
Watch'ful, *a.* விழிப்புள்ள, ஜாக்கிரதையுள்ள, சாவதானமுள்ள.
Watch'-house, *s.* காவல்வீடு.
Watch'-maker, *s.* நாழிகைவட்டஞ் செய்பவன்.
Watch'-man, *s.* காவற்காரன், ஜாமக்காரன், தலையாரி.
Watch'-tower, *s.* காவற்கோபுரம்.
Watch'-word, *s.* காவல் ராணுவவீரர் அன்றன்று வழங்குங் குறிப்புச்சொல்.
Wa'ter, *s.* நீர், தண்ணீர், ஜலம், உதகம், வாரி; cold, தண்ணீர்; hot, வெந்நீர்; quantity of, நீர்ப்பிடிப்பு.
Wa'ter, *v.t.* நீர்பாய்ச்சு, நீர்வார், நீர்காட்டு.
Wa'ter-colour, *s.* நீர்கலந்த வர்ணம்.
Wa'ter-course, *s.* நீரோட்டம், நீர்பாய்ச்சல், வாய்க்கால், கால்வாய், ஓடை; of a rice-field, கண்ணுறு; leading from a river, குரம்பு; large, தாய்வாய்க்கால்.
Wa'ter-crow, *s.* நீர்க்காக்கை.
Wa'ter-fall, *s.* அருவி, நீர்வீழ்ச்சி.
Wa'ter-fowl, *s.* நீர்க்கோழி, நீர்ப்புள்.
Water'gru'el, *s.* கூழ், கஞ்சி.
Wa'ter-level, *s.* நீர்மட்டம்.
Wa'ter-lily, *s.* நீராம்பல்.
Wa'ter-man, *s.* தோணிக்காரன், படவுக்காரன்.
Wa'ter-mark, *s.* நீரேற்றவற்றக்குறி; water-mark (in paper), தண்ணீரெழுத்து.
Wa'ter-melon, *s.* சர்க்கரைக்கொம்மட்டி.
Wa'ter-mill, *s.* ஜலயந்திரம்.
Water-pot, *s.* குடம், கடம், ஜலபாசனம்.
Wa'ter-proof, Wa'ter-tight, } *a.* நீரொழுகாத நீர்சுவருத.
Wa'ter-spout, *s.* மழைக்கால்.
Wa'ter-work, *s.* ஜலசூத்திரம், நீர்யந்திரம்.
நீருள்ள, நீரானமான, நீர்பிடித்த.

Wa'ttle, *s.* வளார், கரப்பு, தாடி, அதள்.
Wat'tle, *v.t.* பின்னு, தெற்று.
Wave, *s.* அலை, திரை, தரங்கம், உல்லோலம்.
Wave, *v.* ஆட்டு, ஆடு, வீசு.
Wa'ver, *v.i.* ஆடு, அலை, நிலைதளம்பு, தடுமாறு.
Wa'vering, *p.a.* ஆடுகிற, நிலையற்ற, உறுதியற்ற.
Wavy, *a.* திரையெழும், நிலையற்றுருடித்திரியும்; the wavy sea, திரைகடல், அலைகடல்.
Wax, *s.* மெழுகு, அரக்கு.
Wax, *v.t.* மெழுகிடு.
Wax, *v.i.* வளர், பெருகு.
Wax'-cloth, *s.* மெழுகுசீலை.
Wax'en, *a.* மெழுகினுலுண்டான.
Wax'-work, *s.* மெழுகுப்பிரதிமை.
Way, *s.* வழி, பாதை, மார்க்கம், நெறி, வெட்டி; to show the way, வழிகாட்ட.
Way'farer, *s.* பயணக்காரன், வழிப்போக்கன்.
Way'faring, *a.* பயணம்பண்ணுகிற, யாத்திரைசெய்கிற.
Way'lay, *v.t.* பதிவிரு, சதிசெய்யக்காத்திரு.
Way'less, *a.* வழியில்லாத, பாதையற்ற.
Way'-mark, *s.* வழிக்குறிப்பு, வழிகாட்டுஞ் சின்னம்.
Way'ward, *a.* தன்மூப்பான, முரண்டுள்ள, சொற்கேளாத.
We, *pr.* (excluding the party or parties spoken to), நாங்கள்; (including the speaker and those spoken to), நாம், யாம்.
Weak, *a.* பலவீனமுள்ள, தளர்ச்சியுள்ள, மெலிந்த.
Weak'en, *v.t.* தளர்த்து, மெலிவி, பலங்குறை.
Weak'hearted, *a.* அஞ்சுநெஞ்சுள்ள.
Weak'ling, *s.* நொய்யது, சவலை.
Weak'ness, *s.* சோர்வு, தளர்ச்சி, அசக்தி, பலவீனம்; to confess one's weakness, தளர்ச்சிசொல்ல.
Weak'side, *s.* குறை, குற்றம், தாழ்ச்சி.
Weal, *s.* வாழ்வு, செல்வம், பாக்கியம்.
Wealth, *s.* செல்வம், திரவியம், பொருள், சம்பத்து.
Wealth'y, *a.* செல்வமுள்ள, பாக்கியமுள்ள, வாழ்வுள்ள.
Wean, *v.t.* பால்மறக்கப்பண்ணு, முலைமறப்பி; a weaned calf, பால்மறந்த கன்று.
Wean'el, Wean'ling, } *s.* பால்மறந்த பிள்ளை.

Weap'on, *s.* ஆயுதம், கருவி, படை, அஸ்திர ஏஸ்திரம்.
Weap'onless, *a.* நிராயுத, படைக்கலமில்லாத.
Wear, *s.* தேய்வு, உரைவு, அரைவு.
Wear, *v.t.* அணி, தரி, பூணு.
Wear, *v.i.* தேய், உரை, குறை, இளை; to wear out, தேய; worn out, as an implement, தேய்கடை; it is better to wear out, than to rust out, இருப்பாயுதம் துருவேறிக்கெடுதலினும் வேலையால் தேய்வது நலம்.
Wear'er, *s.* தரிப்பவன், அணிபவன், பூண்பவன்.
Wea'riness, *s.* அலுப்பு, இளைப்பு, ஆயாசம், தளர்ச்சி, களை.
Wea'risome, *a.* அலுப்புள்ள, தொய்வுள்ள.
Wea'ry, *v.t.* தளர்வி, ஆயாசப்படுத்து, வேசாறப்பண்ணு.
Wea'ry, *s.* & *a.* இளைப்பான, அலுப்புள்ள, தளர்ச்சியான.
Wea'sand, *s.* சுவாசக்குழல், குரல்வளை.
Wea'sel (wē'zl), *s.* ராஜகிரி.
Weath'er, *s.* காலசுபாவம், காலவேற்றுமை, காலபேதம்.
Weath'er, *v.t.* காலபேதசங்கடம் மேற்கொள்ளு.
Weath'er-beaten, *a.* மழை-வெயில்-காற்றிலடியுண்ட.
'eath'er-cock, *s.* காற்றுக்காட்டி, காற்றூடி, டாயுத்தானி.
Weath'er-driven, *a.* காற்றுப்பறக்கடித்த.
Weath'er-glass, *s.* வாயுமாணி, அனிலபாரகி.
Weath'er-proof, *a.* காற்றுமழையாற்பீடிக்கப்படாத.
Weath'er-spy, *s.* (Rare) காலக்குறிசொல்பவன்.
Weath'er-wise, *a.* காலக்குறி சொல்லுந்திறமுள்ள.
Weave, *v.t.* நெய், நெசவுபண்ணு.
Weav'er, *s.* நெசவுகாரன், நெய்வான், காருகன்.
Web, *s.* நெய்யப்பட்டது.
Web'bing, *s.* கச்சு.
Web'-footed, *a.* தோலடியுள்ள, தோற்காலுள்ள.
Wed, *v.t.* விவாகமுடி, கல்யாணஞ்செய், மணம்புரி.
Wed'ded, *p.a.* விவாகமுடித்த, விட்டுப்பிரியாத.
`ling, *s.* விவாகம், கல்யாணம், வதுவை

Wedding'-clothes, *s.* கலியாணக்கோலம்
Wedding'-feast, *s.* கலியாணவிருந்து.
Wedge, *s.* ஆப்பு; of metal, டாளி.
Wedge, *v.t.* ஆப்புக்கடாவு, ஆப்படி, ஆப்பறை.
Wed'lock, *s.* கல்யாணம், விவாகம்.
Wednes'day (wĕd'dnz-dā), *s.* புதன்கிழமை, புதவாரம்.
Wee, *s.* (Scot and Pro. Eng. Colloq U. S.) அற்ப, சொற்ப.
Weed, *s.* களை, களைப்புல், பூடு.
Weed, *v.t.* களைகள், களைபிடுங்கு, களைபறி, களைகொத்து; weeded corn, களைகட்டபயிர்.
Weed'er, *s.* களைகட்பவன், களைபறிப்பவன்.
Weed'-hook, } **Weed'ing-hook**, } *s.* களைகோல், களைக்கொட்டு.
Weed'less, *a.* களையில்லா.
Weed'y, *a.* களைகிளைத்த.
Week, *s.* வாரம், கிழமை.
Week'-day, *s.* ஓய்வுநாளல்லாததினம்.
Week'ly, *a.* வாரத்திற்கொருமுறையான, வாரவீதமான.
Ween, *v.t.* நினை, உத்தேசி, மனோரதியப்பண்ணு.
Weep, *v.i.* கண்ணீர்விடு, அழு, பிரலாபி; to weep bitterly, மனங்கசிந்தழ.
Wee'vil, *s.* அந்து, பொட்டு.
Weft, *s.* உண்டை, தார்நூல், ஊடு.
Weft'age, *s.* நெசவு, பின்னல்.
Weigh (wā), *v.t.* நிறு, தூக்கு, எடு, சீர் பார்.
Weigh, *v.i.* கன, தாழ்; எண்.
Weight, *s.* நிறை, பாரம், படிக்கல், எடை, to make up a weight equal to a given thing, நிறைகட்ட.
Weight'y, *a.* கனமான, பிரதான, விசேஷமான.
Wel'come, *s.* வாழ்த்து, சோபனம், விருந்தோம்புகை, உபசாரம்.
Wel'come, *v.t.* அங்கிகரி, உபசரி, நன்முகங்கொடு.
Wel'come, *a.* இன்பமான, அங்கிகரிக்கப்படத்தக்க.
Wel'comer, *s.* வாழ்த்துவோன்.
Weld, *v.t.* பற்றவை, ஓசை.
Wel'fare, *s.* சுகம், க்ஷேமம், க்ஷேமலாபம்.
Wel'kin, *s.* (obs.) ஆகாயமண்டலம்.
Well, *s.* கிணறு, கூவம்.
Well, *a.* சுகமுள்ள, சுகமான.
Well, *ad.* சுகமாய், சொஸ்தமாய், கெட்டியாய், திறமாய், நன்றாய்; well conducted, சுசீல.

Well'aday, *int.* ஐயோ, அந்தோ.
Well'-being, *s.* சுகஜீவியம், வாழ்வு.
Well'bred, *s.* ஒழுங்காய் வளர்க்கப்பட்ட, நாகரீகமுள்ள.
Well'-disposed, *a.* சீலசம்பன்ன, சுசீல.
Well'-favoured, *a.* சௌந்தரிய, இலக்ஷணமுள்ள.
Well'-known, *a.* லோகப்பிரசித்த; one well-known, விக்கியாதன்.
Well'-meant, *a.* நல்லெண்ணமுள்ள.
Well'-nigh, *ad.* கொஞ்சங்குறைய.
Well'-spent time, *s.* சற்காலக்ஷேபம்.
Well'-spring, *s.* கிணற்றூற்று.
Well'-sweep, *s.* ஏற்றம், ஏற்றமரம்.
Well-wish'er, *s.* அன்பன், நண்பன், பரோபகாரி.
Wel'ter, *v.i.* புரளு, தவளு.
Wen, *s.* கழலை, கழலைக்கட்டி, ஒடுக்கட்டி, சூலைத்திரட்சி.
Wench, *s.* குமரி, சிறுக்கி.
Wend, *v.i.* திரி, செல்.
West, *s.* மேற்கு, மேற்றிசை, குடக்கு.
West'ern, *a.* மேற்கிலுள்ள, மேற்றிசையான.
West'ward, **West'erly**, } *ad.* மேற்காய், மேற்றிசையாய்.
Wet, *v.t.* நனை, ஈரக்கச்செய், தோய்.
Wet, *a.* ஈரமான, நனைந்த, ஈர்ச்சித்த, கசிவான; close of the wet-crop harvest, தாள்மடங்கல்; land paying tax in money, தீர்வை நன்செய்.
Weth'er, *s.* விரையெடுத்த ஆட்டுக்கடா.
Wet'-nurse, *s.* முலைத்தாய், கைத்தாய், கோடாய்.
Wet'-shod, *a.* பாதரக்ஷை நனைந்த.
Whale, *s.* திமிங்கிலம்.
Whale'bone, *s.* திமிங்கிலமுள்.
Wharf, *s.* ஏற்றிறக்குமதி பண்ணுஞ் செய்கரை, துறை.
Wharf'age, *s.* ஏற்றிறக்குமதிக்கூலி, கரைவாடகை.
Wharf'inger, *s.* ஏற்றிறக்குமதி செய்வோன்.
What, *pr.* என்ன, எது, யாது.
Whatev'er, **Whatsoev'er**, } *pr.* எதாகிலும், யாதெனிலும்.
Wheat, *s.* கோதுமை.
Wheat'en, *a.* கோதுமையாலுண்டான.
Whee'dle, *s.* முகமன், இச்சகச்சொல், ஆசைவார்த்தை.
Whee'dle, *v.t.* மயக்கு, ஏய், இச்சகவசனத்தால் வசி.
Wheel, *s.* உருளை, சக்கரம்; a potter's wheel, தட்டு, குயவன் திரிகை.
Wheel, *v.t.* உருட்டு, பண்டிமேலேற்றிப்போ.
Wheel, *v.i.* உருளு, சுழலு, திரும்பு.
Wheel'barrow, *s.* ஒரு சக்கரப்பண்டி.
Wheel'-wright, *s.* சக்கரமுண்டாக்குவோன்.
Wheeze, *v.i.* ஈழையிழு.
Whelk, *s.* தினை, பரு.
Whelm, *v.t.* ஆழவமுக்கு, அமிழ்.
Whelp, *s.* நாய்-நரி-சிங்கமுதலியவற்றின் குட்டி.
Whelp, *v.* நாய-நரி-சிங்கமுதலிய குட்டிபோடுகிறது.
When, *ad.* எப்பொழுது, எந்நேரம், பொழுது, வேளை
Whence, *ad.* ஆகவே.
Whence, *ad.* எங்கே, எங்கிருந்து.
Whenev'er, *ad.* எப்பொழுதாகிலும்.
Where, *ad.* எங்கே, எவ்விடம், எவ்விடத்தில்.
Where'about, *ad.* எவ்விடத்தில், எங்கே.
Whereas', *ad.* ஆதலால், அப்படியிருக்க, என்றாலும்.
Whereat', *ad.* எதனால்.
Whereby', *ad.* எதனால், ஆதலால்.
Where'fore, *ad.* எதற்காக, எதனால், ஆதலால்.
Wherein', *ad.* எதில், யாதில்.
Whereof', *ad.* எதைப்பற்றி.
Wheresoev'er, **Wherev'er**, } *ad.* எவ்விடத்திலாகிலு எங்கேயென்றாலும், எவ்விடத்திலும்.
Whereupon', *ad.* எதனால், எதைப்பற்றி.
Wherewithal', *ad.* எதனால், எதனோடு.
Wher'ry, *s.* ஒருவகைத் தோணி.
Whet, *v.t.* கூராக்கு, சாணைபிடி, தீட்டு தூண்டு.
Whet, *s.* சாணைபிடித்தல், சாணை.
Wheth'er, *ad.* எதுவாகிலும்.
Whet'stone, *s.* சாணைக்கல், சிலாவட்டம்.
Whet'ter, *s.* சாணைக்காரன், சாணைபிடிப்போன்.
Whey, *s.* மோர்.
Which, *pr.* எது, யாது, எந்த.
Whichev'er, *pr.* எதாகிலும், யாதாகிலும்.
Whiff, *s.* புகை, ஆவி, ஒருவிசை எழும்பும் புகை.
Whif'fle, *v.i.* திரம்பு, தளம்பு, புரளு.
While, *s.* வேளை, பொழுது, நேரம்.
While, **Whilst**, } *ad.* நடக்கையில், பொழுது, பொழுது, வேளையில்.

Whil'ere, *ad.* (obs.) சற்றுமுன்.
Whim, *s.* எண்ணம், கோட்பாடு, நினைப்பு, சாபல்யம்.
Whim'per, *v.i.* சிணுங்கு, விம்மியழு.
Whim'sey, *s.* கிறுது, நிலையற்றதன்மை, மனோரதம்.
Whim'sical, *a.* கிறுதுள்ள, நிலையற்ற, எண்ணமுள்ள.
Whine, *v.i.* சிணுங்கு, அனுங்கு.
Whin'ing, *v.n.* சிணுக்கம், அனுக்கம், குணுகுணுப்பு.
Whin'yard, *s.* வாள், கட்கம்.
Whip, *s.* சவுக்கு, கசை, சம்மட்டி, சாட்டை, கொறடா.
Whip, *v.t.* சவுக்கினாலடி, கசையாலடி.
Whip, *v.i.* ஓடு, நுழை.
Whip'per, *s.* சவுக்கடியடிப்பவன்.
Whip'ping-post, *s.* கட்டியடிக்குந்தறி, மொட்டைமரம்.
Whip'saw, *s.* சட்டவாள், ஈர்வாள்.
Whip'-snake, *s.* கண்குத்திப்பாம்பு.
Whip'ster, *s.* சுறுக்கன், துடியன்.
Whip'-stock, *s.* சவுக்குக்கைப்பிடி, சவுக்குக்கோல்.
Whirl, *s.* சுழி, சுழற்சி, சுழல்வு.
Whirl, *v.* சுழற்று, சுற்று, வீசு, சுழல், அலமரு.
Whirl'-bone, *s.* முழங்காற்சில்.
Whirl'igig, *s.* காற்றாடி, கறங்கு.
Whirl'pool, *s.* நீர்ச்சுழி.
Whirl'wind, *s.* சுழிகாற்று, சுழல்காற்று சூறைக்காற்று.
Whisk, *s.* துடைப்பம், விளக்குமாறு, வாருகோல், மார்ச்சனி.
Whisk, *v.* துடை, வீசு, துரிதமாய்நட.
Whisk'er, *s.* கன்னமீசை; (used chiefly in the plural).
Whis'ky, *s.* ஒருவகைச் சாராயம்.
Whis'per, *v.* காதுக்குட்பேசு, இரகசியம் பேசு, குசுகுசு.
Whis'perer, *s.* குசுகுசுப்போன்; a malicious, காதோதி.
Whis'peringly, *ad.* குசுகுசென.
Whist, *s.* கடிதாசி விளையாட்டு.
Whist, *int.* அமைந்திரு, பேசாதே.
Whis'tle (whĭs'sl), *s.* சீழ்க்கை, சீக்காரம், சீக்காரக்குழல்.
Whis'tle, *v.i.* சீக்காரஞ்செய், இரை.
Whit', *s.* அற்பம், அணு.
White, *s.* வெண்மை, வெள்ளை, சுவேதம்; of the eye, வெள்ளைவிழி; of an egg, வெள்ளைக்கரு, வெண்கரு.
White, *v.t.* வெண்மையாக்கு, சலவை பண்ணு.
White, *a.* வெண்மையான, வெள்ளைநிறமுள்ள, சுவேதவர்ண; that which is white, வெளிது; to be exceedingly white, வெள்ளைவெளேரென்றிருக்க.
White-ants, *s.* செல், கறையான், சிதலை.
White'lead, *s.* வெள்ளீயம், வெள்ளை.
Whiten, *v.* வெண்மையாக்கு, வெண்மையாகு, வெளிறு, வெளு.
Whites, *s.* வெள்ளை, மேகவெட்டை.
White'smith, *s.* பூட்டுமுதலான இரும்பு வேலை செய்வோன்.
White'wash, *s.* குழைசுண்ணாம்பு.
White'wash, *v.t.* குழைசுண்ணாம்பு பூசு, வெள்ளையடி.
Whith'er, *ad.* எங்கு, எங்கே.
Whit'ish, *a.* சற்றுவெண்மையான, வெளிறின.
Whit'leather, *s.* படிகாரத்திற் பதஞ்செய்த தோல்.
Whit'low, *s.* உகிர்ச்சுற்று, நகச்சுற்று.
Whit'ster, *s.* (obs.) வெளுப்போன், வண்ணான்.
Whit'tle, *s.* மடிக்கத்தி.
Whit'tle, *v.t.* சீவு, கதுவு.
Whiz, *v.i.* விண்ணிடு, சில்லிடு, கிறீச்சென்.
Who (hoo), *pr.* ஆர், யார், யாவர், யாவன், எவன், எவள், எவர்.
Whoev'er, *pr.* ஆராகிலும், எவனாகிலும், எவனோ, எவனோ.
Whole (hōl), *s.* முழுவதும், எல்லாம், சமஸ்தம், முழுமை.
Whole, *a.* முழு, நிறைவான, எல்லா, மொத்தரூபமான, சமஸ்த.
Whole'sale, *s.* மொத்தவிலை, ஒரொட்டு.
Whole'some, *a.* சுகமுள்ள, சொஸ்தமுள்ள, சௌக்கிய.
Whole'someness, *s.* சுகம், சௌக்கியம், சுவாத்தியம்.
Whol'ly, *ad.* ஏகத்துக்கு, தீர, முழுதும், சமூலமாய், ஆக, அற.
Whom (hoom), *pr.* ஆரை, யாரை, எவனை, எவளை.
Whoop, *s.* கூவெனல், கூக்குரல், கூவிளி, கூவல்.
Whore (hōr), *s.* வேசி, வேசை, பரத்தை, பொதுப்பெண், விலைமகள்.
Whore'dom, *s.* வேசித்தனம், விபசாரம்.
Whore'monger, *s.* தூர்த்தன், காமாதுரன், பரஸ்திரீகமனன்.
Whose (hooz), *pr.* ஆருடைய, எவருடைய, எவனுடைய.

Whosoev'er, *pr.* எவனாகிலும், எவனும், எவளாகிலும்.
Why, *ad.* ஏன், என்னத்தினால், ஏது, யாது நிமித்தமாய்.
Wick, *s.* வர்த்தி, விளக்குவர்த்தி, விளக்குத் திரி.
Wick'ed, *a.* துடுக்குள்ள, பொல்லாத, துரோகமுள்ள; a wicked man, விஷமன்; a wicked life, துஷ்டாட்டம்.
Wick'edness, *s.* பொல்லாங்கு, தீவினை, மலினம், விஷமம், அகடு, ஆகாமியம், அதிக்கிரமம், குறும்புத்தனம்.
Wick'er, *a.* வளாரினாற்பின்னப்பட்ட.
Wick'et, *s.* ஒடுக்கவாயில், சங்கடம், சுருங்கை.
Wide, *a.* அகன்ற, அகலமான, விரிவான, விசாலமான.
Wide'ly, *ad.* அகலமாய், விரிவாய், விசாலித்து; different, பெரிதும் வித்தியாசமாய்.
Wid'en, *v.t.* பரப்பு, விரி, விசாலமாக்கு.
Wid'en, *v.i.* அகலு, விசாலி.
Wide'ness, *s.* விசாலம், அகலம், விரிவு, இடம்பாடு.
Wid'ow, *s.* கைம்பெண், கைமை, விதவை; young, இளந்தலைக் கைம்பெண்.
Wid'ower, *s.* தாரமிழந்தோன், வைதவ்வியன், விதுரன்.
Wid'ow-hood, *s.* விதவைத்தன்மை, வைதவ்வியம், கைமை.
Widow'-hunter, *s.* விதவையை மணமுடிக்க நாடுவோன்.
Width, *s.* அகலம், விரிவு, விசாலம், பரப்பு.
Wield, *v.t.* இயற்று, நடத்து, செலுத்து.
Wield'less, *a.* இயற்றக்கூடாத, நடத்தக்கூடாத.
Wife, *s.* மனைவி, பாரி, மனையாட்டி, இல்லாள், தாரம், தலைவி.
Wife'less, *a.* மனைவியில்லாத, விவாகமில்லாத.
Wig, *s.* முடிமயிர், பொய்மயிர்.
Wight (wīt), *s.* ஒருவன், ஏகன், ஒன்று.
Wig'wam, *s.* குடிசை, குடில், சிற்றில்.
Wild, *s.* காடு, வனாந்தரம்.
Wild, *a.* பாழான, காடான, துஷ்ட, பொல்லாத.
Wil'der, *v.* வழியைத்தப்பவிடு, வழிதடுமாறச்செய்.
Wil'derness, *s.* வனம், வனாந்தரம், காடு, அடவி.
Wild'-fire, *s.* பஞ்சமுதலிய நெருப்புப்பற்றும் பொருள்.
Wild'goose-chase, *s.* வீண்முயற்சி.
Wild'ness, *s.* காட்டுத்தன்மை வேடத்தன்மை.
Wile, *s.* தந்திரம், சூது, அகடம், விகடம், சர்ப்பனை, கபடம்.
Wile, *v.t.* வஞ்சி, சூதுசெய், ஏமாற்று.
Wil'ful, *a.* தன்மூப்பான, முரண்டுக்குணமுள்ள, அடங்காத.
Wil'fully, *ad.* தன்மூப்பாய், முரண்டுக்குணமாய், மனதறிய, வேணுமென்று.
Wil'fulness, *s.* ஸ்வேச்சை.
Will, *s.* சித்தம், மனம், கருத்து, உள்ளம், தீர்மானம்.
Will, *v.t.* சிந்தி, நினை, தீர்மானம்பண்ணு, துணி, மனஸ்கரி, மனங்கொள்.
Will'ing, *a.* பிரியமுள்ள, மனமுள்ள.
Will'ingly, *ad.* மனமாய், பிரியமாய், பிரீதியாய்.
Will'ingness, *s.* மனம், பிரியம்.
Wi'ly, *a.* தந்திரமுள்ள, நெருடுள்ள, கபடமுள்ள, மாயமான.
Wim'ble, *s.* துறப்பணம், பொத்தனூசி.
Wim'ple, *s.* மேற்போர்வை, முக்காடு.
Win, *v.t.* வெல்லு, கெலி, ஜயி, வெற்றிகாண்.
Wince, *v.* சுருங்கு, துடி, பதை.
Winch, *s.* கம்பிமுறுக்கி, முருக்குங்குறடு.
Wind, *s.* காற்று, வாயு; east, கொண்டல்; west, கோடை; north, வாடை, வடந்தை; south, தென்றல்; south-west wind, கச்சான்.
Wind, *v.t.* சுற்று, நூல்சுற்று.
Wind, *v.i.* சுழலு, சுற்று, உழலு.
Wind'bound, *a.* (Naut.) எதிர்காற்றால் தடைப்பட்ட.
Wind'fall, *s.* காற்றுக்கு உதிர்ந்தது, காத்திராத நயம்.
Wind'-gun, *s.* காற்றுத்துப்பாக்கி.
Wind'gall, *s.* வாயுக்கட்டி.
Wind'iness, *s.* வாயு, வாயுசேஷ்டை.
Wind'ing, *s.* சுற்று, சுற்றுவழி.
Wind'ing-sheet, *s.* முகத்திடு, பிரேதச்சீலை.
Wind'lass, *s.* பாரமெழுப்பி, பாரஞ்சாம்பி.
Wind'mill, *s.* காற்றாலியக்கப்படும் யந்திரம்.
Win'dow, *s.* பலகணி, சாளரம், சாலகம், வாதாயனம்.
Wind'pipe, *s.* குரல்வளை, மிடறு.
Wind'shock, *s.* காற்றுச்சேதம்.
Wind'tight, *a.* வாயு உட்செல்லாத, வாயுக்கட்டு.
Wind'ward, *ad.* காற்றுக்கெதிராய்.
Wind'y, *a.* வாயுவுள்ள, வாயுசேஷ்டையான.

Wine, *s.* திராட்சாரசம், திராட்சாரசபானம்.

Wine'bibber, *s.* திராக்ஷாரச அதிபானி.

Wing, *s.* சிறை, சிறகு, பக்கம், செப்பட்டை, செட்டை; fear adds wings to flight, ட்டத்திற்குப் பயம் இறக்கை.

Wing'ed, *a.* இறகுள்ள, சிறகுள்ள.

Wing'-footed, *a.* விரைவான, கதியான, வேகமான.

Wing'less, *a.* சிறகில்லா.

Wink, *s.* இமை, இமைகொட்டு, சிமிட்டு, கண்சமிக்கை.

Wink, *v.i.* இமைசிமிட்டு, இமைகொட்டு.

Wink'ingly, *ad.* கண்ஜாடையாய்.

Win'ner, *s.* வெல்வான், கெலிப்பவன்.

Win'ning, *s.* நயம், ஆதாயம், வெற்றி.

Win'ning, *p.a.* வசியமுள்ள, மதுரமான, இதமான.

Win'now, *s.* முறம், சுளகு.

Win'now, *v.t.* தூற்று, புடை.

Win'ter, *s.* மாரிகாலம், கார்காலம், சீதள காலம், சீதகாலம்.

Win'ter, *v.i.* மாரிக்கொதுங்கு.

Win'terly, **Win'try**, } *a.* மாரிக்கடுத்த, குளிரான.

Wi'ny, *a.* திராக்ஷரசபானத்தின்சுவையுள்ள.

Wipe, *s.* துடைத்தல், வழித்தல்.

Wipe, *v.t.* துடை, வழி, சீ.

Wire, *s.* கம்பி, சரடு, தந்தி.

Wire'-drawer, *s.* அச்சிலே கம்பியிழுப்பவன்.

Wi'ry, *a.* கம்பியாற்செய்த, கம்பிபோன்ற.

Wis'dom, *s.* ஞானம், அறிவு, உணர்வு, விவேகம், மதி.

Wise, *s.* வழி, விதம், பிரகாரம், மேனா.

Wise, *a.* ஞானமுள்ள, புத்தியுள்ள, அறிவுள்ள, சூகமுள்ள; the wise, அறிஞர், உரவோர்; a wise woman, விதுஷீ.

Wise'acre, *s.* மூடன், மட்டி.

Wise'ly, *ad.* புத்தியாய், சூகமாய், செம்மையாய்.

Wish, *s.* விருப்பம், ஆசை, ஆவல், அவா, மனோரதம்.

Wish, *v.i.* விரும்பு, மனங்கொள்ளு.

Wish'ful, *a.* அவாவுள்ள, விருப்பமுள்ள.

Wish'fully, *ad.* விருப்பமாய், ஆவலாய்.

Wisp, *s.* வைக்கோற்கட்டு, வைக்கோற்கற்றை, புற்கற்றை.

Wist'ful, *a.* கருத்துச்செலுத்துகிற, நினைப்புள்ள.

Wit, *s.* ரசிகோத்தி, புத்தி, சூழ்ச்சி, விவேகம், யுக்தி, உபாயம், தீவிரபுத்தி, புத்திசாதுரியம்; a great wit, பெரும்புத்திசாலி, மிக சாதுரியன்

Wit, *v.i.* அறி, as in to wit.

Witch, *s.* மாயினி, பூதனை, இடாகினி, குசலக்காரி, மாந்திரீயஸ்திரீ.

Witch'craft, *s.* குசலம், சல்லியம், மாந்திரியம், ஒட்டியம்.

With, *prep.* கூட, உடன், ஓடு, கிட்ட, ஆல்; I trust you with this secret, உன்னை நம்பி இந்த ரகசியத்தைச் சொல்லுகிறேன்; he finds fault with it, அதிற் குற்றங் கூறுகிறான்; one with another, சராசரி.

Withal', *ad.* கூட, உம்.

Withdraw', *v.t.* நீக்கு, பிரி, போக்கு, எடு.

Withdraw', *v.i.* நீங்கு, பிரி, பின்வாங்கு, விடு.

Withdraw'ing-room, *s.* ஒதுக்கறை.

Withe, *s.* மிலாறு, முறுக்கின கொடி.

With'er, *v.* வதங்கு, வாடு, உலர், வாட்டு, உலர்த்து.

With'ers, *s.* (*pl*). குதிரைக் கழுத்துப் பொருத்து.

Withhold', *v.t.* பிடி, கொடாமல் வைத்துக்கொள்.

Within, *prep.* உள், உள்ளே, இல், இடையே; within ten days, பத்துநாளுக்குள்; within doors, வீட்டுக்குள்; within and without, உள்ளும் புறமும்; within sight, கண்ணுக்கெட்டுந் தூரத்தில்; he was within a little of losing his life, அவன் பிராணசேதமடையச் சற்றுத் தப்பினான்.

Without', *prep.* இல்லாமல், ஒழிய, இன்றி, அன்றி, தவிர; without ornament, அணியின்றி, நகையின்றி; without doubt, சந்தேகமின்றி, சமுசயமில்லாமல்.

Withstand', *v.t.* எதிர், மறி, விரோதி, தடு.

Wit'less, *a.* புத்தியீனமுள்ள, அவிவேக, மந்த.

Wit'ling, *s.* புத்திமானென்றெண்ணங்கொண்டவன்.

Wit'ness, *s.* சாக்ஷி, சான்று.

Wit'ness, *v.t.* காண், சாக்ஷிக்கையொப்பமிடு, சாக்ஷிசொல்லு.

Wit'ticism, *s.* உபாயம், யுக்தி, கோமாளம், ரசிகவாக்கியம், ரசிகோத்தி, விநோதவாக்கியம், சரசவாக்கியம்.

Wit'tily, *ad.* உபாயமாய், தந்திரமாய், யுக்தியாய்.

Wit'tingly, *ad.* அறிந்து, தந்திரமாய்.

Wit'ty, *a.* சரச, புத்தியுள்ள, சூழ்ச்சியுள்ள; a witty person, விதூஷகன்.

Wive, *v.t.* விவாகஞ்செய், மணஞ்செய்.

Wiz'ard, *s.* குசலக்காரன், மாந்திரிகன், குறிசொல்வோன்.

Wiz'en, *v.i.* வாடு, உலர்.
Woe, *s.* துக்கம், வியாகுலம், துக்கப்பாடு, துர்க்கதி; woe to you, உங்களுக்கையோ.
Woe'begone, *a.* சஞ்சலத்தில் மூழ்கிய.
Wo'ful, *a.* துக்கமான.
Wold, *s.* மைதானம்.
Wolf (wulf), *s.* ஓநாய், தோண்டான்.
Wom'an, *s.* ஸ்திரீ, பெண், மனுஷி.
Wom'an, *v.t.* (Rare) பெண்டன்மையுண்டாக்கு.
Wom'an-hood, *s.* பெண்மை.
Wom'anish, *a.* பெண்டன்மையான, ஸ்திரீக்கடுத்த.
Wom'ankind, *s.* பெண், உயர்திணைப் பெண்பாற்பொது.
Wom'anly, *a.* பெண்ணுக்கு யோக்கியமான, பெண்பாலார்க்குரிய.
Womb (wôm), *s.* கருப்பை, கருப்பாசயம், கருக்குழி.
Won'der, *s.* அதிசயம், ஆச்சரியம், சித்திரம்.
Won'der, *v.i.* அதிசயப்படு, ஆச்சரியப்படு, பிரமி.
Won'derful, *a.* பிரமிப்பிக்கிற, அதிசயமுண்டாக்குகிற, விசித்திரமான.
Won'der-struck, *a.* பிரமையடைந்த, திகைத்த.
Won'der-working, *s.* அதிசயம்செய்கிற, அற்புதம்செய்கிற.
Won'drous, *a.* அதிசயமான, ஆச்சரியமான, பிரமிப்பான.
Wont, *s.* வழக்கம், பழக்கம், பயிற்சி.
Wont, *a.* வழக்கப்பட்ட, பயின்ற.
Wont'ed, *a.* அப்பியாசப்பட்ட, பயின்ற, கைகண்ட.
Wont'less, *a.* (obs). பழக்கமற்ற, வழக்கமில்லாத.
Woo, *v.t.* வேண்டிக்கேள், நய, நேசங்காட்டு.
Wo'oingly, *ad.* வாக்குவசியமாய், பிரியமாய்.
Wood, *s.* மரம், தோப்பு, வனம், சோலை, ஆராமம், சிறுகாடு.
Wood-apple-tree, *s.* விளா, வெள்ளில்.
Wood'bine, *s.* (Bot.) ஒரு பூங்கொடி.
Wood'cock, *s.* காட்டுக்கோழி.
Wood'ed, *a.* மரஞ்செறிந்த.
Wood'en, *a.* மர, மரத்திற்செய்த.
Wood'-god, *s.* வனதெய்வம்.
Wood'-hole, *s.* மரத்தொட்டி.
Wood'land, *s.* மரமடர்ந்தநிலம், காட்டுநிலம்.
Wood'-louse, *s.* மரவட்டை, வள்ளட்டை.
Wood'man, }
Woods'man, } *s.* காடுகாப்பவன், வேட்டைக்காரன்.
Wood'-monger, *s.* மரம்விற்பவன்.
Wood'-nymph, *s.* வனதேவதை.
Wood'pecker, *s.* தச்சன்குருவி, மரங்குத்திப்புள்.
Wood'-pigeon, *s.* காட்டுப்புரு.
Wood'-ward, *s.* (Eng.) காடுகாப்பவன்.
Wood'-worm, *s.* உசு, உளு.
Wood'y, *a.* மரச்செறிவான, விருக்ஷாகாரமான.
Woof, *s.* ஊடு, தார்நூல், உண்டைநூல்.
Wool, *s.* செம்மறியாட்டுரோமம்.
Wool'-comber, *s.* ஆட்டுரோமச் சிக்கெடுப்பவன்.
Wool'fell, *s.* மயிர்த்தோல், உரோமத்தோல்.
Wool'len, *a.* ஆட்டுமயிராலாகிய, கம்பளியாலான.
Wool'len, *s.* மயிர்ச்சீலை, வயிரியம், மயிரகம்.
Wool'len draper, *s.* ஆட்டுரோமச் சவுளி வர்த்தகன்.
Wool'ly, *a.* உரோமமுள்ள, உரோமம் போன்ற.
Wool'-pack, }
Wool'-sack, } *s.* ஆட்டுரோமப்பை.
Word, *s.* சொல், வார்த்தை, மொழி, வசனம், பெயர், பதம், வாக்கு; by word of mouth, வாய்விசேஷமாய்; meaning of a word, சத்தார்த்தம், சப்தார்த்தம்.
Word'-catcher, *s.* சொல்லைப்பிடித்து நிற்பவன்.
Word'iness, *s.* சொற்பொழிவு, வாசாலம்.
Word'ing, *s.* வசனப்போக்கு, பாஷைப்போக்கு.
Word'less, *a.* சொல்லில்லா, மௌன.
Word'y, *a.* சொற்பொழிவான, சொல்மிகுந்த.
Work, *s.* வேலை, பணிவிடை, தொழில், செய்கை, கருமம்; done by compulsion without pay, அமிஞ்சி; reward of good works, புண்ணியபலம்.
Work, *v.t.* வேலைசெய், பணிசெய், தொழில்செய், செய்.
Work, *v.i.* கொதி, நொதி, பொங்கு, புளி, நுரை.
Work'-fellow, *s.* வேலைக்கூட்டாளி, கூடவேலைசெய்பவன்.
Work'house, *s.* எளியவர் தொழிற்சாலை.
Work'ing-day, *s.* வேலைசெய்யுநாள்.
Work'man, *s.* வேலைக்காரன், தொழில்செய்பவன், விச்சுவன்.
Work'manship, *s.* கைவேலை, கம்மியம், கைவினை, செய்காரியம்.
Work'-shop, *s.* கம்மாலை, தொழிற்சாலை, வினைசெய்யிடம், பட்டடை, கர்மசாலை, சிற்பசாலை.

orld, *s.* உலகம், உலகு, பூமி, புவனம், விசுவம்; this world, இகம், இம்மை; the other world, பரம், பரலோகம்; the world, உலகம், உலகோர்.
Vorld'ling, *s.* லௌகிகன், உலகன், உலக சம்பாத்தியன், உலகப்பிரியன், லோபி.
orld'ly, *a.* லௌகிக, உலகத்திற்கடுத்த.
orldly-mind'-edness, *s.* லௌகிகசிந்தை.
World'-wide, *a.* லோகப்பிரசித்தமான; fame, நாற்றிசையுமெட்டிய கீர்த்தி; scandal, லோகாபவாதம்.
Worm, *s.* புழு, கிருமி, பொட்டு.
Worm, *v.t.* அரி, கோது.
Worm'-eaten, *a.* புழுக்கடியான, ஊழ்த்த, சொத்தையான; a worm-eaten fruit, சொத்தைக்காய்.
Worm'wood, *s.* எட்டி, காஞ்சிரை.
Worn (*p.p.* of Wear which see.)
Wor'rier, *s.* தொந்தரைசெய்பவன், அலைக் கழிப்பவன்.
Wor'ry, *v.t.* தொந்தரைசெய், அலைக்கழி, தொல்லைப்படுத்து.
Worse, *a.* & *ad.* அதிககேடுள்ள, அதிககே டாய்.
Wor'ship, *s.* வழிபாடு, வணக்கம், ஆராதனை, நமஸ்காரம், வந்தனம், உபாசனை.
Wor'ship, *v.t.* வணங்கு, தொழு, ஆராதி.
Wor'shipful, *a.* கனமுள்ள, கனம்பொருந் திய, வணங்கப்படத்தக்க.
Wor'shipper, *s.* தொழுவோன், தொண்டன்.
Worst, *a.* & *ad.* நீசமான, அறக்கேடுள்ள, அறக்கேடாய்.
Worst, *v.t.* வெல்லு, ஜயி.
Worst'ed, *s.* ஆட்டுரோமநூல், கம்பளிநூல்.
Worth, *s.* பாத்திரம், பேறு, பெறுமானம், பெறுமதி, யோக்கியதை, குணம்.
Wor'thily, *ad.* பாத்திரமாய், தகுதியாய், யோக்கியமாய்.
Wor'thiness, *s.* பாத்திரம், யோக்கியம், தகுதி.
Worth'less, *a.* அபாத்திரமான, தாழ்வான, உதவாத, ஆகாத; a worthless fellow, ஒன்றுக்குமாகாதவன், இழிஞன்.
Wor'thy, *a.* பாத்திரமான, யோக்கியமுள்ள, முக்கியமான; a worthy, pious, virtuous man, சற்பாத்திரம்.
Wot, *v.* (obs.) அறி, தெரி.
Would, *aux. v.* விரும்பு, ஆசி.
Wound, *s.* காயம், ரணம், ஊறு.
Wound, *v.t.* காயப்படுத்து, ஊறுபடுத்து, தமும்பாக்கு; to wound the heart, மன தைப் புண்ணுக்க.
Wound'less, *a.* காயமற்ற.
Wran'gle, *v.i.* சண்டைபிடி, கம்பஞ்கட்டு.
Wran'gler, *s.* உக்கிரதர்க்கன், சண்டைக் காரன்.
Wran'gling, *s.* உக்கிரதர்க்கம்.
Wrap, *v.t.* சுற்றிக்கட்டு, சுற்று.
Wrap'per, *s.* சுற்று, போர்வை.
Wrath, *s.* கடுங்கோபம், உக்கிரம், குரோதம், வெம்பல்.
Wrath'ful, *a.* குரோதமான, மூர்க்கமான, கடுங்கோபமுள்ள.
Wrath'less, *a.* கடுங்கோபமற்ற.
Wreak, *s.* (obs.) பழி.
Wreak, *v.* பழியெடு, வன்மஞ்செலுத்து.
Wreath, *s.* சூட்டுமாலை, தோரணமாலை, முடி மாலை.
Wreath, } *v.t.* சூட்டு, பின்னு, மாலை
Wreathe, } தொடு.
Wreck (rĕk), *s.* சின்னபின்னம், சேதம்.
Wreck, *v.t.* மோதியுடை, சேதப்படுத்து, அக் கப்பாடுபடுத்து.
Wren (rĕn), *s.* ஒருவகைக்குருவி.
Wrench, *s.* பறிப்பு, பிடிப்பு, முறுக்கு.
Wrench, *v.t.* திருகு, திருகிப்பறி, முறுக்கு, நெரி.
Wrest, *v.t.* புரட்டு, முறுக்கு, பிடுங்கு.
Wres'tle (res'sl), *v.i.* மல்லுக்கட்டு, மல்லுப் பிடி.
Wres'tler, *s.* மல்லன்.
Wres'tling, *s.* மல், மற்போர், மல்லாட்டம்.
Wretch, *s.* நிர்ப்பந்தன், பாதகன், ஈனன், துர்ச்சனன், தோஷி, கடைகெட்டவன்.
Wretch'ed, *a.* இழிவுள்ள, ஏழ்மையான, ஈனமான.
Wretch'edly, *ad.* ஈனமாய், நீசமாய்.
Wrig'gle, *v.i.* நெளி, கெந்து, ஆடு, அசை.
Wright, *s.* கம்மாளன், கம்மியன், ஒடாவி.
Wring, *v.t.* பிழி, முறுக்கு.
Wring, *v.i.* முறுகு, திருகு, திரும்பு, உழலு.
Wrin'kle, *v.i.* சுருக்கு, மடிப்பு, திரைவு, திரை.
Wrin'kle, *v.i.* சுருங்கு, மடி, திரை.
Wrist, *s.* மணிக்கட்டு, மணிபந்தம், கிளுத்தம், கைக்கரடு.
Wrist'band, *s.* கைச்சட்டைமுனைமடிப்பு.
Writ, *s.* எழுதப்பட்டது, லிபி, சாதனம்.
Write, *v.t.* எழுது, தீட்டு, வரை, பொறி.
Writ'er, *s.* லிகிதன், இலேககன், ஆசிரியன்.
Writhe, *v.i.* துடி, உழலு, புரளு.
Writ'ing, *s.* எழுத்து, லிபி, சாதனம், பிர பந்தம்.

Writ'ing-master, *s.* கையெழுத்துப் பழக்கும் உபாத்தி.
Wrong, *s.* தீங்கு, குற்றம், பிழை, தவறு, நியாயக்கேடு.
Wrong, *v.t.* தீங்குசெய், தப்பிதஞ்செய், அநியாயஞ்செய்.
Wrong, *a* தப்பிதமான, குற்றமுள்ள.
Wrong'doer, *s.* தீங்குசெய்பவன், அதிக்கிரமன்.
Wrong'fully, *ad.* தீங்காய், அநீதமாய்.
Wrong'headed, *a.* மாறுபாடுள்ள, துர்ப்புத்தியுள்ள, தப்பபிப்பிராயமுள்ள.
Wroth, *a.* கோபிக்கிற, உக்கிரமுள்ள, குரோதமுள்ள.
Wrought, *p.a.* செய்யப்பட்ட, செய்த, தீர்ந்த.
Wry, *a.* கோணலான, நேரில்லாத, வளைந்த, திருகலான; to make a wry face, முகத்தைக் கோணவைக்க.

X.

Xe'bec (ze'bec), *s.* மூன்றுபாய்மரச் சிற்றுரு.
Xeroph'agy (ze-rof'a-jy), *s.* உலர்ந்த போஜனமுண்ணல்.
X-rays, *s.* மறைந்தது காட்டும் கிரணங்கள்.
Xylog'raphy (zī-lŏg'ra-fy), *s.* மரத்திற் சித்திரித்தல்.

Y.

Yacht (yát), *s.* கப்பல், சிறு உல்லாசக் கப்பல்.
Yak, *s.* கவரிமா, மானமா.
Yam, *s.* ஒருவகைக்கிழங்கு.
Ya'ma, *s.* (Hindoo Myth.) நமன், யமதர்மராஜா.
Yard, *s.* கஜம், மூன்றடிகொண்ட அளவு; முற்றம், கப்பற்பாய்தாங்கி, அங்கணம்.
Yard'-wand, *s.* கஜக்கோல்.
Yarn, *s.* நூல், பா, தந்து, புரி.
Yawl, *s.* வள்ளம், தொடுவைவள்ளம்.
Yawn, *v.i.* அங்கா, கொட்டாவிவிடு, ஆவலி, கொட்டாவிகொள்.
Yawn'ing, *v.n.* கொட்டாவிவிடல், அங்காப்பு.
Ye, *pr.* நீர், நீங்கள், நீவிர்.
Yea, *ad.* ஆம், மெய்தான், ஆமாம்.
Yean, *v.t.* ஈனு.
Yean'ling, *s* ஆட்டினிளங்குட்டி.
Year, *s.* வருடம், வருஷம், ஆண்டு.
Yeark, *v.t.* சுண்டு, வீசு, எறி.
Year'ling, *a.* ஒருவயதுள்ள, சவலைப்பருவமுள்ள.
Year'ly, *a.* வருஷத்திற்கடுத்த, வருஷாந்த.
Year'ly, *ad.* வருஷந்தோறும், வருஷத்திற்கு வருஷம்.
Yearn, *v.* இரங்கு, பரிதபி, ஆவலி; it yearns my heart to see it, அதைக் காண வயிறெரிகிறது.
Yearn'ing, *s.* இரக்கம், பரிதாபம், ஆவல், உருக்கம்.
Yeast, **Yest**, } *s.* புளித்தமாவினுரை, பிளாமா.
Yelk, **Yolk** (yōk), } *s.* முட்டையின் மஞ்சட்கரு, சிவப்புக்கரு.
Yell, *s.* ஊளை, கூ, கூக்குரல்.
Yell, *v.* குளிறு, கூவென்.
Yel'low, *s.* மஞ்சள்வர்ணம், பொன்மை.
Yel'low, *a.* மஞ்சள்நிறமுள்ள.
Yelp, *v.i.* குலை, குரை.
Yeo'man, *s.* ஆட்சிக்காரன், நிலக்காரன்.
Yeo'manry, *s.* நிலக்காரர், பிரஜைகள்.
Yes, *ad.* ஆம், ஓம், ஆமாம்.
Yes'ter, *a.* சென்ற, போன, முந்தின.
Yes'ter-day, *s.* நேற்று, நேற்றையதினம், நேற்றைக்கு, நெருநல்.
Yes'ter-night, *s.* நேற்றிராத்திரி.
Yet, *ad.* இன்னும், மேலும்.
Yet, *con.* அல்லாமலும், என்றாலும்.
Yew, *s.* ஒருவகைமரம்.
Yex, *s.* (obs.) விக்கல், விக்குள்.
Yield, *v.t.* ஈ, கொடு, விளைவுகொடு, பய.
Yield, *v.i.* இளகு, தணி, கீழ்ப்படு, சம்மதி, இளை, வணங்கு, இணங்கு.
Yoke, *s.* நுகம், நுகத்தடி, இணை.
Yoke, *v.t.* நுகம்பூட்டு, இணை, பிணை.
Yoke'-fellow, **Yoke'mate**, } *s.* உபயோகி, கூட்டாளி.
Yon, **Yon'der**, } *a.* & *ad.* அதோ, அந்தண் அங்கு.
Yore, *ad.* முன்னே, ஆரம்பத்திலே, பூர்விலே.
You, *pr.* நீ, நீர், நீங்கள், உன்னை, உங்களை.
Young, *s.* கன்று, குஞ்சு, குட்டி, பிள்ளை பார்ப்பு.
Young, *a.* இளைய, யௌவன, பாலிய; the youngest son, கடைச்சன்; a younger brother, இளவல்.
Young'ling, *s.* சவலை, குழந்தை, குட்டி, குழவி, கன்று.
Young'ster, *s.* (Colloq.) சிறுவன், வாலிபன், பையன்.
Your, *pr.* உன்னுடைய, உமது, உங்கள், தமது.

Yourself', *pr.* உன்னைத்தானே, உம்மைத் தாமே, நீயே, நீரே.
Youth, *s.* யௌவனம், இளமை, வாலிபம், இளம்பருவம், வாலிபன், இளவல், வயசுப் பிள்ளை.
Youth'ful, *a.* யௌவன, வாலிப.
Youth'hood, *s.* பாலியப்பருவம்.
Yule, *s.* கிறிஸ்து ஜன்மோற்சவம்.

Z.

Za'ny, *s.* திருவன், பரிகாசக்காரன், கோமாளி, விகடகவி.
Zeal, *s.* ஆவல், உற்சாகம், வேகம், வைராக்கியம், தாகம், வீதராகம், வைராகம்.
Zeal'ot, *s.* பக்திவைராக்கியன், பிடிவாதி, பக்ஷவாதி, வைராக்கியன்.
Zeal'ous, *a.* பக்திவைராக்கியமுள்ள, வைராக்கியமுள்ள.
Ze'bra, *s.* காட்டுக்குதிரை, வரிக்குதிரை.
Zem'indar, *s.* நிலக்காரன், ஜமீன்தார்.
Ze'nith, *s.* படசி, உச்சம், நதம், விசும்புத் திசை.
Zeph'yr, *s.* மேல்காற்று, கோடைக்காற்று, சிறுகாற்று, இளங்காற்று, சாரவாயு.
Ze'ro, *s.* புள்ளி, சூனியம், பூச்சியம், விந்து.
Zest, *s.* உருசி, சுவை, இரசமூட்டும் வஸ்து.
Zig'zag, *s.* வளைவு, கோணல்.
Zig'zag, *a.* வளைந்த, கோணலான.
Zinc, *s.* துத்தநாகம், நாகம், வங்கம்; sulphate of, வெள்ளைத்துத்தம்.
Zo'diac, *s.* இராசிமண்டலம், பவனசக்கரம்.
Zodi'acal, *a.* இராசிமண்டலத்திற்குரிய.
Zone, *s.* இடைக்கச்சை, அரைப்பட்டிகை, இடைக்கட்டு, சக்கரம்; torrid, உஷ்ண சக்கரம்; frigid, சீதளசக்கரம்; temperate, அனுஷ்ணசீதசக்கரம், சமகுணசக்கரம்.
Zool'ogy, *s.* விலங்கியல்-நூல்.
Zo'ophyte, *s.* ஜந்து விருக்ஷலக்ஷண வஸ்து.
Zoot'omy, *s.* மிருகாங்கசேதனம்.

PRINTED FROM PLATES AT THE DIOCESAN PRESS, MADRAS—1953. C7221